મુકુટમણિ

નુપમ ભેટ

ગીતા

ર

ગમનઃ પુનર્જન્મનું વિજ્ઞાન

ાનની શોધમાં

મૃત્યુનો પરાજય

હરે કૃષ્ણ પડકાર

નારદ ભક્તિસૂત્ર

મુકુંદમાલા સ્તોત્ર

આપણા ખોવાયેલા સુખની શોધ

દેવહૂતિનંદન ભગવાન કપિલન
ઉપદેશો

હરિ નામનો મહિમા

ભગવદ્દર્શન (સામયિક-સંસ્થ

વ્ય ઉપદેશો

ઉપદેશો

છે જીવન

સર્વ પુસ્તકો ટપાલ દ્વારા મંગાવવા માટે અથવા નિઃશુલ્ક
ગાવવા માટે કૃપા કરી નીચેના સરનામે સંપર્ક સાધો:

ભક્તિવેદાંત બુક ટ્રસ્ટ, હરે કૃષ્ણ મંદિર, જુહૂ, મુંબઈ ૪૦૦ ૦૪

આ ઉપરાંત આ પુસ્તકો દરેક હરે કૃષ્ણ કેન્દ્રમાં પણ પ્રાપ્ય છે.
આપની નજીકના હરે કૃષ્ણ મંદિરનો સંપર્ક સાધો.

કૃષ્ણકૃપામૂર્તિ શ્રી શ્રીમદ્ એ.સી. ભક્તિવેદાંત સ્વામી પ્રભુપાદ દ્વારા વિરચિત વૈદિક ગ્રંથરત્નો:

શ્રીમદ્ ભગવદ્ગીતા: તેના મૂળરૂપે
શ્રીમદ્ ભાગવતમ્ (સ્કંધ ૧થી ૧૨, ૧૮ ગ્રંથોમાં સંપૂર્ણ)
શ્રી ચૈતન્ય ચરિતામૃત (૯ ગ્રંથોમાં સંપૂર્ણ)
કૃષ્ણ: પૂર્ણ પુરુષોત્તમ પરમેશ્વર
ભગવાન શ્રી ચૈતન્ય મહાપ્રભુના દિવ્ય ઉપદેશો
ભક્તિરસામૃતસિંધુ
ઉપદેશામૃત
શ્રી ઈશોપનિષદ્
ભાગવતનો પ્રકાશ
અન્ય ગ્રહોની સરળ યાત્રા
આત્મ-સાક્ષાત્કારનું વિજ્ઞાન
કૃષ્ણભાવનામૃત: સર્વોત્તમ યોગ પદ્ધતિ
પૂર્ણ પ્રશ્નો પૂર્ણ ઉત્તરો
પ્રહ્લાદ મહારાજના દિ...
મહારાણી કુંતીના ...
રસરાજ કૃષ્ણ
જીવનનું મૂળ...

યોગપથ: આધુનિક યુગ માટે યો...
જન્મ અને મૃત્યુની પેલે પાર
કૃષ્ણના પંથે
રાજવિદ્યા: સર્વ જ્ઞાનમાં...
કૃષ્ણભક્તિની પ્રાપ્તિ...
કૃષ્ણભક્તિની અ...
કર્મયોગ
યોગની પ...
ગીતાસ...
પુનર...

આ ...
મં...

गीतोपनिषद्

ભગવદ્ગીતા

તેના મૂળરૂપે

દ્વિતીય આવૃત્તિ
સુધારેલી અને વિસ્તૃત

મૂળ સંસ્કૃત શ્લોકો, સંસ્કૃત શબ્દોના અર્થ,
અનુવાદ તથા વિસ્તૃત ભાવાર્થો સહિત

कृष्णकृपामूर्ति
શ્રી શ્રીમદ્ એ.સી. ભક્તિવેદાંત સ્વામી પ્રભુપાદ
સંસ્થાપક-આચાર્યઃ આંતરરાષ્ટ્રીય કૃષ્ણભાવનામૃત સંઘ

ભક્તિવેદાંત બુક ટ્રસ્ટ

આ પુસ્તકના વિષયમાં વધુ માહિતી મેળવવા માટે અથવા ચર્ચા કરવા માટે નીચેના સરનામે પત્રવ્યવહાર કરવો અથવા રૂબરૂ મળવું.

ભક્તિવેદાંત બુક ટ્રસ્ટ
હરે કૃષ્ણ મંદિર, જુહુ
મુંબઈ - ૪૦૦ ૦૪૯

ઈ-મેલ:
admin@indiabbt.com

Bhagavad-gītā As It Is (Gujarati)

1st printing of First edition: 10,000 copies
2nd to 14th printings of First edition: 2,00,000 copies
15th to 30th printings of Second edition: 25,90,000 copies
31st printing, November 2023: 2,00,000 copies

ISBN: 978-93-82176-43-5

ભગવદ્‌ગીતા તેના મૂળ રૂપે અનેક ભારતીય ભાષાઓ ઉપરાંત વિશ્વની અનેક અન્ય ભાષાઓમાં પણ અનુવાદિત થયેલી છે. જેમ કે અરબી, ચીની, ડેનિશ, ડચ, ફારસી, ફિનિશ, ફ્રેન્ચ, જર્મન, હિબ્રુ, હંગેરિયન, ઈટાલિયન, જાપાનીઝ, કોરિયન, પોર્ટુગીઝ, રશિયન, સ્પેનિશ, સ્વીડિશ, ઉર્દૂ, વિએટનામી, બર્મી વગેરે.

ભક્તિવેદાંત બુક ટ્રસ્ટ દ્વારા પ્રકાશિત અને મુદ્રિત.

SJ1K

સમર્પણ

શ્રી બલદેવ વિદ્યાભૂષણને

જેમણે વેદાંતદર્શન પર
અતિ સુંદર 'ગોવિંદભાષ્ય' રચ્યું

અનુક્રમણિકા

પૃષ્ઠભૂમિ xi
પ્રસ્તાવના xv
સંપાદકીય xix
ભૂમિકા ૧

અધ્યાય ૧

કુરુક્ષેત્રની યુદ્ધભૂમિ પર સૈન્ય નિરીક્ષણ. ૩૭

શક્તિશાળી યોદ્ધો અર્જુન યુદ્ધ કરવા તત્પર વિપક્ષી સૈન્યમાં પોતાના નજીકના સંબંધી, આચાર્ય તથા મિત્રોને યુદ્ધમાં પોતપોતાનાં જીવન તજવા તત્પર જુએ છે. તે શોક અને કરુણાથી વ્યાકુળ બની પોતાની શક્તિ ગુમાવી દે છે, તેનું મન મોહગ્રસ્ત બની જાય છે અને તે યુદ્ધ કરવાના પોતાના સંકલ્પને તજી દે છે.

અધ્યાય ૨

ગીતાનો સાર. ૭૩

અર્જુન શિષ્યરૂપે ભગવાન કૃષ્ણનું શરણ સ્વીકારે છે અને કૃષ્ણ તેને નાશવંત ભૌતિક શરીર તથા અવિનાશી આત્માના મૂળભૂત તફાવતની વ્યાખ્યા આપતા પોતાના ઉપદેશનો પ્રારંભ કરે છે. ભગવાન તેને દેહાંતરની પ્રક્રિયા, પરમેશ્વરની નિષ્કામ સેવા તથા સ્વરૂપસિદ્ધ વ્યક્તિના ગુણોથી પરિચિત કરાવે છે.

અધ્યાય ૩

કર્મયોગ ૧૬૧

આ ભૌતિક જગતમાં પ્રત્યેક વ્યક્તિને ગમે તે પ્રકારે કોઈ ને કોઈ કર્મમાં પ્રવૃત્ત થવું પડે છે. પરંતુ તે જ કર્મ તેને આ જગતથી બાંધે છે અથવા મુક્ત કરાવે છે. નિષ્કામ ભાવે પરમેશ્વરની પ્રસન્નતા માટે કર્મ કરવાથી મનુષ્ય કર્મના નિયમનથી છૂટી શકે છે અને આત્મા તથા બ્રહ્મ વિશેનું દિવ્ય જ્ઞાન પ્રાપ્ત કરી શકે છે.

અધ્યાય ૪

દિવ્ય જ્ઞાન ૨૧૧

આત્મા, ઈશ્વર તથા આ બંને સાથે સંબંધિત દિવ્ય જ્ઞાન શુદ્ધિપ્રદ અને મોક્ષ પ્રદાન કરનારું છે. આવું જ્ઞાન કર્મયોગનું ફળ છે. ભગવાન ગીતાનો પ્રાચીન

આશ્ચર્યજનક ઘટના, પછી આ લોકમાં હોય કે આધ્યાત્મિક જગતમાં, તે કૃષ્ણની દૈવી શક્તિ અને ઐશ્વર્યોની આંશિક અભિવ્યક્તિ માત્ર છે. સર્વ કારણોના કારણ-સ્વરૂપ તથા સર્વસ્વરૂપ કૃષ્ણ સર્વ જીવો માટે પરમ પૂજનીય છે.

ભગવાન કૃષ્ણ અર્જુનને દિવ્ય દૃષ્ટિ પ્રદાન કરે છે અને વિશ્વરૂપમાં પોતાનાં અસંખ્ય અદ્‌ભુત રૂપોને પ્રગટ કરે છે. આ પ્રકારે તેઓ પોતાની દિવ્યતા પ્રસ્થાપિત કરે છે. કૃષ્ણ બતાવે છે કે તેમનું સર્વાકર્ષક માનવરૂપ જ ઈશ્વરનું આદિ સ્વરૂપ છે. મનુષ્ય શુદ્ધ ભક્તિ દ્વારા જ આ સ્વરૂપનું દર્શન કરી શકે છે.

કૃષ્ણના શુદ્ધ પ્રેમને પ્રાપ્ત કરવાનું સૌથી સરળ અને સર્વોચ્ચ સાધન ભક્તિયોગ છે. આ શ્રેષ્ઠ માર્ગનું અનુસરણ કરનારાઓમાં દિવ્ય ગુણ ઉત્પન્ન થાય છે.

જે વ્યક્તિ શરીર, આત્મા તથા આનાથી પર પરમાત્માના તફાવતને સમજી જાય છે, તેને આ ભૌતિક જગતથી મોક્ષ પ્રાપ્ત થાય છે.

બધા જ દેહધારી જીવ ભૌતિક પ્રકૃતિના ત્રણ ગુણોને અધીન છેઃ સત્ત્વગુણ, રજોગુણ અને તમોગુણ. કૃષ્ણ બતાવે છે કે આ ગુણ શું છે? તે આપણા પર કેવી રીતે ક્રિયા કરે છે? અને દિવ્ય પદને પ્રાપ્ત મનુષ્યનાં લક્ષણ કયાં કયાં છે?

વૈદિક જ્ઞાનનું અંતિમ લક્ષ્ય પોતાની જાતને ભૌતિક જગતના પાશથી મુક્ત કરવી અને કૃષ્ણને ભગવાન તરીકે સમજવા એ છે. જે કૃષ્ણના પરમ સ્વરૂપને સમજી જાય છે, તે તેમનું શરણ લઈને તેમની ભક્તિમાં મગ્ન બની જાય છે.

અધ્યાય ૧૬

શાસ્ત્રોના નિયમોનું પાલન ન કરીને, મનમાની રીતે જીવન વ્યતીત કરનાર અને આસુરી ગુણોવાળા માણસો અધમ યોનિઓને પ્રાપ્ત કરે છે તથા આ ભવાટવીમાં વારંવાર બદ્ધ થાય છે. પરંતુ દૈવી ગુણોથી યુક્ત અને શાસ્ત્રોને આધાર માનીને નિયમિત જીવન વ્યતીત કરનાર મનુષ્યો આધ્યાત્મિક પૂર્ણતા પ્રાપ્ત કરે છે.

અધ્યાય ૧૭

ભૌતિક પ્રકૃતિના ત્રણ ગુણોથી ત્રણ પ્રકારની શ્રદ્ધા ઉત્પન્ન થાય છે. રજોગુણ તથા તમોગુણમાં રહી શ્રદ્ધાપૂર્વક કરવામાં આવેલાં કર્મોનાં ફળ અસ્થાયી હોય છે, જ્યારે શાસ્ત્રસંમત વિધિથી સત્ત્વગુણમાં રહી કરેલાં કર્મ હૃદયને શુદ્ધ કરે છે. તે ભગવાન કૃષ્ણ પ્રત્યે શુદ્ધ શ્રદ્ધા તથા ભક્તિ ઉત્પન્ન કરનારાં હોય છે.

અધ્યાય ૧૮

ભગવાન કૃષ્ણ વૈરાગ્યનો અર્થ અને માનવીય ચેતના તથા કર્મ પર પ્રકૃતિના ગુણોનો પ્રભાવ સમજાવે છે. તેઓ બ્રહ્મ-અનુભૂતિ, ભગવદ્‌ગીતાનો મહિમા તથા તેના અંતિમ રહસ્યને સમજાવે છે. આ અંતિમ રહસ્ય એ છે કે ધર્મનો સર્વોચ્ચ માર્ગ ભગવાનની શરણાગતિ છે કે જે પૂર્ણ પ્રકાશ પ્રદાન કરનારી છે અને મનુષ્યને કૃષ્ણના સનાતન ધામમાં પરત જવા માટે સમર્થ બનાવે છે.

પરિશિષ્ટ

પૃષ્ઠભૂમિ

ભગવદ્ગીતાનું વ્યાપક પ્રકાશન અને વાંચન થયું છે, પણ મૂળરૂપે તે પ્રાચીન જગતના ઐતિહાસિક સંસ્કૃત મહાકાવ્ય, મહાભારતમાં એક પ્રસંગરૂપે ઉદ્ભવી હતી. મહાભારત વર્તમાન કળિયુગ સુધીની ઘટનાઓનું નિરૂપણ કરે છે. ભગવાન શ્રીકૃષ્ણે પોતાના મિત્ર તથા ભક્ત અર્જુનને આ યુગના આરંભ સમયે લગભગ ૫,૦૦૦ વર્ષ પૂર્વે ભગવદ્ગીતા કહી હતી.

ધૃતરાષ્ટ્રના સો પુત્રો તથા તેમના પિતરાઈ ભાઈ પાંડવો વચ્ચે થનાર ભ્રાતૃઘાતી મહાયુદ્ધના પ્રારંભ પૂર્વે માનવ ઈતિહાસનો સર્વશ્રેષ્ઠ દાર્શનિક તથા ધાર્મિક એવો આ સંવાદ ભગવાન શ્રીકૃષ્ણ તથા અર્જુન વચ્ચે થયો છે.

ધૃતરાષ્ટ્ર અને પાંડુ કુરુવંશમાં જન્મેલા ભાઈઓ હતા. જેમના નામ પરથી મહાભારત નામ પડ્યું છે, તે પૂર્વે થયેલા ચક્રવર્તી મહારાજ ભરતના વંશમાંથી કુરુવંશ ઉતરી આવ્યો હતો. મોટા ભાઈ ધૃતરાષ્ટ્ર જન્મથી અંધ હોવાને કારણે, જે રાજ્યસિંહાસન તેમને મળવાનું હતું, તે નાના ભાઈ પાંડુને આપવામાં આવ્યું.

પાંડુ જ્યારે યુવાન વયે અવસાન પામ્યા, ત્યારે તેમના પાંચ પુત્રો— યુધિષ્ઠિર, ભીમ, અર્જુન, નકુળ તથા સહદેવને ધૃતરાષ્ટ્રની સંભાળ હેઠળ રાખવામાં આવ્યા. વાસ્તવમાં ધૃતરાષ્ટ્ર થોડા સમય માટે રાજા થયા હતા. એ રીતે ધૃતરાષ્ટ્રના પુત્રો તેમ જ પાંડુના પુત્રો એક સમાન રીતે રાજપરિવારમાં ઉછર્યા હતા. શસ્ત્રાસ્ત્રવિદ્યા-વિશારદ ગુરુ દ્રોણાચાર્ય દ્વારા તે બધાને શસ્ત્રવિદ્યાનું શિક્ષણ આપવામાં આવ્યું હતું અને કુરુવંશના પૂજ્ય પિતામહ ભીષ્મ તેમને માર્ગદર્શન આપતા હતા.

આમ છતાં ધૃતરાષ્ટ્રના પુત્રો, ખાસ કરીને સૌથી મોટો પુત્ર દુર્યોધન પાંડવો પ્રત્યે દ્વેષભાવ રાખતો હતો અને તેમની ઈર્ષા કરતો હતો. તેમ જ અંધ તથા દુર્બળ મનવાળા ધૃતરાષ્ટ્ર પાંડવોને નહીં, પરંતુ પોતાના પુત્રોને રાજ્યાધિકાર વારસામાં મળે એવું ઇચ્છતા હતા.

એ રીતે દુર્યોધને ધૃતરાષ્ટ્રની સંમતિથી પાંડુના યુવાન પુત્રોને મારી નાખવાનું કાવતરું કર્યું, પણ કાકા વિદુર તથા મામેરા ભાઈ કૃષ્ણના કાળજીભર્યા રક્ષણને લીધે જ પાંડવો તેમનું મૃત્યુ નિપજાવવાના અનેક પ્રયાસોમાંથી ઉગરી જવા પામ્યા હતા.

ભગવાન કૃષ્ણ કોઈ સાધારણ મનુષ્ય ન હતા, પણ સ્વયં પૂર્ણ પુરુષોત્તમ પરમેશ્વર હતા કે જેમણે પૃથ્વી પર અવતરણ કર્યું હતું અને તે સમયે એક રાજવંશના રાજકુમારની ભૂમિકા ભજવી રહ્યા હતા. આ ભૂમિકામાં ભગવાન કૃષ્ણ મહારાજ પાંડુની પત્ની તેમ જ પાંડવોની માતા કુંતી અથવા પૃથાના ભત્રીજા પણ થતા હતા. એ રીતે સગા તરીકે તેમ જ શાશ્વત ધર્મના સંરક્ષકરૂપે ભગવાન કૃષ્ણ સદા સત્યનિષ્ઠ પાંડુપુત્રોના પક્ષે રહ્યા હતા તથા તેમનું રક્ષણ કર્યું હતું.

પરંતુ છેવટે કપટી દુર્યોધને જુગાર રમવા માટે પાંડવોને આહ્‌વાન આપ્યું. તે નિર્ણાયક સ્પર્ધામાં દુર્યોધન તથા તેના ભાઈઓએ પાંડવોની પત્ની સતી દ્રૌપદી પર અધિકાર સ્થાપીને, રાજાઓ તથા રાજકુમારોની ભરી સભામાં તેને નિર્વસ્ત્ર કરવાનો પ્રયાસ કરી તેનું અપમાન કર્યું હતું. ભગવાન કૃષ્ણની દૈવી મદદને કારણે દ્રૌપદીનું રક્ષણ થયું, પરંતુ દ્યુતમાં થયેલ કપટને કારણે તેમાં હારી જતાં પાંડવોને પોતાના રાજ્યથી વંચિત થવું પડ્યું અને તેર વર્ષનો વનવાસ ભોગવવો પડ્યો.

વનવાસમાંથી પાછા આવ્યા પછી પાંડવોએ ન્યાયપૂર્વક દુર્યોધન પાસેથી પોતાનું રાજ્ય પાછું માગ્યું, પરંતુ તેણે તે પાછું આપવાની ધરાર ના પાડી. પાંડવો રાજ્યનો વહીવટ સંભાળનાર ક્ષત્રિય તરીકે કાર્ય કરી પ્રજાની સેવા કરવાના કર્તવ્યથી બંધાયેલા રાજકુમારો હતા. તેથી છેવટે તેમણે પોતાનું સમગ્ર રાજ્ય જતું કરીને માત્ર પાંચ ગામ માગ્યાં, પરંતુ દુર્યોધને ઉદ્દંડતાપૂર્વક એવો ઉત્તર આપ્યો કે તે સોયની અણી જેટલી ભૂમિ પણ તેમને આપશે નહીં.

આ બધી ઘટનાઓ દરમ્યાન પાંડવો અત્યાર સુધી સહનશીલ રહ્યા હતા. પરંતુ હવે યુદ્ધ કરવું અનિવાર્ય લાગતું હતું.

જગતના રાજાઓમાંથી કેટલાક ધૃતરાષ્ટ્રના પુત્રોના પક્ષે જોડાયા અને કેટલાક પાંડવોના પક્ષે જોડાયા, ત્યારે સ્વયં કૃષ્ણે પાંડવોના સંદેશવાહકની ભૂમિકા સ્વીકારી અને શાંતિની હિમાયત કરવા ધૃતરાષ્ટ્રની રાજસભામાં ગયા. જ્યારે તેમની વિનયપૂર્ણ વિષ્ટિનો સ્વીકાર ન થયો, ત્યારે યુદ્ધ અનિવાર્ય બન્યું.

અત્યંત ઉમદા ચરિત્ર ધરાવનારા પાંચે પાંડવો ભગવાન કૃષ્ણને પૂર્ણ પુરુષોત્તમ પરમેશ્વર છે એવું જાણી તેમને સન્માન આપતા હતા, પરંતુ ધૃતરાષ્ટ્રના દુષ્ટ પુત્રો તેમને ઓળખી શક્યા નહોતા. તેમ છતાં કૃષ્ણ તેમના

વિરોધીઓની ઇચ્છાનુસાર જ યુદ્ધમાં ભાગ લેવા સંમત થયા હતા. ઈશ્વર તરીકે તેઓ જાતે યુદ્ધ કરવાના નહોતા, પરંતુ જે કોઈ તેમના સૈન્યનો ઉપયોગ કરવા ઇચ્છે, તે કરી શકે અને બીજો પક્ષ સ્વયં કૃષ્ણને પથપ્રદર્શક તથા સહાયક તરીકે મેળવી શકે. રાજકારણમાં કુટિલ દુર્યોધને કૃષ્ણની સશસ્ત્ર સેનાની માગણીની તક ઝડપી લીધી, જ્યારે પાંડવોએ એટલી જ આતુરતાથી સ્વયં કૃષ્ણને સ્વીકાર્યા.

આ પ્રમાણે કૃષ્ણ અર્જુનના સારથિ બન્યા અને તેમણે તે સુવિખ્યાત ધનુર્ધરનો રથ હાંકવાની જવાબદારી સ્વીકારી. આમ, જ્યાંથી ભગવદ્ગીતાનો પ્રારંભ થાય છે, તે ઘટના સુધી આપણે આવી પહોંચીએ છીએ—બંને પક્ષનાં સૈન્યો બે બાજુએ યુદ્ધ કરવા તૈયાર થઈને ઊભાં છે અને ધૃતરાષ્ટ્ર ચિંતિત થઈને પોતાના મંત્રી સંજયને પૂછી રહ્યા છે કે તે સેનાઓએ શું કર્યું?

એ રીતે સમગ્ર પૃષ્ઠભૂમિ તૈયાર છે. આવશ્યકતા માત્ર આ અનુવાદ તથા ભાષ્ય વિશે સંક્ષિપ્ત ટિપ્પણીની છે.

સામાન્ય રીતે દેખાય છે કે ભગવદ્ગીતાના અંગ્રેજી અનુવાદકો પોતાની વિચારધારા તથા તત્ત્વજ્ઞાનને મહત્ત્વ આપવા માટે, એક વ્યક્તિ તરીકે કૃષ્ણની અવગણના કરે છે. મહાભારતના ઇતિહાસને એક પુરાતન દંતકથા તરીકે માનવામાં આવે છે અને કૃષ્ણ કોઈ કાલ્પનિક પ્રતિભાસંપન્ન માણસના વિચારો પ્રસ્તુત કરનાર કાવ્યાત્મક સાધન બને છે અથવા બહુ બહુ તો કૃષ્ણને એક ગૌણ ઐતિહાસિક વ્યક્તિ બનાવી દેવામાં આવે છે.

પરંતુ એક વ્યક્તિરૂપે કૃષ્ણ ભગવદ્ગીતાના ઉદ્દેશ તથા વિષયવસ્તુ બંને છે, એમ સ્વયં ગીતા કહે છે.

તેથી આ અનુવાદ તથા તેનું ભાષ્ય વાચકને કૃષ્ણ પ્રત્યે અભિમુખ કરે છે; તેમનાથી વિમુખ કરી દૂર લઈ જતું નથી. એ રીતે આ *ભગવદ્ગીતા તેના મૂળરૂપે* અનોખી છે. વળી આમ, ભગવદ્ગીતા સર્વથા સુસંગત તથા અર્થગ્રાહ્ય થાય છે, એ પણ તેની ખાસ વિશેષતા છે. ભગવાન કૃષ્ણ ગીતાના ઉદ્ગાતા છે અને તેના અંતિમ ઉદ્દેશરૂપ પણ છે. તેથી આ જ એકમાત્ર એવો અનુવાદ છે કે જે આ મહાન શાસ્ત્રને તેના યથાર્થ રૂપમાં રજૂ કરે છે.

—પ્રકાશકો

વિદ્વાનો દ્વારા 'ભગવદ્‌ગીતા તેના મૂળરૂપે'ની પ્રશંસા

(અંગ્રેજી આવૃત્તિ)

"એમાં જરા પણ શંકા નથી કે આ આવૃત્તિ ગીતા તથા ભક્તિના વિષયમાં પ્રાપ્ત સમસ્ત ગ્રંથોમાં સર્વશ્રેષ્ઠ છે. શ્રીલ પ્રભુપાદ દ્વારા કરવામાં આવેલો આ અંગ્રેજી અનુવાદ શાબ્દિક યથાર્થતા અને ધાર્મિક અંતર્દષ્ટિનો સુભગ સમન્વય છે."

ડૉ. થોમસ એચ. હોપકિન્સ
અધ્યક્ષ, ધાર્મિક અધ્યયન વિભાગ
ફ્રેન્કલીન તથા માર્શલ કૉલેજ

"*ભગવદ્‌ગીતા તેના મૂળરૂપે* અત્યંત ગહન અને સશક્ત અનુભૂતિથી યુક્ત અતિ ઉત્તમ વ્યાખ્યા પામેલ ગ્રંથ છે. ગીતા પર આવું શૈલીપૂર્ણ ભાષ્ય લખાયું હોય તેવું અન્યત્ર જોવામાં આવતું નથી. આ ગ્રંથ આગામી ઘણાં વર્ષો સુધી આધુનિક મનુષ્યના બૌદ્ધિક તથા નૈતિક જીવનમાં મહત્ત્વપૂર્ણ સ્થાન બનાવી રાખશે."

ડૉ. એસ. શુક્લ
ભાષા વિજ્ઞાનના સહાયક પ્રોફેસર
જ્યોર્જ ટાઉન વિશ્વવિદ્યાલય

"પાશ્ચાત્ય દેશોમાં ભારતીય સાહિત્યના કોઈ પણ ગ્રંથનો એટલો પ્રચાર નથી થતો કે જેટલો ભગવદ્‌ગીતાનો થાય છે, કેમ કે આ સર્વાધિક લોકપ્રિય છે. આવા ગ્રંથના અનુવાદ માટે કેવળ સંસ્કૃતનું જ્ઞાન પૂરતું નથી, પરંતુ વિષયવસ્તુ પ્રતિ હૃદયની સહાનુભૂતિ તથા શબ્દચાતુર્ય પણ આવશ્યક છે. શ્રીલ ભક્તિવેદાંત સ્વામી પ્રભુપાદ વાસ્તવમાં વિષયવસ્તુ પ્રતિ ઘણી જ સહાનુભૂતિ ધરાવે છે. તેમણે ભક્તિ પરંપરાને એક નવીન તાર્કિક શક્તિનું પ્રદાન કર્યું છે. આ ભારતીય મહાકાવ્યને એક નવા જ અર્થનું પ્રદાન કરીને સ્વામીજીએ અભ્યાસીઓ માટે વાસ્તવિક સેવાકાર્ય કર્યું છે. તેમણે જે પરિશ્રમ કર્યો છે, તે માટે આપણે તેમના પ્રત્યે કૃતજ્ઞતા વ્યક્ત કરવી જોઈએ."

ડૉ. ગેડ્ડીજ મૈકગ્રેગર
દર્શનના વિખ્યાત માનદ પ્રોફેસર
દક્ષિણ કેલીફોર્નિયા વિશ્વવિદ્યાલય

પ્રસ્તાવના

સર્વપ્રથમ મેં *ભગવદ્ગીતા તેના મૂળરૂપે* આ જ રૂપે લખેલી કે જે રૂપમાં તે હવે પ્રસ્તુત કરવામાં આવે છે. દુર્ભાગ્યવશ જ્યારે પહેલી વખત આનું પ્રકાશન થયું, ત્યારે મૂળ હસ્તપ્રતને નાની કરવામાં આવી, જેથી અધિકાંશ શ્લોકોની વ્યાખ્યા છૂટી ગઈ હતી. મારી અન્ય સર્વ રચનાઓમાં પ્રથમ મૂળ શ્લોકો આપવામાં આવ્યા છે, પછી તેનું અંગ્રેજીમાં લિપ્યંતરણ અને ત્યાર પછી સંસ્કૃત શબ્દોનો અંગ્રેજીમાં અર્થ, પછી અનુવાદ અને અંતમાં ભાવાર્થ રહે છે. આમ કરવાથી રચના પ્રમાણભૂત અને વિદ્વત્તાપૂર્ણ બની જાય છે અને તેનો અર્થ સ્વયંસ્પષ્ટ બની જાય છે. આથી જ્યારે મારે હસ્તપ્રત નાની કરવી પડી, તો મને કોઈ પ્રસન્નતા ન થઈ. પરંતુ જ્યારે *ભગવદ્ગીતા તેના મૂળરૂપે*ની માગ વધી, ત્યારે સર્વ વિદ્વાનો તથા ભક્તોએ મને અનુરોધ કર્યો કે હું આ રચનાને તેના મૂળ રૂપમાં પ્રસ્તુત કરું. તેથી જ જ્ઞાનની આ મહાન રચનાને મારી મૂળ હસ્તપ્રતનું રૂપ આપવા માટે આ પ્રયાસ કરવામાં આવ્યો છે, જે પૂર્ણ પરંપરાગત વ્યાખ્યાથી યુક્ત છે કે જેનાથી કૃષ્ણભાવનામૃત આંદોલનની વધુ પ્રગતિશીલ અને પુષ્ટ સ્થાપના થઈ શકે.

અમારું કૃષ્ણભાવનામૃત આંદોલન મૌલિક ઐતિહાસિક દૃષ્ટિથી પ્રામાણિક, સહજ તથા દિવ્ય છે, કેમ કે તે *ભગવદ્ગીતા તેના મૂળરૂપે* પર આધારિત છે. આ અખિલ વિશ્વમાં અને ખાસ કરીને નવી પેઢીમાં તે અતિ લોકપ્રિય થઈ રહ્યું છે. તે જૂની પેઢીમાં પણ અધિકાધિક સુરુચિ પ્રદાન કરનારું છે. પ્રૌઢ માણસો આમાં એટલી અભિરુચિ બતાવે છે કે અમારા શિષ્યોના પિતા તથા પિતામહ અમારા સંઘના આજીવન સભ્ય બનીને અમારા ઉત્સાહમાં વધારો કરે છે. લોસ એન્જેલસમાં અનેક માતા તથા પિતા મારી પાસે એ જણાવવા આવતા હતા કે હું સમગ્ર વિશ્વમાં કૃષ્ણભાવનામૃત આંદોલનનું નેતૃત્વ કરી રહ્યો છું, તે માટે તેઓ આભારી હતા. તેમાંથી અમુક માણસોએ કહ્યું કે અમેરિકન જનતા બહુ ભાગ્યશાળી છે કે જેથી કરી મેં અમેરિકામાં કૃષ્ણભાવનામૃત આંદોલનનો શુભારંભ કર્યો. પરંતુ આ આંદોલનના આદિ પ્રવર્તક તો ભગવાન કૃષ્ણ છે, કેમ કે આ આંદોલન તો બહુ સમય પૂર્વે ચાલુ થઈ ચૂક્યું હતું અને ગુરુ-શિષ્ય પરંપરા દ્વારા આ માનવ સમાજમાં

ચાલી રહ્યું છે. આનું થોડું ઘણું શ્રેય હોય, તો તે મારું નહીં, પરંતુ મારા ગુરુ કૃષ્ણકૃપામૂર્તિ ૐ વિષ્ણુપાદ પરમહંસ પરિવ્રાજકાચાર્ય ૧૦૮ શ્રી શ્રીમદ્ ભક્તિસિદ્ધાંત સરસ્વતી ગોસ્વામી મહારાજ પ્રભુપાદના ફાળે જાય છે.

જો આનું કંઈ પણ શ્રેય મારા ફાળે આવતું હોય, તો તે માત્ર એટલું જ છે કે મેં કોઈ પણ જાતની ભેળસેળ કર્યા વિના ભગવદ્ગીતાને તેના મૂળ રૂપમાં પ્રસ્તુત કરવાનો પ્રયાસ કર્યો છે. મારા આ પ્રસ્તુતીકરણ પહેલાં ભગવદ્ગીતાની જેટલી પણ અંગ્રેજી આવૃત્તિઓ પ્રગટ થઈ છે, તેમાં વ્યક્તિગત મહત્ત્વાકાંક્ષાને વ્યક્ત કરવાનો પ્રયાસ દેખાઈ આવે છે. પરંતુ *ભગવદ્ગીતા તેના મૂળરૂપે*ને પ્રસ્તુત કરવાનો અમારો પ્રયાસ ભગવાન કૃષ્ણના મહાન ઉદ્દેશને પ્રસ્તુત કરવાનો છે. અમારું કાર્ય તો ભગવાન શ્રીકૃષ્ણની ઇચ્છાને પ્રસ્તુત કરવાનું છે, નહીં કે કોઈ રાજનીતિજ્ઞ, દાર્શનિક કે વૈજ્ઞાનિકની ઇચ્છાને પ્રસ્તુત કરવાનું, કારણ કે એમાં ગમે તેટલું જ્ઞાન કેમ ન હોય, પરંતુ કૃષ્ણ વિષયક જ્ઞાન લેશમાત્ર હોતું નથી. જ્યારે કૃષ્ણ કહે છે, *મન્મના ભવ મદ્ ભક્તો મદ્યાજી માં નમસ્કુરુ* ત્યારે અમે કહેવાતા પંડિતોની જેમ એમ નથી કહેતા કે કૃષ્ણ તથા તેમનો અંતરાત્મા ભિન્ન ભિન્ન છે. કૃષ્ણ પરબ્રહ્મ છે અને તેમનાં નામ, રૂપ, ગુણ, લીલા વગેરેમાં કોઈ તફાવત નથી. જે મનુષ્ય પરંપરામાં રહેલો કૃષ્ણ ભક્ત નથી, તેને માટે કૃષ્ણના સર્વોચ્ચ જ્ઞાનને સમજવું મુશ્કેલ છે. સામાન્ય રીતે કહેવાતા વિદ્વાન, રાજનીતિજ્ઞ, દાર્શનિક તથા સ્વામીઓ કૃષ્ણના પૂર્ણ જ્ઞાન વિના ભગવદ્ગીતા પર ટીકા લખતી વખતે કૃષ્ણને એમાંથી બહાર કાઢી મૂકવાનો પ્રયાસ કરે છે અથવા તેમને મારી નાખવા ઇચ્છે છે. ભગવદ્ગીતાનું આવું અપ્રામાણિક ભાષ્ય *માયાવાદી* ભાષ્ય કહેવાય છે, અને ચૈતન્ય મહાપ્રભુ આપણને આવા અપ્રામાણિક માણસોથી સાવચેત બનાવી ગયા છે. તેઓ કહે છે કે જે મનુષ્યો ભગવદ્ગીતાને *માયાવાદી* દૃષ્ટિકોણથી સમજવાનો પ્રયાસ કરે છે, તેઓ બહુ મોટી ભૂલ કરી રહ્યા છે. આવી ભૂલનું દુષ્પરિણામ એ આવશે કે ભગવદ્ગીતાના દિઙ્મૂઢ જિજ્ઞાસુ આધ્યાત્મિક માર્ગદર્શનના માર્ગમાં મોહગ્રસ્ત થશે અને ભગવદ્ધામમાં પાછા જઈ શકશે નહીં.

*ભગવદ્ગીતા તેના મૂળરૂપે*ને પ્રસ્તુત કરવાનો એકમાત્ર ઉદ્દેશ બધા જિજ્ઞાસુઓને તે ઉદ્દેશનું માર્ગદર્શન કરવાનું છે, જે માટે ભગવાન કૃષ્ણ આ ભૂમિ પર બ્રહ્માના એક દિવસ અર્થાત્ પ્રત્યેક ૮,૬૦,૦૦,૦૦,૦૦૦ વર્ષો પછી અવતરિત થાય છે. ભગવદ્ગીતામાં આ ઉદ્દેશનો ઉલ્લેખ

થયો છે અને આપણે તેનો તે જ રૂપમાં સ્વીકાર કરવો જોઈએ, અન્યથા ભગવદ્‌ગીતા તથા તેના વક્તા ભગવાન કૃષ્ણને સમજવાનો કોઈ અર્થ નથી. ભગવાન કૃષ્ણે સર્વપ્રથમ લાખો વર્ષ પૂર્વે સૂર્યદેવને ભગવદ્‌ગીતા પ્રબોધી હતી. આપણે એ વાસ્તવિકતા સ્વીકારવી રહી અને કૃષ્ણની ખોટી વ્યાખ્યા કર્યા વિના ભગવદ્‌ગીતાના ઐતિહાસિક મહત્ત્વને સમજવું જોઈએ. કૃષ્ણની ઈચ્છાનો સંદર્ભ આપ્યા વિના ભગવદ્‌ગીતાની વ્યાખ્યા કરવી એ મહાન અપરાધ છે. આ અપરાધથી બચવા માટે કૃષ્ણને ભગવાનના રૂપમાં સમજવા પડશે કે જે રીતે કૃષ્ણના પ્રથમ શિષ્ય અર્જુને તેમને સમજ્યા હતા. ભગવદ્‌ગીતાનું આવું જ્ઞાન વાસ્તવમાં લાભપ્રદ છે અને જીવનના ઉદ્દેશને પૂર્ણ કરવામાં માનવ સમાજના કલ્યાણ માટે તે પ્રમાણભૂત જ્ઞાન છે.

માનવ સમાજમાં કૃષ્ણભાવનામૃત આંદોલન અનિવાર્ય છે, કેમ કે તે જીવનની અંતિમ સિદ્ધિ પ્રદાન કરવાવાળું છે. આવું કેમ છે તેની પૂર્ણ માહિતી ભગવદ્‌ગીતામાં આપી છે. દુર્ભાગ્યવશ, સંસારી ઝગડાખોર માણસોએ પોતાની આસુરી લાલસાઓને આગળ વધારવા તથા માણસોને જીવનના સિદ્ધાંતોને વ્યવસ્થિત સમજવા ન દેવા માટે ભગવદ્‌ગીતાનો ગેરલાભ ઉઠાવ્યો છે. પ્રત્યેક મનુષ્યે જાણવું જોઈએ કે ઈશ્વર અથવા કૃષ્ણ કેટલા મહાન છે અને જીવોની વાસ્તવિક પરિસ્થિતિઓ શી છે? પ્રત્યેક મનુષ્યે એ જાણી લેવું જરૂરી છે કે "જીવ" નિત્ય દાસ છે અને જ્યાં સુધી તે કૃષ્ણની સેવા નહીં કરે, ત્યાં સુધી તે જન્મ-મૃત્યુના ચક્રમાં ફર્યા કરશે અને માયાવાદી ચિંતકે પણ આ ચક્રમાં ફરવું પડશે. આ જ્ઞાન એક મહાન વિજ્ઞાન છે અને જીવમાત્રએ પોતાના હિત માટે આ જ્ઞાનને સાંભળવું જોઈએ.

આ કળિયુગમાં સામાન્ય જનતા કૃષ્ણની બહિરંગા શક્તિ દ્વારા મોહિત થયેલી છે અને તેને એવી ભ્રાંતિ છે કે ભૌતિક સગવડો પ્રાપ્ત કરવાથી પ્રત્યેક મનુષ્ય સુખી થશે. તેને એ જ્ઞાન નથી કે ભૌતિક બહિરંગ પ્રકૃતિ અત્યંત પ્રબળ છે, કેમ કે પ્રત્યેક જીવ પ્રકૃતિના કઠોર નિયમો દ્વારા ખરાબ રીતે ગ્રસ્ત થયેલો છે. સૌભાગ્યવશ જીવ ભગવાનના અંશરૂપ છે, તેથી ભગવાનની સેવા કરવી એ જ તેનું સહજ કાર્ય છે. મોહગ્રસ્ત મનુષ્ય વિભિન્ન પ્રકારે પોતાની ઈન્દ્રિયતૃપ્તિ કરીને સુખી થવા ઈચ્છે છે, પરંતુ તેનાથી તે કદી પણ સુખી થઈ શકતો નથી. પોતાની ભૌતિક ઈન્દ્રિયોને તૃપ્ત કરવા કરતાં તેણે ભગવાનની ઈન્દ્રિયોને સંતુષ્ટ કરવાનો પ્રયાસ કરવો જોઈએ. આ જ જીવનની સર્વોચ્ચ સિદ્ધિ છે. ભગવાન એ જ ઈચ્છે છે અને

તેની જ અપેક્ષા રાખે છે. મનુષ્યે ભગવદ્ગીતાના આ કેન્દ્રબિંદુને સમજવું જોઈએ. અમારું કૃષ્ણભાવનામૃત આંદોલન સમગ્ર જગતને આ જ કેન્દ્રીય મુદ્દો શીખવે છે, અને અમે *ભગવદ્ગીતા તેના મૂળરૂપે*ની મૂળ રૂપરેખાને દૂષિત કરતા નથી. તેથી જે મનુષ્ય ભગવદ્ગીતાનું અધ્યયન કરીને લાભ મેળવવા ઈચ્છે, તે અમારા કૃષ્ણભાવનામૃત આંદોલન પાસેથી આ વિષયમાં મદદ પ્રાપ્ત કરી શકે છે. તેથી અમને આશા છે કે અમે *ભગવદ્ગીતા તેના મૂળરૂપે*ને જે રૂપમાં પ્રસ્તુત કરી રહ્યા છીએ, તેમાંથી બધા લાભ લેશે અને જો એક વ્યક્તિ પણ ભગવાનની શુદ્ધ ભક્ત બનશે, તો અમે અમારો પ્રયાસ સફળ થયો માનીશું.

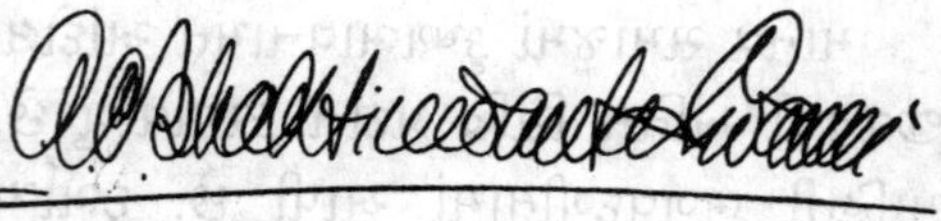

એ. સી. ભક્તિવેદાંત સ્વામી

૧૨ મે, ૧૯૭૧

સિડની, ઓસ્ટ્રેલિયા

સંપાદકીય

ભગવદ્ગીતાની ભારતમાં અને ગુજરાતમાં સેંકડો આવૃત્તિઓ છે. તેનું મુખ્ય કારણ ભગવદ્ગીતાની લોકપ્રિયતા અને સંપૂર્ણતા છે. મધ્વાચાર્ય, રામાનુજાચાર્ય, શ્રી જીવ ગોસ્વામી, શંકરાચાર્ય વગેરે મહાન આચાર્યોથી માંડીને સામાન્ય શિક્ષકો, વેપારીઓ, ધંધાદારી રાજકીય નેતાઓ અને સામાજિક કાર્યકરો સુધી બધાએ ભગવદ્ગીતા પર પુસ્તકો લખ્યાં છે. તેથી મૂળ ભગવદ્ગીતા બાજુ પર રહીને ભગવદ્ગીતાના નામે જાતજાતના વિચારો વહેતા થયા છે. સામાન્ય જનતામાં આથી ગીતાજ્ઞાન વિશે ગેરસમજ ઊભી થવા પામી છે.

ગીતાનો સંદેશ ખરું જોતાં તો અત્યંત સ્પષ્ટ અને સરળ છે, કારણ કે કુરુક્ષેત્રના યુદ્ધમેદાનમાં બે પ્રચંડ સેનાઓની મધ્યમાં ફક્ત ૪૫ મિનિટમાં ભગવાને આ જ્ઞાન અર્જુનને આપ્યું હતું. અર્જુન કોઈ યોગી, સંન્યાસી કે બ્રાહ્મણ સુધ્ધાં ન હતા, પણ એક સામાન્ય ક્ષત્રિય યોદ્ધા હતા, છતાં તેમને આ જ્ઞાન સમજાઈ ગયું. તેથી ભગવદ્ગીતા સમજવા માટે દુન્યવી વિદ્વત્તા એ કોઈ લાયકાત નથી. ગીતામાં જ ચોથા અધ્યાયમાં ભગવાન જણાવે છે: *ભક્તોઽસિ મે સખા ચેતિ રહસ્યં હ્યેતદ્ ઉત્તમમ્।* "તું મારો ભક્ત છે અને મિત્ર છે, તેથી આ ઉત્તમ રહસ્ય હું તને જણાવું છું."

અમારા પરમ પૂજ્ય ગુરુદેવ નિત્ય લીલા પ્રવિષ્ટ ૐ વિષ્ણુપાદ શ્રી શ્રીમદ્ એ.સી. ભક્તિવેદાંત સ્વામી પ્રભુપાદ શ્રીકૃષ્ણના શ્રેષ્ઠતમ ભક્ત હતા. તેથી ભગવદ્ગીતા સમજવા માટે તથા સમજાવવા માટે તેઓ સૌથી અધિકૃત વ્યક્તિ છે. અત્યાર સુધીમાં અંગ્રેજી ભાષામાં પણ સેંકડો અનુવાદો પ્રકાશિત થઈ ચૂક્યા છે. પરંતુ તેમનાથી દુનિયામાં એક પણ માણસની ભાવનામાં પરિવર્તન થયું નથી. પરંતુ જ્યારથી શ્રીલ પ્રભુપાદની *ભગવદ્ગીતા તેના મૂળરૂપે* પ્રસિદ્ધ થઈ છે, ત્યારથી વિશ્વભરમાં હજારો લોકોની સુષુપ્ત કૃષ્ણભાવના જાગૃત થઈ ચૂકી છે. માંસાહાર, નશો, ગેરકાયદે સ્ત્રીસંબંધ અને જુગાર જેવી બદીઓને વરી ચૂકેલા દુનિયાભરનાં હજારો સ્ત્રી-પુરુષોએ પોતાની કુટેવો ત્યાગીને ગીતાના અંતિમ આદેશ *સર્વધર્માન્ પરિત્યજ્ય મામ્ એકં શરણં વ્રજ*—અનુસાર શ્રીકૃષ્ણને ચરણે

પોતાનું જીવન સમર્પી દીધું છે અને શુદ્ધ વૈષ્ણવ જીવન સ્વીકાર્યું છે. નિઃશંક રીતે ભારતના તમામ સંતપુરુષો પણ એ હકીકતનો સ્વીકાર કરે છે કે શ્રીલ પ્રભુપાદ ભગવદ્‌ગીતાના સૌથી મહાન પ્રચારક છે. તેમની આ ભગવદ્‌ગીતાએ પુસ્તક વિતરણના તમામ વિક્રમો તોડી નાખ્યા છે. ફક્ત અંગ્રેજી ભાષામાં અત્યાર સુધીમાં તેની ૬૦ લાખથી પણ વધારે પ્રતો વેચાઈ ચૂકી છે. તે ઉપરાંત સ્પેનિશ, જર્મન, ફ્રેન્ચ, ઈટાલિયન, ડચ, સ્વીડિશ, રશિયન, જાપાની અને ચીની સહિત દુનિયાની ૪૨થી વધુ ભાષાઓમાં તેનું પ્રકાશન થયું છે. *નાસતો વિદ્યતે ભાવો નાભાવો વિદ્યતે સતઃ*—'અસત્‌નું અસ્તિત્વ નથી અને સત્‌નો અભાવ નથી.' તે મુજબ શ્રીલ પ્રભુપાદની ગીતાની આવૃત્તિ પ્રગટ થતાં જેમ એક ચંદ્રમા પ્રગટ થતાં હજારો તારાઓ છુપાઈ જાય છે, તેમ ગીતાની સેંકડો અન્ય આવૃત્તિઓ અદૃશ્ય થવા લાગી છે.

શ્રીલ પ્રભુપાદ પરમેશ્વર શ્રીકૃષ્ણના અનન્ય પ્રતિનિધિ હતા અને તેમણે તેમની પ્રચાર પ્રવૃત્તિઓ દ્વારા તે સિદ્ધ કર્યું છે. તેઓ કહેતા કે મારા કરતાંયે મારાં પુસ્તકો વધારે અગત્યનાં છે, માટે મને સાચી ગુરુદક્ષિણા આપવી હોય, તો વધુમાં વધુ પુસ્તકો છાપો અને તેમનો પ્રચાર કરો. ગીતાની આ આવૃત્તિ હવે ગુજરાતી ભાષામાં બહાર પડતાં તેમને જરૂરથી અત્યંત આનંદ થશે અને અમારું જીવન સાર્થક થશે.

હરે કૃષ્ણ

જશોમતીનંદન દાસ

સંપાદક

ભૂમિકા

મંગલાચરણ

ૐ અજ્ઞાન તિમિરાન્ધસ્ય જ્ઞાનાઞ્જનશલાકયા।
ચક્ષુર્ ઉન્મીલિતં યેન તસ્મૈ શ્રીગુરવે નમઃ।।
શ્રી ચૈતન્ય મનોઽભીષ્ટં સ્થાપિતં યેન ભૂતલે।
સ્વયં રૂપઃ કદા મહ્યં દદાતિ સ્વપદાન્તિકમ્।

હું ઘોર અજ્ઞાનરૂપી અંધકારમાં જન્મ્યો હતો અને મારા આધ્યાત્મિક ગુરુએ જ્ઞાનરૂપી પ્રકાશ વડે મારી આંખો ઉઘાડી. હું તેમને સાદર નમસ્કાર કરું છું.

જેમણે આ ભૌતિક જગતમાં ચૈતન્ય મહાપ્રભુની ઈચ્છા પરિપૂર્ણ કરવા માટેના પ્રચારકાર્યની સ્થાપના કરી છે, એવા શ્રીલ રૂપ ગોસ્વામી પ્રભુપાદ મને ક્યારે તેમના ચરણકમળમાં આશ્રય આપશે?

વન્દેઽહં શ્રીગુરોઃ શ્રીયુતપદકમલં શ્રીગુરૂન્ વૈષ્ણવાંશ્ચ
શ્રીરૂપં સાગ્રજાતં સહગણરઘુનાથાન્વિતં તં સજીવમ્।
સાદ્વૈતં સાવધૂતં પરિજનસહિતં કૃષ્ણચૈતન્યદેવં
શ્રીરાધાકૃષ્ણપાદાન્ સહગણલલિતા શ્રીવિશાખાન્વિતાંશ્ચ।।

હું મારા આધ્યાત્મિક ગુરુના ચરણારવિંદમાં તથા સર્વ વૈષ્ણવોના ચરણોમાં સાદર પ્રણામ કરું છું. હું શ્રીલ રૂપ ગોસ્વામીને તથા તેમના જ્યેષ્ઠ ભાઈ સનાતન ગોસ્વામીને તેમ જ રઘુનાથ દાસ તથા રઘુનાથ ભટ્ટ, ગોપાલ ભટ્ટ તથા શ્રીલ જીવ ગોસ્વામીના ચરણકમળમાં સાદર પ્રણામ કરું છું. હું ભગવાન શ્રી કૃષ્ણચૈતન્યને તથા પ્રભુ નિત્યાનંદને તેમ જ શ્રી અદ્વૈત આચાર્ય, ગદાધર, શ્રીવાસ તથા અન્ય ગૌરભક્તોને સાદર પ્રણામ કરું છું. હું શ્રીમતી લલિતા તથા વિશાખા સખીઓ સહિત શ્રીમતી રાધારાણી અને શ્રીકૃષ્ણને સાદર પ્રણામ કરું છું.

હે કૃષ્ણ કરુણાસિન્ધો દીનબન્ધો જગત્પતે।
ગોપેશ ગોપિકાકાન્ત રાધાકાન્ત નમોઽસ્તુ તે।।

હે વહાલા કૃષ્ણ, આપ સંતપ્ત જનોના મિત્ર છો અને સૃષ્ટિના ઉદ્‌ભવસ્થાન છો. આપ ગોપીઓના સ્વામી તથા રાધારાણીના પ્રિયતમ છો. હું આપને સાદર દંડવત્ પ્રણામ કરું છું.

તપ્ત કાઞ્ચન ગૌરાઙ્ગિ રાધે વૃન્દાવનેશ્વરી।
વૃષભાનુ સુતે દેવિ પ્રણમામિ હરિપ્રિયે॥

તપેલા સુવર્ણ સમાન દૈહિક કાંતિ ધરાવતા વૃંદાવનનાં મહારાણી, રાજા વૃષભાનુનાં પુત્રી તથા ભગવાન કૃષ્ણને અત્યંત પ્રિય એવાં હે રાધારાણી, હું આપને સાદર પ્રણામ કરું છું.

વાઞ્છા કલ્પતરુભ્યશ્ચ કૃપાસિન્ધુભ્ય એવ ચ।
પતિતાનાં પાવનેભ્યો વૈષ્ણવેભ્યો નમો નમઃ॥

કલ્પવૃક્ષની જેમ સૌ કોઈની ઇચ્છાઓને પૂર્ણ કરી શકે તેવા, પતિત જીવોને પાવન કરનારા અને કૃપાના સાગર જેવા સર્વ વૈષ્ણવ ભક્તોને દંડવત્ પ્રણામ હો.

શ્રીકૃષ્ણચૈતન્ય પ્રભુ નિત્યાનન્દ ।
શ્રીઅદ્વૈત ગદાધર શ્રીવાસાદિ ગૌરભક્તવૃન્દ॥

હું શ્રીકૃષ્ણ ચૈતન્ય, પ્રભુ નિત્યાનંદ, શ્રી અદ્વૈત, ગદાધર, શ્રીવાસ વગેરે સર્વ ભક્તોને સાદર પ્રણામ કરું છું.

હરે કૃષ્ણ હરે કૃષ્ણ કૃષ્ણ કૃષ્ણ હરે હરે।
હરે રામ હરે રામ રામ રામ હરે હરે॥

ભગવદ્‌ગીતા *ગીતોપનિષદ્* તરીકે પણ સુપ્રસિદ્ધ છે. તે વૈદિક જ્ઞાનના સારરૂપ છે અને વૈદિક સાહિત્યમાંનું એક અત્યંત મહત્ત્વપૂર્ણ ઉપનિષદ છે. બેશક, ભગવદ્‌ગીતા ઉપર અંગ્રેજીમાં અનેક ટીકાઓ છે અને આ વધુ એક ભાષ્યની આવશ્યકતા વિશે કોઈ પ્રશ્ન કરી શકે. આ વર્તમાન આવૃત્તિનું સ્પષ્ટીકરણ નીચે જણાવ્યા પ્રમાણે થઈ શકે. તાજેતરમાં જ અમેરિકાની એક મહિલાએ મને તેના માટે ભગવદ્‌ગીતાના અંગ્રેજી અનુવાદ અંગે ભલામણ કરવા વિનંતિ કરી હતી. અલબત્ત, અમેરિકામાં ભગવદ્‌ગીતાની અનેક અંગ્રેજી આવૃત્તિઓ ઉપલબ્ધ છે, પરંતુ મેં જોયું છે ત્યાં સુધી, અમેરિકામાં જ નહીં પરંતુ ભારતમાં સુધ્ધાં તેમાંની કોઈ પણ આવૃત્તિને નિશ્ચિતપણે પ્રમાણભૂત કહી શકાય તેમ નથી, કારણ કે તેમાંની લગભગ દરેકમાં ટીકાકારે ભગવદ્‌ગીતાની મૂળ અસ્મિતાને સ્પર્શ્યા વિના જ પોતાના અંગત અભિપ્રાયો વ્યક્ત કર્યા છે.

ભગવદ્‌ગીતાનો મર્મ સ્વયં ભગવદ્‌ગીતામાં જ વ્યક્ત થયો છે. તે આ પ્રમાણે છે: જો આપણે કોઈ ખાસ દવા લેવાની હોય, તો આપણે લેબલ પર લખેલી સૂચનાઓનું પાલન કરવું પડે. આપણે આપણા મનના તરંગ પ્રમાણે કે મિત્રનાં સૂચનો અનુસાર દવાનું સેવન કરી ન શકીએ. દવાની ઉપર લખેલાં સૂચનો અનુસાર અથવા ડૉક્ટરે આપેલાં સૂચનો પ્રમાણે જ દવાનું સેવન કરવાનું હોય છે. તેવી જ રીતે, ભગવદ્‌ગીતા તેના ઉદ્‌ગાતાએ જે પ્રકારે કહેલી, તે જ પ્રમાણે તેનું અર્થઘટન કરવું જોઈએ તથા તેનો સ્વીકાર કરવો જોઈએ. ભગવાન શ્રીકૃષ્ણ ભગવદ્‌ગીતાના ઉદ્‌ગાતા છે. ભગવદ્‌ગીતાના દરેક પૃષ્ઠ ઉપર તેમનો ઉલ્લેખ પૂર્ણ પુરુષોત્તમ પરમેશ્વર, ભગવાન તરીકે થયો છે. નિ:સંદેહ, *ભગવાન* શબ્દનો ઉપયોગ કોઈ કોઈવાર કોઈ અત્યંત શક્તિશાળી વ્યક્તિ અથવા શક્તિશાળી દેવ માટે થાય છે. અને અહીં *ભગવાન* શબ્દ નિશ્ચિતપણે પુરુષોત્તમ ભગવાન શ્રીકૃષ્ણને એક મહાન વ્યક્તિ તરીકે સૂચિત કરે છે. પરંતુ તે સાથે જ આપણે જાણવું જોઈએ કે ભગવાન શ્રીકૃષ્ણ એ શંકરાચાર્ય, રામાનુજાચાર્ય, મધ્વાચાર્ય, નિમ્બાર્ક સ્વામી, શ્રી ચૈતન્ય મહાપ્રભુ અને વૈદિક જ્ઞાનના બધા જ મહાન આચાર્યોએ સમર્થન કર્યું છે તે પ્રમાણે પૂર્ણ પુરુષોત્તમ પરમેશ્વર છે. ભગવાન પોતે પણ ભગવદ્‌ગીતામાં પોતાને પૂર્ણ પુરુષોત્તમ પરમેશ્વર તરીકે પ્રસ્થાપિત કરે છે અને બ્રહ્મસંહિતામાં તથા અન્ય પુરાણોમાં, ખાસ કરીને ભાગવત પુરાણ તરીકે સુપ્રસિદ્ધ શ્રીમદ્‌ ભાગવતમ્‌માં તેમનો એ જ રીતે સ્વીકાર થયો છે (*કૃષ્ણસ્તુ ભગવાન્ સ્વયમ્*). આથી આપણે ભગવદ્‌ગીતાને એ જ પ્રમાણે સમજવી જોઈએ, જે રીતે એ સ્વયં ભગવાન દ્વારા સમજાવવામાં આવી છે.

ભગવદ્‌ગીતાના ચોથા અધ્યાય (૪.૧–૩)માં ભગવાન કહે છે:

ઈમં વિવસ્વતે યોગં પ્રોક્તવાન્ અહમવ્યયમ્।
વિવસ્વાન્ મનવે પ્રાહ મનુર્ ઈક્ષ્વાકવેઽબ્રવીત્॥
એવં પરમ્પરા પ્રાપ્તમ્ ઈમં રાજર્ષયો વિદુઃ।
સ કાલેનેહ મહતા યોગો નષ્ટઃ પરન્તપ॥
સ એવાયં મયા તેઽદ્ય યોગઃ પ્રોક્તઃ પુરાતનઃ।
ભક્તોઽસિ મે સખા ચેતિ રહસ્યં હ્યેતદુત્તમમ્॥

અહીં ભગવાન અર્જુનને જણાવે છે કે યોગની આ પદ્ધતિ, ભગવદ્‌ગીતા સર્વપ્રથમ સૂર્યદેવને કહેવામાં આવી, સૂર્યદેવે તે મનુને કહી અને મનુએ તેની સમજૂતી ઈક્ષ્વાકુને આપી. એ રીતે, ગુરુ-શિષ્ય પરંપરા દ્વારા આ યોગ પદ્ધતિ

એક વક્તાથી બીજા વક્તાને એમ ઉત્તરોત્તર પ્રાપ્ત થઈ છે. પરંતુ સમયના વહેણમાં તેનો લોપ થયો. પરિણામે ભગવાને તે ફરીથી કહેવી પડે છે, જે આ વખતે તેમણે અર્જુનને કુરુક્ષેત્રની યુદ્ધભૂમિ પર કહી.

ભગવાન અર્જુનને કહે છે કે તેઓ તેને આ પરમ ગુહ્ય રહસ્ય કહી રહ્યા છે, કારણ કે અર્જુન તેમનો ભક્ત અને મિત્ર છે. આનો ભાવાર્થ એ છે કે ભગવદ્‌ગીતા એવો ગ્રંથ છે કે જે ખાસ કરીને ભગવદ્‌ભક્ત માટે નિર્માયેલો છે. અધ્યાત્મવાદીઓના ત્રણ વર્ગો હોય છે—જ્ઞાની, યોગી તથા ભક્ત અથવા તો નિર્વિશેષવાદી, ધ્યાનયોગી અને ભક્ત. અહીં ભગવાન અર્જુનને સ્પષ્ટપણે કહે છે કે તેઓ તેને નવીન પરંપરાના (ગુરુ-શિષ્ય પરંપરાના) પ્રથમ ગ્રહણકર્તા બનાવી રહ્યા છે, કેમ કે પ્રાચીન પરંપરા ખંડિત થઈ ગઈ હતી. તેથી ભગવાનની ઈચ્છા એવી હતી કે સૂર્યદેવ પાસેથી અન્ય પ્રતિ ઉત્તરોત્તર ચાલી આવેલી સમાન વિચારધારાની બીજી પરંપરા સ્થાપવી. ભગવાનની એવી ઈચ્છા પણ હતી કે તેમના ઉપદેશોનું વિતરણ નવેસરથી અર્જુન દ્વારા કરવામાં આવે. તેઓ ભગવદ્‌ગીતાને સમજવામાં અર્જુનને અધિકૃત વ્યક્તિ તરીકે સ્થાપવા માગતા હતા. એટલે આપણે જોઈએ છીએ કે ભગવદ્‌ગીતાનું શિક્ષણ અર્જુનને ખાસ તો એટલા માટે આપવામાં આવ્યું છે, કારણ કે અર્જુન કૃષ્ણનો ભક્ત હતો, તેમનો પ્રત્યક્ષ શિષ્ય હતો અને તેમનો અંતરંગ મિત્ર હતો. આથી જે મનુષ્ય અર્જુન જેવા ગુણો ધરાવતો હોય, તે જ ગીતાને સર્વોત્તમ રીતે સમજી શકે છે. કહેવાનો ભાવાર્થ એ છે કે તે ભગવાન સાથેના પ્રત્યક્ષ સંબંધમાં રહેલો હોવો જોઈએ અને તેમનો ભક્ત હોવો જોઈએ. મનુષ્ય જેવો ભગવાનનો ભક્ત બને છે કે તરત જ તે ભગવાન સાથે પ્રત્યક્ષ સંબંધમાં આવી જાય છે. આ વિષયવસ્તુ અત્યંત ગહન છે, પરંતુ સંક્ષેપમાં એમ કહી શકાય કે ભક્ત તથા પૂર્ણ પુરુષોત્તમ પરમેશ્વર વચ્ચે પાંચ પ્રકારમાંથી કોઈ પણ એક પ્રકારનો સંબંધ હોઈ શકે છે.

૧. મનુષ્ય તટસ્થભાવે ભક્ત હોઈ શકે છે—શાંતરસ.

૨. મનુષ્ય નિત્યદાસ તરીકે ભક્ત હોઈ શકે છે—દાસ્યરસ.

૩. મનુષ્ય મિત્ર તરીકે ભક્ત હોઈ શકે છે—સખ્યરસ.

૪. મનુષ્ય માતા કે પિતા તરીકે ભક્ત હોઈ શકે છે—વાત્સલ્યરસ.

૫. મનુષ્ય દાંપત્યપ્રેમમાં પ્રિયતમારૂપે ભક્ત હોઈ શકે છે—માધુર્યરસ.

અર્જુન ભગવાન સાથે મિત્ર તરીકે સંબંધમાં હતો. બેશક, આ મિત્રતા અને ભૌતિક જગતમાં જોવામાં આવતી મિત્રતા વચ્ચે જમીન-આસમાનનો

તફાવત છે. આ તો દિવ્ય મૈત્રી છે કે જે દરેક મનુષ્ય પ્રાપ્ત કરી શકતો નથી. અલબત્ત, દરેક વ્યક્તિનો ભગવાન સાથે અમુક વિશિષ્ટ સંબંધ તો હોય છે, અને તે સંબંધ ભક્તિની પૂર્ણતા વડે જાગૃત કરી શકાય છે. પરંતુ આપણા જીવનની વર્તમાન અવસ્થામાં આપણે માત્ર પરમેશ્વરને ભૂલી ગયા છીએ. એટલું જ નહીં, પરંતુ આપણે ભગવાન સાથેના આપણા સનાતન સંબંધને પણ વીસરી ગયા છીએ. અનેકાનેક, લાખો કરોડો જીવોમાંથી દરેક જીવ ભગવાન સાથે સનાતન રીતે અમુક વિશિષ્ટ સંબંધ ધરાવે છે. આને *સ્વરૂપ* કહેવાય છે. ભક્તિમય સેવાની પ્રક્રિયા દ્વારા મનુષ્ય એ સ્વરૂપને પુનઃ પ્રાપ્ત કરી શકે છે અને તે અવસ્થાને સ્વરૂપસિદ્ધિ અર્થાત્ વ્યક્તિની બંધારણીય સ્થિતિની પૂર્ણતા કહેવાય છે. માટે, અર્જુન ભક્ત હતો અને પરમેશ્વર સાથે સખાભાવે સંબંધ ધરાવતો હતો.

અર્જુને ભગવદ્‌ગીતા કેવી રીતે ગ્રહણ કરી તે ધ્યાનમાં લેવું જોઈએ. ભગવદ્‌ગીતા ગ્રહણ કરવાની તેની રીતનું દશમા અધ્યાય (૧૦.૧૨–૧૪) માં નિરૂપણ થયું છે.

અર્જુન ઉવાચ

પરં બ્રહ્મ પરં ધામ પવિત્રં પરમં ભવાન્।
પુરુષં શાશ્વતં દિવ્યમ્ આદિદેવમ્ અજં વિભુમ્॥
આહુસ્ત્વામ્ ઋષયઃ સર્વે દિવર્ષિર્નારદસ્તથા।
અસિતો દેવલો વ્યાસઃ સ્વયં ચૈવ બ્રવીષિ મે॥
સર્વમ્ એતદ્ ઋતં મન્યે યન્માં વદસિ કેશવ।
ન હિ તે ભગવન્ વ્યક્તિં વિદુર્દેવા ન દાનવાઃ॥

અર્જુને કહ્યું: "આપ પૂર્ણ પુરુષોત્તમ પરમેશ્વર છો, અંતિમ આશ્રય છો, પરમ પવિત્ર અને પરમ સત્ય છો. આપ શાશ્વત, દિવ્ય, આદિપુરુષ છો, અજન્મા તથા સૌથી મહાન છો. દેવર્ષિ નારદ, અસિત, દેવલ તથા વ્યાસ જેવા સર્વ મહર્ષિઓ આપના વિશે આ સત્યનું સમર્થન કરે છે અને હવે આપ સ્વયં મારી સમક્ષ એ જ ઘોષણા કરી રહ્યા છો. હે કૃષ્ણ, આપે મને જે કંઈ કહ્યું છે, તેને હું સર્વથા સત્ય માનું છું. હે પ્રભુ, દેવો અથવા દાનવો કોઈ પણ આપના સાચા સ્વરૂપને સમજી શકતા નથી."

પૂર્ણ પુરુષોત્તમ પરમેશ્વર પાસેથી ભગવદ્‌ગીતાનું શ્રવણ કર્યા પછી અર્જુને કૃષ્ણનો *પરં બ્રહ્મ* તરીકે સ્વીકાર કર્યો છે. આમ તો દરેક જીવ *બ્રહ્મ* છે, પરંતુ સર્વોચ્ચ આત્મા અથવા પૂર્ણ પુરુષોત્તમ પરમેશ્વર એ પરમ *બ્રહ્મ* છે. *પરં*

*ધામ*નો અર્થ એ છે કે તેઓ સૌ જીવોના સર્વોપરી આશ્રય અથવા ધામ છે. *પવિત્રમ્*નો અર્થ છે, તેઓ વિશુદ્ધ છે અને ભૌતિક મલિનતાના કલંકથી રહિત છે, પુરુષમ્ એટલે તેઓ પરમ ભોક્તા છે. *શાશ્વતમ્* અર્થાત્ આદિ, સનાતન, *દિવ્યમ્* અર્થાત્ દિવ્ય, *આદિદેવમ્* અર્થાત્ પૂર્ણ પુરુષોત્તમ પરમેશ્વર, *અજમ્* એટલે અજન્મા અને *વિભુમ્* અર્થાત્ મહાનતમ-સર્વવ્યાપી છે.

હવે કોઈ મનુષ્યને મનમાં થઈ શકે કે કૃષ્ણ અર્જુનના મિત્ર હોવાને કારણે અર્જુન આ બધું ખોટા વખાણ કરવા ખાતર કહી રહ્યો હતો. પરંતુ અર્જુન ભગવદ્‌ગીતાના વાચકોના મનમાંથી આવી શંકાનું નિરસન કરવા માટે બીજા શ્લોકમાં આ પ્રશંસાની સત્યતાનું પ્રતિપાદન કરે છે. તે કહે છે કે કૃષ્ણને માત્ર હું જ ભગવાન માનું છે એમ નથી, પરંતુ તેમને નારદ, અસિત, દેવલ તથા વ્યાસદેવ વગેરે જેવા અધિકૃત ઋષિઓ દ્વારા પણ પૂર્ણ પુરુષોત્તમ પરમેશ્વર તરીકે સ્વીકારવામાં આવેલા છે. આ સર્વ મહર્ષિઓ વૈદિક જ્ઞાનના પ્રતિષ્ઠિત પ્રચારકો છે એમ સઘળા આચાર્યોએ સ્વીકાર્યું છે. તેથી અર્જુન કૃષ્ણને કહે છે કે તેઓ જે કંઈ કહે છે, તેને તે પૂર્ણ સત્ય તરીકે સ્વીકારે છે. *સર્વમ્ એતદ્ ઋતં મન્યે*—"આપ જે કહો છો, તે બધું હું સત્ય તરીકે સ્વીકારું છું." અર્જુન એમ પણ કહે છે કે ભગવાનના વ્યક્તિત્વને જાણવું અત્યંત અઘરું છે અને મહાન દેવો પણ તેમને જાણી શકતા નથી. આનો અર્થ એ છે કે પરમેશ્વરને મનુષ્ય કરતાં ઉચ્ચ કક્ષાના જીવો—દેવો દ્વારા પણ જાણી શકાતા નથી. તો પછી એક મનુષ્ય ભગવાન શ્રીકૃષ્ણનો ભક્ત બન્યા વિના તેમને કેવી રીતે સમજી શકે?

આથી ભગવદ્‌ગીતાને ભક્તિભાવે ગ્રહણ કરવી જોઈએ. કોઈએ એવો વિચાર કરવો ન જોઈએ કે પોતે કૃષ્ણનો સમોવડિયો છે, કે ન તો તેણે એમ વિચારવું જોઈએ કે કૃષ્ણ એક સામાન્ય વ્યક્તિ છે અથવા તો એક બહુ મહાન વ્યક્તિ છે. ભગવાન શ્રીકૃષ્ણ પૂર્ણ પુરુષોત્તમ પરમેશ્વર છે. એટલે ભગવદ્‌ગીતાના કથનાનુસાર અથવા ભગવદ્‌ગીતાને સમજવાનો પ્રયત્ન કરી રહેલા અર્જુનના કથનાનુસાર આપણે ઓછામાં ઓછું સિદ્ધાંત તરીકે પણ એટલું તો સ્વીકારવું જ રહ્યું કે શ્રીકૃષ્ણ ભગવાન છે અને આવા વિનમ્રભાવે જ આપણે ભગવદ્‌ગીતાને સમજી શકીશું. જ્યાં સુધી મનુષ્ય ભગવદ્‌ગીતાનું પઠન વિનમ્રભાવે નહીં કરે, ત્યાં સુધી તેને સમજવી અત્યંત અઘરી છે, કેમ કે તે એક મહાન રહસ્ય છે.

ત્યારે આ ભગવદ્‌ગીતા શું છે? ભગવદ્‌ગીતાનો ઉદ્દેશ મનુષ્યજાતિને ભૌતિક અસ્તિત્વના અજ્ઞાનમાંથી મુક્ત કરવાનો છે. જેવી રીતે અર્જુન

કુરુક્ષેત્રનું યુદ્ધ કરવા વિશે મુશ્કેલીમાં હતો, તેવી રીતે દરેક મનુષ્ય અનેક પ્રકારે મુશ્કેલીમાં હોય છે. અર્જુને શ્રીકૃષ્ણનું શરણ લીધું અને પરિણામે આ ભગવદ્‌ગીતા કહેવામાં આવી. માત્ર અર્જુન જ નહીં, પરંતુ આપણામાંની પ્રત્યેક વ્યક્તિ આ ભૌતિક અસ્તિત્વને કારણે ચિંતાઓથી ગ્રસ્ત થયેલી હોય છે. આપણું અસ્તિત્વ જ *અસત્*ના વાતાવરણમાં રહેલું છે. વાસ્તવમાં આપણે કંઈ *અસત્*ના ભયમાં રહેવા માટે નિર્માયેલા નથી. આપણું અસ્તિત્વ સનાતન છે, પરંતુ ગમે તે કારણે આપણે *અસત્*નો ભોગ બન્યા છીએ. *અસત્*નો અર્થ છે, જેનું અસ્તિત્વ નથી તે.

દુઃખ ભોગવી રહેલા અનેક મનુષ્યોમાં માત્ર થોડાક જ એવા છે કે જેઓ ખરેખર પોતાની સ્થિતિ જાણવા જિજ્ઞાસુ છે કે પોતે કોણ છે, આવી વિષમ સ્થિતિમાં પોતે શા કારણે મુકાયા છે વગેરે. જ્યાં સુધી મનુષ્યને પોતાનાં દુઃખો વિશે પ્રશ્ન કરવાની જિજ્ઞાસા થતી નથી, ત્યાં સુધી તેને એવી અનુભૂતિ થતી નથી કે પોતે દુઃખ ભોગવવા નહીં, પરંતુ દુઃખોના નિવારણનો ઉકેલ પામવા માગે છે, ત્યાં સુધી તેને પૂર્ણ માનવ ગણી શકાય નહીં. માનવતાનો પ્રારંભ ત્યારે જ થાય છે, જ્યારે મનુષ્યના મનમાં આવી જિજ્ઞાસાનો ઉદય થાય છે. બ્રહ્મસૂત્ર આ જિજ્ઞાસાને *બ્રહ્મજિજ્ઞાસા* કહે છે. *અથાતો બ્રહ્મજિજ્ઞાસા.* મનુષ્ય જ્યાં સુધી બ્રહ્મની પ્રકૃતિ વિષયક જિજ્ઞાસા ન કરે, ત્યાં સુધી તેની પ્રત્યેક પ્રવૃત્તિને નિરર્થક ગણવી જોઈએ. આથી જે મનુષ્યો એવા પ્રશ્ન કરવાની શરૂઆત કરે છે કે પોતે શાથી દુઃખ ભોગવી રહ્યા છે, અથવા પોતે ક્યાંથી આવ્યા છે તથા મૃત્યુ પામ્યા પછી ક્યાં જશે, તેઓ જ ભગવદ્‌ગીતાને સમજવા માટેના સુયોગ્ય વિદ્યાર્થીઓ છે. સંનિષ્ઠ વિદ્યાર્થીમાં ભગવાન પ્રત્યે દૃઢ આદરભાવ પણ હોવો જોઈએ. અર્જુન આવો જ વિદ્યાર્થી હતો.

મનુષ્ય જ્યારે જીવનના વાસ્તવિક ઉદ્દેશને ભૂલી જાય છે, ત્યારે ભગવાન કૃષ્ણ તે ઉદ્દેશની પુનઃસ્થાપના કરવા માટે અવતરે છે. ત્યારે પણ અનેકાનેક જાગૃત મનુષ્યોમાં એકાદ જ એવો હોય છે, જે વાસ્તવમાં પોતાની સ્થિતિને જાણે છે અને આવા મનુષ્ય માટે જ આ ભગવદ્‌ગીતા કહેવામાં આવી છે. હકીકતમાં અવિદ્યારૂપી વાઘ આપણા બધાનો પીછો કરી રહેલો છે, પરંતુ ભગવાન જીવો ઉપર, ખાસ કરીને મનુષ્યો ઉપર અત્યંત દયાળુ છે. આ જ હેતુથી તેમણે તેમના મિત્ર અર્જુનને પોતાનો શિષ્ય બનાવીને ભગવદ્‌ગીતા કહી હતી.

ભગવાન કૃષ્ણનો સખા હોવાને કારણે અર્જુન સર્વ અજ્ઞાનથી પર હતો, પરંતુ કુરુક્ષેત્રની યુદ્ધભૂમિમાં તે ભગવાન કૃષ્ણને જીવનની સમસ્યાઓ વિશે

પ્રશ્ન કરે એટલા માટે અજ્ઞાનની અવસ્થામાં મુકાયો હતો કે જેથી ભગવાન ભાવિ પ્રજાના હિત માટે સમસ્યાઓનું સ્પષ્ટીકરણ કરે અને જીવનની યોજના ઘડવા માટે રૂપરેખા આપે. ત્યારે જ વ્યક્તિ એ પ્રમાણે કર્મ કરશે અને મનુષ્ય જીવનના ઉદ્દેશને પરિપૂર્ણ કરશે.

ભગવદ્‌ગીતાના વિષયવસ્તુમાં પાંચ મૂળભૂત સત્યોના જ્ઞાનનું નિરૂપણ કરવામાં આવેલું છે. સર્વપ્રથમ ઈશ્વરના વિજ્ઞાનની અને પછી જીવોની બંધારણીય સ્થિતિની સમજૂતી આપવામાં આવી છે. એક ઈશ્વર હોય છે, જેનો અર્થ છે નિયંતા અને બીજા જીવો છે, જેનો અર્થ છે નિયંત્રિત. જો કોઈ જીવ એમ કહે કે પોતે નિયંત્રિત નથી પણ સ્વતંત્ર છે, તો જાણવું કે તે પાગલ છે. જીવ બધી જ રીતે, ઓછામાં ઓછું તેના બદ્ધ જીવનમાં તો નિયંત્રિત છે જ. તેથી ભગવદ્‌ગીતાનો વિષય પરમ નિયંતા ઈશ્વર તથા નિયંત્રિત જીવોની ચર્ચા કરે છે. આમાં *પ્રકૃતિ* (ભૌતિક પ્રકૃતિ), *કાળ* (સમગ્ર બ્રહ્માંડનો કાલાવધિ અથવા ભૌતિક પ્રકૃતિનું પ્રગટીકરણ) તથા *કર્મ*નું નિરૂપણ પણ કરવામાં આવ્યું છે. આ સૃષ્ટિ પ્રાકટ્ય અર્થાત્ દૃશ્ય જગત વિવિધ પ્રવૃત્તિઓથી ભરપૂર છે. બધા જ જીવો જુદાં જુદાં કાર્યોમાં પરોવાયેલા છે. ભગવદ્‌ગીતામાંથી આપણે એટલું અવશ્ય શીખી લેવું જોઈએ કે ઈશ્વર શું છે, જીવાત્મા શું છે, પ્રકૃતિ શું છે, દૃશ્ય જગત શું છે, તે કાળ દ્વારા કેવી રીતે નિયંત્રિત થાય છે અને જીવાત્માઓનાં કાર્યો શું હોય છે?

ભગવદ્‌ગીતામાં નિરૂપણ થયેલા આ પાંચ મૂળભૂત વિષયોમાં ભગવાન અથવા કૃષ્ણ, અથવા બ્રહ્મ કે સર્વોચ્ચ નિયંતા કે પરમાત્મા, તમને જે ગમે તે નામે ઓળખો—તેઓ સૌથી મહાન છે. જીવાત્મા ગુણમાં પરમ નિયંતા જેવો છે. ઉદાહરણાર્થ બ્રહ્માંડનો કારભાર, ભૌતિક પ્રકૃતિ વગેરે પર ભગવાનનું નિયંત્રણ છે, જે વિશે ભગવદ્‌ગીતામાંના પાછળના અધ્યાયોમાં સમજાવવામાં આવશે. ભૌતિક પ્રકૃતિ સ્વતંત્ર નથી. તે પરમેશ્વરની દેખરેખ હેઠળ કાર્ય કરે છે. ભગવાન કૃષ્ણ કહે છે તે પ્રમાણેઃ *મયાધ્યક્ષેણ પ્રકૃતિઃ સૂયતે સચરાચરમ્*—"આ ભૌતિક પ્રકૃતિ મારી દેખરેખ હેઠળ કાર્ય કરી રહી છે." દૃશ્ય જગતમાં જ્યારે આપણે અદ્‌ભુત ઘટનાઓ બનતી જોઈએ છીએ, ત્યારે આપણે એ જાણવું જોઈએ કે આ સૃષ્ટિના પ્રાકટ્યની પાછળ એક નિયંતાનો હાથ રહેલો છે. નિયંત્રણ વિના કશું જ સંભવી શકે નહીં. નિયંતાનો વિચાર ન કરવો એ તો કેવળ બાલિશતા છે. દાખલા તરીકે, એક બાળક એમ વિચારી શકે કે મોટરગાડી અત્યંત અદ્‌ભુત છે, કારણ કે તે ઘોડા કે અન્ય પ્રાણી દ્વારા

ખેંચાયા વિના જ સ્વયં ચાલી શકે છે, પરંતુ એક શાણો મનુષ્ય મોટરગાડી પાછળ રહેલી યાંત્રિક વ્યવસ્થાને જાણે છે. તે હંમેશાં જાણતો હોય છે કે યાંત્રિક વ્યવસ્થાની પાછળ એક વ્યક્તિ, એક ચાલક હોય છે. એ જ રીતે, પરમેશ્વર એવા સંચાલક છે કે જેમના નિર્દેશન હેઠળ બધું કાર્ય થઈ રહ્યું છે. હવે ભગવાને જીવાત્માઓને પોતાના અભિન્ન અંશોરૂપે સ્વીકાર્યા છે, જે અંગે હવે પછીના અધ્યાયોમાં આપણે જોઈશું. સોનાનો એક કણ પણ સોનુ જ હોય છે, સમુદ્રના જળનું એક ટીપું પણ ખારું હોય છે અને એ જ પ્રમાણે જીવાત્માઓ એવા આપણે પરમ નિયંતા ઈશ્વર અથવા ભગવાન શ્રીકૃષ્ણના અભિન્ન અંશો હોવાથી, આપણે અતિ સૂક્ષ્મ માત્રામાં પરમેશ્વરના સર્વ ગુણો ધરાવીએ છીએ, કેમ કે આપણે ગૌણ ઈશ્વરો, અતિ સૂક્ષ્મ ઈશ્વરો છીએ. આપણે હાલમાં પ્રકૃતિ ઉપર નિયંત્રણ જમાવવાનો પ્રયાસ કરી રહ્યા છીએ તથા અત્યારે અંતરીક્ષ અથવા ગ્રહોને આપણા નિયંત્રણમાં રાખવા મથી રહ્યા છીએ. નિયંત્રણ કરવાની આ વૃત્તિ આપણામાં એટલા માટે છે કે તે કૃષ્ણમાં પણ છે. આપણામાં જોકે પ્રકૃતિ ઉપર પ્રભુત્વ જમાવવાનું વલણ છે, તેમ છતાં આપણે જાણવું જોઈએ કે આપણે પરમ નિયંતા નથી. ભગવદ્‌ગીતામાં આની સમજૂતી આપવામાં આવી છે.

ભૌતિક પ્રકૃતિ શું છે? ગીતામાં આની સમજૂતી પણ *નિકૃષ્ટ પ્રકૃતિ*, *અપરા પ્રકૃતિ* તરીકે આપવામાં આવી છે. જીવાત્માને ચડિયાતી *પરા પ્રકૃતિ* કહેવામાં આવેલો છે. પ્રકૃતિ પરા હોય કે અપરા, તે હંમેશાં નિયંત્રણ હેઠળ રહે છે. પ્રકૃતિ માદા છે અને તે ભગવાન દ્વારા એવી રીતે જ નિયંત્રિત થાય છે, જે રીતે એક પત્નીનાં કાર્યો તેના પતિ દ્વારા નિયંત્રિત થાય છે. ભગવાનના વર્ચસ્વ હેઠળ પ્રકૃતિ સદા અધીન રહે છે, કેમ કે ભગવાન જ અધ્યક્ષ છે. જીવ તથા ભૌતિક પ્રકૃતિ બંને પરમેશ્વર દ્વારા અધિશાસિત તેમ જ નિયંત્રિત રહે છે. ગીતાના મંતવ્યાનુસાર બધા જીવો જોકે પરમેશ્વરના અભિન્ન અંશો છે, છતાં તેમને પણ પ્રકૃતિ જ ગણવામાં આવ્યા છે. ભગવદ્‌ગીતાના સાતમા અધ્યાયમાં આ બહુ સ્પષ્ટપણે કહેવામાં આવ્યું છે. *અપરેયમ્ ઈતસ્ ત્વ્ અન્યાં પ્રકૃતિં વિદ્ધિ મે પરામ્ જીવભૂતામ્*—એ ભૌતિક પ્રકૃતિ મારી નિકૃષ્ટ પ્રકૃતિ છે, પરંતુ તેનાથી પર એક અન્ય પ્રકૃતિ છે, જે *જીવભૂતામ્* અર્થાત્ જીવાત્માઓ છે.

ભૌતિક પ્રકૃતિની રચના સત્ત્વગુણ, રજોગુણ અને તમોગુણ એમ ત્રણ ગુણો વડે થયેલી છે. આ ગુણોની ઉપર સનાતન કાળ છે અને પ્રકૃતિના આ ગુણોના સંયોગથી અને સનાતન કાળના નિયંત્રણ તથા હકૂમત હેઠળ

પ્રવૃત્તિઓ થાય છે, જેને *કર્મ* કહેવામાં આવે છે. આ પ્રવૃત્તિઓ અનાદિ કાળથી થયા કરે છે અને આપણે આપણાં કર્મોના ફળરૂપે સુખ કે દુઃખ ભોગવીએ છીએ. દાખલા તરીકે, ધારો કે હું એક વેપારી છું અને બુદ્ધિપૂર્વક સખત મહેનત કરીને મેં બહુ મોટી સંપત્તિ ભેગી કરી છે. ત્યારે હું સંપત્તિના સુખનો ભોક્તા છું. પછી ધારો કે વેપારમાં મેં મારું સઘળું ધન ગુમાવી દીધું, તો હું દુઃખ સહન કરું છું. એવી રીતે જ, જીવનના દરેક ક્ષેત્રમાં આપણે પોતાનાં કર્મના ફળરૂપે સુખ કે દુઃખ ભોગવીએ છીએ. આને *કર્મ* કહેવામાં આવે છે.

ઈશ્વર, જીવ, પ્રકૃતિ, કાળ તથા *કર્મ* આ બધાની વ્યાખ્યા ભગવદ્‌ગીતામાં થઈ છે. આ પાંચમાં ઈશ્વર, જીવ, પ્રકૃતિ તથા કાળ શાશ્વત છે. પ્રકૃતિનો આવિર્ભાવ થોડા સમયનો હોઈ શકે છે, પણ તે મિથ્યા હોતો નથી. કેટલાક તત્ત્વચિંતકો કહે છે કે ભૌતિક પ્રકૃતિનો આવિર્ભાવ મિથ્યા છે, પરંતુ ભગવદ્‌ગીતા અથવા વૈષ્ણવોના દર્શન અનુસાર એવું નથી. જગતના પ્રગટીકરણને મિથ્યા મનાતું નથી. તેને વાસ્તવિક પરંતુ ક્ષણભંગુર માનવામાં આવે છે. તેને આકાશમાં ફરતા રહેતા વાદળ સાથે કે ધાન્યનું પોષણ કરનારી વર્ષા ઋતુ સાથે સરખાવવામાં આવ્યું છે. વર્ષા ઋતુ પૂરી થતાં જ અને વાદળ અદૃશ્ય થતાં જ વરસાદથી પોષણ પામેલા બધા જ પાક સુકાઈ જાય છે. એવી જ રીતે, આ ભૌતિક પ્રાકટ્ય પણ કોઈ સમયે, કોઈ સ્થાને થાય છે, થોડા સમય સુધી રહે છે અને પછી લુપ્ત થઈ જાય છે. પ્રકૃતિનાં કાર્યો આવાં હોય છે. પરંતુ આ ચક્ર નિરંતર ચાલ્યા કરે છે. માટે પ્રકૃતિ સનાતન છે, તે મિથ્યા નથી. ભગવાન તેને "મારી પ્રકૃતિ" કહે છે. આ ભૌતિક પ્રકૃતિ પરમેશ્વરની છૂટી પડેલી—ભિન્ન શક્તિ છે. એવી જ રીતે, જીવાત્માઓ પણ પરમેશ્વરની શક્તિ છે, પરંતુ તે છૂટી પડેલી શક્તિ નથી. તે નિત્ય સંબંધિત શક્તિ છે. એ જ રીતે ભગવાન *જીવ, ભૌતિક પ્રકૃતિ* તથા *કાળ* એ બધાં જ પરસ્પર સંબંધિત છે અને બધાં જ સનાતન છે. પરંતુ *કર્મ* સનાતન નથી. એ ખરું છે કે કર્મનાં ફળ અત્યંત પુરાતન હોઈ શકે છે. આપણે અનાદિ કાળથી પોતાનાં કર્મનાં શુભ-અશુભ ફળ ભોગવી રહ્યા છીએ. પરંતુ તે સાથે આપણે પોતાનાં કર્મોના ફળને અથવા કર્મને બદલી પણ શકીએ છીએ અને આ પરિવર્તન આપણા જ્ઞાનની પૂર્ણતા પર આધારિત હોય છે. આપણે વિવિધ કર્મોમાં પરોવાયેલા છીએ. પરંતુ કેવા પ્રકારનાં કર્મ કરવાથી કર્મફળમાંથી મુક્તિ પામી શકીએ, એ આપણે જાણતા નથી. પરંતુ ભગવદ્‌ગીતામાં આ વિશે પણ નિરૂપણ થયું છે.

ઈશ્વર અર્થાત્ પરમેશ્વરની સ્થિતિ પરમ ચેતનારૂપે છે. જીવાત્માઓ પણ ઈશ્વરના અભિન્ન અંશો હોવાને કારણે ચેતન છે. જીવ તથા ભૌતિક પ્રકૃતિ બંને પ્રકૃતિ કહેવાયાં છે અર્થાત્ તેઓ પરમેશ્વરની શક્તિ છે, પરંતુ આ બંનેમાંથી માત્ર જીવ ચેતન છે, જ્યારે બીજી શક્તિ પ્રકૃતિ ચેતન નથી. એ જ તો તફાવત છે. તેથી જ જીવ *પરા પ્રકૃતિ* અર્થાત્ ચડિયાતી શક્તિ કહેવાય છે, કેમ કે જીવ ભગવાનની ચેતના સમાન અણુ-ચેતનાથી યુક્ત છે. પરંતુ ભગવાનની ચેતના સર્વોપરી છે અને કોઈ મનુષ્યે એવો દાવો કરવો ન જોઈએ કે *જીવ* પણ સર્વોપરી ચેતના ધરાવે છે. જીવ તેની પૂર્ણતા પામવાની અવસ્થાઓના કોઈ પણ સ્તરે સર્વોપરી ચેતના ધરાવતો નથી અને તે તેમ કરી શકે છે, એવો સિદ્ધાંત ગેરમાર્ગે દોરનારો છે. તે ચેતન છે પણ સંપૂર્ણપણે ચેતન નથી તથા સર્વોપરી ચેતના ધરાવતો નથી.

જીવ તથા ઈશ્વર વચ્ચેનો તફાવત ભગવદ્‌ગીતાના તેરમા અધ્યાયમાં સમજાવવામાં આવશે. ઈશ્વર *ક્ષેત્રજ્ઞઃ* અર્થાત્ ચેતન છે, તેવો જ જીવ પણ છે, પરંતુ જીવ માત્ર તેના પોતાના શરીર પ્રત્યે સભાન રહે છે, જ્યારે ભગવાન સમસ્ત શરીરો પ્રત્યે સભાન રહે છે. તેઓ જીવમાત્રના હૃદયમાં નિવાસ કરતા હોવાથી તેઓ દરેક વિશિષ્ટ જીવાત્માઓની માનસિક ગતિશીલતાથી પરિચિત રહે છે. આ આપણે ભૂલવું ન જોઈએ. એવી સ્પષ્ટતા પણ કરવામાં આવી છે કે પરમાત્મા, પૂર્ણ પુરુષોત્તમ પરમેશ્વર જીવમાત્રના હૃદયમાં *ઈશ્વર* તરીકે—નિયંતા તરીકે રહે છે અને જીવને તેમની ઈચ્છાનુસાર કાર્ય કરવા માટે માર્ગદર્શન આપે છે. જીવાત્માને શું કરવું તેનું વિસ્મરણ થાય છે. સર્વપ્રથમ જીવ અમુક રીતે કાર્ય કરવાનો નિર્ણય કરે છે અને પછી તે તેના પોતાના કર્મની ક્રિયા અને પ્રતિક્રિયાઓમાં ફસાઈ જાય છે. જેવી રીતે આપણે એક જૂનું વસ્ત્ર ઉતારીને બીજું નવું વસ્ત્ર પહેરીએ છીએ, તેમ જીવ એક પ્રકારના શરીરનો ત્યાગ કરીને બીજા પ્રકારના શરીરમાં પ્રવેશ કરે છે. જેમ આત્મા દેહાંતર કરતો રહે છે, તેમ તે પોતાનાં પૂર્વકર્મનાં સારાં-નરસાં ફળ ભોગવ્યા કરે છે. જીવ જ્યારે સત્ત્વગુણમાં હોય છે અને સમજી લે છે કે તેણે કયાં કર્મ કરવાં જોઈએ, ત્યારે જ આ કર્મો પરિવર્તન પામી શકે છે. જો તે એમ કરે, તો તેનાં પૂર્વે કરેલાં કર્મો બદલાઈ શકે છે. તેથી કર્મ સનાતન નથી. માટે જ અમે અહીં જણાવ્યું છે કે પાંચ બાબતો (*ઈશ્વર, જીવ, પ્રકૃતિ, કાળ* અને *કર્મ*)માંથી ચાર સનાતન છે, જ્યારે *કર્મ* સનાતન નથી.

પરમ ચેતન ઈશ્વર જીવ સાથે આ રીતે સમાન છે—ભગવાન તથા જીવ બંનેની ચેતના દિવ્ય છે. એવું નથી કે ચેતના પદાર્થ સાથેના સંયોગથી ઉત્પન્ન

થાય છે. આવો વિચાર ભ્રામક છે. અમુક પરિસ્થિતિમાં ભૌતિક પદાર્થોના સંયોગથી ચેતનાનો વિકાસ થાય છે, એવા સિદ્ધાંતને ભગવદ્ગીતામાં સ્વીકારવામાં આવ્યો નથી. જેવી રીતે રંગીન કાચમાંથી પરાવર્તિત થતો પ્રકાશ એવા રંગનો દેખાય, તેમ ભૌતિક સંજોગોના આવરણ દ્વારા ચેતના વિકૃત રીતે પ્રતિબિંબિત થઈ શકે, પરંતુ ભગવાનની ચેતના પર કોઈ પણ પ્રકારની ભૌતિક અસરો થતી નથી. ભગવાન શ્રીકૃષ્ણ કહે છે—*મયાધ્યક્ષેણ પ્રકૃતિઃ* ભગવાન જ્યારે ભૌતિક બ્રહ્માંડમાં અવતરે છે, ત્યારે તેમની ચેતના ભૌતિક રીતે પ્રભાવિત થતી નથી. જો તેઓ એવી રીતે પ્રભાવિત થતા હોત, તો તેઓ આધ્યાત્મિક વિષયના સંબંધમાં, જેવી રીતે ભગવદ્ગીતામાં કહી શક્યા છે તેમ કહી શક્યા ન હોત. ભૌતિકતાના સંસર્ગથી મલિન થતી ચેતનાથી રહિત થયા વગર કોઈ વ્યક્તિ આધ્યાત્મિક જગત વિશે કશું જ કહી ન શકે. એટલે ભગવાન ભૌતિક રીતે દૂષિત નથી. જોકે, આપણી ચેતના અત્યારની ઘડીએ ભૌતિક રીતે દૂષિત થયેલી છે. ભગવદ્ગીતા શીખવે છે કે આપણે આ ભૌતિક રીતે દૂષિત થયેલી ચેતનાને શુદ્ધ કરવાની છે. વિશુદ્ધ ચેતનામાં આપણાં સર્વ કર્મ ઈશ્વરની ઈચ્છાનુસાર થશે અને તેનાથી આપણે સુખી થઈશું. આનો અર્થ એવો નથી કે આપણે બધાં કર્મ કરવાનું બંધ કરી દેવું. ઊલટું, આપણે આપણાં કર્મોને શુદ્ધ કરવાં જોઈએ અને શુદ્ધ કર્મ એ *ભક્તિ* કહેવાય. ભક્તિ વિષયક કર્મો સામાન્ય કર્મ જેવાં જ દેખાય છે, પરંતુ તે દૂષિત હોતાં નથી. કોઈ અજ્ઞાની માણસને એવું દેખાય કે ભક્ત એક સામાન્ય વ્યક્તિની જેમ જ કર્મ કરી રહેલો છે, પરંતુ આ મૂર્ખ એ સમજી શકતો નથી કે ભક્ત અથવા ભગવાનનાં કર્મ અશુદ્ધ ચેતના અથવા પદાર્થ વડે દૂષિત થતાં નથી. તેઓ પ્રકૃતિના ત્રણે ગુણોથી પર છે. છતાં આપણે એ જાણવું જોઈએ કે હમણાંની આપણી ચેતના કલુષિત થયેલી છે.

જ્યારે આપણે ભૌતિક રીતે દૂષિત થયેલા હોઈએ છીએ, ત્યારે બદ્ધ કહેવાઈએ છીએ. હું ભૌતિક પ્રકૃતિની ઊપજ છું એવી માન્યતાને લીધે મિથ્યા ચેતના પ્રદર્શિત થાય છે. આને મિથ્યા અહંકાર કહેવાય છે. જે મનુષ્ય દેહાત્મભાવમાં તલ્લીન હોય છે, તે પોતાની સ્થિતિ (સ્વરૂપ)ને સમજી શકતો નથી. મનુષ્યને દેહાત્મભાવમાંથી મુક્ત કરવા માટે જ ભગવદ્ગીતા કહેવામાં આવી હતી અને ભગવાન પાસેથી આ જ્ઞાન મેળવવા માટે જ અર્જુને પોતાની જાતને આ સ્થિતિમાં મૂકી હતી. મનુષ્યે દેહાત્મભાવમાંથી મુક્ત થવું જોઈએ અને અધ્યાત્મવાદી માટે એ જ મૂળ કર્તવ્ય છે. જે મનુષ્ય

મુક્ત થવા ઇચ્છે છે, જે સ્વતંત્ર રહેવા ઇચ્છે છે, તેણે સૌથી પહેલાં એ જાણી લેવું જોઈએ કે પોતે ભૌતિક શરીર નથી. મુક્તિનો અર્થ એ છે કે ભૌતિક ચેતનાથી સ્વતંત્ર થવું. શ્રીમદ્ ભાગવતમાં પણ મુક્તિની વ્યાખ્યા આપવામાં આવી છે. *મુક્તિર્ હિત્વાન્યથા રૂપં સ્વરૂપેણ વ્યવસ્થિતિઃ*—મુક્તિ એટલે આ ભૌતિક જગતની પ્રદૂષિત ચેતનાથી રહિત થવું અને શુદ્ધ ચેતનામાં સ્થિત થવું. ભગવદ્‌ગીતાનો સમગ્ર ઉપદેશ આ શુદ્ધ ચેતનાને જાગૃત કરવા માટે છે. એટલા માટે જ ગીતોપદેશના છેલ્લા તબક્કે જોવામાં આવે છે કે કૃષ્ણ અર્જુનને પૂછી રહ્યા છે કે હવે તે શુદ્ધ થયેલી ચેતનામાં છે કે નહીં? શુદ્ધ થયેલી ચેતના એટલે ભગવાનના ઉપદેશો અનુસાર કર્મ કરવાં. શુદ્ધ ચેતનાનો આ જ સંપૂર્ણ સાર છે. ચેતના તો અગાઉથી છે જ, કારણ કે આપણે ભગવાનના અભિન્ન અંશો છીએ, પરંતુ આપણી અંદર નિકૃષ્ટ ગુણોથી પ્રભાવિત થવાનું વલણ રહેલું છે. પરંતુ ભગવાન પોતે સર્વોપરી, પરમ પૂર્ણ હોવાથી કદાપિ પ્રભાવિત થતા નથી. પરમેશ્વર અને બદ્ધ વ્યક્તિગત જીવો વચ્ચે આ જ તફાવત છે.

આ ચેતના શું છે? આ ચેતના છે "હું છું." તો પછી "હું શું છું?" દૂષિત ચેતનામાં "હું છું"નો અર્થ એ છે કે "હું જ સર્વેસર્વા છું. હું જ ભોક્તા છું." દરેક જીવ એમ વિચારે છે કે પોતે જ આ ભૌતિક જગતનો સ્વામી તથા સ્રષ્ટા છે અને તેથી આ દુનિયા ચાલી રહી છે. ભૌતિક ચેતનાના બે મનોગત વિભાગો છે. હું સ્રષ્ટા છું, એ એક વિભાગ છે અને બીજો એ છે કે હું જ ભોક્તા છું. પરંતુ વાસ્તવમાં પરમેશ્વર સ્રષ્ટા તથા ભોક્તા બંને છે અને જીવાત્મા પરમેશ્વરનો અભિન્ન અંશ હોવાને કારણે નથી સ્રષ્ટા કે નથી ભોક્તા. તે માત્ર સહયોગી છે. તે સર્જિત તથા ભુક્ત છે. ઉદાહરણાર્થ, યંત્રનો એક ભાગ આખા યંત્રને સહકાર આપે છે, શરીરનું એક અંગ સમગ્ર શરીરને સહકાર આપે છે. હાથ, પગ, આંખો વગેરે બધાં શરીરનાં અંગો છે, પરંતુ એ બધાં વાસ્તવિક ભોક્તા નથી. ઉદર જ ભોક્તા છે. પગ ચાલે છે, હાથ ભોજન આપે છે, દાંત ચાવવાનું કામ કરે છે અને શરીરનાં બધાં અંગો ઉદરને સંતોષવામાં પરોવાયેલાં રહે છે, કારણ કે ઉદર જ મુખ્ય અવયવ છે કે જે શરીરરૂપી સંગઠનનું પોષણ કરે છે. એટલે બધું જ ઉદરને આપવામાં આવે છે. મનુષ્ય વૃક્ષના મૂળમાં જળ સીંચીને તેને પોષે છે અને મનુષ્ય ઉદરને ખાવાનું આપીને શરીરનું પોષણ કરે છે. જો શરીરને તંદુરસ્ત રાખવું હોય, તો શરીરનાં અંગોએ ઉદરને ભોજન આપવામાં સહકાર આપવો જોઈએ. તે જ પ્રમાણે, પરમેશ્વર ભોક્તા તથા

સ્રષ્ટા છે અને પરમેશ્વરને અધીન એવા આપણે તેમને પ્રસન્ન રાખવા ખાતર સહકાર આપવા માટે જ નિર્માયેલા છીએ. જેવી રીતે ઉદર દ્વારા ગ્રહણ કરેલા ભોજનથી શરીરનાં સર્વ અંગોને લાભ થાય છે, તેવી રીતે ભગવાનને પ્રસન્ન કરવા આપેલા આ સહકારથી આપણે વાસ્તવિક લાભ પામીશું. જો હાથની આંગળીઓ એમ વિચારે કે ઉદરને ભોજન આપવાને બદલે તે પોતે જ તેને ગ્રહણ કરશે, તો તેમાં તેઓ નિષ્ફળતા પામશે. પરમેશ્વર સર્જન તથા ભોગના મધ્યવર્તી બિંદુ છે અને જીવો સહયોગીઓ છે. તેઓ સહયોગ આપીને સુખ ભોગવી શકે છે. આ સંબંધ સ્વામી તથા સેવકના સંબંધ જેવો પણ છે. જો સ્વામી સંપૂર્ણપણે સંતુષ્ટ રહે, તો દાસ પણ સંતુષ્ટ રહે છે. તે જ પ્રમાણે, પરમેશ્વરને સંતુષ્ટ કરવા જોઈએ, જોકે જીવાત્મામાં પણ સ્રષ્ટા થવાની વૃત્તિ અને ભૌતિક જગતને ભોગવવાની વૃત્તિ રહેલી જોવા મળે છે, કારણ કે જેમણે આ દૃશ્ય જગતનું સર્જન કર્યું છે, તે પરમેશ્વરમાં આ વૃત્તિઓ રહેલી છે.

તેથી આ ભગવદ્ગીતામાંથી આપણને જાણવા મળશે કે પરમ પૂર્ણમાં પરમ નિયંતા, તાબા હેઠળના જીવાત્માઓ, સૃષ્ટિ પ્રાકટ્ય, સનાતન કાળ અને કર્મ સમાયેલાં છે અને આ સર્વનું સ્પષ્ટીકરણ આ ગ્રંથમાં કરવામાં આવ્યું છે. આ બધાને સંપૂર્ણપણે ભેગા લેતાં પરમ પૂર્ણ બને છે અને પરમ પૂર્ણને સર્વોપરી પરમ સત્ય કહેવાય છે. પરમ પૂર્ણ અને સર્વોપરી પરમ સત્ય એ પૂર્ણ પુરુષોત્તમ પરમેશ્વર, શ્રીકૃષ્ણ છે. સર્વ આવિર્ભાવો તેમની વિવિધ શક્તિઓને લીધે થાય છે. તેઓ પોતે પરમ પૂર્ણ છે.

ભગવદ્ગીતામાં એમ પણ દર્શાવવામાં આવ્યું છે કે નિર્વિશેષ બ્રહ્મ પણ પૂર્ણ પરમ પુરુષને અધીન છે. (*બ્રહ્મણો હિ પ્રતિષ્ઠાહમ્*). બ્રહ્મસૂત્રમાં બ્રહ્મની વધુ સ્પષ્ટ વ્યાખ્યા સૂર્યનાં કિરણો તરીકે કરવામાં આવી છે. નિર્વિશેષ બ્રહ્મ પૂર્ણ પુરુષોત્તમ પરમેશ્વરનાં દેદીપ્યમાન કિરણો છે. નિર્વિશેષ બ્રહ્મ, પરમ પૂર્ણનો અપૂર્ણ સાક્ષાત્કાર છે અને એ જ રીતે, પરમાત્માનો ખ્યાલ પણ પરમ પૂર્ણનો અધૂરો સાક્ષાત્કાર છે. પંદરમા અધ્યાયમાં જોવા મળશે કે પૂર્ણ પુરુષોત્તમ પરમેશ્વર, નિર્વિશેષ બ્રહ્મ તથા પરમાત્મા બંનેના આંશિક સાક્ષાત્કારથી પર છે. પૂર્ણ પુરુષોત્તમ પરમેશ્વર *સચ્ચિદાનન્દ વિગ્રહ* કહેવાય છે. બ્રહ્મસંહિતાનો આરંભ આ રીતે થાય છેઃ *ઈશ્વરઃ પરમઃ કૃષ્ણઃ સચ્ચિદાનન્દ વિગ્રહઃ। અનાદિર્ આદિર્ ગોવિન્દઃ સર્વ કારણ કારણમ્॥* "ગોવિંદ અથવા કૃષ્ણ સર્વ કારણોના કારણ છે. તેઓ જ આદિ કારણ છે અને તેઓ જ શાશ્વત અસ્તિત્વ, જ્ઞાન તથા આનંદના સાક્ષાત્ સ્વરૂપ છે." નિર્વિશેષ બ્રહ્મ તેમના *સત્* (સનાતન)

પાસાનો સાક્ષાત્કાર છે. પરમાત્માનો સાક્ષાત્કાર *સત્-ચિત્* (શાશ્વત જ્ઞાન)ની અનુભૂતિ છે. પરંતુ ભગવાનના વ્યક્તિત્વ—શ્રીકૃષ્ણનો સાક્ષાત્કાર એ તેમનાં સર્વ દિવ્ય પાસાંઓની અનુભૂતિ છે: સંપૂર્ણ વિગ્રહ (રૂપ)માં રહેલાં *સત્-ચિત્* અને *આનન્દ* અર્થાત્ શાશ્વતતા, જ્ઞાન અને આનંદની અનુભૂતિ છે.

અલ્પજ્ઞાની લોકો પરમ સત્યને રૂપ વિનાનું માને છે, પરંતુ તેઓ એક દિવ્ય વ્યક્તિ છે અને આ વિશે સમસ્ત વૈદિક ગ્રંથોમાં સમર્થન કરવામાં આવ્યું છે. *નિત્યો નિત્યાનાં ચેતનશ્ચેતનાનામ્.* (કઠોપનિષદ ૨.૨.૧૩) જેવી રીતે આપણે બધા વ્યક્તિગત જીવો છીએ તથા આપણું આગવું વ્યક્તિત્વ ધરાવીએ છીએ, તેવી જ રીતે પરમ સત્ય પણ આખરે તો એક વ્યક્તિ છે અને ભગવાનના વ્યક્તિત્વનો સાક્ષાત્કાર એ તેમના સંપૂર્ણ રૂપમાં રહેલાં સર્વ દિવ્ય પાસાંઓનો સાક્ષાત્કાર છે. પરમ પૂર્ણ નિરાકાર નથી. જો તેઓ નિરાકાર હોય, અથવા જો તેઓ કોઈ વસ્તુથી ઓછા કે ઊતરતા હોય, તો તેઓ કદાપિ પરમ પૂર્ણ હોઈ શકે નહીં. પરમ પૂર્ણમાં આપણા અનુભવમાં જે હોય તે બધું જ, તેમ જ આપણા અનુભવ બહારનું બધું પણ હોવું જોઈએ, નહીં તો તેઓ પૂર્ણ કહેવાય નહીં.

પરમ પૂર્ણ અર્થાત્ ભગવાનમાં અપાર શક્તિઓ છે (*પરાસ્ય શક્તિર્વિવિધૈવ શ્રૂયતે*). કૃષ્ણ કેવી રીતે પોતાની વિભિન્ન શક્તિઓ દ્વારા સક્રિય રહે છે, એ અંગે પણ ભગવદ્ગીતામાં સમજાવવામાં આવ્યું છે. આ દૃશ્ય જગત અથવા જે ભૌતિક જગતમાં આપણે રહીએ છીએ, તે પણ સ્વયં સંપૂર્ણ છે, કારણ કે જે ચોવીસ તત્ત્વોથી આ નશ્વર બ્રહ્માંડ રચાયેલું છે, તેઓ સાંખ્ય દર્શન પ્રમાણે આ બ્રહ્માંડના પાલન-પોષણ માટે જરૂરી સર્વ વસ્તુઓ ઉત્પન્ન કરવા માટે પૂર્ણપણે ગોઠવાયેલાં છે. તેમાં કોઈ વિજાતીય તત્ત્વ નથી કે તેમાં બીજા કશાની આવશ્યકતા પણ નથી. આ સર્જનનો પોતાનો નિયત સમય છે, જે પરમેશ્વરની શક્તિ વડે નક્કી કરાય છે અને જ્યારે આ સમય પૂરો થઈ જાય છે, ત્યારે પૂર્ણની પૂર્ણ વ્યવસ્થા દ્વારા આ ક્ષણભંગુર સૃષ્ટિનો વિનાશ થઈ જશે. નાનાં પૂર્ણ એકમો અર્થાત્ જીવો માટે પરમ પૂર્ણનો સાક્ષાત્કાર કરવાની સંપૂર્ણ વ્યવસ્થા છે અને આપણા દ્વારા અનુભવાતી દરેક પ્રકારની અપૂર્ણતાઓ માત્ર આપણા પરમ પૂર્ણ વિશેના અધૂરા જ્ઞાનના કારણે છે. એ રીતે ભગવદ્ગીતામાં વૈદિક વિદ્યાનું પૂર્ણ જ્ઞાન સમાયેલું છે.

બધું જ્ઞાન અફર છે અને બધા હિંદુઓ વૈદિક જ્ઞાનને સંપૂર્ણ તથા અંતિમ સત્તા તરીકે માને છે. દાખલા તરીકે, ગાયનું છાણ એ એક પશુનો મળ છે

અને *સ્મૃતિ* અથવા વૈદિક આજ્ઞા અનુસાર જો કોઈ પશુના મળને અડકે, તો તેને શુદ્ધ થવા માટે નહાવું પડે છે. પરંતુ વૈદિક શાસ્ત્રોમાં ગાયના છાણને પવિત્ર કરનારું માનવામાં આવ્યું છે. કોઈ વ્યક્તિને આ વિરોધાભાસી લાગે, પરંતુ તે વૈદિક આજ્ઞા હોવાથી તે રીતે સ્વીકૃત થયેલું છે અને ખરેખર, આમ માનવાથી કોઈ પણ ભૂલ થશે નહીં. હવે તો આધુનિક વિજ્ઞાન દ્વારા પણ એવું પુરવાર થયું છે કે ગાયના છાણમાં બધા જ જીવાણુનાશક ગુણો હોય છે. માટે વૈદિક જ્ઞાન સંપૂર્ણ છે, કારણ કે તે સર્વ શંકાઓ તથા ભૂલોથી પર છે અને ભગવદ્‌ગીતા સર્વ વૈદિક જ્ઞાનના નવનીતરૂપ છે.

વૈદિક જ્ઞાન સંશોધનનો વિષય નથી. આપણું સંશોધનકાર્ય અપૂર્ણ છે, કેમ કે આપણે અપૂર્ણ ઈન્દ્રિયો વડે શોધ કરીએ છીએ. ભગવદ્‌ગીતામાં કહ્યું છે તેમ, પરંપરા (ગુરુ-શિષ્ય પરંપરા) દ્વારા ઊતરી આવેલાં પૂર્ણ જ્ઞાનનો આપણે સ્વીકાર કરવાનો હોય છે. આપણે જ્ઞાનને યોગ્ય સ્રોત પાસેથી, એવી પરંપરામાંથી ગ્રહણ કરવું જોઈએ કે જેનો પ્રારંભ પરમ ગુરુસ્વરૂપ સાક્ષાત્ ભગવાનથી થયો હોય અને એ જ્ઞાન ગુરુ-શિષ્યોની પરંપરા દ્વારા ક્રમશઃ ઊતરી આવેલું હોય. શિષ્ય તરીકે અર્જુન ભગવાન શ્રીકૃષ્ણ પાસેથી ઉપદેશ પ્રાપ્ત કરે છે અને ભગવાન જે કંઈ કહે છે, તેનો વિરોધ કર્યા વગર સ્વીકાર કરે છે. કોઈ પણ વ્યક્તિને ભગવદ્‌ગીતાનો અમુક અંશ સ્વીકારવાની અને બીજો નહીં સ્વીકારવાની છૂટ નથી. ના. આપણે ભગવદ્‌ગીતાનું અર્થઘટન કર્યા વિના, કંઈ કાપકૂપ કર્યા વિના અને વિષયવસ્તુમાં મનસ્વી રીતે કલ્પના કર્યા વિના સ્વીકાર અવશ્ય કરવો જોઈએ. ગીતાને વૈદિક જ્ઞાનના સર્વશ્રેષ્ઠ સંદોહન ભાષ્ય તરીકે સમજવી જોઈએ. વૈદિક જ્ઞાન દિવ્ય સ્રોતોમાંથી પ્રાપ્ત થાય છે અને પ્રથમ શબ્દો સ્વયં ભગવાને ઉચ્ચાર્યા હતા. ભગવાને ઉચ્ચારેલા શબ્દો *અપૌરુષેય* કહેવાય છે, જેનો અર્થ એવો છે કે તે ચાર દોષો ધરાવતા સંસારી મનુષ્ય દ્વારા કહેવાયેલા શબ્દોથી ભિન્ન હોય છે. સંસારી મનુષ્યના દોષ આ પ્રમાણે છેઃ (૧) તે ભૂલો અવશ્ય કરે છે; (૨) તે અનિવાર્ય રીતે મોહગ્રસ્ત થાય છે; (૩) તેનામાં બીજાને છેતરવાની વૃત્તિ રહેલી છે અને (૪) તે અપૂર્ણ ઈન્દ્રિયોને લીધે મર્યાદિત હોય છે. આ ચાર અપૂર્ણતાઓને કારણે મનુષ્ય સર્વવ્યાપી જ્ઞાન સંબંધે પૂર્ણ માહિતી આપી શકતો નથી.

વૈદિક જ્ઞાન આવા દોષોથી યુક્ત વ્યક્તિઓ દ્વારા અપાતું નથી. સર્વપ્રથમ સર્જવામાં આવેલા જીવ બ્રહ્માને આ જ્ઞાન સૌથી પહેલાં અપાયું હતું. પછી બ્રહ્માએ આ જ્ઞાન પોતાના પુત્રો તથા શિષ્યોને જે રૂપે તેમણે ભગવાન પાસેથી

મેળવ્યું હતું, તે જ રૂપે પ્રદાન કર્યું હતું. ભગવાન *પૂર્ણમ્* અર્થાત્ સર્વથા પૂર્ણ છે અને તેઓ ભૌતિક પ્રકૃતિના નિયમોને અધીન થાય એવી કોઈ શક્યતા નથી. આથી મનુષ્યમાં એટલી બુદ્ધિ તો હોવી જ જોઈએ કે ભગવાન જ આ બ્રહ્માંડની સમગ્ર વસ્તુઓના એકમાત્ર સ્વામી છે અને તેઓ જ આદિ સ્રષ્ટા તથા બ્રહ્માના પણ સર્જનહાર છે. અગિયારમા અધ્યાયમાં ભગવાનને *પ્રપિતામહ* તરીકે સંબોધવામાં આવ્યા છે, કારણ કે બ્રહ્માને *પિતામહ* તરીકે સંબોધવામાં આવે છે અને તેઓ પિતામહના સ્રષ્ટા છે. માટે કોઈએ કશાયના સ્વામી હોવાનો દાવો ન કરવો જોઈએ. તેણે કેવળ એ જ વસ્તુઓનો સ્વીકાર કરવો જોઈએ, જે તેના નિર્વાહ માટે ભગવાને જુદી ફાળવી છે.

ભગવાને આપણા માટે જુદી રાખેલી વસ્તુઓનો આપણે સદુપયોગ કેવી રીતે કરવો, તેનાં અનેક ઉદાહરણો છે. ભગવદ્ગીતામાં આની પણ સમજૂતી આપવામાં આવેલી છે. શરૂઆતમાં અર્જુને નિર્ણય કર્યો હતો કે કુરુક્ષેત્રના યુદ્ધમાં પોતે લડવું નહીં. આ તેનો પોતાનો નિર્ણય હતો. અર્જુને ભગવાનને કહેલું કે તે પોતાનાં જ કુટુંબીજનોને મારીને રાજ્ય ભોગવવા ઇચ્છતો નથી. આ નિર્ણય શરીરના દૃષ્ટિબિંદુ પર આધારિત હતો, કારણ કે પોતે શરીર છે અને તેના શરીરના સંબંધીઓ અથવા વિસ્તારો તેના ભાઈઓ, ભત્રીજાઓ, સાળા, દાદા વગેરે હતા એમ તેનું માનવું હતું. તે તેની દૈહિક ભાવનાઓને સંતોષવા માટે આ રીતે વિચારી રહ્યો હતો. આ દૃષ્ટિકોણ બદલવાના હેતુથી જ ભગવાને ભગવદ્ગીતા કહી હતી અને છેવટે અર્જુન ભગવાનના આદેશાનુસાર યુદ્ધ કરવાનો નિશ્ચય કરીને કહે છે, *કરિષ્યે વચનં તવ*—"હું આપના આદેશ પ્રમાણે જ કરીશ."

આ દુનિયામાં માણસો કૂતરાં-બિલાડાંની જેમ લડવા માટે નિર્માયેલા નથી. વ્યક્તિએ માનવ જીવનનું મહત્ત્વ સમજવા અને સામાન્ય પશુઓની જેમ નહીં વર્તવા જેટલી બુદ્ધિ અવશ્ય કેળવવી જોઈએ. મનુષ્યે પોતાના જીવનના ઉદ્દેશને જાણવો જોઈએ. બધાં જ વૈદિક શાસ્ત્રોમાં આ વિશે માર્ગદર્શન આપવામાં આવ્યું છે અને ભગવદ્ગીતામાં તેનો સાર અપાયો છે. વૈદિક સાહિત્ય પશુઓ માટે નથી, મનુષ્યો માટે છે. એક પશુ બીજા જીવતા પશુને મારે, તો તેને માટે પાપનો સવાલ હોતો નથી. પરંતુ જો મનુષ્ય તેની અસંયમિત સ્વાદેન્દ્રિયને સંતોષવા ખાતર પશુનો વધ કરે, તો તે પ્રકૃતિના નિયમોને તોડવા માટે જવાબદાર ઠરે છે. ભગવદ્ગીતામાં એમ સ્પષ્ટપણે સમજાવ્યું છે કે પ્રકૃતિના વિભિન્ન ગુણો પ્રમાણે ત્રણ પ્રકારનાં કર્મ હોય છે—સાત્ત્વિક કર્મ, રજોગુણી

કર્મ તથા તમોગુણી કર્મ. તે પ્રમાણે આહારના પણ ત્રણ પ્રકાર છે—સાત્ત્વિક આહાર, રજોગુણી આહાર અને તમોગુણી આહાર. આ બધું જ સ્પષ્ટપણે વર્ણવવામાં આવ્યું છે અને જો આપણે ભગવદ્‌ગીતાના ઉપદેશોનો યોગ્ય ઉપયોગ કરીશું, તો આપણું સંપૂર્ણ જીવન શુદ્ધ થશે અને અંતે આપણે આપણા ગંતવ્યને પામી શકીશું કે જે આ ભૌતિક આકાશથી પર છે (*યદ્ ગત્વા ન નિવર્તન્તે તદ્ ધામ પરમં મમ*).

એ ગંતવ્યસ્થાન સનાતન દિવ્ય આકાશ કહેવાય છે. આ ભૌતિક જગતમાં આપણે જોઈએ છીએ કે પ્રત્યેક પદાર્થ ક્ષણિક છે. તે ઉત્પન્ન થાય છે, થોડા સમય માટે રહે છે, કેટલીક આડપેદાશો ઉત્પન્ન કરે છે, ક્ષીણ થાય છે અને પછી નષ્ટ થઈ જાય છે. એ ભૌતિક જગતનો નિયમ છે, જેના દૃષ્ટાંત તરીકે આ શરીર, ફળ કે ગમે તે વસ્તુ લઈએ. પરંતુ આ ભૌતિક જગતની પેલે પાર એક અન્ય જગત છે, જેના વિશે આપણી પાસે માહિતી છે. તે જગત એક અન્ય પ્રકૃતિનું બનેલું છે જે સનાતન, શાશ્વત છે. અગિયારમા અધ્યાયમાં જીવને પણ સનાતન તરીકે વર્ણવ્યો છે અને ભગવાનને પણ સનાતન કહ્યા છે. આપણો ભગવાન સાથે ઘનિષ્ઠ સંબંધ છે અને આપણે બધા જ, એટલે કે સનાતન ધામ, સનાતન પરમેશ્વર તથા સનાતન જીવ, ગુણાત્મક રીતે એક હોવાથી ગીતાનો સમગ્ર આશય આપણા સનાતન ધર્મને જાગૃત કરવાનો છે કે જે જીવની સનાતન પ્રવૃત્તિ છે. આપણે થોડા સમય પૂરતા વિભિન્ન કર્મોમાં પરોવાયેલા રહીએ છીએ, પરંતુ આપણે જો આ ક્ષણજીવી કર્મોનો ત્યાગ કરીને પરમેશ્વર દ્વારા બતાવેલા કર્મોને ગ્રહણ કરીશું, તો આપણાં આ સર્વ કર્મ શુદ્ધ થઈ જશે. આને જ શુદ્ધ જીવન કહેવામાં આવે છે.

પરમેશ્વર તથા તેમનું દિવ્ય ધામ બંને સનાતન છે તથા જીવ પણ સનાતન છે. સનાતન ધામમાં પરમેશ્વર તથા જીવાત્માની સંયુક્ત સંગતિ જ માનવ જીવનની સાર્થકતા છે. ભગવાન જીવાત્મા પર અત્યંત દયાળુ રહે છે, કારણ કે તેઓ તેમના પુત્રો છે. ભગવાન કૃષ્ણ ભગવદ્‌ગીતામાં ઘોષણા કરે છે, *સર્વ યોનિષુ... અહં બીજપ્રદઃ પિતા*—"હું બધાનો પિતા છું." બેશક, પોતપોતાનાં કર્માનુસાર અનેક પ્રકારના જીવો છે, પરંતુ અહીં કૃષ્ણ કહે છે કે તેઓ બધાના પિતા છે. માટે જ ભગવાન સમસ્ત પતિત બદ્ધ જીવોનો ઉદ્ધાર કરવા તથા તેમને સનાતન ધામમાં પાછા બોલાવવા અવતરે છે કે જેથી સનાતન જીવ ભગવાનની નિત્ય સંગતિમાં રહીને પોતાની સનાતન સ્થિતિને ફરીથી પ્રાપ્ત કરી શકે. ભગવાન સ્વયં અનેકવિધ અવતારોમાં અવતરણ

કરે છે અથવા તો તેઓ પોતાના વિશ્વસ્ત સેવકોને પોતાના પુત્રો, પાર્ષદો કે આચાર્યોના રૂપે આ બદ્ધ જીવોનો ઉદ્ધાર કરવા માટે મોકલે છે.

માટે *સનાતન ધર્મ* કોઈ ધર્મના સંપ્રદાયનો નિર્દેશ કરતો નથી. એ તો સનાતન પરમેશ્વર સાથેના સનાતન જીવોનાં સનાતન કર્તવ્યોનો નિર્દેશ કરે છે. અગાઉ કહેવામાં આવ્યું છે તેમ, સનાતન ધર્મ જીવના શાશ્વત ધર્મનો નિર્દેશ કરે છે. શ્રીપાદ રામાનુજાચાર્યે *સનાતન* શબ્દની વ્યાખ્યા આ પ્રમાણે કરી છે, "તે કે જેને નથી આદિ કે નથી અંત." તેથી જ્યારે આપણે સનાતન ધર્મ વિશે વાત કરીએ છીએ, ત્યારે આપણે શ્રીપાદ રામાનુજાચાર્યના પ્રમાણના આધારે માનવું જોઈએ કે તેનો આદિ નથી કે અંત પણ નથી.

અંગ્રેજી ભાષાનો *રિલિજીયન* શબ્દ સનાતન ધર્મથી થોડો ભિન્ન છે. *રિલિજીયન* શબ્દથી શ્રદ્ધા (વિશ્વાસ)નો નિર્દેશ થાય છે અને શ્રદ્ધા બદલાઈ શકે છે. કોઈ વ્યક્તિને એક વિશેષ પદ્ધતિમાં વિશ્વાસ હોઈ શકે અને તે આ વિશ્વાસને બદલીને બીજી પદ્ધતિ અપનાવી શકે છે, પરંતુ સનાતન ધર્મ એવી પ્રવૃત્તિનો નિર્દેશ કરે છે કે જે બદલાઈ શકે નહીં. દાખલા તરીકે, પાણીની પ્રવાહિતા તેનાથી અલગ કરી શકાતી નથી કે અગ્નિની ઉષ્ણતા પણ તેનાથી અલગ કરી શકાતી નથી. તે જ પ્રમાણે, સનાતન જીવાત્માના સનાતન કાર્યને તેનાથી અલગ કરી શકાય નહીં. સનાતન ધર્મ જીવાત્માના શાશ્વત અંગરૂપ છે. માટે જ્યારે આપણે સનાતન ધર્મ વિશે વાત કરીએ છીએ, ત્યારે શ્રી રામાનુજાચાર્યના પ્રમાણને માનવું ઘટે કે તેને આદિ નથી કે અંત પણ નથી. જેને આદિ કે અંત નથી તે સાંપ્રદાયિક હોય જ નહીં, કારણ કે તેને કોઈ સીમામાં મર્યાદિત કરી શકાય નહીં. તેમ છતાં, જેમનો સંબંધ કોઈ સાંપ્રદાયિક શ્રદ્ધા સાથે હશે, તેઓ *સનાતન ધર્મ*ને પણ સાંપ્રદાયિક માનવાની ભૂલ કરશે, પરંતુ આપણે જો આ વિષય પર ઊંડાણપૂર્વક વિચાર કરીશું અને આધુનિક વિજ્ઞાનના પ્રકાશમાં વિચારીશું, તો આપણે જોઈ શકીશું કે સનાતન ધર્મ સમગ્ર વિશ્વના સર્વ લોકોનો ધર્મ છે—અરે, અખિલ બ્રહ્માંડના સમસ્ત જીવોનો સુધ્ધાં એ જ ધર્મ છે.

માનવ ઈતિહાસના ગ્રંથોમાં સનાતન ધર્મ સિવાયના ધર્મ સંપ્રદાયોને કંઈક પ્રારંભ જેવું હોઈ શકે, પરંતુ સનાતન ધર્મના ઈતિહાસનો તો કોઈ પ્રારંભ છે જ નહીં, કારણ કે તે જીવોની સાથે નિત્ય રહેલો છે. જીવાત્માઓના સંબંધમાં કહી શકાય કે અધિકૃત શાસ્ત્રોનું મંતવ્ય છે કે જીવોનો જન્મ થતો નથી કે મૃત્યુ પણ થતું નથી. ગીતામાં કહ્યું છે કે જીવ કદાપિ જન્મતો નથી કે મરતો નથી.

તે શાશ્વત તથા અવિનાશી છે અને આ ક્ષણભંગુર શરીર નષ્ટ થયા પછી પણ તે રહે છે. સનાતન ધર્મના સિદ્ધાંતના સંદર્ભે આપણે ધર્મના સિદ્ધાંતને સંસ્કૃતના મૂળ ધાતુના અર્થ દ્વારા સમજવો પડે. ધર્મનો નિર્દેશ તેના પ્રત્યે છે, જે કોઈ વિશિષ્ટ વસ્તુ સાથે નિત્ય રહે છે. આપણે એવા નિષ્કર્ષ પર આવીએ છીએ કે અગ્નિની સાથે ઉષ્ણતા તથા પ્રકાશ નિત્ય રહે છે, તેમના વિના અગ્નિ શબ્દનો કોઈ અર્થ રહેતો નથી. તેવી જ રીતે, આપણે જીવાત્માના એ અનિવાર્ય અને અવિભાજ્ય અંગને શોધી કાઢવું જોઈએ કે જે સદૈવ તેની સાથે જ રહે છે. સદૈવ સાથે રહેનાર એ અંગ એ તેનો સનાતન ગુણ છે અને એ સનાતન ગુણ એ તેનો સનાતન ધર્મ છે.

જ્યારે સનાતન ગોસ્વામીએ શ્રી ચૈતન્ય મહાપ્રભુને દરેક જીવના *સ્વરૂપ* વિશે પૂછ્યું, ત્યારે ભગવાને ઉત્તરમાં કહ્યું કે જીવનું *સ્વરૂપ* અથવા તેની બંધારણીય સ્થિતિ, પૂર્ણ પુરુષોત્તમ પરમેશ્વરની સેવા કરવી એ જ છે. જો આપણે ભગવાન ચૈતન્યના આ કથનનું પૃથક્કરણ કરીશું, તો આપણે સહજ રીતે જોઈશું કે એક જીવ બીજા જીવની વિવિધ રૂપે સેવા કરવામાં નિરંતર પરોવાયેલો હોય છે. એક જીવ બીજા જીવોની વિવિધ રૂપે સેવા કરે છે. આમ કરીને જીવ જીવનનો આનંદ ભોગવે છે. જેમ નોકરો તેમના માલિકની સેવા કરે, તેમ નિમ્ન પ્રાણીઓ મનુષ્યોની સેવા કરે છે. એક વ્યક્તિ (અ) પોતાના માલિક (બ)ની સેવા કરે છે, (બ) તેના માલિક (ક)ની તથા (ક) તેના માલિક (ડ)ની સેવા કરે છે. આ સંજોગો હેઠળ આપણે જોઈ શકીએ છીએ કે એક મિત્ર બીજા મિત્રની સેવા કરે છે, માતા પુત્રની સેવા કરે છે, પત્ની પતિની સેવા કરે છે, પતિ પત્નીની સેવા કરે છે વગેરે. જો આપણે આ ભાવનાથી શોધ કરતા રહીશું, તો જોવા મળશે કે જીવાત્માઓના સમાજમાં એવો એક પણ અપવાદ નથી કે જે કોઈ અન્યની સેવા કરતો ન હોય. રાજકારણી નેતા જનતાની સમક્ષ તેની સેવા કરવાની ક્ષમતાનું ઘોષણાપત્ર રજૂ કરે છે. તેથી મતદાતાઓ એવા વિચારથી તેમના બહુમૂલ્ય મત તેને આપે છે કે તે સમાજની મહત્ત્વપૂર્ણ સેવા કરશે. દુકાનદાર તેના ઘરાકોની સેવા કરે છે અને કારીગરો મૂડીદારોની સેવા કરે છે. મૂડીદાર તેના પરિવારની સેવા કરે છે અને પરિવાર સનાતન જીવની, સનાતન પાત્રતાના સંબંધે રાજ્યની સેવા કરે છે. આ પ્રમાણે આપણે જોઈશું કે કોઈ જીવ બીજા જીવની સેવા કરવામાંથી બાકાત નથી. તેથી એવા નિષ્કર્ષ પર સહજ આવી શકાય કે સેવા જીવની ચિર સહચરી છે અને સેવા કરવી એ જીવનો સનાતન ધર્મ છે.

તેમ છતાં, મનુષ્ય અમુક કાળ તથા પરિસ્થિતિના સંદર્ભમાં અમુક વિશિષ્ટ પ્રકારની શ્રદ્ધા ધરાવતો હોવાનો દાવો કરે છે અને એ રીતે તે પોતાને હિંદુ, મુસલમાન, ખ્રિસ્તી, બૌદ્ધ અથવા કોઈ અન્ય સંપ્રદાયને માનવાવાળો બતાવે છે. આ બધી સંજ્ઞાઓ સનાતન ધર્મ સિવાયના ધર્મોને લગતી છે. એક હિંદુ પોતાની શ્રદ્ધા બદલીને મુસલમાન બની શકે છે અથવા એક મુસલમાન તેની શ્રદ્ધા બદલીને હિંદુ બની શકે છે અથવા કોઈ ખ્રિસ્તી તેની શ્રદ્ધા બદલી શકે છે. પરંતુ સર્વ પરિસ્થિતિમાં ધાર્મિક વિશ્વાસમાં પરિવર્તન થવાથી અન્ય જીવોની સેવા કરવાનો સનાતન ધર્મ પ્રભાવિત થતો નથી. હિંદુ, મુસલમાન કે ખ્રિસ્તી બધા સંજોગોમાં કોઈ ને કોઈના સેવક છે. માટે કોઈ ખાસ શ્રદ્ધાનો સ્વીકાર કરવો એથી કંઈ પોતાના સનાતન ધર્મનો અસ્વીકાર થતો નથી. સેવા કરવી એ જ સનાતન ધર્મ છે.

વાસ્તવિક રીતે ભગવાન સાથેનો આપણો સંબંધ સેવાનો સંબંધ છે. પરમેશ્વર સર્વોપરી ભોક્તા છે અને આપણે જીવો તેમના સેવકો છીએ. આપણે તેમને પ્રસન્ન કરવા માટે નિર્માયેલા છીએ અને જો આપણે પૂર્ણ પુરુષોત્તમ પરમેશ્વર સાથેના સનાતન આનંદમાં સહભાગી થઈશું, તો સુખી થઈશું. આપણે બીજી કોઈ રીતે સુખી થઈ શકીશું નહીં. જેવી રીતે શરીરનું કોઈ પણ અંગ ઉદરની સાથે સહયોગ કર્યા વિના સુખી થઈ ન શકે, તેમ આપણે ભગવાનથી સ્વતંત્ર થઈને સુખી થઈ શકીએ નહીં. પરમેશ્વરની દિવ્ય પ્રેમસભર સેવા કર્યા વિના કોઈ જીવ સુખી થઈ શકે નહીં.

ભગવદ્ગીતામાં વિભિન્ન દેવોની પૂજા અથવા સેવા કરવા માટેનું અનુમોદન અપાયું નથી. સાતમા અધ્યાયના વીસમા શ્લોકમાં કહેવામાં આવ્યું છે:

કામૈસ્તૈસ્તૈર્ હૃત જ્ઞાનાઃ પ્રપદ્યન્તેઽન્ય દેવતાઃ।
તં તં નિયમમાસ્થાય પ્રકૃત્યા નિયતાઃ સ્વયા॥

"જેમની બુદ્ધિ ભૌતિક કામનાઓ દ્વારા હરાઈ ગઈ છે, તેઓ અન્ય દેવતાઓનું શરણ લે છે અને તેઓ પોતાના સ્વભાવ અનુસાર પૂજાનાં વિશિષ્ટ વિધિવિધાનોને અનુસરે છે." અહીં સ્પષ્ટપણે કહેવામાં આવ્યું છે કે જે માણસો કામવાસના દ્વારા દોરવાય છે, તેઓ દેવોને પૂજે છે પણ ભગવાન કૃષ્ણની પૂજા કરતા નથી. જ્યારે અમે કૃષ્ણ નામનો ઉલ્લેખ કરીએ છીએ, ત્યારે તેના દ્વારા કોઈ સાંપ્રદાયિક નામનો નિર્દેશ કરતા નથી. કૃષ્ણનો અર્થ છે, સર્વોપરી આનંદ અને એ વાતનું સમર્થન કરવામાં આવ્યું છે કે પરમેશ્વર

સમગ્ર સુખના, આનંદના ભંડાર છે. આપણે બધા આનંદ માટે વલખાં મારીએ છીએ. *આનન્દમયોઽભ્યાસાત્* (વેદાંતસૂત્ર ૧.૧.૧૨). ભગવાનની જેમ જ જીવ ચેતનાસભર છે અને આનંદની શોધમાં રહે છે. ભગવાન તો નિત્ય આનંદરૂપ છે અને જો જીવાત્માઓ તેમનો સંગ કરે, તેમને સહકાર આપે, તેમનાં કાર્યોમાં સહભાગી બને, તો તેઓ પણ સુખી થાય છે.

ભગવાન આ મર્ત્યલોકમાં આનંદથી પરિપૂર્ણ એવી તેમની વૃંદાવન-લીલાઓ પ્રદર્શિત કરવા માટે અવતરે છે. જ્યારે ભગવાન શ્રીકૃષ્ણ વૃંદાવનમાં હાજર હતા, ત્યારે પોતાના ગોપમિત્રો સાથે, ગોપિકા-સખીઓ સાથે, વૃંદાવનના અન્ય નિવાસીઓ સાથે તથા ગાયો સાથે થયેલી તેમની સર્વ લીલાઓ આનંદથી ભરપૂર હતી. વૃંદાવનના સમસ્ત નિવાસીઓ કૃષ્ણ વિના અન્ય કશું જ જાણતા ન હતા. પરંતુ ભગવાન કૃષ્ણે તો તેમના પિતા નંદ મહારાજને પણ ઈન્દ્રદેવની પૂજા કરવા પ્રત્યે નિરુત્સાહિત કર્યા હતા, કારણ કે તેઓ એ તથ્યને પ્રસ્થાપિત કરવા ઈચ્છતા હતા કે લોકોએ કોઈ પણ દેવની પૂજા કરવાની જરૂર નથી. તેમણે કેવળ પરમેશ્વરને જ ભજવાની જરૂર છે, કારણ કે તેનો અંતિમ ઉદ્દેશ ભગવાનના ધામમાં પાછા જવાનો છે.

ભગવદ્‌ગીતા (૧૫.૬)માં ભગવાન શ્રીકૃષ્ણના ધામનું વર્ણન આ પ્રમાણે કરવામાં આવ્યું છે.

ન તદ્ ભાસયતે સૂર્યો ન શશાઙ્કો ન પાવકઃ।
યદ્ ગત્વા ન નિવર્તન્તે તદ્ ધામ પરમં મમ॥

"મારું તે પરમ ધામ ન તો સૂર્ય કે ચંદ્ર દ્વારા પ્રકાશિત થાય છે અને ન તો અગ્નિ કે વીજળી દ્વારા. જે મનુષ્યો ત્યાં પહોંચી જાય છે, તેઓ આ ભૌતિક જગતમાં ફરી પાછા કદી આવતા નથી."

આ શ્લોક તે સનાતન આકાશનું (પરમ ધામનું) વર્ણન કરે છે. અલબત્ત, આપણે આકાશ વિશે ભૌતિક કલ્પના ધરાવીએ છીએ અને આપણે તેનો વિચાર સૂર્ય, ચંદ્ર, તારા વગેરેના સંદર્ભમાં કરીએ છીએ. પરંતુ આ શ્લોકમાં ભગવાન કહે છે કે સનાતન આકાશમાં કોઈ પણ પ્રકારના સૂર્ય, ચંદ્ર, અગ્નિ કે વીજળીની જરૂર રહેતી નથી, કારણ કે દિવ્ય આકાશ ભગવાનમાંથી નીકળતાં દેદીપ્યમાન કિરણો, *બ્રહ્મજ્યોતિ* વડે પ્રકાશિત થયેલું જ હોય છે. અન્ય ગ્રહો પર પહોંચવા માટે આપણે બહુ કષ્ટપૂર્વક પ્રયાસ કરી રહ્યા છીએ, પરંતુ ભગવાનના પરમ ધામને સમજવાનું અઘરું નથી. આ ધામનો *ગોલોક* તરીકે ઉલ્લેખ થયો છે. બ્રહ્મસંહિતા (૫.૩૭)માં આનું સુભગ વર્ણન કરવામાં આવ્યું

છે—*ગોલોક એવ નિવસત્ય્ અખિલાત્મભૂતઃ.* ભગવાન પોતાના ગોલોક ધામમાં નિત્ય નિવાસ કરે છે, તેમ છતાં આ જગતમાંથી તેમની પાસે જઈ શકાય છે અને એટલા માટે તેઓ પોતાના અસલ રૂપ, સચ્ચિદાનંદ વિગ્રહ રૂપને વ્યક્ત કરે છે. જ્યારે તેઓ આ રૂપને પ્રગટ કરે છે, ત્યારે તેઓ કેવા દેખાતા હશે તેની કલ્પના કરવાની જરૂર રહેતી નથી. આવાં કાલ્પનિક ચિંતનને નિરુત્સાહિત કરવા માટે જ તેઓ અવતરે છે અને પોતાને પોતે મૂળ જેવા છે તેવા શ્યામસુંદર રૂપે પ્રદર્શિત કરે છે. દુર્ભાગ્યવશ મંદબુદ્ધિવાળા લોકો તેમની હાંસી ઉડાવે છે, કેમ કે ભગવાન આપણા જેવા એક બનીને આવે છે અને આપણી સાથે મનુષ્ય તરીકે ક્રીડા કરે છે. પરંતુ આને કારણે આપણે ભગવાનને આપણા જેવા એક માનવા ન જોઈએ. તેઓ પોતાની સર્વશક્તિમત્તાના કારણે જ પોતાના વાસ્તવિક રૂપમાં આપણી સમક્ષ પ્રગટ થાય છે અને પોતાની લીલાઓ દર્શાવે છે કે જે તેમના ધામમાં થતી લીલાઓની પ્રતિકૃતિ હોય છે.

દિવ્ય આકાશનાં જાજવલ્યમાન કિરણોમાં અસંખ્ય ગ્રહો તરી રહ્યા છે. બ્રહ્મજ્યોતિ પરમ ધામ કૃષ્ણલોકમાંથી ઉદ્‌ભવે છે અને આનંદમય તથા ચિન્મય ગ્રહો, જે ભૌતિક નથી, તે આ બ્રહ્મજ્યોતિમાં તરતા રહે છે. ભગવાન કહે છે—*ન તદ્ ભાસયતે સૂર્યો ન શશાङ्को ન પાવકઃ। યદ્ ગત્વા ન નિવર્તન્તે તદ્ ધામ પરં મમ॥* જે વ્યક્તિ આ દિવ્ય આકાશ સુધી પહોંચી શકે છે, તેને આ ભૌતિક આકાશમાં પાછા આવવાની જરૂર રહેતી નથી. ભૌતિક આકાશમાં જો આપણે સર્વોચ્ચ લોક (બ્રહ્મલોક)ને સુધ્ધાં પ્રાપ્ત કરી લઈએ, તો ત્યાં પણ જીવનની એવી જ અવસ્થાઓ અર્થાત્—જન્મ, મૃત્યુ, જરા તથા વ્યાધિ હોવાની. તો પછી ચંદ્રલોક વિશે તો કહેવું જ શું? બ્રહ્માંડનો કોઈ પણ લોક ભૌતિક અસ્તિત્વના આ ચાર નિયમોથી મુક્ત નથી.

સર્વ જીવો એક લોકમાંથી બીજા લોકમાં વિચરણ કરે છે, પરંતુ માત્ર યાંત્રિક વ્યવસ્થા દ્વારા આપણે જે લોકમાં જવા માગીએ, એ લોકમાં જઈ શકીએ એવું નથી. જો આપણે કોઈ લોકમાં જવાની ઇચ્છા કરીએ, તો તેના માટેની અમુક પ્રક્રિયા હોય છે. આ વિશે પણ ઉલ્લેખ થયો છે—*યાન્તિ દેવવ્રતા દેવાન્ પિતૄન્ યાન્તિ પિતૃવ્રતાઃ*—જો આપણે એક ગ્રહમાંથી બીજા ગ્રહમાં મુસાફરી કરવા માગીએ, તો તે માટે કોઈ યાંત્રિક વ્યવસ્થાની જરૂર નથી. ગીતા ઉપદેશ આપે છે—*યાન્તિ દેવવ્રતા દેવાન્.* ચંદ્ર, સૂર્ય તથા ઉચ્ચતર ગ્રહો સ્વર્ગલોક કહેવાય છે. ગ્રહોની ત્રણ વિભિન્ન સ્થિતિઓ છેઃ ઉચ્ચતર, મધ્ય તથા નિમ્ન ગ્રહમંડળો. પૃથ્વી મધ્ય ગ્રહમંડળમાં આવે છે. ભગવદ્‌ગીતા

આપણને માહિતી આપે છે કે એક સાદા સૂત્ર, *યાન્તિ દેવવ્રતા દેવાન્* દ્વારા ઉચ્ચતર ગ્રહો સુધી મુસાફરી કેવી રીતે કરવી. મનુષ્યે માત્ર અમુક ગ્રહના વિશિષ્ટ દેવની પૂજા કરવાની હોય છે અને એ રીતે ચંદ્ર, સૂર્ય અથવા અન્ય કોઈ પણ ઉચ્ચતર લોકમાં જઈ શકાય છે.

તેમ છતાં ભગવદ્‌ગીતા આપણને આ ભૌતિક જગતના કોઈ પણ લોકમાં જવાની ભલામણ કરતી નથી, કારણ કે આપણે કોઈ યાંત્રિક યુક્તિથી ચાળીસ હજાર વર્ષો (અને આટલું લાંબુ તો કોણ જીવવાનું છે?) સુધી પ્રવાસ કરીને સર્વોચ્ચ લોક, બ્રહ્મલોકમાં ભલે જવા પામીએ, પણ તોયે ત્યાં જન્મ, મૃત્યુ, જરા તથા વ્યાધિ જેવી ભૌતિક અગવડોથી મુક્ત થઈ શકાશે નહીં. પરંતુ જે વ્યક્તિ પરમ લોક કૃષ્ણલોક અથવા દિવ્ય આકાશના કોઈ પણ અન્ય લોકમાં પહોંચવા ઇચ્છે, તો તેને ત્યાં આવી અગવડો નડશે નહીં. દિવ્ય આકાશમાંના સર્વ ગ્રહોમાં ગોલોક વૃંદાવન નામનો ગ્રહ સર્વશ્રેષ્ઠ છે અને તે આદિ ભગવાન શ્રીકૃષ્ણનું મૂળ ધામ છે. આ બધી માહિતી ભગવદ્‌ગીતામાં આપવામાં આવેલી છે અને તેના ઉપદેશો મારફત એવી માહિતી આપવામાં આવેલી છે કે આપણે આ ભૌતિક જગતને તજીને દિવ્ય આકાશમાં વાસ્તવિક આનંદમય જીવન કેવી રીતે વ્યતીત કરી શકીશું.

ભગવદ્‌ગીતાના પંદરમા અધ્યાયમાં ભૌતિક જગતનું વાસ્તવિક ચિત્ર રજૂ કરવામાં આવ્યું છે. તેમાં કહ્યું છેઃ

ઊર્ધ્વમૂલમ્ અધઃ શાખમ્ અશ્વત્થં પ્રાહુરવ્યયમ્।
છન્દાંસિ યસ્ય પર્ણાનિ યસ્તં વેદ સ વેદવિત્॥

"પૂર્ણ પુરુષોત્તમ પરમેશ્વર બોલ્યાઃ એમ કહેવાય છે કે એક શાશ્વત અશ્વત્થ વૃક્ષ છે, જેનાં મૂળ ઉપરની તરફ અને શાખાઓ નીચેની તરફ છે તથા તેનાં પાંદડાં વેદમંત્રો છે. જે મનુષ્યો આ વૃક્ષને જાણે છે, તેઓ વેદોના જ્ઞાતા છે."

અહીં ભૌતિક જગતનું વર્ણન એવાં વૃક્ષરૂપે થયું છે, જેનાં મૂળિયાં ઉપર છે અને ડાળીઓ નીચે છે. ઊર્ધ્વમુખી મૂળિયાંવાળા વૃક્ષનો અનુભવ આપણને આ પ્રમાણે થાય છેઃ જો કોઈ મનુષ્ય નદી અથવા જળાશયના કિનારે ઊભો રહીને જળમાં વૃક્ષનું પ્રતિબિંબ જુએ, તો તેને બધાં વૃક્ષ ઊંધાં દેખાશે, શાખાઓ નીચે અને મૂળિયાં ઉપર દેખાશે. એ જ પ્રમાણે, આ ભૌતિક જગત એ દિવ્ય જગતનું પ્રતિબિંબ છે. આ ભૌતિક જગત એ વાસ્તવિકતાની છાયામાત્ર છે. છાયામાં કોઈ વાસ્તવિકતા કે સારતત્ત્વ હોતું નથી, પરંતુ છાયા વડે આપણે જાણી શકીએ છીએ કે સાચી વસ્તુ તથા વાસ્તવિકતા હોય છે. રણપ્રદેશમાં

પાણી હોતું નથી, પરંતુ મૃગજળ સૂચવે છે કે પાણી જેવી કોઈ વસ્તુ હોય છે. ભૌતિક જગતમાં જળ નથી, સુખ નથી પરંતુ વાસ્તવિક સુખનું સાચું જળ દિવ્ય લોક-વૈકુંઠ લોકમાં જ હોય છે.

ભગવદ્‌ગીતા (૧૫.૫)માં ભગવાન સૂચવે છે કે આપણે નીચે મુજબ દિવ્ય જગતને પામીએ:

નિર્માનમોહા જિતસઙ્ગ દોષા
અધ્યાત્મનિત્યા વિનિવૃત્તકામાઃ।
દ્વન્દ્વૈર્વિમુક્તાઃ સુખ-દુઃખ સંજ્ઞૈર્
ગચ્છન્ત્યમૂઢાઃ પદમ્ અવ્યયં તત્॥

જે *નિર્માન* મોહ છે તે જ *પદમ્ અવ્યયમ્* અર્થાત્ સનાતન ધામને પામી શકે છે. આનો અર્થ શું છે? આપણે સંજ્ઞાઓ અર્થાત્ પદવીઓની પાછળ પડેલા છીએ. કોઈ 'મહાશય' થવા ઈચ્છે છે, કોઈ 'પ્રભુ' બનવા ઈચ્છે છે, તો કોઈ રાષ્ટ્રપ્રમુખ, ધનવાન અથવા રાજા બનવા ઈચ્છે છે. પરંતુ જ્યાં સુધી આપણે આ પદોને વળગેલા રહીએ છીએ, ત્યાં સુધી આપણે શરીર પ્રત્યે આસક્ત રહીએ છીએ, કારણ કે આ પદો શરીરનાં હોય છે. પરંતુ આપણે આ શરીર નથી અને આ જ્ઞાન થવું એ આધ્યાત્મિક સાક્ષાત્કારનો પહેલો તબક્કો છે. આપણે પ્રકૃતિના ત્રણ ગુણો સાથે સંકળાયેલા છીએ, પરંતુ આપણે ભગવાનની ભક્તિમય સેવા મારફત અનાસક્ત બનવું જોઈએ. જો આપણે ભગવાનની ભક્તિમય સેવામાં અનુરક્ત થઈશું નહીં, તો આપણે ભૌતિક પ્રકૃતિના ગુણોથી અનાસક્ત થઈ શકીશું નહીં. પદો તથા આસક્તિઓ કામવાસના તથા ઈચ્છાને લીધે ઉદ્‌ભવે છે, ભૌતિક પ્રકૃતિ પર પ્રભુત્વ જમાવવાની આપણી ઈચ્છાને લીધે ઉદ્‌ભવે છે. જ્યાં સુધી આપણે ભૌતિક પ્રકૃતિ ઉપર પ્રભુત્વ જમાવવાના વલણને તજીશું નહીં, ત્યાં સુધી આપણા માટે *સનાતન ધામ*, ભગવાનના ધામમાં પાછા જવાની કોઈ શક્યતા નથી. આ નિત્ય અવિનાશી ધામને તે જ મનુષ્ય પામી શકે છે કે જે મિથ્યા ભૌતિક ભોગોનાં આકર્ષણો વડે મોહગ્રસ્ત થતો નથી તથા જે ભગવાનની સેવામાં નિત્ય પરોવાયેલો રહે છે. આવો મનુષ્ય સહજ રીતે તે પરમ ધામને પામી શકે છે.

ગીતામાં અન્યત્ર (૮.૧૧માં) કહેવાયું છે:

અવ્યક્તોઽક્ષર ઈત્યુક્તસ્તમાહુઃ પરમાં ગતિમ્।
યં પ્રાપ્ય ન નિવર્તન્તે તદ્ ધામ પરમં મમ॥

અવ્યક્તનો અર્થ થાય છે અપ્રગટ. આપણી સમક્ષ સમગ્ર ભૌતિક જગત સુધ્ધાં પ્રગટ થયેલું નથી. આપણી ઇન્દ્રિયો એટલી અપૂર્ણ છે કે આપણે આ બ્રહ્માંડમાંના બધા તારાઓને પણ જોઈ શકતા નથી. વૈદિક સાહિત્યમાં આપણે વિશ્વાસ કરીએ કે ન કરીએ, પણ બધા જ ગ્રહો વિશે તેમાં સારી એવી માહિતી પ્રાપ્ત થાય છે. વૈદિક ગ્રંથોમાં અને ખાસ કરીને શ્રીમદ્ ભાગવતમાં બધા જ મહત્ત્વપૂર્ણ ગ્રહોનું વર્ણન થયું છે. આ ભૌતિક આકાશની પેલે પાર જે દિવ્ય લોક છે, તે અવ્યક્ત એટલે કે અપ્રગટ કહેવાયો છે. મનુષ્યે તે ભગવદ્ધામને પામવાની ઇચ્છા રાખવી જોઈએ, કેમ કે ત્યાંથી ફરી પાછા આ ભૌતિક જગતમાં આવવાનું રહેતું નથી.

તો પછી કોઈ એવો પ્રશ્ન પૂછી શકે કે એ ભગવદ્ધામ સુધી પહોંચવું કેવી રીતે? આની માહિતી ભગવદ્ગીતાના આઠમા અધ્યાય (૮.૫)માં આપવામાં આવી છે. ત્યાં એમ કહ્યું છે:

અન્તકાલે ચ મામેવ સ્મરન્ મુક્ત્વા કલેવરમ્।
યઃ પ્રયાતિ સ મદ્ભાવં યાતિ નાસ્ત્યત્ર સંશયઃ॥

"જે મનુષ્ય અંતકાળે મારું સ્મરણ કરતાં કરતાં શરીરને તજે છે, તેને તરત જ મારા ધામની પ્રાપ્તિ થાય છે અને આમાં લેશમાત્ર સંશય નથી." જે મનુષ્ય મરણ સમયે કૃષ્ણનું ચિંતન કરે છે, તે કૃષ્ણ પાસે જાય છે. મનુષ્યે કૃષ્ણના સ્વરૂપનું સ્મરણ કરવું જોઈએ અને જો તે આ સ્વરૂપનું ચિંતન કરતો મરણ પામે, તો તે નિઃસંદેહ વૈકુંઠલોકમાં જાય છે. *મદ્ ભાવમ્* શબ્દ પરમ પુરુષના પરમ સ્વભાવનો નિર્દેશ કરે છે. પરમ પુરુષ *સચ્ચિદાનન્દ વિગ્રહ* છે—અર્થાત્ તેમનું સ્વરૂપ સનાતન, જ્ઞાનમય તથા આનંદમય છે. આપણું વર્તમાન શરીર *સચ્ચિદાનન્દ* નથી. તે *સત્* નથી, *અસત્* છે. તે સનાતન નથી પણ વિનાશ પામનારું છે. તે *ચિત્* અર્થાત્ જ્ઞાનમય નથી, પરંતુ અજ્ઞાનમય છે. આપણે દિવ્ય લોક અર્થાત્ ભગવદ્ધામનું જ્ઞાન ધરાવતા નથી અને આ ભૌતિક જગતનું પણ પૂરેપૂરું જ્ઞાન ધરાવતા નથી, કેમ કે એવી કેટલીયે વસ્તુઓ છે જેમના વિશે આપણે જાણતા નથી. આ શરીર પણ *નિરાનન્દ* છે, આનંદમય હોવાને બદલે તે સર્વથા દુઃખમય છે. આ ભૌતિક જગતમાં આપણે જેટલાં દુઃખો અનુભવીએ છીએ, તે બધાં શરીરજન્ય હોય છે, પરંતુ જે મનુષ્ય પૂર્ણ પુરુષોત્તમ પરમેશ્વર, ભગવાન કૃષ્ણનું ચિંતન કરતાં કરતાં આ શરીરનો ત્યાગ કરે છે, તે તરત જ સચ્ચિદાનંદ શરીર પ્રાપ્ત કરે છે.

આ શરીર છોડીને આ ભૌતિક જગતમાં બીજું શરીર મેળવવાની પ્રક્રિયા પણ

સુવ્યવસ્થિત છે. માણસનું મૃત્યુ ત્યારે જ થાય છે, જ્યારે તેને બીજા જન્મમાં કેવું શરીર મળશે, એ નક્કી થઈ જાય છે. આનો નિર્ણય દૈવી અધિકારીઓ કરે છે, જીવાત્મા પોતે કરતો નથી. આ જીવનમાંનાં આપણાં કર્માનુસાર આપણે ઉન્નતિ અથવા અવનતિ પામીએ છીએ. આ જીવન આગામી જીવન માટેની તૈયારીરૂપ છે. માટે જો આપણે આ જીવનમાં ભગવદ્ધામમાં જવાની તૈયારી કરી લઈશું, તો આ શરીરનો ત્યાગ કર્યા પછી ભગવાનના જેવા જ દિવ્ય દેહને પામીશું.

અગાઉ કહેવામાં આવ્યું છે તેમ, અધ્યાત્મવાદીઓના અનેક પ્રકાર છે—*બ્રહ્મવાદી, પરમાત્મવાદી* તથા *ભક્ત*—અને ઉલ્લેખ થયો છે તે પ્રમાણે *બ્રહ્મજ્યોતિ* (દિવ્ય આકાશ)માં અસંખ્ય આધ્યાત્મિક ગ્રહો આવેલા છે. આ ગ્રહોની સંખ્યા ભૌતિક જગતના સર્વ ગ્રહોની સંખ્યાથી અનેકગણી વધારે છે. આ ભૌતિક જગત સમગ્ર સર્જનનો લગભગ એક ચતુર્થાંશ ભાગ છે (*એકાંશેન સ્થિતો જગત્*). આ ભૌતિક ખંડમાં લાખો-કરોડો બ્રહ્માંડો આવેલાં છે, જેમની અંદર અબજો સૂર્ય, તારાઓ તથા ચંદ્રમા આવેલા છે. પરંતુ આ સઘળું ભૌતિક સર્જન સમગ્ર સૃષ્ટિનો એક ખંડમાત્ર છે. મોટાભાગની સૃષ્ટિ તો દિવ્ય આકાશમાં છે. જે વ્યક્તિ પરબ્રહ્મ સાથે તદાકાર થવા ઇચ્છે છે, તેનું તરત જ પરમેશ્વરની બ્રહ્મજ્યોતિમાં સ્થળાંતર થાય છે અને એ રીતે તે દિવ્ય આકાશને પામે છે. ભગવાનનો ભક્ત, જે તેમના સાન્નિધ્યનું સુખ માણવા ઇચ્છે છે, તે વૈકુંઠના ગ્રહોમાં પ્રવેશ કરે છે કે જેમની સંખ્યા અનંત છે અને જ્યાં પરમેશ્વર ચતુર્ભુજ નારાયણરૂપે પ્રદ્યુમ્ન, અનિરુદ્ધ, ગોવિંદ વગેરે નામે પોતાના વિભિન્ન પૂર્ણ અંશોમાં ભક્તોની સાથે નિવાસ કરે છે. તેથી બ્રહ્મજ્યોતિ, પરમાત્મા અથવા ભગવાન શ્રીકૃષ્ણનું ચિંતન જીવનના અંતે માત્ર અધ્યાત્મવાદી કરે છે. આ બધા જ કિસ્સામાં અધ્યાત્મવાદી દિવ્ય આકાશમાં પ્રવેશે છે, પરંતુ કેવળ ભક્ત અથવા પરમેશ્વર સાથે અંગત સંપર્ક ધરાવનાર જ વૈકુંઠ ગ્રહમાં અથવા ગોલોક વૃંદાવનમાં પ્રવેશ કરે છે. ભગવાન વળી એમ પણ કહે છે કે “આમાં કોઈ શંકા નથી.” આના વિશે દૃઢ વિશ્વાસ કરવો ઘટે. કલ્પના સાથે જેનો મેળ મળતો ન હોય, તેનો આપણે બહિષ્કાર કરવો ન જોઈએ. આપણું વલણ અર્જુનના વલણ જેવું હોવું જોઈએઃ “આપે જે કહ્યું છે, તે સર્વ ઉપર હું વિશ્વાસ કરું છું.” માટે ભગવાન જ્યારે કહે છે કે મરણ સમયે જે વ્યક્તિ બ્રહ્મ, પરમાત્મા અથવા ભગવાનના સ્વરૂપનું ચિંતન કરે છે, તે નિશ્ચિતપણે દિવ્ય આકાશમાં પ્રવેશ કરે છે, તેમાં કોઈ સંદેહ નથી. આ વિશે અવિશ્વાસ કરવાનો પ્રશ્ન જ નથી.

ભગવદ્‌ગીતા (૮.૬)માં સામાન્ય સિદ્ધાંત કે મૃત્યુ સમયે બ્રહ્મનું ચિંતન કરવાથી દિવ્ય લોકમાં પ્રવેશ કરવાનું સુગમ બને છે, તેનું પણ સ્પષ્ટીકરણ થયું છે:

યં યં વાપિ સ્મરન્ ભાવં ત્યજત્યન્તે કલેવરમ્।
તં તમેવૈતિ કૌન્તેય સદા તદ્ ભાવ ભાવિતઃ॥

"પોતાના આ શરીરનો ત્યાગ કરતી વખતે મનુષ્ય જે જે ભાવનું સ્મરણ કરે છે, તે ભાવને તે બીજા જન્મમાં નિશ્ચિતરૂપે પ્રાપ્ત કરે છે." હવે સર્વપ્રથમ આપણે એ સમજી લેવું જોઈએ કે ભૌતિક પ્રકૃતિ પરમેશ્વરની શક્તિઓમાંની એકનું જ પ્રદર્શન છે. વિષ્ણુ પુરાણ (૬.૭.૬૧)માં ભગવાનની સમગ્ર શક્તિઓનું વર્ણન થયું છે:

વિષ્ણુશક્તિઃ પરા પ્રોક્તા ક્ષેત્રજ્ઞાખ્યા તથા પરા।
અવિદ્યા કર્મ સંજ્ઞાન્યા તૃતિયા શક્તિર્ ઈષ્યતે॥

પરમેશ્વર વિભિન્ન તથા અસંખ્ય શક્તિઓ ધરાવે છે અને તે આપણી કલ્પનાથી પર છે, પરંતુ મહાન વિદ્વાન મુનિજનોએ અથવા મુક્તાત્માઓએ આ શક્તિઓનું અધ્યયન કરીને તેનું ત્રણ ભાગમાં પૃથક્કરણ કર્યું છે. બધી જ શક્તિઓ વિષ્ણુશક્તિ છે, એટલે કે તે ભગવાન વિષ્ણુની વિભિન્ન શક્તિઓ છે. પ્રથમ શક્તિ *પરા* અથવા દિવ્ય છે. જીવ પણ ચડિયાતી શક્તિ છે, જે વિશે અગાઉ સ્પષ્ટતા થયેલી છે. અન્ય શક્તિઓ અથવા ભૌતિક શક્તિઓ તમોગુણી છે. મરણ સમયે આપણે કાં તો આ ભૌતિક જગતની નિકૃષ્ટ શક્તિમાં રહીએ છીએ અથવા તો દિવ્ય જગતની શક્તિમાં સ્થાનાંતર કરીએ છીએ. તેથી ભગવદ્‌ગીતા (૮.૬) કહે છે:

યં યં વાપિ સ્મરન્ ભાવં ત્યજત્યન્તે કલેવરમ્।
તં તમેવૈતિ કૌન્તૈય સદા તદ્ ભાવ ભાવિતઃ॥

"પોતાના આ શરીરનો ત્યાગ કરતી વખતે મનુષ્ય જે જે ભાવનું સ્મરણ કરે છે, તે ભાવને તે બીજા જન્મમાં નિશ્ચિતરૂપે પ્રાપ્ત કરે છે."

જીવનમાં આપણે ભૌતિક અથવા તો આધ્યાત્મિક શક્તિ વિશે વિચાર કરવા ટેવાયેલા છીએ. આપણે આપણા વિચારોને ભૌતિક શક્તિ તરફથી આધ્યાત્મિક શક્તિ તરફ કેવી રીતે ફેરવી શકીએ? સમાચારપત્રો, માસિકો, નવલકથાઓ વગેરે જેવાં ઘણાં સાહિત્ય છે કે જે આપણા વિચારોને ભૌતિક શક્તિથી ભરી દે છે. હાલમાં આપણું ચિંતન આવા સાહિત્યમાં તલ્લીન થયેલું છે, તેને વૈદિક સાહિત્ય તરફ વાળવું જોઈએ. તે માટે મહર્ષિઓએ અનેક

કૃષ્ણકૃપામૂર્તિ

શ્રી શ્રીમદ્ એ. સી. ભક્તિવેદાંત સ્વામી પ્રભુપાદ

આંતરરાષ્ટ્રીય કૃષ્ણભાવનામૃત સંઘ-ઈસ્કોનના સંસ્થાપક-આચાર્ય અને
પાશ્ચાત્ય વિશ્વમાં કૃષ્ણભાવનાના સર્વશ્રેષ્ઠ પ્રચારક

શ્રી શ્રીમદ્ જગન્નાથ દાસ બાબાજી મહારાજ

શ્રી શ્રીમદ્ ભક્તિવિનોદ ઠાકુર મહારાજના આધ્યાત્મિક ગુરુ

શ્રી શ્રીમદ્ ભક્તિવિનોદ ઠાકુર

સમગ્ર વિશ્વને કૃષ્ણભાવનામૃતથી અનુપ્રાણિત કરનાર કાર્યક્રમના આદ્ય પ્રણેતા

શ્રી શ્રીમદ્ ભક્તિસિદ્ધાંત સરસ્વતી ગોસ્વામી મહારાજ

શ્રી શ્રીમદ્ એ.સી. ભક્તિવેદાંત સ્વામી પ્રભુપાદના ગુરુ મહારાજ અને આધુનિક સમયના સૌથી પ્રખર વિદ્વાન તથા પ્રચારક

શ્રી શ્રીમદ્ ગૌરકિશોર દાસ બાબાજી મહારાજ

શ્રીલ ભક્તિસિદ્ધાંત સરસ્વતી ગોસ્વામીના આધ્યાત્મિક ગુરુ અને શ્રીલ ભક્તિવિનોદ ઠાકુરના અંતરંગ શિષ્ય

આ કળિયુગમાં બુદ્ધિમાન મનુષ્યો પોતાના પાર્ષદોથી વીંટળાયેલા ભગવાન શ્રી ચૈતન્ય મહાપ્રભુની સંકીર્તન યજ્ઞ દ્વારા પૂજા કરશે. (૩.૧૦ ભાવાર્થ)

ધૃતરાષ્ટ્ર બોલ્યા: હે સંજય, તીર્થભૂમિ કુરુક્ષેત્રમાં યુદ્ધ કરવાની ઈચ્છાથી એકત્ર થયેલા મારા તથા પાંડુના પુત્રોએ શું કર્યું? (૧.૧)

જેવી રીતે મનુષ્ય જૂનાં વસ્ત્રો તજીને નવાં વસ્ત્રો ધારણ કરે છે, તેવી રીતે આત્મા વૃદ્ધ તથા નકામાં શરીરો તજીને નવાં ભૌતિક શરીરો ધારણ કરે છે. (૨.૨૨)

જીવાત્મા આ ભૌતિક શરીરરૂપી રથમાં પ્રવાસી છે અને બુદ્ધિ તેના સારથિરૂપ છે. મન દોરવણી આપતું સાધન છે અને ઇન્દ્રિયો અશ્વો છે. એ રીતે મન તથા ઇન્દ્રિયોના સંગમાં રહીને આત્મા સુખ કે દુઃખ ભોગવે છે. (૬.૩૪ ભાવાર્થ)

વિશ્વમાં સર્વ ભૌતિક પ્રવૃત્તિઓ પ્રકૃતિના ત્રણ ગુણો હેઠળ આચરવામાં આવે છે. જોકે આ ભૌતિક પ્રકૃતિના ગુણો સર્વોપરી ભગવાન કૃષ્ણમાંથી આવિર્ભાવ પામે છે, છતાં તેઓ તે ગુણોના વશમાં કદી આવતા નથી. (૭.૧૨ ભાવાર્થ)

અલ્પ બુદ્ધિવાળા માણસો દેવતાઓ પાસેથી કૃપાની શોધ કરે છે અને એવી વસ્તુઓ મેળવે છે કે જે ક્ષણભંગુર હોય છે અને મૃત્યુ સમયે છીનવાઈ જાય છે. વાસ્તવમાં આ બધા લાભો પરમેશ્વર દ્વારા જ પ્રદાન કરવામાં આવતા હોય છે. (૭.૨૨ ભાવાર્થ)

યોગારૂઢ યોગીજનો દેહત્યાગ કરવાના સ્થળ તથા કાળની નિશ્ચિત વ્યવસ્થા કરી શકે છે. અન્ય મનુષ્યોનું આ બાબતે કોઈ નિયંત્રણ હોતું નથી. (૮.૨૪ ભાવાર્થ)

હું સમસ્ત દિવ્ય તથા ભૌતિક વિશ્વોના કારણરૂપ છું. દરેક વસ્તુ મારામાંથી જ ઉદ્‌ભવે છે. જે બુદ્ધિમાન મનુષ્યો આ સારી રીતે જાણે છે, તેઓ મારી પ્રેમમયી ભક્તિમાં પરોવાય છે અને અંતઃકરણપૂર્વક સર્વથા મને ભજે છે. (૧૦.૮)

વિશ્વરૂપનું દર્શન કરી ચકિત તેમ જ રોમાંચિત થયેલા અર્જુને કહ્યું, "હે જગન્નાથ, હે વિશ્વરૂપ, હું આપના દેહમાં અનેકાનેક હસ્ત, ઉદર, મુખ તથા ચક્ષુઓને જોઈ રહ્યો છું કે જે સર્વત્ર વ્યાપ્ત છે અને જે અંતવિહીન છે. હું આપની અંદર અંત, મધ્ય કે આદિને જોતો નથી." (૧૧.૧૬)

ભૌતિક જગતરૂપી વૃક્ષ એ આધ્યાત્મિક જગતરૂપી અસલ વૃક્ષનું પ્રતિબિંબમાત્ર છે. આ ભૌતિક જગતરૂપી વૃક્ષમાં આસક્ત રહેનાર મનુષ્યની મુક્તિની કોઈ શક્યતા નથી. પરંતુ જે મનુષ્ય આધ્યાત્મિક જગતરૂપી વૃક્ષને જાણી લે છે, તે આત્મોન્નતિ કરી શકે છે. (૧૫.૧ ભાવાર્થ)

મૃત્યુ સમયે જીવ દ્વારા વિકસિત કરવામાં આવેલી ચેતના તેને બીજા શરીરમાં લઈ જાય છે. (૧૫.૮ ભાવાર્થ)

જો જીવે તેની ચેતનાને પ્રાણીની ચેતના જેવી બનાવી દીધી હોય, તો તેને પ્રાણીનું શરીર મળવું નિશ્ચિત છે. (૧૫.૯ ભાવાર્થ)

હું દરેક જીવના હૃદયમાં રહેલો છું અને મારાથી સ્મૃતિ, જ્ઞાન તથા વિસ્મૃતિ આવે છે. સર્વ વેદો દ્વારા જાણવા યોગ્ય હું જ છું. નિ:સંદેહ, હું જ વેદાંતનો સંકલનકર્તા છું અને સર્વ વેદોનો જ્ઞાતા પણ હું જ છું. (૧૫.૧૫)

સદૈવ મારું ચિંતન કર, મારો ભક્ત થા, મારી પૂજા કર અને મને નમસ્કાર કર. આ પ્રમાણે તું નિઃશંકપણે મારી પાસે આવીશ. હું તને આનું વચન આપું છું, કારણ કે તું મારો બહુ વહાલો મિત્ર છે. (૧૮.૬૫)

વૈદિક ગ્રંથો લખ્યા છે, જેવાં કે *પુરાણ*. આ પુરાણ કપોળકલ્પિત નથી, પરંતુ ઐતિહાસિક ગ્રંથો છે. ચૈતન્ય ચરિતામૃત (મધ્ય ૨૦.૧૨૨)માં નિમ્નલિખિત શ્લોક છે:

માયામુગ્ધ જીવેર નાહિ સ્વતઃ કૃષ્ણજ્ઞાન।
જીવેરે કૃપાય કૈલા કૃષ્ણ વેદપુરાણ॥

ભૂલકણા જીવો અથવા બદ્ધ જીવો પરમેશ્વર સાથેના પોતાના સંબંધને ભૂલી ગયા છે અને તેઓ ભૌતિક કાર્યો વિશે વિચારવામાં નિમગ્ન રહે છે. તેમની ચિંતનશક્તિને દિવ્ય આકાશ તરફ વાળવા માટે જ કૃષ્ણદ્વૈપાયન વ્યાસે બહોળું વૈદિક સાહિત્ય પ્રદાન કર્યું છે. સર્વપ્રથમ તેમણે વેદોના ચાર ભાગ કર્યા, પછી તેમણે વેદોને પુરાણોરૂપે સમજાવ્યાં અને પછી અલ્પજ્ઞો માટે તેમણે મહાભારતની રચના કરી. મહાભારતમાં જ ભગવદ્‌ગીતા આપવામાં આવી છે. ત્યાર પછી સમગ્ર વૈદિક સાહિત્યનો સાર *વેદાંતસૂત્ર*માં આપ્યો અને ભાવિ પેઢીના માર્ગદર્શન અર્થે તેમણે *વેદાંતસૂત્ર*નું સરળ ભાષ્ય પણ કર્યું છે, જે શ્રીમદ્ ભાગવત કહેવાય છે. આપણે આ વૈદિક ગ્રંથોના વાંચનમાં હંમેશાં મનને પરોવવું જોઈએ. જેવી રીતે ભૌતિકવાદી લોકો અનેક પ્રકારનાં સમાચારપત્ર, સામયિકો તથા અન્ય દુન્યવી સાહિત્ય વાંચવામાં મનને પરોવે છે, તેવી રીતે આપણે પણ વ્યાસદેવે સર્જેલા સાહિત્યમાં મનને પરોવવું જોઈએ. એ રીતે આપણે અંતકાળે પરમેશ્વરનું સ્મરણ કરી શકીશું. ભગવાન દ્વારા સૂચવેલો આ જ એકમાત્ર માર્ગ છે અને તેઓ તેના ફળ વિશે હૈયાધારણ આપે છે કે, "આમાં સંશયને કોઈ જ સ્થાન નથી."

તસ્માત્ સર્વેષુ કાલેષુ મામ્ અનુસ્મર યુધ્ય ચ।
મય્યર્પિત મનોબુદ્ધિર્ મામેવૈષ્યસ્ય્ અસંશયઃ॥

"હે અર્જુન, તું મારા કૃષ્ણ સ્વરૂપનું સદૈવ ચિંતન કર અને સાથે સાથે યુદ્ધ કરવાનું તારું નિયત કર્તવ્ય પણ કરતો રહે. પોતાનાં કર્મ મને સમર્પિત કરીને અને તારું મન તથા બુદ્ધિ મારામાં સ્થિર કરીને તું નિઃસંદેહ મને પ્રાપ્ત કરીશ." (ભગવદ્‌ગીતા ૮.૭)

ભગવાન અર્જુનને તેના નિયત કર્મનો ત્યાગ કરીને માત્ર તેમનું સ્મરણ કરવાનો અનુરોધ કરતા નથી. ભગવાન કદાપિ અવ્યવહારુ બાબતનો ઉપદેશ આપતા નથી. આ ભૌતિક જગતમાં શરીરનું પાલન કરવા ખાતર મનુષ્યને કર્મ કરવું પડે છે. માનવ સમાજ કર્મ પ્રમાણે બ્રાહ્મણ, ક્ષત્રિય, વૈશ્ય તથા શૂદ્ર એવા ચાર વિભાગોમાં વિભક્ત થયેલો છે. બ્રાહ્મણ અથવા બુદ્ધિમાન વર્ગ

એક રીતે કામ કરે છે. ક્ષત્રિય અથવા શાસક વર્ગ બીજી રીતે કાર્ય કરે છે. એ જ રીતે વૈશ્ય વર્ગ તથા શ્રમિક વર્ગ પણ પોતપોતાનાં કર્તવ્યોનું પાલન કરે છે. માનવ સમાજમાં કોઈ મનુષ્ય શ્રમિક હોય, વૈશ્ય હોય, શાસક હોય કે ખેડૂત હોય અથવા તો તે સર્વોચ્ચ વર્ણનો તથા સાહિત્યકાર હોય, વૈજ્ઞાનિક હોય કે ધર્મશાસ્ત્રજ્ઞ હોય, તો પણ તેણે પોતાના જીવનનિર્વાહ અર્થે કામ કરવું પડે છે. માટે ભગવાન અર્જુનને કહે છે કે તેણે તેના કર્તવ્યકર્મનો ત્યાગ કરવાનો નથી, પરંતુ તેણે કર્તવ્યકર્મમાં પરોવાયેલા રહીને કૃષ્ણનું સ્મરણ કરવાનું છે. (*મામ્ અનુસ્મર*). જો તે જીવન માટેનો સંઘર્ષ કરતી વખતે કૃષ્ણનું સ્મરણ કરવાનો અભ્યાસ નહીં કરે, તો તે મરણ સમયે કૃષ્ણનું સ્મરણ કરી શકશે નહીં. ભગવાન ચૈતન્ય પણ એ જ ઉપદેશ આપે છે. તેઓ કહે છે, *કીર્તનીયઃ સદા હરિઃ*—મનુષ્યે ભગવાનનાં નામોનું સદા કીર્તન કરવાનો અભ્યાસ રાખવો જોઈએ. ભગવાનનાં નામ તથા ભગવાન એ બંને અભિન્ન છે. તેથી ભગવાને અર્જુનને આપેલી શિખામણ કે "મારું સ્મરણ કર" અને "ભગવાન કૃષ્ણના નામનો સદા જાપ કરો" એવો શ્રી ચૈતન્ય મહાપ્રભુનો આદેશ એ બંને એક જ છે. તેમાં કોઈ તફાવત નથી, કારણ કે કૃષ્ણ અને કૃષ્ણનું નામ અભિન્ન છે. પરમ અવસ્થામાં નામ તથા નામધારીમાં કોઈ તફાવત રહેતો નથી. માટે આપણે દરરોજ ચોવીસે કલાક ભગવાનનાં નામોનું કીર્તન કરતા રહી, ભગવાનનું નિત્ય સ્મરણ કરવાનો અભ્યાસ રાખવો જોઈએ અને જીવનની પ્રવૃત્તિઓનું એવી રીતે ઘડતર કરવું જોઈએ કે આપણે તેમનું નિત્ય સ્મરણ કરતા રહીએ.

આ કેવી રીતે શક્ય બને? આચાર્યો નિમ્નલિખિત ઉદાહરણ આપે છેઃ જો કોઈ પરણેલી સ્ત્રી પરપુરુષમાં આસક્ત થાય અથવા કોઈ પુરુષ પોતાની સ્ત્રી સિવાય અન્ય સ્ત્રીમાં આસક્તિ ધરાવે, તો એવી આસક્તિ અત્યંત પ્રબળ હોવાનું મનાય છે. આવી આસક્તિ ધરાવનાર પોતાના પ્રેમીનું સદા ચિંતન કરે છે. જે સ્ત્રી પોતાના પ્રેમીનું ચિંતન કરતી રહે છે, તે પોતાના ઘરમાં કામ કરતી વખતે પણ તેને મળવા વિશે વિચાર કરતી રહે છે. હકીકતમાં તે સ્ત્રી પોતાનું ગૃહકાર્ય વધુ કાળજીપૂર્વક કરે છે કે જેથી તેનો પતિ તેની આસક્તિ વિશે શંકા કરી ન શકે. એવી જ રીતે, આપણે સર્વોપરી પ્રેમી શ્રીકૃષ્ણનું સદા સ્મરણ કરતા રહેવું જોઈએ અને સાથે સાથે આપણા દુન્યવી કર્તવ્યો પણ સારી રીતે કરવાં જોઈએ. આ માટે પ્રબળ પ્રેમભાવનાની જરૂર રહે છે. જો આપણે ભગવાન પ્રત્યે પ્રબળ પ્રેમભાવ ધરાવતા હોઈશું, તો આપણાં કર્તવ્યો કરી શકીશું અને સાથે સાથે તેમનું સ્મરણ પણ કરતા રહીશું. પરંતુ આપણે એ

પ્રેમભાવ વિકસાવવો પડે. ઉદાહરણાર્થ, અર્જુન હંમેશાં કૃષ્ણનું ચિંતન કરતો હતો, તે કૃષ્ણનો નિત્ય સંગી હતો અને તે સાથે જ યોદ્ધો પણ હતો. કૃષ્ણે તેને લડવાનું છોડીને જંગલમાં જઈ ધ્યાન કરવાની ક્યારેય આજ્ઞા આપી ન હતી. જ્યારે ભગવાન કૃષ્ણ અર્જુનને યોગ પદ્ધતિ દર્શાવે છે, ત્યારે અર્જુન કહે છે કે આ પદ્ધતિનો અભ્યાસ કરવાનું તેને માટે શક્ય નથી.

અર્જુન ઉવાચ

યોઽયં યોગસ્ત્વયા પ્રોક્તઃ સામ્યેન મધુસૂદન।
એતસ્યાહં ન પશ્યામિ ચઞ્ચલત્વાત્સ્થિતિં સ્થિરામ્॥

(ભગવદ્‌ગીતા ૬.૩૩)

"અર્જુને કહ્યું: હે મધુસૂદન, આપે જે યોગપદ્ધતિનું સંક્ષેપમાં વર્ણન કર્યું છે, તે મારે માટે અવ્યાવહારિક તથા અસહ્ય જણાય છે, કેમ કે મન અસ્થિર તથા ચંચળ છે."

પરંતુ ભગવાન કહે છે:

યોગિનામ્ અપિ સર્વેષાં મદ્‌ગતેનાન્તરાત્મના।
શ્રદ્ધાવાન્ ભજતે યો માં સ મે યુક્તતમો મતઃ॥

(ભગવદ્‌ગીતા ૬.૪૭)

"સર્વ યોગીઓમાં જે શ્રદ્ધાવાન યોગી ભક્તિયોગ દ્વારા મારી આજ્ઞાનું પાલન કરે છે, હૃદયમાં મારા વિશે વિચાર કરે છે, મારી પ્રેમસભર ભક્તિમય સેવા કરે છે, તે યોગમાં મારી સાથે ગાઢ રીતે જોડાયેલો હોય છે અને સર્વશ્રેષ્ઠ છે. આ મારો મત છે." તેથી જે મનુષ્ય પરમેશ્વરનું નિત્ય ચિંતન કરે છે, તે સૌથી મોટો યોગી, સર્વોચ્ચ જ્ઞાની અને મહાનતમ ભક્ત હોય છે. ભગવાન વળી અર્જુનને કહે છે કે ક્ષત્રિય તરીકે તે યુદ્ધનો ત્યાગ કરી શકે નહીં, પરંતુ જો તે કૃષ્ણનું સ્મરણ કરતો યુદ્ધ કરશે, તો મરણ સમયે તે કૃષ્ણનું સ્મરણ કરી શકશે. પરંતુ મનુષ્યે ભગવાનની દિવ્ય પ્રેમસભર ભક્તિમય સેવામાં સર્વથા શરણાગત થવું પડે.

હકીકતમાં આપણે શરીરથી નહીં, પરંતુ આપણાં મન તથા બુદ્ધિથી કર્મ કરીએ છીએ. તેથી જો મન તથા બુદ્ધિ પરમેશ્વરના વિચારમાં જ સદા પરોવાયેલાં રહે, તો સ્વાભાવિક રીતે ઈન્દ્રિયો પણ તેમની સેવામાં પરોવાયેલી રહેશે. ઉપરછલ્લી રીતે, ઓછામાં ઓછું ઈન્દ્રિયોનાં કાર્ય તો એનાં એ જ રહે છે, પરંતુ ચેતનામાં પરિવર્તન થાય છે. મન તથા બુદ્ધિને ભગવાનના વિચારમાં કેવી રીતે સદા તલ્લીન રાખવાં, તે ભગવદ્‌ગીતા શીખવે છે.

આવી તલ્લીનતા મનુષ્યને ભગવદ્ધામમાં પાછા જવાનું સામર્થ્ય આપશે. જો મન ભગવાનની સેવામાં પરોવાયેલું રહે, તો સર્વ ઇન્દ્રિયો આપોઆપ ભગવત્સેવામાં પરોવાઈ જશે. આ કળા છે અને ભગવદ્ગીતાનું રહસ્ય પણ એ જ છે કે શ્રીકૃષ્ણના વિચારમાં પૂરેપૂરા પરોવાયેલા રહેવું.

આધુનિક માણસે ચંદ્ર સુધી પહોંચવા માટે સખત સંઘર્ષ કર્યો છે, પણ પોતાનો આધ્યાત્મિક ઉત્કર્ષ કરવા કોઈ ભારે પ્રયાસ કર્યો નથી. જો મનુષ્ય પાસે જીવવા માટે પચાસ વર્ષ બાકી હોય, તો તેણે એ અલ્પ સમય પૂર્ણ પુરુષોત્તમ પરમેશ્વરનું સ્મરણ કરવાના અભ્યાસમાં પરોવી દેવો જોઈએ. આ અભ્યાસ એ જ ભક્તિયોગ છે:

શ્રવણં કીર્તનં વિષ્ણોઃ સ્મરણં પાદ સેવનમ્।
અર્ચનં વન્દનં દાસ્યં સખ્યમ્ આત્મ નિવેદનમ્॥

(શ્રીમદ્ ભાગવત ૭.૫.૨૩)

આ નવ પ્રક્રિયાઓ છે, જેમાં આત્મ-સાક્ષાત્કારી વ્યક્તિ પાસેથી ભગવદ્ગીતાનું શ્રવણ કરવું એ સૌથી સરળ માર્ગ છે. આનાથી મનુષ્ય પરમેશ્વરના ચિંતનની દિશામાં વળશે. તેથી કરીને પરમેશ્વરનું સ્મરણ થશે અને શરીરનો ત્યાગ કર્યા પછી મનુષ્યને દિવ્ય શરીર પ્રાપ્ત થશે કે જે પરમેશ્વરના સંગ માટે યોગ્ય હશે.

ભગવાન વળી કહે છે:

અભ્યાસ યોગ યુક્તેન ચેતસા નાન્ય ગામિના।
પરમં પુરુષં દિવ્યં યાતિ પાર્થાનુચિન્તયન્॥

(ભગવદ્ગીતા ૮.૮)

"હે અર્જુન, જે વ્યક્તિ માર્ગ પરથી ચલિત થયા વિના પોતાના મનને નિરંતર મારું સ્મરણ કરવામાં પરોવાયેલું રાખે છે અને પૂર્ણ પુરુષોત્તમ પરમેશ્વરરૂપે મારું ધ્યાન કરે છે, તે અવશ્ય મને પામે છે."

આ બહુ અઘરી પદ્ધતિ નથી, તેમ છતાં મનુષ્યે તે એવી અનુભવી વ્યક્તિ પાસેથી શીખવી જોઈએ કે જે અગાઉથી અભ્યાસ કરી રહેલ હોય. મન સદા આમતેમ ભટકતું રહે છે, પરંતુ મનુષ્યે તેનાં મનને ભગવાન શ્રીકૃષ્ણના સ્વરૂપનું અથવા તેમના નામોચ્ચારણનું ધ્યાન કરવામાં કેન્દ્રિત કરવાનો અભ્યાસ રાખવો જોઈએ. મન સ્વભાવથી જ ચંચળ છે અને આમતેમ ભમ્યા કરે છે, પરંતુ તે કૃષ્ણના નામ જપમાં સ્થિર થઈ શકે છે. એ રીતે મનુષ્યે પરમમ્ પુરુષમ્‌નું અર્થાત્ વૈકુંઠલોકમાંના પૂર્ણ પુરુષોત્તમ પરમેશ્વરનું ધ્યાન

કરવું જોઈએ અને તેમને પ્રાપ્ત કરવા જોઈએ. અંતિમ સાક્ષાત્કાર અથવા પરમ પ્રાપ્તિનાં સાધન તથા ઉપાય ભગવદ્દ્ગીતામાં બતાવ્યાં છે. અને આ જ્ઞાનનાં દ્વાર દરેકને માટે ખુલ્લાં છે, કોઈને પણ અટકાવવામાં આવતું નથી. બધા જ વર્ગના લોકો ભગવાન શ્રીકૃષ્ણનું ચિંતન કરીને તેમની પાસે જઈ શકે છે, કેમ કે તેમનું શ્રવણ તથા ચિંતન દરેકને માટે શક્ય છે.

ભગવાન વળી કહે છે:

માં હિ પાર્થ વ્યપાશ્રિત્ય યેઽપિ સ્યુઃ પાપ યોનયઃ।
સ્ત્રિયો વૈશ્યાસ્તથા શૂદ્રાસ્તેઽપિ યાન્તિ પરાં ગતિમ્॥
કિં પુનર્બ્રાહ્મણાઃ પુણ્યા ભક્તા રાજર્ષયસ્તથા।
અનિત્યમ્ અસુખં લોકમ્ ઈમં પ્રાપ્ય ભજસ્વ મામ્॥

(ભગવદ્દ્ગીતા ૯.૩૨–૩૩)

"હે પાર્થ, જે મનુષ્યો મારું શરણ ગ્રહણ કરે છે, તેઓ ભલે નિમ્ન યોનિમાં જન્મેલા—સ્ત્રીઓ, વૈશ્યો (વેપારી) તથા શૂદ્રો (શ્રમિકો) હોય, તો પણ તેઓ પરમ ગતિ પ્રાપ્ત કરે છે. તો પછી ધર્માત્મા બ્રાહ્મણો, ભક્તો તથા રાજર્ષિઓ વિશે તો કહેવાનું જ શું હોઈ શકે? માટે આ ક્ષણિક, દુઃખમય જગતમાં જન્મીને મારી પ્રેમમયી સેવામાં પોતાને પરોવી દો."

જીવનની નિમ્ન અવસ્થામાં રહેલા મનુષ્યો (વેપારી, સ્ત્રી અથવા શ્રમિક) પણ પરમ ગતિને પામી શકે છે. તે માટે મનુષ્યમાં બહુ વિકસિત બુદ્ધિ હોવાની જરૂર નથી. મુદ્દાની વાત એ છે કે જે કોઈ મનુષ્ય ભક્તિયોગના સિદ્ધાંતોને સ્વીકારે છે અને પરમેશ્વરને જીવનના આશ્રયતત્ત્વરૂપે, પરમ ઉદ્દેશ કે અંતિમ ધ્યેય તરીકે સ્વીકારે છે, તે દિવ્ય આકાશમાં ભગવાન પાસે જઈ શકે છે. જો મનુષ્ય ભગવદ્દ્ગીતામાં પ્રતિપાદિત કરેલા સિદ્ધાંતોને અપનાવે, તો તે જીવનને પૂર્ણ બનાવી શકે છે તથા ભૌતિક પ્રકૃતિના ક્ષણભંગુર સ્વભાવમાંથી ઉદ્ભવતી જીવનની સઘળી સમસ્યાઓનો કાયમી ઉકેલ આણી શકે છે. સમગ્ર ભગવદ્દ્ગીતાનું આ જ સારતત્ત્વ છે.

તાત્પર્ય એ છે કે ભગવદ્દ્ગીતા એ એક દિવ્ય સાહિત્ય છે અને મનુષ્યે તેનું ધ્યાનપૂર્વક વાંચન કરવું જોઈએ. *ગીતા શાસ્ત્રમ્ ઈદં પુણ્યં યઃ પઠેત્ પ્રયતઃ પુમાન્*—જો મનુષ્ય ભગવદ્દ્ગીતાના ઉદ્દેશોને યોગ્ય રીતે અનુસરે, તો તે જીવનનાં સર્વ દુઃખો તથા ચિંતાઓથી રહિત થઈ જાય છે. *ભય શોકાદિ વર્જિતઃ*—તે આ જીવનમાં સર્વ ભયમાંથી મુક્ત થશે અને તેના બીજા જન્મમાં તેનું જીવન આધ્યાત્મિક થશે. (ગીતા માહાત્મ્ય ૧)

વળી એક લાભ પણ થાય છે:

ગીતાધ્યાયન શીલસ્ય પ્રાણાયામ પરસ્ય ચ।
નૈવ સન્તિ હિ પાપાનિ પૂર્વ જન્મ કૃતાનિ ચ॥

"જો કોઈ મનુષ્ય ભગવદ્‌ગીતાનું નિષ્ઠા તથા ગંભીરતાપૂર્વક અધ્યયન કરે છે, તો ભગવત્કૃપાથી તેનાં પૂર્વે કરેલાં દુષ્કર્મોનાં ફળો તેણે ભોગવવાં પડશે નહીં." (ગીતા માહાત્મ્ય ૨) ભગવદ્‌ગીતાના અંતિમ ભાગ (૧૮.૬૬)માં ભગવાન ઘોષણા કરીને કહે છે:

સર્વ ધર્માન્ પરિત્યજ્ય મામ્ એકં શરણં વ્રજ।
અહં ત્વાં સર્વ પાપેભ્યો મોક્ષયિષ્યામિ મા શુચઃ॥

"સર્વ પ્રકારના ધર્મોનો ત્યાગ કરીને કેવળ મારા શરણે આવ. હું તને સર્વ પાપોના ફળમાંથી મુક્ત કરીશ. ડરીશ નહીં." આ રીતે ભગવાન પોતાના શરણે આવેલા ભક્તની સઘળી જવાબદારી પોતે લઈ લે છે અને તેનાં સમસ્ત પાપોને માફ કરે છે.

મલ નિર્મોચનં પુંસાં જલ સ્નાનં દિને દિને।
સકૃદ્ ગીતામૃત સ્નાનં સંસાર મલ નાશનમ્॥

"જળમાં સ્નાન કરીને મનુષ્ય હંમેશાં પોતાને સ્વચ્છ કરી શકે છે, પણ ભગવદ્‌ગીતારૂપી પવિત્ર ગંગાજળમાં જો કોઈ એકવાર પણ સ્નાન કરી લે, તો તે ભવસાગરની મલિનતાથી હરહંમેશ માટે મુક્ત થઈ જાય છે." (ગીતા માહાત્મ્ય ૩)

ગીતા સુગીતા કર્તવ્યા કિમન્યૈઃ શાસ્ત્ર વિસ્તરૈઃ।
યા સ્વયં પદ્મનાભસ્ય મુખ પદ્માદ્ વિનિઃસૃતા॥

ભગવદ્‌ગીતા ભગવાનના મુખકમળમાંથી ઉદ્‌ભવી હોવાથી મનુષ્યને અન્ય વૈદિક સાહિત્ય વાંચવાની જરૂર રહેતી નથી. તેણે કેવળ ભગવદ્‌ગીતાનું જ ધ્યાનપૂર્વક નિયમિત શ્રવણ તથા વાંચન કરવું જોઈએ. આ યુગમાં લોકો સાંસારિક કાર્યોમાં એટલા બધા વ્યસ્ત હોય છે કે તેઓ સમસ્ત વૈદિક સાહિત્યનું અધ્યયન કરી શકે નહીં. પરંતુ આ જરૂરી પણ નથી. આ એક ગ્રંથ ભગવદ્‌ગીતા જ પર્યાપ્ત છે, કારણ કે તે સમસ્ત વૈદિક ગ્રંથોનો નિચોડ છે અને ખાસ તો એટલા માટે કે તે પૂર્ણ પુરુષોત્તમ પરમેશ્વરે પોતે કહી છે. (ગીતા માહાત્મ્ય ૪) જેમ કહેવામાં આવ્યું છે:

ભારતામૃત સર્વસ્વં વિષ્ણુવક્ત્રાદ્ વિનિઃસૃતમ્।
ગીતા ગઙ્ગોદકં પીત્વા પુનર્જન્મ ન વિદ્યતે॥

"જે ગંગાજળનું પાન કરે છે તેને મોક્ષ મળે છે, તો પછી જે મનુષ્ય ભગવદ્‌ગીતાના અમૃતનું પાન કરે છે, તેને માટે તો કહેવું જ શું? ભગવદ્‌ગીતા મહાભારતનું અમૃત છે અને સ્વયં ભગવાન કૃષ્ણે, આદ્ય વિષ્ણુએ કહી છે." (ગીતા માહાત્મ્ય ૫) ભગવદ્‌ગીતા પૂર્ણ પુરુષોત્તમ પરમેશ્વરના મુખમાંથી નીકળી છે અને ગંગા ભગવાનના ચરણકમળમાંથી નીકળી છે. જોકે ભગવાનના મુખ અને ચરણકમળોમાં કોઈ તફાવત નથી, પરંતુ તટસ્થભાવે અધ્યયન કરવાથી આપણે સમજી શકીશું કે ભગવદ્‌ગીતા ગંગાજળથી પણ વધુ મહત્ત્વપૂર્ણ છે.

સર્વોપનિષદો ગાવો દોગ્ધા ગોપાલ નન્દનઃ।
પાર્થો વત્સઃ સુધીર્ભોક્તા દુગ્ધં ગીતામૃતં મહત્॥

"સમસ્ત ઉપનિષદોના સારરૂપ આ ગીતોપનિષદ્, ભગવદ્‌ગીતા ગાય સમાન છે અને ગોપબાળક તરીકે સુપ્રસિદ્ધ કૃષ્ણ આ ગાયને દોહી રહ્યા છે. અર્જુન વાછરડા જેવો છે અને બધા વિદ્વાનો તથા શુદ્ધ ભક્તો ભગવદ્‌ગીતાના અમૃતમય દૂધનું પાન કરનારા છે." (ગીતા માહાત્મ્ય ૬)

એકં શાસ્ત્રં દેવકી પુત્ર ગીતમ્
એકો દેવો દેવકીપુત્ર એવ।
એકો મન્ત્રસ્તસ્ય નામાનિ યાનિ
કર્માપ્યેકં તસ્ય દેવસ્ય સેવા॥

આ વર્તમાન યુગમાં લોકો એક શાસ્ત્ર, એક ઈશ્વર, એક ધર્મ તથા એક વ્યવસાય માટે અતિશય ઉત્સુક છે. તેથી—*એકં શાસ્ત્રં દેવકીપુત્ર ગીતમ્*—કેવળ એક શાસ્ત્ર, સમગ્ર વિશ્વ માટે માત્ર એક શાસ્ત્ર ભગવદ્‌ગીતા રહેવા દો. *એકો દેવો દેવકીપુત્ર એવ*—સમગ્ર વિશ્વ માટે માત્ર એક ઈશ્વર શ્રીકૃષ્ણ હોય. *એકો મન્ત્રસ્તસ્ય નામાનિ યાનિ*—અને માત્ર એક જ મંત્ર, એક જ પ્રાર્થના હોય—તેમના નામનું કીર્તન, **હરે કૃષ્ણ હરે કૃષ્ણ કૃષ્ણ કૃષ્ણ હરે હરે। હરે રામ હરે રામ રામ રામ હરે હરે॥** *કર્માપ્યેકં તસ્ય દેવસ્ય સેવા*—અને માત્ર એક જ કાર્ય હોય—ભગવાનની સેવા. (ગીતા માહાત્મ્ય ૭)

ગુરુ-શિષ્ય પરંપરા

એવં પરમ્પરા પ્રાપ્તં ઈમં રાજર્ષયો વિદુઃ. (ભગવદ્‌ગીતા ૪.૨) આ 'ભગવદ્‌ગીતા તેના મૂળરૂપે' નીચેની ગુરુ-શિષ્ય પરંપરા મારફત પ્રાપ્ત થઈ છે:

૧. કૃષ્ણ
૨. બ્રહ્મા
૩. નારદ
૪. વ્યાસ
૫. મધ્વ
૬. પદ્મનાભ
૭. નૃહરિ
૮. માધવ
૯. અક્ષોભ્ય
૧૦. જયતીર્થ
૧૧. જ્ઞાનસિંધુ
૧૨. દયાનિધિ
૧૩. વિદ્યાનિધિ
૧૪. રાજેન્દ્ર
૧૫. જયધર્મ
૧૬. પુરુષોત્તમ
૧૭. બ્રહ્મણ્યતીર્થ
૧૮. વ્યાસતીર્થ
૧૯. લક્ષ્મીપતિ
૨૦. માધવેન્દ્રપુરી
૨૧. ઈશ્વરપુરી, (નિત્યાનંદ, અદ્વૈત)
૨૨. શ્રી ચૈતન્ય મહાપ્રભુ
૨૩. રૂપ (સ્વરૂપ, સનાતન)
૨૪. રઘુનાથ, જીવ
૨૫. કૃષ્ણદાસ
૨૬. નરોત્તમ
૨૭. વિશ્વનાથ
૨૮. (બલદેવ), જગન્નાથ
૨૯. ભક્તિવિનોદ
૩૦. ગૌરકિશોર
૩૧. ભક્તિસિદ્ધાંત સરસ્વતી
૩૨. એ.સી. ભક્તિવેદાંત સ્વામી પ્રભુપાદ

અધ્યાય ૧

કુરુક્ષેત્રની યુદ્ધભૂમિ પર સૈન્ય નિરીક્ષણ

धृतराष्ट्र उवाच

श्लोक धर्मक्षेत्रे कुरुक्षेत्रे समवेता युयुत्सवः।
१ मामकाः पाण्डवाश्चैव किमकुर्वत सञ्जय॥ १॥

ધૃતરાષ્ટ્રઃ ઉવાચ—રાજા ધૃતરાષ્ટ્ર બોલ્યા; **ધર્મક્ષેત્રે**—તીર્થસ્થળમાં; **કુરુક્ષેત્રે**—કુરુક્ષેત્ર નામના સ્થાનમાં; **સમવેતાઃ**—એકત્ર થયેલા; **યુયુત્સવઃ**—યુદ્ધ કરવાની ઈચ્છાથી; **મામકાઃ**—મારા પક્ષના (પુત્રો); **પાણ્ડવાઃ**—પાંડુના પુત્રો; **ચ**—અને; **એવ**—નક્કી; **કિમ્**—શું; **અકુર્વત**—તેમણે કર્યું; **સઞ્જય**—હે સંજય.

અનુવાદ

ધૃતરાષ્ટ્ર બોલ્યાઃ હે સંજય, તીર્થભૂમિ કુરુક્ષેત્રમાં યુદ્ધ કરવાની ઈચ્છાથી એકત્ર થયેલા મારા તથા પાંડુના પુત્રોએ શું કર્યું?

ભાવાર્થ

ભગવદ્ગીતા એ બહોળું વાંચન ધરાવતું પારમાર્થિક વિજ્ઞાન છે, જેનો સારાંશ ગીતા માહાત્મ્યમાં આપ્યો છે. તેમાં કહ્યું છે કે મનુષ્યે શ્રીકૃષ્ણના ભક્તની નિશ્રામાં રહીને ભગવદ્ગીતાનું તલસ્પર્શી અધ્યયન કરવું જોઈએ અને સ્વાર્થપ્રેરિત અર્થઘટનો કર્યા વગર જ તેને સમજવાનો પ્રયાસ કરવો જોઈએ. સ્પષ્ટ સમજણ પામ્યાનું ઉદાહરણ સ્વયં ગીતામાં જ છે; તે એ છે કે જેવી રીતે અર્જુને સ્વયં ભગવાન કૃષ્ણ પાસેથી શ્રવણ કરીને ગીતોપદેશની સમજણ મેળવી. જો એ જ ગુરુ-શિષ્ય પરંપરા દ્વારા, અંગત સ્વાર્થથી પ્રેરિત થયા વિનાનાં અર્થઘટનો મારફત કોઈ મનુષ્યને ભગવદ્ગીતા સમજવાનું

સદ્‌ભાગ્ય પ્રાપ્ત થાય, તો તે સમસ્ત વૈદિક જ્ઞાન અને વિશ્વનાં સમગ્ર શાસ્ત્રોનાં અધ્યયનને પાર કરી જાય છે. અન્ય શાસ્ત્રોમાં જે કંઈ છે, તે બધું જ મનુષ્યને ભગવદ્‌ગીતામાં મળશે. એટલું જ નહીં, પરંતુ વાચકને એમાં એવી બાબતો પણ મળશે કે જે અન્યત્ર ક્યાંય ઉપલબ્ધ નથી. ગીતાનું આ વિશિષ્ટ ધોરણ છે. તે પૂર્ણ પરમાર્થવાદનું વિજ્ઞાન છે, કારણ કે તે સીધેસીધું સ્વયં પૂર્ણ પુરુષોત્તમ પરમેશ્વર, ભગવાન શ્રીકૃષ્ણ દ્વારા પ્રબોધાયેલું છે.

મહાભારતમાં વર્ણવેલા ધૃતરાષ્ટ્ર તથા સંજય દ્વારા ચર્ચાયેલા વિષયો આ મહાન તત્ત્વજ્ઞાનનો મૂળભૂત સિદ્ધાંત બની રહે છે. એ સ્પષ્ટ છે કે આ તત્ત્વજ્ઞાનનો ઉદ્‌ગમ પ્રાચીન વૈદિકકાળથી પવિત્ર તીર્થસ્થળરૂપ ગણાતા કુરુક્ષેત્રના યુદ્ધસ્થળમાં થયો હતો. જ્યારે ભગવાન સ્વયં આ લોકમાં ઉપસ્થિત હતા, ત્યારે માનવજાતિના માર્ગદર્શન માટે ભગવાને તે પ્રબોધ્યું હતું.

'ધર્મક્ષેત્ર' (જ્યાં ધાર્મિક વિધિવિધાનો કરવામાં આવે છે તે સ્થળ) એ શબ્દ મહત્ત્વનો છે, કારણ કે કુરુક્ષેત્રનાં યુદ્ધક્ષેત્રમાં અર્જુનના પક્ષે પૂર્ણ પુરુષોત્તમ પરમેશ્વર સ્વયં ઉપસ્થિત હતા. કૌરવોના પિતા ધૃતરાષ્ટ્ર પોતાના પુત્રોના અંતિમ વિજયની શક્યતા વિશે અત્યંત શંકાશીલ હતા. તેમની આવી શંકાને કારણે તેમણે પોતાના સચિવ સંજયને પૂછ્યું, "મારા પુત્રો અને પાંડુના પુત્રોએ શું કર્યું?" તેમને ખાતરી હતી કે પોતાના પુત્રો તથા નાના ભાઈ પાંડુના પુત્રો એમ બંને પક્ષો, કુરુક્ષેત્રની યુદ્ધભૂમિ પર નિશ્ચયપૂર્વક સંગ્રામ કરવા માટે એકત્ર થયા હતા. તેમ છતાં તેમની જિજ્ઞાસા અર્થસૂચક છે. પિતરાઈઓ અને ભાઈઓ વચ્ચે સુલેહ થાય એવી ધૃતરાષ્ટ્રની ઈચ્છા ન હતી અને તેઓ પોતાના પુત્રોના ભાવિ વિશે નિશ્ચિતપણે જાણવા માગતા હતા. આ યુદ્ધ કુરુક્ષેત્રમાં થવાનું હતું અને આ ક્ષેત્રનો ઉલ્લેખ વેદોમાં સ્વર્ગના નિવાસીઓ માટે પણ તીર્થસ્થળ તરીકે થયેલો છે, તેથી આ પવિત્ર સ્થળનો યુદ્ધના પરિણામ પર કેવો પ્રભાવ પડશે, તે વિશે ધૃતરાષ્ટ્ર અતિ ભયભીત થયેલા હતા. તેઓ સારી પેઠે જાણતા હતા કે આનો પ્રભાવ અર્જુન તથા પાંડુના અન્ય પુત્રો પર સાનુકૂળ પડશે, કારણ કે તેઓ બધા જ સ્વભાવે પુણ્યાત્માઓ હતા. સંજય વ્યાસના શિષ્ય હતા અને તેથી વ્યાસદેવની કૃપાથી તેઓ ધૃતરાષ્ટ્રના ભવનમાં બેઠાં બેઠાં પણ કુરુક્ષેત્રની યુદ્ધભૂમિ પર થતી ઘટનાઓને નિહાળી શકતા હતા. તેથી જ ધૃતરાષ્ટ્રે તેમને યુદ્ધક્ષેત્રની સ્થિતિ વિશે પૂછ્યું હતું.

પાંડવો તથા ધૃતરાષ્ટ્રના પુત્રો બંને એક જ કુળના છે, પરંતુ અહીં ધૃતરાષ્ટ્રના મનોભાવ વ્યક્ત થાય છે. તેમણે હેતુપૂર્વક પોતાના પુત્રોને જ કુરુ કહી સંબોધ્યા અને પાંડુના પુત્રોને વંશના વારસ-અધિકારથી જુદા પાડ્યા. એ રીતે પાંડુના પુત્રો અર્થાત્ પોતાના ભત્રીજાઓ પ્રત્યે ધૃતરાષ્ટ્રની વિશિષ્ટ મનઃસ્થિતિ વ્યક્ત થતી જણાય છે. ડાંગરના ખેતરમાં જેમ અનિચ્છનીય ઘાસને ઉખેડી નાખવામાં આવે છે, તેમ આ ગ્રંથના વિષયવસ્તુના પ્રારંભથી જ એવી અપેક્ષા રાખવામાં આવે છે કે જ્યાં ધર્મના પિતા શ્રીકૃષ્ણ ઉપસ્થિત હતા, ત્યાં કુરુક્ષેત્રરૂપી ક્ષેત્રમાં દુર્યોધન વગેરે ધૃતરાષ્ટ્રના પુત્રોરૂપી અનિચ્છનીય છોડવા-નીંદામણનો સમૂળ વિનાશ થશે અને યુધિષ્ઠિર વગેરે સર્વથા ધાર્મિક પુરુષોની સ્થાપના કરવામાં આવશે. અહીં *ધર્મક્ષેત્રે* તથા *કુરુક્ષેત્રે* શબ્દોની તેમના ઐતિહાસિક તથા વૈદિક મહત્ત્વ ઉપરાંત આ જ સાર્થકતા છે.

सञ्जय उवाच

શ્લોક ૨

दृष्ट्वा तु पाण्डवानीकं व्यूढं दुर्योधनस्तदा।
आचार्यमुपसङ्गम्य राजा वचनमब्रवीत्॥ २॥

सञ्जयः उवाच—સંજય બોલ્યા; **दृष्ट्वा**—જોઈને; **तु**—પરંતુ; **पाण्डव अनीकम्**—પાંડવોના સૈન્યને; **व्यूढम्**—વ્યૂહરચનામાં ગોઠવાયેલ; **दुर्योधनः**—રાજા દુર્યોધને; **तदा**—ત્યારે; **आचार्यम्**—ગુરુની; **उपसङ्गम्य**—પાસે જઈને; **राजा**—રાજા; **वचनम्**—શબ્દ; **अब्रवीत्**—કહ્યાં.

અનુવાદ

સંજય બોલ્યાઃ હે રાજા, પાંડુપુત્રોની સેનાને વ્યૂહરચનામાં ગોઠવાયેલી જોઈને રાજા દુર્યોધન પોતાના ગુરુ પાસે ગયો અને આ પ્રમાણે વચન કહ્યાં.

ભાવાર્થ

ધૃતરાષ્ટ્ર જન્મથી જ અંધ હતા. કમનસીબે, તેઓ આધ્યાત્મિક દૃષ્ટિએ પણ અંધ હતા. તેઓ સારી રીતે જાણતા હતા કે પોતાના પુત્રો પણ ધર્મની બાબતમાં પોતાની જેમ જ અંધ હતા અને તેમને ખાતરી હતી કે જન્મથી જ પુણ્યશાળી એવા પાંડવો સાથે પોતાના પુત્રો કોઈ સમાધાન કરશે નહીં. તેમ છતાં, તેઓ તીર્થસ્થળના પ્રભાવ વિશે શંકાશીલ હતા, તેથી યુદ્ધભૂમિની સ્થિતિ સંબંધે તેમના પ્રશ્નનો હેતુ સંજય પામી ગયા હતા. એટલે જ સંજય

નિરાશ રાજાને પ્રોત્સાહિત કરવા માગતા હતા અને તે દ્વારા નિશ્ચિત કરવા ઈચ્છતા હતા કે એમ કંઈ તેમના પુત્રો પવિત્ર ભૂમિના પ્રભાવે કોઈ પણ પ્રકારે સમાધાન કરવાના ન હતા. તેથી સંજયે રાજાને જણાવ્યું કે તેમનો પુત્ર દુર્યોધન પાંડવોની સેનાને જોઈને તરત જ પોતાના સેનાપતિ દ્રોણાચાર્યને વાસ્તવિક સ્થિતિની જાણ કરવા ગયો હતો. દુર્યોધનનો રાજા તરીકે ઉલ્લેખ થયો છે, તેમ છતાં પરિસ્થિતિની ગંભીરતાને કારણે તેને સેનાપતિ પાસે જવું પડેલું. દુર્યોધન આમ રાજનીતિજ્ઞ થવા સર્વથા યોગ્ય હતો. પરંતુ જ્યારે દુર્યોધને પાંડવોની વ્યૂહરચના જોઈ, ત્યારે તેની મુત્સદીગીરી તેના ભયને છુપાવી શકી નહીં.

શ્લોક ૩ **पश्यैतां पाण्डुपुत्राणामाचार्य महतीं चमूम्।**
व्यूढां द्रुपदपुत्रेण तव शिष्येण धीमता॥ ३॥

પશ્ય—જુઓ; **એતામ્**—આ; **પાણ્ડુ પુત્રાણામ્**—પાંડુના પુત્રોની; **આચાર્ય**—હે આચાર્ય; **મહતીમ્**—વિશાળ; **ચમૂમ્**—સેનાને; **વ્યૂઢામ્**—વ્યૂહમાં વ્યવસ્થિત; **દ્રુપદ પુત્રેણ**—દ્રુપદના પુત્ર વડે; **તવ**—તમારા; **શિષ્યેણ**—શિષ્ય વડે; **ધીમતા**—બહુ બુદ્ધિમાન.

અનુવાદ

હે આચાર્ય, પાંડુપુત્રોની આ વિશાળ સેનાને જુઓ કે જેની વ્યૂહરચના આપના બુદ્ધિમાન શિષ્ય એવા દ્રુપદપુત્રે બહુ નિપુણતાથી કરી છે.

ભાવાર્થ

મહામુત્સદ્દી દુર્યોધન બુદ્ધિશાળી મહાન બ્રાહ્મણ સેનાપતિ દ્રોણાચાર્યના દોષો તરફ અંગુલીનિર્દેશ કરવા માગતો હતો. અર્જુનની પત્ની દ્રૌપદીના પિતા રાજા દ્રુપદની સાથે દ્રોણાચાર્યને રાજકીય બાબતમાં ઝગડો થયો હતો. આ વિવાદના પરિણામે દ્રુપદે એક મહાન યજ્ઞ કરેલો, જેનાથી તેને એક એવા પુત્રને પ્રાપ્ત કરવાનું વરદાન મળ્યું હતું કે જે દ્રોણાચાર્યનો વધ કરી શકે. દ્રોણાચાર્ય આ વિશે સારી રીતે જાણતા હતા, તો પણ જ્યારે દ્રુપદના પુત્ર ધૃષ્ટદ્યુમ્નને યુદ્ધવિદ્યા શીખવા માટે તેમને સોંપવામાં આવ્યો, ત્યારે એક ઉદાર બ્રાહ્મણ તરીકે દ્રોણાચાર્યે તેને યુદ્ધવિદ્યાનાં સર્વ રહસ્યો શીખવવામાં લેશમાત્ર આનાકાની કરી નહીં. હવે કુરુક્ષેત્રના રણમેદાનમાં

ધૃષ્ટદ્યુમ્ન પાંડવોના પક્ષે હતો અને દ્રોણાચાર્ય પાસેથી તે જે યુદ્ધકળા શીખ્યો હતો, તેના જ આધારે તેણે આ વ્યૂહરચના કરી હતી. દુર્યોધને દ્રોણાચાર્યની આ ભૂલ દર્શાવી હતી કે જેથી તેઓ યુદ્ધમાં સાવધ રહે અને કાંઈ કચાશ રાખે નહીં. આના દ્વારા તે એમ પણ જણાવવા માગતો હતો કે દ્રોણાચાર્ય પોતાના પ્રિય શિષ્યો પાંડવો પ્રત્યે યુદ્ધમાં એવી જ રીતે ઉદાર રહે નહીં. ખાસ કરીને અર્જુન તેમનો સર્વાધિક પ્રિય તથા તેજસ્વી શિષ્ય હતો. દુર્યોધને એવી ચેતવણી પણ આપેલી કે યુદ્ધમાં આવી ઉદારતા પરાજય નોતરી શકે.

શ્લોક ૪

अत्र शूरा महेष्वासा भीमार्जुनसमा युधि।
युयुधानो विराटश्च द्रुपदश्च महारथः॥४॥

અત્ર—અહીં; **શૂરાઃ**—વીર; **મહા ઈષુ આસાઃ**—મહાન ધનુર્ધરો; **ભીમ અર્જુન**—ભીમ તથા અર્જુન; **સમાઃ**—જેવા; **યુધિ**—યુદ્ધમાં; **યુયુધાનઃ**—યુયુધાન; **વિરાટઃ**—વિરાટ; **ચ**—અને; **દ્રુપદઃ**—દ્રુપદ; **ચ**—વળી; **મહારથઃ**—મહાન યોદ્ધા.

અનુવાદ

અહીં આ સેનામાં ભીમ તથા અર્જુન જેવા અનેક વીર ધનુર્ધરો છે, જેમ કે મહારથી યુયુધાન, વિરાટ તથા દ્રુપદ.

ભાવાર્થ

જોકે યુદ્ધકળામાં દ્રોણાચાર્યના મહાન સામર્થ્ય સામે ધૃષ્ટદ્યુમ્ન બહુ મહત્ત્વપૂર્ણ અવરોધરૂપ ન હતો, તેમ છતાં બીજા એવા અનેક યોદ્ધાઓ હતા કે જે ભયના કારણરૂપ હતા. દુર્યોધન તેમનો ઉલ્લેખ વિજયપથમાંનાં મોટાં વિઘ્ન તરીકે કરે છે, કારણ કે તેમાંનો દરેક યોદ્ધો ભીમ તથા અર્જુન જેવો દુર્જેય હતો. તે ભીમ તથા અર્જુનની શક્તિને જાણતો હતો, તેથી જ તેણે બીજાઓની સરખામણી તેમની સાથે કરી હતી.

શ્લોક ૫

धृष्टकेतुश्चेकितानः काशिराजश्च वीर्यवान्।
पुरुजित्कुन्तिभोजश्च शैब्यश्च नरपुङ्गवः॥५॥

ધૃષ્ટકેતુઃ—ધૃષ્ટકેતુ; **ચેકિતાનઃ**—ચેકિતાન; **કાશિરાજઃ**—કાશિરાજ; **ચ**—અને; **વીર્યવાન્**—અત્યંત શક્તિશાળી; **પુરુજિત્**—પુરુજિત; **કુન્તિભોજઃ**—કુંતીભોજ; **ચ**—તથા; **શૈબ્યઃ**—શૈબ્ય; **ચ**—તથા; **નરપુઙ્ગવઃ**—મનુષ્યોમાં વીર.

અનુવાદ

તદુપરાંત ધૃષ્ટકેતુ, ચેકિતાન, કાશિરાજ, પુરુજિત, કુંતીભોજ તથા શૈબ્ય જેવા મહાન શક્તિશાળી યોદ્ધાઓ પણ છે.

શ્લોક **युधामन्युश्च विक्रान्त उत्तमौजाश्च वीर्यवान्।**
૬ **सौभद्रो द्रौपदेयाश्च सर्व एव महारथाः ॥ ६ ॥**

યુધામન્યુઃ—યુધામન્યુ; **ચ**—અને; **વિક્રાન્તઃ**—પરાક્રમી; **ઉત્તમૌજાઃ**—ઉત્તમૌજા; **ચ**—તથા; **વીર્યવાન્**—અતિ શક્તિશાળી; **સૌભદ્રઃ**—સુભદ્રાનો પુત્ર; **દ્રૌપદેયાઃ**—દ્રૌપદીના પુત્રો; **ચ**—તથા; **સર્વે**—બધા; **એવ**—જ; **મહારથાઃ**—મહારથીઓ.

અનુવાદ

પરાક્રમી યુધામન્યુ, અત્યંત શક્તિશાળી ઉત્તમૌજા, સુભદ્રાનો પુત્ર અને દ્રૌપદીના પુત્રો, એ બધા જ મહારથીઓ છે.

શ્લોક **अस्माकं तु विशिष्टा ये तान्निबोध द्विजोत्तम।**
૭ **नायका मम सैन्यस्य संज्ञार्थं तान्ब्रवीमि ते ॥ ७ ॥**

અસ્માકમ્—આપણા; **તુ**—પરંતુ; **વિશિષ્ટાઃ**—વિશેષ શક્તિશાળી; **યે**—જેઓ; **તાન્**—તેમને; **નિબોધ**—જાણો, નોંધ લો; **દ્વિજ ઉત્તમ**—હે બ્રાહ્મણશ્રેષ્ઠ; **નાયકાઃ**—સેનાનાયકો; **મમ**—મારા; **સૈન્યસ્ય**—સૈન્યના; **સંજ્ઞા અર્થમ્**—જાણ માટે; **તાન્**—તેમને; **બ્રવીમિ**—કહી રહ્યો છું; **તે**—તમને.

અનુવાદ

પરંતુ હે બ્રાહ્મણશ્રેષ્ઠ, તમારી જાણ માટે હું મારી સેનાના તે નાયકો વિશે કહું છું કે જેઓ મારી સેનાને દોરવણી આપવામાં વિશેષ યોગ્ય છે.

શ્લોક **भवान्भीष्मश्च कर्णश्च कृपश्च समितिञ्जयः।**
૮ **अश्वत्थामा विकर्णश्च सौमदत्तिस्तथैव च ॥ ८ ॥**

ભવાન્—આપ; **ભીષ્મઃ**—પિતામહ ભીષ્મ; **ચ**—અને; **કર્ણઃ**—કર્ણ; **ચ**—તથા; **કૃપઃ**—કૃપાચાર્ય; **ચ**—તથા; **સમિતિઞ્જયઃ**—સંગ્રામમાં

સદા વિજયી; **અશ્વત્થામા**—અશ્વત્થામા; **વિકર્ણઃ**—વિકર્ણ; **ચ**—તેમ જ; **સૌમદત્તિઃ**—સોમદત્તનો પુત્ર; **તથા**—વળી; **એવ**—નક્કી; **ચ**—પણ.

અનુવાદ

મારી સેનામાં સ્વયં આપ, ભીષ્મ, કર્ણ, કૃપાચાર્ય, અશ્વત્થામા, વિકર્ણ તથા સોમદત્તનો પુત્ર ભૂરિશ્રવા જેવા મહાપુરુષો છે કે જેઓ યુદ્ધમાં હંમેશાં વિજયી રહ્યા છે.

ભાવાર્થ

દુર્યોધન એવા અસાધારણ યુદ્ધવીરોનો ઉલ્લેખ કરે છે કે જેઓ બધા હંમેશાં વિજયી રહ્યા છે. વિકર્ણ દુર્યોધનનો ભાઈ છે, અશ્વત્થામા દ્રોણાચાર્યનો પુત્ર છે અને સૌમદત્તિ અથવા ભૂરિશ્રવા બાહ્‌લિકોના રાજાનો પુત્ર છે. કર્ણ અર્જુનનો સાવકો ભાઈ છે, કારણ કે તે કુંતીની કૂખે કુંતીના રાજા પાંડુ સાથે વિવાહ થતા પહેલાં જન્મ્યો હતો. કૃપાચાર્યની જોડકી બહેન દ્રોણાચાર્યને પરણી હતી.

શ્લોક ૯
अन्ये च बहवः शूरा मदर्थे त्यक्तजीविताः।
नानाशस्त्रप्रहरणाः सर्वे युद्धविशारदाः॥ ९॥

અન્યે—બીજા; **ચ**—પણ; **બહવઃ**—અનેક; **શૂરાઃ**—વીરો; **મત્ અર્થે**—મારા માટે; **ત્યક્ત જીવિતાઃ**—પ્રાણ તજવા તત્પર; **નાના**—અનેક; **શસ્ત્ર**—શસ્ત્રો; **પ્રહરણાઃ**—થી સજ્જ થયેલા; **સર્વે**—બધા; **યુદ્ધ વિશારદાઃ**—યુદ્ધવિદ્યામાં નિષ્ણાત.

અનુવાદ

એવા અનેક વીરો પણ છે કે જેઓ મારા માટે પોતાનું જીવન તજવા તત્પર છે. તેઓ વિવિધ પ્રકારનાં શસ્ત્રોથી સુસજ્જ છે અને યુદ્ધવિદ્યામાં નિષ્ણાત છે.

ભાવાર્થ

જયદ્રથ, કૃતવર્મા તથા શલ્ય જેવા અન્ય વીરોને સંબંધ છે ત્યાં સુધી, તેઓ દુર્યોધનને માટે પોતાના પ્રાણનું બલિદાન આપવા તત્પર છે. બીજા શબ્દોમાં કહી શકાય કે પાપી દુર્યોધનના પક્ષમાં જોડાવાને કારણે કુરુક્ષેત્રના યુદ્ધમાં તેઓ બધા હવે મૃત્યુ પામવાના એ પૂર્વનિશ્ચિત છે. અલબત્ત,

દુર્યોધનને ઉપર દર્શાવેલા પોતાના મિત્રોની સંયુક્ત શક્તિને કારણે તેને પોતાના વિજયની ખાતરી હતી.

શ્લોક ૧૦

अपर्याप्तं तदस्माकं बलं भीष्माभिरक्षितम्।
पर्याप्तं त्विदमेतेषां बलं भीमाभिरक्षितम्॥ १०॥

અપર્યાપ્તમ્—અમાપ; **તત્**—તે; **અસ્માકમ્**—આપણું; **બલમ્**—બળ, શક્તિ; **ભીષ્મ**—પિતામહ ભીષ્મ દ્વારા; **અભિરક્ષિતમ્**—પૂર્ણપણે રક્ષાયેલ; **પર્યાપ્તમ્**—સીમિત; **તુ**—પરંતુ; **ઈદમ્**—આ બધું; **એતેષામ્**—પાંડવોનું; **બલમ્**—બળ; **ભીમ**—ભીમ દ્વારા; **અભિરક્ષિતમ્**—સારી રીતે રક્ષાયેલું.

અનુવાદ

આપણું સૈન્યબળ અમાપ છે અને આપણે સૌ પિતામહ ભીષ્મ દ્વારા પૂર્ણપણે રક્ષાયેલા છીએ, જ્યારે પાંડવાનું સૈન્યબળ ભીમ દ્વારા સારી રીતે રક્ષાયેલું હોવા છતાં તે સીમિત છે.

ભાવાર્થ

અહીં દુર્યોધને તુલનાત્મક સૈન્યબળનો અંદાજ રજૂ કર્યો છે. તે એમ વિચારે છે કે અત્યંત અનુભવી સેનાનાયક પિતામહ ભીષ્મ દ્વારા પોતાની સેના દ્વારા વિશેષ સુરક્ષિત હોવાને કારણે તેની સશસ્ત્ર સેનાની શક્તિ અમાપ છે. બીજે પક્ષે પાંડવોની સેના મર્યાદિત છે, કારણ કે તેનું રક્ષણ એક અલ્પ અનુભવી નાયક ભીમ કરે છે કે જે ભીષ્મની સરખામણીમાં નગણ્ય છે. દુર્યોધન સદા ભીમનો દ્વેષ કરતો હતો, કારણ કે તે જાણતો હતો કે જો પોતાનું મરણ નિપજશે, તો તે એકમાત્ર ભીમ દ્વારા જ થશે. પરંતુ તે સાથે જ, તેને ભીષ્મની ઉપસ્થિતિને લીધે પોતાના વિજય માટે દૃઢ વિશ્વાસ હતો, કારણ કે પિતામહ ભીષ્મ અત્યંત ઉત્કૃષ્ટ સેનાપતિ હતા. પોતે યુદ્ધમાં વિજયી થશે એવા પોતાના નિર્ણય વિશે તેને ખાતરી હતી.

શ્લોક ૧૧

अयनेषु च सर्वेषु यथाभागमवस्थिताः।
भीष्ममेवाभिरक्षन्तु भवन्तः सर्व एव हि॥ ११॥

અયનેષુ—મોખરાનાં સ્થાનોમાં; **ચ**—પણ; **સર્વેષુ**—સર્વત્ર; **યથા ભાગમ્**—જેમ જુદે જુદે સ્થળે ગોઠવેલા; **અવસ્થિતાઃ**—અવસ્થિત; **ભીષ્મમ્**—પિતામહ ભીષ્મને; **એવ**—નક્કી; **અભિરક્ષન્તુ**—મદદ કરવી જોઈએ; **ભવન્તઃ**—આપ; **સર્વે**—બધાએ; **એવ હિ**—ચોક્કસ.

અનુવાદ

માટે સૈન્યવ્યૂહમાં પોતપોતાનાં મોખરાનાં સ્થાનો પર રહીને આપ સૌ પિતામહ ભીષ્મની પૂરેપૂરી મદદ અવશ્ય કરશો.

ભાવાર્થ

પિતામહ ભીષ્મના પરાક્રમની પ્રશંસા કર્યા પછી દુર્યોધને વિચાર્યું કે રખેને બીજા યોદ્ધાઓ એમ ન માની બેસે કે તેમને ઓછું મહત્ત્વ અપાય છે, તેથી તેણે પોતાની હંમેશની મુત્સદ્દીગીરીથી પરિસ્થિતિને સાચવી લેવા ઉપરોક્ત વચન કહ્યાં. તેણે ભારપૂર્વક કહ્યું કે ભીષ્મદેવ નિઃસંદેહ મહાનતમ યોદ્ધા છે, પરંતુ હવે તેઓ વૃદ્ધ થયા હતા માટે દરેકે બધી બાજુથી તેમના રક્ષણનું ખાસ ધ્યાન રાખવું જોઈએ. સંભવિત છે કે તેઓ એક બાજુ યુદ્ધ કરવામાં વ્યસ્ત બની જાય અને શત્રુ તેમની આ વ્યસ્તતાનો લાભ લઈ લે. તેથી એ મહત્ત્વનું હતું કે બીજા યોદ્ધાઓ પોતપોતાનાં મોરચાનાં સ્થાનો પર અડગ રહે અને શત્રુને વ્યૂહ તોડવા ન દે. દુર્યોધનને એમ સ્પષ્ટપણે લાગતું હતું કે કુરુઓનો વિજય ભીષ્મદેવની ઉપસ્થિતિ ઉપર આધારિત હતો. તેને યુદ્ધમાં ભીષ્મદેવ તથા દ્રોણાચાર્યના પૂરેપૂરા સહકારની ખાતરી હતી, કારણ કે તે સારી રીતે જાણતો હતો કે જ્યારે અર્જુનની પત્ની દ્રૌપદીની અસહાય અવસ્થામાં ભરી સભામાં તેનાં વસ્ત્રો હરાતાં હતાં તથા તેણે ન્યાય માટે યાચના કરેલી, તે વખતે આ બંને જણાએ એક પણ શબ્દ ઉચ્ચાર્યો ન હતો. જોકે તે જાણતો હતો કે આ બે સેનાનાયકોને પાંડવો પ્રત્યે સ્નેહ હતો, છતાં તેને આશા હતી કે જેવી રીતે દ્યૂતક્રીડા વખતે આ સેનાપતિઓએ સ્નેહનો સંપૂર્ણ ત્યાગ કર્યો હતો, તે જ રીતે તેઓ આ વખતે પણ કરશે.

શ્લોક ૧૨

तस्य सञ्जनयन्हर्षं कुरुवृद्धः पितामहः।
सिंहनादं विनद्योच्चैः शङ्खं दध्मौ प्रतापवान्॥ १२॥

તસ્ય—તેનો; **સઞ્જનયન્**—વધારતાં; **હર્ષમ્**—હર્ષ; **કુરુવૃદ્ધઃ**—કુરુવંશના વડીલ (ભીષ્મ); **પિતામહઃ**—દાદા; **સિંહનાદમ્**—સિંહ જેવી ગર્જના; **વિનદ્ય**—ગર્જના કરીને; **ઉચ્ચૈઃ**—ઊંચા સ્વરે; **શઙ્ખમ્**—શંખ; **દધ્મૌ**—ફૂંક્યો; **પ્રતાપવાન્**—પરાક્રમી.

અનુવાદ

ત્યારે કુરુવંશના મહાપ્રતાપી વયોવૃદ્ધ વડીલ પિતામહ ભીષ્મે

સિંહની ગર્જના જેવો ઘોષ કરનારો પોતાનો શંખ ફૂંકીને ઉચ્ચ સ્વરે શંખનાદ કર્યો, જેનાથી દુર્યોધન બહુ હર્ષ પામ્યો.

ભાવાર્થ

કુરુવંશના વયોવૃદ્ધ પિતામહ પૌત્ર દુર્યોધનના અંતઃકરણનો આશય જાણી શક્યા હતા અને તેના પ્રત્યેની સ્વાભાવિક અનુકંપાને લીધે તેને આનંદિત કરવા માટે તેમણે અત્યંત ઉચ્ચ સ્વરે શંખનાદ કર્યો કે જે તેમની સિંહ સમાન સ્થિતિને અનુરૂપ હતો. પરોક્ષરૂપે, શંખનાદ કરીને તેમણે હતાશ પૌત્ર દુર્યોધનને જણાવી દીધું કે તેને માટે યુદ્ધમાં વિજય પ્રાપ્ત કરવાની કોઈ તક ન હતી, કારણ કે પરમેશ્વર શ્રીકૃષ્ણ સામા પક્ષે હતા. તેમ છતાં, યુદ્ધનું સંચાલન કરવું એ તેમનું કર્તવ્ય હતું અને તે બાબતમાં પોતે કોઈ કસર રાખશે નહીં.

શ્લોક ૧૩ **ततः शङ्खाश्च भेर्यश्च पणवानकगोमुखाः।**
सहसैवाभ्यहन्यन्त स शब्दस्तुमुलोऽभवत्॥ १३॥

ततः—ત્યાર પછી; **शङ्खाः**—શંખ; **च**—પણ; **भेर्यः**—મોટાં ઢોલ-નગારાં; **च**—અને; **પણવ આનક**—ઢોલ તથા મૃદંગ; **ગોમુખાઃ**—શૃંગ; **સહસા**—અચાનક; **એવ**—નક્કી; **अभ्यहन्यन्त**—એકસાથે જ વગાડવામાં આવ્યાં; **સઃ**—તે; **શબ્દઃ**—સંયુક્ત ઘોષ; **તુમુલઃ**—ઘોંઘાટભર્યો; **અભવત્**—થયો.

અનુવાદ

ત્યાર પછી શંખ, નગારાં, તુરાઈ તથા રણશિંગાં અચાનક એકસાથે વાગવા લાગ્યાં, જેનો સંયુક્ત વાદ્યઘોષ બહુ ઘોંઘાટભર્યો હતો.

શ્લોક ૧૪ **ततः श्वेतैर्हयैर्युक्ते महति स्यन्दने स्थितौ।**
माधवः पाण्डवश्चैव दिव्यौ शङ्खौ प्रदध्मतुः॥ १४॥

ततः—ત્યાર પછી; **श्वेतैः**—શ્વેત; **हयैः**—અશ્વોથી; **युक्ते**—જોતરાયેલા; **મહતિ**—વિશાળ; **स्यन्दने**—રથમાં; **स्थितौ**—સ્થિત; **માધવઃ**—કૃષ્ણ (લક્ષ્મીદેવીના પતિ); **પાણ્ડવઃ**—(પાંડુપુત્ર) અર્જુન; **च**—અને; **એવ**—નક્કી; **दिव्यौ**—દિવ્ય; **शङ्खौ**—શંખ; **प्रदध्मतुः**—ફૂંક્યા.

અનુવાદ

બીજી બાજુએ અર્થાત્ સામા પક્ષે શ્વેત અશ્વો જોડેલા વિશાળ

રથમાં બિરાજમાન ભગવાન કૃષ્ણ અને અર્જુને પોતપોતાના દિવ્ય શંખ ફૂંક્યા.

ભાવાર્થ

ભીષ્મદેવે ફૂંકેલા શંખની સરખામણીમાં કૃષ્ણ તથા અર્જુનના હાથમાં રહેલા શંખોને દિવ્ય કહેવામાં આવ્યા છે. દિવ્ય શંખોનો ઘોષ સૂચિત કરતો હતો કે સામા પક્ષે વિજયની કોઈ આશા ન હતી, કારણ કે ભગવાન કૃષ્ણ પાંડવોના પક્ષે હતા. *જયસ્તુ પાણ્ડુ પુત્રાણાં યેષાં પક્ષે જનાર્દનઃ*—વિજય તો સદા પાંડુના પુત્રો જેવાઓનો જ થાય, કારણ કે ભગવાન કૃષ્ણ તેમની સાથે છે અને જ્યારે જ્યારે તથા જ્યાં જ્યાં ભગવાન ઉપસ્થિત હોય છે, ત્યારે ત્યારે ત્યાં લક્ષ્મીદેવી પણ ઉપસ્થિત હોય છે, કારણ કે લક્ષ્મીદેવી પોતાના પતિ વિના કદાપિ એકલાં હોતાં નથી. તેથી વિષ્ણુ અથવા ભગવાન કૃષ્ણના શંખથી ઉત્પન્ન થયેલા દિવ્ય ધ્વનિથી નિર્દેશ થતો હતો, તે પ્રમાણે વિજય તથા શ્રી બંને અર્જુનની પ્રતીક્ષા કરી રહ્યાં હતાં. તદુપરાંત, જે રથમાં બંને મિત્રો બિરાજેલા હતા, તે રથ અર્જુનને અગ્નિદેવે આપેલો હતો અને તેનાથી એવો નિર્દેશ મળતો હતો કે ત્રણ લોકમાં જ્યાં જ્યાં તે રથ જશે, ત્યાં સર્વત્ર વિજયી નીવડશે.

શ્લોક ૧૫

पाञ्चजन्यं हृषीकेशो देवदत्तं धनञ्जयः ।
पौण्ड्रं दध्मौ महाशङ्खं भीमकर्मा वृकोदरः ॥ १५ ॥

પાञ्चજન્યમ્—પાંચજન્ય નામનો શંખ; **હૃષીક ઈશઃ**—હૃષીકેશ (કૃષ્ણ, જેઓ ભક્તોની ઈન્દ્રિયોને દોરવણી આપે છે); **દેવદત્તમ્**—દેવદત્ત નામનો શંખ; **ધનમ્ જયઃ**—ધનંજય (ધન જીતી લાવનાર અર્જુન); **પૌણ્ડ્રમ્**—પૌણ્ડ્ર નામનો શંખ; **દધ્મૌ**—ફૂંક્યો; **મહાશङ्खમ્**—પ્રચંડ શંખ; **ભીમકર્મા**—અતિમાનુષી કર્મ કરનાર; **વૃક ઉદરઃ**—ખાઉધરો (ભીમ).

અનુવાદ

ભગવાન કૃષ્ણે પાંચજન્ય નામનો શંખ ફૂંક્યો, અર્જુને દેવદત્ત શંખ તથા અતિમાનુષી કર્મ કરનાર ખાઉધરા ભીમે તેનો પૌણ્ડ્ર નામનો પ્રચંડ શંખ ફૂંક્યો.

ભાવાર્થ

આ શ્લોકમાં ભગવાન કૃષ્ણનો નિર્દેશ હૃષીકેશ તરીકે કરવામાં આવ્યો

છે, કારણ કે તેઓ જ સમસ્ત ઈન્દ્રિયોના સ્વામી છે. બધા જીવો તેમના અભિન્ન અંશો છે, તેથી જીવોની ઈન્દ્રિયો પણ તેમની ઈન્દ્રિયોના અંશરૂપ છે. નિર્વિશેષવાદીઓ જીવોની ઈન્દ્રિયોના કારણને બતાવવામાં અસમર્થ હોવાથી તેઓ જીવોને ઈન્દ્રિયરહિત અથવા નિર્વિશેષ કહેવા સદૈવ ઉત્સુક રહે છે. જીવમાત્રના હૃદયમાં બિરાજેલા ભગવાન જીવોની ઈન્દ્રિયોને પ્રેરણા આપે છે. પરંતુ તેઓ આ પ્રેરણા જીવોની શરણાગતિના પ્રમાણ અનુસાર આપે છે અને શુદ્ધ ભક્તની બાબતમાં તેઓ પ્રત્યક્ષ રીતે ઈન્દ્રિયોનું નિયંત્રણ કરે છે. અહીં કુરુક્ષેત્રના રણમેદાન પર ભગવાન કૃષ્ણ અર્જુનની દિવ્ય ઈન્દ્રિયોનું પ્રત્યક્ષ રીતે નિયંત્રણ કરે છે અને તેથી જ તેમને વિશિષ્ટ રીતે હૃષીકેશ કહેવામાં આવ્યા છે. ભગવાનનાં વિવિધ લીલાકાર્યો અનુસાર તેમનાં જુદાં જુદાં નામો છે. ઉદાહરણાર્થ, તેમનું એક નામ મધુસૂદન છે, કારણ કે તેમણે મધુ નામના અસુરનો સંહાર કરેલો; તેમનું નામ ગોવિંદ છે, કારણ કે તેઓ ગાયો તથા ઈન્દ્રિયોને આનંદ આપનારા છે; વસુદેવજીના પુત્ર હોવાને કારણે તેમનું નામ વાસુદેવ છે; દેવકીને માતાસ્વરૂપે સ્વીકારવાને કારણે તેમનું નામ દેવકીનંદન છે; વૃંદાવનમાં યશોદાને બાળલીલાનું સુખ આપ્યું, તેથી તેમનું નામ યશોદાનંદન છે; તેમણે તેમના મિત્ર અર્જુનના સારથિ તરીકે કાર્ય કર્યું, તેથી તેમનું નામ પાર્થસારથિ છે. તેવી રીતે, તેમનું એક નામ હૃષીકેશ છે, કારણ કે કુરુક્ષેત્રની યુદ્ધભૂમિ પર તેમણે અર્જુનને માર્ગદર્શન આપ્યું હતું.

આ શ્લોકમાં અર્જુનનો ધનંજય તરીકે નિર્દેશ થયો છે, કારણ કે જ્યારે તેના મોટાભાઈને વિવિધ યજ્ઞો કરવા માટે ધનની જરૂર પડી હતી, ત્યારે તે પ્રાપ્ત કરવામાં અર્જુને મદદ કરી હતી. તે જ પ્રમાણે, ભીમ વૃકોદર તરીકે જાણીતો છે, કારણ કે જેવી રીતે હિડંબ રાક્ષસને હણવા જેવા મહાપરાક્રમી કાર્ય તે કરી શકતો હતો, તેવી જ રીતે તે અકરાંતિયો થઈને ખાઈ પણ શકતો હતો. તેથી પાંડવોના પક્ષમાં શ્રીકૃષ્ણથી શરૂઆત કરી વિભિન્ન મહાનુભાવો દ્વારા જે વિશિષ્ટ પ્રકારના શંખનાદ કરવામાં આવેલા, તે યુદ્ધ કરનારા સૈનિકો માટે અત્યંત પ્રેરણાદાયક હતા. સામા પક્ષે, આવી શ્રદ્ધાભરી પ્રેરણા અર્થાત્ જમાપાસું નહોતું, ન તો સર્વોપરી દિશાદર્શક ભગવાન કૃષ્ણ હતા અને ન તો લક્ષ્મીદેવી ઉપસ્થિત હતાં. આથી યુદ્ધમાં તેમનો પરાજય પૂર્વનિર્ધારિત હતો અને શંખોનો નાદ જાણે કે એ જ સંદેશ આપી રહ્યો હતો.

શ્લોક ૧૬–૧૮
अनन्तविजयं राजा कुन्तीपुत्रो युधिष्ठिरः।
नकुलः सहदेवश्च सुघोषमणिपुष्पकौ॥ १६॥
काश्यश्च परमेष्वासः शिखण्डी च महारथः।
धृष्टद्युम्नो विराटश्च सात्यकिश्चापराजितः॥ १७॥
द्रुपदो द्रौपदेयाश्च सर्वशः पृथिवीपते।
सौभद्रश्च महाबाहुः शङ्खान्दध्मुः पृथक्पृथक्॥ १८॥

અનન્તવિજયમ્—અનંતવિજય નામનો શંખ; **રાજા**—રાજા; **કુન્તીપુત્રઃ**—કુંતીનો પુત્ર; **યુધિષ્ઠિરઃ**—યુધિષ્ઠિર; **નકુલઃ**—નકુળ; **સહદેવઃ**—સહદેવ; **ચ**—અને; **સુઘોષ મણિપુષ્પકૌ**—સુઘોષ તથા મણિપુષ્પક નામના શંખ; **કાશ્યઃ**—કાશી (વારાણસી)ના રાજા; **ચ**—અને; **પરમ ઈષુ આસઃ**—મહાન ધનુર્ધર; **શિખણ્ડી**—શિખંડી; **ચ**—પણ; **મહારથઃ**—હજારો સાથે એકલે હાથે લડનારો; **ધૃષ્ટદ્યુમ્નઃ**—ધૃષ્ટદ્યુમ્ન (રાજા દ્રુપદનો પુત્ર); **વિરાટઃ**—વિરાટ (જેણે પાંડવોને અજ્ઞાતવાસ દરમ્યાન આશ્રય આપેલો તે રાજકુમાર); **ચ**—પણ; **સાત્યકિઃ**—સાત્યકિ (યુયુધાન, શ્રીકૃષ્ણના સારથિના જેવો); **ચ**—તથા; **અપરાજિતઃ**—જેનો કદાપિ પરાજય થયો ન હતો; **દ્રુપદઃ**—દ્રુપદ, પાંચાલનો રાજા; **દ્રૌપદેયાઃ**—દ્રૌપદીના પુત્રો; **ચ**—પણ; **સર્વશઃ**—બધા; **પૃથિવીપતે**—હે રાજા; **સૌભદ્રઃ**—સુભદ્રાનો પુત્ર અભિમન્યુ; **ચ**—પણ; **મહાબાહુઃ**—બળવાન ભુજાઓવાળા; **શઙ્ખાન્**—શંખો; **દધ્મુઃ**—ફૂંક્યા; **પૃથક્ પૃથક્**—જુદા જુદા.

અનુવાદ

હે રાજા, કુંતીપુત્ર યુધિષ્ઠિરે પોતાનો અનંતવિજય નામનો શંખ ફૂંક્યો અને નકુળ તથા સહદેવે સુઘોષ તથા મણિપુષ્પક નામના શંખ ફૂંક્યા. મહાન ધનુર્ધર કાશીરાજ, મહાન યોદ્ધો શિખંડી, ધૃષ્ટદ્યુમ્ન, વિરાટ, અપરાજિત સાત્યકિ, દ્રુપદ, દ્રૌપદીના પુત્રો તથા અન્ય જેમ કે મહાબાહુ સુભદ્રા-પુત્ર વગેરે સૌએ પોતપોતાના શંખ ફૂંક્યા.

ભાવાર્થ

સંજયે ધૃતરાષ્ટ્રને બહુ ચતુરાઈથી જણાવ્યું કે પાંડુના પુત્રોને છેતરવાની અને પોતાના પુત્રોને રાજસિંહાસને બેસાડવાનો પ્રયાસ કરવાની તેમની આ અવિવેકભરી નીતિ પ્રશંસાપાત્ર નહોતી. પહેલાંથી જ એવાં એંધાણ સ્પષ્ટ જણાતાં હતાં કે આ મહાયુદ્ધમાં સમગ્ર કુરુવંશ માર્યો જશે. પિતામહ ભીષ્મથી માંડીને અભિમન્યુ જેવા પૌત્રો સુધીના અને વિશ્વના અનેક

દેશોના રાજાઓ સહિત ત્યાં ઉપસ્થિત રહેલા સૌનો વિનાશ નિશ્ચિત હતો. આ સર્વનાશ રાજા ધૃતરાષ્ટ્રને કારણે જ થવાનો હતો, કારણ કે તેમણે પોતાના પુત્રોની કપટનીતિને પ્રોત્સાહન આપ્યું હતું.

શ્લોક ૧૯ **स घोषो धार्तराष्ट्राणां हृदयानि व्यदारयत्।**
नभश्च पृथिवीं चैव तुमुलोऽभ्यनुनादयन्॥ १९॥

સઃ—તે; **ઘોષઃ**—શબ્દ, ધ્વનિ; **ધાર્તરાષ્ટ્રાણામ્**—ધૃતરાષ્ટ્રના પુત્રોનાં; **હૃદયાનિ**—હૃદયો; **વ્યદારયત્**—વિદીર્ણ કર્યાં; **નભઃ**—આકાશ; **ચ**—પણ; **પૃથિવીમ્**—પૃથ્વીને; **ચ**—તેમ જ; **એવ**—નિઃસંદેહ; **તુમુલઃ**—ગગનભેદી; **અભ્યનુનાદયન્**—પ્રતિધ્વનિત કરીને.

અનુવાદ

આકાશ તેમ જ પૃથ્વી પર પ્રતિધ્વનિત થતા આ વિભિન્ન ગગનભેદી શંખોના નાદે ધૃતરાષ્ટ્રના પુત્રોનાં હૃદયોને વિદીર્ણ કર્યાં.

ભાવાર્થ

જ્યારે ભીષ્મ તથા દુર્યોધનના પક્ષના અન્ય યોદ્ધાઓએ પોતપોતાના શંખ ફૂંક્યા, ત્યારે પાંડવોના હૃદય વિદીર્ણ થયાં ન હતાં. આવી ઘટનાઓનો ઉલ્લેખ થયો નથી, પરંતુ આ વિશિષ્ટ શ્લોકમાં જણાવ્યું છે કે પાંડવ પક્ષના શંખનાદથી ધૃતરાષ્ટ્રના પુત્રોનાં હૃદય વિદીર્ણ થઈ ગયાં હતાં. આ પાંડવોને લીધે અને ભગવાન કૃષ્ણમાંના તેમના વિશ્વાસને લીધે બન્યું હતું. જે મનુષ્ય પરમેશ્વરનું શરણ ગ્રહણ કરે છે, તેને અત્યંત ઘોર વિપત્તિમાં પણ કોઈ જાતનો ભય રહેતો નથી.

શ્લોક ૨૦ **अथ व्यवस्थितान्दृष्ट्वा धार्तराष्ट्रान्कपिध्वजः।**
प्रवृत्ते शस्त्रसम्पाते धनुरुद्यम्य पाण्डवः।
हृषीकेशं तदा वाक्यमिदमाह महीपते॥ २०॥

અથ—ત્યાર પછી; **વ્યવસ્થિતાન્**—સ્થિત; **દૃષ્ટ્વા**—જોઈને; **ધાર્તરાષ્ટ્રાન્**—ધૃતરાષ્ટ્રના પુત્રોને; **કપિધ્વજઃ**—જેના ધ્વજ પર હનુમાનજીનું ચિહ્ન છે તે; **પ્રવૃત્તે**—કટિબદ્ધ; **શસ્ત્ર સમ્પાતે**—તેનાં બાણ છોડવા માટે; **ધનુઃ**—ધનુષ; **ઉદ્યમ્ય**—લઈને; **પાણ્ડવઃ**—પાંડુપુત્ર (અર્જુને); **હૃષીકેશમ્**—ભગવાન કૃષ્ણને; **તદા**—ત્યારે; **વાક્યમ્**—વચન; **ઈદમ્**—આ; **આહ**—કહ્યાં; **મહીપતે**—હે રાજા.

અનુવાદ

તે વખતે હનુમાનજીના ચિહ્નથી અંકિત ધ્વજવાળા રથમાં આરૂઢ થયેલા પાંડુપુત્ર અર્જુને પોતાનું ધનુષ ઉઠાવ્યું અને તે બાણ છોડવા તૈયાર થયો. હે રાજન, ધૃતરાષ્ટ્રના પુત્રોને વ્યૂહમાં ગોઠવાયેલા જોઈને અર્જુને પછી ભગવાન શ્રીકૃષ્ણને આ વચન કહ્યાં.

ભાવાર્થ

યુદ્ધનો આરંભ થવાની તૈયારી જ હતી. ઉપરોક્ત કથનથી એવું જણાય છે કે પાંડવોના સૈન્યની અનપેક્ષિત વ્યૂહરચના જોઈને ધૃતરાષ્ટ્રના પુત્રો જરા નિરુત્સાહિત થયા હતા, કારણ કે યુદ્ધભૂમિ પર પાંડવોનું માર્ગદર્શન ભગવાન શ્રીકૃષ્ણના પ્રત્યક્ષ આદેશાનુસાર થઈ રહ્યું હતું. અર્જુનના ધ્વજ ઉપર હનુમાનજીનું પ્રતીક પણ વિજયનું એક અન્ય ચિહ્ન છે, કારણ કે હનુમાનજીએ રામ તથા રાવણના યુદ્ધમાં ભગવાન રામની મદદ કરી હતી અને ભગવાન શ્રીરામનો વિજય થયો હતો. અત્યારે અર્જુનની મદદ અર્થે તેના રથ પર રામ તથા હનુમાનજી બંને ઉપસ્થિત હતા. ભગવાન કૃષ્ણ એ રામ પોતે જ છે અને જ્યાં જ્યાં ભગવાન રામ હોય છે, ત્યાં ત્યાં તેમના નિત્ય સેવક હનુમાનજી તથા નિત્યસંગિની લક્ષ્મીસ્વરૂપા સીતાજી પણ ઉપસ્થિત હોય છે. તેથી અર્જુનને કોઈ પણ શત્રુનો ભય રાખવાનું કારણ નહોતું અને બધાથી વિશેષ વાત તો એ હતી કે ઇન્દ્રિયોના સ્વામી ભગવાન કૃષ્ણ માર્ગદર્શન આપવા પ્રત્યક્ષ રીતે ઉપસ્થિત હતા. એ રીતે અર્જુનને યુદ્ધ કરવાની બાબતમાં ઉત્તમ માર્ગદર્શન મળી શકે તેમ હતું. આવા શુભ સંજોગોમાં જેની વ્યવસ્થા ભગવાને પોતાના સનાતન ભક્ત માટે કરી હતી, તેમાં નિશ્ચિત વિજયનાં લક્ષણો સ્પષ્ટપણે જણાતાં હતાં.

अर्जुन उवाच

શ્લોક ૨૧-૨૨

सेनयोरुभयोर्मध्ये रथं स्थापय मेऽच्युत।
यावदेतान्निरीक्षेऽहं योद्धुकामानवस्थितान्॥ २१॥
कैर्मया सह योद्धव्यमस्मिन्रणसमुद्यमे॥ २२॥

અર્જુનઃ ઉવાચ—અર્જુને કહ્યું; **સેનયોઃ**—સેનાઓની; **ઉભયોઃ**—બંને; **મધ્યે**—વચ્ચે; **રથમ્**—રથને; **સ્થાપય**—કૃપા કરી ઊભો રાખો; **મે**—મારા; **અચ્યુત**—હે અચ્યુત; **યાવત્**—જ્યાં સુધી; **એતાન્**—આ બધાને; **નિરીક્ષે**—જોઈ લઉં; **અહમ્**—હું; **યોદ્ધુ કામાન્**—યુદ્ધ કરવાની ઇચ્છાવાળા;

અવસ્થિતાન્—યુદ્ધભૂમિમાં એકત્ર થયેલા; **કૈઃ**—કોની કોની સાથે; **મયા**—મારા વડે; **સહ**—સાથે; **યોદ્ધવ્યમ્**—યુદ્ધ કરવાનું છે; **અસ્મિન્**—આમાં; **રણ**—સંઘર્ષ, લડાઈ; **સમુદ્યમે**—પ્રયાસમાં.

અનુવાદ

અર્જુને કહ્યું: હે અચ્યુત, કૃપા કરી મારા રથને બંને સૈન્યોની વચ્ચે ઊભો રાખો, જેથી અહીં ઉપસ્થિત યુદ્ધ કરવાની ઈચ્છાવાળાઓને અને આ મહાન શસ્ત્રસંઘર્ષમાં જેમની સાથે મારે લડવાનું છે, તેમને હું જોઈ શકું.

ભાવાર્થ

જોકે ભગવાન શ્રીકૃષ્ણ સાક્ષાત્ પૂર્ણ પુરુષોત્તમ પરમેશ્વર છે, છતાં તેમની અહૈતુકી કૃપાને લીધે તેઓ પોતાના સખાની સેવામાં પરોવાયેલા હતા. તેઓ પોતાના ભક્તો પ્રત્યે સ્નેહ દર્શાવવામાં કદાપિ ચૂક કરતા નથી, તેથી અહીં તેમને અચ્યુત કહી સંબોધ્યા છે. સારથિ તરીકે તેમણે અર્જુનની આજ્ઞાનું પાલન કરવાનું હતું અને તેમણે આ વિશે કશી આનાકાની કરી નહીં, તેથી તેમને અચ્યુત તરીકે સંબોધ્યા છે. તેમણે જોકે પોતાના ભક્તના સારથિપદનો સ્વીકાર કર્યો હતો, તેમ છતાં તેમની સર્વોપરી સ્થિતિ યથાવત રહી હતી. સર્વ પરિસ્થિતિઓમાં તેઓ ઈન્દ્રિયોના સ્વામી હૃષીકેશ, પૂર્ણ પુરુષોત્તમ પરમેશ્વર છે. ભગવાન અને તેમના સેવક વચ્ચે અત્યંત મધુર તથા દિવ્ય સંબધ રહેલો હોય છે. ભક્ત ભગવાનની સેવા કરવા સદા તત્પર રહે છે અને તે જ પ્રમાણે ભગવાન પણ ભક્તની કોઈ પણ સેવા કરવાનો અવસર શોધતા હોય છે. પોતે આજ્ઞા આપનાર થવાને બદલે પોતાનો શુદ્ધ ભક્ત તેમને આજ્ઞા આપવાની ચડિયાતી સ્થિતિ ગ્રહણ કરે, તેમાં તેમને વિશેષ આનંદનો અનુભવ થાય છે. તેઓ સ્વામી હોવાથી જીવમાત્ર તેમની આજ્ઞાને અધીન છે અને તેમને આજ્ઞા આપી શકે એવો અન્ય કોઈ શ્રેષ્ઠ અધિકારી નથી, પરંતુ જ્યારે તેઓ જુએ છે કે તેમનો શુદ્ધ ભક્ત તેમને આજ્ઞા આપી રહ્યો છે, ત્યારે સમગ્ર પરિસ્થિતિઓના અચ્યુત સ્વામી હોવા છતાં તેમને અત્યંત આનંદ થાય છે.

ભગવાનના શુદ્ધ ભક્ત તરીકે અર્જુન પોતાના પિતરાઈ ભાઈભાંડુઓ સાથે યુદ્ધ કરવાની ઈચ્છા ધરાવતો ન હતો, પરંતુ કોઈ પણ શાંતિપૂર્ણ સમાધાન નહીં સ્વીકારનાર દુર્યોધનના દુરાગ્રહને કારણે તેને રણક્ષેત્ર પર આવવું પડ્યું હતું. તેથી તે એ જાણવા અત્યંત આતુર હતો કે રણમેદાન

પર કયા કયા અગ્રણી પુરુષો ઉપસ્થિત હતા. જોકે રણક્ષેત્રમાં સમાધાનના પ્રયાસ કરવાનો સવાલ જ ન હતો, છતાં તે બધાને પુનઃ જોવા ઇચ્છતો હતો અને જાણવા માગતો હતો કે તેઓ આ અવાંછિત યુદ્ધ માટે કેટલી હદે કૃતનિશ્ચયી થયા હતા.

શ્લોક ૨૩
યોત્સ્યમાનાનવેક્ષેઽહં ય એતેઽત્ર સમાગતાઃ ।
ધાર્તરાષ્ટ્રસ્ય દુર્બુદ્ધેર્યુદ્ધે પ્રિયચિકીર્ષવઃ ॥ ૨૩ ॥

યોત્સ્યમાનાન્—યુદ્ધ કરનારાઓને; **અવેક્ષે**—મને નિરીક્ષણ કરવા દો; **અહમ્**—હું; **યે**—જેઓ; **એતે**—તેઓ; **અત્ર**—અહીં; **સમાગતાઃ**—એકત્ર થયેલા; **ધાર્તરાષ્ટ્રસ્ય**—ધૃતરાષ્ટ્રના પુત્રો માટે; **દુર્બુદ્ધેઃ**—દુર્બુદ્ધિવાળા; **યુદ્ધે**—યુદ્ધમાં; **પ્રિય**—પ્રિય; **ચિકીર્ષવઃ**—ઇચ્છનારા.

અનુવાદ

ધૃતરાષ્ટ્રના દુર્બુદ્ધિવાળા પુત્રને પ્રસન્ન કરવાની ઇચ્છાથી જેઓ અહીં યુદ્ધ કરવા આવ્યા છે, તેમનું મને નિરીક્ષણ કરવા દો.

ભાવાર્થ

એ તો જગજાહેર ગુપ્ત વાત હતી કે દુર્યોધન તેના પિતા ધૃતરાષ્ટ્રના સાથ-સહકારથી પાપી યોજનાઓ કરીને પાંડવોનું રાજ્ય પચાવી પાડવા ઇચ્છતો હતો. માટે જે લોકો દુર્યોધનના પક્ષે જોડાયા હતા, તે બધા અવશ્ય એક જ માળાનાં પંખી હોવાં જોઈએ. યુદ્ધનો પ્રારંભ થાય તે પૂર્વે અર્જુન એટલું જ જાણવા માગતો હતો કે રણક્ષેત્ર પર ઉપસ્થિત થયેલા લોકો કોણ હતા? તેમની સાથે શાંતિની વાટાઘાટો કરવાની તેની કોઈ યોજના હતી જ નહીં. શ્રીકૃષ્ણ તેના પક્ષે હોવાથી તેને વિજયની સંપૂર્ણ ખાતરી હતી, છતાં એ પણ એક હકીકત હતી કે જે લોકોનો સામનો તેણે કરવાનો હતો, તેમની શક્તિનો અંદાજ કાઢવા તેમને જોવાની તેની ઇચ્છા હતી.

सञ्जय उवाच

શ્લોક ૨૪
एवमुक्तो हृषीकशो गुडाकेशेन भारत।
सेनयोरुभयोर्मध्ये स्थापयित्वा रथोत्तमम्॥ २४॥

સઞ્જયઃ ઉવાચ—સંજય બોલ્યા; **એવમ્**—એ રીતે; **ઉક્તઃ**—સંબોધાયેલા; **હૃષીકેશઃ**—ભગવાન કૃષ્ણ; **ગુડાકેશેન**—અર્જુન દ્વારા; **ભારત**—હે ભરતના

વંશજ; **સેનયોઃ**—સેનાઓની; **ઉભયોઃ**—બંને; **મધ્યે**—વચ્ચે; **સ્થાપયિત્વા**—ઊભો રાખીને; **રથ ઉત્તમમ્**—તે ઉત્તમ રથ.

અનુવાદ

સંજય બોલ્યાઃ હે ભરતવંશી, અર્જુન દ્વારા આ પ્રમાણે સંબોધિત થયેલા ભગવાન કૃષ્ણે બંને પક્ષોનાં સૈન્યોનાં મધ્ય ભાગમાં જ તે ઉત્તમ રથને ઊભો રાખ્યો.

ભાવાર્થ

આ શ્લોકમાં અર્જુનનો ગુડાકેશ તરીકે નિર્દેશ થયો છે. *ગુડાકા* એટલે નિદ્રા અને જે નિદ્રા પર જીત મેળવે છે, તે *ગુડાકેશ* કહેવાય છે. નિદ્રાનો અર્થ અજ્ઞાન પણ થાય છે. તેથી અર્જુને કૃષ્ણની મિત્રતાને કારણે નિદ્રા અને અજ્ઞાન બંને ઉપર વિજય પ્રાપ્ત કર્યો હતો. અર્જુન કૃષ્ણનો મહાન ભક્ત હોવાથી તે કૃષ્ણને એક ક્ષણ માટે પણ વીસરી શકતો ન હતો, કારણ કે ભક્તનો સ્વભાવ જ એવો હોય છે. જાગતાં કે સૂતાં ભગવદ્‌ભક્ત કૃષ્ણનાં નામ, રૂપ, ગુણ તથા લીલાઓ વિશે ચિંતન કરવામાંથી કદાપિ મુક્ત રહી શકતો નથી. તેથી કૃષ્ણનો ભક્ત તેમનું સતત ચિંતન કરતો રહી નિદ્રા તથા અજ્ઞાન બંનેને જીતી શકે છે. આને જ કૃષ્ણભાવનામૃત અથવા સમાધિ કહે છે. જીવમાત્રની ઈન્દ્રિયો તથા મનના નિર્દેશક અર્થાત્ હૃષીકેશ તરીકે કૃષ્ણ અર્જુનના હેતુને સમજી ગયા હતા કે તે બંને સેનાઓની મધ્યમાં રથને શા માટે ઊભો રખાવવા ઈચ્છતો હતો. તેથી ભગવાને એમ જ કર્યું અને પછી આ પ્રમાણે બોલ્યા.

શ્લોક ૨૫ **भीष्मद्रोणप्रमुखतः सर्वेषां च महीक्षिताम्।**
उवाच पार्थ पश्यैतान्समवेतान्कुरूनिति ॥ २५ ॥

ભીષ્મ—પિતામહ ભીષ્મ; **દ્રોણ**—ગુરુ દ્રોણ; **પ્રમુખતઃ**—ની સામે; **સર્વેષામ્**—સૌની; **ચ**—પણ; **મહીક્ષિતામ્**—વિશ્વભરના રાજા; **ઉવાચ**—બોલ્યા; **પાર્થ**—હે પૃથાના પુત્ર; **પશ્ય**—જો; **એતાન્**—આ બધાને; **સમવેતાન્**—એકત્રિત થયેલા; **કુરૂન્**—કુરુવંશના સભ્યોને; **ઈતિ**—એમ.

અનુવાદ

ભીષ્મ, દ્રોણ તથા વિશ્વભરના અન્ય બધા જ રાજાઓની ઉપસ્થિતિમાં ભગવાને કહ્યું, હે પાર્થ, અહીં એકત્રિત થયેલા આ બધા કુરુઓને જો.

ભાવાર્થ

જીવમાત્રના પરમાત્મા તરીકે ભગવાન કૃષ્ણ એ જાણતા હતા કે અર્જુનના મનમાં શી ગડમથલ ચાલી રહી હતી. આના સંદર્ભમાં થયેલો હૃષીકેશ શબ્દનો ઉપયોગ દર્શાવે છે કે ભગવાન બધું જ જાણતા હતા. એવી જ રીતે, કુંતી અથવા પૃથાપુત્ર અર્જુનના સંદર્ભે પાર્થ શબ્દ પણ મહત્ત્વપૂર્ણ છે. પરમ સખા તરીકે તેઓ અર્જુનને જણાવી દેવા માગતા હતા કે અર્જુન તેમના પિતા વસુદેવજીની બહેનનો પુત્ર હતો, તેથી જ તેમણે અર્જુનના સારથિ બનવાનું સ્વીકાર્યું હતું. હવે, "કુરુઓને જો" એમ જ્યારે કૃષ્ણે કહ્યું, તો આનાથી તેમનો શો આશય હતો? શું અર્જુન ત્યાં અટકી જઈને યુદ્ધ કરવા માગતો ન હતો? કૃષ્ણે પોતાની ફોઈ પૃથાના પુત્ર પાસેથી એવી આશા ક્યારેય રાખી ન હતી. આમ, ભગવાને અર્જુનના મનોભાવનું કથન મિત્રભાવે વિનોદમાં કર્યું હતું.

શ્લોક ૨૬

तत्रापश्यत्स्थितान्पार्थः पितॄनथ पितामहान्।
आचार्यान्मातुलान्भ्रातॄन्पुत्रान्पौत्रान्सखींस्तथा।
श्वशुरान्सुहृदश्चैव सेनयोरुभयोरपि ॥ २६ ॥

તત્ર—ત્યાં; **અપશ્યત્**—જોયા; **સ્થિતાન્**—ઊભા રહેલા; **પાર્થઃ**—અર્જુન; **પિતૄન્**—પિતૃઓ (કાકાઓ)ને; **અથ**—વળી; **પિતામહાન્**—દાદાઓને; **આચાર્યાન્**—આચાર્યોને; **માતુલાન્**—મામાઓને; **ભ્રાતૄન્**—ભાઈઓને; **પુત્રાન્**—પુત્રોને; **પૌત્રાન્**—પૌત્રોને; **સખીન્**—મિત્રોને; **તથા**—અને; **શ્વશુરાન્**—સસરાઓને; **સુહૃદ**—શુભેચ્છકોને; **ચ**—પણ; **એવ**—નક્કી; **સેનયોઃ**—સૈન્યોના; **ઉભયોઃ**—બંને પક્ષોની; **અપિ**—સહિત.

અનુવાદ

બંને પક્ષોની સેનાઓની મધ્યમાં ઊભેલા અર્જુને પોતાના કાકાઓ, દાદાઓ, આચાર્યો, મામાઓ, ભાઈઓ, પુત્રો, પૌત્રો, મિત્રો તથા સસરાઓ તેમ જ શુભેચ્છકોને જોયા.

ભાવાર્થ

અર્જુન યુદ્ધભૂમિ પર પોતાના સર્વ પ્રકારનાં સગાં-સ્વજનોને જોઈ શક્યો. તે પોતાના પિતાના સમકાલીન ભૂરિશ્રવા જેવા પુરુષોને, ભીષ્મ તથા સોમદત્ત જેવા પિતામહોને, દ્રોણાચાર્ય તથા કૃપાચાર્ય જેવા ગુરુજનોને,

શલ્ય તથા શકુનિ જેવા મામાઓને, દુર્યોધન જેવા ભાઈઓને, લક્ષ્મણ જેવા પુત્રોને, અશ્વત્થામા જેવા મિત્રોને, તેમ જ કૃતવર્મા જેવા શુભેચ્છકોને જોઈ શક્યો. એ સેનાઓને પણ તે જોઈ શક્યો કે જેમાં તેના અનેક મિત્રો હતા.

શ્લોક **तान्समीक्ष्य स कौन्तेयः सर्वान्बन्धूनवस्थितान्।**
૨૭ **कृपया परयाविष्टो विषीदन्निदमब्रवीत्॥ २७॥**

તાન્—તે બધાને; **સમીક્ષ્ય**—જોઈને; **સઃ**—તે; **કૌન્તેયઃ**—કુંતીપુત્ર; **સર્વાન્**—સર્વ પ્રકારના; **બન્ધૂન**—સંબંધીઓને; **અવસ્થિતાન્**—સ્થિત; **કૃપયા**—કરુણાથી; **પરયા**—અત્યંત; **આવિષ્ટઃ**—અભિભૂત થયેલો; **વિષીદન્**—શોક કરતો; **ઈદમ્**—આ પ્રમાણે; **અબ્રવીત્**—બોલ્યો.

અનુવાદ

જ્યારે કુંતીપુત્ર અર્જુને મિત્રો તથા સંબંધીજનોની વિભિન્ન શ્રેણીઓને જોઈ, ત્યારે તે કરુણાથી અભિભૂત થઈને આ પ્રમાણે કહેવા લાગ્યો.

अर्जुन उवाच

શ્લોક **दृष्ट्वेमं स्वजनं कृष्ण युयुत्सुं समुपस्थितम्।**
૨૮ **सीदन्ति मम गात्राणि मुखं च परिशुष्यति॥ २८॥**

અર્જુનઃ ઉવાચ—અર્જુને કહ્યું; **દૃષ્ટ્વા**—જોઈને; **ઈમમ્**—આ બધા; **સ્વજનમ્**—સ્વજનોને; **કૃષ્ણ**—હે કૃષ્ણ; **યુયુત્સુમ્**—યુદ્ધ કરવાની ઈચ્છાવાળા; **સમુપસ્થિતમ્**—ઉપસ્થિત; **સીદન્તિ**—ધ્રૂજી રહ્યાં છે; **મમ**—મારાં; **ગાત્રાણિ**—શરીરનાં અંગો; **મુખમ્**—મુખ; **ચ**—પણ; **પરિશુષ્યતિ**—સુકાઈ રહ્યું છે.

અનુવાદ

અર્જુને કહ્યું: હે પ્રિય કૃષ્ણ, આ રીતે યુદ્ધ કરવાની ઈચ્છાવાળા મારા મિત્રો તથા સ્વજનોને મારી સામે ઉપસ્થિત થયેલા જોઈને મારાં અંગો ધ્રૂજવા લાગ્યાં છે અને મારું મુખ પણ સુકાઈ રહ્યું છે.

ભાવાર્થ

સાચી ભક્તિ ધરાવતા કોઈ પણ મનુષ્યમાં તેવા બધા જ સદ્‌ગુણો હોય છે, જે પ્રભુપરાયણ પુરુષો અથવા દેવોમાં જોવા મળે છે, જ્યારે અભક્ત તેની કેળવણી તથા સંસ્કારો દ્વારા ભૌતિક યોગ્યતાઓમાં ભલે ગમે તેટલો ઉન્નત હોય, તો પણ તે આ ઈશ્વરીય ગુણોથી રહિત હોય છે. તેથી

જેમણે અંદરોઅંદર યુદ્ધ કરવાનો નિર્ણય કર્યો હતો, તે સ્વજનો, મિત્રો તથા સંબંધીઓને રણક્ષેત્ર પર જોતાં જ અર્જુન તેમના પ્રત્યેની કરુણાથી વિહ્વળ થઈ ગયો. પોતાના સૈનિકોનો પ્રશ્ન હતો ત્યાં સુધી તેમના પ્રત્યે તે પ્રારંભથી જ સહાનુભૂતિ ધરાવતો હતો, પરંતુ સામા પક્ષના સૈનિકોનું આસન્ન મૃત્યુ જોઈને તેમની ઉપર પણ તેને કરુણાની લાગણી થતી હતી. તે આમ વિચારી રહ્યો હતો ત્યારે તેનાં શરીરનાં અંગો ધ્રૂજવા લાગ્યાં અને તેનું મુખ સુકાઈ ગયું. તે સૌનો યુદ્ધ કરવાનો ઉત્સાહ જોઈને તેને થોડું આશ્ચર્ય પણ થયું. વાસ્તવમાં અર્જુનનાં સમસ્ત જ્ઞાતિજનો, સમગ્ર સગાં-સબંધીજનો તેની સાથે લડવા આવ્યા હતાં. અર્જુન જેવો દયાળુ ભક્ત આ જોઈ વિહ્વળ થઈ ગયો. જોકે આનો અહીં ઉલ્લેખ થયો નથી, છતાં કલ્પના કરી શકાય છે કે તેનાં શરીરનાં અંગો ધ્રૂજતા હતાં તથા મુખ સુકાઈ ગયું હતું. એટલું જ નહીં, પરંતુ તે કરુણાવશ થઈને રુદન પણ કરી રહ્યો હતો. અર્જુનમાં આવાં લક્ષણો નબળાઈને કારણે ન હતાં, પરંતુ તેના હૃદયની કોમળતાને કારણે હતાં, કારણ કે ભગવાનના શુદ્ધ ભક્તનું એ વિશિષ્ટ લક્ષણ છે. તેથી કહેવામાં આવ્યું છે:

યસ્યાસ્તિ ભક્તિર્ભગવત્યકિઞ્ચના
સર્વૈર્ ગુણૈસ્તત્ર સમાસતે સુરાઃ।
હરાવ્ અભક્તસ્ય કુતો મહદ્ગુણા
મનોરથેનાસતિ ધાવતો બહિઃ॥

"જે મનુષ્ય પુરુષોત્તમ પરમેશ્વર પ્રત્યે અવિચળ ભક્તિ ધરાવે છે, તેનામાં બધા દૈવી સદ્ગુણો હોય છે. પરંતુ જે ભગવદ્ભક્ત નથી, તે માત્ર ભૌતિક પાત્રતા જ ધરાવે છે કે જેમનું બહુ મહત્ત્વ હોતું નથી. આનું કારણ એ છે કે તે માનસિક ભૂમિકા પર ભમ્યા કરે છે અને આંજી નાખતી માયાશક્તિ દ્વારા ચોક્કસ આકૃષ્ટ થાય છે." (શ્રીમદ્ ભાગવત ૫.૧૮.૧૨)

શ્લોક ૨૯ **वेपथुश्च शरीरे मे रोमहर्षश्च जायते।**
गाण्डीवं स्रंसते हस्तात्त्वक्चैव परिदह्यते॥ २९॥

વેપથુઃ—શરીરનો કંપ; **ચ**—પણ; **શરીરે**—શરીરમાં; **મે**—મારા; **રોમહર્ષઃ**—રોમાંચ; **ચ**—પણ; **જાયતે**—ઉત્પન્ન થાય છે; **ગાણ્ડીવમ્**—અર્જુનનું ધનુષ ગાંડીવ; **સ્રંસતે**—સરી પડે છે; **હસ્તાત્**—હાથમાંથી; **ત્વક્**—ત્વચા; **ચ**—વળી; **એવ**—નક્કી; **પરિદહ્યતે**—બળી રહી છે.

અનુવાદ

મારા સમગ્ર શરીરે કંપ થઈ રહ્યો છે, મારા શરીરે રોમાંચ થઈ રહ્યો છે, મારું ગાંડીવ ધનુષ મારા હાથમાંથી સરી પડે છે અને મારી ત્વચા બળી રહી છે.

ભાવાર્થ

શરીરનો કંપ બે પ્રકારે થાય છે અને રોમાંચ પણ બે પ્રકારે થાય છે. આવી સ્થિતિ કાં તો આધ્યાત્મિક આનંદ વખતે અથવા તો ભૌતિક સંજોગોમાં અતિશય ભય ઉત્પન્ન થવાને લીધે થાય છે. આધ્યાત્મિક સાક્ષાત્કારમાં કોઈ ભય હોતો નથી. વર્તમાન પરિસ્થિતિમાં અર્જુનનાં જે લક્ષણો છે, તે ભૌતિક ભય અર્થાત્ જીવનના થનારા વિનાશને કારણે છે. અન્ય લક્ષણો પરથી પણ એ સ્પષ્ટ દેખાય છે; તે એટલો અધીર થઈ ગયેલો કે તેનું સુપ્રસિદ્ધ ધનુષ ગાંડીવ તેના હાથમાંથી સરી પડતું હતું અને તેનું અંતઃકરણ બળી રહ્યું હોવાથી તેની ત્વચામાં દાહ થતો હતો. આ બધાં લક્ષણો ભૌતિક જીવનના દેહાત્મભાવને લીધે છે.

શ્લોક ३० **न च शक्नोम्यवस्थातुं भ्रमतीव च मे मनः ।**
निमित्तानि च पश्यामि विपरीतानि केशव ॥ ३० ॥

ન—નહીં; **ચ**—વળી; **શક્નોમિ**—હું સમર્થ છું; **અવસ્થાતુમ્**—સ્થિર રહેવા માટે; **ભ્રમતિ**—ભૂલતો હોઉં; **ઈવ**—જાણે; **ચ**—અને; **મે**—મારું; **મનઃ**—મન; **નિમિત્તાનિ**—કારણો; **ચ**—વળી; **પશ્યામિ**—હું જોઉં છું; **વિપરીતાનિ**—તદ્દન ઊલટું; **કેશવ**—હે કેશી દૈત્યનો સંહાર કરનારા (કૃષ્ણ).

અનુવાદ

હું હવે અહીં વધારે સમય સ્થિર ઊભો રહી શકતો નથી. હું મારી જાતને ભૂલી રહ્યો છું અને મારું મન ભમી રહ્યું છે. હે કૃષ્ણ, હે કેશી દૈત્યના સંહારક કેશવ, મને તો માત્ર દુર્ભાગ્યનાં જ દર્શન થાય છે.

ભાવાર્થ

પોતાની અધીરતાને કારણે અર્જુન રણક્ષેત્રમાં ઊભો રહી શકતો ન હતો અને પોતાના મનની આ નબળાઈને કારણે તેને આત્મવિસ્મૃતિ થતી હતી. ભૌતિક બાબતો પ્રત્યે આસક્તિનો અતિરેક થવાથી મનુષ્ય આવી મૂંઝવણભરી પરિસ્થિતિમાં આવી પડે છે. *ભયં દ્વિતીયાભિનિવેશતઃ સ્યાત્*

(શ્રીમદ્ ભાગવત ૧૧.૨.૩૭). આવું બીકણપણું તથા માનસિક અસંતુલન એવા મનુષ્યોમાં ઉત્પન્ન થાય છે કે જેઓ ભૌતિક પરિસ્થિતિઓથી વધારે ગ્રસ્ત થયેલા હોય છે. અર્જુનને રણક્ષેત્રમાં કેવળ દુઃખદાયી પરાભવનું જ દર્શન થઈ રહ્યું હતું. શત્રુ પર વિજય પ્રાપ્ત કરીને પણ તેને સુખ મળવાનું નહોતું. *નિમિત્તાનિ વિપરીતાનિ* શબ્દો મહત્ત્વપૂર્ણ છે. જ્યારે મનુષ્યને પોતાની અપેક્ષાઓમાં માત્ર હતાશા જ દેખાય છે ત્યારે તે વિચારે છે, "હું અહીં શા માટે છું?" પ્રત્યેક જીવ પોતાનામાં અને પોતાના સ્વાર્થમાં રુચિ ધરાવે છે. કોઈને પરમાત્મા પ્રત્યે રુચિ હોતી નથી. અર્જુન પાસેથી એવી આશા રાખવામાં આવી હતી કે કૃષ્ણની ઈચ્છાને અધીન થવા માટે તે પોતાના સ્વાર્થની ઉપેક્ષા કરે, કારણ કે મનુષ્યનો વાસ્તવિક સ્વાર્થ વિષ્ણુ અથવા કૃષ્ણમાં રહેલો છે. બદ્ધ જીવ આ ભૂલી જાય છે અને તેથી જ તેને ભૌતિક સંતાપ સહન કરવા પડે છે. અર્જુને વિચાર્યું કે યુદ્ધમાં તેનો વિજય પોતાને માટે તો માત્ર શોકનું કારણ બની જશે.

શ્લોક ૩૧

ન ચ શ્રેયોऽનુપશ્યામિ હત્વા સ્વજનમાહવે।
ન કાઙ્ક્ષે વિજયં કૃષ્ણ ન ચ રાજ્યં સુખાનિ ચ ॥ ૩૧ ॥

ન—નહીં; **ચ**—વળી; **શ્રેયઃ**—કલ્યાણ; **અનુપશ્યામિ**—હું અગાઉથી જોઉં છું; **હત્વા**—હણીને; **સ્વજનમ્**—પોતાનાં સંબંધીજનોને; **આહવે**—યુદ્ધમાં; **ન**—નહીં; **કાઙ્ક્ષે**—આકાંક્ષા કરું છું; **વિજયમ્**—વિજય; **કૃષ્ણ**—હે કૃષ્ણ; **ન**—નહીં; **ચ**—વળી; **રાજ્યમ્**—રાજ્ય; **સુખાનિ**—તેનું સુખ; **ચ**—પણ.

અનુવાદ

આ યુદ્ધમાં મારા પોતાનાં જ સ્વજનોને હણવાથી કોઈ કલ્યાણ કેવી રીતે પ્રાપ્ત થઈ શકે એ હું જોઈ શકતો નથી અને હે પ્રિય કૃષ્ણ, હું તેનાથી કોઈ વિજય, રાજ્ય કે સુખની પણ ઈચ્છા રાખતો નથી.

ભાવાર્થ

મનુષ્યનું સ્વહિત કે સ્વાર્થ વિષ્ણુ (અથવા કૃષ્ણ)માં છે, એ જાણ્યા વગર જ બદ્ધ જીવો શારીરિક સંબંધો પ્રત્યે એવા વિચારથી આકર્ષિત થાય છે કે તેઓ આવી પરિસ્થિતિઓમાં સુખી થશે. ભ્રમિત થવાને લીધે તેઓ એ ભૂલી જાય છે કે તેમના ભૌતિક સુખોના કારણ પણ કૃષ્ણ જ છે. અર્જુન ક્ષત્રિયના નૈતિક ધર્મને પણ ભૂલી ગયેલો જણાય છે. એમ કહેવાય છે કે બે પ્રકારના મનુષ્યો અત્યંત શક્તિશાળી તથા તેજથી આંજી નાખે એવા

તેજસ્વી સૂર્યમંડળમાં પ્રવેશવાપાત્ર હોય છે; એક તો ક્ષત્રિય, જે કૃષ્ણની આજ્ઞાથી યુદ્ધમાં હણાય છે તથા બીજો સંન્યાસી જે આધ્યાત્મિક સંસ્કારોને સર્વથા વરેલો હોય છે. અર્જુન પોતાના શત્રુઓને પણ હણવા માટે રાજી નથી, સગાં-સંબંધીઓની તો વાત જ જવા દો. તેનું માનવું છે કે પોતાનાં સ્વજનોને હણવાથી તેને જીવનમાં સુખ મળી શકશે નહીં અને તેથી જેવી રીતે ભૂખ લાગેલી ન હોય તેવો મનુષ્ય રસોઈ કરવા ઈચ્છતો નથી, તેવી રીતે લડવા માટે તેની મરજી નથી. તેણે તો હવે વનમાં જવાનો નિશ્ચય કરી લીધો છે, જ્યાં તે એકાંતમાં નિરાશાભર્યું જીવન વ્યતીત કરશે. પરંતુ ક્ષત્રિય હોવાને લીધે તેને જીવનનિર્વાહ કરવા માટે રાજ્ય જોઈએ, કારણ કે ક્ષત્રિય કોઈ અન્ય વ્યવસાય અપનાવી શકે નહીં. પણ અર્જુન પાસે રાજ્ય નથી. રાજ્ય પ્રાપ્ત કરવાની તેને માટે એકમાત્ર તક એ જ છે કે પોતાના પિતરાઈઓ અને ભાઈઓ સાથે યુદ્ધ કરીને પોતાના પિતાના રાજ્યનો વારસો પુનઃ મેળવે, પણ આમ કરવું તેને ગમતું નથી. તેથી જ તે વનમાં જઈને એકાંતમાં રહીને નિરાશાભર્યું એકાંત જીવન વ્યતીત કરવાનું યોગ્ય ગણે છે.

શ્લોક ૩૨–૩૫

किं नो राज्येन गोविन्द किं भोगैर्जीवितेन वा।
येषामर्थे काङ्क्षितं नो राज्यं भोगाः सुखानि च॥ ३२॥
त इमेऽवस्थिता युद्धे प्राणांस्त्यक्त्वा धनानि च।
आचार्याः पितरः पुत्रास्तथैव च पितामहाः॥ ३३॥
मातुलाः श्वशुराः पौत्राः श्यालाः सम्बन्धिनस्तथा।
एतान्न हन्तुमिच्छामि घ्नतोऽपि मधुसूदन॥ ३४॥
अपि त्रैलोक्यराज्यस्य हेतोः किं नु महीकृते।
निहत्य धार्तराष्ट्रान्नः का प्रीतिः स्याज्जनार्दन॥ ३५॥

કિમ્—શો લાભ; **નઃ**—અમને; **રાજ્યેન**—રાજ્યથી; **ગોવિન્દ**—હે કૃષ્ણ; **કિમ્**—શું; **ભોગૈઃ**—ભોગોથી; **જીવિતેન**—જીવવાથી; **વા**—અથવા; **યેષામ્**—જેના; **અર્થે**—માટે; **કાઙ્ક્ષિતમ્**—ઈચ્છવામાં આવ્યું છે; **નઃ**—અમારા વડે; **રાજ્યમ્**—રાજ્ય; **ભોગાઃ**—ભૌતિક ભોગો; **સુખાનિ**—બધું સુખ; **ચ**—પણ; **તે**—તેઓ, સર્વે; **ઈમે**—આ; **અવસ્થિતાઃ**—સ્થિત; **યુદ્ધે**—આ યુદ્ધભૂમિ પર; **પ્રાણાન્**—જીવન; **ત્યક્ત્વા**—તજીને; **ધનાનિ**—ધન; **ચ**—પણ; **આચાર્યાઃ**—

ગુરુજનો; **પિતરઃ**—પિતૃઓ; **પુત્રાઃ**—પુત્રો; **તથા**—અને; **એવ**—નક્કી; **ચ**—પણ; **પિતામહાઃ**—દાદા, પિતામહો; **માતુલાઃ**—મામાઓ; **શ્વશુરાઃ**—સસરા; **પૌત્રાઃ**—પૌત્રો; **શ્યાલાઃ**—સાળાઓ; **સમ્બન્ધિનઃ**—સંબંધીઓ; **તથા**—અને; **એતાન્**—આ બધાને; **ન**—કદાપિ નહીં; **હન્તુમ્**—હણવા; **ઈચ્છામિ**—ઈચ્છું છું; **ઘ્નતઃ**—માર્યો જાઉં; **અપિ**—છતાં; **મધુસૂદન**—હે મધુ અસુરનો સંહાર કરનાર (કૃષ્ણ); **અપિ**—જોકે; **ત્રૈલોક્ય**—ત્રણે લોકના; **રાજ્યસ્ય**—રાજ્યના; **હેતોઃ**—બદલામાં; **કિમ્ નુ**—ના વિશે શું કહેવું; **મહીકૃતે**—પૃથ્વીને માટે; **નિહત્ય**—હણીને; **ધાર્તરાષ્ટ્રાન્**—ધૃતરાષ્ટ્રના પુત્રોને; **નઃ**—અમારું; **કા**—કઈ; **પ્રીતિઃ**—પ્રીતિ, પ્રસન્નતા; **સ્યાત્**—થશે; **જનાર્દન**—હે જીવમાત્રના પાલનહાર.

અનુવાદ

હે ગોવિંદ, અમને રાજ્ય, સુખ અથવા જીવનથી પણ શો લાભ થવાનો છે? કારણ કે જે લોકો માટે અમે એ સર્વ ઈચ્છીએ છીએ, તેઓ બધા જ આ યુદ્ધક્ષેત્રમાં ગોઠવાયેલા છે. હે મધુસૂદન, જ્યારે ગુરુજનો, પિતૃઓ, પુત્રો, પિતામહો, મામા, સસરા, પૌત્રો, સાળા તથા અન્ય બધાં સગાં-સંબંધીઓ તેમનાં પ્રાણ તથા ધન તજવા તત્પર છે અને મારી સામે ઊભા છે, ત્યારે ભલે તેઓ મને હણી નાખે, તોયે હું આ સૌનો સંહાર કરવાની ઈચ્છા શા માટે કરું? હે જીવમાત્રના પાલનહાર, બદલામાં મને આ પૃથ્વી તો શું પણ ત્રણે લોકનું રાજ્ય મળે, તો પણ આ બધાની સાથે લડવા હું તૈયાર નથી. ધૃતરાષ્ટ્રના પુત્રોને હણીને અમને કઈ પ્રસન્નતા પ્રાપ્ત થવાની છે?

ભાવાર્થ

અર્જુને ભગવાન કૃષ્ણને ગોવિંદ તરીકે સંબોધન કર્યું છે, કારણ કે કૃષ્ણ ગાયો અને ઈન્દ્રિયોના સમસ્ત સુખોના ઉદ્દેશરૂપ છે. આ અર્થસૂચક શબ્દનો ઉપયોગ કરીને અર્જુન સૂચવે છે કે કૃષ્ણ સમજે કે અર્જુનની ઈન્દ્રિયો કેવી રીતે તૃપ્ત થશે. પરંતુ ગોવિંદ આપણી ઈન્દ્રિયોને સંતુષ્ટ કરવા માટે નથી. જો આપણે ગોવિંદની ઈન્દ્રિયોને સંતોષવાનો પ્રયત્ન કરીશું, તો આપણી ઈન્દ્રિયો પણ આપોઆપ સંતુષ્ટ થઈ જશે. ભૌતિક દૃષ્ટિથી દરેક વ્યક્તિ પોતાની ઈન્દ્રિયોને સંતોષવા ઈચ્છે છે અને આવા સંતોષ માટે ઈશ્વર પોતાના આજ્ઞાપાલકનું કામ કરે એમ તે ઈચ્છે છે. પરંતુ ઈશ્વર તેમને એટલી

હદે જ સંતુષ્ટ કરે છે, જેટલા માટે તેઓ પાત્ર હોય છે, નહીં કે જીવ ઈચ્છે તેટલી હદે. પરંતુ જ્યારે કોઈ આનાથી વિપરીત માર્ગ ગ્રહણ કરે છે, અર્થાત્ પોતાની ઈન્દ્રિયોના સંતોષની પરવા કર્યા વિના ગોવિંદની ઈન્દ્રિયોને સંતુષ્ટ કરવાનો પ્રયાસ કરે છે, ત્યારે ગોવિંદની કૃપાથી જીવની સર્વ ઈચ્છાઓ પરિપૂર્ણ થઈ જાય છે. અહીં જ્ઞાતિ તથા કુટુંબીજનો પ્રત્યેનો અર્જુનનો ગાઢ સ્નેહ, અંશતઃ આ બધા પ્રત્યે તેની સ્વાભાવિક કરુણાને કારણે પ્રદર્શિત થયો છે. તેથી તે લડવા માટે તૈયાર નથી. દરેક વ્યક્તિ, મિત્ર તથા સગાં-સંબંધીજનોને પોતાનો વૈભવ બતાવવા ઈચ્છે છે, પરંતુ અર્જુનને એવો ભય છે કે તેનાં બધાં જ મિત્રો તથા સ્વજનો યુદ્ધમાં માર્યાં જશે અને વિજય મેળવ્યા પછી વૈભવનો ઉપભોગ કરવામાં તેમને તે પોતાની સાથે સહભાગી બનાવી શકશે નહીં. ભૌતિક જીવનની આ એક લાક્ષણિક ગણતરી છે. પરંતુ આધ્યાત્મિક જીવન આનાથી ભિન્ન હોય છે. ભક્ત ભગવાનની ઈચ્છાઓને સંતોષવાની ઈચ્છા રાખે છે. તેથી ભગવદ્‌ઈચ્છાથી તે ભગવત્સેવા અર્થે સર્વ પ્રકારનાં ઐશ્વર્યોનો સ્વીકાર કરે છે અને જો ભગવાનની ઈચ્છા ન હોય, તો તે એક પાઈનો પણ સ્વીકાર કરશે નહીં. અર્જુન પોતાનાં સ્વજનોને હણવા ઈચ્છતો ન હતો અને તે બધાને હણવાની જો કોઈ જરૂર હોય, તો તેની ઈચ્છા એવી હતી કે સ્વયં કૃષ્ણે તેમનો સંહાર કરવો જોઈએ. આ સમયે તે જાણતો ન હતો કે કૃષ્ણે તે બધાને યુદ્ધક્ષેત્રમાં આવતાં પૂર્વે જ હણી નાખ્યા હતા અને પોતે કૃષ્ણ વતી નિમિત્તમાત્ર થવાનો છે. આ રહસ્યનું ઉદ્‌બોધન આગામી અધ્યાયોમાં થશે. સ્વભાવથી જ ભગવદ્‌ભક્ત હોઈ, અર્જુન પોતાના દુરાચારી ભાઈભાંડુઓ પ્રત્યે વેર વાળવા ઈચ્છતો ન હતો, પરંતુ તે બધાનો સંહાર થાય એવી ભગવાનની જ યોજના હતી. ભગવદ્‌ભક્ત દુષ્ટ પ્રત્યે બદલો લેવા ઈચ્છતો નથી, પરંતુ ભગવાન દુષ્ટો દ્વારા થતી ભક્તની પજવણી સહન કરતા નથી. ભગવાન પોતાના માટે કોઈ વ્યક્તિને ક્ષમા કરી શકે છે, પણ જો કોઈ તેમના ભક્તોનું અહિત કરે, તો તેને તેઓ ક્ષમા આપતા નથી. માટે જ અર્જુન દુષ્ટોને ક્ષમા આપવા ઈચ્છતો હતો, છતાં ભગવાન એ દુરાચારીઓનો સંહાર કરવા કૃતનિશ્ચયી હતા.

શ્લોક ૩૬

पापमेवाश्रयेदस्मान् हत्वैतानाततायिनः।
तस्मान्नार्हा वयं हन्तुं धार्तराष्ट्रान्सबान्धवान्।
स्वजनं हि कथं हत्वा सुखिनः स्याम माधव॥ ३६॥

પાપમ્—પાપ; **એવ**—નક્કી; **આશ્રયેત્**—લાગશે; **અસ્માન્**—અમને; **હત્વા**—હણીને; **એતાન્**—આ બધા; **આતતાયિનઃ**—આતતાયીઓને; **તસ્માત્**—તેથી; **ન**—કદી નહીં; **અર્હાઃ**—ને પાત્ર; **વયમ્**—અમે; **હન્તુમ્**—હણવા માટે; **ધાર્તરાષ્ટ્રાન્**—ધૃતરાષ્ટ્રના પુત્રોને; **સબાન્ધવાન્**—તેના મિત્રો સહિત; **સ્વજનમ્**—કુટુંબીજનોને; **હિ**—ખરેખર; **કથમ્**—કેવી રીતે; **હત્વા**—હણીને; **સુખિનઃ**—સુખી; **સ્યામ**—અમે થઈશું; **માધવ**—હે કૃષ્ણ, લક્ષ્મીદેવીના પતિ.

અનુવાદ

જો અમે આવા આતતાયીઓને હણીશું, તો અમે પાપમાં જ પડીશું. માટે જ જો અમે ધૃતરાષ્ટ્રના પુત્રો તથા તેમના મિત્રોનો વધ કરીશું, તો તે યોગ્ય થશે નહીં. હે લક્ષ્મીપતિ કૃષ્ણ, આનાથી અમને શો લાભ થવાનો છે અને અમારાં જ કુટંબીજનોને હણીને અમે કેવી રીતે સુખી થઈ શકીશું?

ભાવાર્થ

વૈદિક શાસ્ત્રાજ્ઞા અનુસાર આતતાયી છ પ્રકારના હોય છેઃ (૧) વિષ આપનાર, (૨) ઘરને આગ ચાંપનાર, (૩) ઘાતક શસ્ત્રોથી આક્રમણ કરનાર, (૪) ધનસંપત્તિ લૂંટનાર, (૫) પારકી જમીન પચાવી પાડનાર અને (૬) પરસ્ત્રીનું અપહરણ કરનાર. આવા આતતાયીઓનો તો તત્કાળ વધ કરવો જોઈએ, કારણ કે તેમનો વધ કરવાથી કોઈ પાપ લાગતું નથી. આતતાયીઓનો એવી રીતે વધ કરવો સામાન્ય મનુષ્યો માટે યોગ્ય હોઈ શકે, પરંતુ અર્જુન સામાન્ય વ્યક્તિ નથી. તે સ્વભાવે સાધુચરિત હતો અને તેથી તે તેમની સાથે સાધુને છાજે તેવો વ્યવહાર કરવા માગતો હતો. પરંતુ એક ક્ષત્રિય માટે આવું સાધુત્વ યોગ્ય ન હતું. જોકે રાજ્યના વહીવટમાં જવાબદાર માણસે સાધુસમા રહેવું જોઈએ, છતાં તેણે કાયર પણ થવું ન જોઈએ. ઉદાહરણાર્થ, ભગવાન શ્રીરામ એટલા સાધુચરિત હતા કે આજે પણ લોકો રામરાજ્યમાં રહેવા ઈચ્છે છે, પરંતુ ભગવાન રામે ક્યારેય કાયરતા દાખવી નહોતી. રાવણ આતતાયી હતો, કારણ કે તેણે રામનાં પત્ની સીતાનું અપહરણ કર્યું હતું, તેથી ભગવાન રામે તેને એવો તો પાઠ ભણાવ્યો કે જે વિશ્વના ઈતિહાસમાં અપ્રતિમ છે. અર્જુનના કિસ્સામાં તો મનુષ્યે વિશિષ્ટ પ્રકારના આતતાયીઓનો વિચાર કરવો જોઈએ—તે હતા તેના પિતામહ, આચાર્ય, મિત્ર, પુત્ર, પૌત્ર વગેરે. તેઓના કારણે જ

અર્જુને વિચાર્યું કે તેમના પ્રત્યે તેણે સામાન્ય આતતાયીઓ પર લેવાય તેવાં ઉગ્ર પગલાં લેવાં ન જોઈએ. તે ઉપરાંત, સાધુપુરુષોને માફી આપવાની સલાહ આપવામાં આવી છે. સાધુપુરુષો માટે આવા આદેશ કોઈ રાજકીય કટોકટીથી વધુ મહત્ત્વ ધરાવે છે. તેથી અર્જુને વિચાર કર્યો કે રાજકીય કારણોસર સ્વજનોનો વધ કરવા કરતાં ધર્મ તથા સદાચારની દૃષ્ટિથી તેમને ક્ષમા આપવી એ જ શ્રેયસ્કર થશે. માટે ક્ષણિક શારીરિક સુખ માટે આવી રીતે વધ કરવો લાભપ્રદ થશે નહીં. છેવટે, જ્યારે સમસ્ત રાજ્ય તથા તેથી મળતું સુખ સ્થાયી હોતું નથી, ત્યારે પોતાનાં જ સ્વજનોને હણીને તે પોતાનાં જ જીવન તથા શાશ્વત મુક્તિને જોખમમાં શા માટે નાખે? અહીં અર્જુનનું કૃષ્ણને "માધવ" અર્થાત્ લક્ષ્મીદેવીના પતિ તરીકે સંબોધન કરવું એ પણ આના સંદર્ભમાં અર્થસૂચક છે. અર્જુન કૃષ્ણને દર્શાવવા માગતો હતો કે લક્ષ્મીદેવીના પતિ તરીકે તેઓ એવું કામ કરવા તેને પ્રેરિત ન કરે કે જેનાથી છેવટે દુર્ભાગ્ય પ્રાપ્ત થાય. કૃષ્ણ જોકે કોઈને માટે કદાપિ દુર્ભાગ્ય લાવતા નથી, તેમાંય ભક્તો માટે તો ક્યારેય નહીં.

શ્લોક ૩૭–૩૮

यद्यप्येते न पश्यन्ति लोभोपहतचेतसः।
कुलक्षयकृतं दोषं मित्रद्रोहे च पातकम्॥ ३७॥
कथं न ज्ञेयमस्माभिः पापादस्मन्निवर्तितुम्।
कुलक्षयकृतं दोषं प्रपश्यद्भिर्जनार्दन॥ ३८॥

યદિ—જો; **અપિ**—પણ; **એતે**—તેઓ; **ન**—નહીં; **પશ્યન્તિ**—જુએ છે; **લોભ**—લોભથી; **ઉપહત**—વશ થયેલાં; **ચેતસઃ**—મનવાળા; **કુલક્ષય**—કુળનો નાશ; **કૃતમ્**—કરવાથી; **દોષમ્**—દોષ; **મિત્ર દ્રોહે**—મિત્રો સાથે દ્રોહ કરવાથી; **ચ**—પણ; **પાતકમ્**—પાપ; **કથમ્**—કેમ; **ન**—નહીં; **જ્ઞેયમ્**—જાણવું જોઈએ; **અસ્માભિઃ**—અમારા વડે; **પાપાત્**—પાપોમાંથી; **અસ્માત્**—આ; **નિવર્તિતુમ્**—અટકાવવા માટે; **કુલક્ષય**—કુળનો નાશ; **કૃતમ્**—કરવાથી; **દોષમ્**—અપરાધ; **પ્રપશ્યદ્‌ભિઃ**—જોઈ શકે તેવો, લોકો દ્વારા; **જનાર્દન**—હે કૃષ્ણ.

અનુવાદ

હે જનાર્દન, લોભને વશ થયેલા મનવાળા આ લોકો જોકે પોતાના પરિવારને હણવામાં કે મિત્રો સાથે લડવામાં કોઈ દોષ જોતા નથી,

પણ કુળનો નાશ કરવામાં અપરાધ જોનારા આપણે આવાં પાપકર્મો કરવામાં શા માટે પ્રવૃત્ત થવું જોઈએ?

ભાવાર્થ

ક્ષત્રિયને જ્યારે પ્રતિસ્પર્ધી પક્ષ તરફથી યુદ્ધ અથવા દ્યૂત રમવા માટે આમંત્રણ મળે છે, ત્યારે તેની પાસેથી નન્નો ભણવાની આશા રખાતી નથી. કર્તવ્યની આવી અનિવાર્યતા હેઠળ અર્જુન લડવાનો ઈન્કાર કરી શકતો નહોતો, કારણ કે દુર્યોધનના પક્ષે તેને પડકાર ફેંક્યો હતો. આ બાબતમાં અર્જુને વિચાર્યું કે સામો પક્ષ આવા પડકારના પરિણામોથી અજાણ હોય તેમ બની શકે. પરંતુ અર્જુન અનિષ્ટ પરિણામોને જોઈ શકતો હતો. તેથી આવા પડકારને સ્વીકારી શકતો ન હતો. કર્તવ્ય ત્યારે જ બંધનકારક હોય છે, જ્યારે પરિણામ શુભ હોય, પરંતુ જ્યારે પરિણામ વિપરીત હોય, ત્યારે તે માટે કોઈને પણ બંધન લાદી શકાય નહીં. આ રીતે યોગ્ય-અયોગ્યનો વિચાર કરીને અર્જુને યુદ્ધ નહીં કરવાનો નિર્ણય કર્યો.

શ્લોક ૩૯

कुलक्षये प्रणश्यन्ति कुलधर्माः सनातनाः ।
धर्मे नष्टे कुलं कृत्स्नमधर्मोऽभिभवत्युत ॥ ३९ ॥

કુલક્ષયે—કુળનો વિનાશ થયે; **પ્રણશ્યન્તિ**—વિનષ્ટ થઈ જાય છે; **કુલધર્માઃ**—કુળની પરંપરાઓ; **સનાતનાઃ**—શાશ્વત; **ધર્મે**—ધર્મ; **નષ્ટે**—નષ્ટ થાય ત્યારે; **કુલમ્**—કુળને; **કૃત્સ્નમ્**—સંપૂર્ણ; **અધર્મઃ**—અધર્મ; **અભિભવતિ**—બદલે છે; **ઉત**—કહેવાય છે.

અનુવાદ

કુળનો નાશ થયે સનાતન કુળપરંપરા નષ્ટ થઈ જાય છે અને એ રીતે બાકીનું કુટુંબ અધર્મમાં સપડાઈ જાય છે.

ભાવાર્થ

વર્ણાશ્રમ વ્યવસ્થામાં ધાર્મિક પરંપરાના અનેક નિયમો છે, જેમની મદદથી પરિવારના સભ્યોનો ઉછેર સુયોગ્ય રીતે થાય અને તેઓ આધ્યાત્મિક મૂલ્યો પ્રાપ્ત કરી શકે. પરિવારમાં જન્મથી માંડીને મૃત્યુ સુધીના સર્વ સંસ્કારો માટે સન્માનનીય વડીલ સભ્યો જવાબદાર હોય છે. પરંતુ વડીલ સભ્યોનાં મરણ થવાથી સંસ્કારોની આવી કુળપરંપરા અટકી પડે છે અને પરિવારના અન્ય યુવાન સભ્યો અધર્મમય વ્યસનોમાં

પડવાથી આધ્યાત્મિક મુક્તિનો અવસર ગુમાવી દે છે. માટે કોઈ પણ કારણે પરિવારના વડીલોનો વધ થવો ન જોઈએ.

શ્લોક ૪૦ **अधर्माभिभवात्कृष्ण प्रदुष्यन्ति कुलस्त्रियः।**
स्त्रीषु दुष्टासु वार्ष्णेय जायते वर्णसङ्करः ॥ ४० ॥

અધર્મ—અધર્મનું; **અભિભવાત્**—પ્રાધાન્ય થવાથી; **કૃષ્ણ**—હે કૃષ્ણ; **પ્રદુષ્યન્તિ**—દૂષિત થાય છે; **કુલસ્ત્રિયઃ**—પરિવારની સ્ત્રીઓ; **સ્ત્રીષુ**—સ્ત્રીઓ જ્યારે; **દુષ્ટાસુ**—દૂષિત થાય ત્યારે; **વાર્ષ્ણેય**—હે વૃષ્ણિવંશી; **જાયતે**—ઉત્પન્ન થાય છે; **વર્ણસઙ્કરઃ**—અવાંછિત સંતતિ.

અનુવાદ

હે કૃષ્ણ, જ્યારે કુળમાં અધર્મનું પ્રાધાન્ય થાય છે, ત્યારે કુળની સ્ત્રીઓ દૂષિત થઈ જાય છે અને સ્ત્રીત્વના પતનથી હે વૃષ્ણિવંશી, અવાંછિત સંતતિ ઉત્પન્ન થાય છે.

ભાવાર્થ

જીવનમાં શાંતિ, સમૃદ્ધિ તથા આધ્યાત્મિક પ્રગતિ માટે માનવ સમાજમાં ઉત્તમ પ્રજા હોવી એ મૂળભૂત સિદ્ધાંત છે. વર્ણાશ્રમ ધર્મના નિયમો એવી રીતે ઘડવામાં આવ્યા હતા કે રાજ્ય તથા જાતિના આધ્યાત્મિક ઉત્કર્ષ માટે સમાજમાં ઉત્તમ પ્રજા ઉત્પન્ન થાય. સમાજમાં એવી પ્રજાનો આધાર સ્ત્રીના સતીત્વ પર તથા તેની નિષ્ઠા પર રહે છે. જેવી રીતે બાળકો સહજ રીતે ગેરમાર્ગે દોરવાઈ જવાનું વલણ ધરાવે છે, તેવી જ રીતે સ્ત્રીઓ પણ પતિત થવાનું વલણ ધરાવે છે. માટે બાળકો તથા સ્ત્રીઓ બંને માટે પરિવારના વડીલ સભ્યોનું સંરક્ષણ જરૂરી છે. વિવિધ ધાર્મિક પ્રથાઓમાં પરોવાયેલી રહેવાથી સ્ત્રીઓ વ્યભિચારના કુમાર્ગે દોરવાશે નહીં. ચાણક્ય પંડિતના મતે સ્ત્રીઓ સામાન્ય રીતે બહુ બુદ્ધિશાળી હોતી નથી અને તેથી તેઓ વિશ્વસનીય હોતી નથી. માટે તેમણે વિવિધ કુળાચારોમાં પરોવાયેલાં રહેવું જોઈએ અને એ રીતે તેમનાં સતીત્વ તથા સ્વાર્પણથી એવી પ્રજા ઉત્પન્ન થશે કે જે વર્ણાશ્રમ ધર્મમાં સહભાગી થવા માટે સુયોગ્ય હશે. આવા વર્ણાશ્રમ ધર્મના વિનાશથી સ્વાભાવિક રીતે સ્ત્રીઓ ઈચ્છાનુસાર કાર્ય કરવા અને પુરુષો સાથે ભળવા શક્તિમાન બને છે અને તેથી અવાંછિત પ્રજોત્પત્તિના જોખમે વ્યભિચારને યથેચ્છ છૂટ મળે છે. બેજવાબદાર માણસો પણ

સમાજમાં વ્યભિચારને પ્રોત્સાહન આપે છે, જેથી માનવજાતિને યુદ્ધ તથા મહામારીનું જોખમ વહોરવું પડે છે.

શ્લોક ૪૧

सङ्करो नरकायैव कुलघ्नानां कुलस्य च।
पतन्ति पितरो ह्येषां लुप्तपिण्डोदकक्रियाः ॥ ४१ ॥

સઙ્કરઃ—આવાં અવાંછિત સંતાન; **નરકાય**—નારકીય જીવન માટે; **એવ**—નક્કી; **કુલઘ્નાનામ્**—કુળનો વિનાશ કરનારા માટે; **કુલસ્ય**—કુળ માટે; **ચ**—પણ; **પતન્તિ**—પતન પામે છે; **પિતરઃ**—પિતૃઓ, પૂર્વજો; **હિ**—ખરેખર; **એષામ્**—એમના; **લુપ્ત**—લોપ થયેલ; **પિણ્ડ**—પિંડદાનની; **ઉદક**—તથા જળની; **ક્રિયાઃ**—ક્રિયા, કર્મ.

અનુવાદ

અવાંછિત પ્રજાની વૃદ્ધિ થવાથી પરિવાર માટે તથા પારિવારિક પરંપરાઓને નષ્ટ કરનારા એમ બંને માટે નિઃસંદેહ નારકીય જીવન ઉત્પન્ન થાય છે. આવાં પતિત કુટુંબોના પૂર્વજો અધઃપતન પામે છે, કારણ કે તેમને જળ તથા પિંડદાન આપવાની ક્રિયાનો સર્વથા લોપ થઈ જાય છે.

ભાવાર્થ

સકામ કર્મનાં વિધિવિધાનો પ્રમાણે કુળના પિતૃઓને નિયતકાલીન જળ તથા પિંડદાન કરવું જરૂરી છે. આ અર્પણ વિષ્ણુપૂજા દ્વારા કરવામાં આવે છે, કારણ કે વિષ્ણુને સમર્પિત ભોજનનો શેષ ભાગ પ્રસાદરૂપે લેવાથી મનુષ્યનો બધાં પાપકર્મોમાંથી ઉદ્ધાર થઈ જાય છે. કેટલીક વખત પૂર્વજો વિવિધ પ્રકારનાં પાપકર્મોથી ગ્રસ્ત થઈને દુઃખ સહન કરી રહેલા હોય છે અને કેટલીક વખત તેમાંના કેટલાકને સ્થૂળ ભૌતિક શરીર પ્રાપ્ત ન થવાથી પ્રેત તરીકે સૂક્ષ્મ શરીરમાં રહેવાની ફરજ પડે છે. આ રીતે જ્યારે વંશજો દ્વારા પૂર્વજોને શેષ પ્રસાદ સમર્પિત કરવામાં આવે છે, ત્યારે તેમનો પ્રેતયોનિ અથવા અન્ય પ્રકારના દુઃખમય જીવનમાંથી ઉદ્ધાર થઈ જાય છે. પિતૃઓને આવી મદદ કરવી એ કુળ-પરંપરા છે અને જે લોકો ભક્તિપરાયણ જીવન વ્યતીત કરતા નથી, તેમને માટે આ કર્મકાંડ કરવાં જરૂરી હોય છે. જે મનુષ્યો ભક્તિમય જીવનમાં લાગેલા છે, તેમને માટે આવાં કર્મકાંડ કરવા જરૂરી નથી. કેવળ ભક્તિમય સેવા અપનાવવાથી જ

મનુષ્ય સેંકડો હજારો પિતૃઓનો આવાં સર્વ પ્રકારનાં દુઃખોમાંથી ઉદ્ધાર કરી શકે છે. ભાગવત (૧૧.૫.૪૧)માં કહેવામાં આવ્યું છેઃ

દેવર્ષિ ભૂતાપ્ત નૃણાં પિતૃણાં
ન કિઙ્કરો નાયમ્ ઋણી ચ રાજન્ ।
સર્વાત્મના યઃ શરણં શરણ્યં
ગતો મુકુન્દં પરિહૃત્ય કર્તમ્॥

"જે મનુષ્ય અન્ય બધાં જ કર્તવ્યોનો ત્યાગ કરીને મુક્તિદાતા મુકુંદનાં ચરણકમળોનો આશ્રય લે છે અને ગંભીરતાપૂર્વક આ માર્ગ ગ્રહણ કરે છે તે દેવો, ઋષિઓ, સામાન્ય જીવો, સ્વજનો, મનુષ્ય જાતિ અથવા પિતૃઓ પ્રત્યેનાં પોતાનાં ઋણમાંથી મુક્ત થઈ જાય છે." પૂર્ણ પુરુષોત્તમ પરમેશ્વરની ભક્તિ કરવાથી આવાં કર્તવ્યો આપમેળે જ પરિપૂર્ણ થઈ જાય છે.

શ્લોક ૪૨ **दोषैरेतैः कुलघ्नानां वर्णसङ्करकारकैः ।**
उत्साद्यन्ते जातिधर्माः कुलधर्माश्च शाश्वताः ॥ ४२ ॥

દોષૈઃ—આવા દોષો વડે; **એતૈઃ**—આ સર્વ; **કુલઘ્નાનામ્**—પરિવાર નષ્ટ કરનારાનો; **વર્ણસઙ્કર**—અવાંછિત સંતતિના; **કારકૈઃ**—જે કારણો છે; **ઉત્સાદ્યન્તે**—વિનષ્ટ થઈ જાય છે; **જાતિધર્માઃ**—સામુદાયિક કાર્યો; **કુલધર્માઃ**—કુળની પરંપરાઓ; **ચ**—પણ; **શાશ્વતાઃ**—સનાતન.

અનુવાદ

જે લોકો પાપકર્મો વડે કુળપરંપરાનો નાશ કરે છે અને એ રીતે અવાંછિત સંતતિને જન્મ આપે છે, તેમનાં દુષ્કર્મોથી સર્વ પ્રકારનાં સામુદાયિક કાર્યો તથા પારિવારિક કલ્યાણ કાર્યો વિનષ્ટ થઈ જાય છે.

ભાવાર્થ

સનાતન ધર્મ અથવા વર્ણાશ્રમ-ધર્મ દ્વારા નિર્ધારિત માનવ સમાજના ચારે વર્ણો માટે સામુદાયિક યોજનાઓ તથા પારિવારિક કલ્યાણ કાર્યો એટલા માટે પ્રયોજાયેલાં હોય છે કે જેનાથી મનુષ્ય અંતિમ મોક્ષ પ્રાપ્ત કરી શકે. તેથી, સમાજના બેજવાબદાર આગેવાનો દ્વારા સનાતન ધર્મ-પરંપરા ખંડિત થતાં તે સમાજમાં અંધાધૂંધી ફેલાય છે અને પરિણામે, લોકો જીવનના ઉદ્દેશ એવા વિષ્ણુને ભૂલી જાય છે. આવા આગેવાનો આંધળા કહેવાય છે અને જે લોકો આવા અગ્રણીઓને અનુસરે છે, તેઓ નિશ્ચિતપણે અંધાધૂંધીનો ભોગ બને છે.

શ્લોક ૪૩

उत्सन्नकुलधर्माणां मनुष्याणां जनार्दन।
नरके नियतं वासो भवतीत्यनुशुश्रुम॥४३॥

ઉત્સન્ન—વિનષ્ટ; **કુલ ધર્માણામ્**—કુળ પરંપરાવાળા; **મનુષ્યાણામ્**—આવા મનુષ્યોનો; **જનાર્દન**—હે કૃષ્ણ; **નરકે**—નરકમાં; **નિયતમ્**—સદા; **વાસઃ**—નિવાસ; **ભવતિ**—એવું થાય છે; **ઈતિ**—એમ; **અનુશુશ્રુમ્**—ગુરુ પરંપરા દ્વારા મેં સાંભળ્યું છે.

અનુવાદ

હે પ્રજાના પાલનહાર કૃષ્ણ, મેં ગુરુ-શિષ્ય પરંપરા દ્વારા સાંભળ્યું છે કે જે લોકો કુળધર્મનો નાશ કરે છે, તેઓ સદા નરકમાં વાસ કરે છે.

ભાવાર્થ

અર્જુન તેની દલીલનો આધાર પોતાના અનુભવો પર નહીં, પરંતુ આચાર્યો પાસેથી તેણે જે સાંભળ્યું છે, તેની ઉપર રાખે છે. વાસ્તવિક જ્ઞાન પ્રાપ્ત કરવાની આ જ રીત છે. જે વ્યક્તિ પહેલેથી જ તે જ્ઞાનમાં અવસ્થિત થયેલી છે, તેની મદદ વિના કોઈ મનુષ્ય વાસ્તવિક જ્ઞાનના અસલ મુદ્દા સુધી પહોંચી શકતો નથી. વર્ણાશ્રમ ધર્મમાં એક એવી પદ્ધતિ હોય છે, જે અનુસાર મૃત્યુ પૂર્વે મનુષ્યને તેનાં પાપકર્મો માટે પ્રાયશ્ચિત્ત કરવું પડે છે. જે મનુષ્ય હંમેશાં પાપકર્મોમાં રચ્યોપચ્યો રહે છે, તેણે આ પ્રાયશ્ચિત્ત વિધિનો ઉપયોગ કરવો જોઈએ. આમ કર્યા વિના મનુષ્યને નરકલોકમાં મોકલવામાં આવશે, જ્યાં તેને તેનાં પાપકર્મો માટે દુઃખમય જીવન વીતાવવું પડશે.

શ્લોક ૪૪

अहो बत महत्पापं कर्तुं व्यवसिता वयम्।
यद् राज्यसुखलोभेन हन्तुं स्वजनमुद्यताः॥४४॥

અહો—અરે; **બત**—તે કેવું વિચિત્ર છે; **મહત્**—મહાન; **પાપમ્**—પાપકર્મ; **કર્તુમ્**—કરવા માટે; **વ્યવસિતાઃ**—નિશ્ચય કર્યો છે; **વયમ્**—અમે; **યત્**—કારણ કે; **રાજ્ય સુખ લોભેન**—રાજ્યસુખના લોભથી; **હન્તુમ્**—હણવા મટે; **સ્વજનમ્**—પોતાનાં સંબંધીજનોને; **ઉદ્યતાઃ**—તત્પર થયેલા.

અનુવાદ

અરે, આ તે કેવું આશ્ચર્ય છે કે અમે બધા મોટું પાપકર્મ કરવા માટે તત્પર થયા છીએ. રાજ્યસુખ ભોગવવાના લોભવશ થઈને અમે સ્વજનોને જ હણવા તૈયાર થયા છીએ.

ભાવાર્થ

સ્વાર્થથી દોરવાયેલો મનુષ્ય પોતાના જ સગા ભાઈ, બાપ કે માતાનો વધ કરવા જેવાં પાપકર્મ કરવા તત્પર થઈ જાય છે. દુનિયાના ઈતિહાસમાં આવાં અનેક ઉદાહરણો છે. પરંતુ અર્જુન ભગવાનનો સચ્ચરિત્ર ભક્ત હોવાથી સદાચાર પ્રત્યે હંમેશાં સજાગ રહે છે અને તેથી આવાં કર્મો ન કરવાની કાળજી રાખે છે.

શ્લોક ૪૫ **यदि मामप्रतीकारमशस्त्रं शस्त्रपाणयः।**
धार्तराष्ट्रा रणे हन्युस्तन्मे क्षेमतरं भवेत्॥ ४५॥

યદિ—જો; **મામ્**—મને; **અપ્રતીકારમ્**—પ્રતિકાર ન કરવાથી; **અશસ્ત્રમ્**—શસ્ત્રસજ્જ થયા વિના; **શસ્ત્ર પાણયઃ**—શસ્ત્રધારી; **ધાર્તરાષ્ટ્રાઃ**—ધૃતરાષ્ટ્રના પુત્રો; **રણે**—યુદ્ધભૂમિમાં; **હન્યુઃ**—હણે; **તત્**—તે; **મે**—મારા; **ક્ષેમતરમ્**—શ્રેયસ્કર; **ભવેત્**—થશે.

અનુવાદ

જો શસ્ત્ર ધારણ કરેલા ધૃતરાષ્ટ્રના પુત્રો નિઃશસ્ત્ર થયેલા તથા રણભૂમિમાં પ્રતિકાર ન કરનારા એવા મને હણે, તો તે મારા માટે શ્રેયસ્કર થશે.

ભાવાર્થ

ક્ષત્રિયોના યુદ્ધ કરવાના મૂળભૂત સિદ્ધાંત પ્રમાણે એવી પ્રથા છે કે નિઃશસ્ત્ર તથા યુદ્ધવિમુખ થયેલા શત્રુ પર આક્રમણ કરવું નહીં. પરંતુ અર્જુને એવો નિર્ણય કર્યો કે શત્રુ ભલે આવી વિષમ સ્થિતિમાં તેની ઉપર આક્રમણ કરે, તો પણ પોતે યુદ્ધ કરશે નહીં. તેણે એવો વિચાર કર્યો નહીં કે સામો પક્ષ યુદ્ધ માટે કેટલો તત્પર હતો. આ બધાં લક્ષણો તેના ભગવાનના મહાન ભક્ત હોવાને કારણે ઉત્પન્ન થયેલી હૃદયની કોમળતાને લીધે જ દેખાય છે.

सञ्जय उवाच

શ્લોક ૪૬ **एवमुक्त्वार्जुनः सङ्ख्ये रथोपस्थ उपाविशत्।**
विसृज्य सशरं चापं शोकसंविग्नमानसः॥ ४६॥

સઞ્જયઃ ઉવાચ—સંજય બોલ્યા; **એવમ્**—એ રીતે; **ઉક્ત્વા**—કહીને; **અર્જુનઃ**—અર્જુન; **સઙ્ખ્યે**—રણક્ષેત્રમાં; **રથ**—રથના; **ઉપસ્થે**—આસન પર;

ઉપાવિશત્—પુનઃ બેસી ગયો; **વિસૃજ્ય**—બાજુએ મૂકીને; **સશરમ્**—બાણો સહિત; **ચાપમ્**—ધનુષ; **શોક**—શોકથી; **સંવિગ્ન**—સંતપ્ત; **માનસઃ**—મનવાળો.

અનુવાદ

સંજય બોલ્યાઃ રણમેદાનમાં આ પ્રમાણે કહીને અર્જુને પોતાનાં ધનુષ તથા બાણ બાજુ પર મૂકી દીધાં અને શોક સંતપ્ત મનથી રથનાં આસન પર બેસી ગયો.

ભાવાર્થ

પોતાના શત્રુપક્ષની સ્થિતિનું નિરીક્ષણ કરવા માટે અર્જુન રથમાં ઊભો થયો હતો, પરંતુ શોકવશ તે એટલો સંતપ્ત થયો હતો કે પોતાનાં ધનુષ-બાણ એક તરફ મૂકી રથની બેઠક પર ફરીથી બેસી ગયો. ભગવદ્‌ભક્તિપરાયણ આવો દયાળુ તથા કોમળ હૃદયવાળો પુરુષ આત્મજ્ઞાન પ્રાપ્ત કરવા માટે સુયોગ્ય છે.

આમ શ્રીમદ્ ભગવદ્‌ગીતાના "કુરુક્ષેત્રની યુદ્ધભૂમિ પર સૈન્ય નિરીક્ષણ" નામના પ્રથમ અધ્યાય પરના ભક્તિવેદાંત ભાવાર્થો પૂર્ણ થાય છે.

અધ્યાય ૨

ગીતાનો સાર

सञ्जय उवाच

श्लोक १ **तं तथा कृपयाविष्टमश्रुपूर्णाकुलेक्षणम्।**
विषीदन्तमिदं वाक्यमुवाच मधुसूदनः॥ १॥

સઞ્જયઃ ઉવાચ—સંજય બોલ્યા; **તમ્**—અર્જુન પ્રત્યે; **તથા**—તે રીતે; **કૃપયા**—કરુણાથી; **આવિષ્ટમ્**—વિહ્વળ થયેલ; **અશ્રુપૂર્ણ આકુલ**—આંસુ ભરેલી; **ઈક્ષણમ્**—નેત્રોવાળા; **વિષીદન્તમ્**—શોકયુક્ત; **ઈદમ્**—આ; **વાક્યમ્**—વચન; **ઉવાચ**—કહ્યું; **મધુસૂદનઃ**—મધુનો વધ કરનાર (કૃષ્ણ).

અનુવાદ

સંજય બોલ્યાઃ કરુણાથી વ્યાપ્ત, શોકયુક્ત અને આંસુ ભરેલાં નેત્રવાળા અર્જુનને જોઈ મધુસૂદન, કૃષ્ણે નીચે મુજબનાં વચન કહ્યાં.

ભાવાર્થ

ભૌતિક દૃષ્ટિબિંદુયુક્ત કરુણા, શોક તથા અશ્રુ એ સર્વ વાસ્તવિક આત્મા વિશેનાં અજ્ઞાનનાં લક્ષણો છે. સનાતન આત્મા પ્રત્યેની કરુણા એ જ આત્મ-સાક્ષાત્કાર છે. આ શ્લોકમાં 'મધુસૂદન' શબ્દ મહત્ત્વપૂર્ણ છે. ભગવાન કૃષ્ણે મધુ નામના અસુરનો સંહાર કર્યો હતો અને હવે અર્જુન ઈચ્છે છે કે કૃષ્ણ તેના અજ્ઞાનરૂપી અસુરનો સંહાર કરે કે જેણે તેને કર્તવ્યવિમુખ કર્યો હતો. કરુણાનો ઉપયોગ ક્યાં થવો જોઈએ, એ કોઈ જાણતું નથી. ડૂબી રહેલા માણસનાં વસ્ત્રો માટે કરુણા કરવી, એ તો મૂર્ખામી છે. અજ્ઞાનરૂપી મહાસાગરમાં પડી ગયેલા મનુષ્યને કેવળ તેના બાહ્ય પોષાક અર્થાત્ તેના સ્થૂળ શરીરનું રક્ષણ કરવાથી બચાવી શકાતો નથી. જે મનુષ્ય આ જાણતો નથી અને બાહ્ય વસ્ત્રો માટે શોક કરે છે, તે શૂદ્ર કહેવાય છે, અર્થાત્ તે નિરર્થક શોક કરે છે. અર્જુન તો ક્ષત્રિય હતો તેથી આવા વર્તનની તેની

પાસેથી અપેક્ષા રખાઈ નહોતી. પરંતુ ભગવાન કૃષ્ણ અજ્ઞાની મનુષ્યના શોકને નષ્ટ કરી શકે છે અને આ જ હેતુ માટે તેમણે ભગવદ્‌ગીતાનો ઉપદેશ આપ્યો છે. આ અધ્યાય ભૌતિક શરીર તથા આત્માના પૃથક્કરણાત્મક અધ્યયન દ્વારા આત્મ-સાક્ષાત્કારનો ઉપદેશ આપે છે, જેનું સ્પષ્ટીકરણ પરમ અધિકારી ભગવાન શ્રીકૃષ્ણે કર્યું છે. આ સાક્ષાત્કાર ત્યારે જ શક્ય બને છે કે જ્યારે મનુષ્ય સકામ કર્મોનાં ફળ પ્રત્યે અનાસક્ત રહી કર્મ કરે અને વાસ્તવિક આત્માના દૃઢ ખ્યાલમાં સ્થિત રહે.

શ્રી ભગવાનુવાચ

શ્લોક ૨

कुतस्त्वा कश्मलमिदं विषमे समुपस्थितम्।
अनार्यजुष्टमस्वर्ग्यकीर्तिकरमर्जुन ॥ २ ॥

શ્રી ભગવાન્ ઉવાચ—પૂર્ણ પુરુષોત્તમ પરમેશ્વરે કહ્યું; **કુતઃ**—ક્યાંથી; **ત્વા**—તને; **કશ્મલમ્**—મલિનતા; **ઈદમ્**—આ શોક; **વિષમે**—આ સંકટના સમયે; **સમુપસ્થિતમ્**—આવી છે; **અનાર્ય**—જીવનના મૂલ્યને નહીં જાણનારા માણસો; **જુષ્ટમ્**—આચરેલું; **અસ્વર્ગ્યમ્**—ઉચ્ચતર લોકમાં ન લઈ જનારું; **અકીર્તિકરમ્**—અપયશનું કારણ; **અર્જુન**—હે અર્જુન.

અનુવાદ

પૂર્ણ પુરુષોત્તમ પરમેશ્વરે કહ્યું: હે અર્જુન, તારા મનમાં આવી મલિનતા ક્યાંથી આવી? જીવનનું મૂલ્ય જાણનાર મનુષ્ય માટે તે લેશમાત્ર યોગ્ય નથી. તેનાથી ઉચ્ચતર લોકની નહીં, પરંતુ અપયશની પ્રાપ્તિ થાય છે.

ભાવાર્થ

કૃષ્ણ અને પૂર્ણ પુરુષોત્તમ પરમેશ્વર એક જ છે. તેથી સમગ્ર ગીતામાં શ્રીકૃષ્ણને ભગવાન તરીકે સંબોધવામાં આવ્યા છે. ભગવાન પરમ સત્યની પરાકાષ્ઠા છે. પરમ સત્યનો સાક્ષાત્કાર ત્રણ અવસ્થાઓમાં થાય છે—બ્રહ્મ અથવા નિર્વિશેષ સર્વવ્યાપી આત્મા; પરમાત્મા અથવા ભગવાનનું સ્થાનીય અંતર્યામી રૂપ જે જીવમાત્રના હૃદયમાં વસે છે અને ભગવાન અથવા પૂર્ણ પુરુષોત્તમ પરમેશ્વર, ભગવાન કૃષ્ણ. શ્રીમદ્ ભાગવત (૧.૨.૧૧)માં પરમ સત્ય વિશેનો આ સિદ્ધાંત આ પ્રમાણે સમજાવવામાં આવ્યો છે:

વદન્તિ તત્ તત્ત્વવિદસ્તત્ત્વં યજ્જ્ઞાનમ્ અદ્વયમ્।
બ્રહ્મેતિ પરમાત્મેતિ ભગવાન્ ઈતિ શબ્દ્યતે॥

“પરમ સત્યનો જાણકાર પરમ સત્યનો અનુભવ સાક્ષાત્કારની ત્રણ અવસ્થાઓમાં કરે છે અને આ સર્વ અવસ્થાઓ એકરૂપ છે. પરમ સત્યની આ અવસ્થાઓ બ્રહ્મ, પરમાત્મા તથા ભગવાન તરીકે વ્યક્ત થાય છે.”

આ ત્રણ દિવ્ય પાસાંને સૂર્યના દૃષ્ટાંત દ્વારા સમજાવી શકાય છે, કારણ કે સૂર્યનાં પણ ત્રણ જુદાં જુદાં પાસાં છે, એટલે કે સૂર્યપ્રકાશ, સૂર્યની સપાટી અને સ્વયં સૂર્યલોક. જે માત્ર સૂર્યના પ્રકાશનું અધ્યયન કરે છે, તે પ્રારંભિક કક્ષાનો વિદ્યાર્થી–નવો નિશાળિયો છે. જે સૂર્યની સપાટીનું જ્ઞાન ધરાવે છે, તે આગળ વધેલો છે અને જે સૂર્યલોકમાં પ્રવેશ કરી શકે છે, તે સર્વોચ્ચ કક્ષાએ રહેલો છે. જે નવો નિશાળિયો માત્ર સૂર્યપ્રકાશ, તેનું વિશ્વવ્યાપીપણું અને તેની નિર્વિશેષ પ્રકૃતિના દેદીપ્યમાન તેજના જ્ઞાનથી જ સંતુષ્ટ થાય છે, તેની સરખામણી પરમ સત્યના કેવળ બ્રહ્મ પાસાનો જ સાક્ષાત્કાર કરનાર વ્યક્તિ સાથે કરી શકાય છે. તેથી આગળ વધેલો અભ્યાસી સૂર્યના ગોળા વિશે જાણી શકે છે, જેની સરખામણી પરમ સત્યના પરમાત્મા પાસાનું જ્ઞાન ધરાવનાર વ્યક્તિ સાથે કરી શકાય છે. જે અભ્યાસી સૂર્યલોકની અંદર પ્રવેશ કરી શકે છે, તેની સરખામણી પરમ સત્યના વ્યક્તિગત રૂપની અનુભૂતિ પ્રાપ્ત કરનાર વ્યક્તિ સાથે કરવામાં આવે છે. માટે જે ભક્તોએ પરમ સત્યના ‘ભગવાન’ સ્વરૂપનો સાક્ષાત્કાર કર્યો છે, તેઓ સર્વોચ્ચ અધ્યાત્મવાદીઓ છે. જોકે પરમ સત્યના અધ્યયનમાં પરોવાયેલા સર્વ અભ્યાસીઓ એ જ વિષયના અધ્યયનકાર્યમાં જોડાયેલા હોય છે. સૂર્યપ્રકાશ, સૂર્યગોલક અને સૂર્યલોકની અંદરની બાબતોને એકબીજાથી અલગ કરી શકાય નહીં, તોયે ત્રણે વિભિન્ન અવસ્થાઓના વિદ્યાર્થીઓ કંઈ એક જ શ્રેણીના હોતા નથી.

સંસ્કૃત શબ્દ *ભગવાન્*ની વ્યાખ્યા વ્યાસદેવના પિતા મહાન આચાર્ય પરાશર મુનિએ કરી છે. સમસ્ત ધન, શક્તિ, યશ, સૌંદર્ય, જ્ઞાન તથા વૈરાગ્ય ધરાવનાર પુરુષોત્તમ પરમેશ્વર ભગવાન કહેવાય છે. એવા અનેક મનુષ્યો છે કે જેઓ અતિ ધનવાન છે, અત્યંત શક્તિશાળી છે, અતિશય સુંદર છે અને અત્યંત વિખ્યાત, વિદ્વાન તથા વિરક્ત પણ છે, પરંતુ કોઈ એક જ વ્યક્તિ એવો દાવો કરી ન શકે કે તે સમગ્ર ધન, સમગ્ર શક્તિ વગેરે ધરાવે છે. એકમાત્ર કૃષ્ણ જ આવો દાવો કરી શકે છે, કારણ કે તેઓ પૂર્ણ પુરુષોત્તમ પરમેશ્વર છે. બ્રહ્માજી, શિવજી કે નારાયણ તેમ જ કોઈ પણ જીવ, કૃષ્ણ સમાન પૂર્ણ ઐશ્વર્યવાન નથી. તેથી બ્રહ્મસંહિતામાં સ્વયં

બ્રહ્માજીનો એવો નિર્ણય છે કે શ્રીકૃષ્ણ સ્વયં પૂર્ણ પુરુષોત્તમ પરમેશ્વર છે. તેમનો કોઈ સમોવડિયો નથી કે કોઈ તેમનાથી ચડિયાતું નથી. તેઓ આદ્ય સ્વામી અથવા ભગવાન છે, તેઓ ગોવિંદરૂપે પ્રસિદ્ધ છે અને તેઓ સર્વ કારણોના પરમ કારણ છે.

ઈશ્વરઃ પરમઃ કૃષ્ણઃ સચ્ચિદાનન્દ વિગ્રહઃ।
અનાદિર્ આદિર્ગોવિન્દઃ સર્વ કારણ કારણમ્॥

"એવા અનેક પુરુષો છે કે જેઓ ભગવાનના ગુણો ધરાવે છે, પરંતુ કૃષ્ણ સર્વોપરી છે, કારણ કે તેમનાથી ચડિયાતું કોઈ નથી. તેઓ જ પરમ પુરુષ છે અને તેમનો દેહ સનાતન, જ્ઞાનથી ભરપૂર અને આનંદમય છે. તેઓ આદિ ભગવાન ગોવિંદ છે અને સર્વ કારણોના કારણ છે." (બ્રહ્મસંહિતા ૫.૧)

ભાગવતમાં પણ પૂર્ણ પુરુષોત્તમ પરમેશ્વરના અનેક અવતારોની યાદી આપી છે, પરંતુ કૃષ્ણને આદિ પુરુષોત્તમ પરમેશ્વર કહ્યા છે, જેમનામાંથી અનેકાનેક અવતારો તથા ભગવાનના અંશો વિસ્તાર પામે છે.

એતે ચાંશકલાઃ પુંસઃ કૃષ્ણસ્તુ ભગવાન્ સ્વયમ્।
ઈન્દ્રારિ વ્યાકુલં લોકં મૃડયન્તિ યુગે યુગે॥

"અહીં આપેલી પરમેશ્વરના અવતારોની સમગ્ર યાદી કાં તો પરમેશ્વરના પૂર્ણ વિસ્તારો છે અથવા તો પૂર્ણ વિસ્તારોના અંશ છે, પરંતુ કૃષ્ણ તો સ્વયં પૂર્ણ પુરુષોત્તમ પરમેશ્વર છે." (શ્રીમદ્ ભાગવત ૧.૩.૨૮)

માટે કૃષ્ણ જ આદિ પૂર્ણ પુરુષોત્તમ પરમેશ્વર છે, જેઓ પરમ સત્ય પરમાત્મા તથા નિર્વિશેષ બ્રહ્મ એમ બંનેનાં ઉદ્‌ભવસ્થાન છે.

પૂર્ણ પુરુષોત્તમ પરમેશ્વરની ઉપસ્થિતિમાં અર્જુન સ્વજનો માટે શોક કરે, એ તો સર્વથા અનુચિત છે, તેથી કૃષ્ણે *કુતઃ* અર્થાત્ "ક્યાંથી" શબ્દ દ્વારા આશ્ચર્ય વ્યક્ત કર્યું છે. આર્યો જેવી સુસંસ્કૃત જાતિના કોઈ મનુષ્ય પાસેથી આવી મલિનતાની અપેક્ષા કદાપિ રાખી શકાય નહીં. *આર્ય* શબ્દ એવા મનુષ્ય માટે સુયોગ્ય છે કે જે જીવનનું મૂલ્ય જાણે છે અને જેની સંસ્કૃતિ આધ્યાત્મિક સાક્ષાત્કારના પાયા પર રચાયેલી હોય છે. ભૌતિક દેહાત્મભાવથી દોરવાયેલા મનુષ્યો જાણતા નથી કે જીવનનો ઉદ્દેશ પરમ સત્ય વિષ્ણુ અથવા ભગવાનનો સાક્ષાત્કાર પામવાનો છે. તેઓ ભૌતિક જગતનાં બાહ્ય લક્ષણોથી મોહિત થઈ જાય છે, તેથી તેઓ સમજી શકતા નથી કે મુક્તિ શું છે? જે મનુષ્યોને ભૌતિક બંધનમાંથી મુક્તિ પામવાનું કોઈ જ્ઞાન હોતું નથી, તેઓ અનાર્ય કહેવાય છે. અર્જુન તો ક્ષત્રિય હતો, છતાં

તે યુદ્ધ કરવાની ના પાડીને પોતાના નિયત કર્તવ્યમાંથી ચલિત થઈ રહ્યો હતો. તેની આ કાયરતા અનાર્યોને યોગ્ય કહેવામાં આવી છે. કર્તવ્યમાંથી આ રીતે વિચલિત થવું મનુષ્યને આધ્યાત્મિક જીવનમાં પ્રગતિ કરવામાં મદદરૂપ થતું નથી અને આ જગતમાં ગૌરવશાળી બનવાનો અવસર પણ તેને મળતો નથી. ભગવાન કૃષ્ણે અર્જુનની સ્વજનો પ્રત્યેની કહેવાતી કરુણાને અનુમોદન આપ્યું નહોતું.

શ્લોક ૩ **क्लैब्यं मा स्म गमः पार्थ नैतत्त्वय्युपपद्यते।**
क्षुद्रं हृदयदौर्बल्यं त्यक्त्वोत्तिष्ठ परन्तप॥ ३॥

ક્લૈબ્યમ્—નામર્દાઈ; **મા સ્મ**—નહીં; **ગમઃ**—પ્રાપ્ત થા; **પાર્થ**—હે પૃથાપુત્ર; **ન**—કદાપિ નહીં; **એતત્**—આ; **ત્વયિ**—તારામાં; **ઉપપદ્યતે**—શોભે છે; **ક્ષુદ્રમ્**—તુચ્છ; **હૃદય**—હૃદયની; **દૌર્બલ્યમ્**—દુર્બળતા; **ત્યક્ત્વા**—તજીને; **ઉત્તિષ્ઠ**—ઊભો થા; **પરમ્ તપ**—હે શત્રુઓનું દમન કરનાર.

અનુવાદ

હે પૃથાપુત્ર, આવી હીન નામર્દાઈને તાબે થઈશ નહીં. તને તે શોભતી નથી. હે શત્રુઓનું દમન કરનાર, હૃદયની આવી ક્ષુદ્ર દુર્બળતાનો ત્યાગ કર અને ઊભો થા.

ભાવાર્થ

અર્જુનને પૃથાના પુત્ર તરીકે સંબોધવામાં આવ્યો છે. પૃથા કૃષ્ણના પિતા વસુદેવજીનાં બહેન હતાં. તેથી અર્જુનને કૃષ્ણ સાથે લોહીની સગાઈ હતી. જો ક્ષત્રિયનો પુત્ર લડવાનો નન્નો ભણે, એટલે પીછેહઠ કરે, તો તે નામમાત્રનો ક્ષત્રિય છે અને જો બ્રાહ્મણનો પુત્ર અપવિત્ર કાર્ય કરે, તો તે પણ નામમાત્રનો બ્રાહ્મણ છે. આવા ક્ષત્રિયો તથા બ્રાહ્મણો તેમના પિતાના કુપુત્રો હોય છે, તેથી કૃષ્ણ ઈચ્છતા ન હતા કે અર્જુન એક ક્ષત્રિયનો અયોગ્ય પુત્ર બને. અર્જુન કૃષ્ણનો અત્યંત ગાઢ મિત્ર હતો અને કૃષ્ણ તેને રથ પર પ્રત્યક્ષ રીતે માર્ગદર્શન આપી રહ્યા હતા, પરંતુ આ બધા જમા પાસાં હોવા છતાં જો અર્જુન યુદ્ધનો ત્યાગ કરે, તો તે અત્યંત અપકીર્તિકર કાર્ય ઠરશે. માટે કૃષ્ણે કહ્યું હતું કે અર્જુનમાં આવી વૃત્તિ તેના વ્યક્તિત્વ માટે શોભાસ્પદ નથી. અર્જુને કદાચ દલીલ કરી હોત કે તે પરમ પૂજ્ય ભીષ્મ તથા સ્વજનો પ્રત્યેના ઉદાર દૃષ્ટિકોણને કારણે યુદ્ધક્ષેત્ર છોડવાનો હતો, પરંતુ કૃષ્ણ આવી ઉદારતાને કેવળ હૃદયની દુર્બળતા જ માને છે. આવી મિથ્યા ઉદારતાને કોઈ

શાસ્ત્ર માન્યતા આપતું નથી. માટે કૃષ્ણના પ્રત્યક્ષ માર્ગદર્શન હેઠળ રહેલા અર્જુન જેવા પુરુષે આવી ઉદારતા અથવા કહેવાતી અહિંસાનો પરિત્યાગ કરવો જોઈએ.

अर्जुन उवाच

श्लोक ४
कथं भीष्ममहं सङ्ख्ये द्रोणं च मधुसूदन।
इषुभिः प्रतियोत्स्यामि पूजार्हावरिसूदन॥ ४॥

અર્જુનઃ ઉવાચ—અર્જુને કહ્યું; **કથમ્**—કેવી રીતે; **ભીષ્મમ્**—ભીષ્મને; **અહમ્**—હું; **સઙ્ખ્યે**—યુદ્ધમાં; **દ્રોણમ્**—દ્રોણને; **ચ**—પણ; **મધુસૂદન**—હે મધુના સંહારક; **ઈષુભિઃ**—બાણોથી; **પ્રતિયોત્સ્યામિ**—વળતું આક્રમણ કરીશ; **પૂજા અર્હૌ**—પૂજનીય; **અરિસૂદન**—હે શત્રુઓના સંહારક.

અનુવાદ

અર્જુને કહ્યું: હે શત્રુહંતા, હે મધુસૂદન, હું યુદ્ધમાં ભીષ્મ તથા દ્રોણ જેવા પૂજનીય પુરુષો ઉપર બાણોથી વળતું આક્રમણ કેવી રીતે કરીશ?

ભાવાર્થ

ભીષ્મ પિતામહ તથા દ્રોણાચાર્ય જેવા સન્માનનીય પુરુષો સદૈવ પૂજનીય હોય છે. તેઓ આક્રમણ કરે તો પણ તેમની ઉપર પ્રતિઆક્રમણ ન કરવું જોઈએ. આ તો સામાન્ય શિષ્ટાચાર છે કે ગુરુજનો સાથે વાગ્યુદ્ધ પણ ન કરવું જોઈએ. જો તેઓ કોઈ વખત કઠોર વ્યવહાર કરે, તો પણ તેમની સાથે કઠોર વ્યવહાર ન કરવો જોઈએ. તો પછી અર્જુન તેમની ઉપર વળતો હુમલો કરે, એ કેવી રીતે શક્ય હતું? શું કૃષ્ણ તેમના પિતામહ ઉગ્રસેન અથવા તેમના ગુરુ સાંદીપનિ મુનિ પર ક્યારેય આક્રમણ કરી શકે? અર્જુને કૃષ્ણ સમક્ષ આવી જ કેટલીક દલીલો પ્રસ્તુત કરી.

શ્લોક ५
गुरूनहत्वा हि महानुभावान्
श्रेयो भोक्तुं भैक्ष्यमपीह लोके।
हत्वार्थकामांस्तु गुरूनिहैव
भुञ्जीय भोगान्रुधिरप्रदिग्धान्॥ ५॥

ગુરૂન્—ગુરુજનોને; **અહત્વા**—હણીને; **હિ**—ખરેખર; **મહાનુભાવાન્**—મહાપુરુષોને; **શ્રેયઃ**—તે વધારે સારું છે; **ભોક્તુમ્**—જીવન ભોગવવું; **ભૈક્ષ્યમ્**—ભીખ માગીને; **અપિ**—પણ; **ઇહ**—આ જીવનમાં; **લોકે**—આ

જગતમાં; **હત્વા**—હણીને; **અર્થ**—લાભની; **કામાન્**—ઈચ્છાથી; **તુ**—પરંતુ; **ગુરૂન્**—ગુરુજનોને; **ઈહ**—આ જગતમાં; **એવ**—નક્કી; **ભુઞ્જીય**—ભોગવવું પડે છે; **ભોગાન્**—ભોગવવા યોગ્ય વસ્તુઓ; **રુધિર**—રક્તથી; **પ્રદિગ્ધાન્**—રંગાયેલી.

અનુવાદ

જેઓ મારા ગુરુજનો છે એવા મહાપુરુષોને હણીને જીવવા કરતાં ભીખ માગીને જીવવું વધારે સારું છે. તેઓ ભલે દુન્યવી લાભની ઈચ્છા રાખતા હોય, તો પણ તેઓ ગુરુજનો છે. જો તેમનો વધ થશે, તો અમારી ભોગવવાયોગ્ય દરેક વસ્તુ રક્તરંજિત હશે.

ભાવાર્થ

નિંદ્ય-ઘૃણાસ્પદ કર્મમાં પરોવાયેલા તથા વિવેકભ્રષ્ટ થયેલા ગુરુ શાસ્ત્રોના નિયમાનુસાર ત્યાજ્ય છે. દુર્યોધનની આર્થિક મદદને કારણે ભીષ્મ તથા દ્રોણને તેના પક્ષે રહેવાની ફરજ પડી હતી. જોકે માત્ર આર્થિક લાભ માટે જ આમ કરવું તેમના માટે યોગ્ય નહોતું. આવા સંજોગો હેઠળ તેમણે ગુરુનો આદર ખોઈ દીધો હતો. પરંતુ અર્જુન વિચારે છે કે આમ હોવા છતાં, તેઓ પોતાના ગુરુજનો છે, તેથી તેમનો વધ કરીને ભૌતિક લાભ ભોગવવા એટલે લોહીથી ખરડાયેલી વસ્તુઓ ભોગવવા જેવું બને.

શ્લોક ૬

न चैतद्विद्मः कतरन्नो गरीयो
यद्वा जयेम यदि वा नो जयेयुः ।
यानेव हत्वा न जिजीविषाम-
स्तेऽवस्थिताः प्रमुखे धार्तराष्ट्राः ॥ ६ ॥

ન—નહીં; **ચ**—પણ; **એતત્**—આ; **વિદ્મઃ**—અમે જાણીએ છીએ; **કતરત્**—જે; **નઃ**—અમારા માટે; **ગરીયઃ**—શ્રેષ્ઠ; **યત્ વા**—અથવા; **જયેમ**—અમે જીતી જઈએ; **યદિ**—જો; **વા**—અથવા; **નઃ**—અમને; **જયેયુઃ**—તેઓ જીતી લે; **યાન્**—જેમને; **એવ**—નક્કી; **હત્વા**—હણીને; **ન**—કદાપિ નહીં; **જિજીવિષામઃ**—અમે જીવવા ઈચ્છીશું; **તે**—તેઓ બધા; **અવસ્થિતાઃ**—ઊભા છે; **પ્રમુખે**—સામે; **ધાર્તરાષ્ટ્રાઃ**—ધૃતરાષ્ટ્રના પુત્રો.

અનુવાદ

અમે એ પણ જાણતા નથી કે અમારે માટે સારું શું છે—તેમને જીતવા કે તેઓ દ્વારા જીતાઈ જવું? જો અમે ધૃતરાષ્ટ્રના પુત્રોનો વધ

કરીશું, તો અમને જીવિત રહેવાની ઈચ્છા રહેશે નહીં. છતાં, તેઓ હવે રણક્ષેત્રમાં અમારી સામે ઊભા છે.

ભાવાર્થ

જોકે યુદ્ધ કરવું એ તો ક્ષત્રિયનું કર્તવ્ય હોય છે, છતાં અર્જુનને સમજાતું નહોતું કે યુદ્ધ કરીને અનાવશ્યક હિંસાનું જોખમ વહોરવું કે પછી યુદ્ધથી વિમુખ થઈને ભીખ માગીને જીવવું. જો તે શત્રુ ઉપર વિજય પ્રાપ્ત ન કરે, તો તેના માટે આજીવિકાનું એકમાત્ર સાધન ભિક્ષા જ હોવાની. વળી વિજય પણ નિશ્ચિત ન હતો, કારણ કે કોઈ પણ પક્ષ વિજયી થઈ શકે. જો તેઓ વિજયી થઈ પણ જાય (કારણ કે તેમનો પક્ષ ન્યાયમાર્ગે હતો) અને જો ધૃતરાષ્ટ્રના પુત્રો યુદ્ધમાં મૃત્યુ પામે, તો તેમના વિના જીવવું મુશ્કેલ બને. એવી પરિસ્થિતિમાં તે તેમનો બીજા પ્રકારનો પરાભવ ગણાય. અર્જુન દ્વારા વ્યક્ત થયેલા આ વિચારો ચોક્કસપણે પુરવાર કરે છે કે તે ભગવાનનો મહાન ભક્ત તો હતો જ, પરંતુ સાથે સાથે તે અત્યંત પ્રબુદ્ધ તથા પોતાના મન તથા ઈન્દ્રિયોને સંપૂર્ણ નિયંત્રણમાં રાખનારો પણ હતો. રાજવી પરિવારમાં જન્મેલો હોવા છતાં ભિક્ષા દ્વારા જીવિત રહેવાની ઈચ્છા એ તેની વિરક્તિનું વધુ એક લક્ષણ છે. આ સર્વ ગુણો તથા પોતાના આધ્યાત્મિક ગુરુ એવા શ્રીકૃષ્ણના ઉપદેશોમાંનો તેનો દૃઢ વિશ્વાસ દર્શાવે છે કે તે ખરેખર પુણ્યાત્મા હતો. એ રીતે એવા નિષ્કર્ષ પર આવી શકાય કે અર્જુન મુક્તિ પામવા માટે સર્વથા સુપાત્ર હતો. જ્યાં સુધી ઈન્દ્રિયો સંયમિત ન થાય, ત્યાં સુધી જ્ઞાનના પદ સુધી ઉન્નત થવાનો અવસર પ્રાપ્ત થતો નથી અને જ્ઞાન તથા ભક્તિ વિના મુક્તિ મળતી નથી. અર્જુન પોતાના ભૌતિક સંબંધોના વિશાળ ગુણો ઉપરાંત આ સમગ્ર દૈવી ગુણોમાં પણ સમર્થ હતો.

શ્લોક ७

कार्पण्यदोषोपहतस्वभावः
पृच्छामि त्वां धर्मसम्मूढचेताः।
यच्छ्रेयः स्यान्निश्चितं ब्रूहि तन्मे
शिष्यस्तेऽहं शाधि मां त्वां प्रपन्नम्॥ ७॥

કાર્પણ્ય—કૃપણતા; **દોષ**—દુર્બળતાથી; **ઉપહત**—ગ્રસ્ત; **સ્વભાવ**—વિશિષ્ટ ગુણ; **પૃચ્છામિ**—હું પૂછી રહ્યો છું; **ત્વામ્**—આપને; **ધર્મ**—ધર્મ; **સમ્મૂઢ**—મોહગ્રસ્ત; **ચેતાઃ**—હૃદયમાં; **યત્**—જે; **શ્રેયઃ**—કલ્યાણકારી;

સ્યાત્—હોય; **નિશ્ચિતમ્**—વિશ્વાસપૂર્વક; **બ્રૂહિ**—કહો; **તત્**—તે; **મે**—મને; **શિષ્યઃ**—શિષ્ય; **તે**—તમારો; **અહમ્**—હું; **શાધિ**—ઉપદેશ આપો; **મામ્**—મને; **ત્વામ્**—આપના; **પ્રપન્નમ્**—શરણાગતને.

અનુવાદ

હવે હું સંકુચિતતાયુક્ત દુર્બળતાને કારણે મારું કર્તવ્ય ભૂલી ગયો છું અને મનની બધી સ્વસ્થતા ખોઈ બેઠો છું. આવી સ્થિતિમાં હું આપને પૂછી રહ્યો છું કે જે મારે માટે કલ્યાણકારી હોય, તે ચોક્કસપણે કહેવાની કૃપા કરો. હું હવે આપનો શિષ્ય છું અને આપનો શરણાગત છું. કૃપા કરીને મને ઉપદેશ આપો.

ભાવાર્થ

પ્રકૃતિની પોતાની રીત જ એવી છે કે ભૌતિક કાર્યોની સમગ્ર પદ્ધતિ દરેક વ્યક્તિ માટે વિમાસણનું કારણ હોય છે. ડગલે ને પગલે મૂંઝવણ હોય છે, તેથી મનુષ્યે પ્રમાણભૂત આધ્યાત્મિક ગુરુનો આશ્રય લેવો જરૂરી છે, જે તેને જીવનનો ઉદ્દેશ સિદ્ધ કરવાનું યોગ્ય માર્ગદર્શન આપી શકે. સમસ્ત વૈદિક ગ્રંથો એવો ઉપદેશ આપે છે કે આપણી ઈચ્છા ન હોવા છતાં આવી પડતી જીવનની મૂંઝવણોમાંથી છૂટવા માટે અધિકૃત આધ્યાત્મિક ગુરુ પાસે જવું જોઈએ. આ મૂંઝવણો વનના દાવાગ્નિ સમાન છે, જે કોઈના સળગાવ્યા વિના જ ગમે તે રીતે સળગી ઊઠે છે. એ જ રીતે, જગતની સ્થિતિ એવી છે કે વણજોઈતી જીવનની મૂંઝવણો આપોઆપ ઉત્પન્ન થઈ જાય છે. કોઈ ઈચ્છતું નથી કે આગ લાગે, છતાં તે લાગે છે અને આપણે વ્યાકુળ થઈ જઈએ છીએ. વૈદિક જ્ઞાન તેથી અનુરોધ કરે છે કે જીવનની ગૂંચોનો ઉકેલ લાવવા તથા તેના ઉકેલનું વિજ્ઞાન જાણવા માટે મનુષ્યે ગુરુ-શિષ્ય પરંપરામાંના સદ્‌ગુરુના શરણે જવું જોઈએ. જે મનુષ્ય સંનિષ્ઠ સદ્‌ગુરુના શરણમાં હોય છે, તેને બધું જ્ઞાન થયેલું છે એમ માનવામાં આવે છે. માટે, મનુષ્યે ભૌતિક મૂંઝવણોમાં રહ્યા વિના સદ્‌ગુરુના શરણે જવું જોઈએ. આ જ આ શ્લોકનો ભાવાર્થ છે.

આખરે ભૌતિક મૂંઝવણોમાં કયો માણસ પડે છે? જે જીવનની સમસ્યાઓને સમજતો નથી તે. બૃહદારણ્યક ઉપનિષદ (૩.૮.૧૦)માં આવા મોહને વશ થયેલા મનુષ્યનું વર્ણન આ પ્રમાણે થયું છે—*યો વા એતદ્ અક્ષરં ગાર્ગ્યૂ વિદિત્વાસ્માઁલ્લોકાત્ પ્રૈતિ સ કૃપણઃ* "જે મનુષ્ય જીવનની

સમસ્યાઓનો ઉકેલ લાવતો નથી અને આત્મ-સાક્ષાત્કારના વિજ્ઞાનને સમજ્યા વગર જ કૂતરા-બિલાડાંની જેમ આ જગતનો ત્યાગ કરે છે, તે કૃપણ છે." જે જીવ આ મનુષ્યયોનિનો ઉપયોગ જીવનની સમસ્યાઓનો ઉકેલ લાવવા માટે કરી શકે છે, તેના માટે તે અત્યંત મૂલ્યવાન સંપત્તિ છે. તેથી જે આ તકનો સદુપયોગ કરતો નથી, તે કૃપણ છે. બીજે પક્ષે, જીવનની સઘળી સમસ્યાઓનો ઉકેલ લાવવામાં આ શરીરનો ઉપયોગ કરે તે જ બ્રાહ્મણ છે. *ય એતદ્ અક્ષરં ગાર્ગિ વિદિત્વાસ્માઁલ્લોકાત્ પ્રૈતિ સ બ્રાહ્મણઃ.*

કૃપણ માણસો પોતાનો સમય પરિવાર, સમાજ, દેશ વગેરે માટેની ભૌતિક દૃષ્ટિબિંદુયુક્ત પ્રબળ આસક્તિમાં વેડફી નાખે છે. મનુષ્ય ઘણું કરીને "ચર્મરોગ"ના આધાર પર તેનાં કૌટુંબિક જીવનમાં અર્થાત્ પત્ની, બાળકો તથા અન્ય કુટુંબીજનોમાં આસક્ત રહે છે. કૃપણ માને છે કે તે પોતાના પરિવારને મૃત્યુથી ઉગારી શકશે અથવા કૃપણ એમ વિચારે છે કે તેનું કુટુંબ અથવા સમાજ તેને મૃત્યુના મુખમાંથી બચાવી શકશે. આવી કૌટુંબિક આસક્તિ નિમ્ન કક્ષાના પશુઓમાં પણ જોવા મળે છે, કારણ કે તેઓ પણ બચ્ચાંઓની સંભાળ લે છે. અર્જુન બુદ્ધિમાન હોવાથી સમજી શક્યો હતો કે પરિવારના સભ્યો પ્રત્યેનો સ્નેહ અને મૃત્યુમાંથી તેમનું રક્ષણ કરવાની તેની ઈચ્છા જ તેની વિમાસણનાં કારણો હતાં. જોકે તે સમજી શક્યો હતો કે યુદ્ધ કરવાનું કર્તવ્ય તેની રાહ જોતું હતું, છતાં સંકુચિતતાભરી દુર્બળતાને કારણે તે પોતાના કર્તવ્યનું પાલન કરી શક્યો ન હતો. તેથી તે પરમ સદ્‌ગુરુ એવા ભગવાન કૃષ્ણને આનો કોઈ નિશ્ચિત ઉકેલ બતાવવા વિનંતિ કરી રહ્યો છે. તે પોતાની જાતને કૃષ્ણ પ્રતિ શિષ્ય તરીકે સમર્પિત કરે છે. તે મૈત્રીભરી ચર્ચા બંધ કરવા ઈચ્છે છે. ગુરુ તથા શિષ્ય વચ્ચેની ચર્ચા ગંભીર હોય છે અને હવે અર્જુન પોતાના પ્રમાણભૂત સદ્‌ગુરુ સમક્ષ બહુ ગંભીરતાપૂર્વક ચર્ચા કરવા ઈચ્છે છે. તેથી કૃષ્ણ ભગવદ્‌ગીતાના વિજ્ઞાનના આદિ ગુરુ છે અને અર્જુન ગીતાને સમજનાર પ્રથમ શિષ્ય છે. અર્જુન કેવી રીતે ભગવદ્‌ગીતાને સમજે છે, તે સ્વયં ગીતામાં વર્ણવાયું છે. તોયે મૂર્ખ દુન્યવી વિદ્વાનો જણાવે છે કે મનુષ્યે વ્યક્તિગત કૃષ્ણને નહીં પણ "કૃષ્ણના અંદરના અજન્મા"ને શરણે જવું જોઈએ. કૃષ્ણની અંદર તથા બહાર કશો તફાવત નથી અને આવા જ્ઞાન વિના જે માણસ ભગવદ્‌ગીતાને સમજવાનો પ્રયત્ન કરે છે, તે સૌથી મોટો મૂરખ છે.

શ્લોક ૮

न हि प्रपश्यामि ममापनुद्याद्
यच्छोकमुच्छोषणमिन्द्रियाणाम्।
अवाप्य भूभावसपत्नमृद्धं
राज्यं सुराणामपि चाधिपत्यम्॥ ८॥

ન—નહીં; **હિ**—નક્કી; **પ્રપશ્યામિ**—હું જોઉં છું; **મમ**—મારો; **અપનુદ્યાત્**—દૂર કરી શકે; **યત્**—જે; **શોકમ્**—શોક; **ઉચ્છોષણમ્**—સૂકવી નાખતો; **ઇન્દ્રિયાણામ્**—ઇન્દ્રિયોનો; **અવાપ્ય**—પ્રાપ્ત કરી; **ભૂમૌ**—પૃથ્વી પર; **અસપત્નમ્**—શત્રુરહિત; **ઋદ્ધમ્**—સમૃદ્ધ; **રાજ્યમ્**—રાજ્ય; **સુરાણામ્**—દેવોનું; **અપિ**—પણ; **ચ**—અને; **આધિપત્યમ્**—સાર્વભૌમ સત્તા.

અનુવાદ

મારી ઇન્દ્રિયોને સૂકવી નાખનાર આ શોકને દૂર કરી શકે એવું કોઈ સાધન મને દેખાતું નથી. સ્વર્ગ પર દેવોના સાર્વભૌમ અધિકારની જેમ સર્વથા સમૃદ્ધ પૃથ્વીનું નિષ્કંટક રાજ્ય પ્રાપ્ત કરીને પણ હું આ શોકને દૂર કરી શકીશ નહીં.

ભાવાર્થ

જોકે અર્જુન ધર્મ તથા સદાચારના નિયમો પર આધારિત અનેક દલીલો રજૂ કરે છે, છતાં એમ જણાય છે કે તે પોતાના આધ્યાત્મિક ગુરુ ભગવાન શ્રીકૃષ્ણની મદદ વિના તેની અસલ મૂળ સમસ્યાનો ઉકેલ લાવી શકતો નથી. તે સમજી શક્યો હતો કે તેનું કહેવાતું જ્ઞાન તેના સમગ્ર અસ્તિત્વને સૂકવી નાખતી સમસ્યાઓના ઉકેલ માટે નિરર્થક હતું અને ભગવાન કૃષ્ણસમા આધ્યાત્મિક ગુરુની મદદ વિના આવી મૂંઝવણોનો ઉકેલ લાવવો એ તેના માટે અસંભવ બાબત હતી. શૈક્ષણિક જ્ઞાન, વિદ્વત્તા, ઉચ્ચ પદ એ બધાં જીવનની સમસ્યાઓનો ઉકેલ લાવવામાં નિરર્થક હોય છે. કૃષ્ણસમા સદ્‌ગુરુ જ આમાં મદદ કરી શકે છે. તેથી નિષ્કર્ષ એ છે કે જે સદ્‌ગુરુ સોએ સો ટકા કૃષ્ણભાવનાપરાયણ હોય છે, તે જ એકમાત્ર પ્રમાણભૂત સદ્‌ગુરુ છે અને તેઓ જ જીવનની સમસ્યાઓનો ઉકેલ લાવી શકે છે. ભગવાન શ્રી ચૈતન્ય મહાપ્રભુએ કહ્યું છે કે જે મનુષ્ય કૃષ્ણભક્તિના વિજ્ઞાનમાં નિષ્ણાત હોય, તે ભલે ગમે તે જાતિનો કેમ ન હોય, તે જ વાસ્તવિક સદ્‌ગુરુ છે.

કિબા વિપ્ર, કિબા ન્યાસી, શૂદ્ર કેને નય।
યેઈ કૃષ્ણ તત્ત્વ વેત્તા, સેઈ 'ગુરુ' હય॥

"કોઈ મનુષ્ય, ભલે પછી તે વિપ્ર (વૈદિક જ્ઞાનમાં પારંગત) હોય કે શૂદ્ર જાતિમાં જન્મેલો હોય કે સંન્યાસી હોય, પણ જો તે કૃષ્ણભક્તિના તત્ત્વને જાણતો હોય, તો તે સંપૂર્ણ તથા અધિકૃત આધ્યાત્મિક ગુરુ છે." (ચૈતન્ય ચરિતામૃત, મધ્ય ૮.૧૨૮) તેથી કૃષ્ણભક્તિના શાસ્ત્રમાં પારંગત થયા વિના કોઈ પણ મનુષ્ય આધ્યાત્મિક ગુરુ થઈ શકતો નથી. વૈદિક સાહિત્યમાં પણ કહેવાયું છે:

ષટ્ કર્મ નિપુણો વિપ્રો મન્ત્ર તન્ત્ર વિશારદઃ।
અવૈષ્ણવો ગુરુર્ન સ્યાદ્ વૈષ્ણવઃ શ્વપચો ગુરુઃ॥

"સંપૂર્ણ વૈદિક જ્ઞાનમાં પારંગત થયેલો વિદ્વાન બ્રાહ્મણ પણ વૈષ્ણવ થયા વગર અથવા કૃષ્ણભક્તિના વિજ્ઞાનમાં નિષ્ણાત થયા વગર આધ્યાત્મિક ગુરુ બની શકતો નથી. પરંતુ એક શૂદ્ર, જો તે વૈષ્ણવ કે કૃષ્ણ ભક્ત હોય, તો તે આધ્યાત્મિક ગુરુ બની શકે છે." (પદ્મ પુરાણ)

જન્મ, મૃત્યુ, જરા તથા વ્યાધિ જેવી ભૌતિક અસ્તિત્વની સમસ્યાઓનો પ્રતિકાર ધનસંચય કરવાથી કે આર્થિક ઉન્નતિ કરવાથી કરી શકાતો નથી. જગતના વિભિન્ન ભાગોમાં એવાં રાજ્યો છે કે જ્યાં જીવનની સગવડોની, ધનસંપત્તિની રેલમછેલ છે તથા આર્થિક સમૃદ્ધિ છે, તેમ છતાં ભૌતિક અસ્તિત્વની સમસ્યાઓ તો ત્યાં પણ વિદ્યમાન છે જ. તેઓ જુદી જુદી રીતે શાંતિની શોધ કરી રહ્યા છે, પરંતુ તેઓ સાચું સુખ ત્યારે જ પામી શકે કે જ્યારે તેઓ કૃષ્ણ અથવા કૃષ્ણનું વિજ્ઞાન સમજાવતા ગ્રંથ ભગવદ્‌ગીતા તથા શ્રીમદ્ ભાગવતનો ઉપદેશ ગ્રહણ કરે અથવા કૃષ્ણભાવનામાં રહેલા કૃષ્ણના પ્રમાણભૂત પ્રતિનિધિનો ઉપદેશ ગ્રહણ કરે.

જો કોઈના કૌટુંબિક, સામાજિક, રાષ્ટ્રીય કે આંતરરાષ્ટ્રીય ઉન્માદો માટે કરવામાં આવેલા શોકને આર્થિક વિકાસ તથા ભૌતિક સુખ દ્વારા દૂર કરી શકાયા હોત, તો અર્જુને એમ ન કહ્યું હોત કે પૃથ્વીનું નિષ્કંટક રાજ્ય કે સ્વર્ગલોકમાંના દેવોના જેવું સાર્વભૌમત્વ પણ તેના શોકોને દૂર કરવામાં અસમર્થ છે. એટલા માટે જ તેણે કૃષ્ણભાવનામૃતનો આશ્રય લીધો અને એ જ શાંતિ તથા સંવાદિતાનો ખરો માર્ગ છે. આર્થિક વિકાસ અથવા વિશ્વની સાર્વભૌમ સત્તા કુદરતી આફતો દ્વારા કોઈ પણ ક્ષણે સમાપ્ત થઈ શકે છે. એટલે સુધી કે મનુષ્ય જેને માટે પ્રયત્નશીલ છે, તે ચંદ્રલોક જેવા ઉચ્ચતર લોકોની યાત્રા પણ એક જ ઝાટકે સમાપ્ત થઈ શકે છે. ભગવદ્‌ગીતા આનું સમર્થન કરે છેઃ *ક્ષીણે પુણ્યે મર્ત્યલોકં વિશન્તિ*—"જ્યારે પુણ્યકર્મોનાં ફળ

સમાપ્ત થઈ જાય છે, ત્યારે મનુષ્ય ફરીથી સુખના સર્વોચ્ચ શિખર પરથી જીવનની હીનતમ અવસ્થામાં પતન પામે છે.” તે રીતે વિશ્વના અનેક રાજકારણીઓનું પતન થયું છે. આવું અધઃપતન શોકનું કારણ બને છે.

માટે જો આપણે હંમેશ માટે શોકનું નિવારણ કરવા ઈચ્છતા હોઈએ, તો આપણે અર્જુનની જેમ કૃષ્ણનું શરણ લેવું પડે. તેથી અર્જુને પોતાની સમસ્યાઓનો નિશ્ચિતપણે ઉકેલ લાવવા માટે કૃષ્ણને વિનંતિ કરી અને એ જ કૃષ્ણભાવનામૃતની રીત છે.

सञ्जय उवाच

શ્લોક **एवमुक्त्वा हृषीकेशं गुडाकेशः परन्तपः।**
૯ **न योत्स्य इति गोविन्दमुक्त्वा तूष्णीं बभूव ह॥ ९॥**

સઞ્જયઃ ઉવાચ—સંજય બોલ્યા; **એવમ્**—આ પ્રમાણે; **ઉક્ત્વા**—કહીને; **હૃષીકેશમ્**—ઈન્દ્રિયોના સ્વામી કૃષ્ણને; **ગુડાકેશઃ**—અજ્ઞાનને વશ કરવામાં નિષ્ણાત, અર્જુન; **પરન્તપઃ**—શત્રુનું દમન કરનાર; **ન યોત્સ્યે**—હું લડીશ નહીં; **ઈતિ**—એમ; **ગોવિન્દમ્**—ઈન્દ્રિયોને આનંદ આપનાર કૃષ્ણને; **ઉક્ત્વા**—કહીને; **તૂષ્ણીમ્**—મૌન; **બભૂવ**—થયો; **હ**—નક્કી.

અનુવાદ

સંજય બોલ્યાઃ આ પ્રમાણે કહ્યા પછી શત્રુઓનું દમન કરનાર અર્જુને કૃષ્ણને કહ્યું, “હે ગોવિંદ, હું લડીશ નહીં” અને મૌન થઈ ગયો.

ભાવાર્થ

અર્જુન યુદ્ધ કરવાનો નથી અને ભિક્ષાટન કરવા રણક્ષેત્ર છોડી દેવાનો છે તેમ સમજીને ધૃતરાષ્ટ્ર અત્યંત ગેલમાં આવી ગયા હશે. પરંતુ સંજયે વળી તેમને એમ કહીને નિરાશ કરી દીધા કે અર્જુન શત્રુઓને મારવામાં સક્ષમ છે (*પરન્તપઃ*). થોડા વખત માટે અર્જુન કૌટુંબિક સ્નેહને કારણે શોકાકુળ થઈ ગયો હતો, છતાં તેણે શિષ્ય તરીકે સદ્‌ગુરુ શ્રીકૃષ્ણનું શરણ લીધું હતું. આ દર્શાવતું હતું કે તે તત્કાળ જ આ મિથ્યા શોકથી મુક્ત થઈ જશે અને આત્મ-સાક્ષાત્કાર અથવા કૃષ્ણભાવનામૃતના પ્રકાશથી જાગૃત થઈને નિશ્ચિતપણે યુદ્ધ કરશે. એ રીતે ધૃતરાષ્ટ્રને હર્ષને બદલે હતાશા મળશે, કારણ કે કૃષ્ણ દ્વારા અર્જુન પ્રબુદ્ધ થશે અને અંત સુધી યુદ્ધ કરશે.

શ્લોક **तमुवाच हृषीकेशः प्रहसन्निव भारत।**
૧૦ **सेनयोरुभयोर्मध्ये विषीदन्तमिदं वचः॥ १०॥**

તમ્—તેને; **ઉવાચ**—કહ્યું; **હૃષીકેશઃ**—ઈન્દ્રિયોના સ્વામી કૃષ્ણે; **પ્રહસન્**—સ્મિત કરતાં કરતાં; **ઈવ**—જાણે કે; **ભારત**—હે ભરતવંશોત્પન્ન ધૃતરાષ્ટ્ર; **સેનયોઃ**—સૈન્યોની; **ઉભયોઃ**—બંને પક્ષોની; **મધ્યે**—મધ્યમાં; **વિષીદન્તમ્**—શોકમગ્ન; **ઈદમ્**—આ; **વચઃ**—વચન.

અનુવાદ

હે ભરતવંશી ધૃતરાષ્ટ્ર, તે વખતે બંને સૈન્યોની વચ્ચે ભગવાન કૃષ્ણે શોકગ્રસ્ત અર્જુનને સ્મિતપૂર્વક આ વચનો કહ્યાં.

ભાવાર્થ

બે ગાઢ મિત્રો એવા હૃષીકેશ તથા ગુડાકેશ વચ્ચે ચર્ચા થઈ રહી હતી. મિત્રો તરીકે બંને સમાન સ્તરે હતા, પરંતુ તેમનામાંથી એક જણે સ્વેચ્છાપૂર્વક બીજાનું શિષ્યત્વ સ્વીકાર્યું હતું. એક મિત્રે શિષ્ય થવાનું પસંદ કર્યું હતું, તેથી કૃષ્ણ હસી રહ્યા હતા. સૌના સ્વામી હોવાથી તેઓ સદા શ્રેષ્ઠ પદ ઉપર રહે છે. તેમ છતાં, ભગવાન પોતાના ભક્ત માટે તેની ઈચ્છાનુસાર સખા, પુત્ર કે પ્રેમી બનવાનું સ્વીકારે છે. પરંતુ જ્યારે તેમનો ગુરુ તરીકે સ્વીકાર કરવામાં આવ્યો, ત્યારે તેમણે તરત જ ગુરુની ભૂમિકા ધારણ કરી અને શિષ્ય સાથે ગુરુની માફક ગંભીરતાપૂર્વક ચર્ચા કરી, જે અપેક્ષિત હોય છે. એમ જણાય છે કે ગુરુ તથા શિષ્ય વચ્ચેનો આ સંવાદ બંને સૈન્યોની ઉપસ્થિતિમાં મુક્ત રીતે થયો હતો કે જેથી બધા લોકોને તેનો લાભ મળ્યો હતો. તેથી ભગવદ્‌ગીતાના સંવાદો કોઈ એક વ્યક્તિ, સમાજ અથવા જાતિ માટે નથી, પરંતુ બધા માટે છે અને મિત્ર કે શત્રુ સમાન રીતે તેના સંવાદનું શ્રવણ કરવા અધિકારી છે.

શ્રી ભગવાનુવાચ

શ્લોક ૧૧ **अशोच्यानन्वशोचस्त्वं प्रज्ञावादांश्च भाषसे।**
गतासूनगतासूंश्च नानुशोचन्ति पण्डिताः॥ ११॥

શ્રી ભગવાન ઉવાચ—પૂર્ણ પુરુષોત્તમ પરમેશ્વર બોલ્યા; **અશોચ્યાન્**—જે શોક કરવા યોગ્ય નથી; **અન્વશોચઃ**—તું શોક કરી રહ્યો છે; **ત્વમ્**—તું; **પ્રજ્ઞાવાદાન્**—વિદ્વત્તાપૂર્ણ વાતો; **ચ**—પણ; **ભાષસે**—કહે છે; **ગત**—ગયેલા; **અસૂન્**—પ્રાણ; **અગત**—નહીં ગયેલા; **અસૂન્**—પ્રાણ; **ચ**—પણ; **ન**—કદી નહીં; **અનુશોચન્તિ**—શોક કરે છે; **પણ્ડિતાઃ**—વિદ્વાન પંડિતો.

અનુવાદ

પૂર્ણ પુરુષોત્તમ પરમેશ્વર બોલ્યાઃ તું વિદ્વત્તાભરી વાતો કરે છે, પરંતુ

જેનો શોક કરવા જેવો નથી, તેના માટે તું શોક કરી રહ્યો છે. જેઓ વિદ્વાન હોય છે, તેઓ જીવિત કે મૃત માટે શોક કરતા નથી.

ભાવાર્થ

ભગવાને તત્કાળ ગુરુપદ ગ્રહણ કર્યું અને શિષ્યને પરોક્ષરૂપે મૂર્ખ કહી ઠપકો આપ્યો. ભગવાને કહ્યું, "તું વિદ્વાન માણસની જેમ વાતો કરે છે, પરંતુ તું જાણતો નથી કે જે વિદ્વાન હોય છે અર્થાત્ જે શરીર તથા આત્મા વિશે જાણે છે, તે શરીરની કોઈ પણ અવસ્થા માટે—ભલે તે જીવિત હોય કે મૃત હોય—શોક કરતો નથી." હવે પછીના અધ્યાયોમાં સમજાવવામાં આવશે તેમ, જ્ઞાન એટલે જડ તથા ચેતન અને તે બંનેના નિયંતાને જાણવા તે. અર્જુને દલીલ કરી હતી કે રાજનીતિ અથવા સમાજનીતિ કરતાં ધર્મને વધારે મહત્ત્વ આપવું જોઈએ, પરંતુ તે જાણતો ન હતો કે જડ પદાર્થ, ચેતન આત્મા તથા પરમેશ્વર વિશેનું જ્ઞાન ધાર્મિક સૂત્રો કરતાં પણ વધારે મહત્ત્વપૂર્ણ છે અને તેનામાં આ જ્ઞાનનો અભાવ હતો, તેથી પોતે બહુ વિદ્વાન છે એવો ડોળ તેણે કરવો જોઈતો ન હતો. અને પોતે બહુ વિદ્વાન ન હતો, તેથી તે શોક કરવા માટે સર્વથા અયોગ્ય વસ્તુ માટે શોક કરી રહ્યો હતો. આ શરીર જન્મે છે અને આજે કે આવતીકાલે તેનો વિનાશ ચોક્કસ થવાનો છે, તેથી આત્મા જેટલો મહત્ત્વપૂર્ણ છે, તેટલું શરીર મહત્ત્વપૂર્ણ નથી. જે આ જાણે છે, તે જ ખરેખરો વિદ્વાન છે અને તેને માટે ભૌતિક શરીરની અવસ્થા ભલે ગમે તે હોય, તો પણ શોક કરવાનું કોઈ કારણ હોઈ શકે નહીં.

શ્લોક ૧૨

नत्वेवाहं जातु नासं न त्वं नेमे जनाधिपाः।
न चैव न भविष्यामः सर्वे वयमतः परम्॥१२॥

ન—કદી નહીં; **તુ**—પરંતુ; **એવ**—નક્કી; **અહમ્**—હું; **જાતુ**—કોઈ પણ વખતે; **ન**—નહીં; **આસમ્**—હતો; **ન**—નહીં; **ત્વમ્**—તું; **ન**—નહીં; **ઈમે**—આ બધા; **જન અધિપાઃ**—રાજાઓ; **ન**—કદી નહીં; **ચ**—પણ; **એવ**—નક્કી; **ન**—નહીં; **ભવિષ્યામઃ**—રહીશું; **સર્વે વયમ્**—આપણે બધા; **અતઃ પરમ્**—હવે પછી.

અનુવાદ

એવું ક્યારેય ન હતું કે જ્યારે હું ન રહ્યો હોઉં કે તું ન રહ્યો હોય અથવા તો આ બધા રાજાઓ ન રહ્યા હોય, અને એવું પણ નથી કે પછી ભવિષ્યમાં આપણે બધા નહીં હોઈએ.

ભાવાર્થ

વેદોમાં, કઠોપનિષદમાં તથા શ્વેતાશ્વતર ઉપનિષદમાં પણ કહેવામાં આવ્યું છે કે પૂર્ણ પુરુષોત્તમ પરમેશ્વર અસંખ્ય જીવોનાં કર્મ તથા કર્મફળાનુસાર જીવોની પોતપોતાની અવસ્થામાં તેમના પાલનકર્તા છે. એવા એ જ પૂર્ણ પુરુષોત્તમ પરમેશ્વર તેમના પૂર્ણ અંશરૂપે દરેકના જીવના હૃદયમાં વાસ કરે છે. જે સંત પુરુષો પરમેશ્વરનાં અંદર તથા બહાર દર્શન કરી શકે છે, તેઓ જ પૂર્ણ તેમ જ શાશ્વત શાંતિ પ્રાપ્ત કરી શકે છે.

નિત્યો નિત્યાનાં ચેતનશ્ચેતનાનામ્
એકો બહૂનાં યો વિદધાતિ કામાન્।
તમ્ આત્મસ્થં યેઽનુપશ્યન્તિ ધીર-
સ્તેષાં શાન્તિઃ શાશ્વતી નેતરેષામ્॥

(કઠોપનિષદ ૨.૨.૧૩)

જે વૈદિક જ્ઞાન અર્જુનને આપવામાં આવેલું, તે જ જ્ઞાન વિશ્વના એવા સર્વ લોકોને આપવામાં આવે છે કે જેઓ વિદ્વાન હોવાનો દેખાવ કરે છે, પરંતુ હકીકતમાં અલ્પજ્ઞાની છે. ભગવાન એવું સ્પષ્ટ જણાવે છે કે તેઓ સ્વયં, અર્જુન તથા યુદ્ધભૂમિ પર એકત્ર થયેલા સર્વ રાજવીઓ શાશ્વત વ્યક્તિગત જીવો છે અને આ જીવોની બદ્ધ તથા મુક્ત અવસ્થાઓમાં ભગવાન જ તેમના એકમાત્ર પાલનકર્તા છે. પૂર્ણ પુરુષોત્તમ પરમેશ્વર સર્વોપરી વ્યક્તિત્વ ધરાવનારા પુરુષ છે અને ભગવાનનો સનાતન સંગી અર્જુન તથા ત્યાં ભેગા થયેલા સર્વ રાજાઓ સનાતન વ્યક્તિગત પુરુષો છે. તેઓ ભૂતકાળમાં વ્યક્તિરૂપે ન હતા એવું નથી અને એવું પણ નથી કે તેઓ સનાતન વ્યક્તિરૂપે નહીં રહે. તેમનું વ્યક્તિ તરીકેનું અસ્તિત્વ ભૂતકાળમાં હતું અને ભવિષ્યકાળમાં પણ તેમનું વ્યક્તિત્વ અબાધિત રીતે ચાલુ રહેશે. તેથી કોઈને માટે પણ શોક કરવાનું કારણ રહેતું નથી.

મુક્તિ પછી વ્યક્તિગત આત્મા માયાના આવરણથી અલગ થઈને નિરાકાર બ્રહ્મમાં વિલીન થઈ જશે અને પોતાનું અસ્તિત્વ ગુમાવી દેશે, એવા માયાવાદી સિદ્ધાંતનું અહીં પરમ અધિકારી ભગવાન કૃષ્ણે સમર્થન કર્યું નથી. તે જ પ્રમાણે, અહીં એવા સિદ્ધાંતનું પણ સમર્થન થતું નથી કે માત્ર બદ્ધ અવસ્થામાં જ આપણે અસ્તિત્વનો વિચાર કરીએ છીએ. અહીં કૃષ્ણ સ્પષ્ટપણે જ કહે છે કે ભગવાન તથા બીજાઓનું અસ્તિત્વ ભવિષ્યમાં પણ નિરંતર ચાલતું રહેશે, જે અંગે ઉપનિષદો દ્વારા પણ સમર્થન થયેલું છે.

કૃષ્ણનું આ કથન પ્રમાણભૂત છે, કારણ કે કૃષ્ણ માયાને વશ થઈ શકે નહીં. જો વ્યક્તિગત અસ્તિત્વમાં તથ્ય ન હોત, તો કૃષ્ણે આટલા ભારપૂર્વક અને તે પણ ભવિષ્ય માટે કહ્યું ન હોત. માયાવાદીઓ એવી દલીલ કરી શકે કે કૃષ્ણ દ્વારા કથિત વ્યક્તિગત અસ્તિત્વ આધ્યાત્મિક નહીં પણ ભૌતિક છે. વ્યક્તિતા ભૌતિક છે એવી દલીલનો ધારો કે સ્વીકાર કરી લઈએ, તો પણ કૃષ્ણના વ્યક્તિગત અસ્તિત્વની ઓળખ કેવી રીતે થઈ શકે? કૃષ્ણ ભૂતકાળમાંના પોતાના અસ્તિત્વનું સમર્થન કરે છે અને ભવિષ્યમાં પણ પોતાના અસ્તિત્વની પુષ્ટિ કરે છે. તેમણે પોતાના વ્યક્તિગત અસ્તિત્વનું સમર્થન અનેક રીતે કર્યું છે અને નિરાકાર બ્રહ્મ પોતાને અધીન હોવાનું જણાવ્યું છે. કૃષ્ણે હરહંમેશ દિવ્ય વ્યક્તિતા જાળવી રાખી છે; જો તેમનો સાધારણ ચેતના ધરાવતા સામાન્ય મનુષ્ય તરીકે સ્વીકાર કરવામાં આવે, તો તેમની ભગવદ્ગીતાનું પ્રમાણભૂત શાસ્ત્રરૂપે કોઈ મહત્ત્વ રહેતું નથી. માનવીય દુર્બળતાના ચારે દોષવાળો સામાન્ય મનુષ્ય શ્રવણ કરવા યોગ્ય ઉપદેશ આપવા અસમર્થ હોય છે. ગીતા આવા સાહિત્યથી પર છે. કોઈ પણ દુન્યવી ગ્રંથની ભગવદ્ગીતા સાથે સરખામણી થઈ શકતી નથી. જો કૃષ્ણને એક સાધારણ મનુષ્ય તરીકે માનવામાં આવે, તો ગીતાનું કોઈ મહત્ત્વ રહેતું નથી. માયાવાદી દલીલ કરે છે કે આ શ્લોકમાં બહુવચનમાં કરવામાં આવેલો નિર્દેશ પરંપરાગત છે અને તે દેહનો નિર્દેશ કરે છે. પરંતુ આની પહેલાંના શ્લોકમાં આવા દેહાત્મભાવની નિંદા કરવામાં આવી છે. એકવાર જીવોની દેહાત્મબુદ્ધિની નિંદા કર્યા પછી શરીર પ્રત્યેનું પરંપરાગત એવું વિધાન કૃષ્ણ ફરીથી કેવી રીતે કરે શકે? માટે આ વ્યક્તિ તરીકેનું અસ્તિત્વ આધ્યાત્મિક ભૂમિકા પર સ્થાપિત થયેલું છે અને રામાનુજાચાર્ય તથા અન્ય મહાન આચાર્યોએ પણ આ વિશે સમર્થન કર્યું છે. ગીતામાં અનેક સ્થળે જણાવ્યું છે કે આ દિવ્ય વ્યક્તિગત અસ્તિત્વ માત્ર ભગવદ્ભક્તોને જ સમજાય છે. જે લોકો પૂર્ણ પુરુષોત્તમ પરમેશ્વર તરીકે કૃષ્ણનો વિરોધ કરે છે, તેમના માટે આ મહાન સાહિત્ય વિશે સત્તાવાર જ્ઞાન પ્રાપ્ત કરવાનો કોઈ માર્ગ નથી. અભક્તો ગીતાના ઉપદેશોને સમજવાનો પ્રયાસ કરે, એ તો એક મધમાખી મધની શીશીને ચાટે તેના જેવું છે. શીશીને ખોલ્યા વિના મધનો સ્વાદ મળી શકતો નથી. તેવી જ રીતે, કેવળ ભક્તો જ ભગવદ્ગીતાના ગૂઢ રહસ્યને સમજી શકે છે, બીજા કોઈ તેનું આસ્વાદન કરી શકતા નથી, જે વિશે આ ગ્રંથના ચોથા અધ્યાયમાં કહેવામાં આવ્યું

છે. અને જે લોકો ભગવાનના અસ્તિત્વનો જ વિરોધ કરે છે, તેઓ ગીતાનો સ્પર્શ પણ કરી શકતા નથી. તેથી ગીતાનું માયાવાદી અર્થઘટન સંપૂર્ણ સત્યનું તદ્દન ભ્રામક તથા ગેરમાર્ગે દોરનારું નિરૂપણ છે. ભગવાન શ્રી ચૈતન્ય મહાપ્રભુએ માયાવાદીઓ દ્વારા થયેલાં ગીતાનાં અર્થઘટનો વાંચવાનો નિષેધ કર્યો છે અને આપણને ચેતવણી આપી છે કે જે મનુષ્ય આવા માયાવાદી તત્ત્વજ્ઞાનને ગ્રહણ કરે છે, તે ગીતાના વાસ્તવિક રહસ્યને સમજવામાં અસમર્થ બની જાય છે. જો વ્યક્તિગત અસ્તિત્વનો નિર્દેશ અનુભવગમ્ય બ્રહ્માંડ પરત્વે હોય, તો પછી ભગવાને ઉપદેશ આપવાની કશી જરૂર ન હતી. વ્યક્તિગત આત્મા તથા પરમાત્માનું દ્વૈત (અનેકત્વ) શાશ્વત સત્ય છે અને ઉપર ઉલ્લેખ થયો છે તે પ્રમાણે આનું સમર્થન વેદો દ્વારા થયેલું છે.

શ્લોક ૧૩ **देहिनोऽस्मिन्यथा देहे कौमारं यौवनं जरा।**
तथा देहान्तरप्राप्तिर्धीरस्तत्र न मुह्यति॥ १३॥

દેહિનઃ—શરીર ધારણ કરનારની; **અસ્મિન્**—આમાં; **યથા**—જેમ; **દેહે**—શરીરમાં; **કૌમારમ્**—કુમારવસ્થા; **યૌવનમ્**—યૌવન; **જરા**—વૃદ્ધાવસ્થા; **તથા**—તેવી રીતે; **દેહ અન્તર**—શરીરના સ્થળાંતરની; **પ્રાપ્તિઃ**—ઉપલબ્ધિ; **ધીરઃ**—ધીર પુરુષ; **તત્ર**—તે બાબતમાં; ન **મુહ્યતિ**—કદાપિ મોહમાં પડતો નથી.

અનુવાદ

જેવી રીતે દેહધારી આત્મા આ (વર્તમાન) શરીરમાં કુમારાવસ્થામાંથી યુવાવસ્થામાં અને પછી વૃદ્ધાવસ્થામાં એમ નિરંતર પસાર થતો રહે છે, તેવી જ રીતે મૃત્યુ પછી આત્મા બીજા શરીરમાં પ્રવેશે છે. ધીર પુરુષ આવા પરિવર્તનથી મૂંઝાતો નથી.

ભાવાર્થ

દરેક જીવ વ્યક્તિગત આત્મા હોવાથી તે કોઈક વખત બાળક તરીકે, કોઈક વખત યુવાન તરીકે અને કોઈક વખત વૃદ્ધ તરીકે એમ ક્ષણે ક્ષણે પોતાનું શરીર બદલતો રહે છે. છતાં ચેતન આત્મા એનો એ જ રહે છે, તેમાં કોઈ પરિવર્તન થતું નથી. આ વ્યક્તિગત આત્મા મૃત્યુ વખતે શરીર બદલે છે અને અન્ય શરીરમાં દેહાંતર કરે છે અને બીજા જન્મમાં તેને ભૌતિક કે આધ્યાત્મિક એવું અન્ય શરીર ચોક્કસ મળવાનું જ હોવાથી, અર્જુનને

જેમના મૃત્યુ માટે બહુ ચિંતા હતી તે ભીષ્મ કે દ્રોણ માટે શોક કરવાનું કોઈ કારણ ન હતું. બલ્કે, તેણે આનંદિત થવા જેવું હતું કે તેઓ જૂનો દેહ બદલીને નવો દેહ ગ્રહણ કરશે અને એ રીતે નવીન શક્તિ પ્રાપ્ત કરશે. શરીરનાં આવાં પરિવર્તનો મનુષ્યને જીવનમાં પોતાના કર્માનુસાર પ્રાપ્ત થતાં વિવિધ પ્રકારનાં સુખોપભોગ અને દુઃખ માટે જવાબદાર છે. ભીષ્મ તથા દ્રોણ ઉચ્ચ કોટિના જીવ હોવાથી બીજા જન્મમાં તેમને નિઃસંદેહ દિવ્ય દેહ મળવાના જ હતા અથવા તો ભૌતિક જીવનનાં શ્રેષ્ઠ સુખો ભોગવવા માટે સ્વર્ગને અનુરૂપ દેહો મળવાના જ હતા. તેથી બંને પરિસ્થિતિમાં શોક કરવાનું કોઈ કારણ હતું નહીં.

જે મનુષ્યને વ્યક્તિગત આત્મા, પરમાત્મા અને ભૌતિક તથા આધ્યાત્મિક પ્રકૃતિનું પૂર્ણ જ્ઞાન હોય છે, તે ધીર કહેવાય છે. આવો મનુષ્ય શરીરના પરિવર્તન દ્વારા કદાપિ વ્યાકુળ થતો નથી.

આત્માના એકાત્મવાદના માયાવાદી સિદ્ધાંતને માન્ય કરી શકાય નહીં, કારણ કે ચેતન આત્માનું નાના ટુકડાઓમાં વિખંડન કરી શકાતું નથી. આવા વિખંડનથી પરમેશ્વર વિખંડનીય અથવા પરિવર્તનશીલ થઈ જશે કે જે પરમાત્માના અપરિવર્તનીય હોવાના સિદ્ધાંતની વિરુદ્ધ થશે. ગીતામાં સમર્થન થયું છે તે મુજબ પરમાત્માના નાના ખંડો (અંશો) નું સનાતન અસ્તિત્વ હોય છે જેમને ક્ષર કહેવામાં આવ્યાં છે; અર્થાત્ તેઓ ભૌતિક પ્રકૃતિમાં પતન પામવાનું વલણ ધરાવે છે. આ ભિન્ન અંશો નિરંતર ભિન્ન રહે છે અને મુક્ત થયા પછી પણ વ્યક્તિગત આત્મા એવા ભિન્ન અંશ તરીકે રહે છે. પરંતુ એકવાર મુક્ત થયા પછી તે ભગવાનના સહવાસમાં જ્ઞાન અને આનંદસભર સનાતન જીવન જીવે છે. પરમાત્મા માટે પ્રતિબિંબવાદનો સિદ્ધાંત પ્રયુક્ત કરી શકાય છે કે પરમાત્મા પ્રત્યેક વ્યક્તિગત શરીરમાં વિદ્યમાન હોય છે અને પરમાત્મા તરીકે ઓળખાય છે. તેઓ વ્યક્તિગત જીવાત્માથી ભિન્ન હોય છે. જ્યારે આકાશનું પ્રતિબિંબ પાણીમાં પડે છે, ત્યારે પ્રતિબિંબમાં સૂર્ય અને ચંદ્ર બંને તેમ જ તારાઓ પણ હોય છે. તારાઓની સરખામણી જીવો સાથે અને સૂર્ય કે ચંદ્રની સરખામણી પરમેશ્વર સાથે કરી શકાય છે. અર્જુન વ્યક્તિગત અંશ, ચેતન આત્માનું અને પુરુષોત્તમ પરમેશ્વર શ્રીકૃષ્ણ, પરમ આત્માનું પ્રતિનિધિત્વ કરે છે. ચોથા અધ્યાયની શરૂઆતમાં સ્પષ્ટ થશે કે તેઓ બંને એક સમાન કક્ષાના નથી. જો અર્જુન કૃષ્ણનો સમકક્ષ હોય અને કૃષ્ણ અર્જુનથી શ્રેષ્ઠ ન હોય,

તો તેમની વચ્ચેનો ઉપદેશક તથા ઉપદેશ ગ્રહણ કરનારનો સંબંધ અર્થહીન થઈ જાય. જો આ બંને માયાથી મોહિત થતા હોય, તો એકને ઉપદેશક અને બીજાને ઉપદેશ ગ્રહણ કરનાર બનવાની કોઈ જરૂર રહેતી નથી. આવો ઉપદેશ નિરર્થક થશે, કારણ કે માયાની પકડમાં રહેલો કોઈ પણ મનુષ્ય પ્રમાણભૂત ઉપદેશક થઈ શકતો નથી. આવા સંજોગોમાં એવું માનવામાં આવે છે કે ભગવાન કૃષ્ણ પરમ ઈશ્વર છે અને તેઓ માયા દ્વારા મોહિત, વિસ્મૃત આત્મા—અર્જુનરૂપી જીવથી પદમાં શ્રેષ્ઠ છે.

શ્લોક **मात्रास्पर्शास्तु कौन्तेय शीतोष्णसुखदुःखदाः ।**
૧૪ **आगमापायिनोऽनित्यास्तांस्तितिक्षस्व भारत ॥ १४ ॥**

માત્રા સ્પર્શાઃ—ઈન્દ્રિયાનુભૂતિ; **તુ**—કેવળ; **કૌન્તેય**—હે કુંતીપુત્ર; **શીત**—શિયાળો; **ઉષ્ણ**—ઉનાળો; **સુખ**—સુખ; **દુઃખ**—અને દુઃખ; **દાઃ**—આપનારાં; **આગમ**—આવવું; **અપાયિનઃ**—જનારાં; **અનિત્યાઃ**—ક્ષણિક; **તાન્**—તેમને; **તિતિક્ષસ્વ**—સહન કરવાનો પ્રયત્ન કર; **ભારત**—હે ભરતવંશી.

અનુવાદ

હે કુંતીપુત્ર, સુખ તથા દુઃખનું ક્ષણિક આવવું અને કાળાંતરે તેમનું અદૃશ્ય થવું શિયાળા તથા ઉનાળાની ઋતુઓના આવવા તથા જવા સમાન છે. હે ભરતવંશી, તેઓ ઈન્દ્રિયાનુભૂતિમાંથી જન્મે છે અને મનુષ્યે તેમને અસ્વસ્થ થયા વિના સહન કરતા અવશ્ય શીખવું જોઈએ.

ભાવાર્થ

કર્તવ્યનું યોગ્ય પાલન કરતાં મનુષ્યે સુખ તથા દુઃખના ક્ષણિક આવવા-જવાને સહન કરતા શીખવું જોઈએ. વૈદિક શાસ્ત્રોની આજ્ઞા પ્રમાણે મનુષ્યે માઘ માસ (જાન્યુઆરી-ફેબ્રુઆરી)માં પણ વહેલી સવારે સ્નાન કરવું જોઈએ. તે વખતે બહુ ઠંડી પડે છે, પરંતુ ધાર્મિક નિયમોનું ચુસ્તપણે પાલન કરનારો મનુષ્ય આ ઋતુ (શિયાળા)માં સ્નાન કરતાં અચકાતો નથી. તેવી જ રીતે, એક ગૃહિણી અત્યંત આકરા ઉનાળા (મે-જૂન માસ)માં રસોડામાં રસોઈ કરવામાં આનાકાની કરતી નથી. હવામાન સંબંધી અગવડો હોવા છતાં મનુષ્યે પોતાનું કર્તવ્ય કરવાનું હોય છે. તે જ પ્રમાણે, યુદ્ધ કરવું એ ક્ષત્રિયોનો ધર્મ છે; તેથી તેણે મિત્ર કે સ્વજન સાથે યુદ્ધ કરવું પડે તોયે પોતાના નિયત કર્તવ્યમાંથી ચલિત થવું ન જોઈએ. મનુષ્યે જ્ઞાનના

સ્તર સુધી ઉન્નતિ પામવા માટે શાસ્ત્રોમાં નિર્દેશાયેલા ધર્મનાં નીતિનિયમોનું પાલન કરવું જોઈએ, કારણ કે માત્ર જ્ઞાન તથા ભક્તિ દ્વારા જ મનુષ્ય પોતાને માયાના બંધનમાંથી મુક્ત કરી શકે છે.

અર્જુનને જે બે ભિન્ન નામોથી સંબોધન કરવામાં આવ્યું છે, તે પણ અર્થસૂચક છે. *કૌન્તેય* એવા સંબોધનનો અર્થ એ છે કે તેને માતૃપક્ષ તરફનો મહાન ગરવો લોહીનો સંબંધ છે અને *ભારત* કહેવાથી પિતૃપક્ષ તરફથી તેની મહાનતાનો નિર્દેશ થાય છે. બંને પક્ષો તરફથી તેને મહામૂલો વારસો પ્રાપ્ત થયો હોવાની આશા રખાય છે. મહાન વારસાના પરિણામે યથાયોગ્ય રીતે કર્તવ્ય પાલન કરવાની જવાબદારી આવી પડે છે, તેથી અર્જુન યુદ્ધ કરવાનું ટાળી શકે નહીં.

શ્લોક ૧૫ **यं हि न व्यथयन्त्येते पुरुषं पुरुषर्षभ।**
समदुःखसुखं धीरं सोऽमृतत्वाय कल्पते॥ १५॥

યમ્—જેને; **હિ**—નક્કી; **ન**—કદાપિ નહીં; **વ્યથયન્તિ**—પીડાકારી હોય છે; **એતે**—આ બધા; **પુરુષમ્**—મનુષ્યને; **પુરુષ ઋષભ**—હે પુરુષશ્રેષ્ઠ; **સમ**—અપરિવર્તિત, એકસમાન; **દુઃખ**—દુઃખમાં; **સુખમ્**—અને સુખમાં; **ધીરમ્**—ધીર પુરુષને; **સઃ**—તે; **અમૃતત્વાય**—મુક્તિ માટે; **કલ્પતે**—યોગ્ય છે.

અનુવાદ

હે પુરુષશ્રેષ્ઠ (અર્જુન), જે પુરુષ સુખ તથા દુઃખમાં વિચલિત થતો નથી અને બંનેમાં એકસમાન રહે છે, તે મુક્તિ પામવા માટે સર્વથા યોગ્ય છે.

ભાવાર્થ

જે મનુષ્ય આધ્યાત્મિક સાક્ષાત્કારની ઉચ્ચ અવસ્થા પ્રાપ્ત કરવા માટે કૃતનિશ્ચયી છે અને સુખ તથા દુઃખના પ્રહારો સમભાવે સહન કરી શકે છે, તે નિઃસંદેહ મુક્તિ મેળવવા પાત્ર છે. વર્ણાશ્રમ ધર્મમાં જીવનની ચોથી અવસ્થા અર્થાત્ સંન્યાસ આશ્રમ કષ્ટસાધ્ય અવસ્થા છે. પરંતુ જે મનુષ્ય પોતાના જીવનને ખરેખર પૂર્ણ બનાવવા ઇચ્છે છે, તે સર્વ મુશ્કેલીઓ હોવા છતાં સંન્યાસાશ્રમ અવશ્ય ગ્રહણ કરે છે. આ મુશ્કેલીઓ કુટુંબ સાથેનો સંબંધ કાપી નાખવાથી અને પત્ની તથા સંતાનો સાથેના સબંધનો ત્યાગ

કરવાથી ઉત્પન્ન થાય છે. પરંતુ જો કોઈ આ મુશ્કેલીઓને સહન કરી લે છે, તો તેને માટે આધ્યાત્મિક સાક્ષાત્કારનો માર્ગ મોકળો થઈ જાય છે. તેવી જ રીતે, અર્જુનને જો પોતાનાં કુટુંબીજનો તથા અન્ય પ્રિયજનો સાથે યુદ્ધ કરવાનું મુશ્કેલ જણાતું હોય, તો પણ તેણે તેના ક્ષત્રિય-ધર્મના પાલનમાં દૃઢ રહેવું જોઈએ એવો અનુરોધ કરવામાં આવ્યો છે. ભગવાન શ્રી ચૈતન્ય મહાપ્રભુએ ચોવીસ વર્ષની ઉંમરે જ સંન્યાસ ગ્રહણ કર્યો હતો અને તેમના આશ્રિતો, યુવાન પત્ની તથા વૃદ્ધ માતાની સંભાળ રાખનાર કોઈ હતું નહીં. તેમ છતાં ઉચ્ચતર ઉદ્દેશ માટે તેમણે સંન્યાસ ગ્રહણ કર્યો અને પોતાના કર્તવ્યપાલનમાં દૃઢ રહ્યા. ભૌતિક બંધનમાંથી મુક્તિ પામવાનો આ જ એકમાત્ર માર્ગ છે.

શ્લોક ૧૬ **नासतो विद्यते भावो नाभावो विद्यते सतः।**
उभयोरपि दृष्टोऽन्तस्त्वनयोस्तत्त्वदर्शिभिः ॥ १६ ॥

ન—કદી નહીં; **અસતઃ**—અસત્‌નો; **વિદ્યતે**—છે; **ભાવઃ**—સ્થાયિત્વ; **ન**—કદી નહીં; **અભાવઃ**—પરિવર્તનનો ગુણ; **વિદ્યતે**—છે; **સતઃ**—શાશ્વતનો; **ઉભયોઃ**—બંનેનો; **અપિ**—પણ; **દૃષ્ટઃ**—જોવામાં આવ્યો; **અન્તઃ**—નિષ્કર્ષ; **તુ**—ખરેખર; **અનયોઃ**—એમનો; **તત્ત્વ દર્શિભિઃ**—સત્યના દૃષ્ટાઓ દ્વારા.

અનુવાદ

સત્યના દૃષ્ટાઓ એવા નિષ્કર્ષ પર આવ્યા છે કે અસત્ (ભૌતિક શરીર)નું કોઈ સ્થાયિત્વ નથી અને સત્ (આત્મા)નું કોઈ પરિવર્તન નથી. આ બંનેની પ્રકૃતિના અધ્યયન દ્વારા તેમણે આવો નિર્ણય કર્યો છે.

ભાવાર્થ

પરિવર્તનશીલ શરીરનું કોઈ સ્થાયિત્વ નથી. આધુનિક તબીબી વિજ્ઞાને પણ સ્વીકાર્યું છે કે વિભિન્ન કોષોની ક્રિયા-પ્રતિક્રિયા દ્વારા શરીર પ્રતિક્ષણ બદલાતું રહે છે. એ રીતે શરીરમાં વૃદ્ધિ થાય છે તથા વૃદ્ધાવસ્થા આવે છે. પરંતુ શરીર તથા મનમાં સતત પરિવર્તન ચાલ્યા કરતું હોવા છતાં આત્મા એકસમાન રીતે ચિરસ્થાયી રહે છે. જડ (પદાર્થ) અને ચેતન (આત્મા) વચ્ચે રહેલો એ જ તો તફાવત છે. સ્વભાવે શરીર નિત્ય પરિવર્તનશીલ છે અને આત્મા સનાતન છે. નિર્વિશેષવાદી તથા સગુણવાદી, બંને પ્રકારના તત્ત્વદર્શીઓ દ્વારા આ નિષ્કર્ષ પ્રસ્થાપિત થયો છે. વિષ્ણુ પુરાણ (૨.૧૨.૩૮)માં કહેવામાં આવ્યું છે કે (*જ્યોતીંષિ વિષ્ણુર્ ભુવનાનિ*

વિષ્ણુઃ) વિષ્ણુ તથા તેમનાં ધામ સ્વયંપ્રકાશિત છે. *સત્* તથા *અસત્* શબ્દો આત્મા તથા ભૌતિક પદાર્થોનો જ નિર્દેશ કરે છે. બધા તત્ત્વદર્શીઓનું આ જ મંતવ્ય છે.

અજ્ઞાનના પ્રભાવથી મોહિત થયેલા જીવોને ભગવાને આપેલા ઉપદેશની આ શરૂઆત છે. અજ્ઞાનના નિવારણ અર્થે આરાધક તથા આરાધ્ય વચ્ચેના સનાતન સંબંધની પુનઃસ્થાપના કરવાની હોય છે અને પછી અભિન્ન અંશો એવા જીવો તથા પૂર્ણ પુરુષોત્તમ પરમેશ્વર વચ્ચે રહેલા તફાવતને સમજવાનો હોય છે. આત્માના સંપૂર્ણ અધ્યયન દ્વારા કોઈ પણ વ્યક્તિ પરમેશ્વરની પ્રકૃતિને સમજી શકે છે; આત્મા તથા પરમેશ્વર વચ્ચેનો તફાવત અંશ તથા પૂર્ણ વચ્ચેના તફાવત જેવો છે. વેદાંતસૂત્રોમાં તેમ જ શ્રીમદ્ ભાગવતમાં પરમેશ્વરને સમસ્ત ઉદ્ભવોના ઉદ્ભવસ્થાન તરીકે સ્વીકારેલા છે. પરા તથા અપરા પ્રકૃતિના ઘટનાક્રમ દ્વારા આવા ઉદ્ભવોનો અનુભવ થાય છે. જીવનો સંબંધ પરા પ્રકૃતિ સાથે છે, જે અંગે સાતમા અધ્યાયમાં સમજાવવામાં આવશે. જોકે શક્તિ અને શક્તિમાનમાં કોઈ તફાવત નથી, છતાં શક્તિમાનને સર્વોપરી તરીકે માનવામાં આવે છે અને શક્તિ અથવા પ્રકૃતિને તાબા હેઠળની, ગૌણ કહી છે. જેવી રીતે સેવક સ્વામીને અથવા શિષ્ય ગુરુને અધીન રહે છે, તેવી રીતે બધા જીવો પરમેશ્વરને અધીન રહે છે. અજ્ઞાનાવસ્થામાં આવા સ્પષ્ટ જ્ઞાનની સમજ પ્રાપ્ત કરવી અશક્ય છે. માટે આવા અજ્ઞાનનું નિવારણ કરવા સર્વ જીવોને સર્વ સમય માટે પ્રબુદ્ધ કરવાના હેતુથી ભગવાન ભગવદ્ગીતાનો ઉપદેશ આપે છે.

શ્લોક ૧૭

अविनाशि तु तद्विद्धि येन सर्वमिदं ततम्।
विनाशमव्ययस्यास्य न कश्चित्कर्तुमर्हति॥ १७॥

અવિનાશિ—નાશરહિત; **તુ**—પરંતુ; **તત્**—તે; **વિદ્ધિ**—જાણ; **યેન**—જેના વડે; **સર્વમ્**—સંપૂર્ણ શરીર; **ઈદમ્**—આ; **તતમ્**—વ્યાપ્ત; **વિનાશમ્**—નાશ; **અવ્યયસ્ય**—અવિનાશીનો; **અસ્ય**—આનો; **ન કશ્ચિત્**—કોઈ નહીં; **કર્તુમ્**—કરવા માટે; **અર્હતિ**—સમર્થ છે.

અનુવાદ

જે સમગ્ર શરીરમાં વ્યાપ્ત છે, તેને જ તું અવિનાશી જાણ. તે અવિનાશી આત્માનો નાશ કરવા કોઈ જ સમર્થ નથી.

ભાવાર્થ

આ શ્લોકમાં સંપૂર્ણ શરીરમાં વ્યાપેલા આત્માની વાસ્તવિક પ્રકૃતિનું વધુ સ્પષ્ટ વર્ણન થયું છે. કોઈ પણ મનુષ્ય સમજી શકે છે કે જે સમગ્ર શરીરમાં વ્યાપ્ત છે તે ચેતના છે. દરેક મનુષ્ય આંશિક રીતે કે સંપૂર્ણપણે શરીરમાં થતાં સુખ-દુઃખ વિશે સભાન હોય છે. પરંતુ ચેતનાનો આ વ્યાપ મનુષ્યના પોતાના શરીર પૂરતો જ મર્યાદિત હોય છે. એક શરીરનાં સુખ તથા દુઃખનો બોધ બીજા શરીરને થતો નથી. તેથી એકેએક શરીર વ્યક્તિગત આત્માનું મૂર્ત સ્વરૂપ છે અને આત્માની ઉપસ્થિતિનું લક્ષણ વ્યક્તિગત ચેતના તરીકે અનુભવાય છે. આ આત્માને કદમાં વાળના અગ્રભાગના દશ હજારમા ભાગ જેટલો વર્ણવ્યો છે. શ્વેતાશ્વતર ઉપનિષદ (૫.૯)માં આનું સમર્થન થયું છે:

બાલાગ્ર શત ભાગસ્ય શતધા કલ્પિતસ્ય ચ।
ભાગો જીવઃ સ વિજ્ઞેયઃ સ ચાનન્ત્યાય કલ્પતે॥

"જ્યારે વાળના અગ્રભાગને એક સો ભાગોમાં વિભક્ત કરવામાં આવે અને પછી આમાંના પ્રત્યેક ભાગને એક સો ભાગોમાં વિભક્ત કરવામાં આવે, ત્યારે થતા એવા એ દરેક ભાગના જેવડું આત્માનું કદ હોય છે." એવી જ રીતે, એ જ કથન નીચેના શ્લોકમાં કહેવાયું છે:

કેશાગ્ર શત ભાગસ્ય શતાંશઃ સાદૃશાત્મકઃ।
જીવઃ સૂક્ષ્મ સ્વરૂપોઽયં સઙ્ખ્યાતીતો હિ ચિત્કણઃ॥

"આત્માના પરમાણુઓના અગણિત કણ છે, જે કદમાં વાળના અગ્રભાગના દશ હજારમા ભાગ બરાબર છે."

એ રીતે આત્માનો દરેક વ્યક્તિગત કણ ભૌતિક પરમાણુઓથી પણ નાનો છે અને આવા કણ અસંખ્ય છે. આ અત્યંત નાનો દિવ્ય સ્ફુલિંગ ભૌતિક શરીરનો મૂળ આધાર છે અને જેવી રીતે કોઈ ઔષધીનો પ્રભાવ સમગ્ર શરીરમાં પ્રસરે છે, તેમ આ દિવ્ય સ્ફુલિંગનો પ્રભાવ પણ સંપૂર્ણ શરીરમાં વ્યાપે છે. આત્માનો આ વિદ્યુત પ્રવાહ સમગ્ર શરીરમાં ચેતનારૂપે અનુભવાય છે અને એ જ આત્માના અસ્તિત્વનું પ્રમાણ છે. કોઈ સામાન્ય સંસારી માણસ પણ સમજી શકે છે કે જો ભૌતિક શરીરમાંથી ચેતનાને કાઢી લેવામાં આવે, તો મૃતદેહ બાકી રહે છે અને ગમે તેટલા ભૌતિક ઉપચારો દ્વારા પણ આ ચેતનાને પાછી લાવી શકાતી નથી. તેથી ચેતના કોઈ ભૌતિક પદાર્થોના સંયોજનના ફળરૂપે હોતી નથી, પણ આત્માને કારણે હોય છે.

મુંડક ઉપનિષદ (૩.૧.૯)માં અણુસમાન આત્માના કદનું વધુ સ્પષ્ટીકરણ થયું છે:

એષોઽણુરાત્મા ચેતસા વેદિતવ્યો
યસ્મિન્ પ્રાણઃ પઞ્ચધા સંવિવેશ।
પ્રાણૈશ્ચિતં સર્વમ્ ઓતં પ્રજાનાં
યસ્મિન્ વિશુદ્ધે વિભવત્યેષ આત્મા॥

"આત્મા કદમાં અણુ સમાન છે જેને પૂર્ણ બુદ્ધિથી જાણી શકાય છે. આ અણુ-આત્મા પાંચ પ્રકારના વાયુ (પ્રાણ, અપાન, વ્યાન, સમાન અને ઉદાન)માં તર્યા કરે છે, તે હૃદયની અંદર સ્થિત છે અને દેહધારી જીવના સમગ્ર દેહમાં પોતાના પ્રભાવને ફેલાવે છે. જ્યારે આત્મા પાંચ પ્રકારના ભૌતિક વાયુઓની મલિનતામાંથી શુદ્ધ થાય છે, ત્યારે તેનો આધ્યાત્મિક પ્રભાવ પ્રગટ થાય છે."

હઠયોગનો ઉદ્દેશ વિવિધ આસનો દ્વારા તે પાંચ પ્રકારના પ્રાણોને નિયંત્રિત કરવાનો છે કે જે આત્માને વીંટળાઈ વળેલા છે. આ યોગ કોઈ ભૌતિક લાભ માટે નથી, પરંતુ ભૌતિક વાતાવરણના બંધનમાંથી અણુ-આત્માની મુક્તિ માટે કરવામાં આવે છે.

આ પ્રમાણે અણુ-આત્માના સ્વરૂપને સર્વ વૈદિક શાસ્ત્રોએ માન્યતા આપી છે અને દરેક બુદ્ધિમાન વ્યક્તિ પોતાના વ્યાવહારિક અનુભવથી આનો પ્રત્યક્ષ અનુભવ કરે છે. માત્ર મૂર્ખ માણસ જ આ અણુ-આત્માનો સર્વવ્યાપી વિષ્ણુતત્ત્વ તરીકે વિચાર કરી શકે છે.

અણુ-આત્માનો પ્રભાવ અમુક વિશિષ્ટ શરીરમાં સંપૂર્ણપણે ફેલાઈ શકે છે. મુંડક ઉપનિષદ અનુસાર આ અણુ-આત્મા જીવમાત્રના હૃદયમાં રહેલો છે અને ભૌતિક વૈજ્ઞાનિકો આ અણુ-આત્માના કદને માપવામાં અસમર્થ હોવાથી તેમાંના કેટલાક મૂર્ખામીવશ ખાતરીપૂર્વક કહે છે કે આત્માનું અસ્તિત્વ જ નથી. વ્યક્તિગત અણુ-આત્મા ચોક્કસપણે પરમાત્માની સાથે જ હૃદયમાં વિદ્યમાન રહે છે. એટલે જ શરીરની હલનચલનની સર્વ શક્તિઓ શરીરના આ ભાગમાંથી જ ઉદ્ભવે છે. જે લાલ રક્તકણ ફેફસાંમાંથી પ્રાણવાયુ લઈ જાય છે, તે આત્મામાંથી જ શક્તિ પામે છે. જ્યારે આત્મા આ સ્થાનમાંથી નીકળીને જતો રહે છે, ત્યારે રક્તોત્પાદક સંમિશ્રણનું કાર્ય બંધ થઈ જાય છે. ઔષધિવિજ્ઞાન લાલ રક્તકણોના મહત્ત્વનો તો સ્વીકાર કરે છે, પરંતુ શક્તિનું ઉદ્ભવસ્થાન આત્મા છે એની

ખાતરી તે કરી શકતું નથી. ઔષધિવિજ્ઞાન એ તો સ્વીકારે છે જ કે શરીરની સર્વ શક્તિઓનું ઉદ્‌ગમસ્થાન હૃદય છે.

પૂર્ણ આત્માના અંશ એવા અણુકણોની સરખામણી સૂર્યપ્રકાશના કણો સાથે કરવામાં આવે છે. સૂર્યપ્રકાશમાં અસંખ્ય તેજોમય અણુઓ હોય છે. એ જ પ્રમાણે, પરમેશ્વરના વિભિન્ન નાના અંશ પરમેશ્વરનાં કિરણોના પરમાણુ સ્ફુલિંગો છે, જેને *પ્રભા* અથવા પરા શક્તિ કહે છે. તેથી મનુષ્ય ભલે વૈદિક જ્ઞાનને અનુસરતો હોય કે આધુનિક વિજ્ઞાનને, તે શરીરમાં રહેલા આત્માના અસ્તિત્વને નકારી શકે નહીં. સ્વયં ભગવાને ભગવદ્‌ગીતામાં આત્માના વિજ્ઞાનનું વિસ્તારપૂર્વક વર્ણન કર્યું છે.

શ્લોક ૧૮ **अन्तवन्त इमे देहा नित्यस्योक्ताः शरीरिणः।**
अनाशिनोऽप्रमेयस्य तस्माद्युध्यस्व भारत॥ १८॥

અન્તવન્તઃ—નાશવંત; **ઈમે**—આ સર્વ; **દેહાઃ**—ભૌતિક શરીરો; **નિત્યસ્ય**—સનાતન અસ્તિત્વવાળા; **ઉક્તાઃ**—કહેવાયા છે; **શરીરિણઃ**—દેહધારી આત્માના; **અનાશિનઃ**—કદાપિ નાશ ન પામનાર; **અપ્રમેયસ્ય**—માપી ન શકાય એવા; **તસ્માત્**—માટે; **યુધ્યસ્વ**—યુદ્ધ કર; **ભારત**—હે ભરતવંશી.

અનુવાદ

અવિનાશી, અમાપ તથા સનાતન જીવના ભૌતિક શરીરનો નાશ અવશ્ય થાય છે; માટે હે ભરતવંશી, યુદ્ધ કર.

ભાવાર્થ

ભૌતિક શરીર સ્વભાવથી જ નાશવંત છે. તે તત્કાળ નષ્ટ થઈ શકે છે અથવા તો સો વર્ષ પછી તેનો અંત આવે છે. આ તો માત્ર સમયની બાબત છે. તેને અનંત કાળ સુધી જાળવી રાખવાની કોઈ શક્યતા નથી. પરંતુ આત્મા એટલો સૂક્ષ્મ છે કે શત્રુ તેને જોઈ પણ શકતો નથી, પછી તેને હણવાની વાત જ ક્યાં રહી? પાછલા શ્લોકમાં કહેવાયું છે તેમ, તે એટલો સૂક્ષ્મ છે કે કોઈ તેના કદનું માપ કાઢવાનું વિચારવા પણ સમર્થ નથી. તેથી, બંને દૃષ્ટિબિંદુથી જોતાં શોક કરવાનું કોઈ કારણ રહેતું નથી, કારણ કે જીવ જે સ્થિતિમાં છે તેને હણી શકાતો નથી અને ભૌતિક શરીરને ઈચ્છિત સમયાવધિ સુધી કે કાયમ માટે સાચવી શકાતું નથી. પૂર્ણ આત્માનો સૂક્ષ્મ કણ પોતાના કર્માનુસાર આ ભૌતિક શરીર પ્રાપ્ત કરે છે અને તે માટે ધાર્મિક નિયમોનું પાલન કરવું જોઈએ. વેદાંતસૂત્રોમાં જીવનો પ્રકાશ તરીકે

નિર્દેશ થયો છે, કારણ કે તે પરમ પ્રકાશનો અભિન્ન અંશ છે. જેવી રીતે સૂર્યપ્રકાશ સમગ્ર વિશ્વનું પોષણ કરે છે, તેવી રીતે આત્માના પ્રકાશથી આ ભૌતિક દેહનું પોષણ થાય છે. જેવો આ ચેતન આત્મા ભૌતિક શરીરનો ત્યાગ કરે છે કે તરત જ શરીરનું વિઘટન થવા લાગે છે; તેથી ચેતન આત્મા જ આ શરીરનું પોષણ કરે છે. શરીર પોતે મહત્ત્વહીન છે. અર્જુનને યુદ્ધ કરવાની અને ધર્મ માટે ભૌતિક શરીરનું બલિદાન આપવાની સલાહ આપવામાં આવી હતી.

શ્લોક ૧૯ **य एनं वेत्ति हन्तारं यश्चैनं मन्यते हतम्।**
उभौ तौ न विजानीतो नायं हन्ति न हन्यते॥ १९॥

યઃ—જે; **એનમ્**—આને; **વેત્તિ**—જાણે છે; **હન્તારમ્**—હણનારો; **યઃ**—જે; **ચ**—પણ; **એનમ્**—આને; **મન્યતે**—માને છે; **હતમ્**—હણાયેલો; **ઉભૌ**—બંને; **તૌ**—તેઓ; **ન**—કદી નહીં; **વિજાનીતઃ**—જાણે છે; **ન**—કદી નહીં; **અયમ્**—આ; **હન્તિ**—હણે છે; **ન**—નહીં; **હન્યતે**—હણાય છે.

અનુવાદ

જે આ જીવાત્માને હણનારો સમજે છે તથા જે એને હણાયેલો માને છે, તે બંને અજ્ઞાની છે, કારણ કે આત્મા નથી હણતો કે નથી હણાતો.

ભાવાર્થ

જ્યારે દેહધારી જીવાત્માને પ્રાણઘાતક શસ્ત્રોથી જખમી કરવામાં આવે છે, ત્યારે શરીરમાંનો જીવ હણાતો નથી એમ સમજવું જોઈએ. આત્મા એટલો સૂક્ષ્મ છે કે તેને કોઈ પણ ભૌતિક શસ્ત્રથી હણવો શક્ય નથી, જે વિશે હવે પછીના શ્લોકોમાં સમજાવવામાં આવશે. ન તો જીવાત્મા પોતાના આધ્યાત્મિક સ્વરૂપને કારણે વધ્ય છે. જે હણાય છે અથવા હણાયેલું માનવામાં આવે છે, તે માત્ર શરીર હોય છે. આ જોકે શરીરના વધને જરા પણ પ્રોત્સાહન આપતું નથી. એવી વૈદિક આજ્ઞા છે કે *મા હિંસ્યાત્ સર્વા ભૂતાનિ,* કોઈ પણ જીવની કદી હિંસા ન કરો. 'જીવાત્મા અવધ્ય છે' એનો આશય પણ પ્રાણીઓની કતલને પ્રોત્સાહન આપવાનો નથી. કોઈ પણ જીવાત્માનાં શરીરની અનધિકાર હિંસા કરવી નિંદ્ય છે અને રાજ્યના તેમ જ ભગવાનના કાયદા દ્વારા સજાને પાત્ર છે. પરંતુ અર્જુનને તો ધર્મના સિદ્ધાંતના પાલન અર્થે હનનકાર્યમાં પ્રવૃત્ત કરવામાં આવી રહ્યો છે અને કોઈ તરંગીપણાને કારણે નહીં.

શ્લોક ૨૦

न जायते म्रियते वा कदाचि-
न्नायं भूत्वा भविता वा न भूयः ।
अजो नित्यः शाश्वतोऽयं पुराणो
न हन्यते हन्यमाने शरीरे ॥ २० ॥

ન—કદી નહીં; **જાયતે**—જન્મે છે; **મ્રિયતે**—મરે છે; **વા**—અથવા; **કદાચિત્**—ક્યારેય (ભૂત, વર્તમાન કે ભવિષ્ય); **ન**—કદી નહીં; **અયમ્**—આ; **ભૂત્વા**—થઈને; **ભવિતા**—થશે; **વા**—અથવા; **ન**—નહીં; **ભૂયઃ**—ફરીથી થનારો છે; **અજઃ**—અજન્મા; **નિત્યઃ**—સનાતન; **શાશ્વતઃ**—ચિરસ્થાયી; **અયમ્**—આ; **પુરાણઃ**—સૌથી પુરાતન; **ન**—નહીં; **હન્યતે**—હણાય છે; **હન્યમાને**—જ્યારે હણાય છે ત્યારે; **શરીરે**—શરીર.

અનુવાદ

આત્મા માટે કોઈ પણ વખતે જન્મ નથી અને મરણ પણ નથી. તે ક્યારેય જન્મ્યો ન હતો, જન્મ લેતો નથી અને જન્મવાનો પણ નથી. તે અજન્મા, સનાતન, ચિરસ્થાયી તથા પુરાતન છે. જ્યારે શરીર હણાય છે, ત્યારે પણ તે હણાતો નથી.

ભાવાર્થ

પરમાત્માનો વિભિન્ન અણુ-અંશ પરમ આત્માથી ગુણાત્મક દૃષ્ટિએ અભિન્ન છે. તે શરીર જેવો વિકારી નથી. કેટલીક વખત આત્માને સ્થિર અથવા *કૂટસ્થ* કહેવામાં આવે છે. શરીર છ પ્રકારનાં રૂપાંતરોને પાત્ર છે. માતાની કૂખે તે જન્મે છે, થોડો વખત રહે છે, વૃદ્ધિ પામે છે, કેટલીક આડઅસરો ઉત્પન્ન કરે છે, ધીરે ધીરે ક્ષીણ થાય છે અને છેવટે વિસ્મૃતિમાં અદૃશ્ય થઈ જાય છે. પરંતુ આત્મામાં આવાં પરિવર્તનો થતાં નથી. આત્મા અજન્મા છે, પરંતુ તે ભૌતિક શરીર ધારણ કરતો હોવાથી, શરીર જન્મે છે. આત્મા કંઈ જન્મ લેતો નથી કે મરતો પણ નથી. જેનો જન્મ થાય છે તેનું મરણ પણ થાય છે. આત્મા જન્મ લેતો ન હોવાથી તેને ભૂત, વર્તમાન કે ભવિષ્યકાળ નથી. તે નિત્ય, શાશ્વત અને પુરાતન છે, અર્થાત્ તેના અસ્તિત્વમાં આવવા વિશે ઈતિહાસમાં કોઈ ઉલ્લેખ નથી. આપણે શરીરના ખ્યાલમાં રહીને આત્માના જન્મ વગેરેનો ઈતિહાસ શોધીએ છીએ. શરીર જેવી રીતે કાળાંતરે વૃદ્ધ થઈ જાય છે, તેમ આત્મા ક્યારેય વૃદ્ધ થતો નથી. તેથી કહેવાતો વૃદ્ધ મનુષ્ય પોતાની અંદર બાલ્યાવસ્થા કે યુવાવસ્થા જેવા ભાવનો અનુભવ કરે છે.

શરીરનાં પરિવર્તનોનો કોઈ પ્રભાવ આત્મા પર પડતો નથી. આત્મા વૃક્ષ અથવા કોઈ ભૌતિક પદાર્થની માફક ક્ષીણ થતો નથી અને આત્માની કોઈ ગૌણ પેદાશ પણ હોતી નથી. શરીરની ગૌણ પેદાશો એટલે કે સંતાનો, તે પણ ભિન્ન વ્યક્તિગત આત્માઓ છે; અને શરીરને લીધે તેઓ અમુક મનુષ્યનાં સંતાનો હોવાનું જણાય છે. આત્માની ઉપસ્થિતિને લીધે જ શરીર વિકાસ પામે છે, પરંતુ આત્માને કોઈ ઉપવૃદ્ધિ કે પરિવર્તન હોતાં નથી. તેથી આત્મા શરીરના છ પ્રકારનાં પરિવર્તનોથી મુક્ત હોય છે.

કઠોપનિષદ (૧.૨.૧૮)માં પણ આવો જ એક શ્લોક જોવા મળે છે:

ન જાયતે મ્રિયતે વા વિપશ્ચિન્
નાયં કુતશ્ચિન્ ન બભૂવ કશ્ચિત્।
અજો નિત્યઃ શાશ્વતોઽયં પુરાણો
ન હન્યતે હન્યમાને શરીરે॥

આ શ્લોકનો અર્થ તથા ભાવાર્થ ભગવદ્ગીતાના શ્લોક જેવો જ છે, પરંતુ આ શ્લોકમાં *વિપશ્ચિત્* એક વિશિષ્ટ શબ્દ છે કે જેનો અર્થ વિદ્વાન અથવા જ્ઞાનમય એવો થાય છે.

આત્મા જ્ઞાનથી ભરપૂર છે, અથવા હંમેશાં ચેતનાથી ભરપૂર રહે છે. તેથી ચેતના એ જ આત્માનું લક્ષણ છે. જો કોઈ મનુષ્ય હૃદયસ્થિત આત્મા ક્યાં રહેલો છે તે શોધી ન શકે, તોયે તે માત્ર ચેતનની ઉપસ્થિતિ દ્વારા આત્માની ઉપસ્થિતિનો અનુભવ કરી શકે છે. કેટલીક વખત આપણે વાદળને લીધે કે અન્ય કારણે આકાશમાં સૂર્યને જોઈ શકતા નથી, પરંતુ સૂર્યનો પ્રકાશ તો સદા વિદ્યમાન હોય છે, તેથી આપણને ખાતરી થઈ જાય છે કે હમણાં દિવસનો સમય છે. વહેલી સવારે આકાશમાં થોડો પ્રકાશ દેખાય છે કે તરત જ આપણે સમજી જઈએ છીએ કે સૂર્ય આકાશમાં છે. તેવી રીતે, મનુષ્યના કે પ્રાણીના શરીરમાં અમુક ચેતના હોય છે જ, તેથી આપણે આત્માની ઉપસ્થિતિને અનુભવી શકીએ છીએ. પરંતુ જીવાત્માની આ ચેતના પરમેશ્વરની ચેતનાથી ભિન્ન છે, કારણ કે પરમ ચેતના તો ભૂત, વર્તમાન તથા ભવિષ્યના જ્ઞાનથી પૂર્ણ, સર્વજ્ઞ છે. વ્યક્તિગત જીવની ચેતના વિસ્મરણશીલ છે. જ્યારે તે પોતાના વાસ્તવિક સ્વરૂપને વીસરી જાય છે, ત્યારે તેને કૃષ્ણના શ્રેષ્ઠ ઉપદેશોમાંથી કેળવણીજ્ઞાનનો પ્રકાશ તથા બોધ પ્રાપ્ત થાય છે. પરંતુ કૃષ્ણ વિસ્મરણશીલ જીવાત્મા જેવા નથી. જો એમ હોત, તો કૃષ્ણે આપેલા ભગવદ્ગીતાના ઉપદેશો નિરર્થક થાત.

આત્માના બે પ્રકાર છે—એક *અણુ-આત્મા* અને બીજો *વિભુ-આત્મા.* કઠોપનિષદ (૧.૨.૨૦)માં આનું સમર્થન આ પ્રમાણે થયું છેઃ

અણોરણીયાન્ મહતો મહીયાન્
આત્માસ્ય જન્તોર્નિહિતો ગુહાયામ્‌।
તમક્રતુઃ પશ્યતિ વીતશોકો
ધાતુઃપ્રસાદાન્ મહિમાનમાત્મનઃ॥

"પરમાત્મા તથા અણુ-આત્મા (જીવાત્મા) બંને શરીરરૂપી એક જ વૃક્ષ પર જીવના હૃદયમાં નિવાસ કરે છે અને જે મનુષ્ય સર્વ ભૌતિક વાસનાઓ તથા શોકથી મુક્ત થયેલો છે, તે જ ભગવત્કૃપાથી આત્માના મહિમાને જાણી શકે છે." ભગવાન કૃષ્ણ પરમાત્માના પણ આદિ કારણ છે, જે વિશે અનુગામી અધ્યાયોમાં સ્પષ્ટતા થશે અને અર્જુન અણુ-આત્મા સમાન છે કે જે પોતાના સાચા સ્વરૂપને વીસરી ગયો છે; તેથી તેને કાં તો કૃષ્ણ દ્વારા અથવા તો તેમના પ્રમાણભૂત પ્રતિનિધિ (આધ્યાત્મિક ગુરુ) દ્વારા પ્રબુદ્ધ કરવાની જરૂરિયાત રહે છે.

શ્લોક ૨૧ **वेदाविनाशिनं नित्यं य एनमजमव्ययम्।**
कथं स पुरुषः पार्थ कं घातयति हन्ति कम्॥ २१॥

વેદ—જાણે છે; **અવિનાશિનમ્‌**—અવિનાશીને; **નિત્યમ્‌**—સનાતન; **યઃ**—જે; **એનમ્‌**—એને (આત્માને); **અજમ્‌**—અજન્મા; **અવ્યયમ્‌**—અવિકારી; **કથમ્‌**—કેવી રીતે; **સઃ**—તે; **પુરુષઃ**—મનુષ્ય; **પાર્થ**—હે પાર્થ (અર્જુન); **કમ્‌**—કોને; **ઘાતયતિ**—હણાવે છે; **હન્તિ**—હણે છે; **કમ્‌**—કોને.

અનુવાદ

હે પાર્થ, આત્મા અવિનાશી, સનાતન, અજન્મા અને અવિકારી છે એવું જાણનાર મનુષ્ય કોઈને કેવી રીતે હણી શકે અથવા હણાવી શકે?

ભાવાર્થ

દરેક વસ્તુની તેની ઉપયોગિતા હોય છે અને જે મનુષ્ય જ્ઞાનની પૂર્ણતા પામેલો છે, તે જાણે છે કે કઈ વસ્તુનો ક્યાં અને કેવી રીતે યોગ્ય ઉપયોગ કરવો જોઈએ. તેવી જ રીતે, હિંસાને પણ તેની પોતાની ઉપયોગિતા છે

અને તેનું જ્ઞાન ધરાવતા મનુષ્ય પર જ હિંસાના યથાયોગ્ય ઉપયોગનો આધાર રહે છે. હત્યા (ખૂન) કરનાર અપરાધીને ન્યાયાધીશ પ્રાણદંડ આપે છે, છતાં તે માટે ન્યાયાધીશને દોષ આપી શકાતો નથી, કારણ કે તે ન્યાયસંહિતાને અનુસરીને જ અન્ય વ્યક્તિને સજા ફરમાવતો હોય છે. માનવજાતિ માટેનો કાયદાનો ગ્રંથ મનુસંહિતા સમર્થન કરે છે કે હત્યારાને પ્રાણદંડ આપવો જ જોઈએ, જેથી તેને પછીના જીવનમાં ઘોર પાપકર્મનું ફળ ભોગવવું પડે નહીં. તેથી રાજા ખૂનીને ફાંસીની સજા કરે તે વાસ્તવમાં હિતાવહ હોય છે. તે જ પ્રમાણે, કૃષ્ણ જ્યારે યુદ્ધ કરવાનો આદેશ આપે છે, ત્યારે આપણે એ જાણવું જોઈએ કે આ હિંસા સર્વોપરી ન્યાય માટે છે અને અર્જુને કૃષ્ણ માટે કરેલા યુદ્ધમાં થયેલી હિંસા મુદ્દલે હિંસા નથી એમ જાણીને કૃષ્ણના આદેશનું પાલન કરવું જોઈએ, કારણ કે મનુષ્ય અથવા બીજા શબ્દોમાં આત્માને હણી શકાતો નથી, તેથી ન્યાય માટે કહેવાતી હિંસાને અનુમતિ પ્રાપ્ત થયેલી છે. શસ્ત્રક્રિયાનો આશય રોગીને મારવાનો નહીં, પણ તેને રોગમુક્ત કરવાનો હોય છે. તેથી કૃષ્ણના આદેશથી અર્જુન દ્વારા થનારું યુદ્ધ પૂરેપૂરી સમજણપૂર્વકનું છે અને તેથી ત્યાં પાપદોષની કોઈ શક્યતા રહેતી નથી.

શ્લોક ૨૨

वासांसि जीर्णानि यथा विहाय
नवानि गृह्णाति नरोऽपराणि।
तथा शरीराणि विहाय जीर्णा-
न्यन्यानि संयाति नवानि देही॥ २२॥

વાસાંસિ—વસ્ત્રો; **જીર્ણાનિ**—જૂનાં તથા ઘસાયેલાં; **યથા**—જેવી રીતે; **વિહાય**—તજીને; **નવાનિ**—નવાં વસ્ત્રો; **ગૃહ્ણાતિ**—ગ્રહણ કરે છે; **નરઃ**—મનુષ્ય; **અપરાણિ**—બીજાં; **તથા**—તેવી રીતે; **શરીરાણિ**—શરીરોને; **વિહાય**—તજીને; **જીર્ણાનિ**—વૃદ્ધ તથા નકામાં; **અન્યાનિ**—બીજાં; **સંયાતિ**—સ્વીકારે છે; **નવાનિ**—નવાં; **દેહી**—દેહધારી આત્મા.

અનુવાદ

જેવી રીતે મનુષ્ય જૂનાં વસ્ત્રો તજીને નવાં વસ્ત્રો ધારણ કરે છે, તેવી રીતે આત્મા વૃદ્ધ તથા નકામાં શરીરો તજીને નવાં ભૌતિક શરીરો ધારણ કરે છે.

ભાવાર્થ

વ્યક્તિગત અણુ-આત્મા દ્વારા દેહાંતર કરવું એ તો સ્વીકૃત સત્ય છે. આધુનિક વૈજ્ઞાનિકો આત્માના અસ્તિત્વમાં વિશ્વાસ કરતા નથી, પણ તે સાથે હૃદયમાંની શક્તિના ઉદ્ભવસ્થાન વિશે ખુલાસો પણ કરી શકતા નથી. એ વૈજ્ઞાનિકોને પણ શરીરનાં બાલ્યાવસ્થાથી કુમારાવસ્થા, કુમારાવસ્થાથી યુવાવસ્થા અને પછી વૃદ્ધાવસ્થામાં થતાં રહેતાં નિરંતર પરિવર્તનોનો સ્વીકાર કરવો પડે છે. વૃદ્ધાવસ્થા પછી આ પરિવર્તન આત્માને બીજા શરીરમાં લઈ જાય છે. આની સમજૂતી પૂર્વેના શ્લોક (૨.૧૩)માં આપવામાં આવેલી જ છે.

વ્યક્તિગત અણુ-આત્માનું અન્ય શરીરમાં સ્થળાંતર પરમાત્માની કૃપાથી થાય છે. જેવી રીતે એક મિત્ર બીજા મિત્રની ઈચ્છા પરિપૂર્ણ કરે છે, તેમ પરમાત્મા અણુ-આત્માની ઈચ્છા પૂરી કરે છે. મુંડક તથા શ્વેતાશ્વતર ઉપનિષદોમાં આત્મા તથા પરમાત્માની સરખામણી એક જ વૃક્ષ પર બેઠેલા બે મિત્રપક્ષીઓ સાથે કરવામાં આવી છે. આમાંનું એક પક્ષી (વ્યક્તિગત અણુ-આત્મા) વૃક્ષનું ફળ ખાઈ રહેલ છે અને બીજું પક્ષી (કૃષ્ણ) પોતાના મિત્રનું માત્ર અવલોકન કરી રહેલ છે. આ બંને પક્ષીઓ સમાન ગુણવાળાં છે, છતાં તેઓમાંથી એક (વ્યક્તિગત આત્મા) ભૌતિક વૃક્ષનાં ફળો પર મોહિત થયેલ છે, જ્યારે બીજું પોતાના મિત્રનાં કાર્યોનું કેવળ સાક્ષી છે. કૃષ્ણ સાક્ષી-પક્ષી છે અને અર્જુન ફળને ખાઈ રહેલું પક્ષી છે. જોકે તેઓ બંને મિત્રો છે, છતાં તેમનામાંથી એક સ્વામી છે અને બીજો સેવક છે. અણુ-આત્મા દ્વારા આ સંબંધનું વિસ્મરણ જ તેનું એક વૃક્ષ ઉપરથી બીજા વૃક્ષ પર અથવા એક શરીરમાંથી બીજા શરીરમાં જવાનું કારણ છે. જીવ-આત્મા ભૌતિક શરીરરૂપી વૃક્ષ ઉપર સખત સંઘર્ષ કરી રહ્યો છે. પરંતુ તે જ્યારે બીજા પક્ષીને સર્વોપરી ગુરુ તરીકે સ્વીકારવાનું માન્ય રાખે છે—જેમ અર્જુને ઉપદેશ પામવા સ્વેચ્છાથી કૃષ્ણનું શરણ લેવાનું સ્વીકાર્યું હતું—ત્યારે તરત જ શરણાગત થયેલું પક્ષી બધા શોકથી રહિત થઈ જાય છે. મુંડક ઉપનિષદ (૩.૧.૨) તથા શ્વેતાશ્વતર ઉપનિષદ (૪.૭) બંને આનું સમર્થન કરે છે:

સમાને વૃક્ષે પુરુષો નિમગ્નોઽનીશયા શોચતિ મુહ્યમાનઃ।
જુષ્ટં યદા પશ્યત્યન્યમીશમસ્ય મહિમાનમિતિ વીતશોકઃ॥

"જોકે બંને પક્ષીઓ એક જ વૃક્ષ પર બેઠાં છે, છતાં ફળ ખાનાર પક્ષી વૃક્ષના ફળના ભોક્તા તરીકે ચિંતા તથા વિષાદથી ગ્રસ્ત છે. પણ જો તે

કોઈ પણ રીતે પોતાના મિત્ર, ભગવાન પ્રતિ અભિમુખ થાય છે અને તેમનો મહિમા જાણી લે છે, તો તે કષ્ટ ભોગવનાર પક્ષી તરત જ સઘળી ચિંતાઓમાંથી મુક્ત થઈ જાય છે." હવે અર્જુન પોતાના સનાતન મિત્ર, કૃષ્ણ પ્રતિ અભિમુખ થયેલો છે અને તેમની પાસેથી ભગવદ્‌ગીતા સમજી રહ્યો છે. એ રીતે કૃષ્ણ પાસેથી શ્રવણ કરવાથી તે ભગવાનના સર્વોપરી મહિમા સમજીને શોકથી મુક્ત થઈ શકશે.

ભગવાને અહીં અર્જુનને એવો ઉપદેશ આપ્યો છે કે તે વૃદ્ધ પિતામહ તથા ગુરુના દેહાંતર માટે શોક ન કરે. ઊલટું આ ધર્મયુદ્ધમાં તેમના દેહોનો વધ કરવામાં તેણે પ્રસન્નતા અનુભવવી જોઈએ, કારણ કે તેથી સત્વરે તેઓ વિભિન્ન દૈહિક કર્મોનાં ફળમાંથી મુક્ત થઈ શકશે. યજ્ઞવેદી પર કે ધર્મયુદ્ધમાં પોતાના પ્રાણની આહુતિ આપનાર મનુષ્ય તત્કાળ દૈહિક પાપમાંથી મુક્ત થઈ જાય છે અને ઉચ્ચલોકને પામે છે. તેથી અર્જુનને શોક કરવાનું કોઈ કારણ ન હતું.

શ્લોક ૨૩

नैनं छिन्दन्ति शस्त्राणि नैनं दहति पावकः।
न चैनं क्लेदयन्त्यापो न शोषयति मारुतः॥ २३॥

ન—કદી નહીં; **એનમ્**—આ આત્માને; **છિન્દન્તિ**—ટુકડે ટુકડા કરી શકે છે; **શસ્ત્રાણિ**—શસ્ત્રો; **ન**—કદી નહીં; **એનમ્**—આ આત્માને; **દહતિ**—બાળી શકે છે; **પાવકઃ**—અગ્નિ; **ન**—કદી નહીં; **ચ**—પણ; **એનમ્**—આ આત્માને; **ક્લેદયન્તિ**—ભીંજવી શકે છે; **આપઃ**—જળ; **ન**—કદી નહીં; **શોષયતિ**—સૂકવી શકે છે; **મારુતઃ**—પવન.

અનુવાદ

આ આત્માને કોઈ પણ શસ્ત્રથી છેદી શકાતો નથી, અગ્નિથી બાળી શકાતો નથી, પાણીથી ભીંજવી શકાતો નથી કે પવનથી સૂકવી શકાતો નથી.

ભાવાર્થ

સર્વ પ્રકારનાં હથિયારો જેવાં કે તલવારો, અગ્ન્યાસ્ત્ર, વરુણાસ્ત્ર, વાયવ્યાસ્ત્ર વગેરે સર્વ પ્રકારનાં શસ્ત્રો આત્માને હણી શકતાં નથી. એમ જણાય છે કે આધુનિક અગ્ન્યાસ્ત્રો ઉપરાંત ભૂમિ, જળ, વાયુ, આકાશ વગેરેથી બનેલાં અનેક પ્રકારનાં શસ્ત્રાસ્ત્રો હતાં. આધુનિક યુગનાં અણુશસ્ત્રોની ગણતરી પણ અગ્ન્યાસ્ત્રોમાં કરવામાં આવે છે, પરંતુ પૂર્વે

જુદાં જુદાં ભૌતિક તત્ત્વોથી બનેલાં શસ્ત્રો પણ વપરાતાં હતાં. અગ્ન્યાસ્ત્રનો પ્રતિકાર વરુણાસ્ત્રથી કરાતો હતો કે જેમના વિશે આધુનિક વિજ્ઞાનને માહિતી નથી. આધુનિક વિજ્ઞાનીઓ ચક્રવાત કે વાયવ્યાસ્ત્રને પણ જાણતા નથી. તથાપિ, આત્માને કદાપિ કાપી શકાતો નથી કે ગમે તેટલાં વૈજ્ઞાનિક શસ્ત્રોથી તેનો સંહાર કરી શકાતો નથી.

માયાવાદીઓ એ સમજાવી શકતા નથી કે વ્યક્તિગત આત્મા અજ્ઞાનમાંથી કેવી રીતે અસ્તિત્વમાં આવ્યો અને પરિણામે માયાથી આવૃત થઈ ગયો. તેમ જ વ્યક્તિગત આત્માઓને આદ્ય પરમાત્માથી કાપીને છૂટા કરવાનું પણ કદાપિ શક્ય ન હતું; બલ્કે બધા વ્યક્તિગત આત્માઓ પરમાત્માથી સનાનત રીતે અલગ થયેલા તેમના જ અંશો છે. તેઓ સનાતન રીતે વ્યક્તિગત અણુ-આત્માઓ હોવાથી તેઓ માયાશક્તિ વડે આવૃત થવાનું વલણ ધરાવે છે અને જેવી રીતે અગ્નિના સ્ફુલિંગ અગ્નિસમાન ગુણવાળા હોવા છતાં અગ્નિથી જુદા થયે ઓલવાઈ જાય છે, તેમ અણુ-આત્માઓ પરમેશ્વરના સાન્નિધ્યમાંથી જુદા થાય છે. વરાહ પુરાણમાં જીવોને પરમેશ્વરના અલગ થયેલા અંશો કહ્યા છે. ભગવદ્ગીતાના મતે પણ તેઓ સનાતન રીતે આવા જ છે. તેથી ભગવાને અર્જુનને આપેલા ઉપદેશોમાંથી સ્પષ્ટ થાય છે તેમ, માયામાંથી મુક્ત થયા પછી પણ જીવાત્મા અલગ અસ્તિત્વ જાળવી રાખે છે. કૃષ્ણ પાસેથી મેળવેલા જ્ઞાન દ્વારા અર્જુન મુક્ત થઈ ગયો, પરંતુ તે કૃષ્ણ સાથે ક્યારેય પણ એકરૂપ થઈ ગયો નહીં.

શ્લોક ૨૪

અચ્છેદ્યોऽયમદાહ્યોऽયમક્લેદ્યોऽશોષ્ય એવ ચ।
નિત્યઃ સર્વગતઃ સ્થાણુરચલોऽયં સનાતનઃ ॥ ૨૪ ॥

અચ્છેદ્યઃ—ભાંગે નહીં તેવો; **અયમ્**—આ આત્મા; **અદાહ્યઃ**—બાળી ન શકાય તેવો; **અયમ્**—આ આત્મા; **અક્લેદ્યઃ**—ઓગળે નહીં તેવો; **અશોષ્યઃ**—સૂકવી શકાય નહીં તેવો; **એવ**—નક્કી; **ચ**—અને; **નિત્યઃ**—ચિરસ્થાયી; **સર્વગતઃ**—સર્વવ્યાપી; **સ્થાણુઃ**—અપરિવર્તનશીલ, અવિકારી; **અચલઃ**—સ્થિર; **અયમ્**—આ આત્મા; **સનાતનઃ**—સદા એકસમાન.

અનુવાદ

આ વ્યક્તિગત આત્મા અખંડ તથા અદ્રાવ્ય છે અને તેને નથી બાળી શકાતો કે નથી સૂકવી શકાતો. તે ચિરસ્થાયી, સર્વત્ર વિદ્યમાન, અવિકારી, સ્થિર તથા સદા એકસમાન રહેનારો છે.

ભાવાર્થ

અણુ-આત્માના આ બધા ગુણો નિશ્ચિતરૂપે પુરવાર કરે છે કે વ્યક્તિગત આત્મા પૂર્ણ આત્માનો શાશ્વતપણે અણુઅંશ છે અને તે કોઈ જાતના પરિવર્તન વગર હરહંમેશ એવો જ રહે છે. આ કિસ્સામાં અદ્વૈતવાદનો સિદ્ધાંત લાગુ પાડવો ઘણો અઘરો છે, કારણ કે વ્યક્તિગત આત્મા પાસે એકરસ થઈ જવાના અર્થમાં એક થઈ જવાની આશા ક્યારેય રાખવામાં આવતી નથી. ભૌતિક મલિનતામાંથી મુક્ત થયા પછી અણુ-આત્મા પૂર્ણ પુરુષોત્તમ પરમેશ્વરનાં દેદીપ્યમાન કિરણોમાં એક આધ્યાત્મિક સ્ફુલિંગરૂપે રહેવાનું પસંદ કરી શકે છે, પરંતુ બુદ્ધિશાળી આત્માઓ તો પુરુષોત્તમ પરમેશ્વરનો સંગ પ્રાપ્ત કરવા માટે વૈકુંઠલોકના દિવ્ય ગ્રહોમાં પ્રવેશ કરે છે.

સર્વગત (સર્વવ્યાપી) શબ્દ મહત્ત્વપૂર્ણ છે, કારણ કે જીવો ભગવાનનાં સમગ્ર સર્જનમાં ફેલાયેલા છે, એ વિશે કોઈ સંશય નથી. તેઓ જમીન પર, પાણીમાં, હવામાં, ભૂમિમાં તથા અગ્નિમાં સુધ્ધાં વસે છે. તેઓ અગ્નિમાં સ્વાહા અર્થાત્ હોમાઈ જાય છે એવી માન્યતા સ્વીકાર્ય નથી, કારણ કે અહીં સ્પષ્ટ કહેવામાં આવ્યું છે કે આત્મા અગ્નિ દ્વારા બાળી શકાતો નથી. તેથી સૂર્ય ગ્રહ ઉપર પણ ત્યાં રહેવા અનુકૂળ શરીર ધરાવતા જીવો નિવાસ કરે છે, એમાં શંકા નથી. જો સૂર્યલોક નિર્જન હોય, તો *સર્વગત* અર્થાત્ "સર્વત્ર વિદ્યમાન" શબ્દ અર્થહીન થઈ જાય છે.

શ્લોક ૨૫

अव्यक्तोऽयमचिन्त्योऽयमविकार्योऽयमुच्यते ।
तस्मादेवं विदित्वैनं नानुशोचितुमर्हसि ॥ २५ ॥

અવ્યક્તઃ—અદૃશ્ય; **અયમ્**—આ આત્મા; **અચિન્ત્યઃ**—અચિંત્ય; અયમ્—આ આત્મા; **અવિકાર્યઃ**—અપરિવર્તનશીલ; **અયમ્**—આ આત્મા; **ઉચ્યતે**—કહેવાય છે; **તસ્માત્**—માટે; **એવમ્**—આ પ્રમાણે; **વિદિત્વા**—જાણીને; **એનમ્**—આ આત્માને; **ન**—નહીં; **અનુશોચિતુમ્**—શોક કરવા; **અર્હસિ**—યોગ્ય છે.

અનુવાદ

એ સુવિદત છે કે આ આત્મા અદૃશ્ય, અચિંત્ય તથા અપરિવર્તનશીલ છે. આવું જાણ્યા પછી તારે શરીર માટે શોક કરવો ન જોઈએ.

ભાવાર્થ

પૂર્વે કહેવામાં આવ્યું છે તેમ, આપણી ભૌતિક ગણતરી માટે આત્મા એટલો સૂક્ષ્મ છે કે તેને અત્યંત શક્તિશાળી સૂક્ષ્મદર્શક યંત્રથી પણ જોઈ શકાતો નથી, તેથી તે અદૃશ્ય-અવ્યક્ત છે. આત્માના અસ્તિત્વના સંબંધમાં કહી શકાય કે શ્રુતિ અર્થાત્ વૈદિક જ્ઞાનના પ્રમાણ સિવાય અન્ય કોઈ પ્રયોગ દ્વારા તેના અસ્તિત્વને સિદ્ધ કરી શકાતું નથી. આપણે આ સત્યનો સ્વીકાર કરવો પડે છે, કારણ કે અનુભવગમ્ય સત્ય હોવા છતાં આત્માના અસ્તિત્વને જાણવાનું અન્ય કોઈ સાધન નથી. એવી અનેક બાબતો છે, જેમનો સ્વીકાર આપણે માત્ર ઉચ્ચતર પ્રમાણભૂત સ્રોતના આધારે કરવો પડે છે. માતાના પ્રમાણ પર આધારિત એવા તેના પિતાના અસ્તિત્વને કોઈ પણ વ્યક્તિ નકારી શકે નહીં. માતાના પ્રમાણ સિવાય પિતાને ઓળખવા કે જાણવાનું અન્ય કોઈ સાધન નથી. તે જ પ્રમાણે, વેદોના અધ્યયન સિવાય આત્માના અસ્તિત્વને જાણવાનો અન્ય કોઈ ઉપાય નથી. બીજા શબ્દોમાં, આત્મા માનવીય પ્રાયોગિક જ્ઞાન દ્વારા અકલ્પનીય છે. આત્મા ચેતના છે અને સચેતન છે—એ પણ વેદોનું કથન છે અને તે આપણે સ્વીકારવું જોઈએ. આત્મામાં શરીરમાં થાય છે તેવા ફેરફાર થતા નથી. સદા અવિકારી રહેતો આત્મા અનંત પરમાત્માની સરખામણીમાં અણુરૂપ છે. પરમાત્મા અનંત છે અને અણુ-આત્મા અતિ સૂક્ષ્મ છે. તેથી અતિ સૂક્ષ્મ આત્મા અવિકારી હોવાને લીધે, અનંત આત્મા એવા પૂર્ણ પુરુષોત્તમ પરમેશ્વરનો સમકક્ષ કદાપિ થઈ શકે નહીં. આ જ વિચાર વેદોમાં જુદી જુદી રીતે આત્માના સ્થાયિત્વનું સમર્થન કરવા માટે પુનઃ પુનઃ વ્યક્ત થયો છે. આપણે કોઈ બાબતને અચૂકપણે સારી રીતે સમજી શકીએ એટલા માટે એ બાબતનું પુનરાવર્તન કરવું જરૂરી બને છે.

શ્લોક **અથ ચૈનં નિત્યજાતં નિત્યં વા મન્યસે મૃતમ્ ।**
૨૬ **તથાપિ ત્વં મહાબાહો નૈનં શોચિતુમર્હસિ ॥ ૨૬ ॥**

અથ—જો; **ચ**—પણ; **એનમ્**—આ આત્માને; **નિત્યજાતમ્**—સદા ઉત્પન્ન થનારો; **નિત્યમ્**—હંમેશાં; **વા**—અથવા; **મન્યસે**—તું એવું માનીશ; **મૃતમ્**—મૃત; **તથા અપિ**—તો પણ; **ત્વમ્**—તું; **મહાબાહો**—હે બળવાન ભુજાઓવાળા; **ન**—કદી નહીં; **એનમ્**—આત્મા વિશે; **શોચિતુમ્**—શોક કરવા; **અર્હસિ**—યોગ્ય છે.

અનુવાદ

હે મહાબાહુ, જો તું એમ વિચારતો હોય કે આત્મા (અથવા જીવનનાં લક્ષણો) સદા જન્મે છે અને હંમેશને માટે મૃત્યુ પામે છે, તો પણ તારે શોક કરવાનું કોઈ કારણ નથી.

ભાવાર્થ

એવા તત્ત્વચિંતકોનો એક વર્ગ હંમેશાં હોય છે, જે લગભગ બૌદ્ધોની જેમ જ શરીરથી અલગ આત્માના સ્વતંત્ર અસ્તિત્વમાં માનતો નથી. જ્યારે ભગવાન કૃષ્ણે ભગવદ્‌ગીતાનો ઉપદેશ આપ્યો, ત્યારે આવા દાર્શનિકો વિદ્યમાન હતા અને *લોકાયતિક* તથા *વૈભાષિક* નામે ઓળખાતા હતા એમ જણાય છે. આવા દાર્શનિકોના મતે જીવનનાં લક્ષણો ભૌતિક સંયોજનની અમુક પરિપક્વાવસ્થામાં ઉદ્‌ભવે છે. વર્તમાન સમયના ભૌતિક વૈજ્ઞાનિકો તથા ભૌતિકવાદી દાર્શનિકો પણ એવું જ માને છે. તેમના મતે શરીર ભૌતિક તત્ત્વોનો સંયોગ છે અને એક તબક્કો એવો આવે છે કે જ્યારે ભૌતિક તથા રાસાયણિક તત્ત્વોની અસરપરસ ક્રિયાથી જીવનનાં લક્ષણો વિકસે છે. નૃવંશશાસ્ત્ર આ જ વિચારધારા પર આધારિત છે. હાલમાં અમેરિકામાં જેનું પ્રચલન થઈ રહ્યું છે, તેવા બનાવટી ધર્મો પણ આ વિચારધારાને તેમ જ શૂન્યવાદી અભક્ત બૌદ્ધ વિચારધારાના મતને અનુસરે છે.

જો અર્જુન આત્માના અસ્તિત્વમાં વિશ્વાસ ધરાવતો ન હોત—જેમ *વૈભાષિક* દર્શનમાં હોય છે તેમ—તો પણ તેને શોક કરવાનું કોઈ કારણ હતું નહીં. કોઈ મનુષ્ય રસાયણોનો થોડો જથ્થો નાશ પામે તે માટે શોક કરતો નથી અને પોતાના નિયત કર્તવ્યધર્મનું પાલન કરવાનું બંધ કરતો નથી. બીજી તરફ જુઓ તો આધુનિક વિજ્ઞાનમાં તથા વૈજ્ઞાનિક યુદ્ધોમાં શત્રુ પર વિજય મેળવવા માટે અનેક ટન રસાયણો વેડફી નાખવામાં આવે છે. વૈભાષિક દર્શન અનુસાર શરીરનો ક્ષય થતાં જ કહેવાતો જીવ અર્થાત્ આત્મા લુપ્ત થઈ જાય છે. માટે કોઈ પણ સ્થિતિમાં અર્જુનને અણુ-આત્માનું અસ્તિત્વ છે એવો વૈદિક નિર્ણય માન્ય હોય કે પછી તેને આત્માના અસ્તિત્વમાં વિશ્વાસ ન હોય, તો પણ તેના માટે શોક કરવાનું કોઈ કારણ ન હતું. આ વિચારધારા પ્રમાણે જ્યારે ભૌતિક પદાર્થમાંથી દર ક્ષણે અસંખ્ય જીવો ઉત્પન્ન થતા હોય છે અને નષ્ટ થતા હોય છે, ત્યારે આવી ઘટનાઓ માટે શોક કરવાની જરૂર રહેતી નથી. જો આત્માનો પુનર્જન્મ થતો ન હોય, તો અર્જુનને પિતામહ તથા ગુરુના વધથી થતા

પાપકર્મથી ડરવાનું કોઈ કારણ ન હતું. પરંતુ સાથે સાથે ભગવાન શ્રીકૃષ્ણે અર્જુનને વ્યંગમાં *મહાબાહુ* તરીકે સંબોધન કર્યું, કારણ કે વૈદિક જ્ઞાનથી વિરુદ્ધ એવો *વૈભાષિક* મત તો તેને સ્વીકાર્ય ન હતો. ક્ષત્રિય તરીકે અર્જુન વૈદિક સંસ્કૃતિનો અનુયાયી હતો અને વૈદિક સંસ્કૃતિના સિદ્ધાંતોનું પાલન કરતા રહેવું એ જ તેને માટે શોભાસ્પદ હતું.

શ્લોક ૨૭
जातस्य हि ध्रुवो मृत्युर्ध्रुवं जन्म मृतस्य च।
तस्मादपरिहार्येऽर्थे न त्वं शोचितुमर्हसि॥ २७॥

જાતસ્ય—જન્મેલાનું; **હિ**—નક્કી; **ધ્રુવઃ**—નિશ્ચિત; **મૃત્યુઃ**—મરણ; **ધ્રુવમ્**—એ પણ નિશ્ચિત છે; **જન્મ**—જન્મ; **મૃતસ્ય**—મરેલાનો; **ચ**—પણ; **તસ્માત્**—માટે; **અપરિહાર્યે**—જે નિવારી ન શકાય તેનો; **અર્થે**—ની બાબતે; **ન**—નહીં; **ત્વમ્**—તું; **શોચિતુમ્**—શોક કરવા માટે; **અર્હસિ**—પાત્ર છે.

અનુવાદ

જેણે જન્મ લીધો છે તેનું મરણ નિશ્ચિત છે અને મરણ પછી તેનો પુનર્જન્મ પણ નિશ્ચિત છે. માટે જે નિવારી ન શકાય એવાં તારાં કર્તવ્યકર્મ અંગે તું શોક કરે તે યોગ્ય નથી.

ભાવાર્થ

મનુષ્યને પોતાના કર્માનુસાર જન્મ લેવો પડે છે અને એક કર્મઅવધિ સમાપ્ત થયે તેને મરવું પડે છે કે જેથી તે બીજો જન્મ લઈ શકે. એ પ્રમાણે મુક્તિ ન મળે ત્યાં સુધી આ જન્મ-મરણનું ચક્ર ચાલ્યા કરે છે. આમ છતાં જન્મ-મરણના આ ચક્ર દ્વારા નિરર્થક હત્યા, કતલ તથા યુદ્ધોનું સમર્થન થતું નથી. પરંતુ સાથે સાથે માનવ સમાજમાં કાયદો અને વ્યવસ્થા જાળવી રાખવા માટે હિંસા તથા યુદ્ધ અનિવાર્ય હોય છે.

કુરુક્ષેત્રનું યુદ્ધ ભગવાનની ઈચ્છા હોવાથી અનિવાર્ય હતું અને સત્યને માટે યુદ્ધ કરવું એ તો ક્ષત્રિયનો ધર્મ છે. તો પછી સ્વકર્તવ્ય ધર્મનું પાલન કરવામાં અર્જુન સ્વજનોના મરણથી ભયભીત અથવા શોકગ્રસ્ત કેમ થયો હતો? કાયદાનો ભંગ કરવો તેને માટે યોગ્ય નહોતો, કારણ કે એમ કરવાથી તેને જેનો અત્યંત ભય હતો, તે પાપકર્મનાં ફળ તેને ભોગવવાં પડે. પોતાના યોગ્ય કર્તવ્ય ધર્મનું પાલન ટાળવાથી તે સ્વજનોનાં મરણને રોકી શકવાનો નહોતો અને જો તે કર્મનો ખોટો માર્ગ પસંદ કરે, તો તેનું પતન થઈ જાય.

શ્લોક ૨૮ **अव्यक्तादीनि भूतानि व्यक्तमध्यानि भारत।**
अव्यक्तनिधनान्येव तत्र का परिदेवना॥ २८॥

અવ્યક્ત આદીનિ—પ્રારંભમાં અપ્રગટ; **ભૂતાનિ**—બધાં પ્રાણીઓ; **વ્યક્ત**—પ્રગટ; **મધ્યાનિ**—મધ્યમાં; **ભારત**—હે ભરતવંશી; **અવ્યક્ત**—અપ્રગટ; **નિધનાનિ**—વિનાશ થયે; **એવ**—એવી જ રીતે; **તત્ર**—તેથી; **કા**—કઈ; **પરિદેવના**—શોક.

અનુવાદ

બધા જીવો આરંભે અવ્યક્ત હોય છે, મધ્યાવસ્થામાં વ્યક્ત થાય છે અને વિનાશ થયા પછી ફરીથી અવ્યક્ત થઈ જાય છે. તો પછી શોક કરવાની શી જરૂર છે?

ભાવાર્થ

આત્માના અસ્તિત્વમાં વિશ્વાસ ધરાવનારા અને આત્માના અસ્તિત્વને નહીં માનનારા એમ દાર્શનિકોના બે પ્રકાર છે એ સ્વીકારવામાં આવે, તો પણ બંને બાબતોમાં શોક કરવાનું કારણ નથી. આત્માના અસ્તિત્વમાં વિશ્વાસ નહીં ધરાવનારાઓને વૈદિક શાસ્ત્રોના અનુયાયીઓ નાસ્તિક કહે છે. છતાં, જો દલીલને ખાતર આપણે આ નાસ્તિકતાવાદી સિદ્ધાંતને માની લઈએ, તો પણ શોક કરવાનું કોઈ કારણ રહેતું નથી. આત્માના જુદા અસ્તિત્વ સિવાયના બધાં ભૌતિક તત્ત્વો સર્જન પૂર્વે અદૃશ્ય રહે છે. જે રીતે આકાશમાંથી વાયુ, વાયુમાંથી અગ્નિ, અગ્નિમાંથી જળ અને જળમાંથી પૃથ્વી વ્યક્ત થાય છે, તેમ આ સૂક્ષ્મ અવ્યક્ત અવસ્થામાંથી જ વ્યક્ત અવસ્થા આવે છે. પૃથ્વીમાંથી અનેક વૈવિધ્યોનું પ્રગટીકરણ થાય છે. દાખલા તરીકે, એક વિશાળ ગગનચુંબી ઈમારત પૃથ્વીમાંથી જ પ્રગટ થાય છે. જ્યારે તેને તોડી પાડવામાં આવે છે, ત્યારે વ્યક્ત થયેલી વસ્તુ ફરીથી અવ્યક્ત થઈ જાય છે અને અંતે પરમાણુરૂપે રહે છે. શક્તિસંચયનો નિયમ તો છે જ, પરંતુ સમયના વહેણમાં વસ્તુઓ વ્યક્ત (પ્રગટ) થાય છે અને અવ્યક્ત (અપ્રગટ) થાય છે—એ જ તફાવત છે. તો પછી વ્યક્ત કે અવ્યક્ત અવસ્થા માટે શોક કરવાનું કયું કારણ છે? અવ્યક્ત અવસ્થામાં પણ ગમે તે રીતે, વસ્તુઓ નષ્ટ થતી નથી. પ્રારંભિક તથા અંતિમ બંને અવસ્થામાં બધાં જ તત્ત્વો અવ્યક્ત રહે છે, માત્ર મધ્યાવસ્થામાં જ વ્યક્ત રહે છે, તેથી કોઈ ખાસ વાસ્તવિક ભૌતિક ફરક પડતો નથી.

આ ભૌતિક શરીરો કાળક્રમે નાશવંત છે (*અન્તવન્ત ઈમે દેહાઃ*), પરંતુ આત્મા સનાતન છે (*નિત્યસ્યોક્તાઃ શરીરિણઃ*)—આ ભગવદ્‌ગીતાના વૈદિક નિર્ણયને સ્વીકારતા હોઈએ, તો આપણે હંમેશાં યાદ રાખવું જોઈએ કે શરીર એક વસ્ત્ર સમાન છે; તો પછી વસ્ત્ર પરિવર્તન થાય, તેનો શોક શા માટે? શાશ્વત આત્માના સંબંધે, ભૌતિક શરીરનું કોઈ વાસ્તવિક અસ્તિત્વ હોતું નથી. તે એક સ્વપ્ન જેવું છે. સ્વપ્નમાં આપણે આકાશમાં ઊડતા હોઈએ કે રાજા તરીકે રથારૂઢ થયેલા હોઈએ, પરંતુ જાગ્યા પછી જોઈ શકીએ છીએ કે આપણે આકાશમાં નથી કે રથમાં પણ નથી. વૈદિક જ્ઞાન ભૌતિક દેહના અસ્તિત્વ ન હોવાના સિદ્ધાંતના આધાર પર આત્મ-સાક્ષાત્કારને પ્રોત્સાહન આપે છે. માટે, આપણે આત્માના અસ્તિત્વને માનતા હોઈએ કે ન માનતા હોઈએ, તે બંને કિસ્સામાં શરીરના નાશ માટે શોક કરવાનું કોઈ કારણ રહેતું નથી.

શ્લોક ૨૯

आश्चर्यवत्पश्यति कश्चिदेन-
माश्चर्यवद्वदति तथैव चान्यः।
आश्चर्यवच्चैनमन्यः शृणोति
श्रुत्वाप्येनं वेद न चैव कश्चित्॥ २९॥

આશ્ચર્યવત્—આશ્ચર્ય તરીકે; **પશ્યતિ**—જુએ છે; **કશ્ચિત્**—કોઈ; **એનમ્**—આ આત્માને; **આશ્ચર્યવત્**—આશ્ચર્ય તરીકે; **વદતિ**—કહે છે; **તથા**—તે રીતે; **એવ**—નક્કી; **ચ**—વળી; **અન્યઃ**—બીજો; **આશ્ચર્યવત્**—આશ્ચર્ય તરીકે; **ચ**—અને; **એનમ્**—આ આત્માને; **અન્યઃ**—બીજો; **શૃણોતિ**—સાંભળે છે; **શ્રુત્વા**—સાંભળીને; **અપિ**—પણ; **એનમ્**—આ આત્માને; **વેદ**—જાણે છે; **ન**—કદી નહીં; **ચ**—અને; **એવ**—નક્કી; **કશ્ચિત**—કોઈ.

અનુવાદ

કોઈ આત્માને આશ્ચર્ય તરીકે જુએ છે, કોઈ તેનું આશ્ચર્ય તરીકે વર્ણન કરે છે અને કોઈ તેના વિશે આશ્ચર્ય તરીકે સાંભળે છે, જ્યારે બીજા તેના વિશે સાંભળ્યા પછી પણ તેને લેશમાત્ર સમજી શકતા નથી.

ભાવાર્થ

ગીતોપનિષદ મોટેભાગે ઉપનિષદોના સિદ્ધાંત પર આધારિત છે, તેથી કઠોપનિષદ (૧.૨.૭)માં પણ આ શ્લોક જોવામાં આવે, તેમાં કોઈ આશ્ચર્ય નથીઃ

શ્રવણયાપિ બહુભિર્યો ન લભ્યઃ
શૃણ્વન્તોઽપિ બહવો યં ન વિદ્યુઃ।
આશ્ચર્યો વક્તા કુશલોઽસ્ય લબ્ધા
આશ્ચર્યોઽસ્ય જ્ઞાતા કુશલાનુશિષ્ટઃ॥

પ્રચંડ પ્રાણીના શરીરમાં, વિશાળ વટવૃક્ષમાં અને એક ઇંચ જેટલી જગ્યામાં લાખો-કરોડોની સંખ્યામાં રહેનારાં સૂક્ષ્મ જંતુઓમાં અણુ-આત્માનું હોવું, એ હકીકત નિઃસંદેહ બહુ આશ્ચર્યકારક છે. બ્રહ્માંડના પ્રથમ જીવ બ્રહ્માજીને પણ જેમણે તત્ત્વબોધ આપ્યો, તેવા જ્ઞાનના સર્વોચ્ચ અધિકારી દ્વારા આત્માના અણુસ્ફુલિંગના ચમત્કારો વિશે સમજણ આપવામાં આવેલી છે, તેમ છતાં અલ્પજ્ઞાની અને દુરાચારી વ્યક્તિને તે સમજાતું નથી. પદાર્થોની અતિ સ્થૂળ કલ્પનાને કારણે આ યુગમાં ઘણાખરા લોકો આવો સૂક્ષ્મ કણ આટલો વિશાળ તથા અત્યંત સૂક્ષ્મ કેવી રીતે થઈ શકે, એ કલ્પી શકતા નથી. તેથી લોકો આત્માને તેના સ્વરૂપે કે વર્ણને કરીને આશ્ચર્ય તરીકે જુએ છે. ભૌતિક શક્તિથી મોહિત થયેલા લોકો ઈન્દ્રિયતૃપ્તિ માટેની વિષયવસ્તુઓમાં એવા લુબ્ધ થયેલા હોય છે કે આત્મજ્ઞાનને સમજવાનો તેમની પાસે સમય નથી રહેતો. એ તો હકીકત છે કે આત્મજ્ઞાન વિના બધાં કાર્યો, જીવન-સંઘર્ષમાં અંતિમ પરાભવમાં પરિણમે છે. કદાચ તેમને ખ્યાલ જ નથી હોતો કે મનુષ્યે આત્મા વિશે ચિંતન કરવું જોઈએ અને એ રીતે દુન્યવી દુઃખોનો ઉકેલ લાવવો જોઈએ.

આત્મા વિશે સાંભળવાનું વલણ ધરાવનારા એવા કેટલાક લોકો હોય છે, જેઓ સત્સંગમાં જઈ પ્રવચનો સાંભળતા હશે, પરંતુ કેટલીક વખત અજ્ઞાનવશ થઈ, પરમાત્મા તથા અણુ-આત્માને તેમના વ્યાપકત્વના પ્રમાણના ભેદનો વિચાર કર્યા વગર એકરૂપ માનવાની ગેરસમજ કરે છે. પરમાત્મા તથા આત્માની સ્થિતિ, તેમનાં વિશિષ્ટ કાર્ય, તેમની વચ્ચેનો સંબંધ તથા તેમના વિશેની અન્ય મુખ્ય તેમ જ ગૌણ વિગતોને પૂર્ણપણે સમજતો હોય તેવો માણસ શોધવો ઘણો અઘરો છે, વળી તેનાથી પણ વિશેષ દુર્લભ એવો મનુષ્ય હોય છે કે જેણે ખરેખર આત્મા વિશેના જ્ઞાનનો પૂરેપૂરો લાભ ઉઠાવ્યો હોય તથા જે ભિન્ન ભિન્ન પ્રકારે આત્માની સ્થિતિનું વર્ણન કરી શકે. પરંતુ જો કોઈ મનુષ્ય કોઈ પણ રીતે આત્માના આ વિષયને સમજી લે છે, તો પછી તેનું જીવન સફળ બને છે.

આ આત્માના વિષયને જાણવાનો સૌથી સરળ ઉપાય એ જ છે કે અન્ય મતોથી વિચલિત થયા વિના પરમ અધિકારી એવા ભગવાન કૃષ્ણ દ્વારા કહેવામાં આવેલી ભગવદ્ગીતાના ઉપદેશોને સ્વીકાર કરવા. પરંતુ તે માટે પણ આ જન્મમાં કે પૂર્વેનાં જન્મોમાં પુષ્કળ તપસ્યા તથા ત્યાગની જરૂર રહે છે અને ત્યારે જ મનુષ્ય કૃષ્ણને પૂર્ણ પુરુષોત્તમ પરમેશ્વર તરીકે સ્વીકારવા સદ્ભાગી બને છે. પરંતુ શુદ્ધ ભક્તોની અહૈતુકી કૃપાથી જ કૃષ્ણને આ રૂપે જાણવાનું શક્ય બને છે અને અન્ય કોઈ ઉપાયથી નહીં.

શ્લોક ૩૦ **देही नित्यमवध्योऽयं देहे सर्वस्य भारत।**
तस्मात्सर्वाणि भूतानि न त्वं शोचितुमर्हसि॥ ३०॥

દેહી—ભૌતિક શરીરનો સ્વામી; **નિત્યમ્**—શાશ્વત; **અવધ્યઃ**—વધ કરી ન શકાય તેવો; **અયમ્**—આ આત્મા; **દેહે**—શરીરમાં; **સર્વસ્ય**—બધાના; **ભારત**—હે ભરતવંશી; **તસ્માત્**—તેથી; **સર્વાણિ**—બધા; **ભૂતાનિ**—જીવો (જન્મ લેનારા); **ન**—કદી નહીં; **ત્વમ્**—તુ; **શોચિતુમ્**—શોક કરવા માટે; **અર્હસિ**—યોગ્ય છે.

અનુવાદ

હે ભરતવંશી, શરીરમાં રહેનારો (આત્મા) સનાતન છે અને તેનો ક્યારેય વધ કરી શકાતો નથી. માટે, તારે કોઈ પણ જીવ માટે શોક કરવાની જરૂર નથી.

ભાવાર્થ

હવે ભગવાન અવિકારી આત્મા વિષયક ઉપદેશનું સમાપન કરે છે. અમર આત્માનું વિવિધ રીતે વર્ણને કરીને ભગવાન કૃષ્ણે આત્માને અમર તથા શરીરને નાશવંત સિદ્ધ કર્યું છે. માટે અર્જુને એક ક્ષત્રિય તરીકે પિતામહ ભીષ્મ તથા ગુરુ દ્રોણ યુદ્ધમાં માર્યા જશે, એવો ભય રાખીને પોતાના કર્તવ્યથી વિમુખ થવું ન જોઈએ. શ્રીકૃષ્ણને પ્રમાણ માનીને મનુષ્યે ભૌતિક શરીરથી ભિન્ન આત્માના અલગ અસ્તિત્વને માનવું જોઈએ; એવું નથી કે આત્મા જેવી કોઈ વસ્તુ નથી અથવા જીવનનાં લક્ષણો રસાયણોની પરસ્પર અન્તઃક્રિયાના પરિણામે વિશેષ અવસ્થામાં પ્રગટ થાય છે. આત્મા અમર છે, તેમ છતાં હિંસાને પ્રોત્સાહન અપાયું નથી, પરંતુ યુદ્ધ વખતે જ્યારે તેની (હિંસાની) ખરેખરી જરૂર હોય છે, ત્યારે તેનો નિષેધ પણ કરાતો નથી. આવી જરૂરને ભગવાનની આજ્ઞાના સંબંધે વાજબી ગણી શકાય છે, સ્વચ્છંદીપણે નહીં.

શ્લોક ૩૧
સ્વધર્મમપિ ચાવેક્ષ્ય ન વિકમ્પિતુમર્હસિ।
ધર્મ્યાદ્ધિ યુદ્ધાચ્છ્રેયોઽન્યત્ક્ષત્રિયસ્ય ન વિદ્યતે॥ ૩૧ ॥

સ્વધર્મમ્—પોતાના ધર્મને; **અપિ**—પણ; **ચ**—ખરેખર; **અવેક્ષ્ય**—વિચારીને; **ન**—કદી નહીં; **વિકમ્પિતુમ્**—આનાકાની કરવા માટે; **અર્હસિ**—યોગ્ય છે; **ધર્મ્યાત્**—ધર્મને માટે; **હિ**—ખરેખર; **યુદ્ધાત્**—યુદ્ધ કરવા કરતાં; **શ્રેયઃ**—શ્રેષ્ઠ કાર્ય; **અન્યત્**—અન્ય; **ક્ષત્રિયસ્ય**—ક્ષત્રિયનું; **ન**—નથી; **વિદ્યતે**—છે.

અનુવાદ

ક્ષત્રિય તરીકે તારા વિશિષ્ટ કર્તવ્યધર્મનો વિચાર કરીને તારે એ જાણવું જોઈએ કે તારા માટે ધર્મ અર્થે યુદ્ધ કરવાથી વધુ સારો કોઈ ઉદ્યમ નથી અને તેથી તેમાં જરા પણ અચકાવાની જરૂર નથી.

ભાવાર્થ

સમાજ-વ્યવસ્થાના ચાર વર્ણોમાંથી બીજો વર્ણ ઉત્તમ વહીવટ માટે છે અને તે ક્ષત્રિય કહેવાય છે. ક્ષત્‌નો અર્થ થાય છે, ઈજા. જે મનુષ્ય હાનિ અર્થાત્ ક્ષતિથી રક્ષણ કરે, તે ક્ષત્રિય કહેવાય છે (*ત્રાયતે*—રક્ષણ આપવું). ક્ષત્રિયોને વનમાં શિકાર કરવાની તાલીમ આપવામાં આવે છે. ક્ષત્રિય જંગલમાં જઈને વાઘને પડકારતો અને તેની સાથે સામી છાતીએ પોતાની તલવારથી લડતો. વાઘનું મૃત્યુ થાય ત્યારે તેને રાજકીય સન્માન સાથે અગ્નિદાહ અપાતો. જયપુર રાજ્યના ક્ષત્રિય રાજાઓ દ્વારા આ પરંપરાનું પાલન આજ સુધી થતું આવ્યું છે. પડકારવાની તથા વધ કરવાની ખાસ તાલીમ ક્ષત્રિયોને આપવામાં આવે છે, કારણ કે કેટલીક વખત ધર્માર્થે હિંસા અનિવાર્ય બને છે. એટલા માટે જ, ક્ષત્રિયો માટે કદી પણ સીધેસીધો સંન્યાસ ગ્રહણ કરવાનું વિધાન નથી. રાજનીતિમાં અહિંસાને મુત્સદ્દીગીરીરૂપે અવકાશ હોઈ શકે, પરંતુ તેને કદાપિ તેના એક મહત્ત્વના પરિબળ કે સિદ્ધાંતરૂપ કહી નથી. ધાર્મિક સંહિતાઓમાં જણાવ્યું છે:

આહવેષુ મિથોઽન્યોન્યં જિઘાંસન્તો મહીક્ષિતઃ।
યુદ્ધમાનાઃ પરં શક્ત્યા સ્વર્ગં યાન્ત્યપરાઙ્મુખાઃ॥
યજ્ઞેષુ પશવો બ્રહ્મન્ હન્યન્તે સતતં દ્વિજૈઃ।
સંસ્કૃતાઃ કિલ મન્ત્રૈશ્ચ તેઽપિ સ્વર્ગમવાપ્નુવન્॥

"બ્રાહ્મણો જેમ યજ્ઞાગ્નિમાં પશુઓનું બલિદાન આપીને સ્વર્ગલોક પ્રાપ્ત કરે છે, તેમ રણક્ષેત્રમાં અન્ય દ્વેષી, શત્રુ રાજા સાથે લડતાં લડતાં હણાયેલા રાજા કે ક્ષત્રિયને પણ સ્વર્ગલોકની પ્રાપ્તિ થાય છે." તેથી ધર્મ અર્થે યુદ્ધમાં વધ કરવો અને યજ્ઞાગ્નિ માટે પશુનો વધ કરવો એને હિંસાનાં કૃત્ય લેશમાત્ર ગણવામાં આવતાં નથી, કારણ કે આમાં નિહિત ધર્મને કારણે પ્રત્યેક વ્યક્તિને તેનો લાભ મળે છે. યજ્ઞમાં બલિ અપાયેલા પશુને એક યોનિમાંથી બીજી યોનિમાં જવાની ઉત્ક્રાંતિની ક્રમિક પ્રક્રિયામાંથી પસાર થયા વિના તરત જ મનુષ્ય જીવન પ્રાપ્ત થઈ જાય છે અને યુદ્ધક્ષેત્રમાં માર્યા ગયેલા ક્ષત્રિયોને પણ યજ્ઞ કરાવનારા બ્રાહ્મણોને પ્રાપ્ત થનાર સ્વર્ગલોક મળે છે.

સ્વધર્મના બે પ્રકાર છે. જ્યાં સુધી મનુષ્ય મુક્ત થતો નથી, ત્યાં સુધી તેણે મુક્તિ પ્રાપ્ત કરવા અર્થે ધર્માનુસાર વિશિષ્ટ શરીર વિશેનાં કર્તવ્યો કરવાનાં હોય છે. જ્યારે તે મુક્ત થઈ જાય છે, ત્યારે તેનું વિશિષ્ટ કર્તવ્ય એટલે કે સ્વધર્મ આધ્યાત્મિક બની જાય છે અને તે ભૌતિક દેહાત્મભાવના સંદર્ભમાં રહેતું નથી. જ્યાં સુધી દેહાત્મભાવ રહે છે, ત્યાં સુધી બ્રાહ્મણો તથા ક્ષત્રિયો માટે સ્વધર્મનું પાલન અનિવાર્ય હોય છે. સ્વધર્મનું વિધાન ભગવાન દ્વારા થાય છે અને તેનું સ્પષ્ટીકરણ ચોથા અધ્યાયમાં થશે. દૈહિક સ્તરે સ્વધર્મને વર્ણાશ્રમ-ધર્મ અથવા માનવના આધ્યાત્મિક જ્ઞાનનું પ્રથમ સોપાન કહેવામાં આવે છે. વર્ણાશ્રમ-ધર્મ અર્થાત્ પ્રાપ્ત શરીરના વિશિષ્ટ ગુણો પ્રમાણે વિશિષ્ટ સ્વધર્મની અવસ્થાથી માનવીય સભ્યતાનો શુભારંભ થાય છે. વર્ણાશ્રમ-ધર્મ પ્રમાણે કોઈ પણ કાર્યક્ષેત્રમાં સ્વધર્મનું પાલન કરવાથી મનુષ્ય જીવનનાં ઉચ્ચતર પદને પામી શકે છે.

શ્લોક ૩૨
यदृच्छया चोपपन्नं स्वर्गद्वारमपावृतम्।
सुखिनः क्षत्रियाः पार्थ लभन्ते युद्धमीदृशम्॥ ३२॥

યદૃચ્છયા—આપમેળે; **ચ**—વળી; **ઉપપન્નમ્**—પ્રાપ્ત થયેલ; **સ્વર્ગ**—સ્વર્ગલોકનું; **દ્વારમ્**—પ્રવેશદ્વાર; **અપાવૃતમ્**—ઉઘડેલું; **સુખિનઃ**—બહુ સુખી; **ક્ષત્રિયાઃ**—ક્ષત્રિય પરિવારના સભ્યો; **પાર્થ**—હે પૃથાના પુત્ર; **લભન્તે**—પ્રાપ્ત કરે છે; **યુદ્ધમ્**—યુદ્ધ; **ઈદૃશમ્**—આના જેવું.

અનુવાદ

હે પાર્થ, જે ક્ષત્રિયોને માટે સ્વર્ગલોકનાં પ્રવેશદ્વારો ઉઘાડનારા યુદ્ધના આવા અવસરો અનાયાસે પ્રાપ્ત થાય છે, તેઓ ખરેખર ધન્ય છે.

ભાવાર્થ

સર્વોપરી જગદ્‌ગુરુ તરીકે ભગવાન કૃષ્ણ અર્જુનના વલણની નિંદા કરે છે, કારણ કે અર્જુને કહેલું, "આ યુદ્ધ કરવામાં મને કોઈ કલ્યાણ દેખાતું નથી. આનાથી તો ચિરકાળ સુધી નરકવાસ મળશે." અર્જુન દ્વારા વચનો કેવળ અજ્ઞાનવશ કહેવાયાં હતાં. પોતાના સ્વધર્મ પાલનમાં તે અહિંસક બનવા માગતો હતો. એક ક્ષત્રિય માટે યુદ્ધક્ષેત્રમાં ઉપસ્થિત રહેવું અને અહિંસક થવું, એ તો મૂર્ખોનું તત્ત્વજ્ઞાન છે. વ્યાસદેવના પિતા મહર્ષિ પરાશરે ઘડેલી પરાશર સ્મૃતિમાં કહ્યું છેઃ

ક્ષત્રિયો હિ પ્રજા રક્ષન્ શસ્ત્રપાણિઃ પ્રદણ્ડયન્।
નિર્જિત્ય પરસૈન્યાદિ ક્ષિતિં ધર્મેણ પાલયેત્॥

"પ્રજાનું બધી આપત્તિઓમાંથી રક્ષણ કરવું એ ક્ષત્રિયનો ધર્મ છે અને એ જ કારણસર કાયદો તથા વ્યવસ્થા જાળવવા માટે તેને યોગ્ય પ્રસંગે હિંસા કરવી પડે છે. તેથી તેણે શત્રુ રાજાઓનાં સૈન્યોને જીતવાં જોઈએ અને એ રીતે ધર્મપૂર્વક પૃથ્વી પર રાજ્ય કરવું જોઈએ."

બધી જ બાજુએથી વિચાર કરવામાં આવે, તો અજુન માટે યુદ્ધથી વિમુખ થવાનું કોઈ કારણ ન હતું. જો તે શત્રુઓને જીતશે, તો રાજ્યનું સુખ ભોગવશે અને જો તે યુદ્ધક્ષેત્રમાં વીરગતિ પામશે, તો સ્વર્ગલોક પામશે કે જેનાં દ્વાર તેને માટે ખુલ્લાં જ હતાં. કોઈ પણ સ્થિતિમાં યુદ્ધ તેને માટે હિતાવહ થશે.

શ્લોક ૩૩
अथ चेत्त्वमिमं धर्म्यं सङ्ग्रामं न करिष्यसि।
ततः स्वधर्मं कीर्तिं च हित्वा पापमवाप्स्यसि॥ ३३॥

અથ—માટે; **ચેત્**—જો; **ત્વમ્**—તું; **ઈમમ્**—આ; **ધર્મ્યમ્**—ધાર્મિક કર્તવ્ય તરીકે; **સઙ્ગ્રામમ્**—યુદ્ધ; **ન**—નહીં; **કરિષ્યસિ**—કરે; **તતઃ**—ત્યારે; **સ્વધર્મમ્**—પોતાના ધર્મને; **કીર્તિમ્**—યશને; **ચ**—પણ; **હિત્વા**—ગુમાવીને; **પાપમ્**—પાપપૂર્ણ ફળ; **અવાપ્સ્યસિ**—પ્રાપ્ત કરીશ.

અનુવાદ

માટે, જો તું યુદ્ધ કરવાના તારા સ્વધર્મનું આચરણ નહીં કરે, તો પોતાના કર્તવ્યની ઉપેક્ષા કરવાના પાપનું ફળ તને અવશ્ય મળશે અને તેથી યોદ્ધા તરીકેની તારી કીર્તિ પણ તારે ગુમાવવી પડશે.

ભાવાર્થ

અર્જુન એક સુવિખ્યાત યોદ્ધો હતો કે જેણે શિવજી વગેરે અનેક દેવો સાથે યુદ્ધ કરીને નામના મેળવી હતી. શિકારીનો વેષ ધારણ કરેલા શિવજીની સાથે યુદ્ધ કરીને અર્જુને તેમને હરાવીને પ્રસન્ન કર્યા હતા અને વરદાનમાં પાશુપતાસ્ત્ર પ્રાપ્ત કર્યું હતું. બધા જ જાણતા હતા કે તે એક મહાન વીર યોદ્ધો હતો. સ્વયં દ્રોણાચાર્યે પણ તેને આશીર્વાદ આપ્યા હતા અને એક વિશિષ્ટ શસ્ત્ર પણ આપ્યું હતું કે જેનાથી તે પોતાના ગુરુનો પણ વધ કરી શકે. એ રીતે, પોતાના ધર્મપિતા સ્વર્ગાધિપતિ ઈન્દ્ર સહિત અનેક વીરશ્રેષ્ઠો પાસેથી તેણે યુદ્ધોનાં અનેક કીર્તિમાન પ્રમાણપત્રો પ્રાપ્ત કરેલાં હતાં. પરંતુ આ વખતે જો તે યુદ્ધનો પરિત્યાગ કરે, તો ક્ષત્રિયધર્મની ઉપેક્ષા કરવા બદલ દોષી તો થશે જ, પરંતુ તે સાથે તે પોતાની કીર્તિ તથા નામના પણ ગુમાવશે અને એ રીતે નરકમાં જવાનો પોતાનો રાજમાર્ગ નિર્માણ કરશે. બીજા શબ્દોમાં, તે યુદ્ધ કરવાથી નહીં, પરંતુ યુદ્ધ ટાળવા બદલ નરકમાં જશે.

શ્લોક ૩૪ **अकीर्तिं चापि भूतानि कथयिष्यन्ति तेऽव्ययाम्।**
सम्भावितस्य चाकीर्तिर्मरणादतिरिच्यते ॥ ३४ ॥

અકીર્તિમ્—અપયશ; **ચ**—વળી; **અપિ**—તે સિવાય; **ભૂતાનિ**—બધા લોકો; **કથયિષ્યન્તિ**—કહેશે; **તે**—તારા; **અવ્યયામ્**—હંમેશને માટે; **સમ્ભાવિતસ્ય**—સન્માનપાત્ર વ્યક્તિ માટે; **ચ**—પણ; **અકીર્તિઃ**—અપયશ; **મરણાત્**—મૃત્યુથી પણ; **અતિરિચ્યતે**—વધારે હોય છે.

અનુવાદ

લોકો હંમેશાં તારા અપયશનું વર્ણન કરતા રહેશે અને સન્માનપાત્ર વ્યક્તિ માટે અપયશ તો મૃત્યુથી પણ વધારે ખરાબ છે.

ભાવાર્થ

હવે અર્જુનના મિત્ર તરીકે તથા તત્ત્વચિંતક તરીકે ભગવાન કૃષ્ણ અર્જુને યુદ્ધ કરવાની ના પાડી તે અંગે પોતાનો અંતિમ નિર્ણય આપે છે. ભગવાન કહે છે, "હે અર્જુન, યુદ્ધનો આરંભ થાય તે પહેલાં જ જો તું રણમેદાન છોડી જઈશ, તો લોકો તને કાયર કહેશે અને જો તને એમ લાગતું હોય કે લોકો

ભલે વગોવતા રહે, પણ યુદ્ધમાંથી ભાગી જઈને પોતાના પ્રાણ બચાવી શકીશ, તો મારી સલાહ એ છે કે તારા માટે યુદ્ધમાં ખપી જવું એ જ બહેતર છે. તારા જેવા સન્માનપાત્ર મનુષ્ય માટે અપકીર્તિ મૃત્યુથી પણ વધુ ખરાબ છે. માટે પોતાનો જીવ બચાવવા તારે પલાયન થવું ન જોઈએ; યુદ્ધમાં વીરગતિ પામવી શ્રેયસ્કર છે. આનાથી તું મારી મિત્રતાનો દુરપયોગ કરવાના અપયશમાંથી અને સમાજમાં પોતાની પ્રતિષ્ઠા ગુમાવવાની અપકીર્તિમાંથી બચી જઈશ."

તેથી ભગવાનનો અર્જુન માટે અંતિમ નિર્ણય એ હતો કે તે યુદ્ધમાંથી પલાયન ન કરે પરંતુ યુદ્ધમાં વીરગતિ પામે.

શ્લોક ૩૫ **भयाद्रणादुपरतं मंस्यन्ते त्वां महारथाः।**
येषां च त्वं बहुमतो भूत्वा यास्यसि लाघवम्॥ ३५॥

ભયાત્—ભયથી; **રણાત્**—યુદ્ધક્ષેત્રમાંથી; **ઉપરતમ્**—વિમુખ થયેલો; **મંસ્યન્તે**—માનશે; **ત્વામ્**—તને; **મહારથાઃ**—મહાન યોદ્ધાઓ; **યેષામ્**—જેમને માટે; **ચ**—વળી; **ત્વમ્**—તું; **બહુમતઃ**—અત્યંત આદરપાત્ર; **ભૂત્વા**—હોઈને; **યાસ્યસિ**—આવીશ; **લાઘવમ્**—હીનતા.

અનુવાદ

જે જે મહાન યોદ્ધાઓ તારાં નામ તથા યશ વિશે બહુ ઊંચો અભિપ્રાય ધરાવે છે, તેઓ માની લેશે કે તેં ભયને કારણે રણક્ષેત્ર છોડી દીધું છે અને તેથી તેઓ તને કાયર ગણશે.

ભાવાર્થ

ભગવાન કૃષ્ણ અર્જુનને પોતાનો નિર્ણય સંભળાવી રહ્યા છે, "એવું લગીરે વિચારીશ નહીં કે દુર્યોધન, કર્ણ તથા અન્ય સમકાલીન યોદ્ધાઓ એમ માનશે કે તેં પોતાના ભાઈઓ તથા પિતામહ પ્રત્યે દયાભાવે કરીને રણક્ષેત્ર છોડ્યું છે. તેઓ તો એમ જ માનશે કે તેં પોતાના પ્રાણના ભયથી રણમેદાન છોડ્યું છે. એ રીતે તેમનો તારા વ્યક્તિત્વ વિશેનો ઉચ્ચ અભિપ્રાય ધૂળમાં મળી જશે."

શ્લોક ૩૬ **अवाच्यवादांश्च बहून्वदिष्यन्ति तवाहिताः।**
निन्दन्तस्तव सामर्थ्यं ततो दुःखतरं नु किम्॥ ३६॥

અવાચ્ય—કટુ; **વાદાન્**—મિથ્યા વચનો; **ચ**—વળી; **બહૂન્**—ઘણાં; **વદિષ્યન્તિ**—કહેશે; **તવ**—તારા; **અહિતાઃ**—શત્રુઓ; **નિન્દન્તઃ**—નિંદા કરતા; **તવ**—તારા; **સામર્થ્યમ્**—સામર્થ્યની; **તતઃ**—તેનાથી; **દુઃખતરમ્**—વધારે દુઃખપ્રદ; **નુ**—નિઃસંદેહ; **કિમ્**—શું હોઈ શકે છે?

અનુવાદ

તારા શત્રુઓ અનેક પ્રકારનાં કડવાં વેણથી તારું વર્ણન કરશે અને તારા સામર્થ્યને ધિક્કારશે. તારા માટે આનાથી વધારે દુઃખદાયી બીજું શું હોઈ શકે?

ભાવાર્થ

શરૂઆતમાં ભગવાન કૃષ્ણને અર્જુનના અનાવશ્યક દયાભાવ પ્રત્યે આશ્ચર્ય થયું હતું અને તેમણે આ દયાભાવને અનાર્યોને છાજે તેવો કહ્યો હતો. હવે અર્જુનની કહેવાતી કરુણા વિરુદ્ધ કહેવાયેલાં પોતાનાં વચનોની સત્યતા તેઓ વિસ્તારપૂર્વક અનેક શબ્દો દ્વારા સાબિત કરે છે.

શ્લોક **हतो वा प्राप्स्यसि स्वर्गं जित्वा वा भोक्ष्यसे महीम्।**
૩૭ **तस्मादुत्तिष्ठ कौन्तेय युद्धाय कृतनिश्चयः॥ ३७॥**

હતઃ—હણાઈ જવાથી; **વા**—અથવા તો; **પ્રાપ્સ્યસિ**—પ્રાપ્ત કરીશ; **સ્વર્ગમ્**—સ્વર્ગલોક; **જિત્વા**—જીતીને; **વા**—અથવા; **ભોક્ષ્યસે**—ભોગવીશ; **મહીમ્**—પૃથ્વીને; **તસ્માત્**—તેથી; **ઉત્તિષ્ઠ**—ઊભો થા; **કૌન્તેય**—હે કુંતીના પુત્ર; **યુદ્ધાય**—લડવા માટે; **કૃત**—દૃઢ; **નિશ્ચયઃ**—નિશ્ચયપૂર્વક.

અનુવાદ

હે કુંતીપુત્ર, જો તું યુદ્ધમાં હણાઈ જઈશ, તો સ્વર્ગ પ્રાપ્ત કરીશ અથવા જો તું જીતીશ, તો પૃથ્વીના સામ્રાજ્યનું સુખ ભોગવીશ. તેથી દૃઢ નિશ્ચિયપૂર્વક ઊભો થા અને યુદ્ધ કર.

ભાવાર્થ

અર્જુનના પક્ષે વિજયની ખાતરી ન હતી છતાં તેણે લડવાનું હતું, કારણ કે યુદ્ધમાં તે માર્યો જાય તોયે તેને સ્વર્ગલોકમાં ઊર્ધ્વગતિ પ્રાપ્ત થાય.

શ્લોક **सुखदुःखे समे कृत्वा लाभालाभौ जयाजयौ।**
૩૮ **ततो युद्धाय युज्यस्व नैवं पापमवाप्स्यसि॥ ३८॥**

સુખ—સુખ; **દુઃખે**—દુઃખમાં; **સમે**—સમભાવ; **કૃત્વા**—કરીને; **લાભ અલાભૌ**—લાભ તથા હાનિમાં; **જય અજયૌ**—જય તથા પરાજય બંનેમાં; **તતઃ**—તે પછી; **યુદ્ધાય**—યુદ્ધ માટે; **યુજ્યસ્વ**—યુદ્ધ કર; **ન**—કદી નહીં; **એવમ્**—એ રીતે; **પાપમ્**—પાપ; **અવાપ્સ્યસિ**—પ્રાપ્ત કરીશ.

અનુવાદ

તું સુખ કે દુઃખ, હાનિ કે લાભ તથા જય કે પરાજય વિશે વિચાર કર્યા વગર, યુદ્ધ કરવા ખાતર યુદ્ધ કર—અને આ પ્રમાણે કરવાથી તને કદાપિ પાપ લાગશે નહીં.

ભાવાર્થ

ભગવાન કૃષ્ણ હવે સીધેસીધું કહે છે કે અર્જુને યુદ્ધ કરવા ખાતર યુદ્ધ કરવું જોઈએ, કારણ કે તેઓ (ભગવાન) યુદ્ધ ઈચ્છે છે. કૃષ્ણભાવનામૃતનાં કાર્યોમાં સુખ-દુઃખ, હાનિ-લાભ કે જય-પરાજયનો વિચાર થતો નથી. કૃષ્ણને માટે જ બધું કરવું જોઈએ એ જ આધ્યાત્મિક ભાવના છે. એટલે ભૌતિક કર્મોનાં ફળ કે બંધન રહેતાં નથી. જે મનુષ્ય સત્ત્વગુણ કે રજોગુણમાં રહી પોતાની ઈન્દ્રિયતૃપ્તિ માટે જ કર્મ કરે છે, તેને સારાં કે નરસાં ફળ ભોગવવાં પડે છે. પરંતુ જે મનુષ્ય કૃષ્ણભાવનામૃતનાં કાર્યોમાં પોતાની જાતને સંપૂર્ણપણે સમર્પિત કરે છે, તે સામાન્ય કર્મ કરનારની જેમ કોઈનો ઋણી કે કૃતજ્ઞ રહેતો નથી. કહેવામાં આવ્યું છેઃ

દેવર્ષિ ભૂતાપ્ત નૃણાં પિતૃણાં
ન કિઙ્કરો નાયમ્ ઋણી ચ રાજન્।
સર્વાત્મના યઃ શરણં શરણ્યં
ગતો મુકુન્દં પરિહૃત્ય કર્તમ્॥

"જે મનુષ્ય અન્ય બધાં જ કર્તવ્યોનો ત્યાગ કરીને કૃષ્ણ, મુકુંદનાં ચરણકમળોનો સંપૂર્ણપણે આશ્રય લે છે, તે દેવો, ઋષિઓ, સામાન્ય જીવો, સ્વજનો, મનુષ્યો અથવા પિતૃઓ પ્રત્યેના પોતાનાં કર્તવ્ય અથવા ઋણમાંથી મુક્ત થઈ જાય છે." (શ્રીમદ્ ભાગવત ૧૧.૫.૪૧) આ શ્લોકમાં કૃષ્ણે અર્જુનને પરોક્ષ રીતે આ જ સંકેત કર્યો છે અને હવે પછીના શ્લોકોમાં આ વિશે વધુ સ્પષ્ટીકરણ કરવામાં આવશે.

શ્લોક ૩૯ **एषा तेऽभिहिता साङ्ख्ये बुद्धिर्योगे त्विमां शृणु।**
बुद्ध्या युक्तो यया पार्थ कर्मबन्धं प्रहास्यसि॥ ३९॥

એષા—આ સર્વ; **તે**—તારે માટે; **અભિહિતા**—વર્ણવ્યું; **સાઙ્ખ્યે**—પૃથક્કરણાત્મક અભ્યાસ દ્વારા; **બુદ્ધિઃ**—બુદ્ધિ; **યોગે**—નિષ્કામ કર્મમાં; **તુ**—પરંતુ; **ઈમામ્**—આ; **શૃણુ**—સાંભળ; **બુદ્ધ્યા**—બુદ્ધિ વડે; **યુક્તઃ**—યુક્ત થયેલો; **યયા**—જેના વડે; **પાર્થ**—હે પૃથાપુત્ર; **કર્મ બન્ધમ્**—કર્મના બંધનમાંથી; **પ્રહાસ્યસિ**—તું મુક્ત થઈ શકીશ.

અનુવાદ

મેં અહીં પૃથક્કરણાત્મક અભ્યાસ (સાંખ્ય) દ્વારા આ જ્ઞાનનું વર્ણન કર્યું છે. હવે નિષ્કામ ભાવે કર્મ કરવા વિશે સમજાવું છું તે સાંભળ. હે પૃથાપુત્ર, જો તું એવા જ્ઞાનથી કર્મ કરીશ, તો કર્મબંધનમાંથી પોતાને મુક્ત કરી શકીશ.

ભાવાર્થ

વૈદિક શબ્દકોશ *નિરુક્તિ* પ્રમાણે *સાઙ્ખ્ય*નો અર્થ એ છે કે જે વસ્તુઓનું વર્ણન વિગતવાર કરે, અને સાંખ્ય એ તત્ત્વજ્ઞાનનો નિર્દેશ કરે છે કે જે આત્માની વાસ્તવિક પ્રકૃતિનું વર્ણન કરે છે. અને યોગનો અર્થ છે ઈન્દ્રિયનિગ્રહ. અર્જુનનો યુદ્ધ નહીં કરવાનો પ્રસ્તાવ ઈન્દ્રિયતૃપ્તિ પર આધારિત હતો. તે પોતાના મુખ્ય કર્તવ્યને વીસરીને યુદ્ધ કરવાનું છોડી દેવા ઈચ્છતો હતો, કારણ કે તેણે વિચાર્યું કે ધૃતરાષ્ટ્રના પુત્રો અર્થાત્ પોતાના ભાઈભાંડુઓને જીતી લીધા પછી રાજ્યનું સુખ ભોગવવા કરતાં પોતાનાં સગાં તથા સ્વજનોનો વધ નહીં કરવાથી તે વધારે સુખી થશે. બંને રીતે, ઈન્દ્રિયતૃપ્તિ એ જ પાયાનો સિદ્ધાંત હતો. સ્વજનો પરની જીતનું સુખ અને તેમને જીવતાં જોવાનું સુખ એ બંને સુખો, જ્ઞાન અને કર્તવ્યના ભોગે પ્રાપ્ત થયેલા હોવાથી, અંગત ઈન્દ્રિયતૃપ્તિ પર આધારિત રહે છે. તેથી કૃષ્ણ અર્જુનને સમજાવવા માગતા હતા કે તેના પિતામહના શરીરને હણવાથી તે કાંઈ તેમના આત્માને હણવાનો નથી. કૃષ્ણે વળી સમજાવ્યું કે સ્વયં ભગવાન સહિત સર્વ વ્યક્તિઓ સનાતન રીતે વ્યક્તિઓ છે. ભૂતકાળમાં તેઓ વ્યક્તિ હતા, વર્તમાનમાં તેઓ વ્યક્તિ છે અને ભવિષ્યમાં પણ તેઓ વ્યક્તિ તરીકે રહેશે, કારણ કે આપણે સહુ શાશ્વત આત્માઓ છીએ. આપણે માત્ર દેહરૂપી વસ્ત્રનું વિભિન્ન રીતે પરિવર્તન કરીએ છીએ અને આ ભૌતિક વસ્ત્રના બંધનમાંથી મુક્ત થયા પછી પણ આપણું વ્યક્તિત્વ જાળવી રાખીએ છીએ. ભગવાન કૃષ્ણે આત્મા તથા શરીરનો પૃથક્કરણાત્મક અભ્યાસ બહુ તાદૃશ રીતે સમજાવ્યો છે અને નિરુક્તિ શબ્દકોશ પ્રમાણે

આ આત્મા તથા શરીરના અલગ અલગ દૃષ્ટિકોણથી થયેલા વિવરણાત્મક જ્ઞાનને અહીં *સાङ્ख્ય* તરીકે વર્ણવ્યું છે. આ સાંખ્ય વિચારધારાનો નાસ્તિક કપિલના સાંખ્ય-તત્ત્વજ્ઞાન સાથે કોઈ જ સંબંધ નથી. આ પાખંડી કપિલના સાંખ્ય પૂર્વે ઘણા સમય પહેલાં ભગવાન કૃષ્ણના અવતાર ભગવાન કપિલે માતા દેવહૂતિને શ્રીમદ્ ભાગવતમાં વાસ્તવિક સાંખ્ય-તત્ત્વજ્ઞાન સમજાવ્યું હતું. તેમણે સ્પષ્ટપણે સમજાવ્યું હતું કે પુરુષ અથવા પરમેશ્વર સક્રિય છે અને તેઓ પ્રકૃતિ ઉપર દૃષ્ટિપાત કરીને સૃષ્ટિનું સર્જન કરે છે. આનો વેદોમાં અને ગીતામાં સ્વીકાર કરવામાં આવ્યો છે. વેદોમાં વર્ણન છે કે ભગવાને પ્રકૃતિ પર દૃષ્ટિપાત કર્યો અને તેને અણુમય સૂક્ષ્મ જીવાત્માઓથી સંપૂર્ણપણે ભરી દીધી. આ બધા વ્યક્તિગત જીવો ભૌતિક જગતમાં ઈન્દ્રિયતૃપ્તિ માટે કર્મ કરતા રહે છે અને માયાશક્તિના મોહમાં પડીને પોતાને ભોક્તા માન્યા કરે છે. જ્યારે જીવાત્મા મુક્તિ પામીને ભગવાન સાથે એક થઈ જવાની ઈચ્છા કરે છે, ત્યારે આ મનોવૃત્તિ અંતિમ બિંદુ સુધી વિસ્તાર પામે છે. આ માયા અથવા ઈન્દ્રિયતૃપ્તિજન્ય મોહનો અંતિમ ફંદો છે તથા અનેકાનેક જન્મો પર્યંત એ રીતે ઈન્દ્રિયતૃપ્તિ કરતાં કરતાં કોઈ મહાત્મા ભગવાન કૃષ્ણ—વાસુદેવને શરણાગત થાય છે, જેનાથી તેની પરમ સત્યની શોધ પૂરી થાય છે.

અર્જુને કૃષ્ણનું શરણ લઈને તેમને પોતાના આધ્યાત્મિક ગુરુ તરીકે સ્વીકારી લીધા છે—*શિષ્યસ્તેઽહં શાધિ માં ત્વાં પ્રપન્નમ્*. પરિણામે કૃષ્ણ હવે તેને *બુદ્ધિયોગ* અથવા *કર્મયોગ*ની કાર્યપદ્ધતિ બતાવશે અથવા બીજા શબ્દોમાં, કેવળ ભગવાનનાં ઈન્દ્રિયસુખ સંતોષવા અર્થેની ભક્તિયોગની પ્રક્રિયા સમજાવશે. આ બુદ્ધિયોગને દશમા અધ્યાયના દશમા શ્લોકમાં દરેકના હૃદયમાં પરમાત્મા તરીકે બિરાજેલા ભગવાન સાથેના પ્રત્યક્ષ સંપર્ક તરીકે સ્પષ્ટપણે સમજાવવામાં આવ્યો છે. પરંતુ ભક્તિમય સેવા વિના આવો સંપર્ક સ્થપાતો નથી. માટે, જે મનુષ્ય ભગવાનની ભક્તિ કે દિવ્ય પ્રેમસભર સેવામાં અથવા કૃષ્ણભાવનામૃતમાં સ્થિર થાય છે, તે જ ભગવાનની વિશેષ કૃપાથી *બુદ્ધિયોગ*ની આ અવસ્થા પ્રાપ્ત કરે છે. એટલે જ ભગવાન કહે છે કે જે મનુષ્યો માત્ર દિવ્ય પ્રેમવશ ભક્તિમય સેવામાં નિરંતર મગ્ન રહે છે, તેમને જ તેઓ ભક્તિનું વિશુદ્ધ જ્ઞાન પ્રદાન કરે છે. આ પ્રમાણે ભક્ત સરળતાપૂર્વક ચિદાનંદમય ભગવદ્ધામમાં તેમને પામી શકે છે.

એ રીતે આ શ્લોકમાં વર્ણાવેલો *બુદ્ધિયોગ* ભગવાનની જ ભક્તિમય સેવા છે અને આમાં જેનો ઉલ્લેખ થયો છે તે *સાઙ્ખ્ય* શબ્દનો નાસ્તિક કપિલ દ્વારા પ્રતિપાદિત સાંખ્યયોગ સાથે કોઈ સંબંધ નથી. માટે કોઈએ એવા ભ્રમમાં રહેવું ન જોઈએ કે અહીં જેનો ઉલ્લેખ થયો છે, તે સાંખ્યયોગનો અનીશ્વરવાદી સાંખ્યયોગ સાથે કોઈ સંબંધ છે. તે સમયે પણ તેની વિચારધારાનો કોઈ પ્રભાવ હતો નહીં અને કૃષ્ણ પણ આવી ઈશ્વરવિહીન દાર્શનિક કલ્પનાનો ઉલ્લેખ કરવાની પરવા કરે નહીં. ભગવાન કપિલે શ્રીમદ્ ભાગવતમાં *વિશુદ્ધ* સાંખ્યયોગનું વર્ણન કર્યું છે, પરંતુ તે સાંખ્ય સાથે પણ અહીં ચર્ચાતા વિષયને કોઈ સંબંધ નથી. અહીં સાંખ્યનો અર્થ થાય છે, શરીર તથા આત્મા વિશેનું પૃથક્કરણાત્મક વર્ણન. ભગવાન કૃષ્ણે આત્માનું પૃથક્કરણાત્મક નિરૂપણ એટલા માટે કર્યું કે અર્જુન બુદ્ધિયોગ અથવા ભક્તિયોગના સ્તર સુધી આવે. તેથી ભગવાન કૃષ્ણનું સાંખ્ય તથા ભાગવતમાં ભગવાન કપિલનું સાંખ્ય એક જ છે. આ બંને ભક્તિયોગ છે. એટલે જ ભગવાન કૃષ્ણે કહ્યું છે કે માત્ર અલ્પજ્ઞાની મનુષ્યો જ *સાઙ્ખ્યયોગ તથા ભક્તિયોગ* વચ્ચે ભેદભાવ કરે છે. (*સાઙ્ખ્ય-યોગૌ પૃથગ્બાલાઃ પ્રવદન્તિ ન પણ્ડિતાઃ*)

બેશક, અનીશ્વરવાદી સાંખ્યયોગને ભક્તિયોગ સાથે કશી લેવાદેવા નથી, તેમ છતાં બુદ્ધિહીન મનુષ્યો દાવો કરે છે કે ભગવદ્‌ગીતામાં અનીશ્વરવાદી સાંખ્યયોગનો ઉલ્લેખ થયેલો છે.

તેથી મનુષ્યે જાણી લેવું જોઈએ કે બુદ્ધિયોગનો અર્થ થાય છે, ભક્તિમય સેવાના પૂર્ણ આનંદ તથા જ્ઞાનમાં રહી કૃષ્ણભાવનામાં કાર્ય કરવું. જે મનુષ્ય કેવળ ભગવાનની તુષ્ટિ અર્થે કર્મ કરે છે, પછી તે કર્મ ભલે ગમે તેવું અઘરું કેમ ન હોય, તે બુદ્ધિયોગના સિદ્ધાંત પ્રમાણે કર્મ કરે છે અને દિવ્ય આનંદનો સદા અનુભવ કરે છે. આવા દિવ્ય ઉદ્યમ દ્વારા મનુષ્ય ભગવત્કૃપાથી આપોઆપ સમગ્ર આધ્યાત્મિક જ્ઞાન પ્રાપ્ત કરે છે અને જ્ઞાનપ્રાપ્તિ અર્થે શ્રમપૂર્ણ પ્રયાસ કર્યા વિના જ તે પૂર્ણ મુક્તિ પામે છે. કૃષ્ણભાવનાયુક્ત કર્મ અને વિશેષરૂપે પારિવારિક કે ભૌતિક સુખ પામવાની ઇચ્છાથી કરેલાં સકામ કર્મમાં ઘણો તફાવત હોય છે. તેથી બુદ્ધિયોગ એ આપણે કરીએ છીએ, તે કર્મનો દિવ્ય ગુણ છે.

શ્લોક ૪૦

नेहाभिक्रमनाशोऽस्ति प्रत्यवायो न विद्यते।
स्वल्पमप्यस्य धर्मस्य त्रायते महतो भयात्॥ ४०॥

ન—નથી; **ઇહ**—આ યોગમાં; **અભિક્રમ**—પ્રયત્ન કરવામાં; **નાશઃ**—હાનિ; **અસ્તિ**—છે; **પ્રત્યવાયઃ**—હ્રાસ, ઘટાડો; **ન**—કદી નહીં; **વિદ્યતે**—છે; **સુ અલ્પમ્**—થોડુંક; **અપિ**—પણ; **અસ્ય**—આ; **ધર્મસ્ય**—ધર્મનું; **ત્રાયતે**—મુક્ત કરે છે; **મહતઃ**—મહા; **ભયાત્**—ભયમાંથી.

અનુવાદ

આમાં (બુદ્ધિયોગમાં) પ્રયાસ કરવામાં કોઈ હાનિ નથી કે હ્રાસ પણ નથી અને આ માર્ગે કરેલી થોડીશી પ્રગતિ પણ વ્યક્તિનું મહાન ભયમાંથી રક્ષણ કરી શકે છે.

ભાવાર્થ

કૃષ્ણભાવનાયુક્ત કર્મ કરવું અથવા ઇન્દ્રિયસુખની અપેક્ષા ન રાખતાં કૃષ્ણ પ્રીત્યર્થે કર્મ કરવું, એ જ કર્મનો સર્વોચ્ચ દિવ્ય ગુણ છે. આવા કર્મની થોડીશી શરૂઆત કરવામાં પણ કોઈ વિઘ્ન નડતું નથી કે નથી તો આવા સ્વલ્પ આરંભ કરેલ કર્મનો કદી વિનાશ થતો. ભૌતિક સ્તરે શરૂ કરેલું કોઈ પણ કાર્ય પૂરું કરવું જ પડે છે, અન્યથા આખો પ્રયાસ નિષ્ફળ નીવડે છે. પરંતુ કૃષ્ણભાવનામાં શરૂ કરેલું કોઈ પણ કાર્ય અપૂર્ણ હોય, તોયે તેનો પ્રભાવ ચિરસ્થાયી હોય છે. તેથી આવાં કર્મ કરનારનું કર્મ કૃષ્ણભાવનામાં અપૂર્ણ રહે, તો પણ તેને નુકસાન થતું નથી. જો કૃષ્ણભાવનામૃતના કાર્યનો એક ટકો ભાગ પૂર્ણ થયો હોય, તો પણ તેનું ફળ સ્થાયી હોય છે અને તેથી તેણે બાકીના કાર્યનો શુભારંભ બે ટકાથી જ કરવાનો હોય છે, પરંતુ ભૌતિક કર્મમાં જ્યાં સુધી ૧૦૦ ટકા સફળતા ન મળે, ત્યાં સુધી કોઈ લાભ થતો નથી. અજામિલે કૃષ્ણભાવનામૃતમાં પોતાનું કર્તવ્ય થોડાક પ્રમાણમાં પૂર્ણ કર્યું હતું, પરંતુ ભગવત્કૃપાથી તેને અંતે ૧૦૦ ટકા લાભ મળ્યો હતો. આના સંબંધમાં *શ્રીમદ્ ભાગવત* (૧.૫.૧૭)માં એક બહુ સુંદર શ્લોક આપેલો છેઃ

ત્યક્ત્વા સ્વધર્મં ચરણામ્બુજં હરે-
ર્ભજન્નપક્વોઽથ પતેત્ તતો યદિ।
યત્ર ક્વ વાભદ્રમ્ અભૂદ્ અમુષ્ય કિં
કો વાર્થ આપ્તોઽભજતાં સ્વધર્મતઃ॥

"જો કોઈ મનુષ્ય સ્વધર્મને છોડીને, કૃષ્ણભાવનામૃતમાં કાર્ય કરે અને પછી પોતાનું કાર્ય પૂરું ન થવાને લીધે પતન પામે છે, તો તેમાં તેનું શું નુકસાન થવાનું છે? અને જો કોઈ મનુષ્ય પોતાનાં ભૌતિક કાર્યો પૂર્ણ કરે, તોયે તેમાં તેને કયો લાભ થવાનો છે?" અથવા, ખ્રિસ્તી લોકો કહે છે તેમ, "જો કોઈ

મનુષ્ય તેના સનાતન આત્માને ખોઈને સમગ્ર જગતને મેળવી લે, તો તેને કયો લાભ થવાનો છે?"

ભૌતિક કાર્યો અને તેનાં પરિણામો શરીર સાથે સમાપ્ત થઈ જાય છે, પરંતુ કૃષ્ણભાવનામૃતમાં કરેલું કાર્ય મનુષ્યને આ શરીરનો નાશ થયા પછી પણ ફરીથી કૃષ્ણભાવનામૃત પ્રતિ લઈ જાય છે. ઓછામાં ઓછું એટલું તો નિશ્ચિત હોય છે કે બીજા જન્મમાં તેને ઉચ્ચ સંસ્કારી બ્રાહ્મણ પરિવારમાં કે ગર્ભશ્રીમંત પ્રતિષ્ઠિત પરિવારમાં મનુષ્યનું શરીર પ્રાપ્ત થશે, જે તેને વધુ ઉન્નતિ કરવાનો અવસર આપશે. કૃષ્ણભાવનામૃતમાં કરેલાં કાર્યનો આ જ તો અદ્વિતીય ગુણ છે.

શ્લોક **व्यवसायात्मिका बुद्धिरेकेह कुरूनन्दन।**
૪૧ **बहुशाखा ह्यनन्ताश्च बुद्धयोऽव्यवसायिनाम्॥ ૪૧ ॥**

વ્યવસાય આત્મિકા—કૃષ્ણભાવનામૃતમાં સ્થિર; **બુદ્ધિઃ**—બુદ્ધિ; **એકા**—એક જ; **ઈહ**—આ જગતમાં; **કુરુનન્દન**—હે કુરુઓના પ્રિય સંતાન; **બહુ શાખાઃ**—અનેક શાખાઓમાં વિભક્ત; **હિ**—ખરેખર; **અનન્તાઃ**—અપાર; **ચ**—પણ; **બુદ્ધયઃ**—બુદ્ધિ; **અવ્યવસાયિનામ્**—જેઓ કૃષ્ણભાવનામૃતમાં નથી તેમની.

અનુવાદ

હે કુરુનંદન, જે મનુષ્યો આ માર્ગ પર છે, તેઓ ઉદ્દેશમાં દૃઢ સંકલ્પવાળા હોય છે અને તેમનું ધ્યેય પણ એક જ હોય છે. જેઓ દૃઢ નિશ્ચયી નથી, તેમની બુદ્ધિ અનેક શાખાઓમાં વિભક્ત થયેલી હોય છે.

ભાવાર્થ

મનુષ્ય કૃષ્ણભાવનામૃત દ્વારા જીવનની સર્વોચ્ચ સિદ્ધિ પામશે, એવા દૃઢ વિશ્વાસને *વ્યવસાયત્મિકા* બુદ્ધિ કહેવાય છે. ચૈતન્ય ચરિતામૃત (મધ્ય ૨૨.૬૨)માં કહ્યું છે:

'શ્રદ્ધા' શબ્દે—વિશ્વાસ કહે સુદૃઢ નિશ્ચય।
કૃષ્ણે ભક્તિ કૈલે સર્વ—કર્મ કૃત હય॥

કોઈ અલૌકિક વસ્તુમાં અતૂટ વિશ્વાસ એ જ શ્રદ્ધાનો અર્થ છે. જ્યારે કોઈ ભક્ત કૃષ્ણભાવનાનાં કાર્યોમાં પરોવાયેલો રહે છે, ત્યારે તેને કુળપરંપરા, માનવતા કે રાષ્ટ્રીયતાની ફરજ હેઠળ ભૌતિક જગતના સંબંધે કાર્ય કરવાની જરૂર રહેતી નથી. મનુષ્યે પૂર્વે કરેલાં શુભ-અશુભ કર્મોનાં ફળ તેને સકામ

કર્મમાં પરોવે છે. જ્યારે મનુષ્ય કૃષ્ણભાવનામાં જાગૃત થયેલો હોય, ત્યારે તેને પોતાના કર્મના શુભ ફળ માટે પ્રયાસ કરવાની જરૂર રહેતી નથી. ભક્ત જ્યારે કૃષ્ણભાવનામાં અવસ્થિત થઈ જાય છે, ત્યારે તેનાં સર્વ કાર્યો પરમ વિશુદ્ધ ભૂમિકા પર થાય છે, કારણ કે તેમાં શુભ અને અશુભનું દ્વૈત રહેતું નથી. જીવનમાં દેહાત્મભાવનો ત્યાગ, એ જ કૃષ્ણભાવનામૃતની સર્વોચ્ચ સિદ્ધિ છે. કૃષ્ણભક્તિની પ્રગતિ થયે આ અવસ્થા આપમેળે પ્રાપ્ત થઈ જાય છે.

કૃષ્ણભાવનાપરાયણ મનુષ્યનો દૃઢ સંકલ્પ જ્ઞાન પર આધારિત હોય છે. *વાસુદેવઃ સર્વમ્ ઈતિ સ મહાત્મા સુદુર્લભઃ*—કૃષ્ણભાવનાપરાયણ મનુષ્ય એવો દુર્લભ મહાત્મા છે કે જે સારી રીતે જાણે છે કે વાસુદેવ અથવા કૃષ્ણ સર્વ પ્રગટ કારણોના મૂળ કારણ છે. જેવી રીતે વૃક્ષના મૂળમાં પાણી સિંચવાથી તેનાં પાંદડાં તથા ડાળીઓને આપોઆપ પાણી મળી જાય છે, તેવી રીતે કૃષ્ણભાવનાપરાયણ બની કાર્ય કરવાથી મનુષ્ય દરેક જીવની અર્થાત્ પોતાની, કુટુંબની, સમાજની, દેશની, માનવતાની વગેરે બધાની સર્વોચ્ચ સેવા કરી શકે છે. જો મનુષ્યનાં કર્મોથી કૃષ્ણ પ્રસન્ન થઈ જાય, તો પ્રત્યેક વ્યક્તિ સંતુષ્ટ થઈ જશે.

પરંતુ કૃષ્ણભાવનાયુક્ત સેવા આધ્યાત્મિક ગુરુના સમર્થ માર્ગદર્શન હેઠળ જ ઉત્તમ રીતે થાય છે, કારણ કે આધ્યાત્મિક ગુરુ કૃષ્ણના પ્રમાણભૂત પ્રતિનિધિ હોય છે, જે શિષ્યના સ્વભાવથી પરિચિત હોય છે અને શિષ્યને કૃષ્ણભાવનાનું કાર્ય કરવામાં માર્ગદર્શન આપી શકે છે. માટે કૃષ્ણભાવનામાં નિપુણ થવા માટે શિષ્યે દૃઢતાપૂર્વક કાર્ય કરવું પડે અને કૃષ્ણના પ્રતિનિધિની આજ્ઞાનું પાલન કરવું પડે, અને શિષ્યે અધિકૃત આધ્યાત્મિક ગુરુના આદેશને પોતાના જીવનના ધ્યેય તરીકે સ્વીકારવો જોઈએ. શ્રીલ વિશ્વનાથ ચક્રવર્તી ઠાકુર તેમની સુપ્રસિદ્ધ ગુરુવંદનામાં આ પ્રમાણે ઉપદેશ આપે છેઃ

યસ્ય પ્રસાદાદ્ ભગવત્ પ્રસાદો
યસ્ય અપ્રસાદાન્ ન ગતિઃ કુતોઽપિ।
ધ્યાયન્ સ્તુવંસ્તસ્ય યશસ્ ત્રિસન્ધ્યં
વન્દે ગુરોઃ શ્રી ચરણારવિન્દમ્॥

"સદ્‌ગુરુને પ્રસન્ન કરવાથી પૂર્ણ પુરુષોત્તમ પરમેશ્વર પણ પ્રસન્ન થાય છે અને સદ્‌ગુરુને સંતુષ્ટ-પ્રસન્ન કર્યા વિના કૃષ્ણભાવનામૃતની ભૂમિકા સુધી

ઉન્નત થવાની કોઈ તક રહેતી નથી. તેથી મારે દિવસમાં ત્રણવાર તેમનું ધ્યાન કરવું જોઈએ અને તેમની કૃપાની યાચના કરવી જોઈએ. હું એવા મારા સદ્દ્ગુરુના ચરણારવિંદમાં સાદર નમસ્કાર કરું છું."

આ સમગ્ર પ્રક્રિયા જોકે દેહાત્મભાવથી પર રહેલા આત્માના પૂર્ણ જ્ઞાન પર વ્યાવહારિક રીતે (નહીં કે સૈદ્ધાંતિક રીતે) આધાર રાખે છે, અને ત્યારે સકામ કર્મોરૂપે વ્યક્ત થતી ઈન્દ્રિયતૃપ્તિની કોઈ શક્યતા રહેતી નથી. જે મનુષ્ય મનથી દૃઢપણે સ્થિર નથી, તે વિવિધ પ્રકારનાં સકામ કર્મોથી ચલિત થાય છે.

શ્લોક ૪૨–૪૩

यामिमां पुष्पितां वाचं प्रवदन्त्यविपश्चितः।
वेदवादरताः पार्थ नान्यदस्तीति वादिनः॥४२॥
कामात्मानः स्वर्गपरा जन्मकर्मफलप्रदाम्।
क्रियाविशेषबहुलां भोगैश्वर्यगतिं प्रति॥४३॥

યામ્ ઈમામ્—આ બધા; **પુષ્પિતામ્**—અલંકારપ્રચુર; **વાચમ્**—વાણી; **પ્રવદન્તિ**—કહે છે; **અવિપશ્ચિતઃ**—જ્ઞાનના અધૂરા ભંડોળવાળા મનુષ્યો; **વેદ વાદ રતાઃ**—વેદોના કહેવાતા અનુયાયીઓ; **પાર્થ**—હે પૃથાપુત્ર; **ન**—કદી નહીં; **અન્યત્**—બીજું; **અસ્તિ**—છે; **ઈતિ**—એમ; **વાદિનઃ**—સમર્થન કરનારા; **કામ આત્માનઃ**—ઈન્દ્રિયતૃપ્તિની ઈચ્છાવાળા; **સ્વર્ગપરાઃ**—સ્વર્ગની ઈચ્છાવાળા; **જન્મ કર્મ ફલ પ્રદામ્**—ઉત્તમ જન્મ તથા અન્ય સકામ ફળ આપનારા; **ક્રિયા વિશેષ**—આડંબરભર્યા ઉત્સવો; **બહુલામ્**—વિવિધ; **ભોગ**—વિષયભોગ; **ઐશ્વર્ય**—તથા ઐશ્વર્યમાં; **ગતિમ્**—પ્રગતિ; **પ્રતિ**—તરફ.

અનુવાદ

અલ્પજ્ઞાની મનુષ્યો વેદોની તે આલંકારિક વાણી પ્રત્યે અતિશય આસક્તિ ધરાવે છે કે જે સ્વર્ગપ્રાપ્તિ, ઉત્તમ જન્મ, સત્તા વગેરે માટે વિવિધ સકામ કર્મો કરવાની ભલામણ કરે છે. વિષયભોગ તથા વૈભવી જીવનના ઈચ્છુક હોવાથી તેઓ કહે છે કે આનાથી વધારે સારું કંઈ જ નથી.

ભાવાર્થ

સામાન્ય રીતે બધા લોકો બહુ બુદ્ધિશાળી હોતા નથી અને તેમના અજ્ઞાનને લીધે વેદોના કર્મકાંડ વિભાગમાં બતાવેલાં સકામ કર્મો પ્રત્યે તેઓ

અત્યંત આસક્ત રહે છે. તેઓને જ્યાં સુરા અને સુંદરીઓ ઉપલબ્ધ છે તથા ભૌતિક ઐશ્વર્ય સહજ પ્રાપ્ય છે, એવા સ્વર્ગલોકમાં જીવનનો આનંદ માણવા માટે ઇન્દ્રિયતૃપ્તિ કરાવનારા પ્રસ્તાવોથી વધારે કંઈ જ જોઈતું નથી. સ્વર્ગપ્રાપ્તિ માટે વેદોમાં અનેક યજ્ઞોની ભલામણ કરવામાં આવી છે, જેમાં *જ્યોતિષ્ટોમ યજ્ઞ* મુખ્ય છે. વાસ્તવમાં વેદોમાં કહ્યું છે કે જે મનુષ્યને સ્વર્ગપ્રાપ્તિની કામના હોય, તેણે આ યજ્ઞો અવશ્ય કરવા જોઈએ અને જ્ઞાનના અધૂરા ભંડોળવાળા મનુષ્યો માની લે છે કે વૈદિક જ્ઞાનનો સમગ્ર આશય આટલો જ છે. આવા બિનઅનુભવી લોકો માટે કૃષ્ણભાવનામૃતના દૃઢ સંકલ્પયુક્ત કર્મમાં સ્થિત થવું ઘણું અઘરું હોય છે. જેવી રીતે મૂર્ખ લોકો ઝેરી વૃક્ષોનાં ફૂલો પ્રત્યે આકર્ષાય છે, પણ આવા આકર્ષણનું પરિણામ શું આવશે તે જાણતા નથી, તેવી રીતે અજ્ઞાની માણસ સ્વર્ગીય ઐશ્વર્ય તથા ત્યાંના ઇન્દ્રિયભોગ પ્રત્યે આકર્ષાય છે.

વેદોના કર્મકાંડ વિભાગમાં કહ્યું છે, *અપામ સોમમ્ અમૃતા અભૂમ* અને *અક્ષય્યં હ વૈ ચાતુર્માસ્ય યાજિનઃ સુકૃતં ભવતિ.* બીજા શબ્દોમાં, જે લોકો ચાતુર્માસ તપ કરે છે, તેઓ અમર તથા સદા સુખી થવા માટે સોમરસ પીવાના અધિકારી બને છે. આ પૃથ્વી પર પણ કેટલાક લોકો સોમરસ પામવા માટે બહુ આતુર હોય છે, જેથી તેઓ બળવાન બને અને ઇન્દ્રિયતૃપ્તિનું સુખ પ્રાપ્ત કરી શકે. આવા લોકોને ભૌતિક બંધનમાંથી મુક્ત થવા બાબત કોઈ શ્રદ્ધા હોતી નથી અને તેઓ વૈદિક યજ્ઞોના વૈભવી ઉત્સવોમાં વધુ આસક્ત રહે છે. તેઓ સામાન્ય રીતે વિષયી હોય છે અને જીવનમાં સ્વર્ગીય આનંદ સિવાય તેમને બીજું કંઈ જ ખપતું નથી. એમ જણાય છે કે સ્વર્ગમાં નંદનકાનન નામનાં અનેક ઉદ્યાનો છે, જ્યાં દૈવી અર્થાત્ સ્વર્ગીય સુંદર સ્ત્રીઓનો સંગ તથા પુષ્કળ માત્રામાં સોમરસ પામવાની ઉત્તમ તક મળે છે. આવું શારીરિક સુખ નિઃસંદેહ વિષયી હોય છે; તેથી આ લોકો એવા છે કે જેઓ ભૌતિક જગતના સ્વામી થઈને આવાં ભૌતિક ક્ષણિક સુખો પ્રત્યે જ આસક્ત રહે છે.

શ્લોક ૪૪

भोगैश्वर्यप्रसक्तानां तयापहृतचेतसाम्।
व्यवसायात्मिका बुद्धिः समाधौ न विधीयते॥ ४४॥

ભોગ—ભૌતિક સુખભોગ; **ઐશ્વર્ય**—તથા ઐશ્વર્ય પ્રત્યે; **પ્રસક્તાનામ્**—આસક્ત રહેનારા માટે; **તયા**—આવી વસ્તુઓથી; **અપહ્યત્ ચેતસામ્**—

મોહગ્રસ્ત મનવાળા; **વ્યવસાય આત્મિકા**—દૃઢ સંકલ્પયુક્ત; **બુદ્ધિઃ**—ભગવાનની ભક્તિમય સેવા; **સમાધૌ**—નિયંત્રિત મનમાં; **ન**—કદી નહીં; **વિધીયતે**—થાય છે.

અનુવાદ

જે મનુષ્યો ઇન્દ્રિયભોગ તથા ભૌતિક ઐશ્વર્ય પ્રત્યે અતિશય આસક્તિ ધરાવે છે તથા આવી વસ્તુઓથી મોહગ્રસ્ત થઈ જાય છે, તેમના મનમાં પરમેશ્વરની ભક્તિમય સેવા વિશે દૃઢ સંકલ્પ થતો નથી.

ભાવાર્થ

સમાધિનો અર્થ થાય છે, "સ્થિર મન." વૈદિક શબ્દકોશ નિરુક્તિ અનુસાર—*સમ્યગ્ આધીયતેઽસ્મિન્ આત્મ તત્ત્વ યાથાત્મ્યમ્*—મન જ્યારે આત્માને ઓળખવા અર્થાત્ સમજવામાં સ્થિર બને છે, ત્યારે તેને સમાધિ કહે છે. જે મનુષ્યો ભૌતિક વિષયભોગમાં રુચિ ધરાવનારા છે, તેમને માટે સમાધિ કદાપિ શક્ય નથી અને જેઓ આવી ક્ષણિક વસ્તુઓથી મોહગ્રસ્ત થઈ જાય છે, તેમને માટે પણ સમાધિ શક્ય નથી. ભૌતિક શક્તિ અર્થાત્ માયાની પ્રક્રિયા દ્વારા તેઓ ઓછા કે વત્તા અંશે દૂષિત થયેલા હોય છે.

શ્લોક **ત્રૈગુણ્યવિષયા વેદા નિસ્ત્રૈગુણ્યો ભવાર્જુન।**
૪૫ **નિર્દ્વન્દ્વો નિત્યસત્ત્વસ્થો નિર્યોગક્ષેમ આત્મવાન્॥ ૪૫ ॥**

ત્રૈગુણ્ય—ભૌતિક પ્રકૃતિના ત્રણ ગુણો અંગે; **વિષયાઃ**—વિષયોવાળા; **વેદાઃ**—વૈદિક સાહિત્ય; **નિસ્ત્રૈગુણ્યઃ**—ભૌતિક પ્રકૃતિના ત્રણે ગુણોથી પર; **ભવ**—થા; **અર્જુન**—હે અર્જુન; **નિર્દ્વન્દ્વઃ**—દ્વૈતભાવથી રહિત; **નિત્ય સત્ત્વસ્થઃ**—સદા શુદ્ધ સત્ત્વમાં સ્થિત; **નિર્યોગક્ષેમઃ**—લાભ તથા રક્ષણના વિચારોથી રહિત; **આત્મવાન્**—આત્મામાં સ્થિત.

અનુવાદ

વેદોમાં મુખ્યત્વે ભૌતિક પ્રકૃતિના ત્રણ ગુણોનું વર્ણન થયું છે. હે અર્જુન, આ ત્રણે ગુણોથી પર થા. સર્વ દ્વંદ્વોથી તેમ જ લાભ તથા સુરક્ષાની બધી ચિંતાઓથી રહિત થઈને આત્મપરાયણ થા.

ભાવાર્થ

સર્વ ભૌતિક કાર્યોમાં પ્રાકૃતિના ત્રણે ગુણોની ક્રિયા તથા પ્રતિક્રિયા થતી જોવા મળે છે. તેમનો ઉદ્દેશ સકામ કર્મફળ હોય છે, જે ભૌતિક જગતમાં

બંધનના કારણરૂપ બને છે. સામાન્ય લોકોને ઈન્દ્રિયતૃપ્તિના ક્ષેત્રમાંથી ક્રમશઃ ઊંચે લાવી આધ્યાત્મિક ભૂમિકા પર લાવવા માટે વેદોમાં મુખ્યત્વે સકામ કર્મોનું વર્ણન કરવામાં આવ્યું છે. ભગવાન કૃષ્ણે પોતાના શિષ્ય તથા સખા અર્જુનને અનુરોધ કર્યો છે કે તેણે વેદાંત તત્ત્વજ્ઞાનના એવા આધ્યાત્મિક પદ સુધી સ્વયં ઉન્નત થવું કે જેનો પ્રારંભ બ્રહ્મજિજ્ઞાસા અથવા પરમ આધ્યાત્મિકતા વિશેના પ્રશ્નોથી થાય છે. આ ભૌતિક જગતના સર્વ જીવો પોતાના અસ્તિત્વને ટકાવી રાખવા માટે કઠોર સંઘર્ષ કરતા રહે છે. તેમના માટે ભગવાને આ ભૌતિક જગતનું સર્જન કર્યા પછી વૈદિક જ્ઞાન આપ્યું છે કે જે જીવન જીવવાની રીત તથા ભવબંધનમાંથી છૂટવાનો ઉપદેશ આપે છે. જ્યારે ઈન્દ્રિયતૃપ્તિનાં કાર્યો એટલે કર્મકાંડ સમાપ્ત થાય છે, ત્યારે ઉપનિષદોના રૂપે ભગવત્ સાક્ષાત્કારની તક આપવામાં આવે છે. જેવી રીતે ભગવદ્ગીતા પંચમ વેદ સમાન મહાભારતનું અંગ છે, તેવી રીતે ઉપનિષદો વિભિન્ન વેદોના અંશ છે.

જ્યાં સુધી ભૌતિક શરીરનું અસ્તિત્વ રહે છે, ત્યાં સુધી ભૌતિક ગુણોમાં ક્રિયા-પ્રતિક્રિયા થયા કરે છે. મનુષ્યે સુખ-દુઃખ, ગરમી-ઠંડી વગેરે જેવા દ્વંદ્વોને સહન કરતાં શીખવું જોઈએ અને એમ કરીને લાભ કે હાનિની ચિંતામાંથી મુક્ત થવું જોઈએ. મનુષ્ય જ્યારે કૃષ્ણની ઈચ્છા પર પૂર્ણપણે આશ્રિત થઈ જાય છે, ત્યારે તે કૃષ્ણભાવનામાં આ દિવ્ય અવસ્થા પ્રાપ્ત કરે છે.

શ્લોક ૪૬

यावानर्थ उदपाने सर्वतः सम्प्लुतोदके।
तावान्सर्वेषु वेदेषु ब्राह्मणस्य विजानतः ॥ ४६ ॥

યાવાન્—તે સર્વ; **અર્થઃ**—અર્થ સરે છે; **ઉદપાને**—પાણીના કૂવાથી; **સર્વતઃ**—સર્વથા; **સમ્પ્લુત ઉદકે**—મોટા જળાશયથી; **તાવાન્**—તે જ પ્રમાણે; **સર્વેષુ**—બધા; **વેદેષુ**—વૈદિક સાહિત્યમાં; **બ્રાહ્મણસ્ય**—પરમ બ્રહ્મને જાણનારનો; **વિજાનતઃ**—પૂર્ણ જ્ઞાનીનો.

અનુવાદ

જે જે હેતુઓ એક નાના કૂવાથી સરે છે, તે બધા હેતુઓ વિશાળ જળાશયથી તરત જ પરિપૂર્ણ થઈ જાય છે. તે જ પ્રમાણે, વેદોમાં રહેલા ઉદ્દેશને જાણનાર માટે વેદોના સર્વ આશયો સિદ્ધ થઈ જાય છે.

ભાવાર્થ

વૈદિક સાહિત્યના કર્મકાંડ વિભાગમાં વર્ણવેલ ધાર્મિક વિધિ તથા યજ્ઞોનું ધ્યેય આત્મ-સાક્ષાત્કારના ક્રમિક વિકાસને પ્રોત્સાહન આપવાનું છે અને આત્મ-સાક્ષાત્કારનું ધ્યેય ભગવદ્‌ગીતાના પંદરમા અધ્યાય (૧૫.૧૫)માં સ્પષ્ટપણે દર્શાવવામાં આવ્યું છે: સચરાચરના આદિ કારણ ભગવાન કૃષ્ણને જાણવા એ જ વેદોના અધ્યયનનું ધ્યેય છે. તેથી આત્મ-સાક્ષાત્કારનો અર્થ છે, કૃષ્ણને જાણવા તથા તેમની સાથેના આપણા સનાતન સંબંધને જાણવો. કૃષ્ણ સાથે જીવોના સંબંધ વિશે પણ ભગવદ્‌ગીતાના પંદરમા અધ્યાય (૧૫.૭)માં જ ઉલ્લેખ થયો છે. જીવાત્માઓ કૃષ્ણના અભિન્ન અંશો છે, તેથી દરેક વ્યક્તિગત જીવાત્મા કૃષ્ણભાવનાને પુનઃ જાગૃત કરે, એ જ વૈદિક જ્ઞાનની સર્વોચ્ચ પૂર્ણ અવસ્થા છે. શ્રીમદ્ ભાગવત (૩.૩૩.૭)માં આનું સમર્થન નીચે પ્રમાણે થયું છે:

અહો બત શ્વપચોઽતો ગરીયાન્
યજ્જિહ્વાગ્રે વર્તતે નામ તુભ્યમ્।
તેપુસ્તપસ્ તે જુહુવુઃ સસ્નુરાર્યા
બ્રહ્માનૂચુર્નામ ગૃણન્તિ યે તે॥

"હે પ્રભુ, આપના પવિત્ર નામનો જપ કરનાર મનુષ્ય ભલે ચંડાળ જેવા અધમ કુટુંબમાં જન્મ્યો હોય, તોયે તે આત્મ-સાક્ષાત્કારની સર્વોચ્ચ ભૂમિકામાં સ્થિત હોય છે. આવા મનુષ્યે સમગ્ર તીર્થસ્થળોનાં પવિત્ર જળમાં સ્નાન કરીને, વૈદિક વિધિ પ્રમાણે સર્વ પ્રકારનાં તપ તથા યજ્ઞો અવશ્યપણે કરેલાં હોવાં જોઈએ અને વૈદિક શાસ્ત્રોનું અનેકાનેકવાર અધ્યયન-પારાયણ કરેલું હોવું જોઈએ. આવા મનુષ્યને આર્યકુળમાં શ્રેષ્ઠ ગણવામાં આવે છે."

માટે મનુષ્યે માત્ર વિધિવિધાનોમાં આસક્ત થયા વિના વેદોનો ખરો હેતુ સમજવા પૂરતું બુદ્ધિશાળી હોવું જરૂરી છે અને તેણે ઉચ્ચ કક્ષાના ઈન્દ્રિયભોગો પ્રાપ્ત કરવા માટે સ્વર્ગીય ગ્રહોમાં ઉન્નતિ પામવાની આકાંક્ષા રાખવી જોઈએ નહીં. આ યુગમાં સામાન્ય માનવી માટે વૈદિક કર્મકાંડના સર્વ વિધિવિધાનોનું પાલન કરવું શક્ય નથી અને બધા વેદાંતો તથા ઉપનિષદોનો સંપૂર્ણ અભ્યાસ કરવાનું પણ શક્ય નથી. વેદોના ઉદ્દેશો ચરિતાર્થ કરવા માટે પુષ્કળ સમય, શક્તિ, જ્ઞાન તથા સંસાધનોની જરૂર હોય છે. આ યુગમાં આ બધું ભાગ્યે જ શક્ય બને છે. પરંતુ વૈદિક સંસ્કૃતિનો સર્વોત્તમ ઉદ્દેશ પવિત્ર ભગવન્નામના કીર્તન દ્વારા પરિપૂર્ણ થઈ શકે છે, જેની

ભલામણ પતિત જીવોના ઉદ્ધારક ભગવાન શ્રી ચૈતન્ય મહાપ્રભુએ કરી છે. જ્યારે ભગવાન ચૈતન્યને મહાન વૈદિક પંડિત પ્રકાશાનંદ સરસ્વતીએ પૂછ્યું કે આપ વેદાંતદર્શનનો અભ્યાસ કરવાનું છોડીને એક ભાવુક વ્યક્તિની માફક પવિત્ર નામનું કીર્તન શા માટે કરો છો, ત્યારે ભગવાને ઉત્તર આપતા કહ્યું કે મારા ગુરુએ મને મહામૂર્ખ ગણીને ભગવાન કૃષ્ણના નામનું કીર્તન કરવાની આજ્ઞા આપી છે. તેમણે એમ જ કર્યું અને એક ગાંડાની જેમ ભાવોન્માદમાં આવી ગયા. આ કળિયુગમાં મોટાભાગના લોકો મૂર્ખ હોય છે અને વેદાંતના તત્ત્વજ્ઞાનને સમજવા માટે પૂરતી કેળવણી પામેલા હોતા નથી. વેદાંત દર્શનના પરમ ઉદ્દેશની પૂર્તિ ભગવાનના પવિત્ર નામનું કીર્તન અપરાધરહિત રીતે કરવાથી થઈ જાય છે. વેદાંત વૈદિક જ્ઞાનની પરાકાષ્ઠા છે અને વેદાંત દર્શનના પ્રણેતા તથા જ્ઞાતા ભગવાન કૃષ્ણ છે, સૌથી મોટો વેદાંતી તો તે મહાત્મા છે કે જે ભગવાનના પવિત્ર નામનું રટણ કે કીર્તન કરવામાં જ આનંદ અનુભવે છે. આ જ સમસ્ત વૈદિક સાહિત્યના રહસ્યનું પરમ પ્રયોજન છે.

શ્લોક ૪૭

कर्मण्येवाधिकारस्ते मा फलेषु कदाचन।
मा कर्मफलहेतुर्भूर्मा ते सङ्गोऽस्त्वकर्मणि॥ ४७॥

કર્મણિ—સ્વકર્મ કરવામાં; **એવ**—જ; **અધિકારઃ**—અધિકાર; **તે**—તારો; **મા**—કદી નહીં; **ફલેષુ**—ફળોમાં; **કદાચન**—ક્યારેય; **મા**—કદી નહીં; **કર્મફલ**—કર્મનું ફળ; **હેતુઃ**—કારણ; **ભૂઃ**—થાઓ; **મા**—કદી નહીં; **તે**—તારી; **સઙ્ગઃ**—આસક્તિ; **અસ્તુ**—હોવી જોઈએ; **અકર્મણિ**—કર્મ ન કરવામાં.

અનુવાદ

તને તારું નિયત કર્તવ્યકર્મ કરવાનો અધિકાર છે, પરંતુ તને કર્મનાં ફળો પર અધિકાર નથી. તું પોતાની જાતને કદાપિ પોતાનાં કર્મનાં ફળોનું કારણ માનીશ નહીં અને સ્વકર્મ ન કરવામાં પણ કદી આસક્ત થઈશ નહીં.

ભાવાર્થ

અહીં ત્રણ બાબતો વિચારણીય છે—નિયત કર્તવ્ય, સ્વચ્છંદી કર્મ અને અકર્મ. મનુષ્યે ગ્રહણ કરેલા પ્રકૃતિના ત્રણ ગુણો પ્રમાણે નિર્દિષ્ટ કાર્યો એ જ નિયત કર્તવ્યકર્મ છે. સ્વચ્છંદી કર્મ એટલે અધિકારીની અનુમતિ વિના કરેલાં કર્મ અને અકર્મનો અર્થ છે, પોતાનાં નિયત કર્તવ્યકર્મ ન કરવાં.

ભગવાને અર્જુનને એવી સલાહ આપી કે તેણે નિષ્ક્રિય થવું ન જોઈએ, પરંતુ તેણે ફળની આસક્તિ રાખ્યા વગર સ્વધર્મનું પાલન કરવું જોઈએ. જે પોતાના કર્મનાં ફળ પ્રત્યે આસક્તિ ધરાવે છે, તે મનુષ્ય તે કર્મનું કારણ પણ હોય છે. એ રીતે, તે આવાં કર્મફળોનાં પરિણામરૂપ સુખ-દુઃખ ભોગવે છે.

નિયત કર્તવ્ય ધર્મની બાબતમાં કહી શકાય કે તેમને ત્રણ ઉપવિભાગોમાં ગોઠવી શકાય છે, જે આ પ્રમાણે છે—નિત્યકર્મ, આપાત્કાલીન કર્મ તથા ઈચ્છિત કર્મ. ફળની ઈચ્છા રાખ્યા વિના, શાસ્ત્રાજ્ઞાનુસાર કર્તવ્ય ધર્મ તરીકે કરાતું નિત્યકર્મ સાત્ત્વિક ગુણવાળું હોય છે. ફળ સહિતનું કર્મ બંધનનું કારણ બને છે, માટે આવું કર્મ અશુભ છે. દરેક મનુષ્યને તેના નિયત કર્તવ્ય કર્મો પર સ્વામિત્વનો ભાવ હોય છે, પરંતુ તેણે ફળ પ્રત્યે આસક્તિ રાખ્યા વગર કર્મ કરવાં જોઈએ. આવાં નિષ્કામ કર્મ નિઃસંદેહ મનુષ્યને મુક્તિના માર્ગ તરફ દોરી જાય છે.

ભગવાને અર્જુનને એટલા માટે જ પરિણામમાં આસક્તિ રાખ્યા વિના કર્તવ્ય કર્મ તરીકે યુદ્ધ કરવાની આજ્ઞા આપી હતી. તેનું યુદ્ધમાં સહભાગી ન થવું એ પણ આસક્તિની બીજી બાજુ છે. આવી આસક્તિ મનુષ્યને મુક્તિના માર્ગે કદાપિ દોરી જતી નથી. આસક્ત વિધેયાત્મક હોય કે નિષેધાત્મક, તે બંધનનું કારણ હોય છે. કાર્ય કરવાથી વિમુખ થવું એ પાપ છે. તેથી કર્તવ્ય ધર્મ તરીકે યુદ્ધ કરવું એ જ અર્જુનને માટે મુક્તિનો એકમાત્ર કલ્યાણકારી માર્ગ હતો.

શ્લોક **योगस्थः कुरु कर्माणि सङ्गं त्यक्त्वा धनञ्जय।**
૪૮ **सिद्ध्यसिद्ध्योः समो भूत्वा समत्वं योग उच्यते॥ ४८॥**

યોગસ્થઃ—સમભાવમાં સ્થિત; **કુરુ**—કર; **કર્માણિ**—તારાં કર્તવ્ય કર્મો; **સઙ્ગમ્**—આસક્તિ; **ત્યક્ત્વા**—તજીને; **ધનઞ્જય**—હે અર્જુન; **સિદ્ધ્યસિદ્ધ્યોઃ**—સફળતા કે નિષ્ફળતામાં; **સમઃ**—સમતોલ; **ભૂત્વા**—થઈને; **સમત્વમ્**—સમતા; **યોગઃ**—યોગ; **ઉચ્યતે**—કહેવાય છે.

અનુવાદ

હે અર્જુન, યોગમાં સ્થિર રહે. સફળતા કે નિષ્ફળતાની સર્વ આસક્તિ છોડી દઈને તારાં કર્તવ્ય કર્મો કર. મનની આવી સમતા યોગ કહેવાય છે.

ભાવાર્થ

કૃષ્ણ અર્જુનને કહે છે કે તે યોગમાં સ્થિત થઈને કર્મ કરે. એ યોગ શું છે? યોગ એટલે હરહંમેશ ચંચળ રહેતી ઈન્દ્રિયોને નિયંત્રણમાં રાખીને પરમ તત્ત્વ પરમેશ્વરમાં મન એકાગ્ર કરવું. અને પરમ તત્ત્વ કોણ છે? પરમ તત્ત્વ તો ભગવાન શ્રીકૃષ્ણ જ છે અને સ્વયં ભગવાન શ્રીકૃષ્ણ અર્જુનને યુદ્ધ કરવાનું કહી રહ્યા હોવાથી અર્જુનને ફળ વિશે ચિંતા કરવાની કશી જરૂર રહેતી નથી. જય કે પરાજય અંગે તો શ્રીકૃષ્ણે વિચારવાનું છે, અર્જુને તો માત્ર શ્રીકૃષ્ણના આદેશાનુસાર કર્મ કરવાનું છે. શ્રીકૃષ્ણની આજ્ઞાનું પાલન જ વાસ્તવિક યોગ છે અને આનો વ્યવહાર કૃષ્ણભાવનામૃત (કૃષ્ણભક્તિ) નામની પ્રક્રિયામાં થાય છે. કેવળ કૃષ્ણભાવનામૃત દ્વારા મનુષ્ય સ્વામિત્વના ભાવનો ત્યાગ કરી શકે છે. આ માટે મનુષ્યે શ્રીકૃષ્ણના દાસ થવું જરૂરી છે અથવા તો શ્રીકૃષ્ણના દાસના પણ દાસ થવું જરૂરી છે. કૃષ્ણભાવનામૃતમાં રહી કર્તવ્ય કર્મ કરવાની એ જ સાચી પદ્ધતિ છે અને એ જ મનુષ્યને યોગમાં સ્થિત રહી કર્મ કરવામાં મદદ કરે છે.

અર્જુન ક્ષત્રિય છે, તેથી તે વર્ણાશ્રમ ધર્મનો અનુયાયી છે. વિષ્ણુ પુરાણમાં કહ્યું છે કે વર્ણાશ્રમ ધર્મનો સમગ્ર ઉદ્દેશ ભગવાન વિષ્ણુને પ્રસન્ન કરવાનો છે. ભૌતિક જગતમાં નિયમ છે કે લોકો પ્રથમ પોતાની તુષ્ટિ કરે છે, પરંતુ અહીં તો પોતાને તુષ્ટ ન કરતાં કૃષ્ણને સંતુષ્ટ કરવાના છે. તેથી મનુષ્ય કૃષ્ણને સંતુષ્ટ ન કરે, ત્યાં સુધી તે વર્ણાશ્રમ ધર્મના નિયમોનું યોગ્ય પાલન પણ કરી શકતો નથી. પરોક્ષ રીતે, અહીં અર્જુનને કૃષ્ણના આદેશાનુસાર કર્મ કરવાની આજ્ઞા આપવામાં આવી છે.

શ્લોક ૪૯ **दूरेण ह्यवरं कर्म बुद्धियोगाद्धनञ्जय।**
बुद्धौ शरणमन्विच्छ कृपणाः फलहेतवः॥ ४९॥

દૂરેણ—દૂરથી જ તજી દે; **હિ**—નક્કી; **અવરમ્**—નિંદ્ય; **કર્મ**—કાર્ય; **બુદ્ધિયોગાત્**—કૃષ્ણભાવનામૃતના બળે; **ધનઞ્જય**—હે ધનને જીતનારા; **બુદ્ધૌ**—આવી ચેતનામાં; **શરણમ્**—સંપૂર્ણ શરણાગતિ; **અન્વિચ્છ**—પ્રયત્ન કર; **કૃપણાઃ**—કંજૂસ મનુષ્યો; **ફલહેતવઃ**—સકામ કર્મફળની ઈચ્છા રાખનારા.

અનુવાદ

હે ધનંજય, ભક્તિમય સેવા દ્વારા બધાં જ નિંદ્ય કર્મથી દૂર રહી

એવા જ ભાવથી ભગવાનને શરણાગત થા. જે લોકો પોતાનાં કર્મનાં ફળ ભોગવવાની ઈચ્છા રાખે છે, તેઓ કૃપણ છે.

ભાવાર્થ

ભગવાનના સનાતન સેવક તરીકેની પોતાની વાસ્તવિક સ્વરૂપાવસ્થાને સમજી જનારો મનુષ્ય કૃષ્ણભાવનાપરાયણ થઈને કર્મ કરવા સિવાયની અન્ય સઘળી પ્રવૃત્તિઓનો ત્યાગ કરે છે. અગાઉ સમજાવ્યા પ્રમાણે બુદ્ધિયોગ એટલે ભગવાનની દિવ્ય પ્રેમસભર ભક્તિમય સેવા. જીવાત્મા માટે આવો ભક્તિયોગ જ કર્મનો સાચો માર્ગ છે. માત્ર કૃપણ માણસો જ પોતાનાં સકામ કર્મનાં ફળ ભોગવવા ઈચ્છે છે, જેના લીધે તેઓ સંસારના બંધનમાં વધારે લપેટાય છે. કૃષ્ણભક્તિ સિવાયનાં જેટલાં કર્મ કરવામાં આવે છે, તે બધાં નિંદ્ય છે, કારણ કે તેવાં કર્મ કર્તાને જન્મ-મૃત્યુના ફેરામાં નિરંતર બદ્ધ કરે છે. તેથી મનુષ્યે કર્મનો કર્તા થવાની આકાંક્ષા કદાપિ રાખવી જોઈએ નહીં. કૃષ્ણભાવનાપરાયણ થઈને કૃષ્ણની પ્રસન્નતા અર્થે સર્વ કર્મો કરવાં જોઈએ. સદ્‌ભાગ્યથી કે કઠોર શ્રમથી મેળવેલી સંપત્તિનો સદુપયોગ કેવી રીતે કરવો, એ કૃપણો જાણતા નથી. મનુષ્યે તેની સમગ્ર શક્તિઓ કૃષ્ણભક્તિનાં કામ કરવામાં વાપરવી જોઈએ. આનાથી તેનું જીવન સાર્થક થશે. કૃપણોની જેમ ભાગ્યહીન મનુષ્યો તેમની માનુષી શક્તિ ભગવાનની સેવામાં પરોવતા નથી.

શ્લોક ૫૦ **बुद्धियुक्तो जहातीह उभे सुकृतदुष्कृते।**
तस्माद्योगाय युज्यस्व योगः कर्मसु कौशलम्॥ ५०॥

બુદ્ધિયુક્તઃ—ભક્તિમય સેવામાં પરોવાયેલો મનુષ્ય; **જહાતિ**—થી મુક્ત થઈ શકે; **ઇહ**—આ જીવનમાં; **ઉભે**—બંને; **સુકૃત દુષ્કૃતે**—સારાં-નરસાં ફળોથી; **તસ્માત્**—માટે; **યોગાય**—ભક્તિમય સેવા માટે; **યુજ્યસ્વ**—એ રીતે પરોવાઈ જા; **યોગઃ**—કૃષ્ણભાવનામૃત; **કર્મસુ**—બધાં કાર્યોમાં; **કૌશલમ્**—કૌશલ્ય, કળા.

અનુવાદ

ભક્તિમય સેવામાં પરોવાયેલો મનુષ્ય આ જીવનમાં જ સારાં કે નરસાં કાર્યોથી પોતાને મુક્ત કરી શકે છે. માટે યોગ અર્થે પ્રયાસ કર, કારણ કે યોગ જ કર્મનું કૌશલ્ય છે.

ભાવાર્થ

પ્રત્યેક જીવાત્માએ અનંતકાળથી પોતાનાં સારાં-નરસાં કર્મનાં ફળ સંચિત કરેલાં હોય છે. આમ હોવાથી તે પોતાની વાસ્તવિક બંધારણીય સ્થિતિથી સદા અજાણ રહ્યો છે. આ અજ્ઞાનને ભગવદ્‌ગીતાના ઉપદેશથી દૂર કરી શકાય છે કે જે મનુષ્યને સર્વથા શ્રીકૃષ્ણનો આશ્રય લેવાનો તથા પુનઃ પુનઃ જન્મ-મરણથી તથા કર્મફળની શૃંખલાનો ભોગ બનવાથી મુક્ત થવાનો ઉપદેશ આપે છે. તેથી જ અર્જુનને કૃષ્ણભાવનાયુક્ત થઈને કર્મ કરવાનું કહેવામાં આવ્યું છે, કારણ કે કર્મફળથી શુદ્ધ થવાની એ જ પ્રક્રિયા છે.

શ્લોક ૫૧ **कर्मजं बुद्धियुक्ता हि फलं त्यक्त्वा मनीषिणः।**
जन्मबन्धविनिर्मुक्ताः पदं गच्छन्त्यनामयम्॥ ५१॥

કર્મજમ્—સકામ કર્મોને કારણે; **બુદ્ધિયુક્તાઃ**—ભક્તિમય સેવામાં પરોવાયેલા; **હિ**—નક્કી; **ફલમ્**—ફળ; **ત્યક્ત્વા**—તજીને; **મનીષિણઃ**—મહાન ઋષિમુનિઓ અથવા ભક્તો; **જન્મ બન્ધ**—જન્મ-મરણના બંધનમાંથી; **વિનિર્મુક્તાઃ**—મુક્ત થયેલા; **પદમ્**—પદ ઉપર; **ગચ્છન્તિ**—જાય છે; **અનામયમ્**—ક્લેશરહિત.

અનુવાદ

ભક્તિમય સેવામાં પરોવાયેલા મહાન ભક્તો ભગવાનનું શરણ ગ્રહણ કરે છે અને આ ભૌતિક જગતમાં કર્મના ફળનો ત્યાગ કરીને પોતાની જાતને જન્મ-મરણના ચક્રમાંથી મુક્ત કરે છે. આ રીતે તેઓ (ભગવાનના ધામમાં પાછા જઈને) સર્વ દુઃખોથી પર એવું એ પદ પામે છે.

ભાવાર્થ

મુક્ત જીવાત્માઓ જ્યાં ભૌતિક દુઃખોનો અભાવ હોય છે, તે સ્થાન સાથે સંકળાયેલા હોય છે. શ્રીમદ્ ભાગવત (૧૦.૧૪.૫૮) કહે છેઃ

સમાશ્રિતા યે પદ પલ્લવ પ્લવં
મહત્ પદં પુણ્ય યશો મુરારેઃ।
ભવામ્બુધિર્ વત્સ પદં પરં પદં
પદં પદં યદ્ વિપદાં ન તેષામ્॥

"જે દૃશ્ય જગતના આશ્રય છે તથા જે મુકુંદ નામે સુવિખ્યાત છે અર્થાત્ મુક્તિદાતા છે, એવા ભગવાનના ચરણકમળરૂપી નૌકાનો જે મનુષ્યે આશ્રય લીધો છે, તેને માટે આ ભૌતિક જગતરૂપી ભવસાગર વાછરડાની ખરીથી પડેલાં પગલાંની છાપમાં સમાય એટલાં જળ જેવો છે. તેનું ગંતવ્યસ્થાન પરમ્ પદમ્ છે અર્થાત્ એવું સ્થાન કે જ્યાં ભૌતિક ક્લેશ, સંતાપ નથી અથવા વૈકુંઠ છે; નહીં કે એવું સ્થાન જ્યાં ડગલે ને પગલે સંકટ હોય."

અજ્ઞાનવશ મનુષ્ય જાણતો નથી કે આ ભૌતિક જગત એવું દુઃખમય સ્થાન છે કે જ્યાં દરેક પગલે સંકટ હોય છે. કેવળ અજ્ઞાનવશ અલ્પજ્ઞાની મનુષ્યો સકામ કર્મનાં ફળ તેમને સુખી કરશે એમ વિચારીને કર્મ કરતા રહી પરિસ્થિતિને સહન કરતા રહે છે. તેઓ જાણતા નથી કે બ્રહ્માંડમાં કોઈ પણ સ્થળે એવા પ્રકારનું કોઈ પણ શરીર નથી કે જે દુઃખરહિત જીવન આપી શકે. આ ભૌતિક જગતમાં જન્મ, મૃત્યુ, જરા તથા વ્યાધિ નામનાં દુઃખો સર્વત્ર વિદ્યમાન હોય છે. પરંતુ જે મનુષ્ય ભગવાનના સનાતન સેવક તરીકેની પોતાની સાચી સ્વરૂપાવસ્થાને જાણી લે છે અને એ રીતે પુરુષોત્તમ પરમેશ્વરની સ્થિતિને સમજી લે છે, તે ભગવાનની દિવ્ય પ્રેમમયી ભક્તિમાં પરોવાઈ જાય છે. પરિણામે, તે વૈકુંઠ ગ્રહોમાં જવાની યોગ્યતા પ્રાપ્ત કરે છે કે જ્યાં દુઃખમય ભૌતિક જીવન નથી અને કાળ તથા મૃત્યુનો પ્રભાવ પણ નથી. પોતાની સ્વરૂપાવસ્થા જાણવી એટલે ભગવાનની અલૌકિક સ્થિતિને પણ જાણી લેવી. જે માણસ ભ્રમવશ એમ માને છે કે જીવાત્માની તથા ભગવાનની સ્થિતિ એકસમાન છે, તે અંધકારમાં છે એમ જાણવું અને તેથી તે પોતે ભગવાનની ભક્તિમય સેવા કરવામાં અસમર્થ નીવડે છે. તે પોતાને જ પ્રભુ માની લે છે અને એ રીતે જન્મ-મરણના પુનરાવર્તનનો માર્ગ મોકળો કરી દે છે. પરંતુ જે મનુષ્ય પોતાની સ્થિતિ સેવા કરવાની છે એમ સમજીને પોતાને ભગવત્સેવામાં સમર્પી દે છે, તે તરત જ વૈકુંઠલોકમાં જવા માટે અધિકારી બને છે. ભગવાનના કાર્ય માટે થતી સેવા એ જ કર્મયોગ અથવા બુદ્ધિયોગ કહેવાય છે અથવા સ્પષ્ટ શબ્દોમાં ભગવાનની ભક્તિમય સેવા કહેવાય છે.

શ્લોક ૫૨

यदा ते मोहकलिलं बुद्धिर्व्यतितरिष्यति।
तदा गन्तासि निर्वेदं श्रोतव्यस्य श्रुतस्य च॥५२॥

યદા—જ્યારે; **તે**—તારા; **મોહ**—મોહના; **કલિલમ્**—ગાઢ જંગલને; **બુદ્ધિઃ**—બુદ્ધિયુક્ત દિવ્ય સેવા; **વ્યતિતરિષ્યતિ**—પાર કરી જશે, વટાવી

જશે; **તદા**—ત્યારે; **ગન્તા અસિ**—તું જઈશ; **નિર્વેદમ્**—વિરક્તિ પ્રતિ; **શ્રોતવ્યસ્ય**—સાંભળવા (જાણવા) યોગ્ય બાકી હશે; **શ્રુતસ્ય**—સાંભળેલા (જાણેલા) પ્રત્યે; **ચ**—પણ.

અનુવાદ

જ્યારે તારી બુદ્ધિ મોહરૂપી ગાઢ જંગલને પાર કરી જશે, ત્યારે તારે સર્વ સાંભળવાયોગ્ય બાકી તથા તેં સાંભળેલ હશે, તે પ્રત્યે તું ઉદાસીન થઈ જઈશ.

ભાવાર્થ

ભગવદ્‌ભક્તોના જીવનમાં એવાં અનેક શુભ ઉદાહરણો છે કે જેઓ ભગવદ્‌ભક્તિને કારણે વૈદિક કર્મકાંડો પ્રત્યે ઉદાસીન બની ગયા હતા. મનુષ્ય જ્યારે કૃષ્ણને તથા કૃષ્ણ સાથેના પોતાના સંબંધને વાસ્તવિક રીતે સમજી લે છે, ત્યારે તે સકામ કર્મોનાં અનુષ્ઠાનો પ્રત્યે સહજભાવથી પૂર્ણપણે ઉદાસીન થઈ જાય છે, પછી ભલેને તે એક અનુભવી બ્રાહ્મણ કેમ ન હોય. ભક્ત-પરંપરાના મહાન ભક્ત તથા આચાર્ય શ્રી માધવેન્દ્ર પુરી કહે છે:

સન્ધ્યા વન્દન ભદ્રમસ્તુ ભવતો ભોઃ સ્નાન તુભ્યં નમો
ભો દેવાઃ પિતરશ્ચ તર્પણ વિધૌ નાહં ક્ષમઃ ક્ષમ્યતામ્।
યત્ર ક્વાપિ નિષદ્ય યાદવકુલોત્તમસ્ય કંસદ્વિષઃ
સ્મારં સ્મારમઘં હરામિ તદ્ અલં મન્યે કિમન્યેન મે॥

"હે મારી ત્રિકાળ સંધ્યાની પ્રાર્થનાઓ, તમારો જય થાઓ. હે સ્નાન, તમને નમસ્કાર. હે દેવો, પિતૃઓ, હવે મને આપ સર્વ માટે તર્પણ કરવાની મારી અસમર્થતા માટે કૃપા કરી ક્ષમા આપો. હવે તો હું જ્યાં જ્યાં બેસું છું, ત્યાં યદુકુળના મહાન વંશજ, કંસના શત્રુ (કૃષ્ણ)નું જ સ્મરણ કરું છું અને એ રીતે સર્વ પાપમય બંધનમાંથી પોતાને મુક્ત કરી શકું છું. મને લાગે છે કે મારે માટે આટલું જ પૂરતું છે."

વૈદિક વિધિવિધાનો નવા ભક્તો માટે જરૂરી છેઃ નિત્યકર્મ તથા ધાર્મિક વિધિઓ, ત્રિકાળ સંધ્યા, વહેલી સવારે સ્નાન, પિતૃતર્પણ વગેરે કરવાં અનિવાર્ય છે. પરંતુ જ્યારે મનુષ્ય કૃષ્ણભાવનાપરાયણ થઈ જાય અને કૃષ્ણની દિવ્ય પ્રેમાભક્તિમાં પરોવાઈ જાય, ત્યારે તે આ નૈમિત્તિક ધાર્મિક સિદ્ધાંતો પ્રત્યે ઉદાસીન બની જાય છે, કારણ કે તે સિદ્ધિની પૂર્ણતા પામી

ચૂક્યો હોય છે. જો કોઈ મનુષ્ય પરમેશ્વર કૃષ્ણની સેવા કરીને જ્ઞાનની ભૂમિકા પર ઉન્નત થઈ શકે, તો તેને શાસ્ત્રવિહિત તપશ્ચર્યા તથા યજ્ઞ કરવાની જરૂર રહેતી નથી અને એ જ રીતે, જે એમ સમજતો નથી કે વેદોનો ઉદ્દેશ કૃષ્ણની શરણાગતિ પ્રાપ્ત કરવાનો છે અને માત્ર ધાર્મિક ક્રિયાઓમાં પોતે પરોવાયેલો રહે છે, તે પોતાના સમયને આવાં કાર્યો પાછળ વેડફી રહ્યો હોય છે. કૃષ્ણભક્તિપરાયણ મનુષ્યો શબ્દ-બ્રહ્મની મર્યાદાને અથવા વેદો તથા ઉપનિષદોની સીમાને ઓળંગી જાય છે.

શ્લોક ૫૩ **श्रुतिविप्रतिपन्ना ते यदा स्थास्यति निश्चला।**
समाधावचला बुद्धिस्तदा योगमवाप्स्यसि॥५३॥

શ્રુતિ—વૈદિક જ્ઞાનનાં; **વિપ્રતિપન્ના**—સકામ કર્મફળોથી પ્રભાવિત થયા વિના; **તે**—તારી; **યદા**—જ્યારે; **સ્થાસ્યતિ**—સ્થિર થશે; **નિશ્ચલા**—અચળ; **સમાધૌ**—દિવ્ય ચેતનામાં અથવા કૃષ્ણભાવનામૃતમાં; **અચલા**—અવિચળ; **બુદ્ધિ**—બુદ્ધિ; **તદા**—ત્યારે; **યોગમ્**—આત્મ-સાક્ષાત્કાર; **આવાપ્સ્યસિ**—તું પ્રાપ્ત કરીશ.

અનુવાદ

જ્યારે વેદોની અલંકારપ્રચુર ભાષાથી તારું મન વિચલિત થશે નહીં અને આત્મ-સાક્ષાત્કારની સમાધિમાં તે સ્થિર થઈ જશે, ત્યાર પછી તને દિવ્ય ચેતનારૂપ યોગ પ્રાપ્ત થશે.

ભાવાર્થ

કોઈ વ્યક્તિ સમાધિમાં છે એમ કહેવાનો આશય એવો છે કે તે સંપૂર્ણ રીતે કૃષ્ણભાવનાપરાયણ છે, અર્થાત્ પૂર્ણ સમાધિમાં રહેલા મનુષ્યે બ્રહ્મ, પરમાત્મા તેમ જ ભગવાનનો સાક્ષાત્કાર કર્યો છે. આત્મ-સાક્ષાત્કારની સર્વોચ્ચ સિદ્ધિ એવા જ્ઞાનમાં રહેલી છે કે મનુષ્ય પોતે કૃષ્ણનો સનાતન સેવક છે અને કૃષ્ણભાવનામૃતમાં રહી પોતાનાં સર્વ કર્મ કરવાં એ જ તેનું એકમાત્ર કર્તવ્ય છે. કૃષ્ણભાવનાપરાયણ મનુષ્ય અથવા ભગવાનના એકનિષ્ઠ ભક્તે વેદોની અલંકારિક વાણીથી વિચલિત થવું ન જોઈએ અને સ્વર્ગે જવાના ઉદ્દેશથી સકામ કર્મોમાં પ્રવૃત્ત પણ થવું ન જોઈએ. કૃષ્ણભાવનામાં મનુષ્યને કૃષ્ણનું સાક્ષાત્ સાન્નિધ્ય પ્રાપ્ત થાય છે અને એ દિવ્ય અવસ્થામાં કૃષ્ણ પાસેથી મળતા સર્વ આદેશોને તે સમજી શકે છે. આવાં કાર્યો દ્વારા મનુષ્યને અચૂક સુફળ પ્રાપ્ત થાય છે અને તે

અંતિમ નિર્ણાયક જ્ઞાન પામે છે. તેણે માત્ર કૃષ્ણ અથવા તેમના પ્રતિનિધિ આધ્યાત્મિક ગુરુની આજ્ઞાઓનું પાલન કરવાનું રહે છે.

अर्जुन उवाच

શ્લોક ૫૪ **स्थितप्रज्ञस्य का भाषा समाधिस्थस्य केशव।**
स्थितधीः किं प्रभाषेत किमासीत व्रजेत किम्॥ ५४॥

અર્જુનઃ ઉવાચ—અર્જુને કહ્યું; **સ્થિતપ્રજ્ઞસ્ય**—કૃષ્ણભાવનામાં સ્થિત સ્થિર વ્યક્તિની; **કા**—કઈ; **ભાષા**—ભાષા; **સમાધિસ્થસ્ય**—સમાધિમાં સ્થિત વ્યક્તિની; **કેશવ**—હે કૃષ્ણ; **સ્થિત ધીઃ**—કૃષ્ણભાવનામૃતમાં સ્થિર મનુષ્ય; **કિમ્**—શું; **પ્રભાષેત**—બોલે છે; **કિમ્**—કેવી રીતે; **આસીત**—શાંત બેસી રહે છે; **વ્રજેત**—ચાલે છે; **કિમ્**—કેવી રીતે.

અનુવાદ

અર્જુને કહ્યું: હે કૃષ્ણ, અધ્યાત્મમાં લીન થયેલી ચેતનાવાળા મનુષ્ય (સ્થિતપ્રજ્ઞ)નાં લક્ષણો કયાં છે? તે કેવી રીતે બોલે છે અને તેની ભાષા કેવી છે? તે કેવી રીતે બેસે છે અને કેવી રીતે ચાલે છે?

ભાવાર્થ

જેવી રીતે દરેક મનુષ્યનાં તેની વિશિષ્ટ સ્થિતિ પ્રમાણે કેટલાંક લક્ષણો હોય છે, તેવી રીતે કૃષ્ણભાવનાપરાયણ મનુષ્યનો પણ—બોલવું, ચાલવું, વિચારવું, લાગણી થવી વગેરેનો વિશિષ્ટ સ્વભાવ હોય છે. જેવી રીતે શ્રીમંત મનુષ્યનાં એવાં લક્ષણો હોય છે કે જેનાથી તે શ્રીમંત હોવાનું જણાય છે, જેમ કોઈ રોગી માણસનાં એવાં લક્ષણો હોય છે જેનાથી તે રોગી હોવાનું જણાય છે અથવા વિદ્વાન મનુષ્યને પોતાનાં અમુક લક્ષણો હોય છે, તેમ કૃષ્ણની દિવ્ય ભાવનાથી યુક્ત મનુષ્ય (ભક્ત), તેના વિવિધ વ્યવહારોમાં વિશિષ્ટ લક્ષણો ધરાવે છે. તેનાં વિશિષ્ટ લક્ષણોને ભગવદ્ગીતામાંથી જાણી શકાય છે. કૃષ્ણભાવનાપરાયણ વ્યક્તિ કેવી રીતે બોલે છે એ સૌથી વધારે મહત્ત્વનું છે કારણ કે વાણી કોઈ પણ માનવીનો સર્વાધિક મહત્ત્વપૂર્ણ ગુણ છે. કહેવાય છે કે જ્યાં સુધી મૂર્ખ મનુષ્ય બોલતો નથી, ત્યાં સુધી તે મૂર્ખ તરીકે ઓળખી શકાતો નથી. બનીઠનીને બેઠેલો મૂર્ખ જ્યાં સુધી બોલે નહીં, ત્યાં સુધી તેને મૂર્ખ તરીકે ઓળખી શકાતો નથી. પરંતુ જ્યાં તે બોલવાની શરૂઆત કરે છે કે તરત જ તેનું સાચું રૂપ પ્રગટ થઈ જાય છે. કૃષ્ણભાવનાપરાયણ મનુષ્યનું પ્રત્યક્ષ કે પ્રથમ લક્ષણ એ છે કે તે કેવળ

કૃષ્ણ તથા કૃષ્ણસંબંધિત વિષયો પર જ બોલે છે. અન્ય લક્ષણો ત્યાર પછી આપમેળે જ પ્રગટ થઈ જાય છે, જેનું વર્ણન નીચે કરવામાં આવ્યું છે.

શ્રીભગવાનુવાચ

શ્લોક ૫૫ **प्रजहाति यदा कामान्सर्वान्पार्थ मनोगतान्।**
आत्मन्येवात्मना तुष्टः स्थितप्रज्ञस्तदोच्यते॥ ५५॥

શ્રી ભગવાન્ ઉવાચ—પૂર્ણ પુરુષોત્તમ પરમેશ્વર બોલ્યા; **પ્રજહાતિ**—તજી દે છે; **યદા**—જ્યારે; **કામાન્**—ઇન્દ્રિયતૃપ્તિની ઇચ્છાઓ; **સર્વાન્**—સર્વ પ્રકારની; **પાર્થ**—હે પૃથાપુત્ર; **મનઃ ગતાન્**—મનમાં ઉપજેલી; **આત્મનિ**—આત્માની શુદ્ધાવસ્થામાં; **એવ**—નક્કી; **આત્મના**—વિશુદ્ધ મન વડે; **તુષ્ટઃ**—સંતુષ્ટ; **સ્થિતપ્રજ્ઞઃ**—અધ્યાત્મમાં સ્થિત; **તદા**—ત્યારે; **ઉચ્યતે**—કહેવાય છે.

અનુવાદ

પૂર્ણ પુરુષોત્તમ પરમેશ્વર બોલ્યાઃ હે પાર્થ, મનુષ્ય જ્યારે મનમાં ઉદ્‌ભવતી ઇન્દ્રિયતૃપ્તિની સર્વ કામનાઓનો પરિત્યાગ કરે છે અને જ્યારે આ પ્રમાણે વિશુદ્ધ થયેલું તેનું મન આત્મામાં જ સંતોષ પ્રાપ્ત કરે છે, ત્યારે તે વિશુદ્ધ દિવ્ય ચેતનામાં રહેલો, સ્થિતપ્રજ્ઞ કહેવાય છે.

ભાવાર્થ

શ્રીમદ્ ભાગવત સમર્થન કરે છે કે જે મનુષ્ય પૂરેપૂરો કૃષ્ણભાવનાપરાયણ અથવા ભગવદ્‌ભક્ત હોય છે, તેનામાં મહર્ષિઓના સર્વ સદ્‌ગુણો હોય છે, પણ જે મનુષ્ય અધ્યાત્મમાં સ્થિત થયેલો નથી તેનામાં એક પણ સારી યોગ્યતા હોતી નથી, કારણ કે તે પોતાના મનોરથોમાં જ રાચતો હોય છે. એટલા માટે અહીં એમ યોગ્ય જ કહેવામાં આવ્યું છે કે મનુષ્યે મનમાં ઉદ્‌ભવતી સર્વ પ્રકારની વિષયવાસનાઓનો ત્યાગ કરવો જોઈએ. કૃત્રિમ રીતે આવી વિષયવાસનાઓને રોકી શકાતી નથી. પરંતુ જો મનુષ્ય કૃષ્ણભાવનામાં પરોવાઈ જાય, તો અનાયાસે જ વિષયવાસનાઓ શાંત થઈ જાય છે. માટે કોઈ પણ જાતની શંકા રાખ્યા વિના મનુષ્યે કૃષ્ણભાવનામૃતમાં પોતાની જાતને જોડી દેવી જોઈએ, કારણ કે આ ભક્તિ જ તેને દિવ્ય ચેતનાની ભૂમિકા પર લઈ જવામાં તત્કાળ મદદ કરશે. અત્યંત ઉન્નત જીવાત્મા (મહાત્મા) પોતાને પરમેશ્વરનો સનાતન દાસ માની આત્મસંતુષ્ટ રહે છે. આવા અધ્યાત્મસ્થિત મનુષ્યમાં તુચ્છ ભૌતિકવાદમાંથી ઉદ્‌ભવતી એક પણ વિષયવાસના પ્રવેશ કરી શકતી નથી.

બલ્કે, તે પોતાને ભગવાનનો સનાતન સેવક માની સ્વાભાવિક રીતે હંમેશાં પ્રસન્ન રહે છે.

શ્લોક ૫૬

दु:खेष्वनुद्विग्नमनाः सुखेषु विगतस्पृहः।
वीतरागभयक्रोधः स्थिधीर्मुनिरुच्यते॥५६॥

દુ:ખેષુ—ત્રિવિધ સંતાપોમાં; **અનુદ્વિગ્ન મનાઃ**—મનમાં ઉદ્વેગ પામ્યા વિના; **સુખેષુ**—સુખમાં; **વિગત સ્પૃહઃ**—રુચિરહિત થઈને; **વીત**—થી મુક્ત; **રાગ**—આસક્તિ; **ભય**—ભય; **ક્રોધઃ**—તથા ક્રોધથી; **સ્થિત ધીઃ**—સ્થિર મનવાળો; **મુનિઃ**—ઋષિ; **ઉચ્યતે**—કહેવાય છે.

અનુવાદ

જે મનુષ્ય ત્રિવિધ સંતાપોમાં પણ મનમાં વિચલિત થતો નથી અથવા સુખ પામી રાજી થતો નથી અને જે આસક્તિ, ભય તથા ક્રોધથી મુક્ત છે, તે સ્થિર મનવાળો મુનિ કહેવાય છે.

ભાવાર્થ

મુનિ શબ્દનો અર્થ છે, એવો મનુષ્ય કે જેનું મન માનસિક તર્કવિતર્કો દ્વારા વિવિધ રીતે વિક્ષેપ પામે છે, પણ સાચા તાત્ત્વિક નિર્ણય પર આવી શકતું નથી. એમ કહેવાય છે કે દરેક મુનિનો પોતાનો આગવો દૃષ્ટિકોણ હોય છે અને જ્યાં સુધી એક મુનિ અન્ય મુનિઓથી જુદો મત ધરાવે નહીં, ત્યાં સુધી તેને સાચા અર્થમાં મુનિ કહી શકાય નહીં. *નાસાવ્ ઋષિર્ યસ્ય મતં ન ભિન્નમ્.* (મહાભારત, વનપર્વ ૩૧૩.૧૧૭) પરંતુ જે *સ્થિત-ધીઃ* મુનિનો અહીં ભગવાન દ્વારા ઉલ્લેખ થયો છે, તે આવા સાધારણ મુનિથી ભિન્ન છે. *સ્થિત-ધીઃ* મુનિ સદા કૃષ્ણભાવનાપરાયણ રહે છે, કારણ કે તેણે સમગ્ર સર્જનાત્મક તર્કવિતર્કનો વ્યાપાર પૂરો કરી લીધેલો હોય છે. તે *પ્રશાન્ત નિઃશેષ મનોરથાન્તર* (સ્તોત્રરત્ન ૪૩) કહેવાય છે, અર્થાત્ એવો મનુષ્ય જેણે શુષ્ક ચિંતનની અવસ્થા પાર કરી લીધી છે અને ફક્ત ભગવાન શ્રીકૃષ્ણ કે વાસુદેવ જ સર્વેસર્વા છે, (*વાસુદેવઃ સર્વમ્ ઈતિ સ મહાત્મા સુદુર્લભઃ*) એવા નિર્ણય પર પહોંચ્યો છે. તે સ્થિર મનવાળો મુનિ કહેવાય છે. આવો સંપૂર્ણ કૃષ્ણભક્તિપરાયણ મનુષ્ય ત્રિવિધ દુઃખોના ભીષણ આક્રમણથી લેશમાત્ર વિચલિત થતો નથી, કારણ કે તે દુઃખોને ભગવત્કૃપા તરીકે સ્વીકારી લે છે તથા પૂર્વજન્મનાં પાપોને કારણે પોતાને વધારે સંતાપ સહેવા યોગ્ય ગણે છે અને તે જુએ છે કે ભગવાનના અનુગ્રહથી તેનાં સર્વ

દુ:ખો બહુ ઓછાં કરી દેવામાં આવ્યાં છે. તે જ પ્રમાણે, જ્યારે તે સુખી હોય છે, ત્યારે તે પોતાને એ સુખ માટે અયોગ્ય ગણીને તેનું શ્રેય પણ ભગવાનને આપે છે. તેને લાગે છે કે ભગવાનના અનુગ્રહથી જ તે આવી સુખદ સ્થિતિમાં છે અને તેથી ભગવાનની સેવા વધારે સારી રીતે કરી શકે છે. અને ભગવાનની સેવા કરવા માટે તો તે હંમેશાં સાહસ કરવા કટિબદ્ધ રહે છે, હંમેશાં કાર્યરત રહે છે અને તે આસક્તિ કે પ્રતિકૂળતાઓથી પ્રભાવિત થતો નથી. પોતાની જ ઈન્દ્રિયતૃપ્તિ માટે વસ્તુઓ ગ્રહણ કરવી, એ આસક્તિ છે અને આવી વિષયાસક્તિનો અભાવ, એ વિરક્તિ છે. પરંતુ કૃષ્ણભાવનામૃતમાં સ્થિર થયેલો મનુષ્ય આસક્તિ કે વિરક્તિ ધરાવતો નથી, કારણ કે તેનું જીવન ભગવત્સેવામાં સમર્પિત થયેલું હોય છે. પરિણામે જ્યારે તેના પ્રયાસો નિષ્ફળ નિવડે છે, ત્યારે પણ તે ક્રોધ કરતો નથી. સફળતા મળે કે નિષ્ફળતા, પણ કૃષ્ણભાવનાપરાયણ મનુષ્ય તો તેના નિશ્ચયમાં દૃઢ રહે છે.

શ્લોક **યઃ સર્વત્રાનભિસ્નેહસ્તત્તત્પ્રાપ્ય શુભાશુભમ્।**
૫૭ **નાભિનન્દતિ ન દ્વેષ્ટિ તસ્ય પ્રજ્ઞા પ્રતિષ્ઠિતા॥ ૫૭॥**

યઃ—જે વ્યક્તિ; **સર્વત્ર**—બધે; **અનભિસ્નેહઃ**—સ્નેહરહિત; **તત્**—તે; **તત્**—તે; **પ્રાપ્ય**—પ્રાપ્ત કરીને; **શુભ**—સારું; **અશુભમ્**—ખરાબ; **ન**—નહીં; **અભિનન્દતિ**—પ્રશંસા કરે છે; **ન**—કદી નહીં; **દ્વેષ્ટિ**—દ્વેષ કરે છે; **તસ્ય**—તેનું; **પ્રજ્ઞા**—પૂર્ણ જ્ઞાન; **પ્રતિષ્ઠિતા**—દૃઢ.

અનુવાદ

જે મનુષ્ય આસક્તિથી રહિત છે, જે શુભ પામી હરખાતો નથી તેમ જ અશુભ પામી શોક કરતો નથી, તે પૂર્ણ જ્ઞાનમાં દૃઢપણે સ્થિર થયેલો છે.

ભાવાર્થ

ભૌતિક જગતમાં હંમેશાં કોઈ ને કોઈ સારી કે માઠી ઊથલપાથલ થતી જ હોય છે. જે મનુષ્ય આવી ઊથલપાથલથી વિચલિત થતો નથી તથા શુભ-અશુભથી પ્રભાવિત થતો નથી, તે કૃષ્ણભાવનામૃતમાં સ્થિર થયેલો છે એમ જાણવું. મનુષ્ય જ્યાં સુધી આ ભૌતિક જગતમાં હોય છે, ત્યાં સુધી સારાં-નરસાંની અર્થાત્ ઈષ્ટ-અનિષ્ટની શક્યતા સદા રહે છે, કારણ કે આ દુનિયા દ્વંદ્વોથી ભરેલી છે. પરંતુ જે મનુષ્ય કૃષ્ણભાવનામાં સુદૃઢ હોય છે,

તે શુભ અને અશુભથી લેશમાત્ર પ્રભાવિત થતો નથી, કારણ કે તેને કૃષ્ણ સિવાય બીજા કશા સાથે લેવાદેવા હોતી નથી અને કૃષ્ણ એકમેવ સર્વથા શુભ છે. કૃષ્ણ પ્રત્યે આવી ભાવના મનુષ્યને સંપૂર્ણ ગુણાતીત એવી દિવ્ય અવસ્થામાં અવસ્થિત કરે છે, જે પારિભાષિક રીતે *સમાધિ* કહેવાય છે.

શ્લોક ૫૮

यदा संहरते चायं कूर्मोऽङ्गानीव सर्वशः।
इन्द्रियाणीन्द्रियार्थेभ्यस्तस्य प्रज्ञा प्रतिष्ठिता ॥ ५८ ॥

યદા—જ્યારે; **સંહરતે**—સંકેલી લે છે; **ચ**—અને; **અયમ્**—તે; **કૂર્મઃ**—કાચબો; **અઙ્ગાનિ**—અંગો; **ઈવ**—જેમ; **સર્વશઃ**—સર્વથા; **ઈન્દ્રિયાણિ**—ઈન્દ્રિયોને; **ઈન્દ્રિય અર્થેભ્યઃ**—ઈન્દ્રિયોના વિષયોમાંથી; **તસ્ય**—તેની; **પ્રજ્ઞા**—ચેતના; **પ્રતિષ્ઠિતા**—સ્થિર.

અનુવાદ

જેવી રીતે કાચબો તેનાં સર્વ અંગોને પોતાના કોચલામાં સંકેલી લે છે, તેવી રીતે જે મનુષ્ય પોતાની ઈન્દ્રિયોને વિષયોમાંથી ખેંચી લેવા શક્તિમાન બને છે, તે પૂર્ણ ચેતનામાં દૃઢતાપૂર્વક સ્થિર હોય છે.

ભાવાર્થ

કોઈ યોગી, ભક્ત કે આત્મ-સાક્ષાત્કાર પ્રાપ્ત વ્યક્તિની કસોટી એ છે કે તે પોતાની યોજનાનુસાર પોતાની ઈન્દ્રિયોને નિયંત્રિત કરી શકે છે. પરંતુ ઘણાખરા મનુષ્યો ઈન્દ્રિયોના દાસ હોય છે અને ઈન્દ્રિયોના જ આદેશો દ્વારા દોરવાય છે. યોગી કેવી રીતે સ્થિત હોય છે એવા પ્રશ્નનો એ જવાબ છે. ઈન્દ્રિયોની સરખામણી ઝેરી સર્પો સાથે કરવામાં આવે છે. તેઓ અત્યંત ચંચળતાથી તથા નિયંત્રણ વિના વર્તવા ઈચ્છે છે. આ સર્પ જેવી ઈન્દ્રિયોને વશમાં રાખવા માટે યોગી અથવા ભક્તે સર્પને વશ કરતા મદારીની જેમ બહુ પ્રબળ થવું જોઈએ. તે ઈન્દ્રિયોને કદાપિ સ્વતંત્રપણે વર્તવા દેતો નથી. શાસ્ત્રોમાં અનેક આદેશો છે, જેમાંના કેટલાક વિધેયાત્મક અર્થાત્ 'પાલન કરવા યોગ્ય' અને કેટલાક નિષેધાત્મક અર્થાત્ 'ન કરવા યોગ્ય' હોય છે. જો મનુષ્ય નિયમો અને નિયંત્રણોનું પાલન કરવા સમર્થ હોય નહીં, પોતાની જાતને ઈન્દ્રિયભોગોથી મુક્ત રાખવા સમર્થ હોય નહીં, તો તે કૃષ્ણભાવનામૃતમાં દૃઢતાપૂર્વક સ્થિર થઈ શકશે નહીં. અહીં સર્વોત્તમ ઉદાહરણ કાચબાનું આપવામાં આવ્યું છે. કાચબો ગમે તે વખતે પોતાનાં અંગોને સંકેલી શકે છે અને ફરીથી વિશિષ્ટ હેતુઓ માટે તેમને પ્રદર્શિત કરી

શકે છે. તે જ પ્રમાણે, કૃષ્ણભાવનાપરાયણ ભક્તની ઈન્દ્રિયોનો ઉપયોગ કેવળ વિશિષ્ટ હેતુ માટે ભગવાનની સેવામાં થાય છે, અન્યથા તેમને પાછી ખેંચી લેવામાં આવે છે. અર્જુનને અહીં એવો ઉપદેશ આપવામાં આવી રહ્યો છે કે તે પોતાની ઈન્દ્રિયોનો ઉપયોગ આત્મતૃપ્તિ માટે કરવાને બદલે ભગવાનની સેવા અર્થે કરે. ઈન્દ્રિયોને હંમેશાં ભગવત્સેવામાં પરોવી રાખવી એ પોતાની ઈન્દ્રિયોને અંદર સંકેલી લેનાર કાચબાના દૃષ્ટાંતને અનુરૂપ જ છે.

શ્લોક ૫૯

विषया विनिवर्तन्ते निराहारस्य देहिनः ।
रसवर्जं रसोऽप्यस्य परं दृष्ट्वा निवर्तते ॥ ५९ ॥

વિષયાઃ—ઈન્દ્રિયભોગના વિષયો; **વિનિવર્તન્તે**—થી વેગળા રહેવા અભ્યસ્ત કરાય છે; **નિરાહારસ્ય**—નિષેધાત્મક પ્રતિબંધોથી; **દેહિનઃ**—દેહધારી જીવ માટે; **રસવર્જમ્**—રસાસ્વાદનો ત્યાગ કરીને; **રસઃ**—ભોગેચ્છા; **અપિ**—જોકે હોય છે; **અસ્ય**—તેનો; **પરમ્**—અત્યંત ઉત્કૃષ્ટ વસ્તુઓ; **દૃષ્ટ્વા**—અનુભવીને; **નિવર્તતે**—તે નિવૃત્ત થાય છે.

અનુવાદ

દેહધારી જીવને ઈન્દ્રિયભોગ પરત્વે ભલે પ્રતિબંધિત કરવામાં આવે, તો પણ વિષયોને ભોગવવાની ઈચ્છા રહે છે. પરંતુ (કૃષ્ણભાવનામય) ઉત્કૃષ્ટ રસનો અનુભવ થયા પછી વિષયોનો રસ જતો રહે છે અને તે ભક્તિમાં સ્થિર થઈ જાય છે.

ભાવાર્થ

જ્યાં સુધી મનુષ્ય અધ્યાત્મમાં અવસ્થિત થતો નથી, ત્યાં સુધી તેના માટે વિષયભોગોમાંથી નિવૃત્ત થવું શક્ય નથી. યમ-નિયમ દ્વારા ઈન્દ્રિયભોગને નિયંત્રિત કરવાની પ્રક્રિયા કોઈ રોગીને અમુક પ્રકારના ખાદ્યપદાર્થો ખાવાથી અટકાવવા જેવી છે. પરંતુ રોગીને એક તો આવા પ્રતિબંધો ગમતા નથી અને ભોજન પ્રત્યેની તેની રુચિ પણ સમાપ્ત થતી નથી. એવી જ રીતે, અલ્પજ્ઞાની મનુષ્યો માટે ઈન્દ્રિયસંયમ કરવાની અષ્ટાંગયોગ જેવી પદ્ધતિની ભલામણ કરવામાં આવી છે કે જેમાં યમ, નિયમ, આસન, પ્રાણાયામ, પ્રત્યાહાર, ધારણા, ધ્યાન વગેરેનો સમાવેશ થાય છે. પરંતુ જે મનુષ્યે કૃષ્ણભાવનામૃતના માર્ગે પ્રગતિ સાધતાં સાધતાં પરમેશ્વર કૃષ્ણના સૌંદર્યનું રસાસ્વાદન કર્યું છે, તેને સત્ત્વહીન-

જડ ભૌતિક પદાર્થોમાં કોઈ રુચિ રહેતી નથી. તેથી આધ્યાત્મિક જીવનમાં આવા સર્વ પ્રતિબંધો અલ્પજ્ઞાની નવોદિતો માટે જ હોય છે. જ્યાં સુધી કૃષ્ણભાવનામૃતમાં રુચિ જાગૃત નથી થતી, ત્યાં સુધી જ આવા પ્રતિબંધો હોય તે રુચિકર અર્થાત્ કલ્યાણપ્રદ લાગે છે. પરંતુ મનુષ્ય જ્યારે વાસ્તવિક રીતે કૃષ્ણભાવનાપરાયણ થઈ જાય છે, ત્યારે આવા વિષયભોગના ક્ષુદ્ર પદાર્થો પ્રત્યે તેને આપોઆપ અરુચિ થઈ જાય છે.

શ્લોક ૬૦

यततो ह्यपि कौन्तेय पुरुषस्य विपश्चितः।
इन्द्रियाणि प्रमाथीनि हरन्ति प्रसभं मनः॥६०॥

યતતઃ—પ્રયાસ કરતો હોય ત્યારે; **હિ**—નક્કી; **અપિ**—તેમ છતાં; **કૌન્તેય**—હે કુંતીપુત્ર; **પુરુષસ્ય**—મનુષ્યની; **વિપશ્ચિતઃ**—વિવેકજ્ઞાન સભર; **ઈન્દ્રિયાણી**—ઇન્દ્રિયો; **પ્રમાથીનિ**—ઉત્તેજિત; **હરન્તિ**—હરી લે છે; **પ્રસભમ્**—બળપૂર્વક; **મનઃ**—મનને.

અનુવાદ

હે અર્જુન, ઈન્દ્રિયો એવી તો પ્રબળ અને વેગવાન હોય છે કે તેમને વશમાં રાખવાનો પ્રયત્ન કરનાર વિવેકયુક્ત મનુષ્યના મનને પણ તે બળપૂર્વક હરી લે છે.

ભાવાર્થ

અનેક વિદ્વાન ઋષિઓ, તત્ત્વજ્ઞાનીઓ તથા અધ્યાત્મવેત્તાઓ ઈન્દ્રિયોને જીતવાનો પ્રયત્ન કરનારા હોય છે, પરંતુ આવા પ્રયાસો કરવા છતાં તેઓમાંના સર્વોચ્ચ પુરુષો પણ મનના આવેગને કારણે કેટલીક વખત ભૌતિક વિષયસુખનો ભોગ બની પતન પામે છે. અરે, વિશ્વામિત્ર જેવા મહાન ઋષિઓ તથા પૂર્ણ યોગી ઈન્દ્રિયનિગ્રહ માટે કઠોર તપશ્ચર્યા તથા યોગાભ્યાસમાં રત રહેલા હોવા છતાં મેનકા દ્વારા વિષયભોગના અવળા માર્ગે દોરવાયા હતા. અને અલબત્ત વિશ્વના ઈતિહાસમાં આવાં તો અનેક ઉદાહરણો છે. તેથી સંપૂર્ણપણે કૃષ્ણભાવનાપરાયણ થયા વિના મન તથા ઈન્દ્રિયોને વશમાં રાખવાં તે અત્યંત કપરું કાર્ય છે. મનથી કૃષ્ણપરાયણ થયા વિના મનુષ્ય આવાં દુન્યવી કાર્યોમાંથી નિવૃત્ત થઈ શકતો નથી. એક મહાન સંત તથા ભક્ત શ્રી યામુનાચાર્ય દ્વારા એક પ્રત્યક્ષ વહેવારુ ઉદાહરણ અપાયું છે, જેઓ કહે છે:

યદ્‌ અવધિ મમ ચેતઃ કૃષ્ણપદારવિન્દે
નવ નવ રસ ધામન્યુદ્યતં રન્તુમ્‌ આસીત્‌।
તદવધિ બત નારી સઙ્ગમે સ્મર્યમાને ભવતિ
મુખવિકારઃ સુષ્ઠુ નિષ્ઠીવનં ચ॥

"જ્યારથી મારું મન ભગવાન શ્રીકૃષ્ણનાં ચરણકમળોમાં પરોવાઈ ગયું છે અને જ્યારથી હું નિત્ય નવીન અલૌકિક રસનું આસ્વાદન કરી રહ્યો છું, ત્યારથી સ્ત્રી સાથેના વિષયસુખના વિચાર તરફથી તરત જ મારું મુખ ફરી જાય છે અને હું તે વિચારને તિરસ્કારું છું."

કૃષ્ણભાવનામૃત એવી અલૌકિક સુંદર વસ્તુ છે કે તેના પ્રભાવથી દુન્યવી સુખભોગ આપોઆપ જ નીરસ થઈ જાય છે. આ તો એના જેવું છે કે કોઈ ભૂખ્યા માણસે પૂરતા પ્રમાણમાં પુષ્ટિકારક ભોજન લઈને પોતાની ભૂખને સંતુષ્ટ કરી હોય. જેમનું મન નિરંતર કૃષ્ણભાવનામૃતમાં પરોવાયેલું રહેતું હતું, તેવા મહારાજ અંબરીષ મહાયોગી દુર્વાસા મુનિને કેવળ એટલા જ કારણે જીતી શકેલા કે તેમનું મન નિરંતર કૃષ્ણભક્તિમાં પરોવાયેલું રહેતું હતું (*સ વૈ મનઃ કૃષ્ણ પદારવિન્દયોઃ વચાંસિ વૈકુણ્ઠ ગુણાનુ વર્ણને*).

શ્લોક ૬૧ **तानि सर्वाणि संयम्य युक्त आसीत मत्परः।**
वशे हि यस्येन्द्रियाणि तस्य प्रज्ञा प्रतिष्ठिता॥ ६१॥

તાનિ—તે ઇન્દ્રિયોને; **સર્વાણિ**—સમગ્ર; **સંયમ્ય**—વશમાં રાખીને; **યુક્તઃ**—જોડાયેલા; **આસીત**—સ્થિત હોવું જોઈએ; **મત્પરઃ**—મારા સંબંધમાં; **વશે**—પૂરેપૂરી વશમાં; **હિ**—ખરેખર; **યસ્ય**—જેની; **ઇન્દ્રિયાણિ**—ઇન્દ્રિયો; **તસ્ય**—તેની; **પ્રજ્ઞા**—ચેતના; **પ્રતિષ્ઠિતા**—સ્થિર.

અનુવાદ

જે મનુષ્ય સમગ્ર ઇન્દ્રિયોને સંપૂર્ણપણે નિયંત્રણમાં રાખીને ઇન્દ્રિયનિગ્રહ કરે છે અને તેની ચેતના મારામાં સ્થિર કરે છે, તે સ્થિર બુદ્ધિવાળો કહેવાય છે.

ભાવાર્થ

આ શ્લોકમાં સ્પષ્ટપણે દર્શાવ્યું છે કે યોગસિદ્ધિની ઉચ્ચતમ અનુભૂતિ કૃષ્ણભાવનામૃત જ છે. જ્યાં સુધી મનુષ્ય કૃષ્ણભાવનાપરાયણ થતો નથી, ત્યાં સુધી ઇન્દ્રિયોને વશમાં રાખવાનું શક્ય નથી. આ પહેલાં ઉલ્લેખ થયો છે તેમ, દુર્વાસા મુનિએ મહારાજ અંબરીષ સાથે ઝગડો ઊભો કર્યો હતો,

કારણ કે મુનિએ અહંકારવશ થઈને મહારાજ અંબરીષ ઉપર અનાવશ્યક રીતે ક્રોધ કર્યો હતો અને તેથી પોતાની વિવેકબુદ્ધિને અંકુશમાં રાખી શક્યા ન હતા. બીજી બાજુએ, રાજા મુનિ જેવા શક્તિશાળી યોગી ન હતા, પણ ભગવાનના ભક્ત હતા તેથી મુનિના બધા અન્યાય સહન કર્યા અને અંતે વિજયી થયા. રાજા નિમ્નલિખિત ગુણોના પ્રભાવે પોતાની ઈન્દ્રિયોને વશમાં રાખી શક્યા હતા, જે વિશે શ્રીમદ્ ભાગવત (૯.૪.૧૮–૨૦)માં ઉલ્લેખ થયો છે:

સ વૈ મનઃ કૃષ્ણ પદારવિન્દયો-
ર્વચાંસિ વૈકુણ્ઠ ગુણાનુવર્ણને।
કરૌ હરેર્ મન્દિર માર્જનાદિષુ
શ્રુતિં ચકારાચ્યુત સત્કથોદયે॥
મુકુંદ લિઙ્ગાલય દર્શને દશૌ
તદ્ ભૃત્ય ગાત્ર સ્પર્શેઽઙ્ગ સઙ્ગમમ્।
ઘ્રાણં ચ તત્પાદ સરોજ સૌરભે
શ્રીમત્ તુલસ્યા રસનાં તદર્પિતે॥
પાદૌ હરેઃ ક્ષેત્ર પદાનુસર્પણે
શિરો હૃષિકેશ પદાભિવન્દને।
કામં ચ દાસ્યે ન તુ કામ કામ્યયા
યથોત્તમશ્લોક જનાશ્રયા રતિઃ॥

"રાજા અંબરીષે પોતાના મનને ભગવાન કૃષ્ણનાં ચરણકમળોમાં સ્થિર કર્યું, વાણીને ભગવાનના ધામનું વર્ણન કરવામાં, કાન ભગવાનની લીલાનું શ્રવણ કરવામાં, હાથ ભગવાનના મંદિરને સ્વચ્છ કરવામાં, આંખો ભગવાનના સ્વરૂપનું દર્શન કરવામાં, શરીરને ભક્તના દેહનો સ્પર્શ કરવામાં, નાક ભગવાનના ચરણકમળમાં ચડાવેલાં ફૂલોની સુગંધ લેવામાં, જીભ તેમને સમર્પિત તુલસીપત્રનું આસ્વાદન કરવામાં, પગને જ્યાં જ્યાં ભગવાનનાં મંદિર હોય તે સ્થાનોની યાત્રા કરવામાં, મસ્તક ભગવાનને નમસ્કાર કરવામાં અને પોતાની અભિલાષાઓને ભગવાનની અભિલાષાઓને પૂર્ણ કરવામાં પરોવી દીધી... અને આ સમગ્ર ગુણોને કારણે તેઓ ભગવાનના *મત્પર* ભક્ત બનવા માટે યોગ્ય પાત્ર બની ગયા."

આના સંબંધમાં *મત્પર* શબ્દ અત્યંત મહત્ત્વપૂર્ણ છે. મનુષ્ય *મત્પર* કેવી રીતે થઈ શકે તેનું વર્ણન મહારાજ અંબરીષના જીવનમાં દર્શાવ્યું છે.

મત્પર પરંપરાના વિદ્વાન તથા આચાર્ય શ્રીલ બલદેવ વિદ્યાભૂષણ કહે છે—*મદ્ ભક્તિ પ્રભાવેન સર્વેન્દ્રિય વિજય પૂર્વિકા સ્વાત્મ દૃષ્ટિઃ સુલભેતિ ભાવઃ*—ઈન્દ્રિયોને માત્ર કૃષ્ણની ભક્તિમય સેવા દ્વારા જ પૂર્ણપણે વશમાં રાખી શકાય છે. વળી કેટલીક વખત અગ્નિનું ઉદાહરણ પણ આપવામાં આવે છેઃ "જેવી રીતે ભડકે બળતો અગ્નિ ઓરડામાંની બધી વસ્તુઓને બાળી નાખે છે, તેવી જ રીતે યોગીના હૃદયમાં સ્થિત ભગવાન વિષ્ણુ સર્વ પ્રકારની અશુદ્ધિઓને બાળી નાખે છે." યોગસૂત્ર પણ વિષ્ણુના ધ્યાનનો નિર્દેશ કરે છે, શૂન્યના ધ્યાનનો નહીં. કહેવાતા યોગીઓ કે જેઓ વિષ્ણુરૂપ ન હોય તેવા કશાકનું ધ્યાન ધરે છે, તેઓ માત્ર ઝાંઝવાના જળની શોધમાં પોતાના સમયને વ્યર્થ ગુમાવે છે. આપણે કૃષ્ણભાવનાપરાયણ થવું જોઈએ—પુરુષોત્તમ પરમેશ્વર પ્રત્યે એકનિષ્ઠ થવું જોઈએ. સાચા યોગનો એ જ ઉદ્દેશ છે.

શ્લોક ૬૨

ध्यायतो विषयान्पुंसः सङ्गस्तेषूपजायते।
सङ्गात्सञ्जायते कामः कामात्क्रोधोऽभिजायते॥ ६२॥

ધ્યાયતઃ—વિચાર કરતાં; **વિષયાન્**—ઈન્દ્રિયવિષયોનો; **પુંસઃ**—મનુષ્યની; **સઙ્ગઃ**—આસક્તિ; **તેષુ**—તે ઈન્દ્રિય વિષયોમાં; **ઉપજાયતે**—વિકસે છે; **સઙ્ગાત્**—આસક્તિથી; **સઞ્જાયતે**—ઉત્પન્ન થાય છે; **કામઃ**—વાસના; **કામાત્**—કામમાંથી; **ક્રોધઃ**—ક્રોધ; **અભિજાયતે**—પ્રગટ થાય છે.

અનુવાદ

ઈન્દ્રિયવિષયોનું ચિંતન કરવાથી મનુષ્યને તેમાં આસક્તિ થાય છે અને આવી આસક્તિથી કામના ઉત્પન્ન થાય છે તથા કામમાંથી ક્રોધ ઉદ્ભવે છે.

ભાવાર્થ

જે મનુષ્ય કૃષ્ણભાવનાપરાયણ નથી, તે ઈન્દ્રિયોના વિષયોનું ચિંતન કરતાં કરતાં ભૌતિક વાસનાઓને વશ થઈ જાય છે. ઈન્દ્રિયોને હંમેશાં અમુક વાસ્તવિક પ્રવૃત્તિની જરૂર રહે છે અને જો ઈન્દ્રિયો ભગવાનની દિવ્ય પ્રેમસભર ભક્તિમય સેવામાં લાગેલી નહીં હોય, તો તેઓ નિશ્ચિતપણે ભૌતિક પ્રવૃત્તિઓમાં જોડાઈ જશે. આ ભૌતિક જગતમાં બ્રહ્માજી તથા શિવજી સહિત બધા ઈન્દ્રિયવિષયોથી પ્રભાવિત થઈ જાય છે, તો પછી સ્વર્ગના અન્ય દેવોની તો વાત જ ક્યાં કરવી? કૃષ્ણભાવનાપરાયણ થવું

એ જ સંસારના પ્રપંચમાંથી મુક્તિ પામવાનો એકમાત્ર ઉપાય છે. શિવજી ધ્યાનમગ્ન હતા, પરંતુ જ્યારે પાર્વતીએ તેમને રતિસુખ માટે વિનંતિ કરી, ત્યારે તેમણે તે પ્રસ્તાવને માન્ય રાખ્યો અને પરિણામે કાર્તિકેયનો જન્મ થયો હતો. હરિદાસ ઠાકુર જ્યારે યુવાન ભગવદ્ભક્ત હતા, ત્યારે એવી જ રીતે માયાદેવીના અવતારે તેમને મોહિત કરવાનો પ્રયત્ન કર્યો હતો, પરંતુ ભગવાન કૃષ્ણની અનન્ય ભક્તિને કારણે તેઓ આ કસોટીમાંથી સહજ રીતે પાર ઊતર્યા હતા. શ્રી યામુનાચાર્યના ઉપરોક્ત શ્લોકમાં દર્શાવ્યું છે તેમ, ભગવાનનો સંનિષ્ઠ ભક્ત ભગવાનના સંગથી પ્રાપ્ત થતા આધ્યાત્મિક સુખના ઉચ્ચતર રસાસ્વાદને કારણે સમસ્ત ભૌતિક ઈન્દ્રિયસુખનો ત્યાગ કરે છે. એ જ સફળતાનું રહસ્ય છે. માટે જે મનુષ્ય કૃષ્ણભક્તિપરાયણ નથી, તે કૃત્રિમ દમન દ્વારા પોતાની ઈન્દ્રિયોને વશમાં રાખવામાં ભલે ગમે તેટલો શક્તિશાળી હોય, તોયે અંતે તે જરૂર નિષ્ફળતા પામશે, કારણ કે વિષયસુખનો અલ્પ એવો વિચાર પણ તેને ઈન્દ્રિયતૃપ્તિ માટે ઉત્તેજિત કરી દેશે.

શ્લોક ૬૩

क्रोधाद्भवति सम्मोहः सम्मोहात्स्मृतिविभ्रमः ।
स्मृतिभ्रंशाद्बुद्धिनाशो बुद्धिनाशात्प्रणश्यति ॥ ६३ ॥

ક્રોધાત્—ક્રોધથી; **ભવતિ**—થાય છે; **સમ્મોહઃ**—પૂર્ણ મોહ; **સમ્મોહાત્**—મોહથી; **સ્મૃતિ**—સ્મરણશક્તિનો; **વિભ્રમઃ**—મોહ, મૂંઝવણ; **સ્મૃતિ ભ્રંશાત્**—સ્મૃતિના મોહથી; **બુદ્ધિનાશઃ**—બુદ્ધિનો વિનાશ; **બુદ્ધિ નાશાત્**—અને બુદ્ધિના વિનાશથી; **પ્રણશ્યતિ**—મનુષ્ય પતન પામે છે.

અનુવાદ

ક્રોધમાંથી પૂર્ણ મોહ ઉત્પન્ન થાય છે અને મોહથી સ્મરણશક્તિનો વિભ્રમ થાય છે. જ્યારે સ્મરણશક્તિ ભ્રમિત થઈ જાય છે, ત્યારે બુદ્ધિ નષ્ટ થાય છે અને બુદ્ધિ નષ્ટ થવાથી મનુષ્ય સંસાર-કૂપમાં પુનઃ પતન પામે છે.

ભાવાર્થ

શ્રીલ રૂપ ગોસ્વામીએ (ભક્તિરસામૃતસિંધુ ૧.૨.૨૫૮)માં આપણા માટે આ આદેશ આપ્યો છે:

પ્રાપઞ્ચિકતયા બુદ્ધ્યા હરિ સમ્બન્ધિ વસ્તુનઃ।
મુમુક્ષુભિઃ પરિત્યાગો વૈરાગ્યં ફલ્ગુ કથ્યતે॥

કૃષ્ણભાવનામૃતના વિકાસ દ્વારા મનુષ્ય જાણી શકે છે કે દરેક વસ્તુનો ઉપયોગ ભગવાનની સેવામાં કરી શકાય છે. જે લોકો કૃષ્ણભાવનામૃતના જ્ઞાનથી રહિત છે, તેઓ કૃત્રિમ રીતે ભૌતિક વસ્તુઓને ટાળવાનો પ્રયત્ન કરે છે અને પરિણામે ભૌતિક બંધનમાંથી મુક્ત થવાનું ઇચ્છતા હોવા છતાં તેઓ વૈરાગ્યની પૂર્ણ અવસ્થા પ્રાપ્ત કરતા નથી. તેમનો કહેવાતો વૈરાગ્ય ફલ્ગુ અર્થાત્ ઓછો મહત્ત્વનો કહેવાય છે. તેથી ઊલટું, કૃષ્ણભક્તિપરાયણ મનુષ્ય જાણે છે કે ભગવાનની સેવામાં દરેક વસ્તુનો ઉપયોગ કેવી રીતે કરી શકાય; તેથી તે ભૌતિક ચેતનાનો ભોગ બનતો નથી. ઉદાહરણાર્થ, નિર્વિશેષવાદીના મતે ભગવાન અથવા પરબ્રહ્મ નિરાકાર હોવાથી સમર્પિત કરેલ નૈવેદ્ય આરોગી શકતા નથી, તેથી તે સારા ખાદ્યપદાર્થોથી દૂર રહેવાનો પ્રયત્ન કરે છે, પરંતુ ભક્ત જાણે છે કે કૃષ્ણ સર્વોપરી ભોક્તા છે અને ભક્તિભાવે તેમને જે કંઈ સમર્પિત કરવામાં આવે, તેને તેઓ આરોગે છે. તેથી ભગવાનને ઉત્તમ પદાર્થો ધરાવ્યા પછી ભક્ત તે પ્રસાદ તરીકે ગ્રહણ કરે છે. એ રીતે દરેક વસ્તુ દિવ્ય થઈ જાય છે અને અધઃપતનનો ભય રહેતો નથી. કૃષ્ણભક્તિમાં રહીને ભક્ત પ્રસાદ ગ્રહણ કરે છે, જ્યારે અભક્ત તેનો ભૌતિક પદાર્થ તરીકે તિરસ્કાર કરે છે. તેથી નિર્વિશેષવાદી તેના કૃત્રિમ ત્યાગને કારણે જીવનનું સુખ ભોગવી શકતો નથી અને આ કારણથી જ મનની થોડીશી ચંચળતા તેને સંસારરૂપી ખાબોચિયામાં ફરીથી ખેંચી લે છે. એમ કહેવાય છે કે આવો જીવ મુક્તિની અણી પર પહોંચેલો હોવા છતાં ભક્તિયોગનો આશ્રય નહીં મળવાથી પુનઃ પતન પામે છે.

શ્લોક ૬૪

रागद्वेषविमुक्तैस्तु विषयानिन्द्रियैश्चरन्।
आत्मवश्यैर्विधेयात्मा प्रसादमधिगच्छति॥ ६४॥

રાગ—આસક્તિ; **દ્વેષ**—અને વિરક્તિથી; **વિમુક્તૈઃ**—મુક્ત રહેનાર દ્વારા; **તુ**—પરંતુ; **વિષયાન્**—ઇન્દ્રિય વિષયોને; **ઇન્દ્રિયૈઃ**—ઇન્દ્રિયો વડે; **ચરન્**—ભોગવી રહેલો; **આત્મવશ્યૈઃ**—પોતાના નિયમન હેઠળ; **વિધેય આત્મા**—નિયમિત સ્વતંત્રતાનું પાલન કરનારું; **પ્રસાદમ્**—ભગવાનની કૃપાને; **અધિગચ્છતિ**—પામે છે.

અનુવાદ

પરંતુ સમસ્ત રાગ તથા દ્વેષથી મુક્ત અને મુક્તિના નીતિનિયમોના

આચરણ દ્વારા પોતાની ઈન્દ્રિયોને સંયમિત કરીને તેમને વશમાં રાખવામાં સમર્થ મનુષ્ય ભગવાનની પૂર્ણ કૃપા પ્રાપ્ત કરી શકે છે.

ભાવાર્થ

અગાઉ સ્પષ્ટતા કરવામાં આવી છે જ કે કૃત્રિમ પદ્ધતિથી ઈન્દ્રિયોને બાહ્ય રીતે નિયંત્રિત કરી શકાય છે, પરંતુ જ્યાં સુધી ઈન્દ્રિયો ભગવાનની દિવ્ય સેવામાં પરોવાતી નથી, ત્યાં સુધી તેમના પતનની પૂરેપૂરી શક્યતા રહે છે. પૂર્ણ કૃષ્ણભાવનામાં રહેલો મનુષ્ય ઉપરછલ્લી રીતે વિષયભોગના સ્તર પર દેખાતો હોય, તો પણ તે કૃષ્ણભાવનાપરાયણ હોવાથી ભોગવિલાસમાં આસક્ત થતો નથી. કૃષ્ણભાવનાપરાયણ મનુષ્ય માત્ર કૃષ્ણના સુખ-સંતોષની જ ચિંતા કરે છે, તે સિવાય બીજા કશાયની નહીં. તેથી તે સમસ્ત આસક્તિ તથા વિરક્તિથી પર હોય છે. કૃષ્ણ ઈચ્છે તો ભક્ત સામાન્ય રીતે અનિચ્છનીય એવું ગમે તે કાર્ય કરવા પણ સમર્થ છે અને જો કૃષ્ણની ઈચ્છા ન હોય, તો તે સામાન્ય રીતે પોતાના સંતોષ માટે કરતો હોય તેવું કાર્ય પણ નહીં કરે. તેથી કાર્ય કરવું કે ન કરવું એ તેના વશમાં હોય છે, કારણ કે તે કેવળ કૃષ્ણના આદેશ અનુસાર જ કાર્ય કરતો હોય છે અને આ ભાવના જ ભગવાનની અહૈતુકી કૃપા છે કે જેની પ્રાપ્તિ ભક્તને વિષયોમાં આસક્ત રહેવા છતાં થઈ શકે છે.

શ્લોક ૬૫

प्रसादे सर्वदुःखानां हानिरस्योपजायते।
प्रसन्नचेतसो ह्याशु बुद्धिः पर्यवतिष्ठते॥ ६५॥

પ્રસાદે—ભગવાનની અહૈતુકી કૃપા પ્રાપ્ત થવાથી; **સર્વ**—બધાં; **દુઃખાનામ્**—ભૌતિક દુઃખોનો; **હાનિઃ**—નાશ; **અસ્ય**—તેનો; **ઉપજાયતે**—થાય છે; **પ્રસન્ન ચેતસઃ**—પ્રસન્ન મનવાળાની; **હિ**—નક્કી; **આશુ**—તરત જ; **બુદ્ધિઃ**—બુદ્ધિ; **પરિ**—સારી રીતે; **અવતિષ્ઠતે**—સ્થિર થઈ જાય છે.

અનુવાદ

આ પ્રમાણે કૃષ્ણભાવનામૃતમાં સંતુષ્ટ થયેલા મનુષ્ય માટે ભૌતિક અસ્તિત્વના ત્રિવિધ તાપ નષ્ટ થઈ જાય છે; આવી સંતુષ્ટ અવસ્થામાં તેની બુદ્ધિ તરત જ સારી રીતે સ્થિર થઈ જાય છે.

શ્લોક ૬૬

नास्ति बुद्धिरयुक्तस्य न चायुक्तस्य भावना।
न चाभावयतः शान्तिरशान्तस्य कुतः सुखम्॥ ६६॥

ન અસ્તિ—થઈ શકતી નથી; **બુદ્ધિઃ**—દિવ્ય બુદ્ધિ; **અયુક્તસ્ય**—(કૃષ્ણભાવના સાથે) સંબંધમાં ન હોય તેવા મનુષ્યની; **ન**—નહીં; **ચ**—અને; **અયુક્તસ્ય**—કૃષ્ણભાવનારહિત મનુષ્યનું; **ભાવના**—સ્થિર ચિત્ત (સુખમાં); **ન**—નહીં; **ચ**—અને; **અભાવયતઃ**—જે સ્થિર નથી તેને; **શાન્તિઃ**—શાંતિ; **અશાન્તસ્ય**—અશાંત મનુષ્યને; **કુતઃ**—ક્યાંથી હોય; **સુખમ્**—સુખ.

અનુવાદ

કૃષ્ણભાવનાપરાયણ થઈને જે મનુષ્ય પરમેશ્વરના સંબંધમાં રહેતો નથી, તેની બુદ્ધિ દિવ્ય થતી નથી અને ચિત્ત પણ સંયમિત થતું નથી, જેના વિના શાંતિની કોઈ શક્યતા રહેતી નથી અને શાંતિ વિના સુખ કેવી રીતે સંભવે?

ભાવાર્થ

જો મનુષ્ય કૃષ્ણભાવનાપરાયણ ન બને, તો તેના માટે શાંતિની કોઈ શક્યતા રહેતી નથી. તેથી પાંચમા અધ્યાય (૫.૨૯)માં આનું સમર્થન કરવામાં આવ્યું છે કે મનુષ્ય જ્યારે એમ સમજી જાય છે કે કૃષ્ણ જ સર્વ યજ્ઞ તથા તપનાં ઉત્તમ ફળોના એકમાત્ર ભોક્તા છે અને અખિલ બ્રહ્માંડના સ્વામી છે તથા તેઓ જીવમાત્રના સાચા મિત્ર છે, ત્યારે જ તેને વાસ્તવિક શાંતિ મળી શકે છે. તેથી જો મનુષ્ય કૃષ્ણભાવનાપરાયણ ન બને, તો તેના મનનું કોઈ અંતિમ ધ્યેય પણ હોઈ શકે નહીં. અંતિમ ધ્યેયનો અભાવ હોવાને કારણે જ અશાંતિ થાય છે અને જ્યારે મનુષ્યને ખાતરી થઈ જાય છે કે કૃષ્ણ જ ભોક્તા, સ્વામી તથા સૌના મિત્ર છે, ત્યારે જ સ્થિરચિત્ત થયેલો મનુષ્ય શાંતિ અનુભવી શકે છે. તેથી જે મનુષ્ય કૃષ્ણના સંબંધ વિના જ કાર્યમાં પરોવાયેલો રહે છે, તે જીવનમાં શાંતિ તથા આધ્યાત્મિક પ્રગતિનો ભલે ગમે તેટલો દેખાવ કરે, તોયે તે સદા સંતાપમાં તથા અશાંતિમાં રહે છે. કૃષ્ણભાવનામૃત સ્વયં પ્રગટ થનારી શાંતિપૂર્ણ અવસ્થા છે કે જેની પ્રાપ્તિ કૃષ્ણના સંબંધે જ થઈ શકે છે.

શ્લોક ૬૭ **इन्द्रियाणां हि चरतां यन्मनोऽनुविधीयते।**
तदस्य हरति प्रज्ञां वायुर्नावमिवाम्भसि॥ ६७॥

ઇન્દ્રિયાણામ્—ઇન્દ્રિયોનાં; **હિ**—નક્કી; **ચરતામ્**—વિચરણ દરમ્યાન; **યત્**—જેની સાથે; **મનઃ**—મન; **અનુવિધીયતે**—સતત સંલગ્ન રહે છે; **તત્**—

તે; **અસ્ય**—તેની; **હરતિ**—હરી લે છે; **પ્રજ્ઞામ્**—બુદ્ધિ; **વાયુઃ**—પવન; **નાવમ્**—નૌકા; **ઈવ**—જેવી રીતે; **અમ્ભસિ**—પાણીમાં.

અનુવાદ

જેવી રીતે પાણીમાંની નૌકા પ્રબળ પવન દ્વારા દૂર ખેંચાઈ જાય છે, તેવી રીતે વિચરણશીલ ઈન્દ્રિયોમાંથી કોઈ એક પર પણ જો મન કેન્દ્રિત થાય, તો તે મનુષ્યની બુદ્ધિને હરી લે છે.

ભાવાર્થ

ભગવાનની સેવામાં જો બધી ઈન્દ્રિયો કાર્યરત ન રહે, તો ઈન્દ્રિયતૃપ્તિ કરવામાં નિમગ્ન રહેતી ઈન્દ્રિયો પૈકીની એક ઈન્દ્રિય પણ ભક્તને આધ્યાત્મિક પ્રગતિના પથમાંથી વિચલિત કરી શકે છે. મહારાજ અંબરીષના જીવનમાં ઉલ્લેખ થયો છે તેમ, સર્વ ઈન્દ્રિયોને કૃષ્ણભક્તિમાં જોડી દેવી જોઈએ, કારણ કે મનને વશમાં રાખવાની એ જ સાચી પદ્ધતિ છે.

શ્લોક ૬૮

तस्माद्यस्य महाबाहो निगृहीतानि सर्वशः ।
इन्द्रियाणीन्द्रियार्थेभ्यस्तस्य प्रज्ञा प्रतिष्ठिता ॥ ६८ ॥

તસ્માત્—માટે; **યસ્ય**—જેની; **મહાબાહો**—હે બળવાન ભુજાઓવાળા; **નિગૃહીતાનિ**—એ રીતે સંયમિત થયેલી; **સર્વશઃ**—સર્વથા; **ઈન્દ્રિયાણી**—ઈન્દ્રિયો; **ઈન્દ્રિય અર્થેભ્યઃ**—ઈન્દ્રિય વિષયોથી; **તસ્ય**—તેની; **પ્રજ્ઞા**—બુદ્ધિ; **પ્રતિષ્ઠિતા**—સ્થિર.

અનુવાદ

તેથી હે મહાબાહુ, જે મનુષ્યની ઈન્દ્રિયો તેમના વિષયોમાંથી સંયમિત થયેલી હોય છે, તેની બુદ્ધિ નિઃસંદેહ સ્થિર હોય છે.

ભાવાર્થ

કૃષ્ણભાવનામૃત દ્વારા અથવા ભગવાનની દિવ્ય પ્રેમસભર સેવામાં સર્વ ઈન્દ્રિયોને જોડી દેવાથી મનુષ્ય ઈન્દ્રિયતૃપ્તિના આવેગોનું દમન કરી શકે છે. જેવી રીતે શત્રુઓનું દમન શ્રેષ્ઠ સેના દ્વારા કરી શકાય છે, તેવી રીતે ઈન્દ્રિયોનું દમન કોઈ માનવીય પ્રયાસ દ્વારા નહીં, પરંતુ તેમને ભગવત્સેવામાં સમર્પિત કરવાથી શક્ય બને છે. જે મનુષ્યને એટલું સમજાય છે કે કેવળ કૃષ્ણભાવનામૃત દ્વારા જ મનુષ્ય સ્થિર બુદ્ધિવાળો થઈ શકે છે, તેણે સદ્‌ગુરુના આશ્રય હેઠળ આ કળાનો અભ્યાસ કરવો જોઈએ અને પછી તે *સાધક* અથવા મુક્તિ પામવા માટે સુપાત્ર અધિકારી કહેવાય છે.

શ્લોક ૬૯
या निशा सर्वभूतानां तस्यां जागर्ति संयमी।
यस्यां जाग्रति भूतानि सा निशा पश्यतो मुनेः ॥ ६९ ॥

या—જે; **निशा**—રાત્રિ છે; **सर्व**—બધા; **भूतानाम्**—જીવોની; **तस्याम्**—તેમાં; **जागर्ति**—જાગતો રહે છે; **संयमी**—આત્મસંયમી મનુષ્ય; **यस्याम्**—જેમાં; **जाग्रति**—જાગતા હોય છે; **भूतानि**—સમસ્ત જીવો; **सा**—તે; **निशा**—રાત્રિ; **पश्यतः**—આત્મનિરીક્ષણ કરનારા; **मुनेः**—મુનિ માટે.

અનુવાદ

સર્વ જીવો માટે જે રાત્રિ છે, તે આત્મસંયમી મનુષ્યો માટે જાગતા રહેવાનો સમય છે અને જે સમસ્ત જીવોનો જાગવાનો સમય છે, તે આત્મનિરીક્ષણ કરનારા મુનિ માટે રાત્રિ છે.

ભાવાર્થ

બુદ્ધિશાળી મનુષ્યોના બે વર્ગો છે. એક વર્ગ ઈન્દ્રિયતૃપ્તિ અર્થે કાર્ય કરવામાં કુશળ હોય છે અને બીજો વર્ગ આત્મનિરીક્ષક હોય છે તથા આત્મ-સાક્ષાત્કારના વિકાસ અર્થે જાગૃત રહે છે. ભોગપરાયણ મનુષ્ય માટે આત્મનિરીક્ષક મુનિ અથવા વિચારશીલ મનુષ્યનાં કાર્યો રાત્રિસમાન હોય છે. ભોગવાદી મનુષ્યો આત્મ-સાક્ષાત્કાર વિશે અજ્ઞાની હોવાથી આવી રાત્રિ દરમ્યાન નિદ્રાધીન રહે છે. આત્મનિરીક્ષક મુનિ ભોગપરાયણ મનુષ્યોની "રાત્રિ"માં જાગૃત રહે છે. મુનિને આધ્યાત્મિક સંસ્કૃતિની ક્રમિક ઉન્નતિમાં દિવ્ય આનંદ મળે છે, પરંતુ ભોગવાદી મનુષ્ય આત્મ-સાક્ષાત્કાર પ્રત્યે નિદ્રાધીન રહીને અનેક પ્રકારનાં ઈન્દ્રિયસુખોનાં સ્વપ્ન જોયા કરે છે અને એવી નિદ્રાવસ્થા-અજ્ઞાનમાં ક્યારેક સુખ અને ક્યારેક દુઃખ અનુભવતો રહે છે. આત્મનિરીક્ષણ કરતો મનુષ્ય ભૌતિક સુખ તથા દુઃખ પ્રત્યે ઉદાસીન રહે છે. તે ભૌતિક પ્રત્યાઘાતોથી અવિચળ રહીને આત્મ-સાક્ષાત્કારનાં કાર્યોમાં મગ્ન રહે છે.

શ્લોક ૭૦
आपूर्यमाणमचलप्रतिष्ठं
समुद्रमापः प्रविशन्ति यद्वत्।
तद्वत्कामा यं प्रविशन्ति सर्वे
स शान्तिमाप्नोति न कामकामी ॥ ७० ॥

આપૂર્યમાણમ્—નિત્ય પરિપૂર્ણ; **અચલ પ્રતિષ્ઠમ્**—દઢતાપૂર્વક સ્થિત; **સમુદ્રમ્**—સાગરમાં; **આપઃ**—નદીઓ; **પ્રવિશન્તિ**—પ્રવેશે છે; **યદ્વત્**—જેવી રીતે; **તદ્વત્**—તેમ; **કામાઃ**—વાસનાઓ; **યમ્**—જેનામાં; **પ્રવિશન્તિ**—પ્રવેશે છે; **સર્વે**—બધી; **સઃ**—તે મનુષ્ય; **શાન્તિમ્**—શાંતિ; **આપ્નોતિ**—પ્રાપ્ત કરે છે; **ન**—નહીં; **કામકામી**—વાસનાઓની પૂર્તિ કરનાર મનુષ્ય.

અનુવાદ

જેવી રીતે સમુદ્રમાં નદીઓ નિરંતર પ્રવેશ કરતી રહે છે, છતાં સમુદ્ર હંમેશાં સ્થિર રહે છે, તેમ વાસનાઓના અવિરત પ્રવાહથી વિચલિત નહીં થનાર મનુષ્ય જ શાંતિ પ્રાપ્ત કરી શકે છે, પરંતુ આવી ઈચ્છાઓને સંતુષ્ટ કરવા મથતો મનુષ્ય શાંતિ પ્રાપ્ત કરી શકતો નથી.

ભાવાર્થ

વિશાળ સાગરમાં હંમેશાં પાણી ભરાયા કરે છે, ખાસ કરીને વર્ષા ઋતુ દરમ્યાન તેમાં ઘણું વધારે પાણી ભરાય છે. તેમ છતાં સાગર એટલો જ સ્થિર રહે છે; તે વિક્ષુબ્ધ થતો નથી કે તેના તટની સીમાનું કદી ઉલ્લંઘન પણ કરતો નથી. કૃષ્ણભાવનામૃતમાં સ્થિર થયેલા મનુષ્યની સ્થિતિ આવી જ હોય છે. જ્યાં સુધી મનુષ્ય ભૌતિક શરીર ધરાવે છે, ત્યાં સુધી ઈન્દ્રિયતૃપ્તિ માટે શરીરની માગણીઓ ચાલુ રહે છે. પરંતુ ભક્ત પોતાની પૂર્ણતાને કારણે આવી ઈચ્છાઓથી વિચલિત થતો નથી. કૃષ્ણભક્તિપરાયણ મનુષ્યને કોઈ જ વસ્તુની જરૂર રહેતી નથી, કારણ કે ભગવાન તેની બધી જ ભૌતિક જરૂરિયાતો પરિપૂર્ણ કરે છે. તેથી તે સાગરસમાન નિત્ય સ્વયંપૂર્ણ રહે છે. સાગરમાં વહેતી નદીઓના જળની જેમ ઈચ્છાઓ તેની પાસે આવી શકે છે, પરંતુ તે પોતાના કર્તવ્યમાં સ્થિર રહે છે અને ઈન્દ્રિયતૃપ્તિની ઈચ્છાઓથી લેશમાત્ર વિચલિત થતો નથી. કૃષ્ણભક્તિપરાયણ મનુષ્યની એ જ કસોટી છે કે ઈચ્છાઓ વિદ્યમાન હોવા છતાં તેની ઈન્દ્રિયતૃપ્તિ કરવાની તમામ વૃત્તિઓ નિર્મૂળ થઈ ગઈ હોય છે. ભગવાનની દિવ્ય પ્રેમસભર સેવામાં તે નિત્ય પ્રસન્ન રહેતો હોવાથી સમુદ્રની માફક સદા સ્થિર રહે છે અને તેથી પૂર્ણ શાંતિનો આનંદ માણી શકે છે. પરંતુ અન્ય મનુષ્યો કે જેઓ ભૌતિક સફળતાની વાત જવા દઈએ તોયે મુક્તિ પામવાની સીમા આવે, ત્યાં સુધી પણ ઈચ્છાઓની પૂર્તિ કરવા ઈચ્છે છે, તેમને કદાપિ શાંતિ મળતી નથી. સકામ કર્મી, મુમુક્ષુ તથા યોગી એ બધા જ સિદ્ધિ ઈચ્છનારા છે, તેથી તેઓ અપૂર્ણ રહેતી ઈચ્છાઓને

કારણે દુઃખી રહે છે. પરંતુ કૃષ્ણભક્તિપરાયણ ભક્ત ભગવત્સેવામાં સુખી રહે છે અને તેની કોઈ ઇચ્છા પરિપૂર્ણ કરવાની બાકી હોતી નથી. હકીકતમાં તેને કહેવાતા ભૌતિક બંધનમાંથી મુક્ત થવાની ઇચ્છા પણ હોતી નથી. કૃષ્ણના ભક્તો ભૌતિક કામના ધરાવતા નથી અને તેથી તેઓ પૂર્ણ શાંતિમાં અવસ્થિત રહે છે.

શ્લોક ૭૧ **विहाय कामान्यः सर्वान्पुमांश्चरति निःस्पृहः।**
निर्ममो निरहङ्कारः स शान्तिमधिगच्छति॥ ७१॥

વિહાય—છોડીને; **કામાન્**—ઇન્દ્રિયતૃપ્તિની ભૌતિક ઇચ્છાઓને; **યઃ**—જે; **સર્વાન્**—સમસ્ત; **પુમાન્**—મનુષ્ય; **ચરતિ**—રહે છે; **નિઃસ્પૃહ**—ઇચ્છારહિત; **નિર્મમઃ**—મમતારહિત; **નિરહઙ્કારઃ**—મિથ્યા અહંકારરહિત; **સઃ**—તે; **શાન્તિમ્**—પૂર્ણ શાંતિને; **અધિગચ્છતિ**—પામે છે.

અનુવાદ

જે મનુષ્યે ઇન્દ્રિયતૃપ્તિની સમસ્ત ઇચ્છાઓનો ત્યાગ કર્યો છે, જે નિઃસ્પૃહ રહે છે અને જેણે સ્વામિત્વના ભાવનો સર્વથા ત્યાગ કરી દીધો છે તથા મિથ્યા અહંકારથી રહિત થયેલો છે, તે જ વાસ્તવિક શાંતિ પ્રાપ્ત કરી શકે છે.

ભાવાર્થ

ઇચ્છારહિત બનવાનો અર્થ થાય છે, ઇન્દ્રિયતૃપ્તિ માટે કોઈ પણ વસ્તુની ઇચ્છા ન કરવી. બીજા શબ્દોમાં કહી શકાય કે કૃષ્ણભાવનાપરાયણ થવાની ઇચ્છા કરવી એ જ હકીકતમાં ઇચ્છાશૂન્યતા અથવા નિસ્પૃહતા છે. આ ભૌતિક શરીરમાં મિથ્યા આત્મભાવ રાખ્યા વિના તથા જગતમાંની કોઈ પણ વસ્તુ પર મિથ્યા સ્વામિત્વનો ભાવ રાખ્યા વિના મનુષ્યે શ્રીકૃષ્ણના સનાતન સેવક તરીકેની પોતાની સ્વરૂપાવસ્થાને જાણી લેવી, એ જ તો કૃષ્ણભાવનામૃતની પૂર્ણ અવસ્થા છે. જે મનુષ્ય આ પૂર્ણ અવસ્થામાં હોય છે, તે જાણે છે કે શ્રીકૃષ્ણ જ સર્વ વસ્તુઓના સ્વામી છે, માટે પ્રત્યેક વસ્તુનો ઉપયોગ તેમના સંતોષ અર્થે જ કરવો જોઈએ. અર્જુન પોતાની ઇચ્છાતૃપ્તિ માટે યુદ્ધ કરવા માગતો ન હતો. પરંતુ જ્યારે તે સંપૂર્ણ રીતે કૃષ્ણભાવપરાયણ થઈ ગયો, ત્યારે તેણે યુદ્ધ કર્યું, કારણ કે કૃષ્ણની એવી ઇચ્છા હતી. પોતાને માટે તેને યુદ્ધ કરવાની કોઈ ઇચ્છા હતી નહીં, પરંતુ કૃષ્ણ માટે એ જ અર્જુન સર્વોત્તમ શક્તિથી લડ્યો હતો. કૃષ્ણના

સંતોષ માટેની ઇચ્છા કરવી એ જ સાચી ઇચ્છારહિતતા છે; ઇચ્છાઓને નિર્મૂળ કરવાનો કૃત્રિમ પ્રયાસ એ ખરી ઇચ્છારહિતતા નથી. જીવ કદાપિ ઇચ્છાશૂન્ય અથવા ઇન્દ્રિયશૂન્ય બની શકતો નથી, પરંતુ તેણે ઇચ્છાઓની ગુણવત્તાને બદલવાની હોય છે. દુન્યવી રીતે નિસ્પૃહ મનુષ્ય ચોક્કસપણે જાણે છે કે (*ઈશાવાસ્યમ્ ઇદં સર્વમ્*) દરેક વસ્તુ કૃષ્ણની માલિકીની છે અને તેથી તે કોઈ પણ વસ્તુ પર પોતાના સ્વામિત્વનો મિથ્યા દાવો કરતો નથી. આ આધ્યાત્મિક જ્ઞાન આત્મ-સાક્ષાત્કાર ઉપર આધારિત છે, અર્થાત્ એમ સારી રીતે જાણી લેવું જોઈએ કે દરેક જીવ આધ્યાત્મિક રીતે કૃષ્ણનો સનાતન અંશ છે અને તેથી જીવની સનાતન સ્થિતિ ક્યારેય કૃષ્ણની સમકક્ષ કે કૃષ્ણથી ચડિયાતી હોતી નથી. કૃષ્ણભાવનામૃતની આ સમજણ સાચી શાંતિનો મૂળભૂત સિદ્ધાંત છે.

શ્લોક ૭૨ **एषा ब्राह्मी स्थितिःपार्थ नैनां प्राप्य विमुह्यति।**
स्थित्वास्यामन्तकालेऽपि ब्रह्मनिर्वाणमृच्छति॥ ७२॥

એષા—આ; **બ્રાહ્મી**—આધ્યાત્મિક; **સ્થિતિઃ**—સ્થિતિ; **પાર્થ**—હે પૃથાપુત્ર; **ન**—કદી નહીં; **એનામ્**—આને; **પ્રાપ્ય**—પામીને; **વિમુહ્યતિ**—મોહિત થાય છે; **સ્થિત્વા**—સ્થિત થઈને; **અસ્યામ્**—આમાં; **અન્તકાલે**—જીવનના અંતે; **અપિ**—પણ; **બ્રહ્મનિર્વાણમ્**—ભગવદ્ધામને; **ઋચ્છતિ**—પ્રાપ્ત થાય છે.

અનુવાદ

આ આધ્યાત્મિક તથા ઈશ્વરમય જીવનનો માર્ગ છે, જેને પામ્યા પછી મનુષ્ય મોહવશ થતો નથી. જો મનુષ્ય મરણ સમયે પણ આવી જ અવસ્થામાં રહે, તો તે ભગવાનના ધામમાં પ્રવેશ પામી શકે છે.

ભાવાર્થ

મનુષ્ય કૃષ્ણભાવનામૃત અથવા દિવ્ય જીવન એક ક્ષણમાં જ પામી શકે છે, અથવા તો આવી અવસ્થા તેને કરોડો જન્મો પછી પણ પ્રાપ્ત થતી નથી. આમાં સવાલ માત્ર સત્યને સમજવાનો અને તેને સ્વીકારવાનો છે. મહારાજ ખટ્વાંગે મરણની થોડી ક્ષણો પૂર્વે જ કૃષ્ણને શરણાગત થઈને આ સ્થિતિ પ્રાપ્ત કરી હતી. *નિર્વાણ* શબ્દનો અર્થ છે ભોગવાદી જીવનની પદ્ધતિનો અંત આણવો. બૌદ્ધ દર્શન પ્રમાણે આ ભૌતિક જીવન પૂર્ણ થયે માત્ર 'શૂન્ય' રહે છે, પરંતુ ભગવદ્‌ગીતાનો ઉપદેશ એનાથી જુદો

છે. વાસ્તવિક જીવનની શરૂઆત આ ભૌતિક જીવનના પૂરા થયા પછી થાય છે. સ્થૂળ ભૌતિકવાદી માટે એટલું જાણી લેવું પૂરતું છે કે આ ભૌતિક જીવનનો અંત નિશ્ચિત છે, પરંતુ આધ્યાત્મિક દૃષ્ટિએ ઉન્નત થયેલા મનુષ્યો માટે આ જીવન પછી અન્ય જીવનનો પ્રારંભ થાય છે. આ ભૌતિક જીવન સમાપ્ત કરતા પહેલાં જો કોઈ મનુષ્ય સદ્‌ભાગ્યે કૃષ્ણભક્તિપરાયણ થઈ જાય, તો તે તરત જ *બ્રહ્મનિર્વાણ*ની સ્થિતિ પ્રાપ્ત કરે છે. ભગવાનનું ધામ અને ભગવાનની ભક્તિમય સેવા વચ્ચે કોઈ તફાવત નથી. તે બંને પરમ સ્તરનાં હોવાથી, ભગવાનની દિવ્ય પ્રેમસભર ભક્તિમય સેવામાં કાર્યરત થઈ જવું એટલે જ ભગવદ્‌ધામની પ્રાપ્તિ થવી. ભૌતિક જગતમાં ઈન્દ્રિયતૃપ્તિ વિષયક પ્રવૃત્તિઓ હોય છે, જ્યારે આધ્યાત્મિક જગતમાં કૃષ્ણભાવનામૃતની પ્રવૃતિઓ હોય છે. આ જીવન દરમ્યાન પણ જો કૃષ્ણભાવનામૃતની પ્રાપ્તિ થાય, તો તે તત્કાળ બ્રહ્મપ્રાપ્તિ થયા સમાન છે અને જે મનુષ્ય કૃષ્ણભાવનામૃતમાં અવસ્થિત થયેલો છે, તે નિશ્ચિતપણે જ ભગવાનનું ધામ પામી ચૂક્યો હોય છે.

બ્રહ્મ એ ભૌતિક પદાર્થથી તદ્દન ઊલટું છે. તેથી *બ્રાહ્મી* સ્થિતિનો અર્થ થાય છે, "ભૌતિક કાર્યોના સ્તર પરની ભૂમિકામાં ન હોવું." ભગવદ્‌ગીતામાં ભગવાનની ભક્તિમય સેવાને મુક્ત અવસ્થા ગણવામાં આવી છે (*સ ગુણાન્ સમતીત્યૈતાન્ બ્રહ્મ ભૂયાય કલ્પતે*). માટે *બ્રાહ્મી* સ્થિતિ એટલે ભૌતિક બંધનમાંથી મુક્તિ પામવી એવો અર્થ થાય છે.

શ્રીલ ભક્તિવિનોદ ઠાકુરે ભગવદ્‌ગીતાના આ બીજા અધ્યાયને સંપૂર્ણ ગ્રંથના સારરૂપ હોવાનું કહ્યું છે. ભગવદ્‌ગીતામાં કર્મયોગ, જ્ઞાનયોગ તથા ભક્તિયોગના વિષયોનો સમાવેશ થાય છે. આ દ્વિતીય અધ્યાયમાં સંપૂર્ણ ગ્રંથના વિષયાનુક્રમ તરીકે કર્મયોગ તથા જ્ઞાનયોગનું સ્પષ્ટ નિરૂપણ થયું છે અને ભક્તિયોગનું પણ આંશિક દર્શન કરાવ્યું છે.

આમ શ્રીમદ્‌ ભગવદ્‌ગીતાના "ગીતાનો સાર" નામના દ્વિતીય અધ્યાય પરના ભક્તિવેદાંત ભાવાર્થો પૂર્ણ થાય છે.

અધ્યાય ૩

કર્મયોગ

अर्जुन उवाच

श्लोक ज्यायसी चेत्कर्मणस्ते मता बुद्धिर्जनार्दन।
१ तत्किं कर्मणि घोरे मां नियोजयसि केशव॥ १ ॥

અર્જુનઃ ઉવાચ—અર્જુને કહ્યું; **જ્યાયસી**—ચડિયાતી; **ચેત્**—જો; **કર્મણઃ**—સકામ કર્મ કરતાં; **તે**—તમારા વડે; **મતા**—માનવામાં આવી છે; **બુદ્ધિઃ**—બુદ્ધિ; **જનાર્દન**—હે કૃષ્ણ; **તત્**—તેથી; **કિમ્**—શા માટે; **કર્મણિ**—કાર્યમાં; **ઘોરે**—ભયંકર; **મામ્**—મને; **નિયોજયસિ**—તમે પ્રેરી રહ્યા છો; **કેશવ**—હે કૃષ્ણ.

અનુવાદ

અર્જુને કહ્યું: હે જનાર્દન, હે કેશવ, જો તમે બુદ્ધિને સકામ કર્મ કરતાં ચડિયાતી માનતા હો, તો પછી તમે મને આ ઘોર યુદ્ધ કરવા શા માટે પ્રેરી રહ્યા છો?

ભાવાર્થ

આ પૂર્વેના અધ્યાયમાં પૂર્ણ પુરુષોત્તમ પરમેશ્વર શ્રીકૃષ્ણે તેમના ઘનિષ્ઠ મિત્ર અર્જુનને દુન્યવી શોકના મહાસાગરમાંથી ઉગારી લેવા માટે આત્માના સ્વરૂપનું વિસ્તારપૂર્વક વર્ણન કર્યું છે. અને આત્મ-સાક્ષાત્કારના જે માર્ગનો અનુરોધ કર્યો છે, તે છે બુદ્ધિયોગ અથવા કૃષ્ણભાવનામૃત. કેટલીક વખત કૃષ્ણભાવનામૃત વિશે ગેરસમજ કરીને તેને જડતા માની લેવામાં આવે છે અને એવી ગેરસમજ ધરાવતો માણસ ભગવાન કૃષ્ણના નામ-જપ દ્વારા પૂર્ણ કૃષ્ણભક્તિપરાયણ થવા માટે કોઈ એકાંત સ્થળે જતો રહે છે. પરંતુ કૃષ્ણભાવનામૃતના તત્ત્વજ્ઞાનમાં તાલીમ પામ્યા વિના એકાંત સ્થાનમાં જઈને કૃષ્ણના પવિત્ર નામનો જપ કરવાનું ઇચ્છનીય નથી, કારણ કે આમ કરવાથી તે ત્યાં અબુધ જનતા પાસેથી માત્ર સસ્તી પ્રશંસા પ્રાપ્ત કરી

શકે છે. અર્જુને પણ કૃષ્ણભાવનામૃત અથવા બુદ્ધિયોગ અર્થાત્ જ્ઞાનને આધ્યાત્મિક પ્રગતિમાં યોજવાની બુદ્ધિ વિશે એમ માની લીધું કે તે જાણે સક્રિય જીવનમાંથી નિવૃત્ત થઈને એકાંત સ્થળે જઈને કરવાની વ્રત-તપની સાધના હોય. બીજા શબ્દોમાં કહી શકાય કે તે કૃષ્ણભાવનામૃતનો એક બહાના તરીકે ઉપયોગ કરીને ચતુરાઈપૂર્વક યુદ્ધ કરવાનું ટાળવા ઈચ્છતો હતો. પરંતુ એક સંનિષ્ઠ શિષ્ય હોવાથી તેણે આ બાબત ગુરુ સમક્ષ રજૂ કરી અને કૃષ્ણને કર્મના સર્વોત્તમ માર્ગ વિશે પ્રશ્ન પૂછ્યો. ભગવાન શ્રીકૃષ્ણે ઉત્તર આપતાં આ ત્રીજા અધ્યાયમાં કર્મયોગ અર્થાત્ કૃષ્ણભાવનામય કર્મનું વિસ્તારપૂર્વક નિરૂપણ કર્યું.

શ્લોક **વ્યામિશ્રેણેવ વાક્યેન બુદ્ધિં મોહયસીવ મે।**
૨ **તદેકં વદ નિશ્ચિત્ય યેન શ્રેયોऽહમાપ્નુયામ્॥ ૨॥**

વ્યામિશ્રેણ—દ્વિઅર્થી; **ઈવ**—જાણે; **વાક્યેન**—વાણી દ્વારા; **બુદ્ધિમ્**—બુદ્ધિ; **મોહયસિ**—તમે મૂંઝવી રહ્યા છો; **ઈવ**—જાણે; **મે**—મારી; **તત્**—માટે; **એકમ્**—એકમાત્ર; **વદ**—કૃપા કરીને કહો; **નિશ્ચિત્ય**—નક્કી કરીને; **યેન**—જેના વડે; **શ્રેયઃ**—વાસ્તવિક કલ્યાણ; **અહમ્**—હું; **આપ્નુયામ્**—મેળવી શકું.

અનુવાદ

આપના દ્વિઅર્થી ઉપદેશોથી મારી મતિ મૂંઝાઈ ગઈ છે. તેથી કૃપા કરીને મને નિશ્ચયપૂર્વક જણાવો કે આમાંથી મારે માટે સૌથી હિતાવહ શું છે?

ભાવાર્થ

આનાથી પહેલાંના અધ્યાયમાં ભગવદ્ગીતાની ભૂમિકા તરીકે સાંખ્યયોગ, બુદ્ધિયોગ, બુદ્ધિ દ્વારા ઈન્દ્રિયનિગ્રહ, નિષ્કામ કર્મયોગ તથા નવદીક્ષિતની સ્થિતિ જેવા વિભિન્ન માર્ગોનું નિરૂપણ કરવામાં આવ્યું છે. પરંતુ આ બધું અવ્યવસ્થિતપણે રજૂ થયું હતું. કર્મ કરવા તથા તેને સમજવા માટેના માર્ગની વધારે વ્યવસ્થિત રૂપરેખાની જરૂર હોય છે. અર્જુન તેથી આ દેખીતી રીતે ભ્રામક જણાતા વિષયોને સ્પષ્ટ કરી લેવા ઈચ્છતો હતો કે જેથી કોઈ પણ સાધારણ મનુષ્ય ખોટાં અર્થઘટન કર્યા વિના તેને ગ્રહણ કરી શકે. જોકે કૃષ્ણ અર્જુનને કોઈ વાક્ચાતુરી દ્વારા મૂંઝવવા માગતા નહોતા, પણ કૃષ્ણભાવનામૃતનો માર્ગ નિષ્ક્રિયતાનો છે કે પ્રવૃત્તિમય સેવાનો, તે અર્જુન સમજી શક્યો નહોતો. બીજી રીતે કહી શકાય કે તે પોતાના પ્રશ્નો

પૂછીને તે દ્વારા ભગવદ્‌ગીતાના રહસ્યને પામવા ઇચ્છતા બધા જ જિજ્ઞાસુ અભ્યાસીઓ માટે કૃષ્ણભાવનામૃતનો માર્ગ સ્પષ્ટ કરી રહ્યો છે.

श्रीभगवानुवाच

શ્લોક ૩ **लोकेऽस्मिन्द्विविधा निष्ठा पुरा प्रोक्ता मयानघ।**
ज्ञानयोगेन साङ्ख्यानां कर्मयोगेन योगिनाम्॥ ३॥

શ્રી ભગવાન્ ઉવાચ—પૂર્ણ પુરુષોત્તમ પરમેશ્વર બોલ્યા; **લોકે**—સંસારમાં; **અસ્મિન્**—આ; **દ્વિવિધા**—બે પ્રકારની; **નિષ્ઠા**—શ્રદ્ધા; **પુરા**—પૂર્વે; **પ્રોક્તા**—કહેવાયેલી; **મયા**—મારા દ્વારા; **અનઘ**—હે નિષ્પાપ; **જ્ઞાનયોગેન**—જ્ઞાનયોગ દ્વારા; **સાઙ્ખ્યાનામ્**—જ્ઞાનીઓની; **કર્મયોગેન**—ભક્તિયોગ દ્વારા; **યોગિનામ્**—ભક્તોની.

અનુવાદ

પૂર્ણ પુરુષોત્તમ પરમેશ્વર બોલ્યાઃ હે નિષ્પાપ અર્જુન, મેં પહેલાં સમજાવેલું જ છે કે આત્મ-સાક્ષાત્કાર પામવાનો પ્રયત્ન કરનારા મનુષ્યોના બે વર્ગ હોય છે. કેટલાક જ્ઞાનયોગ દ્વારા આને સમજવાનું વલણ ધરાવે છે અને બીજા કેટલાક ભક્તિયોગ દ્વારા સમજે છે.

ભાવાર્થ

બીજા અધ્યાયના ૩૯મા શ્લોકમાં ભગવાને સાંખ્યયોગ અને કર્મયોગ કે બુદ્ધિયોગ—એમ બે પ્રકારની યોગ પદ્ધતિઓનું નિરૂપણ કર્યું છે. આ શ્લોકમાં ભગવાને આની વધુ સ્પષ્ટતા કરી છે. સાંખ્યયોગ અથવા આત્મા તથા પદાર્થની પ્રકૃતિનું વિશ્લેષણાત્મક અધ્યયન એ એવા લોકો માટે છે કે જેઓ પ્રયોગાત્મક જ્ઞાન તથા તત્ત્વદર્શન દ્વારા વસ્તુઓને સમજવા ઇચ્છે છે. બીજા વર્ગના લોકો કૃષ્ણભાવનામૃતમાં કાર્ય કરે છે, જે વિશે બીજા અધ્યાયના ૬૧મા શ્લોકમાં સ્પષ્ટીકરણ થયું છે. ૩૯મા શ્લોકમાં પણ ભગવાને સમજાવ્યું છે કે બુદ્ધિયોગ અથવા કૃષ્ણભાવનામૃતના સિદ્ધાંતોનું પાલન કરવાથી મનુષ્ય કર્મબંધનમાંથી છૂટી જાય છે અને વળી આ પદ્ધતિમાં કોઈ જ દોષ નથી. ૬૧મા શ્લોકમાં એ જ સિદ્ધાંતનું વધુ સ્પષ્ટ નિરૂપણ થયું છે કે બુદ્ધિયોગ પરબ્રહ્મ (સ્પષ્ટપણે કહીએ તો કૃષ્ણ) ઉપર સંપૂર્ણપણે આશ્રિત છે અને આ રીતે સર્વ ઇન્દ્રિયોને સરળતાથી વશમાં લાવી શકાય છે. તેથી બંને પ્રકારના યોગ, ધર્મ તથા તત્ત્વદર્શન તરીકે એકબીજા પર આધારિત છે. તત્ત્વજ્ઞાનરહિત ધર્મ કેવળ ભાવુકતા છે અથવા ક્યારેક

ધર્માંધતા હોય છે અને ધર્મવિહીન તત્ત્વજ્ઞાન એ માનસિક તર્કવિતર્કો છે. અંતિમ ઉદ્દેશ તો કૃષ્ણ છે, કારણ કે જે તત્ત્વચિંતકો પરમ સત્યની નિષ્ઠાપૂર્વક શોધ કરતા રહે છે, તેઓ છેવટે કૃષ્ણભાવનામૃતને પામે છે. આ વાત પણ ભગવદ્‌ગીતામાં જણાવવામાં આવી છે. પરમાત્માના સંબંધે પોતાની સાચી સ્થિતિ જાણી લેવી, એ જ સંપૂર્ણ પ્રક્રિયા છે. આની પરોક્ષ પદ્ધતિ તાત્ત્વિક ચિંતન છે, જેના વડે મનુષ્ય ક્રમે ક્રમે કૃષ્ણભાવનામૃત સુધી પહોંચી શકે છે. જ્યારે બીજી પદ્ધતિમાં કૃષ્ણભાવનામૃત સાથે પ્રત્યેક વસ્તુને પ્રત્યક્ષ સંબંધથી જોડી દેવાતી હોય છે. આ બેમાંથી કૃષ્ણભાવનામૃતની પદ્ધતિ શ્રેષ્ઠ છે, કારણ કે તે ઈન્દ્રિયોના શુદ્ધીકરણ માટે તત્ત્વદર્શન પર આધાર રાખતી નથી. કૃષ્ણભાવનામૃત સ્વયં પવિત્રીકરણની પ્રક્રિયો છે અને તે ભક્તિયોગની પ્રત્યક્ષ પદ્ધતિ હોવાથી સરળ તેમ જ ઉત્કૃષ્ટ છે.

શ્લોક ૪

न कर्मणामनारम्भान्नैष्कर्म्यं पुरुषोऽश्नुते।
न च सन्न्यसनादेव सिद्धिं समधिगच्छति॥ ४॥

ન—નહીં; **કર્મણામ્**—નિયત કર્મના; **અનારમ્ભાત્**—નહીં કરવાથી; **નૈષ્કર્મ્યમ્**—કર્મફળમાંથી મુક્તિ; **પુરુષઃ**—મનુષ્ય; **અશ્નુતે**—પ્રાપ્ત કરે છે; **ન**—નહીં; **ચ**—પણ; **સન્ન્યસનાત્**—ત્યાગ કરવાથી; **એવ**—કેવળ; **સિદ્ધિમ્**—સફળતા; **સમધિગચ્છતિ**—પ્રાપ્ત કરે છે.

અનુવાદ

મનુષ્યને કર્મનો સમૂળગો પ્રારંભ ન કરવાથી ન તો કર્મફળથી મુક્તિ પ્રાપ્ત થાય છે અને ન તો કર્મત્યાગથી તેને પૂર્ણતા સિદ્ધ થાય છે.

ભાવાર્થ

ભૌતિકવાદી મનુષ્યોનાં હૃદયોને શુદ્ધ કરવા માટે જે કર્મો નિયત કરવામાં આવેલાં છે, તેનાં આચરણ દ્વારા શુદ્ધ થયેલો મનુષ્ય જ સંન્યાસ ગ્રહણ કરી શકે છે. શુદ્ધિ વિના અનાયાસે સંન્યાસ ગ્રહણ કરવાથી સફળતા મળી શકતી નથી. જ્ઞાનયોગીઓના મંતવ્યાનુસાર માત્ર સંન્યાસ ગ્રહણ કરવાથી અથવા સકામ કર્મમાંથી નિવૃત્ત થવાથી મનુષ્ય તરત જ નારાયણ સમાન થઈ જાય છે. પરંતુ ભગવાન શ્રીકૃષ્ણ આ સિદ્ધાંતને અનુમોદન આપતા નથી. હૃદયની શુદ્ધિ થયા વિના ગ્રહણ કરેલો સંન્યાસ સામાજિક વ્યવસ્થામાં કેવળ ઉપદ્રવરૂપ નીવડે છે. બીજી બાજુએ, જો કોઈ મનુષ્ય નિયત કર્મો ન કરવા

છતાં ભગવાનની દિવ્ય સેવા કરવા માંડે છે, તો તે એ માર્ગમાં જે કંઈ ઉન્નતિ કરે, તેનો ભગવાન સ્વીકાર કરે છે. (બુદ્ધિયોગ) *સ્વલ્પમ્ અપ્યસ્ય ધર્મસ્ય ત્રાયતે મહતો ભયાત્.* આવા સિદ્ધાંતનું અલ્પ આચરણ પણ મનુષ્યને મોટી મુશ્કેલીઓમાંથી પાર ઉતારવામાં મદદરૂપ થાય છે.

શ્લોક ૫

न हि कश्चित्क्षणमपि जातु तिष्ठत्यकर्मकृत्।
कार्यते ह्यवशः कर्म सर्वः प्रकृतिजैर्गुणैः ॥ ५ ॥

ન—નહીં; **હિ**—નક્કી; **કશ્ચિત્**—કોઈ મનુષ્ય; **ક્ષણમ્**—ક્ષણ; **અપિ**—પણ; **જાતુ**—કોઈ પણ વખતે; **તિષ્ઠતિ**—રહે છે; **અકર્મ કૃત્**—કશું કર્યા વગર; **કાર્યતે**—કરવાની ફરજ પાડવામાં આવે છે; **હિ**—ખરેખર; **અવશઃ**—વિવશ થઈને; **કર્મ**—કર્મ; **સર્વઃ**—બધાં; **પ્રકૃતિ જૈઃ**—ભૌતિક પ્રકૃતિના ગુણોથી ઉત્પન્ન થયેલું; **ગુણૈઃ**—ગુણો દ્વારા.

અનુવાદ

પ્રત્યેક વ્યક્તિએ તેણે ભૌતિક પ્રકૃતિ દ્વારા મેળવેલા ગુણો અનુસાર વિવશ થઈને કર્મ કરવું જ પડે છે; તેથી કોઈ પણ મનુષ્ય એક ક્ષણ માટે પણ કર્મ કર્યા વિના રહી શકતો નથી.

ભાવાર્થ

આ પ્રશ્ન મૂર્ત દેહરૂપ જીવનનો નથી. પરંતુ આત્માનો સ્વભાવ જ એવો છે કે તે હંમેશાં સક્રિય રહે છે. આત્માની ઉપસ્થિતિ વગર ભૌતિક દેહ હાલી પણ શકતો નથી. આત્મા સદૈવ સક્રિય રહે છે અને તે એક ક્ષણ માટે પણ વિરમતો નથી, જ્યારે દેહ કેવળ એક મૃત વાહન સમાન છે કે જે ચેતન આત્મા દ્વારા કાર્ય કરે છે. આમ હોવાથી આત્માને કૃષ્ણભાવનામૃતના સત્કર્મમાં પરોવી રાખવો જોઈએ, નહીં તો તે માયાશક્તિ દ્વારા નિર્દિષ્ટ કાર્યોમાં પરોવાઈ જશે. ભૌતિક શક્તિના સંસર્ગમાં આવવાથી આત્મા ભૌતિક ગુણો ગ્રહણ કરે છે અને આત્માને આવાં આકર્ષણોથી શુદ્ધ કરવા માટે શાસ્ત્રો દ્વારા નિર્દિષ્ટ કર્મ કરવામાં તેને પરોવી રાખવો જરૂરી છે. પરંતુ જો આત્મા કૃષ્ણભક્તિના પોતાના સ્વાભાવિક કાર્યમાં પરોવાઈને જે કંઈ કાર્ય કરે છે, તે તેને માટે કલ્યાણકારી હોય છે. શ્રીમદ્ ભાગવત (૧.૫.૧૭) આનું સમર્થન કરે છેઃ

ત્યક્ત્વા સ્વધર્મં ચરણામ્બુજં હરે-
ર્ભજન્ન્ અપક્વોઽથ પતેત્તતો યદિ।

યત્ર ક્વ વાભદ્રમ્ અભૂદ્ અમુષ્ય કિં
કો વાર્થ આપ્તોઽભજતાં સ્વધર્મતઃ॥

"જો કોઈ મનુષ્ય કૃષ્ણભાવનામૃતનો સ્વીકાર કરે છે અને તે શાસ્ત્રવિહિત કર્મ કરતો ન હોય અથવા યોગ્ય રીતે ભક્તિ ન કરે તથા તેનું પતન પણ થઈ જાય, તો પણ તેમાં તેનું નુકસાન કે અનિષ્ટ થતું નથી. પરંતુ જો તે શાસ્ત્રવિહિત શુદ્ધીકરણ માટેનાં બધાં કર્મ કરે પણ કૃષ્ણભાવનાપરાયણ ન થાય, તો આ બધાં કાર્યો તેનું શું ભલું કરવાના છે?" તેથી કૃષ્ણભાવનામૃતના આ સ્તરે પહોંચવા માટે શુદ્ધીકરણની પ્રક્રિયા જરૂરી છે. માટે સંન્યાસ અથવા કોઈ પણ શુદ્ધીકરણની પ્રક્રિયા કૃષ્ણભાવનાપરાયણ થવાના અંતિમ ધ્યેય સુધી જવા માટે મદદ કરે છે, કારણ કે તેના વિના બધું જ નિરર્થક ગણાય છે.

શ્લોક ૬

कर्मेन्द्रियाणि संयम्य य आस्ते मनसा स्मरन्।
इन्द्रियार्थान्विमूढात्मा मिथ्याचारः स उच्यते॥ ६॥

કર્મ ઈન્દ્રિયાણિ—પાંચે કર્મેન્દ્રિયો; **સંયમ્ય**—વશમાં રાખીને; **યઃ**—જે; **આસ્તે**—રહે છે; **મનસા**—મનથી; **સ્મરન્**—ચિંતન કરતો; **ઈન્દ્રિય અર્થાન્**—ઈન્દ્રિયોના વિષયોનું; **વિમૂઢ**—મૂર્ખ; **આત્મા**—જીવ; **મિથ્યા આચારઃ**—ઢોંગી, દંભી; **સઃ**—તે; **ઉચ્યતે**—કહેવાય છે.

અનુવાદ

જે મનુષ્ય કર્મેન્દ્રિયોને કાબૂમાં રાખે છે, પરંતુ મનમાં ઈન્દ્રિયોના વિષયોનું ચિંતન કરતો રહે છે, તે નિઃસંદેહ પોતાને છેતરે છે અને ઢોંગી કહેવાય છે.

ભાવાર્થ

એવા ઘણા મિથ્યાચારી લોકો હોય છે કે જેઓ કૃષ્ણભાવનામૃતમાં કાર્ય કરવાનો નન્નો ભણે છે પણ ધ્યાન ધરવાનો દેખાવ કરે છે, જ્યારે વાસ્તવમાં તેઓ મનમાં વિષયભોગનું ચિંતન કરતા હોય છે. આવા દંભી જનો પોતાના વ્યવહારદક્ષ શિષ્યોને છેતરવા માટે શુષ્ક તત્ત્વજ્ઞાનના વિષય પર પ્રવચન આપી શકે છે, પરંતુ આ શ્લોક પ્રમાણે તેઓ મહાધૂર્ત છે. મનુષ્ય ઈન્દ્રિયસુખ માટે કોઈ પણ આશ્રમના ગમે તે સ્તરે રહીને કાર્ય કરી શકે છે, પરંતુ જો તે સ્તરના બધા નીતિનિયમોનું પાલન યોગ્ય રીતે કરવામા આવે, તો તે પોતાનું જીવન શુદ્ધ કરવામાં ક્રમશઃ પ્રગતિ સાધી

શકે છે. પરંતુ જે મનુષ્ય યોગી હોવાનો દેખાડો કરે છે, પણ વાસ્તવમાં ઇન્દ્રિયસુખના વિષયોની શોધમાં રહે છે, તે કોઈ વખતે તત્ત્વદર્શન વિશે ભાષણ કરે, તો પણ તેને નિશ્ચિતપણે સૌથી મોટા ધૂર્ત તરીકે જાણવો. તેના જ્ઞાનની કોઈ કિંમત નથી, કારણ કે આવા પાપી માણસનાં બધાં જ ફળને ભગવાનની માયાશક્તિ હરી લે છે. આવા ઢોંગીનું મન હંમેશાં અશુદ્ધ હોય છે અને તેથી તેના યૌગિક ધ્યાનનું જરાય મહત્ત્વ નથી.

શ્લોક ૭ **यस्त्विन्द्रियाणि मनसा नियम्यारभतेऽर्जुन।**
कर्मेन्द्रियैः कर्मयोगमसक्तः स विशिष्यते॥ ७॥

યઃ—જે મનુષ્ય; **તુ**—પરંતુ; **ઇન્દ્રિયાણિ**—ઇન્દ્રિયોને; **મનસા**—મનથી; **નિયમ્ય**—નિયંત્રિત કરીને; **આરભતે**—આરંભે છે; **અર્જુન**—હે અર્જુન; **કર્મ ઇન્દ્રિયૈઃ**—કર્મેન્દ્રિયોથી; **કર્મયોગમ્**—ભક્તિ; **અસક્તઃ**—અનાસક્ત; **સઃ**—તે; **વિશિષ્યતે**—ઘણો ઘણો સારો છે.

અનુવાદ

પરંતુ જો કોઈ નિષ્ઠાવાન મનુષ્ય કર્મેન્દ્રિયોને મન દ્વારા નિયંત્રિત કરવાનો પ્રયત્ન કરે છે અને અનાસક્ત થઈને કર્મયોગ (કૃષ્ણભાવનામય કર્મ)નો આરંભ કરે છે, તો તે ઘણો ચડિયાતો છે.

ભાવાર્થ

વિલાસી જીવન તથા ઇન્દ્રિયસુખને માટે ઢોંગી અધ્યાત્મવાદી બનવાને બદલે પોતાના નિયત કર્તવ્યકર્મમાં જોડાયેલા રહીને ભવબંધનમાંથી મુક્ત થઈને ભગવદ્ધામમાં જવાના પોતાના જીવનના ઉદ્દેશ માટે મનુષ્યે કર્મ કરતા રહેવું એ વધુ શ્રેયસ્કર છે. પરમ *સ્વાર્થગતિ* અર્થાત્ સ્વહિતનું ધ્યેય તો વિષ્ણુને પામવાનું છે. સંપૂર્ણ વર્ણાશ્રમ વ્યવસ્થાનો ઉદ્દેશ આ જ જીવનધ્યેયની પ્રાપ્તિ કરવાનો છે. એક ગૃહસ્થ પણ કૃષ્ણભાવનામૃતમાં નિયમનમાં રહીને સેવા કરીને આ લક્ષ્ય સુધી પહોંચી શકે છે. આત્મ-સાક્ષાત્કાર માટે મનુષ્ય શાસ્ત્રોક્ત સંયમિત જીવન જીવી શકે છે અને અનાસક્તભાવે પોતાનાં કાર્ય કરતો રહી શકે છે અને એ રીતે તે પ્રગતિ સાધી શકે છે. જે નિષ્ઠાવાન મનુષ્ય આ પદ્ધતિનું પાલન કરે છે, તે પેલા ઢોંગી ધૂતારાથી ક્યાંય ચડિયાતો છે કે જે અબુધ જનતાને છેતરવા માટે દેખાવ પૂરતી આધ્યાત્મિકતાનો વેષ ધારણ કરે છે. માત્ર આજીવિકા રળવા માટે ધ્યાન ધરનારા ઢોંગી ધ્યાની કરતાં સડકની સફાઈ કરનારો નિષ્ઠાવાન કામદાર ક્યાંય વધારે સારો છે.

શ્લોક ૮
नियतं कुरु कर्म त्वं कर्म ज्यायो ह्यकर्मणः ।
शरीरयात्रापि च ते न प्रसिद्ध्येदकर्मणः ॥ ८ ॥

નિયતમ્—નિયત; **કુરુ**—કર; **કર્મ**—કર્તવ્યો; **ત્વમ્**—તું; **કર્મ**—કાર્ય; **જ્યાયઃ**—વધુ સારું; **હિ**—નક્કી; **અકર્મણઃ**—કામ નહીં કરવા કરતાં; **શરીર**—શરીરનું; **યાત્રા**—પાલન; **અપિ**—પણ; **ચ**—વળી; **તે**—તારું; **ન**—કદી નહીં; **પ્રસિદ્ધ્યેત્**—સિદ્ધ થાય છે; **અકર્મણઃ**—કામ વગર.

અનુવાદ

તું તારું નિયત કર્તવ્યકર્મ કર, કારણ કે કર્મ નહીં કરવા કરતાં કર્મ કરવું વધુ સારું છે. કામ કર્યા વિના મનુષ્ય પોતાના દેહનો નિર્વાહ પણ કરી શકતો નથી.

ભાવાર્થ

પોતે ઉચ્ચ કુળના છે એવી પોતાના વિશે ખોટી રજૂઆત કરનારા અનેક બનાવટી (પાખંડી) ધ્યાની માણસો હોય છે અને આધ્યાત્મિક જીવનમાં પ્રગતિ સાધવા માટે પોતે સર્વસ્વનો ત્યાગ કરી દીધો છે એવો ખોટો દેખાવ કરનારા અનેક ધંધાદારી માણસો પણ હોય છે. ભગવાન શ્રીકૃષ્ણ ઇચ્છતા ન હતા કે અર્જુન આવો ઢોંગી બને. ઊલટું, ભગવાન તો ઇચ્છતા હતા કે અર્જુન ક્ષત્રિયો માટેના નિયત કર્તવ્યધર્મનું પાલન કરે. અર્જુન ગૃહસ્થ હતો તથા એક સેનાનાયક હતો અને તેથી એ રીતે જ રહીને તે ક્ષત્રિય-ગૃહસ્થ માટે નિર્દિષ્ટ થયેલા કર્તવ્યધર્મનું પાલન કરે એ જ તેને માટે શ્રેયસ્કર હતું. આવાં કાર્યો કરવાથી સંસારી મનુષ્યનું હૃદય ધીરે ધીરે શુદ્ધ થાય છે અને તે ભૌતિક મલિનતામાંથી મુક્ત થાય છે. જીવનનિર્વાહના હેતુથી કરેલો કહેવાતો ત્યાગ ન તો ભગવાને માન્ય કર્યો છે કે ન કોઈ ધર્મશાસ્ત્રે. આખરે, જીવનનિર્વાહ માટે મનુષ્યને કોઈ કામ કરવું પડે છે. ભૌતિકવાદી વાસનાઓની શુદ્ધિ થયા વિના કર્મનો સ્વચ્છંદીપણે ત્યાગ કરવો ન જોઈએ. ભૌતિક જગતમાં રહેલો કોઈ પણ મનુષ્ય પ્રકૃતિ ઉપર પ્રભુત્વ કરવા અર્થાત્ ઇન્દ્રિયતૃપ્તિ કરવા માટેની મલિન પ્રવૃત્તિથી ગ્રસ્ત રહે છે એમાં સંદેહ નથી. આવી દૂષિત પ્રવૃત્તિઓને શુદ્ધ કરવાની જરૂર રહે છે. નિયત કર્તવ્યધર્મના પાલન દ્વારા આમ કર્યા વગર મનુષ્યે કહેવાતા અધ્યાત્મવાદી બનવાનો તથા બધાં કામો છોડી દઈને અન્ય લોકોના ભોગે નભવાનો પ્રયાસ કરવો ન જોઈએ.

શ્લોક ૯ **यज्ञार्थात्कर्मणोऽन्यत्र लोकोऽयं कर्मबन्धनः।**
तदर्थं कर्म कौन्तेय मुक्तसङ्गः समाचर॥ ९॥

યજ્ઞ અર્થાત્—યજ્ઞ અથવા વિષ્ણુ માટે જ કરેલું; **કર્મણઃ**—કર્મથી; **અન્યત્ર**—અન્યથા; **લોકઃ**—જગત; **અયમ્**—આ; **કર્મ બન્ધનઃ**—કર્મ દ્વારા બંધન; **તત્**—તે; **અર્થમ્**—ને માટે; **કર્મ**—કર્મ; **કૌન્તેય**—હે કુંતીપુત્ર; **મુક્ત સઙ્ગઃ**—સંગરહિત થઈને; **સમાચર**—સારી રીતે કર.

અનુવાદ

કર્મ વિષ્ણુ પ્રીત્યર્થે યજ્ઞ તરીકે કરવું જોઈએ, અન્યથા આ ભૌતિક જગતમાં કર્મનાં બંધન ઉત્પન્ન થાય છે. માટે હે કૌન્તેય, તું તેમની (વિષ્ણુની) પ્રસન્નતા અર્થે નિયત કર્મ કર. એ રીતે તું સદા અનાસક્ત અને બંધનમાંથી મુક્ત રહીશ.

ભાવાર્થ

સામાન્ય જીવનનિર્વાહ માટે પણ મનુષ્યને કર્મ તો કરવું પડે છે, તેથી વિશિષ્ટ સામાજિક સ્થિતિ તથા ગુણને ધ્યાનમાં રાખીને નિયત કર્તવ્યકર્મ એવી રીતે સુનિશ્ચિત કરવામાં આવેલાં છે કે તેઓ ઉદ્દેશને પરિપૂર્ણ કરી શકે. *યજ્ઞ*નો અર્થ ‘ભગવાન વિષ્ણુ’ અથવા ‘યજ્ઞકર્મો’ એવો થાય છે. સર્વ યજ્ઞો ભગવાન વિષ્ણુની પ્રસન્નતા અર્થે જ હોય છે. વેદોનો આદેશ છે—*યજ્ઞો વૈ વિષ્ણુઃ*. બીજા શબ્દોમાં કહી શકાય કે કોઈ મનુષ્ય નિર્દિષ્ટ યજ્ઞ કરે કે પછી પ્રત્યક્ષ રીતે ભગવાન વિષ્ણુની સેવા કરે, તે બંને દ્વારા એક જ હેતુ સરે છે. માટે આ શ્લોકમાં જે વિશે અનુરોધ થયો છે, તે કૃષ્ણભાવનામૃત પણ એક યજ્ઞ જ છે. વર્ણાશ્રમ ધર્મનો ઉદ્દેશ પણ ભગવાન વિષ્ણુને પ્રસન્ન કરવાનો છે. *વર્ણાશ્રમાચારવતા પુરુષેણ પરઃ પુમાન્ / વિષ્ણુર્ આરાધ્યતે.* (વિષ્ણુ પુરાણ ૩.૮.૮)

તેથી મનુષ્યે ભગવાન વિષ્ણુ પ્રીત્યર્થે કર્મ કરવું જોઈએ. આ જગતમાં કરેલું કોઈ પણ અન્ય કર્મ બંધનનું કારણ થશે, કારણ કે સારાં કે નરસાં કર્મનાં ફળ તો હોય જ છે અને કોઈ પણ ફળ કર્મના કર્તાને બંધનકારક હોય છે. માટે કૃષ્ણ (કે વિષ્ણુ)ને પ્રસન્ન કરવા માટે કૃષ્ણભાવનાપરાયણ થઈને કર્મ કરવું પડે અને જ્યારે મનુષ્ય આ રીતે કર્મ કરે છે, ત્યારે તે મુક્ત અવસ્થામાં રહે છે. એ જ મહાન કર્મ-કૌશલ્ય છે અને શરૂઆતમાં આ પ્રક્રિયાને કુશળ માર્ગદર્શનની જરૂર રહે છે. માટે, ભગવાન કૃષ્ણના ભક્તના

માર્ગદર્શનમાં અથવા સ્વયં ભગવાન કૃષ્ણ (અર્જુનને જેમના આશ્રયે કર્મ કરવાની તક મળેલી)ના પ્રત્યક્ષ આદેશ હેઠળ રહીને મનુષ્યે ખંતપૂર્વક કર્મ કરવું જોઈએ. ઈન્દ્રિયતૃપ્તિ માટે કશું જ કરવું જોઈએ નહીં, પરંતુ દરેક કર્મ કૃષ્ણને પ્રસન્ન કરવા માટે જ કરવું જોઈએ. આ સાધના મનુષ્યને કર્મના બંધનમાંથી તો છોડવશે જ, પરંતુ સાથે તેને ભગવાનની એવી પ્રેમસભર ભક્તિમાં ક્રમશઃ ઉન્નત કરશે કે જે એકમાત્ર જ મનુષ્યને ભગવદ્ધામની પ્રાપ્તિ કરાવી શકે છે.

શ્લોક ૧૦

सहयज्ञाः प्रजाः सृष्ट्वा पुरोवाच प्रजापतिः ।
अनेन प्रसविष्यध्वमेष वोऽस्त्विष्टकामधुक् ॥ १० ॥

સહ—ની સાથે; **યજ્ઞાઃ**—યજ્ઞ; **પ્રજાઃ**—સંતાનો; **સૃષ્ટ્વા**—સર્જન કરીને; **પુરા**—પ્રાચીન કાળમાં; **ઉવાચ**—બોલ્યા; **પ્રજાપતિઃ**—જીવોના સ્વામીએ; **અનેન**—આના વડે; **પ્રસવિષ્યધ્વમ્**—અધિકાધિક સમૃદ્ધ બનો; **એષઃ**—આ; **વઃ**—તમારું; **અસ્તુ**—થાઓ; **ઈષ્ટ**—સર્વ ઈચ્છિત વસ્તુઓ; **કામધુક્**—આપનાર.

અનુવાદ

સર્જનના પ્રારંભે સમસ્ત પ્રાણીઓના સ્વામીએ વિષ્ણુ માટેના યજ્ઞ સહિત મનુષ્યો તથા દેવોના વંશનું સર્જન કર્યું અને તેમને આશીર્વચન કહ્યાં, "તમે આ યજ્ઞથી સુખી રહો, કારણ કે એ કરવાથી તમને સુખપૂર્વક રહેવા અને મુક્તિ પામવા માટે સર્વ ઈચ્છિત વસ્તુઓ પ્રાપ્ત થઈ શકશે."

ભાવાર્થ

પ્રાણીઓના સ્વામી (વિષ્ણુ) દ્વારા ભૌતિક સૃષ્ટિની રચના એ બદ્ધ જીવો માટે ભગવદ્ધામમાં પાછા જવા માટેનો એક સુઅવસર છે. આ સૃષ્ટિના બધા જીવો ભૌતિક પ્રકૃતિ દ્વારા બદ્ધ થયેલા છે, કારણ કે તેઓ પૂર્ણ પુરુષોત્તમ પરમેશ્વર વિષ્ણુ અથવા કૃષ્ણ સાથેના પોતાના સંબંધને ભૂલી ગયા છે. વૈદિક સિદ્ધાંતો આ સનાતન સંબંધને સમજવા માટે સહાયક છે, જે અંગે ભગવદ્ગીતામાં કહ્યું છે, *વેદૈશ્ચ સર્વૈર્ અહમ્ એવ વેદ્યઃ*—ભગવાન કહે છે કે વેદોનો ઉદ્દેશ ભગવાનને જાણવાનો છે. વેદોના મંત્રોમાં કહ્યું છે, *પતિં વિશ્વસ્યાત્મેશ્વરમ્*—તેથી પૂર્ણ પુરુષોત્તમ પરમેશ્વર, વિષ્ણુ એ જીવોના સ્વામી છે. શ્રીમદ્ ભાગવત (૨.૪.૨૦)માં પણ શ્રીલ શુકદેવ ગોસ્વામી ભગવાનને અનેક રીતે પતિ અર્થાત્ સ્વામી તરીકે વર્ણવે છે:

શ્રિયઃ પતિર્ યજ્ઞપતિઃ પ્રજાપતિ-
ર્ધિયાં પતિર્લોક પતિર્ધરા પતિઃ।
પતિર્ગતિશ્ચાન્ધક વૃષ્ણિ સાત્વતાં
પ્રસીદતાં મે ભગવાન્ સતાં પતિઃ॥

પ્રજાપતિ તો ભગવાન વિષ્ણુ છે અને તેઓ સમસ્ત પ્રાણીઓના, સમસ્ત લોકોના તથા સર્વ સૌંદર્યોના સ્વામી (પતિ) છે અને જીવમાત્રના રક્ષક છે. ભગવાને આ ભૌતિક જગતનું સર્જન એટલા માટે કર્યું છે કે બદ્ધ જીવો એ શીખી શકે કે ભગવાન વિષ્ણુ પ્રીત્યર્થે યજ્ઞો કેવી રીતે કરવા કે જેથી તેઓ આ જગતમાં ચિંતારહિત થઈને સુખ-સગવડપૂર્વક જીવી શકે અને અંતે આ વર્તમાન ભૌતિક શરીરને તજી દઈને ભગવદ્ધામમાં પાછા જઈ શકે. બદ્ધ જીવ માટેનો આ જ સંપૂર્ણ કાર્યક્રમ છે. યજ્ઞ કરવાથી બદ્ધ જીવ ક્રમશઃ કૃષ્ણભક્તિપરાયણ થાય છે અને સર્વથા દેવતુલ્ય બને છે. કળિયુગમાં વૈદિક શાસ્ત્રોએ સંકીર્તન યજ્ઞ (ભગવાનના નામોનું કીર્તન) કરવાની આજ્ઞા આપી છે અને આ દિવ્ય પદ્ધતિનું પ્રવર્તન ભગવાન શ્રી ચૈતન્ય મહાપ્રભુ દ્વારા આ યુગના મનુષ્યમાત્રના ઉદ્ધાર માટે કરવામાં આવ્યું છે. સંકીર્તન યજ્ઞ તથા કૃષ્ણભાવનામૃત વચ્ચે સંવાદિતા રહેલી છે. શ્રીમદ્ ભાગવત (૧૫.૩૨)માં સંકીર્તન યજ્ઞના સંદર્ભે ભગવાન કૃષ્ણના ભક્તિમય સ્વરૂપ તરીકે (ભગવાન ચૈતન્યનો) નીચે મુજબ ઉલ્લેખ થયો છેઃ

કૃષ્ણ વર્ણં ત્વિષા અકૃષ્ણં સાઙ્ગોપાઙ્ગાસ્ત્ર પાર્ષદમ્।
યજ્ઞૈઃ સઙ્કીર્તન પ્રાયૈર્ યજન્તિ હિ સુમેધસઃ॥

“આ કળિયુગમાં જે લોકો બુદ્ધિશાળી છે, તેઓ ભગવાનની તેમના પાર્ષદો સહિત સંકીર્તન યજ્ઞ દ્વારા પૂજા કરશે.” વેદોમાં વર્ણવેલા અન્ય યજ્ઞો આ કળિયુગમાં સંપન્ન કરવા સહેલા નથી, પરંતુ સંકીર્તન યજ્ઞ સર્વ હેતુઓ માટે સુગમ તથા અલૌકિક છે, જેનું ભગવદ્ગીતા (૯.૧૪) પણ સમર્થન કરે છે.

શ્લોક ૧૧

देवान्भावयतानेन ते देवा भावयन्तु वः।
परस्परं भावयन्तः श्रेयः परमवाप्स्यथ॥ ११॥

દેવાન્—દેવોને; **ભાવયતા**—પ્રસન્ન કરીને; **અનેન**—આ યજ્ઞ દ્વારા; **તે**—તેઓ; **દેવાઃ**—દેવો; **ભાવયન્તુ**—પ્રસન્ન કરશે; **વઃ**—તમને; **પરસ્પરમ્**—અરસપરસ; **ભાવયન્તઃ**—એકબીજાને પ્રસન્ન કરીને; **શ્રેયઃ**—વરદાન, શુભ; **પરમ્**—સર્વોપરી; **અવાપ્સ્યથ**—તમે પ્રાપ્ત કરશો.

અનુવાદ

યજ્ઞો દ્વારા પ્રસન્ન થઈને દેવો તમને પણ પ્રસન્ન કરશે અને એ રીતે માનવો તથા દેવો વચ્ચેના સહકારથી સૌનો અભ્યુદય થશે.

ભાવાર્થ

દેવતાઓ ભૌતિક બાબતો માટે નીમેલા વહીવટકર્તાઓ છે. દરેક જીવ માટે દેહ-પ્રાણનું ધારણપોષણ કરવા માટે જરૂરી એવાં વાયુ, પ્રકાશ, જળ તથા બીજાં બધાં વરદાન દેવોના અધિકારમાં છે અને પૂર્ણ પુરુષોત્તમ પરમેશ્વરના દિવ્ય દેહનાં વિભિન્ન અંગોમાં અસંખ્ય સહાયકો તરીકે દેવો સ્થિત છે. તેમની ખુશી અથવા નાખુશી મનુષ્યો દ્વારા સંપન્ન કરાતા યજ્ઞો ઉપર અવલંબિત છે. કેટલાક યજ્ઞો અમુક દેવતાઓને પ્રસન્ન કરવા અર્થે જ સંપન્ન કરાતા હોય છે, તેમ છતાં બધા યજ્ઞોમાં ભગવાન વિષ્ણુ જ મુખ્ય ભોક્તા તરીકે પૂજાય છે. ભગવદ્‌ગીતામાં એમ પણ કહ્યું છે કે ભગવાન કૃષ્ણ સ્વયં સર્વ પ્રકારના યજ્ઞોના ભોક્તા છે. *ભોક્તારં યજ્ઞ-તપસામ્*. તેથી સર્વ યજ્ઞોનો મુખ્ય આશય *યજ્ઞપતિ*ને પ્રસન્ન કરવાનો છે. જ્યારે આ યજ્ઞો પૂર્ણપણે વિધિપૂર્વક સંપન્ન કરવામાં આવે છે, ત્યારે વિભિન્ન વિભાગોના અધિકારી એવા દેવો સહજમાં પ્રસન્ન થાય છે અને કુદરતી પેદાશોના પુરવઠામાં કશી અછત રહેતી નથી.

યજ્ઞો સંપન્ન કરવાથી અન્ય અનેક લાભ પણ થાય છે, જેના વડે અંતે ભવબંધનમાંથી મુક્તિ મળી જાય છે. યજ્ઞો કરવાથી બધાં જ કર્મ પવિત્ર બની જાય છે. જેમ કે વેદોમાં જણાવ્યું છે—*આહારશુદ્ધૌ સત્ત્વશુદ્ધિઃ સત્ત્વશુદ્ધૌ ધ્રુવા સ્મૃતિઃ સ્મૃતિલબ્ધે સર્વગ્રન્થીનાં વિપ્રમોક્ષઃ*—યજ્ઞ કરવાથી મનુષ્યના ખાદ્યપદાર્થો શુદ્ધ થાય છે અને શુદ્ધ ભોજન કરવાથી મનુષ્ય જીવન શુદ્ધ થઈ જાય છે, જીવન વિશુદ્ધ થવાથી સ્મરણશક્તિના સૂક્ષ્મ તંતુઓ શુદ્ધ થાય છે અને જ્યારે સ્મૃતિ શુદ્ધ બને છે, ત્યારે મનુષ્ય મુક્તિમાર્ગ વિશે ચિંતન કરી શકે છે અને આ બધાં મળીને કૃષ્ણભાવનામૃત પ્રતિ લઈ જાય છે કે જે આજના સમાજ માટે મોટામાં મોટી જરૂરિયાત છે.

શ્લોક **इष्टान्भोगान्हि वो देवा दास्यन्ते यज्ञभाविताः ।**
૧૨ **तैर्दत्तानप्रदायैभ्यो यो भुङ्क्ते स्तेन एव सः ॥ १२ ॥**

ઈષ્ટાન્—ઈચ્છિત; **ભોગાન્**—જીવનની જરૂરિયાતો; **હિ**—નક્કી; **વઃ**—તમને; **દેવાઃ**—દેવો; **દાસ્યન્તે**—આપશે; **યજ્ઞભાવિતાઃ**—યજ્ઞો કરવાથી પ્રસન્ન

થઈને; **તૈઃ**—તેમના વડે; **દત્તાન્**—આપેલી વસ્તુઓ; **અપ્રદાય**—અર્પણ કર્યા વગર; **એભ્યઃ**—આ દેવોને; **યઃ**—જે મનુષ્ય; **ભુઙ્ક્તે**—ભોગવે છે; **સ્તેનઃ**—ચોર; **એવ**—નક્કી; **સઃ**—તે.

અનુવાદ

જીવનની વિવિધ જરૂરિયાતોની પૂર્તિ કરનારા વિભિન્ન દેવો યજ્ઞ સંપન્ન કરવાથી પ્રસન્ન થઈને તમારી બધી જરૂરિયાતોની પૂર્તિ કરશે. પરંતુ જે મનુષ્ય આ પ્રાપ્ત ઉપહારો દેવોને અર્પણ કર્યા વગર પોતે ભોગવશે, તે નક્કી ચોર જ છે.

ભાવાર્થ

દેવો પૂર્ણ પુરુષોત્તમ પરમેશ્વર, વિષ્ણુ વતી વિવિધ પદાર્થોની પૂર્તિ કરનારા પ્રતિનિધિઓ માત્ર છે. તેથી શાસ્ત્રોક્ત રીતે યજ્ઞો સંપન્ન કરીને તેમને પ્રસન્ન કરવા જોઈએ. વેદોમાં વિભિન્ન દેવો માટે વિભિન્ન પ્રકારના યજ્ઞો નિયત કરેલા છે. પરંતુ એ બધા યજ્ઞો છેવટે પૂર્ણ પુરુષોત્તમ પરમેશ્વરને જ સમર્પિત કરવામાં આવે છે. પણ જે મનુષ્ય ભગવાન કોણ છે એ સમજી શકતો નથી, તેણે દેવયજ્ઞ કરવો એવો અનુરોધ થયો છે. યજ્ઞ કરનાર મનુષ્યોના વિભિન્ન ભૌતિક ગુણો પ્રમાણે વેદોમાં વિભિન્ન પ્રકારના યજ્ઞોની ભલામણ કરવામાં આવી છે. વિભિન્ન દેવોની પૂજા પણ એ જ આધારે અર્થાત્ વિભિન્ન ગુણો પ્રમાણે કરાય છે. ઉદાહરણાર્થ, માંસાહારી મનુષ્યોને કાલીદેવીની પૂજા કરવી એવી આજ્ઞા છે. કાલીદેવી એ ભૌતિક પ્રકૃતિનું ભીષણ સ્વરૂપ છે અને દેવી સામે પશુ બલિ અર્પણ કરવાની સૂચના છે. પરંતુ જેઓ સત્ત્વગુણી છે, તેમને માટે ભગવાન વિષ્ણુની દિવ્ય પૂજા કરવાની આજ્ઞા છે. પરંતુ આખરે તો બધા યજ્ઞોનું ધ્યેય ક્રમશઃ દિવ્યાવસ્થાની પ્રાપ્તિ થાય એ છે. સામાન્ય મનુષ્ય માટે ઓછામાં ઓછા પાંચ યજ્ઞ કરવાનું જરૂરી છે, જેમને પંચમહાયજ્ઞ કહેવામાં આવે છે.

પરંતુ મનુષ્યે એ જાણવું જોઈએ કે માનવ સમાજની જીવનની બધી જ જરૂરિયાતો ભગવાનના પ્રતિનિધિરૂપ દેવો દ્વારા જ પૂરી પાડવામાં આવે છે. કોઈ પણ મનુષ્ય કોઈ વસ્તુ સર્જી શકતો નથી. દાખલા તરીકે, માનવ સમાજ માટે જરૂરી બધા ખાદ્યપદાર્થો. આ ખાદ્યપદાર્થોમાં સત્ત્વગુણી શાકાહારી મનુષ્યો માટે અન્ન, ફળ, શાક, દૂધ, ખાંડ વગેરે છે અને માંસાહારીઓ માટે માંસ વગેરે છે કે જે પદાર્થોમાંથી કોઈ એક પદાર્થ પણ મનુષ્યો બનાવી શકતા નથી. વળી બીજો દાખલો લઈએ, જેમ કે ઉષ્ણતા, પ્રકાશ, જળ, વાયુ

વગેરે પણ જીવન માટે જરૂરી છે, પરંતુ આમાંથી કોઈ પણ પદાર્થ માનવ સમાજ દ્વારા બનાવી શકાતો નથી. પરમેશ્વર વિના વિપુલ સૂર્યપ્રકાશ કે ચંદ્રનું ચાંદરણું પણ મળી શકતું નથી અને વરસાદ કે પવનની લહેર પણ મળી શકે નહીં, જેમના વિના મનુષ્ય જીવી શકતો નથી. એ સ્પષ્ટ જ છે કે આપણું જીવન ભગવાન દ્વારા આપવામાં આવેલી વસ્તુઓ પર જ નિર્ભર છે. આપણાં ઔદ્યોગિક સાહસો માટે પણ અનેક પ્રકારના કાચા માલની જરૂર હોય છે, જેમ કે ધાતુઓ, ગંધક, પારો, મેંગેનીઝ વગેરે. આ સર્વ તથા અન્ય અનેક જરૂરી વસ્તુઓની પૂર્તિ ભગવાનના પ્રતિનિધિઓ એવા આશયથી કરે છે કે આપણે તેમનો સદુપયોગ કરીને આત્મ-સાક્ષાત્કાર માટે પોતાને સ્વસ્થ તથા કાર્યક્ષમ રાખીએ કે જેથી આપણને જીવનના અંતિમ ધ્યેયની અર્થાત્ ભૌતિક જીવન-સંઘર્ષમાંથી મુક્તિની પ્રાપ્તિ થઈ શકે. યજ્ઞો સંપન્ન કરવાથી માનવ જીવનનું આ ધ્યેય પરિપૂર્ણ થઈ જાય છે. જો આપણે મનુષ્ય જીવનના ઉદ્દેશને ભૂલીને ભગવાનના પ્રતિનિધિઓ પાસેથી પોતાની ઈન્દ્રિયતૃપ્તિ અર્થે જ વસ્તુઓ લેતા રહીશું અને આ ભૌતિક અસ્તિત્વમાં વધુ ને વધુ ફસાતા જઈશું કે જે સર્જનનો આશય નથી, તો નિ:સંદેહ આપણે ચોર ઠરીશું અને એ રીતે ભૌતિક પ્રકૃતિના નિયમો દ્વારા સજાને પાત્ર બનીશું. ચોરોનો સમાજ કદાપિ સુખી થઈ શકે નહીં, કારણ કે તેમના જીવનનું કોઈ ધ્યેય હોતું નથી. જડ ભૌતિકવાદી ચોરોનું કોઈ અંતિમ જીવનધ્યેય હોતું નથી. તેઓ માત્ર ઈન્દ્રિયતૃપ્તિ તરફ જ દોરવાય છે અને યજ્ઞ કેવી રીતે કરાય છે, તેનું પણ તેમને જ્ઞાન હોતું નથી. ભગવાન ચૈતન્યે જોકે યજ્ઞ કરવાની સૌથી સરળ પદ્ધતિનું પ્રવર્તન કર્યું છે. તે છે સંકીર્તન યજ્ઞ કે જે કૃષ્ણભાવનામૃતના સિદ્ધાંતોમાં માનનારા જગતના કોઈ પણ મનુષ્ય દ્વારા સંપન્ન કરી શકાય છે.

શ્લોક ૧૩ **यज्ञशिष्टाशिनः सन्तो मुच्यन्ते सर्वकिल्बिषैः ।**
भुञ्जते ते त्वघं पापा ये पचन्त्यात्मकारणात् ॥ १३ ॥

યજ્ઞશિષ્ટ—યજ્ઞ કર્યા પછી ગ્રહણ કરાતું અન્ન; **અશિનઃ**—ખાનાર; **સન્તઃ**—ભક્તો; **મુચ્યન્તે**—છૂટી જાય છે; **સર્વ**—બધાં પ્રકારનાં; **કિલ્બિષૈઃ**—પાપોથી; **ભુઞ્જતે**—ભોગવે છે; **તે**—તેઓ; **તુ**—પરંતુ; **અઘમ્**—ઘોર પાપ; **પાપાઃ**—પાપીજનો; **યે**—જેઓ; **પચન્તિ**—ભોજન બનાવે છે; **આત્મ કારણાત્**—ઈન્દ્રિયસુખ માટે.

અનુવાદ

ભગવાનના ભક્તો સર્વ પ્રકારનાં પાપોથી મુક્ત થઈ જાય છે, કારણ કે તેઓ યજ્ઞમાં પ્રથમ અર્પિત કરેલું ભોજન (પ્રસાદ) જ લે છે. અન્ય લોકો, જેઓ પોતાનાં જ ઈન્દ્રિયસુખ માટે ભોજન બનાવે છે, તેઓ નક્કી પાપ જ ખાય છે.

ભાવાર્થ

ભગવદ્‌ભક્તો અથવા કૃષ્ણભાવનાપરાયણ મનુષ્યો સંત કહેવાય છે. તેઓ હરહંમેશ ભગવત્પ્રેમમાં મગ્ન રહે છે, જે વિશે બ્રહ્મસંહિતા(૫.૩૮) માં કહ્યું છે. *પ્રેમાઞ્જનચ્છુરિત ભક્તિ વિલોચનેન સન્તઃ સદૈવ હૃદયેષુ વિલોકયન્તિ*—પૂર્ણ પુરુષોત્તમ પરમેશ્વર ગોવિંદ (સર્વ આનંદના દાતા) અથવા મુકુંદ (મુક્તિદાતા) કે કૃષ્ણ (સર્વાકર્ષક પુરુષ)ના ગાઢ પ્રેમમાં સ્થિત રહેતા હોવાથી પરમ પુરુષને અર્પણ કર્યા વિના સંતો કોઈ પણ વસ્તુ ગ્રહણ કરતા નથી. તેથી આવા ભક્તો શ્રવણ, કીર્તન, સ્મરણ, અર્ચન વગેરે જેવા ભક્તિના જુદા જુદા ભાવો દ્વારા યજ્ઞ કરતા રહે છે અને આ યજ્ઞકાર્ય દ્વારા તેઓ સંસારના સર્વ પાપમય સંગના દોષથી અલિપ્ત રહે છે. અન્ય લોકો, જેઓ પોતાને માટે કે ઈન્દ્રિયતૃપ્તિ માટે ભોજન બનાવે છે, તેઓ કેવળ ચોર જ નથી, પરંતુ બધા પ્રકારનાં પાપોને ખાવાવાળા પણ છે. જે મનુષ્ય ચોર તથા પાપી એમ બંને હોય, તે શી રીતે સુખી રહી શકે? એ શક્ય નથી. તેથી સર્વથા સુખી થવા માટે લોકોને કૃષ્ણભાવનામૃતમાં રહી સંકીર્તન યજ્ઞ કરવાની સરળ પદ્ધતિનું શિક્ષણ આપવું જોઈએ, અન્યથા સંસારમાં સુખ કે શાંતિ રહેશે નહીં.

શ્લોક ૧૪

अन्नाद्भवन्ति भूतानि पर्जन्यादन्नसम्भवः ।
यज्ञाद्भवति पर्जन्यो यज्ञः कर्मसमुद्भवः ॥ १४ ॥

अन्नात्—અન્નથી; **भवन्ति**—ઉત્પન્ન થાય છે; **भूतानि**—ભૌતિક શરીરો; **पर्जन्यात्**—વરસાદથી; **अन्न**—ધાન્યનું; **सम्भवः**—ઉત્પાદન; **यज्ञात्**—યજ્ઞ કરવાથી; **भवति**—થાય છે; **पर्जन्यः**—વરસાદ; **यज्ञः**—યજ્ઞકાર્ય; **कर्म**—નિયત કર્તવ્યધર્મથી; **समुद्भवः**—ઉત્પન્ન થાય છે.

અનુવાદ

બધા દેહધારી પ્રાણીઓ અન્ન ખાઈને પોષણ પામે છે અને અન્ન

વરસાદથી ઉત્પન્ન થાય છે, વરસાદ યજ્ઞ કરવાથી વરસે છે અને યજ્ઞ નિયત કર્મો કરવાથી થાય છે.

ભાવાર્થ

ભગવદ્‌ગીતાના મહાન ભાષ્યકાર શ્રીલ બલદેવ વિદ્યાભૂષણ આ પ્રમાણે લખે છે—*યે ઈન્દ્રાદ્યં ગતયાવસ્થિતં સર્વેશ્વરં વિષ્ણુમ્ અભ્યર્ચ્ય તચ્છેષમ્ અશ્નન્તિ તેન તદ્ દેહયાત્રાં સમ્પાદયન્તિ સન્તઃ સર્વેશ્વરસ્ય યજ્ઞપુરુષસ્ય ભક્તાઃ સર્વે કિલ્બિષૈર્ અનાદિ કાલ વિવૃદ્ધૈર્ આત્માનુભવ પ્રતિબન્ધકૈર્ નિખિલૈઃ પાપૈર્ વિમુચ્યન્તે.* યજ્ઞપુરુષ અથવા સમસ્ત યજ્ઞોના ભોક્તા તરીકે જાણીતા સુપ્રસિદ્ધ પરમેશ્વર સમગ્ર દેવોના સ્વામી છે અને જેવી રીતે શરીરનાં અંગો શરીરની સેવા કરે છે, તેવી રીતે જ સમગ્ર દેવો તેમની સેવા કરે છે. ઈન્દ્ર, ચંદ્ર તથા વરુણ જેવા દેવો ભગવાને નિયુક્ત કરેલા અધિકારીઓ છે, જેઓ ભૌતિક વિશ્વનાં કાર્યોની વ્યવસ્થા કરે છે અને બધા વેદ આ દેવોને પ્રસન્ન કરવા યજ્ઞો કરવાનો નિર્દેશ કરે છે કે જેથી તેઓ અન્નના ઉત્પાદન માટે પૂરતા પ્રમાણમાં વાયુ, પ્રકાશ તથા જળ પ્રદાન કરે. જ્યારે ભગવાન કૃષ્ણની પૂજા કરાય છે, ત્યારે તેમનાં અંગરૂપ વિભિન્ન દેવોની પણ આપોઆપ પૂજા થાય છે, તેથી દેવોને ભિન્ન પ્રકારે પૂજવાની જરૂરિયાત રહેતી નથી. આ જ કારણે, કૃષ્ણભાવનાપરાયણ ભગવદ્‌ભક્તો પ્રથમ કૃષ્ણને ભોજનસામગ્રી અર્પણ કરે છે અને પછી પોતે ભોજન (પ્રસાદ) ગ્રહણ કરે છે. આ એવી પદ્ધતિ છે કે જેના વડે શરીરનું આધ્યાત્મિક પોષણ થાય છે. આમ કરવાથી શરીરનાં પૂર્વકૃત પાપફળ નષ્ટ થઈ જાય છે. એટલું જ નહીં, પરંતુ શરીર ભૌતિક પ્રકૃતિના સર્વ સંસર્ગદોષ સામે સુરક્ષિત થઈ જાય છે. જ્યારે કોઈ ચેપી રોગ ફેલાય છે, ત્યારે તેના આક્રમણથી બચવા માટે રોગપ્રતિકારક રસી ટાંકવામાં આવે છે. એવી જ રીતે, ભગવાન વિષ્ણુને અર્પણ કર્યા પછી ગ્રહણ કરેલું અન્ન આપણને ભૌતિક આસક્તિના રોગ સામે પૂરતી પ્રતિકારક શક્તિ આપે છે અને જે મનુષ્યને આ વ્યવહારની ટેવ પડી જાય છે, તે ભગવદ્‌ભક્ત કહેવાય છે. તેથી માત્ર કૃષ્ણને અર્પણ કરેલાં અન્નનું ભોજન કરનાર કૃષ્ણભક્તિપરાયણ મનુષ્ય આત્મ-સાક્ષાત્કારની પ્રગતિમાં નડતરરૂપ પૂર્વના ભૌતિક સંસર્ગજન્ય દોષોનો પ્રતિકાર કરી શકે છે. તેથી વિપરીત, જે મનુષ્ય આમ નથી કરતો તે પોતાના પાપપૂર્ણ કર્મને વધારતો રહે છે, જેથી પછીના જન્મમાં સર્વ પાપફળો ભોગવવા માટે તેને ડુક્કર તથા કૂતરા જેવું શરીર મળે છે. આ

ભૌતિક જગત અનેક સંસર્ગજન્ય મલિનતાઓથી ભરેલું છે અને જે મનુષ્ય ભગવાન વિષ્ણુનો પ્રસાદ ગ્રહણ કરી તેનાથી સુરક્ષિત બની જાય છે, તે આ આક્રમણમાંથી બચી જાય છે, જ્યારે આમ ન કરનાર સંસર્ગદોષોની મલિનતાનો ભોગ બને છે.

ધાન્ય અથવા શાકભાજી વાસ્તવમાં ખાદ્યપદાર્થો છે. મનુષ્ય વિવિધ અન્ન, શાક, ફળ વગેરે ખાય છે, જ્યારે પશુ આ પદાર્થોનો વધેલો ભાગ તથા ઘાસપાલો વગેરે ખાય છે. માંસાહારથી ટેવાયેલા માણસોને પણ શાકનાં ઉત્પાદન પર આધાર રાખવો પડે છે, કારણ કે પશુઓ શાક ખાય છે. તેથી છેવટે તો આપણો આધાર ખેતરોનાં ઉત્પાદન ઉપર જ રહે છે, મોટાં કારખાનાંનાં ઉત્પાદનો પર રહેતો નથી. ખેતીની ઊપજનો આધાર આકાશમાંથી થતા પૂરતા વરસાદ ઉપર રહે છે અને આવો વરસાદ ઈન્દ્ર, સૂર્ય, ચંદ્ર વગેરે દેવો દ્વારા નિયંત્રિત થાય છે. આ દેવો ભગવાનના સેવકો છે. ભગવાનને યજ્ઞો દ્વારા સંતુષ્ટ કરી શકાય છે, તેથી આ યજ્ઞો નહીં કરનારને અછતનો ભોગ બનવું પડે છે. એ જ પ્રકૃતિનો નિયમ છે. માટે અન્નની અછતથી બચવા માટે પણ યજ્ઞ, ખાસ કરીને આ યુગ માટે નિર્દિષ્ટ થયેલો સંકીર્તન યજ્ઞ સંપન્ન કરવો જોઈએ.

શ્લોક ૧૫

कर्म ब्रह्मोद्भवं विद्धि ब्रह्माक्षरसमुद्भवम्।
तस्मात्सर्वगतं ब्रह्म नित्यं यज्ञे प्रतिष्ठितम्॥ १५॥

કર્મ—કર્મ; **બ્રહ્મ**—વેદોમાંથી; **ઉદ્ભવમ્**—ઉત્પન્ન; **વિદ્ધિ**—તારે જાણવું જોઈએ; **બ્રહ્મ**—વેદો; **અક્ષર**—પરમ બ્રહ્મ (પુરુષોત્તમ પરમેશ્વર)માંથી; **સમુદ્ભવમ્**—સાક્ષાત્ પ્રગટ થયેલ; **તસ્માત્**—માટે; **સર્વગતમ્**—સર્વવ્યાપી; **બ્રહ્મ**—બ્રહ્મ; **નિત્યમ્**—શાશ્વત રીતે; **યજ્ઞે**—યજ્ઞમાં; **પ્રતિષ્ઠિતમ્**—અવસ્થિત.

અનુવાદ

નિયંત્રિત કર્મોનો નિર્દેશ વેદોમાં થયો છે અને વેદો પૂર્ણ પુરુષોત્તમ પરમેશ્વરમાંથી પ્રગટ થાય છે. પરિણામે સર્વવ્યાપી બ્રહ્મ યજ્ઞોમાં સદૈવ અવસ્થિત છે.

ભાવાર્થ

યજ્ઞાર્થ-કર્મ અર્થાત્ માત્ર કૃષ્ણની પ્રસન્નતા અર્થે કર્મની જરૂર ઉપર આ શ્લોકમાં વધુ સ્પષ્ટપણે નિરૂપણ થયું છે. જો આપણે યજ્ઞપુરુષ વિષ્ણુની પ્રસન્નતા અર્થે કર્મ કરવાનું હોય, તો પછી આપણે બ્રહ્મ

અથવા દિવ્ય વેદોમાંથી કર્મદિશાનું જ્ઞાન પ્રાપ્ત કરવું પડે. તેથી વેદો કર્મમાર્ગની આચારસંહિતાઓ છે. વેદોના નિર્દર્શન વિના કરેલું કોઈ પણ કર્મ, વિકર્મ અથવા અનધિકૃત કર્મ કે પાપમય કર્મ કહેવાય છે. કર્મફળમાંથી મુક્ત રહેવા માટે હંમેશાં વેદોમાંથી માર્ગદર્શન પ્રાપ્ત કરવું જોઈએ. સાધારણ જીવનમાં જેવી રીતે રાજ્યના માર્ગદર્શન મુજબ મનુષ્યે કાર્ય કરવાનું હોય છે, તેવી જ રીતે ભગવાનના મહાન રાજ્યના માર્ગદર્શનમાં તેણે કાર્ય કરવાં જોઈએ. વેદોમાંના આવા નિર્દેશ પૂર્ણ પુરુષોત્તમ પરમેશ્વરના શ્વાસોચ્છ્‌વાસમાંથી જ પ્રગટ થયા છે. એમ કહેવાય છે કે: *અસ્ય મહતો ભૂતસ્ય નિશ્વસિતમેતદ્ યદ્ ઋગ્વેદો યજુર્વેદઃ સામવેદોઽથર્વાઙ્ગિરસઃ*—"ઋગ્વેદ, યજુર્વેદ, સામવેદ તથા અથર્વવેદ—આ ચારે વેદ ભગવાનના શ્વાસોચ્છ્‌વાસમાંથી ઉદ્‌ભવ્યા છે." (બૃહદારણ્યક ઉપનિષદ ૪.૫.૧૧) ભગવાન સર્વશક્તિસંપન્ન હોવાથી શ્વાસોચ્છ્‌વાસ દ્વારા બોલી શકે છે, કારણ કે બ્રહ્મસંહિતામાં સમર્થન કરવામાં આવ્યું છે કે ભગવાન પોતાની કોઈ પણ ઈન્દ્રિય વડે અન્ય સર્વ ઈન્દ્રિયોનાં કાર્ય કરવાનું સામર્થ્ય ધરાવે છે. બીજા શબ્દોમાં, ભગવાન શ્વાસોચ્છ્‌વાસ દ્વારા બોલી શકે છે અને તેઓ પોતાનાં નેત્રોથી ગર્ભાધાન કરાવી શકે છે. વાસ્તવમાં એમ કહેવાય છે કે તેમણે પ્રકૃતિ ઉપર દૃષ્ટિપાત કર્યો અને સમસ્ત જીવોને ગર્ભસ્થ કર્યા, એ રીતે પ્રકૃતિના ગર્ભમાં બદ્ધ જીવોને પ્રવેશ કરાવ્યા પછી તેમણે વૈદિક જ્ઞાનરૂપે નિર્દેશ આપ્યો, જેથી કરીને તેઓ ભગવાનના સાન્નિધ્યમાં, તેમના ધામમાં પાછા જઈ શકે. આપણે હંમેશાં યાદ રાખવું જોઈએ કે ભૌતિક પ્રકૃતિમાં સર્વ બદ્ધ જીવો ભૌતિક ભોગના ઈચ્છુક હોય છે. પરંતુ વૈદિક આદેશો એવી રીતે આપવામાં આવ્યા છે કે મનુષ્ય તેની વિકૃત ઈચ્છાઓની પૂર્તિ કરી શકે છે અને કહેવાતાં સુખ પૂર્ણપણે ભોગવીને ભગવાન પાસે પાછો જઈ શકે છે. આ બદ્ધ જીવો માટે મુક્તિ પામવાનો આ સુવર્ણ અવસર હોય છે. માટે તેમણે કૃષ્ણભક્તિપરાયણ થઈને યજ્ઞવિધિનું પાલન કરવું જોઈએ. જેમણે વૈદિક આજ્ઞાઓનું અનુસરણ કર્યું નથી, તેઓ પણ કૃષ્ણભાવનામૃતના સિદ્ધાંતોને અપનાવી શકે, જે વૈદિક યજ્ઞો કે કર્મો કર્યા બરાબર ગણાશે.

શ્લોક **एवं प्रवर्तितं चक्रं नानुवर्तयतीह यः।**
૧૬ **अघायुरिन्द्रियारामो मोघं पार्थ स जीवति॥ १६॥**

એવમ્—એ રીતે; **પ્રવર્તિતમ્**—વેદો દ્વારા સ્થાપિત; **ચક્રમ**—ચક્ર; **ન**—નથી; **અનુવર્તયતિ**—ગ્રહણ કરતો; **ઈહ**—આ જીવનમાં; **યઃ**—જે; **અઘ આયુઃ**—જેનું જીવન પાપમય છે; **ઈન્દ્રિય આરામઃ**—ઈન્દ્રિયાસક્ત; **મોઘમ્**—વ્યર્થ; **પાર્થ**—હે પૃથાપુત્ર (અર્જુન); **સઃ**—તે; **જીવતિ**—જીવે છે.

અનુવાદ

હે પ્રિય અર્જુન, જે મનુષ્ય માનવ સમાજમાં આ પ્રમાણે વેદો દ્વારા સ્થાપિત યજ્ઞચક્રનું પાલન નથી કરતો, તે નિશ્ચિતપણે પાપમય જીવન વ્યતીત કરે છે. આવો મનુષ્ય માત્ર ઈન્દ્રિયતૃપ્તિ માટે જ જીવિત રહીને નિરર્થક જીવન વ્યતીત કરે છે.

ભાવાર્થ

આ શ્લોકમાં ભગવાને—"કઠોર પરિશ્રમ કરો અને ઈન્દ્રિયતૃપ્તિનું સુખ ભોગવો"—એ ધનલોલુપ વિચારધારાનો તિરસ્કાર કર્યો છે. તેથી જે મનુષ્યો આ ભૌતિક જગતને ભોગવવા ઈચ્છે છે, તેમને માટે ઉપરોક્ત યજ્ઞચક્રનું અનુસરણ અત્યંત જરૂરી છે. જે મનુષ્ય આ નિયમોનું પાલન કરતો નથી, તે વધારે ને વધારે તિરસ્કૃત થવાથી તેનું જીવન ઘણું ભયાવહ થઈ જાય છે. પ્રકૃતિના નિયમો પ્રમાણે આ માનવ શરીર ખાસ કરીને આત્મ-સાક્ષાત્કાર માટે મળ્યું છે અને કર્મયોગ, જ્ઞાનયોગ કે ભક્તિયોગ—આ ત્રણમાંથી કોઈ પણ એક દ્વારા આત્મ-સાક્ષાત્કાર પામી શકાય છે. અધ્યાત્મજ્ઞાની યોગીજન માટે યજ્ઞ કરવાની જરૂર રહેતી નથી, કારણ કે તેઓ પાપ-પુણ્યથી પર થયેલા હોય છે; પરંતુ જે લોકો ઈન્દ્રિયતૃપ્તિમાં રચ્યાપચ્યા રહે છે, તેમને ઉપરોક્ત યજ્ઞકર્મનાં સત્રો દ્વારા શુદ્ધીકરણની જરૂર રહે છે. કર્મના અનેક પ્રકાર હોય છે. જે માણસો કૃષ્ણભાવનાપરાયણ હોતા નથી, તેઓ નક્કી ભોગપરાયણ હોય છે, તેથી તેમને પુણ્યકર્મ કરવાની જરૂર રહે છે. યજ્ઞપદ્ધતિ એવી સુનિયોજિત છે કે વિષયપરાયણ માણસો વિષયોનાં પાપમય ફળોમાં લિપ્ત થયા વિના પોતાની ઈચ્છાઓની પૂર્તિ કરી શકે છે. દુનિયાની સમૃદ્ધિનો આધાર આપણા પોતાના પ્રયાસો ઉપર જ નહીં, પરંતુ પશ્ચાદ્ ભૂમિકામાં રહેલી પરમેશ્વરની યોજના ઉપર રહે છે, જેનું પ્રત્યક્ષ અમલીકરણ દેવો કરે છે. તેથી વેદોમાં વર્ણવેલા દેવોને મધ્યમાં રાખીને યજ્ઞો યોજવામાં આવે છે. પરોક્ષ રીતે આ વ્યવહાર કૃષ્ણભાવનામૃતનો જ છે, કારણ કે જ્યારે કોઈ મનુષ્ય આ યજ્ઞો કરવામાં નિષ્ણાત બને છે, ત્યારે તે નિશ્ચિતપણે કૃષ્ણભાવનાપરાયણ બને છે. પરંતુ જો યજ્ઞો કરવાથી મનુષ્ય

કૃષ્ણભાવનાપરાયણ બને નહીં, તો આવા સિદ્ધાંતોને નૈતિક નિયમો માત્ર જ ગણવા જોઈએ. તેથી મનુષ્યે પોતાનો વિકાસ માત્ર નૈતિક નિયમો સુધી મર્યાદિત રાખવો ન જોઈએ, પરંતુ તેનાથી આગળ જઈને કૃષ્ણભાવનામૃતની પ્રાપ્તિ સુધી પહોંચવું જોઈએ.

શ્લોક ૧૭

यस्त्वात्मरतिरेव स्यादात्मतृप्तश्च मानवः।
आत्मन्येव च सन्तुष्टस्तस्य कार्यं न विद्यते॥ १७॥

યઃ—જે મનુષ્ય; **તુ**—પરંતુ; **આત્મરતિઃ**—આત્મામાં જ આનંદ માણતો; **એવ**—નક્કી; **સ્યાત્**—રહે છે; **આત્મતૃપ્તઃ**—સ્વયં પ્રકાશિત; **ચ**—અને; **માનવઃ**—મનુષ્ય; **આત્મનિ**—પોતાની અંદર; **એવ**—માત્ર; **ચ**—અને; **સન્તુષ્ટઃ**—પૂર્ણપણે સંતુષ્ટ; **તસ્ય**—તેનું; **કાર્યમ્**—કર્તવ્ય; **ન**—નથી; **વિદ્યતે**—હોતું.

અનુવાદ

પરંતુ જે મનુષ્ય આત્મામાં જ આનંદ પામે છે તથા જેનું જીવન આત્મ-સાક્ષાત્કાર યુક્ત હોય છે અને જે પોતાની અંદર જ પૂર્ણપણે સંતુષ્ટ રહે છે, તેને માટે કશું કર્તવ્ય રહેતું નથી.

ભાવાર્થ

જે મનુષ્ય સંપૂર્ણ રીતે કૃષ્ણભાવનાપરાયણ થયો છે અને કૃષ્ણભાવનામૃતમાં કરેલાં પોતાનાં કાર્યોથી પૂર્ણપણે સંતુષ્ટ થયો છે, તેને કોઈ નિયત કર્મ કરવાનું રહેતું નથી. તેના કૃષ્ણભાવનાપરાયણ હોવાને કારણે તેના અંતરમાંની સઘળી મલિનતા તરત જ ધોવાઈ જાય છે. આ પરિણામ એવું છે કે જે હજારો યજ્ઞો કરવાથી મળી શકે. એ રીતે ચેતના શુદ્ધ થવાથી મનુષ્યને તેના પરમેશ્વર સાથેના સંબંધના સંદર્ભમાં પોતાની સનાતન સ્થિતિ વિશે પૂર્ણપણે આત્મવિશ્વાસ જાગે છે. આ રીતે ભગવાનની કૃપાથી તેનું કર્તવ્ય સ્વયં પ્રકાશિત બને છે અને તેથી તેને વૈદિક આજ્ઞાઓ પાળવાનું કોઈ બંધન રહેતું નથી. આવો કૃષ્ણભાવનાપરાયણ મનુષ્ય દુન્યવી કાર્યોમાં ક્યારેય રસ ધરાવતો નથી અને સુરા, સુંદરી તથા અન્ય પ્રલોભનોમાં આનંદ લેતો નથી.

શ્લોક ૧૮

नैव तस्य कृतेनार्थो नाकृतेनेह कश्चन।
न चास्य सर्वभूतेषु कश्चिदर्थव्यपाश्रयः॥ १८॥

ન—કદી નહીં; **એવ**—નક્કી; **તસ્ય**—તેનું; **કૃતેન**—કાર્ય કરવાથી; **અર્થઃ**—હેતુ; **ન**—નહીં; **અકૃતેન**—કાર્ય નહીં કરવાથી; **ઈહ**—આ જગતમાં; **કશ્ચન**—કંઈ પણ; **ન**—નહીં; **ચ**—અને; **અસ્ય**—તેનું; **સર્વ ભૂતેષુ**—જીવમાત્રમાં; **કશ્ચિત્**—કોઈ; **અર્થ**—હેતુ; **વ્યપાશ્રયઃ**—નો આશ્રય લેવાનો.

અનુવાદ

આત્મ-સાક્ષાત્કાર પામેલા મનુષ્યને નિયત કર્મો કરવાની ન તો જરૂર રહે છે અને ન તો આવું કર્મ ન કરવાનું કોઈ કારણ હોય છે. વળી અન્ય જીવાત્મા પર નિર્ભર રહેવાની પણ તેને જરૂર હોતી નથી.

ભાવાર્થ

આત્મ-સાક્ષાત્કાર પામેલા મનુષ્યને કૃષ્ણભાવનાયુક્ત કાર્યો સિવાયના કોઈ પણ નિયત કર્મ કરવાનાં રહેતાં નથી. હવે પછીના શ્લોકોમાં દર્શાવાશે તેમ આ કૃષ્ણભાવનામૃત નિષ્ક્રિયતા પણ નથી. કૃષ્ણભાવનાયુક્ત મનુષ્ય કોઈનો આશ્રય લેતો નથી, ભલે તે માનવ હોય કે દેવ હોય. કૃષ્ણભાવનામૃતમાં તે જે કંઈ કરે છે, તે જ તેને માટે કર્તવ્યપાલન અંગે પૂરતું હોય છે.

શ્લોક ૧૯

तस्मादसक्तः सततं कार्यं कर्म समाचर।
असक्तो ह्याचरन्कर्म परमाप्नोति पूरुषः॥ १९॥

તસ્માત્—તેથી; **અસક્તઃ**—અનાસક્ત રહી; **સતતમ્**—નિરંતર; **કાર્યમ્**—કર્તવ્ય તરીકે; **કર્મ**—કર્મ; **સમાચર**—કર; **અસક્તઃ**—અનાસક્ત; **હિ**—નક્કી; **આચરન્**—કરતો રહી; **કર્મ**—કાર્ય; **પરમ્**—પરમેશ્વરને; **આપ્નોતિ**—પ્રાપ્ત કરે છે; **પૂરુષઃ**—મનુષ્ય.

અનુવાદ

તેથી કર્મના ફળમાં આસક્ત થયા વગર મનુષ્યે પોતાનું કર્તવ્ય સમજીને નિરંતર કર્મ કરતા રહેવું જોઈએ, કારણ કે અનાસક્ત રહીને કર્મ કરવાથી મનુષ્યને પરમેશ્વરની પ્રાપ્તિ થાય છે.

ભાવાર્થ

ભક્તો માટે પરમોચ્ચ સાધ્ય પુરુષોત્તમ પરમેશ્વર છે, જ્યારે નિર્વિશેષવાદી માટે તે મોક્ષ છે. તેથી જે મનુષ્ય યોગ્ય માર્ગદર્શન હેઠળ તથા કર્મફળમાં અનાસક્ત રહીને કૃષ્ણ પ્રીત્યર્થે અથવા કૃષ્ણભાવનામૃતમાં કાર્ય કરે છે, તે ચોક્કસપણે સર્વોપરી જીવનધ્યેય તરફ પ્રગતિ સાધે છે. અર્જુનને

કહેવામાં આવ્યું છે કે તેણે કૃષ્ણ પ્રીત્યર્થે કુરુક્ષેત્રના યુદ્ધમાં લડવું જોઈએ, કારણ કે કૃષ્ણની ઈચ્છા છે કે તે યુદ્ધ કરે. ભલા માણસ થવું અથવા અહિંસક થવું એ તો અંગત આસક્તિ છે, પરંતુ ફળની આસક્તિ રાખ્યા વિના કાર્ય કરવું એ તો પરમેશ્વર વતી કાર્ય કરવા સમાન છે. આ સર્વોચ્ચ કોટિનું પૂર્ણ કર્મ છે, જેની આજ્ઞા પૂર્ણ પુરુષોત્તમ પરમેશ્વર કૃષ્ણે આપી છે.

વૈદિક વિધિઓ, જેમ કે શાસ્ત્રવિહિત યજ્ઞો એવાં પાપકર્મોની શુદ્ધિ માટે કરવામાં આવે છે કે જે ઈન્દ્રિયતૃપ્તિ માટે કરેલાં હોય છે. પરંતુ કૃષ્ણભાવનામૃતમાં જે કર્મ કરાય છે, તે સારાં કે નરસાં કર્મની પ્રતિક્રિયાથી પર હોય છે. કૃષ્ણભાવનાપરાયણ મનુષ્યને ફળ પ્રત્યે લેશમાત્ર આસક્તિ હોતી નથી, તે તો માત્ર કૃષ્ણ પ્રીત્યર્થે જ કર્મ કરે છે. તે સર્વ પ્રકારનાં કાર્યો સ્વયં કરતો રહે છે, છતાં પૂર્ણપણે અનાસક્ત હોય છે.

શ્લોક ૨૦

कर्मणैव हि संसिद्धिमास्थिता जनकादयः ।
लोकसङ्ग्रहमेवापि सम्पश्यन्कर्तुमर्हसि ॥ २० ॥

કર્મણા—કર્મ દ્વારા; **એવ**—જ; **હિ**—નક્કી; **સંસિદ્ધિમ્**—પૂર્ણતામાં; **આસ્થિતાઃ**—સ્થિત; **જનક આદયઃ**—જનક તથા અન્ય રાજાઓ; **લોક સઙ્ગ્રહમ્**—સાધારણ જનસમુદાય; **એવ અપિ**—તેમ જ; **સમ્પશ્યન્**—વિચાર કરીને; **કર્તુમ્**—કરવા માટે; **અર્હસિ**—તું યોગ્ય છે.

અનુવાદ

જનક જેવા રાજાઓએ માત્ર નિયત કર્તવ્ય કરવાથી જ સિદ્ધિ પ્રાપ્ત કરી હતી. માટે સાધારણ જનસમુદાયને શિક્ષિત કરવા માટે પણ તારે કર્તવ્યકર્મ કરવું જોઈએ.

ભાવાર્થ

જનક જેવા સર્વ રાજાઓ આત્મ-સાક્ષાત્કારી હતા, તેથી તેઓ વેદોક્ત કર્મ કરવા બંધાયેલા ન હતા. તેમ છતાં સામાન્ય જનતાને ઉદાહરણ પૂરું પાડવાના ઉદ્દેશથી તેઓ પોતાના બધાં નિયત કર્તવ્યકર્મ કરતા રહ્યા. જનક સીતામાતાના પિતા તથા ભગવાન શ્રી રામના સસરા હતા. ભગવાનના પરમ ભક્ત હોવાને કારણે તેમની સ્થિતિ દિવ્ય હતી, પરંતુ તેઓ મિથિલા (બિહારનું એક પરગણું)ના રાજા હોવાથી તેમને પોતાની પ્રજાને નિયત કર્તવ્યકર્મ કેવી રીતે કરવાં, તે અંગે પોતાના ઉદાહરણ દ્વારા બોધ આપવાનો હતો. ભગવાન કૃષ્ણ તથા તેમના સનાતન સખા અર્જુનને કુરુક્ષેત્રના યુદ્ધમાં

લડવાની કશી જરૂર ન હતી, પરંતુ જ્યારે સુલેહની વાટાઘાટો નિષ્ફળ જાય ત્યારે હિંસા પણ જરૂરી બને છે, એવો બોધ જનસાધારણને આપવા માટે તેમણે યુદ્ધ કર્યું. કુરુક્ષેત્રના યુદ્ધ પૂર્વે યુદ્ધ નિવારવા માટે પૂર્ણ પુરુષોત્તમ પરમેશ્વર કૃષ્ણે પણ સર્વ પ્રયાસ કર્યા હતા, પરંતુ સામો પક્ષ યુદ્ધ કરવા માટે દુરાગ્રહી હતો. તેથી સાચા કારણ માટે યુદ્ધ કરવું જરૂરી હતું. જોકે કૃષ્ણભાવનાયુક્ત મનુષ્યને ભૌતિક દુનિયામાં કોઈ રુચિ હોઈ શકે નહીં, છતાં કેવી રીતે રહેવું તથા કામ કરવું તે વિશે જનતાને બોધ આપવા માટે તે કર્મ કરતો રહે છે. કૃષ્ણભાવનામૃતમાં અનુભવી મનુષ્યો એવી રીતે કાર્ય કરે છે કે અન્ય લોકો તેમના પગલે ચાલી શકે અને આ બાબત હવે પછીના શ્લોકમાં સમજાવવામાં આવી છે.

શ્લોક ૨૧

यद्यदाचरति श्रेष्ठस्तत्तदेवेतरो जनः।
स यत्प्रमाणं कुरुते लोकस्तदनुवर्तते॥ २१॥

યત્ યત્—જે જે; **આચરતિ**—કરે છે; **શ્રેષ્ઠઃ**—આદરણીય નેતા; **તત્**—તે; **તત્**—અને માત્ર તે; **એવ**—જ; **ઈતરઃ**—સામાન્ય; **જનઃ**—મનુષ્ય; **સઃ**—તે; **યત્**—જે કંઈ; **પ્રમાણમ્**—ઉદાહરણ; **કુરુતે**—કરે છે; **લોકઃ**—સમગ્ર દુનિયા; **તત્**—તેના; **અનુવર્તતે**—પગલે અનુસરે છે.

અનુવાદ

મહાપુરુષ જે જે આચરણ કરે છે, તેનું અનુસરણ સામાન્ય મનુષ્યો કરે છે અને ઉદાહરણરૂપ આચરણ દ્વારા તે જે આદર્શ પ્રસ્થાપિત કરે છે, તેનું સમગ્ર જગત અનુસરણ કરે છે.

ભાવાર્થ

સામાન્ય જનતાને હંમેશાં એક એવા નેતાની જરૂર હોય છે કે જે વહેવારુ આચરણ દ્વારા લોકોને બોધ આપી શકે. જો નેતા પોતે જ ધૂમ્રપાન કરતો હોય, તો તે લોકોને ધૂમ્રપાન બંધ કરવાની શિખામણ આપી ન શકે. ભગવાન ચૈતન્યે કહ્યું છે કે શિખામણ આપતા પહેલાં ગુરુ અર્થાત્ શિક્ષકે પોતાનું આચરણ શુદ્ધ કરવું પડે. જે એવી રીતે બોધ આપે છે, તે *આચાર્ય* અથવા આદર્શ શિક્ષક કહેવાય છે. માટે સામાન્ય માનવીને બોધ આપવા માટે ગુરુ કે શિક્ષકે સ્વયં શાસ્ત્રોના સિદ્ધાંતોનું પાલન કરવું જોઈએ. દિવ્ય ધર્મશાસ્ત્રોના સિદ્ધાંતોની વિરુદ્ધ શિક્ષક કોઈ નવા નિયમો ઘડી ન શકે. મનુસંહિતા જેવાં અન્ય પ્રમાણભૂત શાસ્ત્રો માનવ સમાજ દ્વારા અનુસરણ

કરવા યોગ્ય પ્રમાણભૂત ગ્રંથો ગણાય છે. એટલે નેતાના બોધનો આધાર આવા પ્રમાણભૂત શાસ્ત્રોના સિદ્ધાંત પર હોવો જોઈએ. જે મનુષ્ય પોતે ઉન્નત થવા ઈચ્છે છે, તેણે મહાન શિક્ષકો (આચાર્યો) દ્વારા આચરાતા પ્રમાણભૂત નિયમોનું પાલન કરવું જોઈએ. શ્રીમદ્ ભાગવત પણ સમર્થન કરે છે કે મનુષ્યે મહાન ભક્તોના પગલે ચાલવું જોઈએ. આધ્યાત્મિક સાક્ષાત્કારના પંથે પ્રગતિ કરવાનો આ જ રસ્તો છે. રાજા કે રાજ્યનો વહીવટી વડો, પિતા અને શાળાનો શિક્ષક, આ સૌ સામાન્ય અબુધ જનતાના સ્વાભાવિક નેતા ગણાય છે. આ સૌની તેમના આશ્રિતો પ્રત્યે મહાન જવાબદારી રહે છે, માટે તેમણે નૈતિક તથા આધ્યાત્મિક સંહિતા વિષયક પ્રમાણભૂત ગ્રંથોથી સુપરિચિત હોવું જ જોઈએ.

શ્લોક ૨૨ **न मे पार्थास्ति कर्तव्यं त्रिषु लोकेषु किञ्चन।**
नानवाप्तमवाप्तव्यं वर्त एव च कर्मणि॥ २२॥

ન—નહીં; **મે**—મારું; **પાર્થ**—હે પૃથાપુત્ર; **અસ્તિ**—છે; **કર્તવ્યમ્**—નિયત કાર્ય; **ત્રિષુ**—ત્રણે; **લોકેષુ**—લોકોમાં; **કિઞ્ચન**—કંઈ પણ; **ન**—કશું નહીં; **અનવાપ્તમ્**—જોઈતું, ઈચ્છિત; **અવાપ્તવ્યમ્**—પ્રાપ્ત કરવાનું; **વર્તે**—પરોવાયેલો રહું છું; **એવ**—નક્કી; **ચ**—પણ; **કર્મણિ**—નિયત કર્મમાં.

અનુવાદ

હે પૃથાપુત્ર, ત્રણે લોકમાં મારા માટે કોઈ પણ કર્મ નિયત કરેલ નથી. મને કોઈ વસ્તુનો અભાવ નથી કે નથી મારે કશું મેળવવાની જરૂર. તેમ છતાં હું નિયત કર્તવ્યકર્મ કરવામાં કાર્યરત રહું છું.

ભાવાર્થ

વૈદિક સાહિત્યમાં પૂર્ણ પુરુષોત્તમ પરમેશ્વરનું વર્ણન આ પ્રમાણે થયું છે:

તમીશ્વરાણાં પરમં મહેશ્વરં
તં દેવતાનાં પરમં ચ દૈવતમ્।
પતિં પતીનાં પરમં પરસ્તાદ્
વિદામ દેવં ભુવનેશમીડ્યમ્॥
ન તસ્ય કાર્યં કરણં ચ વિદ્યતે
ન તત્ સમશ્ચાભ્યધિકશ્ચ દૃશ્યતે।
પરાસ્ય શક્તિર્ વિવિધૈવ શ્રૂયતે
સ્વાભાવિકી જ્ઞાન બલ ક્રિયા ચ॥

"પરમેશ્વર સર્વ નિયંતાઓના પરમ નિયંતા છે અને વિભિન્ન લોકપાલોમાં સૌથી મહાન છે. સૌ તેમને અધીન છે. બધા જ જીવોને પરમેશ્વર પાસેથી જ વિશિષ્ટ શક્તિ પ્રાપ્ત થાય છે, જીવો પોતે સર્વોપરી નથી. બધા જ દેવો દ્વારા ભગવાન પૂજાય છે અને તેઓ દેવાધિદેવ છે. તેથી તેઓ સર્વ પ્રકારના દુન્યવી નેતાઓ તથા નિયંતાઓથી પર છે અને બધાના આરાધ્ય છે. ભગવાનથી શ્રેષ્ઠ કોઈ નથી અને તેઓ જ સર્વ કારણોના સર્વોપરી કારણ છે."

"તેઓ સામાન્ય જીવાત્માના જેવું દૈહિક સ્વરૂપ ધરાવતા નથી. તેમના દેહ તથા તેમના આત્મા વચ્ચે કોઈ તફાવત નથી. તેઓ પરમ પૂર્ણ છે. તેમની સર્વ ઈન્દ્રિયો દિવ્ય છે. તેમની ગમે તે ઈન્દ્રિય અન્ય કોઈ પણ ઈન્દ્રિયનું કાર્ય કરી શકે છે. તેથી કોઈ પણ ભગવાનથી ચડિયાતું નથી કે તેમના સમાન પણ નથી. તેમની શક્તિઓ બહુવિધ છે. પરિણામે તેમનાં સર્વ કાર્યો પ્રાકૃતિક ક્રમ પ્રમાણે આપમેળે જ થઈ જાય છે." (શ્વેતાશ્વતર ઉપનિષદ ૬.૭–૮)

પુરુષોત્તમ પરમેશ્વરમાં પ્રત્યેક વસ્તુ ઐશ્વર્યથી પરિપૂર્ણ રહે છે તથા પૂર્ણ સત્યથી ઓતપ્રોત રહે છે. તેથી તેમના માટે કોઈ કર્તવ્ય કરવાની જરૂર રહેતી નથી. જેને પોતાના કર્મનું ફળ જોઈએ છે, તેને માટે કોઈને કોઈ કર્મ નિયત હોય છે, પરંતુ જે ત્રણે લોકમાં કશુંય પામવાની ઈચ્છા રાખતો નથી, તેને માટે નિઃસંદેહ કોઈ કર્મ કરવાપાત્ર રહેતું નથી. તેમ છતાં ક્ષત્રિયોના અગ્રણી નેતા તરીકે ભગવાન કૃષ્ણ કુરુક્ષેત્રની યુદ્ધભૂમિમાં કાર્યરત રહ્યા હતા, કારણ કે દુઃખી જનોને રક્ષણ આપવા ક્ષત્રિયો કર્તવ્યબદ્ધ હોય છે. તેઓ શાસ્ત્રોનાં વિધિવિધાનોથી સર્વથા પર રહે છે, તેમ છતાં તેઓ શાસ્ત્રોથી વિરુદ્ધ હોય તેવું કશું કરતા નથી.

શ્લોક ૨૩

यदि ह्यहं न वर्तेयं जातु कर्मण्यतन्द्रितः ।
मम वर्त्मानुवर्तन्ते मनुष्याः पार्थ सर्वशः ॥ २३ ॥

યદિ—જો; **હિ**—નક્કી; **અહમ્**—હું; **ન**—નહીં; **વર્તેયમ્**—આ રીતે વ્યસ્ત રહું; **જાતુ**—ક્યારેય; **કર્મણિ**—નિયત કર્તવ્યો કરવામાં; **અતન્દ્રિતઃ**—અત્યંત સાવધ રહીને; **મમ**—મારો; **વર્ત્મ**—માર્ગ; **અનુવર્તન્તે**—અનુસરણ કરશે; **મનુષ્યાઃ**—મનુષ્યો; **પાર્થ**—હે પૃથાપુત્ર; **સર્વશઃ**—સર્વ પ્રકારે.

અનુવાદ

જો હું નિયત કર્તવ્યકર્મો સાવધાનીપૂર્વક ન કરું, તો હે પાર્થ, બધા મનુષ્યો જરૂર મારા માર્ગનું અનુસરણ કરશે.

ભાવાર્થ

આધ્યાત્મિક જીવનમાં પ્રગતિ સાધવા તથા સામાજિક શાંતિની સમતુલા જાળવવા માટે કેટલાક પરંપરાગત કુલાચારોનું પાલન કરવાનું દરેક સંસ્કારી મનુષ્ય માટે જરૂરી હોય છે. આવાં વિધિવિધાનો ભગવાન કૃષ્ણ માટે નહીં, પણ માત્ર બદ્ધ જીવો માટે હોય છે. તેમ છતાં કૃષ્ણે નિર્દિષ્ટ નિયમોનું પાલન કર્યું, કારણ કે તેઓ ધર્મની સ્થાપના કરવા માટે અવતર્યા હતા. અન્યથા સામાન્ય મનુષ્ય પણ તેમના જ પગલાંને અનુસરશે, કારણ કે કૃષ્ણ સર્વોચ્ચ સત્તા છે. શ્રીમદ્ ભાગવતમાંથી જાણવા મળે છે કે શ્રીકૃષ્ણ પોતાના ઘરમાં તથા બહાર પણ સર્વ ગૃહસ્થોચિત ધાર્મિક કર્તવ્યોનું આચરણ કરતા હતા.

શ્લોક ૨૪

उत्सीदेयुरिमे लोका न कुर्यां कर्म चेदहम्।
सङ्करस्य च कर्ता स्यामुपहन्यामिमाः प्रजाः ॥ २४॥

ઉત્સીદેયુઃ—નાશ પામે; **ઈમે**—આ બધા; **લોકાઃ**—લોક; **ન**—નહીં; **કુર્યામ્**—કરું; **કર્મ**—નિયત કાર્ય; **ચેત્**—જો; **અહમ્**—હું; **સઙ્કરસ્ય**—વર્ણસંકર પ્રજાનો; **ચ**—અને; **કર્તા**—સ્રષ્ટા; **સ્યામ્**—થાઉં; **ઉપહન્યામ્**—વિનષ્ટ કરીશ; **ઈમાઃ**—આ સર્વ; **પ્રજાઃ**—જીવોને.

અનુવાદ

જો હું નિયત કર્તવ્ય ન કરું, તો આ બધા વિશ્વોનો વિનાશ થઈ જાય. ત્યારે હું અવાંછિત જનસમુદાય (વર્ણસંકર પ્રજા) ઉત્પન્ન કરવાનું કારણ બનું અને એ રીતે સર્વ જીવોની શાંતિ નષ્ટ કરનારો બનું.

ભાવાર્થ

વર્ણસંકર અર્થાત્ વણજોઈતી પ્રજા, જે સામાન્ય સમાજની શાંતિમાં ઉપદ્રવરૂપ બને છે. આ સામાજિક અશાંતિને રોકવા માટે અનેક વિધિવિધાનો છે, જેમના દ્વારા જનતા આપમેળે જ આધ્યાત્મિક પ્રગતિ માટે શાંત બનશે અને સુવ્યવસ્થિત થઈ શકશે. જ્યારે ભગવાન કૃષ્ણ અવતરે છે, ત્યારે સ્વાભાવિક રીતે જ તેઓ આવાં મહત્ત્વપૂર્ણ કાર્યોની પ્રતિષ્ઠા અને અનિવાર્યતા જાળવી રાખવા માટે આ વિધિવિધાનો અનુસાર આચરણ કરે

છે. ભગવાન સમસ્ત જીવોના પિતા છે અને જો જીવો પથભ્રષ્ટ થઈ જાય, તો પરોક્ષ રીતે આ જવાબદારી ભગવાનની જ ઠરે. તેથી જ્યારે જ્યારે આ નિયામક સિદ્ધાંતોનો અનાદર થાય છે, ત્યારે ભગવાન સ્વયં સમાજને સુધારવા માટે અવતરે છે. પરંતુ આપણે તે અંગે સાવધ રહેવું પડે કે આપણે ભગવાનનાં પગલે અનુસરણ કરવાનું છે, છતાં આપણે એ યાદ રાખવું જોઈએ કે તેમનું અનુકરણ આપણે કદાપિ કરીએ નહીં. અનુસરણ અને અનુકરણ એકસમાન હોતાં નથી. ભગવાને બાલ્યાવસ્થામાં ગોવર્ધન પર્વત ઊંચક્યો હતો, તેનું અનુકરણ કરી આપણાથી એ ગિરિ ગોવર્ધન ઊંચકી શકાય નહીં. કોઈ પણ મનુષ્ય માટે તે અશક્ય છે. આપણે તેમના ઉપદેશોનું પાલન કરવું જોઈએ, પરંતુ તેમનું અનુકરણ ક્યારેય કરવું નહીં. શ્રીમદ્ ભાગવતમાં આનું સમર્થન કરવામાં આવ્યું છે (૧૦.૩૩.૩૦–૩૧):

નૈતત્ સમાચરેજ્જાતુ મનસાપિ હ્યનીશ્વરઃ।
વિનશ્યત્યાચરન્મૌઢ્યાદ્યથાઽરુદ્રોઽબ્ધિજં વિષમ્॥
ઈશ્વરાણાં વચઃ સત્યં તથૈવાચરિતં ક્વચિત્।
તેષાં યત્ સ્વવચોયુક્તં બુદ્ધિમાંસ્તત્ સમાચરેત્॥

"મનુષ્યે ભગવાનના તથા તેમના અધિકૃત સેવકોના ઉપદેશોનું માત્ર પાલન કરવું જોઈએ. તેમના ઉપદેશો આપણા માટે સર્વથા હિતાવહ છે અને કોઈ પણ બુદ્ધિશાળી મનુષ્ય બતાવ્યા પ્રમાણે તે આદેશોનું આચરણ કરશે. તેમ છતાં મનુષ્યે સાવધ રહેવું જોઈએ કે તે તેમનાં કાર્યોનું અનુકરણ ન કરે. મનુષ્યે શિવજીનું અનુકરણ કરી વિષનો સમુદ્ર પીવાનો પ્રયત્ન કરવો ન જોઈએ."

આપણે હંમેશાં ઈશ્વરોની અથવા સૂર્ય તથા ચંદ્રની વાસ્તવિક ગતિનું નિયમન કરી શકનારાની સ્થિતિને શ્રેષ્ઠ માનવી જોઈએ. આવી શક્તિ વિના મનુષ્ય શ્રેષ્ઠ શક્તિયુક્ત ઈશ્વરોનું અનુકરણ કરી શકે નહીં. શિવજીએ સમુદ્રને ગળી જવા સુધીનું વિષપાન કર્યું, પરંતુ જો કોઈ સાધારણ મનુષ્ય વિષનું એક ટીપું પણ પીવાનો પ્રયત્ન કરશે, તો તે મરણ પામશે. શિવજીના એવા અનેક પાખંડી ભક્તો હોય છે કે જેઓ ગાંજો અને એવા કેફી પદાર્થોનું સેવન કરતા રહે છે, પરંતુ તેઓ ભૂલી જાય છે કે એ રીતે શિવજીનું અનુકરણ કરીને તેઓ મૃત્યુને નજીક લાવી રહ્યા છે. તેવી જ રીતે, ભગવાન કૃષ્ણના એવા કેટલાક પાખંડી ભક્તો હોય છે કે જેઓ ભગવાનની રાસલીલા અથવા પ્રેમ-નૃત્યનું અનુકરણ કરવા ઈચ્છે છે, પરંતુ ધરાર ભૂલી જાય

છે કે ગોવર્ધન પર્વતને ઊંચકવો એ તેઓની શક્તિની મર્યાદા બહાર છે. માટે સૌથી સારું તો એ જ છે કે સમર્થ વ્યક્તિનું અનુકરણ કરવાનો પ્રયત્ન કરવો ન જોઈએ, પરંતુ કેવળ તેમના ઉપદેશો અર્થાત્ આદેશ પ્રમાણે જ આચરણ કરવું જોઈએ અને યોગ્યતા વિના તેમના સ્થાનને ગ્રહણ કરવાનો પ્રયત્ન પણ કરવો જોઈએ નહીં. એવા અનેક "અવતારો" છે કે જેમનામાં પરમેશ્વરનું સામર્થ્ય હોતું નથી.

શ્લોક ૨૫

सक्ताः कर्मण्यविद्वांसो यथा कुर्वन्ति भारत।
कुर्याद्विद्वांस्तथासक्तश्चिकीर्षुर्लोकसङ्ग्रहम् ॥ २५ ॥

સક્તાઃ—આસક્ત હોઈ; **કર્મણિ**—નિયત કર્મોમાં; **અવિદ્વાંસઃ**—અજ્ઞાની; **યથા**—જેવી રીતે; **કુર્વન્તિ**—કરે છે; **ભારત**—હે ભરતના વંશજ; **કુર્યાત્**—કરવું જોઈએ; **વિદ્વાન્**—વિદ્વાન; **તથા**—તેવી રીતે; **અસક્તઃ**—અનાસક્ત; **ચિકીર્ષુઃ**—કરવા ઈચ્છતો; **લોકસઙ્ગ્રહમ્**—સામાન્ય લોકો.

અનુવાદ

હે ભરતવંશી, જેવી રીતે અજ્ઞાની મનુષ્યો ફળ પ્રત્યે આસક્તિ રાખીને તેમનાં કર્તવ્યકર્મો કરે છે, તેવી રીતે વિદ્વાન જનોએ સામાન્ય લોકોને સાચા માર્ગે દોરવા માટે અનાસક્ત રહીને કર્મ કરવાં જોઈએ.

ભાવાર્થ

કૃષ્ણભાવનાપરાયણ મનુષ્ય અને એક કૃષ્ણભાવનારહિત મનુષ્ય વચ્ચેનો તફાવત તેમની વિભિન્ન ઈચ્છાઓને કારણે જણાઈ આવે છે. કૃષ્ણભાવનાપરાયણ મનુષ્ય કદાપિ એવું કંઈ જ કરતો નથી કે જે કૃષ્ણભક્તિમાં મદદરૂપ ન હોય. તે એવા અજ્ઞાની મનુષ્યની જેમ વર્તી શકે છે કે જે દુન્યવી કાર્યોમાં અતિશય આસક્ત હોય છે, પરંતુ તેઓમાંનો એક પોતાની ઈન્દ્રિયતૃપ્તિના સંતોષ અર્થે પ્રવૃત્ત હોય છે, જ્યારે બીજો કૃષ્ણની પ્રસન્નતા અર્થેની પ્રવૃત્તિમાં લાગેલો હોય છે. તેથી કૃષ્ણભાવનાપરાયણ મનુષ્ય માટે એ જરૂરી છે કે તે લોકોને બતાવે કે કર્મ કેવી રીતે કરવું જોઈએ અને કર્મફળોને કેવી રીતે કૃષ્ણભાવનામૃતના હેતુમાં યોજવાં જોઈએ.

શ્લોક ૨૬

न बुद्धिभेदं जनयेदज्ञानां कर्मसङ्गिनाम्।
जोषयेत्सर्वकर्माणि विद्वान्युक्तः समाचरन्॥ २६ ॥

ન—નહીં; **બુદ્ધિભેદમ્**—બુદ્ધિનો વિધ્વંસ; **જનયેત્**—ઉત્પન્ન કરે; **અજ્ઞાનામ્**—મૂર્ખોની; **કર્મ સઙ્ગિનામ્**—સકામ કર્મોમાં આસક્ત; **જોષયેત્**—તેણે જોડી દેવાં જોઈએ; **સર્વ**—બધાં; **કર્માણિ**—કર્મો; **વિદ્વાન્**—વિદ્વાન મનુષ્યો; **યુક્તઃ**—પરોવાયેલો; **સમાચરન્**—અનુસરે છે.

અનુવાદ

વિદ્વાન મનુષ્યોએ સકામ કર્મોમાં આસક્ત એવા અજ્ઞાની લોકોનાં મનને વિચલિત કરવાં જોઈએ નહીં, તેમ જ તેમને કર્મનો ત્યાગ કરવા માટે પ્રોત્સાહન આપવું જોઈએ નહીં, પરંતુ ભક્તિભાવપૂર્વક કર્મમાં વ્યસ્ત રહેવા પ્રેરણા આપવી જોઈએ (કે જેથી ધીરે ધીરે કૃષ્ણભાવનામૃતનો વિકાસ થઈ શકે).

ભાવાર્થ

વેદૈશ્ચ સર્વૈર્ અહમ્ એવ વેદ્યઃ—આ સિદ્ધાંત સર્વ વૈદિક કર્મકાંડની પરાકાષ્ઠા છે. સર્વ કર્મકાંડ, સર્વ યજ્ઞકાર્ય તથા વેદોમાં ભૌતિક કાર્યો કરવાના જે નિર્દેશો છે, તેમના સહિતની સર્વ બાબતો આપણાં જીવનના અંતિમ ધ્યેયરૂપ કૃષ્ણને જાણવા માટે છે. પરંતુ બદ્ધ જીવો ઈન્દ્રિયતૃપ્તિ સિવાય અન્ય કશું જાણતા નહીં હોવાથી તેઓ વેદાધ્યયન એ જ દૃષ્ટિથી કરે છે. પરંતુ વૈદિક વિધિવિધાનો દ્વારા નિયંત્રિત કરેલાં સકામ કર્મો તથા ઈન્દ્રિયતૃપ્તિ દ્વારા મનુષ્ય ધીરે ધીરે કૃષ્ણભાવનામૃતમાં ઉન્નતિ પામે છે. તેથી, કૃષ્ણભાવનામૃતમાં સિદ્ધ થયેલા ભક્તે અન્ય મનુષ્યોને તેમના કાર્યમાં કે સમજણમાં ઉપદ્રવરૂપ થવું ન જોઈએ, પરંતુ સર્વ કર્મફળ કેવી રીતે કૃષ્ણની સેવામાં સમર્પિત કરી શકાય એ તેમને આચરણથી દર્શાવવાં જોઈએ. કૃષ્ણભાવનાપરાયણ વિદ્વાન મનુષ્યે એવી રીતે આચરણ કરવું જોઈએ કે જેથી ઈન્દ્રિયતૃપ્તિ અર્થે કર્મ કરનારો અજ્ઞાની મનુષ્ય પણ શીખી લે કે કર્મ કેવી રીતે કરવાં તથા આચરણ કેવી રીતે કરવું. અજ્ઞાની લોકોને તેમના કાર્યમાં ખલેલ પહોંચાડવી એ બરાબર નથી, છતાં જો તે થોડો પણ કૃષ્ણભક્તિપરાયણ થયો હોય, તો તેને અન્ય વૈદિક વિધિઓની પરવા ન કરતાં સીધેસીધો ભગવત્સેવામાં લગાડી શકાય છે. આવા સદ્ભાગી મનુષ્યને વૈદિક કર્મકાંડ કરવાની જરૂર રહેતી નથી, કારણ કે પ્રત્યક્ષ કૃષ્ણભાવનામૃત દ્વારા મનુષ્યને તે બધાં જ ફળ મળી જાય છે કે જે તેને નિયત કર્તવ્યકર્મ કરવાથી મળી શકે.

શ્લોક ૨૭

प्रकृतेः क्रियमाणानि गुणैः कर्माणि सर्वशः ।
अहङ्कारविमूढात्मा कर्ताहमिति मन्यते ॥ २७ ॥

પ્રકૃતેઃ—ભૌતિક પ્રકૃતિના; **ક્રિયમાણાનિ**—કરતા; **ગુણૈ**—ગુણો દ્વારા; **કર્માણિ**—કર્મ; **સર્વશઃ**—સર્વ પ્રકારના; **અહઙ્કાર વિમૂઢ**—મિથ્યા અહંકારથી મોહ પામેલો; **આત્મા**—આત્મા; **કર્તા**—કર્તા; **અહમ્**—હું; **ઇતિ**—એમ; **મન્યતે**—માને છે.

અનુવાદ

જીવ મિથ્યા અહંકારના પ્રભાવથી મોહગ્રસ્ત થઈને પોતાની જાતને સમગ્ર કાર્યોનો કર્તા માની લે છે, પણ હકીકતમાં તે ભૌતિક પ્રકૃતિના ત્રણ ગુણો દ્વારા થતાં હોય છે.

ભાવાર્થ

એક કૃષ્ણભાવનાપરાયણ મનુષ્ય તથા બીજો ભોગપરાયણ મનુષ્ય એવા બંને સમાન સ્તરે અને સમાન પદે રહીને કાર્ય કરતા ભલે દેખાય, પરંતુ તેમની પોતપોતાની અવસ્થામાં હકીકતમાં આકાશ-પાતાળ જેટલું અંતર હોય છે. ભૌતિક ચેતનાવાળો માણસ મિથ્યા અહંકારને કારણે એમ માની લે છે કે તે પોતે જ બધી વસ્તુઓનો કર્તા છે. તે જાણતો નથી કે શરીરરૂપી યંત્ર ભૌતિક પ્રકૃતિ દ્વારા ઉત્પન્ન થયું છે અને પ્રકૃતિ પરમેશ્વરના નિરીક્ષણ હેઠળ કાર્ય કરે છે. ભોગવાદી મનુષ્યને જ્ઞાન હોતું નથી કે છેવટે તો તે કૃષ્ણના નિયંત્રણ હેઠળ રહેલો હોય છે. મિથ્યા અહંકારને વશ થયેલો મનુષ્ય દરેક કાર્ય સ્વતંત્ર રીતે કરીને તેનું શ્રેય પોતે લેવાની ઇચ્છા ધરાવે છે અને તેના અજ્ઞાનનું આ જ લક્ષણ છે. પૂર્ણ પુરુષોત્તમ પરમેશ્વરની આજ્ઞાનુસાર તેના આ સ્થૂળ તથા સૂક્ષ્મ શરીરની રચના પ્રકૃતિ દ્વારા થઈ છે, એનું તેને ભાન નથી અને તેથી તેનાં સર્વ શારીરિક અને માનસિક કાર્ય કૃષ્ણભક્તિમાં રહી કૃષ્ણ પ્રીત્યર્થે કરવાં જોઈએ તે પણ તે જાણતો નથી. અજ્ઞાની મનુષ્ય ભૂલી જાય છે કે પૂર્ણ પુરુષોત્તમ પરમેશ્વર હૃષીકેશ તરીકે પ્રસિદ્ધ છે અર્થાત્ તેઓ ભૌતિક શરીરની ઇન્દ્રિયોના સ્વામી છે. અજ્ઞાની મનુષ્ય ઇન્દ્રિયતૃપ્તિ અર્થે ઇન્દ્રિયોનો સદા દુરુપયોગ કરતો હોવાથી મિથ્યા અહંકારવશ હકીકતમાં મોહગ્રસ્ત રહે છે, જેને લીધે તે કૃષ્ણ સાથેના પોતાના સનાતન સંબંધને ભૂલી જાય છે.

શ્લોક ૨૮ **तत्त्ववित्तु महाबाहो गुणकर्मविभागयोः।**
गुणा गुणेषु वर्तन्त इति मत्वा न सज्जते॥ २८॥

तत्त्ववित्—પરમ સત્યને જાણનારો; **तु**—પરંતુ; **મહાબાહો**—હે વિશાળ ભુજાઓવાળા; **ગુણકર્મ**—ભૌતિક પ્રભાવ હેઠળનાં કાર્યોના; **વિભાગયોઃ**—ભેદના; **ગુણાઃ**—ઈન્દ્રિયો; **ગુણેષુ**—ઈન્દ્રિતૃપ્તિમાં; **वर्तन्ते**—વ્યસ્ત રહે છે; **ઈતિ**—એ રીતે; **मत्वा**—માની; **ન**—કદી નહીં; **સજ્જતે**—આસક્ત થાય છે.

અનુવાદ

હે મહાબાહુ, જે મનુષ્ય પરમ સત્યનું જ્ઞાન ધરાવે છે, તે ભક્તિમય કાર્ય અને સકામ કર્મ વચ્ચેના તફાવતને સારી રીતે જાણીને પોતાની જાતને ઈન્દ્રિયતૃપ્તિમાં વ્યસ્ત કરતો નથી.

ભાવાર્થ

પરમ સત્યને જાણનાર મનુષ્યને ખાતરી હોય છે કે ભૌતિક સંગમાં પોતાની સ્થિતિ વિષમ છે. તે જાણે છે કે પોતે પૂર્ણ પુરુષોત્તમ પરમેશ્વર, કૃષ્ણનો અંશ છે અને પોતાનું સ્થાન આ ભૌતિક સર્જનમાં હોવું ન જોઈએ. તે પોતાનાં વાસ્તવિક સ્વરૂપને ભગવાનના અભિન્ન અંશ તરીકે જાણે છે કે જે સચ્ચિદાનંદમય છે અને તેને એવી અનુભૂતિ થયા કરે છે કે "હું ગમે તે કારણે આ દેહાત્મભાવમાં ફસાયો છું." પોતાના અસ્તિત્વની વિશુદ્ધાવસ્થામાં તેણે સઘળાં કર્મ પૂર્ણ પુરુષોત્તમ પરમેશ્વર કૃષ્ણની સેવામાં સંયોજિત કરવાં જોઈએ. તેથી તે પોતાને કૃષ્ણભાવનામૃતનાં કાર્યોમાં જોડી દે છે અને ભૌતિક ઈન્દ્રિયોનાં કાર્યો પ્રત્યે કુદરતી રીતે જ અનાસક્ત થઈ જાય છે, કારણ કે તે સર્વ પરિસ્થિતિજન્ય અને અસ્થાયી છે. તે જાણે છે કે તેના જીવનની ભૌતિક દશા ભગવાનના સંપૂર્ણ નિયંત્રણમાં રહેલી છે. પરિણામે તે સર્વ પ્રકારનાં ભૌતિક બંધનોથી વિચલિત થતો નથી, કારણ કે તે આને ભગવત્કૃપા માને છે. શ્રીમદ્ ભાગવતના મતે જે મનુષ્ય પરમ સત્યને તેમના બ્રહ્મ, પરમાત્મા અને ભગવાન એ ત્રણ પાસાઓમાં જાણે છે, તે *તત્ત્વવિત્* કહેવાય છે, કારણ કે પરમેશ્વર સાથેના સંબંધે તે પોતાની વાસ્તવિક સ્થિતિને પણ જાણે છે.

શ્લોક ૨૯ **प्रकृतेर्गुणसम्मूढाः सज्जन्ते गुणकर्मसु।**
तानकृत्स्नविदो मन्दान्कृत्स्नविन्न विचालयेत्॥ २९॥

પ્રકૃતેઃ—ભૌતિક પ્રકૃતિના; **ગુણ**—ગુણોથી; **સમ્મૂઢાઃ**—ભૌતિક આત્મભાવથી મૂર્ખ બનેલા; **સજ્જન્તે**—તેઓ પરોવાય છે; **ગુણકર્મસુ**—ભૌતિક કાર્યોમાં; **તાન્**—તેમને; **અકૃત્સ્નવિદઃ**—અલ્પજ્ઞાની મનુષ્યો; **મન્દાન્**—આત્મ-સાક્ષાત્કાર જાણવામાં આળસુઓને; **કૃત્સ્નવિત્**—જ્ઞાની મનુષ્યે; **ન**—નહીં; **વિચાલયેત્**—વિચલિત કરવાનો પ્રયત્ન કરવો જોઈએ.

અનુવાદ

ભૌતિક પ્રકૃતિના ગુણોથી મોહગ્રસ્ત થયેલા અજ્ઞાનીજનો દુન્યવી કાર્યોમાં પૂરેપૂરા પરોવાઈ જાય છે અને તેમાં આસક્ત થાય છે. તેમનાં કાર્યો તેમના જ્ઞાનના અભાવને કારણે ઊતરતી કક્ષાનાં છે, તેમ છતાં જ્ઞાની મનુષ્યે તેમને તેમાંથી વિચલિત કરવા જોઈએ નહીં.

ભાવાર્થ

અજ્ઞાની મનુષ્યો સ્થૂળ ભૌતિક ચેતના સાથે મિથ્યા આત્મભાવ રાખે છે અને દુન્યવી સંજ્ઞાઓથી ભરેલા હોય છે. આ શરીર ભૌતિક પ્રકૃતિની દેણગી છે અને જે મનુષ્ય શારીરિક ચેતનાથી અતિશય આસક્ત થાય છે, તે મન્દ અર્થાત્ આત્માની સમજણવિહોણો આળસુ કહેવાય છે. અજ્ઞાનીજનો શરીરને આત્મસ્વરૂપ માને છે. તેઓ બીજાઓ સાથેના શારીરિક સંબંધને લોહીની સગાઈ અર્થાત્ સગાંવહાલાંના ભાવે રાખે છે અને જે દેશમાં આ શરીર જન્મ્યું છે, તે દેશને પૂજ્ય માને છે અને તેઓ ધાર્મિક કર્મકાંડની ઔપચારિકતાઓને જ ધર્મનું અંતિમ ધ્યેય માને છે. આવા દુન્યવી સંજ્ઞાઓવાળા માણસો માટે સમાજસેવા, રાષ્ટ્રીયતા તથા પરોપકાર એ જ કરવા જેવાં કેટલાંક કાર્યો હોય છે. આવી સંજ્ઞાઓના મોહના પ્રભાવ હેઠળ તેઓ ભૌતિક ક્ષેત્રમાં જ હંમેશાં વ્યસ્ત રહે છે. તેમને મન આધ્યાત્મિક સાક્ષાત્કાર એ કપોળકલ્પિત બાબત છે, તેથી તેઓ તેમાં રસ ધરાવતા નથી. પરંતુ જે મનુષ્યો આધ્યાત્મિક જીવનથી પ્રબુદ્ધ થયેલા છે, તેમણે આ પ્રમાણે ભૌતિકતામાં મગ્ન થયેલા માણસોને વિચલિત કરવા ન જોઈએ. આધ્યાત્મિક પ્રવૃત્તિઓ શાંતિપૂર્વક કરતા રહેવું એ જ તેમને માટે વધારે સારું છે. આવા મોહગ્રસ્ત માણસો અહિંસા જેવા જીવનના મૂળભૂત નૈતિક સિદ્ધાંતો તથા એવાં જ પરોપકારી કાર્યોમાં જોડાયેલા હોઈ શકે છે.

અજ્ઞાની માણસો કૃષ્ણભાવનામૃતનાં કાર્યોને સમજી શકતા નથી અને તેથી ભગવાન કૃષ્ણ ઉપદેશ આપે છે કે આવા લોકોને વિચલિત કરવા નહીં અને આપણો કિંમતી સમય નષ્ટ કરવો નહીં. પરંતુ ભગવદ્‌ભક્ત ભગવાન

કરતાં પણ વધારે દયાળુ હોય છે, કારણ કે તેઓ ભગવાનના હેતુને જાણે છે. પરિણામે તેઓ સર્વ પ્રકારનાં જોખમો વહોરે છે, એટલે સુધી કે તેઓ આ અજ્ઞાનીજનો પાસે પહોંચી જઈને તેમને માનવ માટે નિતાંત જરૂરી કૃષ્ણભાવનામૃતનાં કાર્યોમાં પ્રવૃત્ત કરવાનો પ્રયાસ કરે છે.

શ્લોક ૩૦
मयि सर्वाणि कर्माणि सन्न्यस्याध्यात्मचेतसा।
निराशीर्निर्ममो भूत्वा युध्यस्व विगतज्वरः ॥ ३० ॥

મયિ—મારામાં; **સર્વાણિ**—સર્વ પ્રકારનાં; **કર્માણિ**—કર્મ; **સન્ન્યસ્ય**—સર્વથા પરિત્યાગ કરીને; **અધ્યાત્મ**—પૂર્ણ આત્મજ્ઞાનયુક્ત; **ચેતસા**—ચેતના દ્વારા; **નિરાશીઃ**—લાભની ઈચ્છા વિના, નિષ્કામ; **નિર્મમઃ**—સ્વામિત્વની ભાવનાથી રહિત; **ભૂત્વા**—થઈને; **યુધ્યસ્વ**—યુદ્ધ કર; **વિગતજ્વરઃ**—આળસુ થયા વગર.

અનુવાદ

માટે હે અર્જુન, તારાં સર્વ કર્મો મને સમર્પિત કરીને, મારા પૂર્ણ જ્ઞાનથી યુક્ત થઈને, લાભની ઈચ્છા રાખ્યા વિના, સ્વામિત્વનો દાવો કર્યા વિના તથા આળસરહિત થઈને તું યુદ્ધ કર.

ભાવાર્થ

આ શ્લોક ભગવદ્‌ગીતાના ઉદ્દેશનો સ્પષ્ટપણે નિર્દેશ કરે છે. ભગવાન ઉપદેશ આપે છે કે મનુષ્ય જાણે કે પોતે સૈનિક સમાન શિસ્તમાં હોય, તેમ તેણે પોતાનું કર્તવ્ય સંપન્ન કરવામાં સંપૂર્ણ કૃષ્ણભાવનાપરાયણ થવું જોઈએ. આવા આદેશથી કેટલીક મુશ્કેલી અનુભવવી પડે, તેમ છતાં કૃષ્ણના આશ્રિત થઈને સ્વધર્મનું પાલન તો કરવું જ જોઈએ, કારણ કે તે જીવાત્માની બંધારણીય સ્થિતિ છે. જીવ પરમેશ્વરના સહયોગ વિના સુખી થઈ શકતો નથી, કારણ કે જીવની સનાતન બંધારણીય સ્થિતિ જ એવી છે કે તેણે ભગવાનની ઈચ્છાને અધીન રહેવું પડે. તેથી જાણે કે ભગવાન શ્રીકૃષ્ણ અર્જુનના સરસેનાપતિ હોય, તેમ તેને યુદ્ધ કરવાનો આદેશ આપે છે. પરમેશ્વરની કૃપા પામવા માટે મનુષ્યે સર્વસ્વનો ત્યાગ કરવાનો હોય છે અને સાથે સાથે સ્વામિત્વનો દાવો કર્યા વિના નિયત સ્વધર્મનું પણ પાલન કરવાનું હોય છે. અર્જુને ભગવદાજ્ઞાનો વિચાર કરવાનો ન હતો, તેણે તો માત્ર તેનું પાલન કરવાનું હતું. પરમેશ્વર સમગ્ર આત્માઓના આત્મા છે, તેથી જે મનુષ્ય પોતાની વ્યક્તિગત બાબતોનો વિચાર કર્યા વગર માત્ર પરમ આત્મા પર સંપૂર્ણપણે આધાર રાખે છે, અર્થાત્ જે મનુષ્ય સંપૂર્ણપણે

કૃષ્ણભાવનાપરાયણ છે, તે *અધ્યાત્મચેતસ્* કહેવાય છે. *નિરાશીઃ* શબ્દનો અર્થ છે, મનુષ્યે સ્વામીના આદેશ પ્રમાણે કામ કરવું પણ ફળની આકાંક્ષા રાખવી નહીં. ખજાનચી તેના સ્વામી માટે કરોડો રૂપિયા ગણતો હોય, પરંતુ તેમાંથી તે પોતાના માટે એક પૈસો પણ લેતો નથી. તે જ પ્રમાણે, મનુષ્યે સમજવું જોઈએ કે આ દુનિયામાં કશું જ કોઈ વ્યક્તિગત મનુષ્યનું નથી, પરંતુ બધી જ વસ્તુઓ પરમેશ્વરની માલિકીની છે. *મયિ* અર્થાત્ "મારામાં"નો સાચો ભાવાર્થ પણ એ જ છે અને મનુષ્ય જ્યારે આવી કૃષ્ણભાવનાથી વર્તે છે, ત્યારે નિઃસંદેહ તે કોઈ વસ્તુ ઉપર સ્વામિત્વનો દાવો કરતો નથી. આ ભાવનાને *નિર્મમ* કહે છે, જેનો અર્થ છે, "મારું કંઈ જ નથી." શારીરિક સંબંધમાં લોહીની સગાઇના કહેવાતાં સગાંવહાલાંના ભાવથી રહિત એવા કડક આદેશને પરિપૂર્ણ કરવામાં ઢીલ અનુભવાતી હોય, તો તેવી મનઃસ્થિતિને ફગાવી દેવી જોઈએ. આમ કરવાથી મનુષ્ય *વિગતજ્વર* અથવા આળસરહિત થઈ શકે છે. પ્રત્યેક જીવને પોતાના ગુણ તથા સ્થિતિ પ્રમાણે કર્મ કરવાનું હોય છે અને આવાં કર્તવ્યોનું પાલન ઉપર વર્ણવ્યા મુજબ કૃષ્ણભાવનાપરાયણ થઈને કરી શકાય છે. આનાથી મનુષ્ય માટે મુક્તિનો માર્ગ મોકળો થશે.

શ્લોક ૩૧ **ये मे मतमिदं नित्यमनुतिष्ठन्ति मानवाः।**
श्रद्धावन्तोऽनसूयन्तो मुच्यन्ते तेऽपि कर्मभिः॥ ३१॥

યે—જેઓ; **મે**—મારા; **મતમ્**—આદેશોને; **ઈદમ્**—આ; **નિત્યમ્**—નિત્યકર્મ તરીકે; **અનુતિષ્ઠન્તિ**—નિયમિતપણે કરે છે; **માનવાઃ**—મનુષ્યો; **શ્રદ્ધાવન્તઃ**—શ્રદ્ધા તથા ભક્તિ સહિત; **અનસૂયન્તઃ**—ઈર્ષારહિત થઈને; **મુચ્યન્તે**—મુક્ત થાય છે; **તે**—તેઓ; **અપિ**—પણ; **કર્મભિઃ**—સકામ કર્મના નિયમના બંધનમાંથી.

અનુવાદ

જે મનુષ્યો મારા આદેશો પ્રમાણે પોતાનાં કર્તવ્યો કરે છે અને ઈર્ષારહિત થઈને શ્રદ્ધાપૂર્વક આ ઉપદેશોનું પાલન કરે છે, તેઓ સકામ કર્મના બંધનમાંથી મુક્ત થઈ જાય છે.

ભાવાર્થ

પૂર્ણ પુરુષોત્તમ પરમેશ્વર, શ્રીકૃષ્ણનો ઉપદેશ સમગ્ર વૈદિક જ્ઞાનનો સાર છે, તેથી તે કોઈ અપવાદ વગર શાશ્વત સત્ય છે. જેવી રીતે વેદ

સનાતન છે, તેમ કૃષ્ણભાવનામૃતનું આ સત્ય પણ સનાતન છે. મનુષ્યે ભગવાન પ્રત્યે ઈર્ષાભાવ રાખ્યા વગર આ આદેશમાં દૃઢ શ્રદ્ધા રાખવી જોઈએ. એવા ઘણા તત્ત્વચિંતકો છે કે જેઓ ભગવદ્ગીતા ઉપર ટીકા લખે છે, પરંતુ તેઓ કૃષ્ણમાં શ્રદ્ધા ધરાવતા નથી. તેઓ સકામ કર્મના બંધનમાંથી ક્યારેય મુક્ત થઈ શકતા નથી. પરંતુ એક સાધારણ મનુષ્ય ભગવાનના આ સનાતન આદેશોમાં દૃઢ શ્રદ્ધા રાખીને કર્મના નિયમ હેઠળના બંધનમાંથી મુક્ત થઈ જાય છે, પછી ભલેને તે આ આદેશોનું યોગ્ય પાલન કરવા સમર્થ ન હોય. કૃષ્ણભક્તિની શરૂઆતમાં આ આદેશોનું પાલન પૂરેપૂરું થઈ ન શકે, પરંતુ મનુષ્ય આ નિયમો પ્રત્યે અણગમો ધરાવતો ન હોય અને પરાભવ તથા નિરાશાનો વિચાર કર્યા વિના નિષ્ઠાપૂર્વક કાર્ય કરતો હોય, તો તે નિઃશંકપણે વિશુદ્ધ કૃષ્ણભક્તિની કક્ષાને પામે છે.

શ્લોક ૩૨

ये त्वेतदभ्यसूयन्तो नानुतिष्ठन्ति मे मतम्।
सर्वज्ञानविमूढांस्तान्विद्धि नष्टानचेतसः॥ ३२॥

યે—જેઓ; **તુ**—પરંતુ; **એતત્**—આ; **અભ્યસૂયન્તઃ**—ઈર્ષાવશ; **ન**—નહીં; **અનુતિષ્ઠન્તિ**—નિયમિતપણે કરે છે; **મે**—મારા; **મતમ્**—આદેશ; **સર્વજ્ઞાન**—જ્ઞાનના સર્વ પ્રકારમાં; **વિમુઢાન્**—પૂરેપૂરા છેતરાયેલા; **તાન્**—તેમને; **વિદ્ધિ**—સારી પેઠે જાણ; **નષ્ટાન્**—નષ્ટ થયેલા; **અચેતસઃ**—કૃષ્ણભાવનારહિત.

અનુવાદ

પરંતુ જે માણસો ઈર્ષાવશ થઈને આ ઉપદેશોની ઉપેક્ષા કરે છે અને તેનું નિયમિત આચરણ કરતા નથી, તેમને સર્વ જ્ઞાનથી રહિત થયેલા, મૂર્ખ બનેલા તેમ જ અજ્ઞાન તથા બંધનનો ભોગ બનેલા ગણવા જોઈએ.

ભાવાર્થ

અહીં કૃષ્ણભાવનાપરાયણ ન થવાના દોષનું સ્પષ્ટ વર્ણન છે. જેવી રીતે સર્વોચ્ચ વહીવટી વડાની આજ્ઞાના ઉલ્લંઘન માટે સજા થાય છે, તેવી રીતે પૂર્ણ પુરુષોત્તમ પરમેશ્વરની અવજ્ઞા કરવા બદલ પણ સજા થાય છે. અવજ્ઞા કરનાર માણસ ભલે ગમે તેટલો મહાન હોય, તે શૂન્ય હૃદયનો હોવાથી આત્માની તથા પરબ્રહ્મ, પરમાત્મા તેમ જ પુરુષોત્તમ પરમેશ્વરની ઉપેક્ષા કરનારો હોય છે. તેથી આવા મનુષ્ય માટે જીવનની સિદ્ધિ પામવાની આશા રહેતી નથી.

શ્લોક ૩૩

सदृशं चेष्टते स्वस्याः प्रकृतेर्ज्ञानवानपि।
प्रकृतिं यान्ति भूतानि निग्रहः किं करिष्यति॥ ३३॥

સદૃશમ્—ના પ્રમાણે; **ચેષ્ટતે**—પ્રયત્ન કરે છે; **સ્વસ્યાઃ**—પોતાના; **પ્રકૃતેઃ**—પ્રકૃતિના ગુણોથી; **જ્ઞાનવાન્**—વિદ્વાન; **અપિ**—હોવા છતાં; **પ્રકૃતિમ્**—પ્રકૃતિને; **યાન્તિ**—પ્રાપ્ત થાય છે; **ભૂતાનિ**—સર્વ જીવાત્માઓ; **નિગ્રહઃ**—દમન; **કિમ્**—શું; **કરિષ્યતિ**—કરી શકે.

અનુવાદ

જ્ઞાની મનુષ્ય પણ પોતાની પ્રકૃતિ પ્રમાણે જ કાર્ય કરે છે, કારણ કે દરેક મનુષ્ય ત્રણ ગુણો દ્વારા પ્રાપ્ત થયેલી પ્રકૃતિનું જ અનુસરણ કરે છે, તો પછી દમન કરવાથી શું મળી શકે?

ભાવાર્થ

મનુષ્ય જ્યાં સુધી કૃષ્ણભાવનામૃતની ભૂમિકામાં સ્થિત થયેલ ન હોય, ત્યાં સુધી તે ભૌતિક પ્રકૃતિના ગુણોના પ્રભાવમાંથી મુક્ત થઈ શકતો નથી, જે વિશે સ્વયં ભગવાને ગીતાના સાતમા અધ્યાય (૭.૧૪)માં સમર્થન કર્યું છે. તેથી દુન્યવી સ્તરે અત્યંત ઉચ્ચ શિક્ષણ પામેલા મનુષ્ય માટે પણ માત્ર સૈદ્ધાંતિક જ્ઞાન દ્વારા અથવા આત્માને શરીરથી જુદો તારવવાના જ્ઞાન દ્વારા માયાના બંધનમાંથી મુક્ત થવાનું શક્ય નથી. એવા ઘણા કહેવાતા અધ્યાત્મવાદીઓ હોય છે, જેઓ પોતાની જાતને અધ્યાત્મ-વિજ્ઞાનમાં ઉન્નત હોવાનું દેખાડે છે, પરંતુ અંદરખાનેથી કે ખાનગીમાં તેઓ પૂરેપૂરી રીતે પ્રકૃતિના ગુણોને અધીન રહે છે, કારણ કે તેઓ ગુણાતીત થઈ શકતા નથી. વિદ્યાપ્રાપ્તિની દૃષ્ટિથી કોઈ મનુષ્ય ગમે તેવો વિદ્વાન હોઈ શકે છે, તો પણ તેના ભૌતિક પ્રકૃતિ સાથેના દીર્ઘકાલીન સંગને કારણે તે બંધનમાં રહે છે. કૃષ્ણભાવનામૃત મનુષ્યને ભૌતિક બંધનમાંથી છૂટવામાં મદદ કરે છે, ભલે પછી મનુષ્ય ભૌતિક અસ્તિત્વના સંદર્ભમાં પોતાનાં નિયત કર્તવ્યકર્મો કરવામાં પરોવાયેલો કેમ ન હોય. તેથી પૂરેપૂરા કૃષ્ણભાવનાપરાયણ થયા વિના નિયત કર્મોનો ત્યાગ કરવો ન જોઈએ. કોઈ પણ મનુષ્યે એકાએક પોતાનાં નિયત કર્મો છોડી દઈને કહેવાતા યોગી કે કૃત્રિમ અધ્યાત્મવાદી બનવું ન જોઈએ. પોતાની વર્તમાન સ્થિતિમાં રહીને શ્રેષ્ઠ કેળવણી હેઠળ રહી કૃષ્ણભાવનામૃતને પ્રાપ્ત કરવાનો પ્રયત્ન કરવો, એ જ વધુ સારું છે. એ રીતે મનુષ્ય કૃષ્ણની માયાના પંજામાંથી છૂટી શકે છે.

શ્લોક ૩૪

इन्द्रियस्येन्द्रियस्यार्थे रागद्वेषौ व्यवस्थितौ।
तयोर्न वशमागच्छेत्तौ ह्यस्य परिपन्थिनौ॥ ३४॥

ઇન્દ્રિયસ્ય—ઇન્દ્રિયોના; **ઇન્દ્રિયસ્ય અર્થે**—ઇન્દ્રિય વિષયોમાં; **રાગ**—આસક્તિ; **દ્વેષૌ**—તથા વિરક્તિ; **વ્યવસ્થિતૌ**—નિયમાધીન રાખેલા; **તયોઃ**—તેમના; **ન**—કદી નહીં; **વશમ્**—વશમાં; **આગચ્છેત્**—આવવું જોઈએ; **તૌ**—તે બંને; **હિ**—નક્કી; **અસ્ય**—તેના; **પરિપન્થિનૌ**—અવરોધક, વિઘ્નરૂપ.

અનુવાદ

બદ્ધ જીવો દ્વારા ઇન્દ્રિયોના વિષયો પ્રત્યે આસક્તિ અને દ્વેષ અનુભવવામાં આવે છે, પરંતુ મનુષ્યે ઇન્દ્રિયો અને ઇન્દ્રિયોના વિષયોના નિયંત્રણ હેઠળ આવવું જોઈએ નહીં, કારણ કે તે આત્મ-સાક્ષાત્કારના માર્ગમાં અવરોધક હોય છે.

ભાવાર્થ

કૃષ્ણભાવનામૃતમાં સ્થિત મનુષ્યો (ભક્તો) સ્વાભાવિક રીતે જ ભૌતિક ઇન્દ્રિયતૃપ્તિ પ્રત્યે અરુચિ ધરાવે છે. પરંતુ આવી ભાવનાથી રહિત મનુષ્યોએ શાસ્ત્રોક્ત નિયમો અને નિયંત્રણોનું પાલન કરવું જોઈએ. અનિયંત્રિત વિષયભોગ એ ભૌતિક બંધનનું કારણ છે, પરંતુ પ્રમાણભૂત શાસ્ત્રોના નિયમો તથા નિયંત્રણોનું પાલન કરનાર મનુષ્ય ઇન્દ્રિય-વિષયોમાં ફસાતો નથી. ઉદાહરણાર્થ, જાતીય સુખ બદ્ધ જીવ માટે જરૂરી છે અને લગ્નસંબંધ હેઠળ જાતીય સુખ માણવાની છૂટ આપવામાં આવે છે. શાસ્ત્રોની આજ્ઞા અનુસાર પોતાની પત્ની સિવાયની અન્ય સ્ત્રીઓ સાથે જાતીય સુખ વર્જ્ય છે અને અન્ય સર્વ સ્ત્રીઓને પોતાની માતા સમાન ગણવી જોઈએ. પરંતુ આ શાસ્ત્રના આદેશો હોવા છતાં મનુષ્ય અન્ય સ્ત્રીઓ સાથે જાતીય સંબંધ રાખવાનુ વલણ ધરાવે છે. આવી વૃત્તિઓને અંકુશમાં રાખવી પડે, અન્યથા તેઓ આત્મ-સાક્ષાત્કારના માર્ગમાં અવરોધક બને છે. જ્યાં સુધી આ ભૌતિક શરીર રહે છે, ત્યાં સુધી શારીરિક જરૂરિયાતોને નિયમનો હેઠળ સંતોષવાની છૂટ આપવામાં આવે છે. તેમ છતાં, આવી છૂટના નિયંત્રણ ઉપર વિશ્વાસ રાખવો ન જોઈએ. મનુષ્યે અનાસક્ત રહીને જ નિયમોનું પાલન કરવું જોઈએ, કારણ કે જેમ રાજમાર્ગ પર પણ અકસ્માતની શક્યતા રહેલી હોય છે, તેમ નિયમાધીન વિષયભોગમાં પણ મનુષ્ય પથભ્રષ્ટ થઈ શકે છે. રાજમાર્ગોની કાળજીપૂર્વક

જાળવણી કરવામાં આવે છે, છતાં પણ સૌથી વધારે સલામત માર્ગમાં પણ કોઈ આફત નહીં આવે તેની બાંહેધરી કોઈ આપી શકે નહીં. ભૌતિક સંગને કારણે વિષયસુખની વૃત્તિ ઘણા લાંબા સમયથી ચાલુ રહી છે. તેથી નિયમન હેઠળનું વિષયસુખ ભોગવવા છતાં અધ:પતન થવાની સંભાવના રહેલી જ હોય છે. માટે નિયંત્રિત વિષયસુખની આસક્તિથી પણ સર્વથા દૂર રહેવું જોઈએ. પરંતુ કૃષ્ણભાવનામૃતમાં આસક્તિ રાખવાથી અથવા કૃષ્ણની દિવ્ય પ્રેમમય ભક્તિમાં કાર્યરત રહેવાથી મનુષ્ય સર્વ પ્રકારનાં ઈન્દ્રિય વિષયક કાર્યો પ્રત્યે વિરક્ત થઈ જાય છે. માટે મનુષ્યે જીવનના કોઈ પણ તબક્કે કૃષ્ણભાવનાથી વિરક્ત થવાનો પ્રયત્ન કરવો ન જોઈએ. સર્વ પ્રકારની ઈન્દ્રિયાસક્તિમાંથી વિરક્તિનો ઉદ્દેશ અંતે તો કૃષ્ણભાવનામૃતની ભૂમિકામાં ઉન્નત થવાનો છે.

શ્લોક ૩૫ **श्रेयान्स्वधर्मो विगुणः परधर्मात्स्वनुष्ठितात्।**
स्वधर्मे निधनं श्रेयः परधर्मो भयावहः ॥ ३५ ॥

શ્રેયાન્—વધારે શ્રેયસ્કર; **સ્વધર્મ:**—પોતાનાં નિયત કર્તવ્યો; **વિગુણ:**—દોષયુક્ત પણ; **પર ધર્માત્**—બીજા માટે નિયત કરેલાં કર્તવ્યો કરતાં; **સુ અનુષ્ઠિતાત્**—સારી રીતે કરેલાં; **સ્વધર્મે**—પોતાના નિયત કર્મમાં; **નિધનમ્**—વિનાશ, મૃત્યુ; **શ્રેય:**—વધારે સારો; **પર ધર્મ:**—બીજાઓ માટેનાં નિયત કર્તવ્યો; **ભય આવહ:**—ભયજનક, આફતરૂપ.

અનુવાદ

પોતાનાં નિયત કર્તવ્ય દોષયુક્ત હોય તો પણ પૂરાં કરવાં એ બીજા મનુષ્યોનાં સારી રીતે કરેલાં કર્તવ્યકર્મો કરતાં વધુ શ્રેયસ્કર છે. પોતાનાં કર્તવ્યકર્મો કરવામાં મરણ થાય, તો તે પણ અન્યનાં કર્તવ્યકર્મમાં પ્રવૃત્ત થવા કરતાં વધારે સારું છે. કારણ કે અન્યના માર્ગને અનુસરવું ભયાવહ હોય છે.

ભાવાર્થ

તેથી મનુષ્યે અન્ય લોકો માટે નિયત કરેલાં કર્મો કરવા કરતાં પોતાને માટે નિયત થયેલાં કર્તવ્યકર્મો કૃષ્ણભાવનાપરાયણ થઈને કરવાં જોઈએ. ભૌતિક દૃષ્ટિથી નિયત કર્તવ્યકર્મો મનુષ્યની મનોદૈહિક સ્થિતિ પ્રમાણે ભૌતિક પ્રકૃતિના ગુણોના પ્રભાવ હેઠળ નિયત થયેલાં કર્મો હોય છે.

આધ્યાત્મિક કર્મો કૃષ્ણની દિવ્ય સેવા અર્થે સદ્‌ગુરુ દ્વારા આપેલા આદેશ પ્રમાણે હોય છે. કર્મ ભૌતિક હોય કે આધ્યાત્મિક, પરંતુ મનુષ્યે અન્ય માટે નિયત થયેલાં કર્તવ્યકર્મોનું અનુકરણ ન કરતાં મૃત્યુ સુધી પોતાને માટે નિયત થયેલાં કર્મોને જ વળગી રહેવું જોઈએ. આધ્યાત્મિક તથા ભૌતિક સ્તરે નિયત કર્તવ્યકર્મો જુદાં જુદાં હોઈ શકે, પરંતુ કર્મ કરનાર માટે તો અધિકૃત માર્ગદર્શનનું પાલન કરવું એ સિદ્ધાંત હિતાવહ હોય છે. મનુષ્ય જ્યારે ભૌતિક પ્રકૃતિના ગુણોના પ્રભાવ હેઠળ હોય છે, ત્યારે તેણે પોતાની વિશિષ્ટ સ્થિતિ માટેના નિર્ધારિત નિયમોનું પાલન કરવું જોઈએ અને બીજાઓનું અનુકરણ કરવું ન જોઈએ. દાખલા તરીકે, સત્ત્વગુણમાં રહેલો બ્રાહ્મણ અહિંસાને વરેલો હોય છે, જ્યારે રજોગુણી ક્ષત્રિયને હિંસા કરવાની અનુમતિ હોય છે. એ રીતે ક્ષત્રિય માટે અહિંસાના સિદ્ધાંતનું પાલન કરનાર બ્રાહ્મણનું અનુકરણ કરવા કરતાં હિંસાના નિયમોનું પાલન કરીને નષ્ટ થવું વધુ શ્રેયસ્કર હોય છે. દરેક મનુષ્યે એકાએક નહીં, પરંતુ ક્રમિક પદ્ધતિથી હૃદયશુદ્ધિ કરવાની હોય છે. પરંતુ જ્યારે મનુષ્ય ભૌતિક પ્રકૃતિના ગુણોથી પર (ગુણાતીત) થઈને કૃષ્ણભાવનામાં પૂરેપૂરો અવસ્થિત થઈ જાય છે, ત્યારે તે સદ્‌ગુરુના માર્ગદર્શન હેઠળ ગમે તે અને બધાં જ કર્તવ્ય કરી શકે છે. કૃષ્ણભાવનામૃતની આ પૂર્ણાવસ્થામાં એક ક્ષત્રિય બ્રાહ્મણ તરીકેની અને એક બ્રાહ્મણ ક્ષત્રિય તરીકેની કાર્યવાહી કરી શકે છે. દિવ્ય અવસ્થામાં ભૌતિક જગતના ભેદભાવ રહેતા નથી. દાખલા તરીકે, વિશ્વામિત્ર મૂળ રીતે અર્થાત્ જન્મથી ક્ષત્રિય હતા, પરંતુ પાછળથી તેઓ બ્રાહ્મણ તરીકે વર્ત્યા હતા. જ્યારે પરશુરામ બ્રાહ્મણ હોવા છતાં ક્ષત્રિય તરીકે વર્ત્યા હતા. દિવ્ય અવસ્થામાં સ્થિત હોવાથી તેઓ એમ કરી શકેલા, પરંતુ જ્યાં સુધી મનુષ્ય ભૌતિક ભૂમિકામાં હોય છે, ત્યાં સુધી તેણે ભૌતિક પ્રકૃતિના ગુણો પ્રમાણે પોતાનાં કર્તવ્યકર્મ કરવાં જોઈએ. સાથે સાથે તેણે કૃષ્ણભાવનામૃતનું પૂર્ણ જ્ઞાન સંપાદન કરવું જોઈએ.

अर्जुन उवाच

શ્લોક **अथ केन प्रयुक्तोऽयं पापं चरति पूरुषः।**
૩૬ **अनिच्छन्नपि वार्ष्णेय बलादिव नियोजितः॥ ३६॥**

અર્જુનઃ ઉવાચ—અર્જુને કહ્યું; **અથ**—તો પછી; **કેન**—શાથી; **પ્રયુક્તઃ**—પ્રેરાયેલો; **અયમ્**—આ; **પાપમ્**—પાપ; **ચરતિ**—કરે છે; **પૂરુષઃ**—મનુષ્ય;

અનિચ્છન્ અપિ—ઈચ્છા ન હોવા છતાં; **વાર્ષ્ણેય**—હે વૃષ્ણિવંશી; **બલાત્**—બળજબરીથી; **ઈવ**—જાણે; **નિયોજિતઃ**—પરોવાયેલો.

અનુવાદ

અર્જુને કહ્યું: હે વૃષ્ણિવંશી, જાણે કે બળજબરીથી તેમાં પરોવાયો હોય તેમ, મનુષ્ય ઈચ્છતો ન હોવા છતાં પાપકર્મમાં શાથી પ્રેરાય છે?

ભાવાર્થ

પરમેશ્વરના અભિન્ન અંશ તરીકે જીવાત્મા મૂળભૂત રીતે આધ્યાત્મિક, શુદ્ધ તથા સમગ્ર ભૌતિક દૂષણોથી રહિત હોય છે. તેથી પોતાના મૂળ સ્વભાવે કરીને તેને ભૌતિક જગતના પાપ સાથે કોઈ લેવાદેવા નથી. પરંતુ તે જ્યારે ભૌતિક પ્રકૃતિના સંપર્કમાં હોય છે, ત્યારે તે કોઈ સંકોચ વિના અને ક્યારેક પોતાની ઈચ્છાની વિરુદ્ધ પણ અનેક પ્રકારનાં પાપકર્મ કરે છે. તેથી જીવોની પ્રકૃતિ વિકૃત શાથી થઈ જાય છે, એવો અર્જુને કૃષ્ણને કરેલો પ્રશ્ન ઉત્સાહપ્રેરક છે. જોકે કેટલીક વખત જીવાત્મા કોઈ પાપકર્મ કરવા ઈચ્છતો નથી, છતાં તેમ કરવા માટે તે બળપૂર્વક પ્રેરાય છે. જોકે આ પાપકર્મ માટેની પ્રેરણા અંતર્યામી પરમાત્મા દ્વારા આપવામાં આવતી નથી, પણ અન્ય કારણોથી થાય છે, જેની સમજૂતી ભગવાને હવે પછીના શ્લોકમાં આપી છે.

શ્રી ભગવાનુવાચ

શ્લોક ૩૭

काम एष क्रोध एष रजोगुणसमुद्भवः।
महाशनो महापाप्मा विद्ध्येनमिह वैरिणम्॥ ३७॥

શ્રી ભગવાન્ ઉવાચ—પૂર્ણ પુરુષોત્તમ પરમેશ્વર બોલ્યા; **કામઃ**—વિષયવાસના; **એષઃ**—આ; **ક્રોધઃ**—ક્રોધ; **એષઃ**—આ; **રજઃ ગુણ**—રજોગુણથી; **સમુદ્ભવઃ**—ઉત્પન્ન; **મહા અશનઃ**—સર્વભક્ષક; **મહા પાપ્મા**—મહાપાપી; **વિદ્ધિ**—જાણ; **એનમ્**—તેને; **ઈહ**—આ ભૌતિક જગતમાં; **વૈરિણમ્**—મહાન શત્રુ.

અનુવાદ

પૂર્ણ પુરુષોત્તમ પરમેશ્વર બોલ્યા: હે અર્જુન, આનું કારણ રજોગુણથી ઉત્પન્ન થયેલો એ કામ જ છે, જે પછીથી ક્રોધનું રૂપ ધારણ કરે છે અને જે આ જગતનો સર્વભક્ષી, મહાપાપી શત્રુ છે.

ભાવાર્થ

જીવાત્મા જ્યારે ભૌતિક સર્જનના સંપર્કમાં આવે છે, ત્યારે તેનો સનાતન કૃષ્ણપ્રેમ રજોગુણના સંગથી કામમાં રૂપાંતર પામે છે. અથવા બીજી રીતે કહી શકાય કે જેમ દૂધ ખાટી આંબલીના સંસર્ગથી દહીંમાં રૂપાંતર પામે છે, તેમ ઈશ્વરપ્રેમનો ભાવ કામભાવમાં પરિવર્તિત થઈ જાય છે. વળી જ્યારે કામ અસંતુષ્ટ રહે છે, ત્યારે તે ક્રોધમાં પરિણમે છે, ક્રોધ મોહમાં પરિવર્તિત થાય છે અને મોહ ભૌતિક જીવનના ચક્રને કાર્યરત રાખે છે. તેથી કામ જીવાત્માનો સૌથી મોટો શત્રુ છે અને આ કામને લીધે જ વિશુદ્ધ જીવાત્માને આ સંસારમાં લપેટાયેલા રહેવું પડે છે. ક્રોધ તમોગુણનું પ્રગટીકરણ છે. પ્રકૃતિના આ ગુણો પોતે જ પોતાને ક્રોધ તથા અન્ય રૂપોમાં પ્રગટ કરે છે. માટે જો રહેણીકરણીની નિયત પદ્ધતિ દ્વારા રજોગુણનું તમોગુણમાં અધઃપતન થવા ન દેતાં તેને સત્ત્વગુણમાં સમુન્નત કરવામાં આવે, તો આધ્યાત્મિક આસક્તિ દ્વારા ક્રોધમાં પતિત થવામાંથી મનુષ્યને ઉગારી શકાય છે.

પૂર્ણ પુરુષોત્તમ પરમેશ્વરે પોતાના નિત્ય વર્ધમાન ચિન્મય આનંદ માટે પોતાનો અનેકરૂપે વિસ્તાર કર્યો અને જીવાત્માઓ તેમના આ ચિન્મય આનંદના જ અભિન્ન અંશો છે. તેમને પણ આંશિક સ્વતંત્રતા હોય છે, પરંતુ પોતાની સ્વતંત્રતાના દુરુપયોગ દ્વારા જ્યારે સેવાભાવનું રૂપાંતર વિષયભોગની વૃત્તિમાં થાય છે, ત્યારે તેઓ કામના આવેગને વશ થઈ જાય છે. ભગવાને આ ભૌતિક સર્જનની રચના બદ્ધ જીવોને તેમની કામવૃત્તિઓની પૂર્તિ કરવા સારુ સગવડ આપવા માટે કરી છે અને જીવાત્માઓ જ્યારે લાંબા સમય સુધી કામપ્રવૃત્તિમાં રચ્યાપચ્યા રહેવાથી પૂરેપૂરા મૂંઝાઈ જાય છે, ત્યારે તેઓ પોતાની મૂળ સ્વરૂપાવસ્થા વિશે જિજ્ઞાસા કરવા લાગે છે.

આ જિજ્ઞાસા એ વેદાંતસૂત્રોની શરૂઆત છે, જેમાં કહેવાયું છે *અથાતો બ્રહ્મજિજ્ઞાસા*—મનુષ્યે પરમ તત્ત્વ વિશે જિજ્ઞાસા કરવી જોઈએ. આ પરમ તત્ત્વની વ્યાખ્યા શ્રીમદ્ ભાગવતમાં આ પ્રમાણે આપી છે—*જન્માદ્યસ્ય યતોઽન્વયાદ્ ઈતરતશ્ચ.* "સર્વ વસ્તુઓના ઉદ્ભવસ્થાન પરમ બ્રહ્મ છે." તેથી કામનો ઉદ્ભવ પણ પરમ બ્રહ્મમાંથી થયો છે. માટે જો કામને ભગવત્પ્રેમમાં અથવા કૃષ્ણભાવનામાં પરિવર્તિત કરવામાં આવે અથવા બીજા શબ્દોમાં, કૃષ્ણ પ્રીત્યર્થે જ બધી ઈચ્છાઓ થતી હોય, તો કામ

તથા ક્રોધ બંને આધ્યાત્મિક થઈ શકે. ભગવાન શ્રીરામના મહાન સેવક હનુમાનજીએ રાવણની સોનાની નગરી બાળીને પોતાનો ક્રોધ વ્યક્ત કર્યો હતો, પરંતુ એમ કરવાથી તેઓ ભગવાનના મહાન ભક્ત ગણાયા હતા. અહીં ભગવદ્ગીતામાં પણ ભગવાન અર્જુનને પ્રેરે છે કે તે ભગવાનને પ્રસન્ન કરવા માટે પોતાના ક્રોધને શત્રુઓ પર પ્રગટ કરે. માટે કામ તથા ક્રોધ કૃષ્ણભાવનામૃતમાં પરોવી દેવાથી તેઓ આપણા શત્રુ મટીને મિત્ર બની જાય છે.

શ્લોક ૩૮

धूमेनाव्रियते वह्निर्यथादर्शो मलेन च।
यथोल्बेनावृतो गर्भस्तथा तेनेदमावृत्तम्॥ ३८॥

ધૂમેન—ધુમાડાથી; **આવ્રિયતે**—ઢંકાઈ જાય છે; **વહ્નિઃ**—અગ્નિ; **યથા**—જેમ; **આદર્શઃ**—અરીસો, દર્પણ; **મલેન**—ધૂળથી; **ચ**—અને; **યથા**—જેવી રીતે; **ઉલ્બેન**—ગર્ભાશય દ્વારા; **આવૃતઃ**—ઢંકાયેલો હોય છે; **ગર્ભઃ**—ભ્રૂણ, ગર્ભ; **તથા**—તેવી રીતે; **તેન**—તે કામ વડે; **ઈદમ્**—આ; **આવૃતમ્**—ઢંકાયેલું છે.

અનુવાદ

જેવી રીતે અગ્નિ ધુમાડાથી, દર્પણ ધૂળથી અથવા ભ્રૂણ ગર્ભાશયથી આવૃત રહે છે, તેવી રીતે જીવાત્મા આ કામ વડે વિભિન્ન માત્રામાં આવૃત રહે છે.

ભાવાર્થ

જીવાત્માની શુદ્ધ ચેતના જે આવરણ વડે ઢંકાઈ જાય છે, તે આવરણના ત્રણ સ્તર હોય છે. આ આવરણ એ કામ જ છે કે જે અગ્નિમાં ધુમાડો, અરીસા પર ધૂળ તથા ભ્રૂણની આસપાસ ગર્ભાશય જેવા વિભિન્ન રૂપે હોય છે. જ્યારે કામની સરખામણી ધુમાડા સાથે કરાય છે, ત્યારે જાણવું જોઈએ કે જીવંત સ્ફૂલિંગના અગ્નિનો જરા-તરા અનુભવ થઈ શકે છે. બીજા શબ્દોમાં, જ્યારે જીવાત્મા પોતાની કૃષ્ણભાવના અલ્પ પ્રમાણમાં દર્શાવે છે, ત્યારે તેની સરખામણી ધુમાડાથી આવૃત અગ્નિ સાથે થઈ શકે છે. જોકે જ્યાં ધુમાડો હોય ત્યાં અગ્નિ અવશ્ય હોય છે, પરંતુ પ્રારંભિક અવસ્થામાં અગ્નિ સ્પષ્ટ દેખાતો નથી. આ અવસ્થા કૃષ્ણભાવનામૃતના શુભારંભ જેવી છે. અરીસા પર પડેલી ધૂળનું ઉદાહરણ મનરૂપી દર્પણને વિવિધ આધ્યાત્મિક પદ્ધતિઓ દ્વારા સ્વચ્છ કરવાની પ્રક્રિયાનો નિર્દેશ

કરે છે. ભગવાનનાં પવિત્ર નામોનાં કીર્તનની પદ્ધતિ એ જ સર્વોત્તમ છે. ગર્ભાશયથી આવૃત ભ્રૂણનું દૃષ્ટાંત અસહાય અવસ્થાનું ચિત્રણ કરે છે, કારણ કે ગર્ભાશયમાં રહેલું શિશુ એવું લાચાર હોય છે કે તે હલનચલન પણ કરી શકતું નથી. જીવનની આ અવસ્થા વૃક્ષો સમાન છે. વૃક્ષો પણ જીવો છે, પરંતુ કામની અત્યંત પ્રબળતાને કારણે તેઓ આવી યોનિ પામે કે જેમાં તેમની આંતરિક ચેતનાનો લગભગ અભાવ વર્તાય છે. આવૃત દર્પણ પશુ-પક્ષી સમાન છે અને ધુમાડાથી આવૃત અગ્નિને મનુષ્ય સાથે સરખાવ્યો છે. જીવાત્મા મનુષ્યયોનિમાં કૃષ્ણભાવનાને થોડાઘણા પ્રમાણમાં પુનર્જાગૃત કરે છે અને જો તે વધુ વિકાસ કરે, તો આધ્યાત્મિક જીવનરૂપી અગ્નિ મનુષ્ય જીવનમાં પ્રજ્વલિત થઈ શકે છે. અગ્નિમાંના ધુમાડાને જો કાળજીપૂર્વક નિયંત્રિત કરવામાં આવે, તો અગ્નિ પ્રજ્વલિત થઈ શકે છે. તેથી જીવાત્મા માટે મનુષ્યયોનિ એવો સુઅવસર છે કે જેનાથી તે આ ભૌતિક અસ્તિત્વના બંધનમાંથી છૂટી શકે છે. મનુષ્ય જીવનમાં વ્યક્તિ સમર્થ માર્ગદર્શન હેઠળ કૃષ્ણભાવનામૃત અર્થાત્ કૃષ્ણભક્તિનું સંવર્ધન કરી શત્રુ એવા કામને જીતી શકે છે.

શ્લોક ૩૯

आवृतं ज्ञानमेतेन ज्ञानिनो नित्यवैरिणा।
कामरूपेण कौन्तेय दुष्पूरेणानलेन च॥ ३९॥

આવૃતમ્—ઢંકાયેલું; **જ્ઞાનમ્**—શુદ્ધ ચેતના; **એતેન**—આનાથી; **જ્ઞાનિનઃ**—જ્ઞાતાનું; **નિત્ય વૈરિણા**—સનાતન શત્રુ દ્વારા; **કામરૂપેણ**—કામરૂપી; **કૌન્તેય**—હે કુંતીપુત્ર; **દુષ્પૂરેણ**—કદાપિ સંતુષ્ટ ન થનાર; **અનલેન**—અગ્નિ દ્વારા; **ચ**—અને.

અનુવાદ

એ રીતે જ્ઞાની જીવાત્માની શુદ્ધ ચેતના કામરૂપી સનાતન શત્રુ દ્વારા ઢંકાઈ જાય છે અને આ કામ કદાપિ સંતુષ્ટ થતો નથી તથા અગ્નિની જેમ બળતો રહે છે.

ભાવાર્થ

મનુસ્મૃતિ કહે છે કે જેવી રીતે સતત બળતણ નાખતા રહેવાથી અગ્નિ ક્યારેય ઓલવાતો નથી, તેવી રીતે ગમે તેટલું વિષયસુખ ભોગવવા છતાં કામની તૃપ્તિ થતી નથી. ભૌતિક જગતમાં સર્વ કાર્યોનું કેન્દ્રબિંદુ મૈથુન (કામસુખ) છે, તેથી આ જગતને *મૈથુન્ય-આગાર* અથવા જાતીય જીવનરૂપી

બેડી કહેવામાં આવે છે. સાધારણ કેદખાનામાં ગુનેગારોને સળિયા પાછળ રાખવામાં આવે છે, તેવી રીતે ભગવાનના કાયદાનું ઉલ્લંઘન કરનારા અપરાધીઓ કામરૂપી બેડીથી બદ્ધ થાય છે. ઇન્દ્રિયતૃપ્તિના આધારે થતી દુન્યવી સભ્યતાની પ્રગતિ એટલે જીવાત્માના ભૌતિક જીવનના અસ્તિત્વની અવધિનો વધારો. તેથી આ કામ અજ્ઞાનનું પ્રતીક છે કે જેનાથી જીવાત્માને ભૌતિક જગતમાં રખાય છે. મનુષ્ય જ્યારે ઇન્દ્રિયતૃપ્તિ ભોગવતો હોય, ત્યારે તેને લગીરેક સુખનો અનુભવ થઈ શકે, પરંતુ આ સુખાનુભવ જ ઇન્દ્રિયભોક્તાનો અંતિમ શત્રુ છે.

શ્લોક ४०

इन्द्रियाणि मनो बुद्धिरस्याधिष्ठानमुच्यते।
एतैर्विमोहयत्येष ज्ञानमावृत्य देहिनम्॥ ४०॥

ઇન્દ્રિયાણિ—ઇન્દ્રિયો; **મનઃ**—મન; **બુદ્ધિઃ**—બુદ્ધિ; **અસ્ય**—આ કામનાં; **અધિષ્ઠાનમ્**—નિવાસસ્થાન; **ઉચ્યતે**—કહેવાય છે; **એતૈઃ**—આ સર્વ દ્વારા; **વિમોહયતિ**—મોહિત કરે છે; **એષઃ**—આ કામ; **જ્ઞાનમ્**—જ્ઞાન; **આવૃત્ય**—ઢાંકીને; **દેહિનમ્**—દેહધારીને.

અનુવાદ

ઇન્દ્રિયો, મન તથા બુદ્ધિ એ આ કામનાં નિવાસસ્થાનો છે. તેમના દ્વારા આ કામ જીવાત્માના વાસ્તવિક જ્ઞાનને ઢાંકી દે છે અને તેને મોહિત કરે છે.

ભાવાર્થ

બદ્ધ જીવાત્માના શરીરમાંનાં જુદાં જુદાં વ્યૂહાત્મક સ્થાનો પર આ શત્રુઓએ અધિકાર કર્યો છે, તેથી ભગવાન કૃષ્ણ આ સ્થાનો વિશે અણસારો આપી રહ્યા છે કે જેથી શત્રુને જીતવા ઇચ્છનાર મનુષ્ય જાણી લે કે શત્રુ ક્યાં છે. મન ઇન્દ્રિયોના સર્વ કાર્યોનું કેન્દ્ર છે, તેથી આપણે જ્યારે ઇન્દ્રિયોના વિષયો અંગે સાંભળીએ છીએ, ત્યારે મન એ ઇન્દ્રિયતૃપ્તિના સર્વ ભાવોનું સંગ્રહસ્થાન બને છે. આના પરિણામે મન તથા ઇન્દ્રિયો કામનાં આશ્રયસ્થાન બની જાય છે. પછી બુદ્ધિ આવી કામી વૃત્તિઓની રાજધાની સમી બની જાય છે. બુદ્ધિ ચેતન આત્માની સૌથી નિકટની પડોશણ છે. કામુક બુદ્ધિ આત્માને એવી રીતે પ્રભાવિત કરે છે, જેથી આત્મામાં મિથ્યા અહંકાર ઉદ્‌ભવે છે અને તે ભૌતિક પદાર્થ સાથે, અને એ રીતે મન તથા ઇન્દ્રિયો સાથે તાદાત્મ્ય સાધે છે. આત્મા ભૌતિક ઇન્દ્રિયોને

ભોગવવાનો વ્યસની બને છે તથા આને જ સાચું સુખ માનવાની ભૂલ કરે છે. શ્રીમદ્ ભાગવત (૧૦.૮૪.૧૩)માં આત્માના આ મિથ્યા આત્મભાવનું બહુ સરસ નિરૂપણ કરવામાં આવ્યું છે.

યસ્યાત્મ બુદ્ધિઃ કુણપે ત્રિધાતુકે
સ્વધીઃ કલત્રાદિષુઃ ભૌમ ઈજ્યધીઃ।
યત્ તીર્થબુદ્ધિઃ સલિલે ન કર્હિચિ-
જ્જનેષ્વભિજ્ઞેષુ સ એવ ગોખરઃ॥

"જે મનુષ્ય આ ત્રણ ધાતુના બનેલા શરીરને આત્મસ્વરૂપ માની લે છે, જે દેહની ગૌણ પેદાશોને પોતાનાં સ્વજનો માને છે, જે જન્મભૂમિને પૂજ્ય ગણે છે અને જે તીર્થસ્થળોની યાત્રા દિવ્ય જ્ઞાન ધરાવતા પુરુષોને મળવા માટે નહીં પણ માત્ર સ્નાન કરવા માટે કરે છે, તેને ગધેડા કે બળદ જેવો જ ગણવો જોઈએ."

શ્લોક ૪૧

तस्मात्त्वमिन्द्रियाण्यादौ नियम्य भरतर्षभ।
पाप्मानं प्रजहि ह्येनं ज्ञानविज्ञाननाशनम्॥ ४१॥

તસ્માત્—માટે; **ત્વમ્**—તું; **ઈન્દ્રિયાણિ**—ઈન્દ્રિયોને; **આદૌ**—પ્રથમ; **નિયમ્ય**—નિયમનમાં રાખીને; **ભરત ઋષભ**—હે ભરતવંશીઓમાં શ્રેષ્ઠ; **પાપ્માનમ્**—પાપના મહાન પ્રતીકને; **પ્રજહિ**—દમન કર; **હિ**—નક્કી; **એનમ્**—આ; **જ્ઞાન**—જ્ઞાનના; **વિજ્ઞાન**—તથા શુદ્ધ આત્માના વૈજ્ઞાનિક જ્ઞાનના; **નાશનમ્**—નાશ કરનારને.

અનુવાદ

માટે હે ભરતવંશીઓમાં શ્રેષ્ઠ અર્જુન, શરૂઆતમાં જ ઈન્દ્રિયોનું નિયમન કરીને પાપના આ મહાન પ્રતીક (કામ)નું દમન કર અને જ્ઞાન તથા આત્મ-સાક્ષાત્કારના વિનાશકર્તાનો વધ કર.

ભાવાર્થ

ભગવાને અર્જુનને શરૂઆતથી જ ઈન્દ્રિયનિગ્રહ કરવાનો ઉપદેશ આપ્યો છે કે જેથી તે સૌથી મોટા પાપી શત્રુ કામનું દમન કરી શકે કે જે આત્મ-સાક્ષાત્કાર તથા આત્મજ્ઞાનની ઉત્કટ ઈચ્છાને નષ્ટ કરે છે. *જ્ઞાન* શબ્દનો નિર્દેશ આત્મ તથા અનાત્મ વચ્ચેના તફાવતનું જ્ઞાન અર્થાત્ આત્મા શરીર નથી એવા જ્ઞાન પ્રત્યે છે. *વિજ્ઞાન* શબ્દ આત્માની સ્વરૂપાવસ્થા તથા પરમાત્મા સાથેના તેના સંબંધના વિશિષ્ટ જ્ઞાનનો

નિર્દેશ કરે છે. શ્રીમદ્ ભાગવત (૨.૯.૩૧)માં આની સમજૂતી આ પ્રમાણે આપવામાં આવી છે:

જ્ઞાનં પરમ ગુહ્યં મે યદ્ વિજ્ઞાન સમન્વિતમ્।
સરહસ્યં તદઙ્ગં ચ ગૃહાણ ગદિતં મયા॥

"આત્મા તથા પરમાત્માનું જ્ઞાન અત્યંત ગુહ્ય તથા રહસ્યમય છે, પરંતુ જો સ્વયં ભગવાન તેનાં વિવિધ પાસાંઓનું સ્પષ્ટીકરણ કરે, તો જ આવું જ્ઞાન અને વિજ્ઞાન સમજી શકાય છે." ભગવદ્ગીતા આપણને આત્માનું સામાન્ય તથા વિશિષ્ટ જ્ઞાન (જ્ઞાન તથા વિજ્ઞાન) આપે છે. જીવાત્માઓ ભગવાનના અભિન્ન અંશો છે, તેથી તેઓ ભગવાનની સેવા કરવા માટે જ નિર્માયેલા છે. આ સભાનતાને કૃષ્ણભાવનામૃત કહેવાય છે. માટે મનુષ્યે જીવનની શરૂઆતથી જ આ કૃષ્ણભાવનામૃતનું શિક્ષણ પ્રાપ્ત કરવું જોઈએ અને તેના દ્વારા પોતે સંપૂર્ણપણે કૃષ્ણભાવનાપરાયણ થઈ તે પ્રમાણે કર્મ કરવું જોઈએ.

ભગવત્પ્રેમ એ પ્રત્યેક જીવ માટે સ્વાભાવિક વસ્તુ છે અને કામ એ આ ભગવત્પ્રેમનું વિકૃત પ્રતિબિંબ છે. પરંતુ જો શરૂઆતથી જ મનુષ્ય કૃષ્ણભાવનામૃતમાં કેળવાઈ જાય, તો તેનો સ્વાભાવિક ભગવત્પ્રેમ કામરૂપે વિકૃત થતો નથી. ભગવત્પ્રેમ જ્યારે કામરૂપે વિકૃત થઈ જાય છે, ત્યારે તેના મૂળ રૂપને ફરીથી પ્રાપ્ત કરવાનું અત્યંત અઘરું બની જાય છે. તેમ છતાં, કૃષ્ણભક્તિ એવી શક્તિસંપન્ન છે કે મોડેથી શરૂઆત કરનાર મનુષ્ય પણ ભક્તિયોગના નિયામક સિદ્ધાંતોનું પાલન કરીને ભગવત્પ્રેમી બની શકે છે. તેથી જીવનની કોઈ પણ અવસ્થાથી અથવા તેની તીવ્ર અગત્યતા અનુભવાય ત્યારથી મનુષ્ય કૃષ્ણભાવના અર્થાત્ ભગવદ્ભક્તિ દ્વારા ઈન્દ્રિયોને સંયમિત કરવાનો પ્રારંભ કરી શકે છે અને કામને ભગવત્પ્રેમમાં પરિવર્તિત કરી શકે છે કે જે માનવ જીવનની સર્વોચ્ચ પૂર્ણ અવસ્થા છે.

શ્લોક ૪૨ **इन्द्रियाणि पराण्याहुरिन्द्रियेभ्यः परं मनः।**
मनसस्तु परा बुद्धिर्यो बुद्धेः परतस्तु सः॥४२॥

ઈન્દ્રિયાણિ—ઈન્દ્રિયો; **પરાણિ**—ચડિયાતી; **આહુઃ**—કહેવાય છે; **ઈન્દ્રિયેભ્યઃ**—ઈન્દ્રિયોથી વધારે; **પરમ્**—ચડિયાતું; **મનઃ**—મન; **મનસઃ**—મનથી વધારે; **તુ**—પણ; **પરા**—ચડિયાતી; **બુદ્ધિઃ**—બુદ્ધિ; **યઃ**—જે; **બુદ્ધેઃ**—બુદ્ધિથી વધારે; **પરતઃ**—ચડિયાતો; **તુ**—પરંતુ; **સઃ**—તે.

અનુવાદ

કર્મેન્દ્રિયો જડ પદાર્થ કરતાં ચડિયાતી છે, મન ઇન્દ્રિયો કરતાં ઉચ્ચતર છે, બુદ્ધિ મનથી પણ વધારે ઉચ્ચતર છે અને તે (આત્મા) બુદ્ધિથી પણ વધારે ચડિયાતો છે.

ભાવાર્થ

ઇન્દ્રિયો કામની પ્રવૃત્તિઓ માટેનાં જુદાં જુદાં દ્વાર સમાન છે. કામ શરીરમાં સંચિત રહેલો હોય છે, પરંતુ ઇન્દ્રિયો મારફત તેને બહાર નીકળવાનો માર્ગ મળે છે. તેથી એકંદરે ઇન્દ્રિયો સમગ્ર શરીર કરતાં ચડિયાતી છે. જ્યારે શ્રેષ્ઠ ચેતના અથવા કૃષ્ણભાવનામૃતનું પ્રવર્તન હોય છે, ત્યારે આ દ્વારોનો ઉપયોગ થતો નથી. કૃષ્ણભાવનામૃતમાં આત્મા પૂર્ણ પુરુષોત્તમ પરમેશ્વર સાથે સીધેસીધો સંબંધ સ્થાપે છે, તેથી અહીં વર્ણવેલ શરીરનાં કાર્યોનો શ્રેષ્ઠતાક્રમ અંતે પરમાત્મામાં સમાપ્ત થાય છે. શારીરિક કર્મ એટલે ઇન્દ્રિયોનાં કાર્યો અને ઇન્દ્રિયોને અવરોધવાનો અર્થ શરીરનાં બધાં કાર્યોને અવરોધવાં એવો થાય. પરંતુ મન સક્રિય હોવાથી શરીર શાંત તથા સ્થિર રહે, તોયે મન સ્વપ્નમાં સક્રિય રહે છે તેમ સક્રિય રહેશે. પરંતુ મનથી પણ ઉપર બુદ્ધિની સંકલ્પશક્તિ હોય છે અને બુદ્ધિથી પણ ઊંચે સ્વયં આત્મા હોય છે. તેથી જો આત્મા પ્રત્યક્ષપણે પરમાત્મામાં પરોવાયેલો રહે, તો અન્ય બધાં અધીનસ્થ અર્થાત્ બુદ્ધિ, મન તથા ઇન્દ્રિયો આપમેળે તેમાં જ પરોવાઈ જશે. કઠોપનિષદમાં પણ આવું જ કહેવામાં આવ્યું છે કે ઇન્દ્રિયો કરતાં ઇન્દ્રિયતૃપ્તિના વિષયો ચડિયાતા છે અને મન ઇન્દ્રિયવિષયોથી ચડિયાતું છે. તેથી જો મનને પ્રત્યક્ષ રીતે સતત ભગવત્સેવામાં પરોવી રાખવામાં આવે, તો ઇન્દ્રિયો અન્ય વ્યાપારમાં પરોવાય એવી શક્યતા રહેતી નથી. મનની આવી વૃત્તિઓ અંગે અગાઉ સ્પષ્ટતા થયેલી છે. *પરં દૃષ્ટ્વા નિવર્તતે.* જો મનને ભગવાનની દિવ્ય સેવામાં પરોવી દેવાય, તો તેની હીન વૃત્તિઓમાં પરોવાઈ જવાની શક્યતા રહેતી નથી. કઠોપનિષદમાં આત્માને મહાન કહેવામાં આવ્યો છે. એટલે આત્મા ઇન્દ્રિયના વિષયો, ઇન્દ્રિયો, મન તથા બુદ્ધિ એ સર્વથી ઉપર રહેલો છે. તેથી આત્માની સ્વરૂપાવસ્થાને પ્રત્યક્ષ રીતે જાણવી, એ જ સમગ્ર સમસ્યાનો વાસ્તવિક ઉકેલ છે.

મનુષ્યે બુદ્ધિ દ્વારા આત્માની સ્વરૂપાવસ્થા જાણી લેવી જોઈએ અને પછી મનને સદા કૃષ્ણભાવનામાં પરોવી દેવું જોઈએ. આનાથી બધી

સમસ્યાઓનો ઉકેલ આવી જાય છે. સામાન્ય રીતે નવા અધ્યાત્મવાદીને ઈન્દ્રિયોના વિષયોથી દૂર રહેવાની સૂચના આપવામાં આવે છે. પરંતુ તે સાથે મનુષ્યે બુદ્ધિનો ઉપયોગ કરીને મનને શક્તિશાળી બનાવવું પડે. જો મનુષ્ય બુદ્ધિપૂર્વક પોતાના મનને પૂર્ણ પુરુષોત્તમ પરમેશ્વરના સંપૂર્ણ શરણાગત થઈને કૃષ્ણભક્તિમાં પરોવી દે, તો મન આપોઆપ સશક્ત બને છે અને તેથી ઈન્દ્રિયો સર્પની જેમ અતિ પ્રબળ હોવા છતાં તેઓ દાંત વગરના સર્પની જેમ અશક્ત તથા પ્રભાવરહિત થઈ જશે. આત્મા જોકે બુદ્ધિ, મન તથા ઈન્દ્રિયોનો પણ સ્વામી છે, તેમ છતાં જો તેને કૃષ્ણભાવનામાં કૃષ્ણના સંગમાં સુદૃઢ કરવામાં ન આવે, તો ચંચળ મનને કારણે તેના અધઃપતિત થવાની પૂરેપૂરી શક્યતા રહે છે.

શ્લોક ૪૩

एवं बुद्धेः परं बुद्ध्वा संस्तभ्यात्मानमात्मना।
जहि शत्रुं महाबाहो कामरूपं दुरासदम्॥ ४३॥

એવમ્—એ રીતે; **બુદ્ધેઃ**—બુદ્ધિથી; **પરમ્**—શ્રેષ્ઠ; **બુદ્ધ્વા**—જાણીને; **સંસ્તભ્ય**—સ્થિર કરીને; **આત્માનમ્**—મનને; **આત્મના**—સારાસાર વિચારયુક્ત બુદ્ધિ દ્વારા; **જહિ**—જીતી લે; **શત્રુમ્**—શત્રુને; **મહાબાહો**—હે બળવાન ભુજાઓવાળા; **કામરૂપમ્**—કામરૂપી; **દુરાસદમ્**—દુર્જેય.

અનુવાદ

એ રીતે હે મહાબાહુ અર્જુન, મનુષ્યે પોતાને ભૌતિક ઈન્દ્રિયો, મન તથા બુદ્ધિથી પર જાણીને અને મનને વિવેકયુક્ત આધ્યાત્મિક બુદ્ધિ (કૃષ્ણભક્તિ)થી સ્થિર કરીને આધ્યાત્મિક શક્તિ વડે આ સદા અતૃપ્ત કે અસંતોષી કામરૂપી શત્રુને જીતી લેવો જોઈએ.

ભાવાર્થ

ભગવદ્‌ગીતાનો આ ત્રીજો અધ્યાય નિર્ણયાત્મક રીતે નિર્દેશ કરે છે કે મનુષ્યે નિર્વિશેષ શૂન્યવાદને અંતિમ ધ્યેય માન્યા વિના પોતાને પૂર્ણ પુરુષોત્તમ પરમેશ્વરના સનાતન સેવક સમજીને કૃષ્ણભાવનામૃતમાં જોડાઈ જવું જોઈએ. જીવનના ભૌતિક અસ્તિત્વમાં મનુષ્ય બેશક, કામવૃત્તિ તથા ભૌતિક પ્રકૃતિની સંપત્તિ પર પ્રભુત્વ જમાવવાની ઈચ્છાથી પ્રભાવિત રહે છે. પ્રભુત્વ તથા ઈન્દ્રિયતૃપ્તિ કરવાની ઈચ્છા બદ્ધ જીવના સૌથી પ્રબળ શત્રુ છે, પરંતુ કૃષ્ણભક્તિની શક્તિ દ્વારા મનુષ્ય ભૌતિક ઈન્દ્રિયો, મન તથા

બુદ્ધિને નિયંત્રણમાં રાખી શકે છે. આ માટે મનુષ્યે અચાનક પોતાનાં નિયત કર્મોને અટકાવી દેવાની જરૂર નથી, પરંતુ ધીરે ધીરે કૃષ્ણભાવનામાં વિકાસ સાધીને ભૌતિક ઈન્દ્રિયો તથા મનથી પ્રભાવિત થયા વિના, પોતાના શુદ્ધ સ્વરૂપ પ્રત્યે દોરવાયેલી સ્થિર બુદ્ધિ દ્વારા તે દિવ્ય અવસ્થામાં સ્થિત થઈ શકે છે. આ જ તો આ અધ્યાયનો સમગ્ર બોધ છે. ભૌતિક જીવનની અપક્વ અવસ્થામાં તાત્ત્વિક ચિંતન તથા યોગાસનોની કહેવાતી સાધનાથી ઈન્દ્રિયનિગ્રહ કરવાના કૃત્રિમ પ્રયાસો દ્વારા મનુષ્યને આધ્યાત્મિક જીવન પ્રત્યે વિકાસ સાધવામાં મદદ મળતી નથી. તેને ચડિયાતી બુદ્ધિ દ્વારા કૃષ્ણભક્તિમાં શિક્ષિત કરવો જરૂરી છે.

આમ શ્રીમદ્ ભગવદ્ગીતાના “કર્મયોગ” નામના તૃતીય અધ્યાય પરના ભક્તિવેદાંત ભાવાર્થો પૂર્ણ થાય છે.

અધ્યાય ૪

દિવ્ય જ્ઞાન

श्रीभगवानुवाच

શ્લોક ૧ इमं विवस्वते योगं प्रोक्तवानहमव्ययम्।
विवस्वान्मनवे प्राह मनुरिक्ष्वाकवेऽब्रवीत्॥ १॥

શ્રી ભગવાન્ ઉવાચ—પૂર્ણ પુરુષોત્તમ પરમેશ્વર બોલ્યા; **ઇમમ્**—આ; **વિવસ્વતે**—સૂર્યદેવને; **યોગમ્**—પરમેશ્વર સાથેના પોતાના સંબંધના વિજ્ઞાનને; **પ્રોક્તવાન્**—ઉપદેશ આપ્યો; **અહમ્**—મેં; **અવ્યયમ્**—અવિનાશી; **વિવસ્વાન્**—વિવસ્વાન (સૂર્યદેવનું નામ); **મનવે**—(વૈવસ્વત નામના) મનુષ્ય જાતિના પિતાને; **પ્રાહ**—કહ્યું; **મનુઃ**—મનુષ્ય જાતિના પિતાએ; **ઇક્ષ્વાકવે**—રાજા ઇક્ષ્વાકુને; **અબ્રવીત્**—કહ્યું.

અનુવાદ

પુરુષોત્તમ પરમેશ્વર, ભગવાન શ્રીકૃષ્ણે કહ્યું: મેં આ અવિનાશી યોગના વિજ્ઞાનનો ઉપદેશ સૂર્યદેવ વિવસ્વાનને આપ્યો અને વિવસ્વાને માનવોના પિતા મનુને ઉપદેશ આપ્યો અને મનુએ વળી આ ઉપદેશ ઇક્ષ્વાકુને આપ્યો.

ભાવાર્થ

અહીં (આ શ્લોક દ્વારા) આપણને ભગવદ્દગીતાનો પુરાતન ઇતિહાસ જાણવા મળે છે કે ભગવાને અત્યંત પ્રાચીન કાળમાં સૂર્યદેવને તે પ્રબોધી તે કાળથી આરંભીને સર્વ ગ્રહમંડળોના રાજવંશીઓને પરંપરાથી તેનો જ્ઞાનોપદેશ પ્રાપ્ત થતો હતો. સમગ્ર ગ્રહોના રાજા વિશેષરૂપે નિવાસીઓના રક્ષણ માટે હોય છે, તેથી રાજન્ય વર્ગે ભગવદ્દગીતાના વિજ્ઞાનને સારી રીતે સમજી લેવું જોઈએ કે જેથી તેઓ પ્રજાનું શાસન કરી શકે અને તેમને કામરૂપી સાંસારિક બંધનમાંથી ઉગારી શકે. પૂર્ણ પુરુષોત્તમ પરમેશ્વર સાથેના સનાનત

સંબંધમાં આધ્યાત્મિક જ્ઞાનનું સંવર્ધન કરવું એ જ માનવ જીવનનો ઉદ્દેશ છે અને સર્વ રાજ્યોના તથા સમગ્ર ગ્રહોના શાસનકર્તાઓએ કેળવણી, સંસ્કૃતિ તથા ભક્તિ દ્વારા પ્રજાજનોને આ શિક્ષણ આપવું જરૂરી છે. બીજી રીતે કહી શકાય કે સર્વ રાજ્યોના શાસનકર્તાઓએ કૃષ્ણભાવનામૃતના વિજ્ઞાનને સર્વત્ર વ્યાપક બનાવવું જોઈએ કે જેથી લોકો આ મહાન વિજ્ઞાનનો લાભ મેળવી શકે અને મનુષ્ય જીવન પામવાના અવસરનો સદુપયોગ કરીને કલ્યાણપથનું અનુસરણ કરી શકે.

આ મન્વંતરમાં સૂર્યદેવ વિવસ્વાન કહેવાય છે, જે સૌરમંડળના સમસ્ત ગ્રહોના ઉદ્‌ગમસ્થાનરૂપી સૂર્યના રાજા છે. બ્રહ્મસંહિતા (૫.૫૨)માં જણાવ્યું છે:

યચ્ચક્ષુરેષ સવિતા સકલગ્રહાણાં
રાજા સમસ્ત સુર મૂર્તિરશેષ તેજાઃ।
યસ્યાજ્ઞયા ભ્રમતિ સમ્ભૃત કાલ ચક્રો
ગોવિન્દમ્ આદિપુરુષં તમહં ભજામિ॥

બ્રહ્માજીએ કહ્યું: "હું તે પૂર્ણ પુરુષોત્તમ પરમેશ્વર ગોવિંદ (કૃષ્ણ)ને ભજું છું કે જેઓ આદિપુરુષ છે અને જેમની આજ્ઞા હેઠળ સમસ્ત ગ્રહોના રાજા એવા સૂર્યને પ્રચંડ શક્તિ તથા ઉષ્ણતા પ્રાપ્ત થાય છે. ભગવાનના નેત્રનું પ્રતિનિધિત્વ આ સૂર્ય કરે છે અને ભગવાનની આજ્ઞાનુસાર પોતાની કક્ષામાં તે પરિભ્રમણ કરે છે."

સૂર્ય સમસ્ત ગ્રહોનો રાજા છે અને (વર્તમાન સમયમાં વિવસ્વાન નામના) સૂર્યદેવ સૂર્ય ગ્રહ પર શાસન કરે છે, જે ઉષ્ણતા અને પ્રકાશ પ્રદાન કરીને અન્ય સમસ્ત ગ્રહોનું નિયંત્રણ કરે છે. સૂર્ય કૃષ્ણની આજ્ઞા હેઠળ પરિભ્રમણ કરે છે અને ભગવાન કૃષ્ણે વિવસ્વાનને ભગવદ્‌ગીતાનું વિજ્ઞાન સમજાવવા માટે પોતાના પ્રથમ શિષ્ય બનાવ્યા હતા. માટે ગીતા કોઈ સામાન્ય દુન્યવી વિદ્વાન માટે તર્કવિતર્ક કરવા માટેનું વિવરણ નથી, પરંતુ જ્ઞાનનો અધિકૃત ગ્રંથ છે કે જે અનંત કાળથી પ્રચલિત છે.

મહાભારત (શાંતિપર્વ ૩૪૮.૫૧–૫૨)માં આપણે ગીતાનો ઈતિહાસ આ પ્રમાણે જાણી શકીએ છીએઃ

ત્રેતા યુગાદૌ ચ તતો વિવસ્વાન્ મનવે દદૌ।
મનુશ્ચ લોક ભૃત્ય્ અર્થં સુતાયેક્ષ્વાકવે દદૌ।
ઈક્ષ્વાકુણા ચ કથિતો વ્યાપ્ય લોકાન્ અવસ્થિતઃ॥

"ત્રેતાયુગના આરંભે વિવસ્વાને પરમેશ્વર સંબંધી આ વિજ્ઞાનનો ઉપદેશ મનુને આપ્યો. માનવજાતિના પિતા મનુએ તે પોતાના પુત્ર મહારાજ ઇક્ષ્વાકુને આપ્યો. ઇક્ષ્વાકુ આ પૃથ્વીના રાજા તથા રઘુવંશના પૂર્વજ હતા, જેમાં ભગવાન શ્રીરામ પ્રગટ થયા હતા." એ રીતે, મહારાજ ઇક્ષ્વાકુના સમયથી જ માનવ સમાજમાં ભગવદ્‌ગીતા અસ્તિત્વમાં હતી.

વર્તમાન સમયે આપણે હમણાં જ કળિયુગનાં ૫,૦૦૦ વર્ષ પસાર કર્યાં છે, જ્યારે કળિયુગના સમયની અવધિ ૪,૩૨,૦૦૦ વર્ષની છે. કળિયુગ પહેલાં આઠ લાખ વર્ષની અવધિવાળો દ્વાપરયુગ હતો અને તે પહેલાં બાર લાખ વર્ષની અવધિવાળો ત્રેતાયુગ હતો. એ રીતે આશરે ૨૦,૦૦૫,૦૦૦ વર્ષ પૂર્વે મનુએ પોતાના પુત્ર તથા શિષ્ય પૃથ્વી ગ્રહના રાજા ઇક્ષ્વાકુને ભગવદ્‌ગીતા કહી હતી. વર્તમાન મનુનું આયુષ્ય લગભગ ૩૦,૫૩,૦૦,૦૦૦ વર્ષનું છે, જેમાંથી ૧૨,૦૪,૦૦,૦૦૦ વર્ષ વીતી ચૂક્યાં છે. એમ સ્વીકારી લઈએ કે મનુના જન્મ પૂર્વે ભગવાને પોતાના શિષ્ય સૂર્યદેવ વિવસ્વાનને ગીતા કહી હતી. તોયે અંદાજે ઓછામાં ઓછાં ૧૨,૦૪,૦૦,૦૦૦ વર્ષ પૂર્વે ગીતા કહેવાઈ હતી અને માનવ સમાજમાં તે ૨૦ લાખ વર્ષોથી વિદ્યમાન છે. ભગવાને તે અર્જુનને લગભગ પાંચ હજાર વર્ષ પૂર્વે ફરીથી કહી. સ્વયં ગીતા પ્રમાણે અને તેનું ગાન કરનાર ભગવાન શ્રીકૃષ્ણના કથન અનુસાર ગીતાના ઇતિહાસની આ આશરે કરેલી ગણતરી છે. સૂર્યદેવ વિવસ્વાનને તે કહેવામાં આવી હતી, કારણ કે તેઓ પણ ક્ષત્રિય છે અને સૂર્યદેવ સમસ્ત સૂર્યવંશી ક્ષત્રિયોના પિતા છે. પૂર્ણ પુરુષોત્તમ પરમેશ્વરે કહેલી હોવાથી ભગવદ્‌ગીતા વેદતુલ્ય છે અને તેથી આ જ્ઞાન *અપૌરુષેય* છે. વેદોના આદેશોને માનવીય અર્થઘટન વગર યથાર્થ રૂપમાં (મૂળરૂપે) ગ્રહણ કરાતા હોવાથી ગીતાનો પણ લૌકિક અર્થઘટન કર્યા વગર સ્વીકાર થવો જોઈએ. દુન્યવી તાર્કિકો પોતપોતાની રીતે ગીતા ઉપર તર્કવિતર્કો કરી શકે છે, પરંતુ તે ભગવદ્‌ગીતા તેના યથાર્થ રૂપમાં નથી. તેથી ભગવદ્‌ગીતાને ગુરુ-શિષ્ય પરંપરા દ્વારા તેના યથાર્થ રૂપમાં ગ્રહણ કરવી જોઈએ. અહીં વર્ણન થયું છે કે ભગવાને તે સૂર્યદેવને કહી, સૂર્યદેવે તે પોતાના પુત્ર મનુને કહી અને મનુએ પોતાના પુત્ર ઇક્ષ્વાકુને કહી હતી.

શ્લોક ૨

एवं परम्पराप्राप्तमिमं राजर्षयो विदुः।
स कालेनेह महता योगो नष्टः परन्तप॥ २॥

એવમ્—એ રીતે; **પરમ્પરા**—ગુરુ-શિષ્ય પરંપરા દ્વારા; **પ્રાપ્તમ્**—મળેલું; **ઈમમ્**—આ વિજ્ઞાન; **રાજ ઋષયઃ**—સાધુચરિત રાજાઓએ; **વિદુઃ**—જાણ્યું; **સઃ**—તે જ્ઞાન; **કાલેન**—કાળાંતરે; **ઈહ**—આ જગતમાં; **મહતા**—મહાન; **યોગઃ**—પરમેશ્વર સાથેના પોતાના સંબંધનું વિજ્ઞાન; **નષ્ટઃ**—છિન્નભિન્ન થયું; **પરન્તપ**—શત્રુઓનું દમન કરનાર હે અર્જુન.

અનુવાદ

એ રીતે હે અર્જુન, આ પરમ વિજ્ઞાન ગુરુ-શિષ્ય પરંપરા દ્વારા પ્રાપ્ત થયું અને રાજર્ષિઓએ તેને એ જ રીતે જાણ્યું. પરંતુ કાળાંતરે આ પરંપરા તૂટી ગઈ અને તેથી આ વિજ્ઞાન યથાર્થ રૂપમાં લુપ્ત થયેલું જણાય છે.

ભાવાર્થ

અહીં એમ સ્પષ્ટપણે કહેવામાં આવ્યું છે કે ગીતા ખાસ કરીને સાધુચરિત રાજાઓ માટે નિર્માયેલી હતી, કારણ કે તેમને તેમના શાસન દ્વારા ગીતાના હેતુનો લાભ પ્રજા સુધી પહોંચાડવાનો હતો. નિઃસંદેહ, ભગવદ્‌ગીતા કદાપિ આસુરી મનુષ્યો માટે હતી નહીં. એવા લોકો તેનું અવમૂલ્યન કરીને કોઈનું પણ હિત કરવાના નહોતા અને પોતાની ધૂનમાં આવે તેમ તેનું તરંગીપણે અર્થઘટન કરવાના હતા. તેથી પાખંડી ટીકાકારોના અંગત સ્વાર્થને કારણે ગીતાનો મૂળ ઉદ્દેશ વેરવિખેર થયો, ત્યારે જ ગુરુ-શિષ્ય પરંપરાને ફરીથી સ્થાપવાની જરૂર ઊભી થઈ. પાંચ હજાર વર્ષ પૂર્વે સ્વયં ભગવાને જોયું કે ગુરુ-શિષ્ય પરંપરા તૂટી ગઈ છે, તેથી તેમણે ઘોષણા કરી કે ગીતાનો ઉદ્દેશ નષ્ટ થયેલો જણાય છે. એ જ પ્રમાણે, અત્યારના સમયમાં ગીતાની ઘણી આવૃત્તિઓ (ખાસ કરીને અંગ્રેજીમાં) ઉપલબ્ધ છે, પરંતુ તેમાંની લગભગ બધી જ અધિકૃત ગુરુ-શિષ્ય પરંપરા અનુસાર નથી. વિભિન્ન ભૌતિકવાદી પંડિતો દ્વારા અસંખ્ય અર્થઘટનો કરવામાં આવેલાં છે. તેઓમાંના લગભગ બધા જ શ્રીકૃષ્ણનાં વચનોના નામે સારો વેપાર કરે છે, છતાં કૃષ્ણનો પૂર્ણ પુરુષોત્તમ પરમેશ્વર તરીકે સ્વીકાર કરતા નથી. આ જ તો આસુરી વૃત્તિ છે, કારણ કે અસુરો ઈશ્વરમાં વિશ્વાસ ધરાવતા નથી પણ તેઓ પરમેશ્વરની સંપત્તિનો ઉપભોગ અવશ્ય કરે છે. ગુરુ-શિષ્ય પરંપરા મારફત ઉતરી આવેલી ગીતાની અંગ્રેજી આવૃત્તિની જરૂર હોવાથી તેની પૂર્તિ કરવા માટે આ પ્રયાસ કરવામાં આવ્યો છે. ભગવદ્‌ગીતાનો યથાર્થ રૂપમાં થયેલ સ્વીકાર એ માનવ સમાજ માટે એક પરમ વરદાન છે, પરંતુ તેને જો તાર્કિક ચિંતનાત્મક વિવરણરૂપે સ્વીકારવામાં આવે, તો તે કેવળ સમયની બરબાદી જ છે.

શ્લોક स एवायं मया तेऽद्य योगः प्रोक्तः पुरातनः।
૩ भक्तोऽसि मे सखा चेति रहस्यं ह्येतदुत्तमम्॥ ३॥

સઃ—તે જ; **એવ**—નક્કી; **અયમ્**—આ; **મયા**—મારા વડે; **તે**—તને; **અદ્ય**—આજે; **યોગઃ**—યોગનું વિજ્ઞાન; **પ્રોક્તઃ**—કહેવામાં આવ્યું; **પુરાતનઃ**—અત્યંત પ્રાચીન; **ભક્તઃ**—ભક્ત; **અસિ**—તું છે; **મે**—મારો; **સખા**—મિત્ર; **ચ**—પણ; **ઈતિ**—માટે; **રહસ્યમ્**—રહસ્ય; **હિ**—નક્કી; **એતત્**—આ; **ઉત્તમમ્**—દિવ્ય, અલૌકિક.

અનુવાદ

તે જ આ પ્રાચીન યોગ, પરમેશ્વર સાથેના સંબંધનું વિજ્ઞાન આજે હું તને કહી રહ્યો છું, કારણ કે તું મારો ભક્ત તથા મિત્ર છે અને તેથી આ વિજ્ઞાનના દિવ્ય રહસ્યને સમજી શકે છે.

ભાવાર્થ

મનુષ્યોના અસુર તથા ભક્ત એવા બે વર્ગ છે. અર્જુન ભક્ત હોવાથી ભગવાને તેને આ મહાન વિજ્ઞાન ગ્રહણ કરવા માટે સુપાત્ર ગણ્યો, પરંતુ અસુર માટે આ મહાન રહસ્યમય વિજ્ઞાનને સમજવું અશક્ય છે. આ મહાન જ્ઞાનગ્રંથની અનેક આવૃત્તિઓ ઉપલબ્ધ છે. આમાંની કેટલીક આવૃત્તિઓ પર ભક્તોનાં ભાષ્ય છે અને કેટલીક આવૃત્તિઓ પર અસુરોનાં ભાષ્ય છે. ભક્તોનાં ભાષ્ય વાસ્તવિક છે, જ્યારે અસુરોએ કરેલાં ભાષ્ય વ્યર્થ છે. અર્જુન શ્રીકૃષ્ણનો પૂર્ણ પુરુષોત્તમ પરમેશ્વર તરીકે સ્વીકાર કરે છે, તેથી જે ગીતાભાષ્ય અર્જુનના પગલે ચાલીને કરવામાં આવ્યું હોય, તે આ મહાન વિજ્ઞાનને કાજે વાસ્તવિક સેવા છે. પરંતુ અસુરો ભગવાન કૃષ્ણને તેમના યથાર્થ સ્વરૂપે સ્વીકારતા નથી. તેઓ કૃષ્ણ વિશે મનઘડંત વાતો કહે છે અને સામાન્ય વાચકોને કૃષ્ણના ઉપદેશોના માર્ગથી પથભ્રષ્ટ કરે છે. આવા કુમાર્ગથી દૂર રહેવા માટે અહીં ચેતવણી આપવામાં આવી છે. મનુષ્યે અર્જુનની પરંપરાનું અનુસરણ કરવું જોઈએ અને એમ કરીને શ્રીમદ્ ભગવદ્ગીતાના આ મહાન વિજ્ઞાનનો લાભ લેવો જોઈએ.

अर्जुन उवाच

શ્લોક अपरं भवतो जन्म परं जन्म विवस्वतः।
૪ कथमेतद्विजानीयां त्वमादौ प्रोक्तवानिति॥ ४॥

અર્જુનઃ ઉવાચ—અર્જુને કહ્યું; **અપરમ્**—પાછળથી થયેલો, અર્વાચીન; **ભવતઃ**—આપનો; **જન્મ**—જન્મ; **પરમ્**—શ્રેષ્ઠ; **જન્મ**—જન્મ; **વિવસ્વતઃ**—સૂર્યદેવનો; **કથમ્**—કેવી રીતે; **એતત્**—આ; **વિજાનીયામ્**—હું જાણું; **ત્વમ્**—તમે; **આદૌ**—પ્રારંભમાં; **પ્રોક્તવાન્**—ઉપદેશ આપ્યો; **ઈતિ**—એ રીતે.

અનુવાદ

અર્જુને કહ્યું: આપનો જન્મ અર્વાચીન કાળમાં થયો છે અને સૂર્યદેવ વિવસ્વાનનો જન્મ તો પ્રાચીન કાળમાં થયો છે; તો પછી હું કેવી રીતે સમજું કે પ્રાચીન કાળમાં આપે તેમને આ વિદ્યાનો ઉપદેશ આપ્યો હતો?

ભાવાર્થ

અર્જુન તો ભગવાનનો સ્વીકૃત ભક્ત હતો, તો પછી તેને કૃષ્ણના વચન ઉપર વિશ્વાસ શાથી થતો ન હતો? હકીકત એ છે કે અર્જુન કંઈ પોતાને માટે આ જિજ્ઞાસા દર્શાવી રહ્યો નથી, પરંતુ જે લોકો ભગવાનમાં વિશ્વાસ ધરાવતા નથી અથવા જેઓ કૃષ્ણને પૂર્ણ પુરુષોત્તમ પરમેશ્વર માનવાનું પસંદ કરતા નથી, એવા અસુરો માટે તેણે આ જિજ્ઞાસા દાખવી છે. માત્ર આવા લોકો માટે જ, અર્જુને જાણે કે પોતે ભગવાન અથવા કૃષ્ણ વિશે કંઈ જાણતો જ ન હોય, એ રીતે આ મુદ્દા વિશે પૃચ્છા કરી છે. દશમા અધ્યાયમાં એ સ્પષ્ટ થશે કે અર્જુન સારી રીતે જાણતો હતો જ કે કૃષ્ણ પૂર્ણ પુરુષોત્તમ પરમેશ્વર છે, સચરાચરના મૂળ સ્રોત છે અને દિવ્ય અસ્તિત્વમાં અંતિમ સત્તા છે. અલબત્ત, કૃષ્ણ આ પૃથ્વી પર દેવકીના પુત્રરૂપે પણ પ્રગટ થયા હતા. સામાન્ય માણસ માટે આથી સમજવું ઘણું અઘરું છે કે કૃષ્ણ કેવી રીતે એ જ પૂર્ણ પુરુષોત્તમ પરમેશ્વર, સનાતન આદિપુરુષ બની રહે? તેથી આ મુદ્દાની સ્પષ્ટતા થાય તે માટે અર્જુને કૃષ્ણને આ પૃચ્છા કરી હતી કે જેથી ભગવાન સ્વયં અધિકૃત રીતે સ્પષ્ટતા કરી શકે. કૃષ્ણ સર્વોપરી અધિકારી છે એ તો આખી દુનિયાએ સ્વીકાર્યું છે, વર્તમાન સમયમાં જ નહીં પરંતુ અનંત કાળથી માન્યું છે, પણ માત્ર અસુરો જ તેમનો સ્વીકાર કરતા નથી. તે જે હોય તે, પરંતુ કૃષ્ણ સર્વમાન્ય સર્વોપરી અધિકારી હોવાથી અર્જુને આ પ્રશ્ન તેમની સમક્ષ રજૂ કર્યો કે જેથી કૃષ્ણ સ્વયં પોતાના વિશે કહે અને અસુરો તથા તેમના અનુયાયીઓ જે રીતે અંગત સ્વાર્થ માટે કૃષ્ણ વિશે વિકૃત રજૂઆત કરે છે તે ન થાય. દરેક મનુષ્ય પોતાના હિત માટે કૃષ્ણનું વિજ્ઞાન જાણે એ અત્યંત જરૂરી છે. તેથી જ્યારે કૃષ્ણ સ્વયં પોતાને

વિશે કહે છે, ત્યારે તે અખિલ વિશ્વ માટે કલ્યાણકારી બને છે. કૃષ્ણ દ્વારા કરવામાં આવેલાં સ્પષ્ટીકરણો અસુરોને કદાચ વિચિત્ર લાગે, કારણ કે અસુરો પોતાના જ દૃષ્ટિકોણથી કૃષ્ણનું અધ્યયન કરે છે; પરંતુ જેઓ ભક્તો છે, તેઓ તો સ્વયં કૃષ્ણ દ્વારા કહેવાયેલાં કથનોનું અંતઃકરણપૂર્વક અભિવાદન કરે છે. ભક્તો કૃષ્ણનાં આવાં અધિકૃત વચનોની સદા પૂજા કરે છે, કારણ કે તેઓ કૃષ્ણ વિશે વધુ ને વધુ જાણવા નિત્ય ઉત્સુક રહે છે. એ રીતે કૃષ્ણને એક સાધારણ મનુષ્ય માનનારા નાસ્તિકો પણ એ જાણી શકે છે કે કૃષ્ણ મનુષ્યોમાં સર્વશ્રેષ્ઠ છે, *સચ્ચિદાનન્દ વિગ્રહ* છે, જ્ઞાન તથા આનંદથી ભરપૂર દિવ્ય રૂપ ધરાવે છે—તેઓ દિવ્ય છે, ભૌતિક પ્રકૃતિના ગુણોના કાર્યક્ષેત્રની મર્યાદાથી પર છે અને સ્થળ-કાળના પ્રભાવથી પર છે. અર્જુનની જેમ કૃષ્ણનો ભક્ત નિઃસંદેહ કૃષ્ણની દિવ્ય, અલૌકિક સ્થિતિ વિશે કોઈ પણ જાતના ભ્રમથી પર હોય છે. જે લોકો કૃષ્ણને ભૌતિક પ્રકૃતિના ગુણોને અધીન એક સાધારણ મનુષ્ય માને છે, તેમના નાસ્તિકતાવાદી વલણને પડકારવા માટે જ એક ભક્તના પ્રયાસ તરીકે અર્જુને ભગવાનને આ પ્રશ્ન પૂછ્યો છે.

શ્રીભગવાનુવાચ

શ્લોક ૫

बहूनि मे व्यतीतानि जन्मानि तव चार्जुन।
तान्यहं वेद सर्वाणि न त्वं वेत्थ परन्तप॥५॥

શ્રી ભગવાન ઉવાચ—શ્રી ભગવાન બોલ્યા; **બહૂનિ**—અનેક; **મે**—મારા; **વ્યતીતાનિ**—પસાર થયા છે; **જન્માનિ**—જન્મ; **તવ**—તારા; **ચ**—પણ; **અર્જુન**—હે અર્જુન; **તાનિ**—તે; **અહમ્**—હું; **વેદ**—જાણું છું; **સર્વાણિ**—બધા; **ન**—નહીં; **ત્વમ્**—તું; **વેત્થ**—જાણે છે; **પરન્તપ**—હે શત્રુઓનું દમન કરનાર.

અનુવાદ

શ્રી ભગવાન બોલ્યા: તારા અને મારા અનેકાનેક જન્મો થઈ ચૂક્યા છે. હું તે બધાને યાદ રાખી શકું છું, પરંતુ હે પરંતપ, તું તેને યાદ રાખી શકતો નથી.

ભાવાર્થ

બ્રહ્મસંહિતા (૫.૩૩)માં આપણને ભગવાનના અનેકાનેક અવતારોની માહિતી પ્રાપ્ત થાય છે. તેમાં કહ્યું છે:

અદ્વૈતમ્ અચ્યુતમ્ અનાદિમનન્ત રૂપમ્
આદ્યં પુરાણ પુરુષં નવયૌવનં ચ।
વેદેષુ દુર્લભમ્ અદુર્લભમ્ આત્મભક્તૌ
ગોવિન્દમ્ આદિપુરુષં તમહં ભજામિ॥

"હું તે આદિપુરુષ, પૂર્ણ પુરુષોત્તમ પરમેશ્વર ગોવિંદ (કૃષ્ણ)ને ભજું છું કે જેઓ પરમ પૂર્ણ, અચ્યુત તથા અનાદિ છે. તેઓ જોકે અનંતરૂપે વિસ્તરેલા છે, તેમ છતાં તેઓ તે જ મૂળ, પુરાતન તથા નિત્ય નવયૌવનયુક્ત હોય છે. ભગવાનનાં આવાં સનાતન, આનંદમય તથા સર્વ જ્ઞાનમય રૂપોને શ્રેષ્ઠ વૈદિક વિદ્વાનો જાણે છે, પરંતુ વિશુદ્ધ, અનન્ય ભક્તોને તો તેમનાં નિરંતર દર્શન થતાં હોય છે."

બ્રહ્મસંહિતા (૫.૩૯)માં વળી એમ પણ કહ્યું છે:

રામાદિ મૂર્તિષુ કલા નિયમેન તિષ્ઠન્
નાનાવતારમ્ અકરોદ્ ભુવનેષુ કિન્તુ।
કૃષ્ણઃ સ્વયં સમભવત્પરમઃ પુમાન્ યો
ગોવિન્દમ્ આદિપુરુષં તમહં ભજામિ॥

"હું તે પૂર્ણ પુરુષોત્તમ પરમેશ્વર ગોવિંદને ભજું છું જેઓ રામ, નૃસિંહ વગેરે અવતારો તેમ જ અનેક અંશાવતારોમાં નિત્ય અવસ્થિત હોવા છતાં પણ કૃષ્ણ નામથી સુપ્રસિદ્ધ આદિપુરુષ છે અને જેઓ સ્વયં પણ અવતરે છે."

વેદોમાં પણ કહેવામાં આવ્યું છે કે ભગવાન એકમેવ અદ્વિતીય હોવા છતાં તેઓ અસંખ્ય રૂપોમાં પ્રગટ થાય છે. તેઓ એવા વૈદૂર્યમણિ સમાન છે કે જે પોતાનો રંગ બદલતો હોવા છતાં તેનો તે જ રહે છે. આ સર્વ રૂપોને વિશુદ્ધ અનન્ય ભક્ત જ સમજી શકે છે, કેવળ વેદોના અધ્યયનથી તેમને સમજી શકાતા નથી (*વેદેષુ દુર્લભમ્ અદુર્લભમ્ આત્મ ભક્તૌ*). અર્જુન જેવા ભક્તો ભગવાનના નિત્ય સખા છે અને જ્યારે જ્યારે ભગવાન અવતરે છે, ત્યારે તેમના પાર્ષદ ભક્તો પણ વિભિન્નરૂપે તેમની સેવા કરવા તેમની સાથે જ અવતરણ કરે છે. અર્જુન પણ આવો જ એક ભક્ત છે અને આ શ્લોક પરથી સમજાય છે કે લાખો વર્ષ પૂર્વે ભગવાન કૃષ્ણે જ્યારે સૂર્યદેવ વિવસ્વાનને ભગવદ્દ્ગીતા કહી હતી, ત્યારે અર્જુન પણ કોઈ ભિન્નરૂપે ત્યાં હાજર હતો. પરંતુ અર્જુન તથા ભગવાન વચ્ચે તફાવત એ છે કે ભગવાનને તે ઘટનાનું સ્મરણ હતું, પણ અર્જુન તે યાદ રાખી શક્યો ન હતો. અંશરૂપ

જીવ તથા પરમેશ્વર વચ્ચેનો આ જ તફાવત છે. જોકે અર્જુનને અહીં શત્રુઓનું દમન કરનાર અત્યંત બળવાન વીર પુરુષ તરીકે સંબોધવામાં આવ્યો છે, છતાં તે પોતાના ભૂતપૂર્વ જન્મોમાં શું બન્યું હતું તે યાદ કરી શકતો નથી. તેથી જીવાત્મા ભૌતિક મૂલવણીમાં ભલે ગમે તેટલો મહાન હોય, તોયે તે કદાપિ પરમેશ્વરનો સમકક્ષ થઈ શકતો નથી. ભગવાનનો નિત્ય સંગી જીવન્મુક્ત હોય છે એમાં શંકા નથી, પરંતુ તે ભગવાનનો સમોવડિયો થઈ શકતો નથી. બ્રહ્મસંહિતામાં ભગવાનને *અચ્યુત* કહ્યા છે, જેનો અર્થ એ છે કે તેઓ ભૌતિક સંપર્કમાં હોય તો પણ તેમને કદી પોતાનું વિસ્મરણ થતું નથી. તેથી જીવાત્મા અર્જુન જેવો જ જીવન્મુક્ત હોય તોયે ભગવાન અને જીવ કદાપિ બધી રીતે એકસમાન થઈ શકતા નથી. અર્જુન ભગવાનનો ભક્ત હોવા છતાં તેને કોઈ વખત ભગવાનની પ્રકૃતિનું વિસ્મરણ થાય છે, પરંતુ દૈવી કૃપાથી ભક્ત ભગવાનની અચ્યુત સ્થિતિને તરત જ સમજી શકે છે, જ્યારે અભક્ત કે અસુર આ દિવ્ય પ્રકૃતિને સમજી શકતો નથી. પરિણામે ગીતામાં થયેલાં આ નિરૂપણો આસુરી મગજમાં ઊતરી શકતાં નથી. કૃષ્ણ તથા અર્જુન બંને પ્રકૃતિથી સનાતન છે, તેમ છતાં કૃષ્ણને કરોડો વર્ષ પૂર્વે પોતે કરેલાં કાર્યોની સ્મૃતિ છે, પરંતુ અર્જુનને નથી. અહીં આપણે એ પણ ધ્યાનમાં લેવાનું છે કે જીવાત્મા દેહ બદલવાને કારણે બધું જ ભૂલી જાય છે, પરંતુ ભગવાનને સ્મૃતિ રહે છે કારણ કે તેઓ પોતાનો *સચ્ચિદાનન્દમય* દેહ બદલતા નથી. તેઓ અદ્વૈતરૂપ છે. એનો અર્થ એ છે કે તેમના દેહ અને તેમની પોતાની વચ્ચે કોઈ તફાવત નથી. તેમના સંબંધે દરેક વસ્તુ આત્મા છે, જ્યારે બદ્ધ જીવ તેના ભૌતિક શરીરથી ભિન્ન હોય છે. ભગવાનનો દેહ તથા આત્મા એકરૂપ હોવાથી તેઓ જ્યારે ભૌતિક સ્તરે અવતરણ કરે છે, ત્યારે પણ તેમની સ્થિતિ સામાન્ય જીવથી નિરાળી હોય છે. અસુરો ભગવાનની આ દિવ્ય સ્થિતિ સાથે પોતાનો મેળ બેસાડી શકતા નથી જેના વિશે સ્વયં ભગવાને નીચેના શ્લોકમાં સમજાવ્યું છે.

શ્લોક ૬ **अजोऽपि सन्नव्ययात्मा भूतानामीश्वरोऽपि सन्।**
प्रकृतिं स्वामधिष्ठाय सम्भवाम्यात्ममायया॥ ६॥

અજઃ—અજન્મા; **અપિ**—જોકે; **સન્**—હોવા છતાં; **અવ્યય**—અવિનાશી; **આત્મા**—શરીર; **ભૂતાનામ્**—જન્મ પામનાર સર્વના; **ઈશ્વરઃ**—પરમેશ્વર; **અપિ**—જોકે; **સન્**—એમ હોવાથી; **પ્રકૃતિમ્**—દિવ્ય રૂપમાં;

સ્વામ્—મારી; **અધિષ્ઠાય**—એ રીતે સ્થિત; **સમ્ભવામિ**—હું અવતરું છું; **આત્મ માયયા**—મારી અંતરંગ શક્તિ દ્વારા.

અનુવાદ

જોકે હું અજન્મા છું અને મારો દિવ્ય દેહ કદી નાશ પામતો નથી તથા હું સર્વ જીવોનો સ્વામી છું, છતાં હું દરેક યુગમાં મારા દિવ્ય મૂળ રૂપમાં પ્રગટ થાઉં છું.

ભાવાર્થ

ભગવાન એક સાધારણ મનુષ્ય જેવા ભલે દેખાય, છતાં તેમણે પોતાના જન્મની વિલક્ષણતા વિશે કહ્યું છે. તેમને પોતાના અનેકાનેક પૂર્વ "જન્મો"ની સ્મૃતિ રહે છે, જ્યારે સામાન્ય માણસને થોડાક કલાક પૂર્વે પોતે કરેલાં કાર્યનું પણ વિસ્મરણ થઈ જાય છે. જો કોઈ પૂછે કે તમે ગઈકાલે આ સમયે શું કરતા હતા, તો સામાન્ય વ્યક્તિને માટે તરત જવાબ આપવાનું મુશ્કેલ બને છે. તે મનુષ્ય એક દિવસ પહેલાં આ સમયે શું કરતો હતો તે યાદ કરવા તેણે તેની સ્મૃતિશક્તિને અવશ્ય ઢંઢોળવી પડે છે. તેમ છતાં અમુક માણસો પોતે ઈશ્વર અથવા કૃષ્ણ હોવાનો દાવો કરવાની ધૃષ્ટતા કરે છે. મનુષ્યે આવા નિરર્થક દાવાઓના દુષ્પ્રભાવ હેઠળ આવવું ન જોઈએ. વળી ભગવાન પોતાની પ્રકૃતિ અથવા સ્વરૂપની સમજૂતી આપે છે. પ્રકૃતિ એટલે સ્વભાવ તેમ જ સ્વરૂપ. ભગવાન કહે છે કે તેઓ તેમના પોતાના મૂળ દેહમાં જ પ્રગટ થાય છે. જેવી રીતે સામાન્ય જીવ એક દેહમાંથી બીજામાં દેહાંતર કરે છે, તેવી રીતે ભગવાન પોતાના દેહને બદલતા નથી. આ જન્મમાં બદ્ધ જીવનું એક પ્રકારનું શરીર હોઈ શકે છે, પરંતુ પછીના જન્મમાં તેને જુદા જ પ્રકારનું શરીર હોય છે. ભૌતિક જગતમાં બદ્ધ જીવને કોઈ સ્થાયી શરીર હોતું નથી, પરંતુ તે એક શરીરમાંથી બીજામાં દેહાંતર કરે છે. પરંતુ ભગવાન એમ કરતા નથી. જ્યારે જ્યારે તેઓ પ્રગટ થાય છે, ત્યારે પોતાની અંતરંગ શક્તિ દ્વારા તેઓ પોતાના એ જ આદ્ય દેહમાં પ્રગટ થાય છે. બીજા શબ્દોમાં, કૃષ્ણ આ ભૌતિક જગતમાં પોતાના મૂળ સનાતન દ્વિભૂજ મુરલીધર સ્વરૂપમાં પ્રગટ થાય છે. તેઓ ભૌતિક જગતની મલિનતાથી દૂષિત થયા વિના પોતાના સનાતન દેહમાં જ પ્રગટ થાય છે. તેઓ એ જ દિવ્ય દેહમાં પ્રગટ થતા હોવા છતાં તેમ જ સમગ્ર વિશ્વના સ્વામી હોવા છતાં પોતે જાણે કે એક સામાન્ય જીવની જેમ જન્મતા હોય તેવું દેખાય છે. વળી તેમના દેહનો ભૌતિક શરીરની જેમ ક્ષય થતો નથી,

છતાં એવું લાગે છે કે જાણે ભગવાન કૃષ્ણ બાલ્યાવસ્થામાંથી કુમારવસ્થામાં અને કુમારાવસ્થામાંથી યુવાવસ્થામાં આવતા હોય. પરંતુ આશ્ચર્યની વાત તો એ છે કે તેઓ યુવાવસ્થાથી વધારે ઉંમરના કદી થતા નથી. કુરુક્ષેત્રના યુદ્ધ વખતે તેમને અનેક પૌત્રો હતા; અથવા બીજી રીતે કહી શકાય કે ભૌતિક ગણતરી પ્રમાણે તેઓ વયોવૃદ્ધ હતા, તો પણ તેઓ વીસ-પચીસ વર્ષના યુવાન જેવા દેખાતા હતા. કૃષ્ણનું વૃદ્ધાવસ્થાનું ચિત્ર આપણને ક્યારેય જોવા મળતું નથી, કારણ કે ભૂત, વર્તમાન અને ભાવિ સર્જનોમાં તેઓ સર્વાધિક વય ધરાવનારા હોવા છતાં આપણી માફક ક્યારેય વૃદ્ધ થતા નથી. તેમનો દેહ અને બુદ્ધિ કદાપિ ક્ષીણ થતાં નથી કે બદલાતાં નથી. તેથી એ સ્પષ્ટ થાય છે કે ભૌતિક જગતમાં રહેતા હોવા છતાં તેઓ સ્વરૂપથી એ જ અજન્મા, સચ્ચિદાનંદ સ્વરૂપ, પોતાના દિવ્ય દેહમાં તથા બુદ્ધિમાં પરિવર્તનરહિત હોય છે. વાસ્તવમાં તેમનું પ્રાકટ્ય અને તિરોધાન સૂર્યના ઉદય તથા અસ્ત સમાન છે કે જે આપણી સમક્ષ ભ્રમણ કરે છે અને પછી દૃષ્ટિથી ઓઝલ થઈ જાય છે. જ્યારે સૂર્ય આપણી નજરની બહાર હોય છે, ત્યારે આપણે માનીએ છીએ કે સૂર્ય અસ્ત પામ્યો છે અને સૂર્ય જ્યારે આપણી દૃષ્ટિ સામે હોય છે, ત્યારે તે ક્ષિતિજ પર છે એમ આપણે માનીએ છીએ. વાસ્તવમાં સૂર્ય સદા તેના નિશ્ચિત સ્થાને હોય છે, પરંતુ આપણી અપૂર્ણ તથા ત્રુટિપૂર્ણ ઈન્દ્રિયોને કારણે આપણે સૂર્યને આકાશમાં ઉદય થતો અને અસ્ત થતો માનીએ છીએ. ભગવાનનું પ્રાકટ્ય તથા અપ્રાકટ્ય સામાન્ય જીવથી સર્વથા ભિન્ન હોવાને કારણે એ સ્પષ્ટ થાય છે કે તેઓ સનાતન છે, પોતાની અંતરંગ શક્તિથી આનંદમય તથા ચિન્મય છે અને તેઓ ભૌતિક પ્રકૃતિ દ્વારા કદાપિ દૂષિત થતા નથી. વેદો પણ સમર્થન કરે છે કે ભગવાન અજન્મા હોવા છતાં અનેકવિધ રૂપોમાં જન્મ લેતા દેખાય છે. વેદોનાં પૂરક શાસ્ત્રો પણ પુષ્ટિ કરે છે કે ભગવાન ભલે જન્મ લેતા પ્રતીત થાય છે, તોયે તેઓ પોતાના દેહનું પરિવર્તન કરતા નથી. શ્રીમદ્ ભાગવતમાં તેઓ તેમની માતાની સમક્ષ ચાર ભુજાઓ અને સંપૂર્ણ ષડ્ઐશ્વર્યો સાથે નારાયણરૂપે પ્રગટ થાય છે. તેમનું પોતાના સનાતન મૂળ રૂપમાં પ્રગટ થવું, એ તો જીવો પર થયેલી તેમની નિષ્કારણ કૃપા જ છે કે જેથી જીવો પરમેશ્વરનાં મૂળ રૂપનું ધ્યાન કરી શકે, નહીં કે નિર્વિશેષવાદી ખોટી રીતે માને છે એવા મનોનિર્મિત અથવા કાલ્પનિક રૂપનું. વિશ્વકોશ અનુસાર *માયા* અથવા *આત્મમાયા* શબ્દ ભગવાનની નિષ્કારણ કૃપાનો

નિર્દેશ કરે છે. ભગવાન પૂર્વે થયેલાં તેમનાં સર્વ પ્રાકટ્યો તથા તિરોધાન વિશે સભાન હોય છે, પરંતુ સામાન્ય જીવ બીજું શરીર પામવા સાથે જ પહેલાંના શરીર વિશેનું બધું જ ભૂલી જાય છે. તેઓ જીવમાત્રના સ્વામી છે, કારણ કે તેઓ જ્યારે આ પૃથ્વી પર હાજર હોય છે, ત્યારે આશ્ચર્યજનક અને અતિમાનવીય લીલા કરતા હોય છે. તેથી ભગવાન સદા એ જ પરમ સત્યરૂપ છે અને તેમનાં સ્વરૂપ તથા આત્મામાં કે તેમના ગુણ તથા લીલામાં કોઈ તફાવત હોતો નથી. હવે પ્રશ્ન એવો પૂછી શકાય કે ભગવાન આ જગતમાં શા કારણે પ્રગટ તથા અપ્રગટ થાય છે? આ વાત હવે પછીના શ્લોકમાં સમજાવવામાં આવી છે.

શ્લોક ૭

यदा यदा हि धर्मस्य ग्लानिर्भवति भारत।
अभ्युत्थानमधर्मस्य तदात्मानं सृजाम्यहम्॥ ७॥

યદા યદા—જ્યારે અને જ્યાં; **હિ**—નક્કી; **ધર્મસ્ય**—ધર્મની; **ગ્લાનિઃ**—હ્રાસ, વિસંગતિ; **ભવતિ**—થાય છે; **ભારત**—હે ભરતના વંશજ; **અભ્યુત્થાનમ્**—પ્રધાનતા; **અધર્મસ્ય**—અધર્મની; **તદા**—ત્યારે; **આત્માનમ્**—પોતાને; **સૃજામિ**—પ્રગટ કરું છું; **અહમ્**—હું.

અનુવાદ

હે ભરતવંશી, જ્યાં અને જ્યારે ધર્મનું પતન થાય છે અને અધર્મનું ભારે વર્ચસ્વ જામે છે, તે વખતે હું સ્વયં અવતરું છું.

ભાવાર્થ

આ શ્લોકમાં *સૃજામિ* શબ્દ મહત્ત્વપૂર્ણ છે. *સૃજામિ* શબ્દને સર્જનના અર્થમાં યોજી શકાય નહીં, કારણ કે પાછલા શ્લોક પ્રમાણે ભગવાનના શરીર કે સ્વરૂપનું સર્જન થતું નથી, કારણ કે તેમનાં સર્વ સ્વરૂપો સનાતન રીતે અસ્તિત્વમાં હોય છે. માટે *સૃજામિ*નો અર્થ એવો થાય છે કે ભગવાન તેમના મૂળ રૂપમાં પ્રગટ થાય છે. જોકે ભગવાન નિયત સમયે અર્થાત્ બ્રહ્માના એક દિવસમાં, સાતમા મનુના અઠ્ઠાવીસમા યુગમાં દ્વાપરના અંતે પ્રગટ થાય છે અને તેમ છતાં આવાં ધારાધોરણોનું અનુસરણ કરવું તેમને બંધનકર્તા નથી, કારણ કે તેઓ તેમની ઈચ્છા અનુસાર વર્તવા માટે સર્વથા સ્વતંત્ર છે. તેથી જ્યારે જ્યારે અધર્મનું સામ્રાજ્ય જામે છે તથા સાચા ધર્મનો લોપ થાય છે, ત્યારે ત્યારે તેઓ સ્વેચ્છાથી પ્રગટ થાય છે. ધર્મના નિયમો વેદોમાં ઠરાવેલા છે અને જો આ નિયમોના અનુપાલનમાં કોઈ

વિસંગતિ થાય, તો તે મનુષ્યને અધાર્મિક બનાવે છે. શ્રીમદ્ ભાગવતમાં કહેવામાં આવ્યું છે કે આવા નિયમો ભગવાનના આદેશ છે. માત્ર ભગવાન જ ધર્મનું નિર્માણ કરી શકે છે. વેદોનું જ્ઞાન પણ મૂળભૂત રીતે ભગવાને બ્રહ્માને સીધું તેમના હૃદયમાં પ્રદાન કર્યું હતું તેમ સ્વીકારવામાં આવે છે. તેથી ધર્મના સિદ્ધાંતો પૂર્ણ પુરુષોત્તમ પરમેશ્વરના પ્રત્યક્ષ આદેશો છે. (*ધર્મં તુ સાક્ષાદ્ ભગવત્ પ્રણીતમ્*). ભગવદ્‌ગીતામાં આદિથી અંત સુધી આ જ આદેશોનો સ્પષ્ટ નિર્દેશ થયેલો છે. વેદોનો ઉદ્દેશ પરમેશ્વરના આદેશાનુસાર આવા નીતિનિયમોની સ્થાપના કરવાનો છે અને ગીતાના અંતભાગમાં સ્વયં ભગવાન આદેશ આપે છે કે માત્ર તેમનું જ શરણ ગ્રહણ કરવું એ જ સર્વોચ્ચ ધર્મ છે. વેદોના નિયમો મનુષ્યને ભગવાન પ્રત્યે સંપૂર્ણ શરણાગતિ તરફ આગળ વધવાની પ્રેરણા આપે છે અને જ્યારે અસુરો દ્વારા આવા નિયમોમાં અવરોધ ઊભા કરવામાં આવે છે, ત્યારે ભગવાન અવતરે છે. ભાગવતમાંથી જાણવા મળે છે કે ભગવાન બુદ્ધ કૃષ્ણના અવતાર છે અને જ્યારે ભૌતિકવાદ નિરંકુશપણે ફેલાયો હતો અને ભૌતિકવાદી લોકો વેદોના પ્રમાણના બહાને મનસ્વી વ્યવહાર કરતા હતા, ત્યારે બુદ્ધાવતાર થયો હતો. વેદોમાં જોકે અમુક વિશિષ્ટ કાર્યો માટે પશુબલિ આપવા વિશે કેટલાક મર્યાદિત નિયમો હતા, તેમ છતાં આસુરી વૃત્તિના માણસો વૈદિક નિયમોનો સંદર્ભ ધ્યાનમાં લીધા વિના જ પશુબલિનો વ્યવહાર કરતા હતા. ભગવાન બુદ્ધ આ અનાચારને અટકાવવા તથા અહિંસાના વૈદિક સિદ્ધાંતની સ્થાપના કરવા અવતર્યા હતા. તેથી ભગવાનના દરેક અવતારનો વિશિષ્ટ ઉદ્દેશ હોય છે અને વૈદિક શાસ્ત્રોમાં એ સર્વનું વર્ણન થયું છે. શાસ્ત્રોમાં નિર્દિષ્ટ ન હોય, તેવા કોઈ અવતારને સ્વીકારવો ન જોઈએ. ભગવાન માત્ર ભારતભૂમિ પર જ પ્રગટ થાય છે તે સાચું નથી. તેઓ સર્વત્ર, ગમે ત્યાં અને જ્યારે જ્યારે તેમની ઇચ્છા થાય ત્યારે સ્વયં પ્રગટ થઈ શકે છે. દરેક અવતારમાં તેઓ ધર્મ અંગે એટલું જ કહે છે, જેટલું તે પરિસ્થિતિમાં તે વખતના મનુષ્યો સમજી શકે. પરંતુ ઉદ્દેશ એક જ રહે છે અને તે છે લોકોને ઈશ્વરાભિમુખ તથા ધર્મના સિદ્ધાંતોનું પાલન કરતા કરવા. કોઈ વખતે તેઓ સ્વયં પ્રગટ થાય છે તો ક્યારેક તેઓ પોતાના પ્રમાણભૂત પ્રતિનિધિને પુત્ર કે દાસ તરીકે મોકલે છે અથવા ગુપ્ત વેશે સ્વયં પ્રગટ થાય છે.

ભગવદ્‌ગીતાના સિદ્ધાંતો અર્જુનને કહેવામાં આવ્યા હતા અને એ રીતે તે અન્ય ઉચ્ચ કક્ષાના ઉન્નત મનુષ્યો માટે પણ હતા, કારણ કે અર્જુન

જગતના અન્ય ભાગોના સામાન્ય મનુષ્યો કરતાં વધારે ઉન્નત ભૂમિકામાં હતો. બે વત્તા બે બરાબર ચાર થાય છે. આ ગણિતનો સિદ્ધાંત પ્રાથમિક કક્ષાના વિદ્યાર્થી માટે તેમ જ ઉચ્ચ કક્ષાના વિદ્યાર્થી માટે પણ એકસરખી રીતે જ સત્ય છે અને તેમ છતાં ઉચ્ચ અને નિમ્ન કક્ષાનું ગણિત હોય છે. તેથી ભગવાન દરેક અવતારમાં એકસમાન સિદ્ધાંતો શીખવે છે, પરંતુ પરિસ્થિતિ પ્રમાણે તે બધા ઉચ્ચ કે નિમ્ન કક્ષાના લાગે છે. હવે પછી સ્પષ્ટ કરવામાં આવશે તેમ, સમાજના ચાર વર્ણો તથા ચાર આશ્રમો સાદર સ્વીકાર થતાંની સાથે ઉચ્ચતર ધર્મનો પ્રારંભ થાય છે. સર્વત્ર કૃષ્ણભાવના જાગૃત કરવી એ જ ભગવાનના અવતારોનો એકમાત્ર ઉદ્દેશ હોય છે. આ ભાવના વિવિધ પરિસ્થિતિ અનુસાર પ્રગટ કે અપ્રગટ થતી હોય છે.

શ્લોક **परित्राणाय साधुनां विनाशाय च दुष्कृताम्।**
૮ **धर्मसंस्थापनार्थाय सम्भवामि युगे युगे॥ ८॥**

પરિત્રાણાય—ઉદ્ધાર; **સાધૂનામ્**—ભક્તોના; **વિનાશાય**—સંહાર માટે; **ચ**—અને **દુષ્કૃતામ્**—દુષ્ટોના; **ધર્મ**—ધર્મની; **સંસ્થાપન અર્થાય**—પુનઃ સ્થાપના કરવા માટે; **સમ્ભવામિ**—હું પ્રગટ થાઉં છું; **યુગે યુગે**—દરેક યુગમાં.

અનુવાદ

ભક્તોનો ઉદ્ધાર કરવા અને દુષ્ટોનો વિનાશ કરવા તથા ધર્મના સિદ્ધાંતોની પુનઃસ્થાપના કરવા માટે હું સ્વયં દરેક યુગમાં પ્રગટ થાઉં છું.

ભાવાર્થ

ભગવદ્‌ગીતા પ્રમાણે સાધુ (પવિત્ર પુરુષ) એ છે કે જે કૃષ્ણભક્તિ-પરાયણ હોય. કોઈ મનુષ્ય અધાર્મિક દેખાતો હોય, પણ જો તે સંપૂર્ણ કૃષ્ણભાવનાયુક્ત હોય, તો તેને સાધુ ગણવો જોઈએ. જે માણસો કૃષ્ણભાવનામૃત પ્રતિ દુર્લક્ષ સેવે છે, તેવા લોકો માટે *દુષ્કૃતામ્* શબ્દ લાગુ પડે છે. આવા દુષ્ટો અથવા *દુષ્કૃતામ્* દુન્યવી કેળવણીથી અલંકૃત થયેલા હોય, તોયે તેઓ મૂર્ખ તથા અધમ કહેવાયા છે. આથી ઊલટું, કૃષ્ણભક્તિમાં સોએ સો ટકા અનુરક્ત થયેલો મનુષ્ય ભણેલો ન હોય કે સંસ્કાર પ્રાપ્ત કરેલો ન હોય, તોયે તેને સાધુ માન્યો છે. જ્યાં સુધી નાસ્તિકોનો સવાલ છે, પરમેશ્વર માટે એ જરૂરી નથી કે તેમના વિનાશ માટે તેઓ તેમના મૂળ રૂપમાં અવતરે કે જે રૂપમાં તેમણે રાવણ તથા કંસનો વધ કરવા અવતરણ

કર્યું હતું. ભગવાનના અનેક પ્રતિનિધિઓ છે કે જેઓ અસુરોનો સંહાર કરી શકે એવા સમર્થ હોય છે. પરંતુ ભગવાન તો ખાસ કરીને તેમના અનન્ય ભક્તોની પ્રસન્નતા માટે અવતરે છે કે જે ભક્તોને અસુરો હંમેશાં પજવ્યા કરે છે. અસુર ભક્તને પજવે છે, ભલેને ભક્ત તેનો સગો કેમ ન હોય. પ્રહ્લાદ મહારાજ હિરણ્યકશિપુના પુત્ર હોવા છતાં તેમના પિતાએ તેમને ત્રાસ આપેલો. કૃષ્ણનાં માતા દેવકી કંસનાં બહેન હતાં, તોયે તેમને તથા તેમના પતિ વસુદેવજીને એટલા કારણે સજા કરવામાં આવેલી કે તેમને ત્યાં કૃષ્ણનો જન્મ થવાનો હતો. એટલે ભગવાન કૃષ્ણ કંસને મારવા કરતાં મુખ્યત્વે દેવકીનો ઉદ્ધાર કરવા માટે જ પ્રગટ થયા હતા, પરંતુ આ બંને કાર્યો એકસાથે જ સિદ્ધ થયાં હતાં. તેથી જ અહીં એમ કહેવામાં આવ્યું છે કે ભગવાન ભક્તોનો ઉદ્ધાર કરવા માટે અને અસુર દુષ્ટોનો સંહાર કરવા માટે વિભિન્ન અવતારોમાં પ્રગટ થાય છે.

કૃષ્ણદાસ કવિરાજકૃત ચૈતન્ય ચરિતામૃતમાં નીચેના શ્લોકો (મધ્ય ૨૦.૨૬૩–૨૬૪)માં અવતારના આ સિદ્ધાંતોનો સારાંશ આપ્યો છે:

સૃષ્ટિ હેતુ યેઈ મૂર્તિ પ્રપઞ્ચે અવતરે।
સેઈ ઈશ્વરમૂર્તિ 'અવતાર' નામ ધરે॥
માયાતીત પરવ્યોમે સબાર અવસ્થાન।
વિશ્વે અવતરિ'ધરે 'અવતાર' નામ॥

"ઈશ્વરનો અવતાર ભગવદ્ધામમાંથી ભૌતિક પ્રાકટ્ય માટે થાય છે અને ભગવાનનું જે વિશિષ્ટ રૂપ આ રીતે અવતરણ કરે છે, તે અવતાર કહેવાય છે. આવા અવતારો ભગવદ્ધામમાં અવસ્થિત હોય છે. જ્યારે તેઓ ભૌતિક સર્જનમાં અવતરણ કરે છે, ત્યારે તેઓ *અવતાર* એવું નામ ધારણ કરે છે."

અવતારોના વિવિધ પ્રકાર હોય છે, જેમ કે—પુરુષાવતાર, ગુણાવતાર, લીલાવતાર, શક્ત્યાવેશ અવતાર, મન્વતર અવતાર અને યુગાવતાર—સમગ્ર બ્રહ્માંડમાં નિશ્ચિત સમયક્રમાનુસાર આ બધા અવતરણ કરે છે. પરંતુ ભગવાન કૃષ્ણ આદ્ય ભગવાન છે અને સર્વ અવતારોના ઉદ્ગમસ્થાન છે. ભગવાન શ્રીકૃષ્ણ એવા શુદ્ધ ભક્તોનાં દુઃખોનું નિવારણ કરવાના વિશિષ્ટ હેતુથી અવતરે છે કે જે ભક્તો મૂળ વૃંદાવન લીલામાં ભગવાનનાં દર્શન કરવા અત્યંત ઉત્સુક હોય છે. તેથી કૃષ્ણ અવતારનો મૂળ ઉદ્દેશ તો તેમના અનન્ય ભક્તોને આનંદ પ્રદાન કરવાનો છે.

ભગવાન કહે છે કે તેઓ દરેક યુગમાં સ્વયં અવતરણ કરતા રહે છે. આ દર્શાવે છે કે તેઓ કળિયુગમાં પણ અવતરે છે. શ્રીમદ્ ભાગવતમાં જણાવ્યા પ્રમાણે કળિયુગમાંનો આવો અવતાર ભગવાન ચૈતન્ય મહાપ્રભુનો છે, જેમણે સંકીર્તન આંદોલન દ્વારા કૃષ્ણભક્તિનો પ્રચાર કર્યો અને સમગ્ર ભારતભરમાં કૃષ્ણભાવનામૃતનું પ્રસારણ કર્યું હતું. તેમણે ભવિષ્યવાણી કર હતી કે સંકીર્તનની આ સંસ્કૃતિનો સમગ્ર વિશ્વમાં નગરે-નગરે, ગામે-ગામે પ્રસાર થશે. ભગવાન ચૈતન્યને પ્રત્યક્ષ રીતે નહીં પણ ગુપ્ત રીતે *ઉપનિષદો*, *મહાભારત* તથા *ભાગવતમ્* જેવા શાસ્ત્રોના ગુહ્ય અંશોમાં કૃષ્ણના અવતાર તરીકે વર્ણવ્યા છે. ભગવાન કૃષ્ણના ભક્તજનો ભગવાન ચૈતન્યના સંકીર્તન આંદોલન દ્વારા ખૂબ જ આકર્ષિત થાય છે. ભગવાનનો આ અવતાર દુષ્ટોનો સંહાર નથી કરતો, પરંતુ પોતાની નિષ્કારણ કૃપા વરસાવીને તેમનો ઉદ્ધાર કરે છે.

શ્લોક ૯

जन्म कर्म च मे दिव्यमेवं यो वेत्ति तत्त्वतः।
त्यक्त्वा देहं पुनर्जन्म नैति मामेति सोऽर्जुन॥ ९॥

જન્મ—જન્મ; **કર્મ**—કર્મ; **ચ**—અને; **મે**—મારા; **દિવ્યમ્**—દિવ્ય; **એવમ્**—એ રીતે; **યઃ**—જે મનુષ્ય; **વેત્તિ**—જાણે છે; **તત્ત્વતઃ**—વાસ્તવિક રીતે; **ત્યક્ત્વા**—તજીને; **દેહમ્**—આ શરીર; **પુનઃ**—ફરીથી; **જન્મ**—જન્મ; **ન**—કદાપિ નહીં; **એતિ**—પામે છે; **મામ્**—મને; **એતિ**—પામે છે; **સઃ**—તે; **અર્જુન**—હે અર્જુન.

અનુવાદ

હે અર્જુન, જે મનુષ્ય મારાં પ્રાકટ્ય તથા કર્મોની દિવ્ય પ્રકૃતિને જાણે છે, તે આ શરીરને તજ્યા પછી આ ભૌતિક જગતમાં ફરીથી જન્મ લેતો નથી, પરંતુ મારા સનાતન ધામને પામે છે.

ભાવાર્થ

ભગવાનના દિવ્ય ધામમાંથી તેમના અવતરણ વિશે છઠ્ઠા શ્લોકમાં સમજાવવામાં આવેલું છે. જે મનુષ્ય ભગવાનના પ્રાકટ્યના સત્યને સારી રીતે સમજી લે છે, તે આ ભૌતિક બંધનમાંથી મુક્ત થઈ જાય છે અને આ શરીર છોડતાં જ તત્કાળ ભગવાનના ધામમાં પાછો જાય છે. ભૌતિક બંધનમાંથી જીવાત્માની આવી મુક્તિ લેશમાત્ર સરળ નથી. નિર્વિશેષવાદીઓ તથા યોગીજનો ઘણાં કષ્ટ તથા અનેક જન્મ-જન્માંતર

પામ્યા પછી જ મુક્તિ મેળવે છે. એમ થાય ત્યારે પણ ભગવાનની નિર્વિશેષ બ્રહ્મજ્યોતિમાં વિલીન થવાના રૂપે જે મુક્તિ તેઓ પ્રાપ્ત કરે છે, તે આંશિક હોય છે અને તેમાં આ ભૌતિક જગતમાં પાછા પતન પામવાનો ભય પણ રહે છે. પરંતુ ભક્ત ભગવાનના દેહ તથા લીલાકાર્યોની દિવ્ય પ્રકૃતિને સમજવાથી દેહ છોડ્યા પછી તે ભગવાનના ધામને પામે છે અને આ ભૌતિક જગતમાં પાછા ફરવાનો તેને ભય રહેતો નથી. બ્રહ્મસંહિતા (૫.૩૩)માં જણાવ્યું છે કે ભગવાનનાં અનેકાનેક રૂપો તથા અવતારો હોય છેઃ *અદ્વૈતમ્ અચ્યુતમ્ અનાદિમ્ અનન્ત રૂપમ્*—જોકે ભગવાનનાં અનેક દિવ્ય રૂપો છે, છતાં તે સર્વ એક અને અદ્વય એવા પૂર્ણ પુરુષોત્તમ પરમેશ્વર જ છે. મનુષ્યે આ સત્યને વિશ્વાસપૂર્વક સમજવું જોઈએ, પરંતુ દુન્યવી વિદ્વાનો તથા જ્ઞાનયોગીઓને તે સમજવું મુશ્કેલ પડે છે. વેદો (પુરુષબોધિની ઉપનિષદ)માં કહેવામાં આવ્યું છે તેમઃ

એકો દેવો નિત્ય લીલાનુરક્તો
ભક્તવ્યાપી હૃદ્યન્તરાત્મા

"એક જ પૂર્ણ પુરુષોત્તમ પરમેશ્વર પોતાના અનન્ય ભક્તો સાથે અનેકાનેક દિવ્ય રૂપે સદૈવ સંલગ્ન રહે છે." આ વેદવાક્યનું સમર્થન ગીતાના આ શ્લોકમાં સ્વયં ભગવાન દ્વારા કરવામાં આવ્યું છે. જે મનુષ્ય આ સત્યને વેદ તથા પૂર્ણ પુરુષોત્તમ પરમેશ્વરના પ્રમાણના આધારે સ્વીકારે છે અને શુષ્ક ચિંતનમાં નકામો સમય બગાડતો નથી, તે મુક્તિની સર્વોચ્ચ પૂર્ણાવસ્થાને પ્રાપ્ત કરે છે. આ સત્યને શ્રદ્ધાપૂર્વક સ્વીકારવા માત્રથી મનુષ્ય નિઃસંદેહ મુક્તિ પામી શકે છે. વાસ્તવમાં *તત્ ત્વમ્ અસિ* એ વેદવાક્ય આ બાબતમાં લાગુ પડે છે. જે કોઈ મનુષ્ય ભગવાન કૃષ્ણને પરમ બ્રહ્મ તરીકે જાણે છે અથવા જે તેમને કહે છે કે, "આપ એ જ પરમ બ્રહ્મ, પૂર્ણ પુરુષોત્તમ પરમેશ્વર છો," તે નિઃસંશયપણે તત્ક્ષણ મુક્તિ પ્રાપ્ત કરે છે અને પરિણામે ભગવાનના દિવ્ય સંગમાં તેનો પ્રવેશ સુનિશ્ચિત બને છે. બીજી રીતે એમ કહી શકાય કે આવો શ્રદ્ધાવાન ભક્ત પૂર્ણતા પ્રાપ્ત કરે છે. આનું સમર્થન નીચે લખેલા વેદવાક્યથી થાય છે.

તમેવ વિદિત્વાતિ મૃત્યુમેતિ
નાન્યઃ પન્થા વિદ્યતેઽયનાય।

"પૂર્ણ પુરુષોત્તમ પરમેશ્વર, ભગવાનને જાણી લેવાથી જ મનુષ્ય જન્મ તથા મરણમાંથી મુક્તિ પામવાની પૂર્ણ અવસ્થાને પ્રાપ્ત કરી શકે છે અને

આ પૂર્ણતા પામવાનો અન્ય કોઈ જ માર્ગ નથી." (શ્વેતાશ્વતર ઉપનિષદ ૩.૮) આનો અન્ય કોઈ માર્ગ નથી, એમ કહેવાનો અર્થ એ છે કે જે મનુષ્ય શ્રીકૃષ્ણને પૂર્ણ પુરુષોત્તમ પરમેશ્વર તરીકે સ્વીકારતો નથી, તે ચોક્કસપણે તમોગુણી છે અને તે મધના પાત્રને માત્ર બહારથી ચાટીને અથવા ભગવદ્‌ગીતાનું દુન્યવી વિદ્વત્તાપૂર્ણ અર્થઘટન કરીને મોક્ષ પ્રાપ્ત કરશે નહીં. આવા યોગીજનો ભૌતિક જગતમાં કદાચ અત્યંત મહત્ત્વપૂર્ણ ભૂમિકા ભજવી શકે છે, પરંતુ તેઓ મુક્તિને પાત્ર થતા નથી. આવા ઘમંડી દુન્યવી વિદ્વાનોએ ભગવદ્‌ભક્તની અહૈતુકી કૃપાની પ્રતીક્ષા કરવી પડે છે. માટે મનુષ્યે શ્રદ્ધા તથા જ્ઞાન સાથે કૃષ્ણભક્તિનું સંવર્ધન કરવું જોઈએ અને એ રીતે પૂર્ણતા પ્રાપ્ત કરવી જોઈએ.

શ્લોક ૧૦

वीतरागभयक्रोधा मन्मया मामुपाश्रिताः।
बहवो ज्ञानतपसा पूता मद्भावमागताः॥ १०॥

વીત—મુક્ત; **રાગ**—આસક્તિ; **ભય**—ભય; **ક્રોધાઃ**—તથા ક્રોધથી; **મત્ મયાઃ**—સંપૂર્ણ રીતે મારામાં; **મામ્**—મારામાં; **ઉપાશ્રિતાઃ**—પૂર્ણપણે સ્થિત; **બહવઃ**—અનેક; **જ્ઞાન**—જ્ઞાનની; **તપસા**—તપસ્યા વડે; **પૂતાઃ**—પવિત્ર થયેલા; **મત્ ભાવમ્**—મારા માટે દિવ્ય પ્રેમને; **આગતાઃ**—પ્રાપ્ત થયેલા.

અનુવાદ

આસક્તિ, ભય તથા ક્રોધથી મુક્ત થઈને, મારામાં સંપૂર્ણપણે લીન થઈને અને મારું શરણ લઈને અનેક મનુષ્યો ભૂતકાળમાં મારા વિશેના જ્ઞાનથી પવિત્ર થયા છે અને એ રીતે તેઓ બધા મારા દિવ્ય પ્રેમને પામ્યા છે.

ભાવાર્થ

અગાઉ કહેવામાં આવ્યું છે તેમ ભૌતિક રીતે અત્યંત આસક્ત માણસ માટે પરમ સત્યના વ્યક્તિ તરીકેના પાસાને જાણવું ઘણું જ અઘરું છે. સામાન્ય રીતે જે માણસો દેહાત્મભાવમાં આસક્ત હોય છે, તેઓ ભૌતિકવાદમાં એવા નિમગ્ન થઈ જાય છે કે તેમને માટે પરમેશ્વર વ્યક્તિ પણ હોઈ શકે એ સમજવું અશક્ય થઈ પડે છે. આવા ભૌતિકવાદી માણસો કલ્પી પણ શકતા નથી કે એવું દિવ્ય શરીર પણ હોય છે કે જે અવિનાશી છે, પૂર્ણ જ્ઞાનમય છે અને સદૈવ આનંદમય હોય છે. ભૌતિકવાદીની કલ્પના

પ્રમાણે શરીર નાશવંત, અજ્ઞાનથી ભરપૂર તથા અત્યંત દુઃખમય હોય છે. તેથી લોકોને જ્યારે ભગવાનના સાકાર રૂપ વિશે કહેવામાં આવે છે, ત્યારે તેમના મનમાં ભગવાનના સ્વરૂપ વિશે આવી જ કલ્પના હોય છે. આવા ભૌતિકવાદી માણસો માટે ભૌતિક જગતનું વિરાટ રૂપ જ પરમ તત્ત્વ છે. પરિણામે તેઓ પરમેશ્વરને નિરાકાર માને છે અને ભૌતિકતામાં અતિશય ડૂબેલા રહેવાને કારણે જડ દેહ-પદાર્થમાંથી મુક્તિ પામ્યા પછી વ્યક્તિત્વ જળવાઈ રહે એવો વિચાર તેમને ભયભીત કરે છે. જ્યારે તેમને જણાવવામાં આવે છે કે આધ્યાત્મિક દિવ્ય જીવન પણ વ્યક્તિગત તથા સાકાર હોય છે, ત્યારે તેમને ફરીથી વ્યક્તિ બનવું પડશે એવો ભય લાગે છે અને તેથી તેઓ નિરાકાર શૂન્યમાં વિલીન થવાનું પસંદ કરે છે. સામાન્યપણે તેઓ જીવોની સરખામણી સમુદ્રમાં વિલીન થનારા પરપોટા સાથે કરે છે. તેમના મતે ભિન્ન વ્યક્તિત્વરહિત આધ્યાત્મિક જીવનની આ સર્વોચ્ચ પૂર્ણતા છે. જીવનની આ એક પ્રકારની ભયજનક અવસ્થા છે કે જે આધ્યાત્મિક અસ્તિત્વના પૂર્ણ જ્ઞાનથી રહિત છે. વળી એવા ઘણા મનુષ્યો છે, જેઓ આધ્યાત્મિક જીવનને જરા પણ સમજી શકતા નથી. અનેક વાદ તથા તત્ત્વ વિષયક ચિંતનની વિસંગતિઓથી ગૂંચવણમાં પડીને તેઓ કંટાળે છે કે ગુસ્સે ભરાય છે અને મૂર્ખામીથી એવા નિર્ણય પર આવે છે કે સર્વોપરી કારણ જેવું કંઈ નથી અને અંતમાં બધું જ શૂન્ય છે. આવા લોકો જીવનની રોગિષ્ટ દશામાં હોય છે. કેટલાક લોકો ભૌતિકતામાં અતિશય આસક્ત હોવાથી આધ્યાત્મિક જીવન પ્રત્યે ધ્યાન આપતા નથી, કેટલાક પરમ આધ્યાત્મિક કારણમાં વિલીન થવા ઈચ્છે છે અને કેટલાક લોકો હતાશ થઈને સર્વ પ્રકારના તાત્ત્વિક ચિંતનોથી ચિડાઈને દરેક બાબતમાં અવિશ્વાસ કરે છે. આ છેલ્લા પ્રકારના લોકો ગમે તે નશાકારક પદાર્થનો આશરો લે છે અને તેની ખરાબ અસરથી થતી ભ્રમણાને કેટલીક વખત આધ્યાત્મિક દર્શન માની લે છે. મનુષ્યે ભૌતિક જગત પ્રત્યે આસક્તિની ત્રણે અવસ્થામાંથી છૂટી જવાનું હોય છે. આ છે, આધ્યાત્મિક જીવનની ઉપેક્ષા, આધ્યાત્મિક સાકાર વ્યક્તિતાનો ભય અને જીવનની હતાશામાંથી ઉત્પન્ન થતી શૂન્યવાદની કલ્પના. મનુષ્યે જીવનની આ ત્રણે ભૌતિક અવસ્થામાંથી છૂટી જવા માટે અધિકૃત સદ્‌ગુરુની દોરવણી હેઠળ ભગવાનનો સંપૂર્ણ આશ્રય ગ્રહણ કરવો જોઈએ અને ભક્તિમય જીવનના નિયમો તથા વિધિવિધાનોનું પાલન કરવું જોઈએ. ભક્તિમય જીવનની અંતિમ અવસ્થાને *ભાવ* અથવા દિવ્ય ઈશ્વરપ્રેમ કહેવાય છે.

ભક્તિરસામૃતસિંધુ (૧.૪.૧૫–૧૬) અનુસાર ભક્તિનું વિજ્ઞાન આ પ્રમાણે છે:

આદૌ શ્રદ્ધા તતઃ સાધુસઙ્ગોઽથ ભજનક્રિયા।
તતોઽનર્થ નિવૃત્તિઃ સ્યાત્તતો નિષ્ઠા રુચિસ્તતઃ॥
અથાસક્તિસ્ તતો ભાવસ્તતઃ પ્રેમાભ્યુદઞ્ચતિ।
સાધકાનામ્ અયં પ્રેમ્ણઃ પ્રાદુર્ભાવે ભવેત્ક્રમઃ॥

"શરૂઆતમાં મનુષ્યને આત્મ-સાક્ષાત્કાર પામવાની સામાન્ય ઇચ્છા થવી જોઈએ. આથી મનુષ્ય આધ્યાત્મિક રીતે ઉન્નત થયેલા મનુષ્યોની સંગતિ પામવાનો પ્રયાસ કરે છે. તે પછીની અવસ્થામાં મનુષ્ય ઉન્નત સદ્‌ગુરુ પાસે દીક્ષા ગ્રહણ કરીને નવદીક્ષિત ભક્ત તરીકે તેમના માર્ગદર્શન હેઠળ ભક્તિયોગની પ્રક્રિયાનો પ્રારંભ કરે છે. આ પ્રમાણે આધ્યાત્મિક ગુરુના નિર્દેશ હેઠળ ભક્તિ કરવાથી તે સમગ્ર ભૌતિક આસક્તિમાંથી મુક્ત થઈ જાય છે, તેના આત્મ-સાક્ષાત્કારમાં સ્થિરતા આવે છે અને તે ભગવાન કૃષ્ણ વિશે શ્રવણ કરવાની રુચિ વિકસાવે છે. આ રુચિથી આગળ જતાં પ્રગતિ કરીને કૃષ્ણભાવનામૃતમાં આસક્તિ ઉત્પન્ન થાય છે કે જે ભાવ અથવા ભગવત્પ્રેમના પ્રથમ સોપાનના રૂપમાં પરિણમે છે. ઈશ્વર પ્રત્યેના સાચા પ્રેમને *પ્રેમ* કહે છે, જે જીવનની પરમ સાર્થકતા છે." પ્રેમમય અવસ્થામાં ભક્ત ભગવાનની દિવ્ય પ્રેમસભર સેવામાં નિરંતર તલ્લીન રહે છે. માટે સાચા સદ્‌ગુરુના માર્ગદર્શન હેઠળ ભક્તિની ધીરગંભીર પ્રક્રિયા દ્વારા મનુષ્ય સર્વ ભૌતિક આસક્તિમાંથી, વ્યક્તિગત આધ્યાત્મિક સ્વરૂપ માટેના ભયમાંથી અને શૂન્યવાદથી ઉત્પન્ન થતી હતાશામાંથી મુક્ત થઈને સર્વોચ્ચ અવસ્થા પ્રાપ્ત કરી શકે છે. ત્યારે જ મનુષ્ય અંતે ભગવાનના ધામને પામી શકે છે.

શ્લોક ૧૧

ये यथा मां प्रपद्यन्ते तांस्तथैव भजाम्यहम्।
मम वर्त्मानुवर्तन्ते मनुष्याः पार्थ सर्वशः॥ ११॥

યે—જેઓ બધા; **યથા**—જેવી રીતે; **મામ્**—મને; **પ્રપદ્યન્તે**—શરણાગત થાય છે; **તાન્**—તેમને; **તથા**—તેવી રીતે; **એવ**—જરૂર; **ભજામિ**—ફળ આપું છું; **અહમ્**—હું; **મમ**—મારા; **વર્ત્મ**—માર્ગને; **અનુવર્તન્તે**—અનુસરે છે; **મનુષ્યાઃ**—સર્વ મનુષ્યો; **પાર્થ**—હે પૃથાના પુત્ર; **સર્વશઃ**—સર્વથા.

અનુવાદ

જેઓ જેવી રીતે મને શરણાગત થાય છે, તે પ્રમાણે જ હું તેમને ફળ આપું છું. હે પાર્થ, સર્વ મનુષ્યો મારા માર્ગનું જ સર્વથા અનુસરણ કરે છે.

ભાવાર્થ

દરેક મનુષ્ય કૃષ્ણને તેમના પ્રાકટ્યનાં જુદાં જુદાં પાસાંઓમાં શોધે છે. પૂર્ણ પુરુષોત્તમ પરમેશ્વર શ્રીકૃષ્ણનો આંશિક સાક્ષાત્કાર તેમના નિર્વિશેષ બ્રહ્મજ્યોતિ તેજમાં તથા દરેક વસ્તુના કણકણમાં વસતા સર્વવ્યાપી પરમાત્મા સ્વરૂપમાં થાય છે. પરંતુ કૃષ્ણનો પૂર્ણ સાક્ષાત્કાર તો તેમના શુદ્ધ ભક્તોને જ થાય છે. તેથી કૃષ્ણ એ પ્રત્યેક વ્યક્તિના સાક્ષાત્કારના વિષય છે અને એ રીતે, ગમે તેને તથા દરેક મનુષ્યને કૃષ્ણને પામવાની તેની ઈચ્છાનુસાર તેમની પ્રાપ્તિ થતાં સંતોષ થાય છે. દિવ્ય જગતમાં પણ કૃષ્ણ શુદ્ધ ભક્તો સાથે જે તે ભક્તના ભાવ પ્રમાણે દિવ્ય પ્રેમનું આદાનપ્રદાન કરે છે. એકાદ ભક્ત ભગવાનને પોતાના સર્વોપરી સ્વામી તરીકે ઈચ્છી શકે, બીજો ભક્ત અંગત મિત્રરૂપે, ત્રીજો પોતાના પુત્ર તરીકે અને વળી ચોથો પોતાના પ્રેમીરૂપે. કૃષ્ણ બધા જ ભક્તોને તેમના પ્રેમની ઘનિષ્ટતાના પ્રમાણમાં સમાન રીતે ફળ પ્રદાન કરે છે. ભૌતિક જગતમાં લાગણીઓનું આ જ પ્રમાણેનું આદાનપ્રદાન થતું હોય છે અને ભગવાનના વિભિન્ન કક્ષાના પૂજકોને ભગવાન દ્વારા તે જ પ્રમાણે પ્રતિભાવ આપવામાં આવે છે. શુદ્ધ ભક્તો અહીં તેમ જ દિવ્ય લોકમાં કૃષ્ણનું સાન્નિધ્ય પ્રાપ્ત કરે છે અને ભગવાનની વ્યક્તિગત સેવા કરવા શક્તિમાન બને છે અને એ રીતે ભક્તો તેમની પ્રેમસભર સેવાનો દિવ્ય આનંદ પ્રાપ્ત કરે છે. પરંતુ જેઓ નિર્વિશેષવાદી છે અને જીવાત્માના વ્યક્તિત્વનો વિનાશ કરીને આધ્યાત્મિક આત્મહત્યા કરવા માગે છે, તેઓને પણ કૃષ્ણ પોતાના દેદીપ્યમાન તેજમાં વિલીન કરીને તેમની મદદ કરે છે. આવા નિર્વિશેષવાદીઓ ભગવાનના સચ્ચિદાનંદમય વ્યક્તિત્વને માન્ય કરવા સંમત થતા નથી અને પરિણામે પોતાના વ્યક્તિત્વને તેમણે સમાપ્ત કર્યું હોવાથી તેઓ ભગવાનની દિવ્ય સગુણ ભક્તિના આનંદનું આસ્વાદન કરી શકતા નથી. તેઓમાંના કેટલાક જેઓ નિર્વિશેષ અસ્તિત્વમાં પણ દૃઢતાપૂર્વક અવસ્થિત થતા નથી, તેઓ પ્રવૃત્તિમય થવાની તેમની સુષુપ્ત ઈચ્છાઓને પ્રદર્શિત કરવા આ ભૌતિક જગતમાં પાછા આવે છે. તેમને વૈકુંઠલોકમાં પ્રવેશ અપાતો નથી, પરંતુ

તેમને ભૌતિક ગ્રહમંડળમાં કાર્ય કરવાની તક આપવામાં આવે છે. જે લોકો સકામ કર્મીજનો છે, તેમને ભગવાન યજ્ઞેશ્વર તરીકે તેમનાં નિયત કાર્યોનાં વાંછિત ફળ આપે છે અને જેઓ યોગી છે અને યૌગિક શક્તિ પામવા મથે છે, તેમને તેવાં સામર્થ્ય પ્રદાન કરે છે. બીજા શબ્દોમાં કહીએ તો દરેક વ્યક્તિની સિદ્ધિનો આધાર માત્ર ભગવાનની કૃપા પર છે અને સર્વ પ્રકારની આધ્યાત્મિક પ્રક્રિયાઓ એક જ માર્ગે મળતી સફળતાની જુદી જુદી માત્રાઓ છે. માટે જ્યાં સુધી મનુષ્ય કૃષ્ણભાવનામૃતની સર્વોચ્ચ સિદ્ધિ પામતો નથી, ત્યાં સુધી તેના સર્વ પ્રયાસો અપૂર્ણ રહે છે. શ્રીમદ્ ભાગવત (૨.૩.૧૦)માં આ બાબતે કહ્યું છે તેમ:

અકામઃ સર્વકામો વા મોક્ષકામ ઉદાર ધીઃ।
તીવ્રેણ ભક્તિ યોગેન યજેત પુરુષં પરમ્॥

"મનુષ્ય ભલે નિષ્કામ હોય કે ફળની ઈચ્છાવાળો હોય અથવા તો મુક્તિની ઈચ્છાવાળો હોય, તોયે તેણે સર્વોચ્ચ પૂર્ણતા પામવા માટે પૂર્ણ પુરુષોત્તમ પરમેશ્વરને ભજવાનો પ્રયત્ન કરવો જોઈએ કે જે છેવટે કૃષ્ણભાવનામૃતની પ્રાપ્તિમાં પરિણમે છે."

શ્લોક ૧૨ **काङ्क्षन्तः कर्मणां सिद्धिं यजन्त इह देवता।**
क्षिप्रं हि मानुषे लोके सिद्धिर्भवति कर्मजा॥ १२॥

કાઙ્ક્ષન્તઃ—ઈચ્છા કરતા; **કર્મણામ્**—સકામ કર્મોની; **સિદ્ધિમ્**—સિદ્ધિ; **યજન્તે**—યજ્ઞો વડે પૂજે છે; **ઈહ**—ભૌતિક જગતમાં; **દેવતાઃ**—દેવો; **ક્ષિપ્રમ્**—બહુ જલદી; **હિ**—નક્કી; **માનુષે**—માનવ સમાજમાં; **લોકે**—આ લોકમાં; **સિદ્ધિઃ**—સફળતા; **ભવતિ**—થાય છે; **કર્મજા**—સકામ કર્મથી.

અનુવાદ

આ જગતમાં મનુષ્યો સકામ કર્મોમાં સિદ્ધિ ઈચ્છે છે અને તેથી તેઓ દેવોને પૂજે છે. નિઃસંદેહ, આ જગતમાં મનુષ્યોને સકામ કર્મનાં ફળ જલદી પ્રાપ્ત થાય છે.

ભાવાર્થ

આ ભૌતિક જગતના દેવો અને અધિદેવો વિશે ભારે ગેરસમજ પ્રવર્તે છે અને મંદબુદ્ધિ ધરાવતા છતાં વિદ્વાન હોવાનો દેખાડો કરતા દંભી માણસો આ દેવોને પરમેશ્વરના જ વિભિન્ન રૂપ હોવાનું માને છે. હકીકતમાં આ દેવો ઈશ્વરનાં વિભિન્ન રૂપો નથી, પરંતુ તેઓ ઈશ્વરના વિભિન્ન અંશો હોય છે.

ઈશ્વર તો એક જ છે, પણ તેમના અંશો અનેક છે. વેદો કહે છે, *નિત્યો નિત્યાનામ્.* ઈશ્વર એક છે. *ઈશ્વરઃ પરમઃ કૃષ્ણઃ.* કૃષ્ણ જ એકમાત્ર પરમેશ્વર છે અને સર્વ દેવોને આ ભૌતિક જગતનું સંચાલન કરવા માટે શક્તિયુક્ત કરવામાં આવ્યા છે. આ બધા દેવો જીવાત્માઓ છે (*નિત્યાનામ્*) અને તેઓ વિવિધ પ્રમાણમાં ભૌતિક શક્તિ ધરાવે છે. તેઓ ક્યારેય પરમેશ્વર અર્થાત્ નારાયણ, વિષ્ણુ અથવા કૃષ્ણના સમકક્ષ ન થઈ શકે. જે મનુષ્ય ઈશ્વર અને દેવતાઓને એક જ કક્ષાના માને છે, તે નાસ્તિક અથવા પાખંડી કહેવાય છે. બ્રહ્માજી તથા શિવજી જેવા મહાન દેવો પણ પરમશ્વર તુલ્ય થઈ શકતા નથી. વાસ્તવમાં શિવજી તથા બ્રહ્માજી જેવા દેવો પણ ભગવાનની પૂજા કરે છે. (*શિવ વિરિઞ્ચિનુતમ્*) તેમ છતાં, આશ્ચર્યની વાત એ છે કે અનેક મૂર્ખ લોકો મનુષ્યોના નેતાઓની તેમની માનવરૂપમાં અવતાર સમજવાની ભૂલ કરીને પૂજા કરે છે. *ઇહ દેવતાઃ* એ શબ્દો ભૌતિક જગતના શક્તિશાળી મનુષ્ય અથવા દેવનો નિર્દેશ કરે છે. પરંતુ પૂર્ણ પુરુષોત્તમ પરમેશ્વર નારાયણ, વિષ્ણુ કે કૃષ્ણ આ ભૌતિક જગતના નથી. તેઓ ભૌતિક સર્જનથી પર અર્થાત્ અલૌકિક છે. નિર્વિશેષવાદીઓના અગ્રણી શ્રીપાદ શંકરાચાર્ય પણ માને છે કે નારાયણ અથવા કૃષ્ણ આ ભૌતિક સર્જનથી પર છે. છતાં મૂર્ખ લોકો (*હૃતજ્ઞાન*) દેવોને પૂજે છે, કારણ કે તેમને તત્કાળ કર્મફળ જોઈએ છે. તેમને કર્મફળ મળે છે, પરંતુ તેઓ જાણતા નથી કે આવાં ફળ ક્ષણિક હોય છે અને અલ્પજ્ઞ લોકો માટે હોય છે. બુદ્ધિશાળી મનુષ્ય કૃષ્ણભાવનામૃતમાં મસ્ત હોય છે અને તેને તત્કાળ ક્ષણજીવી લાભ ખાતર તુચ્છ દેવોની પૂજા કરવાની જરૂર રહેતી નથી. આ ભૌતિક જગતના દેવો તથા દેવોને પૂજનારા આ જગતના વિનાશની સાથે જ નષ્ટ થઈ જશે. દેવોનાં આપેલાં વરદાન પણ ભૌતિક તથા ક્ષણિક હોય છે. આ ભૌતિક જગત તથા તેમાં વસતા નિવાસીઓ, જેમનામાં દેવો તથા દેવોના પૂજકોનો પણ સમાવેશ થઈ જાય છે, આ બ્રહ્માંડરૂપી મહાસાગરમાં પરપોટા જેવા છે. પરંતુ આ દુનિયામાં માનવ સમાજ સંપત્તિ, જમીન, પરિવાર તથા સુખ ભોગવવાની સામગ્રી જેવી ક્ષણિક વસ્તુઓ પાછળ પાગલ બનેલો છે. આવી ક્ષણભંગુર વસ્તુઓ પ્રાપ્ત કરવા માટે લોકો દેવોની અથવા મનુષ્ય સમાજમાંના શક્તિશાળી મનુષ્યોની પૂજા કરે છે. જો કોઈ માણસ કોઈ રાજકારણી નેતાની પૂજા કરીને સરકારમાં પ્રધાનપદું પ્રાપ્ત કરી લે છે, તો પોતે જાણે મહાન વરદાન મેળવ્યું છે એમ તે માને છે. તેથી બધા

જ મનુષ્યો, એ કહેવાતા મહાન નેતાને સાષ્ટાંગ નમસ્કાર કરે છે કે જેથી તેઓ ક્ષણિક વરદાન મેળવી શકે અને ખરેખર, તેમને એવી વસ્તુઓ મળી પણ જાય છે. આવા મૂર્ખ લોકો આ ભૌતિક અસ્તિત્વના સંતાપોનું સ્થાયી નિવારણ કરવા માટે કૃષ્ણભાવનામૃતમાં રુચિ ધરાવતા નથી. તેઓ બધા જ વિષયભોગ પાછળ પડેલા રહે છે અને થોડાક ઇન્દ્રિયસુખ ખાતર તેઓ ભગવાનના નીમેલા જીવોની પૂજા કરે છે કે જેમને દેવો કહેવામાં આવે છે. આ શ્લોક સૂચવે છે કે વિરલા લોકો જ કૃષ્ણભાવનામૃતમાં અભિરુચિ ધરાવે છે. ઘણાખરા લોકો ભૌતિક સુખ ભોગવવામાં રસ ધરાવે છે, તેથી તેઓ કોઈ શક્તિસંપન્ન જીવાત્માની પૂજા કરે છે.

શ્લોક ૧૩ **चातुर्वर्ण्यं मया सृष्टं गुणकर्मविभागशः।**
तस्य कर्तारमपि मां विद्ध्यकर्तारमव्ययम्॥ १३॥

ચાતુર્વર્ણ્યમ્—મનુષ્ય સમાજના ચાર વિભાગ; **મયા**—મારા વડે; **સૃષ્ટમ્**—ઉત્પન્ન કરાયું; **ગુણ**—ગુણ; **કર્મ**—તથા કર્મના; **વિભાગશઃ**—વિભાજન પ્રમાણે; **તસ્ય**—તેના; **કર્તારમ્**—પિતા; **અપિ**—જોકે; **મામ્**—મને; **વિદ્ધિ**—જાણ; **અકર્તારમ્**—ન કરનાર તરીકે; **અવ્યયમ્**—અપરિવર્તનશીલ.

અનુવાદ

ભૌતિક પ્રકૃતિના ત્રણ ગુણો તથા તેમની સાથે સંકળાયેલા કર્માનુસાર માનવ સમાજના ચાર વર્ણોની રચના મેં કરી છે. જોકે હું આ વ્યવસ્થાનો સ્રષ્ટા છું, તેમ છતાં અધિકારી હોવાથી હું અકર્તા છું એમ તું જાણ.

ભાવાર્થ

ભગવાન દરેક વસ્તુના સ્રષ્ટા છે. દરેક વસ્તુ તેમનામાંથી ઉદ્ભવે છે, દરેકનું તેમના દ્વારા પાલન થાય છે અને પ્રલય પછી દરેક વસ્તુ તેમની અંદર લય પામે છે. તેથી તેઓ જ સમાજ-વ્યવસ્થાના ચાર વર્ણોના સ્રષ્ટા છે, જેમાં સર્વપ્રથમ બુદ્ધિમાન મનુષ્યોનો વર્ગ આવે છે જે સત્ત્વગુણપ્રધાન હોવાથી પારિભાષિક રીતે *બ્રાહ્મણ* કહેવાય છે. બીજો વર્ગ શાસનકર્તાઓનો છે, જેઓ રજોગુણપ્રધાન હોવાથી *ક્ષત્રિય* કહેવાય છે. *વૈશ્યો* અર્થાત્ વણિક વર્ગ રજોગુણ તથા તમોગુણના મિશ્રગુણમાં સ્થિત હોય છે અને *શૂદ્રો* અર્થાત્ શ્રમિક વર્ગના લોકો ભૌતિક પ્રકૃતિના તમોગુણમાં રહેલા હોય છે. મનુષ્ય સમાજના આ ચાર વિભાગનું સર્જન કરવા છતાં ભગવાન કૃષ્ણ

આમાંના કોઈ વિભાગમાંના નથી, કારણ કે તેઓ એ બદ્ધ જીવોમાંના નથી કે જેમનો એક ભાગ મનુષ્ય સમાજ છે. મનુષ્ય સમાજ પણ અન્ય પશુ સમાજ જેવો જ છે, પરંતુ મનુષ્યોને પશુ-કક્ષામાંથી ઉન્નત કક્ષામાં લઈ જવા માટે જ ભગવાને ઉપરોક્ત વર્ણાશ્રમની રચના કરી છે કે જેથી કૃષ્ણભાવનામૃતનો પદ્ધતિસરનો વિકાસ થાય. કોઈ એક મનુષ્યનો કોઈ કાર્ય પ્રત્યેના અભિગમનો નિર્ણય તેણે પ્રાપ્ત કરેલા ભૌતિક પ્રકૃતિના ગુણો પરથી કરવામાં આવે છે. ભૌતિક પ્રકૃતિના વિભિન્ન ગુણો પ્રમાણેના જીવનનાં આવાં લક્ષણોનું વર્ણન આ ગ્રંથના અઢારમા અધ્યાયમાં કરવામાં આવ્યું છે. કૃષ્ણભાવનાપરાયણ મનુષ્યનું સ્થાન બ્રાહ્મણ કરતાં પણ ઉન્નત હોય છે. ગુણ પ્રમાણે બ્રાહ્મણ *બ્રહ્મજ્ઞ* અર્થાત્ પરમ સત્યનો જ્ઞાતા હોવો જોઈએ, પરંતુ તેઓમાંના ઘણા ખરા ભગવાન કૃષ્ણના નિર્વિશેષ બ્રહ્મ આવિર્ભાવને જ ભજે છે. પરંતુ જે મનુષ્ય બ્રાહ્મણના મર્યાદિત જ્ઞાનને ઓળંગીને પૂર્ણ પુરુષોત્તમ પરમેશ્વર, શ્રીકૃષ્ણ વિશેના જ્ઞાનને આંબી લે છે, તે કૃષ્ણભાવનાયુક્ત અથવા વૈષ્ણવ થઈ જાય છે. કૃષ્ણભાવનામૃતમાં રામ, નૃસિંહ, વરાહ વગેરે કૃષ્ણના સ્વાંશ વિસ્તારોના જ્ઞાનનો સમાવેશ થઈ જાય છે. જેવી રીતે કૃષ્ણ માનવ સમાજની ચાર વર્ણોની વ્યવસ્થાથી પર છે, તેવી રીતે કૃષ્ણભાવનાપરાયણ મનુષ્ય પણ જાતિ, ધર્મ, રાષ્ટ્ર કે જીવયોનિના વિભાગોની દૃષ્ટિએ આપણે જોઈએ તો પણ, આ ચાર વર્ણની વ્યવસ્થાથી પર હોય છે.

શ્લોક ૧૪

न मां कर्माणि लिम्पन्ति न मे कर्मफले स्पृहा।
इति मां योऽभिजानाति कर्मभिर्न स बध्यते॥ १४॥

ન—કદી નહીં; **મામ્**—મને; **કર્માણિ**—સર્વ પ્રકારનાં કર્મ; **લિમ્પન્તિ**—પ્રભાવિત કરે છે; **ન**—નથી; **મે**—મારી; **કર્મફલે**—કર્મના ફળમાં; **સ્પૃહા**—આકાંક્ષા; **ઈતિ**—એ રીતે; **મામ્**—મને; **યઃ**—જે મનુષ્ય; **અભિજાનાતિ**—જાણે છે; **કર્મભિઃ**—આવાં કર્મનાં ફળથી; **ન**—કદી નહીં; **સઃ**—તે; **બધ્યતે**—બદ્ધ થાય છે.

અનુવાદ

મને કોઈ કર્મ પ્રભાવિત કરતું નથી અને મને કર્મના ફળની આકાંક્ષા પણ નથી. જે મનુષ્ય મારા વિશેના આ સત્યને જાણે છે, તે પણ કર્મોનાં ફળ દ્વારા બદ્ધ થતો નથી.

ભાવાર્થ

જેવી રીતે આ ભૌતિક જગતમાં સંવિધાનના નિયમો હોય છે, જે જણાવે છે કે રાજા કદાપિ દંડનીય નથી અથવા તે રાજ્યના કાયદાને અધીન રહેતો નથી, તેવી રીતે ભગવાન આ ભૌતિક જગતના સ્રષ્ટા હોવા છતાં તેઓ ભૌતિક જગતનાં કાર્યોથી પ્રભાવિત થતા નથી. તેઓ સર્જન કરે છે પણ તે સર્જનથી અલિપ્ત રહે છે. જીવો ભૌતિક કાર્યોનાં સકામ કર્મફળોથી બદ્ધ થાય છે, કારણ કે જીવો પ્રાકૃતિક સંપત્તિ પર પ્રભુત્વ જમાવવાની વૃત્તિ ધરાવે છે. કોઈ કારખાનાનો માલિક કર્મચારીઓનાં સારાં-નરસાં કાર્યો માટે જવાબદાર ઠરતો નથી, કર્મચારીઓ આ માટે પોતે જ જવાબદાર હોય છે. જીવો પોતપોતાની ઈન્દ્રિયતૃપ્તિના કાર્યોમાં પરોવાયેલા રહે છે, પરંતુ ભગવાન આ કાર્યોની અનુમતિ આપતા નથી. વધુ ને વધુ ઈન્દ્રિયતૃપ્તિ થાય એ માટે જીવો આ સંસારનાં કાર્યોમાં લાગેલા રહે છે અને મૃત્યુ પછી તેઓ સ્વર્ગીય સુખની આકાંક્ષા રાખે છે. પોતે સ્વયં સંપૂર્ણ હોવાને કારણે ભગવાનને કહેવાતા સ્વર્ગીય સુખનું કોઈ આકર્ષણ હોતું નથી. સ્વર્ગના દેવો તો ભગવાને નીમેલા નોકરો માત્ર છે. માલિકને કદાપિ કર્મચારીઓના જેવું નિમ્ન કક્ષાનું સુખ ભોગવવાની ઇચ્છા થતી નથી. તેઓ ભૌતિક ક્રિયા-પ્રતિક્રિયાથી સર્વથા અલિપ્ત રહે છે. દાખલા તરીકે, વરસાદ વગર કોઈ વનસ્પતિ ઊગી શકતી નથી, છતાં પૃથ્વી પર ઊગી નીકળતી વિવિધ પ્રકારની વનસ્પતિના ઊગવા માટે વરસાદ જવાબદાર નથી. વૈદિક સ્મૃતિ આ હકીકતનું નીચે પ્રમાણે સમર્થન કરે છે:

નિમિત્ત માત્રમ્ એવાસૌ સૃજ્યાનાં સર્ગ કર્મણિ।
પ્રધાન કારણીભૂતા યતો વૈ સૃજ્ય શક્તયઃ॥

"ભૌતિક સર્જનોમાં ભગવાન માત્ર સર્વોપરી કારણ છે. નજીકનું કારણ તો પ્રકૃતિ છે, જેનાથી આ વિરાટ જગત દૃષ્ટિગોચર થાય છે." જીવસૃષ્ટિ બહુવિધ હોય છે, જેમ કે દેવો, મનુષ્યો તથા નિમ્ન કોટિનાં પ્રાણીઓ અને તેઓ બધાં જ પૂર્વકૃત સારાં-નરસાં કર્મના ફળને અધીન હોય છે. ભગવાન તેમને આવાં કર્મ કરવા માટે કેવળ યોગ્ય અવસર તથા ભૌતિક પ્રકૃતિના ગુણોના નિયમો પ્રદાન કરે છે, પરંતુ તેમનાં પૂર્વે કરેલાં તથા અત્યારનાં કર્મો માટે ભગવાન કદાપિ જવાબદાર હોતા નથી. વેદાંતસૂત્ર (૨.૧.૩૪) માં સમર્થન કરવામાં આવ્યું છે—*વૈષમ્ય નૈર્ઘૃણ્યે ન સાપેક્ષત્વાત્*—ભગવાન કોઈ પણ જીવ પ્રત્યે કદી પક્ષપાત કરતા નથી. જીવાત્મા તેનાં કર્મો માટે પોતે

જ જવાબદાર હોય છે. ભગવાન તો તેમની બાહ્ય શક્તિ—ભૌતિક પ્રકૃતિના માધ્યમ દ્વારા જીવને સગવડો પ્રદાન કરે છે. જે મનુષ્ય કર્મના આ નિયમોની આંટીઘૂંટીઓમાંથી સારી રીતે પરિચિત હોય છે, તેને તેનાં કર્મફળ પ્રભાવિત કરતાં નથી. બીજા શબ્દોમાં, જે મનુષ્ય ભગવાનની આ દિવ્ય પ્રકૃતિને જાણે છે, તે કૃષ્ણભાવનામૃતમાં અનુભવી હોય છે અને તેથી તે કર્મના નિયમોને અધીન રહેતો નથી. જે મનુષ્ય ભગવાનની દિવ્ય પ્રકૃતિને જાણતો નથી અને એમ માને છે કે ભગવાનનાં કાર્યો સામાન્ય મનુષ્યની જેમ કર્મફળ મેળવવા માટે હોય છે, તે પોતે નક્કી કર્મફળના બંધનમાં ફસાય છે. પરંતુ પરમ સત્યને જાણનાર મનુષ્ય કૃષ્ણભાવનામાં સ્થિત મુક્તાત્મા છે.

શ્લોક ૧૫

एवं ज्ञात्वा कृतं कर्म पूर्वैरपि मुमुक्षुभिः ।
कुरु कर्मैव तस्मात्त्वं पूर्वैः पूर्वतरं कृतम् ॥ १५ ॥

એવમ્—એ રીતે; **જ્ઞાત્વા**—જાણીને; **કૃતમ્**—સારી રીતે કરેલું; **કર્મ**—કર્મ; **પૂર્વૈઃ**—પૂર્વે થયેલા; **અપિ**—ખરેખર; **મુમુક્ષુભિઃ**—મોક્ષ પામેલી વ્યક્તિઓ દ્વારા; **કુરુ**—કર; **કર્મ**—સ્વધર્મ, નિયત કાર્ય; **એવ**—નક્કી **તસ્માત્**—માટે; **ત્વમ્**—તું; **પૂર્વૈઃ**—પૂર્વે થયેલા દ્વારા; **પૂર્વતરમ્**—પ્રાચીન સમયમાં; **કૃતમ્**—કર્યા પ્રમાણે.

અનુવાદ

પ્રાચીન કાળમાં સર્વ મુક્તાત્માઓએ મારી દિવ્ય પ્રકૃતિને જાણીને જ કર્મો કર્યાં હતાં અને મુક્તિ મેળવી હતી. માટે તારે પણ તેમના પગલે ચાલીને પોતાના કર્તવ્યનું પાલન કરવું જોઈએ.

ભાવાર્થ

મનુષ્યોના બે વર્ગ છે. તેમાંના કેટલાકનાં અંતઃકરણ ભૌતિક વસ્તુઓનાં દૂષણોથી ભરેલાં હોય છે અને કેટલાક ભૌતિક બાબતોથી મુક્ત હોય છે. આ બંને પ્રકારના મનુષ્યો માટે કૃષ્ણભાવનામૃત સમાન રીતે લાભપ્રદ છે. જેમનાં મન મલિન વસ્તુઓથી ભરેલાં છે, તેમણે ક્રમે ક્રમે શુદ્ધીકરણ કરવા માટે કૃષ્ણભાવનામૃતનો ભક્તિમાર્ગ ગ્રહણ કરવો જોઈએ. જે મનુષ્યોનાં મન અગાઉથી આવી અશુદ્ધિઓથી સ્વચ્છ થઈ ગયેલાં છે, તેઓ એ જ રીતે કૃષ્ણભાવનામાં કાર્ય કરવાનું ચાલુ રાખે કે જેથી બીજા લોકો તેમનાં આદર્શ કાર્યોનું અનુસરણ કરીને લાભાન્વિત થઈ શકે. મૂર્ખ માણસો અથવા કૃષ્ણભાવનામાં આવેલા નવોદિતો ઘણીવાર કૃષ્ણભાવનાનું પૂરું જ્ઞાન પામ્યા

વિના જ કાર્યમાંથી નિવૃત્ત થવા ઇચ્છે છે. પરંતુ ભગવાને યુદ્ધક્ષેત્રમાં યુદ્ધ કરવાના કર્તવ્યમાંથી નિવૃત્ત થવાની અર્જુનની ઇચ્છાને માન્ય કરી ન હતી. મનુષ્યે કર્મ કેવી રીતે કરવું એટલું જ જાણવાની જરૂર રહે છે. કૃષ્ણભાવનાનાં કાર્યોમાંથી નિવૃત્ત થઈને એકાંતમાં બેસી કૃષ્ણભાવનામાં હોવાનો ડોળ કરવો એનું મહત્ત્વ કૃષ્ણ પ્રીત્યર્થે કાર્ય કરવામાં વાસ્તવમાં પરોવાઈ જવા કરતાં ઓછું અંકાય છે. અગાઉ ઉલ્લેખ થયો છે તેમ, અર્જુનને અહીં એવો અનુરોધ કરવામાં આવ્યો છે કે તેણે સૂર્યદેવ વિવસ્વાન જેવા પૂર્વે થયેલા ભગવાનના શિષ્યોનાં પગલે ચાલીને કૃષ્ણભાવનામાં રહી તે મુજબ વર્તવું. પરમેશ્વર સ્વયં ભૂતકાળનાં પોતાનાં કર્મોને જાણે છે તેમ જ અન્ય મનુષ્યોએ ભૂતકાળમાં કૃષ્ણભાવનામાં કરેલાં કર્મોને જાણે છે. તેથી તેમણે અર્જુનને સૂર્યદેવે લાખો વર્ષ પૂર્વે તેમની પાસેથી શીખેલી કળાને અનુલક્ષી કાર્ય કરવા અનુરોધ કર્યો છે. ભગવાન કૃષ્ણના આવા સર્વ શિષ્યોનો ઉલ્લેખ અહીં પૂર્વે થયેલા મુક્ત પુરુષો તરીકે કરવામાં આવ્યો છે કે જેઓ કૃષ્ણ દ્વારા તેમને આપવામાં આવેલા કર્મો કરવામાં પરોવાયેલા હતા.

શ્લોક ૧૬

किं कर्म किमकर्मेति कवयोऽप्यत्र मोहिताः।
तत्ते कर्म प्रवक्ष्यामि यज्ज्ञात्वा मोक्ष्यसेऽशुभात्॥ १६॥

કિમ્—શું; **કર્મ**—કર્મ; **કિમ્**—શું છે; **અકર્મ**—અકર્મ, નિષ્ક્રિયતા; **ઇતિ**—એ રીતે; **કવયઃ**—બુદ્ધિશાળી મનુષ્યો; **અપિ**—પણ; **અત્ર**—આ વિષયમાં; **મોહિતાઃ**—મોહ પામી જાય છે; **તત્**—તે; **તે**—તને; **કર્મ**—કર્મ; **પ્રવક્ષ્યામિ**—કહીશ; **યત્**—જેને; **જ્ઞાત્વા**—જાણીને; **મોક્ષ્યસે**—તારો ઉદ્ધાર થશે; **અશુભાત્**—અશુભમાંથી.

અનુવાદ

કર્મ શું છે અને અકર્મ શું છે એનો નિર્ણય કરવામાં બુદ્ધિશાળી મનુષ્યોની મતિ પણ મૂંઝાઈ જાય છે. માટે હું તને કર્મ શું છે તે વિશે સમજૂતી આપીશ કે જે જાણીને તું સર્વ અશુભમાંથી મુક્ત થઈ જઈશ.

ભાવાર્થ

કૃષ્ણભાવનામૃતમાં કરવાનું કર્મ પૂર્વેના સંતભક્તોના ઉદાહરણને અનુસરીને કરવું જોઈએ. આનો નિર્દેશ ૧૫મા શ્લોકમાં કરવામાં આવ્યો છે. આવું કર્મ શાથી સ્વતંત્રપણે કરવાનું ન હોવું જોઈએ એની સમજણ હવે પછીના શ્લોકમાં આપી છે.

કૃષ્ણભાવનામૃતમાં કર્મ કરવા માટે આ અધ્યાયના પ્રારંભે જ સમજાવ્યું છે તેમ, ગુરુ-શિષ્ય પરંપરામાંના અધિકૃત આચાર્યોના નેતૃત્વને મનુષ્યે અનુસરવાનું હોય છે. કૃષ્ણભાવનાની પદ્ધતિ સર્વપ્રથમ સૂર્યદેવને કહેવાઈ, સૂર્યદેવે પોતાના પુત્ર મનુને તેની સમજણ આપી, મનુએ તેમના પુત્ર ઈક્ષ્વાકુને તે સમજાવી અને તે અતિ પ્રાચીન કાળથી આ પૃથ્વી પર પ્રચલિત છે. તેથી મનુષ્યે ગુરુ-શિષ્ય પરંપરામાં પૂર્વે થયેલા અધિકારીજનોનું અનુસરણ કરવું જરૂરી છે. અન્યથા અત્યંત બુદ્ધિશાળી મનુષ્યો પણ કૃષ્ણભાવનામૃતના પ્રમાણભૂત કર્મ વિશે મૂંઝાઈ જશે. આ કારણસર જ ભગવાને પોતે અર્જુનને પ્રત્યક્ષ કૃષ્ણભાવનામૃતનો ઉપદેશ આપવાનો નિર્ણય કર્યો. અર્જુનને સ્વયં ભગવાને પ્રત્યક્ષ ઉપદેશ આપ્યો છે, તેથી જે મનુષ્ય અર્જુનનું અનુસરણ કરશે, તે નિઃસંદેહ મોહ પામશે નહીં.

એમ કહેવાયું છે કે અપૂર્ણ પ્રાયોગિક જ્ઞાન દ્વારા ધર્મના વિવિધ માર્ગોનો નિર્ણય કરી શકાતો નથી. વાસ્તવમાં કેવળ સ્વયં ભગવાન જ ધર્મના સિદ્ધાંતોને નિશ્ચિત કરી શકે છે. *ધર્મં તુ સાક્ષાત્ ભગવત્ પ્રણીતમ્.* (ભાગવત ૬.૩.૧૯) કોઈ પણ માણસ અપૂર્ણ ચિંતન દ્વારા કોઈ ધાર્મિક સિદ્ધાંતનું નિર્માણ કરી શકે નહીં. મનુષ્યે બ્રહ્માજી, શિવજી, નારદજી, મનુ, ચાર કુમારો, કપિલ, પ્રહ્લાદ, ભીષ્મ, શુકદેવ ગોસ્વામી, યમરાજ, જનક તથા બલિ મહારાજ જેવા અધિકારી મહાનુભાવોના ચીંધેલા માર્ગે ચાલવું જોઈએ. માત્ર માનસિક અનુમાન દ્વારા મનુષ્ય ધર્મ અથવા આત્મ-સાક્ષાત્કાર શું છે તેનો નિર્ણય કરી શકતો નથી. માટે પોતાના ભક્તો પર અહૈતુકી કૃપાવશ સ્વયં ભગવાન અર્જુનને પ્રત્યક્ષ રીતે કર્મ શું છે તથા અકર્મ શું છે તેની સમજૂતી આપે છે. કેવળ કૃષ્ણભાવનાપરાયણ રહીને કરેલું કર્મ જ મનુષ્યને ભૌતિક અસ્તિત્વના બંધનમાંથી મુક્ત કરી શકે છે.

શ્લોક ૧૭

कर्मणो ह्यपि बोद्धव्यं बोद्धव्यं च विकर्मणः।
अकर्मणश्च बोद्धव्यं गहना कर्मणो गतिः॥ १७॥

કર્મણઃ—કર્મનું; **હિ**—નક્કી; **અપિ**—પણ; **બોદ્ધવ્યમ્**—સમજવું જોઈએ; **બોદ્ધવ્યમ્**—સમજવું જોઈએ; **ચ**—પણ; **વિકર્મણઃ**—નિષિદ્ધ કર્મ વિશે; **અકર્મણઃ**—અકર્મનું; **ચ**—પણ; **બોદ્ધવ્યમ્**—સમજવું જોઈએ; **ગહના**—અત્યંત કઠિન, દુર્ગમ; **કર્મણઃ**—કર્મની; **ગતિઃ**—ગતિ.

અનુવાદ

કર્મની આંટીઘૂંટીને સમજવી ઘણી મુશ્કેલ હોય છે. માટે મનુષ્યે કર્મ શું છે, વિકર્મ શું છે અને અકર્મ શું છે, તે સારી રીતે જાણવું જોઈએ.

ભાવાર્થ

જો કોઈ મનુષ્ય ખરેખર જ ભવબંધનમાંથી છૂટવા ઈચ્છતો હોય, તો તેણે કર્મ, અકર્મ તથા વિકર્મ વચ્ચે રહેલા તફાવતને સમજવા જોઈએ. કર્મ, અકર્મ તથા વિકર્મનાં પૃથક્કરણ મનુષ્યે સ્વયં સમજવાની જરૂર છે, કારણ કે તે અત્યંત ગહન વિષય છે. કૃષ્ણભાવના તથા તેના ભાવ પ્રમાણે કર્મને સમજી લેવા માટે મનુષ્યે પરમેશ્વર સાથેના પોતાના સંબંધને જાણવો પડે. બીજા શબ્દોમાં, જેણે આ સારી રીતે સમજી લીધું છે, તે જાણે છે કે જીવાત્મા ભગવાનનો નિત્ય દાસ છે અને તેથી તેણે કૃષ્ણભાવનામાં રહી કાર્ય કરવાનું છે. સમગ્ર ભગવદ્‌ગીતા આ જ નિષ્કર્ષ તરફ નિર્દેશ કરે છે. આ ભાવનામૃત તથા તેને આનુષંગિક કર્મની વિરુદ્ધનાં અન્ય તમામ કાર્યો વિકર્મ અર્થાત્ નિષિદ્ધ કર્મ છે. આ બધું સમજી લેવા માટે મનુષ્યે કૃષ્ણભાવનામૃતના અધિકારીઓનો સત્સંગ કરવો પડે અને તેમની પાસેથી રહસ્યને સમજી લેવું પડે. આ રીતે શીખવું એ પ્રત્યક્ષ ભગવાન પાસેથી શીખ્યા બરાબર છે. અન્યથા અત્યંત બુદ્ધિશાળી મનુષ્યની મતિ પણ મોહ પામી જશે.

શ્લોક ૧૮

कर्मण्यकर्म यः पश्येदकर्मणि च कर्म यः।
स बुद्धिमान्मनुष्येषु स युक्तः कृत्स्नकर्मकृत्॥ १८॥

કર્મણિ—કર્મમાં; **અકર્મ**—અકર્મ; **ય**—જે; **પશ્યેત્**—જુએ છે; **અકર્મણિ**—અકર્મમાં; **ચ**—અને; **કર્મ**—સકામ કર્મ; **યઃ**—જે; **સઃ**—તે; **બુદ્ધિમાન્**—બુદ્ધિશાળી છે; **મનુષ્યેષુ**—મનુષ્ય સમાજમાં; **સઃ**—તે; **યુક્તઃ**—દિવ્ય અવસ્થામાં છે; **કૃત્સ્ન કર્મકૃત્**—સર્વ કર્મોમાં પરોવાયેલો હોવા છતાં.

અનુવાદ

જે મનુષ્ય કર્મમાં અકર્મ અને અકર્મમાં કર્મ જુએ છે, તે સર્વ મનુષ્યોમાં બુદ્ધિમાન છે અને સર્વ પ્રકારનાં કર્મોમાં પરોવાયેલો હોવા છતાં દિવ્ય અવસ્થામાં રહેલો છે.

ભાવાર્થ

કૃષ્ણભક્તિમાં કાર્યરત મનુષ્ય સ્વાભાવિક રીતે જ કર્મબંધનથી મુક્ત હોય છે. તેનાં સઘળા કર્મ કૃષ્ણ પ્રીત્યર્થે થતાં હોય છે, તેથી કર્મનાં ફળથી

તેને કોઈ સુખ કે દુઃખ થતું નથી. પરિણામે કૃષ્ણ પ્રીત્યર્થે બધાં જ પ્રકારનાં કર્મોમાં પરોવાયેલો રહેવા છતાં તે માનવ સમાજમાં ડાહ્યો પુરુષ ગણાય છે. *અકર્મ* એટલે કર્મનાં ફળથી રહિત. નિર્વિશેષવાદી માણસ ભયવશ બધાં કર્મ કરવાનું બંધ કરે છે કે જેથી આત્મ-સાક્ષાત્કારના માર્ગમાં કર્મફળ વિક્ષેપ કરનારું ન બને. પરંતુ સગુણવાદી પોતાની સ્થિતિથી સુપરિચિત હોય છે કે તે ભગવાનનો સનાતન દાસ છે, તેથી તે પોતાને કૃષ્ણભાવનામૃતનાં કાર્યોમાં પરોવે છે. બધું જ કૃષ્ણ પ્રીત્યર્થે કરવામાં આવતું હોવાથી આ સેવા કરવાથી તેને તો માત્ર દિવ્ય સુખની જ પ્રાપ્તિ થાય છે. જે મનુષ્યો આ પ્રક્રિયામાં સંલગ્ન રહે છે, તેઓ વ્યક્તિગત ઇન્દ્રિયતૃપ્તિની ઇચ્છાથી રહિત હોય છે. કૃષ્ણ પ્રત્યેનો તેનો સનાતન દાસ્યભાવ તેને સર્વ પ્રકારનાં કર્મફળ સામે રક્ષણ આપે છે.

શ્લોક **यस्य सर्वे समारम्भाः कामसङ्कल्पवर्जिताः ।**
૧૯ **ज्ञानाग्निदग्धकर्माणं तमाहुः पण्डितं बुधाः ॥ १९ ॥**

યસ્ય—જેના; **સર્વે**—સર્વ પ્રકારના; **સમારમ્ભાઃ**—પ્રયત્ન, ઉદ્યમ; **કામ**—ઇન્દ્રિયતૃપ્તિની ઇચ્છા પર આધારિત; **સઙ્કલ્પ**—નિશ્ચય; **વર્જિતાઃ**—થી રહિત છે; **જ્ઞાન**—પૂર્ણ જ્ઞાનરૂપી; **અગ્નિ**—અગ્નિથી; **દગ્ધ**—ભસ્મ થયેલા; **કર્માણમ્**—કર્મવાળાને; **તમ્**—તેને; **આહુઃ**—કહે છે; **પણ્ડિતમ્**—વિદ્વાન; **બુધાઃ**—જ્ઞાની છે તેઓ.

અનુવાદ

જે મનુષ્યનો પ્રત્યેક પ્રયાસ ઇન્દ્રિયતૃપ્તિની કામનાથી રહિત હોય છે, તે પૂર્ણ જ્ઞાની છે એમ સમજાય છે. તેને જ સંતજનો એવો કર્તા કહે છે કે જેણે પૂર્ણ જ્ઞાનરૂપી અગ્નિથી કર્મફળ બાળીને ભસ્મ કર્યાં છે.

ભાવાર્થ

કૃષ્ણભાવનાપરાયણ વ્યક્તિનાં કાર્યોને માત્ર પૂર્ણ જ્ઞાની મનુષ્ય જ સમજી શકે છે. કૃષ્ણભાવનાપરાયણ વ્યક્તિ ઇન્દ્રિયતૃપ્તિની સર્વ પ્રકારની વૃત્તિઓથી રહિત હોવાથી એમ માનવામાં આવે છે કે પૂર્ણ પુરુષોત્તમ પરમેશ્વરના સનાતન સેવક તરીકે તેને પોતાની સ્વરૂપાવસ્થાનું પૂર્ણ જ્ઞાન છે કે જેનાથી તેણે પોતાનાં કર્મફળોને બાળી નાખ્યાં છે. જેણે આવું પૂર્ણ જ્ઞાન પ્રાપ્ત કર્યું છે, તે વાસ્તવમાં વિદ્વાન છે. ભગવાન પ્રત્યેના સનાતન દાસ્યપણાના આ જ્ઞાનના વિકાસની સરખામણી અગ્નિ સાથે કરવામાં

આવી છે. આવો અગ્નિ એકવાર પ્રજ્વલિત થયા પછી સર્વ પ્રકારનાં કર્મફળને બાળી નાખવા સમર્થ છે.

શ્લોક ૨૦
त्यक्त्वा कर्मफलासङ्गं नित्यतृप्तो निराश्रयः।
कर्मण्यभिप्रवृत्तोऽपि नैव किञ्चित्करोति सः॥ २०॥

ત્યક્ત્વા—ત્યાગ કરીને; **કર્મ ફલ આસઙ્ગમ્**—કર્મફળની આસક્તિ; **નિત્ય**—સદા; **તૃપ્તઃ**—તૃપ્ત થયેલો; **નિરાશ્રયઃ**—આશ્રયરહિત; **કર્મણિ**—કર્મમાં; **અભિપ્રવૃત્તઃ**—પૂરેપૂરો પરોવાયેલો; **અપિ**—હોવા છતાં; **ન**—નહીં; **એવ**—જ; **કિઞ્ચિત્**—કંઈ પણ; **કરોતિ**—કરે છે; **સઃ**—તે.

અનુવાદ

પોતાનાં કર્મનાં ફળોની સર્વ આસક્તિનો ત્યાગ કરીને, સદા સંતુષ્ટ તથા સ્વતંત્ર રહીને તે સર્વ પ્રકારનાં કાર્યોમાં પરોવાયેલો રહેવા છતાં કોઈ સકામ કર્મ કરતો નથી.

ભાવાર્થ

કર્મનાં બંધનમાંથી આવી મુક્તિ ત્યારે જ શક્ય બને છે, જ્યારે મનુષ્ય કૃષ્ણભાવનાયુક્ત થઈને દરેક કાર્ય કૃષ્ણ માટે કરે છે. કૃષ્ણભાવનાપરાયણ મનુષ્ય પૂર્ણ પુરુષોત્તમ પરમેશ્વર પ્રત્યેના શુદ્ધ પ્રેમથી જ કાર્ય કરે છે અને તેથી તેને કર્મનાં ફળ પ્રત્યે કશી આસક્તિ રહેતી નથી. અરે, તેને શરીરના નિર્વાહ માટે પણ કશું આકર્ષણ રહેતું નથી, કારણ કે તે સંપૂર્ણપણે કૃષ્ણના આધારે રહે છે. તે ન તો કોઈ વસ્તુ મેળવવા આતુર હોય છે કે ન તો પોતાની પાસેની વસ્તુને બચાવે છે. તે પોતાના સંપૂર્ણ સામર્થ્યથી પોતાનું કર્તવ્યકર્મ કરે છે અને બધું કૃષ્ણ પર છોડી દે છે. આવો અનાસક્ત મનુષ્ય કર્મનાં શુભ-અશુભ ફળથી સદા મુક્ત હોય છે, જાણે કે તે કશું કરતો જ નથી. આ *અકર્મ* અર્થાત્ નિષ્કામ કર્મનું લક્ષણ છે. માટે કૃષ્ણભાવનારહિત એવું કોઈ પણ કાર્ય કર્તાને બંધનરૂપ નીવડે છે અને *વિકર્મ*નું આ જ તો સાચું સ્વરૂપ છે, જે વિશે આ પહેલાં સમજાવવામાં આવ્યું છે.

શ્લોક ૨૧
निराशीर्यतचित्तात्मा त्यक्तसर्वपरिग्रहः।
शारीरं केवलं कर्म कुर्वन्नाप्नोति किल्बिषम्॥ २१॥

નિરાશીઃ—ફળની આકાંક્ષાથી રહિત; **યત**—સંયમિત; **ચિત્ત આત્મા**—મન તથા બુદ્ધિ; **ત્યક્ત**—છોડીને; **સર્વ**—સર્વ; **પરિગ્રહઃ**—વસ્તુઓ પરનો

સ્વામિત્વનો ભાવ; **શારીરમ્**—પ્રાણરક્ષા; **કેવલમ્**—કેવળ; **કર્મ**—કર્મ; **કુર્વન્**—કરતો રહી; **ન**—કદી નહીં; **આપ્નોતિ**—પ્રાપ્ત કરે છે; **કિલ્બિષમ્**—પાપમય ફળ.

અનુવાદ

આવો જ્ઞાની મનુષ્ય મન તથા બુદ્ધિને સંપૂર્ણપણે સંયમિત કરીને કાર્ય કરે છે, પોતાની સંપત્તિના સ્વામિત્વનો સર્વથા ત્યાગ કરે છે અને જીવનનિર્વાહ અર્થે ખપ પૂરતું જ કાર્ય કરે છે. આ પ્રમાણે કર્મ કરતો તે પાપમય કર્મફળોથી પ્રભાવિત થતો નથી.

ભાવાર્થ

કૃષ્ણભાવનાપરાયણ મનુષ્ય કર્મ કરવામાં કદાપિ શુભ-અશુભ ફળની આશા કરતો નથી. તેનાં મન તથા બુદ્ધિ સંપૂર્ણપણે સંયમિત હોય છે. તે જાણે છે કે તે પરમેશ્વરનો અંશ છે અને તેથી પરમેશ્વરના અંશ તરીકે તેના દ્વારા ભજવવામાં આવતો ભાગ તેની મરજીથી નક્કી થયેલો નથી, પરંતુ તે પરમેશ્વર દ્વારા તેના માટે પસંદ કરવામાં આવ્યો છે કે જે તેના માધ્યમ મારફત સંપન્ન કરવામાં આવે છે. જ્યારે હાથ હાલે છે ત્યારે તે તેના પોતાના પ્રયત્નથી હાલતો નથી, પણ આખા શરીરના પ્રયત્નથી હાલે છે. કૃષ્ણભાવનાપરાયણ મનુષ્ય સદા ભગવદ્ઈચ્છાને વરેલો હોય છે, કારણ કે તેને અંગત ઈન્દ્રિયતૃપ્તિની કોઈ કામના હોતી નથી. તે યંત્રના એક ભાગની જેમ જ હલનચલન કરે છે. જેવી રીતે જાળવણી માટે યંત્રના ભાગને તેલ પૂરવાની તથા સફાઈની જરૂર હોય છે, તેમ કૃષ્ણભાવનાપરાયણ મનુષ્ય કર્મ દ્વારા પોતાનો નિર્વાહ કરતો રહે છે કે જેથી તે ભગવાનની દિવ્ય પ્રેમસભર ભક્તિ સારી રીતે કરવા સમર્થ બને. તેથી તે પોતાના પ્રયાસોનાં ફળોના પ્રભાવથી મુક્ત રહે છે. એક પશુની જેમ જ તેનો પોતાના શરીર ઉપર કોઈ અધિકાર રહેતો નથી. કોઈ વખત પશુનો નિર્દય માલિક તેને મારી નાખે છે, છતાં પશુ કોઈ વિરોધ કરતું નથી, ન તો તેને વાસ્તવમાં કોઈ સ્વતંત્રતા હોય છે. આત્મ-સાક્ષાત્કારમાં પૂરેપૂરા પરોવાયેલા કૃષ્ણભક્તિપરાયણ મનુષ્ય પાસે એટલો સમય પણ હોતો નથી કે તે પોતાની પાસે કોઈ ભૌતિક વસ્તુને ખોટી રીતે ભેગી કરે. પોતાના જીવનનિર્વાહ માટે તેને અનુચિત સાધનો દ્વારા ધનસંગ્રહ કરવાની જરૂર રહેતી નથી. તેથી તે આવાં દુન્યવી પાપોથી દૂષિત થતો નથી. તે પોતાનાં સર્વ કર્મફળોથી મુક્ત હોય છે.

શ્લોક ૨૨

यदृच्छालाभसन्तुष्टो द्वन्द्वातीतो विमत्सरः।
समः सिद्धावसिद्धौ च कृत्वापि न निबध्यते॥ २२॥

યદૃચ્છા—પોતાની મેળે; **લાભ**—લાભથી; **સન્તુષ્ટઃ**—સંતુષ્ટ; **દ્વન્દ્વ**—દ્વૈતથી; **અતીતઃ**—પર; **વિમત્સરઃ**—ઈર્ષારહિત; **સમઃ**—સ્થિરચિત્ત; **સિદ્ધૌ**—સફળતામાં; **અસિદ્ધૌ**—નિષ્ફળતામાં; **ચ**—પણ; **કૃત્વા**—કરીને; **અપિ**—પણ; **ન**—કદી નહીં; **નિબધ્યતે**—બદ્ધ થાય છે.

અનુવાદ

જે મનુષ્ય અનાયાસે થતા લાભથી સંતુષ્ટ રહે છે, જે દ્વૈતભાવથી રહિત છે તથા ઈર્ષા કરતો નથી, સફળતા તેમ જ નિષ્ફળતા બંનેમાં સ્થિર રહે છે, તે કર્મ કરતો હોવા છતાં પણ કદાપિ બદ્ધ થતો નથી.

ભાવાર્થ

કૃષ્ણભક્તિપરાયણ મનુષ્ય પોતાના જીવનનિર્વાહ માટે પણ વધારે પ્રયાસ કરતો નથી. પોતાની મેળે મળેલા લાભથી તે સંતુષ્ટ રહે છે. તે ભીખ માગતો નથી કે ઉધાર લેતો નથી, પરંતુ તે પોતાની શક્તિ પ્રમાણે પ્રામાણિકતાથી કર્મ કરે છે અને પોતાના શ્રમથી જે મળે તેનાથી જ સંતુષ્ટ રહે છે. તેથી આજીવિકા વિશે તે સ્વતંત્ર હોય છે. તે બીજા કોઈની સેવા કરીને કૃષ્ણભક્તિ સંબંધી પોતાની સેવામાં અંતરાય આવવા દેતો નથી. પરંતુ ભગવાનની સેવા કરવા માટે તે સંસારના દ્વંદ્વોથી વિચલિત થયા વગર ગમે તે કાર્ય કરી શકે છે. સંસારના આ દ્વંદ્વોનો અનુભવ ઠંડી-ગરમી કે સુખ-દુઃખરૂપે થાય છે. કૃષ્ણભાવનાયુક્ત મનુષ્ય આવા દ્વંદ્વોથી પર હોય છે, કારણ કે કૃષ્ણના સંતોષ માટે તે ગમે તેવું કામ કરવામાં અચકાતો નથી. તેથી સફળતા કે નિષ્ફળતા બંનેમાં તે સ્થિર રહે છે. જ્યારે કોઈ મનુષ્ય દિવ્ય જ્ઞાનમાં પૂરેપૂરો સ્થિત હોય છે, ત્યારે જ આ લક્ષણો દૃષ્ટિગોચર થાય છે.

શ્લોક ૨૩

गतसङ्गस्य मुक्तस्य ज्ञानावस्थितचेतसः।
यज्ञायाचरतः कर्म समग्रं प्रविलीयते॥ २३॥

ગતસઙ્ગસ્ય—ભૌતિક પ્રકૃતિના ગુણો પ્રત્યે અનાસક્ત; **મુક્તસ્ય**—મુક્ત મનુષ્યના; **જ્ઞાન અવસ્થિત**—અધ્યાત્મમાં સ્થિત; **ચેતસઃ**—જેનું જ્ઞાન; **યજ્ઞાય**—યજ્ઞ (કૃષ્ણ) માટે; **આચરતઃ**—કાર્ય કરતા; **કર્મ**—કર્મ; **સમગ્રમ્**—સંપૂર્ણ રીતે; **પ્રવિલીયતે**—વિલીન થાય છે.

અનુવાદ

જે મનુષ્ય ભૌતિક પ્રકૃતિના ગુણો પ્રત્યે અનાસક્ત છે અને જે દિવ્ય જ્ઞાનમાં પૂર્ણપણે સ્થિત થયેલો છે, તે સંપૂર્ણપણે દિવ્યતામાં લીન થાય છે.

ભાવાર્થ

પૂર્ણપણે કૃષ્ણભાવનાપરાયણ થવાથી મનુષ્ય સર્વ દ્વંદ્વોથી મુક્ત થઈ જાય છે અને એ રીતે ભૌતિક ગુણોના સંસર્ગદોષથી પણ મુક્ત થઈ જાય છે. તે મુક્ત થઈ શકે છે, કારણ કે તે કૃષ્ણ સાથેના સંબંધે પોતાની સ્વરૂપાવસ્થાને જાણે છે અને એ રીતે તેનું મન કૃષ્ણભાવનામાંથી વિચલિત થતું નથી. પરિણામે તે જે કંઈ કરે છે તે આદિ વિષ્ણુ, કૃષ્ણ પ્રીત્યર્થ કરે છે. તેથી તેનાં સર્વ કર્મ યજ્ઞરૂપ હોય છે, કારણ કે યજ્ઞનો ઉદ્દેશ પરમ પુરુષ વિષ્ણુ અર્થાત્ કૃષ્ણને પ્રસન્ન કરવાનો હોય છે. આવાં સર્વ કર્મનાં ફળ નિશ્ચિતપણે દિવ્યતામાં વિલીન થઈ જાય છે અને મનુષ્ય તેનાં ભૌતિક પરિણામો ભોગવતો નથી.

શ્લોક ૨૪
ब्रह्मार्पणं ब्रह्म हविर्ब्रह्माग्नौ ब्रह्मणा हुतम्।
ब्रह्मैव तेन गन्तव्यं ब्रह्मकर्मसमाधिना॥ २४॥

બ્રહ્મ—આધ્યાત્મિક પ્રકૃતિવાળું; **અર્પણમ્**—અર્પણ; **બ્રહ્મ**—બ્રહ્મ; **હવિઃ**—ઘૃત; **બ્રહ્મ**—આધ્યાત્મિક; **અગ્નૌ**—હવનરૂપી અગ્નિ; **બ્રહ્મણા**—આત્મા દ્વારા; **હુતમ્**—અર્પિત; **બ્રહ્મ**—પરમ ધામ; **એવ**—નક્કી; **તેન**—તેના વડે; **ગન્તવ્યમ્**—જવા યોગ્ય; **બ્રહ્મ**—આધ્યાત્મિક; **કર્મ**—કર્મમાં; **સમાધિના**—સંપૂર્ણ એકાગ્રતા દ્વારા.

અનુવાદ

જે મનુષ્ય કૃષ્ણભાવનામૃતમાં પૂરેપૂરો તલ્લીન રહે છે, તેને પોતાના આધ્યાત્મિક યોગદાનને કારણે અવશ્ય ભગવદ્ધામની પ્રાપ્તિ થાય છે, કારણ કે તેમાં હવન પણ બ્રહ્મ છે અને અર્પિત આહુતિ પણ બ્રહ્મરૂપે જ હોય છે.

ભાવાર્થ

કૃષ્ણભાવનાયુક્ત કર્મ મનુષ્યને અંતે આધ્યાત્મિક ધ્યેય તરફ કેવી રીતે દોરી જાય છે, તેનું વર્ણન અહીં કરવામાં આવ્યું છે. કૃષ્ણભક્તિમાં

વિવિધ પ્રકારનાં કર્મ કરવાનાં હોય છે અને તે બધાનું હવે પછીના શ્લોકોમાં નિરૂપણ કરવામાં આવશે. પરંતુ આ શ્લોકમાં તો માત્ર કૃષ્ણભાવનાના સિદ્ધાંતનું વર્ણન થયું છે. ભૌતિક સંસર્ગદોષથી ગ્રસ્ત મનુષ્યને ભૌતિક વાતાવરણમાં જ કાર્ય કરવાનું હોય છે, તેમ છતાં તેને આવા વાતાવરણમાંથી બહાર નીકળવાનું હોય છે. જે પ્રક્રિયા દ્વારા બદ્ધ જીવ ભૌતિક વાતાવરણમાંથી બહાર નીકળી શકે છે, તે કૃષ્ણભાવનામૃત છે. દાખલા તરીકે, કોઈ દરદી દૂધની બનાવટો વધુ પ્રમાણમાં ખાવાથી પેટની પીડા ભોગવે, તો તેને રોગમુક્ત કરવા માટે દૂધમાંથી જ બનેલી અન્ય વસ્તુ, દહીં આપવામાં આવે છે. ભૌતિકતાગ્રસ્ત બદ્ધ જીવ કૃષ્ણભાવનામૃતના ઉપચાર દ્વારા જ સાજો થઈ શકે છે કે જેનું વર્ણન અહીં ભગવદ્ગીતામાં થયું છે. આ પ્રક્રિયાને સાધારણ રીતે યજ્ઞ અથવા વિષ્ણુ અર્થાત્ કૃષ્ણને પ્રસન્ન કરવા માટે જ કરેલાં યજ્ઞકાર્ય કહે છે. ભૌતિક જગતનાં જેટલાં વધારે કાર્ય કૃષ્ણભાવનામૃતમાં અથવા કેવળ વિષ્ણુ પ્રીત્યર્થે કરવામાં આવે છે, તેટલા પ્રમાણમાં વાતાવરણ સંપૂર્ણ તાદાત્મ્યતા દ્વારા વધારે આધ્યાત્મિક થાય છે. *બ્રહ્મ* શબ્દનો અર્થ "આધ્યાત્મિક" એવો થાય છે. ભગવાન આધ્યાત્મિક છે અને તેમના દિવ્ય દેહનાં કિરણો *બ્રહ્મજ્યોતિ* કહેવાય છે કે જે તેમનું આધ્યાત્મિક તેજ છે. અસ્તિત્વ ધરાવતી સર્વ વસ્તુઓ તે બ્રહ્મજ્યોતિમાં સ્થિત હોય છે, પરંતુ જ્યારે આ *જ્યોતિ* માયા અથવા ઈન્દ્રિયતૃપ્તિ દ્વારા આવૃત થઈ જાય છે, ત્યારે તે ભૌતિક બની રહે છે. આ ભૌતિક આવરણ કૃષ્ણભાવનામૃત દ્વારા તરત જ દૂર કરી શકાય છે. માટે કૃષ્ણભાવનામૃત કાજે અર્પિત હવિ, ગ્રહણકર્તા, હવન, હોતા તથા ફળ આ સર્વ બ્રહ્મ અથવા પરમ સત્ય છે. માયા દ્વારા આવૃત બ્રહ્મને પદાર્થ કહે છે. જ્યારે આ જ પદાર્થ પરમ સત્યના હેતુસર પ્રયુક્ત થાય છે, ત્યારે તે પુનઃ આધ્યાત્મિક ગુણ પ્રાપ્ત કરે છે. કૃષ્ણભાવનામૃત એ મોહગ્રસ્ત ચેતનાને બ્રહ્મ અથવા પરમેશ્વરમય ચેતનામાં રૂપાંતરિત કરવાની પ્રક્રિયા છે. જ્યારે મન કૃષ્ણભાવનામાં પૂરેપૂરું લીન થાય છે, ત્યારે તે સમાધિમાં છે એમ કહેવાય છે. આવી દિવ્ય ચેતનામાં કરેલું કોઈ પણ કાર્ય યજ્ઞ કહેવાય છે. આધ્યાત્મિક ચેતનાની આવી અવસ્થામાં હોતા, હવન, અગ્નિ, યજ્ઞકર્તા તથા ફળ અર્થાત્ અંતિમ લાભ એ બધું જ બ્રહ્મમય અથવા પરમ બ્રહ્મમાં એકાકાર થઈ જાય છે. એ જ કૃષ્ણભાવનામૃતની પદ્ધતિ છે.

શ્લોક ૨૫
दैवमेवापरे यज्ञं योगिनः पर्युपासते।
ब्रह्माग्नावपरे यज्ञं यज्ञेनैवोपजुह्वति॥ २५॥

દૈવમ્—દેવોની પૂજા કરવામાં; **એવ**—આ પ્રમાણે; **અપરે**—બીજા; **યજ્ઞમ્**—યજ્ઞ; **યોગિનઃ**—યોગીજનો; **પર્યુપાસતે**—સારી રીતે ભજે છે; **બ્રહ્મ**—પરમ સત્ય, બ્રહ્મરૂપી; **અગ્નૌ**—અગ્નિમાં; **અપરે**—બીજા; **યજ્ઞમ્**—યજ્ઞ; **યજ્ઞેન**—યજ્ઞ વડે; **એવ**—એ રીતે; **ઉપજુહ્વતિ**—અર્પણ કરે છે.

અનુવાદ

કેટલાક યોગીજનો વિવિધ પ્રકારના યજ્ઞો દ્વારા દેવોને સારી રીતે પૂજે છે અને કેટલાક પરમ બ્રહ્મરૂપી અગ્નિમાં યજ્ઞ અર્પણ કરે છે.

ભાવાર્થ

અગાઉ વર્ણવ્યું છે તેમ, જે મનુષ્ય કૃષ્ણભાવનાપરાયણ રહીને પોતાનાં કર્તવ્યો કરવામાં પરોવાયેલો રહે છે, તે પૂર્ણ યોગી છે. પરંતુ એવા મનુષ્યો પણ છે કે જેઓ દેવોને પૂજવા માટે આવા જ યજ્ઞો કરે છે અને બીજા કેટલાક મનુષ્યો પરમ બ્રહ્મ અથવા પરમેશ્વરના નિરાકાર પાસાને યજ્ઞો અર્પણ કરે છે. એટલે વિભિન્ન શ્રેણી પ્રમાણે યજ્ઞના વિભિન્ન પ્રકારો હોય છે. વિભિન્ન યજ્ઞકર્તાઓ દ્વારા કરાતા યજ્ઞોની આ શ્રેણીઓ એ માત્ર બાહ્ય વર્ગીકરણ છે. વાસ્તવમાં યજ્ઞનો અર્થ પરમેશ્વર, વિષ્ણુને પ્રસન્ન કરવા એવો થાય છે અને વિષ્ણુ, યજ્ઞ નામથી પણ સુપ્રસિદ્ધ છે. વિભિન્ન પ્રકારના યજ્ઞોના બે મુખ્ય વિભાગ થઈ શકે છે—દુન્યવી સંપત્તિ માટેના યજ્ઞ અને દિવ્ય જ્ઞાન માટે કરવામાં આવતો યજ્ઞ. કૃષ્ણભાવનાપરાયણ મનુષ્યો પરમેશ્વરના સંતોષ માટે તેમની સર્વ ભૌતિક સંપત્તિ તેમને અર્પણ કરે છે, જ્યારે ક્ષણિક ભૌતિક સુખની આકાંક્ષા રાખનારા બીજા લોકો ઈન્દ્ર, સૂર્યદેવ જેવા દેવોને સંતુષ્ટ કરવા તેમની સંપત્તિની આહુતિ આપે છે. પરંતુ નિર્વિશેષવાદી એવા અન્ય લોકો નિરાકાર બ્રહ્મમાં વિલીન થઈને પોતાના વ્યક્તિત્વનું બલિદાન આપે છે. દેવો એવા શક્તિસંપન્ન જીવાત્માઓ છે કે જેમને બ્રહ્માંડને ઉષ્ણતા આપવા, જળ આપવા તથા પ્રકાશિત કરવા જેવાં ભૌતિક કાર્યોની વ્યવસ્થા તથા સંભાળ રાખવા પરમેશ્વરે નિયુક્ત કર્યા છે. જે લોકો દુન્યવી લાભ મેળવવા ઈચ્છે છે, તેઓ વૈદિક વિધિ પ્રમાણે વિવિધ યજ્ઞો કરીને દેવોને પૂજે છે. તેઓ *બહ્વીશ્વરવાદી* અથવા અનેક ઈશ્વરોમાં વિશ્વાસ ધરાવનારા કહેવાય છે. પરંતુ જે બીજા લોકો પરબ્રહ્મના નિર્ગુણ પાસાને ભજે છે

તેમ જ દેવોનાં રૂપોને અસ્થાયી માને છે, તેઓ પોતાના વ્યક્તિ રૂપની પરમ બ્રહ્મરૂપી અગ્નિમાં આહુતિ આપી દે છે અને એ રીતે પરમેશ્વરના અસ્તિત્વમાં વિલીન થઈને પોતાના વ્યક્તિગત અસ્તિત્વનો અંત આણે છે. આવા નિર્વિશેષવાદીઓ પરમેશ્વરની દિવ્ય પ્રકૃતિને (સ્વરૂપને) સમજવા માટે તાત્ત્વિક ચિંતનમાં પોતાના સમયનો ભોગ આપે છે. બીજા શબ્દોમાં, સકામ કર્મીજનો ભૌતિક સુખ માટે પોતાની ભૌતિક સંપત્તિની આહુતિ આપે છે, જ્યારે નિર્વિશેષવાદીઓ પરમેશ્વરના અસ્તિત્વમાં વિલીન થવા માટે પોતાની ભૌતિક સંજ્ઞાઓનો ભોગ આપે છે. નિર્વિશેષવાદી માટે યજ્ઞાગ્નિ જ પરમ બ્રહ્મ છે, જેમાં આત્મસ્વરૂપનો વિલય એ જ આહુતિ છે. પરંતુ અર્જુન સમાન કૃષ્ણભાવનાપરાયણ મનુષ્ય કૃષ્ણના સંતોષ માટે સર્વસ્વનો ભોગ આપે છે અને એ રીતે તેની સર્વ સંપત્તિ તેમ જ તેનું આત્મસ્વરૂપ પણ કૃષ્ણ પ્રીત્યર્થે અર્પણ કરે છે. આમ તે પરમ યોગી છે, છતાં તે પોતાનું વ્યક્તિગત અસ્તિત્વ ગુમાવતો નથી.

શ્લોક ૨૬

શ્રોત્રાદીનીન્દ્રિયાણ્યન્યે સંયમાગ્નિષુ જુહ્વતિ।
શબ્દાદીન્વિષયાનન્ય ઇન્દ્રિયાગ્નિષુ જુહ્વતિ॥ ૨૬॥

શ્રોત્ર આદીનિ—શ્રવણ વગેરે; **ઇન્દ્રિયાણિ**—ઇન્દ્રિયો; **અન્યે**—બીજા; **સંયમ**—સંયમરૂપી; **અગ્નિષુ**—અગ્નિમાં; **જુહ્વતિ**—અર્પણ કરે છે; **શબ્દ આદીન્‌**—શબ્દ વગેરે; **વિષાયાન્‌**—ઇન્દ્રિયતૃપ્તિના વિષયો; **અન્યે**—બીજા; **ઇન્દ્રિય**—ઇન્દ્રિયોની; **અગ્નિષુ**—અગ્નિમાં; **જુહ્વતિ**—યજ્ઞ કરે છે.

અનુવાદ

આમાંના કેટલાક (વિશુદ્ધ બ્રહ્મચારીઓ) શ્રવણ પ્રક્રિયા તથા ઇન્દ્રિયોને મનોનિગ્રહરૂપી અગ્નિમાં હોમી દે છે અને બીજા (વ્રતધારી ગૃહસ્થો) ઇન્દ્રિય વિષયોને ઇન્દ્રિયોરૂપી અગ્નિમાં હોમી દે છે.

ભાવાર્થ

માનવ જીવનના ચાર આશ્રમોના સભ્યો અર્થાત્‌ બ્રહ્મચારી, ગૃહસ્થ, વાનપ્રસ્થ તથા સંન્યાસી—આ સર્વ પૂર્ણ યોગી અથવા અધ્યાત્મવાદી થવા માટે છે. માનવ જીવન કંઈ પશુઓની જેમ માત્ર ઇન્દ્રિયતૃપ્તિ માટે હોતું નથી, તેથી મનુષ્ય જીવનના ચાર આશ્રમો એવી રીતે ગોઠવવામાં આવ્યા છે કે જેથી મનુષ્ય આધ્યાત્મિક જીવનમાં પૂર્ણતા પ્રાપ્ત કરી શકે. બ્રહ્મચારીઓ અથવા સદ્‌ગુરુની સંભાળ હેઠળ રહેલા શિષ્યો ઇન્દ્રિયતૃપ્તિથી દૂર રહીને

મનને સંયમિત કરે છે. આ શ્લોકમાં એવો ઉલ્લેખ કરવામાં આવ્યો છે કે તેઓ શ્રવણ ક્રિયાને તથા ઇન્દ્રિયોને સંયમિત મનરૂપી અગ્નિમાં હોમે છે. બ્રહ્મચારી માત્ર કૃષ્ણભાવનામૃત વિષયક બોધવચનો જ સાંભળે છે. શ્રવણ એ જ્ઞાનપ્રાપ્તિ માટેનો પાયાનો સિદ્ધાંત છે, તેથી શુદ્ધ બ્રહ્મચારી *હરેર્નામાનુકીર્તનમ્* અર્થાત્ ભગવાનના યશનું કીર્તન તથા શ્રવણ કરવામાં પૂરેપૂરો પરોવાઈ જાય છે. તે દુન્યવી શબ્દધ્વનિ સાંભળવાથી અળગો રહે છે અને તેની શ્રવણેન્દ્રિય હરે કૃષ્ણ, હરે કૃષ્ણના આધ્યાત્મિક ધ્વનિને સાંભળવામાં જ પરોવાયેલી રહે છે. તેવી જ રીતે, જેમને ઇન્દ્રિયતૃપ્તિની અમુક અંશે અનુમતિ આપવામાં આવી છે, તેવા વ્રતધારી ગૃહસ્થો ઘણા સંયમપૂર્વક આવાં કાર્યો કરે છે. જાતીય જીવન, નશો તથા માંસાહાર એ માનવ સમાજનાં સામાન્ય વલણો છે, પરંતુ સંયમવ્રતધારી ગૃહસ્થ અનિયંત્રિત જાતીય જીવનમાં તથા ઇન્દ્રિયતૃપ્તિનાં અન્ય કાર્યોમાં કદાપિ પ્રવૃત્ત થતો નથી. તેથી ધર્મ-વિવાહ દરેક સભ્ય માનવ સમાજમાં પ્રચલિત થયેલ છે, કારણ કે નિયંત્રિત જાતીય જીવનનો આ જ માર્ગ છે. આવું નિયંત્રિત અનાસક્ત જાતીય જીવન પણ એક પ્રકારનો યજ્ઞ જ છે, કારણ કે સંયમી ગૃહસ્થ ઉચ્ચતર દિવ્ય જીવન માટે ઇન્દ્રિયતૃપ્તિની સામાન્ય પ્રવૃત્તિની આહુતિ આપે છે.

શ્લોક ૨૭

सर्वाणीन्द्रियकर्माणि प्राणकर्माणि चापरे।
आत्मसंयमयोगाग्नौ जुह्वति ज्ञानदीपिते॥ २७॥

સર્વાણિ—સર્વ; **ઇન્દ્રિય**—ઇન્દ્રિયોનાં; **કર્માણિ**—કાર્યો; **પ્રાણ કર્માણિ**—પ્રાણવાયુનાં કાર્યો; **ચ**—પણ; **અપરે**—બીજા; **આત્મ સંયમ**—મનોનિગ્રહરૂપી; **યોગ**—યોગ પ્રક્રિયા; **અગ્નૌ**—અગ્નિમાં; **જુહ્વતિ**—અર્પિત કરે છે; **જ્ઞાનદીપિતે**—આત્મ-સાક્ષાત્કારની ઉત્કટ ઇચ્છાને કારણે.

અનુવાદ

મન તથા ઇન્દ્રિયોના નિગ્રહ દ્વારા આત્મ-સાક્ષાત્કાર પ્રાપ્ત કરવામાં રુચિ ધરાવતા બીજા લોકો બધી ઇન્દ્રિયો તથા પ્રાણવાયુનાં કાર્યોને સંયમિત એવા મનરૂપી અગ્નિમાં આહુતિ તરીકે અર્પણ કરે છે.

ભાવાર્થ

આ શ્લોકમાં પતંજલિ દ્વારા પ્રતિપાદિત યોગ પદ્ધતિનો નિર્દેશ થયો છે. પતંજલિના યોગસૂત્રમાં આત્માને *પ્રત્યગ્-આત્મા* અથવા *પરાગ્-આત્મા*

કહેવામાં આવ્યો છે. જ્યાં સુધી જીવાત્મા વિષયભોગમાં આસક્ત રહે છે, ત્યાં સુધી તે *પરાગ્-આત્મા* કહેવાય છે અને જેવો તે ઈન્દ્રિયભોગમાંથી વિરક્ત થઈ જાય છે, ત્યારથી તેને *પ્રત્યગ્-આત્મા* કહેવામાં આવે છે. જીવાત્માના શરીરમાં દશ પ્રકારના વાયુ કાર્યરત હોય છે અને આની અનુભૂતિ શ્વસનતંત્ર દ્વારા થાય છે. પાતંજલ યોગ પદ્ધતિ મનુષ્યને શરીરમાંના વાયુનાં કાર્યોને નિયંત્રિત કરવાની વિશિષ્ટ શાસ્ત્રીય રીત શીખવે છે કે જેથી અંતે વાયુનાં સર્વ આંતરિક કાર્ય આત્માને ભૌતિક આસક્તિમાંથી શુદ્ધ કરવામાં અનુકૂળ થાય. આ યોગ પદ્ધતિ પ્રમાણે પ્રત્યગ્-આત્મા એ જ અંતિમ ઉદ્દેશ છે. પ્રત્યગ્-આત્માને ભૌતિક કાર્યોમાંથી પાછો વાળી લેવાય છે. ઈન્દ્રિયો ઈન્દ્રિયવિષયો સાથે આંતરક્રિયા કરે છે, એટલે કે કાન સાંભળવા માટે, આંખો જોવા માટે, નાક સૂંઘવા માટે, જીભ સ્વાદ લેવા માટે, હાથ સ્પર્શ કરવા માટે કાર્ય કરે છે અને આ સર્વ ઈન્દ્રિયો એ રીતે આત્માથી બાહ્ય એવાં કાર્યોમાં પરોવાયેલી રહે છે. એ જ પ્રાણવાયુનાં કાર્ય કહેવાય છે. *અપાનવાયુ* નીચે તરફ જાય છે, *વ્યાનવાયુ* આકુંચન તથા પ્રસરણ કરે છે, *સમાનવાયુ* સંતુલન જાળવે છે, *ઉદાનવાયુ* ઉપરની બાજુએ જાય છે અને મનુષ્ય જ્યારે પ્રબુદ્ધ થઈ જાય છે, ત્યારે તે સર્વ વાયુઓને આત્મ-સાક્ષાત્કારની શોધમાં પરોવી દે છે.

શ્લોક ૨૮

द्रव्ययज्ञास्तपोयज्ञा योगयज्ञास्तथापरे।
स्वाध्यायज्ञानयज्ञाश्च यतयः संशितव्रताः॥ २८॥

દ્રવ્ય યજ્ઞાઃ—પોતાની સંપત્તિની આહુતિ; **તપઃયજ્ઞાઃ**—તપરૂપી યજ્ઞ; **યોગયજ્ઞાઃ**—અષ્ટાંગ યોગમય યજ્ઞ; **તથા**—એવી રીતે; **અપરે**—બીજા; **સ્વાધ્યાય**—વેદાધ્યયનરૂપી યજ્ઞ; **જ્ઞાનયજ્ઞાઃ**—અધ્યાત્મ જ્ઞાનની પ્રગતિ માટે યજ્ઞ; **ચ**—પણ; **યતયઃ**—પ્રબુદ્ધ મનુષ્યો; **સંશિતવ્રતાઃ**—કઠોર વ્રત ધારણ કરનારા.

અનુવાદ

કેટલાક કઠોર વ્રતો ધારણ કરીને, કેટલાક પોતાની સંપત્તિનો ત્યાગ કરીને, કેટલાક કઠોર તપ દ્વારા, કેટલાક અષ્ટાંગ યોગની સાધના દ્વારા અથવા અધ્યાત્મ જ્ઞાનમાં પ્રગતિ કરવા વેદાધ્યયન દ્વારા પ્રબુદ્ધ થાય છે.

ભાવાર્થ

આ યજ્ઞોના વિવિધ વિભાગો કરી શકાય છે. ઘણા મનુષ્યો વિવિધ પ્રકારનાં દાન કરીને પોતાની સંપત્તિ સમર્પિત કરે છે. ભારતમાં ધનવાન

વેપારી વર્ગ અથવા રાજવંશી લોકો ધર્મશાળા, અન્નક્ષેત્ર, અતિથિશાળા, અનાથાશ્રમ તથા વિદ્યાપીઠ જેવી ધર્માદા સંસ્થાઓ સ્થાપે છે. બીજા દેશોમાં પણ ગરીબ લોકોને મફત અન્ન, શિક્ષણ તથા વૈદકીય ઉપચાર મળે એટલા માટે અનેક દવાખાનાં, વૃદ્ધાશ્રમો તથા એવી જ ધર્માદા સંસ્થાઓ હોય છે. આવી તમામ દાનધર્મની પ્રવૃત્તિઓને *દ્રવ્યમય* યજ્ઞ કહેવાય છે. બીજા કેટલાક લોકો જીવનમાં ઉન્નતિ સાધવા અથવા ઉચ્ચતર લોકમાં જવા માટે *ચાન્દ્રાયણ* તથા *ચાતુર્માસ્ય* જેવાં વિવિધ તપ કરે છે. આ પ્રક્રિયાઓમાં કેટલાક કઠોર નિયમોને અધીન રહીને કઠોર વ્રતાચરણ કરવાનું હોય છે. ઉદાહરણાર્થ, *ચાતુર્માસ્ય* વ્રતમાં વ્રત કરનારા વર્ષના ચાર માસ (જુલાઈથી ઓક્ટોબર) વાળ કપાવતા નથી, કેટલાક ખાદ્યપદાર્થ ખાતા નથી, દિવસમાં બે વાર ભોજન કરતા નથી અથવા ઘર છોડીને કશે જતા નથી. આ પ્રમાણે જીવનની સુખ-સગવડોનો ત્યાગ *તપોમયયજ્ઞ* કહેવાય છે. કેટલાક લોકો એવા પણ છે કે જેઓ પતંજલિની યોગ પદ્ધતિ (બ્રહ્મમાં વિલીન થવા માટે) અથવા *હઠયોગ* કે *અષ્ટાંગયોગ* (વિશિષ્ટ સિદ્ધિ પામવા માટે) જેવી અનેકવિધ યોગ પદ્ધતિઓનું અનુસરણ કરે છે. કેટલાક લોકો બધાં તીર્થસ્થાનોની યાત્રા કરે છે. આ બધી જ સાધના *યોગયજ્ઞ* કહેવાય છે, જે ભૌતિક જગતમાં અમુક પ્રકારની સિદ્ધિ માટે યજ્ઞરૂપ હોય છે. કેટલાક લોકો એવા છે કે જેઓ વિભિન્ન વૈદિક શાસ્ત્રો, ખાસ કરીને ઉપનિષદો તથા વેદાંતસૂત્રનાં અથવા સાંખ્યદર્શનના અધ્યયનમાં લાગી જાય છે. આને *સ્વાધ્યાય યજ્ઞ* કહેવામાં આવે છે, જેમાં અભ્યાસરૂપી આહુતિ અપાય છે. આ બધા યોગીજનો વિભિન્ન પ્રકારના યજ્ઞોમાં શ્રદ્ધાપૂર્વક પરોવાયેલા રહે છે અને ઉચ્ચતર જીવન પ્રાપ્ત કરવા પ્રયત્નશીલ હોય છે. પરંતુ કૃષ્ણભક્તિ આનાથી ભિન્ન છે, કારણ કે આ તો પરમેશ્વરની પ્રત્યક્ષ સેવા છે. ઉપરોક્ત કોઈ પણ પ્રકારના યજ્ઞ દ્વારા કૃષ્ણભાવના પામી શકાય નહીં, પરંતુ તે ફક્ત ભગવાન તથા ભગવદ્ભક્તોની કૃપાથી જ પ્રાપ્ત થાય છે. તેથી કૃષ્ણભક્તિ દિવ્ય છે.

શ્લોક ૨૯

अपाने जुह्वति प्राणं प्राणेऽपानं तथापरे।
प्राणापानगती रुद्ध्वा प्राणायामपरायणाः।
अपरे नियताहाराः प्राणान्प्राणेषु जुह्वति॥ २९॥

અપાને—નિમ્નગામી વાયુમાં; **જુહ્વતિ**—અર્પિત કરે છે; **પ્રાણમ્**—બાહ્યવર્તી વાયુને; **પ્રાણે**—બાહ્યવર્તી વાયુમાં; **અપાનમ્**—નિમ્નગામી વાયુને; **તથા**—તેમ જ; **અપરે**—બીજા; **પ્રાણ**—બાહ્યવર્તી વાયુની; **અપાન**—નિમ્નગામી વાયુની; **ગતી**—ગતિને; **રુદ્ધ્વા**—રોકીને; **પ્રાણ આયામ**—શ્વસન અટકાવીને કરાતી સમાધિ; **પરાયણાઃ**—એ રીતે પ્રવૃત્ત; **અપરે**—બીજા; **નિયત**—સંયમિત કરેલા; **આહારાઃ**—આહારવાળા; **પ્રાણાન્**—બાહ્યવર્તી વાયુને; **પ્રાણેષુ**—બાહ્યવર્તી વાયુમાં; **જુહ્વતિ**—આહુતિ આપે છે, અર્પણ કરે છે.

અનુવાદ

વળી બીજાઓ, જેઓ સમાધિમાં રહેવા માટે શ્વસનક્રિયાના નિયમનની પદ્ધતિ અપનાવે છે, તેઓ ઉચ્છ્વાસની આહુતિ શ્વાસમાં અને શ્વાસની આહુતિ ઉચ્છ્વાસમાં આપે છે અને છેવટે સર્વ શ્વસનક્રિયા અટકાવીને સમાધિમાં રહે છે. તો વળી કેટલાક આહારને અંકુશમાં રાખીને પ્રાણોને પ્રાણમાં હોમે છે.

ભાવાર્થ

શ્વસન પ્રક્રિયાને નિયંત્રિત કરવા માટેની આ યોગ પદ્ધતિ *પ્રાણાયામ* કહેવાય છે અને શરૂઆતમાં આની સાધના *હઠયોગ* પદ્ધતિમાં વિભિન્ન આસનો દ્વારા કરવામાં આવે છે. આ બધી જ પ્રક્રિયાઓની ભલામણ ઈન્દ્રિયોને નિયંત્રિત કરવા તથા આધ્યાત્મિક સાક્ષાત્કારમાં પ્રગતિ કરવા માટે કરવામાં આવી છે. આ પ્રક્રિયામાં દેહમાંના વાયુઓનું નિયંત્રણ કરવાની એવી પ્રક્રિયાઓનો સમાવેશ થાય છે કે જેથી તેનું આવાગમન વિરુદ્ધ દિશામાં એકસાથે થઈ શકે. અપાન વાયુ નિમ્નગામી (અધોમુખી) છે અને પ્રાણવાયુ ઊર્ધ્વગામી છે. પ્રાણાયામમાં યોગી વિપરીત દિશામાં શ્વાસ લેવાનો અભ્યાસ ત્યાં સુધી કરતો રહે છે, જ્યાં સુધી બંને વાયુ નિષ્ક્રિય થઈને પૂરક અર્થાત્ સમ થઈ ન જાય. ઉચ્છ્વાસને શ્વાસમાં હોમવાની ક્રિયાને રેચક કહેવામાં આવે છે. જ્યારે બંને વાયુપ્રવાહો સંપૂર્ણ રીતે રોકાઈ જાય છે, ત્યારે મનુષ્ય *કુમ્ભક-યોગ*માં રહેલો કહેવાય છે. કુમ્ભક યોગના અભ્યાસ દ્વારા મનુષ્ય આત્મ-સાક્ષાત્કાર કરવા માટે જીવનની અવધિ વધારી શકે છે. બુદ્ધિશાળી યોગી એક જ જીવનકાળમાં સિદ્ધિ પ્રાપ્ત કરવામાં રસ ધરાવે છે, તે બીજા જીવનની પ્રતીક્ષા કરવા માગતો નથી. કુમ્ભક યોગના અભ્યાસથી યોગી જીવનની અવધિને અનેક વર્ષો સુધી લંબાવી શકે છે. પરંતુ કૃષ્ણભાવનાપરાયણ મનુષ્ય ભગવાનની દિવ્ય પ્રેમમયી ભક્તિમય

સેવામાં સદા અવસ્થિત રહેવાથી આપોઆપ જ ઈન્દ્રિયોનો નિયંતા થાય છે. તેની ઈન્દ્રિયો કૃષ્ણની સેવામાં પરોવાયેલી રહેવાને કારણે અન્ય કાર્યોમાં પ્રવૃત્ત થવાની શક્યતા રહેતી નથી. એટલે જીવનના અંતે તેને ભગવાન કૃષ્ણની દિવ્ય ભૂમિકામાં જવાનો અવસર મળે છે, તેથી તે દીર્ઘાયુષી થવાનો પ્રયાસ કરતો નથી. તે તરત જ મુક્તિપદ પામે છે, જે અંગે ભગવદ્‌ગીતા (૧૪.૨૬)માં કહ્યું છે:

માં ચ યોઽવ્યભિચારેણ ભક્તિયોગેન સેવતે।
સ ગુણાન્ સમતીત્યૈતાન્ બ્રહ્મભૂયાય કલ્પતે॥

“જે મનુષ્ય ભગવાનની અવિચળ ભક્તિમાં પરોવાઈ જાય છે, તે પ્રકૃતિના ગુણોને ઓળંગી જાય છે અને તરત જ આધ્યાત્મિક ભૂમિકામાં ઉન્નત થાય છે.” કૃષ્ણભાવનાપરાયણ મનુષ્ય દિવ્ય અવસ્થાથી પ્રારંભ કરે છે અને નિરંતર એ જ ભાવમાં રહે છે. તેથી તેનું પતન થતું નથી અને અંતે તે તરત જ ભગવદ્ધામમાં જાય છે. કેવળ કૃષ્ણપ્રસાદનું જ ભોજન કરતા રહેવાથી મનુષ્યને આપોઆપ જ ઓછું ખાવાની ટેવ પડે છે. ઈન્દ્રિયનિગ્રહની સાધના માટે ઓછું ખાવું (અલ્પાહાર) અત્યંત મદદરૂપ બને છે અને ઈન્દ્રિયનિગ્રહ વિના ભૌતિક બંધનમાંથી છૂટવું અશક્ય છે.

શ્લોક ૩૦
सर्वेऽप्येते यज्ञविदो यज्ञक्षपितकल्मषाः।
यज्ञशिष्टामृतभुजो यान्ति ब्रह्म सनातनम्॥ ३०॥

સર્વે—બધા; **અપિ**—ઉપરછલ્લી દૃષ્ટિથી વિભિન્ન છતાં; **એતે**—આ; **યજ્ઞવિદઃ**—યજ્ઞ કરવાના હેતુથી પરિચિત; **યજ્ઞક્ષપિત**—આવી ક્રિયાઓના પરિણામે શુદ્ધ થવાથી; **કલ્મષાઃ**—પાપકર્મોમાંથી; **યજ્ઞશિષ્ટ**—આવા યજ્ઞકાર્યના ફળનું; **અમૃતભુજઃ**—આવા અમૃતનું આસ્વાદન કરનારા; **યાન્તિ**—જાય છે; **બ્રહ્મ**—પરમ; **સનાતનમ્**—નિત્ય આકાશ.

અનુવાદ

યજ્ઞના અર્થને જાણનારા આ સર્વ યજ્ઞકર્તાઓ પાપકર્મોમાંથી મુક્ત થઈ જાય છે અને યજ્ઞોના ફળરૂપી અમૃતનું આસ્વાદન કરીને પરમ દિવ્ય આકાશ તરફ આગળ વધે છે.

ભાવાર્થ

દ્રવ્યયજ્ઞ, સ્વાધ્યાયયજ્ઞ તથા યોગયજ્ઞ જેવા વિભિન્ન પ્રકારના યજ્ઞોની ઉપરોક્ત સમજૂતીમાંથી જોવા મળે છે કે તે સર્વનો એકસમાન ઉદ્દેશ

ઈન્દ્રિયનિગ્રહ કરવાનો છે. ઈન્દ્રિયતૃપ્તિ એ જ ભૌતિક અસ્તિત્વનું મૂળ કારણ છે. તેથી જ્યાં સુધી મનુષ્ય ઈન્દ્રિયતૃપ્તિથી ભિન્ન ભૂમિકામાં સ્થિત ન થાય, ત્યાં સુધી તેના માટે પૂર્ણ જ્ઞાન, પૂર્ણ આનંદ તથા પૂર્ણ જીવનની સનાતન ભૂમિકામાં ઉન્નત થવાની શક્યતા રહેતી નથી. આ ભૂમિકા નિત્ય આકાશ અથવા બ્રહ્મ આકાશમાં હોય છે. ઉપરોક્ત સર્વ યજ્ઞો દ્વારા સંસારના પાપકર્મોમાંથી વિશુદ્ધ થઈ શકાય છે. જીવનમાં આ પ્રગતિ દ્વારા મનુષ્ય આ જીવનમાં સુખી તથા સમૃદ્ધ થાય છે, એટલું જ નહીં પરંતુ અંતે તે નિર્વિશેષ બ્રહ્મમાં વિલીન થઈને અથવા પૂર્ણ પુરુષોત્તમ પરમેશ્વર કૃષ્ણનો સંગ પામીને ભગવાનના સનાતન ધામમાં જાય છે.

શ્લોક ૩૧ **नायं लोकोऽस्त्ययज्ञस्य कुतोऽन्यः कुरुसत्तम ॥ ३१ ॥**

ન—કદી નહીં; **અયમ્**—આ; **લોકઃ**—લોક; **અસ્તિ**—છે; **અયજ્ઞસ્ય**—યજ્ઞ નહીં કરનારનો; **કુતઃ**—ક્યાં છે; **અન્યઃ**—અન્ય; **કુરુસત્તમ**—હે કુરુશ્રેષ્ઠ.

અનુવાદ

હે કુરુશ્રેષ્ઠ, યજ્ઞ વિના મનુષ્ય આ લોકમાં કે આ જીવનમાં કદાપિ સુખપૂર્વક રહી શકતો નથી, તો પછી બીજા જન્મમાં કેવી રીતે રહી શકે?

ભાવાર્થ

મનુષ્ય ભૌતિક અસ્તિત્વના ગમે તે રૂપમાં હોય, તોયે પોતાની સ્વરૂપાવસ્થાથી સર્વથા અજાણ હોય છે. બીજા શબ્દોમાં કહી શકાય કે ભૌતિક જગતમાં આપણું અસ્તિત્વ આપણાં અનેક પાપી જન્મોનાં એકઠાં થયેલાં ફળોને કારણે હોય છે. અજ્ઞાન એ પાપી જીવનનું કારણ છે અને પાપમય જીવન આ ભૌતિક જગતમાંના અસ્તિત્વનું કારણ છે. મનુષ્ય જીવન એ જ એક એવી છટકબારી છે કે જેનાથી મનુષ્ય આ બંધનમાંથી બહાર નીકળી શકે છે. તેથી વેદો આપણને ધર્મ, અર્થ, કામ તથા મોક્ષનો માર્ગ દર્શાવી બહાર નીકળી જવાની તક આપે છે અને આખરે આ દુઃખદ પરિસ્થિતિમાંથી સર્વથા બહાર નીકળવાનો ઉપાય દર્શાવે છે. ધર્મનો માર્ગ અથવા ઉપરોક્ત વિવિધ પ્રકારના યજ્ઞો આપણી આર્થિક સમસ્યાનો આપોઆપ ઉકેલ આણે છે. યજ્ઞ કરવાથી અન્ન, દૂધ વગેરે ખોરાક આપણે પૂરતા પ્રમાણમાં પ્રાપ્ત કરી શકીએ છીએ, પછી ભલેને કહેવાતો વસ્તી-વધારો થયો હોય. જ્યારે શરીરની જરૂરિયાતો પરિપૂર્ણ થાય છે, ત્યારે

ઇન્દ્રિયોને સંતુષ્ટ કરવાનો વારો આવે છે. તેથી સંયમિત ઇન્દ્રિયતૃપ્તિ માટે વેદોએ પવિત્ર વિવાહ પદ્ધતિની ભલામણ કરી છે. તે પ્રમાણે મનુષ્ય ભૌતિક બંધનમાંથી ક્રમે ક્રમે છૂટીને ઉચ્ચ ભૂમિકા તરફ પ્રગતિ કરે છે અને જીવનની પરિપૂર્ણતા પરમેશ્વરનું સાન્નિધ્ય પ્રાપ્ત કરવામાં રહેલી છે. ઉપર વર્ણન કરવામાં આવ્યું છે તેમ આ પૂર્ણતા યજ્ઞ કરવાથી પ્રાપ્ત થાય છે. હવે જો મનુષ્ય વેદોક્ત યજ્ઞ કરવા પ્રવૃત્ત ન થાય, તો તે કેવી રીતે આ શરીરમાં પણ સુખી જીવનની આશા રાખી શકે અને તે સંજોગોમાં અન્ય લોકમાં, અન્ય શરીર દ્વારા સુખી થવાની આશાની તો વાત જ ક્યાં રહે? જુદા જુદા સ્વર્ગીય ગ્રહોમાં ભિન્ન ભિન્ન પ્રકારની સુખ-સગવડો મળે છે અને વિવિધ પ્રકારના યજ્ઞો કરનારા મનુષ્યોને સર્વથા પરમ સુખ મળે છે. પરંતુ મનુષ્ય મેળવી શકે તેવું સર્વોત્કૃષ્ટ સુખ તો કૃષ્ણભાવનામૃતની સાધના દ્વારા દિવ્ય લોકમાં ઉન્નત થવામાં છે. માટે કૃષ્ણભાવનાપરાયણ જીવન એ જ આ ભૌતિક જગતની સર્વ સમસ્યાઓનો એકમાત્ર ઉકેલ છે.

શ્લોક ૩૨ **एवं बहुविधा यज्ञा वितता ब्रह्मणो मुखे।**
कर्मजान्विद्धि तान्सर्वानेवं ज्ञात्वा विमोक्ष्यसे॥ ३२॥

એવમ્—એ રીતે; **બહુવિધાઃ**—વિવિધ પ્રકારના; **યજ્ઞાઃ**—યજ્ઞો; **વિતતાઃ**—વિસ્તરેલા છે; **બ્રહ્મણઃ**—વેદોના; **મુખે**—મુખમાં; **કર્મજાન્**—કર્મથી ઉત્પન્ન; **વિદ્ધિ**—જાણ; **તાન્**—તે; **સર્વાન્**—સર્વને; **એવમ્**—એ પ્રમાણે; **જ્ઞાત્વા**—જાણીને; **વિમોક્ષ્યસે**—તું મુક્ત થઈ જઈશ.

અનુવાદ

આ અનેક પ્રકારના યજ્ઞો વેદસંમત છે અને તેઓ સર્વ વિવિધ પ્રકારનાં કર્મોમાંથી ઉદ્‌ભવે છે. તેમને આ પ્રમાણે જાણીને તું મુક્ત થઈ જઈશ.

ભાવાર્થ

ઉપર વર્ણવવામાં આવ્યું છે તેમ વેદોમાં કર્તાના વિભિન્ન પ્રકારોને અનુરૂપ વિવિધ પ્રકારના યજ્ઞો હોય છે. લોકો દેહાત્મભાવમાં અત્યંત આસક્ત હોવાથી આ યજ્ઞોનું આયોજન એ રીતે કરવામાં આવ્યું છે કે મનુષ્ય તેના શરીર, મન કે બુદ્ધિ પ્રમાણે તે કાર્ય કરી શકે. પરંતુ તે સર્વની ભલામણ અંતે તો આ દેહમાંથી મુક્તિ પામવા માટે જ કરવામાં આવી છે. આનું સમર્થન ભગવાને અહીં સ્વમુખે કર્યું છે.

શ્લોક ૩૩
श्रेयान्द्रव्यमयाद्यज्ञाज्ज्ञानयज्ञः परन्तप।
सर्वं कर्माखिलं पार्थ ज्ञाने परिसमाप्यते॥ ३३॥

શ્રેયાન્—શ્રેષ્ઠ; **દ્રવ્ય મયાત્**—ભૌતિક સંપત્તિના; **યજ્ઞાત્**—યજ્ઞથી; **જ્ઞાનયજ્ઞઃ**—જ્ઞાનયજ્ઞ; **પરન્તપ**—હે શત્રુઓનું દમન કરનાર; **સર્વમ્**—સર્વ; **કર્મ**—કર્મ; **અખિલમ્**—પૂર્ણપણે; **પાર્થ**—હે પૃથાપુત્ર; **જ્ઞાને**—જ્ઞાનમાં; **પરિસમાપ્યતે**—સમાપ્ત થાય છે.

અનુવાદ

હે શત્રુઓનું દમન કરનારા (અર્જુન), દ્રવ્યમય યજ્ઞથી જ્ઞાનયજ્ઞ ચડિયાતો છે. હે પાર્થ, અંતે તો યજ્ઞરૂપે કરેલાં સર્વ કર્મો દિવ્ય જ્ઞાનમાં જ પરિણમે છે.

ભાવાર્થ

સમસ્ત યજ્ઞોનું પ્રયોજન એ જ છે કે જીવ પૂર્ણ જ્ઞાન પ્રાપ્ત કરે કે જેનાથી તે ભૌતિક દુઃખોમાંથી છૂટી જઈને અંતે પરમેશ્વરની દિવ્ય પ્રેમમયી સેવા (કૃષ્ણભક્તિ) કરી શકે. તેમ છતાં, આ સર્વ યજ્ઞોની વિભિન્ન ક્રિયાઓમાં રહસ્ય રહેલું છે અને મનુષ્યે આ રહસ્ય જાણી લેવું જોઈએ. યજ્ઞ કરનારાની વિશિષ્ટ શ્રદ્ધાનુસાર યજ્ઞો કેટલીક વખત વિવિધ રૂપો ધારણ કરે છે. જ્યારે યજ્ઞકર્તાની શ્રદ્ધા દિવ્ય જ્ઞાનની કક્ષા સુધી પહોંચી જાય છે, ત્યારે તેને જ્ઞાનરહિત દ્રવ્યયજ્ઞ કરનારા કરતાં વધારે ઉન્નત ગણવામાં આવે છે, કારણ કે જ્ઞાન વિના કરેલા યજ્ઞ માત્ર ભૌતિક સ્તર પર રહી જાય છે અને આધ્યાત્મિક શ્રેય આપતા નથી. વાસ્તવિક જ્ઞાનની પરિસીમા કૃષ્ણભાવનામૃત છે, જે દિવ્ય જ્ઞાનની સર્વોચ્ચ અવસ્થા છે. જ્ઞાનની ઉન્નતિ વિના યજ્ઞો કેવળ ભૌતિક કાર્ય બની રહે છે. પરંતુ જ્યારે તેમને દિવ્ય જ્ઞાનની કક્ષા સુધી ઉન્નત કરવામાં આવે છે, ત્યારે આવાં સર્વ કર્મ આધ્યાત્મિક ભૂમિકા પર આવી જાય છે. ચેતનામાં રહેલા તફાવત પ્રમાણે આવાં યજ્ઞકર્મ કેટલીક વખતે *કર્મકાંડ*, કોઈવાર *જ્ઞાનકાંડ* કહેવાય છે. જેનો અંત જ્ઞાનમાં આવે તે જ યજ્ઞ શ્રેષ્ઠ છે.

શ્લોક ૩૪
तद्विद्धि प्रणिपातेन परिप्रश्नेन सेवया।
उपदेक्ष्यन्ति ते ज्ञानं ज्ञानिनस्तत्त्वदर्शिनः॥ ३४॥

તદ્—વિભિન્ન યજ્ઞોનું તે જ્ઞાન; **વિદ્ધિ**—જાણવાનો પ્રયત્ન કર; **પ્રણિપાતેન**—સદ્‌ગુરુને ચરણે જઈને; **પરિપ્રશ્નેન**—વિનયપૂર્વક પ્રશ્નો પૂછીને;

સેવયા—સેવા કરીને; **ઉપદેક્ષ્યન્તિ**—દીક્ષા આપશે; **તે**—તને; **જ્ઞાનમ્**—જ્ઞાનમાં; **જ્ઞાનિનઃ**—આત્મ-સાક્ષાત્કાર પામેલા; **તત્ત્વ**—સત્યના; **દર્શિનઃ**—દ્રષ્ટા.

અનુવાદ

સદ્‌ગુરુને શરણે જઈને સત્યને જાણવાનો પ્રયાસ કર. તેમને વિનમ્ર થઈને પ્રશ્ન પૂછ અને તેમની સેવા કર. તે પ્રબુદ્ધ મહાત્માઓ તને જ્ઞાનોપદેશ કરી શકશે, કારણ કે તેમણે સત્યનું દર્શન કર્યું છે.

ભાવાર્થ

આત્મ-સાક્ષાત્કારનો માર્ગ નિઃસંદેહ અઘરો છે. તેથી ભગવાન આપણને ઉપદેશ આપે છે કે સ્વયં તેમનાથી જ શરૂ થયેલી ગુરુ-શિષ્ય પરંપરામાં રહેલા અધિકૃત આધ્યાત્મિક ગુરુના શરણે જવું. આ ગુરુ-શિષ્ય પરંપરાના સિદ્ધાંતનું પાલન કર્યા વિના કોઈ સાચા અર્થમાં સદ્‌ગુરુ થઈ ન શકે. ભગવાન જ આદિ સદ્‌ગુરુ છે, તેથી ગુરુ પરંપરામાં રહેલો મનુષ્ય જ પોતાના શિષ્યને ભગવાનનો સંદેશ યથાર્થરૂપે આપી શકે છે. કોઈ માણસ તેની પોતાની પદ્ધતિ ઉપજાવી કાઢીને આત્મ-સાક્ષાત્કાર પામી શકે નહીં, જેવું હાલમાં મૂર્ખ પાખંડી લોકો કરવા લાગ્યા છે. શ્રીમદ્ ભાગવત (૬.૩.૧૯)માં કહે છે, *ધર્મં તું સાક્ષાદ્ ભગવત્ પ્રણીતમ્*—ધર્મનો માર્ગ સ્વયં ભગવાને પ્રતિપાદિત કર્યો છે. તેથી મનના તર્કવિતર્કો તથા શુષ્ક દલીલો મનુષ્યને સાચા માર્ગે દોરી શકતાં નથી અને જ્ઞાનગ્રંથોના સ્વતંત્ર અધ્યયન દ્વારા પણ મનુષ્ય આધ્યાત્મિક જીવનમાં ઉન્નતિ સાધી શકતો નથી. જ્ઞાનપ્રાપ્તિ માટે મનુષ્યે પ્રમાણભૂત સદ્‌ગુરુનું શરણ લેવું પડે છે. મનુષ્યે આવા સદ્‌ગુરુને સંપૂર્ણ શરણાગતિથી સ્વીકારવા જોઈએ અને મિથ્યા અભિમાન રાખ્યા વિના એક દીન સેવક બની તેમની સેવા કરવી જોઈએ. આત્મ-સાક્ષાત્કારી ગુરુની પ્રસન્નતા જ આધ્યાત્મિક જીવનની પ્રગતિનું રહસ્ય છે. જિજ્ઞાસા તથા નમ્રતાના સુમેળ દ્વારા આધ્યાત્મિક જ્ઞાન પ્રાપ્ત થઈ શકે છે. નમ્રતા તથા સેવાભાવ ન હોય, તો વિદ્વાન સદ્‌ગુરુ સમક્ષ વ્યક્ત કરેલી જિજ્ઞાસા અસરકારક થશે નહીં. શિષ્યે ગુરુની કસોટીમાં ઉત્તીર્ણ થવું પડે અને જ્યારે તેઓ શિષ્યની સાચી ઈચ્છા જુએ છે, ત્યારે તેઓ પોતે જ શિષ્યને વાસ્તવિક આધ્યાત્મિક જ્ઞાનનું વરદાન આપે છે. આ શ્લોકમાં અંધ અનુકરણ અને નિરર્થક જિજ્ઞાસા બંનેની નિંદા કરવામાં આવી છે. શિષ્યે ગુરુ પાસેથી વિનમ્રપણે જ્ઞાનોપદેશનું શ્રવણ કરવું જોઈએ.

એટલું જ નહીં પરંતુ વિનમ્રભાવ તથા સેવા અને જિજ્ઞાસા દ્વારા સદ્‌ગુરુ પાસેથી વિશુદ્ધ જ્ઞાન પ્રાપ્ત કરવું જોઈએ. સદ્‌ગુરુ સ્વભાવે કરીને જ શિષ્ય પ્રત્યે દયાળુ હોય છે, તેથી જો શિષ્ય વિનમ્ર હોય અને સેવાપરાયણ રહે, તો જ્ઞાન તથા જિજ્ઞાસાના અરસપરસના આદાનપ્રદાનમાં પૂર્ણતા સિદ્ધ થાય.

શ્લોક ૩૫ **यज्ज्ञात्वा न पुनर्मोहमेवं यास्यसि पाण्डव।**
येन भूतान्यशेषाणि द्रक्ष्यस्यात्मन्यथो मयि॥ ३५॥

યત્—જે; **જ્ઞાત્વા**—જાણીને; **ન**—કદી નહીં; **પુનઃ**—ફરીથી; **મોહમ્**—મોહને; **એવમ્**—એ રીતે; **યાસ્યસિ**—તું જઈશ; **પાણ્ડવ**—હે પાંડુપુત્ર; **યેન**—જેનાથી; **ભૂતાનિ**—જીવો; **અશેષાણિ**—સમગ્ર; **દ્રક્ષ્યસિ**—તું જોઈશ; **આત્મનિ**—પરમાત્મામાં; **અથ ઉ**—અથવા બીજા શબ્દોમાં; **મયિ**—મારામાં.

અનુવાદ

અને જ્યારે તેં આ રીતે સત્યને જાણી લીધું હશે, ત્યારે તું આવા મોહમાં ફરી કદી પડીશ નહીં, કારણ કે તું જાણીશ કે બધા જીવો મારા જ અંશો છે અને તેઓ મારા જ છે.

ભાવાર્થ

આત્મ-સાક્ષાત્કારી વ્યક્તિ અથવા વસ્તુઓને યથાર્થરૂપે જાણનાર વ્યક્તિ પાસેથી જ્ઞાન પ્રાપ્ત કરવાનું પરિણામ એ આવે છે કે બધા જીવો પૂર્ણ પુરુષોત્તમ પરમેશ્વર, શ્રીકૃષ્ણના જ અંશો છે એવું જ્ઞાન થાય છે. કૃષ્ણથી અલગ વ્યક્તિત્વ હોવાની બુદ્ધિ *માયા* (*મા*-નહીં, *યા*-આ) કહેવાય છે. કેટલાક લોકો માને છે કે આપણને કૃષ્ણ સાથે કશી લેવાદેવા નથી, તેઓ તો માત્ર એક મહાન ઐતિહાસિક પુરુષ છે અને પરબ્રહ્મ તો નિરાકાર છે. વાસ્તવમાં ભગવદ્‌ગીતામાં જણાવ્યા પ્રમાણે આ નિરાકાર બ્રહ્મ એ કૃષ્ણનું જ વ્યક્તિગત તેજ છે. પૂર્ણ પુરુષોત્તમ પરમેશ્વર તરીકે કૃષ્ણ સર્વ કારણોના આદ્ય કારણરૂપ છે. બ્રહ્મસંહિતામાં એમ સ્પષ્ટપણે જણાવ્યું છે કે કૃષ્ણ પૂર્ણ પુરુષોત્તમ પરમેશ્વર છે અને સર્વ કારણોના આદિ કારણ છે. કરોડો અવતારો પણ કૃષ્ણના વિભિન્ન વિસ્તારમાત્ર છે. તે જ પ્રમાણે, જીવો પણ કૃષ્ણના વિસ્તારો છે. માયાવાદીઓની એ ખોટી માન્યતા છે કે કૃષ્ણ તેમના અનેક વિસ્તારોમાં પોતાનું અલગ અસ્તિત્વ ગુમાવી દે છે. આ

વિચાર સર્વથા ભૌતિક છે. ભૌતિક જગતમાં આપણો અનુભવ છે કે જો કોઈ વસ્તુનું વિખંડન થાય, તો તે પોતાનું મૂળ સ્વરૂપ ગુમાવી દે છે. પરંતુ માયાવાદી તત્ત્વચિંતકો એ સમજતા નથી કે *પરમ* (બ્રહ્મ)નો અર્થ એક વત્તા એક બરાબર એક થાય અને એકમાંથી એક બાદ થતાં પણ એક જ થાય. દિવ્ય જગતમાં આ પ્રમાણે હોય છે.

બ્રહ્મવિદ્યાનું પૂરતું જ્ઞાન ન હોવાને કારણે આપણે હમણાં માયાથી આવૃત થયેલા છીએ. તેથી આપણે વિચારીએ છીએ કે આપણે કૃષ્ણથી જુદા છીએ. જોકે આપણે કૃષ્ણથી ભિન્ન થયેલા અંશો છીએ, તેમ છતાં આપણે કૃષ્ણથી જુદા નથી. જીવોનું શારીરિક જુદાપણું એ જ માયા છે અથવા તે વાસ્તવિકતા નથી. આપણે સર્વે કૃષ્ણને સંતુષ્ટ કરવા માટે નિર્માયેલા છીએ. કેવળ માયાને લીધે જ અર્જુને વિચાર્યું કે કૃષ્ણ સાથેના પોતાના સનાતન આધ્યાત્મિક સંબંધ કરતાં પોતાનાં સ્વજનો સાથેનો ક્ષણિક શારીરિક સંબંધ વધારે મહત્ત્વપૂર્ણ હતો. ગીતાનો સંપૂર્ણ ઉપદેશ આ જ મુદ્દાને અનુલક્ષીને છે કે કૃષ્ણનો નિત્ય દાસ હોવાને કારણે જીવ તેમનાથી અલગ હોઈ ન શકે, કૃષ્ણથી પોતાને અલગ માનવું *માયા* કહેવાય છે. પરબ્રહ્મના ભિન્ન અંશો તરીકે જીવોને એક ઉદ્દેશ પરિપૂર્ણ કરવાનો હોય છે. આ ઉદ્દેશનું વિસ્મરણ થવાને કારણે જ જીવો અનાદિકાળથી માનવ, પશુ, દેવો વગેરે શરીરોમાં અવસ્થિત છે. ભગવાનની દિવ્ય સેવાનું વિસ્મરણ થવાથી જ આવા શારીરિક ભેદ ઉત્પન્ન થાય છે. પરંતુ મનુષ્ય જ્યારે કૃષ્ણભાવના દ્વારા દિવ્ય સેવામાં પરોવાઈ જાય છે, ત્યારે તરત જ તે આ માયામાંથી મુક્ત થઈ જાય છે. માત્ર સદ્‌ગુરુ પાસેથી જ આવું શુદ્ધ જ્ઞાન મેળવી શકાય છે અને એ રીતે મનુષ્ય એવા ભ્રમને દૂર કરી શકે છે કે જીવ કૃષ્ણનો સમકક્ષ છે. પૂર્ણ જ્ઞાન તો એ જ છે કે પરમાત્મા, કૃષ્ણ જીવમાત્રના પરમ આશ્રયદાતા છે અને આવા આશ્રયનો ત્યાગ કરવાથી જીવ માયા દ્વારા મોહિત થાય છે, કારણ કે તેઓ પોતાનાં અસ્તિત્વને અલગ સમજે છે. એ રીતે વિભિન્ન ભૌતિક રૂપોનાં ધોરણો હેઠળ તેઓ કૃષ્ણને ભૂલી જાય છે. પરંતુ જ્યારે આવા મોહગ્રસ્ત જીવ કૃષ્ણભાવનામૃતમાં સ્થિત થાય છે, ત્યારે એમ સમજવામાં આવે છે કે તેઓ મુક્તિના પંથે છે, જે અંગે શ્રીમદ્ ભાગવત (૨.૧૦.૬)માં સમર્થન કરવામાં આવ્યું છે—*મુક્તિર્હિત્વાન્યથારૂપં સ્વરૂપેણ વ્યવસ્થિતિઃ*—મુક્તિ એટલે જીવાત્માએ પોતાની સ્વરૂપાવસ્થામાં કૃષ્ણના સનાતન દાસ તરીકે (કૃષ્ણભાવનામૃતમાં) સ્થિત રહેવું.

શ્લોક ૩૬
अपि चेदसि पापेभ्यः सर्वेभ्यः पापकृत्तमः ।
सर्वं ज्ञानप्लवेनैव वृजिनं सन्तरिष्यसि ॥ ३६ ॥

આપિ—પણ; **ચેત્**—જો; **અસિ**—તું છે; **પાપેભ્યઃ**—પાપીઓમાં; **સર્વેભ્યઃ**—સર્વમાં; **પાપ કૃત્ તમઃ**—સર્વાધિક પાપી; **સર્વમ્**—એવા સર્વ પાપનાં ફળ; **જ્ઞાનપ્લવેન**—દિવ્ય જ્ઞાનરૂપી નૌકા દ્વારા; **એવ**—જ; **વૃજિનમ્**—દુઃખોના સાગરને; **સન્તરિષ્યસિ**—તું પૂર્ણપણે પાર કરી જઈશ.

અનુવાદ

જો તને બધા પાપીઓમાં પણ સૌથી મોટો પાપી ગણવામાં આવે, તોયે તું જ્યારે દિવ્ય જ્ઞાનરૂપી નૌકામાં સ્થિત થઈશ, ત્યારે દુઃખોના સાગરને પાર કરી શકીશ.

ભાવાર્થ

કૃષ્ણના સંબંધે પોતાની સ્વરૂપસ્થિતિનું જ્ઞાન એવું તો ઉત્તમ હોય છે કે અજ્ઞાનરૂપી સાગરમાં ચાલી રહેલા જીવનસંઘર્ષમાંથી મનુષ્યને તે તરત જ બચાવી શકે છે. આ ભૌતિક જગતને કેટલીક વખત અજ્ઞાનનો સાગર અને કેટલીકવાર ભડકે બળતું જંગલ માનવામાં આવે છે. સાગરમાં કોઈ મનુષ્ય ગમે તેવો કુશળ તરવૈયો હોય, છતાં તેને માટે પણ જીવનસંઘર્ષ અત્યંત તીવ્ર હોય છે. જો કોઈ આગળ આવીને સંઘર્ષ કરતા તરવૈયાને સમુદ્રમાંથી બહાર લાવે છે, તો તે સૌથી મોટો રક્ષક છે. પૂર્ણ પુરુષોત્તમ પરમેશ્વર પાસેથી પ્રાપ્ત કરેલું પૂર્ણ જ્ઞાન મુક્તિનો માર્ગ છે. કૃષ્ણભાવનામૃતરૂપી નૌકા અત્યંત સરળ છે પણ સાથે સાથે તે અત્યંત ઉત્કૃષ્ટ પણ છે.

શ્લોક ૩૭
यथैधांसि समिद्धोऽग्निर्भस्मसात्कुरुतेऽर्जुन ।
ज्ञानाग्निः सर्वकर्माणि भस्मसात्कुरुते तथा ॥ ३७ ॥

યથા—જેવી રીતે; **એધાંસિ**—ઇંધણને; **સમિદ્ધઃ**—પ્રજ્વલિત; **અગ્નિઃ**—અગ્નિ; **ભસ્મસાત્**—ભસ્મ; **કુરુતે**—કરી દે છે; **અર્જુન**—હે અર્જુન; **જ્ઞાન અગ્નિઃ**—જ્ઞાનરૂપી અગ્નિ; **સર્વ કર્માણિ**—ભૌતિક કર્મનાં સર્વ ફળોને; **ભસ્મસાત્**—ભસ્મ; **કુરુતે**—કરે છે; **તથા**—તેવી રીતે.

અનુવાદ

જેવી રીતે ભડકે બળતો અગ્નિ લાકડાને બાળીને ભસ્મ કરી દે છે, તેવી રીતે હે અર્જુન, જ્ઞાનરૂપી અગ્નિ પણ ભૌતિક કર્મોનાં સર્વ ફળોને બાળીને ભસ્મ કરી દે છે.

ભાવાર્થ

આત્મા તથા પરમાત્મા વિષયક પૂર્ણ જ્ઞાન તથા તેમના સંબંધની સરખામણી અગ્નિ સાથે કરવામાં આવી છે. આ અગ્નિ પાપકર્મોનાં સમસ્ત ફળો (દોષો)ને બાળી નાખે છે. એટલું જ નહીં પણ પુણ્યકર્મોનાં ફળ (બંધન)ને પણ બાળીને ભસ્મ કરી નાખે છે. કર્મફળની અનેક અવસ્થાઓ હોય છે—*ક્રિયામાણ, પ્રારબ્ધ, સંચિત તથા પૂર્વભુક્ત*—પરંતુ જીવાત્માની સ્વરૂપસ્થિતિનું જ્ઞાન આ સર્વને બાળીને ભસ્મ કરે છે. જ્યારે મનુષ્યને સંપૂર્ણ જ્ઞાન થાય છે, ત્યારે પૂર્વેનાં કે પછી મળનારાં સર્વ કર્મફળ ભસ્મ થઈ જાય છે. વેદો (બૃહદારણ્યક ઉપનિષદ ૪.૪.૨૨)માં કહેવામાં આવ્યું છે—*ઉભે ઉહૈવૈષ એતે તરત્યૂ અમૃતઃ સાધ્વૂ અસાધૂની*—"મનુષ્ય પાપ તથા પુણ્ય બંને પ્રકારનાં કર્મફળોને જીતી લે છે."

શ્લોક ૩૮ **न हि ज्ञानेन सदृशं पवित्रमिह विद्यते।**
तत्स्वयं योगसंसिद्धः कालेनात्मनि विन्दति॥ ३८॥

ન—કશું નહીં; **હિ**—નક્કી; **જ્ઞાનેન**—જ્ઞાનથી; **સદૃશમ્**—સરખામણીમાં; **પવિત્રમ્**—પવિત્ર; **ઈહ**—આ જગતમાં; **વિદ્યતે**—છે; **તત્**—તે; **સ્વયમ્**—પોતે જ; **યોગ**—ભક્તિમાં; **સંસિદ્ધ**—પરિપક્વ થયેલો; **કાલેન**—યથાસમયે; **આત્મનિ**—પોતાની અંદર; **વિન્દતિ**—આસ્વાદન કરે છે.

અનુવાદ

આ જગતમાં દિવ્ય જ્ઞાન જેવું કંઈ પણ ઉત્કૃષ્ટ અને પવિત્ર નથી. આવું જ્ઞાન સમગ્ર યોગવિદ્યાનું પરિપક્વ ફળ છે. અને જે મનુષ્ય ભક્તિયોગમાં સિદ્ધ થઈ જાય છે, તે સમય જતાં પોતાની અંદર જ આ જ્ઞાનનું આસ્વાદન કરે છે.

ભાવાર્થ

જ્યારે આપણે દિવ્ય જ્ઞાન વિશે વાત કરીએ છીએ, ત્યારે આપણો આશય આધ્યાત્મિક જ્ઞાન પ્રત્યે હોય છે. આમ હોવાથી દિવ્ય જ્ઞાન જેવું ઉત્કૃષ્ટ

તથા શુદ્ધ કાંઈ પણ નથી. આપણા બંધનનું કારણ અજ્ઞાન છે અને જ્ઞાન આપણી મુક્તિનું કારણ છે. આ જ્ઞાન ભક્તિયોગનું પરિપક્વ ફળ છે અને જ્યારે મનુષ્ય દિવ્ય જ્ઞાનમાં સ્થિત થાય છે, ત્યારે તેને અન્યત્ર શાંતિની શોધ કરવાની જરૂર રહેતી નથી, કારણ કે તેને પોતાની અંદર જ શાંતિનો આનંદ પ્રાપ્ત થાય છે. બીજા શબ્દોમાં, આ જ્ઞાન તથા શાંતિ અંતે કૃષ્ણભાવનામૃતમાં પરિણમે છે. ભગવદ્‌ગીતાના સંદેશની એ જ ચરમસીમા છે.

શ્લોક ૩૯

श्रद्धावाँल्लभते ज्ञानं तत्परः संयतेन्द्रियः।
ज्ञानं लब्ध्वा परां शान्तिमचिरेणाधिगच्छति॥ ३९॥

શ્રદ્ધાવાન્—શ્રદ્ધાળુ વ્યક્તિ; **લભતે**—પ્રાપ્ત કરે છે; **જ્ઞાનમ્**—જ્ઞાન; **તત્ પરઃ**—તેમાં બહુ અનુરક્ત; **સંયત**—સંયમિત; **ઇન્દ્રિયઃ**—ઇન્દ્રિયો; **જ્ઞાનમ્**—જ્ઞાન; **લબ્ધ્વા**—મેળવીને; **પરામ્**—પરમ; **શાન્તિમ્**—શાંતિ; **અચિરેણ**—બહુ જલદીથી; **અધિગચ્છતિ**—પામે છે.

અનુવાદ

જે મનુષ્ય દિવ્ય જ્ઞાન પ્રત્યે સમર્પિત થયેલો છે અને જેણે પોતાની ઇન્દ્રિયોને સંયમિત કરી લીધી છે, તે શ્રદ્ધાળુ મનુષ્ય આવું જ્ઞાન મેળવવા પાત્ર છે અને તે પ્રાપ્ત કર્યા પછી તે તરત જ પરમ આધ્યાત્મિક શાંતિ પામે છે.

ભાવાર્થ

કૃષ્ણમાં અવિચળ વિશ્વાસ રાખનારા શ્રદ્ધાળુ મનુષ્યને જ આ પ્રમાણે કૃષ્ણભાવનાયુક્ત જ્ઞાન મળી શકે છે. કેવળ કૃષ્ણભાવનાપરાયણ રહી કાર્ય કરવાથી પોતે સર્વોચ્ચ સિદ્ધિ પામી શકશે એમ વિચારનાર મનુષ્ય *શ્રદ્ધાવાન* કહેવાય છે. આ શ્રદ્ધા ભક્તિમય સેવા દ્વારા તથા **હરે કૃષ્ણ હરે કૃષ્ણ કૃષ્ણ હરે હરે। હરે રામ હરે રામ રામ રામ હરે હરે॥** એ મહામંત્રના જપ દ્વારા પામી શકાય છે. આનાથી મનુષ્યના હૃદયમાંની સઘળી ભૌતિક મલિનતા ધોવાઈ જાય છે. તદુપરાંત મનુષ્યે તેની ઇન્દ્રિયોને નિયંત્રણમાં રાખવી જોઈએ. જે મનુષ્ય કૃષ્ણ પ્રત્યે શ્રદ્ધા ધરાવે છે તથા જે ઇન્દ્રિયોને સંયમમાં રાખે છે, તે બહુ જલદી કૃષ્ણભાવનાના જ્ઞાનમાં પૂર્ણતા પ્રાપ્ત કરે છે.

શ્લોક ૪૦

अज्ञश्चाश्रद्दधानश्च संशयात्मा विनश्यति।
नायं लोकोऽस्ति न परो न सुखं संशयात्मनः॥ ४०॥

અજ્ઞઃ—શાસ્ત્રજ્ઞાનવિહીન મૂર્ખ; **ચ**—અને; **અશ્રદ્દધાનઃ**—જેને શાસ્ત્રોમાં શ્રદ્ધા નથી; **ચ**—પણ; **સંશય**—સંશયગ્રસ્ત; **આત્મા**—વ્યક્તિ; **વિનશ્યતિ**—નીચે પડે છે; **ન**—કદી નહીં; **અયમ્**—આમાં; **લોકઃ**—જગત; **અસ્તિ**—છે; **ન**—અને નથી; **પરઃ**—આગલા જીવનમાં; **ન**—નહીં; **સુખમ્**—સુખ; **સંશય**—સંશયગ્રસ્ત; **આત્મનઃ**—વ્યક્તિને.

અનુવાદ

પરંતુ જે અજ્ઞાની તથા શ્રદ્ધાવિહીન મનુષ્યો પ્રમાણભૂત શાસ્ત્રોમાં સંદેહ કરે છે, તેઓ ભગવદ્ભાવના પામતા નથી; તેમનું પતન થાય છે. સંશયગ્રસ્ત વ્યક્તિ માટે નથી આ લોકમાં સુખ કે નથી પરલોકમાં.

ભાવાર્થ

ભગવદ્ગીતા સર્વ પ્રમાણભૂત તથા માન્ય શાસ્ત્રોમાં સર્વોત્તમ છે. જે માણસો લગભગ પશુસમાન છે, તેઓ પ્રમાણભૂત શાસ્ત્રોમાં વિશ્વાસ ધરાવતા નથી કે તેમને તેનું જ્ઞાન પણ હોતું નથી. કેટલાક મનુષ્યોને જોકે શાસ્ત્રોનું જ્ઞાન હોય છે અને તેમાંથી તેઓ અવતરણો ટાંકતા રહે છે, છતાં તેમને તેમાં વાસ્તવિક રીતે વિશ્વાસ હોતો નથી. અન્ય કેટલાક લોકોને ભગવદ્ગીતા જેવાં શાસ્ત્રોમાં વિશ્વાસ હોય છે, તેમ છતાં તેઓ પુરુષોત્તમ પરમેશ્વર શ્રીકૃષ્ણમાં શ્રદ્ધા રાખતા નથી કે શ્રીકૃષ્ણને ભજતા નથી. આવા લોકોને કૃષ્ણભાવનામૃતમાં કશું સ્થાન હોતું નથી. તેઓ પતન પામે છે. ઉપરોક્ત સર્વ પ્રકારના મનુષ્યોમાં જેમને શ્રદ્ધા હોતી નથી અને જેઓ સદા સંશયગ્રસ્ત રહે છે, તેઓ લેશમાત્ર પ્રગતિ કરતા નથી. જે મનુષ્યો ઈશ્વરમાં તથા તેમના વચનમાં શ્રદ્ધા ધરાવતા નથી, તેમનું આ લોકમાં કે પરલોકમાં કશું કલ્યાણ થતું નથી. તેમને કોઈ પણ પ્રકારનું સુખ પ્રાપ્ત થતું નથી. માટે મનુષ્યે શ્રદ્ધા રાખી શાસ્ત્રોના સિદ્ધાંતોનું પાલન કરવું જોઈએ અને તે દ્વારા જ્ઞાનની ભૂમિકામાં ઉન્નત થવું જોઈએ. માત્ર આ જ્ઞાનની મદદ વડે જ મનુષ્ય આધ્યાત્મિક જ્ઞાનની દિવ્ય ભૂમિકા સુધી ઉન્નત થઈ શકશે. બીજા શબ્દોમાં, આધ્યાત્મિક ઉદ્ધારમાં સંશયગ્રસ્ત મનુષ્યો માટે કોઈ સ્થાન રહેતું નથી. મનુષ્યે તેથી ગુરુ-શિષ્ય પરંપરામાંના મહાન આચાર્યોનાં પગલાંનું અનુસરણ કરવું જોઈએ અને સફળ થવું જોઈએ.

શ્લોક **योगसन्न्यस्तकर्माणं ज्ञानसञ्छिन्नसंशयम्।**
૪૧ **आत्मवन्तं न कर्माणि निबध्नन्ति धनञ्जय॥ ४१ ॥**

યોગ—કર્મયોગમાં ભક્તિ દ્વારા; **સન્ન્યસ્ત**—જેણે ત્યાગ કર્યો છે તે, સંન્યાસી; **કર્માણમ્**—કર્મફળ; **જ્ઞાન**—જ્ઞાન વડે; **સઞ્છિન્ન**—કાપી નાખ્યો છે; **સંશયમ્**—સંદેહ; **આત્મવન્તમ્**—સ્વરૂપમાં સ્થિત; **ન**—કદી નહીં; **કર્માણિ**—કર્મ; **નિબધ્નન્તિ**—બાંધે છે; **ધનઞ્જય**—ધન જીતી લાવનાર હે અર્જુન.

અનુવાદ

હે ધનંજય, જે મનુષ્ય પોતાનાં કર્મોનાં ફળોનો પરિત્યાગ કરીને ભક્તિયોગમાં કર્મ કરે છે અને જેના સંશયો દિવ્ય જ્ઞાન દ્વારા નષ્ટ થયા છે, તે વાસ્તવમાં સ્વરૂપમાં સ્થિત હોય છે. આમ તે કર્મબંધન દ્વારા બંધાતો નથી.

ભાવાર્થ

જે મનુષ્ય સ્વયં ભગવાન, પુરુષોત્તમ પરમેશ્વર શ્રીકૃષ્ણે આપેલા ભગવદ્‌ગીતાના ઉપદેશોનું યથાર્થરૂપે પાલન કરે છે, તે દિવ્ય જ્ઞાનની કૃપાથી બધા સંશયોથી રહિત થઈ જાય છે. પૂર્ણપણે કૃષ્ણભાવનાપરાયણ હોવાને કારણે ભગવાનના અભિન્ન અંશ તરીકે તેને સ્વરૂપનું જ્ઞાન પ્રથમથી જ થયેલું હોય છે. આમ હોવાથી તે કર્મબંધનથી મુક્ત હોય છે એ વિશે શંકા નથી.

શ્લોક ૪૨

तस्मादज्ञानसम्भूतं हृत्स्थं ज्ञानासिनात्मनः।
छित्त्वैनं संशयं योगमातिष्ठोत्तिष्ठ भारत॥ ४२॥

તસ્માત્—તેથી; **અજ્ઞાન સમ્ભૂતમ્**—અજ્ઞાનથી ઉત્પન્ન થયેલ; **હૃત્સ્થમ્**—હૃદયમાં સ્થિત; **જ્ઞાન**—જ્ઞાનરૂપી; **અસિના**—શસ્ત્ર વડે; **આત્મનઃ**—પોતાના; **છિત્ત્વા**—કાપીને; **એનમ્**—આ; **સંશયમ્**—સંદેહ; **યોગમ્**—યોગ વિશે; **આતિષ્ઠ**—સ્થિત થા; **ઉત્તિષ્ઠ**—યુદ્ધ કરવા માટે ઊભો થા; **ભારત**—હે ભરતવંશી.

અનુવાદ

માટે અજ્ઞાનવશ તારા હૃદયમાં જે સંદેહ ઉત્પન્ન થયા છે, તેમને જ્ઞાનરૂપી શસ્ત્ર વડે કાપીને હે ભારત, તું યોગારૂઢ થઈને ઊઠ અને યુદ્ધ કર.

ભાવાર્થ

જે યોગ પદ્ધતિનું આ અધ્યાયમાં નિરૂપણ કરવામાં આવ્યું છે, તે સનાતન-યોગ અથવા જીવાત્માની નિત્યક્રિયા કહેવાય છે. આ યોગમાં

યજ્ઞકર્મના બે વિભાગ છે—એક તો મનુષ્યની ભૌતિક સંપત્તિનો યજ્ઞ કહેવાય છે અને બીજો આત્મજ્ઞાન કહેવાય છે કે જે વિશુદ્ધ આધ્યાત્મિક કર્મ છે. જો આત્મ-સાક્ષાત્કાર અર્થે દ્રવ્યયજ્ઞ કરવામાં ન આવે, તો આવો યજ્ઞ ભૌતિક બની રહે છે. પરંતુ જ્યારે કોઈ મનુષ્ય આધ્યાત્મિક ઉદ્દેશથી કે ભક્તિયુક્ત થઈને આવો યજ્ઞ કરે છે, તો તે પૂર્ણ યજ્ઞ થાય છે. જ્યારે આપણે આધ્યાત્મિક પ્રવૃત્તિઓ તરફ વળીએ છીએ, ત્યારે આપણને જાણવા મળે છે કે આધ્યાત્મિક કર્મ પણ બે પ્રકારનાં હોય છે—આત્મબોધ (અથવા પોતાના સ્વરૂપને જાણવું) અને પૂર્ણ પુરુષોત્તમ પરમેશ્વર વિષયક સત્ય. જે મનુષ્ય ભગવદ્ગીતાના માર્ગનું યથાર્થ અનુસરણ કરે છે, તે આધ્યાત્મિક જ્ઞાનના આ બંને મહત્ત્વપૂર્ણ વિભાગોને સુગમતાપૂર્વક સમજી શકે છે. તેના માટે ભગવાનના અંશરૂપ આત્મજ્ઞાન પામવામાં કોઈ મુશ્કેલી રહેતી નથી. આવી સમજણ (જ્ઞાન) હિતાવહ હોય છે, કારણ કે આવો મનુષ્ય ભગવાનનાં દિવ્ય કાર્યો (લીલા) સહેલાઈથી સમજી શકે છે. આ અધ્યાયના પ્રારંભમાં સ્વયં ભગવાને પોતાનાં દિવ્ય કાર્યોનું વર્ણન કર્યું છે. જે મનુષ્ય ગીતાના ઉપદેશોને સમજતો નથી, તે શ્રદ્ધાહીન છે અને તે ભગવાને આપેલી તેની આંશિક સ્વતંત્રતાનો દુરુપયોગ કરે છે એમ સમજવું જોઈએ. જે મનુષ્ય ભગવાનના આવા ઉપદેશો સાંભળવા છતાં ભગવાનના સનાતન, આનંદમય અને સર્વ જ્ઞાનમય સ્વરૂપને સમજી શકતો નથી, તેને પહેલા નંબરનો મૂરખ ગણવો જોઈએ. કૃષ્ણભાવનામૃતના સિદ્ધાંતોને સ્વીકારી ક્રમે ક્રમે અજ્ઞાનનું નિવારણ કરી શકાય છે. આ કૃષ્ણભાવનામૃત વિવિધ રીતે જાગૃત કરી શકાય છે, જેમ કે દેવયજ્ઞ, બ્રહ્મયજ્ઞ, બ્રહ્મચર્યયજ્ઞ, ગૃહસ્થયજ્ઞ, ઈન્દ્રિયસંયમયજ્ઞ, યોગસાધનાયજ્ઞ, તપયજ્ઞ, દ્રવ્યયજ્ઞ, સ્વધ્યાયયજ્ઞ દ્વારા તથા વર્ણાશ્રમ-ધર્મમાં ભાગ લઈને. આ સર્વ યજ્ઞો કહેવાય છે અને તે બધા જ નિયામક કર્મને અધીન છે. પરંતુ આ સર્વ કર્મોમાં સૌથી મહત્ત્વપૂર્ણ મુદ્દો આત્મ-સાક્ષાત્કાર છે. જે મનુષ્ય એ ઉદ્દેશને સિદ્ધ કરવા પ્રયત્ન કરે છે, તે જ ભગવદ્ગીતાનો સાચો અભ્યાસી છે, પરંતુ કૃષ્ણને પ્રમાણભૂત વ્યક્તિ માનવામાં સંશય કરનારનું અધ:પતન થાય છે. એટલા માટે જ ભગવદ્ગીતા કે અન્ય શાસ્ત્રનો અભ્યાસ સેવા તથા સમર્પણભાવે પ્રમાણભૂત આધ્યાત્મિક ગુરુના આશ્રયે કરવાની સલાહ આપવામાં આવી છે. પ્રમાણભૂત આધ્યાત્મિક ગુરુ સનાતન કાળથી ચાલી આવેલી પરંપરામા હોય છે અને તેઓ પરમેશ્વરે કરોડો વર્ષ પૂર્વે સૂર્યદેવને

આપેલા ઉપદેશોમાંથી લેશમાત્ર વિચલિત થતા નથી અને સૂર્યદેવ પાસેથી એ જ ભગવદ્‌ગીતોપદેશ આ પૃથ્વીલોકમાં ઊતરી આવ્યો છે. માટે મનુષ્યે ગીતામાં જ વ્યક્ત થયેલા ભગવદ્‌ગીતાના માર્ગનું અનુસરણ કરવું જોઈએ અને એવા લોકોથી સાવધ રહેવું જોઈએ કે જેઓ આત્મશ્લાઘાવશ બીજા મનુષ્યોને સાચા માર્ગથી વિચલિત કરે છે. ભગવાન નિશ્ચિતરૂપે પરમ પુરુષ છે અને તેમનાં કર્મો દિવ્ય છે. જે મનુષ્ય આ સમજે છે, તે ભગવદ્‌ગીતાના અભ્યાસનો તેણે પ્રારંભ કર્યો તે કાળેથી જ મુક્તિ પામ્યો હોય છે.

આમ શ્રીમદ્‌ ભગવદ્‌ગીતાના "દિવ્ય જ્ઞાન" નામના ચોથા અધ્યાય પરના ભક્તિવેદાંત ભાવાર્થો પૂર્ણ થાય છે.

અધ્યાય ૫

કર્મયોગ—કૃષ્ણભાવનાયુક્ત કર્મ

अर्जुन उवाच

શ્લોક **सन्न्यासं कर्मणां कृष्ण पुनर्योगं च शंससि।**
૧ **यच्छ्रेय एतयोरेकं तन्मे ब्रूहि सुनिश्चितम्॥ १॥**

અર્જુનઃ ઉવાચ—અર્જુને કહ્યું; **સન્ન્યાસમ્**—સંન્યાસ; **કર્મણામ્**—સર્વ કર્મોના; **કૃષ્ણ**—હે કૃષ્ણ; **પુનઃ**—વળી; **યોગમ્**—ભક્તિયોગ; **ચ**—પણ; **સંશસિ**—પ્રશંસા કરો છો; **યત્**—જે; **શ્રેયઃ**—વધારે કલ્યાણકારી હોય; **એતયોઃ**—આ બંનેમાં; **એકમ્**—એક; **તત્**—તે; **મે**—મારે માટે; **બ્રૂહિ**—કૃપા કરી કહો; **સુનિશ્ચિતમ્**—નિશ્ચિતપણે.

અનુવાદ

અર્જુને કહ્યું: હે કૃષ્ણ, આપે પહેલાં મને કર્મનો ત્યાગ કરવા કહ્યું અને પછી ભક્તિપૂર્વક કર્મ કરવાનો આદેશ આપો છો. હવે આપ કૃપા કરીને નિશ્ચિતરૂપે મને કહેશો કે આ બંનેમાંથી કયું વધારે કલ્યાણકારી છે?

ભાવાર્થ

ભગવદ્‌ગીતાના આ પાંચમા અધ્યાયમાં ભગવાન કહે છે કે ભક્તિપૂર્વક કરેલું કર્મ શુષ્ક ચિંતનથી ચડિયાતું છે. ભક્તિયોગ વધારે સરળ છે, કારણ કે ભક્તિ પ્રકૃતિએ દિવ્ય હોવાથી મનુષ્યને કર્મબંધનમાંથી મુક્ત કરે છે. બીજા અધ્યાયમાં આત્મા તથા ભૌતિક શરીરમાં તેના બંધનના વિશે પ્રાથમિક જ્ઞાન આપવામાં આવ્યું હતું. બુદ્ધિયોગ અર્થાત્ ભક્તિ દ્વારા આ ભૌતિક બંધનમાંથી બહાર નીકળવા વિશે પણ કહેવામાં આવ્યું હતું. ત્રીજા અધ્યાયમાં સમજાવવામાં આવ્યું હતું કે જ્ઞાનના સ્તરે સ્થિત મનુષ્યને કોઈ કર્મો કરવાનાં રહેતાં નથી. અને ચોથા અધ્યાયમાં ભગવાને અર્જુનને કહ્યું કે સર્વ પ્રકારના યજ્ઞોનો અંત જ્ઞાનમાં પરિણમે છે. પરંતુ ચોથા અધ્યાયના

અંતમાં ભગવાને અર્જુનને આજ્ઞા કરી કે પૂર્ણ જ્ઞાનમાં સ્થિત એવો તું ઊઠ અને યુદ્ધ કર. તેથી આ પ્રમાણે એકસાથે ભક્તિયુક્ત કર્મ તથા જ્ઞાનયુક્ત અકર્મના મહત્ત્વ પર ભાર મૂકીને કૃષ્ણે અર્જુનને મૂંઝવણમાં મૂક્યો છે અને તેને નિર્ણયમાં ગૂંચવ્યો છે. અર્જુન સમજે છે કે જ્ઞાનયુક્ત સંન્યાસમાં ઇન્દ્રિયપ્રવૃત્તિ તરીકે કરાતાં સર્વ કર્મનો પરિત્યાગ અભિપ્રેત છે. પરંતુ જો મનુષ્ય ભક્તિયોગમાં કર્મ કરે, તો પછી કર્મનો ત્યાગ કેવી રીતે થયો? બીજી રીતે કહી શકાય કે તેના મતે *સંન્યાસ* અથવા જ્ઞાનમય ત્યાગ એ સર્વ પ્રકારનાં કર્મથી સર્વથા રહિત હોવો જોઈએ, કારણ કે કર્મ તથા ત્યાગ એ બંને તેને પરસ્પર વિરોધાભાસી લાગતા હતા. એમ લાગે છે કે જાણે તેને સમજ પડી નથી કે પૂર્ણ જ્ઞાનમાં રહી કરેલું કર્મ બંધનકારક હોતું નથી અને તેથી તે કર્મ ન કરવા બરાબર જ છે. એટલા માટે જ તે પૂછે છે કે પોતે સર્વ કર્મનો ત્યાગ કરે કે પૂર્ણ જ્ઞાનયુક્ત થઈને કર્મ કરે.

શ્રીભગવાનુવાચ

શ્લોક ૨ **સન્ન્યાસઃ કર્મયોગશ્ચ નિઃશ્રેયસકરાવુભૌ।**
તયોસ્તુ કર્મસન્ન્યાસાત્કર્મયોગો વિશિષ્યતે॥ ૨॥

શ્રી ભગવાન્ ઉવાચ—શ્રી ભગવાન બોલ્યા; **સન્ન્યાસઃ**—કર્મનો ત્યાગ; **કર્મયોગઃ**—ભક્તિયુક્ત કર્મ; **ચ**—તથા; **નિઃશ્રેયસ કરૌ**—મુક્તિપંથે લઈ જનારા; **ઉભૌ**—બંને; **તયોઃ**—તે બંનેમાં; **તુ**—પરંતુ; **કર્મ સન્ન્યાસાત્**—સકામ કર્મના ત્યાગની સરખામણીમાં; **કર્મયોગઃ**—નિષ્ઠાયુક્ત કર્મ; **વિશિષ્યતે**—ચડિયાતું છે.

અનુવાદ

પુરુષોત્તમ પરમેશ્વરે ઉત્તર આપતાં કહ્યું: મુક્તિ માટે તો કર્મનો ત્યાગ અને ભક્તિયુક્ત કર્મ બંને ઉત્તમ છે. પરંતુ આ બંને પૈકી કર્મના પરિત્યાગ કરતાં ભક્તિયુક્ત કર્મ શ્રેષ્ઠ છે.

ભાવાર્થ

(ઇન્દ્રિયતૃપ્તિ અર્થે થતાં) સકામ કર્મ ભવબંધનનું કારણ છે. જ્યાં સુધી મનુષ્ય શારીરિક સુખની વૃદ્ધિ કરવાના ઉદ્દેશથી કર્મ કરવામાં પરોવાયેલો રહે છે, ત્યાં સુધી તે વિભિન્ન પ્રકારનાં શરીરોમાં દેહાંતર કરતો રહી ભવબંધનને સદૈવ ચાલુ રાખે છે. શ્રીમદ્ ભાગવત (૫.૫.૪–૬) આનું નીચે પ્રમાણે સમર્થન કરે છે:

નૂનં પ્રમત્તઃ કુરુતે વિકર્મ
યદિન્દ્રિય પ્રીતય આપૃણોતિ।
ન સાધુ મન્યે યત આત્મનોઽયમ્
અસન્નપિ ક્લેશદ આસ દેહઃ॥
પરાભવસ્તાવદ્ અબોધજાતો
યાવન્ન જિજ્ઞાસત આત્મતત્ત્વમ્।
યાવત્ ક્રિયાસ્તાવદ્ ઈદં મનો વૈ
કર્માત્મકં યેન શરીર બન્ધઃ॥
એવં મનઃ કર્મ વશં પ્રયુઙ્ક્તે
અવિદ્યયાત્મન્ય્ ઉપધીયમાને।
પ્રીતિર્ન યાવન્ મયિ વાસુદેવે
ન મુચ્યતે દેહ યોગેન તાવત્॥

લોકો ઈન્દ્રિયતૃપ્તિ પાછળ પાગલ છે અને તેઓ એ જાણતા નથી કે આ લેશમય શરીર તેમના પૂર્વનાં સકામ કર્મોનાં ફળરૂપે મળેલું છે. આ શરીર ોકે નાશવંત છે, છતાં તે મનુષ્યને સદા અનેક રીતે કષ્ટ આપ્યા કરે છે. થી ઈન્દ્રિયતૃપ્તિ ખાતર કર્મ કરવું સારું નથી. જ્યાં સુધી મનુષ્ય પોતાના ૂળ સ્વરૂપ વિશે જાણવાની જિજ્ઞાસા કરતો નથી, ત્યાં સુધી તે જીવનમાં નેષ્ફળ નીવડેલો ગણાય છે. જ્યાં સુધી મનુષ્ય પોતાના વાસ્તવિક સ્વરૂપને ાણતો નથી, ત્યાં સુધી તેણે ઈન્દ્રિયતૃપ્તિ માટે સકામ કર્મો કરવાં પડે છે ને જ્યાં સુધી તે ઈન્દ્રિયતૃપ્તિની આ ભાવનામાં લપેટાયેલો રહે છે, ત્યાં ુધી તેને એક દેહમાંથી બીજામાં દેહાંતર કરવું પડે છે. તેનું મન ભલે સકામ ર્મોમાં વ્યસ્ત હોય અને અજ્ઞાનથી પ્રભાવિત હોય, તોયે મનુષ્યે વાસુદેવની ક્તિ પ્રત્યેના પ્રેમને અવશ્ય વિકસાવવો જોઈએ. ત્યારે જ તેને ભૌતિક સ્તિત્વના બંધનમાંથી મુક્તિ પામવાનો અવસર પ્રાપ્ત થાય છે.”

તેથી આ જ્ઞાન (કે પોતે આ ભૌતિક શરીર નથી પણ આત્મા છે એવી મજ) એ કંઈ મુક્તિ પામવા માટે પૂરતું નથી. મનુષ્યે ચેતન આત્માના તર પર કર્મ કરવાં પડે, અન્યથા ભૌતિક બંધનમાંથી છૂટવાનો અન્ય કોઈ પાય નથી. પરંતુ કૃષ્ણભક્તિયુક્ત કર્મ એ સકામ કર્મ નથી. પૂર્ણ જ્ઞાનયુક્ત ઈને કરેલાં કર્મ વાસ્તવિક જ્ઞાનને વધારનારાં હોય છે. કૃષ્ણભાવનામૃત ેના કેવળ સકામ કર્મોનો પરિત્યાગ કરવાથી બદ્ધ જીવનું હૃદય ખરેખર ુદ્ધ થતું નથી. જ્યાં સુધી હૃદય શુદ્ધ થતું નથી, ત્યાં સુધી મનુષ્યે સકામ

ભૂમિકા પર કર્મ કરવું પડે છે. પરંતુ કૃષ્ણભક્તિયુક્ત કર્મ કર્તાને આપોઆ સકામ કર્મનાં ફળમાંથી મુક્ત કરે છે, જેના લીધે તેને ભૌતિક સ્તર પ નીચે ઊતરવાનું રહેતું નથી. તેથી કૃષ્ણભાવનાયુક્ત કર્મ સંન્યાસથી હંમેશ ચડિયાતું હોય છે, કારણ કે સંન્યાસમાં સદા અધઃપતન થવાની શક્યત રહે છે. કૃષ્ણભાવનાવિહીન કર્મત્યાગ અપૂર્ણ છે, જે બાબતે શ્રીલ રૂ ગોસ્વામીના ભક્તિરસામૃતસિંધુ (૧.૨.૨૫૮)માં સમર્થન થયું છેઃ

પ્રાપઞ્ચિકતયા બુદ્ધ્યા હરિ સમ્બન્ધિ વસ્તુનઃ।
મુમુક્ષુભિઃ પરિત્યાગો વૈરાગ્યં ફલ્ગુ કથ્યતે॥

"જ્યારે મુક્તિ પામવા આતુર મનુષ્યો પૂર્ણ પુરુષોત્તમ પરમેશ્વર સા સંબંધિત વસ્તુઓને ભૌતિક ગણીને તેમનો ત્યાગ કરે છે, ત્યારે તેમન ત્યાગ અપૂર્ણ કહેવાય છે." અસ્તિત્વ ધરાવતી તમામ વસ્તુઓ ભગવાનન માલિકીની છે અને કોઈએ કોઈ પણ વસ્તુ પર પોતાના સ્વામિત્વનો દાવ કરવો ન જોઈએ એવું જ્ઞાન થાય, ત્યારે જ ત્યાગ સંપૂર્ણ થયો કહેવાય મનુષ્યે સમજવું જોઈએ કે હકીકતમાં કોઈનું કશું છે જ નહીં. તો પછી ત્યા કરવાનો સવાલ જ ક્યાં રહ્યો? જે મનુષ્ય જાણે છે કે બધી જ વસ્તુઅ કૃષ્ણની સંપત્તિ છે, તે હંમેશાં ત્યાગમાં સ્થિત થયેલો છે. પ્રત્યેક વસ કૃષ્ણની હોવાથી તેનો ઉપયોગ કૃષ્ણની સેવામાં થવો જોઈએ. આ રી કૃષ્ણભાવનાયુક્ત થઈને પૂર્ણ કર્મ કરવાની આ પદ્ધતિ માયાવાદી સંન્યાસીન ગમે તેટલા પ્રમાણમાં દર્શાવાતા કૃત્રિમ વૈરાગ્ય કરતાં અનેકગણી વધા સારી છે.

શ્લોક ૩ **ज्ञेयः स नित्यसन्न्यासी यो न द्वेष्टि न काङ्क्षति।**
निर्द्वन्द्वो हि महाबाहो सुखं बन्धात्प्रमुच्यते॥ ३॥

જ્ઞેયઃ—જાણવો જોઈએ; **સઃ**—તે; **નિત્ય**—હંમેશાં; **સન્ન્યાસી**—સંન્યાસી; **યઃ**—જે; **ન**—કદી નહીં; **દ્વેષ્ટિ**—ઘૃણા કરે છે; **ન**—નહીં; **કાઙ્ક્ષતિ**—ઇચ્છા કરે છે; **નિર્દ્વન્દ્વઃ**—સર્વ દ્વંદ્વોથી રહિત; **હિ**—નક્કી; **મહાબાહો**—મહાબળવાન ભુજાઓવાળા; **સુખમ્**—સુખપૂર્વક; **બન્ધાત્**—બંધનમાંથી **પ્રમુચ્યતે**—સંપૂર્ણપણે મુક્ત થાય છે.

અનુવાદ

જે મનુષ્ય ન તો કર્મફળનો તિરસ્કાર કરે છે અને ન કર્મફળની ઇચ્છ રાખે છે, તેને નિત્ય સંન્યાસી જાણવો જોઈએ. હે મહાબાહુ અર્જુન

આવો મનુષ્ય સર્વ દ્વંદ્વોથી રહિત થઈને ભૌતિક બંધનને સહજમાં પાર કરીને સંપૂર્ણપણે મુક્ત થઈ જાય છે.

ભાવાર્થ

સંપૂર્ણપણે કૃષ્ણભક્તિપરાયણ મનુષ્ય નિત્ય સંન્યાસી છે, કારણ કે તે પોતાનાં કર્મોનાં ફળ પ્રત્યે ન તો તિરસ્કાર દાખવે છે અને ન તો તે વિશે ઈચ્છા કરે છે. ભગવાનની દિવ્ય પ્રેમમયી સેવામાં સમર્પિત થયેલો આવો સંન્યાસી પૂર્ણ જ્ઞાની હોય છે, કારણ કે કૃષ્ણ સાથેના સંબંધમાં તે પોતાની સ્વરૂપાવસ્થા જાણતો હોય છે. તે સારી રીતે જાણે છે કે કૃષ્ણ પૂર્ણ છે અને તે પોતે કૃષ્ણનો અંશમાત્ર છે. આવું જ્ઞાન પૂર્ણ છે, કારણ કે તે ગુણાત્મક તથા માત્રાની દૃષ્ટિએ ખરું હોય છે. કૃષ્ણ સાથે તાદાત્મ્યની કલ્પના મિથ્યા છે, કારણ કે અંશ કદાપિ પૂર્ણ (અંશી)નો સમકક્ષ થઈ શકતો નથી. જીવ ગુણમાં એક છે પણ પરિમાણમાં ભિન્ન છે એવું જ્ઞાન જ ખરું દિવ્ય જ્ઞાન છે, જેનાથી મનુષ્ય પોતાની અંદર પૂર્ણ બને છે અને તે કોઈ વસ્તુની આકાંક્ષા કરતો નથી કે તેના મનમાં કોઈ દ્વંદ્વ રહેતું નથી, કારણ કે તે જે કંઈ કરે છે, તે કૃષ્ણ પ્રીત્યર્થે કરે છે. આ પ્રમાણે દ્વંદ્વોથી મુક્ત થઈને તે આ ભૌતિક જગતમાં પણ જીવન્મુક્ત થઈ જાય છે.

શ્લોક **साङ्ख्ययोगौ पृथग्बालाः प्रवदन्ति न पण्डिताः।**
૪ **एकमप्यास्थितः सम्यगुभयोर्विन्दते फलम्॥ ४॥**

સાઙ્ખ્ય—ભૌતિક જગતનું પૃથક્કરણાત્મક અધ્યયન; **યોગૌ**—ભક્તિયુક્ત કર્મ; **પૃથક્**—ભિન્ન; **બાલાઃ**—મંદબુદ્ધિ મનુષ્યો; **પ્રવદન્તિ**—કહે છે; **ન**—કદી નહીં; **પણ્ડિતાઃ**—વિદ્વાન; **એકમ્**—એકમાં; **અપિ**—પણ; **આસ્થિતઃ**—સ્થિત; **સમ્યક્**—પૂર્ણપણે; **ઉભયોઃ**—બંનેનું; **વિન્દતે**—ભોગવે છે; **ફલમ્**—ફળ.

અનુવાદ

અજ્ઞાની મનુષ્યો જ ભક્તિમય સેવા (કર્મયોગ)ને ભૌતિક જગતના પૃથક્કરણાત્મક અભ્યાસ (સાંખ્ય)થી ભિન્ન કહે છે. જેઓ વાસ્તવમાં જ્ઞાની છે, તેઓ કહે છે કે જે મનુષ્યો આમાંથી કોઈ એક માર્ગનું સારી રીતે અનુસરણ કરે છે, તે બંનેનું ફળ પ્રાપ્ત કરે છે.

ભાવાર્થ

ભૌતિક જગતના પૃથક્કરણાત્મક અભ્યાસ (સાંખ્ય)નો ઉદ્દેશ સમગ્ર ભૌતિક અસ્તિત્વના આત્માને શોધવાનો છે. આ ભૌતિક જગતના આત્મા

વિષ્ણુ અથવા પરમાત્મા છે. ભગવાનની ભક્તિમય સેવાનો અર્થ છે પરમાત્માની સેવા. એક પ્રક્રિયાથી વૃક્ષનાં મૂળને જાણવાનો પ્રયત્ન થાય છે અને બીજી પ્રક્રિયાથી મૂળને પાણી સિંચવામાં આવે છે. સાંખ્યદર્શનનો સાચો અભ્યાસી ભૌતિક જગતના મૂળ વિષ્ણુને જાણી લે છે અને પછી પૂર્ણ જ્ઞાનયુક્ત થઈને ભગવાનની સેવામાં સ્વયં પરોવાઈ જાય છે. તેથી તાત્ત્વિક રીતે બંનેમાં કોઈ તફાવત નથી, કારણ કે બંનેનો ઉદ્દેશ વિષ્ણુની પ્રાપ્તિ છે. જે લોકો અંતિમ ઉદ્દેશને જાણતા નથી, તેઓ જ કહે છે કે સાંખ્ય તથા કર્મયોગનો હેતુ એકસમાન નથી, પરંતુ વિદ્વાન મનુષ્ય જાણે છે કે આ બંને પ્રક્રિયાઓનો ઉદ્દેશ તો એક જ છે.

શ્લોક ૫ **यत्साङ्ख्यैः प्राप्यते स्थानं तद्योगैरपि गम्यते।**
एकं साङ्ख्यं च योगं च यः पश्यति स पश्यति॥ ५॥

યત્—જે; **સાઙ્ખ્યૈઃ**—સાંખ્યદર્શન દ્વારા; **પ્રાપ્યતે**—પ્રાપ્ત કરાય છે; **સ્થાનમ્**—સ્થાન; **તત્**—તે; **યોગૈઃ**—ભક્તિ દ્વારા; **અપિ**—પણ; **ગમ્યતે**—પ્રાપ્ત કરી શકાય છે; **એકમ્**—એક; **સાઙ્ખ્યમ્**—સાંખ્ય, પૃથક્કરણાત્મક અધ્યયન; **ચ**—અને; **યોગમ્**—ભક્તિયુક્ત કર્મને; **ચ**—તથા; **યઃ**—જે મનુષ્ય; **પશ્યતિ**—જુએ છે; **સઃ**—તે; **પશ્યતિ**—વાસ્તવમાં જુએ છે.

અનુવાદ

જે મનુષ્ય જાણે છે કે પૃથક્કરણાત્મક અધ્યયન (સાંખ્ય) દ્વારા જે સ્થાન પ્રાપ્ત થાય છે, તે જ ભક્તિ દ્વારા પણ પ્રાપ્ત કરી શકાય છે અને તેથી જે મનુષ્ય સાંખ્યયોગ તથા ભક્તિયોગને એકસમાન ભૂમિકા પર રહેલા જુએ છે, તે જ વસ્તુઓને યથાર્થરૂપે જુએ છે.

ભાવાર્થ

તાત્ત્વિક સંશોધનનો વાસ્તવિક ઉદ્દેશ જીવનના અંતિમ ધ્યેયને જાણવું એ છે. જીવનનું અંતિમ ધ્યેય આત્મ-સાક્ષાત્કાર હોવાથી આ બંને પ્રક્રિયાઓ દ્વારા પ્રાપ્ત થનારાં પરિણામોમાં કોઈ ફરક નથી. સાંખ્ય તત્ત્વજ્ઞાનના અભ્યાસ દ્વારા મનુષ્ય એવા નિષ્કર્ષ પર આવે છે કે જીવ ભૌતિક જગતનો નહીં, પરંતુ પરમ પૂર્ણ ચૈતન્યનો અંશ છે. પરિણામે જીવાત્માને ભૌતિક જગત સાથે કશી લેવાદેવા રહેતી નથી. તેનાં બધાં કાર્યો પરમેશ્વરના સંબંધે જ હોવાં જોઈએ. જ્યારે તે કૃષ્ણભાવનાયુક્ત થઈને કાર્ય કરે છે, ત્યારે તે વાસ્તવિક રીતે પોતાની સ્વરૂપાવસ્થામાં અવસ્થિત હોય છે. સાંખ્ય

પદ્ધતિમાં મનુષ્યને પદાર્થથી વિરક્ત થવું પડે છે અને ભક્તિયોગમાં તેને કૃષ્ણભક્તિના કર્મમાં આસક્ત થવાનું હોય છે. વાસ્તવમાં બંને પદ્ધતિઓ એક સમાન જ છે. પણ ઉપરછલ્લી દૃષ્ટિથી એક પદ્ધતિમાં વિરક્તિ અને બીજી પદ્ધતિમાં આસક્તિ દેખાય છે. જડ પદાર્થમાંથી વિરક્તિ તથા કૃષ્ણમાં આસક્તિ એ બંને એકસમાન જ છે. જે મનુષ્ય આ પ્રમાણે જોઈ શકે છે, તે જ વસ્તુઓને મૂળરૂપે જુએ છે.

શ્લોક ૬ **सन्न्यासस्तु महाबाहो दुःखमाप्तुमयोगतः ।**
योगयुक्तो मुनिर्ब्रह्म न चिरेणाधिगच्छति ॥ ६ ॥

સન્ન્યાસઃ—સંન્યાસ આશ્રમ; **તુ**—પરંતુ; **મહાબાહો**—હે બળવાન ભુજાઓવાળા; **દુઃખમ્**—દુઃખ; **આપ્તુમ્**—થી દુઃખી કરે છે; **અયોગતઃ**—ભક્તિમય સેવા વિના; **યોગયુક્તઃ**—ભક્તિમય સેવામાં પરોવાયેલો; **મુનિઃ**—વિચારશીલ; **બ્રહ્મ**—પરમેશ્વરને; **ન ચિરેણ**—વિલંબ વિના; **અધિગચ્છતિ**—પ્રાપ્ત કરે છે.

અનુવાદ

ભગવદ્‌ભક્તિમાં જોડાયા વિના કેવળ સમગ્ર કર્મોનો પરિત્યાગ કરવા માત્રથી કોઈ મનુષ્ય સુખી થઈ શકતો નથી. પરંતુ ભક્તિમય સેવામાં પરોવાયેલો વિચારશીલ મનુષ્ય પરમેશ્વરને તરત જ પ્રાપ્ત કરે છે.

ભાવાર્થ

સંન્યાસીઓના બે પ્રકાર હોય છે. માયાવાદી સંન્યાસીઓ સાંખ્ય દર્શનના અભ્યાસમાં પરોવાયેલા રહે છે, જ્યારે વૈષ્ણવ સંન્યાસીઓ વેદાંતસૂત્રોના યથાર્થ ભાષ્ય એવા ભાગવતના તત્ત્વજ્ઞાનના અભ્યાસમાં પરોવાયેલા રહે છે. માયાવાદી સંન્યાસીઓ પણ વેદાંતસૂત્રોનો અભ્યાસ કરે છે, પરંતુ તેઓના પોતાના શંકરાચાર્યકૃત *શારીરક* ભાષ્યનો ઉપયોગ કરે છે. ભાગવત સંપ્રદાયના અભ્યાસીઓ *પાઞ્ચરાત્રિકી* પદ્ધતિ પ્રમાણે ભગવદ્‌ભક્તિમાં પરોવાય છે અને તેથી વૈષ્ણવ સંન્યાસીઓને ભગવાનની દિવ્ય સેવા કરવા માટે અનેક પ્રકારનાં કાર્યો કરવાનાં હોય છે. વૈષ્ણવ સંન્યાસીઓને ભૌતિક કાર્યો સાથે કશો સંબંધ હોતો નથી, છતાં તેઓ ભગવાનની ભક્તિમાં અનેકવિધ કાર્ય કરતા હોય છે. પરંતુ સાંખ્ય, વેદાંત તથા ચિંતનના અભ્યાસમાં પરોવાયેલા માયાવાદી સંન્યાસીઓ ભગવાનની

દિવ્ય સેવાનું આસ્વાદન કરી શકતા નથી. તેમનાં અધ્યયનો અત્યંત નીરસ થઈ જતાં હોવાથી તેઓ કેટલીક વખત બ્રહ્મચિંતનથી કંટાળી જાય છે અને પછી તેઓ યોગ્ય સમજણ વિના જ ભાગવતનો આશ્રય લે છે. પરિણામે શ્રીમદ્‌ ભાગવતનું અધ્યયન તેમના માટે કષ્ટકર થઈ જાય છે. માયાવાદી સંન્યાસીઓનાં શુષ્ક ચિંતન તથા કૃત્રિમ સાધનો દ્વારા કરેલાં નિર્વિશેષ અર્થઘટનો તેમના માટે નિરર્થક થઈ જાય છે. ભક્તિમય સેવામાં તલ્લીન રહેતા વૈષ્ણવ સંન્યાસીઓ પોતાનાં દિવ્ય કર્મો કરતાં પ્રસન્નતા અનુભવે છે અને આખરે પોતે ભગવદ્‌ધામમાં પ્રવેશ પામશે એ બાબતે તેમને ખાતરી હોય છે. માયાવાદી સંન્યાસીઓ કેટલીકવાર આત્મ-સાક્ષાત્કારના માર્ગમાંથી પતિત થઈ જાય છે અને ફરીથી સમાજસેવા, પરોપકાર જેવા કર્મોમાં પ્રવૃત્ત થઈ જાય છે, જે આખરે તો ભૌતિક કર્મો જ છે. એટલે નિષ્કર્ષ એ છે કે કૃષ્ણભાવનાનાં કાર્યોમાં વ્યસ્ત રહેનારા મનુષ્યો બ્રહ્મ એ શું છે અને બ્રહ્મ એ શું નથી, તેના ચિંતનમાં પરોવાઈ રહેતા સંન્યાસીઓ કરતા શ્રેષ્ઠ હોય છે, જોકે તેઓ, આવા સંન્યાસીઓ પણ, અનેક જન્મો પછી કૃષ્ણભાવનામૃત (કૃષ્ણભક્તિ)ના આશ્રયે આવે છે.

શ્લોક **योगयुक्तो विशुद्धात्मा विजितात्मा जितेन्द्रियः ।**
૭ **सर्वभूतात्मभूतात्मा कुर्वन्नपि न लिप्यते ॥ ७ ॥**

યોગયુક્તઃ—ભક્તિમય સેવામાં પરોવાયેલો; **વિશુદ્ધ આત્મા**—શુદ્ધ આત્મા; **વિજિત આત્મા**—આત્મસંયમી; **જિત ઈન્દ્રિયઃ**—ઈન્દ્રિયોને જીતનારો; **સર્વભૂત**—પ્રાણીમાત્ર પ્રતિ; **આત્મ ભૂત આત્મા**—દયાળુ; **કુર્વન્ અપિ**—કર્મમાં પરોવાયેલો હોવા છતાં; **ન**—કદી નહીં; **લિપ્યતે**—લિપ્ત થાય છે.

અનુવાદ

જે મનુષ્ય ભક્તિભાવે કર્મ કરે છે, જે વિશુદ્ધ આત્મા છે અને જે પોતાનાં મન તથા ઈન્દ્રિયોને વશમાં રાખી શકે છે, તે સૌને પ્રિય હોય છે અને બધા જીવો તેને પ્રિય હોય છે. એવો મનુષ્ય હંમેશાં કાર્યરત રહેતો હોવા છતાં કદાપિ લિપ્ત થતો નથી.

ભાવાર્થ

જે મનુષ્ય કૃષ્ણભાવનામૃત દ્વારા મુક્તિમાર્ગે પ્રગતિ કરે છે, તે જીવમાત્રને પ્રિય હોય છે અને દરેક જીવ તેને પ્રિય હોય છે. આમ

થવાનું કારણ તેની કૃષ્ણભાવના છે. જેવી રીતે એક વૃક્ષના પાંદડાં તથા ડાળીઓ વૃક્ષથી જુદાં હોતાં નથી, તેવી રીતે આવો મનુષ્ય કોઈ પણ જીવાત્માને કૃષ્ણથી અલગ વિચારી શકતો નથી. તે બહુ સારી રીતે જાણે છે કે વૃક્ષના મૂળમાં પાણી સિંચવાથી તે પર્ણ અને શાખાઓને પણ મળે છે, અથવા ઉદરને અન્ન આપવામાં આવે એટલે સમગ્ર શરીરમાં આપોઆપ શક્તિનો સંચાર થાય છે. કૃષ્ણભાવનામાં કર્મ કરનારો મનુષ્ય સર્વનો સેવક હોવાથી તે બધાને બહુ પ્રિય હોય છે. અને દરેક વ્યક્તિને તેના કાર્યથી સંતોષ થતો હોવાથી તેની ચેતના શુદ્ધ હોય છે. તેની ચેતના શુદ્ધ થયેલી હોવાથી તેનું મન પૂરેપૂરું નિયંત્રણમાં રહે છે. મન નિયંત્રણમાં હોવાથી તેની ઇન્દ્રિયો પણ સંયમિત રહે છે. તેનું મન હંમેશાં કૃષ્ણમાં સ્થિર રહેતું હોવાથી તેની કૃષ્ણથી વિચલિત થવાની કોઈ શક્યતા રહેતી નથી. એવી શક્યતા પણ રહેતી નથી કે તે કૃષ્ણસેવા સિવાયની ઇતર પ્રવૃત્તિઓમાં તેની ઇન્દ્રિયોને પરોવે. તેને કૃષ્ણસંબંધી કથાઓ સિવાય અન્ય કશું સાંભળવાનું ગમતું નથી; કૃષ્ણને અર્પણ કર્યું ન હોય તેવું કંઈ પણ તેને ખાવાનું ગમતું નથી અને તે એવા કોઈ સ્થાને જવા ઇચ્છતો નથી કે જ્યાં કૃષ્ણસંબંધી કાર્ય થતું ન હોય. માટે તેની ઇન્દ્રિયો સંયમિત હોય છે. જિતેન્દ્રિય મનુષ્ય અન્ય કોઈ પ્રત્યે અપરાધ કરતો નથી. કદાચ કોઈ સવાલ કરી શકે કે, "તો પછી, અર્જુન (યુદ્ધમાં) બીજાઓ પ્રત્યે આક્રમક કેમ હતો? શું તે કૃષ્ણભાવનાપરાયણ ન હતો?" વાસ્તવમાં અર્જુન ઉપરછલ્લી દૃષ્ટિથી જ આક્રમક હતો, કારણ કે (બીજા અધ્યાયમાં દર્શાવ્યું છે તેમ) આત્મા અવધ્ય હોવાથી યુદ્ધભૂમિમાં એકત્ર થયેલા સર્વ મનુષ્યો પોતાના સ્વરૂપમાં વ્યક્તિગત રીતે જીવિત રહેવાના હતા. એટલે આધ્યાત્મિક દૃષ્ટિથી કુરુક્ષેત્રના સમરાંગણમાં કોઈ હણાયો ન હતો. કૃષ્ણની આજ્ઞાથી ત્યાં વ્યક્તિગત રીતે હાજર રહેલા મનુષ્યોનાં માત્ર વસ્ત્ર બદલવામાં આવેલાં હતાં. તેથી અર્જુન કુરુક્ષેત્રના રણમેદાનમાં યુદ્ધ કરતો હોવા છતાં વાસ્તવિક રીતે યુદ્ધ કરતો ન હતો. તે તો સંપૂર્ણ કૃષ્ણભાવનાયુક્ત થઈને માત્ર કૃષ્ણના આદેશોનું પાલન જ કરી રહ્યો હતો. આવો મનુષ્ય કદાપિ કર્મબંધનથી બદ્ધ થતો નથી.

શ્લોક ૮–૯

नैव किञ्चित्करोमीति युक्तो मन्येत तत्त्ववित्।
पश्यञ्शृण्वन्स्पृशञ्जिघ्रन्नश्नन्गच्छन्स्वपन्श्वसन् ॥८॥

प्रलपन्विसृजन्गृह्णन्नुन्मिषन्निमिषन्नपि ।
इन्द्रियाणीन्द्रियार्थेषु वर्तन्त इति धारयन्॥ ९॥

ન—કદી નહીં; **એવ**—નક્કી; **કિઞ્ચિત્**—કંઈ પણ; **કરોમિ**—કરું છું; **ઈતિ**—એમ; **યુક્તઃ**—દૈવી ચેતનામાં પરોવાયેલો; **મન્યેત**—માને છે; **તત્ત્વવિત્**—સત્યને જાણનાર; **પશ્યન્**—જોતો; **શૃણ્વન્**—સાંભળતો; **સ્પૃશન્**—સ્પર્શ કરતો; **જિઘ્રન્**—સૂંઘતો; **અશ્નન્**—ખાતો; **ગચ્છન્**—જતો; **સ્વપન્**—સ્વપ્ન જોતો; **શ્વસન્**—શ્વાસ લેતો; **પ્રલપન્**—બોલતો; **વિસૃજન્**—ત્યાગ કરતો; **ગૃહ્ણન્**—ગ્રહણ કરતો; **ઉન્મિષન્**—ખોલતો; **નિમિષન્**—બંધ કરતો; **અપિ**—છતાં; **ઈન્દ્રિયાણિ**—ઈન્દ્રિયો; **ઈન્દ્રિય અર્થેષુ**—ઈન્દ્રિયતૃપ્તિમાં; **વર્તન્તે**—પરોવાયેલી રહેવા દો; **ઈતિ**—એ રીતે; **ધારયન્**—વિચાર કરતો.

અનુવાદ

દિવ્ય ભાવનામાં રહેલો મનુષ્ય જોતો, સાંભળતો, સ્પર્શ કરતો, સૂંઘતો, ખાતો, ચાલતો, સૂતો તથા શ્વાસ લેતો હોવા છતાં પોતાના અંતરમાં હંમેશાં જાણતો હોય છે કે હકીકતમાં તે પોતે કશું જ કરતો નથી. બોલતાં, ત્યાગ કરતાં, ગ્રહણ કરતાં કે આંખો ખોલતાં તથા મીંચતાં પણ તે સદા જાણતો હોય છે કે માત્ર ભૌતિક ઈન્દ્રિયો જ પોતપોતાના વિષયોમાં પરોવાયેલી રહે છે અને પોતે આ સર્વથી અલિપ્ત છે.

ભાવાર્થ

કૃષ્ણભાવનાપરાયણ મનુષ્યનું જીવન શુદ્ધ હોય છે, પરિણામે તેને કર્તા, કર્મ, પરિસ્થિતિ, પ્રયાસ તથા ભાગ્ય એવાં નિકટનાં તથા દૂરગામી પાંચ કારણો પર આધારિત કોઈ પણ કાર્ય સાથે કશી નિસ્બત રહેતી નથી. આનું કારણ એ જ છે કે તે કૃષ્ણની પ્રેમસભર દિવ્ય સેવામાં પરોવાયેલો રહે છે. તે પોતાનાં શરીર તથા ઈન્દ્રિયોથી કર્મ કરતો દેખાય છે, છતાં તે પોતાની વાસ્તવિક સ્થિતિ અર્થાત્ આધ્યાત્મિક ઉદ્યમ વિશે સદા સચેત હોય છે. ભૌતિક ચેતનામાં ઈન્દ્રિયો વિષયભોગ કરવામાં પરોવાયેલી રહે છે, પરંતુ કૃષ્ણભાવનામૃતમાં તે કૃષ્ણની ઈન્દ્રિયોને સંતુષ્ટ કરવામાં વ્યસ્ત રહે છે. તેથી કૃષ્ણભાવનાપરાયણ મનુષ્ય ઈન્દ્રિયોના વ્યવહારમાં પરોવાયેલો જણાતો હોવા છતાં હંમેશાં મુક્ત હોય છે. જોવું તથા સાંભળવું એ કાર્યો જ્ઞાનેન્દ્રિયોનાં કર્મો છે. જ્યારે ચાલવું, બોલવું, મલોત્સર્ગ વગેરે કર્મેન્દ્રિયોનાં કાર્યો છે. કૃષ્ણભાવનાપરાયણ મનુષ્ય ઈન્દ્રિયોનાં કાર્યોથી કદાપિ પ્રભાવિત

થતો નથી. તે ભગવત્સેવા સિવાયનું અન્ય કાર્ય કરી શકતો નથી, કારણ કે તે જાણતો હોય છે કે પોતે ભગવાનનો સનાતન સેવક છે.

શ્લોક ૧૦
બ્રહ્મણ્યાધાય કર્માણિ સઙ્ગં ત્યક્ત્વા કરોતિ યઃ।
લિપ્યતે ન સ પાપેન પદ્મપત્રમિવામ્ભસા॥ ૧૦॥

બ્રહ્મણિ—પૂર્ણ પુરુષોત્તમ પરમેશ્વરમાં; **આધાય**—સમર્પિત કરીને; **કર્માણિ**—સર્વ કર્મ; **સઙ્ગમ્**—આસક્તિ; **ત્યક્ત્વા**—ત્યાગીને; **કરોતિ**—કરે છે; **યઃ**—જે; **લિપ્યતે**—પ્રભાવિત થાય છે; **ન**—કદી નહીં; **સઃ**—તે; **પાપેન**—પાપથી; **પદ્મ પત્રમ્**—કમળપત્ર; **ઈવ**—જેમ; **અમ્ભસા**—પાણી દ્વારા.

અનુવાદ

જે મનુષ્ય કર્મફળ પરમેશ્વરને સમર્પિત કરીને આસક્તિરહિત થઈને પોતાનું કર્તવ્યકર્મ કરે છે, તે જેમ કમળપત્ર જળથી અસ્પર્શ્ય રહે છે, તેમ પાપકર્મોથી અલિપ્ત રહે છે.

ભાવાર્થ

અહીં *બ્રહ્મણિ* શબ્દનો અર્થ "કૃષ્ણભાવનામૃતમાં" એવો થાય છે. આ ભૌતિક જગત એ પ્રકૃતિના ત્રણ ગુણોનું એકંદર પ્રગટીકરણ છે, જે પારિભાષિક રીતે *પ્રધાન* કહેવાય છે. *સર્વં હિ એતદ્ બ્રહ્મ* (માંડૂક્ય ઉપનિષદ ૨), *તસ્માદ્ એતદ્ બ્રહ્મ નામરૂપમ્ અન્નં ચ જાયતે* (મુંડક ઉપનિષદ ૧.૨.૧૦)—આ વેદમંત્રો તથા ભગવદ્ગીતા (૧૪.૩)માં *મમ યોનિર્ મહદ્ બ્રહ્મ,* એ દર્શાવે છે કે ભૌતિક જગતની દરેક વસ્તુ બ્રહ્મની જ અભિવ્યક્તિ છે અને કાર્ય જોકે વિભિન્ન રીતે વ્યક્ત થાય છે, છતાં તે કારણથી અભિન્ન હોય છે. ઈશોપનિષદમાં કહ્યું છે કે સર્વ વસ્તુઓ પરમ બ્રહ્મ અથવા કૃષ્ણ સાથે સંબંધિત છે, તેથી તે સર્વ તેમની જ માલિકીની છે. જે મનુષ્ય સારી પેઠે જાણે છે કે દરેક વસ્તુ કૃષ્ણની માલિકીની છે તથા તેઓ જ દરેક વસ્તુના સ્વામી છે અને તેથી દરેક વસ્તુનો ઉપયોગ ભગવાનની સેવામાં થાય છે, તે મનુષ્યને સ્વાભાવિકપણે જ તેનાં શુભ કે અશુભ કર્મફળો સાથે કશી નિસ્બત રહેતી નથી. અરે, વિશિષ્ટ કર્મ કરવા માટે ભગવાન દ્વારા મળેલું મનુષ્યનું શરીર પણ કૃષ્ણભાવનામૃતમાં સંલગ્ન કરી શકાય છે. ત્યારે જેવી રીતે કમળપત્ર પાણીમાં રહેવા છતાં ભીંજાતું નથી, તેવી રીતે તે પાપકર્મના સંસર્ગદોષથી પર થઈ જાય છે. ભગવાન ગીતા (૩.૩૦)માં એમ પણ કહે છે—*મયિ સર્વાણિ કર્માણિ સન્ન્યસ્ય.* સર્વ કર્મો મને (કૃષ્ણને)

અર્પણ કર. સાર એ છે કે કૃષ્ણભાવનાવિહીન મનુષ્ય ભૌતિક શરીર તથા ઈન્દ્રિયોની દૃષ્ટિએ કર્મ કરે છે, પરંતુ કૃષ્ણભાવનાપરાયણ મનુષ્ય એવા જ્ઞાન સાથે કર્મ કરે છે કે આ શરીર તો કૃષ્ણની સંપત્તિ હોઈ તેનો ઉપયોગ કૃષ્ણની સેવામાં કરવો જોઈએ.

શ્લોક **कायेन मनसा बुद्ध्या केवलैरिन्द्रियैरपि।**
૧૧ **योगिनः कर्म कुर्वन्ति सङ्गं त्यक्त्वात्मशुद्धये॥ ११॥**

કાયેન—શરીરથી; **મનસા**—મનથી; **બુદ્ધ્યા**—બુદ્ધિથી; **કેવલૈઃ**—શુદ્ધ; **ઈન્દ્રિયૈઃ**—ઈન્દ્રિયોથી; **અપિ**—પણ; **યોગિનઃ**—કૃષ્ણભાવનાયુક્ત મનુષ્યો; **કર્મ**—કર્મ; **કુર્વન્તિ**—કરે છે; **સઙ્ગમ્**—આસક્તિ; **ત્યક્ત્વા**—તજીને; **આત્મ**—આત્માની; **શુદ્ધયે**—શુદ્ધિ માટે.

અનુવાદ

યોગીજનો અનાસક્ત થઈને શરીર, મન, બુદ્ધિ અને ઈન્દ્રિયો દ્વારા પણ કેવળ આત્મશુદ્ધિના હેતુ માટે કર્મ કરે છે.

ભાવાર્થ

જ્યારે કૃષ્ણભક્તિમાં કોઈ મનુષ્ય કૃષ્ણની ઈન્દ્રિયતૃપ્તિ અર્થે શરીર, મન, બુદ્ધિ અથવા ઈન્દ્રિયો દ્વારા કર્મ કરે છે, ત્યારે તે ભૌતિક સંસર્ગના દોષમાંથી શુદ્ધ થઈ જાય છે. કૃષ્ણભાવનાપરાયણ મનુષ્યનાં કાર્યોથી કોઈ ભૌતિક ફળ પ્રાપ્ત થતાં નથી. માટે સાધારણ રીતે સદાચાર કહેવાતાં શુદ્ધ કર્મ કૃષ્ણભાવનામૃતમાં રહીને સહજ રીતે કરી શકાય છે. શ્રીલ રૂપ ગોસ્વામીએ તેમના ભક્તિરસામૃતસિંધુ (૧.૨.૧૭૮)માં આ વિશે નીચે આપ્યા પ્રમાણે વર્ણન કર્યું છે:

ઈહા યસ્ય હરેર્દાસ્યે કર્મણા મનસા ગિરા।
નિખિલાસ્વપ્યવસ્થાસુ જીવન્મુક્તઃ સ ઉચ્યતે॥

“શરીર, મન, બુદ્ધિ તથા વાણીથી કૃષ્ણભાવનામૃત (અર્થાત્ કૃષ્ણસેવા)માં કર્મ કરતો મનુષ્ય ભલે અનેક કહેવાતાં ભૌતિક કર્મોમાં પરોવાયેલો હોય, તો પણ તે ભૌતિક જગતમાં પણ જીવન્મુક્ત હોય છે.” તે મિથ્યા અહંકારરહિત હોય છે, કારણ કે પોતે આ ભૌતિક શરીર છે અથવા આ શરીર પોતાની માલિકીનું છે, એમ તે માનતો નથી. તે જાણે છે કે પોતે આ શરીર નથી અને આ શરીર પણ તેની માલિકીનું નથી. તે પોતે કૃષ્ણની માલિકીનો છે અને તેનું શરીર પણ કૃષ્ણની માલિકીનું છે. જ્યારે તે શરીર, મન, બુદ્ધિ,

વાણી, જીવન, સંપત્તિ વગેરે દ્વારા ઉત્પન્ન તેના અધિકારમાંની દરેક વસ્તુને કૃષ્ણની સેવામાં પ્રયોજે છે, ત્યારે તે તરત જ કૃષ્ણ સાથે જોડાઈ જાય છે. તે કૃષ્ણ સાથે એકરૂપ થઈ જાય છે અને એવા મિથ્યા અહંકારથી રહિત થઈ જાય છે કે જેના લીધે મનુષ્ય પોતે શરીર છે એવું માને છે. આ જ તો કૃષ્ણભાવનાની પૂર્ણાવસ્થા છે.

શ્લોક ૧૨
युक्तः कर्मफलं त्यक्त्वा शान्तिमाप्नोति नैष्ठिकीम्।
अयुक्तः कामकारेण फले सक्तो निबध्यते॥१२॥

યુક્તઃ—ભક્તિમાં જોડાયેલો; **કર્મફલમ્**—બધાં કર્મોનાં ફળ; **ત્યક્ત્વા**—ત્યાગ કરીને; **શાન્તિમ્**—સંપૂર્ણ શાંતિ; **આપ્નોતિ**—પ્રાપ્ત કરે છે; **નૈષ્ઠિકીમ્**—અચળ; **અયુક્તઃ**—કૃષ્ણભાવનામાં ન હોય તે; **કામકારેણ**—કર્મનાં ફળ ભોગવવા માટે; **ફલે**—ફળમાં; **સક્તઃ**—આસક્ત થયેલો; **નિબધ્યતે**—બદ્ધ થાય છે.

અનુવાદ

ભક્તિમાં સ્થિર થયેલો મનુષ્ય પરમ શાંતિ પામે છે, કારણ કે તે પોતાનાં સર્વ કર્મોનાં ફળ મને અર્પિત કરે છે; પરંતુ જે મનુષ્ય ભગવાન સાથે સંલગ્ન હોતો નથી તથા જે પોતાના શ્રમના ફળનો લોભી છે, તે બદ્ધ થઈ જાય છે.

ભાવાર્થ

કૃષ્ણભાવનામાં રહેલો મનુષ્ય તથા દેહાત્મભાવમાં રહેલો મનુષ્ય, એ બે વચ્ચે તફાવત એ છે કે એક કૃષ્ણમાં આસક્ત રહે છે જ્યારે બીજો તેના કર્મના ફળમાં આસક્ત રહે છે. જે મનુષ્ય કૃષ્ણ પ્રત્યે આસક્ત રહીને માત્ર કૃષ્ણ પ્રીત્યર્થે જ કર્મ કરે છે, તે નિશ્ચિત રીતે મુક્ત છે અને તેને પોતાનાં કર્મનાં ફળની કોઈ ચિંતા રહેતી નથી. શ્રીમદ્ ભાગવતમાં જણાવ્યા પ્રમાણે કર્મનાં ફળ માટેની ચિંતાનું કારણ છે, મનુષ્યનું પરમ સત્યના જ્ઞાન વિના દ્વૈતભાવમાં રહીને કર્મ કરવું. કૃષ્ણ પરમ સત્ય છે, પરમ ઈશ્વર છે. કૃષ્ણભાવનામાં કોઈ દ્વૈત હોતું નથી. જે કંઈ વિદ્યમાન છે તે કૃષ્ણની શક્તિની નિપજ છે અને કૃષ્ણ સર્વથા સારા છે. તેથી કૃષ્ણભાવનામાં કરેલી સેવાઓ પરમ ભૂમિકા પર રહેલી હોય છે, તે દિવ્ય હોય છે અને તેમની કોઈ ભૌતિક અસર હોતી નથી. આને લીધે મનુષ્ય કૃષ્ણભાવનામાં શાંતિથી સભર રહે છે. પરંતુ જે મનુષ્ય ઈન્દ્રિયતૃપ્તિ માટે લાભની ગણતરી કરવામાં

લાગેલો રહે છે, તેને શાંતિ મળી શકતી નથી. આ જ કૃષ્ણભાવનામૃતનું રહસ્ય છે—કૃષ્ણ સિવાય બીજું કંઈ જ નથી એવો સાક્ષાત્કાર એ શાંતિ તથા નિર્ભયતાના આધારરૂપ છે.

શ્લોક ૧૩

सर्वकर्माणि मनसा सन्न्यस्यास्ते सुखं वशी।
नवद्वारे पुरे देही नैव कुर्वन्न कारयन्॥ १३॥

સર્વ—બધાં; **કર્માણિ**—કર્મોને; **મનસા**—મનથી; **સન્ન્યસ્ય**—ત્યાગીને; **આસ્તે**—રહે છે; **સુખમ્**—સુખમાં; **વશી**—સંયમી મનુષ્ય; **નવદ્વારે**—નવ દ્વારવાળા; **પુરે**—નગરમાં; **દેહી**—શરીરધારી આત્મા; **ન**—નથી; **એવ**—નક્કી; **કુર્વન્**—કશું કરતો; **ન**—નથી; **કારયન્**—કરાવતો.

અનુવાદ

જ્યારે દેહધારી જીવાત્મા પોતાની પ્રકૃતિને વશમાં કરી લે છે અને મનથી બધાં કર્મોનો પરિત્યાગ કરે છે, ત્યારે તે નવ દ્વારવાળાં નગર (ભૌતિક શરીર)માં કશું કર્યા કે કરાવ્યા વગર સુખપૂર્વક રહે છે.

ભાવાર્થ

દેહધારી જીવાત્મા નવ દ્વારવાળા નગરમાં નિવાસ કરે છે. શરીર અથવા નગરરૂપી શરીરનાં કાર્યો તેના પ્રાકૃતિક ગુણો દ્વારા આપમેળે જ થતાં હોય છે. જીવ પોતાને શરીરની પરિસ્થિતિને અધીન રાખતો હોવા છતાં જો તે ઈચ્છે, તો તે પરિસ્થિતિથી પર પણ થઈ શકે છે. પોતાની ચડિયાતી પ્રકૃતિના વિસ્મરણને કારણે જ તે ભૌતિક શરીર સાથે આત્મભાવ રાખે છે અને તેથી જ દુઃખ ભોગવે છે. કૃષ્ણભાવનામૃત દ્વારા તે પોતાની અસલ સ્થિતિ પુનઃ પ્રાપ્ત કરી શકે છે અને એ રીતે દેહબંધનમાંથી મુક્ત થઈ શકે છે. તેથી મનુષ્ય જ્યારે કૃષ્ણભાવનાનો આશ્રય લે છે, ત્યારે તરત જ તે દૈહિક કાર્યોથી સર્વથા અલગ થઈ જાય છે. આવા સંયમિત જીવનમાં કે જેમાં તેના વિચારોમાં પરિવર્તન આવી જાય છે, તે નવ દ્વારવાળા નગરમાં સુખપૂર્વક નિવાસ કરે છે. આ નવ દ્વાર આ પ્રમાણે છે.

નવદ્વારે પુરે દેહી હંસો લેલાયતે બહિઃ।
વશી સર્વસ્ય લોકસ્ય સ્થાવરસ્ય ચરસ્ય ચ॥

"જીવાત્માના શરીરની અંદર નિવાસ કરી રહેલા પૂર્ણ પુરુષોત્તમ પરમેશ્વર સમગ્ર બ્રહ્માંડમાંના સર્વ જીવોના નિયંતા છે. આ શરીર નવ દ્વારોવાળું છે (બે આંખો, બે નસકોરાં, બે કાન, એક મોં, ગુદા તથા જનનેન્દ્રિય).

જીવ તેની બદ્ધાવસ્થામાં શરીર સાથે આત્મભાવ રાખે છે, પરંતુ જ્યારે તે પોતાની અંદર રહેલા ભગવાન સાથે તાદાત્મ્ય સાધે છે, ત્યારે તે શરીરમાં રહેતો હોવા છતાં ભગવાનની જેમ મુક્ત થઈ જાય છે." (શ્વેતાશ્વતર ઉપનિષદ ૩.૧૮)

તેથી કૃષ્ણભાવનામય મનુષ્ય ભૌતિક શરીરનાં બાહ્ય તથા આંતરિક બંને કર્મોથી મુક્ત રહે છે.

શ્લોક ૧૪ **न कर्तृत्वं न कर्माणि लोकस्य सृजति प्रभुः।**
न कर्मफलसंयोगं स्वभावस्तु प्रवर्तते॥ १४॥

ન—કદી નહીં; **કર્તૃત્વમ્**—કર્તાપણું, સ્વામિત્વ; **ન**—નહીં; **કર્માણિ**—કર્મો; **લોકસ્ય**—લોકોના; **સૃજતિ**—ઉત્પન્ન કરે છે; **પ્રભુઃ**—શરીરરૂપી નગરનો સ્વામી; **ન**—નહીં; **કર્મફલ**—કર્મોનાં ફળનો; **સંયોગમ્**—સંબંધ; **સ્વભાવઃ**—ભૌતિક પ્રકૃતિના ગુણો; **તુ**—પરંતુ; **પ્રવર્તતે**—કાર્ય કરે છે.

અનુવાદ

શરીરરૂપી નગરનો સ્વામી એવો દેહધારી જીવાત્મા કર્મ ઉત્પન્ન કરતો નથી કે લોકોને કર્મ કરવા પ્રેરિત કરતો નથી અને કર્મનાં ફળનું સર્જન પણ કરતો નથી. આ બધું તો ભૌતિક પ્રકૃતિના ગુણો દ્વારા જ થયા કરે છે.

ભાવાર્થ

સાતમા અધ્યાયમાં સ્પષ્ટ થશે તે પ્રમાણે, જીવ તો પરમેશ્વરની શક્તિઓમાંની એક શક્તિ કે પ્રકૃતિ છે, પરંતુ તે ભૌતિક પદાર્થથી ભિન્ન છે. ભૌતિક પદાર્થ પણ ભગવાનની એક નિકૃષ્ટ પ્રકૃતિ છે. સંયોગવશ ચડિયાતી પ્રકૃતિ અથવા જીવ અનંતકાળથી ભૌતિક પ્રકૃતિના સંપર્કમાં રહેલો છે. જીવ જે ક્ષણભંગુર શરીર અથવા ભૌતિક નિવાસસ્થાન પ્રાપ્ત કરે છે, તે અનેક કર્મો તથા તેમનાં ફળોનું કારણ છે. આવા બંધિયાર વાતાવરણમાં જીવી રહેલો મનુષ્ય અજ્ઞાનવશ પોતાની જાતને દેહ સાથે એકરૂપ માનવાને લીધે દેહનાં કાર્યોનાં ફળરૂપે મળતાં દુઃખો ભોગવે છે. અનંતકાળથી ઉપાર્જિત આ અજ્ઞાન જ શરીરનાં સુખ-દુઃખનું કારણ છે. જેવો જીવ શરીરનાં કર્મોથી અલગ થઈ જાય છે કે તરત તે કર્મબંધનમાંથી પણ છૂટી જાય છે. જ્યાં સુધી તે શરીરરૂપી નગરમાં નિવાસ કરે છે, ત્યાં સુધી તે આ નગરનો સ્વામી જણાય છે, પરંતુ વાસ્તવમાં તે તેનો સ્વામી નથી કે તેનાં કર્મો તથા ફળોનો

નિયંતા પણ નથી. તે તો કેવળ આ સંસારરૂપી સાગર મધ્યે જીવન માટે સંઘર્ષ કરનાર પ્રાણી છે. સાગરનાં મોજાં તેને ફંગોળતા રહે છે, પરંતુ તેમની ઉપર તેનું કશું નિયંત્રણ હોતું નથી. દિવ્ય કૃષ્ણભાવનામૃત દ્વારા જળની બહાર આવવું, એ જ તેના ઉદ્ધારનો સર્વોત્તમ ઉપાય છે. તે જ એકમાત્ર તેનું સઘળી ઉપાધિઓથી રક્ષણ કરશે.

શ્લોક ૧૫

नादत्ते कस्यचित्पापं न चैव सुकृतं विभुः।
अज्ञानेनावृतं ज्ञानं तेन मुह्यन्ति जन्तवः॥ १५॥

ન—કદી નહીં; **આદત્તે**—સ્વીકાર કરે છે; **કસ્યચિત્**—કોઈનું; **પાપમ્**—પાપ; **ન**—નહીં; **ચ**—વળી; **એવ**—નક્કી; **સુકૃતમ્**—પુણ્ય; **વિભુઃ**—પરમેશ્વર; **અજ્ઞાનેન**—અજ્ઞાન વડે; **આવૃતમ્**—ઢંકાયેલું; **જ્ઞાનમ્**—જ્ઞાન; **તેન**—તેના વડે; **મુહ્યન્તિ**—મોહગ્રસ્ત થાય છે; **જન્તવઃ**—જીવો.

અનુવાદ

પરમેશ્વર કોઈનાં પાપ કે પુણ્ય ગ્રહણ કરતા નથી. પરંતુ દેહધારી જીવો અજ્ઞાનના કારણે મોહગ્રસ્ત થાય છે, જે તેમના વાસ્તવિક જ્ઞાનને ઢાંકી દે છે.

ભાવાર્થ

સંસ્કૃત શબ્દ *વિભુ* એટલે પરમેશ્વર કે જેઓ અપાર જ્ઞાન, ઐશ્વર્ય, બળ, યશ, સૌંદર્ય તથા ત્યાગથી યુક્ત છે. તેઓ સદા આત્મસંતુષ્ટ હોય છે અને પાપ-પુણ્યથી અવિચલિત રહે છે. તેઓ કોઈ પણ જીવ માટે વિશિષ્ટ પરિસ્થિતિ ઉત્પન્ન કરતા નથી, પરંતુ અજ્ઞાનથી મોહગ્રસ્ત થયેલો જીવ જીવનની એવી સ્થિતિની કામના કરે છે કે જેના કારણે કર્મ તથા ફળની શૃંખલાનો આરંભ થાય છે. જીવ તેની ચડિયાતી પ્રકૃતિને કારણે જ્ઞાનથી ભરપૂર હોય છે. તેમ છતાં તે પોતાની મર્યાદિત શક્તિના કારણે અજ્ઞાનથી પ્રભાવિત થવાનું વલણ ધરાવે છે. ભગવાન સર્વશક્તિસંપન્ન છે પણ જીવ એવો નથી. ભગવાન *વિભુ* અર્થાત્ સર્વજ્ઞ છે, પરંતુ જીવ *અણુ* છે, સૂક્ષ્મ છે. જીવ ચેતન આત્મા હોવાથી તે સ્વતંત્ર રીતે ઇચ્છા કરવા સમર્થ છે, પણ આવી ઇચ્છાની પૂર્તિ સર્વશક્તિમાન ભગવાન દ્વારા જ થાય છે. તેથી જ્યારે જીવ પોતાની ઇચ્છાઓથી મોહગ્રસ્ત થાય છે, ત્યારે ભગવાન તેને પોતાની ઇચ્છાપૂર્તિ કરવા દે છે, પરંતુ ઇચ્છેલી વિશેષ સ્થિતિનાં કર્મ કે ફળ માટે ભગવાન કદી કારણભૂત હોતા નથી. મોહગ્રસ્ત દશામાં હોવાથી

હધારી જીવ પરિસ્થિતિજન્ય ભૌતિક શરીર સાથે આત્મભાવ રાખે છે અને જીવનનાં ક્ષણિક સુખ તથા દુઃખ ભોગવે છે. ભગવાન પરમાત્મારૂપે જીવના નિત્ય સાથી રહે છે, પરિણામે જેવી રીતે ફૂલની પાસે રહેનાર વ્યક્તિ ફૂલની સુગંધને અનુભવે છે, તેવી રીતે પરમાત્મા વ્યક્તિગત જીવની ઇચ્છાઓને જાણતા હોય છે. જીવને બદ્ધ કરવા માટે ઇચ્છા સૂક્ષ્મ બંધનરૂપ છે. ભગવાન મનુષ્યની પાત્રતા પ્રમાણે તેની ઇચ્છા પૂર્ણ કરે છે—મનુષ્ય યોજના કરે, પણ ધાર્યું તો ભગવાનનું જ થાય. તેથી વ્યક્તિ પોતાની ઇચ્છાઓ પરિપૂર્ણ કરવામાં સર્વસમર્થ નથી, પરંતુ ભગવાન બધી ઇચ્છાઓ પરિપૂર્ણ કરી શકે છે. તેઓ સર્વ પ્રત્યે તટસ્થ હોવાથી સ્વતંત્ર અણુજીવોની ઇચ્છાઓમાં દખલ કરતા નથી. પરંતુ જ્યારે કોઈ કૃષ્ણની ઇચ્છા કરે છે, ત્યારે ભગવાન તેની વિશેષ ચિંતા કરે છે અને તેને એવું પ્રોત્સાહન આપે છે કે જેથી ભગવત્પ્રાપ્તિની તેની ઇચ્છા પરિપૂર્ણ થાય અને તે સદા સુખી રહે. માટે જ વૈદિક મંત્રો ઘોષણા કરે છે—*એષ ઉ હ્યેવ સાધુ કર્મ કારયતિ તં યમેભ્યો લોકેભ્ય ઉન્નિનીષતે એષ ઉ એવાસાધુ કર્મ કારયતિ યમધો નિનીષતે.* "ભગવાન જીવને પુણ્યકર્મોમાં એટલા માટે પરોવે છે કે જેથી તે ઉન્નત થઈ શકે. ભગવાન તેને પાપકર્મમાં એટલા માટે પ્રવૃત્ત કરે છે કે જેથી તે નરકમાં જઈ શકે." (કૌષીતકી ઉપનિષદ ૩.૮)

અજ્ઞો જન્તુરનીશોઽયમાત્મનઃ સુખ-દુઃખયોઃ।
ઈશ્વર પ્રેરિતો ગચ્છેત્ સ્વર્ગં વાશ્વભ્રમ્ એવ ચ॥

"જીવાત્મા તેનાં સુખ તથા દુઃખમાં સર્વથા પરાધીન છે. જેમ વાદળ પવનથી આમતેમ ખેંચાય છે, તેમ જીવ પરમેશ્વરની ઇચ્છાથી સ્વર્ગ કે નરકમાં જઈ શકે છે."

માટે દેહધારી જીવ કૃષ્ણભાવનામૃતની ઉપેક્ષા કરવાની પોતાની અતિ જૂની ઇચ્છાને કારણે પોતાને માટે મોહ ઉત્પન્ન કરે છે. પરિણામે સચ્ચિદાનંદમય હોવા છતાં તે પોતાના અસ્તિત્વની અલ્પતાને લીધે ભગવાનની સેવા કરવાની સ્વરૂપાવસ્થાને ભૂલી જાય છે અને એ રીતે તે અવિદ્યાના પાશમાં ફસાય છે. જીવ અજ્ઞાનવશ કહે છે કે તેના ભવબંધન માટે ભગવાન કારણભૂત છે. વેદાંતસૂત્રો (૨.૧.૩૪) પણ આનું સમર્થન કરે છે—"*વૈષમ્યનૈર્ઘૃણ્યે ન સાપેક્ષત્વાત્ તથા હિ દર્શયતિ*—ભગવાન એવા પ્રતીત થાય છે, છતાં તેઓ કોઈના પ્રત્યે ઘૃણા કરતા નથી કે કોઈને ચાહતા નથી."

શ્લોક ૧૬

ज्ञानेन तु तदज्ञानं येषां नाशितमात्मनः।
तेषामादित्यवज्ज्ञानं प्रकाशयति तत्परम्॥ १६॥

જ્ઞાનેન—જ્ઞાનથી; **તુ**—પરંતુ; **તત્**—તે; **અજ્ઞાનમ્**—અવિદ્યા; **યેષામ્**—જેમનાં; **નાશિતમ્**—નષ્ટ કરાય છે; **આત્મનઃ**—જીવની; **તેષામ્**—તેમનું; **આદિત્યવત્**—ઉદીયમાન સૂર્ય સમાન; **જ્ઞાનમ્**—જ્ઞાન; **પ્રકાશયતિ**—પ્રગટ કરે છે; **તત્ પરમ્**—કૃષ્ણભાવનામૃતને.

અનુવાદ

પરંતુ જ્યારે કોઈ મનુષ્ય અવિદ્યાને નષ્ટ કરનારા જ્ઞાનથી પ્રબુદ્ધ થાય છે, ત્યારે જેવી રીતે દિવસે સૂર્ય દ્વારા બધું પ્રકાશિત થાય છે, તેવી રીતે તેના એ જ્ઞાનથી બધું જ પ્રગટ થઈ જાય છે.

ભાવાર્થ

જે લોકો કૃષ્ણને ભૂલી ગયા છે તેઓ ચોક્કસ મોહગ્રસ્ત થાય છે, પરંતુ કૃષ્ણભાવનાપરાયણ મનુષ્યો લેશમાત્ર વ્યામોહિત થતા નથી. ભગવદ્‌ગીતામાં કહ્યું છે, *સર્વં જ્ઞાનપ્લવેન, જ્ઞાનાગ્નિઃ સર્વકર્માણિ* અને *ન હિ જ્ઞાનેન સદૃશમ્*. જ્ઞાન હંમેશાં સન્માનનીય છે. અને આ જ્ઞાન શું છે? મનુષ્ય જ્યારે કૃષ્ણના શરણે જાય છે, ત્યારે તેને પૂર્ણ જ્ઞાન પ્રાપ્ત થાય છે, જે વિશે ગીતા (૭.૧૯)માં જ કહ્યું છે, *બહૂનાં જન્મનામ્ અન્તે જ્ઞાનવાન્ માં પ્રપદ્યતે*. અનેકાનેક જન્મોમાંથી પસાર થયા પછી જ્યારે મનુષ્ય પૂર્ણ જ્ઞાન પ્રાપ્ત કરીને કૃષ્ણને શરણાગત થાય છે અથવા જ્યારે તેને કૃષ્ણભાવનામૃત પ્રાપ્ત થાય છે, ત્યારે દિવસે જેમ સૂર્ય દ્વારા બધું પ્રકાશમય થાય છે, તેમ તેને બધું જ જ્ઞાન થઈ જાય છે. જીવ અનેક રીતે મોહગ્રસ્ત થાય છે. દાખલા તરીકે, જ્યારે તે વિવેકરહિત થઈને પોતાને ઈશ્વર માનવા લાગે છે, ત્યારે તે માયાના આખરી પાશમાં ફસાય છે. જો જીવ ઈશ્વર હોય, તો તે માયા દ્વારા મોહગ્રસ્ત કેવી રીતે થઈ શકે? શું ઈશ્વર માયાથી મોહગ્રસ્ત થાય છે? જો એમ હોય, તો પછી માયા અથવા શેતાન ઈશ્વર કરતાં મહાન છે. પૂર્ણ જ્ઞાન સંપૂર્ણ રીતે કૃષ્ણભાવનાપરાયણ મનુષ્ય પાસેથી પ્રાપ્ત કરી શકાય છે. તેથી મનુષ્યે આવા જ પ્રમાણભૂત આધ્યાત્મિક ગુરુને શોધવાનો પ્રયત્ન કરવો જોઈએ અને તેમના આશ્રયે રહી કૃષ્ણભાવનાનું જ્ઞાન સંપાદન કરવું જોઈએ, કારણ કે સૂર્ય જેમ અંધકારને હાંકી કાઢે છે, તેમ કૃષ્ણભાવનામૃત સર્વ અવિદ્યાને દૂર કરશે, એમાં કોઈ સંદેહ નથી. ભલે કોઈ મનુષ્યને પોતે

શરીર નથી પણ તેનાથી પર છે એ બાબતનું પૂર્ણ જ્ઞાન હોય, છતાં તે આત્મા તથા પરમાત્મા વચ્ચેનો તફાવત સમજી ન શકે એવું બને. તેમ છતાં જો તે સુયોગ્ય અધિકૃત કૃષ્ણભાવનામય આધ્યાત્મિક ગુરુનું શરણ ગ્રહણ કરવાની પરવા કરે, તો તે બધું જ જ્ઞાન મેળવી શકે છે. મનુષ્ય જ્યારે ખરેખર ઈશ્વરના પ્રતિનિધિને મળે છે, ત્યારે જ તે ઈશ્વર તથા ઈશ્વર સાથેના પોતાના સંબંધ વિશે જાણી શકે છે. ઈશ્વરનો પ્રતિનિધિ ઈશ્વરનું જ્ઞાન ધરાવતો હોવાથી ઈશ્વરને મળે તેવું સન્માન મેળવતો હોય છે, તોય તે પોતે ઈશ્વર હોવાનો ક્યારેય દાવો કરતો નથી. મનુષ્યે જીવ તથા ઈશ્વર વચ્ચે રહેલા તફાવતને જાણવો જરૂરી છે. તેથી જ ભગવાન કૃષ્ણે ભગવદ્ગીતાના બીજા અધ્યાય (૨.૧૨)માં કહ્યું છે કે પ્રત્યેક જીવ વ્યક્તિ છે અને ભગવાન પણ વ્યક્તિ છે. આ બધા જ ભૂતકાળમાં વ્યક્તિ હતા, વર્તમાનમાં પણ છે અને ભવિષ્યમાં મુક્ત થયા પછી પણ વ્યક્તિ તરીકે જ રહેશે. રાત્રે અંધકારમાં દરેક વસ્તુ એકસરખી દેખાય છે, પરંતુ દિવસે સૂર્યનો ઉદય થતાં પ્રત્યેક વસ્તુ પોતપોતાના વાસ્તવિક રૂપમાં દેખાય છે. આધ્યાત્મિક જીવનમાં વ્યક્તિગત પાસાની ઓળખ થવી એ જ વાસ્તવિક જ્ઞાન છે.

શ્લોક ૧૭

તદ્બુદ્ધયસ્તદાત્માનસ્તન્નિષ્ઠાસ્તત્પરાયણાઃ ।
ગચ્છન્ત્યપુનરાવૃત્તિં જ્ઞાનનિર્ધૂતકલ્મષાઃ ॥ ૧૭॥

તત્ બુદ્ધયઃ—ભગવત્પરાયણ બુદ્ધિવાળા; **તત્ આત્માનઃ**—જેમનાં મન સદા ભગવાનમાં હોય છે તેઓ; **તત્ નિષ્ઠાઃ**—જેમની શ્રદ્ધા એકમાત્ર પરમેશ્વરમાં જ હોય છે તેઓ; **તત્ પરાયણાઃ**—જેમણે ભગવાનનો સર્વથા આશ્રય લીધો છે તેઓ; **ગચ્છન્તિ**—જાય છે; **અપુનઃ આવૃત્તિમ્**—મુક્તિ પ્રત્યે; **જ્ઞાન**—જ્ઞાન દ્વારા; **નિર્ધૂત**—શુદ્ધ થયેલા; **કલ્મષાઃ**—દોષ.

અનુવાદ

જ્યારે મનુષ્યની બુદ્ધિ, મન, શ્રદ્ધા તથા આશ્રય સર્વથા ભગવાનમાં સ્થિર થઈ જાય છે, ત્યારે તે પૂર્ણ જ્ઞાન દ્વારા સર્વ સંશયોથી વિશુદ્ધ થઈને સીધો મુક્તિપંથે આગળ વધે છે.

ભાવાર્થ

ભગવાન શ્રીકૃષ્ણ જ પરમ દિવ્ય સત્ય છે. સમગ્ર ભગવદ્ગીતા એક જ ઘોષણા પર કેન્દ્રિત થયેલી છે કે કૃષ્ણ જ પૂર્ણ પુરુષોત્તમ પરમેશ્વર છે. સર્વ વૈદિક શાસ્ત્રોનું એ જ મંતવ્ય છે. *પરતત્ત્વ*નો અર્થ પરમ સત્ય થાય છે,

જેને પરમેશ્વરને જાણનારા મનુષ્યો બ્રહ્મ, પરમાત્મા તથા ભગવાન તરીકે ઓળખે છે. ભગવાન અથવા પૂર્ણ પુરુષોત્તમ પરમેશ્વર આ પરમ સત્યની પરિસીમા છે. તેનાથી વધારે બીજું કંઈ જ નથી. ભગવાન કહે છે—*મત્ત પરતરં નાન્યત્ કિઞ્ચિદસ્તિ ધનઞ્જય*—નિર્વિશેષ બ્રહ્મને પણ કૃષ્ણ જ આધાર આપે છે. *બ્રહ્મણો હિ પ્રતિષ્ઠાહમ્*. માટે બધી રીતે જોતાં, કૃષ્ણ જ સર્વથા પરમ સત્ય (પરબ્રહ્મ) છે. જેનાં મન, બુદ્ધિ, શ્રદ્ધા તથા આશ્રય કૃષ્ણમાં છે અર્થાત્ જે પૂરેપૂરો કૃષ્ણભાવનાપરાયણ થયો છે, તેનાં સર્વ શંકા-દોષ ધોવાઈ જાય છે અને તેને નિઃસંદેહ બ્રહ્મસંબંધી સર્વ વસ્તુઓનું પૂર્ણ જ્ઞાન થઈ જાય છે. કૃષ્ણભાવનાપરાયણ મનુષ્ય સારી રીતે સમજી શકે છે કે કૃષ્ણમાં દ્વૈત છે (એકસાથે એકત્વ તથા વ્યક્તિતગતતા) અને આવા દિવ્ય જ્ઞાનથી સુસજ્જ થઈને મનુષ્ય મુક્તિના માર્ગે સતત પ્રગતિ કરી શકે છે.

શ્લોક ૧૮ **विद्याविनयसम्पन्ने ब्राह्मणे गवि हस्तिनि।**
शुनि चैव श्वपाके च पण्डिताः समदर्शिनः ॥ १८ ॥

વિદ્યા—કેળવણીથી; **વિનય**—તથા વિનમ્રતાથી; **સમ્પન્ને**—પૂર્ણપણે યુક્ત; **બ્રાહ્મણે**—બ્રાહ્મણમાં; **ગવિ**—ગાયમાં; **હસ્તિનિ**—હાથીમાં; **શુનિ**—કૂતરામાં; **ચ**—તથા; **એવ**—નક્કી; **શ્વપાકે**—શ્વાનભક્ષી (ચંડાળ)માં; **ચ**—અનુક્રમે; **પણ્ડિતાઃ**—જ્ઞાનીજનો; **સમદર્શિનઃ**—સમાન દૃષ્ટિથી જોનારા.

અનુવાદ

વિનમ્ર સાધુઓ તેમના યથાર્થ જ્ઞાનના પ્રતાપે વિદ્વાન તથા વિનયી બ્રાહ્મણને, ગાય, હાથી, કૂતરા તેમ જ ચંડાળને સમાન દૃષ્ટિથી જુએ છે.

ભાવાર્થ

કૃષ્ણભાવનાપરાયણ મનુષ્ય વિવિધ યોનિના જીવો વચ્ચે કે જાતિઓ વચ્ચે ભેદભાવ રાખતો નથી. સામાજિક દૃષ્ટિથી બ્રાહ્મણ તથા ચંડાળ જુદા જુદા હોઈ શકે અથવા કૂતરો, ગાય તથા હાથી જીવયોનિ પ્રમાણે જુદાં હોઈ શકે, પરંતુ સુજ્ઞ અધ્યાત્મવેત્તાની દૃષ્ટિમાં આવા શરીરગત ભેદભાવ નિરર્થક હોય છે. આમ હોવાનું કારણ છે તેમનો પરમેશ્વર સાથેનો સંબંધ, કારણ કે પરમેશ્વર પોતાના પૂર્ણ અંશ પરમાત્મારૂપે દરેકના હૃદયમાં વિદ્યમાન છે. પરમ બ્રહ્મની આવી સમજણ એ વાસ્તવિક જ્ઞાન છે. જુદી જુદી જાતિઓનાં કે યોનિઓનાં શરીરોનો સંબંધ છે ત્યાં સુધી ભગવાન સર્વ પ્રત્યે સમાનરૂપે દયાળુ છે, કારણ કે તેઓ જીવમાત્રના મિત્ર છે અને તેમ

છતાં, જીવાત્માઓની પરિસ્થિતિને લક્ષમાં લીધા વિના પોતે પરમાત્મા તરીકેના પોતાના સ્વરૂપને જાળવી રાખે છે. બ્રાહ્મણ તથા ચંડાળનાં શરીરો ભિન્ન હોય છે. છતાં ભગવાન પરમાત્મારૂપે બંનેમાં હાજર હોય છે. શરીરો તો ભૌતિક પ્રકૃતિના વિભિન્ન ગુણો દ્વારા ઉત્પન્ન થયેલાં છે, પરંતુ શરીરોમાં વસતા આત્મા તથા પરમાત્મા સમાન આધ્યાત્મિક ગુણવાળા છે. પરંતુ આત્મા તથા પરમાત્માના આ ગુણોની સમાનતા તેમને પરિમાણની દૃષ્ટિએ સમાન બનાવતી નથી, કારણ કે વ્યક્તિગત આત્મા અમુક એક શરીરમાં હોય છે, જ્યારે પરમાત્મા પ્રત્યેક શરીરમાં વિદ્યમાન હોય છે. કૃષ્ણભાવનામય મનુષ્યને આનું સંપૂર્ણ જ્ઞાન હોય છે, તેથી તે વાસ્તવમાં વિદ્વાન તથા સમદર્શી હોય છે. આત્મા તથા પરમાત્માનાં સમાન લક્ષણો એ છે કે તેઓ ચેતન, સનાતન તથા આનંદમય છે. પરંતુ તફાવત એ વાતનો છે કે વ્યક્તિગત આત્મા અમુક શરીરના મર્યાદિત ક્ષેત્રમાં જ સભાન હોય છે. જ્યારે પરમાત્મા સમસ્ત શરીરોના જ્ઞાતા હોય છે. પરમાત્મા ભેદભાવ વિના બધાં જ શરીરોમાં ઉપસ્થિત હોય છે.

શ્લોક **इहैव तैर्जितः सर्गो येषां साम्ये स्थितं मनः।**
૧૯ **निर्दोषं हि समं ब्रह्म तस्माद्ब्रह्मणि ते स्थिताः॥ १९॥**

ઇહ—આ જન્મમાં; **એવ**—જ; **તૈઃ**—તેમના વડે; **જિતઃ**—જિતાયો; **સર્ગઃ**—જન્મ તથા મરણ; **યેષામ્**—જેમનું; **સામ્યે**—સમતામાં; **સ્થિતમ્**—સ્થિત; **મનઃ**—મન; **નિર્દોષમ્**—દોષરહિત; **હિ**—નક્કી; **સમમ્**—સમાન; **બ્રહ્મ**—બ્રહ્મની જેમ; **તસ્માત્**—તેથી; **બ્રહ્મણિ**—બ્રહ્મમાં; **તે**—તેઓ; **સ્થિતાઃ**—સ્થિત છે.

અનુવાદ

જેમનાં મન એકત્વ તથા સમતામાં સ્થિત છે, તેમણે જન્મ તથા મૃત્યુનાં બંધનોને પહેલેથી જ જીતી લીધાં હોય છે. તેઓ બ્રહ્મની જેમ સર્વથા નિર્દોષ હોય છે અને એ રીતે સદા બ્રહ્મમાં જ અવસ્થિત રહે છે.

ભાવાર્થ

ઉપર જણાવ્યું છે તે પ્રમાણે મનનું સમત્વ એ આત્મ-સાક્ષાત્કારનું ચિહ્ન છે. જેમણે આવી અવસ્થા ખરેખર પ્રાપ્ત કરી લીધી છે, તેમણે ભૌતિક બંધનો પર, ખાસ કરીને જન્મ-મૃત્યુ પર વિજય પ્રાપ્ત કરેલો છે તેમ માનવું જોઈએ. જ્યાં સુધી મનુષ્ય આ શરીર સાથે આત્મભાવ રાખે છે, ત્યાં સુધી

તે બદ્ધ જીવ ગણાય છે, પરંતુ જેવો તે આત્મ-સાક્ષાત્કાર દ્વારા માનસિક સમતાની અવસ્થા પામે છે, તેવો જ તે બદ્ધ જીવનમાંથી મુક્ત થઈ જાય છે. બીજા શબ્દોમાં, તેને આ ભૌતિક જગતમાં જન્મ લેવો પડતો નથી, પણ મૃત્યુ પછી તે વૈકુંઠલોકને પામે છે. ભગવાન દોષરહિત છે, કારણ કે તેઓ રાગદ્વેષથી રહિત છે. એવી જ રીતે, જીવ જ્યારે રાગદ્વેષથી મુક્ત થાય છે, ત્યારે તે પણ દોષરહિત થઈ જાય છે અને વૈકુંઠલોકમાં જવાનો અધિકારી બની જાય છે. આવા મનુષ્યોને જીવન્મુક્ત માનવા જોઈએ. તેમનાં લક્ષણોનું આગળ નિરૂપણ કરવામાં આવ્યું છે.

શ્લોક ૨૦

न प्रहृष्येत्प्रियं प्राप्य नोद्विजेत्प्राप्य चाप्रियम्।
स्थिरबुद्धिरसम्मूढो ब्रह्मविद्ब्रह्मणि स्थितः ॥ २० ॥

ન—કદી નહીં; **પ્રહૃષ્યેત્**—હર્ષ પામે છે; **પ્રિયમ્**—મનગમતું; **પ્રાપ્ય**—પામીને; **ન**—નહીં; **ઉદ્વિજેત્**—ઉદ્વેગ પામે છે; **પ્રાપ્ય**—પામીને; **ચ**—અને; **અપ્રિયમ્**—અણગમતું; **સ્થિર બુદ્ધિઃ**—આત્મબુદ્ધિ; **અસમ્મૂઢઃ**—મોહરહિત; **બ્રહ્મવિદ્**—પરબ્રહ્મનો જ્ઞાતા; **બ્રહ્મણિ**—બ્રહ્મમાં; **સ્થિતઃ**—સ્થિત.

અનુવાદ

જે મનુષ્ય મનગમતી વસ્તુ પામીને હર્ષ પામતો નથી અને અણગમતી વસ્તુ મેળવીને ઉદ્વિગ્ન થતો નથી, જે સ્થિર બુદ્ધિવાળો છે, જે મોહરહિત છે અને જે ભગવદ્વિજ્ઞાનનો જાણકાર છે, તે પ્રથમથી જ બ્રહ્મમાં અવસ્થિત હોય છે.

ભાવાર્થ

અહીં આત્મ-સાક્ષાત્કારી પુરુષનાં લક્ષણો આપ્યાં છે. પહેલું લક્ષણ એ છે કે તેને શરીર તથા આત્મતત્ત્વના તાદાત્મ્યનો ભ્રમ હોતો નથી. તે સારી રીતે જાણે છે કે પોતે આ શરીર નથી, પરંતુ પૂર્ણ પુરુષોત્તમ પરમેશ્વરનો એક અણુમય અંશમાત્ર છે. તેથી તે કશું મેળવીને હર્ષ પામતો નથી કે શરીરસંબંધી કશું ગુમાવીને શોક કરતો નથી. મનની આવી સ્થિરતા *સ્થિરબુદ્ધિ* કહેવાય છે. તેથી તે સ્થૂળ શરીરને આત્મા માનવાની ભૂલ કરીને મોહગ્રસ્ત થતો નથી અને શરીરને સ્થાયી માનીને આત્માના અસ્તિત્વની ઉપેક્ષા પણ કરતો નથી. આ જ્ઞાન તેને પરમ સત્ય અર્થાત્ બ્રહ્મ, પરમાત્મા તથા ભગવાનના સંપૂર્ણ વિજ્ઞાનમાં આરૂઢ કરે છે. આ રીતે તે સ્વરૂપાવસ્થાને પૂરેપૂરી રીતે જાણે છે અને પરબ્રહ્મ સાથે કોઈ પણ પ્રકારે

એકરૂપ થવાનો કદાપિ પ્રયત્ન કરતો નથી. આને બ્રહ્મ-સાક્ષાત્કાર અથવા આત્મ-સાક્ષાત્કાર કહે છે. આવી સ્થિરબુદ્ધિ કૃષ્ણભાવનામૃત કહેવાય છે.

શ્લોક ૨૧ **बाह्यस्पर्शेष्वसक्तात्मा विन्दत्यात्मनि यत्सुखम्।**
स ब्रह्मयोगयुक्तात्मा सुखमक्षयमश्नुते॥ २१॥

બાહ્યસ્પર્શેષુ—બાહ્ય ઇન્દ્રિયસુખમાં; **અસક્ત આત્મા**—અનાસક્ત પુરુષ; **વિન્દતિ**—માણે છે; **આત્મનિ**—આત્મામાં; **યત્**—જે; **સુખમ્**—સુખ; **સઃ**—તે; **બ્રહ્મયોગ**—બ્રહ્મમાં એકાગ્રતા દ્વારા; **યુક્ત આત્મા**—આત્મયુક્ત; **સુખમ્**—સુખ; **અક્ષયમ્**—અક્ષય; **અશ્નુતે**—ભોગવે છે.

અનુવાદ

આવો જીવનમુક્ત પુરુષ ભૌતિક ઇન્દ્રિયસુખ પ્રત્યે આકર્ષિત થતો નથી, પરંતુ હરહંમેશ સમાધિમાં નિમગ્ન રહીને પોતાની અંદર જ આનંદનો અનુભવ કરે છે. એ રીતે આત્મ-સાક્ષાત્કાર પામેલો પુરુષ પરબ્રહ્મમાં એકાગ્ર હોવાને કારણે અનંત સુખ ભોગવે છે.

ભાવાર્થ

કૃષ્ણભક્તિપરાયણ મહાન ભક્ત શ્રી યામુનાચાર્યે કહ્યું છેઃ

યદ્ અવધિ મમ ચેતઃ કૃષ્ણપાદારવિન્દે
નવ નવ રસ ધામન્યુદ્યતં રન્તુમ્ આસીત્।
તદ્ અવધિ બત નારી સઙ્ગમે સ્મર્યમાને
ભવતિ મુખવિકારઃ સુષ્ઠુ નિષ્ઠીવનં ચ॥

"જ્યારથી હું કૃષ્ણની દિવ્ય પ્રેમમયી ભક્તિમય સેવામાં પરોવાઈને તેમનામાં નિત્ય નૂતન આનંદનો અનુભવ કરવા લાગ્યો છું, ત્યારથી જ્યારે જ્યારે હું કામસુખનો વિચાર કરું છું, ત્યારે આ વિચાર પર થૂકું છું અને મારા હોઠ અરુચિથી વાંકા વળી જાય છે." બ્રહ્મયોગી અથવા કૃષ્ણભાવનાપરાયણ મનુષ્ય ભગવાનની પ્રેમસભર સેવામાં એવો નિમગ્ન રહે છે કે તેને ભૌતિક વિષયસુખમાં લગીરે રુચિ રહેતી નથી. ભૌતિક દૃષ્ટિથી જાતીય આનંદ એ સર્વોચ્ચ આનંદ છે. સમગ્ર જગત આની ભૂરકીમાં સપડાયેલું છે અને ભોગવાદી માણસ આની પ્રેરણા વિના કોઈ કામ કરી શકતો નથી.પરંતુ કૃષ્ણભાવનામાં તલ્લીન મનુષ્ય કામસુખને ટાળે છે અને તેના વિના પણ અત્યંત ઉત્સાહભેર કાર્ય કરી શકે છે. એ જ આત્મ-સાક્ષાત્કાર માટેની

કસોટી છે. આત્મ-સાક્ષાત્કાર તથા કામસુખ સાથે રહી શકતાં નથી. કૃષ્ણભાવનાપરાયણ મનુષ્ય કોઈ પણ જાતનાં વિષયસુખમાં આકૃષ્ટ થતો નથી, કારણ કે તે જીવનમુક્ત હોય છે.

શ્લોક ૨૨ **ये हि संस्पर्शजा भोगा दुःखयोनय एव ते।**
आद्यन्तवन्तः कौन्तेय न तेषु रमते बुधः॥ २२॥

યે—જે; **હિ**—ખરેખર; **સંસ્પર્શજાઃ**—ભૌતિક ઇન્દ્રિયોના સ્પર્શથી ઉત્પન્ન; **ભોગાઃ**—સુખો; **દુઃખ**—દુઃખનાં; **યોનયઃ**—ઉદ્ભવસ્થાન; **એવ**—નક્કી; **તે**—તેઓ છે; **આદિ**—પ્રારંભ; **અન્ત**—અંત; **વન્તઃ**—ને અધીન; **કૌન્તેય**—હે કુંતીપુત્ર; **ન**—કદી નહીં; **તેષુ**—તેઓમાં; **રમતે**—આનંદ લે છે; **બુધઃ**—બુદ્ધિશાળી મનુષ્ય.

અનુવાદ

બુદ્ધિશાળી મનુષ્ય ભૌતિક ઇન્દ્રિયોના સંસર્ગથી ઉત્પન્ન થનારા સુખોપભોગમાં રસ લેતો નથી, કારણ કે તે દુઃખનાં મૂળ કારણરૂપ બની રહે છે. હે કૌન્તેય, આવાં સુખોનો આદિ તથા અંત હોય છે, તેથી સુજ્ઞ મનુષ્ય તેમાં આનંદ લેતો નથી.

ભાવાર્થ

ભૌતિક ઇન્દ્રિયસુખો ભૌતિક ઇન્દ્રિયોના સંસર્ગથી ઉપલબ્ધ થાય છે અને તે નાશવંત છે, કારણ કે શરીર પોતે જ નાશવંત છે. મુક્તાત્મા કોઈ પણ નાશવંત વસ્તુમાં રસ ધરાવતો નથી. દિવ્ય સુખોના આનંદને સારી રીતે જાણનાર મુક્તાત્મા મિથ્યા સુખ ભોગવવા માટે સંમત કેવી રીતે થઈ શકે? પદ્મ પુરાણમાં કહેવામાં આવ્યું છે:

રમન્તે યોગિનોઽનન્તે સત્યાનન્દે ચિદાત્મનિ।
ઇતિ રામપદેનાસૌ પરં બ્રહ્માભિધીયતે॥

"યોગીજનો પરમ સત્યમાં રમણ કરતાં અનંત દિવ્ય સુખ પ્રાપ્ત કરે છે. તેથી જ પરમ સત્યને રામ પણ કહેવામાં આવે છે."

શ્રીમદ્ ભાગવત (૫.૫.૧)માં પણ કહેવાયું છે:

નાયં દેહો દેહભાજાં નૃલોકે
કષ્ટાન્ કામાનર્હતે વિડ્ભુજાં યે।
તપો દિવ્યં પુત્રકા યેન સત્ત્વં
શુદ્ધ્યેદ્યસ્માદ્ બ્રહ્મસૌખ્યં ત્વનન્તમ્॥

"હે પ્રિય પુત્રો, આ મનુષ્યયોનિમાં ઇન્દ્રિયસુખ માટે સખત પરિશ્રમ કરવો એ નિરર્થક છે. આવાં સુખો તો વિષ્ટા ખાનારા ડુક્કરોને પણ મળે છે. બલ્કે, તમારે આ જન્મમાં તપ કરવું જોઈએ કે જેથી તમારું જીવન પવિત્ર થાય અને પરિણામે તમે અનંત દિવ્ય સુખ પામી શકો."

માટે જેઓ સાચા યોગી અથવા અધ્યાત્મવેત્તાઓ છે, તેઓ ઇન્દ્રિયસુખો પ્રત્યે આકૃષ્ટ થતા નથી, કારણ કે આવાં સુખો સતત ચાલુ રહેતા ભૌતિક અસ્તિત્વનાં કારણરૂપ હોય છે. મનુષ્ય ભૌતિક સુખોમાં જેટલો વધારે આસક્ત થાય છે, તેટલો તે ભૌતિક દુઃખોમાં વધારે ફસાય છે.

શ્લોક ૨૩ **शक्नोतीहैव यः सोढुं प्राक्शरीरविमोक्षणात्।**
कामक्रोधोद्भवं वेगं स युक्तः स सुखी नरः ॥ २३ ॥

શક્નોતિ—સમર્થ છે; **ઇહ એવ**—વર્તમાન શરીરમાં જ; **યઃ**—જે મનુષ્ય; **સોઢુમ્**—સહન કરવા; **પ્રાક્**—પૂર્વે, પહેલાં; **શરીર**—શરીર; **વિમોક્ષણાત્**—ત્યાગ કરતાં; **કામ**—વાસના; **ક્રોધ**—તથા ક્રોધ; **ઉદ્ભવમ્**—થી ઉત્પન્ન; **વેગમ્**—આવેગોને; **સઃ**—તે; **યુક્તઃ**—સમાધિમાં; **સઃ**—તે; **સુખી**—સુખી; **નરઃ**—મનુષ્ય.

અનુવાદ

જો વર્તમાન શરીરનો ત્યાગ કરતાં પહેલાં કોઈ મનુષ્ય ભૌતિક ઇન્દ્રિયોના આવેગોને સહન કરી શકે તથા વાસનાના અને ક્રોધના વેગને રોકી શકે, તો તે યોગી છે અને તે આ જગતમાં સુખી હોય છે.

ભાવાર્થ

જો મનુષ્ય આત્મ-સાક્ષાત્કારના માર્ગે એકધારી પ્રગતિ કરવા માગતો હોય, તો તેણે ભૌતિક ઇન્દ્રિયોના આવેગોને નિયંત્રણમાં રાખવાનો પ્રયત્ન અવશ્ય કરવો જોઈએ. આ આવેગો વાણીના, ક્રોધના, મનના, ઉદરના, જનનેન્દ્રિયના તથા જિહ્વાના હોય છે. જે મનુષ્ય આ વિભિન્ન ઇન્દ્રિયોના આવેગોને તથા મનને વશમાં કરવા સમર્થ થાય છે, તેને ગોસ્વામી અથવા સ્વામી કહેવામાં આવે છે. આવા ગોસ્વામીઓ ચુસ્ત સંયમી જીવન ગાળે છે અને ઇન્દ્રિયોના સર્વ આવેગોનો સર્વથા ત્યાગ કરે છે. દુન્યવી વાસનાઓ પૂર્ણ ન થવાથી ક્રોધ ઉત્પન્ન થાય છે અને એ રીતે મન, આંખો તથા હૃદય ઉત્તેજના અનુભવે છે. તેથી મનુષ્યે આ શરીરનો ત્યાગ કરતા પહેલાં વાસનાઓનો નિગ્રહ કરવા પ્રયત્નશીલ રહેવું જોઈએ. જે આમ કરી શકે

છે, તે આત્મ-સાક્ષાત્કાર પામેલ છે એમ સમજવામાં આવે છે અને એ રીતે આત્મ-સાક્ષાત્કારની અવસ્થામાં તે સુખી રહે છે. વાસના તથા ક્રોધને વશમાં રાખવાનો સખત પ્રયત્ન કરવો એ યોગીનું કર્તવ્ય છે.

શ્લોક ૨૪

योऽन्तःसुखोऽन्तरारामस्तथान्तर्ज्योतिरेव यः ।
स योगी ब्रह्मनिर्वाणं ब्रह्मभूतोऽधिगच्छति ॥ २४ ॥

યઃ—જે મનુષ્ય; **અન્તઃ સુખઃ**—અંદરથી સુખી; **અન્તઃ આરામઃ**—અંદર રમણ કરનારો; **તથા**—અને; **અન્તઃ જ્યોતિઃ**—અંદર લક્ષ્ય કરનારો; **એવ**—નક્કી; **યઃ**—જે મનુષ્ય; **સઃ**—તે; **યોગી**—યોગી; **બ્રહ્મ નિર્વાણમ્**—પરબ્રહ્મમાં મુક્તિ; **બ્રહ્મભૂતઃ**—આત્મ-સાક્ષાત્કાર પામીને; **અધિગચ્છતિ**—પ્રાપ્ત કરે છે.

અનુવાદ

જે મનુષ્ય અંતર થકી સુખી છે, સક્રિય છે તથા અંતરમાં આનંદ અનુભવનારો છે અને જેનું લક્ષ્ય અંતર્મુખી છે, તે જ વાસ્તવમાં પૂર્ણ યોગી છે. તે પરબ્રહ્મમાં મુક્તિ પામે છે અને અંતે બ્રહ્મને પામે છે.

ભાવાર્થ

જો મનુષ્ય અંતઃકરણમાં સુખનું આસ્વાદન ન કરી શકતો હોય, તો તે ક્ષુદ્ર સુખ આપનારી બાહ્ય પ્રવૃત્તિઓમાંથી કેવી રીતે નિવૃત્ત થઈ શકે? જીવનમુક્ત પુરુષ વાસ્તવિક અનુભવ દ્વારા સુખ ભોગવે છે. તેથી તે કોઈ પણ સ્થળે મૌન બેસી શકે છે અને અંતઃકરણ થકી જીવનનાં કાર્યોનો આનંદ માણી શકે છે. આવો જીવનમુક્ત પુરુષ ક્યારેય બાહ્ય ભૌતિક સુખની કામના કરતો નથી. આ અવસ્થા *બ્રહ્મભૂત* કહેવાય છે કે જે પ્રાપ્ત થવાથી નિશ્ચિતપણે ભગવાનના સાન્નિધ્યમાં જઈ શકાય છે.

શ્લોક ૨૫

लभन्ते ब्रह्मनिर्वाणमृषयः क्षीणकल्मषाः ।
छिन्नद्वैधा यतात्मानः सर्वभूतहिते रताः ॥ २५ ॥

લભન્તે—પ્રાપ્ત કરે છે; **બ્રહ્મ નિર્વાણમ્**—બ્રહ્મમાં મુક્તિ; **ઋષયઃ**—અંતરમાં સક્રિય રહેનારા; **ક્ષીણ કલ્મષાઃ**—સર્વ પાપોથી રહિત; **છિન્ન**—અલગ થયેલા; **દ્વૈધાઃ**—દ્વિધાઓથી; **યત આત્માનઃ**—આત્મ-સાક્ષાત્કારમાં પરોવાયેલા; **સર્વભૂત**—સર્વ જીવોના; **હિતે**—કલ્યાણમાં; **રતાઃ**—પરોવાયેલા.

અનુવાદ

જે લોકો સંશયમાંથી ઉત્પન્ન થનારી દ્વિધાઓથી પર થયેલા છે, જેમનાં મન આત્મ-સાક્ષાત્કારમાં લીન થયાં છે, જેઓ જીવમાત્રના કલ્યાણ અર્થે સદા કાર્યરત રહે છે અને જેઓ સર્વ પાપોથી રહિત છે, તેઓ બ્રહ્મમાં નિર્વાણ (મુક્તિ) પ્રાપ્ત કરે છે.

ભાવાર્થ

કેવળ એવા જ મનુષ્યને જીવમાત્રનાં કલ્યાણકાર્યોમાં પરોવાયેલો કહી શકાય કે જે સંપૂર્ણપણે કૃષ્ણભાવનાપરાયણ થયેલો છે. જ્યારે મનુષ્યને એવું વાસ્તવિક જ્ઞાન થઈ જાય છે કે કૃષ્ણ જ તમામ વસ્તુઓના ઉદ્ભવસ્થાન છે, ત્યારે આવી ભાવનાથી યુક્ત થઈને તે જે કાર્ય કરે છે, તે જીવમાત્રના કલ્યાણ માટે હોય છે. સર્વોપરી ભોક્તા, સર્વોપરી સ્વામી તથા સર્વોપરી મિત્ર તરીકે કૃષ્ણનું થતું વિસ્મરણ એ જ મનુષ્ય જાતિનાં દુઃખોનું કારણ છે. તેથી સમગ્ર માનવ સમાજમાં આ ભાવનાને પુનઃ જાગૃત કરવી એ જ સૌથી મહાન કલ્યાણકાર્ય છે. તેથી કોઈ પણ મનુષ્ય આવા ઉત્તમ કાર્યમાં સ્વયં મુક્ત થયા વિના પરોવાઈ શકતો નથી. કૃષ્ણભાવનાયુક્ત મનુષ્યને કૃષ્ણની સર્વોપરિતા વિશે સંશય રહેતો નથી, કારણ કે તે બધાં પાપોથી સર્વથા રહિત હોય છે. દિવ્ય પ્રેમની અવસ્થા આવી હોય છે.

જે મનુષ્ય માનવ સમાજનું ભૌતિક કલ્યાણ કરવામાં જ વ્યસ્ત રહે છે, તે વાસ્તવમાં કોઈને મદદ કરી શકતો નથી. બાહ્ય શરીર તથા મનની ક્ષણિક રાહત એ સંતોષપ્રદ હોતી નથી. સખત જીવનસંઘર્ષમાં મનુષ્યની હાડમારીઓનું સાચું કારણ પરમેશ્વર સાથેના મનુષ્યના સંબંધના વિસ્મરણમાં જોઈ શકાય છે. મનુષ્ય જ્યારે કૃષ્ણ સાથેના પોતાના સંબંધ વિશે પૂરેપૂરો સભાન હોય છે, ત્યારે તે શરીરરૂપી અસ્થાયી રહેઠાણમાં હોવા છતાં જીવનમુક્ત આત્મા હોય છે.

શ્લોક **कामक्रोधविमुक्तानां यतीनां यतचेतसाम्।**
૨૬ **अभितो ब्रह्मनिर्वाणं वर्तते विदितात्मनाम्॥ २६॥**

કામ—વાસનાઓ; **ક્રોધ**—અને ક્રોધથી; **વિમુક્તાનામ્**—મુક્ત મનુષ્યોની; **યતીનામ્**—સંતજનોની; **યત ચેતસામ્**—મનને સંપૂર્ણ સંયમમાં રાખનારની; **અભિતઃ**—નજીકના ભવિષ્યમાં સુનિશ્ચિત; **બ્રહ્મ**

નિર્વાણમ્—બ્રહ્મમાં મુક્તિ; **વર્તતે**—હોય છે; **વિદિત આત્મનામ્**—આત્મજ્ઞાનીઓની.

અનુવાદ

જેઓ ક્રોધ તથા સર્વ ભૌતિક કામનાઓથી રહિત થયેલા છે, જેઓ આત્મજ્ઞાની, આત્મસંયમી તથા પૂર્ણતા પામવા માટે સતત પ્રયાસ કરનારા છે, તેમની મુક્તિ નજીકના ભવિષ્યમાં સુનિશ્ચિત હોય છે.

ભાવાર્થ

મોક્ષ માટે સતત પ્રયત્ન કરનારા સાધુજનોમાંનો જે મનુષ્ય કૃષ્ણભાવનાપરાયણ હોય છે, તે સર્વશ્રેષ્ઠ છે. આ તથ્યનું શ્રીમદ્ ભાગવત (૪.૨૨.૩૯)માં નીચે પ્રમાણે સમર્થન થયું છે.

યત્પાદ પઙ્કજ પલાશ વિલાસ ભક્ત્યા
કર્માશયં ગ્રથિતમ્ ઉદ્‌ગ્રથયન્તિ સન્તઃ।
તદ્વન્ ન રિક્ત મતયો યતયોઽપિ રુદ્ધ-
શ્રોતોગણસ્તમ્ અરણં ભજ વાસુદેવમ્॥

"ભક્તિભાવે પૂર્ણ પુરુષોત્તમ પરમેશ્વર વાસુદેવને ભજવાનો પ્રયાસ તો કરો! સકામ કર્મોની તીવ્ર ઇચ્છાને સમૂળગી નષ્ટ કરી, ભગવાનનાં ચરણકમળોની સેવાના દિવ્ય આનંદમાં મગ્ન રહેતા લોકો જેટલા પ્રમાણમાં ઇન્દ્રિયોના આવેગોને રોકે છે, તેટલા પ્રમાણમાં અસરકારક રીતે મહાન સાધુજનો પણ તેને રોકવામાં સમર્થ થતા નથી."

બદ્ધ જીવોમાં સકામ કર્મોનાં ફળ ભોગવવાની ઇચ્છા એવી તો પ્રબળ હોય છે કે મહાન પ્રયાસ કરવા છતાં આવી કામનાઓને વશમાં રાખવાનું મોટા મોટા ઋષિમુનિઓ માટે પણ બહુ અઘરું હોય છે. કૃષ્ણભાવનાયુક્ત થઈ સતત ભગવાનની સેવામાં લાગેલો રહેતો તથા આત્મ-સાક્ષાત્કારમાં સિદ્ધ થયેલો ભગવદ્‌ભક્ત બહુ જલદીથી બ્રહ્મનિર્વાણ અર્થાત્ મુક્તિ પ્રાપ્ત કરે છે. આત્મ-સાક્ષાત્કારમાં પૂર્ણ જ્ઞાન ધરાવતો હોવાથી તે સદા ધ્યાનાવસ્થિત રહે છે. આ વિશે સામ્ય ધરાવતું ઉદાહરણ નીચે આપ્યું છે:

દર્શન ધ્યાન સંસ્પર્શૈર્ મત્સ્ય કૂર્મ વિહઙ્ગમાઃ।
સ્વાન્યપત્યાનિ પુષ્ણન્તિ તથાહમપિ પદ્મજ॥

"માછલી, કાચબો તથા પક્ષીઓ દૃષ્ટિથી, ધ્યાનથી અને સ્પર્શથી જ પોતાનાં સંતાનોનું પાલન કરે છે. હે પદ્મજ, હું પણ એમ કરું છું."

માછલી પોતાનાં સંતાનોને માત્ર દૃષ્ટિ વડે ઉછેરે છે. કાચબો કેવળ

ધ્યાન થકી જ પોતાની સંતતિનો ઉછેર કરે છે. કાચબી જમીન પર ઈંડાં મૂકે છે અને તે પાણીમાં રહીને તેમનું ધ્યાન કરે છે. તેવી રીતે, કૃષ્ણભક્ત ભગવાનના ધામથી ઘણો દૂર હોવા છતાં કેવળ તેમનું નિરંતર ચિંતન કરવાથી ઉન્નત થઈ કૃષ્ણભાવનામૃત દ્વારા તેમના ધામમાં પોતે જઈ શકે છે. તેને ભૌતિક સંતાપોની વેદના થતી નથી. જીવનની આ અવસ્થા *બ્રહ્મનિર્વાણ* કહેવાય છે, અર્થાત્ પરમેશ્વરમાં નિરંતર મગ્ન રહેવાને કારણે જેમાં દુન્યવી સંતાપોનો અભાવ હોય છે, તેવી અવસ્થા.

શ્લોક ૨૭–૨૮

स्पर्शान्कृत्वा बहिर्बाह्यांश्चक्षुश्चैवान्तरे भ्रुवोः ।
प्राणापानौ समौ कृत्वा नासाभ्यन्तरचारिणौ ॥ २७ ॥
यतेन्द्रियमनोबुद्धिर्मुनिर्मोक्षपरायणः ।
विगतेच्छाभयक्रोधो यः सदा मुक्त एव सः ॥ २८ ॥

સ્પર્શાન્—ઈન્દ્રિયવિષયો, જેમ કે શબ્દ; **કૃત્વા**—કરીને; **બહિઃ**—બાહ્ય; **બાહ્યાન્**—બિનજરૂરી; **ચક્ષુઃ**—આંખો; **ચ એવ**—તેમ જ; **અન્તરે**—વચ્ચે; **ભ્રુવોઃ**—ભવાંની; **પ્રાણ અપાનૌ**—ઊર્ધ્વ તથા અધોગામી વાયુ; **સમૌ**—સમ; **કૃત્વા**—કરીને; **નાસ અભ્યન્તર**—નસકોરાંની અંદર; **ચારિણૌ**—વિચરણ કરતા; **યત**—સંયમિત; **ઈન્દ્રિય**—ઈન્દ્રિયો; **મનઃ**—મન; **બુદ્ધિઃ**—બુદ્ધિ; **મુનિઃ**—યોગી; **મોક્ષ**—મોક્ષ માટે; **પરાયણઃ**—એ રીતે નિયોજિત હોઈ; **વિગત**—પરિત્યાગ કરીને; **ઈચ્છા**—ઈચ્છાઓ; **ભય**—ભય; **ક્રોધઃ**—ક્રોધ; **યઃ**—જે મનુષ્ય; **સદા**—હંમેશાં; **મુક્તઃ**—મુક્ત થયેલો; **એવ**—જ; **સઃ**—તે.

અનુવાદ

સર્વ બાહ્ય ઈન્દ્રિયવિષયોને બહાર કરીને, દૃષ્ટિને બે ભ્રમરોની વચ્ચે કેન્દ્રિત કરીને, શ્વાસ તથા ઉચ્છ્વાસને નસકોરાંની અંદર રોકીને અને એ રીતે મન, બુદ્ધિ તથા ઈન્દ્રિયોને વશમાં રાખીને મોક્ષ પ્રતિ લક્ષ્ય રાખનાર યોગી ઈચ્છા, ભય તથા ક્રોધથી રહિત થઈ જાય છે. આવી અવસ્થામાં સતત રહેનારો યોગી નિઃસંદેહ મુક્ત હોય છે.

ભાવાર્થ

કૃષ્ણભાવનામૃતમાં પરોવાઈ જવાથી મનુષ્યને તરત જ પોતાના આધ્યાત્મિક સ્વરૂપનું જ્ઞાન થાય છે અને પછી તે ભક્તિમય સેવા દ્વારા પરમેશ્વરને જાણી શકે છે. મનુષ્ય જ્યારે ભક્તિયોગમાં સુસ્થિર થાય છે,

ત્યારે તે દિવ્ય અવસ્થામાં આવે છે અને પોતાના કાર્યક્ષેત્રમાં ભગવાનની ઉપસ્થિતિને અનુભવવાની યોગ્યતા પ્રાપ્ત કરે છે. આ વિશિષ્ટ અવસ્થા બ્રહ્મનિર્વાણ અર્થાત્ મુક્તિ કહેવાય છે.

બ્રહ્મનિર્વાણ વિષયક ઉપરોક્ત સિદ્ધાંતોની સમજૂતી આપ્યા પછી ભગવાન અર્જુનને આ બોધ આપે છે કે કેવી રીતે મનુષ્ય અષ્ટાંગયોગના અભ્યાસ દ્વારા આવી અવસ્થા પ્રાપ્ત કરે છે. આ અષ્ટાંગયોગનું આઠ પ્રક્રિયાઓમાં વિભાજન થયું છે—*યમ, નિયમ, આસન, પ્રાણાયામ, પ્રત્યાહાર, ધારણા, ધ્યાન* અને *સમાધિ*. છઠ્ઠા અધ્યાયમાં યોગનો વિષય બહુ વિસ્તારપૂર્વક સમજાવ્યો છે અને પાંચમા અધ્યાયના અંતે તેનું માત્ર પ્રારંભિક નિરૂપણ થયું છે. યોગમાં *પ્રત્યાહાર* પ્રક્રિયા વડે શબ્દ, સ્પર્શ, રૂપ, સ્વાદ તથા ગંધ જેવા ઈન્દ્રિય વિષયોને દૂર કરવાના હોય છે અને ત્યાર પછી દૃષ્ટિને બંને ભવાંની મધ્યમાં રાખીને તેને અધખુલી પાંપણોથી નાકના અગ્રભાગે કેન્દ્રિત કરવાની હોય છે. આંખોને પૂરેપૂરી બંધ રાખવાથી કોઈ લાભ થતો નથી, કારણ કે તેમાં નિદ્રાધીન થવાની પૂરેપૂરી શક્યતા રહે છે. આંખો પૂરેપૂરી ઉઘાડી રાખવામાં પણ કશો લાભ નથી, કારણ કે ત્યારે ઈન્દ્રિયવિષયો તરફ આકૃષ્ટ થવાનું જોખમ રહે છે. શરીરમાંની શ્વાસ તથા ઉચ્છ્વાસની પ્રક્રિયાને તટસ્થ બનાવીને શ્વસનક્રિયાને નસકોરાંની ક્ષેત્રમર્યાદામાં જ મર્યાદિત કરવામાં આવે છે. આવા યોગાભ્યાસ દ્વારા મનુષ્ય પોતાની ઈન્દ્રિયો પર નિયંત્રણ મેળવવા શક્તિમાન બને છે, બાહ્ય ઈન્દ્રિયવિષયોથી દૂર રહી શકે છે અને એ રીતે પોતે મુક્તિ અર્થાત્ બ્રહ્મનિર્વાણની તૈયારી કરી શકે છે.

આ યોગ પદ્ધતિ દ્વારા મનુષ્ય સર્વ પ્રકારના ભય તથા ક્રોધથી રહિત થાય છે અને એ રીતે દિવ્ય અવસ્થામાં પરમાત્માની ઉપસ્થિતિની અનુભૂતિ કરે છે. બીજા શબ્દોમાં, કૃષ્ણભાવનામૃત યોગના સિદ્ધાંતોને અમલમાં મૂકવાની સૌથી સરળ પદ્ધતિ છે. હવે પછીના અધ્યાયમાં આની વિસ્તૃત છણાવટ કરવામાં આવશે. કૃષ્ણભાવનાપરાયણ મનુષ્ય હંમેશાં ભક્તિમાં મગ્ન રહેવાથી તેના માટે તેની ઈન્દ્રિયોનો અન્યત્ર પ્રવૃત્ત થવાનો ભય રહેતો નથી. *અષ્ટાંગયોગ* કરતાં ઈન્દ્રિયોને વશમાં રાખવાની આ પદ્ધતિ વધારે સારી છે.

શ્લોક ૨૯ **ભોક્તારં યજ્ઞતપસાં સર્વલોકમહેશ્વરમ્ ।**
સુહૃદં સર્વભૂતાનાં જ્ઞાત્વા માં શાન્તિમૃચ્છતિ ॥ ૨૯ ॥

ભોક્તારમ્—ભોગવનાર, ભોક્તા; **યજ્ઞ**—યજ્ઞોના; **તપસામ્**—તથા તપના; **સર્વ લોક**—સર્વ ગ્રહો તથા તેમના દેવોના; **મહા ઈશ્વરમ્**—પરમ ઈશ્વર; **સુહૃદમ્**—હિતકર્તા; **સર્વ**—સર્વ; **ભૂતાનામ્**—જીવોના; **જ્ઞાત્વા**—એ રીતે જાણીને; **મામ્**—મને (કૃષ્ણને); **શાન્તિમ્**—સંસારની યાતનાઓમાંથી મુક્તિ; **ઋચ્છતિ**—પ્રાપ્ત કરે છે.

અનુવાદ

મને સમસ્ત યજ્ઞો તથા તપશ્ચર્યાઓનો પરમ ભોક્તા, સમસ્ત ગ્રહો તથા દેવોનો પરમેશ્વર તેમ જ સમસ્ત જીવોનો હિતકર્તા શુભેચ્છક મિત્ર તરીકે જાણી મારી ભાવનામાં ઓતપ્રોત થયેલો મનુષ્ય સંસારનાં દુઃખોમાંથી શાંતિ પામે છે.

ભાવાર્થ

માયાના પાશમાં જકડાયેલા સમગ્ર બદ્ધ જીવો આ ભૌતિક જગતમાં શાંતિ પામવા ઉત્સુક રહે છે. પરંતુ તેઓ ભગવદ્‌ગીતાના આ ભાગમાં સમજાવેલા શાંતિ પામવાના સૂત્રને જાણતા નથી. શાંતિનું સૌથી શ્રેષ્ઠ સૂત્ર માત્ર એ જ છે કે ભગવાન શ્રીકૃષ્ણ સમગ્ર માનવીય કર્મોના ભોક્તા છે. મનુષ્યોએ ભગવાનની દિવ્ય સેવામાં સર્વસ્વનું સમર્પણ કરવું જોઈએ, કારણ કે તેઓ જ સર્વ ગ્રહોના તથા તે ગ્રહો પરના દેવતાઓના સ્વામી છે. તેમનાથી મોટું કોઈ જ નથી. સર્વ દેવોમાં સૌથી મહાન એવા શિવજી તથા બ્રહ્માજીથી પણ તેઓ મહાન છે. વેદોમાં (શ્વેતાશ્વતર ઉપનિષદ ૬.૭માં) પરમેશ્વરને *તમીશ્વરાણાં પરમં મહેશ્વરમ્*—દેવાધિદેવ કહ્યા છે. માયાથી મંત્રમુગ્ધ થઈને બધા જીવો સર્વત્ર પોતાનું પ્રભુત્વ સ્થાપવાનો પ્રયત્ન કરી રહ્યા છે, પરંતુ વાસ્તવમાં તેઓ ભગવાનની માયાના પ્રભુત્વ હેઠળ રહેલા છે. ભગવાન ભૌતિક પ્રકૃતિના સ્વામી છે અને બદ્ધ જીવો પ્રકૃતિના કઠોર નિયમોને અધીન છે. જ્યાં સુધી મનુષ્ય આ વાસ્તવિક તથ્યોને સમજી લેતો નથી, ત્યાં સુધી આ દુનિયામાં વ્યક્તિગત રીતે કે સામૂહિક રીતે શાંતિ મળવાની કોઈ શક્યતા નથી. કૃષ્ણભાવનામૃતનો ભાવ આ મુજબ છે: ભગવાન કૃષ્ણ પરમેશ્વર છે અને મહાન દેવો સહિત સર્વ જીવાત્માઓ તેમના આશ્રિત છે. મનુષ્ય સંપૂર્ણ કૃષ્ણભાવનામાં જ પૂર્ણ શાંતિ પામી શકે છે.

આ પાંચમો અધ્યાય, જેને સાધારણ રીતે કર્મયોગ કહે છે, તે કૃષ્ણભાવનામૃતની વ્યાવહારિક સમજૂતી છે. કર્મયોગ દ્વારા મુક્તિ કેવી રીતે

મળે, તે પ્રશ્નનો અહીં જવાબ આપવામાં આવ્યો છે. કૃષ્ણભાવનામાં કર્મ કરવાનો અર્થ એ છે કે ભગવાન સર્વેશ્વર છે એવા પૂર્ણ જ્ઞાનથી કાર્ય કરવું. આવું કાર્ય આધ્યાત્મિક જ્ઞાનથી ભિન્ન હોતું નથી. પ્રત્યક્ષ કૃષ્ણભાવનામૃત એ *ભક્તિયોગ* છે અને *જ્ઞાનયોગ* એવો માર્ગ છે કે જેનાથી *ભક્તિયોગ*નો માર્ગ પામી શકાય છે. કૃષ્ણભાવનામૃતનો અર્થ છે, પરમેશ્વર સાથેના પોતાના સંબંધના પૂર્ણ જ્ઞાન સાથે કર્મ કરવાં અને કૃષ્ણ અર્થાત્ પૂર્ણ પુરુષોત્તમ પરમેશ્વરનું પૂર્ણ જ્ઞાન હોવું એ આ ભાવનાની પૂર્ણતાનો અર્થ છે. ભગવાનના અણુ અંશરૂપે શુદ્ધ જીવ પરમેશ્વરનો નિત્ય દાસ છે. માયા પર પ્રભુત્વ જમાવવાની ઈચ્છાથી જ તે માયાના સંપર્કમાં આવે છે અને આ જ તેનાં અનેક દુઃખોનું કારણ છે. જ્યાં સુધી તે ભૌતિક પદાર્થોના સંપર્કમાં રહે છે, ત્યાં સુધી તેને ભૌતિક જરૂરિયાતો માટે કર્મ કરવું પડે છે. પરંતુ કૃષ્ણભાવના મનુષ્યને આધ્યાત્મિક જીવનમાં લાવે છે, પછી ભલેને તે ભૌતિક કાર્યક્ષેત્રમાં હોય, કારણ કે ભૌતિક જગતમાં ભક્તિસાધના કરવાથી જીવનું દિવ્ય સ્વરૂપ પુનઃ પ્રગટ થાય છે. મનુષ્ય જેટલો વધુ પ્રગતિ પામેલો હોય છે, તેટલા પ્રમાણમાં તે ભૌતિક બંધનમાંથી મુક્ત રહે છે. ભગવાન કોઈનો પક્ષપાત કરતા નથી. મનુષ્યના કૃષ્ણભાવનામાંના વ્યાવહારિક કર્તવ્યપાલન પર બધો આધાર રહે છે, જે મનુષ્યને ઈન્દ્રિયો પર સર્વ પ્રકારે નિયંત્રણ કરવામાં તથા કામ અને ક્રોધના પ્રભાવને જીતવામાં મદદ કરે છે. અને જે મનુષ્ય ઉપરોક્ત મનોવિકારોને વશમાં રાખીને કૃષ્ણભાવનામાં દૃઢ રહે છે, તે વાસ્તવમાં દિવ્ય અવસ્થામાં અથવા *બ્રહ્મનિર્વાણ* અવસ્થામાં સ્થિત થાય છે. કૃષ્ણભાવનામૃતમાં *અષ્ટાંગયોગ*નો આપોઆપ જ અભ્યાસ થાય છે, કારણ કે જે અંતિમ ધ્યેય સિદ્ધ કરવાનું હોય છે, તે કૃષ્ણભાવનાથી સિદ્ધ થઈ જતું હોય છે. યમ, નિયમ, આસાન, પ્રાણાયામ, પ્રત્યાહાર, ધારણા, ધ્યાન તથા સમાધિની સાધના દ્વારા ધીરે ધીરે પ્રગતિ થઈ શકે છે. પરંતુ ભક્તિયોગમાં તો આ પ્રસ્તાવનારૂપે જ હોય છે અને ભક્તિથી જ મનુષ્યને પૂર્ણ શાંતિ મળી શકે છે. એ જ જીવનની પરમ સિદ્ધિ છે.

આમ શ્રીમદ્ ભગવદ્‌ગીતાના "કર્મયોગ—કૃષ્ણભાવનાયુક્ત કર્મ" નામના પાંચમા અધ્યાય પરના ભક્તિવેદાંત ભાવાર્થો પૂર્ણ થાય છે.

અધ્યાય ૬

ધ્યાનયોગ

श्रीभगवानुवाच

શ્લોક ૧ अनाश्रितः कर्मफलं कार्यं कर्म करोति यः।
स सन्न्यासी च योगी च न निरग्निर्न चाक्रियः ॥ १ ॥

શ્રી ભગવાન્ ઉવાચ—ભગવાન બોલ્યા; **અનાશ્રિતઃ**—આશ્રય લીધા વગર; **કર્મ ફલમ્**—કર્મનાં ફળને; **કાર્યમ્**—કર્તવ્ય; **કર્મ**—કર્મ; **કરોતિ**—કરે છે; **યઃ**—જે; **સઃ**—તે; **સંન્યાસી**—સંન્યાસી; **ચ**—તથા; **યોગી**—યોગી; **ચ**—પણ; **ન**—નહીં; **નિઃ અગ્નિઃ**—અગ્નિરહિત; **ન**—નહીં; **ચ**—તથા; **અક્રિયઃ**—કર્તવ્યવિહીન.

અનુવાદ

પૂર્ણ પુરુષોત્તમ પરમેશ્વર બોલ્યાઃ જે મનુષ્ય પોતાનાં કર્મનાં ફળ પ્રત્યે અનાસક્ત છે અને જે પોતાનાં કર્તવ્યાનુસાર કર્મ કરે છે, તે સંન્યાસી છે તથા તે જ સાચો યોગી પણ છે અને નહીં કે જે અગ્નિ પ્રગટાવતો નથી અને કર્તવ્યકર્મ કરતો નથી.

ભાવાર્થ

આ અધ્યાયમાં ભગવાન સમજાવે છે કે અષ્ટાંગયોગ પદ્ધતિ મન તથા ઈન્દ્રિયોને નિયંત્રણમાં રાખવાનું એક સાધન છે. પરંતુ સાધારણ લોકો માટે આ કરવું, ખાસ કરીને કળિયુગમાં અત્યંત અઘરું છે. જોકે આ અધ્યાયમાં અષ્ટાંગયોગ પદ્ધતિની ભલામણ થઈ છે, તેમ છતાં ભગવાને ભારપૂર્વક જણાવ્યું છે કે કર્મયોગની પદ્ધતિ અથવા કૃષ્ણભાવનામૃતમાં કર્મ કરવું એ તેનાથી ચડિયાતું છે. આ દુનિયામાં દરેક મનુષ્ય તેના કુટુંબના પાલન અર્થે તથા જરૂરી સાધનસામગ્રી મેળવવા માટે કર્મ કરે છે, પરંતુ કોઈ પણ માનવી અમુક સ્વાર્થ વગર, કોઈ અંગત ઈચ્છા વિના કર્મ કરતો નથી, ભલે પછી તે ઈચ્છા સ્વકેન્દ્રિત હોય કે વિસ્તરણ પામેલી હોય. કૃષ્ણભાવનામાં કર્મ કરવું

એ જ પૂર્ણતાની કસોટી છે, કર્મનાં ફળ ભોગવવાનો દૃષ્ટિકોણ પૂર્ણતાની કસોટી નથી. કૃષ્ણભાવનામાં કર્મ કરવું એ તો પ્રત્યેક જીવાત્માનું કર્તવ્ય છે, કારણ કે બધા જ સ્વરૂપાવસ્થા થકી પરમેશ્વરના અંશો છે. શરીરનાં અંગો સંપૂર્ણ શરીરના સંતોષ માટે કામ કરે છે. હાથ, પગ વગેરે તેમની પોતાની તૃપ્તિ માટે નહીં, પરંતુ સંપૂર્ણ એકમના સંતોષ અર્થે કાર્ય કરે છે. એ જ પ્રમાણે, જે જીવ પોતાની તૃપ્તિ માટે નહીં, પરંતુ પરમ પૂર્ણની તૃપ્તિ માટે કર્મ કરે છે, તે જ પૂર્ણ સંન્યાસી અથવા પૂર્ણ યોગી છે.

કેટલીક વખત સંન્યાસીઓ કૃત્રિમ રીતે એમ માની લે છે કે પોતે સર્વ ભૌતિક કર્મોમાંથી મુક્ત થઈ ગયા છે. એટલે તેઓ *અગ્નિહોત્ર* યજ્ઞ કરવાનું માંડી વાળે છે, પરંતુ વાસ્તવમાં તેઓ સ્વાર્થી હોય છે, કારણ કે તેમનું ધ્યેય નિરાકાર બ્રહ્મ સાથે એક થઈ જવાનું હોય છે. આવી ઇચ્છા કોઈ પણ ભૌતિક ઇચ્છા કરતાં વધારે મોટી ઇચ્છા છે અને તે સ્વાર્થરહિત હોતી નથી. તે જ પ્રમાણે, જે યોગી સમગ્ર ભૌતિક કર્મો અટકાવી દઈ અર્ધનિમીલિત નેત્રોથી યોગાભ્યાસ કરે છે, તે પણ પોતાની વ્યક્તિગત ઇચ્છા ધરાવનારો હોય છે. પરંતુ કૃષ્ણભાવનાપરાયણ મનુષ્ય કોઈ પણ જાતના સ્વાર્થ વગર, પૂર્ણ બ્રહ્મની તુષ્ટિ અર્થે કર્મ કરે છે. આવા મનુષ્યને પોતાની અંગત ઇચ્છા કદાપિ હોતી નથી. કૃષ્ણનો સંતોષ એ જ તેની સફળતાનો માપદંડ હોય છે અને એટલે જ તે પૂર્ણ સંન્યાસી અથવા પૂર્ણ યોગી છે. સંન્યાસની સર્વોચ્ચ પૂર્ણતાના પ્રતીક ભગવાન શ્રી ચૈતન્ય મહાપ્રભુ આ પ્રમાણે પ્રાર્થના કરે છેઃ

ન ધનં ન જનં ન સુન્દરીં કવિતાં વા જગદીશ કામયે।
મમ જન્મનિ જન્મનીશ્વરે ભવતાદ્ભક્તિર્ અહૈતુકી ત્વયિ॥

"હે સર્વશક્તિમાન પ્રભુ, મારે ધન એકત્ર કરવાની કોઈ ઇચ્છા નથી કે નથી મારે સુંદર સ્ત્રીઓની કામના, તેમ જ હું કોઈ અનુયાયીઓ પણ ઇચ્છતો નથી. મારે તો ફક્ત જન્મોજનમ આપની અહૈતુકી ભક્તિમય સેવા જ જોઈએ છે."

શ્લોક ૨

यं सन्न्यासमिति प्राहुर्योगं तं विद्धि पाण्डव।
न ह्यसन्न्यस्तसङ्कल्पो योगी भवति कश्चन॥ २॥

યમ્—જે; **સન્ન્યાસમ્**—સંન્યાસ; **ઇતિ**—એમ; **પ્રાહુઃ**—કહે છે; **યોગમ્**—પરબ્રહ્મ સાથે સંયુક્ત થવું; **તમ્**—તેને; **વિદ્ધિ**—જાણ; **પાણ્ડવ**—હે

પાંડુપુત્ર; **ન**—કદી નહીં; **હિ**—નક્કી; **અસન્ન્યસ્ત**—પરિત્યાગ કર્યા વિના; **સઙ્કલ્પઃ**—આત્મતૃપ્તિની ઈચ્છા; **યોગી**—યોગી; **ભવતિ**—થાય છે; **કશ્ચન**—કોઈ પણ.

અનુવાદ

હે પાંડુપુત્ર, જે સંન્યાસ કહેવાય છે, તેને જ તું યોગ અર્થાત્ પરમ બ્રહ્મ સાથે યુક્ત થવું જાણ, કારણ કે ઈન્દ્રિયતૃપ્તિ માટેની ઈચ્છાનો ત્યાગ કર્યા વિના કોઈ મનુષ્ય કદાપિ યોગી થઈ શકે નહીં.

ભાવાર્થ

વાસ્તવિક સંન્યાસ-યોગ અથવા ભક્તિનો અર્થ એ છે કે મનુષ્ય જીવાત્મા તરીકેની પોતાની સ્વરૂપાવસ્થા જાણે અને તદનુસાર કર્મ કરે. જીવાત્માનું પોતાનું સ્વતંત્ર એવું અસ્તિત્વ હોતું નથી. તે પરમેશ્વરની તટસ્થ શક્તિ છે. જ્યારે તે માયાના પાશમાં સપડાય છે, ત્યારે તે બદ્ધ થાય છે અને જ્યારે તે કૃષ્ણભાવનાયુક્ત બને છે અથવા આધ્યાત્મિક શક્તિ વિશે સભાન થાય છે, ત્યારે તે પોતાના જીવનની સ્વાભાવિક અવસ્થામાં હોય છે. એ રીતે મનુષ્ય જ્યારે પૂર્ણ જ્ઞાનમાં હોય છે, ત્યારે તે સર્વ ભૌતિક ઈન્દ્રિયતૃપ્તિ સ્થગિત કરે છે અર્થાત્ સર્વ પ્રકારનાં ઈન્દ્રિયતૃપ્તિકારક કાર્યોનો ત્યાગ કરે છે. યોગીઓ આનો અભ્યાસ કરે છે અને તેઓ ઈન્દ્રિયોને ભૌતિક આસક્તિનો ભોગ બનતાં રોકે છે. પરંતુ કૃષ્ણભાવનાપરાયણ મનુષ્યને કૃષ્ણ પ્રીત્યર્થે ન હોય એવા કશાયમાં પોતાની ઈન્દ્રિયોને પરોવવાનો અવસર જ પ્રાપ્ત થતો નથી. તેથી કૃષ્ણભાવનાપરાયણ મનુષ્ય એકસાથે જ સંન્યાસી તથા યોગી હોય છે. જ્ઞાન તથા યોગની પ્રક્રિયાઓમાં જેની ભલામણ કરવામાં આવી છે, તે જ્ઞાન તથા ઈન્દ્રિયનિગ્રહનો આશય કૃષ્ણભક્તિની પ્રક્રિયામાં આપોઆપ જ સિદ્ધ થઈ જાય છે. જો મનુષ્ય તેના સ્વાર્થી સ્વભાવની પ્રવૃત્તિઓ છોડી દેવા સમર્થ ન હોય, તો જ્ઞાન અને યોગ વ્યર્થ થાય છે. જીવાત્માનું મુખ્ય ધ્યેય તો સર્વ પ્રકારના સ્વાર્થી સંતોષનો ત્યાગ કરીને પરમેશ્વરને સંતોષવા તત્પર થવું એ છે. કૃષ્ણભાવનાપરાયણ મનુષ્યને પોતાના માટે કોઈ પણ પ્રકારના સ્વાર્થયુક્ત ભોગ ભોગવવાની ઈચ્છા રહેતી નથી. તે તો હંમેશાં પરમેશ્વરના આનંદ ખાતર તેમની સેવામાં પરોવાયેલો રહે છે. જે મનુષ્યને પરમેશ્વર વિશે કશી માહિતી હોતી નથી, તે જ સ્વાર્થપૂર્તિમાં પરોવાયેલો રહે છે, કારણ કે કોઈ પણ મનુષ્ય નિષ્ક્રિયતાની ભૂમિકા પર ઊભો રહી શકે નહીં. કૃષ્ણભાવનામૃતની સાધના કરવાથી જ સર્વ હેતુઓ સંપૂર્ણપણે પાર પડે છે.

શ્લોક ૩

आरुरुक्षोर्मुनेर्योगं कर्म कारणमुच्यते।
योगारूढस्यतस्यैव शमः कारणमुच्यते॥ ३॥

આરુરુક્ષોઃ—જેણે હાલમાં યોગનો પ્રારંભ કર્યો છે; **મુનેઃ**—મુનિનો; **યોગમ્**—અષ્ટાંગયોગ પદ્ધતિ; **કર્મ**—કર્મ; **કારણમ્**—સાધન; **ઉચ્યતે**—કહેવાય છે; **યોગ**—અષ્ટાંગયોગ; **આરૂઢસ્ય**—પામનારનો; **તસ્ય**—તેનો; **એવ**—નક્કી; **શમઃ**—સર્વ ભૌતિક કાર્યોનો ત્યાગ; **કારણમ્**—સાધન; **ઉચ્યતે**—કહેવાય છે.

અનુવાદ

અષ્ટાંગયોગમાં નવોદિત સાધક માટે કર્મ એ સાધન કહેવાય છે અને યોગમાં ઉન્નત થયેલા મનુષ્ય માટે સર્વ ભૌતિક કાર્યોનો ત્યાગ એ જ સાધન કહેવાય છે.

ભાવાર્થ

પરમેશ્વર સાથે પોતાને જોડી દેવાની પ્રક્રિયા *યોગ* કહેવાય છે. આની સરખામણી સર્વોચ્ચ આધ્યાત્મિક સાક્ષાત્કાર પામવા માટેની સીડી સાથે થઈ શકે. આ સીડીનો આરંભ જીવનની નિમ્નતમ ભૌતિક દશામાંથી થાય છે અને તે શુદ્ધ આધ્યાત્મિક જીવનમાં પૂર્ણ આત્મ-સાક્ષાત્કાર સુધીની ઉચ્ચતમ અવસ્થા સુધી જાય છે. વિભિન્ન પ્રકારનાં ચડાણ પ્રમાણે આ સીડીના જુદા જુદા ભાગોનાં વિભિન્ન નામો હોય છે. પરંતુ સરવાળે આ આખી સીડી *યોગ* કહેવાય છે અને તેના જ્ઞાનયોગ, ધ્યાનયોગ તથા ભક્તિયોગ એવા ત્રણ ભાગ પાડી શકાય છે. સીડીના પ્રારંભને *યોગારુરુક્ષુ* અવસ્થા અને છેલ્લા ભાગને *યોગારૂઢ* અવસ્થા કહેવાય છે.

અષ્ટાંગયોગના સંબંધમાં જુદા જુદા યમ-નિયમો તથા આસનો (જે લગભગ દૈહિક વ્યાયામ હોય છે) દ્વારા ધ્યાનાવસ્થિત થવા માટેના શરૂઆતના પ્રયાસોને સકામ કર્મ માનવામાં આવે છે. આવાં કર્મથી સંપૂર્ણ માનસિક સમતા સિદ્ધ થાય છે, જેનાથી ઈન્દ્રિયો સંયમિત થાય છે. મનુષ્ય જ્યારે ધ્યાનની સાધનામાં સિદ્ધહસ્ત થઈ જાય છે, ત્યારે તે વિક્ષેપ કરનારી સર્વ માનસિક પ્રવૃત્તિઓને બંધ કરે છે.

પરંતુ કૃષ્ણભાવનાયુક્ત મનુષ્ય શરૂઆતથી જ ધ્યાનની અવસ્થાના સ્તર પર રહેલો હોય છે, કારણ કે તે સતત કૃષ્ણનું ચિંતન કરે છે અને

કૃષ્ણની સેવામાં નિરંતર પરોવાયેલો રહેવાથી તેનાં સઘળાં ભૌતિક કાર્યો સમાપ્ત થયેલાં માનવામાં આવે છે.

શ્લોક ૪

यदा हि नेन्द्रियार्थेषु न कर्मस्वनुषज्जते।
सर्वसङ्कल्पसन्न्यासी योगारूढस्तदोच्यते॥ ४॥

યદા—જ્યારે; **હિ**—નક્કી; **ન**—નહીં; **ઈન્દ્રિય અર્થેષુ**—ઈન્દ્રિયતૃપ્તિમાં; **ન**—કદી નહીં; **કર્મસુ**—સકામ કર્મમાં; **અનુષજ્જતે**—અવશ્ય પરોવાય છે; **સર્વસઙ્કલ્પ**—સર્વ ભૌતિક ઈચ્છાઓનો; **સન્ન્યાસી**—ત્યાગ કરનારો; **યોગ આરૂઢઃ**—યોગમાં ઉન્નત; **તદા**—ત્યારે; **ઉચ્યતે**—કહેવાય છે.

અનુવાદ

જ્યારે મનુષ્ય સર્વ ભૌતિક કામનાઓનો ત્યાગ કરીને ન તો ઈન્દ્રિયતૃપ્તિ માટે કાર્ય કરે છે અને ન તો સકામ કર્મોમાં પરોવાય છે, ત્યારે તેને યોગમાં ઉન્નત થયેલો કહેવાય છે.

ભાવાર્થ

મનુષ્ય જ્યારે ભગવાનની દિવ્ય પ્રેમમયી ભક્તિમાં સંલગ્ન થયેલો હોય છે, ત્યારે તે આત્મસંતુષ્ટ રહે છે, એટલે તે ઈન્દ્રિયતૃપ્તિમાં કે સકામ કર્મોમાં પ્રવૃત્ત થતો નથી. અન્યથા તેણે ઈન્દ્રિયતૃપ્તિમાં પરોવાયેલા રહેવું પડે, કારણ કે મનુષ્ય કર્મ કર્યા વિના રહી શકે નહીં. કૃષ્ણભાવનામૃત વગર મનુષ્ય હંમેશાં સ્વકેન્દ્રી અથવા વિસ્તરણ પામેલી સ્વાર્થી પ્રવૃત્તિઓ કરવા પાછળ પડેલો હોય છે. પરંતુ કૃષ્ણભાવનાપરાયણ મનુષ્ય કૃષ્ણના સંતોષ ખાતર જ બધું કરતો રહે છે, તેથી તે ઈન્દ્રિયતૃપ્તિમાંથી સર્વથા અનાસક્ત રહે છે. જે મનુષ્યને આવો સાક્ષાત્કાર થયેલો નથી તેણે યોગની સીડીના સૌથી ઉપરના પગથિયાં પર પોતે ઉન્નત થાય, તેના પહેલાં ભૌતિક ઈચ્છાઓથી મુક્ત થવાનો યંત્રવત્ પ્રયત્ન કરવો રહ્યો.

શ્લોક ૫

उद्धरेदात्मनात्मानं नात्मानमवसादयेत्।
आत्मैव ह्यात्मनो बन्धुरात्मैव रिपुरात्मनः॥ ५॥

ઉદ્ધરેત્—મનુષ્યે ઉદ્ધાર કરવો જોઈએ; **આત્મના**—મનથી; **આત્માનમ્**—બદ્ધ જીવનો; **ન**—કદી નહીં; **આત્માનમ્**—બદ્ધ જીવને; **અવસાદયેત્**—પતન પામવા દે; **આત્મા**—મન; **એવ**—જ; **હિ**—ખરેખર; **આત્મનઃ**—બદ્ધ જીવનો; **બન્ધુઃ**—મિત્ર; **આત્મા**—મન; **એવ**—નક્કી; **રિપુઃ**—શત્રુ; **આત્મનઃ**—બદ્ધ જીવનો.

અનુવાદ

મનુષ્યે પોતાના મનની મદદથી પોતાનો ઉદ્ધાર કરવો જોઈએ અને પોતાનું પતન થવા દેવું ન જોઈએ. આ મન બદ્ધ જીવનું મિત્ર પણ છે અને શત્રુ પણ છે.

ભાવાર્થ

વિભિન્ન પ્રસંગ પ્રમાણે *આત્મા* શબ્દનો અર્થ શરીર, મન તથા આત્મા એવો થાય છે. યોગ પદ્ધતિમાં મન તથા બદ્ધ આત્મા વિશેષ મહત્ત્વપૂર્ણ છે. યોગાભ્યાસમાં મન કેન્દ્રબિંદુ હોવાથી અહીં *આત્મા* મનનો નિર્દેશ કરે છે. યોગ પદ્ધતિનો હેતુ મનને સંયમિત કરવાનો અને તેને ઇન્દ્રિયવિષયોની આસક્તિમાંથી દૂર કરવાનો છે. અહીં ભારપૂર્વક એમ કહેવાયું છે કે મનને એવી રીતે કેળવવું જોઈએ કે તે બદ્ધ જીવને અજ્ઞાનરૂપી કળણમાંથી ઉગારી શકે. આ ભૌતિક જગતમાં મનુષ્ય મન તથા ઇન્દ્રિયોના પ્રભાવમાં આવે છે. વાસ્તવમાં શુદ્ધ આત્મા આ જગતમાં એટલા કારણે ફસાયેલો છે કે મન મિથ્યા અહંકારયુક્ત થઈને પ્રકૃતિ પર પ્રભુત્વ જમાવવા માગે છે. તેથી મનને એવી રીતે કેળવવું જોઈએ કે જેથી તે ભૌતિક પ્રકૃતિના ચળકાટથી આકૃષ્ટ ન થાય અને એ રીતે બદ્ધ જીવને બચાવી શકાય. ઇન્દ્રિયવિષયોમાં આસક્ત થઈને મનુષ્યે પોતાની જાતને પતિત કરવી ન જોઈએ. મનુષ્ય ઇન્દ્રિયોના વિષયોમાં જેટલો વધારે આકર્ષિત થાય છે, તેટલો તે ભૌતિક અસ્તિત્વમાં વધારે ફસાતો જાય છે. મનને કૃષ્ણભાવનામૃતમાં હરહંમેશ પરોવી રાખવું એ જ પોતાને આ જંજાળમાંથી મુક્ત કરવાનો સર્વોત્તમ માર્ગ છે. અહીં *હિ* શબ્દ આ મુદ્દાને ભારપૂર્વક જણાવવા માટે જ યોજાયો છે, અર્થાત્ મનુષ્યે એમ ચોક્કસ કરવું જોઈએ. અમૃતબિંદુ ઉપનિષદ (૨)માં પણ કહેવામાં આવ્યું છે:

મન એવ મનુષ્યાણાં કારણં બન્ધ મોક્ષયો।
બન્ધાય વિષયાસઙ્ગો મુક્ત્યૈ નિર્વિષયં મન:॥

"મન એ જ મનુષ્યના બંધનનું કારણ છે તથા મન જ તેના મોક્ષનું કારણ છે. ઇન્દ્રિયવિષયોમાં મગ્ન થયેલું મન બંધનનું કારણ છે, અને ઇન્દ્રિયવિષયોમાંથી વિરક્ત થયેલું મન મુક્તિનું કારણ છે." તેથી જે મન નિરંતર કૃષ્ણભક્તિમાં પરોવાયેલું રહે છે, તે પરમ મુક્તિનું કારણ છે.

શ્લોક ૬ **बन्धुरात्मात्मनस्तस्य येनात्मैवात्मना जितः।**
अनात्मनस्तु शत्रुत्वे वर्तेतात्मैव शत्रुवत्॥ ६॥

બન્ધુઃ—મિત્ર; **આત્મા**—મન; **આત્મનઃ**—જીવનો; **તસ્ય**—તેનો; **યેન**—જેના વડે; **આત્મા**—મન; **એવ**—નક્કી; **આત્મના**—જીવાત્મા દ્વારા; **જિતઃ**—જીત્યો; **અનાત્મનઃ**—જે મનને સંયમિત કરી ન શક્યો તેના; **તુ**—પરંતુ; **શત્રુત્વે**—શત્રુતાને કારણે; **વર્તેત**—રહે છે; **આત્મા એવ**—તે જ મન; **શત્રુવત્**—શત્રુની જેમ.

અનુવાદ

જેણે મન પર વિજય મેળવ્યો છે, તેને માટે મન એ સર્વશ્રેષ્ઠ મિત્ર છે, પણ જે આમ કરવામાં નિષ્ફળ નીવડ્યો છે, તેને માટે મન એ સૌથી મોટો શત્રુ બની રહે છે.

ભાવાર્થ

અષ્ટાંગયોગના અભ્યાસનો હેતુ મનનો નિગ્રહ કરવાનો છે કે જેથી માનવીને તેનાં જીવનકાર્ય સંપન્ન કરવામાં તે મન મિત્રનું કામ કરે. મનને વશમાં કર્યા વિના (માત્ર દેખાવ પૂરતો) યોગાભ્યાસ કરવો એ તો કેવળ સમય નષ્ટ કરવા જેવું છે. જે મનુષ્ય મનને વશમાં રાખી શકતો નથી, તે સૌથી મોટા શત્રુ સાથે રહે છે, તેથી તેનું જીવન તથા જીવનનો ઉદ્દેશ બગડે છે. પોતાના ઉપરીની આજ્ઞાનું પાલન કરવું એ જીવની સ્વરૂપાવસ્થા છે. તેથી જ્યાં સુધી મન જીતાયા વગરના શત્રુ તરીકે રહે છે, ત્યાં સુધી માણસને કામ, ક્રોધ, લોભ, મોહ વગેરેની આજ્ઞાનું પાલન કરવું પડે છે. પરંતુ જ્યારે મન જીતાઈ જાય છે, ત્યારે મનુષ્ય ભગવાનની ઈચ્છાનુસાર તેમની આજ્ઞાનું પાલન કરે છે કે જેઓ જીવમાત્રના હૃદયમાં પરમાત્મારૂપે નિવાસ કરે છે. અંતઃકરણમાં પરમાત્માનું મિલન થવું અને પછી તેમની આજ્ઞાનું પાલન કરવું, એ જ સાચી યોગસાધના છે. જે મનુષ્ય કૃષ્ણભાવનાનો પ્રત્યક્ષ રીતે સ્વીકાર કરે છે, તે ભગવાનની આજ્ઞા પ્રત્યે આપમેળે જ સમર્પિત થઈ જાય છે.

શ્લોક ૭ **जितात्मनः प्रशान्तस्य परमात्मा समाहितः।**
शीतोष्णसुखदुःखेषु तथा मानापमानयोः॥ ७॥

જિત આત્મનઃ—મનને જીતી લેનારના; **પ્રશાન્તસ્ય**—આમ મનને વશમાં કરીને શાંતિ પ્રાપ્ત કરનારના; **પરમ આત્મા**—પરમાત્મા;

સમાહિતઃ—પૂર્ણપણે પ્રાપ્ત; **શીત**—ઠંડીમાં; **ઉષ્ણ**—ગરમીમાં; **સુખ**—સુખ; **દુઃખેષુ**—અને દુઃખમાં; **તથા**—તેમ જ; **માન**—માન; **અપમાનયોઃ**—તથા અપમાનમાં.

અનુવાદ

જેણે મનને જીત્યું છે તેને માટે પરમાત્મા પ્રાપ્ત થયેલા જ છે, કારણ કે તેણે શાંતિ પ્રાપ્ત કરેલી છે. આવા પુરુષ માટે સુખ-દુઃખ, ઠંડી-ગરમી અને માન-અપમાન એકસમાન જ હોય છે.

ભાવાર્થ

વાસ્તવમાં દરેક જીવ પૂર્ણ પુરુષોત્તમ પરમેશ્વર કે જેઓ જીવમાત્રના હૃદયમાં પરમાત્મા તરીકે બિરાજેલા છે, તેમની આજ્ઞાનું પાલન કરવા માટે નિર્માયેલો છે. જ્યારે બાહ્ય શક્તિ માયા દ્વારા મન ગેરમાર્ગે દોરવાય છે, ત્યારે મનુષ્ય ભૌતિક કાર્યોમાં લપેટાય છે. તેથી કોઈ યોગ પદ્ધતિ દ્વારા જેવું મન નિયંત્રણમાં આવી જાય છે કે તરત જ મનુષ્યને ધ્યેય સુધી પહોંચી ગયેલો ગણવો જોઈએ. મનુષ્યે ભગવાનની આજ્ઞાનું પાલન કરવું જોઈએ. મનુષ્યનું મન જ્યારે પરા પ્રકૃતિમાં સ્થિર થઈ જાય છે, ત્યારે તેની પાસે ભગવાનની આજ્ઞાનું પાલન કરવા સિવાય અન્ય કોઈ વિકલ્પ રહેતો નથી. મન માટે એ જરૂરી છે કે તે કોઈ શ્રેષ્ઠ આજ્ઞાને શિરોમાન્ય કરે તથા તેનું પાલન કરે. મનને વશ કરવાનું પરિણામ એ આવે છે કે મનુષ્ય આપમેળે જ પરમાત્માની આજ્ઞાનું પાલન કરવા માંડે છે. જે મનુષ્ય કૃષ્ણભાવનાપરાયણ થાય છે, તે તરત જ આવી દિવ્ય સ્થિતિ પ્રાપ્ત કરે છે અને તેથી ભગવદ્ભક્ત સુખ-દુઃખ, ઠંડી-ગરમી વગેરે ભૌતિક અસ્તિત્વનાં દ્વંદ્વોથી પ્રભાવિત થતો નથી. આ અવસ્થા જ ખરેખરી *સમાધિ* અથવા પરમેશ્વરમાં તન્મયતા છે.

શ્લોક ૮

ज्ञानविज्ञानतृप्तात्मा कूटस्थो विजितेन्द्रियः।
युक्त इत्युच्यते योगी समलोष्ट्राश्मकाञ्चनः॥८॥

જ્ઞાન—મેળવેલા જ્ઞાનથી; **વિજ્ઞાન**—તથા સાક્ષાત્કારી જ્ઞાનથી; **તૃપ્ત**—સંતુષ્ટ; **આત્મા**—જીવાત્મા; **કૂટસ્થઃ**—અધ્યાત્મમાં સ્થિત; **વિજિત ઇન્દ્રિયઃ**—ઇન્દ્રિયોને વશમાં રાખનાર; **યુક્તઃ**—આત્મ-સાક્ષાત્કાર માટે સક્ષમ; **ઇતિ**—એ રીતે; **ઉચ્યતે**—કહેવાય છે; **યોગી**—યોગી; **સમ**—સમદર્શી; **લોષ્ટ્ર**—કાંકરા; **અશ્મ**—પથરા; **કાઞ્ચનઃ**—સોનું.

અનુવાદ

મનુષ્ય જ્યારે મેળવેલાં જ્ઞાન તથા સાક્ષાત્કાર દ્વારા પૂરેપૂરો સંતુષ્ટ થઈ જાય છે, ત્યારે તે આત્મ-સાક્ષાત્કારમાં સ્થાપિત થયેલો તથા યોગી કહેવાય છે. આવો મનુષ્ય અધ્યાત્મમાં સ્થિત તથા જિતેન્દ્રિય હોય છે. તે સર્વ વસ્તુઓને એકસમાન દૃષ્ટિએ જુએ છે ભલે પછી તે કાંકરા હોય, પથ્થર હોય કે સુવર્ણ હોય.

ભાવાર્થ

પરમ સત્યના સાક્ષાત્કાર વિનાનું પુસ્તકિયું જ્ઞાન નિરુપયોગી હોય છે. આ વિશે ભક્તિરસામૃતસિંધુ (૧.૨.૨૩૪)માં નીચે પ્રમાણે કહ્યું છેઃ

અતઃ શ્રીકૃષ્ણ નામાદિ ન ભવેદ્ ગ્રાહ્યમ્ ઈન્દ્રિયૈઃ।
સેવોન્મુખે હિ જિહ્વાદૌ સ્વયમ્ એવ સ્ફુરત્યદઃ॥

"કોઈ પણ મનુષ્ય પોતાની ભૌતિક રીતે દૂષિત થયેલી ઈન્દ્રિયો દ્વારા શ્રીકૃષ્ણનાં નામ, રૂપ, ગુણ તથા તેમની લીલાઓની દિવ્ય પ્રકૃતિને સમજી શકતો નથી. ભગવાનની દિવ્ય સેવા દ્વારા આધ્યાત્મિક રીતે સંતૃપ્ત થયા પછી જ તે ભગવાનનાં દિવ્ય નામ, રૂપ, ગુણ તથા લીલાઓને સમજી શકે છે."

આ ભગવદ્ગીતા કૃષ્ણભાવનામૃતનું વિજ્ઞાન છે. કેવળ દુન્યવી વિદ્વત્તાથી કોઈ મનુષ્ય કૃષ્ણભાવનાપરાયણ થઈ શકતો નથી. તે શુદ્ધ ચેતના-યુક્ત વ્યક્તિનું સાન્નિધ્ય મેળવવા ભાગ્યશાળી હોવો જોઈએ. કૃષ્ણભાવના-પરાયણ વ્યક્તિને કૃષ્ણકૃપાથી જ્ઞાનનો સાક્ષાત્કાર થાય છે, કારણ કે તે વિશુદ્ધ ભક્તિથી સંતુષ્ટ રહે છે. સાક્ષાત્કારજન્ય જ્ઞાન વડે તે પૂર્ણ બને છે. આધ્યત્મિક જ્ઞાન દ્વારા મનુષ્ય પોતાના સંકલ્પોમાં દૃઢપણે સ્થિર રહી શકે છે. પરંતુ માત્ર શૈક્ષણિક જ્ઞાનથી તે બાહ્ય વિરોધાભાસો દ્વારા સહેલાઈથી મોહિત તથા ભ્રમિત થઈ શકે છે. કેવળ જેણે સાક્ષાત્કાર પ્રાપ્ત કરેલો છે, તેવો આત્મા જ વાસ્તવિક રીતે આત્મસંયમી હોય છે, કારણ કે તે કૃષ્ણને આશ્રિત હોય છે. તે દિવ્ય અવસ્થામાં હોય છે, કારણ કે તેને દુન્યવી વિદ્વત્તા સાથે કશો સંબંધ હોતો નથી. દુન્યવી વિદ્વત્તા તથા માનસિક તર્કબાજી અન્ય લોકો માટે સુવર્ણ જેવાં હોઈ શકે, પરંતુ તેને માટે તો તે સર્વ કાંકરા કે પથરા સમાન હોય છે.

શ્લોક ૯

सुहृन्मित्रार्युदासीनमध्यस्थद्वेष्यबन्धुषु ।
साधुष्वपि च पापेषु समबुद्धिर्विशिष्यते ॥ ९ ॥

સુહૃત્—શુભેચ્છકો; **મિત્ર**—સ્નેહયુક્ત હિતેચ્છુઓ; **અરિ**—શત્રુઓ; **ઉદાસીન**—શત્રુઓમાં તટસ્થ; **મધ્યસ્થ**—મધ્યસ્થી કરનારા; **દ્વેષ્ય**—ઈર્ષા કરનારા; **બન્ધુષુ**—અને સગાં અથવા શુભેચ્છકોમાં; **સાધુષુ**—સાધુજનોમાં; **અપિ**—પણ; **ચ**—અને; **પાપેષુ**—પાપીજનોમાં; **સમબુદ્ધિઃ**—સમાન બુદ્ધિવાળો; **વિશિષ્યતે**—ઘણો આગળ વધેલો હોય છે.

અનુવાદ

જ્યારે મનુષ્ય સાચા શુભેચ્છકોને, પ્રિય મિત્રોને, તટસ્થ લોકોને, મધ્યસ્થી કરનારાઓને, દ્વેષીજનોને, શત્રુઓ તથા મિત્રોને, પાપી તથા પુણ્યાત્માઓને સમાન ભાવે જુએ છે, ત્યારે તેને હજી વધારે ઉન્નત થયેલો માનવામાં આવે છે.

શ્લોક ૧૦ **योगी युञ्जीत सततमात्मानं रहसि स्थितः।**
एकाकी यतचित्तात्मा निराशीरपरिग्रहः॥ १०॥

યોગી—અધ્યાત્મવાદી; **યુઞ્જીત**—કૃષ્ણભાવનામૃતમાં કેન્દ્રિત કરે; **સતતમ્**—નિરંતર; **આત્માનમ્**—પોતાને (દેહ, મન તથા આત્મા સહિત); **રહસિ**—એકાંત સ્થાનમાં; **સ્થિતઃ**—રહીને; **એકાકી**—એકલો; **યત ચિત્ત આત્મા**—મનથી સદા સાવધ; **નિરાશીઃ**—અન્ય કશાથી આકર્ષાયા વિના; **અપરિગ્રહઃ**—સ્વામિત્વની લાગણી વગર, સંગ્રહવૃત્તિ વગર.

અનુવાદ

અધ્યાત્મવાદીએ પોતાનાં શરીર, મન તથા આત્માને હંમેશાં પરમેશ્વરમાં તલ્લીન રાખવાં જોઈએ. તેણે એકાંત સ્થળે એકલા રહેવું જોઈએ તથા બહુ સાવધાનીપૂર્વક પોતાના મનને હંમેશાં વશમાં રાખવું જોઈએ. તે કામનાઓથી તથા સંગ્રહવૃત્તિથી રહિત હોવો જોઈએ.

ભાવાર્થ

કૃષ્ણનો સાક્ષાત્કાર જુદી જુદી માત્રામાં બ્રહ્મ, પરમાત્મા તથા પૂર્ણ પુરુષોત્તમ પરમેશ્વર તરીકે થાય છે. કૃષ્ણભાવનામૃતનો સંક્ષેપમાં અર્થ એ છે કે ભગવાનની દિવ્ય પ્રેમમયી સેવામાં નિરંતર પરોવાયેલા રહેવું. પરંતુ જે લોકો નિર્વિશેષ બ્રહ્મ કે હૃદયસ્થ પરમાત્મા પ્રત્યે આસક્ત રહે છે, તેઓ પણ આંશિકરૂપે કૃષ્ણભાવનાપરાયણ હોય છે, કારણ કે નિર્વિશેષ બ્રહ્મ એ કૃષ્ણના આધ્યાત્મિક પ્રકાશનું કિરણ છે અને પરમાત્મા એ કૃષ્ણના

સર્વવ્યાપી આંશિક વિસ્તાર છે. એટલે નિર્વિશેષવાદી તથા ધ્યાનયોગી સુધ્ધાં પરોક્ષ રીતે કૃષ્ણભાવયુક્ત હોય છે. પ્રત્યક્ષ રીતે કૃષ્ણભાવનાપરાયણ મનુષ્ય સર્વોચ્ચ અધ્યાત્મવાદી હોય છે, કારણ કે આવો ભક્ત જાણે છે કે બ્રહ્મ તથા પરમાત્મા એ શું છે. પરમ સત્ય વિશેનું તેનું જ્ઞાન પૂર્ણ હોય છે, જ્યારે નિર્વિશેષવાદી તથા ધ્યાનયોગી અપૂર્ણ રીતે કૃષ્ણભાવનાપરાયણ હોય છે.

આમ હોવા છતાં, આ સૌને પોતપોતાનાં વિશિષ્ટ કાર્યોમાં સતત પરોવાયેલા રહેવાનો આદેશ અહીં આપ્યો છે કે જેથી વહેલા કે મોડા તેઓ સર્વોચ્ચ પૂર્ણતા પામી શકે. અધ્યાત્મવાદીનું પ્રથમ કર્તવ્ય એ છે કે તે મનને સદા કૃષ્ણમાં પરોવાયેલું રાખે. મનુષ્યે હંમેશાં કૃષ્ણનું ચિંતન કરતા રહેવું જોઈએ અને એક ક્ષણ માટે પણ તેમનું વિસ્મરણ કરવું જોઈએ નહીં. પરમેશ્વર પર મનને એકાગ્ર કરવું એ જ *સમાધિ* કહેવાય છે. મનને એકાગ્ર કરવા માટે મનુષ્યે હંમેશાં એકાંતવાસ સેવવો જોઈએ તથા બાહ્ય વિષયોના ઉપદ્રવથી અલિપ્ત રહેવું જોઈએ. તેણે તેના સાક્ષાત્કારને પ્રભાવિત કરે તેવી અનુકૂળ પરિસ્થિતિ ગ્રહણ કરવા અને પ્રતિકૂળ પરિસ્થિતિથી અળગા રહેવા અત્યંત સાવધાન રહેવું જોઈએ. તદુપરાંત તેણે દૃઢ નિશ્ચય સાથે જે તેને સંગ્રહવૃત્તિના ભાવમાં ફસાવે, તેવી બિનજરૂરી ભૌતિક વસ્તુઓ માટે વલખાં મારવાં જોઈએ નહીં.

જ્યારે મનુષ્ય પ્રત્યક્ષ રીતે કૃષ્ણભક્તિમાં લાગેલો હોય છે, ત્યારે આ સર્વ પૂર્ણતા પામવા માટેનાં પગલાં તથા સાવચેતીરૂપ લેવાનાં પગલાનું સારી રીતે પાલન થઈ શકે છે, કારણ કે પ્રત્યક્ષ કૃષ્ણભાવનામૃતનો અર્થ આત્મોત્સર્ગ થાય કે જેમાં સંગ્રહભાવ (પરિગ્રહ) માટે ભાગ્યે જ અવકાશ રહે છે. શ્રીલ રૂપ ગોસ્વામીએ કૃષ્ણભાવનામૃતનું લક્ષણ આ પ્રમાણે વર્ણવ્યું છે:

અનાસક્તસ્ય વિષયાન્ યથાર્હમ્ ઉપયુઞ્જતઃ।
નિર્બન્ધઃ કૃષ્ણ સમ્બન્ધે યુક્તં વૈરાગ્યમ્ ઉચ્યતે॥
પ્રાપઞ્ચિકતયા બુદ્ધ્યા હરિ સમ્બન્ધિ વસ્તુનઃ।
મુમુક્ષુભિઃ પરિત્યાગો વૈરાગ્યં ફલ્ગુ કથ્યતે॥

"જ્યારે મનુષ્ય કોઈ પણ વસ્તુ પ્રત્યે આસક્ત થયા વિના કૃષ્ણ સંબંધી દરેક વસ્તુનો સ્વીકાર કરે છે, ત્યારે તે સાચી રીતે પરિગ્રહથી પર હોય છે. બીજે પક્ષે, જે મનુષ્ય દરેક વસ્તુનો કૃષ્ણ સાથેનો સંબંધ જાણ્યા વગર જ

તેનો ત્યાગ કરે છે, તેનો વૈરાગ્ય પૂર્ણ કહેવાતો નથી." (ભક્તિરસામૃતસિંધુ ૨.૨૫૫–૨૫૬)

કૃષ્ણભાવયુક્ત મનુષ્ય સારી રીતે જાણે છે કે દરેક વસ્તુ કૃષ્ણની માલિકીની છે, તેથી પોતે સર્વ પ્રકારના પરિગ્રહભાવથી મુક્ત રહે છે. આમ હોવાથી તે તેના પોતાના માટે કોઈ પણ વસ્તુની લાલસા રાખતો નથી. કૃષ્ણભાવનાને અનુકૂળ વસ્તુઓનો કેવી રીતે સ્વીકાર કરવો અને કૃષ્ણભાવનાને પ્રતિકૂળ વસ્તુઓનો કેવી રીતે પરિત્યાગ કરવો, એ તે જાણે છે. દુન્યવી વસ્તુઓથી તે સદા અલિપ્ત રહે છે, કારણ કે તે સદા દિવ્ય ભાવમાં સ્થિત રહે છે અને કૃષ્ણભાવનારહિત માણસો સાથે કશી નિસ્બત નહીં રાખવાથી તે સદા એકલો હોય છે. તેથી કૃષ્ણભાવનામાં રહેલો મનુષ્ય પૂર્ણ યોગી હોય છે.

શ્લોક ૧૧–૧૨

शुचौ देशे प्रतिष्ठाप्य स्थिरमासनमात्मनः ।
नात्युच्छ्रितं नातिनीचं चैलाजिनकुशोत्तरम् ॥ ११ ॥
तत्रैकाग्रं मनः कृत्वा यतचित्तेन्द्रियक्रियः ।
उपविश्यासने युञ्ज्याद्योगमात्मविशुद्धये ॥ १२ ॥

શુચૌ—પવિત્ર; **દેશે**—ભૂમિમાં; **પ્રતિષ્ઠાપ્ય**—સ્થાપિત કરીને; **સ્થિરમ્**—દૃઢ; **આસનમ્**—આસન; **આત્મનઃ**—તેનું પોતાનું; **ન**—નહીં; **અતિ**—અત્યંત; **ઉચ્છ્રિતમ્**—ઊંચું; **ન**—નહીં; **અતિ**—અત્યંત; **નીચમ્**—નીચું; **ચૈલ અજિન**—સુંવાળું વસ્ત્ર તથા મૃગચર્મ; **કુશ**—અને કુશ ઘાસનું; **ઉત્તરમ્**—આવરણવાળું; **તત્ર**—તેની ઉપર; **એક અગ્રમ્**—એકાગ્ર કરીને; **મનઃ**—મન; **કૃત્વા**—કરીને; **યત ચિત્ત**—મનને વશમાં કરતાં; **ઇન્દ્રિય**—ઇન્દ્રિયો; **ક્રિયઃ**—અને કાર્યો; **ઉપવિશ્ય**—બેસીને; **આસને**—આસન ઉપર; **યુઞ્જ્યાત્**—અભ્યાસ કરે; **યોગમ્**—યોગસાધના; **આત્મ**—હૃદયને; **વિશુદ્ધયે**—શુદ્ધ કરવા માટે.

અનુવાદ

યોગાભ્યાસ કરવા માટે મનુષ્યે એકાંત સ્થાનમાં જઈને ભૂમિ પર કુશ ઘાસ પાથરવું અને પછી તેને મૃગચર્મથી ઢાંકી ઉપર સુંવાળું વસ્ત્ર પાથરવું. આસન બહુ ઊંચું કે બહુ નીચું ન હોવું જોઈએ અને તે પવિત્ર સ્થાનમાં હોવું જોઈએ. પછી યોગીએ તેની ઉપર સુસ્થિર થઈને બેસવું

જોઈએ અને મન, ઈન્દ્રિયો તથા કાર્યોને વશમાં કરીને તથા મનને એક બિંદુ પર સ્થિર કરીને હૃદયને શુદ્ધ કરવા માટે યોગાભ્યાસ કરવો જોઈએ.

ભાવાર્થ

પવિત્ર સ્થાનનો નિર્દેશ તીર્થસ્થળ પ્રત્યે છે. ભારતમાં યોગીઓ, અધ્યાત્મવાદીઓ અથવા ભક્તો પોતાનું ઘર તજીને પ્રયાગ, મથુરા, વૃંદાવન, ઋષીકેશ તથા હરિદ્વાર જેવાં પવિત્ર સ્થાનોમાં નિવાસ કરે છે અને એવા એકાંત સ્થાનમાં યોગાભ્યાસ કરે છે કે જ્યાં યમુના તથા ગંગા જેવી પવિત્ર નદીઓ વહે છે. પરંતુ આમ કરવું સૌને માટે અને ખાસ તો, પાશ્ચાત્ય લોકો માટે શક્ય બનતું નથી. મોટાં મોટાં શહેરોમાંના કહેવાતા યોગસમાજો ભલે દુન્યવી લાભ કમાઈ લેવામાં સફળ થાય, પરંતુ વાસ્તવિક યોગાભ્યાસ માટે તે યોગ્ય નથી. જે મનુષ્ય આત્મસંયમી નથી તથા જેનું મન સ્થિર નથી, તે ધ્યાનનો અભ્યાસ કરી શકે નહીં. તેથી બૃહન્નારદીય પુરાણમાં કહેવામાં આવ્યું છે કે કળિયુગમાં (વર્તમાન યુગમાં) સામાન્ય લોકો જ્યારે અલ્પાયુષી, આત્મ-સાક્ષાત્કારમાં મંદ અને વિવિધ ચિંતાઓથી વ્યગ્ર રહે છે, ત્યારે ભગવત્પ્રાપ્તિનું સર્વશ્રેષ્ઠ સાધન ભગવાનનાં પવિત્ર નામોનું કીર્તન કરવું એ જ છે.

હરેર્નામ હરેર્નામ હરેર્નામૈવ કેવલમ્।
કલૌ નાસ્ત્યેવ નાસ્ત્યેવ નાસ્ત્યેવ ગતિરન્યથા॥

"કલહ તથા દંભના આ યુગમાં મોક્ષપ્રાપ્તિનું એકમાત્ર સાધન ભગવાનના પવિત્ર નામનું કીર્તન કરવું એ જ છે. અન્ય કોઈ માર્ગ નથી, અન્ય કોઈ માર્ગ નથી, અન્ય કોઈ માર્ગ નથી."

શ્લોક ૧૩–૧૪

समं कायशिरोग्रीवं धारयन्नचलं स्थिरः।
सम्प्रेक्ष्य नासिकाग्रं स्वं दिशश्चानवलोकयन्॥ १३॥
प्रशान्तात्मा विगतभीर्ब्रह्मचारिव्रते स्थितः।
मनः संयम्य मच्चित्तो युक्त आसीत मत्परः॥ १४॥

સમમ્—સીધું; **કાય**—શરીર; **શિરઃ**—માથું; **ગ્રીવમ્**—તથા ગરદન; **ધારયન્**—ધરીને; **અચલમ્**—અચળ; **સ્થિરઃ**—સ્થિર; **સમ્પ્રેક્ષ્ય**—જોઈને; **નાસિકા**—નાકના; **અગ્રમ્**—અગ્રભાગને; **સ્વમ્**—પોતાના; **દિશઃ**—સર્વ દિશાઓમાં; **ચ**—પણ; **અનવલોકયન્**—નહીં જોઈને; **પ્રશાન્ત**—અવિચલિત;

આત્મા—મન; **વિગતભીઃ**—ભયરહિત; **બ્રહ્મચારિવ્રતે**—બ્રહ્મચર્ય વ્રતમાં; **સ્થિતઃ**—સ્થિત; **મનઃ**—મન; **સંયમ્ય**—પૂરેપૂરું સંયમિત કરીને; **મત્**—મારામાં (કૃષ્ણમાં); **ચિત્તઃ**—મનને કેન્દ્રિત રાખીને; **યુક્તઃ**—વાસ્તવિક યોગી; **આસીત**—બેસે; **મત્**—મને; **પરઃ**—અંતિમ ધ્યેય.

અનુવાદ

યોગીએ પોતાનું શરીર, ગરદન તથા માથું સીધું ટટ્ટાર રાખવું જોઈએ અને નાકના અગ્રભાગ પર દૃષ્ટિ સ્થિર રાખવી જોઈએ. આ પ્રમાણે સ્થિર તથા સંયમિત મનથી, ભયરહિત તથા વિષયી જીવનથી પૂર્ણપણે મુક્ત થઈને મનુષ્યે અંતઃકરણમાં મારું ચિંતન કરવું જોઈએ અને મને જ પોતાના અંતિમ ધ્યેયરૂપ માનવો જોઈએ.

ભાવાર્થ

જીવમાત્રના હૃદયમાં ચતુર્ભુજ વિષ્ણુરૂપે વસતા પરમાત્મા એવા કૃષ્ણને જાણવા એ જ જીવનનો ઉદ્દેશ છે. વિષ્ણુના આ જ અંતર્યામી સ્વરૂપને શોધવા તથા તેનાં દર્શન કરવા માટે યોગનો અભ્યાસ કરવામાં આવે છે, એ સિવાય તેનો અન્ય કોઈ હેતુ નથી. અંતર્યામી વિષ્ણુમૂર્તિ દરેક જીવમાં વસતા કૃષ્ણનું સ્વાંશરૂપ છે. જે મનુષ્ય આ વિષ્ણુમૂર્તિના સાક્ષાત્કારની ઈચ્છા રાખતો નથી, તે વ્યર્થ પાખંડી યોગાભ્યાસ કરે છે અને નિઃસંદેહ પોતાના સમયનો અપવ્યય કરે છે. કૃષ્ણ જ જીવનના અંતિમ ધ્યેય છે અને મનુષ્યના હૃદયમાં સ્થિત વિષ્ણુમૂર્તિ એ જ તો યોગાભ્યાસનો ઉદ્દેશ છે. હૃદયમાં વિષ્ણુમૂર્તિનો સાક્ષાત્કાર કરવા માટે બ્રહ્મચર્યવ્રત અનિવાર્ય હોય છે, માટે મનુષ્યે ગૃહત્યાગ કરીને કોઈ એકાંત સ્થાનમાં ઉપરોક્ત વિધિ પ્રમાણે આસન ગ્રહણ કરી બેસવું જોઈએ. પ્રતિદિન ઘરે કે અન્યત્ર જાતીય આનંદ માણતા રહી, કહેવાતા યોગ-વર્ગોમાં જવાથી કોઈ યોગી બની શકે નહીં. તેણે મનનો સંયમ કરવાનો હોય છે અને જેમાં જાતીય જીવન મુખ્ય છે, એવી સર્વ પ્રકારની ઈન્દ્રિયતૃપ્તિથી દૂર રહેવાનું હોય છે. મહર્ષિ યાજ્ઞવલ્ક્યકૃત બ્રહ્મચર્યના નિયમોમાં કહેવામાં આવ્યું છેઃ

કર્મણા મનસા વાચા સર્વાવસ્થાસુ સર્વદા।
સર્વત્ર મૈથુન ત્યાગો બ્રહ્મચર્યં પ્રચક્ષતે॥

“સર્વ સમયે, સર્વ પરિસ્થિતિમાં અને સર્વ સ્થળે મન, વચન, કર્મથી મૈથુનભોગથી અલિપ્ત રહેવામાં મદદ કરવી, એ જ બ્રહ્મચર્યવ્રતનો આશય છે.” મૈથુનમાં પ્રવૃત્ત રહીને કોઈ પણ વ્યક્તિ સાચી રીતે યોગાભ્યાસ કરી

શકે નહીં. એટલે જ બાળપણથી જ બ્રહ્મચર્યનું શિક્ષણ આપવામાં આવે છે કે જે અવસ્થામાં વ્યક્તિને મૈથુનનું જ્ઞાન હોતું નથી. પાંચ વર્ષની વયે જ બાળકને ગુરુના આશ્રયે ગુરુકુળમાં મોકલવામાં આવે છે. ત્યાં ગુરુ બાળકને બ્રહ્મચારી થવા માટે સખત શિસ્તમાં કેળવે છે. આવી સાધના વગર કોઈ પણ વ્યક્તિ યોગમાં ઉન્નતિ કરી શકતી નથી, પછી તે ધ્યાનયોગ હોય, જ્ઞાનયોગ હોય કે ભક્તિયોગ હોય. પરંતુ જે મનુષ્ય વિવાહિત જીવનનાં નીતિનિયમોનું પાલન કરતો હોય અને સ્વપત્ની સાથે જ જાતીય સંબંધ (અને તે પણ નિયમોને અધીન રહી) ધરાવતો હોય, તે પણ બ્રહ્મચારી કહેવાય છે. આવા સંયમી ગૃહસ્થ-બ્રહ્મચારીને ભક્તિ સંપ્રદાયમાં સ્વીકારી શકાય છે, પરંતુ જ્ઞાન તથા ધ્યાન સંપ્રદાયવાળા આવા ગૃહસ્થ બ્રહ્મચારીને પણ પ્રવેશ આપતા નથી. તેમના માટે છૂટછાટ વિનાનું સંપૂર્ણ બ્રહ્મચર્ય અનિવાર્ય છે. ભક્તિ સંપ્રદાયમાં ગૃહસ્થ-બ્રહ્મચારીને સંયમિત મૈથુનની છૂટ અપાય છે, કારણ કે ભક્તિયોગ એવો તો શક્તિશાળી હોય છે કે ભગવાનની ઉત્કૃષ્ટ સેવામાં પરોવાયેલા રહેવાથી મનુષ્ય આપમેળે જ મૈથુનના આકર્ષણનો ત્યાગ કરે છે. ભગવદ્‌ગીતા (૨.૫૯)માં કહેવાયું છેઃ

વિષયા વિનિવર્તન્તે નિરાહારસ્ય દેહિનઃ।
રસવર્જં રસોઽપ્યસ્ય પરં દૃષ્ટ્વા નિવર્તતે॥

જ્યાં બીજાઓને વિષયભોગથી દૂર રહેવાની ફરજ પાડવામાં આવે છે, ત્યાં ભગવદ્‌ભક્ત ઉત્તમ રસાસ્વાદને કારણે ઇન્દ્રિયભોગમાંથી આપમેળે જ વિરક્ત થઈ જાય છે. ભક્ત સિવાય અન્ય કોઈને એ ઉત્કૃષ્ટ રસાસ્વાદનું જ્ઞાન હોતું નથી.

વિગતભીઃ—સંપૂર્ણપણે કૃષ્ણભાવનાપરાયણ થયા વિના મનુષ્ય નિર્ભય થઈ શકતો નથી. બદ્ધ જીવ તેની વિકૃત સ્મૃતિને કારણે અથવા કૃષ્ણ સાથેના પોતાના શાશ્વત સંબંધની વિસ્મૃતિને કારણે ભયભીત રહે છે. ભાગવત (૧૧.૨.૩૭) કહે છે, *ભયં દ્વિતીયાભિનિવેશતઃ સ્યાદીશાદપેતસ્ય વિપર્યયોઽસ્મૃતિઃ*—કૃષ્ણભાવનામૃત નિર્ભયતાનો એકમાત્ર આધાર છે. તેથી કૃષ્ણભાવનાપરાયણ મનુષ્ય માટે જ યોગનો પૂર્ણ અભ્યાસ શક્ય હોય છે અને યોગાભ્યાસનું અંતિમ ધ્યેય અંતઃકરણમાં ભગવદ્દર્શન પામવાનું છે, તેથી કૃષ્ણભાવનાપરાયણ મનુષ્ય પહેલાંથી જ સર્વ યોગીઓમાં શ્રેષ્ઠ હોય છે. યોગ પદ્ધતિના અહીં જણાવેલા સિદ્ધાંતો લોકપ્રચલિત કહેવાતા યોગસમાજો કરતાં ભિન્ન છે.

શ્લોક ૧૫

युञ्जन्नेवं सदात्मानं योगी नियतमानसः।
शान्तिं निर्वाणपरमां मत्संस्थामधिगच्छति॥ १५॥

યુઞ્જન્—અભ્યાસ કરતો; **એવમ્**—ઉપર જણાવ્યા પ્રમાણે; **સદા**—હંમેશાં; **આત્માનમ્**—શરીર, મન તથા આત્મા; **યોગી**—અધ્યાત્મ યોગી; **નિયત માનસઃ**—સંયમિત મનવાળો; **શાન્તિમ્**—શાંતિ; **નિર્વાણ પરમામ્**—ભૌતિક અસ્તિત્વનો અંત; **મત્ સંસ્થામ્**—દિવ્ય આકાશ (ભગવાનનું ધામ); **અધિગચ્છતિ**—પ્રાપ્ત કરે છે.

અનુવાદ

આ પ્રમાણે શરીર, મન તથા કર્મમાં હરહંમેશ સંયમનો અભ્યાસ કરતો સંયમિત મનવાળો યોગી આ ભૌતિક અસ્તિત્વ સમાપ્ત થયે ભગવદ્‌ધામ (અથવા કૃષ્ણલોક)ને પ્રાપ્ત કરે છે.

ભાવાર્થ

હવે યોગાભ્યાસના અંતિમ ધ્યેય વિશે સ્પષ્ટ સમજૂતી આપવામાં આવી છે. યોગાભ્યાસનો આશય કોઈ પણ પ્રકારની ભૌતિક સગવડ પ્રાપ્ત કરવાનો નથી. તેનો ઉદ્દેશ તો સર્વ ભૌતિક જીવનની સમાપ્તિને શક્ય બનાવવાનો છે. ભગવદ્‌ગીતા અનુસાર જે મનુષ્ય યોગાભ્યાસ દ્વારા સારું સ્વાસ્થ્ય ઇચ્છે છે અથવા ભૌતિક સિદ્ધિની આકાંક્ષા રાખે છે, તે યોગી નથી. ભૌતિક અસ્તિત્વની સમાપ્તિનો અર્થ "શૂન્ય"માં પ્રવેશ એવો પણ થતો નથી; તે તો કપોળકલ્પના જ છે. ભગવાનના સર્જનમાં ક્યાંય શૂન્ય નથી. ઊલટું, ભૌતિક અસ્તિત્વની સમાપ્તિ મનુષ્યને દિવ્ય આકાશમાં, અર્થાત્ ભગવદ્‌ધામમાં પ્રવેશવા સમર્થ બનાવે છે. ભગવદ્‌ગીતામાં ભગવાનના ધામ વિશે પણ સમજૂતી આપવામાં આવેલી છે કે તે એવું સ્થાન છે કે જ્યાં સૂર્ય, ચંદ્ર કે વીજળીની જરૂર રહેતી નથી. દિવ્ય આકાશ (વૈકુંઠ)માંના સર્વ ગ્રહો, ભૌતિક આકાશમાંના સૂર્યની જેમ સ્વયંપ્રકાશિત હોય છે. ભગવાનનું સામ્રાજ્ય તો સર્વત્ર ફેલાયેલું છે, પરંતુ દિવ્ય આકાશ અને તેમાંના ગ્રહોને જ પરમ ધામ કહેવામાં આવે છે.

સ્વયં ભગવાને અહીં કહ્યું છે તેમ (*મચ્ચિત્તઃ, મત્પરઃ, મત્સ્થાનમ્*) ભગવાન કૃષ્ણનું પૂર્ણ જ્ઞાન પામેલો પૂર્ણ યોગી વાસ્તવિક શાંતિ પ્રાપ્ત કરે છે અને અંતે કૃષ્ણલોક અથવા ગોલોક વૃંદાવન ધામમાં જઈ શકે છે. બ્રહ્મસંહિતા (૫.૩૭)માં સ્પષ્ટ ઉલ્લેખ થયો છે—*ગોલોક એવ નિવસત્ય્*

અખિલાત્મ ભૂતઃ—જોકે ભગવાન સદૈવ પોતાના ધામમાં નિવાસ કરે છે કે જે ગોલોક કહેવાય છે, છતાં પોતાની શ્રેષ્ઠ શક્તિઓ દ્વારા તેઓ સર્વવ્યાપક બ્રહ્મ તેમ જ પરમાત્મા પણ છે. કોઈ પણ મનુષ્ય કૃષ્ણ તથા વિષ્ણુ રૂપમાં તેમના પૂર્ણ વિસ્તારને સાચી રીતે જાણ્યા વગર વૈકુંઠલોકમાં અથવા ભગવાનના સનાતન ધામ (ગોલોક વૃંદાવન)માં પ્રવેશ કરી શક્તો નથી. તેથી કૃષ્ણભાવનામૃતમાં કાર્ય કરનાર મનુષ્ય પૂર્ણ યોગી હોય છે, કારણ કે તેનું મન સદા કૃષ્ણમાં જ ધ્યાનમગ્ન રહે છે. (*સ વૈ મનઃ કૃષ્ણ પદારવિન્દયોઃ*) વેદોમાં પણ (શ્વેતાશ્વતર ઉપનિષદ ૩.૮માં) જાણવા મળે છે—*તમ્ એવ વિદિત્વાતિ મૃત્યુમ્ એતિ*—"પૂર્ણ પુરુષોત્તમ પરમેશ્વર કૃષ્ણને જાણવાથી જ જન્મ તથા મરણના માર્ગને જીતી શકાય છે. બીજા શબ્દોમાં કહી શકાય કે યોગની પૂર્ણતા ભૌતિક અસ્તિત્વમાંથી મુક્ત થવામાં જ છે, જાદુઈ ચમત્કારો કે અંગકસરતની કરામતો દ્વારા અબુધ લોકોને મૂર્ખ બનાવવામાં નથી."

શ્લોક ૧૬

नात्यश्नतस्तु योगोऽस्ति न चैकान्तमनश्नतः ।
न चातिस्वप्नशीलस्य जाग्रतो नैव चार्जुन ॥ १६ ॥

ન—કદી નહીં; **અતિ**—અતિશય; **અશ્નતઃ**—ખાવાવાળાનો; **તુ**—પરંતુ; **યોગઃ**—ભગવાન સાથે સંયોગ; **અસ્તિ**—થાય છે; **ન**—નહીં; **ચ**—પણ; **એકાન્તમ્**—બિલકુલ; **અનશ્નતઃ**—નહીં ખાનારને; **ન**—નહીં; **ચ**—વળી; **અતિ**—અતિશય; **સ્વપ્નશીલસ્ય**—ઊંઘનારનો; **જાગ્રતઃ**—અથવા રાત્રે વધારે પડતા ઉજાગરા કરનારનો; **ન**—નહીં; **એવ**—જ; **ચ**—અને; **અર્જુન**—હે અર્જુન.

અનુવાદ

જે મનુષ્ય અતિશય આહાર લે છે અથવા બિલકુલ આહાર લેતો નથી, અતિશય ઊંઘે છે કે પૂરતી ઊંઘ લેતો નથી, તેને માટે યોગી થવાની શક્યતા નથી.

ભાવાર્થ

અહીં યોગીઓ માટે આહાર તથા નિદ્રાના નિયમનની ભલામણ કરવામાં આવી છે. અતિ આહારનો અર્થ એ છે કે દેહ-પ્રાણને ટકાવી રાખવા માટે જરૂર હોય તેનાથી વધારે ભોજન કરવું. મનુષ્યો માટે જરૂરી નથી કે તેઓ પશુઓને ખાય, અર્થાત્ માંસાહાર કરે, કારણ કે ધાન્ય,

શાક, ફળ તથા દૂધ પુષ્કળ પ્રમાણમાં પ્રાપ્ય છે. ભગવદ્‌ગીતા અનુસાર આવા સાદા ખાદ્યપદાર્થો સત્ત્વગુણી છે. માંસાહાર તો તમોગુણી જીવો માટે છે. તેથી જે મનુષ્યો માંસાહાર કરે છે, મદ્યપાન કરે છે, ધૂમ્રપાન કરે છે અને કૃષ્ણને ધરાવ્યા વિના ભોજન કરે છે, તેઓ પાપકર્મોનાં ફળ ભોગવશે, કારણ કે તેઓ માત્ર દૂષિત વસ્તુઓ ખાય છે. *ભુઞ્જતે તે ત્વઘં પાપા યે પચન્ત્યાત્મકારણાત્*—જે મનુષ્ય કેવળ ઇન્દ્રિયસુખ ખાતર ખાય છે કે પોતાના માટે જ ભોજન બનાવે છે પણ કૃષ્ણને પ્રથમ અર્પણ કરતો નથી, તે કેવળ પાપભક્ષણ કરે છે. જે મનુષ્ય પાપ ખાય છે અને નિયત પ્રમાણથી વધારે આહાર કરે છે, તે પૂર્ણ યોગનું પાલન કરી શકતો નથી. કૃષ્ણને ધરાવેલા અન્નનો પ્રસાદ તરીકે આહાર કરવો એ જ ઉત્તમ છે. કૃષ્ણભક્તિપરાયણ ભક્ત કૃષ્ણને પ્રથમ અર્પણ કરવામાં આવ્યું ન હોય તેવું કશું જ ખાતો નથી. તેથી કેવળ કૃષ્ણભાવનાપરાયણ મનુષ્ય જ યોગાભ્યાસમાં પૂર્ણતા પ્રાપ્ત કરી શકે છે. એવો મનુષ્ય પણ યોગનો અભ્યાસ કરી શકતો નથી, જે કૃત્રિમ ઉપવાસની પોતે જ ઉપજાવી કાઢેલી પદ્ધતિ પ્રમાણે નિરાહાર રહે છે. કૃષ્ણભક્તિપરાયણ ભક્ત શાસ્ત્રોમાં દર્શાવ્યા મુજબ ઉપવાસ કરે છે. તે નિરાહાર રહેતો નથી કે જરૂરથી વધારે આહાર કરતો નથી; એ રીતે તે યોગાભ્યાસ કરવા સક્ષમ હોય છે. જે મનુષ્ય જરૂર કરતાં વધારે આહાર કરે છે, તેને ઊંઘતી વખતે વધારે સપનાં આવશે અને તેથી તે જરૂર કરતાં વધારે ઊંઘશે. મનુષ્યે દરરોજ છ કલાકથી વધારે ઊંઘવું ન જોઈએ. જે મનુષ્ય ચોવીસ કલાકમાં છ કલાકથી વધુ ઊંઘે છે, તે અવશ્ય તમોગુણથી પ્રભાવિત થયેલો છે. તમોગુણી મનુષ્ય આળસુ હોય છે અને વધારે પડતું ઊંઘવાનું વલણ ધરાવે છે. આવો મનુષ્ય યોગસાધના કરી શકે નહીં.

શ્લોક ૧૭

युक्ताहारविहारस्य युक्तचेष्टस्य कर्मसु।
युक्तस्वप्नावबोधस्य योगो भवति दुःखहा॥ १७॥

યુક્ત—નિયમિત; **આહાર**—ભોજન; **વિહારસ્ય**—આનંદ-પ્રમોદ કરનારનો; **યુક્ત**—નિયમિત; **ચેષ્ટસ્ય**—જીવનનિર્વાહ માટે કર્મ કરનારો; **કર્મસુ**—કર્તવ્ય કરવામાં; **યુક્ત**—નિયમિત; **સ્વપ્ન અવબોધસ્ય**—નિદ્રા તથા જાગવામાં; **યોગઃ**—યોગાભ્યાસ; **ભવતિ**—થાય છે; **દુઃખહા**—દુઃખ નષ્ટ કરનાર.

અનુવાદ

જે મનુષ્ય આહાર, વિહાર, નિદ્રા તથા કાર્ય કરવાની આદતોમાં નિયમિત રહે છે, તે યોગાભ્યાસ દ્વારા સર્વ ભૌતિક દુઃખોને નષ્ટ કરી શકે છે.

ભાવાર્થ

આહાર, નિદ્રા, સ્વરક્ષણ તથા મૈથુન કે જે શરીરની જરૂરિયાતો છે, તેમનો અતિરેક યોગાભ્યાસની પ્રગતિને રોકી શકે છે. આહાર વિશે કહી શકાય કે મનુષ્ય જ્યારે *પ્રસાદમ્* અર્થાત્ પવિત્ર થયેલા અન્નનું જ ભોજન કરવાની ટેવ પાડે, ત્યારે આહાર નિયમિત થઈ શકે. ભગવદ્‌ગીતા (૯.૨૬) માં જણાવ્યા પ્રમાણે ભગવાન શ્રીકૃષ્ણને શાક, ફૂલ, ફળ, અનાજ, દૂધ વગેરે અર્પણ કરાય છે. આ રીતે કૃષ્ણભાવનાયુક્ત મનુષ્ય એવું ભોજન ન કરવા આપોઆપ જ કેળવાય છે કે જે મનુષ્ય માટે આહાર કરવા યોગ્ય ન હોય અથવા સત્ત્વગુણી ન હોય. ઊંઘની બાબતમાં કૃષ્ણભાવનાપરાયણ મનુષ્ય કૃષ્ણભક્તિમાંનાં પોતાનાં કર્તવ્યો અદા કરવામાં સદા સાવધ રહે છે, તેથી ઊંઘમાં અનાવશ્યક વધુ સમય વ્યતીત કરવો એ મોટું નુકસાન ગણવામાં આવે છે. *અવ્યર્થ કાલત્વમ્*—કૃષ્ણભક્તિપરાયણ મનુષ્ય ભગવત્સેવામાં સંલગ્ન રહ્યા વગર એક ક્ષણ પણ પસાર કરવાનું સહન કરી શકતો નથી. તેથી તેની નિદ્રા ઓછામાં ઓછી હોય છે. આ બાબતમાં તેના આદર્શ શ્રીલ રૂપ ગોસ્વામી છે કે જેઓ કૃષ્ણસેવામાં નિરંતર મગ્ન રહેતા હતા અને દિવસમાં તેઓ બે કલાકથી વધુ સમય ઊંઘી શકતા નહીં અને કેટલીકવાર તો તેટલું પણ નહીં. ઠાકુર હરિદાસ પોતાની માળામાં ત્રણ લાખ ભગવન્નામનો જપ કર્યા વિના ન તો પ્રસાદ ગ્રહણ કરતા કે ન તો એક ક્ષણ માટે પણ ઊંઘતા. કાર્યની બાબતમાં કૃષ્ણભાવનાપરાયણ મનુષ્ય એવું કોઈ કાર્ય કરતો નથી કે જે કૃષ્ણ સંબંધે ન હોય. આ રીતે તેનું કાર્ય સદા નિયમિત તથા ઈન્દ્રિયતૃપ્તિના દોષથી રહિત હોય છે. જ્યારે ઈન્દ્રિયતૃપ્તિનો પ્રશ્ન રહેતો નથી, ત્યારે કૃષ્ણભક્તિપરાયણ ભક્ત માટે આરામ હરામ હોય છે અને તે પોતાનાં સર્વ કર્મ, વાણી, નિદ્રા, જાગ્રતાવસ્થા તથા સર્વ દૈહિક કાર્યોમાં નિયમિત રહે છે, તેથી તેના માટે કોઈ દુન્યવી દુઃખ રહેતું નથી.

શ્લોક ૧૮ **यदा विनियतं चित्तमात्मन्येवावतिष्ठते।**
निस्पृहः सर्वकामेभ्यो युक्त इत्युच्यते तदा॥ १८॥

યદા—જ્યારે; **વિનિયતમ્**—વિશેષ સંયમિત; **ચિત્તમ્**—મન તથા તેનાં કાર્યો; **આત્મનિ**—અધ્યાત્મમાં; **એવ**—જ; **અવતિષ્ઠતે**—સ્થિત થાય છે; **નિસ્પૃહઃ**—આકાંક્ષારહિત; **સર્વ**—બધા પ્રકારની; **કામેભ્યઃ**—ભૌતિક ઈન્દ્રિયતૃપ્તિથી; **યુક્તઃ**—યોગમાં સ્થિત; **ઈતિ**—એ રીતે; **ઉચ્યતે**—કહેવાય છે; **તદા**—ત્યારે.

અનુવાદ

જ્યારે યોગી યોગાભ્યાસ દ્વારા પોતાનાં માનસિક કાર્યોને સંયમિત કરી લે છે અને અધ્યાત્મમાં સ્થિત થઈ જાય છે અર્થાત્ સર્વ ભૌતિક ઈચ્છાઓથી રહિત થઈ જાય છે, ત્યારે તે યોગમાં સુસ્થિર થયેલો કહેવાય છે.

ભાવાર્થ

સાધારણ મનુષ્યની સરખામણીમાં યોગીનાં કાર્યોમાં એ વિશેષતા હોય છે કે તે સમસ્ત દુન્યવી ઈચ્છાઓથી મુક્ત હોય છે કે જેમાં મૈથુન મુખ્ય છે. એક પૂર્ણ યોગી તેનાં માનસિક કાર્યોમાં એટલો સંયમિત હોય છે કે તેને ગમે તેવી ભૌતિક ઈચ્છા વિચલિત કરી શકતી નથી. આવી સિદ્ધ અવસ્થા કૃષ્ણભક્તિપરાયણ મનુષ્યો દ્વારા આપમેળે જ પ્રાપ્ત કરી શકાય છે, જે અંગે શ્રીમદ્ ભાગવત (૯.૪.૧૮–૨૦)માં કહ્યું છે:

સ વૈ મનઃ કૃષ્ણ પદારવિન્દયો-
ર્વચાંસિ વૈકુણ્ઠ ગુણાનુવર્ણને।
કરૌ હરેર્ મન્દિરમાર્જનાદિષુ
શ્રુતિં ચકારાચ્યુત સત્ કથોદયે॥
મુકુન્દ લિઙ્ગાલય દર્શને દશૌ
તદ્ ભૃત્ય ગાત્ર સ્પર્શેઽઙ્ગસઙ્ગમમ્।
ઘ્રાણં ચ તત્ પાદ સરોજ સૌરભે
શ્રીમત્ તુલસ્યા રસનાં તદર્પિતે॥
પાદૌ હરેઃ ક્ષેત્ર પદાનુસર્પણે
શિરો હૃષીકેશપદાભિવન્દને।
કામં ચ દાસ્યે ન તુ કામ કામ્યયા
યથોત્તમ શ્લોક જનાશ્રયા રતિઃ॥

"મહારાજ અંબરીષે સર્વપ્રથમ પોતાના મનને ભગવાનના ચરણકમળમાં સ્થિર કર્યું, પછી ક્રમશઃ પોતાની વાણીને કૃષ્ણના ગુણાનુવાદમાં પરોવી,

હાથને ભગવાનના મંદિરને સાફ કરવામાં, કાનને ભગવાનની લીલાનું શ્રવણ કરવામાં, આંખોને ભગવાનના દિવ્ય રૂપનાં દર્શન કરવામાં, શરીરને અન્ય ભક્તોના દેહને સ્પર્શ કરવામાં, ઘ્રાણેન્દ્રિયને ભગવાનને ધરાવેલાં પુષ્પોની સુગંધ લેવામાં, જીભને ભગવાનનાં ચરણારવિંદ પર ચઢાવેલા તુલસીપત્રનો સ્વાદ લેવામાં, પગને તીર્થયાત્રા કરવામાં તથા ભગવાનનાં મંદિરો સુધી જવામાં, મસ્તકને ભગવાનને પ્રણામ કરવામાં તથા પોતાની ઈચ્છાને ભગવાનની ઈચ્છાઓ પરિપૂર્ણ કરવામાં પરોવી દીધી. આ સર્વ દિવ્ય કર્મ શુદ્ધ ભક્તને સર્વથા અનુરૂપ જ છે."

નિર્વિશેષવાદીઓ માટે આ દિવ્ય અવસ્થા વ્યક્તિગત રીતે અકથ્ય હોઈ શકે, પરંતુ કૃષ્ણભક્તિપરાયણ મનુષ્ય માટે તે અત્યંત સરળ તથા વહેવારુ બને છે, જે મહારાજ અંબરીષની ઉપરોક્ત જીવનચર્યામાંથી સ્પષ્ટ દેખાય છે. જ્યાં સુધી મનને સતત સ્મરણ દ્વારા ભગવાનનાં ચરણકમળોમાં સ્થિર કરવામાં આવતું નથી, ત્યાં સુધી આવાં દિવ્ય કાર્ય શક્ય થતાં નથી, તેથી ભગવદ્‌ભક્તિમાં આવાં નિયત કાર્યોને *અર્ચન* કહે છે અર્થાત્ સર્વ ઈન્દ્રિયોને ભગવત્સેવામાં પરોવી દેવી. ઈન્દ્રિયો તથા મનને કંઈક ઉદ્યમ જોઈએ છે, કેવળ નિગ્રહ વહેવારુ નથી. તેથી સામાન્ય લોકો, ખાસ કરીને જે લોકો સંન્યાસ આશ્રમમાં નથી, તેમના માટે ઉપરોક્ત ઈન્દ્રિયો તથા મનની દિવ્ય પ્રવૃત્તિઓ જ દિવ્ય સિદ્ધિની સાચી પદ્ધતિ છે, જેને ભગવદ્‌ગીતામાં *યુક્ત* કહેવામાં આવી છે.

શ્લોક ૧૯

यथा दीपो निवातस्थो नेङ्गते सोपमा स्मृता।
योगिनो यतचित्तस्य युञ्जतो योगमात्मनः॥ १९॥

યથા—જેમ; **દીપઃ**—દીવો; **નિવાતસ્થઃ**—પવન ન આવતો હોય તેવા સ્થાનમાં; **ન**—નહીં; **ઈઙ્ગતે**—અસ્થિર થાય છે; **સા**—આ; **ઉપમા**—સરખામણી; **સ્મૃતા**—માનવામાં આવે છે; **યોગિનઃ**—યોગીની; **યત ચિત્તસ્ય**—સંયમિત મનવાળા; **યુઞ્જતઃ**—સતત સંલગ્ન; **યોગમ્**—ધ્યાનમાં; **આત્મનઃ**—અધ્યાત્મમાં.

અનુવાદ

જેવી રીતે વાયુરહિત સ્થાનમાં દીવો અસ્થિર થતો નથી, તેવી જ રીતે જે યોગીનું મન વશમાં હોય છે, તે દિવ્ય આત્માના ધ્યાનમાં સદા સ્થિર રહે છે.

ભાવાર્થ

જેવી રીતે વાયુરહિત સ્થાનમાં દીવો સ્થિર રહે છે, તેવી જ રીતે સતત અધ્યાત્મમાં મગ્ન, પોતાના આરાધ્ય ભગવાનની અવિચલિત ધ્યાનાવસ્થામાં નિરંતર લીન રહેતો સાચો કૃષ્ણભક્તિપરાયણ મનુષ્ય સ્થિર રહે છે.

શ્લોક ૨૦–૨૩

यत्रोपरमते चित्तं निरुद्धं योगसेवया।
यत्र चैवात्मनात्मानं पश्यन्नात्मनि तुष्यति॥ २०॥
सुखमात्यन्तिकं यत्तद्बुद्धिग्राह्यमतीन्द्रियम्।
वेत्ति यत्र न चैवायं स्थितश्चलति तत्त्वतः॥ २१॥
यं लब्ध्वा चापरं लाभं मन्यते नाधिकं ततः।
यस्मिन्स्थितो न दुःखेन गुरुणापि विचाल्यते॥ २२॥
तं विद्याद्दुःखसंयोगवियोगं योगसंज्ञितम्॥ २३॥

યત્ર—જે અવસ્થામાં; **ઉપરમતે**—દિવ્ય સુખની અનુભૂતિને કારણે વિરમે છે; **ચિત્તમ્**—માનસિક પ્રવૃત્તિઓ; **નિરુદ્ધમ્**—ભૌતિકતાથી નિવૃત્ત; **યોગ સેવયા**—યોગના અભ્યાસ વડે; **યત્ર**—જેમાં; **ચ**—પણ; **એવ**—નક્કી; **આત્મના**—વિશુદ્ધ મનથી; **આત્માનમ્**—આત્માની; **પશ્યન્**—સ્થિતિનો સાક્ષાત્કાર કરતો; **આત્મનિ**—પોતાની અંદર; **તુષ્યતિ**—તુષ્ટ થાય છે; **સુખમ્**—સુખ; **આત્યન્તિકમ્**—પરમ; **યત્**—જે; **તત્**—તે; **બુદ્ધિ**—બુદ્ધિ વડે; **ગ્રાહ્યમ્**—ગ્રહણ કરવા યોગ્ય; **અતીન્દ્રિયમ્**—ઈન્દ્રિયાતીત, દિવ્ય; **વેત્તિ**—જાણે છે; **યત્ર**—જેમાં; **ન**—કદી નહીં; **ચ**—પણ; **એવ**—નક્કી; **અયમ્**—આ; **સ્થિતઃ**—સ્થિત; **ચલતિ**—ચાલે છે; **તત્ત્વતઃ**—સત્યથી; **યમ્**—જેને; **લબ્ધ્વા**—પ્રાપ્ત કરીને; **ચ**—અને; **અપરમ્**—બીજો; **લાભમ્**—લાભ; **મન્યતે**—માને છે; **ન**—કદી નહીં; **અધિકમ્**—વધારે; **તતઃ**—તેના કરતાં; **યસ્મિન્**—જેમાં; **સ્થિતઃ**—સ્થિત થયેલ; **ન**—કદી નહીં; **દુઃખેન**—દુઃખોથી; **ગુરુણા અપિ**—અત્યંત અઘરું હોવા છતાં; **વિચાલ્યતે**—ચલાયમાન થાય છે; **તમ્**—તેને; **વિદ્યાદ્**—તારે જાણવું જોઈએ; **દુઃખ સંયોગ**—ભૌતિક સંસર્ગથી ઉત્પન્ન થતું દુઃખ; **વિયોગમ્**—નિર્મૂલન; **યોગ સંજ્ઞિતમ્**—યોગમાં સમાધિ કહેવામાં આવતું.

અનુવાદ

જેને સમાધિ કહેવામાં આવે છે, એ પૂર્ણ અવસ્થામાં મનુષ્યનું મન યોગાભ્યાસ દ્વારા ભૌતિક માનસિક ક્રિયાઓથી પૂરેપૂરું સંયમિત થઈ જાય છે. આ સિદ્ધિનું વિશિષ્ટ લક્ષણ એ છે કે મનુષ્ય શુદ્ધ મનથી પોતાને જોઈ શકે છે અને પોતાની અંદર આનંદ માણી શકે છે. તે આનંદાવસ્થામાં મનુષ્ય દિવ્ય ઈન્દ્રિયો દ્વારા અનુભવાતા અપાર દિવ્ય સુખમાં સ્થિત રહે છે. એ રીતે પ્રસ્થાપિત થયેલો મનુષ્ય કદાપિ સત્યથી જુદો પડતો નથી અને આ સુખની પ્રાપ્તિ પછી આનાથી મોટો કોઈ લાભ હોય એમ તે માનતો નથી. આવી સ્થિતિ પામીને મનુષ્ય મોટામાં મોટી વિપત્તિમાં પણ વિચલિત થતો નથી. ખરેખર સમાધિની આ અવસ્થા એ જ તો ભૌતિક સંસર્ગમાંથી ઊપજતાં સર્વ દુઃખોમાંથી પ્રાપ્ત થતી વાસ્તવિક મુક્તિ છે.

ભાવાર્થ

યોગાભ્યાસ દ્વારા મનુષ્ય ભૌતિક દૃષ્ટિથી ક્રમે ક્રમે વિરક્ત થઈ જાય છે. યોગનું આ મુખ્ય લક્ષણ છે. આના પછી મનુષ્ય સમાધિમાં સ્થિત થાય છે, જેનો અર્થ એવો છે કે દિવ્ય મન તથા બુદ્ધિ દ્વારા યોગી પોતાની જાતને પરમાત્મા સમજવાનો ભ્રમ સેવ્યા વિના પરમાત્માનો સાક્ષાત્કાર કરે છે. યોગાભ્યાસ મોટેભાગે પતંજલિની પદ્ધતિ પર આધારિત છે. કેટલાક અનધિકૃત ટીકાકારો જીવાત્મા તથા પરમાત્મામાં અભેદ સ્થાપિત કરવાનો પ્રયત્ન કરે છે અને અદ્વૈતવાદીઓ આને જ મુક્તિ માને છે, પરંતુ તેઓ પતંજલિની યોગ પદ્ધતિના વાસ્તવિક હેતુને જાણતા નથી. પતંજલિની પદ્ધતિમાં દિવ્ય આનંદનો સ્વીકાર કરવામાં આવ્યો છે, પરંતુ અદ્વૈતવાદીઓ આ દિવ્ય આનંદનો સ્વીકાર કરતા નથી, કારણ કે તેમને ભય છે કે આનાથી તેમનો અદ્વૈતવાદનો સિદ્ધાંત જોખમમાં મુકાઈ જાય. અદ્વૈતવાદીઓ જ્ઞાન તથા જ્ઞાતાના દ્વૈતને સ્વીકારતા નથી, પરંતુ આ શ્લોકમાં દિવ્ય ઈન્દ્રિયો દ્વારા અનુભવાતા દિવ્ય આનંદનો સ્વીકાર કરવામાં આવ્યો છે અને યોગ પદ્ધતિના સુપ્રસિદ્ધ પ્રતિપાદક પતંજલિ મુનિએ પણ આનું સમર્થન કરેલું છે. એ મહર્ષિ યોગસૂત્ર (૩.૩૪)માં કહે છે—*પુરુષાર્થશૂન્યાનાં ગુણાનાં પ્રતિપ્રસવઃ કૈવલ્યં સ્વરૂપપ્રતિષ્ઠા વા ચિતિશક્તિરિતિ.*

આ *ચિતિશક્તિ* અથવા અંતરંગ શક્તિ દિવ્ય છે. પુરુષાર્થનો અર્થ છે ભૌતિક ધાર્મિકતા, આર્થિક વિકાસ, ઈન્દ્રિયતૃપ્તિ અને અંતે પરમ પૂર્ણ સાથે એક થવાનો પ્રયત્ન. અદ્વૈતવાદીની પરમ પૂર્ણ સાથે એક થવાની કલ્પનાને *કૈવલ્યમ્* કહે છે. પરંતુ પતંજલિના મતે *કૈવલ્યમ્* એવી અંતરંગ અથવા દિવ્ય શક્તિ છે કે જેનાથી જીવાત્મા પોતાની સ્વરૂપાવસ્થા પ્રત્યે સભાન થાય છે. ભગવાન ચૈતન્યના શબ્દોમાં આ અવસ્થા *ચેતો દર્પણ માર્જનમ્* અર્થાત્ મનરૂપી મલિન દર્પણનું 'માર્જન' (શુદ્ધિ) છે. આ માર્જન વાસ્તવિક રીતે મુક્તિ અથવા *ભવમહા દાવાગ્નિ નિર્વાપણમ્* છે. નિર્વાણનો પ્રારંભિક સિદ્ધાંત પણ આ નિયમ સમાન છે. ભાગવત (૨.૧૦.૬)માં આને *સ્વરૂપેણ વ્યવસ્થિતિઃ* કહેવામાં આવેલ છે. ભગવદ્‌ગીતાના આ શ્લોકમાં આનું જ સમર્થન થયેલું છે.

નિર્વાણ અર્થાત્ ભૌતિક કાર્યોના અંત પછી આધ્યાત્મિક કાર્યો અથવા ભગવદ્‌ભક્તિની અભિવ્યક્તિ થાય છે કે જે કૃષ્ણભાવનામૃત કહેવાય છે. ભાગવતના શબ્દોમાં, *સ્વરૂપેણ વ્યવસ્થિતિઃ*—'જીવાત્માનું વાસ્તવિક જીવન આ જ છે.' ભૌતિક સંસર્ગદોષથી આધ્યાત્મિક જીવન દૂષિત થવાની અવસ્થા માયા છે. આ ભૌતિક દૂષણથી મુક્તિનો અર્થ એ જ છે કે જીવાત્માની મૂળ દિવ્ય સ્થિતિનો નાશ થતો નથી. પતંજલિ સુધ્ધાં આના સમર્થનમાં કહે છે—*કૈવલ્યં સ્વરૂપપ્રતિષ્ઠા વા ચિતિશક્તિરિતિ.* આ *ચિતિશક્તિ* અથવા દિવ્ય આનંદ જ વાસ્તવિક જીવન છે. વેદાંતસૂત્ર (૧.૧.૧૨)માં આનું સમર્થન આ પ્રમાણે થયું છે. *આનન્દમયોઽભ્યાસાત્.* આ કુદરતી દિવ્ય આનંદ જ યોગનું અંતિમ ધ્યેય છે અને ભક્તિયોગ દ્વારા તે સહજમાં પ્રાપ્ત થાય છે. ભક્તિયોગનું વિસ્તૃત વર્ણન સાતમા અધ્યાયમાં કરવામાં આવશે.

આ અધ્યાયમાં વર્ણન કર્યા પ્રમાણે યોગ પદ્ધતિમાં સમાધિના બે પ્રકાર હોય છે. *સમ્પ્રજ્ઞાત-સમાધિ* અને *અસમ્પ્રજ્ઞાત-સમાધિ.* જ્યારે મનુષ્ય વિવિધ તત્ત્વદર્શનના અધ્યયન દ્વારા દિવ્ય અવસ્થા પામે છે, ત્યારે તેણે *સમ્પ્રજ્ઞાત* સમાધિ પ્રાપ્ત કરી છે એમ કહેવાય છે. *અસમ્પ્રજ્ઞાત-સમાધિ*માં દુન્યવી આનંદ સાથે કોઈ સંબંધ નથી રહેતો, કારણ કે આમાં મનુષ્ય ઈન્દ્રિયો દ્વારા પ્રાપ્ત થનારાં સર્વ પ્રકારનાં સુખોથી પર થઈ જાય છે. એકવાર આવી દિવ્યાવસ્થા પ્રાપ્ત કર્યા પછી યોગી તેમાંથી કદાપિ ડગતો નથી. જ્યાં સુધી યોગી આ સ્થિતિ પ્રાપ્ત કરતો નથી, ત્યાં સુધી તે અસફળ રહે છે. આજની કહેવાતી યોગસાધનામાં વિવિધ ઈન્દ્રિયોસુખોનો સમાવેશ થયેલો હોય છે,

ેથી તે યોગવિરુદ્ધ છે. એક યોગી મૈથુન તથા નશામાં આસક્ત રહે એ તો ૃાસ્યાસ્પદ છે. જે યોગીજનો સિદ્ધિઓ પ્રત્યે આકૃષ્ટ થયેલા હોય છે, તેમને ાણ પૂર્ણ રીતે યોગારૂઢ થયેલા કહી શકાય નહીં. આ શ્લોકમાં જણાવ્યા પ્રમાણે જો યોગીઓ યોગની આડપેદાશો તરફ આકર્ષાય, તો તેઓ યોગની પૂર્ણ અવસ્થાને પ્રાપ્ત કરી શકે નહીં. તેથી જે મનુષ્યો અંગકસરતરૂપી આસનોનાં પ્રદર્શન અથવા સિદ્ધિઓ પાછળ પડેલા હોય છે, તેમણે એ જાણવું જોઈએ કે એ રીતે તો યોગનો ઉદ્દેશ જ નષ્ટ થઈ જાય છે.

આ યુગમાં યોગની સર્વોત્તમ પદ્ધતિ કૃષ્ણભાવનામૃત છે કે જે વ્યામોહકારી નથી. કૃષ્ણભાવનાપરાયણ મનુષ્ય પોતાના ધર્મમાં એટલો તો સુખી રહે છે કે તેને કોઈ બીજા સુખની જરૂર રહેતી નથી. ખાસ કરીને આ પાખંડભર્યા યુગમાં હઠયોગ, ધ્યાનયોગ તથા જ્ઞાનયોગ સાધવામાં અનેક અવરોધો આવી શકે છે, પરંતુ કર્મયોગ અથવા ભક્તિયોગનું પાલન કરવામાં આવી કોઈ સમસ્યા ઉપસ્થિત થતી નથી.

જ્યાં સુધી આ ભૌતિક શરીર જીવિત રહે છે, ત્યાં સુધી આહાર, નિદ્રા, સ્વરક્ષણ તથા મૈથુન જેવી શારીરિક જરૂરિયાતો મનુષ્યે પરિપૂર્ણ કરવી પડે છે. પરંતુ જે મનુષ્ય શુદ્ધ ભક્તિયોગમાં અથવા કૃષ્ણભાવનામૃતમાં અવસ્થિત રહે છે, તે શરીરની જરૂરિયાતો પૂર્ણ કરતી વખતે ઈન્દ્રિયોને ઉત્તેજિત કરતો નથી. તેથી ઊલટું, તે તો આ ખોટના સોદાનો સર્વોત્તમ ઉપયોગ કરીને શરીરની અનિવાર્ય જરૂરિયાતોને સ્વીકારે છે અને કૃષ્ણભાવનામૃતમાં દિવ્ય સુખ ભોગવે છે. તે અકસ્માત, રોગ, અભાવ અને પોતાના પ્રિયજનનાં મરણ જેવી આકસ્મિક ઘટનાઓ પ્રત્યે પણ નિરપેક્ષ રહે છે, પરંતુ કૃષ્ણભાવનામૃત અથવા ભક્તિયોગમાંનાં પોતાનાં કર્તવ્યો અદા કરવામાં સદા સાવધાન રહે છે. અકસ્માતો તેને સ્વકર્તવ્યમાંથી કદાપિ ચલિત કરતા નથી. ભગવદ્‌ગીતા(૨.૧૪) માં કહેવાયું છે તેમ *આગમાપાયિનોऽનિત્યાસ્ તાંસ્તિતીક્ષસ્વ ભારત.* આવી બધી આકસ્મિક ઘટનાઓને તે સહન કરે છે, કારણ કે તે જાણે છે કે આ ઘટનાઓ તો આવે છે ને જતી રહે છે તથા આનાથી તેના સ્વકર્તવ્ય પર કોઈ પ્રભાવ પડતો નથી. આ પ્રમાણે તે યોગાભ્યાસમાં સર્વોચ્ચ સિદ્ધિ પ્રાપ્ત કરે છે.

શ્લોક ૨૪

स निश्चयेन योक्तव्यो योगोऽनिर्विण्णचेतसा।
सङ्कल्पप्रभवान्कामांस्त्यक्त्वा सर्वानशेषतः।
मनसैवेन्द्रियग्रामं विनियम्य समन्ततः॥ २४॥

સઃ—તે; **નિશ્ચયેન**—દૃઢ નિશ્ચયપૂર્વક; **યોક્તવ્યઃ**—અભ્યાસ કરવ જોઈએ; **યોગઃ**—યોગ પદ્ધતિ; **અનિર્વિણ્ણ ચેતસા**—વિચલિત થયા વગર **સઙ્કલ્પ**—મનનાં અનુમાનોથી; **પ્રભવાન્**—ઉત્પન્ન; **કામાન્**—ભૌતિ ઈચ્છાઓ; **ત્યક્ત્વા**—તજીને; **સર્વાન્**—સર્વ; **અશેષતઃ**—પૂરેપૂરી; **મનસા**—મનથી; **એવ**—જ; **ઈન્દ્રિય ગ્રામમ્**—ઈન્દ્રિયોના સમૂહને; **વિનિયમ્ય**—નિયમનમાં રાખીને; **સમન્તતઃ**—બધી બાજુથી.

અનુવાદ

મનુષ્યે શ્રદ્ધા તથા નિશ્ચયપૂર્વક યોગાભ્યાસમાં નિમગ્ન થઈ જ જોઈએ અને પથભ્રષ્ટ થવું જોઈએ નહીં. તેણે મનનાં અનુમાનોથ ઉત્પન્ન થયેલી સર્વ દુન્યવી ઈચ્છાઓનો સર્વથા ત્યાગ કરવો જોઈએ અને એ રીતે મન દ્વારા ઈન્દ્રિયોને બધી બાજુથી સંયમિત કરવી જોઈએ

ભાવાર્થ

યોગસાધના કરનારે દૃઢનિશ્ચયી થવું જોઈએ અને તેણે વિચલિત થય વિના ધૈર્યપૂર્વક યોગાભ્યાસ કરવો જોઈએ. અંતે સફળતા મળશે જ એવ તેણે ખાતરી રાખવી અને ખૂબ જ ધૈર્યપૂર્વક આ માર્ગનું અનુસરણ કરવું તેમ જ સફળતા મેળવવામાં વિલંબ થાય તો તેણે નિરુત્સાહી થવું નહીં આવા દૃઢનિશ્ચયી સાધક માટે સફળતા નિશ્ચિત હોય છે. ભક્તિયોગ વિશે રૂપ ગોસ્વામી કહે છે:

ઉત્સાહાન્નિશ્ચયાદ્ ધૈયાત્ તત્ તત્ કર્મ પ્રવર્તનાત્।
સઙ્ગત્યાગાત્ સતો વૃત્તેઃ ષડ્ભિર્ભક્તિઃ પ્રસિદ્ધ્યતિ॥

"મનુષ્ય પૂરા હાર્દિક ઉત્સાહથી, ધૈર્ય તથા નિશ્ચયપૂર્વક ભક્તિયોગનું પૂર્ણ રીતે પાલન ભક્તોના સંગે નિયત કર્તવ્ય અદા કરીને તથા સત્ત્વગુણી કર્મમ પૂરેપૂરો પરોવાઈને કરી શકે છે." (ઉપદેશામૃત ૩)

દૃઢ નિશ્ચય બાબતે મનુષ્યે પેલી ચકલીનો આદર્શ ગ્રહણ કરવો જોઈએ કે જેણે સમુદ્રનાં મોજાંમાં પોતાનાં ઈંડાં ગુમાવ્યા હતાં. એક ચકલીએ સમુદ્રતટે ઈંડાં મૂકેલાં, પરંતુ વિશાળ સમુદ્ર તેનાં મોજાંઓ દ્વારા તે ઈંડ લઈ ગયો. ચકલી બહુ બેચેન બની ગઈ અને સમુદ્રને ઈંડાં પાછાં આપવ જણાવ્યું. સમુદ્રે તેની વિનંતિ પર લગીરે ધ્યાન આપ્યું નહીં. એટલે ચકલીએ સમુદ્રને સૂકવી નાખવાનો નિર્ધાર કર્યો. તે પોતાની ટચુકડી ચાંચ વડે પાણી ઉલેચવા લાગી, ત્યારે બધા તેના અશક્ય સંકલ્પ માટે તેનો ઉપહાસ કરવ લાગ્યા. તેના આ કાર્યની વાત સર્વત્ર ફેલાવા લાગી અને છેવટે ભગવાન

વિષ્ણુના વિરાટ વાહન પક્ષીરાજ ગરુડે આ વાત સાંભળી. ગરુડને પોતાની આ નાનકડી પક્ષીણી બહેન પર દયા આવી તેથી તેઓ ચકલીને મળવા આવ્યા. આવી નાનીશી ચકલીના દૃઢ સંકલ્પથી ગરુડ મહારાજ બહુ પ્રસન્ન થયા અને તેમણે તેને મદદ કરવાનું વચન આપ્યું. ગરુડે તરત જ સમુદ્રને ઈંડાં પાછાં આપી દેવા જણાવ્યું, અન્યથા પોતે ચકલીનું કામ હાથમાં લઈ લેશે તેમ જણાવ્યું. આથી સમુદ્ર બહુ ભયભીત થયો અને તેણે ઈંડાં પાછા આપ્યાં. એ રીતે તે ચકલી ગરુડ મહારાજની કૃપાથી સુખી થઈ.

એવી જ રીતે યોગસાધના, ખાસ કરીને કૃષ્ણભાવનામૃતમાં ભક્તિયોગ અત્યંત કઠિન જણાય. પરંતુ મનુષ્ય જો દૃઢ સંકલ્પ સાથે નિયમોનું પાલન કરે, તો ભગવાન તેને જરૂર મદદ કરશે, કારણ કે જે મનુષ્યો પોતાની મદદ પોતે કરે છે, તેમને ભગવાન જરૂર મદદ કરે છે.

શ્લોક ૨૫

शनैः शनैरुपरमेद्बुद्ध्या धृतिगृहीतया।
आत्मसंस्थं मनः कृत्वा न किञ्चिदपि चिन्तयेत्॥ २५॥

શનૈઃ શનૈઃ—ધીરે ધીરે; **ઉપરમેત્**—નિવૃત્ત થાય; **બુદ્ધ્યા**—બુદ્ધિ વડે; **ધૃતિગૃહીતયા**—વિશ્વાસપૂર્વક; **આત્મ સંસ્થમ્**—સમાધિમાં રાખેલ; **મનઃ**—મન; **કૃત્વા**—કરીને; **ન**—નહીં; **કિઞ્ચિત્**—અન્ય કશું નહીં; **અપિ**—પણ; **ચિન્તયેત્**—વિચારવું જોઈએ.

અનુવાદ

ધીરે ધીરે, ક્રમશઃ પૂર્ણ વિશ્વાસપૂર્વક બુદ્ધિ દ્વારા મનુષ્યે સમાધિમાં સ્થિત થવું જોઈએ અને એ રીતે મનને આત્મામાં જ સ્થિર કરીને અન્ય કશાયનું ચિંતન કરવું જોઈએ નહીં.

ભાવાર્થ

યોગ્ય સમજણ તથા બુદ્ધિ દ્વારા મનુષ્યે ધીરે ધીરે બધાં ઈન્દ્રિયકર્મો કરવાનું બંધ કરી દેવું જોઈએ. આને *પ્રત્યાહાર* કહે છે. મનને સમજણ, ધ્યાન તથા ઈન્દ્રિયનિવૃત્તિ દ્વારા વશમાં રાખીને સમાધિમાં સ્થિર કરવું જોઈએ. તે વખતે દેહાત્મભાવમાં આસક્ત થવાની કોઈ સંભાવના રહેતી નથી. બીજી રીતે કહી શકાય કે જ્યાં સુધી આ ભૌતિક શરીરનું અસ્તિત્વ છે, ત્યાં સુધી મનુષ્ય ભૌતિક પદાર્થો સાથે સંકળાયેલો રહે છે, છતાં તેણે ઈન્દ્રિયતૃપ્તિનો વિચાર કરવો ન જોઈએ. તેણે પરમાત્માના આનંદ

સિવાયના અન્ય આનંદનું ચિંતન કરવું ન જોઈએ. કૃષ્ણભાવનાનું પ્રત્યક્ષ આચરણ કરવાથી આ અવસ્થા સહજ પ્રાપ્ત થાય છે.

શ્લોક ૨૬ **यतो यतो निश्चलति मनश्चञ्चलमस्थिरम्।**
ततस्ततो नियम्यैतदात्मन्येव वशं नयेत्॥ २६॥

યતઃ યતઃ—જ્યાં જ્યાં; **નિશ્ચલતિ**—વિચલિત થાય છે; **મનઃ**—મન; **ચઞ્ચલમ્**—ચંચળ; **અસ્થિરમ્**—અસ્થિર; **તતઃ તતઃ**—ત્યાં ત્યાંથી; **નિયમ્ય**—નિયમન કરીને; **એતત**—આ; **આત્મનિ**—આત્મામાં; **એવ**—જ; **વશમ્**—વશ; **નયેત્**—માં લાવવું જોઈએ.

અનુવાદ

મન પોતાની ચંચળ તથા અસ્થિર વૃત્તિને કારણે જ્યાં જ્યાં ભટકતું હોય, ત્યાંથી મનુષ્યે તેને સર્વથા પાછું વાળી લેવું જોઈએ અને પોતાના નિયંત્રણ હેઠળ લાવવું જોઈએ.

ભાવાર્થ

મન સ્વભાવથી જ ચંચળ તથા અસ્થિર છે. પરંતુ આત્મ-સાક્ષાત્કારી યોગીએ મનને વશમાં લાવવું પડે; મન તેને નિયંત્રિત કરે તેમ ન થવું જોઈએ. જે મનુષ્ય મનને (તથા ઈન્દ્રિયોને પણ) વશમાં રાખે છે, તે *ગોસ્વામી* અથવા *સ્વામી* કહેવાય છે અને જે મનના વશમાં રહે છે, તે *ગોદાસ* અર્થાત્ ઈન્દ્રિયોનો દાસ કહેવાય છે. ગોસ્વામી ઈન્દ્રિયસુખના ધોરણનો જાણકાર હોય છે. દિવ્ય ઈન્દ્રિયસુખમાં ઈન્દ્રિયો હૃષીકેશની અથવા ઈન્દ્રિયોના સર્વોપરી સ્વામી કૃષ્ણની સેવામાં પરોવાયેલી રહે છે. શુદ્ધ ઈન્દ્રિયોથી કૃષ્ણની સેવા કરવી તેને કૃષ્ણભાવનામૃત કહે છે. ઈન્દ્રિયોને સંપૂર્ણપણે વશમાં લાવવાની એ જ રીત છે. તેથી પણ વિશેષ વસ્તુ એ છે કે યોગાભ્યાસની સર્વોચ્ચ સિદ્ધિ પણ એ જ છે.

શ્લોક ૨૭ **प्रशान्तमनसं ह्येनं योगिनं सुखमुत्तमम्।**
उपैति शान्तरजसं ब्रह्मभूतमकल्मषम्॥ २७॥

પ્રશાન્ત—પ્રશાંત, કૃષ્ણના ચરણકમળમાં સ્થિત; **મનસમ્**—જેનું મન; **હિ**—ખરેખર; **એનમ્**—આ; **યોગિનમ્**—યોગીને; **સુખમ્**—સુખ; **ઉત્તમમ્**—સર્વશ્રેષ્ઠ; **ઉપૈતિ**—પ્રાપ્ત કરે છે; **શાન્ત રજસમ્**—જેની કામવાસના

ાંત થયેલી છે; **બ્રહ્મ ભૂતમ્**—પરમ બ્રહ્મ સાથે તાદાત્મ્ય દ્વારા મુક્તિ; **અકલ્મષમ્**—પૂર્વેનાં સર્વ પાપકર્મોથી મુક્ત.

અનુવાદ

જે યોગીનું મન મારામાં સ્થિર રહે છે, તે નિશ્ચિતપણે દિવ્ય સુખની સર્વોચ્ચ સિદ્ધિને પ્રાપ્ત કરે છે. તે રજોગુણથી પર થઈ જાય છે, પરમેશ્વર સાથેની પોતાની ગુણાત્મક એકતાનો સાક્ષાત્કાર કરે છે અને એ રીતે ભૂતકાળનાં પોતાનાં સર્વ કર્મનાં ફળથી મુક્ત થઈ જાય છે.

ભાવાર્થ

બ્રહ્મભૂત એવી અવસ્થા છે કે જેમાં ભૌતિક સંસર્ગદોષથી મુક્ત થઈને ભગવાનની દિવ્ય સેવામાં સ્થિર થવાય છે. *મદ્ભક્તિં લભતે પરામ્.* (ભગવદ્ગીતા ૧૮.૫૪) જ્યાં સુધી મનુષ્યનું મન ભગવાનનાં ચરણારવિંદમાં સ્થિર થતું નથી, ત્યાં સુધી તે બ્રહ્મમાં રહી શકે નહીં. *સ વૈ મનઃ કૃષ્ણપદારવિન્દયોઃ.* ભગવાનની દિવ્ય પ્રેમમયી સેવામાં પરોવાયેલા રહેવું અથવા કૃષ્ણભાવનામૃતમાં રહેવું તેનો અર્થ એવો થાય છે કે હકીકતમાં રજોગુણ તથા ભૌતિક મલિનતાઓમાંથી મુક્ત થવું.

શ્લોક ૨૮

युञ्जन्नेवं सदात्मानं योगी विगतकल्मषः।
सुखेन ब्रह्मसंस्पर्शमत्यन्तं सुखमश्नुते॥ २८॥

યુઞ્જન્—યોગાભ્યાસમાં પરોવાયેલા રહેવું; **એવમ્**—એ રીતે; **સદા**—સદા; **આત્માનમ્**—પોતાને; **યોગી**—પરમાત્માના સંપર્કમાં રહેતો યોગી; **વિગત**—રહિત; **કલ્મષઃ**—સર્વ ભૌતિક સંસર્ગદોષથી; **સુખેન**—દિવ્ય સુખથી; **બ્રહ્મ સંસ્પર્શમ્**—બ્રહ્મના સાન્નિધ્યમાં રહીને; **અત્યન્તમ્**—સર્વોચ્ચ; **સુખમ્**—સુખ; **અશ્નુતે**—પામે છે.

અનુવાદ

આ પ્રમાણે યોગાભ્યાસમાં હંમેશાં પરોવાયેલા રહીને આત્મસંયમી યોગી સર્વ ભૌતિક મલિનતાઓથી રહિત થઈ જાય છે અને ભગવાનની દિવ્ય પ્રેમભરી સેવામાં પરમ સુખની સર્વોચ્ચ અવસ્થા પામે છે.

ભાવાર્થ

આત્મ-સાક્ષાત્કાર એટલે પરમેશ્વરના સંબંધે મનુષ્યે પોતાની બંધારણીય સ્થિતિને જાણવી. વ્યક્તિગત જીવાત્મા ભગવાનનો અંશ છે

અને તેનું સ્વરૂપ ભગવાનની દિવ્ય સેવા કરતા રહેવાનું છે. ભગવાન સાથેના આ દિવ્ય સાન્નિધ્યને જ *બ્રહ્મ-સંસ્પર્શ* કહેવામાં આવે છે.

શ્લોક ૨૯ **सर्वभूतस्थमात्मानं सर्वभूतानि चात्मनि।**
ईक्षते योगयुक्तात्मा सर्वत्र समदर्शनः ॥ २९ ॥

સર્વ ભૂતસ્થમ્—જીવમાત્રમાં સ્થિત; **આત્માનમ્**—પરમાત્માને; **સર્વ**—સર્વ; **ભૂતાનિ**—જીવોને; **ચ**—પણ; **આત્મનિ**—પોતાની અંદર; **ઈક્ષતે**—જુએ છે; **યોગ યુક્ત આત્મા**—કૃષ્ણભાવનામૃતમાં સંલગ્ન મનુષ્ય; **સર્વત્ર**—બધે; **સમદર્શનઃ**—સમભાવે જોનાર.

અનુવાદ

સાચો યોગી સમગ્ર જીવોમાં મને તથા મારામાં સર્વ જીવોને જુએ છે. ખરેખર, આત્મ-સાક્ષાત્કારી મનુષ્ય મને પરમેશ્વરને સર્વત્ર જુએ છે.

ભાવાર્થ

કૃષ્ણભાવનાયુક્ત યોગી પૂર્ણ દૃષ્ટા હોય છે, કારણ કે તે પરબ્રહ્મ કૃષ્ણને જીવમાત્રના હૃદયમાં પરમાત્મારૂપે જુએ છે. *ઈશ્વરઃ સર્વભૂતાનાં હૃદ્દેશેઽર્જુન તિષ્ઠતિ.* ભગવાન પરમાત્મારૂપે એક બ્રાહ્મણના તેમ જ એક શ્વાનના હૃદયમાં સ્થિત હોય છે. પૂર્ણ યોગી જાણે છે કે ભગવાન સનાતનરૂપે દિવ્ય છે અને શ્વાન કે બ્રાહ્મણમાં સ્થિત હોવાથી ભૌતિક રીતે પ્રભાવિત થતા નથી. આ જ ભગવાનની સર્વોપરી તટસ્થતા છે. વ્યક્તિગત આત્મા પણ જીવના હૃદયમાં રહે છે, પરંતુ તે બધાં હૃદયોમાં રહેતો નથી. જીવાત્મા તથા પરમાત્મા વચ્ચેનો આ જ તફાવત છે. જે મનુષ્ય વાસ્તવમાં યોગાભ્યાસ કરનારો નથી, તે આ સ્પષ્ટપણે જોઈ શકતો નથી. કૃષ્ણભાવનાયુક્ત મનુષ્ય કૃષ્ણને આસ્તિક તથા નાસ્તિક બંનેના હૃદયમાં જોઈ શકે છે. *સ્મૃતિ*માં આનું સમર્થન આ પ્રમાણે થયું છે—*આતતત્ત્વાચ્ચ માતૃત્વાચ્ચ આત્મા હિ પરમો હરિઃ*—ભગવાન જીવમાત્રના સ્રોત હોવાથી માતા તથા પાલનકર્તા સમાન છે. જેવી રીતે માતા પોતાના બધા પુત્રો પ્રત્યે સમભાવ રાખે છે, તેમ પરમ પિતા (કે માતા) પણ રાખે છે. માટે પરમાત્મા હંમેશાં પ્રત્યેક જીવમાં રહેલા હોય છે.

બાહ્યરૂપે પણ જીવ ભગવાનની શક્તિમાં સ્થિત થયેલો છે. જેમ સાતમા અધ્યાયમાં સમજાવવામાં આવશે તેમ, ભગવાનની બે મુખ્ય શક્તિઓ છે—આધ્યાત્મિક (અથવા ચડિયાતી) અને ભૌતિક (અથવા ઊતરતી

કક્ષાની). જીવ ચડિયાતી શક્તિનો અંશ હોવા છતાં તે ઊતરતી કક્ષાની શક્તિથી બદ્ધ થયેલો છે અને જીવ સદા ભગવાનની શક્તિ તરીકે રહે છે. જીવમાત્ર તેમની અંદર એક કે બીજી રીતે સ્થિત હોય છે.

યોગી સમદર્શી હોય છે, કારણ કે તે જુએ છે કે બધા જીવો પોતપોતાનાં કર્માનુસાર વિભિન્ન પરિસ્થિતિમાં હોવા છતાં સર્વથા ભગવાનના સેવકો હોય છે. જીવ જ્યારે ભૌતિક શક્તિમાં રહેલો હોય છે, ત્યારે તે ભૌતિક ઈન્દ્રિયોની સેવા કરે છે અને જ્યારે તે આધ્યાત્મિક શક્તિમાં રહેલો હોય છે, ત્યારે તે પરમેશ્વરની પ્રત્યક્ષ સેવા કરે છે. એ રીતે, આ બેમાંથી કોઈ પણ સ્થિતિમાં જીવ પરમેશ્વરનો સેવક હોય છે. કૃષ્ણભક્તિપરાયણ મનુષ્યમાં આવી સમદૃષ્ટિ સંપૂર્ણપણે હોય છે.

શ્લોક ૩૦

यो मां पश्यति सर्वत्र सर्वं च मयि पश्यति।
तस्याहं न प्रणश्यामि स च मे न प्रणश्यति॥ ३०॥

યઃ—જે કોઈ; **મામ્**—મને; **પશ્યતિ**—જુએ છે; **સર્વત્રઃ**—બધે; **સર્વમ્**—સર્વને; **ચ**—અને; **મયિ**—મારામાં; **પશ્યતિ**—જુએ છે; **તસ્ય**—તેને માટે; **અહમ્**—હું; **ન**—નહીં; **પ્રણશ્યામિ**—અદૃશ્ય થાઉં છું; **સઃ**—તે; **ચ**—પણ; **મે**—મારા માટે; **ન**—નહીં; **પ્રણશ્યતિ**—અદૃશ્ય થાય છે.

અનુવાદ

જે મનુષ્ય મને સર્વત્ર જુએ છે અને બધું જ મારામાં જુએ છે, તેને માટે હું કદાપિ દૂર થતો નથી અને તે પણ મારે માટે કદી દૂર થતો નથી.

ભાવાર્થ

કૃષ્ણભાવનાપરાયણ મનુષ્ય નિઃસંદેહ ભગવાન કૃષ્ણને સર્વત્ર જુએ છે અને બધું કૃષ્ણમાં જુએ છે. આવો મનુષ્ય ભલે પ્રકૃતિનાં જુદાં જુદાં પ્રગટીકરણોને જોઈ રહેલો દેખાય, પરંતુ પ્રત્યેક દશામાં તે કૃષ્ણભાવનામૃતનાં જ્ઞાનથી વાકેફ રહે છે કે પ્રત્યેક વસ્તુ કૃષ્ણની શક્તિનું જ પ્રગટીકરણ છે. કૃષ્ણભાવનામૃતનો મૂળભૂત સિદ્ધાંત જ એ છે કે કૃષ્ણ વિના કોઈ પણ વસ્તુનું અસ્તિત્વ શક્ય નથી અને કૃષ્ણ જ સર્વેશ્વર છે. કૃષ્ણભાવનામૃત એ કૃષ્ણપ્રેમનો વિકાસ છે—આ એવી સ્થિતિ છે કે જે ભૌતિક મુક્તિથી પણ પર છે. આત્મ-સાક્ષાત્કારની પણ પેલે પારની કૃષ્ણભાવનામૃતની આ અવસ્થામાં ભક્ત કૃષ્ણ સાથે એવા અર્થમાં એકરૂપ થઈ જાય છે કે ભક્ત માટે કૃષ્ણ સર્વસ્વ બની રહે છે અને ભક્ત કૃષ્ણપ્રેમમાં પૂર્ણ થઈ

જાય છે. ત્યારે ભક્ત તથા ભગવાન વચ્ચે અત્યંત ગાઢ સંબંધ અસ્તિત્વમાં આવે છે. તે અવસ્થામાં જીવનો વિનાશ કરી શકાતો નથી અને ભગવાન પણ ભક્તની દૃષ્ટિમાંથી ઓઝલ થતા નથી. કૃષ્ણમાં વિલીન થવું એ તો આધ્યાત્મિક વિનાશ છે. ભક્ત આવું જોખમ વહોરતો નથી. બ્રહ્મસંહિતા (૫.૩૮)માં કહ્યું છે:

પ્રેમાઞ્જનચ્છુરિત ભક્તિ વિલોચનેન
સન્તઃ સદૈવ હૃદયેષુ વિલોકયન્તિ।
યં શ્યામસુંદરમ્ અચિન્ત્યગુણસ્વરૂપં
ગોવિન્દમ્ આદિપુરુષં તમહં ભજામિ॥

"હું આદ્ય ભગવાન ગોવિંદને ભજું છું, જેમનું દર્શન ભક્તો પ્રેમરૂપી અંજન આંજેલી આંખો વડે કરે છે. તેઓ ભક્તના હૃદયમાં સ્થિત તેમના સનાતન શ્યામસુંદરરૂપે જોવામાં આવે છે."

આ અવસ્થામાં ભગવાન કૃષ્ણ ભક્તની દૃષ્ટિમાંથી ઓઝલ થતા નથી અને ભક્ત પણ તેમની દૃષ્ટિમાંથી ઓઝલ થતો નથી. આ બાબત યોગી માટે પણ સાચી છે, કારણ કે તે પોતાના હૃદયમાં પરમાત્મારૂપે ભગવાનનું દર્શન કરતો રહે છે. આવો યોગી શુદ્ધ ભક્તમાં રૂપાંતરિત થઈ જાય છે અને પોતાની અંદર ભગવાનનાં દર્શન કર્યા વિના એક ક્ષણ પણ રહી શકતો નથી.

શ્લોક ૩૧ **સર્વભૂતસ્થિતં યો માં ભજત્યેકત્વમાસ્થિતઃ।**
સર્વથા વર્તમાનોઽપિ સ યોગી મયિ વર્તતે॥ ૩૧॥

સર્વ ભૂત સ્થિતમ્—પ્રત્યેક જીવના હૃદયમાં સ્થિત; **યઃ**—જે; **મામ્**—મારી; **ભજતિ**—ભક્તિભાવે સેવા કરે છે; **એકત્વમ્**—તાદાત્મ્યમાં; **આસ્થિતઃ**—સ્થિત; **સર્વથા**—સર્વ પ્રકારે; **વર્તમાનઃ**—વિદ્યમાન હોઈને; **અપિ**—પણ; **સઃ**—તે; **યોગી**—યોગી; **મયિ**—મારામાં; **વર્તતે**—રહે છે.

અનુવાદ

જે યોગી મને (કૃષ્ણને) તથા સર્વ જીવોમાં રહેલા પરમાત્માને અભિન્ન જાણીને પરમાત્માની ભક્તિભાવે સેવા કરે છે, તે સર્વ સંજોગોમાં મારી ભાવનામાં રહે છે.

ભાવાર્થ

જે યોગી પરમાત્માનું ધ્યાન ધરવાનો અભ્યાસ કરે છે, તે પોતાના અંતરમાં ચાર હાથમાં શંખ, ચક્ર, ગદા તથા પદ્મ ધારણ કરેલા કૃષ્ણના

પૂર્ણ અંશનાં વિષ્ણુરૂપે દર્શન કરે છે. યોગીએ જાણવું જોઈએ કે વિષ્ણુ કૃષ્ણથી ભિન્ન નથી. કૃષ્ણ પરમાત્મારૂપે જીવમાત્રના હૃદયમાં સ્થિત છે. વળી જીવાત્માઓનાં અસંખ્ય હૃદયોમાં સ્થિત અસંખ્ય પરમાત્માઓ વચ્ચે કોઈ ભેદ પ્રવર્તતો નથી. ન તો કૃષ્ણભક્તિમાં સદૈવ પરાયણ રહેતા ભક્ત તથા પરમાત્માના ધ્યાનમાં મગ્ન એક પૂર્ણયોગી વચ્ચે પણ કોઈ તફાવત હોય છે. કૃષ્ણભાવનાયુક્ત યોગી ભૌતિક અસ્તિત્વમાં વિવિધ કાર્યોમાં પરોવાયેલો હોય, છતાં તે સદા કૃષ્ણમાં સ્થિત રહે છે. શ્રીલ રૂપ ગોસ્વામીના ભક્તિરસામૃતસિંધુ (૧.૨.૧૮૭)માં આનું સમર્થન થયું છે— *નિખિલાસ્વપ્ય્ અવસ્થાસુ જીવન્મુક્તઃ સ ઉચ્યતે.* કૃષ્ણભક્તિમાં સદા પ્રવૃત્ત રહેનારો ભગવદ્ભક્ત આપોઆપ જ મુક્તિ પામે છે. નારદ પંચરાત્રમાં આનું સમર્થન આ પ્રમાણે થયું છે.

દિક્કાલાદ્ય્ અનવચ્છિન્ને કૃષ્ણે ચેતો વિધાય ચ।
તન્મયો ભવતિ ક્ષિપ્રં જીવો બ્રહ્મણિ યોજયેત્॥

"દેશ-કાળથી પર તથા સર્વવ્યાપી શ્રીકૃષ્ણના દિવ્ય રૂપમાં ધ્યાનને એકાગ્ર કરવાથી મનુષ્ય કૃષ્ણના ચિંતનમાં તલ્લીન થાય છે અને ત્યારે તેમના દિવ્ય સાન્નિધ્યની સુખમય અવસ્થા પામે છે."

કૃષ્ણભાવનામૃત એ યોગાભ્યાસમાં સમાધિની સર્વોચ્ચ અવસ્થા છે. જીવમાત્રના હૃદયમાં કૃષ્ણ પરમાત્મારૂપે રહેલા છે એવા જ્ઞાનથી જ યોગી નિર્દોષ થઈ જાય છે. વેદો (ગોપાલતાપની ઉપનિષદ ૧.૨૧) ભગવાનની આ અચિંત્ય શક્તિનું સમર્થન આ પ્રમાણે કરે છેઃ *એકોઽપિ સન્બહુધા યોઽવભાતિ*—"ભગવાન એક જ છે, છતાં તેઓ અસંખ્ય હૃદયોમાં અનેકરૂપે રહેલા હોય છે." એ જ રીતે સ્મૃતિશાસ્ત્ર કહે છેઃ

એક એવ પરો વિષ્ણુઃ સર્વવ્યાપી ન સંશયઃ।
ઐશ્વર્યાદ્ રૂપમેકં ચ સૂર્યવત્ બહુધેયતે॥

"વિષ્ણુ એક છે અને તોયે તેઓ નિઃસંદેહ સર્વવ્યાપી છે. જેવી રીતે સૂર્ય એક જ સમયે અનેક સ્થળે પ્રગટ થાય છે, તેમ તેઓ એક જ હોવા છતાં પોતાની અચિંત્ય શક્તિથી સર્વત્ર વિદ્યમાન હોય છે."

શ્લોક **आत्मौपम्येन सर्वत्र समं पश्यति योऽर्जुन।**
૩૨ **सुखं वा यदि वा दुःखं स योगी परमो मतः॥ ३२॥**

આત્મ—પોતાની; **ઔપમ્યેન**—સરખામણી વડે; **સર્વત્ર**—બધે; **સમમ્**—સમાનરૂપે; **પશ્યતિ**—જુએ છે; **યઃ**—જે; **અર્જુન**—હે અર્જુન; **સુખમ્**—સુખ; **વા**—અથવા; **યદિ**—જો; **વા**—અથવા; **દુઃખમ્**—દુઃખ; **સઃ**—તે; **યોગી**—અધ્યાત્મવાદી; **પરમઃ**—પરિપૂર્ણ; **મતઃ**—માનવામાં આવે છે.

અનુવાદ

હે અર્જુન, જે યોગી પોતાની સરખામણીમાં સર્વ પ્રાણીઓને અને તેમનાં સુખોમાં તથા દુઃખોમાં પણ સમાનપણે દર્શન કરે છે, તે પૂર્ણ યોગી છે.

ભાવાર્થ

કૃષ્ણભાવનાયુક્ત મનુષ્ય પૂર્ણ યોગી હોય છે. તે પોતાના વ્યક્તિગત અનુભવને કારણે પ્રત્યેક પ્રાણીનાં સુખ તથા દુઃખ પ્રત્યે સભાન હોય છે. જીવના દુઃખનું કારણ ઈશ્વર સાથેના તેના સંબંધનું વિસ્મરણ હોય છે. અને તેના સુખનું કારણ છે, કૃષ્ણને મનુષ્યોનાં સમગ્ર કાર્યોના પરમ ભોક્તા, સર્વ દેશો તથા ગ્રહોના સ્વામી તથા જીવમાત્રના સર્વોપરી શુભેચ્છક મિત્ર તરીકે જાણવા. પૂર્ણ યોગી એ જાણે છે કે ભૌતિક પ્રકૃતિના ગુણોથી પ્રભાવિત બદ્ધ જીવ કૃષ્ણ સાથેના પોતાના સંબંધને ભૂલી જવાના કારણે ત્રિવિધ ભૌતિક તાપ ભોગવે છે. વળી કૃષ્ણભાવનાયુક્ત થયેલો મનુષ્ય સુખી હોય છે, તેથી તે કૃષ્ણ વિષયક જ્ઞાનનું સર્વત્ર વિતરણ કરાવનો પ્રયત્ન કરે છે. પૂર્ણ યોગી કૃષ્ણભાવનાયુક્ત થવાના મહત્ત્વનું પ્રસારણ કરવાનો પ્રયત્ન કરતો હોવાથી તે વિશ્વનો સર્વશ્રેષ્ઠ પરોપકારી જન તથા ભગવાનનો પરમ પ્રિય સેવક છે. *ન ચ તસ્માન્ મનુષ્યેષુ કશ્ચિન્ મે પ્રિય કૃત્તમઃ.* (ભગવદ્‌ગીતા ૧૮.૬૯) બીજા શબ્દોમાં, ભગવદ્‌ભક્ત હરહંમેશ જીવમાત્રના કલ્યાણ અંગે ચિંતિત રહે છે અને એ રીતે તે હકીકતમાં પ્રાણીમાત્રનો મિત્ર છે. તે સર્વોત્તમ યોગી છે, કારણ કે તે વ્યક્તિગત સ્વાર્થ માટે યોગની પૂર્ણતા ઈચ્છતો નથી, પરંતુ તે બીજા જીવો માટે પણ પ્રયત્ન કરે છે. તે પોતાના સાથી જીવોનો દ્વેષ કરતો નથી. એક શુદ્ધ ભગવદ્‌ભક્ત અને માત્ર પોતાની વ્યક્તિગત ઉન્નતિમાં જ રસ ધરાવનારા યોગી વચ્ચે આ જ તફાવત હોય છે. એક ભક્ત જે દરેક મનુષ્યને કૃષ્ણભાવનાપરાયણ બનાવવા પ્રયત્નશીલ હોય છે, તેના જેટલો પૂર્ણ એવો યોગી ન પણ હોઈ શકે કે જે ધ્યાન કરવા માટે એકાંત સ્થળે ચાલ્યો જાય છે.

अर्जुन उवाच

श्लोक ३३ **योऽयं योगस्त्वया प्रोक्तः साम्येन मधुसूदन।**
एतस्याहं न पश्यामि चञ्चलत्वात्स्थितिं स्थिराम्॥ ३३॥

અર્જુનઃ ઉવાચ—અર્જુને કહ્યું; **યઃ અયમ્**—આ પદ્ધતિ; **યોગઃ**—યોગ; **ત્વયા**—તમારા વડે; **પ્રોક્તઃ**—વર્ણવ્યો; **સામ્યેન**—સામાન્ય રીતે; **મધુસૂદન**—હે મધુ દાનવને હણનારા; **એતસ્ય**—આની; **અહમ્**—હું; **ન પશ્યામિ**—જોતો નથી; **ચઞ્ચલત્વાત્**—ચંચળ હોવાને કારણે; **સ્થિતમ્**—સ્થિતને; **સ્થિરામ્**—સ્થાયી.

અનુવાદ

અર્જુને કહ્યું: હે મધુસૂદન, આપે જે યોગ પદ્ધતિ સંક્ષેપમાં વર્ણવી છે, તે મને અવ્યવહારુ તથા નભાવી ન શકાય એવી લાગે છે, કારણ કે મન ચંચળ તથા અસ્થિર હોય છે.

ભાવાર્થ

કૃષ્ણે અર્જુન માટે—*શુચૌ દેશે*થી શરૂ કરીને *યોગી પરમો મતઃ*—સુધીના શ્લોક દ્વારા જે યોગ પદ્ધતિનું વર્ણન કર્યું છે, તેનો અર્જુને પોતાની અસમર્થતાને કારણે અસ્વીકાર કર્યો છે. આ કળિયુગમાં સામાન્ય માણસ માટે એવી શક્યતા નથી કે તે પોતાનું ઘર છોડીને કોઈ પર્વત કે જંગલના એકાંત સ્થાનમાં જઈને યોગાભ્યાસ કરે. અલ્પાયુષી જીવન માટે ઘોર સંઘર્ષ કરવો એ વર્તમાન યુગનું વિશિષ્ટ લક્ષણ છે. અરે, સરળ સાધન દ્વારા પણ લોકો આત્મ-સાક્ષાત્કાર કરવા તત્પર થતા નથી, તો પછી આ દુષ્કર યોગ પદ્ધતિની તો વાત જ ક્યાં રહી કે જે જીવન પદ્ધતિ, આસન, સ્થળની પસંદગી અને સંસાર વ્યવહારમાંથી મનની વિરક્તિ વગેરેનું નિયમન કરે છે. એક વહેવારુ વ્યક્તિ તરીકે અર્જુને વિચાર્યું કે આ યોગ પદ્ધતિનું પાલન અશક્ય હતું, જોકે પોતે આ પદ્ધતિ માટે અનેક પ્રકારની યોગ્યતા ધરાવતો હતો. તે રાજવંશી ક્ષત્રિય હતો તથા અનેક સદ્ગુણો ધરાવતો હતો—તે મહાન યોદ્ધો હતો, તે દીર્ઘાયુષી હતો અને સૌથી અગત્યની વાત એ હતી કે તે પૂર્ણ પુરુષોત્તમ પરમેશ્વર કૃષ્ણનો પરમ સખા હતો. પાંચ હજાર વર્ષ પૂર્વે અર્જુનને વર્તમાનમાં આપણને પ્રાપ્ય છે તેના કરતાં ઘણી વધારે સગવડો ઉપલબ્ધ હતી, છતાં તેણે આ યોગ પદ્ધતિ સ્વીકારવાની ના પાડી હતી. હકીકતમાં, આપણને ઇતિહાસમાં કોઈ એવો ઉલ્લેખ જોવા મળતો

નથી કે તેણે કોઈ વખતે યોગાભ્યાસ કર્યો હોય. તેથી કળિના આ યુગમાં આ પદ્ધતિને સ્વીકારવા માટે સર્વથા અશક્ય ગણવી પડે. અલબત્ત, જૂજ વિરલ મનુષ્યો માટે તે કદાચ શક્ય હોઈ શકે, પરંતુ જનસાધારણ માટે તો તે અશક્ય પ્રસ્તાવ છે. જો પાંચ હજાર વર્ષ પહેલાં આમ હતું, તો વર્તમાન સમય માટે તો કહેવું જ શું? જે લોકો વિભિન્ન કહેવાતી સંસ્થાઓ તથા સમિતિઓ દ્વારા આ યોગ પદ્ધતિનું અનુકરણ કરી રહ્યા છે, તેઓ ભલે આત્મસંતુષ્ટ દેખાય, પરંતુ તેઓ ખરેખર પોતાનો સમય ખોટો બગાડી રહ્યા છે. તેઓ પોતાના અભીષ્ટ ધ્યેય વિશે સર્વથા અજ્ઞાની છે.

શ્લોક ૩૪

चञ्चलं हि मनः कृष्ण प्रमाथि बलवद्दृढम्।
तस्याहं निग्रहं मन्ये वायोरिव सुदुष्करम्॥ ३४॥

ચઞ્ચલમ્—ચંચળ; **હિ**—નક્કી; **મનઃ**—મન; **કૃષ્ણ**—હે કૃષ્ણ; **પ્રમાથિ**—વિચલિત કરનારું; **બલવત્**—બળવાન; **દૃઢમ્**—દુરાગ્રહી; **તસ્ય**—તેનું; **અહમ્**—હું; **નિગ્રહમ્**—નિયમન; **મન્યે**—માનું છું; **વાયોઃ**—વાયુની; **ઈવ**—જેમ; **સુદુષ્કરમ્**—અઘરું.

અનુવાદ

હે કૃષ્ણ, મન ચંચળ, ઉચ્છૃંખલ, દુરાગ્રહી તથા અત્યંત બળવાન છે અને તેથી તેને વશમાં રાખવું એ મને વાયુને વશમાં રાખવાથી પણ વધારે અઘરું લાગે છે.

ભાવાર્થ

મન એવું બળવાન તથા દુરાગ્રહી છે કે તે કેટલીક વખત બુદ્ધિને પરાજિત કરે છે, ભલે તેને બુદ્ધિને અધીન માનવામાં આવતું હોય. આ વહેવારુ દુનિયામાં જ્યાં મનુષ્યને અનેક વિરોધી તત્ત્વો સાથે સંઘર્ષ કરવો પડે છે, તેને માટે મનને વશમાં રાખવું અત્યંત અઘરું થઈ પડે છે. કૃત્રિમ રીતે મનુષ્ય પોતાના શત્રુ તથા મિત્ર બંને પ્રત્યે માનસિક સંતુલન પ્રસ્થાપિત કરી શકે, પરંતુ દુનિયાદારીમાં સ્થિત કોઈ મનુષ્ય આખરે આમ કરી શકતો નથી, કારણ કે આમ કરવું એ તો પ્રબળ વાયુને વશમાં કરવાથી પણ વધારે અઘરું છે. વૈદિક સાહિત્ય (કઠોપનિષદ ૧.૩.૩–૪)માં કહેવાયું છેઃ

આત્માનં રથિનં વિદ્ધિ શરીરં રથમેવ ચ।
બુદ્ધિં તુ સારથિં વિદ્ધિ મનઃ પ્રગ્રહમેવ ચ॥

ઇન્દ્રિયાણિ હયાનાહુર્વિષયાંસ્તેષુ ગોચરાન્।
આત્મેન્દ્રિયમનોયુક્તં ભોક્તેત્યાહુર્મનીષિણઃ॥

"જીવાત્મા આ ભૌતિક શરીરરૂપી રથમાં પ્રવાસી છે અને બુદ્ધિ તેના સારથિરૂપ છે. મન દોરવણી આપતું સાધન છે અને ઇન્દ્રિયો અશ્વો છે. એ રીતે મન તથા ઇન્દ્રિયોના સંગમાં રહીને આત્મા સુખ કે દુઃખ ભોગવે છે. મહાન વિચારકો એવો અર્થ ગ્રહણ કરે છે." બુદ્ધિ મનને દોરવણી આપે એમ મનાય છે, પણ મન એવું તો બળવાન તથા જીદ્દી હોય છે કે જેમ કેટલીકવાર તીવ્ર ચેપી રોગ સારામાં સારી દવાના પ્રભાવને ગણકારતો નથી, તેમ મન પણ મનુષ્યની બુદ્ધિને પરાજિત કરે છે. આવા પ્રબળ મનને યોગાભ્યાસ વડે નિયંત્રણમાં રાખી શકાય છે, પરંતુ અર્જુન જેવા સંસારી મનુષ્ય માટે આવો અભ્યાસ કરવો કદાપિ વહેવારુ હોતો નથી. તો પછી આધુનિક માણસ વિશે તો કહેવું જ શું? અહીં આપેલી ઉપમા અત્યંત યથાયોગ્ય છે—મનુષ્ય વેગે વાતા પવનને પકડી શકતો નથી અને ઉચ્છૃંખલ મનને કાબૂમાં રાખવું એ તો વળી એથી પણ વધારે અઘરું હોય છે. મનને વશમાં રાખવાનો સૌથી સરળ ઉપાય ભગવાન ચૈતન્ય મહાપ્રભુએ સૂચવ્યો છે અને તે છે સમસ્ત દીનતા સાથે મુક્તિ પામવા હરે કૃષ્ણ મહામંત્રનું કીર્તન કરવું. સૂચિત પદ્ધતિ આ પ્રમાણે છે—*સ વૈ મનઃ કૃષ્ણપદારવિન્દયોઃ*—મનુષ્યે પોતાના મનને પૂર્ણપણે કૃષ્ણમાં પરોવી દેવું જોઈએ. ત્યારે જ મનને વિચલિત કરનારી અન્ય પ્રવૃત્તિઓ રહેશે નહીં.

શ્રીભગવાનુવાચ

શ્લોક ૩૫ **असंशयं महाबाहो मनो दुर्निग्रहं चलम्।**
अभ्यासेन तु कौन्तेय वैराग्येण च गृह्यते॥ ३५॥

શ્રી ભગવાન્ ઉવાચ—શ્રી ભગવાન બોલ્યા; **અસંશયમ્**—નિઃસંદેહ; **મહાબાહો**—હે બળવાન ભુજાઓવાળા; **મનઃ**—મન; **દુર્નિગ્રહમ્**—દમન કરવું મુશ્કેલ છે; **ચલમ્**—ચંચળ; **અભ્યાસેન**—અભ્યાસ વડે; **તુ**—પરંતુ; **કૌન્તેય**—હે કુંતીપુત્ર; **વૈરાગ્યેણ**—વૈરાગ્ય વડે; **ચ**—પણ; **ગૃહ્યતે**—નિયંત્રણમાં લાવી શકાય છે.

અનુવાદ

ભગવાન શ્રીકૃષ્ણે કહ્યું: હે મહાબાહુ કુંતીપુત્ર, નિઃસંદેહ ચંચળ

મનને વશ કરવું એ અત્યંત અઘરું છે, પરંતુ યથાયોગ્ય અભ્યાસ તથા વૈરાગ્ય દ્વારા તેને વશ કરવું શક્ય છે.

ભાવાર્થ

અર્જુન દ્વારા વ્યક્ત થયેલી જિદ્દી મનને વશમાં રાખવાની મુશ્કેલીનો ભગવાને સ્વીકાર કર્યો છે. પરંતુ સાથે સાથે તેઓ સૂચવે છે કે અભ્યાસ તથા વૈરાગ્ય વડે તેને વશ કરવું શક્ય છે. તે અભ્યાસ શું છે? વર્તમાન યુગમાં પવિત્ર સ્થળે નિવાસ કરવો, પરમાત્મા પર ધ્યાન એકાગ્ર કરવું, ઈન્દ્રિયો તથા મનનો નિગ્રહ કરવો, બ્રહ્મચર્યનું પાલન કરવું, એકાંતવાસ સેવવો વગેરે કઠોર નીતિનિયમોનું પાલન કોઈ મનુષ્ય માટે શક્ય નથી. પરંતુ કૃષ્ણભાવનાના અભ્યાસ દ્વારા મનુષ્ય નવ પ્રકારની ભક્તિમાં કાર્યરત થઈ શકે છે. આ ભક્તિકાર્યોમાં સર્વપ્રથમ અને મુખ્ય અંગ છે કૃષ્ણકથાનું શ્રવણ. મનને સર્વ પ્રકારના અનર્થોમાંથી શુદ્ધ કરવા માટે આ અતિ શક્તિશાળી અને દિવ્ય પદ્ધતિ છે. કૃષ્ણ વિશે જેટલું વધારે શ્રવણ કરવામાં આવે, તેટલો જ મનુષ્ય એવી વસ્તુઓ પ્રત્યે વિરક્ત થાય છે કે જે તેને કૃષ્ણથી દૂર કરે છે. કૃષ્ણ સાથે જેનો કશો સંબંધ નથી એવી વસ્તુઓ પ્રત્યે મનને અનાસક્ત કરવાથી મનુષ્ય બહુ સહેલાઈથી વૈરાગ્ય કેળવી શકે છે. વૈરાગ્ય એટલે ભૌતિક વસ્તુઓ પ્રત્યે વિરક્તિ અને મનને અધ્યાત્મમાં પરોવવું. મનને કૃષ્ણનાં કાર્યોમાં સંલગ્ન કરવા કરતાં નિર્વિશેષ આધ્યાત્મિક વિરક્તિ સાધવી વધારે અઘરી છે. મનને કૃષ્ણમાં અનુરક્ત રાખવું વ્યાવહારિક રીતે સરળ છે, કારણ કે કૃષ્ણ વિશે શ્રવણ કરવાથી મનુષ્ય આપોઆપ જ પરમેશ્વરમાં અનુરક્ત થઈ જાય છે. આ આસક્તિને *પરેશાનુભવ* અથવા આધ્યાત્મિક સંતોષ કહે છે. આ સંતોષની લાગણી ભૂખ્યા માણસને ભોજન કરતી વખતે કોળિયે કોળિયે સંતોષ થાય તેના જેવી હોય છે. મનુષ્ય ભૂખ્યો હોય ત્યારે તે જેમ જેમ વધારે ખાતો જાય છે, તેમ તેમ તેને વધારે તુષ્ટિ તથા શક્તિ પ્રાપ્ત થાય છે. તેવી જ રીતે, ભક્તિમય સેવાથી મનુષ્યને દિવ્ય સંતોષની લાગણી થાય છે, કારણ કે તેનાથી મન ભૌતિક વિષયોમાંથી વિરક્ત થતું જાય છે. આ તો કુશળ ઉપચાર તથા પથ્ય આહાર દ્વારા રોગને મટાડવા જેવું છે. તેથી ભગવાન કૃષ્ણની દિવ્ય લીલાઓનું શ્રવણ કરવું એ ઉન્મત્ત મનનો કુશળ ઉપચાર છે અને કૃષ્ણને ધરાવેલા અન્નનું પ્રસાદરૂપે ભોજન કરવું એ રોગી માટેનો સુપથ્ય આહાર છે. આ ઉપચાર જ કૃષ્ણભાવનામૃતની પ્રક્રિયા છે.

श्लोक असंयतात्मना योगो दुष्प्राप इति मे मतिः।
३६ वश्यात्मना तु यतता शक्योऽवाप्तुमुपायतः ॥ ३६ ॥

અસંયત—અનિયંત્રિત; **આત્મના**—મન વડે; **યોગઃ**—આત્મ-સાક્ષાત્કાર; **દુષ્પ્રાપઃ**—દુર્લભ; **ઈતિ**—એ રીતે; **મે**—મારો; **મતિઃ**—અભિપ્રાય; **વશ્ય**—નિયંત્રિત; **આત્મના**—મન વડે; **તુ**—પરંતુ; **યતતા**—પ્રયત્ન કરતા; **શક્યઃ**—વહેવારુ, શક્ય; **અવાપ્તુમ્**—પ્રાપ્ત કરવું; **ઉપાયતઃ**—યોગ્ય સાધનો દ્વારા.

અનુવાદ

જે મનુષ્યનું મન અસંયમિત છે, તેને માટે આત્મ-સાક્ષાત્કાર દુર્લભ હોય છે. પરંતુ જેનું મન સંયમિત છે તથા જે યોગ્ય ઉપાય દ્વારા પ્રયત્ન કરે છે, તેને નિશ્ચિતપણે સફળતા પ્રાપ્ત થાય છે. એ મારો અભિપ્રાય છે.

ભાવાર્થ

પૂર્ણ પુરુષોત્તમ પરમેશ્વર જાહેર કરે છે કે જે મનુષ્ય ભૌતિક વ્યાપારોમાંથી મનને અલગ કરવાનો યોગ્ય ઉપાય કરતો નથી, તે આત્મ-સાક્ષાત્કારમાં ભાગ્યે જ સફળતાને વરે છે. મનને ભૌતિક ભોગવિલાસમાં પરોવતા રહીને યોગાભ્યાસ કરવો એ તો જાણે અગ્નિમાં પાણી રેડતા રહી તેને પ્રજ્વલિત કરવાનો પ્રયત્ન કરવા જેવું છે. મનના સંયમ વિનાનો યોગાભ્યાસ એ સમયનો અપવ્યય છે. યોગનું આવું પ્રદર્શન ભલે ભૌતિક રીતે લાભપ્રદ હોય, પરંતુ જ્યાં સુધી આત્મ-સાક્ષાત્કારને લાગેવળગે છે ત્યાં સુધી તે બધું નિરર્થક છે. માટે મનુષ્યે ભગવાનની દિવ્ય પ્રેમમયી સેવામાં મનને સતત પરોવેલું રાખીને તેને વશમાં રાખવું રહ્યું. કૃષ્ણભાવનામાં પ્રવૃત્ત થયા વિના મનને એકધારી રીતે વશમાં રાખી શકાતું નથી. કૃષ્ણભાવનાયુક્ત મનુષ્ય જુદો પ્રયાસ કર્યા વિના જ યોગાભ્યાસનું ફળ સરળતાથી મેળવે છે, પરંતુ યોગાભ્યાસ કરનાર સાધકને કૃષ્ણભાવનાયુક્ત થયા વિના સફળતા પ્રાપ્ત થતી નથી.

अर्जुन उवाच

श्लोक अयतिः श्रद्धयोपेतो योगाच्चलितमानसः।
३७ अप्राप्य योगसंसिद्धिं कां गतिं कृष्ण गच्छति॥ ३७॥

અર્જુનઃ ઉવાચ—અર્જુને કહ્યું; **અયતિઃ**—અસફળ યોગી; **શ્રદ્ધયા**—શ્રદ્ધાથી; **ઉપેતઃ**—સંલગ્ન; **યોગાત્**—યોગમાંથી; **ચલિત**—વિચલિત; **માનસઃ**—મનવાળો; **અપ્રાપ્ય**—પ્રાપ્ત કર્યા વિના; **યોગ સંસિદ્ધિમ્**—યોગની સર્વોચ્ચ સિદ્ધિ; **કામ્**—કઈ; **ગતિમ્**—ગતિને; **કૃષ્ણ**—હે કૃષ્ણ; **ગચ્છતિ**—પ્રાપ્ત કરે છે.

અનુવાદ

અર્જુને કહ્યું: હે કૃષ્ણ, તે અસફળ યોગીની શી ગતિ થાય છે કે જે શરૂઆતમાં આત્મ-સાક્ષાત્કારની પ્રક્રિયાને શ્રદ્ધાપૂર્વક ગ્રહણ કરે છે, પરંતુ પછીથી ભૌતિકતાને કારણે તેમાંથી વિચલિત થઈ જાય છે અને તેના પરિણામે યોગસિદ્ધિને પામી શકતો નથી?

ભાવાર્થ

ભગવદ્‌ગીતામાં આત્મ-સાક્ષાત્કાર અથવા યોગમાર્ગનું નિરૂપણ કર્યું છે. આત્મ-સાક્ષાત્કારનો મૂળભૂત સિદ્ધાંત એ છે કે જીવાત્મા આ ભૌતિક શરીર નથી, પરંતુ તેનાથી ભિન્ન છે અને તેનું સુખ સનાતન જીવન, આનંદ તથા જ્ઞાનમાં રહેલું છે. આ બધાં શરીર તથા મન બંનેથી પર તથા આધ્યાત્મિક છે. આત્મ-સાક્ષાત્કારની શોધ જ્ઞાન દ્વારા કરવામાં આવે છે. તે માટે અષ્ટાંગયોગ પદ્ધતિ અથવા ભક્તિયોગની સાધના કરવાની હોય છે. આમાંની દરેક પ્રક્રિયામાં જીવે પોતાની સ્વરૂપાવસ્થા, ભગવાન સાથેનો પોતાનો સંબંધ તથા એવાં કાર્યોનો સાક્ષાત્કાર કરવાનો હોય છે કે જેમના વડે તે તૂટી ગયેલી સંપર્ક-શૃંખલાને પુનઃ જોડી શકે અને કૃષ્ણભાવનામૃતની સર્વોચ્ચ સિદ્ધ અવસ્થા પ્રાપ્ત કરી શકે. ઉપરોક્ત ત્રણે પદ્ધતિઓમાંની કોઈ પણ એકનું પાલન કરવાથી મનુષ્ય વહેલા કે મોડા પોતાના ધ્યેયને પામી શકે છે. ભગવાને બીજા અધ્યાયમાં ભારપૂર્વક જણાવ્યું છે કે આધ્યાત્મિક માર્ગે કરેલો અલ્પ એવો પ્રયાસ પણ મોક્ષની મહાન આશાનું કારણ બની રહે છે. આ ત્રણ પદ્ધતિઓમાં ભક્તિયોગનો માર્ગ ખાસ કરીને આ યુગ માટે ઉપયુક્ત છે, કારણ કે ભગવત્સાક્ષાત્કાર પામવાની તે સૌથી પ્રત્યક્ષ પદ્ધતિ છે. તેથી અર્જુન પુનઃ આશ્વસ્ત થવા માટે ભગવાન કૃષ્ણને તેમના પૂર્વકથનની પુષ્ટિ કરવાનું કહે છે. મનુષ્ય આત્મ-સાક્ષાત્કારનો માર્ગ ભલે નિષ્ઠાપૂર્વક ગ્રહણ કરે, પરંતુ નિહિત જ્ઞાનસંપાદનની પ્રક્રિયા તથા અષ્ટાંગયોગની સાધના કરવી આ યુગમાં સામાન્ય રીતે અત્યંત અઘરી છે. તેથી સતત પ્રયાસો કરવા છતાં મનુષ્ય અનેક કારણોસર નિષ્ફળતા પામે

એ શક્ય છે. પ્રથમ તો આ પ્રક્રિયાને અનુસરવામાં મનુષ્ય પૂરતા પ્રમાણમાં ગંભીર ન હોય. આધ્યાત્મિક માર્ગે ચાલવું એટલે લગભગ માયા સામે યુદ્ધની ઘોષણા કરવા જેવું છે. પરિણામે મનુષ્ય જ્યારે માયાના પંજામાંથી છૂટવા મથે છે, ત્યારે માયા અનેકવિધ પ્રલોભનો દ્વારા સાધકનો પરાભવ કરવાનો પ્રયત્ન કરે છે. બદ્ધ જીવ તો અગાઉથી જ ભૌતિક પ્રકૃતિના ગુણો દ્વારા પ્રલોભનમાં પડેલો જ હોય છે, અને આ રીતે ફરીથી મોહમાં ફસાવાની દરેક તક રહેલી છે, ભલે પછી મનુષ્ય દિવ્ય પ્રક્રિયાનું અનુસરણ કરતો હોય. આને જ *યોગાચ્ચલિત માનસઃ* અર્થાત્ આધ્યાત્મિક માર્ગમાંથી ભ્રષ્ટ થવું કહે છે. અર્જુન આત્મ-સાક્ષાત્કારના માર્ગમાંથી ભ્રષ્ટ થવાનાં પરિણામો વિશે જિજ્ઞાસુ છે.

શ્લોક ૩૮

कच्चिन्नोभयविभ्रष्टश्छिन्नाभ्रमिव नश्यति।
अप्रतिष्ठो महाबाहो विमूढो ब्रह्मणः पथि॥ ३८॥

કચ્ચિત્—કે કેમ; **ન**—નહીં; **ઉભય**—બંને; **વિભ્રષ્ટઃ**—વિચલિત; **છિન્ન**—છિન્નભિન્ન; **અભ્રમ્**—વાદળ; **ઈવ**—જેમ; **નશ્યતિ**—નષ્ટ થાય છે; **અપ્રતિષ્ઠઃ**—કોઈ પદ વિના; **મહાબાહો**—હે બળવાન ભુજાઓવાળા કૃષ્ણ; **વિમૂઢઃ**—મોહગ્રસ્ત; **બ્રહ્મણઃ**—બ્રહ્મપ્રાપ્તિના; **પથિ**—માર્ગમાં.

અનુવાદ

હે મહાબાહુ કૃષ્ણ, શું અધ્યાત્મપ્રાપ્તિના માર્ગથી ભ્રષ્ટ થયેલો એવો મનુષ્ય આધ્યાત્મિક તથા ભૌતિક બંને સફળતાઓમાંથી પતન પામતો નથી અને છિન્નભિન્ન થયેલાં વાદળની જેમ નષ્ટ થતો નથી, જેના પરિણામે તેને માટે કોઈ લોકમાં કોઈ સ્થાન રહેતું નથી?

ભાવાર્થ

પ્રગતિના કરવાના બે રસ્તા છે. ભૌતિકવાદી મનુષ્યોને અધ્યાત્મમાં કશી રુચિ હોતી નથી, તેથી તેઓ આર્થિક વિકાસ દ્વારા દુન્યવી પ્રગતિ સાધવામાં અતિશય રસ ધરાવે છે અથવા તો યોગ્ય કર્મ દ્વારા ઉચ્ચતર લોકમાં ઉન્નત થવામાં વધુ રસ ધરાવે છે. જો કોઈ મનુષ્ય અધ્યાત્મના માર્ગને ગ્રહણ કરે છે, તો તેણે સર્વ પ્રકારનાં ભૌતિક કાર્યો બંધ કરવાં પડે છે અને સર્વ પ્રકારનાં કહેવાતાં સુખોનો ત્યાગ કરવો પડે છે. જો મહત્ત્વાકાંક્ષી અધ્યાત્મવાદી નિષ્ફળ થાય છે, તો દેખીતી રીતે બાવાના બંને બગડે એવો ઘાટ થાય છે. બીજા શબ્દોમાં, તેને ન તો ભૌતિક સુખ મળે છે કે ન તો

આધ્યાત્મિક સફળતા પ્રાપ્ત થાય છે. તેનું કોઈ સ્થાન રહેતું નથી; તેની સ્થિતિ છિન્નભિન્ન થયેલા વાદળ જેવી થાય છે. કોઈ વખત આકાશમાં એકાદ વાદળ નાના વાદળસમૂહમાંથી છૂટું પડીને મોટા વાદળસમૂહમાં જોડાઈ જાય છે. પરંતુ જો તે મોટા વાદળસમૂહમાં જોડાઈ ન શકે, તો પવન તેને ઘસડી જાય છે અને વિરાટ આકાશમાં તેનું કોઈ નામોનિશાન રહેતું નથી. *બ્રહ્મણ: પથિ* એ દિવ્ય સાક્ષાત્કારનો એવો માર્ગ છે કે જે સ્વયં પોતાને પરમેશ્વરના અભિન્ન અંશ હોવાનું જાણ્યા પછી જ પ્રાપ્ત થાય છે અને આ પરમેશ્વર તો બ્રહ્મ, પરમાત્મા તથા ભગવાન તરીકે પ્રગટ થતા દેખાય છે. ભગવાન શ્રીકૃષ્ણ પરમ સત્યના પૂર્ણ આવિર્ભાવ છે, તેથી જે આ પૂર્ણ પુરુષોત્તમને શરણે જાય છે, તે જ સફળ યોગી બને છે. બ્રહ્મ તથા પરમાત્માના સાક્ષાત્કાર દ્વારા જીવનના આ ધ્યેય સુધી પહોંચવામાં અનેકાનેક જન્મો લાગે છે. (*બહૂનાં જન્મનામ્ અન્તે*). માટે દિવ્ય સાક્ષાત્કારનો સર્વશ્રેષ્ઠ માર્ગ એ જ ભક્તિયોગ અથવા કૃષ્ણભાવનામૃતની પ્રત્યક્ષ પદ્ધતિ છે.

શ્લોક ૩૯

एतन्मे संशयं कृष्ण छेत्तुमर्हस्यशेषतः ।
त्वदन्यः संशयस्यास्य छेत्ता न ह्युपपद्यते ॥ ३९ ॥

એતત્—આ છે; **મે**—મારો; **સંશયમ્**—સંદેહ; **કૃષ્ણ**—હે કૃષ્ણ; **છેત્તુમ્**—દૂર કરવા માટે; **અર્હસિ**—આપને વિનંતિ કરી છે; **અશેષતઃ**—પૂર્ણપણે; **ત્વત્**—આપનાથી; **અન્યઃ**—કોઈ અન્ય; **સંશયસ્ય**—સંદેહનો; **અસ્ય**—આ; **છેત્તા**—દૂર કરનાર; **ન**—નહીં; **હિ**—ખરેખર; **ઉપપદ્યતે**—મળી શકે છે.

અનુવાદ

હે કૃષ્ણ, આ મારો સંદેહ છે અને તેને સંપૂર્ણપણે દૂર કરવા હું આપને વિનંતિ કરું છું. આપના સિવાય અન્ય કોઈ એવો નથી કે જે આ સંશયને નષ્ટ કરી શકે.

ભાવાર્થ

કૃષ્ણ ભૂત, વર્તમાન તથા ભવિષ્યના પૂર્ણ જ્ઞાતા છે. ભગવદ્‌ગીતાના પ્રારંભમાં ભગવાને કહ્યું છે કે બધા જીવો વ્યક્તિરૂપે ભૂતકાળમાં વિદ્યમાન હતા, વર્તમાનમાં વિદ્યમાન છે અને ભૌતિક બંધનમાંથી મુક્ત થયા પછી ભવિષ્યમાં પણ વ્યક્તિરૂપે જ રહેશે. એટલે તેમણે વ્યક્તિગત જીવના ભવિષ્યના પ્રશ્નનું સ્પષ્ટીકરણ કર્યું છે. હવે અર્જુન અસફળ અધ્યાત્મવાદીના ભાવિ વિશે જાણવા માગે છે. કોઈ ન તો કૃષ્ણનો સમોવડિયો છે અને ન તો

કોઈ તેમનાથી ચડિયાતો છે અને ભૌતિક પ્રકૃતિની કૃપા પર નિર્ભર એવા મોટા મોટા ઋષિમુનિઓ તથા તત્ત્વજ્ઞાનીઓ તેમની બરોબરી કરી શકતા નથી. તેથી સર્વ સંશયોના ઉત્તર માટે કૃષ્ણનો નિર્ણય અંતિમ તથા સંપૂર્ણ છે, કારણ કે તેઓ ભૂત, વર્તમાન તથા ભવિષ્યને સંપૂર્ણપણે જાણે છે, પરંતુ તેમને કોઈ જ જાણતું નથી. કૃષ્ણ અને કૃષ્ણભાવનાયુક્ત ભક્તો જ જાણી શકે છે કે કોણ શું છે.

श्रीभगवानुवाच

શ્લોક ૪૦

पार्थ नैवेह नामुत्र विनाशस्तस्य विद्यते।
न हि कल्याणकृत्कश्चिद्दुर्गतिं तात गच्छति॥ ४०॥

શ્રી ભગવાન્ ઉવાચ—પૂર્ણ પુરુષોત્તમ પરમેશ્વર બોલ્યા; **પાર્થ**—હે પૃથાપુત્ર; **ન એવ**—ક્યારેય એવું નથી; **ઈહ**—આ ભૌતિક જગતમાં; **ન**—કદી નહીં; **અમુત્ર**—બીજા જન્મમાં; **વિનાશઃ**—નાશ; **તસ્ય**—તેનો; **વિદ્યતે**—થાય છે; **ન**—કદી નહીં; **હિ**—ખરેખર; **કલ્યાણકૃત્**—કલ્યાણકારી કાર્યોમાં પરોવાયેલો; **કશ્ચિત્**—કોઈ પણ; **દુર્ગતિમ્**—અધોગતિને; **તાત**—હે મિત્ર; **ગચ્છતિ**—જાય છે.

અનુવાદ

પૂર્ણ પુરુષોત્તમ પરમેશ્વર બોલ્યાઃ હે પૃથાપુત્ર અર્જુન, કલ્યાણકારી કાર્યોમાં પરોવાયેલા અધ્યાત્મવાદીનો આ લોકમાં કે પરલોકમાં વિનાશ થતો નથી. હે મિત્ર, ભલું કરવાવાળાની કદાપિ અધોગતિ થતી નથી.

ભાવાર્થ

શ્રીમદ્ ભાગવત (૧.૫.૧૭)માં શ્રી નારદ મુનિ વ્યાસદેવને આ પ્રમાણે ઉપદેશ આપે છે:

ત્યક્ત્વા સ્વધર્મં ચરણામ્બુજં હરે-
ર્ભજન્નપક્વોઽથ પતેત્ તતો યદિ।
યત્ર ક્વ વાભદ્રમભૂદ્ અમુષ્ય કિં
કો વાર્થ આપ્તોઽભજતાં સ્વધર્મતઃ॥

"જો કોઈ મનુષ્ય સર્વ ભૌતિક અપેક્ષાઓને તજીને પૂર્ણ પુરુષોત્તમ પરમેશ્વરને સંપૂર્ણપણે શરણાગત થાય છે, તો આમાં તેનું કોઈ નુકસાન કે પતન થતું નથી. બીજે પક્ષે અભક્ત મનુષ્યો પોતપોતાનાં નિયત કર્તવ્યોમાં પૂરેપૂરા જોડાયેલા રહી શકે છે અને છતાં તેઓ કશું પામતા નથી." ભૌતિક

લાભ માટે શાસ્ત્રોક્ત તથા પ્રણાલિકાગત અનેક કાર્યો હોય છે. જીવનમાં આધ્યાત્મિક ઉન્નતિ અર્થાત્ કૃષ્ણભાવનામૃત અર્થે અધ્યાત્મવાદીએ બધાં જ ભૌતિક કાર્યોનો ત્યાગ કરવાનો હોય છે. કોઈ મનુષ્ય એવી શંકા કરી શકે કે જો કૃષ્ણભાવનામૃતની સાધના પૂર્ણ થઈ જાય, તો તેનાથી તેને સર્વોચ્ચ સિદ્ધિ મળી શકે છે, પરંતુ જો તે આવા પૂર્ણતાના સ્તર સુધી ન પહોંચી શકે, તો ભૌતિક તથા આધ્યાત્મિક એમ બંને દૃષ્ટિથી મનુષ્યને નુકસાન થાય છે. શાસ્ત્રોનો એવો આદેશ છે કે જો કોઈ મનુષ્ય સ્વધર્મનું આચરણ નથી કરતો, તો તેને તે માટેનાં પાપફળ ભોગવવાં પડે છે અને તેથી જે મનુષ્ય આધ્યાત્મિક કાર્યો કરવામાં નિષ્ફળ રહે છે, તે આવાં પાપફળને અધીન થાય છે. અસફળ અધ્યાત્મવાદીને ભાગવત ખાતરી આપે છે કે તેને ચિંતા કરવાની જરૂર નથી. તેણે ભલે યોગ્ય રીતે સ્વધર્માચરણ ન કરવાનું ફળ ભોગવવું પડે, તેમ છતાં તે કશું ગુમાવતો નથી, કારણ કે શુભ કૃષ્ણભાવના કદાપિ એળે જતી નથી. જે મનુષ્ય આ રીતે કાર્યશીલ રહે છે, તે આગલા જન્મમાં નિમ્ન યોનિમાં જન્મ લઈને પણ પહેલાંની જેમ જ ભક્તિ કરે છે. બીજે પક્ષે, જે મનુષ્ય કેવળ શાસ્ત્રવિહિત કાર્યો દૃઢતાપૂર્વક કરે છે, પરંતુ જો તેનામાં કૃષ્ણભાવનાનો અભાવ હોય, તો તેને શુભ ફળ મળે એ જરૂરી નથી.

આ શ્લોકનો ભાવાર્થ આ પ્રમાણે સમજી શકાય છે. માનવતાના બે વિભાગ પાડી શકાય છે—નિયંત્રિત અને અનિયંત્રિત. જે મનુષ્યો ભાવિ જન્મ તથા મુક્તિના જ્ઞાન વિના કેવળ પાશવી ઈન્દ્રિયભોગમાં રચ્યાપચ્યા રહે છે, તેઓ અનિયંત્રિત વિભાગમાં આવે છે. જેઓ શાસ્ત્રોક્ત કર્તવ્યના સિદ્ધાંતોનું પાલન કરે છે, તેઓ નિયંત્રિત વિભાગમાં વર્ગીકૃત થાય છે. અનિયંત્રિત વિભાગમાંના સભ્ય તથા અસભ્ય, ભણેલા તથા અભણ, શક્તિશાળી તથા અશક્ત મનુષ્ય પાશવી વૃત્તિઓવાળા હોય છે. તેમનાં કાર્યો કદાપિ શુભ હોતાં નથી, કારણ કે તેઓ પશુઓની જેમ જ આહાર, નિદ્રા, સ્વરક્ષણ તથા મૈથુનમાં રચ્યાપચ્યા રહીને સદૈવ આ દુઃખમય સંસારમાં જ જીવે છે. પરંતુ જેઓ શાસ્ત્રોક્ત આદેશાનુસાર સંયમિત રહે છે અને એ રીતે ક્રમશઃ કૃષ્ણભાવનામાં ઉન્નત થાય છે, તેઓ નિઃસંદેહ જીવનમાં પ્રગતિ કરે છે.

કલ્યાણમાર્ગના અનુયાયીઓને ત્રણ વર્ગોમાં વહેંચી શકાય છે (૧) ભૌતિક સમૃદ્ધિ ભોગવી રહેલા શાસ્ત્રોક્ત નીતિનિયમોના અનુયાયીઓ (૨) જે મનુષ્યો આ ભૌતિક જગતમાંથી અંતિમ મુક્તિ શોધી

કાઢવા પ્રયત્નશીલ છે અને (૩) કૃષ્ણભાવનામૃતમાંના ભક્તો. જે લોકો ભૌતિક સુખ પામવા માટે શાસ્ત્રોના નીતિનિયમોનું અનુસરણ કરે છે, તેમને વળી બે વિભાગમાં વિભક્ત કરી શકાય છે—સકામ કર્મ કરનારા અને ઈન્દ્રિયતૃપ્તિની ઈચ્છા ન રાખનારા. ઈન્દ્રિયતૃપ્તિ માટે સકામ કર્મ કરનારા જીવનના ઉચ્ચતર સ્તરે પહોંચી શકે છે, અરે, સ્વર્ગલોક સુધી પણ પહોંચી શકે છે અને છતાં આ ભૌતિક અસ્તિત્વથી મુક્ત ન હોવાને કારણે તેઓ સાચી રીતે કલ્યાણમાર્ગનું અનુસરણ કરતા નથી. શુભ કર્મ તો તે જ હોય છે કે જે મુક્તિ તરફ લઈ જાય. અંતિમ આત્મ-સાક્ષાત્કાર અથવા દેહાત્મભાવમાંથી મુક્તિનું ધ્યેય ન હોય એવું કોઈ પણ કાર્ય લેશમાત્ર કલ્યાણકારી હોતું નથી. કૃષ્ણભાવનામૃત વિષયક કાર્ય જ એકમાત્ર કલ્યાણમય કાર્ય છે અને જે મનુષ્ય કૃષ્ણભક્તિના માર્ગે પ્રગતિ કરવાના ધ્યેયથી સ્વેચ્છાપૂર્વક સર્વ શારીરિક અગવડોને સ્વીકારે છે, તે જ કઠોર તપ કરનાર પૂર્ણ યોગી કહેવાય છે. વળી અષ્ટાંગ યોગ પદ્ધતિ કૃષ્ણભાવનાના અંતિમ ધ્યેય તરફ લઈ જનારી હોવાથી તે પણ કલ્યાણકારી છે. તથા જે મનુષ્ય આ બાબતમાં યથાશક્તિ પ્રયાસ કરે છે, તેણે અધોગતિનો ભય રાખવાની જરૂર નથી.

શ્લોક ૪૧

प्राप्य पुण्यकृतां लोकानुषित्वा शाश्वतीः समाः ।
शुचीनां श्रीमतां गेहे योगभ्रष्टोऽभिजायते ॥ ४१ ॥

પ્રાપ્ય—પ્રાપ્ત કરીને; **પુણ્ય કૃતામ્**—જેમણે પુણ્યકર્મ કરેલાં છે તેવા લોકોના; **લોકાન્**—ગ્રહો; **ઉષિત્વા**—નિવાસ કરીને; **શાશ્વતીઃ**—અનેક; **સમાઃ**—વર્ષ; **શુચીનામ્**—પવિત્ર આત્માઓના; **શ્રીમતામ્**—સમૃદ્ધિશાળીના; **ગેહે**—ઘરમાં; **યોગભ્રષ્ટઃ**—આત્મ-સાક્ષાત્કારના માર્ગથી પતિત થયેલ; **અભિજાયતે**—જન્મ લે છે.

અનુવાદ

અસફળ યોગી પુણ્યાત્મા લોકોના લોકમાં અનેક વર્ષો સુધી સુખ ભોગવ્યા પછી સદાચારી લોકોના અથવા તો ગર્ભશ્રીમંત લોકોના કુળમાં જન્મ પ્રાપ્ત કરે છે.

ભાવાર્થ

અસફળ યોગીઓના બે વર્ગો છે—બહુ થોડી પ્રગતિ કરીને ભ્રષ્ટ થયેલાનો એક વર્ગ છે અને બીજો દીર્ઘકાળ સુધી યોગસાધના કર્યા પછી

પતન પામેલાનો વર્ગ છે. જે યોગી અલ્પ સમયના યોગાભ્યાસ પછી ભ્રષ્ટ થાય છે, તે સ્વર્ગલોકમાં જાય છે કે જ્યાં પુણ્યાત્માઓને પ્રવેશ મળે છે. ત્યાં દીર્ઘકાળ સુધી રહ્યા પછી તેને પુનઃ આ લોકમાં મોકલવામાં આવે છે કે જેથી તે સદાચારી બ્રાહ્મણ વૈષ્ણવના કે ધનાઢ્ય વણિકના કુળમાં જન્મ પામી શકે.

કૃષ્ણભાવનારૂપી સર્વોચ્ચ સિદ્ધિ પ્રાપ્ત કરવી એ જ યોગસાધનાનો સાચો ઉદ્દેશ છે, જે વિશે આ અધ્યાયના છેલ્લા શ્લોકમાં દર્શાવ્યું છે. પરંતુ જેઓ આટલી હદ સુધી ટકી શકતા નથી અને ભૌતિક પ્રલોભનોના કારણે પતિત થાય છે, તેમને ભગવત્કૃપાથી પોતાની ભૌતિક ઈચ્છાઓ પરિપૂર્ણ કરવાની છૂટ આપવામાં આવે છે. ત્યાર પછી તેમને સદાચારી અથવા શ્રીમંત પરિવારોમાં સમૃદ્ધ જીવન વ્યતીત કરવાનો અવસર આપવામાં આવે છે. આવા પરિવારોમાં જન્મ લેનારા આ સગવડનો લાભ લઈ શકે છે અને પૂર્ણ કૃષ્ણભાવનામૃતમાં ઉન્નત થવાનો પ્રયત્ન કરી શકે છે.

શ્લોક ૪૨ **अथवा योगिनामेव कुले भवति धीमताम्।**
एतद्धि दुर्लभतरं लोके जन्म यदीदृशम्॥ ४२॥

અથ વા—અથવા; **યોગિનામ્**—વિદ્વાન અધ્યાત્મવાદીઓના; **એવ**—જ; **કુલે**—કુળમાં; **ભવતિ**—જન્મે છે; **ધીમતામ્**—અત્યંત બુદ્ધિમાનોના; **એતત્**—આ; **હિ**—નક્કી; **દુર્લભતરમ્**—અતિ દુર્લભ; **લોકે**—આ જગતમાં; **જન્મ**—જન્મ; **યત્**—તે જે; **ઈદૃશમ્**—આના જેવો.

અનુવાદ

અથવા (જો દીર્ઘ યોગાભ્યાસ પછી અસફળ રહે તો) તે એવા અધ્યાત્મવાદીના કુળમાં જન્મે પામે છે કે જેઓ અતિશય જ્ઞાનવાન હોય છે. ખરેખર, આ જગતમાં આવો જન્મ પામવો એ અત્યંત દુર્લભ છે.

ભાવાર્થ

આ શ્લોકમાં બહુ જ્ઞાનવાન એવા યોગીઓ અથવા અધ્યાત્મવાદીઓના કુળમાં જન્મ પામવાની પ્રશંસા કરવામાં આવી છે, કારણ કે આવા કુળમાં ઉત્પન્ન થનારા બાળકને પહેલાંથી જ આધ્યાત્મિક પ્રોત્સાહન મળે છે. ખાસ કરીને આચાર્યો કે ગોસ્વામીઓના કુળમાં આવી પરિસ્થિતિ હોય

છે. આવા પરિવારો ખૂબ જ વિદ્વાન હોય છે અને પરંપરા તથા પ્રશિક્ષણને લીધે શ્રદ્ધાવાન હોય છે. આવી રીતે તેઓ ગુરુ બને છે. ભારતમાં એવા અનેક આચાર્યકુળ છે, પરંતુ અપૂરતી કેળવણી તથા પ્રશિક્ષણે લીધે તેઓ પતનશીલ થયેલા છે. ભગવત્કૃપાથી હજી પણ એવા પરિવારો છે કે જેઓ પેઢી દર પેઢીથી અધ્યાત્મવાદીઓને પોષે છે. આવા પરિવારોમાં જન્મ પામવો નિઃસંદેહ મહાન સદ્‌ભાગ્ય છે. સદ્‌ભાગ્યે અમારા ગુરુ ૐ વિષ્ણુપાદ શ્રી શ્રીમદ્ ભક્તિસિદ્ધાંત સરસ્વતી ગોસ્વામી મહારાજને અને ખુદ અમને પણ આવા કુળમાં જન્મ પામવાનો અવસર મળ્યો છે. અમને બંનેને નાનપણથી જ ભગવદ્‌ભક્તિ કરવા જ્ઞાન આપવામાં આવ્યું હતું. પછીથી ભગવદ્‌આજ્ઞા થઈ તેથી અમારું મિલન થયું હતું.

શ્લોક ૪૩

तत्र तं बुद्धिसंयोगं लभते पौर्वदेहिकम्।
यतते च ततो भूयः संसिद्धौ कुरुनन्दन॥ ४३॥

તત્ર—ત્યાં; **તમ્**—તે; **બુદ્ધિ સંયોગમ્**—ચેતનાની પુનર્જાગૃતિ; **લભતે**—પામે છે; **પૌર્વ દેહિકમ્**—પૂર્વના શરીરમાંની; **યતતે**—પ્રયાસ કરે છે; **ચ**—પણ; **તતઃ**—ત્યાર પછી; **ભૂયઃ**—ફરીથી; **સંસિદ્ધૌ**—સિદ્ધિ માટે; **કુરુ નન્દન**—હે કુરુપુત્ર.

અનુવાદ

હે કુરુનંદન, આવો જન્મ પામીને તે પોતાના પૂર્વ દેહની દૈવી ચેતના પુનઃ પ્રાપ્ત કરે છે અને પૂર્ણ સફળતા પ્રાપ્ત કરવાના ઉદ્દેશથી તે વધારે ઉન્નતિ પામવાનો પ્રયાસ કરે છે.

ભાવાર્થ

ઉત્તમ બ્રાહ્મણ કુળમાં ત્રીજો જન્મ પામનાર રાજા ભરત એ પૂર્વેની દિવ્ય ચેતનાની પુનઃપ્રાપ્તિ માટેના ઉત્તમ જન્મનું ઉદાહરણ છે. રાજા ભરત સમગ્ર વિશ્વના સમ્રાટ હતા અને તે સમયથી જ આ ગ્રહને દેવો ભારતવર્ષ નામે જાણે છે. પહેલાં તે ઈલાવૃતવર્ષ નામે પ્રસિદ્ધ હતો. સમ્રાટે અલ્પાયુમાં જ આધ્યાત્મિક સિદ્ધિ અર્થે સંન્યાસ ગ્રહણ કરેલો, પરંતુ તેઓ સફળ ન થયા. પછીના જન્મમાં તેમણે ઉત્તમ બ્રાહ્મણ કુળમાં જન્મ લીધો અને જડભરત કહેવાયા, કારણ કે તેઓ એકાંતમાં રહેતા હતા અને કોઈની સાથે વાત પણ કરતા ન હતા. પછીથી રાજા રહૂગણે તેમને મહાન અધ્યાત્મવાદી તરીકે ઓળખી કાઢ્યા હતા. તેમની જીવનકથામાંથી એવો બોધ મળે છે કે

દિવ્ય પ્રયાસ અથવા યોગાભ્યાસ કદાપિ વ્યર્થ જતો નથી. ભગવત્કૃપાર્થ યોગીને કૃષ્ણભાવનામાં પૂર્ણ સિદ્ધિ પ્રાપ્ત કરવાનો સુયોગ વારંવાર મળતં રહે છે.

શ્લોક **पूर्वाभ्यासेन तेनैव ह्रियते ह्यवशोऽपि सः।**
૪૪ **जिज्ञासुरपि योगस्य शब्दब्रह्मातिवर्तते॥ ४४॥**

પૂર્વ—પૂર્વના; **અભ્યાસેન**—અભ્યાસ વડે; **તેન**—તેનાથી; **એવ**—જ **હ્રિયતે**—આકર્ષિત થાય છે; **હિ**—નક્કી; **અવશઃ**—આપોઆપ; **અપિ**—પણ; **સઃ**—તે; **જિજ્ઞાસુઃ**—ઉત્સુક; **અપિ**—છતાં; **યોગસ્ય**—યોગ વિશે **શબ્દ બ્રહ્મ**—શાસ્ત્રોના કર્મકાંડીય સિદ્ધાંતોનું; **અતિવર્તતે**—અતિક્રમણ કરે છે

અનુવાદ

પૂર્વજન્મની દૈવી ચેતનાથી તે અનાયાસે આપોઆપ યોગના નિયમ પ્રત્યે આકર્ષિત થાય છે. આવો જિજ્ઞાસુ યોગી શાસ્ત્રોના કર્મકાંડન સિદ્ધાંતોથી પર હોય છે.

ભાવાર્થ

ઉન્નત યોગીઓ શાસ્ત્રોનાં અનુષ્ઠાનો પ્રત્યે બહુ આકૃષ્ટ થતા નથી પરંતુ યોગના નિયમો પ્રત્યે તેઓ આપમેળે જ આકૃષ્ટ થાય છે, જે તેમ યોગની સર્વોત્તમ પૂર્ણતારૂપ કૃષ્ણભાવનામાં ઉન્નત બનાવી શકે છે. શ્રીમ ભાગવત (૩.૩૩.૭)માં ઉન્નત યોગીઓ દ્વારા વૈદિક કર્મકાંડની આવ ઉપેક્ષા બાબત આ પ્રમાણે સમજૂતી આપવામાં આવી છેઃ

અહો બત શ્વપચોઽતો ગરીયાન્
યજ્જીહ્વાગ્રે વર્તતે નામતુભ્યમ્‌।
તેપુસ્તપસ્તે જુહુવુઃ સસ્નુરાર્યા
બ્રહ્માનૂચુર્નામ ગૃણન્તિ યે તે॥

"હે મારા પ્રભુ, જે લોકો આપના પવિત્ર નામનો જપ કરે છે, તેઅ ચંડાળોના પરિવારમાં જન્મ લીધેલો હોય તો પણ આધ્યાત્મિક જીવનમ અત્યંત ઉન્નત હોય છે. આવા જપ કરનારા નિઃસંદેહ સર્વ પ્રકારના ત તથા યજ્ઞ કરી ચૂકેલા હોય છે, તેમણે સર્વ તીર્થસ્થાનોમાં સ્નાન કરી લીધે હોય છે અને સર્વ શાસ્ત્રોનો અભ્યાસ કરી લીધેલો હોય છે."

ઠાકુર હરિદાસને પોતાના પરમ પ્રિય શિષ્ય તરીકે સ્વીકારનારા ભગવા ચૈતન્યે આનું સુપ્રસિદ્ધ ઉદાહરણ પ્રસ્તુત કર્યું છે. હરિદાસ ઠાકુર મુસ્લિ

પરિવારમાં જન્મેલા હતા, છતાં ભગવાન ચૈતન્યે તેમને નામાચાર્યની પદવી આપી હતી, કારણ કે હરિદાસ ઠાકુર દરરોજ નિયમપૂર્વક, **હરે કૃષ્ણ હરે કૃષ્ણ કૃષ્ણ કૃષ્ણ હરે હરે। હરે રામ હરે રામ રામ રામ હરે હરે॥** આ પવિત્ર ભગવન્નામના ત્રણ લાખ જપ કરતા હતા. તેઓ ભગવાનના પવિત્ર નામનો નિરંતર જપ કરતા હોવાથી એમ મનાય છે કે તેમણે પૂર્વજન્મમાં *શબ્દબ્રહ્મ* નામનાં વેદોક્ત કર્મકાંડ પૂરા કર્યાં હશે. માટે મનુષ્ય પવિત્ર ન થયો હોય, ત્યાં સુધી તે કૃષ્ણભાવનામૃતના નિયમો ગ્રહણ કરી ન શકે અથવા પવિત્ર ભગવન્નામ 'હરે કૃષ્ણ'નો જપ કરી ન શકે.

શ્લોક ૪૫

प्रयत्नाद्यतमानस्तु योगी संशुद्धकिल्बिषः।
अनेकजन्मसंसिद्धस्ततो याति परां गतिम्॥ ४५॥

પ્રયત્નાત્—કઠોર સાધના વડે; **યતમાનઃ**—પ્રયાસ કરનાર; **તુ**—તથા; **યોગી**—આવો યોગી; **સંશુદ્ધ**—શુદ્ધ થઈને; **કિલ્બિષઃ**—જેનાં સર્વ પાપ; **અનેક**—અનેક; **જન્મ**—જન્મો પછી; **સંસિદ્ધઃ**—સિદ્ધિ પ્રાપ્ત કરીને; **તતઃ**—ત્યાર પછી; **યાતિ**—પામે છે; **પરામ્**—સર્વોચ્ચ; **ગતિમ્**—ગંતવ્યને.

અનુવાદ

વળી જ્યારે યોગી સર્વ સંસર્ગદોષથી શુદ્ધ થઈને વધુ પ્રગતિ કરવાનો નિષ્ઠાપૂર્વક પ્રયાસ કરે છે, ત્યારે અંતે અનેકાનેક જન્મોની સાધના પછી સિદ્ધિ પામીને તે પરમ ગતિ પ્રાપ્ત કરે છે.

ભાવાર્થ

સદાચારી, ધનવાન અથવા પવિત્ર કુળમાં જન્મ પામનાર મનુષ્ય યોગાભ્યાસ માટે પ્રાપ્ત થયેલી અનુકૂળ પરિસ્થિતિ વિશે સભાન થઈ જાય છે. તેથી તે દૃઢ નિશ્ચયપૂર્વક પોતાના અપૂર્ણ કાર્યને પૂર્ણ કરવામાં લાગી જાય છે અને એ રીતે તે પોતાને સર્વ દૂષણોથી સંપૂર્ણપણે શુદ્ધ કરે છે. જ્યારે આખરે તે સર્વ દૂષણોથી મુક્ત થઈ જાય છે, ત્યારે તેને સર્વોચ્ચ સિદ્ધિ અર્થાત્ કૃષ્ણભક્તિ પ્રાપ્ત થાય છે. કૃષ્ણભક્તિ એ જ સર્વ દૂષણોથી મુક્ત થવાની પૂર્ણ અવસ્થા છે. આ બાબતમાં ભગવદ્ગીતા (૭.૨૮)માં સમર્થન થયું છે:

યેષાં ત્વન્તગતં પાપં જનાનાં પુણ્યકર્મણામ્।
તે દ્વન્દ્વ મોહ નિર્મુક્તા ભજન્તે માં દૃઢવ્રતાઃ॥

"અનેક જન્મ પર્યંત પુણ્યકર્મ કર્યા પછી જ્યારે મનુષ્ય સર્વ સંસર્ગદોષમાંથી તથા ભ્રામક દ્વંદ્વમાંથી મુક્ત થઈ જાય છે, ત્યારે તે ભગવાનની દિવ્ય પ્રેમમયી સેવામાં સંલગ્ન થઈ જાય છે."

શ્લોક **तपस्विभ्योऽधिकोयोगीज्ञानिभ्योऽपिमतोऽधिकः ।**
૪૬ **कर्मिभ्यश्चाधिको योगी तस्माद्योगी भवार्जुन ॥ ४६ ॥**

તપસ્વિભ્યઃ—તપસ્વીઓથી; **અધિકઃ**—શ્રેષ્ઠ; **યોગી**—યોગી; **જ્ઞાનિભ્યઃ**—જ્ઞાનીજનોથી; **અપિ**—પણ; **મતઃ**—માનવામાં આવે છે; **અધિકઃ**—શ્રેષ્ઠ; **કર્મિભ્યઃ**—સકામ કર્મીજનો કરતાં; **ચ**—પણ; **અધિકઃ**—શ્રેષ્ઠ; **યોગી**—યોગી; **તસ્માત્**—માટે; **યોગી**—યોગી; **ભવ**—થા; **અર્જુન**—હે અર્જુન.

અનુવાદ

યોગી પુરુષ તપસ્વી, જ્ઞાની તથા કર્મી કરતાં ચડિયાતો હોય છે. માટે હે અર્જુન, સર્વ પરિસ્થિતિમાં તું યોગી થા.

ભાવાર્થ

જ્યારે આપણે યોગ વિશે વાત કરીએ છીએ, ત્યારે આપણે આપણી ચેતનાને પરમ સત્ય સાથે જોડી દેવાની વાત કરીએ છીએ. વિવિધ સાધકો આ પદ્ધતિને તેમણે ગ્રહણ કરેલી વિશિષ્ટ વિધિ પ્રમાણે જુદાં જુદાં નામ આપે છે. જ્યારે આ પદ્ધતિ ખાસ કરીને સકામ કર્મો સાથે મુખ્યત્વે સંબંધ ધરાવે છે ત્યારે તે કર્મયોગ કહેવાય છે, જ્યારે તે મુખ્યત્વે ચિંતન સાથે સંબંધિત હોય છે ત્યારે જ્ઞાનયોગ અને જ્યારે ભગવાનની ભક્તિ સાથે સંબંધિત હોય છે ત્યારે ભક્તિયોગ કહેવાય છે. ભક્તિયોગ અથવા કૃષ્ણભાવનામૃત સર્વ યોગની પરમ પૂર્ણતા છે, જે અંગે આગલા શ્લોકમાં સમજાવવામાં આવશે. ભગવાને અહીં યોગના ચડિયાતા હોવાનું સમર્થન કર્યું છે, પરંતુ તે ભક્તિયોગથી વધારે ચડિયાતો છે એમ જણાવ્યું નથી. ભક્તિયોગ સંપૂર્ણ અધ્યાત્મ જ્ઞાન છે, તેથી તેનાથી ચડિયાતું કંઈ જ નથી. આત્મજ્ઞાન વિના તપ અપૂર્ણ હોય છે. પરમેશ્વરને શરણાગત થયા વિના જ્ઞાનયોગ પણ અપૂર્ણ છે. અને કૃષ્ણભક્તિ વિનાનાં સકામ કર્મો સમયનો બગાડમાત્ર છે. તેથી યોગનું સર્વાધિક પ્રશંસિત રૂપ ભક્તિયોગ છે અને આ વાત હવે પછીના શ્લોકમાં સમજાવવામાં આવી છે.

શ્લોક ૪૭ **योगिनामपि सर्वेषां मद्गतेनान्तरात्मना।**
श्रद्धावान्भजते यो मां स मे युक्ततमो मतः ॥ ४७ ॥

યોગીનામ્—યોગીઓમાંથી; **અપિ**—પણ; **સર્વેષામ્**—સર્વ પ્રકારના; **મત્ ગતેન**—મને પરાયણ, સદા મારું ચિંતન કરતા; **અન્તઃ આત્મના**—પોતાની અંદર; **શ્રદ્ધાવાન્**—પૂર્ણ શ્રદ્ધા સાથે; **ભજતે**—દિવ્ય પ્રેમમયી ભક્તિ કરે છે; **યઃ**—જે; **મામ્**—મને (પરમેશ્વરને); **સઃ**—તે; **મે**—મારા વડે; **યુક્તતમઃ**—પરમ યોગી; **મતઃ**—મનાય છે.

અનુવાદ

સર્વ યોગીઓમાંથી જે યોગી અત્યંત શ્રદ્ધાપૂર્વક મને પરાયણ હોય છે, પોતાના અંતઃકરણમાં મારું જ ચિંતન કરે છે અને મારી દિવ્ય પ્રેમમયી સેવા કરે છે, તે યોગમાં મારી સાથે અત્યંત ગાઢ રીતે સંકળાયેલો છે અને તે બધામાં સર્વોચ્ચ છે. આ જ મારો મત છે.

ભાવાર્થ

અહીં *ભજતે* શબ્દ મહત્ત્વપૂર્ણ છે. *ભજતે* *ભજ્* ધાતુનું રૂપ છે અને સેવા કરવાના અર્થમાં તેનો ઉપયોગ થાય છે. અંગ્રેજી શબ્દ *વર્શિપ* (પૂજા કરવી) *ભજ્*ના અર્થમાં વાપરી શકાય નહીં. *વર્શિપ* એટલે પૂજા કરવી અથવા યોગ્ય વ્યક્તિ પ્રત્યે આદર દર્શાવવો અને તેનું સન્માન કરવું. પરંતુ પ્રેમ તથા શ્રદ્ધાપૂર્વકની સેવા તો પૂર્ણ પુરુષોત્તમ પરમેશ્વર કાજે હોય છે. કોઈ આદરણીય વ્યક્તિ કે દેવની પૂજા ન કરનારને અશિષ્ટ કહી શકાય, પરંતુ પરમેશ્વરની સેવા ટાળનાર તો સર્વથા નિંદાપાત્ર ગણાય. પ્રત્યેક જીવ ભગવાનનો અંશ છે અને તેથી જીવમાત્રે પોતાની સ્વરૂપાવસ્થાનુસાર પરમેશ્વરની સેવા કરવી જોઈએ. આમ ન કરે તો તેનું પતન થાય છે. ભાગવત (૧૧.૫.૩) આનું સમર્થન આ પ્રમાણે કરે છેઃ

ય એષાં પુરુષં સાક્ષાદ્ આત્મપ્રભવમીશ્વરમ્।
ન ભજન્ત્યવજાનન્તિ સ્થાનાદ્ભ્રષ્ટાઃ પતન્ત્યધઃ॥

"જે મનુષ્ય જીવમાત્રના ઉદ્ભવસ્થાન આદ્ય ભગવાનની સેવા કરતો નથી અને સ્વકર્તવ્યની ઉપેક્ષા કરે છે, તે નિશ્ચિતપણે પોતાની સ્વરૂપાવસ્થામાંથી નીચે પતન પામે છે."

ભાગવતના આ શ્લોકમાં પણ *ભજન્તિ* શબ્દ યોજાયો છે. તેથી *ભજન્તિ* શબ્દ પરમેશ્વર માટે જ પ્રયુક્ત થઈ શકે છે, જ્યારે *વર્શિપ* (પૂજન)

શબ્દનો ઉપયોગ દેવો કે અન્ય સામાન્ય જીવો માટે થઈ શકે છે. આ શ્લોકમાં ઉપયોગમાં લેવાયેલો શબ્દ *અવજાનન્તિ* ભગવદ્‌ગીતામાં પણ છે. *અવજાનન્તિ માં મૂઢાઃ*—કેવળ મૂર્ખ તથા ધૂર્ત લોકો પૂર્ણ પુરુષોત્તમ પરમેશ્વર કૃષ્ણનો ઉપહાસ કરે છે. આવા મૂર્ખો ભગવદ્‌ભક્તિની વૃત્તિ ન હોવા છતાં ભગવદ્‌ગીતા પર ટીકા લખવા તૈયાર થઈ જાય છે. પરિણામે તેઓ *ભજન્તિ* તથા *વર્શિપ* (પૂજા) શબ્દો વચ્ચેના તફાવતને યોગ્ય રીતે સમજી શકતા નથી.

ભક્તિયોગમાં સર્વ પ્રકારના યોગની પરિસીમા આવે છે. અન્ય યોગ તો ભક્તિયોગમાં ભક્તિ સુધી પહોંચવાના સાધનમાત્ર છે. યોગનો વાસ્તવિક અર્થ ભક્તિયોગ છે. અન્ય સર્વ યોગ ભક્તિયોગરૂપી ગંતવ્ય સુધી પ્રગતિ કરાવે છે. કર્મયોગથી માંડી ભક્તિયોગ સુધીનો આત્મ-સાક્ષાત્કારનો માર્ગ લાંબો છે. સકામ કર્મફળની આશા વિનાનો કર્મયોગ આ માર્ગની શરૂઆત છે. જ્યારે કર્મયોગમાં જ્ઞાન તથા વૈરાગ્યનો વધારો થાય છે, ત્યારે આ અવસ્થા જ્ઞાનયોગ કહેવાય છે. જ્ઞાનયોગમાં જ્યારે અનેક ભૌતિક પ્રક્રિયાઓ દ્વારા પરમાત્માના ધ્યાનમાં વૃદ્ધિ થાય છે અને મન તેમનામાં પરોવાઈ જાય છે, ત્યારે તેને અષ્ટાંગયોગ કહે છે. આ અષ્ટાંગયોગને પાર કરીને જ્યારે મનુષ્ય પૂર્ણ પુરુષોત્તમ પરમેશ્વર શ્રીકૃષ્ણની સમીપે પહોંચે છે, ત્યારે તે ભક્તિયોગ કહેવાય છે. હકીકતમાં ભક્તિયોગ જ અંતિમ લક્ષ્ય છે. પરંતુ ભક્તિયોગનું સૂક્ષ્મ વિશ્લેષણ કરવા માટે અન્ય યોગોને સમજી લેવાના હોય છે. તેથી જે યોગી પ્રગતિશીલ છે, તે આ શાશ્વત કલ્યાણના સત્યમાર્ગ પર હોય છે. જે કોઈ એક બિંદુ પર અટકી જાય છે અને વધુ પ્રગતિ કરતો નથી, તે કર્મયોગી, જ્ઞાનયોગી, ધ્યાનયોગી, રાજયોગી, હઠયોગી વગેરે નામોથી ઓળખાય છે. જો કોઈ મનુષ્ય ભક્તિયોગ પામવા ભાગ્યશાળી થાય છે, તો જાણવું કે તેણે સર્વ યોગો પાર કર્યા છે. તેથી જેવી રીતે આપણે કહીએ છીએ કે સમગ્ર દુનિયાના પર્વતોમાં હિમાલય સૌથી ઊંચો છે, તથા જેનું સર્વોચ્ચ શિખર એવરેસ્ટ છે, તેમ કૃષ્ણભાવનાપરાયણ થવું એ યોગની સર્વોચ્ચ અવસ્થા છે.

કોઈ મહાભાગ્યશાળી મનુષ્ય જ વૈદિક વિધાન પ્રમાણે ભક્તિયોગનો માર્ગ સ્વીકારીને કૃષ્ણભાવનાપરાયણ થાય છે. આદર્શ યોગી શ્યામસુંદર કૃષ્ણ પર પોતાનું ધ્યાન એકાગ્ર કરે છે કે જેઓ મેઘ જેવા સુંદર શ્યામ વર્ણના છે, જેમનું કમળ જેવું મુખ સૂર્ય સમાન તેજસ્વી છે, જેમનાં વસ્ત્ર

રત્નોથી ઝળહળે છે અને જેમનો દેહ પુષ્પહારથી શોભાયમાન છે. સર્વ દિશાઓને પ્રકાશિત કરતી તેમની દેહકાંતિ *બ્રહ્મજ્યોતિ* કહેવાય છે. તેઓ રામ, નૃસિંહ, વરાહ તથા પૂર્ણ પુરુષોત્તમ પરમેશ્વર કૃષ્ણ જેવા વિભિન્ન સ્વરૂપે અવતરે છે. તેઓ સાધારણ મનુષ્યની જેમ માતા યશોદાના પુત્રરૂપે અવતરે છે અને કૃષ્ણ, ગોવિંદ તથા વાસુદેવ એવા નામે જાણીતા થાય છે. તેઓ પૂર્ણ પતિ, પૂર્ણ સખા તથા પૂર્ણ સ્વામી છે અને સમગ્ર ઐશ્વર્યો તેમ જ દિવ્ય ગુણોથી ભર્યાભર્યા છે. જે યોગી ભગવાનનાં આ લક્ષણોથી સંપૂર્ણ રીતે સભાન હોય છે, તે સર્વોચ્ચ યોગી કહેવાય છે.

યોગની આ સર્વોચ્ચ અવસ્થા કેવળ ભક્તિયોગ દ્વારા પામી શકાય છે, જેનું સમર્થન વૈદિક સાહિત્ય કરે છે (શ્વેતાશ્વતર ઉપનિષદ ૬.૨૩)

યસ્ય દેવે પરા ભક્તિર્યથા દેવે તથા ગુરૌ।
તસ્યૈતે કથિતા હ્યર્થાઃ પ્રકાશન્તે મહાત્મનઃ॥

"જે મહાત્માઓનાં હૃદયોમાં શ્રી ભગવાન તથા ગુરુમાં પરમ શ્રદ્ધા હોય છે, તેમની અંદર વૈદિક જ્ઞાનનો સંપૂર્ણ ભાવાર્થ આપમેળે જ પ્રકાશિત થઈ જાય છે."

ભક્તિરસ્ય ભજનં તદ્ ઇહામુત્રોપાધિ નૈરાસ્યેનામુષ્મિન્ મનઃ કલ્પનમ્ એતદ્ એવ નૈષ્કર્મ્યમ્—"ભક્તિનો અર્થ છે ભગવાનની ભક્તિભરી સેવા કે જે આ જન્મમાં અથવા ભાવિ જન્મ માટેના ભૌતિક લાભની ઈચ્છાથી રહિત હોય છે. આવી વૃત્તિઓથી રહિત થઈને મનુષ્યે પોતાના મનને ભગવાનમાં સર્વથા તન્મય કરવું જોઈએ. નૈષ્કર્મ્યનો એ જ હેતુ છે." (ગોપાલતાપની ઉપનિષદ ૧.૧૫)

યોગ પદ્ધતિની સર્વોચ્ચ પૂર્ણ અવસ્થા, ભક્તિ અથવા કૃષ્ણભાવનામૃત સંપન્ન કરવા માટેનાં આ કેટલાંક સાધનો છે.

આમ શ્રીમદ્ ભગવદ્‌ગીતાના "ધ્યાનયોગ" નામના છઠ્ઠા અધ્યાય પરના ભક્તિવેદાંત ભાવાર્થો પૂર્ણ થાય છે.

અધ્યાય ૭

પરમેશ્વરનું જ્ઞાન

શ્રીભગવાનુવાચ

શ્લોક **મય્યાસક્તમનાઃ પાર્થ યોગં યુઞ્જન્મદાશ્રયઃ।**
૧ **અસંશયં સમગ્રં માં યથા જ્ઞાસ્યસિ તચ્છૃણુ॥ ૧॥**

શ્રી ભગવાન્ ઉવાચ—પૂર્ણ પુરુષોત્તમ પરમેશ્વર બોલ્યા; **મયિ**—મારામાં; **આસક્ત મનાઃ**—આસક્ત મનવાળો; **પાર્થ**—હે પૃથાપુત્ર; **યોગમ્**—આત્મ-સાક્ષાત્કાર; **યુઞ્જન્**—સાધતા; **મત્ આશ્રયઃ**—મારી ચેતનામાં (કૃષ્ણભાવનામાં); **અસંશયમ્**—નિઃસંદેહ; **સમગ્રમ્**—સંપૂર્ણપણે; **મામ્**—મને; **યથા**—જે રીતે; **જ્ઞાસ્યસિ**—તું જાણી શકીશ; **તત્**—તે; **શૃણુ**—સાંભળ.

અનુવાદ

પૂર્ણ પુરુષોત્તમ પરમેશ્વર બોલ્યાઃ હે પૃથાપુત્ર, હવે સાંભળ કે તું મારી ભાવનાથી પૂર્ણ રહીને અને મનને મારામાં અનુરક્ત કરીને યોગાભ્યાસ કરતો રહી મને સંપૂર્ણપણે સંદેહરહિત થઈને કેવી રીતે જાણી શકીશ.

ભાવાર્થ

ભગવદ્‌ગીતાના આ સાતમા અધ્યાયમાં કૃષ્ણભક્તિની પ્રકૃતિનું વિસ્તૃત વર્ણન થયું છે. કૃષ્ણ સર્વ ઐશ્વર્યોથી પૂર્ણ છે અને તેઓ આ ઐશ્વર્યોને કેવી રીતે પ્રગટ કરે છે, તેનું વર્ણન અહીં થયું છે. વળી આ અધ્યાયમાં એ વિશે પણ વર્ણન થયું છે કે કયા ચાર પ્રકારના ભાગ્યશાળી મનુષ્યો કૃષ્ણ પ્રત્યે અનુરક્ત થાય છે અને કયા ચાર પ્રકારના ભાગ્યહીન લોકો ક્યારેય કૃષ્ણ પ્રત્યે આકર્ષાતા નથી.

ભગવદ્‌ગીતાના પ્રથમ છ અધ્યાયોમાં જીવાત્માને અભૌતિક ચેતન આત્મા તરીકે વર્ણવ્યો છે કે જે વિભિન્ન પ્રકારના યોગો દ્વારા આત્મ-સાક્ષાત્કાર પામવા સમર્થ થઈ શકે છે. છઠ્ઠા અધ્યાયના અંતમાં કહેવામાં

આવ્યું છે કે કૃષ્ણ ઉપર મનને એકાગ્ર કરવું તે અથવા બીજા શબ્દોમાં કૃષ્ણભક્તિ એ જ સર્વોચ્ચ યોગ છે. મનને કૃષ્ણ ઉપર એકાગ્ર કરવાથી જ મનુષ્ય પરમ સત્યને પૂર્ણપણે જાણી શકે છે, અન્યથા નહીં. નિર્વિશેષ બ્રહ્મજ્યોતિ અથવા અંતર્યામી પરમાત્માનો સાક્ષાત્કાર પરમ સત્યનું પૂર્ણ જ્ઞાન નથી, કારણ કે તે સાક્ષાત્કાર આંશિક હોય છે. કૃષ્ણ જ સંપૂર્ણ તથા વૈજ્ઞાનિક જ્ઞાન છે અને કૃષ્ણભાવનામાં મનુષ્યને સર્વ સાક્ષાત્કાર થાય છે. સંપૂર્ણ કૃષ્ણભાવનામાં મનુષ્ય જાણે છે કે કૃષ્ણ જ નિઃસંદેહ અંતિમ જ્ઞાન છે. યોગના વિભિન્ન પ્રકારો કૃષ્ણભક્તિના માર્ગે જવાના સોપાન સમાન છે. જે મનુષ્ય કૃષ્ણભાવનાનો માર્ગ સીધો જ ગ્રહણ કરે છે, તેને બ્રહ્મજ્યોતિ તથા પરમાત્મા વિશેનું જ્ઞાન આપમેળે જ થઈ જાય છે. કૃષ્ણભક્તિરૂપી યોગ દ્વારા મનુષ્ય પરમ સત્ય, જીવાત્માઓ, ભૌતિક પ્રકૃતિ તથા તેનું તેનાં ઉપકરણો સહિતનું પ્રાકટ્ય જેવા સર્વ વિષયોને પૂરેપૂરી રીતે જાણી શકે છે.

તેથી મનુષ્યે છઠ્ઠા અધ્યાયના છેલ્લા શ્લોકમાં દર્શાવ્યા પ્રમાણે યોગાભ્યાસ કરવો જોઈએ. પરમ બ્રહ્મ કૃષ્ણ પર મનને નવધા ભક્તિ દ્વારા એકાગ્ર કરી શકાય છે અને તેમાં *શ્રવણમ્* પ્રથમ તથા સૌથી મહત્ત્વનું અંગ છે. તેથી ભગવાન અર્જુનને કહે છે, *તચ્છૃણુ* અર્થાત્ "મારી પાસેથી સાંભળ." કૃષ્ણથી ચડિયાતી સત્તા કોઈ નથી અને તેથી તેમને સાંભળવા જે ભાગ્યશાળી થાય છે, તે પૂરેપૂરો કૃષ્ણભક્તિપરાયણ થઈ જાય છે. માટે મનુષ્યે કૃષ્ણ પાસેથી અથવા તો કૃષ્ણના શુદ્ધ ભક્ત પાસેથી જ શીખવું જોઈએ અને નહીં કે પોતાની વિદ્યાનું અભિમાન ધરાવતા અભક્ત પાસેથી.

પૂર્ણ પુરુષોત્તમ પરમેશ્વર, પરમ સત્ય શ્રીકૃષ્ણને જાણવાની પદ્ધતિનું વર્ણન શ્રીમદ્ ભાગવતના પ્રથમ સ્કંધના બીજા અધ્યાયમાં આ પ્રમાણે થયું છે:

શૃણ્વતાં સ્વકથાઃ કૃષ્ણઃ પુણ્ય શ્રવણ કીર્તનઃ।
હૃદ્યન્તઃસ્થો હ્યભદ્રાણિ વિધુનોતિ સુહૃત્સતામ્॥
નષ્ટ પ્રાયેષ્વભદ્રેષુ નિત્યં ભાગવત સેવયા।
ભગવત્યુત્તમ શ્લોકે ભક્તિર્ભવતિ નૈષ્ઠિકી॥
તદા રજસ્તમો ભાવાઃ કામ લોભાદયશ્ચ યે।
ચેત એતૈરનાવિદ્ધં સ્થિતં સત્ત્વે પ્રસીદતિ॥
એવં પ્રસન્ન મનસો ભગવદ્ભક્તિ યોગતઃ।
ભગવત્તત્ત્વ વિજ્ઞાનં મુક્ત સઙ્ગસ્ય જાયતે॥

ભિદ્યતે હૃદય ગ્રન્થિશ્છિદ્યન્તે સર્વ સંશયાઃ।
ક્ષીયન્તે ચાસ્ય કર્માણિ દૃષ્ટ એવાત્મનીશ્વરે॥

"વૈદિક સાહિત્યમાંથી કૃષ્ણ વિશે સાંભળવું કે ભગવદ્ગીતામાંથી સ્વયં તેમની પાસેથી સ્વમુખે શ્રવણ કરવું એ પોતે જ પુણ્યકર્મ છે. વળી જે મનુષ્ય જીવમાત્રના હૃદયમાં વસતા ભગવાન કૃષ્ણ વિશે સાંભળે છે, તેના માટે તેઓ પરમ શુભેચ્છક મિત્રની જેમ કાર્ય કરે છે અને જે ભક્ત નિરંતર તેમના વિશે શ્રવણ કરતો રહે છે, તેને તેઓ શુદ્ધ કરે છે. એ રીતે ભક્ત પોતાના સુષુપ્ત દિવ્ય જ્ઞાનને સ્વાભાવિક રીતે વિકસાવે છે. ભાગવત તથા ભક્તો પાસેથી જેમ જેમ તે કૃષ્ણ વિશે વધુ શ્રવણ કરે છે, તેમ તેમ તે ભગવદ્ભક્તિમાં વધુ દૃઢ થતો જાય છે. ભક્તિનો વિકાસ થયે તે રજોગુણ તથા તમોગુણથી મુક્ત થઈ જાય છે અને એ રીતે તેનાં ભૌતિક કામ તથા લોભમાં ઘટાડો થાય છે. જ્યારે આ દૂષણો દૂર થઈ જાય છે, ત્યારે ભક્ત શુદ્ધ સત્ત્વમાં સ્થિર થઈ જાય છે, ભક્તિભરી સેવા દ્વારા નવજીવન પ્રાપ્ત કરે છે અને ભગવત્-તત્ત્વને પૂરી રીતે જાણી લે છે. એ રીતે ભક્તિયોગ દુન્યવી મમતાની કઠણ ગ્રંથિને કાપી નાખે છે અને ભક્તને *અસંશયં સમગ્રમ્* અર્થાત્ પરમ સત્ય, પૂર્ણ પુરુષોત્તમ પરમેશ્વરના જ્ઞાનની પૂર્ણ અવસ્થા પ્રાપ્ત કરવા સમર્થ બનાવે છે." (ભાગવત ૧.૨.૧૭–૨૧)

તેથી માત્ર શ્રીકૃષ્ણ પાસેથી અથવા કૃષ્ણભાવનાપરાયણ ભક્તના મુખેથી શ્રવણ કરવાથી જ મનુષ્ય કૃષ્ણતત્ત્વને જાણી શકે છે.

શ્લોક ૨

ज्ञानं तेऽहं सविज्ञानमिदं वक्ष्याम्यशेषतः।
यज्ज्ञात्वा नेह भूयोऽन्यज्ज्ञातव्यमवशिष्यते॥ २॥

જ્ઞાનમ્—ઇન્દ્રિયગમ્ય જ્ઞાન; **તે**—તને; **અહમ્**—હું; **સ**—સહિત; **વિજ્ઞાનમ્**—દિવ્ય જ્ઞાન; **ઇદમ્**—આ; **વક્ષ્યામિ**—કહીશ; **અશેષતઃ**—પૂર્ણપણે; **યત્**—જે; **જ્ઞાત્વા**—જાણીને; **ન**—નહીં; **ઇહ**—આ જગતમાં; **ભૂયઃ**—વધુ; **અન્યત્**—અન્ય કશું; **જ્ઞાતવ્યમ્**—જાણવા યોગ્ય; **અવશિષ્યતે**—બાકી રહે છે.

અનુવાદ

હવે હું તને પૂર્ણરૂપે ઇન્દ્રિયગમ્ય તથા દિવ્ય એમ બંને જ્ઞાન વિશે કહીશ. આ જાણ્યા પછી તારે જાણવા યોગ્ય કશું જ બાકી રહેશે નહીં.

ભાવાર્થ

દૃશ્ય (ઈન્દ્રિયગમ્ય) જગત, તેની પાછળ કાર્ય કરનાર આત્મા તથા આ બંનેના ઉદ્ભવસ્થાનનો સમાવેશ પૂર્ણ જ્ઞાનમાં થાય છે. આ દિવ્ય જ્ઞાન છે. ભગવાન ઉપરોક્ત જ્ઞાનપદ્ધતિ સમજાવવા માગે છે, કારણ કે અર્જુન તેમનો અંતરંગ ભક્ત તથા મિત્ર છે. ચોથા અધ્યાયના પ્રારંભમાં ભગવાન કૃષ્ણે આ વિશે સમજૂતી આપી હતી અને તેનું જ અહીં ફરીથી સમર્થન કરવામાં આવ્યું છે. કેવળ ભગવદ્ભક્તોને જ પ્રત્યક્ષ ભગવાનથી ચાલી આવેલી ગુરુ-શિષ્ય પરંપરા દ્વારા પૂર્ણ જ્ઞાન મળી શકે છે. માટે મનુષ્યે સમગ્ર જ્ઞાનના ઉદ્ભવ વિશે જાણવા જેટલા બુદ્ધિમાન તો થવું જ રહ્યું કે જેઓ સર્વ કારણોના કારણ છે તથા સર્વ પ્રકારના યોગોમાં ધ્યાન માટેના એકમાત્ર ઉદ્દેશ છે. જ્યારે સર્વ કારણોના કારણને જાણવામાં આવે છે, ત્યારે જાણવા યોગ્ય સર્વનું જ્ઞાન થઈ જાય છે અને કશું જ અજ્ઞાત રહેતું નથી. વેદ (મુંડક ઉપનિષદ ૧.૩) કહે છે—*કસ્મિન્ ભગવો વિજ્ઞાતે સર્વમ્ ઈદં વિજ્ઞાતં ભવતિ.*

શ્લોક ૩ **मनुष्याणां सहस्त्रेषु कश्चिद्यतति सिद्धये।**
यततामपि सिद्धानां कश्चिन्मां वेत्ति तत्त्वतः ॥ ३ ॥

મનુષ્યાણામ્—મનુષ્યોમાંથી; **સહસ્ત્રેષુ**—હજારો; **કશ્ચિત્**—કોઈ એક; **યતતિ**—પ્રયત્ન કરે છે; **સિદ્ધયે**—સિદ્ધિ માટે; **યતતામ્**—એવી રીતે પ્રયાસ કરનારામાંથી; **અપિ**—પણ; **સિદ્ધાનામ્**—સિદ્ધ મનુષ્યોમાંથી; **કશ્ચિત્**—કોઈ એક; **મામ્**—મને; **વેત્તિ**—જાણે છે; **તત્ત્વતઃ**—વાસ્તવિક રીતે.

અનુવાદ

હજારો મનુષ્યોમાંથી કોઈ એક સિદ્ધિ પામવા પ્રયત્ન કરે છે અને આ પ્રમાણે સિદ્ધિ પ્રાપ્ત કરનારામાંથી ભાગ્યે જ કોઈ એક મને વાસ્તવમાં જાણે છે.

ભાવાર્થ

મનુષ્યોની વિભિન્ન શ્રેણીઓ હોય છે અને હજારો મનુષ્યોમાંથી આધ્યાત્મિક સાક્ષાત્કારમાં રસ ધરાવતો કોઈ એકાદ મનુષ્ય જ આત્મા શું છે, શરીર શું છે તથા પરમ સત્ય શું છે એ જાણવાનો પ્રયત્ન કરે છે. સામાન્ય રીતે લોકો આહાર, નિદ્રા, ભય તથા મૈથુન જેવી પશુવૃત્તિઓમાં જ રચ્યાપચ્યા રહે છે અને અધ્યાત્મ જ્ઞાનમાં ભાગ્યે જ કોઈ મનુષ્ય રુચિ

ધરાવે છે. ગીતાના પહેલા છ અધ્યાય એવા મનુષ્યો માટે છે કે જેઓ અધ્યાત્મ જ્ઞાનમાં, આત્મા, પરમાત્મા તથા જ્ઞાનયોગ તેમ જ ધ્યાનયોગ દ્વારા સાક્ષાત્કારની પ્રક્રિયામાં અને ભૌતિક પદાર્થથી આત્માની ભિન્નતા જાણવામાં રસ ધરાવે છે. પરંતુ કૃષ્ણને તો માત્ર એવા મનુષ્યો જ જાણી શકે છે કે જેઓ કૃષ્ણભાવનાપરાયણ હોય છે. અન્ય અધ્યાત્મવાદીઓ નિર્વિશેષ બ્રહ્મના સાક્ષાત્કારને પામી શકે છે, કારણ કે કૃષ્ણને જાણવા કરતાં આ સહેલું છે. કૃષ્ણ પરમ પુરુષ છે, પરંતુ તે સાથે જ તેઓ બ્રહ્મ તથા પરમાત્માના જ્ઞાનથી પર છે. યોગી તથા જ્ઞાનીજનો કૃષ્ણને જાણવાના તેમના પ્રયાસોમાં મૂંઝાઈ જાય છે. જોકે સૌથી મહાન નિર્વિશેષવાદી (માયાવાદી) શ્રીપાદ શંકરાચાર્યે તો પોતાના ગીતાભાષ્યમાં સ્વીકાર્યું છે કે કૃષ્ણ પૂર્ણ પુરુષોત્તમ પરમેશ્વર છે અને તેમ છતાં તેમના અનુયાયીઓ તેનો એ રીતે સ્વીકાર કરતા નથી, કારણ કે નિર્વિશેષ બ્રહ્મનો આધ્યાત્મિક સાક્ષાત્કાર પામે તોયે મનુષ્યને માટે કૃષ્ણને જાણવા અત્યંત અઘરા છે.

કૃષ્ણ પૂર્ણ પુરુષોત્તમ પરમેશ્વર છે, સર્વ કારણોના કારણ છે, આદિ ભગવાન ગોવિંદ છે. *ઈશ્વરઃ પરમઃ કૃષ્ણઃ સચ્ચિદાનન્દ વિગ્રહઃ। અનાદિર્ આદિર્ ગોવિન્દઃ સર્વ કારણ કારણમ્॥* અભક્તો માટે તેમને જાણવા અત્યંત કઠિન છે. અભક્તો કહે છે કે ભક્તિનો માર્ગ બહુ સહેલો છે, છતાં તેઓ તેની સાધના કરી શકતા નથી. અભક્ત માણસોના કહેવા પ્રમાણે જો ભક્તિમાર્ગ આવો સરળ હોય, તો પછી તેઓ અઘરો માર્ગ શા માટે અપનાવે છે? હકીકતમાં ભક્તિમાર્ગ સરળ નથી. ભક્તિના જ્ઞાનથી રહિત અનધિકૃત લોકો દ્વારા ગ્રહણ કરવામાં આવતો કહેવાતો ભક્તિમાર્ગ સુગમ હોઈ શકે, પરંતુ જ્યારે વિધિ-વિધાનોને અનુસરીને દૃઢતાપૂર્વક આની સાધના કરવામાં આવે છે, ત્યારે મીમાંસકો તથા દાર્શનિકો આ માર્ગમાંથી ચ્યુત થઈ જાય છે. શ્રીલ રૂપ ગોસ્વામી તેમના ગ્રંથ ભક્તિરસામૃતસિંધુ (૧.૨.૧૦૧)માં લખે છે:

શ્રુતિ સ્મૃતિ પુરાણાદિ પઞ્ચરાત્ર વિધિં વિના।
ઐકાન્તિકી હરેર્ભક્તિર્ ઉત્પાતાયૈવ કલ્પતે॥

"જે ભગવદ્‌ભક્તિ ઉપનિષદો, પુરાણો તથા નારદ પંચરાત્ર જેવા પ્રમાણભૂત વૈદિક ગ્રંથોની ઉપેક્ષા કરે છે, તે સમાજમાં નિરર્થક ઉત્પાતરૂપ હોય છે."

પૂર્ણ પુરુષોત્તમ કૃષ્ણને યશોદામાતાના પુત્ર તરીકે કે અર્જુનના સારથિ તરીકે સમજવા એ બ્રહ્મજ્ઞાની નિર્વિશેષવાદીને માટે કે પરમાત્માનો

સાક્ષાત્કાર પામેલા યોગીને માટે શક્ય નથી. કેટલીક વખત મહાન્ દેવો પણ કૃષ્ણ વિશે ગૂંચવાડામાં પડી જાય છે. (*મુહ્યન્તિ યત્ સૂરય:*) માં તુ વેદ ન *કશ્ચન*—ભગવાન કહે છે કે કોઈ પણ મને મારા યથાર્થ રૂપે જાણતો નથી. વળી જો કોઈ જાણે છે—*સ મહાત્મા સુદુર્લભ:*—તો આવો મહાત્મા અતિ વિરલ હોય છે. માટે ભગવાનની ભક્તિમય સેવા કર્યા વિના કોઈ ભગવાનને તેઓ જેવા છે તેવા (*તત્ત્વત:*) જાણી શકતો નથી, પછી ભલે તે મહાન વિદ્વાન કે દાર્શનિક કેમ ન હોય. કૃષ્ણના અચિંત્ય ગુણોને સર્વ કારણોના કારણરૂપે તેમની સર્વશક્તિમત્તા તથા ઐશ્વર્ય, તેમની સંપત્તિ, યશ, બળ, સૌંદર્ય, જ્ઞાન તથા વૈરાગ્યના વિષયમાં કેવળ શુદ્ધ ભક્ત જ કંઈક જાણી શકે છે, કારણ કે કૃષ્ણ પોતાના ભક્તો પર કૃપા વરસાવવા તત્પર હોય છે. તેઓ બ્રહ્મ સાક્ષાત્કારની પરિસીમા સમાન છે અને માત્ર ભક્તો જ તેમને તત્ત્વતઃ જાણી શકે છે. એટલે જ ભક્તિરસામૃતસિંધુ (૧.૨.૨૩૪) માં કહેવામાં આવ્યું છે:

અતઃ શ્રીકૃષ્ણ નામાદિ ન ભવેદ્‌ગ્રાહ્યમ્ ઈન્દ્રિયૈઃ।
સેવોન્મુખે હિ જિહ્વાદૌ સ્વયમ્ એવ સ્ફુરત્યદઃ॥

"કુંઠિત ભૌતિક ઈન્દ્રિયો દ્વારા કોઈ મનુષ્ય કૃષ્ણને તેમના યથાર્થ રૂપે જાણી શકે નહીં, પરંતુ ભક્તો દ્વારા કરવામાં આવેલી દિવ્ય સેવાથી પ્રસન્ન થઈને તેઓ ભક્તો સમક્ષ પોતાના સ્વરૂપને પ્રગટ કરે છે.

શ્લોક ૪

भूमिरापोऽनलो वायुः खं मनो बुद्धिरेव च।
अहङ्कार इतीयं मे भिन्ना प्रकृतिरष्टधा॥४॥

ભૂમિઃ—પૃથ્વી; **આપઃ**—જળ; **અનલઃ**—અગ્નિ; **વાયુઃ**—વાયુ; **ખમ્**—આકાશ; **મનઃ**—મન; **બુદ્ધિઃ**—બુદ્ધિ; **એવ**—નક્કી; **ચ**—પણ; **અહઙ્કારઃ**—અહંકાર; **ઈતિ**—એમ; **ઈયમ્**—આ સર્વ; **મે**—મારી; **ભિન્ના**—પૃથક; **પ્રકૃતિઃ**—શક્તિઓ; **અષ્ટધા**—આઠ પ્રકારની.

અનુવાદ

પૃથ્વી, જળ, અગ્નિ, વાયુ, આકાશ, મન, બુદ્ધિ તથા અહંકાર—એ આઠ મારી ભિન્ન થયેલી ભૌતિક શક્તિઓ છે.

ભાવાર્થ

ઈશ્વરનું વિજ્ઞાન ભગવાનની સ્વરૂપાવસ્થા તથા તેમની વિવિધ શક્તિઓનું પૃથક્કરણ કરે છે. ભૌતિક શક્તિને પ્રકૃતિ અથવા ભગવાનના

વેવિધ પુરુષ અવતારો (વિસ્તારો)માં રહેલી તેમની શક્તિ કહેવામાં આવે છે, જેનું વર્ણન સાત્વતતંત્રમાં કરવામાં આવ્યું છે:

વિષ્ણોસ્તુ ત્રીણિ રૂપાણિ પુરુષાખ્યાન્યથો વિદુઃ।
એકં તુ મહતઃ સ્રષ્ટૃ દ્વિતીયં ત્વણ્ડસંસ્થિતમ્।
તૃતીયં સર્વભૂતસ્થં તાનિ જ્ઞાત્વા વિમુચ્યતે॥

"ભૌતિક સર્જન માટે ભગવાન કૃષ્ણનો સ્વાંશ વિસ્તાર ત્રણ વિષ્ણુ રૂપો પ્રગટ કરે છે. પ્રથમ વિસ્તાર મહાવિષ્ણુ સંપૂર્ણ ભૌતિક શક્તિ અર્થાત્ મહત્ તત્ત્વ ઉત્પન્ન કરે છે. બીજા ગર્ભોદકશાયી વિષ્ણુ છે, જેઓ સમગ્ર બ્રહ્માંડોમાં પ્રવેશ કરીને તેમની અંદર વૈવિધ્યોને ઉત્પન્ન કરે છે. ત્રીજા ક્ષીરોદકશાયી વિષ્ણુ સર્વ બ્રહ્માંડોના સર્વવ્યાપક પરમાત્મારૂપે વ્યાપ્ત છે અને પરમાત્મા કહેવાય છે. તેઓ અણુ-અણુમાં વિદ્યમાન છે. જે મનુષ્ય આ ત્રણે વિષ્ણુ રૂપોને જાણે છે, તે ભવબંધનમાંથી મુક્ત થઈ શકે છે."

આ ભૌતિક જગત ભગવાનની શક્તિઓમાંની એકનું અસ્થાયી પ્રગટીકરણ છે. ભૌતિક જગતનાં સર્વ કાર્યો ભગવાન કૃષ્ણના આ ત્રણ વિષ્ણુ વિસ્તારો દ્વારા નિર્દેશિત થાય છે. આ પુરુષોને અવતાર (પુરુષાવતાર) કહેવાય છે. સામાન્ય રીતે જે મનુષ્ય ઈશ્વરતત્ત્વ (અર્થાત્ કૃષ્ણતત્ત્વ)ને જાણતો નથી, તે માની લે છે કે આ ભૌતિક જગત જીવોના ઉપભોગ માટે છે અને બધા જીવો ભૌતિક શક્તિના પુરુષ અર્થાત્ કારણ, નિયંતા તથા ભોક્તા છે. ભગવદ્‌ગીતા અનુસાર આ નાસ્તિક નિષ્કર્ષ સાચો નથી. ચર્ચા હેઠળના આ શ્લોકમાં કૃષ્ણનો નિર્દેશ આ ભૌતિક પ્રાકટ્યના મૂળ કારણ તરીકે થયો છે. શ્રીમદ્ ભાગવત પણ આનું સમર્થન કરે છે. ભૌતિક જગતને બનાવનારાં ઘટકતત્ત્વો એ ભગવાનની અલગ અલગ શક્તિઓ છે. અરે, નિર્વિશેષવાદીઓનું અંતિમ લક્ષ્ય બ્રહ્મજ્યોતિ સુધ્ધાં એક આધ્યાત્મિક શક્તિ છે કે જે દિવ્ય આકાશમાં પ્રગટ થાય છે. વૈકુંઠના ગ્રહોમાં જેવાં દિવ્ય વૈવિધ્યો છે, તેવાં બ્રહ્મજ્યોતિમાં હોતાં નથી અને નિર્વિશેષવાદીઓ આ બ્રહ્મજ્યોતિને જ તેમના અંતિમ સનાતન ધ્યેય તરીકે સ્વીકારે છે. પરમાત્માનો આવિર્ભાવ પણ ક્ષીરોદકશાયી વિષ્ણુનું એક અસ્થાયી સર્વવ્યાપી પાસું છે. દિવ્ય જગતમાં પરમાત્માનો આવિર્ભાવ એ કોઈ સનાતન નથી. તેથી વાસ્તવિક પરમ સત્ય તો પૂર્ણ પુરુષોત્તમ પરમેશ્વર કૃષ્ણ જ છે. તેઓ જ પૂર્ણ શક્તિસંપન્ન પુરુષ છે અને તેઓ બહિરંગ તથા અંતરંગ એવી વિવિધ શક્તિઓ ધરાવે છે.

ઉપરાંત ભૌતિક શક્તિ પૈકીના મુખ્ય આવિર્ભાવો આઠ છે. તેમાંન પ્રથમ પાંચ અર્થાત્ પૃથ્વી, જળ, અગ્નિ, વાયુ તથા આકાશ એ સ્થૂળ અથવ વિરાટ સર્જનો (પંચમહાભૂતો) કહેવાય છે, જેમની અંદર શબ્દ, સ્પર્શ, રૂપ રસ તથા ગંધ નામના પાંચ ઈન્દ્રિય વિષયો સમાયેલા છે. ભૌતિક વિજ્ઞાન આ દશ તત્ત્વોને તો ઓળખે છે, પરંતુ અન્ય ત્રણ તત્ત્વોની એટલે કે મન બુદ્ધિ તથા મિથ્યા અહંકારની ભૌતિકવાદીઓ દ્વારા ઉપેક્ષા કરવામાં આવે છે. માનસિક કાર્યોથી વ્યવહાર કરનારા દાર્શનિકો પણ પૂર્ણ જ્ઞાન ધરાવત નથી. કારણ કે તેઓ અંતિમ ઉદ્‌ગમ કૃષ્ણને જાણતા નથી. 'હું છું' અને 'અ મારું છે' એવો મિથ્યા અહંકાર કે જે આ ભૌતિક અસ્તિત્વનું મૂળ કારણ છે, તેમાં વિષયભોગની દશ ઈન્દ્રિયોનો સમાવેશ થાય છે. બુદ્ધિ મહત્ તત્ત્ નામના સમગ્ર ભૌતિક સર્જનોનો નિર્દેશ કરે છે. તેથી ભગવાનની આઠ વિભિન્ન શક્તિઓમાંથી ભૌતિક જગતનાં ચોવીસ તત્ત્વો પ્રગટ થાય છે કે જે નાસ્તિક સાંખ્યદર્શનનો વિષય છે. મૂળરૂપે તેઓ કૃષ્ણની શક્તિઓની ઉપશાખાઓ છે અને કૃષ્ણથી ભિન્ન છે, પરંતુ નાસ્તિક સાંખ્ય દાર્શનિક અલ્પજ્ઞાનને કારણે સમજી શકતા નથી કે કૃષ્ણ જ સર્વ કારણોના મૂળ કારણ છે. ભગવદ્ગીતામાં કહેવામાં આવ્યું છે તેમ, સાંખ્યદર્શનના વિવેચનનો વિષય માત્ર કૃષ્ણની બહિરંગ શક્તિનું પ્રગટીકરણ જ છે.

શ્લોક ૫

अपरेयमितस्त्वन्यां प्रकृतिं विद्धि मे पराम्।
जीवभूतां महाबाहो ययेदं धार्यते जगत्॥ ५॥

અપરા—નિકૃષ્ટ; **ઈયમ્**—આ; **ઈતઃ**—આ ઉપરાંત; **તુ**—પરંતુ **અન્યામ્**—અન્ય; **પ્રકૃતિમ્**—શક્તિ; **વિદ્ધિ**—જાણવાનો પ્રયત્ન કર; **મે**—મારી; **પરામ્**—ઉત્કૃષ્ટ, ચેતન; **જીવ ભૂતામ્**—જીવોની બનેલી; **મહાબાહો**—હે બળવાન ભુજાઓવાળા; **યયા**—જેના દ્વારા; **ઈદમ્**—આ; **ધાર્યતે**—ઉપયોગ કરાય છે અથવા લાભ લેવાય છે; **જગત્**—ભૌતિક જગત.

અનુવાદ

વળી હે મહાબાહુ અર્જુન, આ નિકૃષ્ટ શક્તિ ઉપરાંત મારી એક અન્ય ચડિયાતી પરા શક્તિ પણ છે કે જે જીવોની બનેલી છે અને જે ભૌતિક પ્રકૃતિ સાથે સંઘર્ષ કર્યા કરે છે અને તેનાં સંસાધનોનો ઉપભોગ કરે છે.

ભાવાર્થ

અહીં સ્પષ્ટ શબ્દોમાં એમ જણાવ્યું છે કે જીવ પરમેશ્વરની પરા પ્રકૃતિ (શક્તિ) છે, અપરા શક્તિ તો પૃથ્વી, જળ, અગ્નિ, વાયુ, આકાશ, મન, બુદ્ધિ તથા અહંકાર જેવા જુદાં જુદાં તત્ત્વોરૂપે પ્રગટ થાય છે. ભૌતિક પ્રકૃતિના સ્થૂળ (પૃથ્વી વગેરે) તથા સૂક્ષ્મ (મન વગેરે) બંને રૂપો અપરા શક્તિની જ પેદાશો છે. વિભિન્ન હેતુઓ માટે આ અપરા શક્તિઓનો ઉપભોગ કરી રહેલા જીવો પરમેશ્વરની પરા શક્તિ છે અને આ શક્તિને લીધે જ સમગ્ર ભૌતિક જગત કાર્યરત રહે છે. જ્યાં સુધી આ દૃશ્ય જગતને પરા શક્તિ અર્થાત્ જીવ દ્વારા ગતિશીલ કરવામાં આવતું નથી, ત્યાં સુધી તેનામાં કાર્ય કરવાની શક્તિ આવતી નથી. શક્તિઓનું નિયંત્રણ હંમેશાં શક્તિમાન દ્વારા થાય છે તેથી જીવો સદા ભગવાન દ્વારા નિયંત્રિત થાય છે, તેઓ કદી સ્વતંત્ર અસ્તિત્વ ધરાવતા નથી. બુદ્ધિહીન માણસો માને છે તેમ, જીવો કદાપિ સમાન રીતે શક્તિશાળી હોતા નથી. શ્રીમદ્ ભાગવત (૧૦.૮૭.૩૦)માં જીવ તથા ભગવાનની વચ્ચે રહેલા વિશિષ્ટ તફાવતનું આ પ્રમાણે વર્ણન થયું છે:

અપરિમિતા ધ્રુવાસ્તનુ ભૃતો યદિ સર્વગતા-
સ્તર્હિ ન શાસ્યતેતિ નિયમો ધ્રુવ નેતરથા।
અજનિ ચ યન્મયં તદવિમુચ્ય નિયન્તૃ ભવેત્
સમમ્ અનુજાનતાં યદ્ અમતં મત દુષ્ટતયા॥

"હે પરમ સનાતન! જો બધા દેહધારી જીવો આપની જેમ જ સનાતન તથા સર્વવ્યાપી હોત, તો તેઓ આપના નિયંત્રણ હેઠળ હોત નહીં. પરંતુ જો જીવોને આપની સૂક્ષ્મ શક્તિ તરીકે સ્વીકારવામાં આવે, તો તેઓ સર્વે આપના પરમ નિયંત્રણના પાત્ર બને છે. તેથી વાસ્તવિક મુક્તિ તો આપના શરણાગત થવામાં છે અને આ શરણાગતિ દ્વારા જ તેઓ સુખી થશે. તે જ સ્વરૂપાવસ્થામાં તેઓ નિયંતા બની શકે છે. માટે અદ્વૈતવાદની હિમાયત કરનારા તથા ઈશ્વર અને જીવો સર્વથા સમાન છે, એવો પ્રચાર કરનારા અલ્પજ્ઞ માણસો હકીકતમાં પોતાની જાતને ગેરમાર્ગે દોરી રહ્યા છે અને બીજાઓને પણ ગેરમાર્ગે દોરી રહ્યા છે."

પરમેશ્વર કૃષ્ણ જ એકમાત્ર નિયંતા છે અને બધા જીવો તેમના વડે જ નિયંત્રિત થાય છે. બધા જીવો તેમની પરા શક્તિ છે, કારણ કે તેમના ગુણ પરમેશ્વર સમાન છે, પરંતુ શક્તિની માત્રાની બાબતમાં તેઓ કદાપિ

ભગવાનના સમકક્ષ નથી. સ્થૂળ તથા સૂક્ષ્મ અપરા શક્તિનો ઉપભોગ કરી રહેલા પરા શક્તિના જીવોને પોતાનાં વાસ્તવિક મન તથા બુદ્ધિની વિસ્મૃતિ થઈ જાય છે. જીવ ઉપર જડ પ્રકૃતિના પ્રભાવને લીધે આ વિસ્મૃતિ થાય છે. પરંતુ જીવ જ્યારે આ ભ્રામક ભૌતિક શક્તિના બંધનમાંથી મુક્ત થઈ જાય છે, ત્યારે તેને મુક્તિ પ્રાપ્ત થાય છે. માયાના પ્રભાવમાં આવીને મિથ્યા અહંકાર વિચારે છે, "હું જ ભૌતિક પદાર્થ છું અને સર્વ ભૌતિક વસ્તુઓ મારી છે." જ્યારે જીવ ઈશ્વર સાથેના પોતાના તાદાત્મ્ય સહિત સર્વ દુન્યવી વિચારોથી મુક્ત થઈ જાય છે, ત્યારે તે પોતાની વાસ્તવિક સ્થિતિ પ્રાપ્ત કરે છે. માટે એવો નિષ્કર્ષ તારવી શકાય કે જીવ કૃષ્ણની અનેક શક્તિઓમાંનો એક છે, એ વસ્તુનું ગીતા સમર્થન કરે છે અને જ્યારે આ શક્તિ ભૌતિક સંસર્ગદોષમાંથી મુક્ત થઈ જાય છે, ત્યારે તે પૂર્ણપણે કૃષ્ણભાવનાયુક્ત અથવા મુક્ત થાય છે.

શ્લોક ૬

एतद्योनीनि भूतानि सर्वाणीत्युपधारय।
अहं कृत्स्नस्य जगतः प्रभवः प्रलयस्तथा॥ ६॥

એતત્—આ બે શક્તિઓ; **યોનીનિ**—જેમના જન્મના સ્રોત, યોનિઓ; **ભૂતાનિ**—સર્જાયેલો દરેક પદાર્થ; **સર્વાણિ**—સર્વ; **ઈતિ**—એ રીતે; **ઉપધારય**—જાણ; **અહમ્**—હું; **કૃત્સ્નસ્ય**—સમગ્ર; **જગતઃ**—જગતના; **પ્રભવઃ**—પ્રાદુર્ભાવનું કારણ; **પ્રલયઃ**—વિનાશ; **તથા**—અને.

અનુવાદ

સર્વ સર્જાયેલા જીવોનો ઉદ્ભવ આ બંને શક્તિઓમાં રહેલો છે. આ જગતમાં જે કાંઈ ભૌતિક અને આધ્યાત્મિક છે, તે સર્વની ઉત્પત્તિ તથા વિનાશરૂપ મને જ જાણ.

ભાવાર્થ

જે બધી વસ્તુઓ અસ્તિત્વમાં છે, તે સર્વ જડ તત્ત્વ અને ચેતન તત્ત્વની ઊપજ છે. ચેતન તત્ત્વ સૃષ્ટિનું મૂળ ક્ષેત્ર છે અને જડ પદાર્થ ચેતન તત્ત્વ દ્વારા ઉત્પન્ન કરવામાં આવે છે. ચેતન તત્ત્વની ઉત્પત્તિ ભૌતિક વિકાસના કોઈ એક તબક્કે થાય છે તેમ નથી. ઊલટું, આ ભૌતિક જગત આધ્યાત્મિક શક્તિના આધારે જ પ્રગટ થાય છે. આ ભૌતિક શરીરનો વિકાસ થયો છે, કારણ કે તેની અંદર ચેતન આત્મા ઉપસ્થિત છે. એક બાળક ધીરે ધીરે કુમારાવસ્થા અને પછી યુવાવસ્થામાં આવે છે, કારણ કે પરા શક્તિ, ચેતન

ાત્મા તેની અંદર વિદ્યમાન છે. એવી જ રીતે આ વિરાટ બ્રહ્માંડની સમગ્ર ૃષ્ટિનો વિકાસ પરમાત્મા, વિષ્ણુની ઉપસ્થિતના કારણે થાય છે. તેથી ‍તન આત્મા તથા જડ પદાર્થ મૂળરૂપે ભગવાનની બે શક્તિઓ છે, જેમના ‍યોગથી વિરાટ બ્રહ્માંડ પ્રગટ થાય છે. માટે ભગવાન જ સર્વ વસ્તુઓના ાદિ કારણ છે. પરમેશ્વરના સૂક્ષ્મ અંશરૂપી ભાગ અર્થાત્ જીવાત્મા ૌતિક શક્તિનું રૂપાંતર કરીને એક બહુમાળી મકાન, કારખાનું અથવા ‍હેર બનાવી શકે, પરંતુ તે શૂન્યમાંથી પદાર્થને પેદા કરી શકે નહીં અને ‍શક, તે એક ગ્રહ અથવા બ્રહ્માંડ તો ન જ બનાવી શકે. વિરાટ બ્રહ્માંડનું ારણ વિરાટ આત્મા અથવા પરમાત્મા છે. અને પરમેશ્વર કૃષ્ણ તો બંને ‍રાટ અને નાના આત્માઓના કારણ છે. તેથી તેઓ સર્વ કારણોના મૂળ ારણ છે, આ વિશે કઠોપનિષદ (૨.૨.૧૩)માં સમર્થન થયું છે—*નિત્યો ‍ેત્યાનાં ચેતનશ્ચેતનાનામ્.*

શ્લોક ૭

मत्तः परतरं नान्यत्किञ्चिदस्ति धनञ्जय।
मयि सर्वमिदं प्रोतं सूत्रे मणिगणा इव॥ ७॥

मत्तः—મારાથી પર; **परतरम्**—ચડિયાતું; **न**—નથી; **अन्यत्**—અન્ય; ‍ઞ્ચિત્—બીજું કશું; **अस्ति**—છે; **धनञ्जय**—હે ધનના વિજેતા; **मयि**—ારામાં; **सर्वम्**—સર્વ કાંઈ; **ઇदम्**—જે આપણે જોઈએ છીએ; **प्रोतम्**—‍થેલું છે; **सूत्रे**—દોરામાં; **मणिगणाः**—મોતીના દાણા; **ઇव**—જેમ.

અનુવાદ

હે ધનંજય, મારાથી શ્રેષ્ઠ એવું કોઈ તત્ત્વ (સત્ય) નથી. જેવી રીતે ‍ોતી દોરામાં ગૂંથાયેલાં રહે છે, તેવી રીતે સર્વ કાંઈ મારા આધારે રહેલું છે.

ભાવાર્થ

પરમ સત્ય સાકાર છે કે નિરાકાર એ બાબતમાં સામાન્ય રીતે વિવાદ ‍ાલ્યા કરે છે. જ્યાં સુધી ભગવદ્‌ગીતાનો સંબંધ છે ત્યાં સુધી પરમ ‍ત્ય તો ભગવાન શ્રીકૃષ્ણ છે અને ડગલે ને પગલે આ વિશે સમર્થન ‍રવામાં આવ્યું છે. ખાસ કરીને આ શ્લોકમાં એમ ભારપૂર્વક દર્શાવ્યું છે ‍ પરમ સત્ય એ એક વ્યક્તિ છે. ભગવાન જ પરમ સત્ય અર્થાત્ પરબ્રહ્મ ‍, એ વિશે બ્રહ્મસંહિતામાં પણ સમર્થન થયું છે—*ઈશ્વરઃ પરમઃ કૃષ્ણઃ ‍ચ્ચિદાનન્દ વિગ્રહઃ*—અર્થાત્ પરમ સત્ય પૂર્ણ પુરુષોત્તમ ભગવાન કૃષ્ણ ‍ અને તેઓ જ આદ્ય ભગવાન, સર્વ આનંદના ભંડાર, ગોવિંદ અને પૂર્ણ

આનંદ તથા જ્ઞાનના સનાતન સ્વરૂપ છે. આ બધા પ્રમાણ નિર્વિવાદરૂ સાબિત કરે છે કે પરમ સત્ય પરમ પુરુષ છે કે જેઓ સર્વ કારણોના કાર છે. પરંતુ નિર્વિશેષવાદી શ્વેતાશ્વતર ઉપનિષદ (૩.૧૦)ના વૈદિક મંત્ર આધારે દલીલ કરે છે—*તતો યદુત્તરતરં તદરૂપમનામયં ય એતદ્વિદુરમૃતાર ભવન્ત્યથેતરે દુઃખમેવાપિયન્તિ*—"ભૌતિક જગતમાં બ્રહ્માંડના પ્રથ જીવાત્મા બ્રહ્માને દેવો, મનુષ્યો તથા નિમ્ન પ્રાણીઓમાં સર્વશ્રેષ્ઠ માનવામ આવે છે. પરંતુ બ્રહ્માથી પર એક ઈન્દ્રિયાતીત બ્રહ્મ છે, જેનું કોઈ ભૌતિ સ્વરૂપ નથી અને જે સમગ્ર ભૌતિક સંસર્ગદોષથી રહિત છે. જે મનુષ્ય તે જાણવા પામે છે, તે પણ દિવ્ય થાય છે. પરંતુ જેઓ તેમને જાણતા નથ તેઓ આ ભૌતિક જગતના સંતાપ ભોગવ્યા કરે છે."

નિર્વિશેષવાદી *અરૂપમ્* શબ્દ પર વિશેષ ભાર મૂકે છે. પરંતુ આ *અરૂપ* શબ્દ નિરાકાર નથી. આ દિવ્ય સચ્ચિદાનંદમય સ્વરૂપનો સૂચક છે, જે અ બ્રહ્મસંહિતામાં ઉપર મુજબ વર્ણન થયું છે. શ્વેતાશ્વતર ઉપનિષદ (૩.૮—૯ ના અન્ય શ્લોક પણ આનું સમર્થન કરે છે:

વેદાહમેતં પુરુષં મહાન્તમ્
આદિત્યવર્ણં તમસઃ પરસ્તાત્।
તમેવ વિદ્વાનતિ મૃત્યુમેતિ
નાન્યઃ પન્થાઃ વિદ્યતેઽયનાય॥
યસ્માત્પરં નાપરમસ્તિ કિઞ્ચિત્
યસ્માન્નાણીયો નો જ્યાયોઽસ્તિ કિઞ્ચિત્।
વૃક્ષ ઈવ સ્તબ્ધો દિવિ તિષ્ઠત્યેક-
સ્તેનેદં પૂર્ણં પુરુષેણ સર્વમ્॥

"અંધકારની સર્વ ભૌતિક કલ્પનાઓથી પર એવા પૂર્ણ પુરુષોત્ત પરમેશ્વરને હું જાણું છું. તેમને જાણનાર મનુષ્ય જ જન્મ તથા મરણ બંધનને ઓળંગી શકે છે. તે પરમેશ્વરના આ જ્ઞાન સિવાય મોક્ષનું અન કોઈ સાધન નથી."

"તે પૂર્ણ પુરુષોત્તમથી ચડિયાતું અન્ય કોઈ સત્ય નથી, કારણ કે તેઅ સર્વશ્રેષ્ઠ છે. તેઓ સૂક્ષ્મથી પણ સૂક્ષ્મતમ છે અને મહાનથી પણ મહાનત છે. તેઓ એક મૂક વૃક્ષની જેમ સ્થિત છે અને દિવ્ય આકાશને પ્રકાશિત ક છે. જેવી રીતે વૃક્ષ તેનાં મૂળ ફેલાવે છે, તેમ તેઓ પણ પોતાની વિસ્તૃ શક્તિઓનો પ્રસાર કરે છે."

આ શ્લોકોમાંથી નિષ્કર્ષ નીકળે છે કે પરમ સત્ય પૂર્ણ પુરુષોત્તમ પરમેશ્વર જ છે, જેઓ પોતાની ભૌતિક તેમ જ આધ્યાત્મિક શક્તિઓ દ્વાર સર્વવ્યાપક છે.

શ્લોક ૮

रसोऽहमप्सु कौन्तेय प्रभास्मि शशिसूर्ययोः।
प्रणवः सर्ववेदेषु शब्दः खे पौरुषं नृषु॥ ८॥

રસઃ—સ્વાદ; **અહમ્**—હું; **અપ્સુ**—જળમાં; **કૌન્તેય**—હે કુંતીપુત્ર; **પ્રભા**—પ્રકાશ; **અસ્મિ**—હું છું; **શશિ સૂર્યયોઃ**—ચંદ્ર તથા સૂર્ય; **પ્રણવઃ**—ૐના ત્રણ અક્ષર અ-ઉ-મ; **સર્વ**—બધા; **વેદેષુ**—વેદોમાં; **શબ્દઃ**—ધ્વનિ; **ખે**—આકાશમાં; **પૌરુષમ્**—સામર્થ્ય; **નૃષુ**—મનુષ્યોમાં.

અનુવાદ

હે કુંતીપુત્ર અર્જુન, હું પાણીમાં સ્વાદ છું, સૂર્ય તથા ચંદ્રનો પ્રકાશ છું. વૈદિક મંત્રોમાં ૐકાર છું, હું આકાશમાં શબ્દ તથા મનુષ્યોમાં સામર્થ્ય છું.

ભાવાર્થ

આ શ્લોક દર્શાવે છે કે ભગવાન કેવી રીતે પોતાની વિવિધ ભૌતિક તથા આધ્યાત્મિક શક્તિઓ દ્વારા સર્વવ્યાપી રહે છે. પરમેશ્વરની પ્રારંભિક અનુભૂતિ તેમની વિભિન્ન શક્તિઓ દ્વારા થઈ શકે છે અને એ રીતે તેમનો નિરાકાર રીતે સાક્ષાત્કાર થઈ શકે છે. જેવી રીતે સૂર્યલોકમાંના સૂર્યદેવ એક પુરુષ છે અને પોતાની સર્વવ્યાપક શક્તિ, સૂર્યપ્રકાશ દ્વારા તેમની અનુભતિ થાય છે, તેવી જ રીતે ભગવાન પોતાના ધામમાં વસતા હોવા છતાં તેમની સર્વવ્યાપક શક્તિઓ દ્વારા તેમને અનુભવી શકાય છે. પાણીનો સ્વાદ પાણીનો મૂળભૂત ગુણ છે. કોઈ પણ સમુદ્રનું પાણી પીવા ઇચ્છતું નથી, કારણ કે તે પાણીનો શુદ્ધ સ્વાદ મીઠાના મિશ્રણવાળો હોય છે. પાણીના આકર્ષણનો આધાર તેના સ્વાદની શુદ્ધિ પર રહે છે અને આ વિશુદ્ધ સ્વાદ એ ભગવાનની એક શક્તિ છે. નિર્વિશેષવાદી જળમાં ભગવાનની ઉપસ્થિતિ જળના સ્વાદને લીધે કરે છે અને સગુણવાદી પણ મનુષ્યની તરસ છીપાવવા માટે આપેલાં સુસ્વાદુ જળને કારણે ભગવાનનાં ગુણગાન કરે છે. પરમેશ્વરની અનુભૂતિ કરવાની એ રીત છે. વ્યવહારમાં સગુણવાદ તથા નિરાકારવાદમાં કોઈ સંઘર્ષ નથી. જે ઈશ્વરને જાણે છે, તે જાણે છે કે દરેક વસ્તુમાં એકસાથે સગુણબોધ તથા નિર્ગુણબોધ રહે છે અને

આમાં કોઈ વિરોધાભાસ હોતો નથી. માટે જ ભગવાન ચૈતન્યે પોતાનો શુદ્ધ સિદ્ધાંત પ્રતિપાદિત કર્યો કે જેને અચિંત્ય ભેદ અને અભેદ તત્ત્વ—*અચિન્ત્ય ભેદાભેદ* કહે છે.

સૂર્ય તથા ચંદ્રનો પ્રકાશ પણ મૂળમાં બ્રહ્મજ્યોતિમાંથી નીકળે છે. બ્રહ્મજ્યોતિ એ ભગવાનનું નિર્વિશેષ તેજ છે. પ્રણવ અથવા ૐકાર દરેક વૈદિક મંત્રના પ્રારંભમાં ભગવાનને સંબોધનાર્થે પ્રયોજાયેલ દિવ્ય ધ્વનિ છે. નિર્વિશેષવાદીઓ પરમેશ્વર કૃષ્ણને તેમનાં અસંખ્ય નામો દ્વારા બોલાવવામાં બહુ ડરતા હોય છે તેથી તેઓ દિવ્ય ધ્વનિ ૐકારનું ઉચ્ચારણ કરે છે, પરંતુ તેમને આની લેશમાત્ર અનુભૂતિ થતી નથી કે ૐકાર કૃષ્ણનું જ શબ્દસ્વરૂપ છે. કૃષ્ણભાવનાનું કાર્યક્ષેત્ર વ્યાપક છે અને જે આ કૃષ્ણભાવનાને જાણે છે, તે ધન્ય છે. જે મનુષ્યો કૃષ્ણને જાણતા નથી, તેઓ મોહગ્રસ્ત રહે છે. માટે કૃષ્ણ વિશેનું જ્ઞાન હોવું એ મુક્તિ છે અને તેમના વિશેનું અજ્ઞાન હોવું એ બંધન છે.

શ્લોક ૯
पुण्यो गन्धः पृथिव्यां च तेजश्चास्मि विभावसौ।
जीवनं सर्वभूतेषु तपश्चास्मि तपस्विषु॥ ९॥

પુણ્યઃ—મૂળ; **ગન્ધઃ**—સુગંધ; **પૃથિવ્યામ્**—પૃથ્વીમાં; **ચ**—વળી; **તેજઃ**—પ્રકાશ; **ચ**—પણ; **અસ્મિ**—છું; **વિભાવસૌ**—અગ્નિમાં; **જીવનમ્**—જીવન, પ્રાણ; **સર્વ**—સર્વ; **ભૂતેષુ**—જીવોમાં; **તપઃ**—તપ; **ચ**—અને; **અસ્મિ**—છું; **તપસ્વિષુ**—તપ કરનારાઓમાં.

અનુવાદ

હું પૃથ્વીની મૂળ સુગંધ તથા અગ્નિની ઉષ્ણતા છું, હું જીવમાત્રનું જીવન તથા તપસ્વીઓનું તપ છું.

ભાવાર્થ

પુણ્ય એટલે કે જેમાં વિકાર નથી તે. તેથી તે મૂળભૂત છે. આ ભૌતિક જગતમાં દરેક વસ્તુને કોઈ ને કોઈ સુગંધ હોય છે, જેમ કે ફૂલની સુગંધ, પૃથ્વી, પાણી, વાયુ, અગ્નિ વગેરેની સુગંધ. સર્વ વસ્તુઓમાં વ્યાપ્ત નિર્મળ ગંધ કે જે મૂળભૂત ગંધ છે, તે કૃષ્ણ છે. તેવી રીતે, દરેક વસ્તુનો એક વિશિષ્ટ મૂળ સ્વાદ હોય છે અને રસાયણોના આ સ્વાદને મિશ્રણથી બદલી શકાય છે. એટલે દરેક મૂળ વસ્તુને કોઈ સુગંધ, મહેક તથા સ્વાદ હોય છે. *વિભાવસુ*નો અર્થ અગ્નિ થાય છે. અગ્નિ વિના આપણે કારખાનાં ચલાવી

શકતા નથી કે રાંધી શકતા નથી અને તે અગ્નિ કૃષ્ણ છે, અગ્નિમાંની ઉષ્ણતા એ કૃષ્ણ છે. વૈદિક ચિકિત્સા પ્રમાણે જઠરાગ્નિની મંદતા એ અપચાનું કારણ હોય છે. તેથી પાચન માટે પણ અગ્નિની જરૂર રહે છે, કૃષ્ણભાવનામાં આપણે જાણવા પામીએ છીએ કે પૃથ્વી, જળ, અગ્નિ, વાયુ તથા દરેક સક્રિય સત્ત્વ, સર્વ રસાયણો તેમ જ બધાં ભૌતિક તત્ત્વો કૃષ્ણના લીધે છે. મનુષ્યનું આયુષ્ય પણ કૃષ્ણના લીધે છે. તેથી કૃષ્ણની કૃપાથી જ મનુષ્ય પોતાની આવરદા વધારી કે ઘટાડી શકે છે. એટલે કૃષ્ણભાવનામૃત દરેક ક્ષેત્રમાં સક્રિય રહે છે.

શ્લોક ૧૦ **बीजं मां सर्वभूतानां विद्धि पार्थ सनातनम्।**
बुद्धिर्बुद्धिमतामस्मि तेजस्तेजस्विनामहम्॥ १०॥

બીજમ્—બીજ; **મામ્**—મને; **સર્વ ભૂતાનામ્**—સર્વ જીવોનું; **વિદ્ધિ**—જાણવાનો પ્રયત્ન કર; **પાર્થ**—હે પૃથાપુત્ર; **સનાતનમ્**—આદિ, સનાતન; **બુદ્ધિઃ**—બુદ્ધિ; **બુદ્ધિમતામ્**—બુદ્ધિશાળીઓની; **અસ્મિ**—હું છું; **તેજઃ**—પરાક્રમ; **તેજસ્વિનામ્**—શક્તિશાળીઓનું; **અહમ્**—હું છું.

અનુવાદ

હે પૃથાપુત્ર, જાણી લે કે હું જ સર્વ જીવોનો આદિ બીજરૂપ છું, બુદ્ધિમાનોની બુદ્ધિ છું અને સર્વ શક્તિશાળી પુરુષોનું તેજ હું છું.

ભાવાર્થ

*બીજમ્*નો અર્થ છે બીજ. કૃષ્ણ સર્વના બીજ છે. ભૌતિક પ્રકૃતિના સંપર્કમાં આવીને બીજ ચર અને અચર જીવોના રૂપમાં ફળીભૂત થાય છે. પશુ, પક્ષી, મનુષ્ય તથા અન્ય સજીવ જીવો ચર છે, પરંતુ વૃક્ષ અને છોડ અચર છે; તેઓ ચાલી શકતાં નથી, માત્ર ઊભાં રહે છે. દરેક જીવનો સમાવેશ ચોર્યાશી લાખ યોનિઓમાં થયેલો છે, તેમાંના કેટલાક જીવો ચર છે અને કેટલાક અચર છે. પરંતુ આ બધાના બીજરૂપ શ્રીકૃષ્ણ છે. વૈદિક સાહિત્યમાં જણાવ્યા પ્રમાણે બ્રહ્મ અથવા પરમ સત્ય એ છે કે જેમાંથી પ્રત્યેક વસ્તુ ઉદ્ભવે છે. કૃષ્ણ પરબ્રહ્મ અથવા પરમાત્મા છે. બ્રહ્મ નિર્વિશેષ છે જ્યારે પરબ્રહ્મ સાકાર છે. નિર્વિશેષ બ્રહ્મ સાકાર રૂપના આધારે રહેલું છે, એ તો ભગવદ્ગીતામાં કહેવામાં આવેલું છે. માટે મૂળભૂત રીતે કૃષ્ણ સમસ્ત વસ્તુઓના ઉદ્ભવસ્થાન છે. તેઓ જ મૂળ છે. જેવી રીતે વૃક્ષનું

મૂળ સમગ્ર વૃક્ષનું પાલન કરે છે, તેવી રીતે કૃષ્ણ સર્વના મૂળ હોવાને કારણે આ જગતનાં બધાં પ્રાણીઓનું પાલન કરે છે. આનું સમર્થન વૈદિક સાહિત્ય (કઠોપનિષદ ૨.૨.૧૩)માં થયેલું છેઃ

નિત્યો નિત્યાનાં ચેતનશ્ચેતનાનામ્
એકો બહૂનાં યો વિદધાતિ કામાન્‌॥

તેઓ સર્વ સનાતનોમાં સર્વોપરી સનાતન છે. તેઓ સમસ્ત જીવંત હસ્તીઓમાં સર્વોપરી હસ્તી છે અને તેઓ જ એકમાત્ર સમસ્ત જીવોના પાલનહાર છે. માણસ બુદ્ધિ વિના કશું કરી શકતો નથી અને કૃષ્ણ એમ પણ કહે છે કે તેઓ જ સમગ્ર બુદ્ધિના મૂળ છે. જો મનુષ્ય બુદ્ધિમાન હોય નહીં, તો તે પૂર્ણ પુરુષોત્તમ પરમેશ્વર કૃષ્ણને સમજી શકતો નથી.

શ્લોક **बलं बलवतां चाहं कामरागविवर्जितम्।**
૧૧ **धर्माविरुद्धो भूतेषु कामोऽस्मि भरतर्षभ॥ ११॥**

બલમ્—બળ; **બલવતામ્**—બળવાનોનું; **ચ**—અને; **અહમ્**—હું; **કામ**—વિષયભોગ; **રાગ**—તથા આસક્તિ; **વિવર્જિતમ્**—રહિત; **ધર્મ અવિરુદ્ધઃ**—જે ધર્મની વિરુદ્ધ નથી; **ભૂતેષુ**—જીવમાત્રમાં; **કામઃ**—જાતીય જીવન; **અસ્મિ**—છું; **ભરત ઋષભ**—હે ભરતવંશીઓમાં શ્રેષ્ઠ.

અનુવાદ

હું બળવાનોનું કામ તથા વાસનારહિત બળ છું. હે ભરતશ્રેષ્ઠ અર્જુન, ધર્મના સિદ્ધાંતોની વિરુદ્ધનું ન હોય તેવું જાતીય જીવન હું જ છું.

ભાવાર્થ

બળવાન મનુષ્યના બળનો ઉપયોગ નિર્બળના રક્ષણ કાજે થવો જોઈએ, નહીં કે વ્યક્તિગત આક્રમણ માટે. એવી જ રીતે, ધર્મસંમત જાતીય જીવન સંતાનોત્પત્તિ અર્થે હોવું જોઈએ, અન્યથા નહીં. માટે માબાપની જવાબદારી એ છે કે તેઓ પોતાનાં સંતાનોને કૃષ્ણભાવનાયુક્ત બનાવે.

શ્લોક **ये चैव सात्त्विका भावा राजसास्तामसाश्च ये।**
૧૨ **मत्त एवेति तान्विद्धि न त्वहं तेषु ते मयि॥ १२॥**

યે—જે સર્વ; **ચ**—અને; **એવ**—નક્કી; **સાત્ત્વિકાઃ**—સત્ત્વગુણી; **ભાવાઃ**—ભાવ; **રાજસાઃ**—રજોગુણી; **તામસાઃ**—તમોગુણી; **ચ**—પણ; **યે**—બધા; **મત્તઃ**—મારાથી; **એવ**—જ; **ઇતિ**—એમ; **તાન્**—તેમને; **વિદ્ધિ**—

જાણ; **ન**—નહીં; **તુ**—પરંતુ; **અહમ્**—હું; **તેષુ**—તેમનામાં; **તે**—તેઓ; **મયિ**—મારામાં.

અનુવાદ

તું જાણી લે કે સર્વ ભાવ, પછી તે સત્ત્વગુણી હોય, રજોગુણી હોય કે તમોગુણી હોય, તે બધા જ મારી શક્તિ દ્વારા પ્રગટ થયેલા છે. એક રીતે હું સર્વ કાંઈ છું, પરંતુ સ્વતંત્ર છું. હું ભૌતિક પ્રકૃતિના ગુણોને અધીન નથી, બલ્કે તેઓ મારે અધીન છે.

ભાવાર્થ

જગતનાં સર્વ દુન્યવી કાર્યો પ્રકૃતિના ત્રણ ગુણોના પ્રભાવ હેઠળ થતા હોય છે. આ ભૌતિક ગુણો ભગવાન કૃષ્ણથી ઉદ્ભવતા હોવા છતાં તેઓ (કૃષ્ણ) એ ગુણોને અધીન નથી. ઉદાહરણાર્થ, રાજ્યના કાયદા હેઠળ કોઈ મનુષ્યને સજા થઈ શકે, પરંતુ કાયદો ઘડનાર રાજા એ કાયદાને અધીન હોતો નથી. એ જ રીતે ભૌતિક પ્રકૃતિના સત્ત્વગુણ, રજોગુણ તથા તમોગુણ ભગવાન કૃષ્ણથી ઉદ્ભવેલા છે, પરંતુ કૃષ્ણ ભૌતિક પ્રકૃતિને અધીન નથી. માટે જ તેઓ નિર્ગુણ છે એટલે કે આ ગુણો તેમનાથી ઉદ્ભવેલા છે, પણ ગુણો તેમને પ્રભાવિત કરતા નથી. તે ભગવાન અથવા પૂર્ણ પુરુષોત્તમ પરમેશ્વરનાં વિશિષ્ટ લક્ષણોમાંનું એક છે.

શ્લોક ૧૩

त्रिभिर्गुणमयैर्भावैरेभिः सर्वमिदं जगत्।
मोहितं नाभिजानाति मामेभ्यः परमव्ययम्॥ १३॥

ત્રિભિઃ—ત્રણ; **ગુણ મયૈઃ**—ગુણોથી યુક્ત; **ભાવૈઃ**—ભાવો દ્વારા; **એભિઃ**—એમનાથી; **સર્વમ્**—સંપૂર્ણ; **ઇદમ્**—આ; **જગત્**—બ્રહ્માંડ; **મોહિતમ્**—મોહ પામેલું; **ન**—નહીં; **અભિજાનાતિ**—જાણતો નથી; **મામ્**—મને; **એભ્યઃ**—એમનાથી; **પરમ્**—પરમ; **અવ્યયમ્**—અવિનાશી, સનાતન.

અનુવાદ

ત્રણ ગુણો (સત્ત્વ, રજ તથા તમ) દ્વારા મોહ પામેલું આ સમગ્ર જગત ગુણાતીત તથા અવિનાશી એવા મને જાણતું નથી.

ભાવાર્થ

સમગ્ર જગત ભૌતિક પ્રકૃતિના ત્રણ ગુણોથી મોહિત થયેલું છે. જેઓ આ ત્રણ ગુણો દ્વારા મોહ પામેલા છે, તેઓ સમજી શકતા નથી કે પરમેશ્વર કૃષ્ણ આ ભૌતિક પ્રકૃતિથી પર છે.

દરેક જીવને પ્રકૃતિના પ્રભાવ હેઠળ એક વિશિષ્ટ પ્રકારનું શરીર ધારણ કરવું પડે છે અને તે પ્રમાણે વિશિષ્ટ શારીરિક તથા માનસિક કાર્યો કરવાં પડે છે. ત્રણ ભૌતિક ગુણોમાં કાર્ય કરનારા મનુષ્યોના ચાર વર્ગ છે. જે મનુષ્યો સર્વથા સત્ત્વગુણી છે, તેઓ બ્રાહ્મણ કહેવાય છે. જેઓ સર્વથા રજોગુણી છે તેઓ ક્ષત્રિય કહેવાય છે, જેઓ રજોગુણ તથા તમોગુણ બંનેથી પ્રભાવિત થયેલા છે તેઓ વૈશ્ય અને જેઓ પૂર્ણપણે તમોગુણી છે તેઓ શૂદ્ર કહેવાય છે. જેઓ તેથી પણ ઊતરતી કક્ષામાં છે, તેઓ પશુ છે. પરંતુ આ વિભાજનો સ્થાયી નથી. હું બ્રાહ્મણ, ક્ષત્રિય, વૈશ્ય અથવા ગમે તે હોઈ શકું છું. ગમે તે સ્થિતિમાં, આ જીવન ક્ષણભંગુર છે. આ જીવન નાશવંત છે અને આપણે એ જાણી શકતા નથી કે ભાવિ જન્મમાં આપણે શું થઈશું, છતાં માયાના પ્રભાવ હેઠળ આપણે દેહાત્મભાવ દ્વારા પોતાને અમેરિકન, ભારતીય, રશિયન કે બ્રાહ્મણ, હિંદુ, મુસલમાન વગેરે માની લઈએ છીએ. અને જો આપણે ભૌતિક ગુણોથી બદ્ધ થઈએ છીએ, તો આપણે તે ભગવાનને પણ વીસરી જઈએ છીએ કે જેઓ આ ગુણોના મૂળમાં છે. તેથી ભગવાન કૃષ્ણ કહે છે કે જીવો ભૌતિક પ્રકૃતિના આ ત્રણ ગુણો દ્વારા મોહિત થઈને એ સમજતા નથી કે આ ભૌતિક પૃષ્ઠભૂમિના મૂળમાં પૂર્ણ પુરુષોત્તમ ભગવાન રહેલા છે.

જીવો અનેકવિધ છે—મનુષ્યો, દેવો, પ્રાણીઓ વગેરે; અને આમાંનો દરેક જીવ ભૌતિક પ્રકૃતિના પ્રભાવ હેઠળ રહેલો છે તથા તે બધા જ ગુણાતીત ભગવાનને ભૂલી ગયેલા છે. જે લોકો રજોગુણી તથા તમોગુણી છે તેઓ તેમ જ સત્ત્વગુણી લોકો પણ પરમ સત્યના નિર્વિશેષ બ્રહ્મના સિદ્ધાંતથી વધારે ઉપર વિચારી શકતા નથી. તેઓ બધા ભગવાનના સાકાર સ્વરૂપથી મોહિત થઈ જાય છે કે જે સમગ્ર સૌંદર્ય, ઐશ્વર્ય, જ્ઞાન, બળ, યશ તથા વૈરાગ્યથી સભર છે. જ્યારે સત્ત્વગુણી મનુષ્યો પણ એ સમજી શકતા નથી, તો રજોગુણી તથા તમોગુણી લોકો પાસેથી શી આશા રાખી શકાય? કૃષ્ણભાવનામૃત ભૌતિક પ્રકૃતિના આ ત્રણે ગુણોથી પર છે અને જે લોકો સાચી રીતે કૃષ્ણભાવનામૃતમાં સંસ્થાપિત થયા છે, તેઓ જ હકીકતમાં મુક્ત છે.

શ્લોક ૧૪

दैवी ह्येषा गुणमयी मम माया दुरत्यया।
मामेव ये प्रपद्यन्ते मायामेतां तरन्ति ते॥ १४॥

દૈવી—દિવ્ય; **હિ**—ખરેખર; **એષા**—આ; **ગુણમયી**—ભૌતિક પ્રકૃતિના ત્રણ ગુણોવાળી; **મમ**—મારી; **માયા**—શક્તિ; **દુરત્યયા**—દુર્લંઘ્ય, પાર કરવી અત્યંત મુશ્કેલ; **મામ્**—મને; **એવ**—જ; **યે**—જેઓ; **પ્રપદ્યન્તે**—શરણાગત થાય છે; **માયામ્ એતામ્**—આ માયાને; **તરન્તિ**—પાર કરે છે; **તે**—તેઓ.

અનુવાદ

ભૌતિક પ્રકૃતિના ત્રણ ગુણોની બનેલી મારી આ દૈવી માયાને જીતવી અત્યંત દુષ્કર છે, પરંતુ જેઓ મને શરણાગત થઈ જાય છે, તેઓ તેને સરળતાથી પાર કરી જાય છે.

ભાવાર્થ

પૂર્ણ પુરુષોત્તમ પરમેશ્વરની શક્તિઓ અનંત છે અને આ સઘળી શક્તિઓ દૈવી છે. જીવાત્માઓ તેમની શક્તિઓના અંશ છે અને તેથી દિવ્ય છે, છતાં ભૌતિક શક્તિના સંપર્કમાં આવવાને લીધે તેમની મૂળ ચડિયાતી શક્તિ ઢંકાઈ જાય છે. આમ ભૌતિક શક્તિથી આવૃત રહેવાને કારણે મનુષ્ય તેના પ્રભાવનું અતિક્રમણ કરી શકતો નથી. પહેલાં કહેવામાં આવ્યું છે તેમ પરા તથા અપરા પ્રકૃતિઓ (શક્તિઓ) પૂર્ણ પુરુષોત્તમ પરમેશ્વરમાંથી ઉદ્ભવી હોવાથી બંને સનાતન છે. જીવો ભગવાનની ચડિયાતી સનાતન શક્તિ છે, પરંતુ નિમ્ન શક્તિ અર્થાત્ ભૌતિક પદાર્થ દ્વારા દૂષિત હોવાથી તેનો મોહ પણ સનાતન હોય છે. તેથી બદ્ધ જીવ *નિત્યબદ્ધ* કહેવાય છે. ભૌતિક ઈતિહાસમાં તેના બદ્ધ થયાની તિથિ કોઈ પણ બતાવી શકતું નથી. જીવ પરમેશ્વરની ઈચ્છાની ઉપરવટ જઈ શકતો નથી અને ભૌતિક શક્તિને આખરે તો પરમેશ્વરની ઈચ્છા મુજબ ચલાવવામાં આવે છે, તેથી ભલે તે ઊતરતી કક્ષાની છે, છતાં પણ પ્રકૃતિના પંજામાંથી તેનું છૂટી જવું અત્યંત મુશ્કેલ હોય છે. અહીં અપરા ભૌતિક પ્રકૃતિને દૈવી પ્રકૃતિ કહેવામાં આવી છે, કારણ કે આનો સંબંધ દૈવી છે અને દૈવી ઈચ્છાથી તે ગતિશીલ થાય છે. દૈવી ઈચ્છાથી સંચાલિત થવાને કારણે ભૌતિક પ્રકૃતિ ઊતરતી કક્ષાની હોવા છતાં દૃશ્ય જગતના નિર્માણ તથા વિનાશમાં વિસ્મયકારક રીતે કાર્ય કરે છે. વેદોમાં આનું સમર્થન આ પ્રમાણે થયું છે—*માયાં તુ પ્રકૃતિં વિદ્યાન્માયિનં તુ મહેશ્વરમ્*—જોકે માયા મિથ્યા અથવા નશ્વર છે, પરંતુ માયાની પૃષ્ઠભૂમિમાં પરમ કીમિયાગર ભગવાન છે કે જેઓ પરમ નિયંતા મહેશ્વર છે. (શ્વેતાશ્વતર ઉપનિષદ ૪.૧૦)

ગુણ શબ્દનો બીજો અર્થ 'દોરડું' એવો થાય છે, એટલે એમ સમજવું રહ્યું કે બદ્ધ જીવ મોહરૂપી દોરડાથી જકડાયેલો છે. જો માણસના હાથપગ બાંધી દેવાય, તો તે પોતે પોતાની જાતને મુક્ત કરી શકતો નથી. તેને એવા મનુષ્યની મદદ જોઈએ કે જે પોતે બંધાયેલો ન હોય. એક બદ્ધ માણસ બીજા બદ્ધ માણસને મદદ કરી શકતો નથી, તેથી છોડાવનાર અવશ્ય મુક્ત હોવો જોઈએ. તેથી કેવળ કૃષ્ણ અથવા તેમના અધિકૃત પ્રતિનિધિ ગુરુ જ બદ્ધ જીવને છોડાવી શકે છે. આવી ઉત્કૃષ્ટ મદદ વિના મનુષ્યને ભૌતિક પ્રકૃતિના બંધનમાંથી છોડાવી શકાતો નથી. ભક્તિમય સેવા અથવા કૃષ્ણભાવના આ પ્રકારનો છુટકારો મેળવવામાં મદદરૂપ થઈ શકે છે. કૃષ્ણ માયાના સ્વામી હોવાથી તેઓ બદ્ધ જીવને છોડી દેવા માટે આ દુર્લંઘ્ય શક્તિને આદેશ આપી શકે છે. તેઓ શરણાગત જીવ ઉપર અહૈતુકી કૃપાવશ તથા વાત્સલ્ય પ્રેમવશ થઈ જીવને છોડી દેવાનો આદેશ આપે છે, કારણ કે જીવ મૂળભૂત રીતે ભગવાનનો પ્રિય પુત્ર છે. તેથી નિષ્ઠુર ભૌતિક પ્રકૃતિના પંજામાંથી છૂટવાનું એકમાત્ર સાધન ભગવાનના ચરણકમળમાં શરણાગતિ લેવી એ છે.

મામ્ એવ શબ્દો પણ મહત્ત્વપૂર્ણ છે. *મામ્* એટલે કેવળ કૃષ્ણ (વિષ્ણુ) પ્રત્યે, નહીં કે બ્રહ્માજી કે શિવજી પ્રત્યે. જોકે બ્રહ્માજી તથા શિવજી અત્યંત મહિમાશાળી છે અને લગભગ વિષ્ણુની કક્ષાના છે, છતાં આવા રજોગુણ તથા તમોગુણના અવતારો બદ્ધ જીવને માયાના પંજામાંથી મુક્ત કરવા સમર્થ નથી. બીજા શબ્દોમાં કહી શકાય કે બ્રહ્માજી તથા શિવજી પણ માયાના પ્રભાવ હેઠળ રહેલા છે. કેવળ વિષ્ણુ જ માયાના સ્વામી છે અને તેથી માત્ર તેઓ જ બદ્ધ જીવને મુક્તિ પ્રદાન કરી શકે છે. વેદો (શ્વેતાશ્વતર ઉપનિષદ ૩.૮)માં આનું સમર્થન *તમેવ વિદિત્વા* શબ્દો દ્વારા થયું છે જેનો અર્થ છે, મુક્તિ માત્ર કૃષ્ણને જાણી લેવાથી જ શક્ય બને છે. શિવજી પણ સમર્થન કરે છે કે કેવળ વિષ્ણુકૃપાથી જ મુક્તિ પામી શકાય છે—*મુક્તિપ્રદાતા સર્વેષાં વિષ્ણુરેવ ન સંશયઃ* અર્થાત્ એમાં શંકા નથી કે ભગવાન વિષ્ણુ જ સર્વના મુક્તિદાતા છે.

શ્લોક ૧૫

न मां दुष्कृतिनो मूढाः प्रपद्यन्ते नराधमाः।
माययापहृतज्ञाना आसुरं भावमाश्रिताः॥ १५॥

ન—નહીં; **મામ્**—મને; **દુષ્કૃતિનઃ**—દુષ્ટ; **મૂઢાઃ**—મૂર્ખ; **પ્રપદ્યન્તે**—શરણ લે છે; **નર અધમાઃ**—મનુષ્યોમાં નીચતમ; **માયયા**—માયા દ્વારા;

અપહૃત—ચોરાઈ ગયેલા; **જ્ઞાનાઃ**—જ્ઞાનવાળા; **આસુરમ્**—આસુરી; **ભાવમ્**—પ્રકૃતિ કે સ્વભાવ; **આશ્રિતાઃ**—સ્વીકારેલા.

અનુવાદ

જે મનુષ્યો તદ્દન મૂર્ખ છે, જેઓ મનુષ્યમાં અધમ છે, જેમનું જ્ઞાન માયા વડે હરાઈ ગયું છે અને જેઓ અસુરોની નાસ્તિક પ્રકૃતિ ધરાવનારા છે, એવા દુષ્ટો મારું શરણ ગ્રહણ કરતા નથી.

ભાવાર્થ

ભગવદ્‌ગીતામાં કહ્યું છે કે મનુષ્ય કેવળ પૂર્ણ પુરુષોત્તમ પરમેશ્વર કૃષ્ણના ચરણારવિંદમાં શરણ લેવામાત્રથી ભૌતિક પ્રકૃતિના કઠોર નિયમોને ઓળંગી શકે છે. આ મુદ્દે સવાલ એ થાય છે કે તો પછી વિદ્વાન દાર્શનિકો, વૈજ્ઞાનિકો, વ્યાપારીઓ, શાસકો તથા જનસાધારણના નેતાઓ સર્વશક્તિસંપન્ન પરમેશ્વર શ્રીકૃષ્ણના ચરણકમળમાં શરણ કેમ લેતા નથી? મનુષ્ય સમાજના મોટા અગ્રણીઓ વિભિન્ન પદ્ધતિઓથી વિવિધ યોજનાઓ ઘડીને અત્યંત ધૈર્યપૂર્વક અનેક વર્ષો તથા જન્માંતરો સુધી પ્રકૃતિના કાયદામાંથી મુક્તિ મેળવવા પ્રયત્ન કરે છે. પરંતુ જો એ જ મુક્તિ પૂર્ણ પુરુષોત્તમ પરમેશ્વરનાં ચરણકમળોમાં શરણ લેવામાત્રથી મળી જતી હોય, તો શા માટે આ બુદ્ધિશાળી તથા સખત પરિશ્રમ કરનારા અગ્રણીઓ આ સરળ પદ્ધતિ અપનાવતા નથી?

ગીતા આ પ્રશ્નનો ઉત્તર બહુ નિખાલસતાપૂર્વક આપે છે. સમાજના સાચા અગ્રણીઓ અર્થાત્ બ્રહ્માજી, શિવજી, કપિલ, કુમારો, મનુ, વ્યાસ, દેવલ, અસિત, જનક, પ્રહ્લાદ, બલિ અને તે પછીના મધ્વાચાર્ય, રામાનુજાચાર્ય, શ્રીચૈતન્ય અને બીજા અનેક કે જેઓ શ્રદ્ધાળુ દાર્શનિકો, રાજનીતિજ્ઞો, કેળવણીકારો, વૈજ્ઞાનિકો વગેરે છે, તેઓ સર્વશક્તિમાન પરમ પુરુષના ચરણકમળમાં શરણાગત થાય છે. પરંતુ જે માણસો વાસ્તવમાં સાચા દાર્શનિકો, વૈજ્ઞાનિકો, કેળવણીકારો, શાસકો વગેરે નથી, પણ દુન્યવી લાભ ખાતર એવા હોવાનો ડોળ કરે છે, તેઓ પરમેશ્વરની યોજના અથવા માર્ગને સ્વીકારતા નથી. તેમને ઈશ્વર વિશેનો કોઈ ખ્યાલ કે જ્ઞાન હોતું નથી; તેઓ માત્ર પોતાની દુન્યવી યોજનાઓ ઘડે છે અને જગતની સમસ્યાઓ ઉકેલવાના પોતાના વ્યર્થ પ્રયાસો દ્વારા સ્થિતિને વધારે વિકટ બનાવી દે છે. ભૌતિક શક્તિ (પ્રકૃતિ) અતિ પ્રબળ હોવાથી તે નાસ્તિકોની અનધિકૃત યોજનાઓનો પ્રતિકાર કરવા સમર્થ છે અને આવા "યોજના-આયોગો"ના જ્ઞાનને નિષ્ફળ બનાવી દે છે.

નાસ્તિક યોજના ઘડનારાને અહીં *દુષ્કૃતિનઃ* કહ્યા છે, જેનો અર્થ દુષ્ટજનો થાય છે. *કૃતી* એટલે એવો મનુષ્ય કે જેણે સારાં કામો કર્યાં છે. નાસ્તિક યોજનાકાર કેટલીક વખત અત્યંત બુદ્ધિશાળી હોય છે અને યોગ્યતા પણ ધરાવતો હોય છે, કારણ કે કોઈ પણ વિરાટ યોજના માટે, તે સારી હોય કે નરસી, પરંતુ તેને કાર્યાન્વિત કરવા માટે બુદ્ધિની જરૂર રહે છે. પરંતુ નાસ્તિકની બુદ્ધિનો ઉપયોગ તો પરમેશ્વરની યોજનાનો વિરોધ કરવામાં થાય છે. એટલા માટે જ નાસ્તિક યોજનાકાર *દુષ્કૃતી* કહેવાય છે. અર્થાત્ તેની બુદ્ધિ તથા પ્રયાસ ગેરમાર્ગે દોરવાયેલા હોય છે.

ગીતા સ્પષ્ટ શબ્દોમાં કહે છે ભૌતિક શક્તિ પરમેશ્વરના પૂર્ણ નિર્દેશનમાં કાર્ય કરે છે. તેનું કોઈ સ્વતંત્ર અસ્તિત્વ હોતું નથી. જેવી રીતે પડછાયો વસ્તુની ગતિને અનુસરે છે, તેવી રીતે આ શક્તિ કાર્ય કરે છે. તેમ છતાં ભૌતિક શક્તિ અત્યંત બળવાન છે અને નાસ્તિક તેના અનીશ્વરવાદી સ્વભાવને કારણે આ જાણતો નથી કે તે કેવી રીતે કાર્ય કરે છે તેમ જ પરમેશ્વરની યોજનાને પણ તે જાણી શકતો નથી. જેવી રીતે હિરણ્યકશિપુ તથા રાવણ ભૌતિક દૃષ્ટિથી વૈજ્ઞાનિકો, દાર્શનિકો, શાસકો તથા શિક્ષકો તરીકે વિદ્વાન હોવા છતાં તે બંનેની યોજનાઓ ધ્વસ્ત થઈ હતી, તેવી જ રીતે માયા અને રજોગુણ તથા તમોગુણ હેઠળ નાસ્તિકની સઘળી યોજનાઓ ધ્વસ્ત થઈ જાય છે. આ *દુષ્કૃતિનઃ* અર્થાત્ દુષ્ટો ચાર પ્રકારના હોય છે, જેમનું વર્ણન નીચે આપવામાં આવ્યું છે.

(૧) મૂઢ—એવા માણસો કે જેઓ સખત પરિશ્રમ કરનારા ભારવાહક પશુ સમાન તદ્દન મૂર્ખ હોય છે. તેઓ પોતાના શ્રમનો લાભ પોતે જ લેવા માગે છે, તેથી તેઓ ભગવાનને કશું અર્પણ કરવા ઇચ્છતા નથી. ભારવાહક પશુનું ઉત્તમ ઉદાહરણ ગધેડો છે. આ પશુ પાસેથી એનો માલિક અતિશય કામ લે છે. ગધેડાને ખબર પડતી નથી કે તે રાત-દિવસ કોને માટે કામ કરી રહ્યો છે. તે ઘાસનો એક ભારો ખાઈને પેટ ભરે છે. માલિકનો માર ખાવાના ડર સાથે જરા વાર ઊંઘે છે અને ગધેડીની લાતો વારંવાર ખાવાનો ડર હોવા છતાં પોતાની કામતૃપ્તિ કરતો રહે છે. કોઈવાર ગધેડો ગીત ગાય છે અને તત્ત્વજ્ઞાનનું ગાણું પણ ગાય છે, પરંતુ તેના ભૂંકવાથી માત્ર લોકોની શાંતિમાં ખલેલ પહોંચે છે. મૂર્ખ કર્મી મનુષ્યની આવી સ્થિતિ હોય છે અને તે જાણતો નથી કે તેણે કોના માટે કામ કરવું જોઈએ. તે જાણતો નથી કે કર્મ યજ્ઞ માટે હોય છે.

એવા લોકો જેઓ સ્વનિર્મિત કર્તવ્યોના ભારને હળવો કરવા રાત-દિવસ સખત વૈતરું કરે છે, તેઓ સામાન્ય રીતે કહેતા હોય છે કે જીવાત્માની અમરતા વિશે સાંભળવાનો તેમની પાસે સમય નથી. આવા મૂઢજનો માટે નાશવંત ભૌતિક લાભ એ જ જીવનનું સર્વસ્વ હોય છે. પરંતુ હકીકત એ છે કે આવા મૂઢો પોતાના શ્રમના ફળનો થોડો અંશમાત્ર ભોગવી શકે છે. કેટલીક વખત તેઓ લાભ ખાતર રાત-દિવસ ઊંઘતા નથી, પછી ભલેને તેમનાં આંતરડાંમાં વ્રણ થાય કે અપચો થઈ જાય, તો પણ તેઓ લગભગ અન્નાહાર વિના જ સંતુષ્ટ રહે છે. તેઓ ભ્રામક માલિકોના હિત માટે અહર્નિશ કામમાં વ્યસ્ત રહે છે. પોતાના સાચા સ્વામીથી અજાણ રહીને આ મૂર્ખ કર્મીજનો માયાની સેવામાં પોતાનો બહુમૂલ્ય સમય વેડફી દે છે. દુર્ભાગ્યવશ, તેઓ સ્વામીઓના સર્વોપરી સ્વામીના શરણે જતા નથી અને યોગ્ય વ્યક્તિ પાસેથી તેમના વિશે સાંભળવા માટે તેમને સમય પણ હોતો નથી. વિષ્ટા ખાનારા ડુક્કર ઘી-ખાંડનું બનેલું મિષ્ટાન્ન ખાવાની પરવા કરતું નથી. તેવી જ રીતે મૂર્ખ કર્મી મનુષ્ય આ નાશવંત જગતના ઇન્દ્રિયસુખના સમાચારો નિરંતર સાંભળતો રહે છે. પરંતુ ભૌતિક જગતને ગતિશીલ રાખનારી સનાતન પ્રાણશક્તિ વિશે સાંભળવામાં થોડો સમય પણ આપતો નથી.

(૨) બીજા પ્રકારનો *દુષ્કૃતી* અથવા દુષ્ટ માણસ *નરાધમ* અર્થાત્ મનુષ્યોમાં સૌથી નીચ કહેવાય છે. *નર*નો અર્થ છે મનુષ્ય અને *અધમ* એટલે સૌથી નીચ. ચોર્યાશી લાખ યોનિઓમાંથી ચાર લાખ યોનિઓ મનુષ્યની છે. આમાંની અનેક નિમ્નતર માનવયોનિઓ એવી છે, જેમાંના મોટાભાગના માનવો અસભ્ય છે. સભ્ય માનવો સામાજિક, રાજકીય તથા ધાર્મિક જીવનના નિયામક સિદ્ધાંતો ધરાવે છે. જે લોકો સામાજિક તથા રાજકીય દૃષ્ટિથી વિકાસ પામેલા હોય છે, પરંતુ જેમની પાસે ધાર્મિક નિયમોનો અભાવ હોય તેમને *નરાધમો* માનવા જોઈએ. જો ધર્મ ઈશ્વરવિહીન હોય તો તે ધર્મ નથી, કારણ કે ધર્મનો હેતુ પરમ સત્યને તથા તેમની સાથેના મનુષ્યના સંબંધને જાણવાનો છે. ગીતામાં ભગવાન સ્પષ્ટતાપૂર્વક કહે છે કે તેમનાથી ઉપર કોઈ સત્તા નથી અને તેઓ સ્વયં પરમ સત્ય છે. મનુષ્યને સુસંસ્કૃત જીવન સર્વશક્તિમાન પરમ સત્ય ભગવાન શ્રીકૃષ્ણની સાથે મનુષ્યની *વિસ્મૃત ચેતનાને પુનઃ જાગૃત* કરવા માટે મળ્યું છે. જે કોઈ માણસ આ અવસર ચૂકી જાય છે, તે નરાધમ છે.

પ્રમાણભૂત શાસ્ત્રોમાંથી આપણને જાણવા મળે છે કે જ્યારે બાળક માતાના ગર્ભમાં અત્યંત અસહાય દુઃખમય દશામાં હોય છે, ત્યારે તે ભગવાનને પોતાનો ઉદ્ધાર કરવા માટે પ્રાર્થના કરે છે અને બહાર આવ્યા પછી તે કેવળ ભગવાનને જ ભજશે એવું વચન આપે છે. સંકટ સમયે ઈશ્વરનું સ્મરણ કરવાની દરેક જીવને કુદરતી અંતઃપ્રેરણા થાય છે, કારણ કે તે ઈશ્વર સાથે સનાતન સંબંધ ધરાવતો હોય છે. પરંતુ તેનો ઉદ્ધાર થયા પછી તે બાળક જન્મની પોતાની યાતનાઓને તેમ જ પોતાના ઉદ્ધારકને પણ ભૂલી જાય છે, કારણ કે તે માયાના પ્રભાવમાં આવી જાય છે.

બાળકોના વાલીજનોનું એ કર્તવ્ય બની રહે છે કે તેઓ બાળકોમાં રહેલી સુષુપ્ત દિવ્ય ભાવનાને જાગૃત કરે. વર્ણાશ્રમ પદ્ધતિમાં મનુસ્મૃતિ અનુસાર ભગવદ્ભાવના જાગૃત કરવા માટે દશ શુદ્ધિ-સંસ્કારોનું વિધિવિધાન ઠરાવ્યું છે કે જે ધર્મનું માર્ગદર્શક છે. પરંતુ હવે જગતના કોઈ પણ ભાગમાં, કોઈ પણ વિધિવિધાનનું દૃઢતાપૂર્વક પાલન થતું નથી અને પરિણામે ૯૯.૯% લોકો નરાધમ છે.

જ્યારે બધી જનસંખ્યા નરાધમ થઈ જાય છે, ત્યારે સ્વાભાવિક રીતે તેનું બધું કહેવાતું શિક્ષણ ભૌતિક પ્રકૃતિની સર્વસમર્થ શક્તિ દ્વારા નિરર્થક કરવામાં આવે છે. ગીતાના ધોરણ અનુસાર વિદ્વાન પુરુષ તે જ હોય છે કે જે વિદ્વાન બ્રાહ્મણ, શ્વાન, ગાય, હાથી તથા ચંડાળને સમાન દૃષ્ટિથી જુએ છે. સાચા ભક્તની એવી જ દૃષ્ટિ હોય છે. સદ્ગુરુરૂપ ઈશ્વરના અવતાર શ્રી નિત્યાનંદ પ્રભુએ વિશિષ્ટ પ્રકારના નરાધમો એવા બે ભાઈઓ, જગાઈ તથા માધાઈનો ઉદ્ધાર કર્યો હતો અને એક શુદ્ધ ભક્ત નરાધમો પર કેવી રીતે દયા કરે છે એ દર્શાવ્યું હતું. માટે ભગવાન દ્વારા તિરસ્કૃત થયેલો નરાધમ કેવળ ભક્તની દયાથી જ ફરીથી પોતાની આધ્યાત્મિક ચેતનાને પુનર્જાગૃત કરી શકે છે.

શ્રી ચૈતન્ય મહાપ્રભુએ ભાગવતધર્મનું પ્રવર્તન કરતાં ભલામણ કરી છે કે લોકોએ વિનમ્રભાવે ભગવાનના સંદેશનું શ્રવણ કરવું જોઈએ. આ સંદેશનો સાર એ ભગવદ્ગીતા છે. વિનમ્રભાવે માત્ર શ્રવણ કરવાથી જ અધમથી પણ અધમ મનુષ્યનો સુધ્ધાં ઉદ્ધાર થઈ શકે છે, પરંતુ દુર્ભાગ્યવશ તેઓ આ સંદેશને સાંભળવા પણ તૈયાર થતા નથી, તો પછી પરમેશ્વરની ઈચ્છાને સમર્પિત થવાની વાત જ ક્યાં રહી? આ નરાધમો મનુષ્યના મુખ્ય કર્તવ્યની પૂરેપૂરી ઉપેક્ષા કરે છે.

(૩) દુષ્કૃતિઓનો ત્રીજો વર્ગ *માયયા અપહૃત જ્ઞાનાઃ* કહેવાય છે, અર્થાત્ તેઓ એવા માણસો છે કે જેમનું બહુશ્રુત જ્ઞાન માયાના પ્રભાવને લીધે શૂન્ય થયેલું છે. તેઓ સામાન્ય રીતે બહુ વિદ્વાન હોય છે—જેવા કે મહાન દાર્શનિકો, કવિઓ, સાહિત્યકારો, વૈજ્ઞાનિકો વગેરે—પરંતુ માયા તેમને અવળે રસ્તે ચડાવી દે છે અને તેથી તેઓ પરમેશ્વરની અવજ્ઞા કરે છે.

વર્તમાન સમયમાં *માયયા અપહૃત જ્ઞાનાઃ*ની ઘણી મોટી સંખ્યા છે, એટલે સુધી કે આવા લોકો ભગવદ્‌ગીતાના વિદ્વાનોમાં પણ હોય છે. ગીતામાં બહુ સીધી ને સરળ ભાષામાં કહેવામાં આવ્યું છે કે શ્રીકૃષ્ણ પૂર્ણ પુરુષોત્તમ પરમેશ્વર છે. તેમનો કોઈ સમકક્ષ નથી કે નથી કોઈ તેમનાથી ચડિયાતું. તેમને સમસ્ત મનુષ્યોના મૂળ પિતા બ્રહ્માજીના પણ પિતા તરીકે દર્શાવ્યા છે. વાસ્તવમાં શ્રીકૃષ્ણ માત્ર બ્રહ્માજીના પિતા છે એવું નથી, પરંતુ તેઓ સર્વ જીવોના પણ પિતા છે. તેઓ નિર્વિશેષ બ્રહ્મ તથા પરમાત્માના પણ મૂળ છે અને જીવાત્મામાં રહેલા પરમાત્મા તેમના જ અંશ છે. તેઓ સચરાચરના ઉદ્‌ગમસ્થાન છે અને મનુષ્યમાત્રને તેમના ચરણકમળમાં શરણ લેવાનો અનુરોધ કરવામાં આવ્યો છે. આ બધાં સ્પષ્ટ કથનો હોવા છતાં આ *માયયા અપહૃત જ્ઞાનાઃ* લોકો ભગવાનનો ઉપહાસ કરે છે અને તેમને બીજા એક સામાન્ય મનુષ્ય માને છે. તેઓ જાણતા નથી કે બડભાગી મનુષ્ય-જીવન પરમેશ્વરના સનાતન તથા દિવ્ય સ્વરૂપને અનુરૂપ જ રચવામાં આવ્યું છે.

માયયા અપહૃત જ્ઞાનાઃ વર્ગના લોકો દ્વારા કરેલા ગીતાની સર્વ અનધિકૃત તથા પરંપરા પદ્ધતિની બહારની ટીકાઓ આધ્યાત્મિક જ્ઞાનના માર્ગમાં અનેક રીતે વિઘ્નરૂપ હોય છે. મોહગ્રસ્ત ટીકાકારો ન તો સ્વયં ભગવાન કૃષ્ણને શરણે જાય છે અને ન તો બીજાઓને આનું પાલન કરવાનો ઉપદેશ આપે છે.

(૪) દુષ્કૃતિજનોની ચોથી શ્રેણી *આસુરં ભાવમ્ આશ્રિતાઃ* કહેવાય છે. એટલે કે તેઓ આસુરી સિદ્ધાંતોને વરેલા છે. આ શ્રેણીના લોકો છડેચોક નાસ્તિક છે. આમાંના કેટલાક એવી દલીલ કરે છે કે પરમેશ્વર આ જગતમાં ક્યારેય અવતરિત થઈ શકતા નથી, પરંતુ તેઓ આનું કોઈ નક્કર પ્રમાણ પણ આપી શકતા નથી કે આમ શાથી થઈ શકતું નથી. કેટલાક એવા છે કે જેઓ પરમેશ્વરને નિર્વિશેષ રૂપને અધીન માને છે, પરંતુ ગીતામાં તો આનાથી ઊલટું જ જાહેર કરવામાં આવેલું છે. પૂર્ણ પુરુષોત્તમ પરમેશ્વરનો

દ્વેષ કરનાર નાસ્તિક તેના મગજરૂપી કારખાનામાં ઉપજાવેલા અનેક અવૈધ અવતારોને રજૂ કરે છે. જેમના જીવનનું એકમાત્ર ધ્યેય ભગવાનનો ઈન્કાર કરવાનું છે, તેઓ શ્રીકૃષ્ણના ચરણારવિંદમાં શરણાગત થઈ શકતા નથી.

દક્ષિણ ભારતના શ્રી યામુનચાર્ય અલ્બન્દરુએ કહ્યું છે, "હે પ્રભુ, નાસ્તિક સિદ્ધાંતોમાં નિમગ્ન માણસોને માટે આપ અગમ્ય છો, ભલેને આપ વિલક્ષણ ગુણ, રૂપ તથા લીલાઓથી યુક્ત છો, ભલેને સર્વ શાસ્ત્રોએ આપના વિશુદ્ધ સત્ત્વમય વિગ્રહનું સમર્થન કર્યું છે અને ભલેને દૈવી ગુણસંપન્ન ઊંડું દિવ્ય જ્ઞાન ધરાવતા આચાર્યો દ્વારા આપનો સ્વીકાર થયો છે."

માટે (૧) મૂઢ (૨) નરાધમ (૩) *માયયા અપહૃત જ્ઞાનાઃ* અર્થાત્ ભ્રમિત તાર્કિકો અને (૪) કટ્ટર નાસ્તિકો—આ ચાર પ્રકારના દુષ્કૃતિજનો ભગવાનનાં ચરણકમળોમાં શરણાગત થતા નથી, ભલે પછી સર્વ શાસ્ત્રો આમ કરવાનો આદેશ આપતા હોય.

શ્લોક ૧૬ **चतुर्विधा भजन्ते मां जनाः सुकृतिनोऽर्जुन।**
आर्तो जिज्ञासुरर्थार्थी ज्ञानी च भरतर्षभ॥ १६॥

ચતુઃ વિધાઃ—ચાર પ્રકારના; **ભજન્તે**—સેવા કરે છે; **મામ્**—મારી; **જનાઃ**—મનુષ્યો; **સુ કૃતિનઃ**—પુણ્યાત્માઓ; **અર્જુન**—હે અર્જુન; **આર્તઃ**—સંતપ્ત, પીડાગ્રસ્ત; **જિજ્ઞાસુઃ**—જ્ઞાન પામવા ઉત્સુક; **અર્થ અર્થી**—લાભ પામવા ઇચ્છતો મનુષ્ય; **જ્ઞાની**—વસ્તુને યથાર્થરૂપે જાણનાર; **ચ**—પણ; **ભરત ઋષભ**—હે ભરતશ્રેષ્ઠ.

અનુવાદ

હે ભરતશ્રેષ્ઠ, ચાર પ્રકારના પુણ્યશાળી મનુષ્યો મારી ભક્તિમય સેવા કરે છે—દુઃખી, અર્થાર્થી, જિજ્ઞાસુ અને જે પરમ સત્યના જ્ઞાનની શોધમાં છે તે.

ભાવાર્થ

દુષ્કૃતિજનોથી વિપરીત એવા મનુષ્યો છે કે જેઓ દઢપણે શાસ્ત્રોક્ત નિયામક સિદ્ધાંતોનું પાલન કરે છે. તેઓ *સુકૃતિનઃ* કહેવાય છે. અર્થાત્ આ મનુષ્યો શાસ્ત્રોક્ત વિધિવિધાનો, નૈતિક તથા સામાજિક નિયમોનું પાલન કરે છે અને પરમેશ્વર પ્રત્યે ઓછાવત્તા પ્રમાણમાં ભક્તિભાવ રાખે છે. આ મનુષ્યોના ચાર વર્ગો છે—કેટલીકવાર દુઃખી થનારા, ધનની આકાંક્ષા

રાખનારા, કેટલીકવાર જિજ્ઞાસા ધરાવનારા અને પરમ સત્યના જ્ઞાનની શોધમાં ફરતા મનુષ્યો. આ સર્વ મનુષ્યો વિભિન્ન પરિસ્થિતિમાં પરમેશ્વરની ભક્તિ-ઉપાસના કરે છે. આ લોકો શુદ્ધ ભક્તો નથી, કારણ કે તેઓ કેટલીક આકાંક્ષાઓની પૂર્તિ માટે ભક્તિ કરે છે. શુદ્ધ ભક્તિ નિષ્કામ હોય છે અને તેમાં કોઈ દુન્યવી લાભની આકાંક્ષા હોતી નથી. ભક્તિરસામૃતસિંધુ (૧.૧.૧૧) શુદ્ધ ભક્તિની વ્યાખ્યા આ પ્રમાણે કરે છે.

અન્યાભિલાષિતા શૂન્યં જ્ઞાન કર્માદ્યનાવૃતમ્।
આનુકૂલ્યેન કૃષ્ણાનુશીલનં ભક્તિર્ ઉત્તમા॥

"મનુષ્યે પરમેશ્વર કૃષ્ણની દિવ્ય પ્રેમભરી ભક્તિમય સેવા કોઈ સકામ કર્મ કે તાત્ત્વિક ચિંતન દ્વારા ભૌતિક લાભ પામવાની ઈચ્છા રાખ્યા વગર સદ્ભાવપૂર્વક કરવી જોઈએ. એ જ શુદ્ધ ભક્તિ કહેવાય છે."

આ ચાર પ્રકારના મનુષ્યો જ્યારે ભક્તિ કરવા પરમેશ્વરના શરણે આવે છે અને શુદ્ધ ભક્તના સંગમાં આવી સર્વથા શુદ્ધ થઈ જાય છે, ત્યારે તેઓ પણ શુદ્ધ ભક્તો બની જાય છે. દુષ્કૃતિજનોના સંબંધમાં કહી શકાય કે તેમને માટે ભક્તિ અત્યંત દુષ્કર છે, કારણ કે તેમનાં જીવન સ્વાર્થી, અનિયમિત તથા આધ્યાત્મિક ધ્યેયરહિત હોય છે. પરંતુ તેમનામાંથી પણ કેટલાક અનાયાસે જ્યારે શુદ્ધ ભક્તના સંપર્કમાં આવે છે, ત્યારે તેઓ પણ શુદ્ધ ભક્તો બની જાય છે.

જે લોકો સદા સકામ કર્મોમાં વ્યસ્ત રહે છે, તેઓ સંકટ સમયે ભગવાનને શરણાગત થાય છે અને ત્યારે તેઓ શુદ્ધ ભક્તનો સંગ કરે છે તથા વિપત્તિમાં ભગવાનના ભક્ત બની જાય છે. બિલકુલ હતાશ થયેલા મનુષ્યો પણ ક્યારેક શુદ્ધ ભક્તની નિશ્રામાં આવે છે અને ઈશ્વર વિશે જાણવાની જિજ્ઞાસા કરે છે. એવી રીતે શુષ્ક ચિંતકો જ્યારે જ્ઞાનના દરેક ક્ષેત્રથી હતાશ થાય છે, ત્યારે તેઓ પણ કેટલીક વખત ઈશ્વરને જાણવા માગે છે અને ભગવદ્ભક્તિ કરવા આવે છે. એ રીતે તેઓ નિર્વિશેષ બ્રહ્મ તથા અંતર્યામી પરમાત્માના જ્ઞાનને પાર કરી જાય છે અને ભગવાનની કે તેમના શુદ્ધ ભક્તની કૃપાથી તેમને ભગવાનના સાકાર રૂપનું જ્ઞાન થાય છે. એકંદરે આર્ત, જિજ્ઞાસુ, જ્ઞાની તથા ધનની ઈચ્છાવાળા સમસ્ત લોકો ભૌતિક કામનાઓથી મુક્ત થઈ જાય છે અને ભૌતિક લાભને આધ્યાત્મિક ઉન્નતિ સાથે કશો સંબંધ નથી એવું જ્યારે સારી રીતે સમજી જાય છે, ત્યારે તેઓ શુદ્ધ ભક્ત બની જાય છે. જ્યાં સુધી આવી શુદ્ધ અવસ્થા પ્રાપ્ત થતી

નથી, ત્યાં સુધી ભગવાનની દિવ્ય સેવામાં પરોવાયેલા ભક્ત સકામ કર્મોમાં કે દુન્યવી જ્ઞાનની શોધમાં આસક્ત રહે છે. માટે શુદ્ધ ભક્તિની અવસ્થા સુધી પહોંચવા માટે મનુષ્યે આ બધાથી પર થવું પડે છે.

શ્લોક ૧૭
तेषां ज्ञानी नित्ययुक्त एकभक्तिर्विशिष्यते।
प्रियो हि ज्ञानिनोऽत्यर्थमहं स च मम प्रियः॥ १७॥

તેષામ્—તેઓમાંના; **જ્ઞાની**—પૂર્ણ જ્ઞાનવાન; **નિત્ય યુક્તઃ**—સદા મગ્ન; **એક**—એકમાત્ર; **ભક્તિઃ**—ભક્તિમાં; **વિશિષ્યતે**—વિશિષ્ટ છે; **પ્રિયઃ**—બહુ પ્રિય; **હિ**—ખરેખર; **જ્ઞાનિનઃ**—જ્ઞાની મનુષ્યનો; **અત્યર્થમ્**—અત્યધિક; **અહમ્**—હું છું; **સઃ**—તે; **ચ**—પણ; **મમ**—મારો; **પ્રિયઃ**—પ્રિય.

અનુવાદ

આમાંનો જે પૂર્ણ જ્ઞાની છે અને શુદ્ધ ભક્તિમાં તલ્લીન રહે છે, તે સર્વશ્રેષ્ઠ છે, કારણ કે હું તેને અત્યંત પ્રિય છું અને તે મને પ્રિય છે.

ભાવાર્થ

દુન્યવી ઇચ્છાઓના સર્વ દૂષણોમાંથી મુક્ત થયેલા આર્ત, જિજ્ઞાસુ, નિર્ધન તથા જ્ઞાનની શોધમાં રહેલા મનુષ્યો એ બધા શુદ્ધ ભક્ત બની શકે છે. પરંતુ આમાંનો જે પરમ સત્યનો જ્ઞાતા છે અને ભૌતિક ઇચ્છાઓથી રહિત છે, તે ખરેખર ભગવાનનો શુદ્ધ ભક્ત બની શકે છે. આ ચાર વર્ગોમાંથી જે જ્ઞાની છે અને સાથે સાથે ભક્તિમાં તન્મય રહે છે, તે ભગવાન કહે છે તેમ સર્વશ્રેષ્ઠ છે. જ્ઞાનની શોધ કરતા રહેવાથી મનુષ્યને સાક્ષાત્કાર થાય છે કે તેનો આત્મા તેના ભૌતિક શરીરથી ભિન્ન છે અને જ્યારે તે વધારે ઉન્નતિ કરે છે, ત્યારે તેને નિર્વિશેષ બ્રહ્મ તથા પરમાત્માનું જ્ઞાન થાય છે. જ્યારે તે પૂર્ણપણે શુદ્ધ થઈ જાય છે, ત્યારે તેને ઈશ્વરના સનાતન સેવક તરીકેની પોતાની સ્વરૂપાવસ્થાની અનુભૂતિ થાય છે. એ રીતે શુદ્ધ ભક્તના સંગથી આર્ત, જિજ્ઞાસુ, ધનની આકાંક્ષાવાળો તથા જ્ઞાની એ બધા સ્વંય શુદ્ધ થઈ જાય છે. પરંતુ પ્રારંભિક અવસ્થામાં જે મનુષ્યને પરમેશ્વરનું પૂર્ણ જ્ઞાન હોય છે અને સાથે સાથે જ જે ભક્તિ કરે છે, તે ભગવાનને અત્યંત પ્રિય હોય છે. જે ભક્ત પૂર્ણ પુરુષોત્તમ પરમેશ્વરના દિવ્યત્વના શુદ્ધ જ્ઞાનમાં સ્થિત થયેલો હોય છે, તે ભક્તિ દ્વારા એવી રીતે સુરક્ષિત રહે છે કે તેને ભૌતિક સંસર્ગદોષ સ્પર્શી શકતો નથી.

શ્લોક ૧૮

उदाराः सर्व एवैते ज्ञानी त्वात्मैव मे मतम्।
आस्थितः स हि युक्तात्मा मामेवानुत्तमां गतिम्॥ १८॥

ઉદારાઃ—મોટા મનવાળા; **સર્વે**—બધા; **એવ**—નક્કી; **એતે**—આ; **જ્ઞાની**—જ્ઞાનવાન; **તુ**—પરંતુ; **આત્મા એવ**—મારા જેવો જ; **મે**—મારો; **મતમ્**—અભિપ્રાય; **આસ્થિતઃ**—સ્થિત; **સઃ**—તે; **હિ**—જ; **યુક્ત આત્મા**—ભક્તિમય સેવામાં પરોવાયેલો; **મામ્**—મારામાં; **એવ**—નક્કી; **અનુત્તમામ્**—સર્વોચ્ચ; **ગતિમ્**—ધ્યેય.

અનુવાદ

આ બધા ભક્તો નિઃસંદેહ ઉદાર મનવાળા મનુષ્યો છે, પરંતુ જે મનુષ્ય મારા જ્ઞાનમાં સ્થિત થયેલો છે, તેને હું મારા પોતાના આત્મ સમાન ગણું છું. તે મારી દિવ્ય સેવામાં તન્મય રહેતો હોવાથી તે સર્વોચ્ચ અને સર્વથા સંપૂર્ણ ધ્યેય એવા મને નિશ્ચિતપણે પ્રાપ્ત કરે છે.

ભાવાર્થ

એવું નથી કે જ્ઞાનમાં પૂર્ણ ન હોય એવા ભક્તો ભગવાનને પ્રિય નથી. ભગવાન કહે છે કે સર્વ ઉદાર મનવાળા છે, કારણ કે ભગવાનને ગમે તે હેતુથી શરણાગત થનાર મનુષ્ય મહાત્મા કહેવાય છે. જે ભક્તો ભક્તિના બદલામાં કેટલોક લાભ ઈચ્છતા હોય તેમને ભગવાન સ્વીકારે છે, કેમ કે આમાં સ્નેહની આપલે થાય છે. સ્નેહવશ તેઓ ભગવાન પાસે અમુક દુન્યવી લાભની માગણી કરે છે અને જ્યારે તેમને તે મળી જાય છે, ત્યારે તેઓ એટલા રાજી થઈ જાય છે કે તેઓ પણ ભક્તિમાં પ્રગતિ કરે છે. પરંતુ પૂર્ણ જ્ઞાની ભક્ત ભગવાનને બહુ વહાલો એટલા માટે છે કે તેનો એકમાત્ર હેતુ પ્રેમ તથા ભક્તિભાવે ભગવત્સેવા કરવાનો હોય છે. આવો ભક્ત ભગવત્સેવા વિના એક ક્ષણ પણ રહી શકતો નથી. એ જ રીતે ભગવાન પોતાના ભક્તને બહુ ચાહે છે અને તેનાથી અલગ થઈ શકતા નથી.

શ્રીમદ્ ભાગવત (૯.૪.૬૮)માં ભગવાન કહે છે:

સાધવો હૃદયં મહ્યં સાધૂનાં હૃદયં ત્વહમ્।
મદન્યત્તે ન જાનન્તિ નાહં તેભ્યો મનાગપિ॥

“ભક્તો સદા મારા હૃદયમાં નિવાસ કરે છે અને હું સદા ભક્તોનાં હૃદયોમાં નિવાસ કરું છું. ભક્ત મારા સિવાય અન્ય કશું જાણતો નથી અને હું પણ ભક્તને કદાપિ ભૂલતો નથી. મારા તથા શુદ્ધ ભક્તો વચ્ચે અત્યંત ઘનિષ્ઠ

સંબંધ રહે છે. પૂર્ણ જ્ઞાની શુદ્ધ ભક્તો ક્યારેય આધ્યાત્મિક સંપર્કથી દૂર રહેતા નથી અને તેથી તેઓ મને અતિશય વહાલા હોય છે.

શ્લોક ૧૯

बहूनां जन्मनामन्ते ज्ञानवान्मां प्रपद्यते।
वासुदेवः सर्वमिति स महात्मा सुदुर्लभः॥ १९॥

બહૂનામ્—અનેક; **જન્મનામ્**—વારંવાર થતા જન્મ તથા મૃત્યુ; **અન્તે**—પછી; **જ્ઞાનવાન્**—પૂર્ણ જ્ઞાની; **મામ્**—મને; **પ્રપદ્યતે**—શરણાગત થાય છે; **વાસુદેવઃ**—ભગવાન કૃષ્ણ; **સર્વમ્**—સર્વસ્વ; **ઈતિ**—એમ; **સઃ**—તે; **મહા આત્મા**—મહાત્મા; **સુદુર્લભઃ**—અત્યંત વિરલ છે.

અનુવાદ

અનેક જન્મ-જન્માંતરો પછી જે મનુષ્યને ખરેખર જ્ઞાન થાય છે, તે મને સર્વ કારણોનો કારણ જાણી મારે શરણે આવે છે. આવો મહાત્મા અતિ દુર્લભ હોય છે.

ભાવાર્થ

ભક્તિ અથવા દિવ્ય કર્મો કરી રહેલો જીવ અનેક જન્મ પછી એવા આધ્યાત્મિક શુદ્ધ જ્ઞાનને પ્રાપ્ત કરી શકે છે કે પૂર્ણ પુરુષોત્તમ જ આત્મ-સાક્ષાત્કારના અંતિમ લક્ષ્ય છે. આધ્યાત્મિક સાક્ષાત્કારના પ્રારંભમાં જ્યારે મનુષ્ય ભૌતિક આસક્તિનો ત્યાગ કરવા પ્રયત્નશીલ હોય છે, ત્યારે નિર્વિશેષવાદ માટે અનુકૂળ વલણ હોય છે, પરંતુ જ્યારે તે વધુ ઉન્નતિ કરે છે, ત્યારે તે સમજવા પામે છે કે આધ્યાત્મિક જીવનમાં પણ પ્રવૃત્તિ કરવાની હોય છે અને આ પ્રવૃત્તિઓ જ ભક્તિના ઘટકરૂપ બની રહે છે. આનો સ્પષ્ટ અનુભવ થયે તે પૂર્ણ પુરુષોત્તમ પરમેશ્વર પ્રત્યે અનુરક્ત થઈ જાય છે અને તેમને શરણાગત થાય છે. ત્યારે જ તે એમ સમજવા શક્તિમાન બને છે કે શ્રીકૃષ્ણની કૃપા જ સર્વસ્વ છે અને તેઓ જ સર્વ કારણોના કારણરૂપ છે, અને આ ભૌતિક જગત તેમનાંથી સ્વતંત્ર નથી. તે આ ભૌતિક જગતને આધ્યાત્મિક વૈવિધ્યોનું વિકૃત પ્રતિબિંબ હોવાનું અનુભવે છે અને અનુભવ કરે છે કે દરેક વસ્તુનો પરમેશ્વર કૃષ્ણ સાથે સંબંધ છે. એ રીતે તે દરેક વસ્તુને વાસુદેવ શ્રીકૃષ્ણ સાથે સંબંધિત સમજે છે. આવી વાસુદેવમય સાર્વત્રિક દૃષ્ટિ પ્રાપ્ત થતાં મનુષ્ય તત્કાળ પરમેશ્વર શ્રીકૃષ્ણને સર્વોચ્ચ લક્ષ્ય માની શરણાગત થાય છે. આવા શરણાગત થયેલા મહાત્માઓ દુર્લભ હોય છે.

આ શ્લોકનું સરસ સ્પષ્ટીકરણ શ્વેતાશ્વતર ઉપનિષદ (૩.૧૪.૧૫)માં થયું છે.

સહસ્રશીર્ષા પુરુષઃ સહસ્રાક્ષઃ સહસ્રપાત્।
સ ભૂમિં વિશ્વતો વૃત્વાત્યાતિષ્ઠદ્દશાઙ્ગુલમ્॥
પુરુષ એવેદં સર્વં યદ્ભૂતં યચ્ચ ભવ્યમ્।
ઉતામૃતત્વસ્યેશાનો યદન્નેનાતિરોહતિ॥

છાંદોગ્ય ઉપનિષદ (૫.૧.૧૫)માં કહ્યું છે—ન વૈ વાચો ન ચક્ષૂંષિ ન શ્રોત્રાણિ ન મનાંસિત્યાચક્ષતે પ્રાણ ઈતિ એવાચક્ષતે પ્રાણો હ્યેવૈતાનિ સર્વાણિ ભવન્તિ—"જીવાત્માના શરીરમાં બોલવાની શક્તિ, સાંભળવાની શક્તિ, જોવાની શક્તિ કે વિચારવાની શક્તિ એ કંઈ મુખ્ય નથી; સમસ્ત કાર્યોનું કેન્દ્રબિંદુ તો જીવન (પ્રાણ) છે." તેવી જ રીતે ભગવાન વાસુદેવ અથવા પૂર્ણ પુરુષોત્તમ ભગવાન શ્રીકૃષ્ણ જ સર્વ પદાર્થોમાં મૂળ સત્તા છે. આ શરીરમાં બોલવા, જોવા, સાંભળવા તથા વિચારવાની વગેરે શક્તિઓ છે, પરંતુ જો તે ભગવાન સાથે સંબંધ ધરાવતી ન હોય, તો તે સર્વ નિરર્થક છે. વાસુદેવ સર્વવ્યાપી છે અને દરેક વસ્તુ વાસુદેવ છે, તેથી ભક્ત પૂર્ણ જ્ઞાનમાં રહી શરણ લે છે. (સરખાવો ભગવદ્ગીતા ૭.૧૭ અને ૧૧.૪૦)

શ્લોક ૨૦
कामैस्तैस्तैर्हृतज्ञानाः प्रपद्यन्तेऽन्यदेवताः।
तं तं नियममास्थाय प्रकृत्या नियताः स्वया॥ २०॥

કામૈઃ—ઈચ્છાઓ દ્વારા; **તૈઃ તૈઃ**—તે તે; **હૃત**—રહિત થયેલા; **જ્ઞાનાઃ**—જ્ઞાનથી; **પ્રપદ્યન્તે**—શરણ લે છે; **અન્ય**—બીજા; **દેવતાઃ**—દેવોનું; **તમ્ તમ્**—તેમને મળતું; **નિયમમ્**—વિધાન; **આસ્થાય**—અનુસરીને; **પ્રકૃત્યા**—સ્વભાવે કરીને; **નિયતાઃ**—વશમાં થયેલા; **સ્વયા**—તેમના પોતાના.

અનુવાદ

જેમની બુદ્ધિ ભૌતિક ઈચ્છાઓ દ્વારા હરાઈ ગઈ છે, તેઓ દેવોના શરણે જાય છે અને તેઓ પોતપોતાના સ્વભાવ પ્રમાણે પૂજાનાં વિશિષ્ટ વિધિવિધાનોને અનુસરે છે.

ભાવાર્થ

જેઓ બધા ભૌતિક સંસર્ગદોષમાંથી મુક્ત થયા છે, તેઓ પરમેશ્વરનું શરણ લે છે અને તેમની ભક્તિમય સેવામાં નિમગ્ન થઈ જાય છે. જ્યાં સુધી ભૌતિક સંસર્ગદોષ સર્વથા દૂર થતો નથી, ત્યાં સુધી તેઓ સ્વભાવે

કરીને અભક્ત રહે છે. પરંતુ જેઓ ભૌતિક ઈચ્છાઓ હોવા છતાં ભગવાનનો આશ્રય લે છે, તેઓ બહિરંગ પ્રકૃતિથી એટલા આકૃષ્ટ થતા નથી, કારણ કે તેઓ સાચા લક્ષ્યને માર્ગે હોવાથી જલદીથી સઘળી ભૌતિક વાસનાઓમાંથી મુક્ત થઈ જાય છે. શ્રીમદ્ ભાગવતમાં ભલામણ કરવામાં આવી છે કે મનુષ્ય ભૌતિક કામનાઓથી રહિત હોય કે કામનાયુક્ત હોય અથવા ભૌતિક સંસર્ગદોષમાંથી મુક્તિ પામવા ઈચ્છતો હોય, તેણે સર્વ પરિસ્થિતિમાં વાસુદેવના શરણે જવું જોઈએ અને તેમની પૂજા કરવી જોઈએ. શ્રીમદ્ ભાગવત (૨.૩.૧૦)માં ઉલ્લેખ થયો છે તે પ્રમાણે:

અકામઃ સર્વાકામો વા મોક્ષકામ ઉદારધીઃ।
તીવ્રેણ ભક્તિ યોગેન યજેત પુરુષં પરમ્॥

આધ્યાત્મિક સમજણ ગુમાવી બેઠેલા અલ્પજ્ઞ માણસો ભૌતિક કામનાઓની તાત્કાલિક પૂર્તિ કરવા માટે દેવોનો આશ્રય લે છે. સામાન્ય રીતે આવા લોકો પૂર્ણ પુરુષોત્તમ પરમેશ્વરના શરણે જતા નથી, કારણ કે તેઓ પ્રકૃતિના નિમ્નતર ગુણો (તમોગુણ તથા રજોગુણ)માં રહેલા હોય છે, તેથી તેઓ વિભિન્ન દેવોને ભજે છે. તેઓ પૂજાનાં વિધિવિધાનોનું પાલન કરવામાં જ સંતુષ્ટ રહે છે. દેવોને પૂજનારા ક્ષુલ્લક ઈચ્છાઓથી પ્રેરાય છે અને સર્વોપરી લક્ષ્ય સુધી કેવી રીતે પહોંચી શકાય, તે તેઓ જાણતા નથી. પરંતુ ભગવાનનો ભક્ત કદાપિ પથભ્રષ્ટ થતો નથી. વૈદિક સાહિત્યમાં વિભિન્ન ઉદ્દેશ માટે ભિન્ન ભિન્ન દેવોના પૂજનનું વિધાન થયું છે (જેમ કે રોગી વ્યક્તિને સૂર્યદેવની ઉપાસના કરવાની ભલામણ કરવામાં આવી છે) અને તેથી જેઓ ભગવદ્ભક્ત થયા નથી, તેઓ વિચારે છે કે કેટલાંક કાર્યો માટે દેવો ભગવાન કરતાં ચડિયાતા છે. પરંતુ એક શુદ્ધ ભક્ત જાણે છે કે પરમેશ્વર કૃષ્ણ જ સર્વના સ્વામી છે. ચૈતન્ય ચરિતામૃત (આદિ ૫.૧૪૨) માં કહેવામાં આવ્યું છે કે—*એકલે ઈશ્વર કૃષ્ણ, આર સબ ભૃત્ય*—કેવળ પૂર્ણ પુરુષોત્તમ પરમેશ્વર કૃષ્ણ જ સ્વામી છે અને બીજા બધા સેવકો છે. પરિણામે શુદ્ધ ભક્ત પોતાની ભૌતિક જરૂરિયાતોની પૂર્તિ માટે કદાપિ દેવો પાસે જતો નથી. તે તો પરમેશ્વરના આધારે રહે છે અને તેઓ જે કંઈ આપે છે તેનાથી જ સંતુષ્ટ રહે છે.

શ્લોક ૨૧

यो यो यां यां तनुं भक्तः श्रद्धयार्चितुमिच्छति।
तस्य तस्याचलां श्रद्धां तामेव विदधाम्यहम्॥ २१॥

યઃ યઃ—જે જે; **યામ્ યામ્**—જેની જેની; **તનુમ્**—દેવના રૂપને; **ભક્તઃ**—ભક્ત; **શ્રદ્ધયા**—શ્રદ્ધાપૂર્વક; **અર્ચિતુમ્**—પૂજા કરવા; **ઈચ્છતિ**—ઇચ્છે છે; **તસ્ય તસ્ય**—તેની; **અચલામ્**—સ્થિર; **શ્રદ્ધામ્**—શ્રદ્ધાને; **તામ્**—તે; **એવ**—જ; **વિદધામિ**—આપું છું; **અહમ્**—હું.

અનુવાદ

હું જીવમાત્રના હૃદયમાં પરમાત્મારૂપે વિદ્યમાન છું. કોઈ મનુષ્ય જ્યારે કોઈ દેવની પૂજા કરવા ઇચ્છે છે, ત્યારે હું તરત જ તેની શ્રદ્ધાને સ્થિર કરું છું કે જેથી તે મનુષ્ય તે વિશિષ્ટ દેવની આરાધના કરી શકે.

ભાવાર્થ

ઈશ્વરે દરેક જીવને સ્વતંત્રતા આપી છે, તેથી જો કોઈ મનુષ્ય ભૌતિક સુખ ભોગવવા ઇચ્છતો હોય અને દેવો પાસેથી આવી સગવડો પામવા ઇચ્છતો હોય, તો જીવમાત્રના અંતર્યામી તરીકે પરમાત્મા તે જાણીને આવા મનુષ્યને સગવડ આપે છે. જીવમાત્રના પરમ પિતા તરીકે તેઓ જીવની સ્વતંત્રતામાં હસ્તક્ષેપ કરતા નથી, પરંતુ તેમને બધી સગવડ પ્રદાન કરે છે કે જેથી તેઓ પોતાની ભૌતિક ઇચ્છાઓ પૂરી કરી શકે. કોઈ મનુષ્ય સવાલ કરી શકે કે સર્વશક્તિમાન ઈશ્વર જીવોને આવી સગવડો આપીને તેમને માયાના પાશમાં કેમ પડવા દે છે? આનો જવાબ એ છે કે જો પરમાત્મારૂપે પરમેશ્વર તેમને આવી સગવડો પ્રદાન ન કરે, તો પછી સ્વતંત્રતાનો કોઈ અર્થ જ રહેતો નથી. તેથી તેઓ સૌને પૂર્ણ સ્વતંત્રતા આપે છે; જેને જે ગમે તે કરે, પરંતુ ભગવદ્‌ગીતામાં આપણે તેમનો અંતિમ ઉપદેશ જોઈએ છીએ—મનુષ્યે અન્ય બધાં કાર્યો તજીને એકમાત્ર તેમનું શરણ ગ્રહણ કરવું જોઈએ. આથી મનુષ્ય સુખી થશે.

જીવાત્મા તથા દેવો બંને પૂર્ણ પુરુષોત્તમ પરમેશ્વરની ઇચ્છાને અધીન છે. તેથી જીવાત્મા સ્વેચ્છાથી કોઈ દેવને પૂજી શકતો નથી અને કોઈ દેવ પણ સર્વોપરી પરમેશ્વરની ઇચ્છા વગર કોઈ વરદાન આપી શકતા નથી. એવી કહેવત છે કે પૂર્ણ પુરુષોત્તમ પરમેશ્વરની મરજી વિના એક પાંદડું પણ હાલી શકતું નથી. સામાન્ય રીતે જે મનુષ્યો આ દુનિયામાં દુઃખી હોય છે તેઓ દેવોનું શરણ લે છે, કારણ કે વૈદિક શાસ્ત્રોમાં આવો ઉપદેશ આપેલો છે. કોઈ મનુષ્યને કોઈ વિશિષ્ટ વસ્તુ જોઈતી હોય, તો તે અમુક-અમુક દેવને ભજી શકે. ઉદાહરણાર્થ, રોગગ્રસ્ત મનુષ્યને સૂર્યદેવની પૂજા કરવાની ભલામણ થઈ છે, શિક્ષણ ઇચ્છનારે વિદ્યાની દેવી સરસ્વતીની

ઉપાસના કરવી અને સુંદર પત્નીની કામના કરનારે શિવપત્ની ઉમાદેવીન પૂજા કરવી. આ પ્રમાણે વિભિન્ન દેવોનાં પૂજનનાં વિભિન્ન પ્રકારોની વૈદિ શાસ્ત્રોમાં ભલામણ થઈ છે. અમુક જીવ અમુક ભૌતિક સગવડ ભોગવવ ઇચ્છતો હોવાથી ભગવાન તેને અમુક દેવ પાસેથી તેવું વરદાન પામવાન પ્રબળ પ્રેરણા આપે છે અને તેવું વરદાન તેને મળી જાય છે. અમુક વિશિષ્ પ્રકારના દેવ માટેનું જીવનું ભક્તિભાવનું અમુક વિશિષ્ટ પ્રકારનું વલણ પણ ભગવાન દ્વારા જ યોજવામાં આવે છે. દેવો જીવોને આવી પ્રેરણા આપ શકતા નથી, પરંતુ ભગવાન પરમાત્મા છે, જેઓ સમસ્ત જીવોના હૃદયમ વિદ્યમાન હોય છે અને તેથી કૃષ્ણ મનુષ્યને અમુક દેવના પૂજનની પ્રેરણ આપે છે. બધા દેવો પરમેશ્વરના વિરાટ દેહના વિભિન્ન અંગો છે, તેથ તેઓ સ્વતંત્ર નથી. વૈદિક સાહિત્યમાં કહ્યું છે—"પરમાત્મારૂપે ભગવા દેવોના હૃદયમાં પણ વસે છે, તેથી તેઓ દેવોના માધ્યમ દ્વારા જીવન ઇચ્છા પૂરી કરવાની વ્યવસ્થા કરે છે, પરંતુ જીવ તથા દેવો બંને પરમેશ્વરન ઇચ્છાને અધીન છે અને તેઓ સ્વતંત્ર નથી."

શ્લોક ૨૨

स तया श्रद्धया युक्तस्तस्याराधनमीहते।
लभते च ततः कामान्मयैव विहितान्हि तान्॥ २२॥

સઃ—તે; **તયા**—તે નથી; **શ્રદ્ધયા**—શ્રદ્ધાથી; **યુક્તઃ**—યુક્ત; **તસ્ય**—ત દેવની; **આરાધનમ્**—પૂજા માટે; **ઈહતે**—આકાંક્ષા કરે છે; **લભતે**—પ્રાપ્ત ક છે; **ચ**—અને; **તતઃ**—તેનાથી; **કામાન્**—તેની ઇચ્છાઓ; **મયા**—મારા વડે **એવ**—જ; **વિહિતાન્**—યોજાયેલી; **હિ**—નક્કી; **તાન્**—તે.

અનુવાદ

આવી શ્રદ્ધાથી યુક્ત થયેલો તે અમુક દેવની કૃપા પ્રાપ્ત કરવાન પ્રયત્ન કરે છે અને પોતાની ઇચ્છાની પૂર્તિ કરે છે. પરંતુ વાસ્તવિકતા એ છે કે આ બધા લાભ મારા થકી જ પ્રાપ્ત થાય છે.

ભાવાર્થ

દેવો પરમેશ્વરની અનુમતિ વિના પોતાના ભક્તોને વરદાન આપ શકતા નથી. જીવ ભલે ભૂલી જાય કે પ્રત્યેક વસ્તુ પરમેશ્વરની સંપત્તિ છે પરંતુ દેવો તે ભૂલતા નથી. તેથી દેવોની પૂજા તથા ઇચ્છિત ફળની પ્રાપ્ દેવોના કારણે નહીં, પરંતુ તેમના માધ્યમથી પૂર્ણ પુરુષોત્તમ પરમેશ્વરન કારણે થાય છે. અલ્પજ્ઞાની જીવાત્મા આ જાણતો નથી, તેથી તે મૂર્ખતાવશ

.વો પાસે અમુક લાભ માટે જાય છે. પણ શુદ્ધ ભક્તને જ્યારે કોઈ વસ્તુની જરૂર પડે છે, ત્યારે તે પરમેશ્વર પાસે જ યાચના કરે છે. પરંતુ ભૌતિક લાભની યાચના કરવી એ શુદ્ધ ભક્તનું લક્ષણ નથી. જીવ સામાન્ય રીતે દેવો પાસે એટલા માટે જાય છે કે તે પોતાની તીવ્ર વાસનાઓની પૂર્તિ કરવા માટે પાગલ હોય છે. જીવ જ્યારે કંઈક અનુચિત કામના કરે છે અને સ્વયં ભગવાન પણ તે કામના પૂરી કરતા નથી, ત્યારે આવું બને છે. ચૈતન્ય ચરિતામૃતમાં કહેવામાં આવ્યું છે કે જે મનુષ્ય પરમેશ્વરની પૂજાની સાથે જ ભૌતિક ભોગની કામના કરે છે, તે પરસ્પર વિરોધી ઈચ્છાવાળો હોય છે. પરમેશ્વરની ભક્તિ તથા દેવોની પૂજા સમાન સ્તરે થઈ શકતી નથી, કારણ કે દેવોની પૂજા ભૌતિક છે અને પરમેશ્વરની ભક્તિ સર્વથા આધ્યાત્મિક છે.

ભગવાનના સાન્નિધ્યમાં તેમના ધામમાં જવા ઈચ્છતા ભક્ત માટે ભૌતિક ઈચ્છાઓ અવરોધક બને છે. તેથી અલ્પજ્ઞ જીવ ભૌતિક કામના કરે છે અને એટલે જ તે પરમેશ્વરની ભક્તિ કરવા કરતાં દેવોની પૂજા કરવાનું પસંદ કરે છે, કારણ કે એવા ભૌતિક લાભોનાં વરદાન ભગવાનના શુદ્ધ ભક્તોને આપવામાં આવતાં નથી.

શ્લોક ૨૩

अन्तवत्तु फलं तेषां तद्भवत्यल्पमेधसाम्।
देवान्देवयजो यान्ति मद्भक्ता यान्ति मामपि॥ २३॥

અન્તવત્—નાશવંત; **તુ**—પરંતુ; **ફલમ્**—ફળ; **તેષામ્**—તેમનું; **તત્**—તે; **ભવતિ**—થાય છે; **અલ્પ મેધસામ્**—અલ્પ બુદ્ધિવાળાનું; **દેવાન્**—દેવોને; **દેવ યજઃ**—દેવોને પૂજનારા; **યાન્તિ**—જાય છે; **મત્**—મારા; **ભક્તાઃ**—ભક્તો; **યાન્તિ**—જાય છે; **મામ્**—મને; **અપિ**—પણ.

અનુવાદ

અલ્પ બુદ્ધિવાળા માણસો દેવોની પૂજા કરે છે અને તેમને મળનારાં ફળ મર્યાદિત તથા અસ્થાયી હોય છે. દેવોને પૂજનારા લોકો દેવલોકમાં જાય છે, પરંતુ મારા ભક્તો તો મારા પરમ ધામને જ પામે છે.

ભાવાર્થ

ભગવદ્ગીતાના કેટલાક ટીકાકારો કહે છે કે દેવોને પૂજનારો મનુષ્ય પણ પરમેશ્વર પાસે પહોંચી શકે છે, પરંતુ અહીં સ્પષ્ટ શબ્દોમાં કહ્યું છે કે દેવોને પૂજનારા વિભિન્ન ગ્રહમંડળોમાં જાય છે કે જ્યાં વિવિધ દેવો નિવાસ કરે છે, જેમ કે સૂર્યની ઉપાસના કરનારો સૂર્યલોકને અથવા ચંદ્રનો ઉપાસક

ચંદ્રલોકને પામે છે. તે જ પ્રમાણે, જો કોઈ મનુષ્ય ઇન્દ્ર જેવા દેવની પૂજા કરવા ઇચ્છે, તો તે એ જ દેવના લોકને પામે છે. એવું નથી કે ગમે તે દેવને પૂજવાથી પૂર્ણ પુરુષોત્તમ પરમેશ્વરના સાન્નિધ્યમાં જઈ શકાય છે. આનો અહીં નિષેધ કરવામાં આવ્યો છે, કારણ કે અહીં એમ સ્પષ્ટ જ કહ્યું છે કે વિભિન્ન દેવોને પૂજનારાઓ ભૌતિક જગતના વિભિન્ન લોકોમાં જાય છે અને જ્યારે પરમેશ્વરનો ભક્ત ભગવાનના પરમ ધામમાં જાય છે.

અહીં એવી શંકા કરી શકાય કે જો દેવો પરમેશ્વરના દેહનાં વિભિન્ન અંગો હોય, તો પછી તેમની પૂજા કરવાથી પણ સમાન ફળ મળવું જોઈએ. પરંતુ દેવોને પૂજનારા ઓછી બુદ્ધિવાળા હોય છે, કારણ કે તેઓ જાણતા નથી કે શરીરના કયા અંગને ભોજન આપવું જોઈએ. તેઓમાંના કેટલાક એવા મૂર્ખ હોય છે કે અંગ અનેક હોવાથી ભોજન પૂરું પાડવાના પ્રકાર પણ અનેક હોય છે એવો તેઓ દાવો કરે છે. પરંતુ આ બહુ યોગ્ય નથી. શું કાન કે આંખ દ્વારા શરીરને ભોજન પૂરું પાડી શકાય છે? તેઓ જાણતા નથી કે આ દેવો ભગવાનના વિરાટ દેહના વિભિન્ન અંગો છે અને તે લોકો અજ્ઞાનવશ એવો વિશ્વાસ કરી લે છે કે પ્રત્યેક દેવ એ જુદો ઈશ્વર છે અને પરમેશ્વરનો પ્રતિસ્પર્ધી છે.

માત્ર દેવો જ ભગવાનનાં અંગો (અંશો) છે એવું નથી, પરંતુ સામાન્ય જીવો પણ ભગવાનના અંશો છે. શ્રીમદ્‌ ભાગવતમાં કહ્યું છે કે બ્રાહ્મણો પરમેશ્વરનું મસ્તક છે, ક્ષત્રિયો ભુજાઓ છે, વૈશ્યો તેમનો કટિપ્રદેશ છે, શૂદ્રો તેમનાં ચરણ છે અને એ બધાનાં કાર્યો જુદાં જુદાં છે. જો કોઈ વ્યક્તિ દેવોને તથા સ્વયં પોતાને પરમેશ્વરના અંશ માને છે, તો તેનું જ્ઞાન પૂર્ણ છે. પરંતુ જો તે આ સમજતો નથી, તો તે વિભિન્ન લોકને પામે છે કે જ્યાં દેવો નિવાસ કરે છે. આ એ જ ગંતવ્ય સ્થાન નથી કે જ્યાં ભક્ત જાય છે.

દેવો પાસેથી મળેલાં વરદાન નાશવંત હોય છે, કારણ કે આ ભૌતિક જગતમાં બધા ગ્રહો, દેવો અને તેમના ઉપાસકો નશ્વર છે. તેથી આ શ્લોકમાં સ્પષ્ટપણે જણાવ્યું છે કે દેવોની ઉપાસના કરવાથી મળનારાં બધાં ફળ નાશવંત હોય છે અને તેથી આવી પૂજા કેવળ અલ્પજ્ઞ જીવો દ્વારા કરવામાં આવે છે. પરમેશ્વરની ભક્તિમય સેવામાં સંલગ્ન કૃષ્ણભાવનાપરાયણ ભક્ત જ્ઞાનથી ભરપૂર એવું સનાતન અને આનંદમય જીવન પ્રાપ્ત કરે છે. તેથી તેની તથા દેવોના સામાન્ય ઉપાસકની ઉપલબ્ધિઓ જુદી જુદી હોય છે. પરમેશ્વર અનંત છે, તેમનો અનુગ્રહ અનંત છે અને તેમની દયા

પણ અપાર છે. તેથી શુદ્ધ ભક્તો પર થતી પરમેશ્વરની કૃપા પણ અપાર હોય છે.

શ્લોક ૨૪
अव्यक्तं व्यक्तिमापन्नं मन्यन्ते मामबुद्धयः।
परं भावमजानन्तो ममाव्ययमनुत्तमम्॥ २४॥

અવ્યક્તમ્—અપ્રગટ; **વ્યક્તિમ્**—વ્યક્તિત્વને; **આપન્નમ્**—પ્રાપ્ત થયેલા; **મન્યન્તે**—માને છે; **મામ્**—મને; **અબુદ્ધયઃ**—ઓછી બુદ્ધિવાળા માણસો; **પરમ્**—પરમ; **ભાવમ્**—અસ્તિત્વને; **અજાનન્તઃ**—જાણ્યા વિના; **મમ**—મારા; **અવ્યયમ્**—અવિનાશી; **અનુત્તમમ્**—સર્વોત્તમ.

અનુવાદ

મને પૂર્ણ રીતે નહીં જાણનારા બુદ્ધિહીન માણસો માને છે કે હું, પૂર્ણ પુરુષોત્તમ પરમેશ્વર કૃષ્ણ, પહેલાં નિરાકાર હતો અને હવે મેં આ વ્યક્તિત્વને ધારણ કર્યું છે. તેમના અલ્પ જ્ઞાનને કારણે તેઓ મારી અવિનાશી તથા સર્વોપરી પ્રકૃતિને જાણતા નથી.

ભાવાર્થ

દેવોના ઉપાસકોને અલ્પ બુદ્ધિવાળા કહેવામાં આવ્યા છે અને અહીં નિર્વિશેષવાદીઓને પણ તે જ રીતે અલ્પ બુદ્ધિવાળા કહેવામાં આવ્યા છે. ભગવાન કૃષ્ણ પોતાના સાકાર રૂપમાં અહીં અર્જુનની સાથે વાત કરી રહ્યા છે, તેમ છતાં નિર્વિશેષવાદી પોતાના અજ્ઞાનને કારણે દલીલ કરતા હોય છે કે આખરે તો પરમેશ્વરનું કોઈ રૂપ હોતું નથી. શ્રી રામાનુજાચાર્યની પરંપરામાંના મહાન ભગવદ્‌ભક્ત યામુનાચાર્યે આ વિશે બહુ ઉપયુક્ત શ્લોક લખ્યો છે. તેઓ કહે છે (સ્તોત્રરત્ન ૧૨)—

ત્વાં શીલરૂપચરિતૈઃ પરમપ્રકૃષ્ટૈઃ
સત્ત્વેન સાત્ત્વિકતયા પ્રબલૈશ્ચ શાસ્ત્રૈઃ।
પ્રખ્યાતદૈવપરમાર્થવિદાં મતૈશ્ચ
નૈવાસુરપ્રકૃતયઃ પ્રભવન્તિ બોદ્ધુમ્॥

"હે પ્રભુ, વ્યાસદેવ તથા નારદ જેવા ભક્તો આપને ભગવાન તરીકે જાણે છે. વિવિધ વૈદિક ગ્રંથોને વાંચીને મનુષ્ય આપનાં ગુણો, રૂપ તથા લીલાઓને જાણી શકે છે અને એ રીતે આપને પૂર્ણ પુરુષોત્તમ પરમેશ્વર તરીકે સમજી શકે છે. પરંતુ જે માણસો રજોગુણ તથા તમોગુણથી ગ્રસ્ત છે,

એવા અસુરો તથા અભક્તો આપને સમજી શકતા નથી. આવા અભક્તો વેદાંત, ઉપનિષદ તથા વૈદિક ગ્રંથોની ચર્ચા કરવામાં ભલે ગમે તેટલા નિપુણ હોય, તોયે તેઓ ભગવાનને સમજી શકતા નથી.”

બ્રહ્મસંહિતામાં કહેવામાં આવ્યું છે કે કેવળ વેદાંત સાહિત્યના અધ્યયનથી ભગવાનને સમજી શકાય નહીં. માત્ર ભગવત્કૃપાથી જ પરમ પુરુષને જાણી શકાય છે. તેથી આ શ્લોકમાં સ્પષ્ટપણે જણાવ્યું છે કે દેવોના ઉપાસકો તો અલ્પજ્ઞ છે જ, પરંતુ વેદાંત તથા વેદોના તર્કવિતર્કમાં પરોવાયેલા કૃષ્ણભાવનાવિહીન અભક્તો સુધ્ધાં અલ્પજ્ઞાની છે અને તેઓ ઈશ્વરના સાકાર સ્વરૂપને સમજી શકે તેમ નથી. પરમ સત્ય નિર્વિશેષ છે એવી માન્યતા ધરાવનારા લોકોને *અબુદ્ધય:* કહેવામાં આવ્યા છે, જેનો અર્થ એ છે કે તેઓ પરમ સત્યનું અંતિમ સ્વરૂપ જાણતા નથી. શ્રીમદ્ ભાગવતમાં જણાવ્યું છે કે સર્વોપરી સાક્ષાત્કારનો આરંભ નિર્વિશેષ બ્રહ્મથી થાય છે જે ઉન્નત થઈને અંતર્યામી પરમાત્મા સુધી પહોંચે છે, પરંતુ પરમ સત્યની પરિસીમા તો ભગવાનનું વ્યક્તિત્વ જ છે. આધુનિક નિર્વિશેષવાદીઓ તો વળી વધારે અલ્પજ્ઞ છે, કારણ કે તેઓ પોતાના મહાન પૂર્વગામી શંકરાચાર્યને પણ અનુસરતા નથી કે જેમણે સ્પષ્ટ રીતે જણાવ્યું છે કે કૃષ્ણ જ પૂર્ણ પુરુષોત્તમ પરમેશ્વર છે. તેથી નિર્વિશેષવાદીઓ પરમ સત્યને જાણ્યા વગર કૃષ્ણને માત્ર દેવકી તથા વસુદેવના પુત્ર કે એક રાજકુમાર કે શક્તિશાળી જીવાત્મા તરીકે માની લે છે. ભગવદ્ગીતા (૯.૧૧)માં આની પણ નિંદા થઈ છે. *અવજાનન્તિ માં મૂઢા માનુષીં તનુમ્ આશ્રિતમ્*—માત્ર મૂર્ખ લોકો જ મને સામાન્ય માણસ સમજે છે.

સાચું એ છે કે ભક્તિભરી સેવા વિના તથા કૃષ્ણભાવના વિકસાવ્યા વગર કોઈ મનુષ્ય કૃષ્ણને સમજી શકે નહીં. ભાગવત (૧૦.૧૪.૨૯)માં આનું સમર્થન થયું છે:

અથાપિ તે દેવ પદામ્બુજ દ્વય
પ્રસાદ લેશાનુગૃહીત એવ હિ।
જાનાતિ તત્ત્વં ભગવન્ મહિમ્નો
ન ચાન્ય એકોઽપિ ચિરં વિચિન્વન્॥

“હે પ્રભુ, જો કોઈ આપનાં ચરણકમળોની અલ્પ કૃપા પણ પામે છે, તો તે આપના વ્યક્તિત્વનો મહિમા જાણી શકે છે. પરંતુ જે લોકો પૂર્ણ પુરુષોત્તમ પરમેશ્વરને જાણવા માટે માનસિક તર્કવિતર્ક કરે છે, તેઓ અનેક વર્ષો સુધી

વેદોનું અધ્યયન કરવા છતાં તેમને જાણી શકતા નથી.” પૂર્ણ પુરુષોત્તમ પરમેશ્વર કૃષ્ણને કે તેમનાં રૂપ, ગુણ તથા નામને કેવળ માનસિક તર્ક દ્વારા કે વૈદિક શાસ્ત્રોની ચર્ચા દ્વારા મનુષ્ય સમજી શકતો નથી. મનુષ્યે તેમને ભક્તિ દ્વારા જ જાણવા જોઈએ. જ્યારે મનુષ્ય—**હરે કૃષ્ણ હરે કૃષ્ણ કૃષ્ણ કૃષ્ણ હરે હરે। હરે રામ હરે રામ રામ રામ હરે હરે।**—આ મહામંત્રના જપથી આરંભી કૃષ્ણભાવનામૃતમાં પૂરેપૂરો તન્મય થઈ જાય છે, ત્યારે જ તે પૂર્ણ પુરુષોત્તમ પરમેશ્વરને સમજી શકે છે. અભક્ત નિર્વિશેષવાદી માને છે કે ભગવાન કૃષ્ણનું શરીર આ ભૌતિક પ્રકૃતિનું જ બનેલું છે અને તેમનાં કાર્યો (લીલા), તેમનું રૂપ એ બધું માયા છે. આવા નિર્વિશેષવાદીઓ માયાવાદી કહેવાય છે. તેઓ પરમ સત્યને જાણતા નથી.

વીસમો શ્લોક સ્પષ્ટપણે કહે છે—*કામૈસ્તૈસ્તૈર્ હૃત જ્ઞાનાઃ પ્રપદ્યન્તેઽન્ય દેવતાઃ*—“જે લોકો કામનાઓથી અંધ થયેલા છે, તેઓ અન્ય દેવોના આશ્રયે જાય છે.” એમ સ્વીકૃત કરવામાં આવ્યું છે કે ભગવાન ઉપરાંત અન્ય દેવો પણ છે કે જેમના પોતાના લોક છે અને ભગવાનનો પોતાનો પણ લોક છે. તેવીસમાં શ્લોકમાં જણાવ્યું છે તેમ—*દેવાન્ દેવ યજો યાન્તિ મદ્ભક્તા યાન્તિ મામપિ*—દેવોની પૂજા કરનારા દેવોના લોકોમાં જાય છે અને ભગવાન કૃષ્ણના ભક્તો કૃષ્ણલોકમાં જાય છે. જોકે આ સ્પષ્ટપણે કહ્યું છે, છતાં મૂર્ખ માયાવાદીઓ એવું માને છે કે ભગવાન નિરાકાર છે અને આ રૂપો ઉપરથી ધારણ કરેલાં છે. શું ગીતાનો અભ્યાસ કરવાથી એવું જણાય છે કે દેવો તથા તેમનાં લોક નિર્વિશેષ છે? સ્પષ્ટ જ છે કે ન તો દેવો અને ન તો પૂર્ણ પુરુષોત્તમ પરમેશ્વર કૃષ્ણ નિર્વિશેષ છે. તેઓ બધા જ વ્યક્તિઓ છે. ભગવાન કૃષ્ણ પૂર્ણ પુરુષોત્તમ પરમેશ્વર છે, તેમનો પોતાનો લોક (ગ્રહ) છે અને દેવોના પણ પોતપોતાના લોક છે.

માટે માયાવાદીઓનો એવો દાવો કે પરમ સત્ય નિર્વિશેષ છે અને તેમનામાં રૂપ-આકારનું આરોપણ કરવામાં આવેલું છે, તે સાચું ઠરતું નથી. અહીં સ્પષ્ટપણે જણાવ્યું છે કે તે આરોપિત કરવામાં આવેલું નથી. ભગવદ્ગીતામાંથી આપણે સ્પષ્ટ રીતે સમજી શકીએ છીએ કે દેવોનાં રૂપો તથા પરમેશ્વરનું સ્વરૂપ એકસાથે જ વિદ્યમાન છે અને ભગવાન કૃષ્ણ સચ્ચિદાનંદ સ્વરૂપ છે. વેદો પણ સમર્થન કરે છે કે સર્વોપરી પરમ સત્ય *આનન્દમયોઽભ્યાસાત્* અર્થાત્ સ્વભાવે કરીને જ પૂર્ણ આનંદમય છે અને તેઓ અનંત શુભ ગુણોના ભંડાર છે. ભગવાન ગીતામાં કહે છે કે તેઓ

અજ (અજન્મા) હોવા છતાં પ્રગટ થાય છે. ભગવદ્‌ગીતામાંથી આપણે આ સર્વ તથ્યો જાણવાં જોઈએ. ભગવાન કેવી રીતે નિર્વિશેષ હોઈ શકે તે આપણે સમજી શકતા નથી. ગીતાનાં વિધાનો પ્રમાણે, નિર્વિશેષવાદી અદ્વૈતવાદીઓનો આ આકાર આરોપણ કર્યાનો સિદ્ધાંત ખોટો છે. અહીં આ સ્પષ્ટ છે કે પરમ સત્ય ભગવાન કૃષ્ણને રૂપ તથા વ્યક્તિત્વ બંને છે.

શ્લોક ૨૫

नाहं प्रकाशः सर्वस्य योगमायासमावृतः।
मूढोऽयं नाभिजानाति लोको मामजमव्ययम्॥ २५॥

ન—નથી; **અહમ્**—હું; **પ્રકાશઃ**—પ્રગટ; **સર્વસ્ય**—બધા માટે; **યોગમાયા**—અંતરંગ શક્તિથી; **સમાવૃતઃ**—ઢંકાયેલો; **મૂઢઃ**—મૂર્ખ; **અયમ્**—આ; **ન**—નહીં; **અભિજાનાતિ**—જાણી શકે છે; **લોકઃ**—મનુષ્યો; **મામ્**—મને; **અજમ્**—અજન્મા; **અવ્યયમ્**—અવિનાશીને.

અનુવાદ

હું મૂર્ખ તથા અલ્પ બુદ્ધિવાળા માણસો સમક્ષ કદી પોતાને પ્રગટ કરતો નથી. તેમને માટે હું મારી અંતરંગ શક્તિ દ્વારા આવૃત રહું છું અને તેથી તેઓ જાણતા નથી કે હું અજન્મા તથા અવિનાશી છું.

ભાવાર્થ

એવી દલીલ થઈ શકે કે પહેલાં કૃષ્ણ આ પૃથ્વી પર હાજર હતા અને સૌને માટે દૃશ્યમાન હતા, તો પછી હમણાં તેઓ સૌની સમક્ષ પ્રગટ કેમ થતા નથી? પરંતુ વાસ્તવમાં તેઓ દરેકની સમક્ષ પ્રગટ ન હતા. કૃષ્ણ જ્યારે વિદ્યમાન હતા, ત્યારે તેમને પૂર્ણ પુરુષોત્તમ પરમેશ્વરરૂપે જાણી શકનારા બહુ થોડા હતા. જ્યારે કુરુઓની સભામાં શિશુપાલે કૃષ્ણના સભાધ્યક્ષ તરીકે ચૂંટાવાનો વિરોધ કર્યો, ત્યારે ભીષ્મે કૃષ્ણના નામનું સમર્થન કરેલું અને તેમને પૂર્ણ પુરુષોત્તમ પરમેશ્વર તરીકે ઘોષિત કર્યા હતા. તે જ પ્રમાણે પાંડવો તથા થોડા અન્ય લોકો તેમને પરમેશ્વર તરીકે જાણતા હતા, પરંતુ બધા એવા ન હતા. અભક્તો તથા સામાન્ય મનુષ્યને માટે તેઓ પ્રગટરૂપે જાણીતા ન હતા. એટલે જ ભગવદ્‌ગીતામાં કૃષ્ણ કહે છે કે પોતાના શુદ્ધ ભક્તો સિવાય બીજા બધા મનુષ્યો તેમને પોતાના જેવા જ માને છે. તેઓ પોતાના ભક્તો સમક્ષ આનંદના ભંડાર તરીકે પ્રગટ થતા હતા, પરંતુ અન્ય લોકો માટે, અલ્પજ્ઞ અભક્તો માટે તેઓ પોતાની અંતરંગ શક્તિથી આવૃત થયેલા હતા.

શ્રીમદ્ ભાગવત (૧.૮.૧૯)માં કુંતીએ પ્રાર્થના કરતાં કહ્યું છે કે ભગવાન યોગમાયાના આવરણથી આવૃત થયેલા છે, તેથી સાધારણ મનુષ્યો તેમને જાણી શકતા નથી. ઈશોપનિષદ (મંત્ર ૧૫)માં પણ આ યોગમાયાના આવરણની પુષ્ટિ કરવામાં આવી છે, જેમાં ભક્ત પ્રાર્થના કરે છે:

હિરણ્મયેન પાત્રેણ સત્યસ્યાપિહિતં મુખમ્।
તત્ ત્વં પૂષન્ન્ અપાવૃણુ સત્ય ધર્માય દૃષ્ટયે॥

"હે મારા પ્રભુ, આપ સમગ્ર બ્રહ્માંડના પાલક છો અને આપની ભક્તિ સર્વોચ્ચ ધર્મ છે. માટે મારી પ્રાર્થના છે કે આપ મારું પણ પાલન કરો. આપનું દિવ્ય સ્વરૂપ યોગમાયાથી આવૃત થયેલું છે. બ્રહ્મજ્યોતિ આપની અંતરંગ શક્તિનું આવરણ છે. કૃપા કરીને આ દેદીપ્યમાન તેજને દૂર કરો, કારણ કે તે આપના સચ્ચિદાનંદ વિગ્રહના દર્શનમાં બાધક છે." પૂર્ણ પુરુષોત્તમ પરમેશ્વર પોતાના જ્ઞાન તથા આનંદથી ભરપૂર દિવ્ય રૂપમાં બ્રહ્મજ્યોતિની અંતરંગ શક્તિ દ્વારા આવૃત રહે છે, તેથી ઓછી બુદ્ધિવાળા નિર્વિશેષવાદીઓ પરમેશ્વરનાં દર્શન કરી શકતા નથી.

શ્રીમદ્ ભાગવત (૧૦.૧૪.૭)માં પણ બ્રહ્માજીએ કરેલી આ સ્તુતિ છે, "હે પૂર્ણ પુરુષોત્તમ પરમેશ્વર, હે પરમાત્મા, હે સર્વ રહસ્યોના સ્વામી, આ જગતમાં એવો કોણ છે કે જે આપની શક્તિ તથા લીલાઓની ગણતરી કરી શકે? આપ નિરંતર આપની અંતરંગ શક્તિનું વિસ્તરણ કરતા રહો છો, તેથી કોઈ આપને સમજી શકતું નથી. વૈજ્ઞાનિકો તથા વિદ્વાનો ભલે ભૌતિક જગતની પરમાણુ સંરચનાનો કે વિભિન્ન ગ્રહોનું અન્વેષણ કરે, પરંતુ તેમની સામે આપ હાજર હોવા છતાં તેઓ આપની શક્તિ તથા ઐશ્વર્યની ગણતરી કરવા અસમર્થ રહે છે." પૂર્ણ પુરુષોત્તમ પરમેશ્વર કૃષ્ણ માત્ર અજન્મા છે એટલું જ નહીં, પરંતુ તેઓ અવ્યય પણ છે. તેમનું સનાતન સ્વરૂપ આનંદમય તથા જ્ઞાનમય છે અને તેમની શક્તિઓ અવિનાશી છે.

શ્લોક ૨૬

वेदाहं समतीतानि वर्तमानानि चार्जुन।
भविष्याणि च भूतानि मां तु वेद न कश्चन॥ २६॥

વેદ—જાણું છું; **અહમ્**—હું; **સમતીતાનિ**—સંપૂર્ણ ભૂતકાળ; **વર્તમાનાનિ**—વર્તમાનને; **ચ**—અને; **અર્જુન**—હે અર્જુન; **ભવિષ્યાણિ**—

ભવિષ્યને; **ચ**—પણ; **ભૂતાનિ**—સર્વ જીવોને; **મામ્‌**—મને; **તુ**—પરંતુ **વેદ**—જાણે છે; **ન**—નહીં; **કશ્ચન**—કોઈ પણ.

અનુવાદ

હે અર્જુન, પૂર્ણ પુરુષોત્તમ પરમેશ્વર તરીકે હું જે કાંઈ ભૂતકાળમાં થયેલું, જે વર્તમાનમાં થઈ રહ્યું છે અને જે હવે થવાનું છે, તે બધું જ જાણું છું. હું સર્વ જીવોને જાણું છું, પરંતુ મને કોઈ જાણતું નથી.

ભાવાર્થ

અહીં સાકારતા તથા નિરાકારતાનું સ્પષ્ટ નિરૂપણ થયું છે. જો માયાવાદીઓ માને છે તેમ પૂર્ણ પુરુષોત્તમ પરમેશ્વર કૃષ્ણનું સ્વરૂપ માયા અર્થાત્‌ ભૌતિક હોત, તો તેમને પણ જીવાત્માની માફક પોતાનું શરીર બદલવું પડત અને પૂર્વજીવન વિશે બધું ભૂલાઈ જાત. ભૌતિક શરીરધારી કોઈ પણ મનુષ્ય તેના ભૂતપૂર્વ જીવનને યાદ કરી શકતો નથી, તેના ભાવિ જીવનની આગાહી કરી શકતો નથી અને તેના વર્તમાન જીવનમાં પરિણમતું ફળકથન પણ કરી શકતો નથી. તેથી તે જાણતો નથી કે ભૂત, વર્તમાન તથા ભવિષ્યમાં શું થઈ રહ્યું છે. ભૌતિક સંસર્ગદોષમાંથી મુક્ત થયા વિના તેને ત્રણે કાળનું જ્ઞાન થઈ શકતું નથી.

ભગવાન કૃષ્ણ સ્પષ્ટપણે કહે છે કે તેઓ સારી પેઠે જાણે છે કે ભૂતકાળમાં શું થયું હતું, વર્તમાનમાં શું થઈ રહ્યું છે અને ભવિષ્યમાં શું થવાનું છે, પરંતુ સામાન્ય મનુષ્ય એ જાણતો નથી. ચોથા અધ્યાયમાં આપણે જોઈ ચૂક્યા છીએ કે ભગવાન કૃષ્ણે લાખો વર્ષ પૂર્વે સૂર્યદેવ વિવસ્વાનને જે ઉપદેશ આપેલો તેનું તેમને સ્મરણ છે. કૃષ્ણ પ્રત્યેક જીવને જાણે છે, કારણ કે તેઓ સૌનાં હૃદયમાં પરમાત્મારૂપે વસે છે. પરંતુ તેઓ જીવમાત્રના હૃદયમાં પરમાત્મારૂપે વસતા હોવા છતાં તથા પૂર્ણ પુરુષોત્તમ પરમેશ્વર તરીકે વિદ્યમાન હોવા છતાં, અલ્પજ્ઞ મનુષ્ય શ્રીકૃષ્ણને પરમ પુરુષરૂપે જાણી શકતો નથી, પછી ભલે તેને નિર્વિશેષ બ્રહ્મનો સાક્ષાત્કાર થયો હોય. નિઃસંદેહ, શ્રીકૃષ્ણનો દિવ્ય દેહ નાશવંત નથી. તેઓ સૂર્ય સમાન છે અને માયા વાદળ જેવી છે. ભૌતિક જગતમાં આપણે સૂર્યને જોઈએ છીએ, વાદળાં અને વિભિન્ન તારાઓ તથા ગ્રહોને જોઈએ છીએ. વાદળ આ બધાને ટૂંક સમય માટે ઢાંકી શકે છે, પરંતુ આ આવરણ તો આપણી દૃષ્ટિ સુધી જ મર્યાદિત હોય છે. સૂર્ય, ચંદ્ર અને તારાઓ ખરેખર ઢંકાતા નથી. તેવી જ રીતે માયા પરમેશ્વરને ઢાંકી શકતી નથી. ભગવાન તેમની

અંતરંગ શક્તિને કારણે ઓછી બુદ્ધિવાળા માણસોને દેખાતા નથી. આ અધ્યાયના ત્રીજા શ્લોકમાં કહ્યું છે તેમ, કરોડો મનુષ્યોમાંથી થોડાક મનુષ્યો જ આ મનુષ્ય જન્મમાં પૂર્ણતા પામવાનો પ્રયત્ન કરે છે અને આવા લાખો પૂર્ણતા પામેલા પુરુષોમાંથી કોઈ એકાદ જ ભગવાન કૃષ્ણને સમજવા પામે છે. નિર્વિશેષ બ્રહ્મ અથવા અંતર્યામી પરમાત્માનો સાક્ષાત્કાર પામી કોઈ પુરુષ ભલે સિદ્ધ થઈ જાય, છતાં કૃષ્ણભાવનાપરાયણ થયા વિના તે પૂર્ણ પુરુષોત્તમ પરમેશ્વર શ્રીકૃષ્ણને સમજી શકશે નહીં.

શ્લોક ૨૭

इच्छाद्वेषसमुत्थेन द्वन्द्वमोहेन भारत।
सर्वभूतानि सम्मोहं सर्गे यान्ति परन्तप॥ २७॥

ઇચ્છા—ઇચ્છા; **દ્વેષ**—અને દ્વેષમાંથી; **સમુત્થેન**—ઉદ્ભવેલા; **દ્વન્દ્વ**—દ્વંદ્વના; **મોહેન**—મોહ વડે; **ભારત**—હે ભરતવંશી; **સર્વ**—બધા; **ભૂતાનિ**—જીવો; **સમ્મોહમ્**—મોહમાં; **સર્ગે**—જન્મ લઈને; **યાન્તિ**—જાય છે; **પરન્તપ**—હે શત્રુઓના વિજેતા.

અનુવાદ

હે ભારત, હે શત્રુવિજેતા, સર્વ જીવો જન્મ લઈને ઇચ્છા તથા દ્વેષથી ઉત્પન્ન થતા દ્વંદ્વોથી મોહગ્રસ્ત થઈને આસક્તિ (મોહ)ને પામે છે.

ભાવાર્થ

શુદ્ધ જ્ઞાનરૂપ પરમેશ્વરની અધીનતા એ જીવની અસલ સ્વરૂપાવસ્થા છે. જ્યારે મનુષ્ય મોહવશ આ શુદ્ધ જ્ઞાનથી વિમુખ થઈ જાય છે, ત્યારે તે માયાને અધીન થઈ જાય છે અને પૂર્ણ પુરુષોત્તમ પરમેશ્વરને સમજી શકતો નથી. આ માયા ઇચ્છા તથા દ્વેષના દ્વંદ્વરૂપે પ્રગટ થાય છે. આ ઇચ્છા તથા દ્વેષને લીધે જ અજ્ઞાની માણસ પરમેશ્વર સાથે એકરૂપ થવા ઇચ્છે છે અને કૃષ્ણની પૂર્ણ પુરુષોત્તમ પરમેશ્વર તરીકે ઈર્ષા કરે છે. ઇચ્છા તથા દ્વેષથી દૂષિત અથવા મોહગ્રસ્ત નહીં થયેલા શુદ્ધ ભક્તો સમજી શકે છે કે ભગવાન શ્રીકૃષ્ણ પોતાની અંતરંગ શક્તિથી પ્રગટ થાય છે, પરંતુ દ્વંદ્વ તથા અજ્ઞાનથી મોહગ્રસ્ત થયેલા મનુષ્યો એમ માને છે કે ભગવાન ભૌતિક શક્તિ દ્વારા ઉત્પન્ન થાય છે. આ તેમનું દુર્ભાગ્ય છે. માન-અપમાન, સુખ-દુઃખ, સ્ત્રી-પુરુષ, સારું-નરસું, આનંદ-પીડા વગેરે દ્વંદ્વોમાં રહી આવા મોહગ્રસ્ત મનુષ્યો માનતા હોય છે, “આ મારી પત્ની છે, આ મારું ઘર છે, આ ઘરનો હું માલિક છું, હું આ સ્ત્રીનો પતિ છું.” આ જ મોહના દ્વંદ્વો હોય

છે. જે લોકો આવા દ્વંદ્વોથી મોહગ્રસ્ત રહે છે, તેઓ તદ્દન મૂર્ખ છે અને તેઓ પૂર્ણ પુરુષોત્તમ પરમેશ્વરને સમજી શકતા નથી.

શ્લોક ૨૮ **येषां त्वन्तगतं पापं जनानां पुण्यकर्मणाम्।**
ते द्वन्द्वमोहनिर्मुक्ता भजन्ते मां दृढव्रताः॥ २८॥

યેષામ્—જેમનું; **તુ**—પરંતુ; **અન્ત ગતમ્**—સંપૂર્ણપણે નષ્ટ થયેલું; **પાપમ્**—પાપ; **જનાનામ્**—મનુષ્યોનું; **પુણ્ય**—પવિત્ર; **કર્મણામ્**—પૂર્વકર્મ કરેલાં; **તે**—તેઓ; **દ્વન્દ્વ**—દ્વૈતના; **મોહ**—મોહથી; **નિર્મુક્તાઃ**—થી મુક્ત; **ભજન્તે**—ભક્તિમાં પરોવાય છે; **મામ્**—મારા પ્રતિ; **દૃઢ વ્રતાઃ**—દૃઢ નિશ્ચયપૂર્વક.

અનુવાદ

જે મનુષ્યોએ પૂર્વ જન્મમાં તથા આ જન્મમાં પુણ્યકર્મો કર્યાં છે અને જેમનાં પાપકર્મો સમૂળગાં નષ્ટ થયાં છે, તેઓ મોહના દ્વંદ્વોથી મુક્ત થઈ જાય છે અને મારી સેવામાં દૃઢ નિશ્ચયપૂર્વક પરોવાઈ જાય છે.

ભાવાર્થ

આ શ્લોકમાં દિવ્ય સ્થિતિમાં ઉન્નત થવા પાત્ર મનુષ્યોનો ઉલ્લેખ થયો છે. જે મનુષ્યો પાપી, નાસ્તિક, મૂર્ખ તથા કપટી છે, તેમના માટે ઈચ્છા તથા દ્વેષના દ્વંદ્વને પાર કરી જવું અઘરું છે. માત્ર એવા મનુષ્યો જ ભક્તિનો સ્વીકાર કરીને ક્રમશઃ પૂર્ણ પુરુષોત્તમ પરમેશ્વરના શુદ્ધ જ્ઞાનને પ્રાપ્ત કરે છે કે જેમણે ધર્મનાં નીતિનિયમોનું પાલન કરવામાં, પુણ્યકર્મ કરવામાં તથા પાપકર્મોને જીતી લેવામાં પોતાનું જીવન વ્યતીત કર્યું છે. પછી ધીરે ધીરે તેઓ સમાધિમાં પૂર્ણ પુરુષોત્તમ પરમેશ્વરનું ધ્યાન ધરે છે. આધ્યાત્મિક ભૂમિકામાં અવસ્થિત થવાની આ જ પ્રક્રિયા છે. આવી પદોન્નતિ કૃષ્ણભાવનામૃત અંતર્ગત શુદ્ધ ભક્તોના સંગમાં જ શક્ય બને છે, કારણ કે પરમ ભાગવતોના સંગથી જ મનુષ્ય મોહમાંથી ઉદ્ધાર પામી શકે છે.

શ્રીમદ્ ભાગવત (૫.૫.૨)માં કહ્યું છે કે જો કોઈ મનુષ્ય ખરેખર મુક્તિ પામવા ઈચ્છતો હોય, તો તેણે ભક્તોની સેવા કરવી જોઈએ. (*મહત્ સેવા દ્વારમ્ આહુર્વિમુક્તેઃ*), પરંતુ ભૌતિકવાદી માણસોનો સંગ કરનારો મનુષ્ય સંસારના ઘોર અંધકાર તરફ આગળ વધે છે (*તમો દ્વારં યોષિતાં સઙ્ગિ સઙ્ગમ્*). ભગવાનના સર્વ ભક્તો દુનિયાભરમાં પરિભ્રમણ એટલા માટે કરે

છે કે જેથી તેઓ બદ્ધ જીવોને મોહમાંથી ઉગારી શકે. માયાવાદીઓ જાણતા નથી કે પરમેશ્વરના અધીન હોવારૂપી પોતાની સ્વરૂપાવસ્થાને ભૂલવી એ ઈશ્વરના કાયદાનું સૌથી મોટું ઉલ્લંઘન છે. મનુષ્ય જ્યાં સુધી પોતાની સ્વરૂપાવસ્થામાં પુનઃસ્થાપિત થતો નથી, ત્યાં સુધી તેના માટે પરમેશ્વરને સમજી લેવા અથવા દૃઢ નિશ્ચયપૂર્વક તેમની દિવ્ય પ્રેમસભર ભક્તિમાં પરોવાઈ જવું શક્ય નથી.

શ્લોક ૨૯
जरामरणमोक्षाय मामाश्रित्य यतन्ति ये।
ते ब्रह्म तद्विदुः कृत्स्नमध्यात्मं कर्म चाखिलम्॥ २९॥

જરા—ઘડપણ; **મરણ**—તથા મરણમાંથી; **મોક્ષાય**—છૂટી જવા માટે; **મામ્**—મને; **આશ્રિત્ય**—આશ્રયે આવીને, શરણે આવીને; **યતન્તિ**—પ્રયત્ન કરે છે; **યે**—જેઓ; **તે**—એવા મનુષ્યો; **બ્રહ્મ**—બ્રહ્મ; **તત્**—વસ્તુતઃ તે; **વિદુઃ**—તેઓ જાણે છે; **કૃત્સ્નમ્**—બધું; **અધ્યાત્મમ્**—અધ્યાત્મ; **કર્મ**—કર્મ; **ચ**—અને; **અખિલમ્**—સમગ્રતયા.

અનુવાદ

જે બુદ્ધિશાળી મનુષ્યો જરા તથા મરણમાંથી મુક્ત થવા પ્રયત્નશીલ રહે છે, તેઓ મારી ભક્તિનો આશ્રય ગ્રહણ કરે છે. તેઓ વાસ્તવમાં બ્રહ્મ છે, કારણ કે તેઓ દિવ્ય કર્મો વિશે પૂર્ણપણે જાણે છે.

ભાવાર્થ

જન્મ, મૃત્યુ, જરા તથા વ્યાધિ આ ભૌતિક શરીરને પ્રભાવિત કરે છે, આધ્યાત્મિક શરીરને નહીં. આધ્યાત્મિક શરીરને જન્મ, મૃત્યુ, જરા અને રોગ હોતા નથી અને તેથી આધ્યાત્મિક શરીર પ્રાપ્ત કરનારને પૂર્ણ પુરુષોત્તમ પરમેશ્વરના એક પાર્ષદ થવાનો તથા નિત્ય ભક્તિ કરવાનો અવસર મળે છે અને તે જ વાસ્તવમાં મુક્ત છે. *અહં બ્રહ્માસ્મિ*—હું આત્મા છું. આથી મનુષ્યે આટલું સમજી લેવું જોઈએ કે પોતે બ્રહ્મ કે ચેતન આત્મા છે. જીવનનો આ બ્રહ્મભાવ એ પણ ભક્તિ છે, જેનું આ શ્લોકમાં નિરૂપણ કરવામાં આવ્યું છે. શુદ્ધ ભક્તો બ્રહ્મપદ પર બિરાજે છે અને તેઓ દિવ્ય કર્મો વિશે બધું જ જાણે છે.

ભગવાનની દિવ્ય સેવામાં રત રહેનારા ચાર પ્રકારના અશુદ્ધ ભક્તો હોય છે, જેઓ પોતાપોતાનાં ધ્યેયોને પ્રાપ્ત કરે છે અને ભગવત્કૃપાથી જ્યારે તેઓ પૂર્ણપણે કૃષ્ણભાવનાપરાયણ થઈ જાય છે, ત્યારે તેઓ

પરમેશ્વરના દિવ્ય સંગનો વાસ્તવિક આનંદ માણે છે. પરંતુ દેવોની ઉપાસના કરનારા માણસો ક્યારેય ભગવદ્‌ધામને પામી શકતા નથી. એટલે સુધી કે બ્રહ્મનો સાક્ષાત્કાર પામેલી અલ્પજ્ઞ વ્યક્તિ પણ કૃષ્ણના પરમ ધામ ગોલોક વૃંદાવનને પ્રાપ્ત કરી શકે નહીં. કેવળ કૃષ્ણભાવનામાં કર્મ કરનારા મનુષ્યો જ (*મામ્ આશ્રિત્ય*) બ્રહ્મ કહેવડાવવાના અધિકારી બને છે, કારણ કે તેઓ ખરેખર કૃષ્ણધામમાં પહોંચવા માટે પ્રયત્નશીલ હોય છે. આવા મનુષ્યોને કૃષ્ણ વિશે કોઈ ભ્રમ રહેતો નથી અને આમ તેઓ જ વાસ્તવમાં બ્રહ્મ છે.

જે લોકો ભગવાનના અર્ચાવિગ્રહની પૂજા કરવામાં સંલગ્ન રહે છે અથવા જેઓ ભવબંધનમાંથી મુક્ત થવા માટે નિરંતર ભગવાનનું ધ્યાન ધરવામાં પરોવાયેલા રહે છે, તેઓ પણ ભગવત્કૃપાથી બ્રહ્મ, અધિભૂત વગેરેના તાત્પર્યને જાણે છે, જે વિશે હવે પછીના અધ્યાયમાં ભગવાને સમજાવ્યું છે.

શ્લોક ૩૦

साधिभूताधिदैवं मां साधियज्ञं च ये विदुः ।
प्रयाणकालेऽपि च मां ते विदुर्युक्तचेतसः ॥ ३० ॥

સ અધિભૂત—ભૌતિક જગતનું સંચાલન કરનારા સિદ્ધાંત; **અધિદૈવમ્**—સર્વ દેવોને નિયંત્રિત કરનારા; **મામ્**—મને; **સ અધિયજ્ઞમ્**—અને સમસ્ત યજ્ઞોના નિયમન કરનારા; **ચ**—પણ; **યે**—જેઓ; **વિદુઃ**—જાણે છે; **પ્રયાણ**—મૃત્યુના; **કાલે**—સમયે; **અપિ**—પણ; **ચ**—અને; **મામ્**—મને; **તે**—તેઓ; **વિદુઃ**—જાણે છે; **યુક્ત ચેતસઃ**—જેમનાં મન મારામાં મગ્ન છે.

અનુવાદ

જે મનુષ્યો મને, પરમેશ્વરને મારી પૂર્ણ ચેતનામાં રહીને જગતનો, દેવોનો તથા યજ્ઞની સર્વ પદ્ધતિઓનો નિયામક જાણે છે, તેઓ પોતાના મૃત્યુ સમયે પણ મને ભગવાન તરીકે જાણી તથા સમજી શકે છે.

ભાવાર્થ

કૃષ્ણભાવનામૃતમાં કર્મ કરનારા મનુષ્યો ક્યારેય પૂર્ણ પુરુષોત્તમ પરમેશ્વરને પૂર્ણપણે સમજવાના માર્ગમાંથી વિચલિત થતા નથી. કૃષ્ણભાવનાના દિવ્ય સાન્નિધ્યમાં મનુષ્ય સમજી શકે છે કે ભગવાન કેવી રીતે ભૌતિક જગત તથા દેવોના પણ નિયામક છે. આવા દિવ્ય સંગથી ધીરે ધીરે મનુષ્યનો પૂર્ણ પુરુષોત્તમ પરમેશ્વરમાં વિશ્વાસ વધે છે અને અંતકાળે આવો કૃષ્ણભાવનાયુક્ત મનુષ્ય કૃષ્ણનું કદાપિ વિસ્મરણ કરી શકતો નથી.

.ામ તે સ્વાભાવિક રીતે પરમેશ્વરના ગોલોક વૃંદાવન એવા ધામમાં ઉન્નત .ાય છે.

આ સાતમો અધ્યાય ખાસ કરીને મનુષ્ય કેવી રીતે કૃષ્ણભાવનાપરાયણ .ઈ શકે છે તે દર્શાવે છે. કૃષ્ણભાવનાપરાયણ મનુષ્યોના સંગથી ષ્ણચેતનાનો શુભારંભ થાય છે. આવો સંગ આધ્યાત્મિક હોય છે અને .નાથી મનુષ્ય ભગવાનના પ્રત્યક્ષ સંપર્કમાં આવે છે અને ભગવત્કૃપાથી . કૃષ્ણને પૂર્ણ પુરુષોત્તમ પરમેશ્વર તરીકે સમજી શકે છે. તે સાથે જ તે જીવાત્માની બંધારણીય સ્થિતિને પણ વાસ્તવિક રીતે સમજી શકે છે અને જીવ શાથી કૃષ્ણનું સર્વથા વિસ્મરણ કરીને દુન્યવી કાર્યોમાં લપેટાય છે . પણ જાણી શકે છે. સત્સંગમાં રહી ક્રમિક કૃષ્ણભાવનામૃતનો વિકાસ .ાધવાથી જીવાત્મા સમજી શકે છે કે કૃષ્ણના વિસ્મરણને લીધે તે ભૌતિક .કૃતિના નિયમો દ્વારા બદ્ધ થયો છે. તેને એવું પણ સમજાય છે કે આ .ાનવ-જન્મ કૃષ્ણભક્તિની પુનઃપ્રાપ્તિ માટે એક સુઅવસર છે અને .ર્વેશ્વર ભગવાનની નિષ્કારણ કૃપા પામવા માટે તેનો પૂરેપૂરો સદુપયોગ રવો જોઈએ.

આ અધ્યાયમાં જે અનેક વિષયોનું નિરૂપણ થયું છે તે આ પ્રમાણે .—આર્ત મનુષ્ય, જિજ્ઞાસુ મનુષ્ય, ભૌતિક જરૂરિયાતોની કામનાવાળો .નુષ્ય, બ્રહ્મજ્ઞાન, પરમાત્માનું જ્ઞાન, જન્મ, મૃત્યુ તથા વ્યાધિમાંથી .ુક્તિ અને પરમેશ્વરની પૂજા. પરંતુ જે મનુષ્ય કૃષ્ણભાવનામાં વાસ્તિવક .ીતે ઉન્નત થયેલો છે, તે વિભિન્ન પ્રક્રિયાઓની પરવા કરતો નથી. તે તો .ીધેસીધો કૃષ્ણભક્તિનાં કાર્યોમાં પોતાની જાતને પરોવી દે છે અને તે .ારા તે ભગવાન કૃષ્ણના સનાતન દાસ તરીકેની પોતાની સ્વરૂપાવસ્થાને .ાચી રીતે પ્રાપ્ત કરે છે. આવી અવસ્થામાં તે શુદ્ધ ભક્તિમાં પરમેશ્વર વિશે .વણ તથા ગુણકીર્તન કરવામાં આનંદ પામે છે. તેને સંપૂર્ણ ખાતરી થઈ .ાય છે કે આમ કરવાથી તેના સર્વ ઉદ્દેશો પરિપૂર્ણ થઈ જશે. આવી દૃઢ .દ્ધાને *દૃઢવ્રત* કહે છે અને તે ભક્તિયોગ અર્થાત્ દિવ્ય પ્રેમમયી ભક્તિની .રૂઆત છે. સમગ્ર શાસ્ત્રોનો આ જ અભિપ્રાય છે. ભગવદ્ગીતાનો આ .ાતમો અધ્યાય આ દૃઢ વિશ્વાસનો સારાંશ છે.

આમ શ્રીમદ્ ભગવદ્ગીતાના "પરમેશ્વરનું જ્ઞાન" નામના સાતમા .ધ્યાય પરના ભક્તિવેદાંત ભાવાર્થો પૂર્ણ થાય છે.

અધ્યાય ૮

ભગવત્પ્રાપ્તિ

अर्जुन उवाच

શ્લોક १ **किं तद्ब्रह्म किमध्यात्मं किं कर्म पुरुषोत्तम।**
अधिभूतं च किं प्रोक्तमधिदैवं किमुच्यते॥ १॥

અર્જુનઃ ઉવાચ—અર્જુને કહ્યું; **કિમ્**—શું; **તત્**—તે; **બ્રહ્મ**—બ્રહ્મ; **કિમ્**—શું; **અધ્યાત્મમ્**—આત્મા; **કિમ્**—શું; **કર્મ**—સકામ કર્મ; **પુરુષ ઉત્તમ**—હે પરમ પુરુષ; **અધિભૂતમ્**—ભૌતિક જગત; **ચ**—અને; **કિમ્**—શું; **પ્રોક્તમ્**—કહેવાય છે; **અધિદૈવમ્**—દેવો; **કિમ્**—શું; **ઉચ્યતે**—કહેવાય છે.

અનુવાદ

અર્જુને પૃચ્છા કરીઃ હે ભગવાન, હે પુરુષોત્તમ, બ્રહ્મ શું છે? આત્મા શું છે? સકામ કર્મ શું છે? આ ભૌતિક જગત શું છે? અને દેવો શું છે? કૃપા કરી આ બધું મને સમજાવો.

ભાવાર્થ

આ અધ્યાયમાં ભગવાન કૃષ્ણ અર્જુન દ્વારા પૂછવામાં આવેલા "બ્રહ્મ શું છે?" વગેરે પ્રશ્નોના ઉત્તર આપે છે. ભગવાન કર્મ (સકામ કર્મ), ભક્તિ તથા યોગ અને શુદ્ધ ભક્તિની પણ સમજૂતી આપે છે. શ્રીમદ્ ભાગવતમાં કહેવામાં આવ્યું છે કે પરમ સત્યને બ્રહ્મ, પરમાત્મા તથા ભગવાન એવાં નામોથી જાણવામાં આવે છે. વળી જીવાત્મા અર્થાત્ વ્યક્તિગત આત્મા પણ બ્રહ્મ કહેવાય છે. અર્જુન આત્મા વિશે પણ પૂછે છે, જેનો નિર્દેશ શરીર, આત્મા તથા મન પ્રત્યે છે. વૈદિક શબ્દકોશ પ્રમાણે આત્માનો અર્થ મન, આત્મા, શરીર તથા ઇન્દ્રિયો એવો પણ થાય છે.

અર્જુને પરમેશ્વરને પુરુષોત્તમ અથવા પરમ પુરુષ કહી સંબોધન કર્યું છે, જેનો અર્થ એવો છે કે તે આ બધા પ્રશ્નો પોતાના એક મિત્રને નહીં,

પરંતુ જેઓ નિશ્ચિતપણે ઉત્તર આપી શકે, તેવા સર્વોપરી પ્રમાણભૂત પરમ પુરુષને પૂછી રહ્યો હતો.

શ્લોક ૨ **अधियज्ञः कथं कोऽत्र देहेऽस्मिन्मधुसूदन।**
प्रयाणकाले च कथं ज्ञेयोऽसि नियतात्मभिः ॥ २ ॥

અધિયજ્ઞઃ—યજ્ઞના સ્વામી; **કથમ્**—કેવી રીતે; **કઃ**—કોણ; **અત્ર**—અહીં; **દેહે**—શરીરમાં; **અસ્મિન્**—આ; **મધુસૂદન**—હે મધુસૂદન; **પ્રયાણકાલે**—મરણ સમયે; **ચ**—અને; **કથમ્**—કેવી રીતે; **જ્ઞેયઃ અસિ**—આપને જાણી શકાય; **નિયત આત્મભિઃ**—આત્મસંયમી દ્વારા.

અનુવાદ

હે મધુસૂદન, યજ્ઞના સ્વામી કોણ છે અને તેઓ શરીરમાં કેવી રીતે રહે છે? વળી ભક્તિમાં પરોવાયેલા મનુષ્યો અંતકાળે આપને કેવી રીતે જાણી શકે છે?

ભાવાર્થ

"યજ્ઞના સ્વામી"નો નિર્દેશ ઈન્દ્ર અથવા વિષ્ણુ પ્રત્યે હોઈ શકે છે. બ્રહ્માજી તથા શિવજી સહિત સર્વ દેવોમાં વિષ્ણુ મુખ્ય છે અને ઈન્દ્ર શાસક દેવોમાં મુખ્ય છે. ઈન્દ્ર તથા વિષ્ણુ બંનેની પૂજા યજ્ઞો દ્વારા કરવામાં આવે છે. પરંતુ અહીં અર્જુને પૂછ્યું છે કે વાસ્તવમાં યજ્ઞના સ્વામી કોણ છે અને ભગવાન કેવી રીતે જીવના શરીરમાં નિવાસ કરે છે?

અર્જુને ભગવાનને મધુસૂદન કહી સંબોધ્યા છે, કારણ કે એક વખત કૃષ્ણે મધુ નામના અસુરનો વધ કર્યો હતો. ખરેખર તો સંશયના રૂપમાં પૂછેલા આ બધા પ્રશ્નો અર્જુનના મનમાં ઉપસ્થિત થવા નહોતા જોઈતા, કારણ કે અર્જુન કૃષ્ણભાવનાપરાયણ ભક્ત હતો. તેથી આ શંકાઓ અસુરો જેવી છે. કૃષ્ણ અસુરોનો સંહાર કરવામાં સિદ્ધહસ્ત હતા એટલે જ અર્જુને તેમને મધુસૂદન એવું સંબોધન કર્યું છે કે જેથી કૃષ્ણ અર્જુનના મનમાં ઉદ્‌ભવતી સર્વ આસુરી શંકાઓનો નાશ કરે.

આ શ્લોકનો *પ્રયાણકાલે* શબ્દ પણ અત્યંત મહત્ત્વપૂર્ણ છે, કારણ કે આપણા જીવનમાં આપણે જે કાંઈ કરીએ છીએ, તેની પરીક્ષા મૃત્યુ સમયે થાય છે. અર્જુન એવા લોકો વિશે જાણવા બહુ ઉત્સુક છે કે જેઓ સદા કૃષ્ણભક્તિમાં પરોવાયેલા રહે છે, તેમની દશા અંતિમ ક્ષણે કેવી થશે? મૃત્યુ સમયે બધી દૈહિક ક્રિયાઓ ભાંગી પડે છે અને મનની સ્થિતિ પણ સરખી

રહેતી નથી. એ રીતે શરીરની દશાથી અસ્વસ્થ બનેલો મનુષ્ય પરમેશ્વરનું સ્મરણ કરવા સમર્થ ન થઈ શકે એવું બને. મહાન ભક્ત મહારાજ કુલશેખર સ્તુતિ કરે છે, "હે ભગવાન! અત્યારે હું સંપૂર્ણ સ્વસ્થ છું અને એ બહેતર છે કે મારું મરણ અત્યારે જ થઈ જાય કે જેથી મારો મનરૂપી હંસ આપનાં ચરણકમળોના કમળકોશમાં પ્રવેશ કરી શકે." આ રૂપક એટલા માટે પ્રયુક્ત થયું છે કે જળચર હંસ કમળના પુષ્પોમાં રમવામાં આનંદ અનુભવે છે, એ રીતે હંસની ક્રીડાવૃત્તિ કમળપુષ્પમાં પ્રવેશ કરવાની હોય છે. મહારાજ કુલશેખર ભગવાનને કહે છે, "અત્યારે મારું મન સ્વસ્થ છે અને હું સ્વસ્થ પણ છું. જો હું આપના ચરણકમળનું ચિંતન કરતો કરતો અત્યારે જ મરણ પામું, તો મને ખાતરી છે કે આપની ભક્તિ કરવાનું મારું કાર્ય સિદ્ધ થશે. પરંતુ જો મારે મારા પ્રાકૃતિક મૃત્યુ માટે પ્રતીક્ષા કરવી પડે તો શું થશે તે હું જાણતો નથી, કારણ કે તે સમયે મારું શરીર કાર્ય કરતું બંધ થશે, મારું ગળું રૂંધાઈ જશે અને હું જાણતો નથી કે હું આપના નામનો જપ કરી શકીશ કે નહીં. તેનાથી બહેતર એ છે કે મારું તત્કાળ મૃત્યુ થાય." અર્જુન પ્રશ્ન કરે છે કે આવા સમયે મનુષ્ય કૃષ્ણના ચરણકમળમાં પોતાના મનને કેવી રીતે સ્થિર કરી શકે.

श्रीभगवानुवाच

શ્લોક ૩

अक्षरं ब्रह्म परमं स्वभावोऽध्यात्ममुच्यते।
भूतभावोद्भवकरो विसर्गः कर्मसंज्ञितः ॥ ३ ॥

શ્રી ભગવાન્ ઉવાચ—પૂર્ણ પુરુષોત્તમ પરમેશ્વર બોલ્યા; **અક્ષરમ્**—અવિનાશી; **બ્રહ્મ**—બ્રહ્મ; **પરમમ્**—દિવ્ય; **સ્વભાવઃ**—સનાતન પ્રકૃતિ; **અધ્યાત્મમ્**—આત્મા, પોતે; **ઉચ્યતે**—કહેવાય છે; **ભૂત ભાવ ઉદ્ભવ કરઃ**—જીવોનાં ભૌતિક શરીરો ઉત્પન્ન કરનાર; **વિસર્ગઃ**—સર્જન; **કર્મ**—સકામ કર્મ; **સંજ્ઞિતઃ**—કહેવાય છે.

અનુવાદ

પૂર્ણ પુરુષોત્તમ પરમેશ્વરે કહ્યું: અવિનાશી તથા દિવ્ય જીવને બ્રહ્મ કહે છે અને તેના સનાતન સ્વભાવને અધ્યાત્મ અથવા આત્મા કહે છે. જીવોનાં ભૌતિક શરીરોનો વિકાસ થવાની પ્રક્રિયા સાથે સંકળાયેલાં કાર્યોને કર્મ અથવા સકામ કર્મ કહે છે.

ભાવાર્થ

બ્રહ્મ અવિનાશી તથા શાશ્વત અસ્તિત્વ ધરાવનારું છે અને તેનું બંધારણ ક્યારેય બદલાતું નથી. પરંતુ બ્રહ્મથી ઉપર પરબ્રહ્મ હોય છે. બ્રહ્મનો નિર્દેશ જીવ પ્રત્યે છે અને પરબ્રહ્મ પૂર્ણ પુરુષોત્તમ પરમેશ્વરનો નિર્દેશ કરે છે. જીવની સ્વરૂપાવસ્થા તેની ભૌતિક જગતમાંની અવસ્થા કરતાં ભિન્ન હોય છે. ભૌતિક ચેતનામાં તેનો સ્વભાવ ભૌતિક પદાર્થો પર પ્રભુત્વ જમાવવાનો હોય છે, પરંતુ આધ્યાત્મિક ચેતનામાં અથવા કૃષ્ણભાવનામાં તેની સ્થિતિ પરમેશ્વરની સેવા કરવાની હોય છે. જીવ જ્યારે ભૌતિક ચેતનામાં હોય છે, ત્યારે તેણે ભૌતિક જગતમાં વિભિન્ન પ્રકારનાં શરીરો ધારણ કરવાં પડે છે. આને કર્મ કે ભૌતિક ચેતનાનાં વિવિધ સર્જન કહે છે.

વૈદિક સાહિત્યમાં જીવને જીવાત્મા તથા બ્રહ્મ કહેવામાં આવે છે, પરંતુ તેને કદાપિ પરબ્રહ્મ કહેલો નથી. જીવાત્મા વિભિન્ન અવસ્થાઓ ગ્રહણ કરે છે. કોઈવાર તે અંધકારમય ભૌતિક પ્રકૃતિમાં ભળી જાય છે અને પદાર્થને પોતાનું સ્વરૂપ માની લે છે, જ્યારે કોઈ વખત તે ચડિયાતી આધ્યાત્મિક પ્રકૃતિની સાથે પોતાને એકરૂપ અનુભવે છે. તેથી જ તે પરમેશ્વરની તટસ્થ શક્તિ કહેવાય છે. ભૌતિક અથવા આધ્યાત્મિક પ્રકૃતિ સાથેની પોતાની એકરૂપતાની અનુભૂતિ અનુસાર તેને ભૌતિક કે આધ્યાત્મિક શરીર મળે છે. ભૌતિક પ્રકૃતિમાં તે ૮૪,૦૦,૦૦૦ યોનિઓમાંથી કોઈ પણ એક શરીર ધારણ કરી શકે છે. પરંતુ આધ્યાત્મિક પ્રકૃતિમાં તેનું એક જ શરીર હોય છે. ભૌતિક પ્રકૃતિમાં તે પોતાનાં કર્મ અનુસાર કોઈવાર મનુષ્યરૂપે પ્રગટ થાય છે તો કોઈવાર દેવ, પ્રાણી, પશુ, પક્ષી વગેરેના રૂપમાં વ્યક્ત થાય છે. સ્વર્ગલોક પ્રાપ્ત કરવા તથા ત્યાંનું સુખ ભોગવવા માટે તે કેટલીકવાર યજ્ઞ કરે છે, પરંતુ જ્યારે તેના પુણ્યનો ક્ષય થાય છે, ત્યારે તે મનુષ્યના રૂપમાં ફરીથી પૃથ્વી પર જન્મે છે. આ પ્રક્રિયાને કર્મ કહે છે.

છાંદોગ્ય ઉપનિષદ વૈદિક યજ્ઞવિધિનું વર્ણન કરે છે. યજ્ઞની વેદીમાં પાંચ પ્રકારના અગ્નિમાં પાંચ પ્રકારની આહુતિ આપવામાં આવે છે. સ્વર્ગલોક, વાદળ, પૃથ્વી, પુરુષ તથા સ્ત્રી, એમ પાંચને પાંચ પ્રકારના અગ્નિ ગણવામાં આવ્યા છે અને શ્રદ્ધા, ચંદ્ર પરનો ભોક્તા, વર્ષા, ધાન્ય તથા વીર્ય એ પાંચ પ્રકારની આહુતિઓ છે.

યજ્ઞની પ્રક્રિયામાં જીવાત્મા અમુક સ્વર્ગલોકની પ્રાપ્તિ માટે વિશિષ્ટ યજ્ઞ કરે છે અને પરિણામે ત્યાં પહોંચે છે. યજ્ઞનું પુણ્ય જ્યારે ક્ષીણ

ઈ જાય છે, ત્યારે જીવ પૃથ્વી પર વર્ષારૂપે ઉતરે છે અને ધાન્યનું રૂપ હણ કરે છે. આ ધાન્યનું મનુષ્ય ભોજન કરે છે અને તેનું રૂપાંતર ર્યમાં થાય છે. વીર્ય સ્ત્રીના ગર્ભમાં પ્રવેશીને ફરીથી મનુષ્યરૂપ ધારણ ે છે. મનુષ્ય પુનઃ યજ્ઞ કરે છે અને એ જ ચક્રનું પુનરાવર્તન થાય . આ પ્રમાણે જીવાત્મા ભૌતિક માર્ગમાં સતત આવાગમન કરતો રહે . પરંતુ કૃષ્ણભક્તિપરાયણ મનુષ્ય આવા યજ્ઞોથી અળગો રહે છે. તે ીધેસીધો કૃષ્ણભક્તિમાં અનુરક્ત થાય છે અને તેના દ્વારા તે ભગવાનના ાન્નિધ્યમાં જવા તત્પર બને છે.

ભગવદ્‌ગીતાના નિર્વિશેષવાદી ટીકાકારો અનુચિત રીતે ધારી લે છે કે ગતમાં બ્રહ્મ જીવનું રૂપ ધારણ કરે છે અને તેના સમર્થનમાં તેઓ ગીતાના દરમા અધ્યાયનો સાતમો શ્લોક ટાંકે છે. પરંતુ આ શ્લોકમાં ભગવાન વ અંગે "મારો સનાતન અંશ" એમ કહે છે. ઈશ્વરનો અંશ જીવ ભલે ા ભૌતિક જગતમાં અધઃપતન પામે, પરંતુ પરમેશ્વર (અચ્યુત)નું કદાપિ તન થતું નથી. તેથી પરમ બ્રહ્મ જીવનું રૂપ ધારણ કરે છે એવી ધારણા ાહ્ય થતી નથી. એ યાદ રાખવું મહત્ત્વનું છે કે વૈદિક સાહિત્યમાં બ્રહ્મ જીવાત્મા)ને પરબ્રહ્મ (પરમેશ્વર)થી ભિન્ન તારવવામાં આવેલો છે.

શ્લોક ૪

अधिभूतं क्षरो भावः पुरुषश्चाधिदैवतम्।
अधियज्ञोऽहमेवात्र देहे देहभृतां वर॥ ४॥

અધિભૂતમ્—ભૌતિક જગત; **ક્ષરઃ**—સતત પરિવર્તનશીલ; **ભાવઃ**—કૃતિ; **પુરુષઃ**—સૂર્ય, ચંદ્ર જેવા સર્વ દેવો સહિત વિરાટ રૂપ; **ચ**—અને; ધિદૈવતમ્—અધિદૈવ નામના; **અધિયજ્ઞઃ**—પરમાત્મા; **અહમ્**—હું કૃષ્ણ); **એવ**—જ; **અત્ર**—આ; દેહે—શરીરમાં; દેહ**ભૃતામ્**—શરીર ધારણ રનારામાં; વર—હે શ્રેષ્ઠ.

અનુવાદ

હે દેહધારીઓમાં શ્રેષ્ઠ, નિરંતર પરિવર્તનશીલ આ ભૌતિક પ્રકૃતિ અધિભૂત (ભૌતિક પ્રાકટ્ય) કહેવાય છે. સૂર્ય તથા ચંદ્ર જેવા દેવોનો જેમાં સમાવેશ થાય છે, તે ભગવાનનું વિરાટ રૂપ અધિદૈવ કહેવાય છે અને પ્રત્યેક દેહધારીના હૃદયમાં પરમાત્મારૂપે સ્થિત હું પરમેશ્વર અધિયજ્ઞ (યજ્ઞનો સ્વામી) કહેવાઉં છું.

ભાવાર્થ

આ ભૌતિક પ્રકૃતિ નિરંતર પરિવર્તન પામતી રહે છે. સામાન્ય રી ભૌતિક શરીરને છ અવસ્થાઓમાંથી પસાર થવું પડે છે—તેઓ ઉત્પ થાય છે, વધે છે, કેટલોક વખત રહે છે, કેટલીક પેટા પેદાશો ઉત્પ કરે છે, ક્ષીણ થાય છે અને છેવટે લુપ્ત થઈ જાય છે. આ ભૌતિક પ્રકૃ *અધિભૂત* કહેવાય છે. કોઈ એક સમયે તેનું સર્જન થાય છે અને કો એક સમયે તેનો વિલય થઈ જશે. જેમાં બધા દેવો તથા તેમના લોક સમાવેશ થાય છે, તે પરમેશ્વરના વિરાટ રૂપની ધારણા *અધિદૈવ* કહેવા છે. દરેક શરીરમાં વ્યક્તિગત આત્મા સાથે પરમાત્માનો વાસ હોય છે જેઓ કૃષ્ણના પૂર્ણ અંશરૂપ પ્રતિનિધિ છે. આ પરમાત્મા *અધિયજ્ઞ* કહેવા છે અને તેઓ હૃદયમાં સ્થિત હોય છે. આ શ્લોકના સંદર્ભમાં *એવ* શબ ખાસ મહત્ત્વનો છે, કારણ કે આ શબ્દ દ્વારા ભગવાન ભારપૂર્વક કહે છ કે પરમાત્મા તેમનાથી ભિન્ન નથી. આ પરમાત્મા અર્થાત્ પૂર્ણ પુરુષોત્ત પરમેશ્વર દરેક વ્યક્તિગત આત્મા પાસે તેનાં સર્વ કાર્યોના સાક્ષી તરી બિરાજે છે અને આત્માની વિવિધ પ્રકારની ચેતનાના સ્રોત હોય છે પરમાત્મા આત્માને સ્વતંત્રપણે વર્તવાની તક આપે છે અને તેનાં કાય પર સાક્ષીભાવે નજર રાખે છે. પરમેશ્વરનાં આ વિવિધ સ્વરૂપોનાં બધ કાર્ય તે કૃષ્ણભાવનાપરાયણ ભક્તને આપોઆપ સ્પષ્ટ થઈ જાય છે જે ભગવાનની દિવ્ય સેવામાં પરોવાયેલો રહે છે. ભગવાનના પરમાત્મ સ્વરૂપ સુધી જઈ ન શકનારા નવોદિત ભક્તોએ ભગવાનના *અધિદૈવ* નામના વિરાટ રૂપનું ચિંતન કે ધ્યાન કરવાનું હોય છે. તેથી નવોદિત સલાહ આપવામાં આવે છે કે તે એવા વિરાટ પુરુષનું ચિંતન કરે, જેન ચરણ અધોલોક છે, જેનાં નેત્ર સૂર્ય તથા ચંદ્ર છે અને જેનું મસ્તક ઊર્ધ્વલો છે.

શ્લોક ૫

अन्तकाले च मामेव स्मरन्मुक्त्वा कलेवरम्।
यः प्रयाति स मद्भावं याति नास्त्यत्र संशयः ॥ ५ ॥

અન્તકાલે—જીવનના અંતે; **ચ**—પણ; **મામ્**—મને; **એવ**—જ **સ્મરન્**—સ્મરણ કરીને; **મુક્ત્વા**—તજીને; **કલેવરમ્**—શરીર; **યઃ**—જે **પ્રયાતિ**—જાય છે; **સઃ**—તે; **મત્ ભાવમ્**—મારી પ્રકૃતિને; **યાતિ**—પ્રાપ્ત ક છે; **ન**—નહીં; **અસ્તિ**—છે; **અત્ર**—અહીં; **સંશયઃ**—સંદેહ.

અનુવાદ

જે મનુષ્ય મૃત્યુ સમયે કેવળ મારું સ્મરણ કરતો શરીર તજે છે, તે રત જ મારી પ્રકૃતિને પામે છે. આમાં લેશમાત્ર સંદેહ નથી.

ભાવાર્થ

આ શ્લોકમાં કૃષ્ણભાવનામૃતના મહત્ત્વ પર ભાર મૂકવામાં આવ્યો . જે કોઈ મનુષ્ય કૃષ્ણભાવનામાં રહીને શરીરને તજે છે, તે તરત જ રમેશ્વરના દિવ્ય સ્વભાવને પામે છે. પરમેશ્વર બધા શુદ્ધમાં સૌથી વધારે દ્ધ છે. તેથી જે નિરંતર કૃષ્ણભાવનાપરાયણ રહે છે, તે પણ શુદ્ધાતિશુદ્ધ . સ્મરન્ (સ્મરણ કરતો) શબ્દ મહત્ત્વપૂર્ણ છે. જેણે ભક્તિભરી સેવા ારફત કૃષ્ણભાવનામૃતની સાધના કરી નથી, એવા અશુદ્ધ જીવથી ીકૃષ્ણનું સ્મરણ થઈ શકતું નથી. માટે મનુષ્યે જીવનના પ્રારંભથી જ ષ્ણભક્તિનો અભ્યાસ કરવો જોઈએ. જો મનુષ્ય પોતાના જીવનના અંતે ફળતા ઈચ્છતો હોય, તો કૃષ્ણસ્મરણની પ્રક્રિયા અનિવાર્ય છે. માટે મનુષ્યે ારંતર—**હરે કૃષ્ણ હરે કૃષ્ણ કૃષ્ણ કૃષ્ણ હરે હરે। હરે રામ હરે રામ રામ ામ હરે હરે॥**—આ મહામંત્રનો જપ કરતા રહેવું જોઈએ. ભગવાન ચૈતન્યે પદેશ આપ્યો છે કે મનુષ્યે વૃક્ષ સમાન સહનશીલ થવું જોઈએ (*તરોરિવ હિષ્ણુના*). હરે કૃષ્ણ મહામંત્રનો જપ કરનારા મનુષ્યને અનેક અંતરાયો ડી શકે છે, તેમ છતાં આ સર્વ નડતરોને સહન કરીને તેણે **હરે કૃષ્ણ હરે ષ્ણ કૃષ્ણ કૃષ્ણ હરે હરે। હરે રામ હરે રામ રામ રામ હરે હરે॥**—આ હામંત્રનો સતત જપ કરતા રહેવું જોઈએ, જેથી જીવનના અંતે મનુષ્ય ષ્ણભાવનામૃતનો પૂર્ણ લાભ પામી શકે.

શ્લોક ૬

यं यं वापि स्मरन्भावं त्यजत्यन्ते कलेवरम्।
तं तमेवैति कौन्तेय सदा तद्भावभावितः॥ ६॥

યમ્ યમ્—જેને જેને; **વા અપિ**—કોઈ પણ; **સ્મરન્**—સ્મરણ કરતો; **ાવમ્**—પ્રકૃતિને; **ત્યજતિ**—તજે છે; **અન્તે**—અંતે; **કલેવરમ્**—આ શરીર; **ામ્ તમ્**—તેવી જ; **એવ**—નક્કી; **એતિ**—પામે છે; **કૌન્તેય**—હે કુંતીપુત્ર; **ાદા**—હંમેશાં; **તત્**—તે; **ભાવ**—ભાવને; **ભાવિતઃ**—સ્મરણ કરતો.

અનુવાદ

હે કુંતીપુત્ર, શરીરનો ત્યાગ કરતી વખતે મનુષ્ય જે જે ભાવનું મરણ કરે છે, એવા જ ભાવને તે નિશ્ચિતપણે પ્રાપ્ત કરે છે.

ભાવાર્થ

અહીં મરણની ગંભીર પળે પોતાના સ્વભાવને બદલવાની પ્રક્રિ વિશે સમજૂતી આપી છે. જે મનુષ્ય અંતકાળે કૃષ્ણનું સ્મરણ કરતો શરીર ત્યાગ કરે છે, તેને પરમેશ્વરનો દિવ્ય સ્વભાવ પ્રાપ્ત થાય છે. પરંતુ સાચું નથી કે જો કોઈ મરણકાળે કૃષ્ણ સિવાય અન્ય કશાનું ચિંતન કે તો પણ તે દિવ્ય અવસ્થાને પામે. આપણે આ મુદ્દાની બહુ કાળજીપૂર્વ નોંધ લેવી જોઈએ. મનુષ્ય મનની યોગ્ય અવસ્થામાં કેવી રીતે મરણ પામ શકે? મહાપુરુષ હોવા છતાં મહારાજ ભરતે મરણકાળે એક હરણનું ચિંત કર્યું, તેથી ત્યાર પછીના જન્મમાં હરણના શરીરમાં તેમનું દેહાંતર થ જોકે હરણ તરીકે પણ તેમને પોતાના પૂર્વ જીવનનાં કર્મોનું સ્મરણ હ અને છતાં તેમને એક પશુનું શરીર ગ્રહણ કરવું પડેલું. પરંતુ મનુષ્ય સમગ્ર જીવનભરના વિચાર સંચિત થઈને મરણકાળે તેના વિચારો પ્રભાવિત કરે છે, તેથી આ જીવન તેના આગામી જીવનનું સર્જન કરે છે જો મનુષ્ય વર્તમાન જીવનમાં સત્ત્વગુણી રહીને નિરંતન કૃષ્ણનું ચિંતન ક છે, તો શક્ય છે કે તે મરણકાળે કૃષ્ણનું સ્મરણ કરે. આનાથી તેને કૃષ્ણ દિવ્ય સ્વભાવને પ્રાપ્ત કરવામાં આનંદ મળશે. જો મનુષ્ય દિવ્ય રી કૃષ્ણની સેવામાં મગ્ન રહે છે, તો તેનું ભાવિ શરીર દિવ્ય (આધ્યાત્મિક જ થશે, ભૌતિક નહીં હોય. માટે જીવનના અંતકાળે પોતાના સ્વભાવ સફળતાપૂર્વક બદલવા માટે **હરે કૃષ્ણ હરે કૃષ્ણ કૃષ્ણ કૃષ્ણ હરે હરે। હ રામ હરે રામ રામ રામ હરે હરે॥**—આ મહામંત્રનો જપ કરતા રહેવું, ર જ સર્વશ્રેષ્ઠ ઉપાય છે.

શ્લોક ૭

तस्मात्सर्वेषु कालेषु मामनुस्मर युध्य च।
मय्यर्पितमनोबुद्धिर्मामेवैष्यस्यसंशयः ॥ ७॥

તસ્માત્—માટે; **સર્વેષુ**—સર્વ; **કાલેષુ**—કાળે; **મામ્**—મને; **અનુસ્મર**—સ્મરણ કરતો રહે; **યુધ્ય**—યુદ્ધ કર; **ચ**—પણ; **મયિ**—મારામાં; **અર્પિત**—શરણાગત થઈને; **મનઃ**—મન; **બુદ્ધિઃ**—બુદ્ધિ; **મામ્**—મને; **એવ**—જ **એષ્યસિ**—પ્રાપ્ત કરીશ; **અસંશયઃ**—નિઃસંદેહ.

અનુવાદ

તેથી હે અર્જુન, તારે સદા કૃષ્ણરૂપમાં રહેલા મારું ચિંતન કરત રહેવું જોઈએ અને તે સાથે જ યુદ્ધ કરવાનું તારું નિર્ધારિત કર્તવ્ય પણ

રવું જોઈએ. તારાં કાર્યો મને સમર્પિત કરીને અને તારાં મન તથા ુદ્ધિને મારામાં સ્થિર કરીને તું નિશ્ચિતપણે મને પ્રાપ્ત કરીશ.

ભાવાર્થ

અર્જુનને આપવામાં આવેલો આ ઉપદેશ દુન્યવી કાર્યોમાં વ્યસ્ત ેનારા બધા મનુષ્યો માટે બહુ મહત્ત્વનો છે. મનુષ્યે પોતાનાં નિયત ર્વ્યો છોડી દેવાં એવું ભગવાને કહ્યું નથી. મનુષ્ય તે કરતો રહે અને ાથે સાથે તેણે હરે કૃષ્ણ મંત્રનો જપ કરી કૃષ્ણનું ચિંતન પણ કરવું જોઈએ. ાનાથી તે સંસારના સંપૂર્ણ દોષોથી મુક્ત થશે તથા મન-બુદ્ધિને કૃષ્ણમાં રોવી શકશે. કૃષ્ણનાં નામોનું કીર્તન કે જપ કરવાથી મનુષ્યનું સ્થાનાંતર રમ ધામ કૃષ્ણલોકમાં થશે એમાં લેશમાત્ર શંકા નથી.

શ્લોક **अभ्यासयोगयुक्तेन चेतसा नान्यगामिना।**
૮ **परमं पुरुषं दिव्यं याति पार्थानुचिन्तयन्॥८॥**

અભ્યાસયોગ—અભ્યાસથી; **યુક્તેન**—ધ્યાનમાં મગ્ન રહીને; **ચેતસા**—ન તથા બુદ્ધિથી; **ન અન્ય ગામિના**—વિચલિત થયા વિના; **પરમમ્**—રમ; **પુરુષમ્**—ભગવાનને; **દિવ્યમ્**—દિવ્ય; **યાતિ**—પ્રાપ્ત કરે છે; **પાર્થ**—પૃથાપુત્ર; **અનુચિન્તયન્**—નિરંતર ચિંતન કરતો.

અનુવાદ

હે પાર્થ, જે મનુષ્ય પોતાના મનને મારું સ્મરણ કરવામાં સદા મગ્ન ાખીને અવિચળ ભાવથી પૂર્ણ પુરુષોત્તમ પરમેશ્વરરૂપે મારું ધ્યાન કરે ે, તે નિશ્ચિતપણે મને પ્રાપ્ત કરે છે.

ભાવાર્થ

આ શ્લોકમાં ભગવાન કૃષ્ણ પોતાનું સ્મરણ કરવાના મહત્ત્વ વિશે ારપૂર્વક કહે છે. હરે કૃષ્ણ મહામંત્રનો જપ કરવાથી મનુષ્યની કૃષ્ણ િષયક સ્મૃતિ પુનઃ જાગૃત થાય છે. ભગવાનના નમોચ્ચારનું કીર્તન તથા ાવણ કરવાથી મનુષ્યનાં કાન, જીભ તથા મન ભક્તિપરાયણ રહે છે. આ યાનનો અભ્યાસ અત્યંત સુગમ છે અને તે પરમેશ્વરની પ્રાપ્તિમાં મદદ રે છે. પુરુષમ્ એટલે ભોક્તા. જીવો પરમેશ્વરની તટસ્થ શક્તિ હોવા છતાં ઓ ભૌતિક સંસર્ગદોષમાં ફસાયેલા હોય છે. તેઓ પોતાને ભોક્તા માને ે, પરંતુ તેઓ સર્વોપરી ભોક્તા નથી. અહીં એવો સ્પષ્ટ ઉલ્લેખ થયો છે

કે પૂર્ણ પુરુષોત્તમ પરમેશ્વર જ પોતાનાં વિવિધ સ્વરૂપો તથા નારાયણ વાસુદેવ વગેરે સ્વાંશ વિસ્તારોના રૂપે પરમ ભોક્તા છે.

ભક્ત હરે કૃષ્ણના જપ કે કીર્તન દ્વારા પૂજાના ઉદ્દેશ એવા પરમેશ્વર તેમના નારાયણ, કૃષ્ણ, રામ વગેરેમાંના કોઈ પણ એક સ્વરૂપનું નિરંત ચિંતન કરી શકે છે. આવી સાધના કરવાથી તે શુદ્ધ થશે અને સદા કીર્તન જપ કરતા રહેવાથી જીવનના અંતે ભગવદ્ધામમાં જશે. યોગસાધના અંતઃકરણમાંના પરમાત્માનું ધ્યાન છે. એ જ રીતે, હરે કૃષ્ણના જપ દ્વા મનુષ્ય પોતાના મનને પરમેશ્વરમાં સ્થિર કરે છે. મન ચંચળ છે તેથી તે બળપૂર્વક કૃષ્ણચિંતનમાં પરાયણ રાખવું જરૂરી છે. ઘણીવાર એક ઇયળ દૃષ્ટાંત આપવામાં આવે છે કે જે પતંગિયું થવાની ઇચ્છા રાખે છે અ પરિણામે એ જ જીવનમાં પતંગિયું બની જાય છે. તે જ પ્રમાણે જો આપ નિરંતર કૃષ્ણનું ચિંતન કરતા રહીશું, તો નક્કી આપણે જીવનના અંતે કૃષ્ સમાન દૈહિક અવસ્થાને પ્રાપ્ત કરીશું.

શ્લોક ૯

कविं पुराणमनुशासितार-
मणोरणीयांसमनुस्मरेद्यः ।
सर्वस्य धातारमचिन्त्यरूप-
मादित्यवर्णं तमसः परस्तात्‌ ॥ ९ ॥

કવિમ્—સર્વજ્ઞ; **પુરાણમ્**—પ્રાચીનતમ; **અનુશાસિતારમ્**—નિયંતા **અણોઃ અણીયાંસમ્**—પરમાણુથી પણ લઘુતર; **અનુસ્મરેત્**—સદા સ્મરણ કરે છે; **યઃ**—જે; **સર્વસ્ય**—સર્વનું; **ધાતારમ્**—પાલન કરનાર; **અચિન્ત્ય**—અકલ્પનીય; **રૂપમ્**—રૂપવાળા; **આદિત્ય વર્ણમ્**—સૂર્ય જેવા દેદીપ્યમાન **તમસઃ**—અંધકારથી; **પરસ્તાત્**—પર.

અનુવાદ

મનુષ્યે પરમ પુરુષનું ધ્યાન સર્વજ્ઞ, પુરાતન, નિયંતા, લઘુતરથી પણ લઘુતમ, સર્વના પાલનકર્તા, સમસ્ત ભૌતિક ખ્યાલોથી પર, અચિંત્ય તથા જેઓ હંમેશાં એક વ્યક્તિ છે, એ રીતે કરવું જોઈએ. તેઓ સૂર્ય સમાન તેજસ્વી છે, દિવ્ય છે અને આ ભૌતિક પ્રકૃતિથી પર છે.

ભાવાર્થ

આ શ્લોકમાં પરમેશ્વરનું ચિંતન કરવાની પદ્ધતિનું વર્ણન થયું છે. સૌથ

ુખ્ય મુદ્દો એ છે કે તેઓ નિરાકાર કે શૂન્ય નથી. કોઈ મનુષ્ય નિરાકાર કે ૂન્યનું ચિંતન કેવી રીતે કરી શકે? એ તો અત્યંત અઘરું છે. પરંતુ કૃષ્ણનું ચિંતન કરવાની પદ્ધતિ અત્યંત સરળ છે અને વાસ્તવમાં અહીં કહી છે. .હેલો મુદ્દો એ છે કે ભગવાન પુરુષ છે, એક વ્યક્તિ છે—આપણે વ્યક્તિ ામ તથા વ્યક્તિ કૃષ્ણનું ચિંતન કરીએ છીએ. કોઈ રામનું ચિંતન કરે ાથવા કૃષ્ણનું, તેઓ કેવા છે તે વિશે ભગવદ્‌ગીતાના આ શ્લોકમાં વર્ણન રવામાં આવ્યું છે. ભગવાન *કવિ* છે અર્થાત્ તેઓ ભૂત, વર્તમાન અને ાવિષ્યના જ્ઞાતા છે તેથી તેઓ બધું જ જાણે છે. તેઓ પ્રાચીનતમ પુરુષ), કારણ કે તેઓ સર્વ વસ્તુઓના ઉદ્‌ભવસ્થાન છે. દરેક વસ્તુ તેમનાથી ઉત્પન્ન થયેલી છે. તેઓ બ્રહ્માંડના સર્વોપરી નિયંતા પણ છે અને તેઓ ાર્વ માનવોના પાલનકર્તા તથા શિક્ષક છે. તેઓ સૂક્ષ્મથી પણ વધારે સૂક્ષ્મ). જીવાત્મા એક વાળના અગ્રભાગના દશ હજારમા ભાગ જેટલો નાનો), પરંતુ ભગવાન અકલ્પ્ય રીતે એટલા સૂક્ષ્મ છે કે તેઓ આ સૂક્ષ્મ અણુના .દયમાં પ્રવેશે છે. એટલે જ તેઓ સૂક્ષ્મથી પણ વધારે સૂક્ષ્મ કહેવાયા છે. ારમેશ્વરરૂપે તેઓ પરમાણુમાં તેમ જ સૂક્ષ્મ આત્માના હૃદયમાં પ્રવેશ કરી ાકે છે અને પરમાત્મા તરીકે તેનું નિયંત્રણ કરે છે. આટલા લઘુ હોવા છતાં તેઓ સર્વવ્યાપી છે અને સર્વનું પાલન કરનારા છે. તેમના દ્વારા જ ાા સર્વ લોકનું ધારણપોષણ થાય છે. આપણે ઘણીવાર આશ્ચર્ય વ્યક્ત ારીએ છીએ કે આ વિશાળ ગ્રહો હવામાં કેવી રીતે તરી રહ્યા છે? અહીં ો દર્શાવ્યું છે કે પરમેશ્વર પોતાની અચિંત્ય શક્તિ દ્વારા આ સર્વ વિશાળ ાહો તથા નક્ષત્રમંડળોને ધારણ કરી રહ્યા છે. આના સંબંધમાં *અચિન્ત્ય* ાબ્દ અત્યંત અર્થસૂચક છે. ઈશ્વરની શક્તિ આપણી કલ્પનાથી પર છે તથા ાાપણા ચિંતનની મર્યાદાની પેલે પારની છે, તેથી તેઓ અચિંત્ય કહેવાય). આ મુદ્દાનો વિરોધ કોણ કરી શકે છે? તેઓ આ ભૌતિક જગતમાં ્યાપેલા છે, છતાં તેનાથી પર છે. આપણે આ ભૌતિક જગતને સુધ્ધાં ાારી રીતે સમજી શકતા નથી કે જે આધ્યાત્મિક જગતની સરખામણીમાં ાગણ્ય છે. તો પછી આપણે કેવી રીતે જાણી શકીએ કે આ જગતની પેલે ાાર શું છે? *અચિન્ત્ય*નો અર્થ છે જે આ ભૌતિક જગતથી પર છે તે, જેને ાાપણાં તર્ક, નીતિશાસ્ત્ર તથા દાર્શનિક ચિંતન સ્પર્શી પણ શકતાં નથી અને ે કલ્પનાતીત છે તે. માટે બુદ્ધિમાન મનુષ્યોએ નિરર્થક તર્કવિતર્ક તથા .લીલોથી અળગા રહી વેદ, ભગવદ્‌ગીતા તથા ભાગવત જેવા શાસ્ત્રોમાં જે

કહેવામાં આવ્યું છે, તેનો સ્વીકાર કરીને તેના નિર્ધારિત સિદ્ધાંતોનું પાલ
કરવું જોઈએ. આનાથી મનુષ્ય યોગ્ય સમજણ પ્રાપ્ત કરી શકશે.

શ્લોક ૧૦

प्रयाणकाले मनसाचलेन
भक्त्या युक्तो योगबलेन चैव।
भ्रुवोर्मध्ये प्राणमावेश्य सम्य-
क्स तं परं पुरुषमुपैति दिव्यम्॥ १०॥

પ્રયાણકાલે—મૃત્યુ સમયે; **મનસા**—મનથી; **અચલેન**—વિચલિત થય વગર; **ભક્ત્યા**—ભક્તિ વડે; **યુક્તઃ**—જોડાયેલો; **યોગ બલેન**—યોગશક્તિ દ્વારા; **ચ એવ**—તેમ જ; **ભ્રુવોઃ**—બંને ભવાંની; **મધ્યે**—વચ્ચે; **પ્રાણમ્**—પ્રાણને; **આવેશ્ય**—સ્થાપીને; **સમ્યક્**—સંપૂર્ણપણે; **સઃ**—તે; **તમ્**—તેને; **પરમ્**—દિવ્ય; **પુરુષમ્**—ભગવાનને; **ઉપૈતિ**—પામે છે; **દિવ્યમ્**—વૈકું ધામમાં.

અનુવાદ

મૃત્યુ સમયે જે મનુષ્ય પોતાના પ્રાણને બે ભમ્મરની વચ્ચે સ્થિ કરીને યોગબળે અવિચળ મનથી પૂર્ણ ભક્તિ સહિત પરમેશ્વરના સ્મરણમાં પોતાને પરોવી દે છે, તે નિશ્ચિતપણે પૂર્ણ પુરુષોત્તમ પરમેશ્વરને પામે છે.

ભાવાર્થ

આ શ્લોકમાં સ્પષ્ટપણે કહેવામાં આવ્યું છે કે અંતકાળે મન ભગવાનની ભક્તિમાં સ્થિર કરવું જોઈએ. જે મનુષ્યો યોગસાધકો હોય તેમણે પ્રાણને બે ભમ્મરની વચ્ચે (આજ્ઞાચક્રમાં) ઊર્ધ્વમાર્ગે અવસ્થિત કરવો એવો અનુરોધ કરવામાં આવ્યો છે. છ ચક્રો ઉપરના ધ્યાન સાથે સંકળાયેલા ષટ્‌ચક્રયોગનું અહીં સૂચન થયું છે. શુદ્ધ ભક્ત આવા યોગની સાધના કરતો નથી, પરંતુ તે સદા કૃષ્ણભાવનામૃતમાં નિમગ્ન રહેતો હોવાથી મૃત્યુ સમયે પૂર્ણ પુરુષોત્તમ પરમેશ્વરનું સ્મરણ તેમની કૃપાથી કરી શકે છે. આ વાત ચૌદમા શ્લોકમાં સમજાવવામાં આવી છે.

આ શ્લોકમાં *યોગબલેન* શબ્દનો વિશિષ્ટ ઉપયોગ મહત્ત્વપૂર્ણ છે કારણ કે યોગાભ્યાસ વિના, પછી તે ષટ્‌ચક્રયોગ હોય કે ભક્તિયોગ મનુષ્ય કદાપિ અંતકાળે આ દિવ્ય અવસ્થા (ભાવ) પ્રાપ્ત કરતો નથી. કોઈ

મનુષ્ય મૃત્યુ સમયે પરમેશ્વરનું અચાનક સ્મરણ કરી શકતો નથી. તેણે ગમે તે યોગની, ખાસ કરીને ભક્તિયોગની સાધના કરેલી હોવી જોઈએ. મૃત્યુ સમયે મનુષ્યનું મન અત્યંત અસ્વસ્થ રહેતું હોવાથી તેણે પોતાના જીવન દરમ્યાન યોગના માધ્યમ દ્વારા અધ્યાત્મની સાધના કરવી જોઈએ.

શ્લોક ૧૧

यदक्षरं वेदविदो वदन्ति
विशन्ति यद्यतयो वीतरागाः ।
यदिच्छन्तो ब्रह्मचर्यं चरन्ति
तत्ते पदं सङ्ग्रहेण प्रवक्ष्ये ॥ ११ ॥

યત્—જે; **અક્ષરમ્**—ૐ અક્ષરને; **વેદ વિદઃ**—વેદોના જાણકારો; **વદન્તિ**—કહે છે; **વિશન્તિ**—પ્રવેશે; **યત્**—જેમાં; **યતયઃ**—મોટા ઋષિમુનિઓ; **વીતરાગાઃ**—સંન્યાસ આશ્રમમાંના સંન્યાસી; **યત્**—જે; **ઈચ્છન્તઃ**—ઈચ્છા કરનારા; **બ્રહ્મચર્યમ્**—બ્રહ્મચર્યનો; **ચરન્તિ**—અભ્યાસ કરે છે; **તત્**—તે; **તે**—તેને; **પદમ્**—પદ, સ્થાન; **સઙ્ગ્રહેણ**—સંક્ષેપમાં; **પ્રવક્ષ્યે**—હું સમજાવીશ.

અનુવાદ

જેઓ વેદોના જાણકાર છે, જેઓ ૐકારનું ઉચ્ચારણ કરે છે અને જેઓ સંન્યાસાશ્રમમાં રહેલા મહાન મુનિઓ છે, તેઓ બ્રહ્મમાં પ્રવેશ કરે છે. આવી સિદ્ધિની ઈચ્છા કરનાર વ્યક્તિ બ્રહ્મચર્યવ્રતનું પાલન કરે છે. હવે હું તને આ પ્રક્રિયા સંક્ષેપમાં વર્ણવીશ કે જેના દ્વારા કોઈ પણ મનુષ્ય મુક્તિ પ્રાપ્ત કરી શકે છે.

ભાવાર્થ

શ્રીકૃષ્ણ અર્જુનને ષટ્ચક્રયોગની સાધનાનો અનુરોધ કરી ચૂક્યા છે, જેમાં પ્રાણને બે ભમ્મરની વચ્ચે સ્થિર કરવાનો હોય છે. અર્જુન કદાચ ષટ્ચક્રયોગની સાધના-પદ્ધતિ જાણતો ન હોય, તેમ માની લઈને ભગવાન આની પદ્ધતિ હવે પછીના શ્લોકમાં દર્શાવે છે. ભગવાન કહે છે કે બ્રહ્મ જોકે એક અને અદ્વિતીય છે, છતાં તેના અનેક આવિર્ભાવો તથા પાસાંઓ છે. ખાસ કરીને નિર્વિશેષવાદીઓ માટે અક્ષર અર્થાત્ ૐકાર તથા બ્રહ્મ બંને એકરૂપ છે. કૃષ્ણ અહીં નિર્વિશેષ બ્રહ્મ વિશે સમજાવી રહ્યા છે કે જેમાં સંન્યાસી ઋષિમુનિઓ પ્રવેશે છે.

વિદ્યાની વૈદિક પદ્ધતિમાં વિદ્યાર્થીઓને શરૂઆતથી જ ગુરુ પાસે રહીને બ્રહ્મચર્યવ્રતનું પાલન કરવા સાથે ૐકારનું ઉચ્ચારણ તથા પરમ નિર્વિશેષ બ્રહ્મનું શિક્ષણ આપવામાં આવે છે. એ રીતે તેઓ બ્રહ્મનાં બે પાસાંઓનો સાક્ષાત્કાર કરે છે. વિદ્યાર્થીની આધ્યાત્મિક ઉન્નતિ માટે આ અભ્યાસ અત્યંત જરૂરી છે, પરંતુ હાલમાં આવું બ્રહ્મચારી (અવિવાહિત જીવન) જરાયે શક્ય નથી. દુનિયાનું સામાજિક માળખું એટલું બદલાઈ ગયું છે કે વિદ્યાર્થી જીવનની શરૂઆતથી જ બ્રહ્મચર્યનું પાલન કરવું શક્ય જણાતું નથી. દુનિયાભરમાં જ્ઞાનની વિવિધ શાખાઓનાં અધ્યયન માટે અનેક સંસ્થાઓ છે, પરંતુ એવી માન્યતા પામેલી એક પણ સંસ્થા નથી કે જ્યાં બ્રહ્મચર્ય વિશે શિક્ષણ આપવામાં આવતું હોય. જો બ્રહ્મચર્યનું પાલન કરવામાં ન આવે, તો આધ્યાત્મિક જીવનમાં ઉન્નતિ કરવી અત્યંત અઘરી છે. તેથી આ કળિયુગ માટે શાસ્ત્રાજ્ઞાનુસાર ભગવાન ચૈતન્યે ઘોષણા કરી કહ્યું છે કે આ યુગમાં ભગવાન કૃષ્ણનાં પવિત્ર નામો, **હરે કૃષ્ણ હરે કૃષ્ણ કૃષ્ણ કૃષ્ણ હરે હરે। હરે રામ હરે રામ રામ રામ હરે હરે॥**ના જપ-કીર્તન સિવાય પરમેશ્વરના સાક્ષાત્કારનો અન્ય કોઈ ઉપાય નથી.

શ્લોક ૧૨ **सर्वद्वाराणि संयम्य मनो हृदि निरुध्य च।**
मूर्ध्न्याधायात्मनः प्राणमास्थितो योगधारणाम्॥ १२॥

સર્વ દ્વારાણિ—શરીરનાં સર્વ દ્વારોને; **સંયમ્ય**—સંયમમાં રાખીને; **મનઃ**—મનને; **હૃદિ**—હૃદયમાં; **નિરુધ્ય**—પૂરી દઈને; **ચ**—અને; **મૂર્ધ્નિ**—માથા પર; **આધાય**—સ્થિર કરીને; **આત્મનઃ**—આત્માના; **પ્રાણમ્**—પ્રાણવાયુને; **આસ્થિતઃ**—માં સ્થિત; **યોગ ધારણામ્**—યોગની સ્થિતિ.

અનુવાદ

સમસ્ત ઈન્દ્રિયોનાં કાર્યોથી વિરક્તિને યોગની સ્થિતિ (યોગધારણા) કહેવામાં આવે છે. ઈન્દ્રિયોનાં બધાં દ્વારો બંધ કરવા તથા મનને હૃદયમાં અને પ્રાણને મસ્તકના શિખર પર (અર્થાત્ બ્રહ્મરંધ્રમાં) કેન્દ્રિત કરીને મનુષ્ય પોતાને યોગમાં પ્રસ્થાપિત કરે છે.

ભાવાર્થ

અહીં સૂચવ્યા પ્રમાણે યોગાભ્યાસ કરવા માટે વ્યક્તિએ સર્વપ્રથમ ઈન્દ્રિયભોગનાં બધાં જ દ્વાર બંધ કરવાનાં હોય છે. આ સાધના *પ્રત્યાહાર*

કહેવાય છે, અર્થાત્ ઇન્દ્રિયોના વિષયોમાંથી ઇન્દ્રિયોને પાછી ખેંચી લેવી. આમાં આંખો, કાન, નાક, જીભ અને સ્પર્શ—આ પાંચ જ્ઞાનેન્દ્રિયોને સંપૂર્ણપણે નિયંત્રિત કરવી જોઈએ અને તેમને વિષયભોગમાં કાર્યરત થવા દેવી ન જોઈએ. એ રીતે હૃદયમાં સ્થિત પરમાત્મા પર મન કેન્દ્રિત થાય છે અને પ્રાણોને મસ્તકની ટોચ સુધી ઉપર લઈ જવાય છે. છઠ્ઠા અધ્યાયમાં આ પદ્ધતિનું વિસ્તૃત વર્ણન થયેલું છે. પરંતુ અગાઉ કહેવામાં આવ્યું છે તેમ, આ યુગમાં આ સાધના વહેવારુ નથી. કૃષ્ણભાવનામૃત એ સર્વશ્રેષ્ઠ સાધના છે. જો ભક્તિયોગમાં રહી મનુષ્ય પોતાના મનને સદા કૃષ્ણમાં સ્થિર કરી શકે, તો તેના માટે અવિચળ દિવ્ય સમાધિમાં સ્થિર રહેવું સહેલું થાય છે.

શ્લોક ૧૩

ॐ इत्येकाक्षरं ब्रह्म व्याहरन्मामनुस्मरन्।
यः प्रयाति त्यजन्देहं स याति परमां गतिम्॥ १३॥

ॐ—ઓમકાર; **ઇતિ**—એ રીતે; **એક અક્ષરમ્**—એક અક્ષર; **બ્રહ્મ**—બ્રહ્મ; **વ્યાહરન્**—ઉચ્ચારણ કરતા રહી; **મામ્**—મને (કૃષ્ણને); **અનુસ્મરન્**—સ્મરણ કરતા રહી; **યઃ**—જે; **પ્રયાતિ**—ત્યાગે છે; **ત્યજન્**—છોડીને; **દેહમ્**—આ શરીરને; **સઃ**—તે; **યાતિ**—પ્રાપ્ત કરે છે; **પરમામ્**—પરમ; **ગતિમ્**—ગતિને.

અનુવાદ

આ યોગાભ્યાસમાં સ્થિત થયા પછી તથા અક્ષરોના સર્વોપરી સંયોજન ૐકારનું ઉચ્ચારણ કરતા રહી જો કોઈ મનુષ્ય પૂર્ણ પુરુષોત્તમ પરમેશ્વરનું ચિંતન કરે છે અને દેહનો ત્યાગ કરે છે, તો તે નિશ્ચિતપણે દિવ્ય લોકમાં જાય છે.

ભાવાર્થ

અહીં એ સ્પષ્ટપણે જણાવ્યું છે કે ૐ, બ્રહ્મ અને ભગવાન કૃષ્ણ જુદા નથી. ૐ કૃષ્ણનો નિર્વિશેષ ધ્વનિ છે, પરંતુ હરે કૃષ્ણ-ધ્વનિમાં ૐ સમાવિષ્ટ થયેલો છે. આ યુગ માટે હરે કૃષ્ણ મંત્રના જપ-કીર્તનની સ્પષ્ટ ભલામણ કરવામાં આવેલી છે. માટે જો કોઈ મનુષ્ય **હરે કૃષ્ણ હરે કૃષ્ણ કૃષ્ણ કૃષ્ણ હરે હરે। હરે રામ હરે રામ રામ રામ હરે હરે॥** મંત્રનો જપ કરતા રહી શરીરનો ત્યાગ કરે છે, તો તે પોતાના અભ્યાસના ગુણાનુસાર

વૈકુંઠ લોકમાંના કોઈ એક લોકમાં જાય છે. કૃષ્ણના ભક્તો કૃષ્ણલોક, ગોલોક વૃંદાવનમાં જાય છે. સગુણવાદી સાધકો માટે દિવ્ય આકાશમાં અનેક ગ્રહો છે જેને વૈકુંઠ લોક કહેવાય છે, પરંતુ નિર્વિશેષવાદીઓ તો બ્રહ્મજ્યોતિમાં જ રહી જાય છે.

શ્લોક ૧૪ **अनन्यचेताः सततं यो मां स्मरति नित्यशः।**
तस्याहं सुलभः पार्थ नित्ययुक्तस्य योगिनः॥ १४॥

અનન્ય ચેતાઃ—અવિચલિત મનથી; **સતતમ્**—સદા; **યઃ**—જે; **મામ્**—મને (કૃષ્ણને); **સ્મરતિ**—સ્મરણ કરે છે; **નિત્યશઃ**—નિયમિત રીતે; **તસ્ય**—તેના માટે; **અહમ્**—હું; **સુલભઃ**—સુલભ, સહજ પ્રાપ્ય; **પાર્થ**—હે પૃથાપુત્ર; **નિત્ય**—નિયમિત રીતે; **યુક્તસ્ય**—પરોવાયેલા; **યોગિનઃ**—ભક્ત માટે.

અનુવાદ

હે પૃથાપુત્ર અર્જુન, જે મનુષ્ય અનન્ય ભાવે નિરંતર મારું સ્મરણ કરતો રહે છે, તેને માટે હું સુલભ છું, કારણ કે તે મારી ભક્તિમય સેવામાં નિરંતર લાગેલો રહે છે.

ભાવાર્થ

ભક્તિયોગમાં રહી જે નિષ્કામ ભક્તો પૂર્ણ પુરુષોત્તમ પરમેશ્વરની સેવા કરતા રહી પરમ ગતિને પામે છે, તેનું આ શ્લોકમાં વિશિષ્ટ વર્ણન કરવામાં આવ્યું છે. પૂર્વેના શ્લોકમાં ચાર પ્રકારના ભક્તોનું વર્ણન થયેલું છે—આર્ત, જિજ્ઞાસુ, અર્થાર્થી તથા જ્ઞાની. મુક્તિની વિભિન્ન પદ્ધતિઓનું પણ વર્ણન થયું છેઃ કર્મયોગ, જ્ઞાનયોગ તથા હઠયોગ. આ યોગ પદ્ધતિઓના નિયમોમાં થોડીઘણી ભક્તિ ઉમેરાયેલી હોય છે. પરંતુ આ શ્લોકમાં તો શુદ્ધ ભક્તિયોગનું વર્ણન કરવામાં આવેલું છે કે જેમાં જ્ઞાન, કર્મ કે હઠયોગનું મિશ્રણ હોતું નથી. *અનન્યચેતાઃ* શબ્દ દ્વારા દર્શાવાયું છે તેમ, શુદ્ધ ભક્તિયોગમાં ભક્ત કૃષ્ણ સિવાય અન્ય કશાયની ઈચ્છા કરતો નથી. શુદ્ધ ભક્ત સ્વર્ગલોકમાં ઉચ્ચ ગતિ ઈચ્છતો નથી કે બ્રહ્મજ્યોતિ સાથે તાદાત્મ્ય અથવા મોક્ષ કે ભવબંધનથી મુક્તિની પણ કામના કરતો નથી. શુદ્ધ ભક્ત કોઈ વસ્તુની ઈચ્છા કરતો નથી. ચૈતન્ય ચરિતામૃતમાં શુદ્ધ ભક્તને નિષ્કામ કહ્યો છે, એટલે કે તેને સ્વાર્થની કોઈ કામના હોતી નથી. તેને જ પૂર્ણ શાંતિ પ્રાપ્ત થાય છે, વ્યક્તિગત સ્વાર્થ માટે વલખાં મારનારને પ્રાપ્ત થતી નથી. જ્ઞાનયોગી, કર્મયોગી તથા હઠયોગીને પોતપોતાના સ્વાર્થ

ોય છે, પણ પૂર્ણ ભક્ત પૂર્ણ પુરુષોત્તમ પરમેશ્વરને પ્રસન્ન કરવા સિવાય ન્ય કોઈ ઇચ્છા ધરાવતો નથી. તેથી ભગવાન કહે છે કે જે એકનિષ્ઠ ભાવે ેમની ભક્તિમાં નિમગ્ન રહે છે, તેને ભગવાન સરળતાથી પ્રાપ્ત થાય છે.

શુદ્ધ ભક્ત કૃષ્ણનાં વિભિન્ન રૂપોમાંથી કોઈ એકની ભક્તિમાં સદાય ાર્યરત રહે છે. કૃષ્ણના અનેક સ્વાંશ, વિસ્તાર તથા અવતાર છે, જેમ કે ામ તથા નૃસિંહ અને ભક્ત પરમેશ્વરના કોઈ પણ દિવ્ય સ્વરૂપોમાંથી એક સંદ કરીને તેમની પ્રેમસભર ભક્તિમાં મનને સ્થિર કરી શકે છે. આવા ભક્તને એવી અનેક સમસ્યાઓનો સામનો કરવાનો રહેતો નથી કે જે ન્ય યોગના સાધકોને પીડા આપે છે. ભક્તિયોગ અત્યંત સરળ, શુદ્ધ તથા ાચરવામાં સુગમ છે. કેવળ હરે કૃષ્ણનો જપ કરતા રહી આનો પ્રારંભ ારી શકાય છે. ભગવાન સર્વ પ્રત્યે દયાળુ છે, પરંતુ અગાઉ સમજાવેલું છે ેમ, જે ભક્તો અનન્ય ભાવથી તેમની સેવા કરે છે, તેમની ઉપર તેઓ વેશેષ કૃપાભાવ રાખે છે. ભગવાન આવા ભક્તોને વિવિધ રીતે મદદ ારે છે. વેદો (કઠોપનિષદ ૧.૨.૨૩)માં કહ્યું છે તેમ—*યમેવૈષ વૃણુતે તેન ભ્યસ્તસ્યૈષ આત્મા વિવૃણુતે તનું સ્વામ્*—જે મનુષ્ય પરમેશ્વરને સંપૂર્ણપણે ારણાગત થયો છે અને તેમની ભક્તિમાં લાગેલો છે, તે જ ભગવાનને થાર્થ રીતે સમજી શકે છે. વળી ભગવદ્દ્ગીતા (૧૦.૧૦)માં પણ કહ્યું ે—*દદામિ બુદ્ધિયોગં તમ્*—આવા ભક્તને ભગવાન પૂરતા પ્રમાણમાં ુદ્ધિ પ્રદાન કરે છે કે જેથી તે ભગવદ્દ્ધામમાં તેમને પામી શકે.

શુદ્ધ ભક્તનો વિશિષ્ટ ગુણ એ છે કે તે સ્થળ-કાળનો વિચાર કર્યા વિના ન્ય ભાવથી કૃષ્ણનું જ ચિંતન કરતો રહે છે. તેને કોઈ બાધા ન થવી ોઈએ. તેણે ગમે ત્યાં અને ગમે ત્યારે પોતાનું સેવાકાર્ય કરવા સમર્થ થવું ોઈએ. કેટલાક લોકો કહે છે કે ભક્તોએ વૃંદાવન જેવા પવિત્ર સ્થાનમાં કે ્યાં ભગવાને નિવાસ કર્યો હોય એવા કોઈ પવિત્ર નગરમાં રહેવું જોઈએ, ારંતુ શુદ્ધ ભક્ત ગમે ત્યાં રહીને પોતાની ભક્તિ દ્વારા વૃંદાવન જેવા ાતાવરણનું નિર્માણ કરી શકે છે. શ્રી અદ્વૈતે ભગવાન ચૈતન્યને કહ્યું હતું, "આપ જ્યાં જ્યાં બિરાજો છો, હે પ્રભુ, ત્યાં જ વૃંદાવન હોય છે."

સતતમ્ તથા *નિત્યશઃ* શબ્દથી નિર્દેશ થયો છે તેમ, શુદ્ધ ભક્ત ોરંતર કૃષ્ણનું જ સ્મરણ કરે છે તથા તેમનું ધ્યાન ધરે છે. જેમને માટે ગવાન અત્યંત સરળતાથી સુલભ હોય છે, તે શુદ્ધ ભક્તોના આ ગુણ ે. ગીતા સમગ્ર યોગ પદ્ધતિઓમાંથી ભક્તિયોગની જ ભલામણ કરે છે.

સામાન્ય રીતે ભક્તિયોગી પાંચ પ્રકારે ભક્તિમાં કાર્યરત હોય છે (૧) શાંત ભક્ત, જે તટસ્થ રહીને ભક્તિમાં પરોવાય છે, (૨) દાસ્ય ભક્ત જે દાસ તરીકે ભક્તિ કરે છે, (૩) સખ્ય ભક્ત, જે સખા તરીકે ભક્તિ કરે છે, (૪) વાત્સલ્ય ભક્ત, જે ભગવાનનાં માતાપિતાના ભાવમાં ભક્તિ કરે છે અને (૫) માધુર્ય ભક્ત, જે પરમેશ્વર સાથે દાંપત્યભાવમાં પ્રિયતમારૂપે ભક્તિ કરે છે. શુદ્ધ ભક્ત આમાંથી ગમે તે એક પ્રકારે પરમેશ્વરની પ્રેમાભક્તિમાં પરોવાય છે અને તેમનું કદાપિ વિસ્મરણ કરતો નથી અને તેથી તેને સહેલાઈથી ભગવત્પ્રાપ્તિ થાય છે. જેવી રીતે શુદ્ધ ભક્ત ભગવાનને ક્ષણવાર પણ ભૂલતો નથી, તેમ ભગવાન પણ પોતાના શુદ્ધ ભક્તને ક્ષણવાર પણ ભૂલતા નથી. **હરે કૃષ્ણ હરે કૃષ્ણ કૃષ્ણ કૃષ્ણ હરે હરે। હરે રામ હરે રામ રામ રામ હરે હરે॥**—આ મહામંત્રના કીર્તનની કૃષ્ણભાવનાયુક્ત પદ્ધતિનું આ જ મોટામાં મોટું વરદાન છે.

શ્લોક ૧૫ **मामुपेत्य पुनर्जन्म दुःखालयमशाश्वतम्।**
नाप्नुवन्ति महात्मानः संसिद्धिं परमां गताः ॥ १५ ॥

મામ્—મને; **ઉપેત્ય**—પામીને; **પુનઃ**—ફરીથી; **જન્મ**—જન્મ **દુઃખ આલયમ્**—દુઃખોનું સ્થાન; **અશાશ્વતમ્**—ક્ષણિક; **ન**—કદી નહીં **આપ્નુવન્તિ**—પ્રાપ્ત કરે છે; **મહા આત્માનઃ**—મહાન પુરુષો; **સંસિદ્ધિમ્**—સિદ્ધિને; **પરમામ્**—પરમ; **ગતાઃ**—પામેલા.

અનુવાદ

મને પ્રાપ્ત કર્યા પછી મહાત્માજનો કે જેઓ ભક્તિયોગી છે, તેઓ દુઃખમય એવા આ ક્ષણભંગુર જગતમાં કદાપિ પાછા આવતા નથી કારણ કે તેમણે પરમ પૂર્ણતા પ્રાપ્ત કરી છે.

ભાવાર્થ

આ નશ્વર જગત જન્મ, જરા, વ્યાધિ તથા મૃત્યુના ક્લેશોથી ભરેલું છે તેથી જેણે પરમ સિદ્ધિ પ્રાપ્ત કરી છે અને સર્વોપરી લોક એવા કૃષ્ણલોક ગોલોક વૃંદાવનને પ્રાપ્ત કર્યો છે, તે સ્વાભાવિક રીતે જ ત્યાંથી ક્યારેય પાછા આવવાની ઇચ્છા રાખતો નથી. આ સર્વોપરી લોકને વેદોમાં *અવ્યક્ત*, *અક્ષર* તથા *પરમા ગતિ* કહ્યો છે. બીજા શબ્દોમાં, આ લોક ભૌતિક દૃષ્ટિથી પર છે અને વર્ણનાતીત છે, પરંતુ તે જ સર્વોચ્ચ ઉદ્દેશ છે અને મહાત્માઓની ગતિ છે. મહાત્માઓ સાક્ષાત્કાર પામેલા ભક્તો પાસેથી

દિવ્ય સંદેશ પ્રાપ્ત કરે છે અને એ રીતે તેઓ ક્રમે ક્રમે કૃષ્ણભાવનામાં ભક્તિ ાધીને દિવ્ય સેવામાં એવા તો નિમગ્ન થઈ જાય છે કે તેઓ કોઈ ભૌતિક લોકમાં કે કોઈ આધ્યાત્મિક લોકમાં પણ જવાની ઇચ્છા રાખતા નથી. તેઓ ાત્ર કૃષ્ણને અને તેમના સામીપ્યને ઇચ્છે છે, બીજું કાંઈ જ નહીં. આ જ જીવનની સર્વશ્રેષ્ઠ પૂર્ણતા છે. આ શ્લોકમાં ભગવાન કૃષ્ણના સગુણવાદી ભક્તોનો વિશિષ્ટ ઉલ્લેખ થયો છે. કૃષ્ણભાવનામય આ ભક્તો જીવનની ારમ પૂર્ણતાને પામે છે. બીજા શબ્દોમાં, તેઓ સર્વોપરી આત્માઓ છે.

શ્લોક ૧૬

आब्रह्मभुवनाल्लोकाः पुनरावर्तिनोऽर्जुन।
मामुपेत्य तु कौन्तेय पुनर्जन्म न विद्यते॥ १६॥

આબ્રહ્મ ભુવનાત્—બ્રહ્મલોક પર્યંત; **લોકાઃ**—બધા ગ્રહમંડળો; **પુનઃ**—ફરીથી; **આવર્તિનઃ**—પાછા આવનારા; **અર્જુન**—હે અર્જુન; **મામ્**—મને; **ઉપેત્ય**—પામીને; **તુ**—પરંતુ; **કૌન્તેય**—હે કુંતીપુત્ર; **પુનઃ જન્મ**—પુનર્જન્મ; **ન વિદ્યતે**—કદાપિ થતો નથી.

અનુવાદ

હે અર્જુન, આ ભૌતિક જગતમાં સર્વોચ્ચ લોકથી માંડીને નિમ્નતમ ુધીના બધા જ દુઃખોનાં સ્થાન છે કે જ્યાં વારંવાર જન્મ તથા મરણ ાયા કરે છે. પરંતુ હે કુંતીપુત્ર, જે મનુષ્ય મારા ધામને પામે છે, તે કદાપિ પુનર્જન્મ પામતો નથી.

ભાવાર્થ

કર્મયોગી હોય, જ્ઞાનયોગી હોય કે હઠયોગી હોય, અંતે બધા જ યોગીઓને ભક્તિયોગ અથવા કૃષ્ણભાવનામૃતમાં ભક્તિની સિદ્ધિ ામવાની હોય છે. તો જ તેઓ કૃષ્ણના દિવ્ય ધામમાં જઈ શકે કે જ્યાંથી ાઓને કદી પાછા ફરવું પડતું નથી. પરંતુ જે સર્વોચ્ચ ભૌતિક લોક એવા ેવોના લોકને પામે છે, તેને ફરીથી જન્મ-મરણને વશ થવું પડે છે. જેવી ીતે આ પૃથ્વી પરના મનુષ્યો ઉચ્ચ લોકમાં જાય છે, તેમ બ્રહ્મલોક, ચંદ્રલોક ાથા ઇન્દ્રલોક જેવા ઉચ્ચતર લોકોમાંના જીવો પૃથ્વી પર પતન પામતા ોય છે. છાંદોગ્ય ઉપનિષદમાં જેની ભલામણ થઈ છે, તે પંચાગ્નિ-વિદ્યા ામનો યજ્ઞ કરવાથી મનુષ્ય બ્રહ્મલોકને પામી શકે છે, પણ જો બ્રહ્મલોકમાં ા કૃષ્ણભક્તિનું સંવર્ધન ન કરે, તો પછી તેણે પૃથ્વી પર પાછા આવવું ડે છે. ઉચ્ચતર લોકોમાંના જેઓ કૃષ્ણભાવનામૃતમાં પ્રગતિ કરે છે,

તેઓ ક્રમશઃ વધુ ઉન્નત ગ્રહો પર જાય છે અને બ્રહ્માંડના પ્રલય સમયે તેમનું સનાતન આધ્યાત્મિક વિશ્વમાં સ્થાનાંતર થાય છે. શ્રીધર સ્વામી ભગવદ્‌ગીતા પરના તેમના ભાષ્યમાં નીચેનો શ્લોક ઉદ્ધૃત કરે છેઃ

બ્રહ્મણા સહ તે સર્વે સમ્પ્રાપ્તે પ્રતિસઞ્ચરે।
પરસ્યાન્તે કૃતાત્માનઃ પ્રવિશન્તિ પરં પદમ્॥

"જ્યારે આ ભૌતિક બ્રહ્માંડનો પ્રલય થાય છે, ત્યારે બ્રહ્મા તથા કૃષ્ણભાવનામૃતમાં નિત્ય મગ્ન તેમના તમામ ભક્તોનું આધ્યાત્મિક બ્રહ્માંડોમાં તેમની ઈચ્છાનુસારના વિશિષ્ટ દિવ્ય ગ્રહો પર સ્થાનાંતર કરવામાં આવે છે.

શ્લોક ૧૭ **सहस्त्रयुगपर्यन्तमहर्यद्ब्रह्मणो विदुः।**
रात्रिं युगसहस्त्रान्तां तेऽहोरात्रविदो जनाः॥ १७॥

સહસ્ર—એક હજાર; **યુગ**—યુગ; **પર્યન્તમ્**—સહિત; **અહઃ**—દિવસ; **યત્**—જે; **બ્રહ્મણઃ**—બ્રહ્માનો; **વિદુઃ**—તેઓ જાણે છે; **રાત્રિમ્**—રાત્રિ; **યુગ**—યુગ; **સહસ્ર અન્તામ્**—એ જ રીતે એક હજાર વર્ષે પૂરી થનારી; **તે**—તેઓ; **અહઃ રાત્ર**—દિવસ તથા રાત્રિ; **વિદઃ**—જે જાણે છે; **જનાઃ**—લોકો.

અનુવાદ

માનવીય ગણતરી અનુસાર એક હજાર યુગ મળીને બ્રહ્માજીનો એક દિવસ થાય છે. વળી તેમની રાત્રિની અવધિ પણ એટલી જ હોય છે.

ભાવાર્થ

ભૌતિક બ્રહ્માંડના સમયની અવધિ મર્યાદિત છે. તે કલ્પોના ચક્રરૂપે વ્યક્ત થાય છે. એક કલ્પ એટલે બ્રહ્માજીનો એક દિવસ છે અને બ્રહ્માજીના એક દિવસમાં સત્ય, ત્રેતા, દ્વાપર તથા કળિ એ ચાર યુગનાં એક હજાર આવર્તન થાય છે. સત્યયુગમાં સદાચાર, જ્ઞાન તથા ધર્મનું પ્રાધાન્ય હોય છે, જેમાં અજ્ઞાન તથા દુરાચાર કે પાપનો સર્વથા અભાવ હોય છે. આ યુગ ૧૭,૨૮,૦૦૦ વર્ષનો હોય છે. ત્રેતાયુગમાં પાપનો આરંભ થાય છે અને આ યુગ ૧૨,૯૬,૦૦૦ વર્ષનો હોય છે. દ્વાપરયુગમાં સદાચાર અને ધર્મનો હ્રાસ થાય છે અને પાપ વધે છે. આ યુગની અવધિ ૮,૬૪,૦૦૦ વર્ષની હોય છે અને અંતે (જેનો આપણે છેલ્લાં ૫,૦૦૦ વર્ષોથી અનુભવ કરી રહ્યા છીએ તે) કળિયુગમાં કલહ, અજ્ઞાન, અધર્મ તથા પાપનું પ્રાધાન્ય રહે છે અને સદાચારનો લગભગ લોપ થઈ જાય છે. વળી આ યુગની

મવધિ ૪,૩૨,૦૦૦ વર્ષની હોય છે. આ કળિયુગમાં પાપ એટલી હદે ાધી જાય છે કે આ યુગના અંતે ભગવાન સ્વયં કલ્કિરૂપે અવતરે છે, મસુરોનો સંહાર કરે છે, ભક્તોનું રક્ષણ કરે છે અને બીજા સત્યયુગનો મારંભ કરે છે. એ રીતે આ પ્રક્રિયા નિરંતર ચાલ્યા કરે છે. આ ચતુર્યુગનું મેક હજારવાર આવર્તન થયે બ્રહ્માનો એક દિવસ થાય છે. તેટલાં જ ર્ષોની તેમની એક રાત્રિ હોય છે. બ્રહ્મા આવા એકસો "વર્ષ" જીવે છે અને ાછી મરણ પામે છે. બ્રહ્માનાં આ "૧૦૦ વર્ષ" ગણતરી અનુસાર પૃથ્વીના ૩૧,૧૦,૪૦,૦૦,૦૦,૦૦,૦૦૦ વર્ષ તુલ્ય હોય છે. આ ગણતરી મનુસાર બ્રહ્માનું આયુષ્ય અત્યંત વિલક્ષણ અને અંતહીન જણાય છે, પરંતુ ાશ્વતતાની દૃષ્ટિથી આ વીજળીના ઝબકારા જેટલું ટૂંકું છે. કારણ સાગરમાં મગણિત બ્રહ્માઓ એટલાંટિક સાગરમાંના પાણીના પરપોટાની જેમ પ્રગટ ાાય છે અને લુપ્ત થતા રહે છે. બ્રહ્માજી તથા તેમનું સર્જન એ બધું ભૌતિક ાહ્માંડના અંગરૂપે છે. પરિણામે તે નિરંતર પરિવર્તન પામ્યા કરે છે.

આ ભૌતિક બ્રહ્માંડમાં બ્રહ્માજી પણ જન્મ, જરા, વ્યાધિ તથા મૃત્યુની ાક્રિયાથી મુક્ત નથી. પરંતુ બ્રહ્માજી આ બ્રહ્માંડના સંચાલન દ્વારા પરમેશ્વરની ાવા કરવામાં પ્રત્યક્ષ રીતે વ્યસ્ત હોવાથી તેમને તત્કાળ મુક્તિ પ્રાપ્ત થાય). ઉન્નત સંન્યાસીઓ બ્રહ્માજીના વિશિષ્ટ બ્રહ્મલોકમાં બઢતી મેળવે છે કે ? આ બ્રહ્માંડનો સર્વોચ્ચ લોક છે કે જે ઉચ્ચતર ગ્રહમંડળોમાંના સ્વર્ગીય ાહોમાં છેવટ સુધી ટકી રહે છે. પરંતુ કાળાંતરે બ્રહ્મા તથા બ્રહ્મલોકના સર્વ નેવાસીઓ ભૌતિક પ્રકૃતિના નિયમાનુસાર મરણને શરણ થાય છે.

શ્લોક ૧૮

અવ્યક્તાદ્ વ્યક્તયઃ સર્વાઃ પ્રભવન્ત્યહરાગમે।
રાત્ર્યાગમે પ્રલીયન્તે તત્રૈવાવ્યક્તસંજ્ઞકે॥ ૧૮॥

અવ્યક્તાત્—અવ્યક્તમાંથી; **વ્યક્તયઃ**—જીવો; **સર્વાઃ**—બધા; **ાભવન્તિ**—પ્રગટ થાય છે; **અહઃ આગમે**—દિવસની શરૂઆતમાં; **રાત્રિ ાાગમે**—રાત પડ્યે; **પ્રલીયન્તે**—નષ્ટ થઈ જાય છે; **તત્ર**—તેમાં; **એવ**—ાક્કી; **અવ્યક્ત**—અપ્રગટ; **સંજ્ઞકે**—કહેવાય છે.

અનુવાદ

બ્રહ્માના દિવસના આરંભકાળે બધા જીવો અવ્યક્ત દશામાંથી યક્ત થાય છે અને પછી જ્યારે બ્રહ્માની રાત પડે છે, ત્યારે તેઓ પુનઃ મવ્યક્ત દશાને પામે છે.

શ્લોક १९ **भूतग्रामः स एवायं भूत्वा भूत्वा प्रलीयते।**
रात्र्यागमेऽवशः पार्थ प्रभवत्यहरागमे॥ १९॥

ભૂત ગ્રામઃ—સર્વ જીવોનો સમૂહ; **સઃ**—તે; **એવ**—જ; **અયમ્**—આ **ભૂત્વા ભૂત્વા**—વારંવાર જન્મ લઈને; **પ્રલીયતે**—નાશ પામે છે; **રાત્રિ**—રાત્રિના; **આગમે**—આવવાથી; **અવશઃ**—આપમેળે જ; **પાર્થ**—હે પૃથાપુત્ર **પ્રભવતિ**—પ્રગટ થાય છે; **અહઃ**—દિવસ; **આગમે**—આવે ત્યારે.

અનુવાદ

વારંવાર, જ્યારે બ્રહ્માનો દિવસ ઉદય પામે છે, ત્યારે બધા જીવ પ્રગટ થાય છે અને બ્રહ્માની રાત શરૂ થતાં જ તેઓ અસહાયપણે નાશ પામે છે.

ભાવાર્થ

આ ભૌતિક જગતમાં જ રહેવા ઇચ્છનારા અલ્પજ્ઞાની માણસો ઉચ્ચતર લોકો સુધી ઉન્નત થઈ શકે છે અને પછી આ પૃથ્વીલોકમાં તેમને પાછા આવવું પડે છે. બ્રહ્માનો દિવસ થયે તેઓ આ ભૌતિક બ્રહ્માંડના ઉચ્ચતર તથા નિમ્નતર લોકોમાં પોતપોતાનાં કાર્યોનું પ્રદર્શન કરી શકે છે, પરંતુ બ્રહ્માની રાત્રિ શરૂ થતાં જ તેઓ બધા નાશ પામે છે. દિવસ દરમ્યાન તેમને ભૌતિક કાર્યો કરવા માટે વિવિધ શરીરો મળે છે, પરંતુ રાત્રિ થતાં જ તેમને અન્ય શરીરો મળતાં નથી અને તેઓ વિષ્ણુના શરીરમાં સુષુપ્ત અવસ્થામાં રહે છે. બ્રહ્માનો દિવસ આવ્યે તેઓ ફરીથી પ્રગટ થાય છે. *ભૂત્વા ભૂત્વા પ્રલીયતે*—દિવસ હોય ત્યારે તેઓ પ્રગટ થાય છે અને રાત્રે તેઓ ફરી પાછા વિનષ્ટ થઈ જાય છે. અંતે જ્યારે બ્રહ્માનું જીવન પૂરું થાય છે, ત્યારે તે બધાનો વિનાશ થઈ જાય છે અને તેઓ અબજો વર્ષો સુધી અપ્રગટ રહે છે. અન્ય કલ્પમાં બ્રહ્માનો પુનર્જન્મ થાય ત્યારે તેઓ ફરીથી પ્રગટ થાય છે. આ રીતે તેઓ ભૌતિક જગતની મોહિનીથી મુગ્ધ થયા કરે છે. પરંતુ જે બુદ્ધિશાળી મનુષ્યો કૃષ્ણભાવનામૃતનો સ્વીકાર કરે છે, તેઓ આ મનુષ્ય જીવનનો સદુપયોગ ભગવાનની ભક્તિ કરવામાં તથા '*હરે કૃષ્ણ*' મંત્રના કીર્તનમાં કરે છે: **હરે કૃષ્ણ હરે કૃષ્ણ કૃષ્ણ કૃષ્ણ હરે હરે। હરે રામ હરે રામ રામ રામ હરે હરે॥** આ પ્રમાણે તેઓ આ જીવનમાં જ કૃષ્ણલોકને પામે છે અને ત્યાં આવા પુનર્જન્મને અધીન થયા વિના પરમ આનંદમય પરમ સુખ પામે છે.

શ્લોક ૨૦ **परस्तस्मात्तु भावोऽन्योऽव्यक्तोऽव्यक्तात्सनातनः।**
यः स सर्वेषु भूतेषु नश्यत्सु न विनश्यति॥ २०॥

પરઃ—પરમ; **તસ્માત્**—તેનાથી; **તુ**—પરંતુ; **ભાવઃ**—પ્રકૃતિ; **અન્યઃ**—ન્ય; **અવ્યક્તઃ**—અવ્યક્ત; **અવ્યક્તાત્**—અવ્યક્તમાંથી; **સનાતનઃ**—ાશ્વત; **યઃ સઃ**—તે જે; **સર્વેષુ**—સમસ્ત; **ભૂતેષુ**—જીવોનો; **નશ્યત્સુ**—નાશ ાય ત્યારે; **ન**—કદી નહીં; **વિનશ્યતિ**—નષ્ટ થાય છે.

અનુવાદ

આ સિવાય એક અન્ય અવ્યક્ત પ્રકૃતિ છે, જે શાશ્વત છે અને આ યક્ત તથા અવ્યક્ત પદાર્થથી પર છે. તે સર્વોપરી અને કદાપિ નષ્ટ ન નારી છે. જ્યારે આ જગતમાંનું બધું જ નાશ પામે છે, ત્યારે પણ તે ભાગ તેમનો તેમ જ રહે છે.

ભાવાર્થ

કૃષ્ણની ચડિયાતી આધ્યાત્મિક શક્તિ દિવ્ય તથા સનાતન છે. તે આ ભૌતિક પ્રકૃતિનાં સમસ્ત પરિવર્તનોથી પર છે, જે બ્રહ્માના દિવસ દરમ્યાન યક્ત અને રાત્રિના સમયે અવ્યક્ત થયા કરે છે. કૃષ્ણની ચડિયાતી શક્તિ ભૌતિક પ્રકૃતિના ગુણોથી સર્વથા ભિન્ન છે. ઉત્કૃષ્ટ તથા નિકૃષ્ટ શક્તિની યાખ્યા સાતમા અધ્યાયમાં થઈ છે.

શ્લોક ૨૧ **अव्यक्तोऽक्षर इत्युक्तस्तमाहुः परमां गतिम्।**
यं प्राप्य न निवर्तन्ते तद्धाम परमं मम॥ २१॥

અવ્યક્તઃ—અવ્યક્ત; **અક્ષરઃ**—અવિનાશી; **ઇતિ**—એ રીતે; **ઉક્તઃ**—કહેવામાં આવેલ; **તમ્**—તેને; **આહુઃ**—કહેવામાં આવે છે; **પરમામ્**—પરમ; ગતિમ્—ગતિ; **યમ્**—જેને; **પ્રાપ્ય**—પામીને; **ન**—કદી નહીં; **નિવર્તન્તે**—પાછા આવે છે; **તત્**—તે; **ધામ**—નિવાસસ્થાન; **પરમમ્**—પરમ; **મમ**—મારું.

અનુવાદ

જેને વેદાંતી અપ્રગટ તથા અવિનાશી કહે છે, જે પરમ ગતિ કહેવાય છે અને જેને પ્રાપ્ત કર્યા પછી કોઈને ત્યાંથી પાછા આવવું પડતું નથી, તે મારું પરમ ધામ છે.

ભાવાર્થ

બ્રહ્મસંહિતામાં ભગવાન કૃષ્ણના પરમ ધામને *ચિન્તામણિ* ધામ કહ્યું છે, જે એવું સ્થાન છે કે જ્યાં બધી ઈચ્છાઓ પરિપૂર્ણ થાય છે. ભગવાન કૃષ્ણનું પરમ ધામ ગોલોક વૃંદાવન નામે પ્રસિદ્ધ છે અને પારસમણિના બનેલા મહેલોથી ભર્યુંભર્યું છે. ત્યાં કલ્પતરુ નામનાં વૃક્ષો પણ છે. આ વૃક્ષો ઈચ્છાનુસાર માગણી કરવાથી કોઈ પણ પ્રકારના ખાદ્યપદાર્થ આપે છે. ત્યાં સુરભિ નામની ગાયો પણ છે અને એ ગાયો અપાર દૂધ આપે છે. આ ધામમાં લાખો લક્ષ્મીઓ ભગવાનની સેવા કરે છે. તેઓ સર્વ કારણોના કારણ, આદિ ભગવાન ગોવિંદ તરીકે ઓળખાય છે. ત્યાં ભગવાન વાંસળી વગાડતા (*વેણું ક્વણન્તમ્*) રહે છે. તેમનું દિવ્ય સ્વરૂપ સર્વ લોકમાં સર્વાધિક આકર્ષક છે. તેમનાં નેત્ર કમળની પાંખડી જેવાં છે અને તેમના દેહનો વર્ણ મેઘ સમાન શ્યામ છે. તેઓ એટલા મોહક છે કે તેમનું લાવણ્ય હજારો કામદેવોના લાવણ્યથી ચડી જાય છે. તેઓ પીતાંબર ધારણ કરે છે, તેમના ગળામાં માળા હોય છે અને વાળમાં મોરપીંછ સજે છે. ભગવદ્ગીતામાં ભગવાન કૃષ્ણ તેમના અંગત નિવાસસ્થાન ગોલોક વૃંદાવનનો માત્ર સંકેત કરે છે કે જે વૈકુંઠલોકમાં સર્વશ્રેષ્ઠ લોક છે. બ્રહ્મસંહિતામાં આનું તાદૃશ વર્ણન મળે છે. વૈદિક ગ્રંથ (કઠોપનિષદ ૧.૩.૧૧)માં દર્શાવે છે કે ભગવાનના ધામથી ચડિયાતું કોઈ ધામ નથી અને તે સર્વોપરી તથા અંતિમ ગંતવ્યસ્થાન છે. (*પુરુષાન્ન પરં કિઞ્ચિત્સા કાષ્ઠા પરમા ગતિઃ*) મનુષ્ય જ્યારે તે ધામમાં જાય છે, ત્યાર પછી તે આ ભૌતિક જગતમાં કદી પાછો આવતો નથી. કૃષ્ણનું પરમ ધામ તથા સ્વયં કૃષ્ણ અભિન્ન છે, કારણ કે તેઓ બંને સમાન ગુણવાળા છે. આ પૃથ્વી પર દિલ્હીથી ૯૦ માઈલ દૂર દક્ષિણ-પૂર્વમાં આવેલ વૃંદાવન એ આધ્યાત્મિક આકાશમાં આવેલા સર્વોપરી ગોલોક વૃંદાવનની પ્રતિકૃતિ છે. કૃષ્ણે જ્યારે પૃથ્વી પર અવતરણ કર્યું હતું, ત્યારે તેમણે વિશિષ્ટ પ્રદેશ કે જેને વૃંદાવન કહેવામાં આવે છે અને જે મથુરા જિલ્લામાં ૮૮ ચોરસ માઈલના વિસ્તારમાં ફેલાયેલો છે, તેમાં વિવિધ લીલાઓ કરી હતી.

શ્લોક ૨૨

पुरुषः स परः पार्थ भक्त्या लभ्यस्त्वनन्यया।
यस्यान्तःस्थानि भूतानि येन सर्वमिदं ततम्॥ २२॥

પુરુષઃ—પરમ પુરુષ; **સઃ**—તે; **પરઃ**—સર્વોપરી, જેનાથી કોઈ ચડિયાતું નથી; **પાર્થ**—હે પૃથાના પુત્ર; **ભક્ત્યા**—ભક્તિ દ્વારા; **લભ્યઃ**—પ્રાપ્ય

કરી શકાય છે; **તુ**—પરંતુ; **અનન્યયા**—અનન્ય, એકનિષ્ઠ; **યસ્ય**—જેના; **અન્તઃસ્થાનિ**—અંદર; **ભૂતાનિ**—આ સમગ્ર જગત; **યેન**—જેના દ્વારા; **સર્વમ્**—સર્વ; **ઈદમ્**—જે જે આપણને દૃષ્ટિગોચર છે તે બધું; **તતમ્**—વ્યાપ્ત છે.

અનુવાદ

જેઓ સૌથી મહાન છે, તે પૂર્ણ પુરુષોત્તમ પરમેશ્વર અનન્ય ભક્તિ દ્વારા જ પ્રાપ્ત થઈ શકે છે. તેઓ પોતાના ધામમાં વિદ્યમાન રહે છે, તેમ છતાં તેઓ સર્વત્ર વ્યાપેલા છે અને તેમની અંદર બધું જ સ્થિત છે.

ભાવાર્થ

અહીં આ બધું ખૂબ જ સ્પષ્ટતાપૂર્વક કહ્યું છે કે જે ધામમાંથી પાછા આવવાનું રહેતું નથી, તે પરમ પુરુષ કૃષ્ણનું ધામ છે. બ્રહ્મસંહિતામાં આ પરમ ધામને આનંદ ચિન્મય રસ કહેવામાં આવ્યું છે, જે સ્થાન એવું છે કે જ્યાં બધી વસ્તુઓ પરમ આનંદમય છે. ત્યાં વ્યક્ત થયેલું સર્વ વૈવિધ્ય દિવ્ય આનંદનો ગુણ ધરાવે છે—ત્યાં કશું જ ભૌતિક નથી. આ વૈવિધ્યનો વિસ્તાર સ્વયં પરમેશ્વરના દિવ્ય વિસ્તાર તરીકે થાય છે અને તેથી સાતમા અધ્યાયમાં સમજાવ્યા પ્રમાણે ત્યાં પ્રગટ થતું સર્વ સંપૂર્ણપણે આધ્યાત્મિક શક્તિનું બનેલું હોય છે. આ ભૌતિક જગતનો સંબંધ છે ત્યાં સુધી ભગવાન તેમના પરમ ધામમાં નિત્ય નિવાસ કરતા હોવા છતાં, તેઓ તેમની ભૌતિક શક્તિ દ્વારા સર્વત્ર વ્યાપેલા છે. એ રીતે તેઓ પોતાની આધ્યાત્મિક તથા ભૌતિક શક્તિઓ દ્વારા સર્વત્ર, ભૌતિક તેમ જ આધ્યાત્મિક એ બંને વિશ્વોમાં ઉપસ્થિત હોય છે. *યસ્યાન્તઃ સ્થાનિ*નો અર્થ છે, દરેક વસ્તુ તેમનામાં કે તેમની આધ્યાત્મિક અથવા ભૌતિક શક્તિમાં સમાવિષ્ટ હોય છે. આ બે શક્તિઓને કારણે ભગવાન સર્વવ્યાપી છે.

ભક્ત્યા શબ્દ દ્વારા અત્રે નિર્દેશ થયો છે તેમ, કૃષ્ણના પરમ ધામમાં કે અસંખ્ય વૈકુંઠલોકમાં પ્રવેશ કેવળ ભક્તિ દ્વારા જ શક્ય છે. તે પરમ ધામને પામવા અન્ય કોઈ પ્રક્રિયા મનુષ્યને મદદરૂપ થઈ શકે નહીં. વેદો (ગોપાલ તાપની ઉપનિષદ ૩.૨)માં પણ પૂર્ણ પુરુષોત્તમ પરમેશ્વરના પરમ ધામનું વર્ણન થયેલું છે. *એકો વશી સર્વગઃ કૃષ્ણઃ*—તે પરમ ધામમાં એક જ પૂર્ણ પુરુષોત્તમ પરમેશ્વર છે, જેમનું નામ કૃષ્ણ છે. તેઓ અત્યંત કૃપાળુ વિગ્રહ છે અને એક સ્વરૂપમાં સ્થિત હોવા છતાં તેઓ પોતાને અનંત કોટિ ભિન્ન

પૂર્ણ અંશોમાં વિસ્તૃત કરે છે. વેદો ભગવાનની સરખામણી એક શાંત વૃક્ષ સાથે કરે છે કે જે સ્થિર ઊભું છે, છતાં જેની ઉપર વિવિધ પ્રકારનાં ફળ-ફૂલ લાગે છે અને પાંદડાં બદલાતાં રહે છે. વૈકુંઠ ગ્રહોના અધિષ્ઠાતા ભગવાનના સ્વાંશ વિસ્તારો ચતુર્ભુજ છે. તેઓ વિવિધ નામે સુપ્રસિદ્ધ છે—પુરુષોત્તમ, ત્રિવિક્રમ, કેશવ, માધવ, અનિરુદ્ધ, હૃષીકેશ, સંકર્ષણ, પ્રદ્યુમ્ન, શ્રીધર, વાસુદેવ, દામોદર, જનાર્દન, નારાયણ, વામન, પદ્મનાભ વગેરે.

બ્રહ્મસંહિતા (૫.૩૭) પણ સમર્થન કરે છે કે ભગવાન જોકે સદા પરમ ધામ ગોલોક વૃંદાવનમાં રહે છે, છતાં તેઓ સર્વત્ર વ્યાપેલા રહે છે અને તેથી જ બધું સારી રીતે ચાલતું રહે છે. (*ગોલોક એવ નિવસત્ય્ અખિલાત્મ ભૂતઃ*) વેદો (શ્વેતાશ્વતર ઉપનિષદ ૬.૮)માં કહેવામાં આવ્યું છે કે—*પરાસ્ય શક્તિર્ વિવિધૈવ શ્રૂયતે, સ્વાભાવિકી જ્ઞાન બલ ક્રિયા ચ*—તેમની શક્તિઓ એટલી તો વ્યાપક છે કે પરમેશ્વર તેમાનાથી ખૂબ દૂર સુદૂર હોવા છતાં તેઓ દૃશ્ય જગતમાં બધાનું સંચાલન કોઈ પણ ક્ષતિ વિના સુવ્યવસ્થિતપણે કરે છે.

શ્લોક ૨૩

यत्र काले त्वनावृत्तिमावृत्तिं चैव योगिनः।
प्रयाता यान्ति तं कालं वक्ष्यामि भरतर्षभ॥ २३॥

યત્ર—જે; **કાલે**—સમયે; **તુ**—અને; **અનાવૃત્તિમ્**—પુનરાગમન થાય નહીં; **આવૃત્તિમ્**—પુનરાગમન; **ચ**—પણ; **એવ**—નક્કી; **યોગિનઃ**—વિવિધ પ્રકારના યોગીઓ; **પ્રયાતાઃ**—પ્રયાણ કરી ચૂકેલા; **યાન્તિ**—પામે છે; **તમ્**—તે; **કાલમ્**—સમયને; **વક્ષ્યામિ**—કહીશ; **ભરત ઋષભ**—હે ભરતશ્રેષ્ઠ.

અનુવાદ

હે ભરતશ્રેષ્ઠ, જે કાળે જગતમાંથી વિદાય લેતાં યોગીને પુનર્જન્મ પ્રાપ્ત થાય છે અને જે કાળે વિદાય લેતાં પુનર્જન્મ પ્રાપ્ત થતો નથી એવા વિભિન્ન કાળ વિશે હવે હું તને કહીશ.

ભાવાર્થ

પરમેશ્વરના અનન્ય, સંપૂર્ણ શરણાગત ભક્તો પોતે ક્યારે અને કેવી રીતે દેહ છોડશે તેની ચિંતા રાખતા નથી. તેઓ બધું જ કૃષ્ણ પર છોડી દે છે, તેથી તેઓ સહજમાં સુખપૂર્વક ભગવદ્‌ધામમાં જાય છે. પરંતુ જેઓ અનન્ય ભક્ત નથી અને જેઓ ભગવાનના બદલે કર્મયોગ, જ્ઞાનયોગ તથા હઠયોગ જેવી આત્મ-સાક્ષાત્કારની પદ્ધતિઓનું અવલંબન લે છે, તેમણે

ઉપયુક્ત સમયે જ શરીર ત્યાગવું પડે છે, જેથી તેઓ નિશ્ચિતપણે જાણી શકે કે આ જન્મ-મરણવાળા જગતમાં પાછા આવવું પડશે કે નહીં.

જો યોગી સિદ્ધ હોય, તો આ જગતમાં શરીર ત્યાગ કરવાનો સમય તથા સ્થાન તે પસંદ કરી શકે છે. પરંતુ જો તે એવો નિપુણ ન હોય, તો તેની સફળતાનો આધાર તેના આકસ્મિક શરીર ત્યાગના સંયોગ પર રહે છે. ભગવાને આગલા શ્લોકમાં એવા અનુકૂળ અવસરો વર્ણવ્યા છે કે જ્યારે મરવાથી મનુષ્યને પુનર્જન્મ લેવો પડતો નથી. આચાર્ય બલદેવ વિદ્યાભૂષણના મતે અહીં સંસ્કૃતના *કાલ* શબ્દનો પ્રયોગ કાળના અધિષ્ઠાતા દેવનો નિર્દેશ કરે છે.

શ્લોક ૨૪

अग्निर्ज्योतिरहः शुक्लः षण्मासा उत्तरायणम्।
तत्र प्रयाता गच्छन्ति ब्रह्म ब्रह्मविदो जनाः ॥ २४ ॥

અગ્નિઃ—અગ્નિ; **જ્યોતિઃ**—પ્રકાશ; **અહઃ**—દિવસ; **શુક્લઃ**—શુક્લપક્ષ; **ષટ્ માસાઃ**—છ મહિના; **ઉત્તરાયણમ્**—જ્યારે સૂર્ય ઉત્તર દિશા તરફ હોય છે; **તત્ર**—ત્યાં; **પ્રયાતાઃ**—મરણ પામનારા; **ગચ્છન્તિ**—જાય છે; **બ્રહ્મ**—બ્રહ્મને; **બ્રહ્મવિદઃ**—બ્રહ્મજ્ઞાની; **જનાઃ**—મનુષ્યો.

અનુવાદ

જે મનુષ્યો પરબ્રહ્મના જ્ઞાતા છે, તેઓ અગ્નિદેવના પ્રભાવ દરમ્યાન, પ્રકાશમાં, દિવસના શુભ સમયે, શુક્લપક્ષમાં અથવા સૂર્ય ઉત્તરાયણમાં હોય ત્યારે, એ છ મહિના દરમ્યાન આ જગતમાંથી દેહત્યાગ કરે છે, તેઓ એ પરબ્રહ્મને પામે છે.

ભાવાર્થ

જ્યારે અગ્નિ, પ્રકાશ, દિવસ તથા ચંદ્રના પક્ષનો ઉલ્લેખ થાય છે, ત્યારે એ સમજી લેવું જોઈએ કે આ સર્વના અધિષ્ઠાતા દેવો હોય છે, જેઓ આત્માની યાત્રાની વ્યવસ્થા કરે છે. મૃત્યુ સમયે મન મનુષ્યને નવા જીવનમાર્ગે લઈ જાય છે. જો કોઈ મનુષ્ય આકસ્મિક રીતે અથવા યોજનાપૂર્વક ઉપરોક્ત સમયે દેહત્યાગ કરે છે, તો તેને માટે નિર્વિશેષ બ્રહ્મજ્યોતિ પ્રાપ્ત કરવાનું શક્ય બને છે. યોગારૂઢ યોગીજનો દેહત્યાગ કરવાના સ્થળ તથા કાળની નિશ્ચિત વ્યવસ્થા કરી શકે છે. અન્ય મનુષ્યોનું આ બાબતે કોઈ નિયંત્રણ રહેતું નથી. જો તેઓ સંજોગોવશ શુભ મુહૂર્તમાં

દેહત્યાગ કરે છે, તો તેમને જન્મ-મરણના ચક્રના ફરી ભોગ બનવું પડતું નથી; અન્યથા તેમના પુનરાગમનની પૂરેપૂરી શક્યતા રહે છે. અલબત્ત, કૃષ્ણભાવનામૃતમાં સ્થિત શુદ્ધ ભક્ત માટે પુનરાગમનનો લેશમાત્ર ભય રહેતો નથી, પછી ભલે તેઓ શુભ મુહૂર્તમાં દેહત્યાગ કરે કે અશુભ વેળામાં, આકસ્મિક રીતે દેહ છોડે કે સ્વેચ્છાપૂર્વક.

શ્લોક ૨૫ **धूमो रात्रिस्तथा कृष्णः षण्मासा दक्षिणायनम्।**
तत्र चान्द्रमसं ज्योतिर्योगी प्राप्य निवर्तते॥ २५॥

ધૂમઃ—ધુમાડો; **રાત્રિઃ**—રાત્રિ; **તથા**—વળી; **કૃષ્ણઃ**—કૃષ્ણપક્ષ; **ષટ્ માસાઃ**—છ માસ; **દક્ષિણાયનમ્**—સૂર્ય જ્યારે દક્ષિણમાં ભ્રમણ કરતો હોય; **તત્ર**—ત્યાં; **ચાન્દ્રમસમ્**—ચંદ્રલોકને; **જ્યોતિઃ**—પ્રકાશ; **યોગી**—યોગી; **પ્રાપ્ય**—પામીને; **નિવર્તતે**—પાછો આવે છે.

અનુવાદ

ધુમાડો, રાત્રિ, કૃષ્ણપક્ષમાં કે સૂર્ય દક્ષિણાયનમાં હોય તે છ માસમાં જે યોગી મૃત્યુ પામે છે, તે ચંદ્રલોકમાં જાય છે, પરંતુ ત્યાંથી પુનઃ પાછો આવે છે.

ભાવાર્થ

શ્રીમદ્ ભાગવતના તૃતીય સ્કંધમાં કપિલ મુનિ ઉલ્લેખ કરે છે કે જેઓ આ પૃથ્વી પર સકામ કર્મકાંડ તથા યજ્ઞકાંડમાં નિપુણ હોય છે, તેઓ મૃત્યુ પછી ચંદ્રલોક પ્રાપ્ત કરે છે. આ મહાન આત્માઓ ચંદ્રલોકમાં લગભગ ૧૦,૦૦૦ વર્ષ (દિવોની ગણતરી અનુસાર) રહે છે અને સોમરસનું પાન કરીને જીવનનો આનંદ માણે છે. છેવટે તેઓ પૃથ્વી પર પાછા આવે છે. આનો અર્થ એ થયો કે ચંદ્રલોકમાં ઉચ્ચ શ્રેણીના જીવો રહે છે, પરંતુ સ્થૂળ ઈન્દ્રિયો દ્વારા તેમને જોઈ શકાતા નથી.

શ્લોક ૨૬ **शुक्लकृष्णे गती ह्येते जगतः शाश्वते मते।**
एकया यात्यनावृत्तिमन्ययावर्तते पुनः॥ २६॥

શુક્લ—પ્રકાશ; **કૃષ્ણે**—તથા અંધકાર; **ગતી**—જવાની પદ્ધતિઓ; **હિ**—ખરેખર; **એતે**—આ બે; **જગતઃ**—ભૌતિક જગતની; **શાશ્વતે**—વેદોના; **મતે**—મતથી; **એકયા**—એક વડે; **યાતિ**—જાય છે; **અનાવૃત્તિમ્**—પુનરાગમન પ્રતિ નહીં; **અન્યયા**—અન્ય દ્વારા; **આવર્તતે**—આગમન કરે છે; **પુનઃ**—ફરીથી.

અનુવાદ

વૈદિક મતાનુસાર આ જગતમાંથી પ્રયાણ કરવાના બે માર્ગ છે: એક પ્રકાશનો (શુક્લપક્ષ) અને બીજો અંધકારનો (કૃષ્ણપક્ષ). જ્યારે મનુષ્ય પ્રકાશમાં પ્રયાણ કરે છે ત્યારે તે પાછો આવતો નથી, પણ જ્યારે મનુષ્ય અંધકારમાં પ્રયાણ કરે છે ત્યારે તે પાછો આવે છે.

ભાવાર્થ

આચાર્ય બલદેવ વિદ્યાભૂષણે છાંદોગ્ય ઉપનિષદ (૫.૧૦.૩–૫)માં એવું જ અવતરણ ટાંક્યું છે. જે મનુષ્યો અનાદિકાળથી સકામ શ્રમિકો તથા તાત્ત્વિક તર્કવિતર્ક કરનારા છે, તેઓ સતત આવાગમન કરતા રહે છે. વાસ્તવમાં તેમને પરમ મોક્ષ પ્રાપ્ત થતો નથી, કારણ કે તેઓ કૃષ્ણના શરણે જતા નથી.

શ્લોક **नैते सृती पार्थ जानन्योगी मुह्यति कश्चन।**
२७ **तस्मात्सर्वेषु कालेषु योगयुक्तो भवार्जुन॥ २७॥**

ન—કદી નહીં; **એતે**—આ બે; **સૃતી**—વિભિન્ન માર્ગ; **પાર્થ**—હે પૃથાપુત્ર; **જાનન્**—તે જાણતો હોવા છતાં; **યોગી**—ભગવદ્ભક્ત; **મુહ્યતિ**—મોહ પામે છે; **કશ્ચન**—કોઈ; **તસ્માત્**—માટે; **સર્વેષુ**—બધા; **કાલેષુ**—સમયમાં; **યોગયુક્તઃ**—કૃષ્ણભક્તિમાં પરોવાયેલો; **ભવ**—થા; **અર્જુન**—હે અર્જુન.

અનુવાદ

હે અર્જુન, જોકે ભક્તો આ બંને માર્ગોને જાણે છે, છતાં તેઓ મોહગ્રસ્ત થતા નથી, માટે તું સદા ભક્તિમાં સ્થિર રહે.

ભાવાર્થ

કૃષ્ણ અહીં અર્જુનને ઉપદેશ આપી રહ્યા છે કે તેણે આ જગતમાંથી આત્માના પ્રયાણ કરવાના વિભિન્ન માર્ગો વિશે સાંભળીને વિચલિત થવું ન જોઈએ. ભગવદ્ભક્તને એ ચિંતા થવી ન જોઈએ કે તે વિધિનિર્મિત મરણ પામશે કે અકસ્માત દ્વારા. ભક્તે કૃષ્ણભક્તિમાં દૃઢપણે સ્થિર થઈને હરે કૃષ્ણનો જપ કરવો જોઈએ. તેણે જાણવું જોઈએ કે આ બે માર્ગોમાંથી કોઈ પણ એક સાથે સંબંધ રાખવો કષ્ટદાયક હોય છે. કૃષ્ણભાવનામૃતમાં મગ્ન રહેવાની સૌથી સારી પદ્ધતિ એ જ છે કે ભગવાનની સેવામાં સદા લાગેલા રહેવું જોઈએ. આમ કરવાથી વૈકુંઠલોકનો માર્ગ સુગમ, સુનિશ્ચિત

અને સીધો થઈ જશે. આ શ્લોકમાં *યોગ-યુક્ત* શબ્દ વિશેષ મહત્ત્વપૂર્ણ છે. જે મનુષ્ય યોગમાં સુદૃઢ હોય છે, તે પોતાનાં સર્વ કાર્યોમાં સદૈવ કૃષ્ણભાવનામાં પરોવાયેલો રહે છે. શ્રી રૂપ ગોસ્વામી બોધ આપે છે—*અનાસક્તસ્ય વિષયાન્ યથાર્હમ્ ઉપયુઞ્જતઃ*—મનુષ્યે દુન્યવી વ્યવહારોમાં અનાસક્ત રહેવું જોઈએ અને કૃષ્ણભાવનામાં સ્થિત થઈ બધું કર્મ કરવું જોઈએ. *યુક્ત વૈરાગ્ય* નામની આ પદ્ધતિ દ્વારા મનુષ્ય પૂર્ણતા પ્રાપ્ત કરે છે. તેથી આ વર્ણનોથી ભક્ત કદાપિ અસ્વસ્થ થતો નથી, કારણ કે તે જાણે છે કે ભક્તિ દ્વારા તેનો પરમ ધામ સુધી જવાનો માર્ગ સુરક્ષિત છે.

શ્લોક ૨૮

वेदेषु यज्ञेषु तपःसु चैव
दानेषु यत्पुण्यफलं प्रदिष्टम्।
अत्येति तत्सर्वमिदं विदित्वा
योगी परं स्थानमुपैति चाद्यम्॥ २८॥

वेदेषु—વેદાધ્યયનમાં; **यज्ञेषु**—યજ્ઞ કરવામાં; **तपःसु**—વિભિન્ન પ્રકારનાં તપ કરવામાં; **च**—પણ; **એવ**—ખરેખર; **દાનેષુ**—દાન આપવામાં; **યત્**—જે; **પુણ્ય ફલમ્**—પુણ્યકર્મનું ફળ; **પ્રદિષ્ટમ્**—સૂચવ્યું છે; **અત્યેતિ**—ઓળંગી જાય છે; **તત્ સર્વમ્**—તે બધાને; **ઈદમ્**—આ; **વિદિત્વા**—જાણીને; **યોગી**—યોગી; **પરમ્**—પરમ; **સ્થાનમ્**—ધામ; **ઉપૈતિ**—પ્રાપ્ત કરે છે; **ચ**—અને; **આદ્યમ્**—મૂળ.

અનુવાદ

જે મનુષ્ય ભક્તિમય સેવાના માર્ગનો સ્વીકાર કરે છે, તે વેદાધ્યયન, તપ, યજ્ઞ, દાન કરવાથી અથવા તાત્ત્વિક કે સકામ કર્મ કરવાથી પ્રાપ્ત થનારાં ફળોથી વંચિત રહેતો નથી. તે કેવળ ભક્તિ કરવાથી જ આ સર્વ ફળોને પામે છે અને અંતે સર્વોપરી સનાતન ધામને પામે છે.

ભાવાર્થ

આ શ્લોક સાતમા તથા આઠમા અધ્યાયનો ઉપસંહાર છે કે જેમાં ખાસ કરીને કૃષ્ણભાવનામૃત તથા ભક્તિનું નિરૂપણ થયું છે. મનુષ્યને ગુરુના માર્ગદર્શન હેઠળ વેદાધ્યયન કરવું પડે છે અને તેમના જ આશ્રયે રહીને વિવિધ વ્રત-તપ કરવાનાં હોય છે. બ્રહ્મચારીને ગુરુના ઘરમાં એક સેવકની જેમ રહેવું પડે છે અને તેણે ઘેરઘેર જઈને ભિક્ષા માગી લાવી

ગુરુને આપવાની હોય છે. ગુરુની આજ્ઞાથી જ તેણે ભોજન કરવાનું હોય છે અને જો ગુરુ શિષ્યને ભોજન લેવા બોલાવવાનું ભૂલી જાય, તો તે દિવસે શિષ્યે ઉપવાસ કરવાનો હોય છે. બ્રહ્મચર્યવ્રતના આ કેટલાક વૈદિક નિયમો છે.

ગુરુના આશ્રમમાં શિષ્ય પાંચથી વીસ વર્ષ સુધીમાં વેદોનું અધ્યયન કરી લે છે, ત્યારે તે પૂર્ણ ચારિત્ર્યવાન મનુષ્ય બની જાય છે. વેદાધ્યયન તર્કબાજોના મનોરંજન માટે થતું નથી, પરંતુ તે ચારિત્ર્ય-નિર્માણ માટે હોય છે. આ પ્રશિક્ષણ પછી બ્રહ્મચારીને ગૃહસ્થ જીવનમાં પ્રવેશી લગ્ન કરવાની રજા આપવામાં આવે છે. ગૃહસ્થ તરીકે તેણે અનેક યજ્ઞો કરવાના હોય છે કે જેથી તે વધુ ઉન્નત થઈ શકે. તેણે ભગવદ્ગીતામાં વર્ણવ્યા પ્રમાણે દેશ, કાળ તથા પાત્રાનુસાર અને સાત્ત્વિક, રાજસિક અને તામસિક દાનનો તફાવત પારખીને દાન કરવાનું હોય છે. ગૃહસ્થ જીવન પછી વાનપ્રસ્થ આશ્રમ ગ્રહણ કરવાનો હોય છે, જેમાં તેણે વલ્કલ પહેરી, વાળ કાપ્યા વિના વનમાં રહી કઠોર તપ કરવાનું હોય છે. આ પ્રમાણે મનુષ્ય બ્રહ્મચર્ય, ગૃહસ્થ, વાનપ્રસ્થ તથા છેવટે સંન્યાસ આશ્રમોનું પાલન કરીને જીવનની પૂર્ણ અવસ્થા પામે છે. ત્યારે આમાંના કેટલાક સ્વર્ગલોકમાં જાય છે અને જો તેઓ વધારે ઉન્નતિ કરે, તો તેઓ વધુ ઉચ્ચ લોકો પ્રતિ કે નિર્વિશેષ બ્રહ્મજ્યોતિ પ્રતિ અથવા વૈકુંઠલોક કે કૃષ્ણલોકમાં જાય છે. વૈદિક ગ્રંથોમાં આ જ માર્ગની રૂપરેખા પ્રાપ્ત થાય છે.

પરંતુ કૃષ્ણભક્તિની ખૂબી એ છે કે ભક્તિમય સેવામાં લાગી જવામાત્રથી મનુષ્ય એક જ ઝાટકે જીવનના વિભિન્ન આશ્રમોના બધા ધાર્મિક કર્મોને ઓળંગી જાય છે.

ઇદમ્ વિદિત્વા શબ્દો દર્શાવે છે કે મનુષ્યે ભગવદ્ગીતાના આ અધ્યાયમાં તથા સાતમા અધ્યાયમાં આપેલા કૃષ્ણના ઉપદેશોને સમજી લેવા જોઈએ. મનુષ્યે આ અધ્યાયોને વિદ્વત્તા કે માનસિક તર્કવિતર્કથી સમજવાનો પ્રયત્ન કરવો ન જોઈએ, પરંતુ ભક્તોના સંગમાં શ્રવણ દ્વારા સમજવા જોઈએ. સાતમા અધ્યાયથી બારમા સુધીના અધ્યાય ભગવદ્ગીતાના સારરૂપ છે. પ્રથમ છ તથા છેલ્લા છ અધ્યાયો વચલા છ અધ્યાયોનાં આવરણો જેવા છે અને ભગવાન વચ્ચેના છ અધ્યાયોની વિશેષ સુરક્ષા કરે છે. જો કોઈ મનુષ્ય ભગવદ્ગીતાને અને ખાસ તો આ વચ્ચેના છ અધ્યાયોને ભક્તોના સંગમાં સારી રીતે સમજી લેવા ભાગ્યશાળી થાય છે, તો તેનું જીવન સર્વ

તપ, યજ્ઞ, દાન, તર્કવિતર્કને ઓળંગીને મહિમાવંતુ થઈ જશે, કારણ કે માત્ર કૃષ્ણભક્તિ દ્વારા જ તે આ સર્વ કર્મોનાં ફળ પામી શકશે.

જે મનુષ્યને ભગવદ્ગીતામાં સહેજ પણ શ્રદ્ધા હોય, તેણે ભક્ત પાસેથી તે શીખવી જોઈએ, કારણ કે ચોથા અધ્યાયની શરૂઆતમાં એમ સ્પષ્ટપણે જણાવ્યું છે કે કેવળ ભક્તો જ ભગવદ્ગીતાને સમજી શકે છે, અન્ય કોઈ મનુષ્ય ગીતાના ઉદ્દેશને પૂર્ણ રીતે સમજી શકે નહીં. માટે મનુષ્યે કૃષ્ણભક્ત પાસે જ ગીતાનો અભ્યાસ કરવો જોઈએ, માનસિક તર્કબાજો પાસેથી નહીં. આ શ્રદ્ધાનું લક્ષણ છે. જ્યારે મનુષ્ય ભક્તની શોધ કરે છે અને આખરે ભક્તનો સંગ પ્રાપ્ત કરી લે છે, ત્યારે જ મનુષ્ય ખરેખર ભગવદ્ગીતાનો અભ્યાસ કરવાની અને તેને સમજવાની શરૂઆત કરે છે. ભક્તના સંગમાં રહી ઉન્નતિ પામવાથી મનુષ્ય ભક્તિમાં સ્થિર થાય છે અને આ ભક્તિને લીધે કૃષ્ણ કે ઈશ્વર વિશે તથા તેમનાં નામ, રૂપ, કાર્યો, લીલાઓ તથા અન્ય લક્ષણો વગેરેનું તેનું સર્વ અજ્ઞાન નષ્ટ થાય છે. આ પ્રમાણે જ્યારે આ અજ્ઞાન સર્વથા દૂર થઈ જાય છે, ત્યારે મનુષ્ય પોતાના અધ્યયનમાં સ્થિર થઈ જાય છે. ત્યારે મનુષ્ય ભગવદ્ગીતાના અધ્યયનનું રસાસ્વાદન કરવા લાગે છે અને તેને સદા કૃષ્ણભાવનામય હોવાની અનુભૂતિ થવા લાગે છે. વધુ ઉન્નત અવસ્થામાં મનુષ્ય સર્વથા કૃષ્ણના પ્રેમમાં તન્મય થઈ જાય છે. જીવનની પૂર્ણતાની આ સર્વોચ્ચ અવસ્થા છે, જે મનુષ્યને વૈકુંઠલોકમાંના કૃષ્ણના ધામ ગોલોક વૃંદાવનમાં જવા માટે સમર્થ બનાવે છે કે જ્યાં ભક્ત શાશ્વત સુખ પ્રાપ્ત કરે છે.

આમ શ્રીમદ્ ભગવદ્ગીતાના "ભગવત્પ્રાપ્તિ" નામના આઠમા અધ્યાય પરના ભક્તિવેદાંત ભાવાર્થો પૂર્ણ થાય છે.

અધ્યાય ૯

પરમ ગુહ્ય જ્ઞાન

શ્રીભગવાનુવાચ

શ્લોક ૧ इदं तु ते गुह्यतमं प्रवक्ष्याम्यनसूयवे।
ज्ञानं विज्ञानसहितं यज्ज्ञात्वा मोक्ष्यसेऽशुभात्॥ १॥

શ્રી ભગવાન્ ઉવાચ—પૂર્ણ પુરુષોત્તમ પરમેશ્વર બોલ્યા; **ઈદમ્**—આ; **તુ**—પરંતુ; **તે**—તને; **ગુહ્યતમમ્**—અત્યંત ગુહ્ય; **પ્રવક્ષ્યામિ**—કહી રહ્યો છું; **અનસૂયવે**—ઈર્ષા ન કરનાર; **જ્ઞાનમ્**—જ્ઞાન; **વિજ્ઞાન**—સાક્ષાત્કારયુક્ત જ્ઞાન; **સહિતમ્**—સહિત; **યત્**—જે; **જ્ઞાત્વા**—જાણીને; **મોક્ષ્યસે**—મુક્ત થઈશ; **અશુભાત્**—આ દુઃખમય ભૌતિક અસ્તિત્વમાંથી.

અનુવાદ

પૂર્ણ પુરુષોત્તમ પરમેશ્વર બોલ્યાઃ પ્રિય અર્જુન, તું કદાપિ મારી ઈર્ષા કરતો નથી, તેથી હું તને આ પરમ ગુહ્ય જ્ઞાન તથા સાક્ષાત્કાર વિશે જણાવીશ કે જે જાણીને તું ભૌતિક અસ્તિત્વના સર્વ ક્લેશોથી મુક્ત થઈ જઈશ.

ભાવાર્થ

ભક્ત જેમ જેમ પરમેશ્વર વિશે વધારે ને વધારે સાંભળે છે, તેમ તેમ તે વધારે પ્રબુદ્ધ થાય છે. આ શ્રવણ કરવાની પ્રક્રિયાનું શ્રીમદ્ ભાગવતમાં આ પ્રમાણે અનુમોદન કરવામાં આવ્યું છેઃ "પૂર્ણ પુરુષોત્તમ પરમેશ્વરની કથા શક્તિશાળી હોય છે. તેનો સાક્ષાત્કાર ત્યારે જ થાય છે, જ્યારે ભક્તો પરમેશ્વર વિષયક આ કથાઓની પરસ્પર ચર્ચા કરે છે. માનસિક તાર્કિકો કે વિદ્વાન પંડિતોના સંગથી આની પ્રાપ્તિ થતી નથી, કારણ કે આ સાક્ષાત્કારી જ્ઞાન છે."

ભક્તજનો પરમેશ્વરની સેવામાં સતત સંલગ્ન રહે છે. ભગવાન કૃષ્ણભક્તિમાં પરાયણ વિશિષ્ટ જીવાત્માની મનોવૃત્તિ તથા નિષ્ઠાને જાણે

છે અને તેને ભક્તોના સાન્નિધ્યમાં કૃષ્ણનું વિજ્ઞાન સમજવાની બુદ્ધિ આપે છે. કૃષ્ણ વિષયક ચર્ચા બહુ શક્તિસભર હોય છે અને જો સદ્‌ભાગ્યે કોઈ મનુષ્યને આવો સંગ પ્રાપ્ત થઈ જાય તથા તે આ જ્ઞાનને આત્મસાત્ કરે તો તે આત્મ-સાક્ષાત્કારના પંથે નિઃશંકપણે પ્રગતિ સાધશે. ભગવાન કૃષ્ણ પોતાની સર્વથા સમર્થ સેવામાં વધુ ને વધુ ઉચ્ચ સ્તરે આવવા અર્જુનને પ્રોત્સાહિત કરવા માટે આ નવમા અધ્યાયમાં એવી બાબતોનું નિરૂપણ કરે છે કે જે બાબતો ભગવાને પૂર્વે કોઈને કહી હોય તેના કરતાં વધુ ગુહ્યતમ છે.

ભગવદ્‌ગીતાના પ્રારંભનો પ્રથમ અધ્યાય શેષ ગ્રંથની ભૂમિકા જેવો છે. બીજા તથા ત્રીજા અધ્યાયમાં વર્ણવેલ આધ્યાત્મિક જ્ઞાન ગુહ્ય કહેવાય છે. સાતમા તથા આઠમા અધ્યાયમાં જે વિષયોનું નિરૂપણ થયું છે, તે ભક્તિ વિષયક છે અને કૃષ્ણભાવનામાં બોધપ્રદ હોવાથી ગુહ્યતર કહેવાય છે. પરંતુ નવમા અધ્યાયમાં તો અનન્ય શુદ્ધ ભક્તિનું જ વર્ણન થયું છે અને તેથી તે ગુહ્યતમ કહેવાયું છે. જે મનુષ્ય કૃષ્ણના આ પરમ ગુહ્ય જ્ઞાનમાં સ્થિત થયેલો છે, તે સ્વાભાવિકપણે જ દિવ્ય છે અને તેથી આ ભૌતિક જગતમાં હોવા છતાં તેને સંસારના સંતાપ સંતપ્ત કરતા નથી. ભક્તિરસામૃતસિંધુમાં કહેવામાં આવ્યું છે કે જે મનુષ્યમાં પરમેશ્વરની પ્રેમસભર સેવા કરવાની પ્રામાણિક ઈચ્છા હોય છે, તે આ ભૌતિક જગતમાં બદ્ધ અવસ્થામાં રહેવા છતાં તેને મુક્ત ગણવો જોઈએ. એ જ રીતે, ભગવદ્‌ગીતાના દશમા અધ્યાયમાં આપણે જોઈશું કે જે આ રીતે પરોવાયેલો હોય છે, તે મુક્ત પુરુષ છે.

હવે આ પ્રથમ શ્લોકનું વિશેષ મહત્ત્વ છે. ઈદમ્ જ્ઞાનમ્ (અર્થાત્ આ જ્ઞાન) શુદ્ધ ભક્તિનો નિર્દેશ કરે છે કે જે નવ પ્રકારની વિવિધ ક્રિયાઓની બનેલી છે—*શ્રવણ, કીર્તન, સ્મરણ, પાદસેવન, અર્ચન, વન્દન, દાસ્ય, સખ્ય* તથા *આત્મનિવેદન.* ભક્તિનાં આ નવ તત્ત્વોની સાધનાથી મનુષ્ય આધ્યાત્મિક ચેતના અથવા કૃષ્ણભાવના સુધી ઉન્નત થાય છે. આ પ્રમાણે જ્યારે મનુષ્યનું હૃદય ભૌતિક સંસર્ગદોષથી મુક્ત થઈ જાય છે, ત્યારે તે કૃષ્ણના વિજ્ઞાનને સમજી શકે છે. જીવ ભૌતિક નથી આટલું જાણવું એ કંઈ પૂરતું નથી. તે આધ્યાત્મિક સાક્ષાત્કારનો પ્રારંભ હોઈ શકે, પરંતુ પોતે આ દેહ નથી એ સમજનાર વ્યક્તિનાં આધ્યાત્મિક કાર્યો તથા શરીરને લગતાં કાર્યો વચ્ચેના તફાવતને મનુષ્યે જાણવો જોઈએ.

સાતમા અધ્યાયમાં પૂર્ણ પુરુષોત્તમ પરમેશ્વરની ઐશ્વર્યમયી શક્તિ, તેમની પરા તથા અપરા એવી વિભિન્ન શક્તિઓ અને આ ભૌતિક સૃષ્ટિનું નિરૂપણ થઈ ગયું છે. હવે આ નવમા અધ્યાયમાં પૂર્ણ પુરુષોત્તમ પરમેશ્વરના મહિમા વિશે વર્ણન કરવામાં આવશે.

આ શ્લોકનો *અનસૂયવે* શબ્દ પણ બહુ નોંધપાત્ર છે. સામાન્ય રીતે અત્યંત વિદ્વાન હોય તેવા ટીકાકારો પણ પૂર્ણ પુરુષોત્તમ પરમેશ્વર કૃષ્ણની ઈર્ષા કરનારા હોય છે. અરે, બહુશ્રુત વિદ્વાનો પણ ભગવદ્‌ગીતા વિશે અશુદ્ધ ટીકા લખે છે. તેઓ કૃષ્ણ પ્રત્યે દ્વેષ કરનારા હોવાથી તેમની ટીકાઓ નિરર્થક હોય છે. માત્ર કૃષ્ણભક્તો દ્વારા કરવામાં આવેલાં ભાષ્યો જ પ્રમાણભૂત હોય છે. કૃષ્ણનો દ્વેષ કરનારો કોઈ પણ મનુષ્ય ભગવદ્‌ગીતાની વ્યાખ્યા કરી શકે નહીં કે કૃષ્ણનું પૂર્ણ જ્ઞાન પણ આપી શકે નહીં. કૃષ્ણને જાણ્યા વિના તેમના ચારિત્ર્યની ટીકા કરનારો મનુષ્ય મૂર્ખ છે. માટે આવી ટીકાઓથી સાવધાનીપૂર્વક અળગા રહેવું જોઈએ. કૃષ્ણ જ પૂર્ણ પુરુષોત્તમ પરમેશ્વર છે, શુદ્ધ તથા દિવ્ય પુરુષ છે એમ જાણનાર મનુષ્ય માટે જ આ અધ્યાયો લાભપ્રદ થશે.

શ્લોક ૨

राजविद्या राजगुह्यं पवित्रमिदमुत्तमम्।
प्रत्यक्षावगमं धर्म्यं सुसुखं कर्तुमव्ययम्॥ २॥

રાજવિદ્યા—વિદ્યાઓનો રાજા; **રાજગુહ્યમ્**—ગુપ્ત જ્ઞાનનો રાજા; **પવિત્રમ્**—શુદ્ધતમ; **ઇદમ્**—આ; **ઉત્તમમ્**—દિવ્ય; **પ્રત્યક્ષ**—પ્રત્યક્ષ અનુભવથી; **અવગમમ્**—જાણેલું; **ધર્મ્યમ્**—ધર્મનો સિદ્ધાંત; **સુસુખમ્**—અત્યંત સુખમય; **કર્તુમ્**—કરવામાં; **અવ્યયમ્**—અવિનાશી.

અનુવાદ

આ જ્ઞાન સર્વ વિદ્યાઓનો રાજા છે, જે સર્વ રહસ્યોમાં સર્વાધિક ગુહ્ય છે. તે વિશુદ્ધતમ જ્ઞાન છે અને સાક્ષાત્કાર દ્વારા આત્માનો પ્રત્યક્ષ અનુભવ કરાવે છે, તેથી તે ધર્મની પૂર્ણતા છે. તે અવિનાશી છે અને આચરવામાં સુખદ છે.

ભાવાર્થ

ભગવદ્‌ગીતાનો આ અધ્યાય વિદ્યાઓનો રાજા (રાજવિદ્યા) કહેવાય છે, કારણ કે તે પૂર્વે નિરૂપિત થયેલા એવા સર્વ સિદ્ધાંતો તથા દર્શનશાસ્ત્રોના

નિષ્કર્ષરૂપ છે. ગૌતમ, કણાદ, કપિલ, યાજ્ઞવલ્ક્ય, શાંડિલ્ય તથા વૈશ્વાનર એ ભારતના મુખ્ય તત્ત્વજ્ઞાનીઓ છે અને છેલ્લે આવે છે વ્યાસદેવ કે જેઓ વેદાંતસૂત્રના લેખક છે. એટલે દર્શન કે આધ્યાત્મિક જ્ઞાનના ક્ષેત્રમાં જ્ઞાનની અછત નથી. હવે ભગવાન કહે છે કે આ નવમો અધ્યાય આવા સમગ્ર જ્ઞાનનો રાજા છે, તથા વેદાધ્યયનમાંથી મેળવેલા જ્ઞાન તેમ જ વિભિન્ન દર્શનશાસ્ત્રો દ્વારા મેળવી શકાય તેવા જ્ઞાનનો સાર છે. તે સૌથી વધારે ગુહ્ય છે, કારણ કે ગુહ્ય અથવા દિવ્ય જ્ઞાનમાં આત્મા તથા શરીર વચ્ચે રહેલ તફાવતને જાણી શકાય છે અને સર્વ ગુહ્ય જ્ઞાનના રાજા સમાન આ જ્ઞાન આખરે ભક્તિમય સેવામાં પરિણમે છે.

સામાન્ય રીતે લોકોને આ ગુહ્ય જ્ઞાનનું શિક્ષણ મળતું નથી. તેમને બાહ્ય જ્ઞાનની કેળવણી મળે છે. જ્યાં સુધી સામાન્ય કેળવણીનો સંબંધ છે, લોકો રાજનીતિ, સમાજવિદ્યા, ભૌતિક વિજ્ઞાન, રસાયણશાસ્ત્ર, ગણિત, ખગોળશાસ્ત્ર, ઈજનેરી વિદ્યા વગેરે સાથે સંકળાયેલા હોય છે. દુનિયાભરમાં જ્ઞાનના અનેક વિભાગો છે તથા અનેક વિશાળ વિશ્વવિદ્યાલયો છે, પરંતુ દુર્ભાગ્યે એવું કોઈ વિશ્વવિદ્યાલય કે કેળવણીની સંસ્થા નથી, જ્યાં ચેતન આત્મા વિશેનું શિક્ષણ અપાતું હોય. તેમ છતાં આત્મા શરીરનો સૌથી અગત્યનો ભાગ છે અને આત્મા વિનાના શરીરનું કશું જ મહત્ત્વ નથી. આમ છતાં લોકો મહત્ત્વપૂર્ણ આત્માની પરવા કર્યા વિના જીવનની શારીરિક જરૂરિયાતોને જ વધારે મહત્ત્વ આપી રહ્યા છે.

ભગવદ્ગીતા, ખાસ કરીને બીજા અધ્યાયથી આત્માના મહત્ત્વ ઉપર ભાર મૂકે છે. પ્રારંભમાં જ ભગવાન કહે છે કે આ શરીર નાશવંત છે અને આત્મા અવિનાશી છે (*અન્તવન્ત ઈમે દેહા નિત્યસ્યોક્તા શરીરિણ:*) તે જ્ઞાનનો ગુહ્ય અંશ છે—અર્થાત્ એટલું જાણી લેવું કે ચેતન આત્મા આ શરીરથી ભિન્ન છે, તે નિર્વિકાર, અવિનાશી તથા સનાતન છે. પરંતુ વાસ્તવમાં તેનાથી આત્મા વિશે કોઈ નક્કર માહિતી મળતી નથી. કેટલીક વખત લોકો એવા ખ્યાલમાં હોય છે કે આત્મા શરીરથી ભિન્ન છે અને જ્યારે શરીર રહેતું નથી અથવા મનુષ્યને શરીરથી મુક્તિ મળી જાય છે ત્યારે આત્મા શૂન્યમાં રહે છે અને નિરાકાર થઈ જાય છે. પરંતુ વાસ્તવમાં આ સાચું નથી. જે આત્મા શરીરની અંદર આટલો સક્રિય રહે છે, તે શરીરથી મુક્ત થયા પછી આવો નિષ્ક્રિય કેવી રીતે થઈ શકે? તે તો હંમેશ સક્રિય રહે છે. જો તે સનાતન હોય, તો તે સનાતન રીતે સક્રિય રહે છે

અને વૈકુંઠલોકમાંની તેની પ્રવૃત્તિઓ અધ્યાત્મજ્ઞાનનો ગુહ્યતમ અંશ છે. તેથી ચેતન આત્માનાં કાર્યોને અહીં સમગ્ર જ્ઞાનના રાજા, સમસ્ત જ્ઞાનના ગુહ્યતમ અંશ કહેવામાં આવ્યાં છે.

વૈદિક સાહિત્યમાં દર્શાવ્યું છે તેમ આ જ્ઞાન સર્વ પ્રવૃત્તિઓનું શુદ્ધતમ રૂપ છે. પદ્મ પુરાણમાં મનુષ્યનાં પાપકર્મોનું વિશ્લેષણ કરવામાં આવ્યું છે અને દર્શાવ્યું છે કે આ અનેક પાપોનું ફળ છે. જે લોકો સકામ કર્મોમાં પરોવાયેલા રહે છે, તેઓ પાપકર્મોનાં વિભિન્ન રૂપો તથા અવસ્થાઓમાં લપેટાયેલા રહે છે. દાખલા તરીકે, જ્યારે અમુક વૃક્ષનું બીજ વાવવામાં આવે છે, ત્યારે તે વૃક્ષ તત્કાળ ઊગી નીકળતું નથી, તેના માટે કેટલોક સમય લાગે છે. પહેલાં તે એક નાનાં અંકુરરૂપે હોય છે, પછી તે વૃક્ષનું રૂપ ધારણ કરે છે, પછી તેને ફૂલ તથા ફળ લાગે છે અને જ્યારે તેનો સંપૂર્ણ વિકાસ થાય છે, ત્યારે બીજ વાવનાર મનુષ્યો તેનાં ફૂલ-ફળનો ઉપયોગ કરી શકે છે. તે જ રીતે, જ્યારે મનુષ્ય એક પાપકર્મ કરે છે, ત્યારે એક બીજની જેમ જ તેનાં ફળ મળવામાં સમય લાગે છે. આમાં પણ વિભિન્ન અવસ્થાઓ હોય છે. વ્યક્તિમાં પાપકર્મનો ઉદ્ભવ ભલે બંધ થઈ ચૂક્યો હોય, તો પણ તેણે કરેલાં પાપકર્મનું ફળ ત્યારે પણ મળતું જ હોય છે. કેટલાંક પાપ ત્યારે પણ બીજરૂપે રહેલાં હોય છે અને કેટલાંક અન્ય એવાં હોય છે કે જે પાકી ગયા હોવાથી તેનાં ફળ મળતાં હોય છે, જે આપણે દુઃખ અને વેદનારૂપે ભોગવીએ છીએ.

સાતમા અધ્યાયના અઠ્ઠાવીસમા શ્લોકમાં સમજાવ્યા પ્રમાણે જે મનુષ્ય સમસ્ત પાપકર્મોનાં ફળો સમાપ્ત કરીને પવિત્ર કર્મોમાં પૂર્ણપણે લાગી જવાથી ભૌતિક જગતના દ્વૈતભાવથી મુક્ત થઈ જાય છે, તે પૂર્ણ પુરુષોત્તમ પરમેશ્વર કૃષ્ણની ભક્તિમાં પરોવાઈ જાય છે. બીજી રીતે કહી શકાય કે જે મનુષ્યો ખરેખર પરમેશ્વરની ભક્તિસભર સેવામાં પરોવાઈ ગયા છે, તેઓ બધાં જ કર્મફળોથી મુક્ત થઈ ગયા હોય છે. પદ્મ પુરાણમાં આ કથનનું સમર્થન થયેલું છેઃ

અપ્રારબ્ધફલં પાપં કૂટં બીજં ફલોન્મુખમ્।
ક્રમેણૈવ પ્રલીયેત વિષ્ણુ ભક્તિ રતાત્મના॥

જે મનુષ્યો પૂર્ણ પુરુષોત્તમ પરમેશ્વરની ભક્તિમાં પરોવાયેલા છે, તેમનાં સર્વ પાપકર્મો ભલે પક્વ અવસ્થામાં હોય, સંચિત હોય કે પછી બીજના રૂપમાં હોય, તોયે ક્રમશઃ નષ્ટ થઈ જાય છે. તેથી ભક્તિની શુદ્ધીકરણની

શક્તિ અતિ પ્રબળ હોય છે અને તેથી તે *પવિત્રમ્ ઉત્તમમ્* અર્થાત્ શુદ્ધતમ કહેવાય છે. *ઉત્તમમ્* એટલે દિવ્ય. *તમસ્*નો અર્થ છે, આ ભૌતિક જગત અથવા અંધકાર અને *ઉત્તમ* એટલે જે ભૌતિક કાર્યોથી પર છે તે. ભક્તિમય કાર્યોને કદાપિ ભૌતિક માનવાં ન જોઈએ, ભલે કેટલીકવાર એમ લાગતું હોય કે ભક્તો પણ સામાન્ય લોકોની માફક વ્યસ્ત રહેતા હોય છે. જે મનુષ્યમાં દૃષ્ટિ છે અને ભક્તિયોગથી સુપરિચિત છે, તે જાણી શકે છે કે ભક્તિનાં કાર્યો ભૌતિક હોતાં નથી. તે બધાં આધ્યાત્મિક હોય છે અને ભૌતિક ગુણોથી પ્રદૂષિત થયા વિનાનાં હોય છે.

એમ કહેવાય છે કે ભક્તિમય સેવાનું આચરણ એવું પૂર્ણ હોય છે કે મનુષ્ય તેનાં પરિણામોનો પ્રત્યક્ષ અનુભવ કરી શકે છે. આ પ્રત્યક્ષ પરિણામ હકીકતમાં અનુભવાય છે અને અમને એવો પ્રત્યક્ષ અનુભવ થયો છે કે જે મનુષ્ય કૃષ્ણનાં પવિત્ર નામ—**હરે કૃષ્ણ હરે કૃષ્ણ કૃષ્ણ કૃષ્ણ હરે હરે। હરે રામ હરે રામ રામ રામ હરે હરે॥**નું કીર્તન કરે છે, તેને નિરપરાધભાવે જપ કરતી વખતે દિવ્ય આનંદનો અનુભવ થાય છે અને તે બધા ભૌતિક સંસર્ગદોષમાંથી જલદી શુદ્ધ થઈ જાય છે. આવું ખરેખર જોવામાં આવેલું છે. વળી જો કોઈ મનુષ્ય માત્ર શ્રવણ કરવામાં જ નહીં, પરંતુ ભક્તિકાર્યોના સંદેશનો પ્રસાર કરવામાં વ્યસ્ત રહે છે અથવા કૃષ્ણભાવનાના પ્રચારકાર્યમાં મદદ કરે છે, તો તેને ક્રમે ક્રમે આધ્યાત્મિક ઉન્નતિની અનુભૂતિ થાય છે. આધ્યાત્મિક જીવનમાંની આ પ્રગતિ કોઈ પણ પ્રકારની પૂર્વ કેળવણી કે યોગ્યતા ઉપર આધાર રાખતી નથી. આ પદ્ધતિ પોતે જ એવી શુદ્ધ છે કે આમાં પરોવાઈ જવાથી મનુષ્ય શુદ્ધ થઈ જાય છે.

વેદાંતસૂત્ર (૩.૨.૨૬)માં પણ આનું વર્ણન *પ્રકાશશ્ચ કર્મણ્યભ્યાસાત્* એવા શબ્દોમાં થયું છે. એટલે કે ભક્તિ એવી સમર્થ છે કે ભક્તિકાર્યોમાં માત્ર પરોવાઈ જવાથી જ મનુષ્ય નિઃસંદેહ પ્રબુદ્ધ થાય છે. આનું ઉદાહરણ નારદજીના પૂર્વજીવનમાં જોવા મળે છે કે જેઓ પૂર્વે દાસીપુત્ર હતા. તેઓ કેળવણી પામેલા ન હતા કે કોઈ ઉચ્ચ કુળમાં જન્મ્યા પણ ન હતા, પરંતુ જ્યારે તેમની માતા મહાન ભક્તોની સેવા કરતી, ત્યારે તેઓ પણ સેવા કરતા અને કેટલીક વખત માતાની અનુપસ્થિતિમાં પોતે સેવા કરતા હતા. નારદજી પોતે જ કહે છેઃ

ઉચ્છિષ્ટ લેપાન્ અનુમોદિતો દ્વિજૈઃ
સકૃત્ સ્મ ભુઞ્જે તદ્ અપાસ્તકિલ્બિષઃ।

એવં પ્રવૃત્તસ્ય વિશુદ્ધચેતસ-
સ્તદ્ ધર્મ એવાત્મ રુચિઃ પ્રજાયતે॥

શ્રીમદ્ ભાગવતના આ શ્લોક (૧.૫.૨૫)માં નારદજી પોતાના શિષ્ય વ્યાસદેવને પોતાના પૂર્વજન્મ વિશે કહી રહ્યા છે. તેઓ કહે છે કે પૂર્વજન્મમાં બાળપણમાં ચાતુર્માસ દરમ્યાન પોતે વિશુદ્ધ ભક્તોની (ભાગવતોની) સેવા કરતા હતા તે વખતે તેમને ભક્તોનો નિકટનો સંગ પ્રાપ્ત થયેલો. કોઈ કોઈ વખત સંતો તેમની થાળીઓમાં વધેલું અન્ન છોડી જતા હતા, ત્યારે થાળીઓ ધોતી વખતે આ બાળક તે વધેલા અન્નનું આસ્વાદન કરવાની ઈચ્છા રાખતો. તેથી તે આ માટે સંતોની રજા માગતો અને રજા મળતી, ત્યારે બાળક નારદ તે વધેલું અન્ન ખાઈ જતો, પરિણામે તે સર્વ પાપકર્મોથી મુક્ત થઈ ગયો. જેમ જેમ તે વધેલું અન્ન ખાતો ગયો, તેમ તેમ તે સંતોની જેમ જ શુદ્ધ હૃદયનો થઈ ગયો. તે મહાભાગવતો શ્રવણ તથા કીર્તન દ્વારા ભગવદ્‌ભક્તિનું નિરંતર રસાસ્વાદન કરતા હતા, તેથી નારદે પણ ક્રમશઃ એવી જ રુચિ કેળવી. નારદજી વળી કહે છે:

તત્રાન્વહં કૃષ્ણકથાઃ પ્રગાયતામ્
અનુગ્રહેણાશૃણવં મનોહરાઃ।
તાઃ શ્રદ્ધયા મેઽનુપદં વિશૃણ્વતઃ
પ્રિયશ્રવસ્યંગ મમાભવદ્ રુચિઃ॥

સંતોના સત્સંગથી નારદજીમાં પણ ભગવાનનો મહિમા સાંભળવાની તથા ભગવાનનાં ગુણગાન ગાવાની રુચિ ઉત્પન્ન થઈ અને તેમને ભક્તિ માટે તીવ્ર ઈચ્છા જાગી. તેથી વેદાંતસૂત્રમાં જણાવ્યું છે તેમ *પ્રકાશશ્ચ કર્મણ્યભ્યાસાત્*—જો મનુષ્ય ભગવદ્‌ભક્તિનાં કાર્યોમાં માત્ર પરોવાઈ જાય, તો તેને આપોઆપ બધો સાક્ષાત્કાર થઈ જાય છે અને તેને બધું સમજાય છે. આને જ *પ્રત્યક્ષઃ* અર્થાત્ પ્રત્યક્ષ અનુભૂતિ કહે છે.

ધર્મ્યમ્ શબ્દનો અર્થ "ધર્મનો માર્ગ" થાય છે. વાસ્તવમાં નારદ એક દાસીના પુત્ર હતા. તેમને શાળાએ જવાનો અવસર કદી મળ્યો ન હતો. તેઓ તો માત્ર તેમની માતાને મદદ કરતા હતા અને સદ્‌ભાગ્યે તેમની માતાને ભક્તોની સેવા કરવાનો સુયોગ પ્રાપ્ત થયો હતો. બાળક નારદને પણ એ સુઅવસર મળ્યો અને કેવળ સત્સંગ દ્વારા જ તેઓ સર્વ ધર્મોના પરમ લક્ષ્યરૂપ ભક્તિને પામી શક્યા. સર્વ ધર્મોનું સર્વોચ્ચ ધ્યેય શ્રીમદ્ ભાગવતમાં જણાવ્યા પ્રમાણે ભક્તિ છે (સ વૈ પુંસાં પરો ધર્મો યતો ભક્તિર્

અધોક્ષજે). સામાન્ય રીતે, ધાર્મિક મનુષ્યો જાણતા નથી કે ભક્તિની પ્રાપ્તિ એ જ ધર્મની સર્વોચ્ચ સિદ્ધિ છે. આઠમા અધ્યાયના છેલ્લા શ્લોક (*વેદેષુ યજ્ઞેષુ તપઃસુ ચૈવ*)ના નિરૂપણમાં આપણે અગાઉ ચર્ચા કરી છે તેમ, સામાન્ય રીતે આત્મ-સાક્ષાત્કાર માટે વૈદિક જ્ઞાન જરૂરી હોય છે. પરંતુ અહીં નારદ કોઈ ગુરુ પાસે પાઠશાળામાં ગયા ન હતા અને તેમને વૈદિક સિદ્ધાંતોનું શિક્ષણ પણ મળ્યું ન હતું. તેમ છતાં તેમને વેદાધ્યયનનું સર્વોચ્ચ ફળ મળ્યું હતું. આ પદ્ધતિ એવી સમર્થ છે કે ધાર્મિક પ્રક્રિયા નિયમિતપણે કર્યા વિના મનુષ્ય સર્વોચ્ચ સિદ્ધિને પ્રાપ્ત કરી શકે છે. આ કેવી રીતે શક્ય બને છે? વૈદિક સાહિત્યમાં આનું પણ સમર્થન થયું છે—*આચાર્યવાન્ પુરુષો વેદ*. મહાન આચાર્યોના સંસર્ગમાં રહીને મનુષ્ય અશિક્ષિત હોય અથવા તેણે વેદાભ્યાસ કર્યો ન હોય, તો પણ તે આત્મ-સાક્ષાત્કાર માટેના જરૂરી સમગ્ર જ્ઞાનથી સુપરિચિત થઈ જાય છે.

ભક્તિયોગ અત્યંત સુખકર (સુસુખમ્) હોય છે. શાથી? ભક્તિમાં *શ્રવણં કીર્તનં વિષ્ણોઃ*નો સમાવેશ થાય છે અને તેથી મનુષ્ય ભગવાનના મહિમાનાં ગુણગાનનું શ્રવણ કરી શકે છે અથવા પ્રમાણભૂત આચાર્યો દ્વારા અપાતા દિવ્ય જ્ઞાન વિષયક પ્રવચનો સાંભળી શકે છે. મનુષ્ય કેવળ બેસી રહીને આ શીખી શકે છે અને વળી પ્રભુને ધરાવેલ સરસ સુસ્વાદુ અન્નનું પ્રસાદ તરીકે ભોજન કરી શકે છે. ભક્તિ દરેક અવસ્થામાં સુખદાયક છે. મનુષ્ય અતિ ગરીબ અવસ્થામાં પણ ભક્તિ કરી શકે છે. ભગવાન કહે છે—*પત્રં પુષ્પં ફલં તોયમ્*—તેઓ ભક્ત પાસેથી દરેક પ્રકારની ભેટ સ્વીકારવા તત્પર રહે છે. માત્ર એક પર્ણ, પુષ્પ, ફળ કે થોડું જળ કે જે દુનિયાના સર્વ ભાગોમાં મળી શકે છે, તે કોઈ પણ વ્યક્તિ દ્વારા ભગવાનને અર્પણ કરી શકાય છે. ભલે તે વ્યક્તિની સામાજિક સ્થિતિ ગમે તે હોય, પણ જો તે પ્રેમથી અર્પણ કરવામાં આવેલું હશે, તો તેનો સ્વીકાર થશે. ઈતિહાસમાં આવાં અનેક ઉદાહરણો છે. ભગવાનનાં ચરણકમળ પર ચડાવેલ માત્ર તુલસીપત્ર લેવાથી જ સનત્કુમાર જેવા સંતો મહાન ભક્તો બની ગયા હતા. માટે ભક્તિયોગ અતિ ઉત્તમ છે અને તે પ્રસન્નભાવે આચરી શકાય છે. ભગવાન તો માત્ર તે પ્રેમભાવનો જ સ્વીકાર કરે છે, જે ભાવે વસ્તુઓ તેમને અર્પણ કરાય છે.

અહીં કહેવામાં આવ્યું છે કે આ ભક્તિનું અસ્તિત્વ સનાતન છે. તે માયાવાદી ચિંતકો કહે છે તેવી નથી. જોકે તેઓ કેટલીક વખત કહેવાતી

ભક્તિ કરે છે, છતાં તેમની ભાવના એવી રહે છે કે જ્યાં સુધી મુક્તિ ન મળી જાય, ત્યાં સુધી જ તેમણે ભક્તિ કરતા રહેવું જોઈએ, પણ મુક્તિ મળી ગયા પછી તેઓ "ઈશ્વર સાથે એકરૂપ" થઈ જશે. આ રીતની અસ્થાયી અને તકસાધુ ભક્તિને શુદ્ધ ભક્તિ ગણાય નહીં. વાસ્તવિક ભક્તિ તો મુક્તિ પછી પણ ચાલુ રહે છે. જ્યારે ભક્ત વૈકુંઠલોકમાં ભગવદ્ધામમાં જાય છે, ત્યારે ત્યાં પણ તે પરમેશ્વરની સેવામાં પરોવાઈ જાય છે. તે પરમેશ્વર સાથે એક થવાનો પ્રયત્ન કરતો નથી.

ભગવદ્ગીતામાં જોવા મળશે તેમ, વાસ્તવિક ભક્તિનો શુભારંભ તો મુક્તિ પછી જ થાય છે. મુક્ત થયા પછી મનુષ્ય જ્યારે બ્રહ્મપદે સ્થિત થાય છે (*બ્રહ્મભૂત*), ત્યારે તેની ભક્તિ શરૂ થાય છે (*સમઃ સર્વેષુ ભૂતેષુ મદ્ભક્તિં લભતે પરામ્*). કોઈ પણ મનુષ્ય કર્મયોગ, જ્ઞાનયોગ, અષ્ટાંગયોગ કે અન્ય યોગ સ્વતંત્રપણે કરીને પૂર્ણ પુરુષોત્તમ પરમેશ્વરને પામી ન શકે. આ યોગ પદ્ધતિઓ દ્વારા મનુષ્ય ભક્તિયોગના માર્ગે થોડી પ્રગતિ સાધી શકે છે, પરંતુ ભક્તિની અવસ્થામાં પ્રવેશ કર્યા વગર મનુષ્યને પરમેશ્વર વિશેનું કંઈ જ જ્ઞાન પ્રાપ્ત થતું નથી. શ્રીમદ્ ભાગવતમાં આ વિશે પણ સમર્થન થયું છે કે મનુષ્ય જ્યારે ભક્તિયોગનું આચરણ કરીને શુદ્ધ થાય છે અને તે પણ ખાસ કરીને કોઈ મહાત્મા પાસેથી શ્રીમદ્ ભાગવત અથવા ભગવદ્ગીતાનું શ્રવણ કરીને શુદ્ધ થઈ જાય છે, ત્યારે તે કૃષ્ણવિજ્ઞાન અથવા ઈશ્વરના વિજ્ઞાનને જાણી શકે છે. *એવં પ્રસન્ન મનસો ભગવદ્ભક્તિ યોગતઃ*—જ્યારે મનુષ્યનું હૃદય સર્વ નિરર્થક વાતોથી રહિત થઈ જાય છે, ત્યારે તે સમજી શકે છે કે ઈશ્વર શું છે. આ પ્રમાણે ભક્તિયોગ અથવા કૃષ્ણભાવનામૃત સર્વ વિદ્યાઓનો રાજા છે અને સર્વ ગુહ્ય જ્ઞાનનો રાજા છે. આ ધર્મનું શુદ્ધતમ રૂપ છે અને તે નિર્વિઘ્ને પ્રસન્નતાપૂર્વક સંપન્ન કરી શકાય છે. માટે મનુષ્યે તે અપનાવવું જોઈએ.

શ્લોક ૩

अश्रद्दधानाः पुरुषा धर्मस्यास्य परन्तप।
अप्राप्य मां निवर्तन्ते मृत्युसंसारवर्त्मनि॥ ३॥

અશ્રદ્દધાનાઃ—શ્રદ્ધાવિહીન; **પુરુષાઃ**—મનુષ્યો; **ધર્મસ્ય**—ધર્મની પ્રક્રિયા પ્રત્યે; **અસ્ય**—આ; **પરન્તપ**—હે શત્રુસંહારક; **અપ્રાપ્ય**—પ્રાપ્ત કર્યા વિના; **મામ્**—મને; **નિવર્તન્તે**—પાછા આવે છે; **મૃત્યુ**—મૃત્યુના; **સંસાર**—ભૌતિક અસ્તિત્વમાં; **વર્ત્મનિ**—માર્ગે.

અનુવાદ

હે શત્રુવિજેતા, જે મનુષ્યો ભક્તિમાં શ્રદ્ધા ધરાવતા નથી, તેઓ મને પ્રાપ્ત કરી શકતા નથી. તેથી તેઓ આ ભૌતિક જગતમાં જન્મ-મરણના માર્ગે પાછા આવે છે.

ભાવાર્થ

શ્રદ્ધાવિહીન મનુષ્ય આ ભક્તિયોગ સિદ્ધ કરી શકતો નથી, એ આ શ્લોકનો ભાવાર્થ છે. શ્રદ્ધા તો ભક્તોના સંગથી ઉત્પન્ન થાય છે. અભાગિયા મનુષ્યો મહાપુરુષો પાસેથી વૈદિક પ્રમાણો સાંભળ્યા પછી પણ ઈશ્વરમાં શ્રદ્ધા રાખતા નથી. તેઓ ચંચળ મનવાળા હોય છે અને ભગવદ્‌ભક્તિમાં દઢ રહેતા નથી. આ પ્રમાણે કૃષ્ણભાવનામૃતની પ્રગતિમાં શ્રદ્ધા એ સર્વાધિક મહત્ત્વપૂર્ણ ઘટક છે. ચૈતન્ય ચરિતામૃતમાં કહ્યું છે કે શ્રદ્ધા એ એવો પૂર્ણ વિશ્વાસ છે કે પરમેશ્વર શ્રીકૃષ્ણની સેવા કરવાથી જ બધી સિદ્ધિઓ પ્રાપ્ત કરી શકાય છે. વાસ્તવિક શ્રદ્ધા એ જ છે. શ્રીમદ્ ભાગવત (૪.૩૧.૧૪) માં જણાવ્યું છે તે પ્રમાણેઃ

યથા તરોર્મૂલ નિષેચનેન
તૃપ્યન્તિ તત્સ્કંધ ભુજોપશાખાઃ।
પ્રાણોપહારાચ્ચ યથેન્દ્રિયાણાં
તથૈવ સર્વાર્હણમ્ અચ્યુતેજ્યા॥

"વૃક્ષના મૂળમાં જળ સિંચવાથી તેની શાખાઓ, ઉપશાખાઓ તથા પાંદડાં સંતુષ્ટ થાય છે અને ઉદરને અન્ન આપવાથી શરીરની બધી જ ઇન્દ્રિયો તૃપ્ત થાય છે. તે જ પ્રમાણે ભગવાનની દિવ્ય સેવા કરવાથી બધા જ દેવો તથા બીજા સર્વ જીવો આપોઆપ જ સંતુષ્ટ થઈ જાય છે." માટે ભગવદ્‌ગીતાનું પઠન કર્યા પછી મનુષ્યે તરત જ ભગવદ્‌ગીતાના આ નિષ્કર્ષ પર આવવું જોઈએ કે મનુષ્યે અન્ય સઘળાં કાર્યો તજી દઈને પૂર્ણ પુરુષોત્તમ પરમેશ્વર કૃષ્ણની સેવા કરવી જોઈએ. જીવનનું આ તત્ત્વજ્ઞાન જો મનુષ્યને ગળે ઊતરે, તો તેને જ શ્રદ્ધા કહે છે.

કૃષ્ણભાવનામૃતની પ્રક્રિયા આ શ્રદ્ધાનો વિકાસ સાધવા માટે જ છે. કૃષ્ણભાવનાયુક્ત મનુષ્યના ત્રણ વર્ગો છે. જે લોકો શ્રદ્ધાવિહીન છે, તેઓ ત્રીજા વર્ગમાં આવે છે. જો આવા મનુષ્યો વિધિવત્ ભક્તિમાં પરોવાયેલા હોય, તો પણ તેઓ સર્વોત્તમ સિદ્ધિની અવસ્થાને પ્રાપ્ત કરી શકતા નથી. ઘણે ભાગે આ લોકો કેટલાક સમય બાદ અવનતિ પામે છે. તેઓ ભલે

ભક્તિમાં કાર્યરત થયેલા જણાય, પરંતુ તેઓ પૂર્ણ વિશ્વાસ તથા શ્રદ્ધા ધરાવતા ન હોવાને કારણે કૃષ્ણભક્તિમાં તેમનું ટકી રહેવું બહુ અઘરું હોય છે. અમારા પ્રચારકાર્ય દરમ્યાન અમને આનો પ્રત્યક્ષ અનુભવ છે કે કેટલાક લોકો આવે છે અને કોઈ છુપા ઉદ્દેશથી કૃષ્ણભાવના ગ્રહણ કરે છે, પરંતુ તેમની આર્થિક સ્થિતિમાં થોડો સુધારો થતાં જ તેઓ આ પદ્ધતિ છોડી દે છે અને પુનઃ તેમની જૂની રીતભાત અપનાવી લે છે. મનુષ્ય કેવળ શ્રદ્ધા દ્વારા જ કૃષ્ણભક્તિમાં પ્રગતિ સાધી શકે છે. શ્રદ્ધાના વિકાસ સંબંધે કહી શકાય કે જે મનુષ્ય ભક્તિ-સાહિત્યમાં નિપુણ છે અને દૃઢ વિશ્વાસની અવસ્થા પામી ચૂક્યો છે, તે કૃષ્ણભાવનામૃતમાં પ્રથમ વર્ગનો મનુષ્ય કહેવાય છે. બીજા વર્ગમાં એવા મનુષ્યો આવે છે કે જેઓ ભક્તિશાસ્ત્રો સમજવામાં બહુ નિપુણ હોતા નથી, પરંતુ કૃષ્ણભક્તિ અથવા કૃષ્ણસેવા જ સર્વોત્તમ માર્ગ છે, તેથી પોતે તે માર્ગ ગ્રહણ કર્યો છે એમ આપમેળે જ દૃઢ વિશ્વાસ ધરાવે છે. એ રીતે તેઓ ત્રીજા વર્ગના પેલા લોકો કરતાં ચડિયાતા છે કે જેમને ન તો શાસ્ત્રોનું પૂર્ણ જ્ઞાન હોય છે કે ન તો શ્રદ્ધા હોય છે, પરંતુ સત્સંગ તથા સરળતાને કારણ તેઓ તેનું અનુસરણ કરવાનો પ્રયત્ન કરતા હોય છે. કૃષ્ણભક્તિમાંનો ત્રીજા વર્ગનો આવો મનુષ્ય પતન પામી શકે છે, પરંતુ બીજા વર્ગનો મનુષ્ય પતન પામતો નથી, જ્યારે કૃષ્ણભાવનાયુક્ત પ્રથમ શ્રેણીના મનુષ્ય માટે તો પતનની કોઈ સંભાવના જ રહેતી નથી. પ્રથમ વર્ગનો મનુષ્ય નિશ્ચિતપણે પ્રગતિ કરશે અને અંતે ઈચ્છિત ફળને પામશે. કૃષ્ણભાવનામૃતમાં ત્રીજા વર્ગના મનુષ્યને એટલી શ્રદ્ધા તો હોય છે કે કૃષ્ણની ભક્તિ ઉત્તમ છે, પણ તેણે શ્રીમદ્‌ ભાગવત તથા ભગવદ્ગીતા જેવાં શાસ્ત્રોમાંથી કૃષ્ણવિષયક પૂરતું જ્ઞાન મેળવેલું હોતું નથી. કેટલીકવાર આ ત્રીજા વર્ગના કૃષ્ણભાવનાયુક્ત મનુષ્યો કર્મયોગ તથા જ્ઞાનયોગ તરફ ઢળતું વલણ ધરાવે છે અને કોઈ કોઈ વખત તેઓ વિચલિત થઈ જાય છે. તેમ છતાં જ્યારે જ્ઞાન તથા કર્મયોગનો પ્રભાવ નાશ પામે છે, ત્યારે તેઓ કૃષ્ણભાવનાની દ્વિતીય કે પ્રથમ શ્રેણીમાં આવી જાય છે. કૃષ્ણ પ્રત્યેની શ્રદ્ધા પણ ત્રીજા વિભાગમાં વિભક્ત કરવામાં આવે છે અને શ્રીમદ્‌ ભાગવતમાં તે વિશે વર્ણન છે. શ્રીમદ્‌ ભાગવતના અગિયારમા સ્કંધમાં પ્રથમ, દ્વિતીય તથા તૃતીય શ્રેણીની આસ્તિકતાનું પણ વર્ણન થયું છે. જે મનુષ્યો કૃષ્ણ વિશે તથા ભક્તિની ઉત્કૃષ્ટતા વિશે શ્રવણ કર્યા પછી પણ શ્રદ્ધા ધરાવતા નથી અને માને છે કે તે માત્ર પ્રશંસા છે અને તેઓ ઉપરછલ્લી રીતે

ભક્તિમાં લાગેલા જણાતા હોવા છતાં તેમને આ માર્ગ અતિશય અઘરો લાગે છે. તેમના માટે સિદ્ધિ પ્રાપ્ત કરવાની આશા બહુ ઓછી હોય છે. એ રીતે ભક્તિમાં શ્રદ્ધાનું સ્થાન અત્યંત મહત્ત્વપૂર્ણ હોય છે.

શ્લોક ૪ **मया ततमिदं सर्वं जगदव्यक्तमूर्तिना।**
मत्स्थानि सर्वभूतानि न चाहं तेष्ववस्थितः ॥ ४॥

મયા—મારા વડે; **તતમ્**—વ્યાપ્ત છે; **ઈદમ્**—આ; **સર્વમ્**—સર્વ; **જગત્**—દૃશ્ય જગત; **અવ્યક્ત મૂર્તિના**—અવ્યક્ત રૂપ દ્વારા; **મત્ સ્થાનિ**—મારામાં; **સર્વ ભૂતાનિ**—સર્વ જીવો; **ન**—નહીં; **ચ**—પણ; **અહમ્**—હું; **તેષુ**—તેમનામાં; **અવસ્થિતઃ**—સ્થિતિ.

અનુવાદ

આ સમગ્ર જગત મારા વડે મારા અવ્યક્ત રૂપમાં વ્યાપ્ત છે. સર્વ જીવો મારામાં છે, પરંતુ હું તેમનામાં નથી.

ભાવાર્થ

પૂર્ણ પુરુષોત્તમ પરમેશ્વરની અનુભૂતિ સ્થૂળ ભૌતિક ઇન્દ્રિયો દ્વારા થતી નથી. એમ કહેવામાં આવ્યું છે કેઃ

અતઃ શ્રીકૃષ્ણ નામાદિ ન ભવેદ્‌ગ્રાહ્યમ્ ઈન્દ્રિયૈઃ।
સેવોન્મુખે હિ જિહ્વાદૌ સ્વયમ્ એવ સ્ફુરત્યદઃ॥

(ભક્તિરસામૃતસિંધુ ૧.૨.૨૩૪)

ભગવાન શ્રીકૃષ્ણનાં નામ, યશ, લીલા વગેરે ભૌતિક ઇન્દ્રિયો દ્વારા સમજી શકાય નહીં. જે મનુષ્ય યોગ્ય માર્ગદર્શન હેઠળ શુદ્ધ ભક્તિમાં પરોવાયેલો રહે છે, તેને જ ભગવાનનો સાક્ષાત્કાર થાય છે. બ્રહ્મસંહિતા (૫.૩૮) માં કહ્યું છે—*પ્રેમાઞ્જનચ્છુરિત ભક્તિ વિલોચનેન સન્તઃ સદૈવ હૃદયેષુ વિલોકયન્તિ*—જો કોઈ મનુષ્યે પૂર્ણ પુરુષોત્તમ પરમેશ્વર પ્રત્યે દિવ્ય પ્રેમનો ભાવ વિકસાવ્યો હોય, તો તે સદા પોતાની અંદર તથા બહાર ભગવાન ગોવિંદનાં દર્શન કરી શકે છે. એ રીતે ભગવાન સામાન્ય લોકો માટે દૃશ્યમાન નથી. અહીં કહેવામાં આવ્યું છે કે ભગવાન સર્વવ્યાપી છે અને સર્વત્ર વિદ્યમાન હોવા છતાં તેમને ભૌતિક ઇન્દ્રિયો દ્વારા પામી શકાતા નથી. અહીં આનો ઉલ્લેખ *અવ્યક્ત મૂર્તિના* શબ્દ દ્વારા થયો છે. ભલે આપણે તેમને જોઈ શકતા ન હોઈએ, છતાં વાસ્તવિકતા તો એ જ છે કે બધું તેમના આધારે જ રહેલું છે. જેમ આપણે સાતમા અધ્યાયમાં ચર્ચા કરી છે તેમ

સંપૂર્ણ દશ્ય જગત ભગવાનની પરા અથવા આધ્યાત્મિક શક્તિ અને અપરા અથવા ભૌતિક શક્તિ એવી વિભિન્ન બે શક્તિઓનો સંયોગમાત્ર છે. જેવી રીતે સૂર્યપ્રકાશ સંપૂર્ણ બ્રહ્માંડમાં ફેલાયેલો રહે છે, તેમ ભગવાનની શક્તિ અખિલ સર્જનમાં વ્યાપેલી છે અને બધી વસ્તુઓ એ જ શક્તિ ઉપર ટકેલી છે.

તેમ છતાં મનુષ્યે એવા નિષ્કર્ષ પર આવવું ન જોઈએ કે ભગવાન સર્વત્ર વ્યાપેલા હોવાથી તેમણે પોતાનું વ્યક્તિગત અસ્તિત્વ ખોઈ દીધું છે. આવી દલીલનું ખંડન કરવા માટે જ ભગવાન કહે છે, "હું સર્વત્ર વિદ્યમાન છું અને દરેક વસ્તુ મારામાં છે, તોયે હું આ બધાથી અલિપ્ત છું." ઉદાહરણાર્થ, રાજા કોઈ સરકારનો વડો હોય છે અને સરકાર તેની શક્તિનું જ પ્રગટીકરણ હોય છે. વિભિન્ન સરકારી વિભાગો રાજાની શક્તિ સિવાય અન્ય કશું જ નથી અને પ્રત્યેક વિભાગ રાજાની સત્તા પર ટકેલો હોય છે. તેમ છતાં એવી આશા રાખી શકાતી નથી કે રાજા પ્રત્યેક વિભાગમાં પોતે વ્યક્તિગત રીતે ઉપસ્થિત રહે. આ તો એક સામાન્ય કોટિનું ઉદાહરણ છે. એવી જ રીતે, આપણે જેટલાં પ્રાકટ્યો જોઈએ છીએ અને જે બધી વસ્તુઓ આ લોકમાં તથા પરલોકમાં વિદ્યમાન છે, તે બધી જ પૂર્ણ પુરુષોત્તમ પરમેશ્વરની શક્તિના આધારે રહેલી છે. ભગવાનની વિભિન્ન શક્તિઓના વિસ્તારથી સર્જન થાય છે અને ભગવદ્‌ગીતામાં કહેવાયું છે તેમ, *વિષ્ટભ્યાહમ્ ઈદં કૃત્સ્નમ્*—ભગવાન પોતાના સાકાર રૂપને કારણે પોતાની વિભિન્ન શક્તિઓના વિસ્તાર દ્વારા સર્વત્ર વિદ્યમાન છે.

શ્લોક ૫

न च मत्स्थानि भूतानि पश्य मे योगमैश्वरम्।
भूतभृन्न च भूतस्थो ममात्मा भूतभावनः॥ ५॥

ન—કદી નહીં; **ચ**—પણ; **મત્ સ્થાનિ**—મારામાં સ્થિત; **ભૂતાનિ**—સમગ્ર સૃષ્ટિ; **પશ્ય**—જો; **મે**—મારું; **યોગમ્ ઐશ્વરમ્**—અચિંત્ય યોગ સામર્થ્ય; **ભૂતભૃત્**—સર્વ જીવોના પાલક; **ન**—કદી નહીં; **ચ**—વળી; **ભૂતસ્થઃ**—પ્રગટ સૃષ્ટિમાં; **મમ**—મારો; **આત્મા**—આત્મા; **ભૂત ભાવનઃ**—સર્વ સર્જનના સ્રોત.

અનુવાદ

તેમ છતાં મારા વડે ઉત્પન્ન કરવામાં આવેલી બધી વસ્તુઓ મારામાં સ્થિત રહેતી નથી. મારા યોગ-ઐશ્વર્યને તો જો! જોકે હું સર્વ જીવોનો

પાલનકર્તા છું અને સર્વત્ર વ્યાપ્ત છું, છતાં હું આ જગતનો અંશ નથી, કારણ કે હું જ તો સર્જનનો મૂળ સ્રોત છું.

ભાવાર્થ

ભગવાન કહે છે કે બધું જ તેમના આધારે રહેલું છે (*મત્સ્થાનિ સર્વભૂતાનિ*). આ વિશે ગેરસમજૂતી થવી ન જોઈએ. ભગવાન આ ભૌતિક જગતના પાલન તથા નિર્વાહ માટે પ્રત્યક્ષ રીતે કારણભૂત નથી. કોઈવાર આપણે પોતાના ખભા પર પૃથ્વીના નકશાવાળો ગોળો ઉપાડતા એટલસ (એક રોમન દેવતા)નું ચિત્ર જોઈએ છીએ. આ મોટા પૃથ્વીના ગોળાને ઊંચકી રહેલો તે બહુ થાકેલો જણાય છે. આ સર્જેલા બ્રહ્માંડને ધારણ કરી રહેલા કૃષ્ણના સંબંધમાં આવા ચિત્રનો વિચાર કરવો ન જોઈએ. તેઓ (કૃષ્ણ) કહે છે કે જોકે બધું તેમના આધારે ટકી રહ્યું છે અને છતાં તેઓ તેનાથી અળગા રહે છે. બધા ગ્રહો અંતરીક્ષમાં તરી રહ્યા છે અને આ અંતરીક્ષ પરમેશ્વરની શક્તિ છે, પરંતુ તેઓ અંતરીક્ષથી ભિન્ન છે. તેઓ ભિન્ન રીતે અવસ્થિત છે. માટે ભગવાન કહે છે, "જોકે આ સર્વ નિર્મિત પદાર્થો મારી અકલ્પ્ય શક્તિના આધારે રહેલા છે, છતાં પૂર્ણ પુરુષોત્તમ પરમેશ્વર તરીકે હું તેમનાથી અલિપ્ત રહું છું." આ ભગવાનનું અચિંત્ય ઐશ્વર્ય છે.

વૈદિક શબ્દકોશ નિરુક્તિમાં કહેવાયું છે, *યુજ્યતેઽનેન દુર્ઘટેષુ કાર્યેષુ*—"પરમેશ્વર પોતાની શક્તિ પ્રદર્શિત કરીને અચિંત્ય આશ્ચર્યકારક લીલા કરી રહ્યા છે." તેમનું વ્યક્તિત્વ વિભિન્ન સમર્થ શક્તિઓથી સભર છે અને તેમનો સંકલ્પ સ્વયં એક વાસ્તવિક તથ્ય છે. ભગવાનને આ રીતે જ જાણવા જોઈએ. આપણે કોઈ કામ કરવાનો વિચાર કરતા હોઈએ, પરંતુ તેમાં અનેક વિઘ્નો નડે છે અને કેટલીક વખત આપણે આપણું ધાર્યું કરી શકતા નથી. પરંતુ જ્યારે કૃષ્ણ કશું કરવા ઈચ્છે છે, ત્યારે કેવળ તેમની ઈચ્છામાત્રથી જ બધું એવી રીતે પૂર્ણ થઈ જાય છે કે તે કેવી રીતે થઈ રહ્યું છે તેની કોઈ કલ્પના પણ કરી શકતું નથી. ભગવાન આ વસ્તુસ્થિતિની સ્પષ્ટતા કરે છેઃ તેઓ સમગ્ર ભૌતિક સૃષ્ટિના પાલન અને ધારણ કરનારા હોવા છતાં તેઓ આ ભૌતિક સૃષ્ટિને સ્પર્શ કરતા નથી. કેવળ તેમની સર્વોપરી ઈચ્છામાત્રથી જ પ્રત્યેક વસ્તુનું સર્જન, પાલન તથા સંહાર થાય છે. જેવી રીતે આપણા ભૌતિક મન તથા આપણી પોતાની વચ્ચે તફાવત હોય છે, તેવી રીતે તેમના મન તથા સ્વયં તેમની વચ્ચે કોઈ તફાવત

નથી, કારણ કે તેઓ પરમ આત્મા છે. પ્રત્યેક વસ્તુમાં તેઓ એક જ સમયે ઉપસ્થિત રહે છે, છતાં સામાન્ય મનુષ્ય આ સમજી શકતો નથી કે તેઓ સાકારરૂપે કેવી રીતે ઉપસ્થિત હોય છે. તેઓ આ ભૌતિક જગતથી ભિન્ન છે, છતાં પ્રત્યેક વસ્તુ તેમના આધારે રહેલી છે. અહીં આને જ *યોગમ્ ઐશ્વરમ્* અર્થાત્ પૂર્ણ પુરુષોત્તમ પરમેશ્વરની યોગશક્તિ કહી છે.

શ્લોક ૬

યથાકાશસ્થિતો નિત્યં વાયુઃ સર્વત્રગો મહાન્।
તથા સર્વાણિ ભૂતાનિ મત્સ્થાનીત્યુપધારય॥ ૬ ॥

યથા—જેવી રીતે; **આકાશ સ્થિતઃ**—આકાશમાં રહેલો; **નિત્યમ્**—સદા; **વાયુ**—વાયુ, હવા; **સર્વત્રગઃ**—બધી જગ્યાએ જનારો; **મહાન્**—મહાન; **તથા**—તેવી રીતે; **સર્વાણિ ભૂતાનિ**—બધા જીવો; **મત્ સ્થાનિ**—મારામાં સ્થિત; **ઈતિ**—એમ; **ઉપધારય**—સમજવાનો પ્રયત્ન કર.

અનુવાદ

જેવી રીતે સર્વત્ર વહેનારો પ્રબળ વાયુ હંમેશાં આકાશમાં સ્થિત રહે છે, તેવી રીતે ઉત્પન્ન થયેલાં સર્વ પ્રાણીઓને મારામાં રહેલાં જાણ.

ભાવાર્થ

સાધારણ મનુષ્ય માટે વિરાટ ભૌતિક સર્જન કેવી રીતે ભગવાનના આધારે રહેલું છે, એ સમજવું અત્યંત અઘરું છે. પરંતુ ભગવાન એક ઉદાહરણ આપી રહ્યા છે કે જેથી આપણને સમજવામાં તે મદદરૂપ થાય. આકાશ આપણે કલ્પી શકીએ તેવું સૌથી વિશાળ પ્રગટીકરણ હોઈ શકે. એ આકાશમાં વાયુ અથવા હવા, દૃશ્ય જગતમાંનું સહુથી વિશાળ પ્રગટીકરણ છે. હવાની ગતિ દરેક વસ્તુની ગતિને પ્રભાવિત કરે છે. પરંતુ વાયુ મહાન હોવા છતાં તે આકાશની અંદર સ્થિત રહે છે; વાયુ આકાશની પેલે પાર નથી. તે જ પ્રમાણે, બધાં જ અદ્ભુત વૈશ્વિક પ્રગટીકરણો ઈશ્વરની સર્વોપરી ઈચ્છાથી અસ્તિત્વમાં છે અને તે બધાં જ એ સર્વોપરી ઈચ્છાને અધીન છે. આપણે જેમ સામાન્ય રીતે કહેતા હોઈએ છીએ તેમ પૂર્ણ પુરુષોત્તમ પરમેશ્વરની ઈચ્છા વિના ઘાસનું એક તણખલું પણ હાલતું નથી. એ રીતે તેમની ઈચ્છા હેઠળ જ બધું ગતિશીલ છે. તેમની ઈચ્છાથી જ બધી વસ્તુઓનું સર્જન થાય છે, સર્વનું પાલન થઈ રહ્યું છે અને દરેક વસ્તુનો વિનાશ થાય છે. તેમ છતાં, જેવી રીતે આકાશ હંમેશાં હવાની પ્રવૃત્તિઓથી અળગું રહે છે, તેમ ભગવાન પણ સર્વ પદાર્થોથી અળગા રહે છે.

ઉપનિષદોમાં કહેવામાં આવ્યું છે, *યદ્ભીયા વાતઃ પવતે*—"વાયુ ભગવાનના ભયથી વાયા કરે છે." (તૈત્તિરીય ઉપનિષદ ૨.૮.૧) તથા બૃહદારણ્યક ઉપનિષદ (૩.૮.૯)માં કહેવામાં આવ્યું છે—*એતસ્ય વા અક્ષરસ્ય પ્રશાસને ગાર્ગિ સૂર્યચન્દ્રમસૌ વિધૃતૌ તિષ્ઠત એતસ્ય વા અક્ષરસ્ય પ્રશાસને ગાર્ગિ દ્યાવાપૃથિવ્યૌ વિધૃતૌ તિષ્ઠતઃ*—"ભગવાનની અધ્યક્ષતામાં સર્વોપરી આજ્ઞા દ્વારા સૂર્ય, ચંદ્ર તથા અન્ય વિશાળ ગ્રહો ફરતા રહે છે." બ્રહ્મસંહિતા (૫.૫૨)માં પણ કહેવાયું છેઃ

યચ્ચક્ષુરેષ સવિતા સકલ ગ્રહાણાં
રાજા સમસ્ત સુરમૂર્તિરશેષ તેજાઃ।
યસ્યાજ્ઞયા ભ્રમતિ સમ્ભૃત કાલચક્રો
ગોવિન્દમ્ આદિપુરુષં તમહં ભજામિ॥

આ સૂર્યની ગતિનું વર્ણન છે. એમ કહેવાય છે કે સૂર્યને પરમેશ્વરની એક આંખ માનવામાં આવે છે અને તેમાં ગરમી તથા પ્રકાશ પ્રસારવાની અપાર શક્તિ છે. તેમ છતાં ગોવિંદની સર્વોપરી ઇચ્છા તથા આજ્ઞાથી તે પોતાની નિર્ધારિત કક્ષામાં ભ્રમણ કરે છે. એટલે આપણને વૈદિક સાહિત્યમાંથી આ વિશે પ્રમાણ મળી શકે છે કે અતિ અદ્ભુત તથા વિશાળ દેખાતું આ ભૌતિક દૃશ્ય જગત પૂર્ણ પુરુષોત્તમ પરમેશ્વરને સર્વથા અધીન છે. આ અધ્યાયના હવે પછીના શ્લોકોમાં આ બાબતની વધુ સમજૂતી આપવામાં આવશે.

શ્લોક ૭
सर्वभूतानि कौन्तेय प्रकृतिं यान्ति मामिकाम्।
कल्पक्षये पुनस्तानि कल्पादौ विसृजाम्यहम्॥ ७॥

સર્વ ભૂતાનિ—બધા સર્જાયેલાં પ્રાણીઓ; **કૌન્તેય**—હે કુંતીપુત્ર; **પ્રકૃતિમ્**—પ્રકૃતિમાં; **યાન્તિ**—પ્રવેશ કરે છે; **મામિકામ્**—મારી; **કલ્પક્ષયે**—કલ્પના અંતે; **પુનઃ**—ફરીથી; **તાનિ**—તે બધાને; **કલ્પ આદૌ**—કલ્પના પ્રારંભમાં; **વિસૃજામિ**—ઉત્પન્ન કરું છું; **અહમ્**—હું.

અનુવાદ

હે કુંતીપુત્ર, કલ્પના અંતે સમગ્ર ભૌતિક સર્જન મારી અંદર પ્રવેશે છે અને અન્ય કલ્પના આરંભમાં હું તેમને મારી શક્તિથી પુનઃ ઉત્પન્ન કરું છું.

ભાવાર્થ

આ ભૌતિક દૃશ્ય જગતનું સર્જન, પાલન તથા સંહાર સંપૂર્ણ રીતે પરમેશ્વરની સર્વોપરી ઇચ્છા પર આધારિત હોય છે. *કલ્પક્ષયે*નો અર્થ છે

બ્રહ્માજીનું મૃત્યુ થયે. બ્રહ્માજી સો વર્ષ જીવિત રહે છે અને તેમનો એક દિવસ આપણા ૪,૩૦,૦૦,૦૦,૦૦૦ વર્ષ જેટલો હોય છે. તેમની રાત્રિ પણ એટલી જ અવધિની હોય છે. બ્રહ્માજીના એક માસમાં આવા ત્રીસ દિવસ તથા ત્રીસ રાત્રિઓ હોય છે અને એક વર્ષમાં આવા બાર માસ હોય છે. આવાં સો વર્ષ પછી જ્યારે બ્રહ્માનું મૃત્યુ થાય છે, ત્યારે પ્રલય થાય છે, એટલે કે પરમેશ્વરે પ્રગટ કરેલી શક્તિ પુનઃ તેમની અંદર લય પામે છે. ફરીથી જ્યારે દૃશ્ય જગતને પ્રગટ કરવાની જરૂર ઊભી થાય છે, ત્યારે તેમની ઈચ્છાથી સૃષ્ટિ ઉત્પન્ન થાય છે. *બહુસ્યામ્*—જોકે હું એક છું, છતાં અનેક થઈ જઈશ. આ વૈદિક ઉક્તિ છે. (છાંદોગ્ય ઉપનિષદ ૬.૨.૩) તેઓ આ ભૌતિક શક્તિમાં પોતાનો વિસ્તાર કરે છે અને સમગ્ર દૃશ્ય જગત પુનઃ ઉત્પન્ન થાય છે.

શ્લોક **प्रकृतिं स्वामवष्टभ्य विसृजामि पुनः पुनः।**
૮ **भूतग्राममिमं कृत्स्नमवशं प्रकृतेर्वशात्॥८॥**

પ્રકૃતિમ્—ભૌતિક પ્રકૃતિમાં; **સ્વામ્**—મારી અંગત; **અવષ્ટભ્ય**—પ્રવેશ કરીને; **વિસૃજામિ**—ઉત્પન્ન કરું છું; **પુનઃ પુનઃ**—વારંવાર; **ભૂત ગ્રામમ્**—સમગ્ર સર્જનને; **ઈમમ્**—આ; **કૃત્સ્નમ્**—સમગ્રતયા; **અવશમ્**—આપોઆપ; **પ્રકૃતેઃ**—પ્રકૃતિની શક્તિના; **વશાત્**—વશમાં.

અનુવાદ

સંપૂર્ણ દૃશ્ય જગત મારે અધીન છે. તે મારી ઈચ્છાથી વારંવાર આપમેળે જ પ્રગટ થયા કરે છે અને મારી જ ઈચ્છાથી અંતે વિનષ્ટ થઈ જાય છે.

ભાવાર્થ

આ ભૌતિક જગત પૂર્ણ પુરુષોત્તમ પરમેશ્વરની અપરા શક્તિની અભિવ્યક્તિ છે. આની સમજૂતી અનેકવાર આપવામાં આવી છે. સર્જન સમયે ભૌતિક શક્તિ મહત્ તત્ત્વના રૂપે પ્રગટ થાય છે અને ભગવાન પોતાના પ્રથમ પુરુષ અવતાર, મહાવિષ્ણુરૂપે તેમાં પ્રવેશ કરે છે. તેઓ કારણ સાગરમાં શયન કરે છે અને પોતાના શ્વાસમાંથી અસંખ્ય બ્રહ્માંડો ઉત્પન્ન કરે છે તથા દરેક બ્રહ્માંડમાં ભગવાન વળી ગર્ભોદકશાયી વિષ્ણુ તરીકે પ્રવેશે છે. એ રીતે દરેક બ્રહ્માંડ ઉત્પન્ન કરાય છે. ભગવાન તે પછી પણ ક્ષીરોદકશાયી વિષ્ણુ તરીકે સ્વયં પ્રગટ થાય છે અને તે વિષ્ણુ દરેક વસ્તુમાં

પ્રવેશે છે—સૂક્ષ્માતિસૂક્ષ્મ પરમાણુમાં પણ પ્રવેશ કરે છે. આ હકીકત અહીં સમજાવવામાં આવેલી છે. તેઓ દરેક વસ્તુમાં પ્રવેશે છે.

હવે જીવાત્માઓ વિશે કહી શકાય કે તેઓને ભૌતિક પ્રકૃતિમાં ગર્ભસ્થ કરવામાં આવે છે અને તેઓ પોતપોતાનાં પૂર્વકર્માનુસાર વિભિન્ન યોનિઓ ગ્રહણ કરે છે. એ રીતે આ ભૌતિક જગતનાં કાર્યોનો આરંભ થાય છે. વિભિન્ન યોનિઓનાં કાર્યો સર્જનના પ્રારંભથી જ શરૂ થઈ જાય છે. એવું નથી કે યોનિઓ ક્રમશઃ વિકસિત થાય છે. બધી જ યોનિઓ બ્રહ્માંડના સર્જન સાથે જ ઉત્પન્ન થાય છે. મનુષ્ય, પશુ, પક્ષી એ સર્વ વિવિધ યોનિઓ એકસાથે જ સર્જાય છે, કારણ કે પૂર્વ પ્રલય વખતે જીવોની જે જે ઈચ્છાઓ હતી, તે ફરીથી પ્રગટ થાય છે. *અવશમ્* શબ્દ દ્વારા અહીં સ્પષ્ટ રીતે જણાવ્યું છે કે જીવોને આ પ્રક્રિયા સાથે કશી નિસ્બત હોતી નથી. પૂર્વ સર્જનમાં તેઓ (જીવો) જે જે અવસ્થાઓમાં હતા, તે તે અવસ્થાઓમાં તેઓ પુનઃ પ્રગટ થઈ જાય છે અને આ બધું ભગવાનની ઈચ્છાથી જ થાય છે. આ જ પૂર્ણ પુરુષોત્તમ પરમેશ્વરની અચિંત્ય શક્તિ છે અને વિભિન્ન યોનિઓનાં સર્જન પછી ભગવાનને તેમની સાથે સંબંધ રહેતો નથી. આ સર્જન વિવિધ જીવોની મનોવૃત્તિઓને પોષવા માટે જ થાય છે અને તેથી ભગવાન આમાં કોઈ રીતે લિપ્ત થતા નથી.

શ્લોક ૯

न च मां तानि कर्माणि निबध्नन्ति धनञ्जय।
उदासीनवदासीनमसक्तं तेषु कर्मसु॥ ९॥

ન—કદી નહીં; **ચ**—વળી; **મામ્**—મને; **તાનિ**—તે સર્વ; **કર્માણિ**—કર્મો; **નિબધ્નન્તિ**—બાંધે છે; **ધનઞ્જય**—હે ધનના વિજેતા; **ઉદાસીનવત્**—તટસ્થની જેમ; **આસીનમ્**—સ્થિત; **અસક્તમ્**—આસક્તિરહિત; **તેષુ**—તે; **કર્મસુ**—કર્મોમાં.

અનુવાદ

હે ધનંજય, આ સર્વ કર્મો મને બાંધી શકતાં નથી. હું જાણે કે ઉદાસીન રહેલો હોઉં, તેમ આ સર્વ ભૌતિક કર્મોથી સદૈવ વિરક્ત રહું છું.

ભાવાર્થ

આ સંબંધમાં કોઈએ એમ માની લેવું ન જોઈએ કે પૂર્ણ પુરુષોત્તમ પરમેશ્વરને કોઈ પ્રવૃત્તિ હોતી નથી. તેમના આધ્યાત્મિક જગતમાં તેઓ

હંમેશાં વ્યસ્ત રહે છે. બ્રહ્મસંહિતા (૫.૬)માં કહ્યું છે—*આત્મારામસ્ય તસ્યાસ્તિ પ્રકૃત્યા ન સમાગમઃ*—"તેઓ સનાતન, દિવ્ય, આનંદમય આધ્યાત્મિક કાર્યોમાં હંમેશાં વ્યસ્ત રહે છે, પરંતુ આ ભૌતિક કાર્યો સાથે તેમને કશી નિસ્બત હોતી નથી." બધાં જ ભૌતિક કાર્યો તેમની વિભિન્ન શક્તિઓ દ્વારા થયા કરે છે. ભગવાન હંમેશાં આ સૃષ્ટિનાં ભૌતિક કાર્યો પ્રત્યે ઉદાસીન રહે છે. આનો ઉલ્લેખ અહીં *ઉદાસીનવત્* શબ્દથી કરવામાં આવ્યો છે. જોકે નાનામાં નાના ભૌતિક કાર્ય ઉપર તેમનું નિયંત્રણ રહે છે, છતાં તેઓ તટસ્થ હોય તેમ રહે છે. અહીં ઉચ્ચ ન્યાયાલયના ન્યાયાધીશનું ઉદાહરણ આપી શકાય છે કે જે પોતાના આસન ઉપર બેસી રહે છે. તેના આદેશથી અનેક પ્રકારની ઘટનાઓ થયા કરે છે, કોઈને ફાંસી અપાય છે, કોઈને કારાવાસ અપાય છે તો કોઈને વિપુલ ધનસંપત્તિ આપવામાં આવે છે, છતાં તે તો તટસ્થ હે છે. એ બધા લાભ-નુકસાન સાથે તેને કશી નિસ્બત હોતી નથી. એવી જ રીતે, ભગવાન હંમેશાં તટસ્થ રહે છે અને છતાં દરેક કાર્યમાં તેમનો હાથ હોય છે. વેદાંતસૂત્ર (૧.૨.૩૪)માં કહ્યું છે—*વૈષમ્ય નૈર્ઘૃણ્યે ન*—તેઓ આ ભૌતિક જગતના દ્વંદ્વોમાં સ્થિત નથી. તેઓ આ વિષમતાઓથી પર હોય છે અને ન તો આ ભૌતિક જગતના સર્જન તથા વિનાશમાં પણ તેમને આસક્તિ હોય છે. બધા જીવો તેમનાં પૂર્વકર્માનુસાર વિભિન્ન યોનિઓ ગ્રહણ કરતા રહે છે અને ભગવાન આમાં દખલ કરતા નથી.

શ્લોક ૧૦

मयाध्यक्षेण प्रकृतिः सूयते सचराचरम्।
हेतुनानेन कौन्तेय जगद्विपरिवर्तते॥ १०॥

મયા—મારા વડે; **અધ્યક્ષેણ**—અધ્યક્ષતા દ્વારા; **પ્રકૃતિઃ**—ભૌતિક પ્રકૃતિ; **સૂયતે**—પ્રગટ થાય છે; **સ**—બંને; **ચર અચરમ્**—જંગમ તથા સ્થાવર; **હેતુના**—કારણે; **અનેન**—આ; **કૌન્તેય**—હે કુંતીપુત્ર; **જગત્**—દૃશ્ય જગત; **વિપરિવર્તતે**—ક્રિયાશીલ છે.

અનુવાદ

હે કુંતીપુત્ર, મારી શક્તિઓમાંની એક એવી આ ભૌતિક પ્રકૃતિ મારી દેખરેખ હેઠળ કાર્ય કરે છે અને સર્વ ચર તથા અચર જીવોને ઉત્પન્ન કરે છે. તેના શાસન હેઠળ આ જગત વારંવાર સર્જાય છે અને વિનષ્ટ થાય છે.

ભાવાર્થ

અહીં એમ સ્પષ્ટપણે જણાવ્યું છે કે પરમેશ્વર ભૌતિક જગતનાં સર્વ કાર્યોથી અલિપ્ત રહે છે અને છતાં તેઓ સર્વોપરી નિર્દેશક રહે છે. પરમેશ્વરની ઇચ્છા સર્વોપરી છે અને તેઓ આ ભૌતિક જગતના આધારરૂપ છે, પરંતુ આનું સંપૂર્ણ સંચાલન ભૌતિક પ્રકૃતિ દ્વારા કરવામાં આવે છે. ભગવદ્‌ગીતામાં કૃષ્ણે એમ પણ કહ્યું છે કે, "વિભિન્ન યોનિઓમાંના સર્વ જીવોનો હું પિતા છું." જેવી રીતે પિતા બાળક ઉત્પન્ન કરવા માટે માતાના ગર્ભમાં બીજ સ્થાપિત કરે છે, તેવી રીતે પરમેશ્વર કેવળ દૃષ્ટિપાત કરીને પ્રકૃતિના ગર્ભમાં જીવોનું ગર્ભાધાન કરે છે અને એ જીવો પોતાની અંતિમ ઇચ્છાઓ તથા કર્મો પ્રમાણે વિભિન્ન રૂપો તથા યોનિઓમાં પ્રગટ થાય છે. આ સર્વ જીવો પરમેશ્વરની દૃષ્ટિ હેઠળ જન્મતા હોવા છતાં તેઓ તેમનાં પૂર્વકર્મો તથા વાસનાઓ અનુસાર વિભિન્ન શરીરો ગ્રહણ કરે છે. એટલે ભગવાન પ્રત્યક્ષ રીતે આ જગત પ્રત્યે આસક્ત થતા નથી. તેઓ પ્રકૃતિ ઉપર માત્ર દૃષ્ટિપાત કરે છે; એ રીતે પ્રકૃતિને ક્રિયાશીલ બનાવાય છે અને દરેક વસ્તુ તત્કાળ ઉત્પન્ન થાય છે. ભગવાન ભૌતિક પ્રકૃતિ પર દૃષ્ટિપાત કરે છે, તેથી તેમણે નિશ્ચિતપણે અમુક કાર્ય કર્યું તેમ કહેવાય, પરંતુ ભૌતિક બ્રહ્માંડના પ્રાકટ્ય સાથે તેમને કોઈ પણ જાતનો પ્રત્યક્ષ સંબંધ નથી. સ્મૃતિમાં આ ઉદાહરણ આપ્યું છે—જ્યારે કોઈ મનુષ્ય સમક્ષ સુગંધી ફૂલ હોય છે, ત્યારે તે મનુષ્યની ઘ્રાણશક્તિ દ્વારા સુગંધનો સ્પર્શ થાય છે. તેમ છતાં સૂંઘવાની ક્રિયા અને ફૂલ પરસ્પર અલિપ્ત રહે છે. ભૌતિક જગત અને પરમેશ્વર વચ્ચે એવો જ સંબંધ રહે છે. વાસ્તવમાં પૂર્ણ પુરુષોત્તમ પરમેશ્વરને આ ભૌતિક જગત સાથે કશી નિસ્બત હોતી નથી, પરંતુ તેઓ જ દૃષ્ટિપાત દ્વારા તેને ઉત્પન્ન કરે છે તથા વ્યવસ્થિત કરે છે. સારાંશ એ જ છે કે પૂર્ણ પુરુષોત્તમ પરમેશ્વરની દેખરેખ વગર ભૌતિક પ્રકૃતિ કશું કરી શકતી નથી. તેમ છતાં ભગવાન સર્વ ભૌતિક કાર્યોથી અલિપ્ત રહે છે.

શ્લોક ૧૧
अवजानन्ति मां मूढा मानुषीं तनुमाश्रितम्।
परं भावमजानन्तो मम भूतमहेश्वरम्॥ ११॥

અવજાનન્તિ—ઉપહાસ કરે છે; **મામ્**—મને; **મૂઢાઃ**—મૂર્ખ મનુષ્યો; **માનુષીમ્**—મનુષ્ય રૂપમાં; **તનુમ્**—શરીર; **આશ્રિતમ્**—ધારણ કરેલ;

પરમ્—દિવ્ય; **ભાવમ્**—સ્વભાવને; **અજાનન્તઃ**—નહીં જાણીને; **મમ**—મારો; **ભૂત**—દરેક વસ્તુનો; **મહા ઈશ્વરમ્**—સર્વોપરી સ્વામી.

અનુવાદ

હું જ્યારે મનુષ્યરૂપે અવતરું છું, ત્યારે મૂર્ખ લોકો મારો ઉપહાસ કરે છે. તેઓ સચરાચરના સર્વોપરી સ્વામી તરીકેની મારી દિવ્ય પ્રકૃતિને જાણતા નથી.

ભાવાર્થ

આ અધ્યાયના પહેલાંના શ્લોકોની સમજૂતી ઉપરથી એ સ્પષ્ટ થાય છે કે પૂર્ણ પુરુષોત્તમ પરમેશ્વર એક મનુષ્યરૂપે પ્રગટ થતા હોવા છતાં તેઓ કંઈ સામાન્ય મનુષ્ય નથી. જે ભગવાન અખિલ બ્રહ્માંડનું સર્જન, પાલન તથા વિનાશ કરે છે, તેઓ માત્ર મનુષ્ય હોઈ શકે નહીં. છતાં એવા અનેક મૂર્ખ માણસો છે કે જેઓ કૃષ્ણને એક શક્તિશાળી મનુષ્ય સિવાય બીજું કંઈ જ માનતા નથી. વાસ્તવમાં તેઓ આદિ પરમ પુરુષ છે, જે અંગે બ્રહ્મસંહિતામાં સમર્થન થયું છે—*ઈશ્વરઃ પરમઃ કૃષ્ણઃ*—તેઓ પરમ ઈશ્વર છે.

ઈશ્વરો અર્થાત્ નિયંતાઓ અનેક છે અને એક ઈશ્વર બીજાથી વધુ મહાન જણાય છે. ભૌતિક જગતમાં વહીવટી કાર્યો માટે કોઈ અધિકારી અથવા સંચાલક હોય છે અને તેનો ઉપરી એક સચિવ હોય છે, તેની ઉપર પ્રધાન હોય છે અને તેની ઉપર પ્રમુખ હોય છે. આમાંનો દરેક નિયંત્રક હોય છે, પરંતુ તેમાંનો એક બીજા વડે નિયંત્રિત રહે છે. બ્રહ્મસંહિતામાં કહ્યું છે કે કૃષ્ણ પરમ નિયંતા છે. નિઃસંદેહ ભૌતિક જગત તથા વૈકુંઠલોક બંનેમાં અનેક નિયંતાઓ હોય છે, પરંતુ કૃષ્ણ તો સર્વોપરી અર્થાત્ પરમ નિયંતા છે. (*ઈશ્વરઃ પરમઃ કૃષ્ણઃ*) અને તેમનો દેહ સચ્ચિદાનંદરૂપ અર્થાત્ અભૌતિક હોય છે.

પૂર્વેના શ્લોકોમાં જે અદ્દ્ભુત કાર્યોનું વર્ણન થયું છે, તે ભૌતિક શરીર દ્વારા કરી શકાતાં નથી. કૃષ્ણનું શરીર સનાતન, આનંદમય અને જ્ઞાનથી ભરપૂર છે. તેઓ સામાન્ય મનુષ્ય નથી, તેમ છતાં મૂર્ખ લોકો તેમનો ઉપહાસ કરે છે અને તેમને એક મનુષ્ય માને છે. અહીં તેમના શરીરને *માનુષીમ્* કહ્યું છે, કારણ કે તેઓ અર્જુનના મિત્રની જેમ તથા કુરુક્ષેત્રના યુદ્ધમાં એક રાજનીતિજ્ઞની જેમ, એક સામાન્ય મનુષ્યની જેમ જ વર્તે છે. તેઓ અનેક રીતે એક સામાન્ય મનુષ્યની જેમ કાર્ય કરે છે, પરંતુ હકીકતમાં તેમનું શરીર

સચ્ચિદાનંદ વિગ્રહરૂપ છે. વૈદિક સાહિત્યમાં પણ આનું સમર્થન થયું છે. *સચ્ચિદાનન્દ રૂપાય કૃષ્ણાય*—"હું પૂર્ણ પુરુષોત્તમ પરમેશ્વર કૃષ્ણને પ્રણામ કરું છું કે જેઓ સચ્ચિદાનંદ સ્વરૂપ છે." (ગોપાલતાપની ઉપનિષદ ૧.૧) વેદોમાં એવાં અન્ય વર્ણનો પણ છેઃ *તમેકં ગોવિન્દમ્*—આપ ઇન્દ્રિયો તથા ગાયોને આનંદ આપનારા છો. *સચ્ચિદાનન્દ વિગ્રહમ્*—અને આપનું રૂપ સચ્ચિદાનંદ સ્વરૂપ છે. (ગોપાલતાપની ઉપનિષદ ૧.૩૫)

ભગવાન કૃષ્ણનો દેહ અનેક દિવ્ય ગુણો ધરાવતો હોવા છતાં અને તે આનંદ તથા જ્ઞાનથી ભરપૂર હોવા છતાં એવા અનેક કહેવાતા વિદ્વાનો તથા ભગવદ્‌ગીતાના ટીકાકારો છે કે જેઓ કૃષ્ણને એક સામાન્ય મનુષ્ય કહી તેમનો ઉપહાસ કરે છે. કોઈ વિદ્વાન તેનાં પૂર્વકૃત પુણ્યકર્મોના કારણે અસાધારણ જન્મ પામી શકે છે, પરંતુ શ્રીકૃષ્ણ વિશેની આવી ધારણા તો તેના જ્ઞાનના અધૂરા ભંડોળને કારણે જ થાય છે. એટલે જ તેઓ મૂઢ કહેવાય છે, કારણ કે મૂર્ખ લોકો જ કૃષ્ણને સામાન્ય મનુષ્ય માને છે. આવા મૂર્ખાઓ પરમેશ્વર કૃષ્ણનાં ગૂઢ કર્મો તથા તેમની વિભિન્ન શક્તિઓથી પરિચિત હોતા નથી, તેથી જ તેઓ કૃષ્ણને સાધારણ મનુષ્ય માને છે. તેઓ એ જાણતા નથી કે કૃષ્ણનો દેહ પૂર્ણ જ્ઞાન તથા આનંદના પ્રતીકરૂપ છે, તેઓ અસ્તિત્વ ધરાવતી દરેક વસ્તુના સ્વામી છે અને તેઓ કોઈને પણ મુક્તિ પ્રદાન કરી શકે છે. તે લોકો કૃષ્ણના અનેક દિવ્ય ગુણોને જાણતા નથી હોતા, તેથી તેઓ કૃષ્ણનો ઉપહાસ કરે છે.

આ મૂઢજનો એ પણ જાણતા નથી કે આ ભૌતિક જગતમાં પૂર્ણ પુરુષોત્તમ પરમેશ્વરનું પ્રાકટ્ય તેમની પોતાની અંતરંગ શક્તિનું પ્રગટીકરણ છે. તેઓ જ ભૌતિક શક્તિના સ્વામી છે. અનેક સ્થળે કહેવામાં આવ્યું છે તેમ, (*મમ માયા દુરત્યયા*) તેઓ કહે છે કે ભૌતિક શક્તિ અત્યંત પ્રબળ હોવા છતાં તેમના નિયંત્રણ હેઠળ રહેલી છે અને જે કોઈ તેમના શરણે આવે છે, તે આ ભૌતિક શક્તિના નિયંત્રણમાંથી બહાર નીકળી શકે છે. જો કૃષ્ણને શરણાગત થયેલો જીવ ભૌતિક માયાના પ્રભાવમાંથી બહાર નીકળી શકે છે, તો પછી સંપૂર્ણ દૃશ્ય જગતનું સર્જન, પાલન તથા સંહાર કરનારા પરમેશ્વર આપણા જેવું ભૌતિક શરીર કેવી રીતે ધરાવી શકે? માટે કૃષ્ણ વિશે આવી ધારણા રાખવી એ નરી મૂર્ખામી છે. અલબત્ત, મૂર્ખ મનુષ્યો સમજી શકતા નથી કે સાધારણ મનુષ્યની જેમ પ્રગટ થનારા પરમેશ્વર કૃષ્ણ, સમસ્ત પરમાણુઓ તેમ જ આ વિરાટ બ્રહ્માંડના નિયંતા

કેવી રીતે થઈ શકે? બૃહત્તમ તથા સૂક્ષ્મતમ તેમની કલ્પનાની શક્તિની બહારની વાત છે અને તેથી તેઓ એવું વિચારી પણ શકતા નથી કે મનુષ્ય જેવું રૂપ એક જ સમયે અનંત તથા સૂક્ષ્મતમને કેવી રીતે વશમાં રાખી શકે. તેઓ અનંત તથા સાન્તનું નિયંત્રણ કરી રહ્યા છે, તેમ છતાં તેઓ આ સર્વ પ્રાકટ્યોથી અલિપ્ત રહે છે. તેમના *યોગમૈશ્વરમ્* વિશે અર્થાત્ તેમની અચિંત્ય દિવ્ય શક્તિ વિશે કહેવામાં આવ્યું છે કે તેઓ એકસાથે અનંત તથા સાન્તને વશમાં રાખી શકે છે, છતાં તેમનાથી અળગા રહી શકે છે. જોકે મૂર્ખ લોકો વિચારી પણ શકતા નથી કે મનુષ્ય રૂપમાં અવતરીને કૃષ્ણ કેવી રીતે અનંત તથા સાન્તને નિયંત્રણમાં રાખી શકે છે, તેમ છતાં જે શુદ્ધ ભક્તો છે તેઓ આનો સ્વીકાર કરે છે, કારણ કે તેઓ જાણે છે કે કૃષ્ણ પૂર્ણ પુરુષોત્તમ પરમેશ્વર છે. તેથી તેઓ સંપૂર્ણપણે તેમની શરણમાં જાય છે અને *કૃષ્ણભાવનામૃત* અર્થાત્ ભગવાનની ભક્તિમય સેવામાં પરોવાઈ જાય છે.

નિરાકારવાદીઓ તથા સાકારવાદીઓ વચ્ચે ભગવાનના મનુષ્યરૂપમાં થતા પ્રાકટ્ય વિશે અનેક મતભેદો છે. પરંતુ જો આપણે ભગવદ્‌ગીતા તથા શ્રીમદ્ ભાગવત જેવા અધિકૃત ગ્રંથોનું અનુશીલન કૃષ્ણતત્ત્વ સમજવા માટે કરીશું, તો આપણે જાણી શકીશું કે કૃષ્ણ જ પૂર્ણ પુરુષોત્તમ પરમેશ્વર છે. તેઓ સાધારણ મનુષ્ય નથી, ભલે તેઓ આ પૃથ્વી પર એક સાધારણ મનુષ્યની જેમ અવતર્યા હોય. શ્રીમદ્ ભાગવતના પ્રથમ સ્કંધના પ્રથમ અધ્યાયમાં જ્યારે શૌનક વગેરે મુનિજનોએ સૂત ગોસ્વામીને કૃષ્ણની લીલાઓ વિશે પૂછ્યું, ત્યારે તેમણે કહ્યું હતુંઃ

કૃતવાન્ કિલ કર્માણિ સહ રામેણ કેશવઃ।
અતિ મર્ત્યાનિ ભગવાન્ગૂઢઃ કપટ માનુષઃ॥

"પૂર્ણ પુરુષોત્તમ પરમેશ્વર, ભગવાન શ્રીકૃષ્ણે બલરામના સંગાથમાં રહીને મનુષ્યની જેમ લીલા કરી હતી અને એ રીતે પ્રચ્છન્ન રહીને તેમણે અનેક અતિમાનુષી લીલાઓ કરી હતી." (શ્રીમદ્ ભાગવત ૧.૧.૨૦) મનુષ્ય તરીકે ભગવાનનું પ્રાકટ્ય મૂર્ખ વ્યક્તિને મોહ પમાડે છે. કૃષ્ણ આ ભૂમંડળમાં વિદ્યમાન હતા, ત્યારે તેમણે કરેલાં અદ્‌ભુત કાર્યો કોઈ મનુષ્ય કરી શકે નહીં. જ્યારે કૃષ્ણ પોતાની માતા દેવકી તથા પિતા વસુદેવજી સમક્ષ પ્રગટ થયા, ત્યારે તેઓ ચાર હાથ સાથે પ્રગટ થયા હતા, પરંતુ માતાપિતાની પ્રાર્થના પછી તેમણે સામાન્ય બાળકનું રૂપ ધારણ કર્યું હતું. ભાગવત (૧૦.૩.૪૬)માં જણાવ્યા પ્રમાણે—*બભૂવ પ્રાકૃતઃ શિશુઃ*—તેઓ

એક સાધારણ બાળક જેવા થઈ ગયા. વળી અહીં એવો પણ નિર્દેશ મળે છે કે સામાન્ય વ્યક્તિરૂપે પ્રગટ થવું એ તેમના દિવ્ય શરીરનો એક લાક્ષણિક ગુણ છે. ભગવદ્‌ગીતાના અગિયારમા અધ્યાયમાં એમ પણ કહ્યું છે કે અર્જુને કૃષ્ણના ચતુર્ભુજ રૂપનું દર્શન કરવા માટે (*તેનૈવ રૂપેણ ચતુર્ભુજેન*) પ્રાર્થના કરી હતી. આ રૂપ દર્શાવ્યા પછી અર્જુને પ્રાર્થના કરી એટલે તેમણે પહેલાંનું મનુષ્યરૂપ ધારણ કરી લીધું (*માનુષં રૂપમ્*). ભગવાનનાં આ વિભિન્ન લક્ષણો નિઃસંદેહ સાધારણ મનુષ્ય જેવાં નથી.

કૃષ્ણનો ઉપહાસ કરનારા અને માયાવાદી વિચારધારાથી પ્રભાવિત થયેલા કેટલાક લોકો કૃષ્ણ એક સામાન્ય મનુષ્ય હતા એમ સાબિત કરવા માટે શ્રીમદ્ ભાગવતનો આ શ્લોક (૩.૨૯.૨૧) ઉદ્ધૃત કરે છે—*અહં સર્વેષુ ભૂતેષુ ભૂતાત્માવસ્થિતઃ સદા*—"પરમેશ્વર સમસ્ત જીવોમાં વિદ્યમાન છે." આપણે જીવ ગોસ્વામી તથા વિશ્વનાથ ચક્રવર્તી ઠાકુર જેવા વૈષ્ણવ આચાર્યોએ કરેલું આ શ્લોકનું ભાષ્ય ધ્યાનમાં લઈએ એ જ ઉત્તમ છે; કૃષ્ણનો ઉપહાસ કરનારા અનધિકૃત માણસોની ટીકાઓથી દોરવાઈએ તે યોગ્ય નથી. આ શ્લોકના ભાષ્યમાં જીવ ગોસ્વામી કહે છે કે કૃષ્ણ પરમાત્મા તરીકેના તેમના સ્વાંશ વિસ્તાર દ્વારા સમગ્ર ચર તથા અચર જીવોમાં વિદ્યમાન છે. તેથી જે નવોદિત ભક્ત મંદિરમાંની અર્ચામૂર્તિ ઉપર જ ધ્યાન આપે છે અને અન્ય જીવોનો આદર કરતો નથી, તેની મંદિરમાંના સ્વરૂપની પૂજા નિરર્થક જ છે. ભગવદ્‌ભક્તોના ત્રણ પ્રકાર છે, જેમાંના નવા ભક્તો સૌથી નિમ્ન કક્ષામાં હોય છે. નવોદિત ભક્તો અન્ય ભક્તો કરતાં મંદિરમાંની અર્ચામૂર્તિ પર વિશેષ ધ્યાન આપે છે અને તેથી વિશ્વનાથ ચક્રવર્તી ઠાકુર ચેતવણી આપે છે કે આવા પ્રકારની મનોવૃત્તિને સુધારવી જોઈએ. ભક્તે સમજવું જોઈએ કે કૃષ્ણ પરમાત્મારૂપે જીવમાત્રના હૃદયમાં બિરાજતા હોવાથી દરેક જીવ પરમેશ્વરના મંદિર સમાન છે. માટે ભક્ત જેવી રીતે ભગવાનના મંદિરનો આદર કરે છે, તેવી જ રીતે તેઓએ પરમાત્માનો જેમાં નિવાસ છે, એવા પ્રત્યેક જીવના દેહનો આદર કરવો જોઈએ. માટે પ્રત્યેક વ્યક્તિનો યથાયોગ્ય આદર કરવો જોઈએ અને ઉપેક્ષા કરવી ન જોઈએ.

વળી એવા પણ ઘણા નિર્વિશેષવાદીઓ છે કે જેઓ મંદિરમાં થતી પૂજાનો ઉપહાસ કરે છે. તેઓ કહે છે કે ઈશ્વર સર્વત્ર હોવાથી મનુષ્યે મંદિરની પૂજા સુધી જ શા માટે મર્યાદિત રહેવું જોઈએ? પરંતુ જો ઈશ્વર સર્વત્ર હોય, તો શું તેઓ મંદિર કે મૂર્તિમાં હોતા નથી? સગુણવાદી તથા

ર્વિશેષવાદી જોકે સતત લડતા રહેશે, છતાં કૃષ્ણભાવનામૃતમાં રહેલો ર્ણ ભક્ત એ જાણે છે કે કૃષ્ણ પરમેશ્વર હોવા છતાં તેઓ જ સર્વવ્યાપી છે, વિશે બ્રહ્મસંહિતા સમર્થન કરે છે. જોકે તેમનું વ્યક્તિગત ધામ ગોલોક દાવન છે તથા તેઓ ત્યાં નિત્ય નિવાસ કરે છે, તેમ છતાં પોતાની ક્તિના વિભિન્ન આવિર્ભાવો દ્વારા તથા સ્વાંશ વિસ્તારો દ્વારા તેઓ ોતિક તેમ જ આધ્યાત્મિક જગતમાં સર્વત્ર વિદ્યમાન છે.

શ્લોક ૧૨

मोघाशा मोघकर्माणो मोघज्ञाना विचेतसः।
राक्षसीमासुरीं चैव प्रकृतिं मोहिनीं श्रिताः॥ १२॥

મોઘ આશાઃ—તેમની આશામાં નિષ્ફળ; **મોઘ કર્માણઃ**—સકામ કર્મમાં ષ્ફળ; **મોઘ જ્ઞાનાઃ**—જ્ઞાનમાં નિષ્ફળ; **વિચેતસઃ**—મોહગ્રસ્ત થયેલા; ક્ષસીમ્—આસુરી; **આસુરીમ્**—નાસ્તિક; **ચ**—અને; **એવ**—નક્કી; કૃતિમ્—પ્રકૃતિને; **મોહિનીમ્**—મોહિત કરનારી; **શ્રિતાઃ**—નો આશ્રય લઈને.

અનુવાદ

જે લોકો આવી રીતે મોહગ્રસ્ત થયેલા છે, તેઓ આસુરી તથા ાસ્તિક વિચારો પ્રત્યે આકર્ષાય છે. આ મોહગ્રસ્ત અવસ્થામાં તેમની ક્તિ માટેની આશા, તેમનાં સકામ કર્મો અને તેમનું જ્ઞાનસંવર્ધન એ ધાં જ વ્યર્થ થઈ જાય છે.

ભાવાર્થ

એવા અનેક ભક્તો છે કે જેઓ પોતે કૃષ્ણભાવનામૃત તથા ભક્તિમાં વાનો દેખાવ કરે છે, પરંતુ તેઓ ભગવાન કૃષ્ણ પૂર્ણ પુરુષોત્તમ પરમેશ્વર એવું સ્વીકારતા નથી. આવા લોકોને ભગવદ્ધામની પ્રાપ્તિરૂપ ભક્તિનું ળ કદાપિ મળતું નથી. તેવી જ રીતે જે મનુષ્યો સકામ પુણ્યકર્મોમાં રોવાયેલા રહીને આ ભૌતિક બંધનમાંથી મુક્ત થવા ઇચ્છે છે, તેઓ પણ ફળ થતા નથી; કારણ કે તેઓ પૂર્ણ પુરુષોત્તમ પરમેશ્વર કૃષ્ણનો ઉપહાસ રે છે. બીજા શબ્દોમાં, જે લોકો કૃષ્ણની હાંસી કરે છે, તેમને આસુરી કે ાસ્તિક સમજવા જોઈએ. ભગવદ્ગીતાના સાતમા અધ્યાયમાં દર્શાવ્યા માણે આવા આસુરી દુરાત્માઓ કદાપિ કૃષ્ણના શરણે જતા નથી. તેથી રબ્રહ્મ સુધી પહોંચવાના તેમના માનસિક તર્કવિતર્કો તેમને એવા મિથ્યા ાષ્કર્ષ પર લાવે છે કે સામાન્ય જીવ તથા કૃષ્ણ એકસમાન છે. આવી મથ્યા ધારણાને લીધે તેઓ માને છે કે હાલમાં તો આ શરીર પ્રકૃતિ દ્વારા

માત્ર આવૃત છે અને જેવું તે મુક્ત થશે કે પછી તેનામાં અને ઈશ્વરમ
કોઈ તફાવત રહેશે નહીં. કૃષ્ણ સાથે એકરૂપ થવાનો આ પ્રયાસ ભ્રમ
કારણે નિષ્ફળ જશે. આધ્યાત્મિક જ્ઞાનનું આવું આસુરી તથા નાસ્તિ
અનુશીલન હંમેશાં નિષ્ફળ નીવડે છે. આ શ્લોક એનો જ નિર્દેશ કરે
આવા મનુષ્યો માટે વેદાંતસૂત્ર તથા ઉપનિષદો જેવા વૈદિક સાહિત્યમાં
જ્ઞાનનું અનુશીલન સદા નિષ્ફળ રહે છે.

માટે પૂર્ણ પુરુષોત્તમ પરમેશ્વર કૃષ્ણને સાધારણ મનુષ્ય માનવા એ એ
મહાન અપરાધ છે. જે લોકો એમ કરે છે, તેઓ ચોક્કસપણે મોહગ્રસ્ત હો
છે, કારણ કે તેઓ કૃષ્ણના સનાતન રૂપને સમજી શકતા નથી. બૃહદ્વિ
સ્મૃતિ સ્પષ્ટપણે કહે છે:

યો વેત્તિ ભૌતિકં દેહં કૃષ્ણસ્ય પરમાત્મનઃ।
સ સર્વસ્માદ્‌બહિષ્કાર્યઃ શ્રૌતસ્માર્તવિધાનતઃ।
મુખં તસ્યાવલોક્યાપિ સચેલં સ્નાનમાચરેત્॥

"જે મનુષ્ય કૃષ્ણના દેહને ભૌતિક સમજે છે, તેને સર્વ કર્મકાંડ તેમ જ શ્રુ
અને સ્મૃતિના કર્મમાંથી બહિષ્કૃત કરવો જોઈએ અને જો કોઈ દૈવયો
તેનું મોં જુએ, તો જોનારે એ સંસર્ગદોષમાંથી મુક્ત થવા માટે તરત
ગંગાસ્નાન કરવું જોઈએ." લોકો કૃષ્ણની હાંસી કરે છે, કારણ કે તેઓ પૂ
પુરુષોત્તમ પરમેશ્વરની ઈર્ષા કરે છે. તેમના ભાગ્યમાં જન્મોજનમ આસુ
તથા નાસ્તિક યોનિઓમાં જન્મ લેવાનું હોય છે. તેમનું અસલ જ્ઞા
સદા ભ્રમમાં જ રહેશે અને ધીરે ધીરે તેઓ સર્જનના ઘોરતમ અંધકારમ
અધોગતિ પામશે.

શ્લોક ૧૩ **महात्मानस्तु मां पार्थ दैवीं प्रकृतिमाश्रिताः।**
भजन्त्यनन्यमनसो ज्ञात्वा भूतादिमव्ययम्॥ १३॥

મહા આત્માનઃ—મહાપુરુષો; **તુ**—પરંતુ; **મામ્**—મને; **પાર્થ**—
પૃથાપુત્ર; **દૈવીમ્**—દૈવી; **પ્રકૃતિમ્**—પ્રકૃતિને; **આશ્રિતાઃ**—આશ્રયે રહેલા
ભજન્તિ—સેવા કરે છે; **અનન્ય મનસઃ**—અવિચળ મનથી; **જ્ઞાત્વા**—
જાણીને; **ભૂત**—સર્જનનો; **આદિમ્**—ઉદ્‌ગમ; **અવ્યયમ્**—અવિનાશી.

અનુવાદ

**હે પાર્થ, મોહગ્રસ્ત નહીં થયેલા મહાત્મા પુરુષો દૈવી પ્રકૃતિના રક્ષણ
હેઠળ રહેલા હોય છે. તેઓ સંપૂર્ણપણે ભક્તિમય સેવામાં નિમગ્ન ર**

, કારણ કે તેઓ મને જ આદિ તથા અવિનાશી પૂર્ણ પુરુષોત્તમ રમેશ્વર તરીકે જાણે છે.

ભાવાર્થ

આ શ્લોકમાં *મહાત્મા* શબ્દનું સ્પષ્ટ નિરૂપણ થયું છે. મહાત્માનું ‌થમ ચિહ્ન એ છે કે તે સર્વદા દૈવી પ્રકૃતિમાં અવસ્થિત હોય છે. તે ‌ૌતિક પ્રકૃતિના નિયંત્રણમાં હોતો નથી. તો આ થાય છે કેવી રીતે? ‌ની સમજૂતી સાતમા અધ્યાયમાં આપવામાં આવી છે—જે મનુષ્ય પૂર્ણ ‌રુષોત્તમ પરમેશ્વર શ્રીકૃષ્ણને શરણાગત થાય છે, તેને તરત જ ભૌતિક ‌કૃતિના નિયંત્રણમાંથી મુક્તિ મળે છે. એ જ તો તેની યોગ્યતા છે. પૂર્ણ ‌રુષોત્તમ પરમેશ્વરને આત્મસમર્પણ કરતાં જ મનુષ્ય ભૌતિક પ્રકૃતિના ‌યંત્રણમાંથી મુક્ત થઈ જાય છે. તે જ પ્રારંભિક સૂત્ર છે. તટસ્થ શક્તિ ‌વાથી જીવ જેવો ભૌતિક પ્રકૃતિના નિયંત્રણમાંથી મુક્ત થાય છે, તેવો જ ‌આધ્યાત્મિક પ્રકૃતિના માર્ગદર્શન હેઠળ આવે છે. આધ્યાત્મિક પ્રકૃતિનું ‌ર્ગદર્શન દૈવી પ્રકૃતિ કહેવાય છે. એટલે કે જ્યારે મનુષ્યને એ રીતે (પૂર્ણ ‌રુષોત્તમ પરમેશ્વરને શરણાગત થવાથી) ઉન્નતિ પ્રાપ્ત થાય છે, ત્યારે ‌નુષ્ય મહાન આત્મા, મહાત્માના સ્તરે પહોંચે છે.

મહાત્મા પોતાના ધ્યાનને કૃષ્ણ સિવાય અન્ય કશા ઉપર જવા દેતો ‌થી, કારણ કે તે સારી રીતે જાણે છે કે કૃષ્ણ જ આદિ પરમ પુરુષ છે, ‌મસ્ત કારણોના આદિ કારણ છે. તે વિશે કોઈ શંકા છે જ નહીં. આવો ‌હાત્મા અન્ય મહાત્માઓ, શુદ્ધ ભક્તોના સંગ દ્વારા વિકાસ સાધે છે. ‌દ્ધ ભક્તો ચતુર્ભુજ મહાવિષ્ણુ જેવા કૃષ્ણનાં અન્ય સ્વરૂપો પ્રત્યે પણ ‌ાકર્ષાતા નથી. તેમને તો કૃષ્ણના દ્વિભુજ સ્વરૂપનું જ આકર્ષણ હોય છે. ‌ઓ કૃષ્ણનાં અન્ય સ્વરૂપો પ્રત્યે આકર્ષાતા નથી અને તેમને દેવના કે ‌નુષ્યના કોઈ રૂપની ઝંખના હોતી નથી. તેઓ માત્ર કૃષ્ણભાવનાયુક્ત ‌ઈ કૃષ્ણમાં જ ધ્યાનાવસ્થિત થાય છે. તેઓ સદા કૃષ્ણભાવનાપરાયણ ‌ઈ ભગવાનની અવિચળ સેવા કરવામાં જ નિમગ્ન રહે છે.

શ્લોક ૧૪

सततं कीर्तयन्तो मां यतन्तश्च दृढव्रताः।
नमस्यन्तश्च मां भक्त्या नित्ययुक्ता उपासते॥ १४॥

सततम्—નિરંતર; **कीर्तयन्तः**—કીર્તન કરતા; **माम्**—મારું; **यतन्तः**—‌યાસ કરતા; **च**—અને; **दृढ व्रताः**—દૃઢ નિશ્ચયપૂર્વક; **नमस्यन्तः**—નમસ્કાર

કરતા; **ચ**—અને; **મામ્**—મને; **ભક્ત્યા**—ભક્તિમાં; **નિત્યયુક્તાઃ**—સત
પરોવાયેલા; **ઉપાસતે**—ભજે છે.

અનુવાદ

તે મહાત્માઓ મારા મહિમાનું નિત્ય કીર્તન કરતા, દૃઢ સંકલ્પપૂર્વ પ્રયાસ કરતા, મને નમસ્કાર કરતા ભક્તિભાવે નિરંતર મને ભજે છે.

ભાવાર્થ

એક સામાન્ય મનુષ્યના માથા પર મહાત્માનો સિક્કો લગાવીને તે મહાત્મા બનાવી શકાતો નથી. અહીં મહાત્માનાં લક્ષણોનું વર્ણન થ છે—મહાત્મા હરહંમેશ પૂર્ણ પુરુષોત્તમ પરમેશ્વર એવા કૃષ્ણના ગુણો કીર્તન કરતો રહે છે. તેની પાસે બીજું કોઈ કામ હોતું નથી. તે હંમેશ ભગવાનના ગુણાનુવાદમાં વ્યસ્ત રહે છે. બીજી રીતે કહી શકાય કે નિરાકારવાદી હોતો નથી. જ્યારે ગુણાનુવાદનો પ્રશ્ન ઊભો થાય છે, ત્યા મનુષ્યે ભગવાનનાં પવિત્ર નામ, તેમના દિવ્ય ગુણો, તેમના સનાત રૂપ તેમ જ તેમની અદ્‌ભુત લીલાઓનું ગૌરવગાન કરીને પરમેશ્વરન ગુણાનુવાદ કરવાના હોય છે. મનુષ્યે આ સર્વ બાબતોનો મહિમા ગાવાન હોય છે; તેથી મહાત્મા પૂર્ણ પુરુષોત્તમ પરમેશ્વર પ્રત્યે અનુરક્ત રહે છે.

જે મનુષ્ય પરમેશ્વરના નિરાકાર પાસારૂપ બ્રહ્મજ્યોતિમાં આસક્ત ર છે, તેને ભગવદ્‌ગીતામાં મહાત્મા કહેવામાં આવ્યો નથી. તેને હવે પછીન શ્લોકમાં અન્ય રીતે વર્ણવ્યો છે. શ્રીમદ્‌ ભાગવતમાં ઉલ્લેખ કરવામાં આવ્ છે તેમ, મહાત્મા વિષ્ણુનું શ્રવણ, કીર્તન જેવાં વિવિધ ભક્તિકાર્યોમાં સદૈ નિમગ્ન રહે છે. તે કોઈ દેવ કે મનુષ્યનાં ગુણગાન ગાતો નથી. એ જ ભક્તિ છે—*શ્રવણં કીર્તનં વિષ્ણોઃ* અને *સ્મરણમ્*. આવો મહાત્મા અંતે ભગવાનન પાંચ દિવ્ય રસોમાંથી કોઈ એક રસમાં અવસ્થિત એવા ભગવાનનું સાન્નિધ પ્રાપ્ત કરવા માટે દૃઢવ્રત હોય છે. તે આ સફળતા પ્રાપ્ત કરવા માટે મન વચન અને કર્મથી પોતાનાં સર્વ કાર્યોને ભગવાન શ્રીકૃષ્ણની સેવામાં અર્પણ કરે છે. આને જ પૂર્ણ કૃષ્ણભક્તિ કહેવામાં આવે છે.

ભક્તિમય સેવામાં એવા કેટલાંક કાર્યો હોય છે, જે દૃઢવ્રત કહેવાય છે જેમ કે દરેક અગિયારશના દિવસે તથા ભગવાનના પ્રાકટ્ય (જન્માષ્ટમી ના દિવસે ઉપવાસ કરવો. આ સર્વ વ્રત-નિયમો મહાન આચાર્યો દ્વારા એવ લોકો માટે નિયત કરવામાં આવ્યા છે કે જેઓ દિવ્ય લોકમાં પૂર્ણ પુરુષોત્તમ પરમેશ્વરનું સાન્નિધ્ય પ્રાપ્ત કરવા ખરેખર ઈચ્છુક હોય છે. મહાત્માઓ અ

બધા જ વ્રત-નિયમોનું દઢપણે પાલન કરે છે, પરિણામે તેઓ નિશ્ચિતરૂપે ઇચ્છિત ફળ પ્રાપ્ત કરે છે.

આ અધ્યાયના બીજા શ્લોકમાં કહેવામાં આવ્યું છે તેમ, આ ભક્તિ સહજ તો છે જ, પણ તે સુખપૂર્વક આચરી શકાય તેવી છે. તે માટે કઠોર વ્રત-તપ કરવાની જરૂર રહેતી નથી. મનુષ્ય સદ્‌ગુરુની નિશ્રામાં રહીને કોઈ પણ અવસ્થામાં—ગૃહસ્થ, સંન્યાસી અથવા બ્રહ્મચારી તરીકે ભક્તિમાં આ જીવન વ્યતીત કરી શકે છે. તે આ જગતમાં ગમે તે સ્થાને રહીને, ગમે તેવી સ્થિતિમાં રહીને પૂર્ણ પુરુષોત્તમ પરમેશ્વરની ભક્તિ કરીને વાસ્તવિક રીતે મહાત્મા બની શકે છે.

શ્લોક ૧૫

ज्ञानयज्ञेन चाप्यन्ये यजन्तो मामुपासते।
एकत्वेन पृथक्त्वेन बहुधा विश्वतोमुखम्॥ १५॥

જ્ઞાન યજ્ઞેન—જ્ઞાનના સંવર્ધન દ્વારા; **ચ**—પણ; **અપિ**—નક્કી; **અન્યે**—બીજા; **યજન્તઃ**—યજ્ઞ કરીને; **મામ્**—મને; **ઉપાસતે**—ભજે છે; **એકત્વેન**—ઐક્યભાવથી; **પૃથક્ત્વેન**—દ્વૈતભાવથી; **બહુધા**—વિવિધ પ્રકારે; **વિશ્વતઃ મુખમ્**—તથા વિશ્વરૂપે.

અનુવાદ

જે અન્ય મનુષ્યો જ્ઞાનસંવર્ધન દ્વારા યજ્ઞમાં પરોવાયેલા રહે છે, તેઓ પરમેશ્વરને એકમેવ અદ્વિતીય રૂપે, અનેક રૂપો ધરાવનારા તરીકે અને વિરાટરૂપે ભજે છે.

ભાવાર્થ

આ શ્લોક આનાથી પહેલાંના શ્લોકોનો સારાંશ છે. ભગવાન અર્જુનને કહે છે કે જે મનુષ્યો વિશુદ્ધ કૃષ્ણભાવનામૃતમાં હોય છે અને કૃષ્ણ સિવાય અન્ય કશું જાણતા નથી, તેઓ *મહાત્મા* કહેવાય છે. તેમ છતાં કેટલાક મનુષ્યો એવા પણ હોય છે કે જેઓ ચોક્કસપણે મહાત્માની અવસ્થામાં હોતા નથી, પરંતુ વિભિન્ન રીતે કૃષ્ણને ભજતા હોય છે. આમાંના કેટલાકનું આર્ત, અર્થાર્થી, જિજ્ઞાસુ તથા જ્ઞાની તરીકે વર્ણન થઈ ગયેલું છે. પરંતુ વળી કેટલાક એવા મનુષ્યો પણ હોય છે કે જેઓ આનાથી પણ વધુ નિમ્ન અવસ્થામાં રહેલા હોય છે. તેમના ત્રણ વર્ગો થાય છેઃ (૧) પરમેશ્વર સાથે પોતાને એકરૂપ સમજીને પૂજા કરનારા, (૨) પરમેશ્વરના કોઈ મનોકલ્પિત રૂપને ભજનારા અને (૩) પૂર્ણ પુરુષોત્તમ પરમેશ્વરના વિશ્વરૂપની પૂજા

કરનારા. આમાંના જે મનુષ્યો પોતાને અદ્વૈતવાદી માનીને પરમેશ્વરરૂપે પોતાની જ પૂજા કરે છે, તેઓ સૌથી અધમ હોય છે અને આવા જ મનુષ્યોનું પ્રાધાન્ય છે. આવા લોકો પોતાને પરમેશ્વર માને છે અને આવી મનોવૃત્તિમાં તેઓ પોતાને જ ભજે છે. આ પણ એક પ્રકારની ઈશપૂજા છે, કારણ કે તેઓ સમજી શકે છે કે તેઓ ખરેખર ભૌતિક પદાર્થ નથી, પણ ચેતન આત્મા છે. ઓછામાં ઓછું, આવો ભાવ મુખ્યત્વે રહે છે. સામાન્ય રીતે નિર્વિશેષવાદીઓ પરમેશ્વરને આ રીતે ભજે છે. બીજા વર્ગના લોકો દેવોને પૂજે છે અને પોતાની કલ્પના પ્રમાણે કોઈ પણ રૂપને પરમેશ્વરનું રૂપ માની લે છે. ત્રીજી શ્રેણીમાં એવા લોકો આવે છે કે જેઓ આ બ્રહ્માંડથી પર એવું કશું વિચારી શકતા નથી. તેઓ બ્રહ્માંડને જ સર્વોચ્ચ જીવંત વસ્તુ અથવા હસ્તી માની તેની ઉપાસના કરે છે. આ બ્રહ્માંડ પણ ભગવાનનું એક રૂપ છે.

શ્લોક ૧૬

अहं क्रतुरहं यज्ञः स्वधाहमहमौषधम्।
मन्त्रोऽहमहमेवाज्यमहमग्निरहं हुतम्॥ १६॥

અહમ્—હું; **ક્રતુઃ**—વૈદિક કર્મકાંડ; **અહમ્**—હું; **યજ્ઞઃ**—સ્મૃતિયજ્ઞ; **સ્વધા**—તર્પણ; **અહમ્**—હું; **અહમ્**—હું; **ઔષધમ્**—ઔષધિ; **મન્ત્રઃ**—દિવ્ય મંત્રઘોષ; **અહમ્**—હું; **અહમ્**—હું; **એવ**—જ; **આજ્યમ્**—ઘી; **અહમ્**—હું; **અગ્નિઃ**—અગ્નિ; **અહમ્**—હું; **હુતમ્**—આહુતિ.

અનુવાદ

પરંતુ હું જ કર્મકાંડ, હું જ યજ્ઞ, પિતૃ-તર્પણ, ઔષધિ તેમ જ દિવ્ય મંત્રઘોષ છું. હું જ ઘી, અગ્નિ અને આહુતિ છું.

ભાવાર્થ

જ્યોતિષ્ટોમ નામનો વૈદિક યજ્ઞ પણ કૃષ્ણ છે અને સ્મૃતિમાં વર્ણવેલ મહાયજ્ઞ પણ કૃષ્ણ જ છે. પિતૃલોકને અર્પણ કરાતું તર્પણ અથવા પિતૃલોકને પ્રસન્ન કરવા કરાતો યજ્ઞ જેને ઘૃતરૂપમાં એક પ્રકારની ઔષધિ માનવામાં આવે છે, તે પણ કૃષ્ણ જ છે. આના સંબંધમાં જે મંત્રઘોષ થાય છે, તે પણ કૃષ્ણ છે અને યજ્ઞમાં આહુતિ માટે તૈયાર કરેલી દૂધની બનાવટોના અનેક પદાર્થો પણ કૃષ્ણ છે. અગ્નિ સુધ્ધાં કૃષ્ણ છે, કારણ કે તે પંચમહાભૂતોમાંનું એક તત્ત્વ છે, તેથી તે કૃષ્ણની ભિન્ન શક્તિ કહેવાય છે. બીજા શબ્દોમાં, વેદોના કર્મકાંડ વિભાગમાં પ્રતિપાદિત વૈદિક યજ્ઞો

ણ પૂર્ણ રીતે કૃષ્ણ છે. અથવા બીજા શબ્દોમાં કહી શકાય કે જે મનુષ્યો ૃષ્ણની ભક્તિમય સેવામાં પરોવાયેલા રહે છે, તેમણે વેદોમાં કહેલા બધા જ્ઞો કરેલા છે એમ જાણવું.

શ્લોક ૧૭

पिताहमस्य जगतो माता धाता पितामहः।
वेद्यं पवित्रम् ॐकार ऋक्साम यजुरेव च॥१७॥

પિતા—પિતા; **અહમ્**—હું; **અસ્ય**—આ; **જગતઃ**—બ્રહ્માંડનો; **માતા**—માતા; **ધાતા**—આશ્રયદાતા; **પિતામહ**—દાદા; **વેદ્યમ્**—જાણવા યોગ્ય; **પવિત્રમ્**—પાવન કરનારું; **ૐકારઃ**—ૐ અક્ષર; **ઋક્**—ઋગ્વેદ; **સામ**—સામવેદ; **યજુઃ**—યજુર્વેદ; **એવ ચ**—તેમ જ.

અનુવાદ

હું આ બ્રહ્માંડનો પિતા, માતા, આશ્રયદાતા તથા પિતામહ છું. હું જ્ઞાનનો વિષય, વિશુદ્ધિકર્તા તથા ૐકાર છું. હું ઋગ્વેદ, સામવેદ તથા યજુર્વેદ પણ છું.

ભાવાર્થ

સમગ્ર ચર તથા અચર વૈશ્વિક પ્રગટીકરણોની અભિવ્યક્તિ કૃષ્ણની શક્તિનાં વિભિન્ન કાર્યોથી થાય છે. ભૌતિક જીવનમાં આપણે વિભિન્ન જીવો સાથે ભાતભાતના સંબંધો નિર્માણ કરીએ છીએ કે જે જીવો કૃષ્ણની તટસ્થ શક્તિ સિવાય અન્ય કંઈ જ નથી. પ્રકૃતિના સર્જનમાં તેમાંના કેટલાક આપણાં માતા, પિતા, દાદા, સ્રષ્ટા વગેરે બની શકે છે. પરંતુ તેઓ ખરેખર તો કૃષ્ણના અંશો જ હોય છે. આમ હોવાથી જેઓ આપણાં માતા, પિતા વગેરે તરીકે દેખાય છે, તેઓ કૃષ્ણ સિવાય અન્ય કંઈ જ નથી. આ શ્લોકમાંના *ધાતા* શબ્દનો અર્થ સ્રષ્ટા છે. આપણાં માતાપિતા તો કૃષ્ણના જ અંશ છે, એટલું જ નહીં, સ્રષ્ટા, દાદી, દાદા વગેરે પણ કૃષ્ણ જ છે. હકીકતમાં કોઈ પણ જીવ કૃષ્ણનો અંશ હોવાથી કૃષ્ણ જ છે. તેથી બધા વેદોના ઉદ્દેશરૂપ કૃષ્ણ છે. આપણે વેદોમાંથી જે કંઈ જાણવા માગીએ છીએ, તે કૃષ્ણને જાણવા માટેનું પ્રગતિનું એક સોપાન જ હોય છે. જે વિષયવસ્તુ દ્વારા આપણી સ્વરૂપાવસ્થા શુદ્ધ થાય છે, તે ખાસ કરીને કૃષ્ણ જ છે. તેવી જ રીતે, જે જીવ સર્વ વૈદિક સિદ્ધાંતોને જાણવા માટે જિજ્ઞાસુ હોય છે, તે પણ કૃષ્ણનો અંશ હોવાથી કૃષ્ણ જ છે. સર્વ વૈદિક મંત્રોમાં ૐ શબ્દ જે પ્રણવ કહેવાય છે, તે એક દિવ્ય ઘોષ છે અને તે પણ કૃષ્ણ જ છે. અને

ઋગ્વેદ, યજુર્વેદ, સામવેદ તથા અથર્વવેદ આ ચારે વેદોમાં પ્રણવ અર્થાત ૐકાર મુખ્ય હોવાથી, તેને કૃષ્ણ સમજવો જોઈએ.

શ્લોક ૧૮ **गतिर्भर्ता प्रभुः साक्षी निवासः शरणं सुहृत्।**
प्रभवः प्रलयः स्थानं निधानं बीजमव्ययम्॥ १८॥

ગતિઃ—લક્ષ્ય; **ભર્તા**—પાલક; **પ્રભુઃ**—ભગવાન; **સાક્ષી**—સાક્ષી **નિવાસઃ**—ધામ; **શરણમ્**—શરણ; **સુહૃત્**—અત્યંત ગાઢ મિત્ર; **પ્રભવઃ**—સર્જન; **પ્રલયઃ**—વિનાશ; **સ્થાનમ્**—સ્થિતિ; **વિધાનમ્**—આશ્રય વિશ્રામસ્થાન; **બીજમ્**—બીજ; **અવ્યયમ્**—અવિનાશી.

અનુવાદ

હું જ પરમ લક્ષ્ય, પાલનકર્તા, સ્વામી, સાક્ષી, ધામ, આશ્રયસ્થાન તથા અત્યંત પ્રિય મિત્ર છું. હું સર્જન તથા પ્રલય, સર્વનો આધાર આશ્રય તથા અવિનાશી બીજ છું.

ભાવાર્થ

ગતિનો અર્થ લક્ષ્ય અથવા ગંતવ્યસ્થાન છે કે જ્યાં આપણે જવ ઈચ્છીએ છીએ. પરંતુ અંતિમ લક્ષ્ય કૃષ્ણ છે કે જે લોકો જાણતા નથી કૃષ્ણને નહીં જાણનાર ગેરમાર્ગે દોરવાય છે અને તેની કહેવાતી પ્રગતિની કૂચ કાં તો આંશિક હોય છે અથવા તો ભ્રામક હોય છે. વિભિન્ન દેવોને પોતાના લક્ષ્યરૂપે માનનારા અનેક લોકો હોય છે અને તેઓ કઠોર વ્રત-તપનું પાલન કરીને ચંદ્રલોક, સૂર્યલોક, ઈન્દ્રલોક, મહર્લોક જેવા વિભિન્ન લોકોને પ્રાપ્ત કરે છે. પરંતુ આ બધા લોક કૃષ્ણનાં જ સર્જન હોવાથી કૃષ્ણ છે અને સાથે સાથે કૃષ્ણ નથી. આવા ગ્રહો કૃષ્ણની શક્તિનાં પ્રગટીકરણો હોવાથી કૃષ્ણ છે, પરંતુ વાસ્તવમાં તેઓ કૃષ્ણના સાક્ષાત્કાર પ્રતિ લઈ જતા પ્રગતિના એક સોપાનરૂપ જ છે. કૃષ્ણની વિવિધ શક્તિઓ સુધી પહોંચવાનો અર્થ છે, પરોક્ષ રીતે કૃષ્ણ સુધી પહોંચી જવું. મનુષ્યે પ્રત્યક્ષ રીતે કૃષ્ણ સુધી પહોંચવું જોઈએ, કારણ કે તેનાથી સમય અને શક્તિની બચત થશે. દાખલા તરીકે, જો કોઈ ઈમારતની ટોચે પહોંચવા માટે લિફ્ટની સગવડ હોય, તો પછી એક એક પગથિયું ચડીને સીડી વાટે જવાની જરૂર રહે ખરી? દરેક વસ્તુ કૃષ્ણની શક્તિ પર આધારિત છે, એટલે કૃષ્ણના આશ્રય વિના કોઈ પણ વસ્તુનું અસ્તિત્વ હોઈ શકે નહીં. કૃષ્ણ જ સર્વોપરી શાસક છે, કારણ કે બધું જ તેમનું છે તથા તેમની શક્તિના આધારે રહેલું

છે. કૃષ્ણ જીવમાત્રના હૃદયમાં સ્થિત હોવાને કારણે સર્વોપરી સાક્ષી છે. આપણાં ઘર, દેશ અથવા ગ્રહ કે જ્યાં આપણે રહીએ છીએ, તે બધા પણ કૃષ્ણ છે. આશ્રય માટે કૃષ્ણ જ અંતિમ ગતિ છે. માટે મનુષ્યે રક્ષણ અર્થે કે સર્વ દુઃખોના વિનાશ માટે કૃષ્ણનું શરણ લેવું જોઈએ. અને જ્યારે જ્યારે પણ આપણે રક્ષણ લેવું પડે છે, ત્યારે આપણે જાણવું જોઈએ કે તે રક્ષણ એક જીવંત શક્તિ હોવી જોઈએ. કૃષ્ણ સર્વોપરી જીવંત હસ્તી છે અને કૃષ્ણ આપણી ઉત્પત્તિના આદિ કારણ અથવા આપણા પરમ પિતા હોવાથી કોઈ તેમનાથી વધારે સારા મિત્ર કે શુભેચ્છક હોઈ ન શકે. કૃષ્ણ સર્જનના મૂળ ઉદ્ભવસ્થાન અને પ્રલય પછી અંતિમ વિશ્રામસ્થાન છે. માટે કૃષ્ણ સર્વ કારણોના સનાતન કારણ છે.

શ્લોક ૧૯

तपाम्यहमहं वर्षं निगृह्णाम्युत्सृजामि च।
अमृतं चैव मृत्युश्च सदसच्चाहमर्जुन॥ १९॥

તપામિ—ગરમી આપું છું; **અહમ્**—હું; **અહમ્**—હું; **વર્ષમ્**—વરસાદ; **નિગૃહ્ણામિ**—રોકી રાખું છું; **ઉત્સૃજામિ**—મોકલું છું; **ચ**—અને; **અમૃતમ્**—અમરત્વ; **ચ**—અને; **એવ**—નક્કી; **મૃત્યુઃ**—મરણ; **ચ**—અને; **સત્**—ચેતન તત્ત્વ; **અસત્**—જડ પદાર્થ; **ચ**—અને; **અહમ્**—હું; **અર્જુન**—હે અર્જુન.

અનુવાદ

હે અર્જુન, હું જ ઉષ્ણતા આપું છું અને હું જ વરસાદને રોકી રાખું છું તથા મોકલું છું. હું અમરત્વ છું અને સાક્ષાત્ મૃત્યુ પણ હું જ છું. ચેતન તત્ત્વ તથા જડ તત્ત્વ બંને મારામાં છે.

ભાવાર્થ

કૃષ્ણ પોતાની વિભિન્ન શક્તિઓ વડે વિદ્યુત તથા સૂર્ય મારફત ઉષ્ણતા તથા પ્રકાશ ચોમેર પ્રસરાવે છે. ગ્રીષ્મ ઋતુમાં કૃષ્ણ જ આકાશમાંથી વરસાદને વરસવા દેતા નથી અને પછી વર્ષા ઋતુમાં તેઓ જ વરસાદની અવિરત હેલી થવા દે છે. જે શક્તિ આપણી આવરદાને લંબાવીને આપણને ટકાવી રાખે છે, તે કૃષ્ણ જ છે અને અંતે કૃષ્ણ જ મૃત્યુરૂપે આપણને મળે છે. કૃષ્ણની આ સર્વ વિભિન્ન શક્તિઓનું વિશ્લેષણ કરવાથી મનુષ્ય સુનિશ્ચિત કરી શકે છે કે કૃષ્ણ માટે ચેતન કે જડમાં કોઈ તફાવત નથી. અથવા બીજા શબ્દોમાં, તેઓ જ જડ-ચેતન તત્ત્વ એમ બંને છે. તેથી કૃષ્ણભાવનામૃતની

ઉચ્ચ સ્થિતિમાં મનુષ્ય આવો તફાવત જોતો નથી. મનુષ્ય સર્વત્ર, સર્વમાં કૃષ્ણનાં જ દર્શન કરે છે.

કૃષ્ણ જ જડ તથા ચેતનરૂપ હોવાથી સર્વ ભૌતિક પ્રાકટ્યોથી યુક્ત આ વિરાટ બ્રહ્માંડ પણ કૃષ્ણ છે અને વાંસળી વગાડતા દ્વિભુજ શ્યામસુંદર તરીકે વૃંદાવનમાં કરેલી તેમની લીલાઓ પણ પૂર્ણ પુરુષોત્તમ પરમેશ્વરની જ છે.

શ્લોક ૨૦

त्रैविद्या मां सोमपाः पूतपापा
यज्ञैरिष्ट्वा स्वर्गतिं प्रार्थयन्ते।
ते पुण्यमासाद्य सुरेन्द्रलोक-
मश्नन्ति दिव्यान्दिवि देवभोगान्॥ २०॥

ત્રૈવિદ્યાઃ—ત્રણ વેદોના જ્ઞાતા; **મામ્**—મને; **સોમપાઃ**—સોમરસનું પાન કરનારા; **પૂત**—પવિત્ર; **પાપાઃ**—પાપોથી; **યજ્ઞૈઃ**—યજ્ઞોથી; **ઈષ્ટ્વા**—પૂજા કરીને; **સ્વઃ ગતિમ્**—સ્વર્ગપ્રાપ્તિ માટે; **પ્રાર્થયન્તે**—પ્રાર્થના કરે છે; **તે**—તેઓ; **પુણ્યમ્**—પુણ્ય; **આસાદ્ય**—પામીને; **સુર ઈન્દ્ર**—ઈન્દ્રના; **લોકમ્**—લોકને; **અશ્નન્તિ**—ભોગવે છે; **દિવ્યાન્**—સ્વર્ગીય; **દિવિ**—સ્વર્ગમાં; **દેવ ભોગાન્**—દેવોનાં સુખો.

અનુવાદ

જે મનુષ્યો વેદાધ્યયન કરે છે તથા સોમરસનું પાન કરે છે, તેઓ સ્વર્ગપ્રાપ્તિ માટે પ્રયત્ન કરીને પરોક્ષ રીતે મારી પૂજા કરે છે. તેઓ પાપકર્મોમાંથી મુક્ત થઈને પુણ્યમય, સ્વર્ગીય ઈન્દ્રલોકમાં જન્મ લે છે, જ્યાં તેઓ દૈવી આનંદ ભોગવે છે.

ભાવાર્થ

ત્રૈવિદ્યાઃ શબ્દ સામ, યજુર્ તથા ઋગ્વેદનો નિર્દેશ કરે છે. જે બ્રાહ્મણે આ ત્રણે વેદોનું અધ્યયન કર્યું હોય છે તે ત્રિવેદી કહેવાય છે. જે મનુષ્ય આ ત્રણે વેદોમાંથી મળતા જ્ઞાન સાથે સંકળાયેલો હોય છે, તેનો સમાજમાં આદર થાય છે. દુર્ભાગ્યે વેદોના એવા અનેક પંડિતો છે કે જેઓ વેદોના અધ્યયનના અંતિમ ધ્યેયને જાણતા નથી. તેથી જ કૃષ્ણ અહીં પોતાને ત્રિવેદીઓના અંતિમ ધ્યેય તરીકે ઘોષિત કરે છે. ખરા ત્રિવેદીઓ કૃષ્ણનાં ચરણકમળોમાં આશ્રય ગ્રહણ કરે છે અને ભગવાનને પ્રસન્ન કરવા તેમની શુદ્ધ ભક્તિ કરે છે. શુદ્ધ ભક્તિનો શુભારંભ હરે કૃષ્ણ મંત્રના જપથી થાય છે

અને સાથે સાથે કૃષ્ણને યથાર્થરૂપે સમજવાના પ્રયાસથી થાય છે. દુર્ભાગ્યે, જે લોકો વેદોનું કેવળ શૈક્ષણિક દૃષ્ટિએ અધ્યયન કરનારા છે, તેઓ ઈન્દ્ર તથા ચંદ્ર જેવા વિભિન્ન દેવો પ્રીત્યર્થે યજ્ઞો કરવામાં વધારે રુચિ ધરાવે છે. આવા પ્રયાસો દ્વારા વિવિધ દેવોના ઉપાસકો નિઃસંદેહ પ્રકૃતિના નિમ્ન ગુણોના સંસર્ગદોષમાંથી શુદ્ધ થઈ જાય છે અને તેઓ મહર્લોક, જનલોક, તપોલોક વગેરે ઉચ્ચતર ગ્રહોમાં ઉન્નતિ પામે છે. એકવાર આવા ઉચ્ચતર લોકમાં સ્થાન પામ્યા પછી મનુષ્ય ત્યાં આ ગ્રહની સરખામણીમાં ઈન્દ્રિયતૃપ્તિ લાખોગણી વધારે સારી રીતે કરી શકે છે.

શ્લોક ૨૧

ते तं भुक्त्वा स्वर्गलोकं विशालं
क्षीणे पुण्ये मर्त्यलोकं विशन्ति।
एवं त्रयीधर्ममनुप्रपन्ना
गतागतं कामकामा लभन्ते॥ २१॥

તે—તેઓ; **તમ્**—તેને; **ભુક્ત્વા**—ભોગવીને; **સ્વર્ગલોકમ્**—સ્વર્ગને; **વિશાલમ્**—વિસ્તૃત; **ક્ષીણે**—સમાપ્ત થયે; **પુણ્યે**—પુણ્યકર્મનાં ફળ; **મર્ત્યલોકમ્**—મૃત્યુલોકમાં; **વિશન્તિ**—પાછા આવે છે; **એવમ્**—એ રીતે; **ત્રયી**—ત્રણે વેદોના; **ધર્મમ્**—સિદ્ધાંતોને; **અનુપ્રપન્નાઃ**—પાલન કરનારા; **ગત આગતમ્**—મૃત્યુ તથા જન્મ; **કામકામાઃ**—ઈન્દ્રિયસુખ ઇચ્છનારા; **લભન્તે**—પ્રાપ્ત કરે છે.

અનુવાદ

એ રીતે જ્યારે તેઓ વિસ્તૃત સ્વર્ગીય ઈન્દ્રિયસુખ ભોગવી લે છે અને તેમનાં પુણ્યકર્મોનાં ફળ પૂરાં થઈ જાય છે, ત્યારે તેઓ આ મૃત્યુલોકમાં પાછા આવે છે. એ રીતે જે મનુષ્યો ત્રણ વેદોના સિદ્ધાંતોમાં દૃઢ રહીને ઈન્દ્રિયસુખ પામવાનો પ્રયત્ન કરે છે, તેઓ નિરંતર જન્મ તથા મૃત્યુને પ્રાપ્ત કરતા રહે છે.

ભાવાર્થ

જે મનુષ્ય સ્વર્ગલોકમાં ઉચ્ચ ગતિ પામે છે, તેને દીર્ઘ જીવન તથા ઈન્દ્રિયસુખની શ્રેષ્ઠ સગવડો પ્રાપ્ત થાય છે, તેમ છતાં તેને ત્યાં સદાને માટે રહેવા દેવામાં આવતો નથી. પુણ્યકર્મોનાં ફળ પૂરાં થયે તેને ફરીથી આ પૃથ્વી પર મોકલવામાં આવે છે. વેદાંતસૂત્રમાં દર્શાવ્યા પ્રમાણે (જન્માદ્યસ્ય

યતઃ) જેણે પૂર્ણ જ્ઞાન મેળવ્યું નથી, અર્થાત્ જે સર્વ કારણોના કારણ કૃષ્ણ જાણવામાં નિષ્ફળ નીવડે છે, તે જીવનનાં અંતિમ ધ્યેયને, પરમ ગતિ પ્રાપ્ત કરતો નથી. તે વારંવાર પૃથ્વીલોકમાં આવાગમન કરતો રહે છે, જાણે કે તે કોઈ ચકડોળ ઉપર બેઠો હોય કે જે ક્યારેક ઉપર ચડે છે, તો ક્યારે નીચે આવે છે. તાત્પર્ય એ જ છે કે મનુષ્ય વૈકુંઠલોક કે જ્યાં ગયા પછી અહીં કદી ફરીથી પાછા આવવાનું રહેતું નથી, ત્યાં ઊર્ધ્વગતિ પામવા બદલે સ્વર્ગ તથા મૃત્યુલોકની વચ્ચે જન્મ-મરણના ફેરામાં અટવાતો રહે છે. વધારે સારું તો એ જ છે કે મનુષ્યે સનાતન, ચિન્મય તથા આનંદમય જીવન ભોગવવા માટે અને આ દુઃખમય ભૌતિક અસ્તિત્વમાં ફરીથી જન્મ લેવો ન પડે તે માટે વૈકુંઠલોક પ્રાપ્ત કરવો જોઈએ.

શ્લોક ૨૨

अनन्याश्चिन्तयन्तो मां ये जनाः पर्युपासते।
तेषां नित्याभियुक्तानां योगक्षेमं वहाम्यहम्॥ २२॥

અનન્યાઃ—અન્ય કોઈ ઉદ્દેશ ન હોઈ, અનન્ય ભાવે; **ચિન્તયન્તઃ**—ચિંતન કરતા; **મામ્**—મારું; **યે**—જે; **જનાઃ**—લોકો; **પર્યુપાસતે**—યોગ્ય રીતે ભજે છે; **તેષામ્**—તેમની; **નિત્ય**—સદા; **અભિયુક્તાનામ્**—ભક્તિમાં સ્થિર મનુષ્યોની; **યોગ**—જરૂરિયાતો; **ક્ષેમમ્**—સંરક્ષણ; **વહામિ**—વહન કરું છું; **અહમ્**—હું.

અનુવાદ

પરંતુ જે લોકો અનન્યભાવે મારા દિવ્ય સ્વરૂપનું સદા ચિંતન કરતા રહી મને ભજે છે, તેમની જરૂરિયાતોની હું પૂર્તિ કરું છું તથા તેમની પાસે જે છે તેનું રક્ષણ કરું છું.

ભાવાર્થ

જે મનુષ્ય કૃષ્ણભાવનામૃત વિના એક ક્ષણ પણ રહી શકતો નથી, તે ચોવીસે કલાક કૃષ્ણનું ચિંતન કરે છે અને શ્રવણ, કીર્તન, સ્મરણ, પાદસેવન, વંદન, અર્ચન, દાસ્ય, સખ્યભાવ અને આત્મનિવેદન દ્વારા ભગવાનના ચરણકમળની સેવા કરવામાં પરોવાયેલો રહે છે. આવાં કાર્યો સર્વથા શુભંકર હોય છે અને પરિણામે તેની એકમાત્ર અભિલાષા પૂર્ણ પુરુષોત્તમ પરમેશ્વરનું સાન્નિધ્ય પામવાની હોય છે. આવો ભક્ત નિઃસંદેહ કોઈ પણ મુશ્કેલી વગર ભગવાન પાસે પહોંચે છે. આને યોગ કહે છે. આવો ભક્ત ભગવત્કૃપાથી આ સંસારની ભૌતિક દશામાં પાછો આવતો

થી. ક્ષેમનો નિર્દેશ ભગવાનના કૃપામય સંરક્ષણ પ્રત્યે છે. ભગવાન ભક્તને યોગ દ્વારા કૃષ્ણભાવનાપરાયણ થવામાં મદદ કરે છે અને જ્યારે તે પૂર્ણપણે કૃષ્ણભાવનામય બને છે, ત્યારે દુ:ખમય બદ્ધ જીવનમાં અધ:પતન પામવાથી ભગવાન તેનું રક્ષણ કરે છે.

શ્લોક ૨૩

येऽप्यन्यदेवताभक्ता यजन्ते श्रद्धयान्विताः।
तेऽपि मामेव कौन्तेय यजन्त्यविधिपूर्वकम्॥ २३॥

યે—જે મનુષ્યો; **અપિ**—પણ; **અન્ય**—બીજા; **દેવતા**—દેવોને; **ભક્તાઃ**—ભક્તો; **યજન્તે**—પૂજે છે; **શ્રદ્ધયા અન્વિતાઃ**—શ્રદ્ધાપૂર્વક; **તે**—તેઓ; **અપિ**—પણ; **મામ્**—મને; **એવ**—જ; **કૌન્તેય**—હે કુંતીપુત્ર; **યજન્તિ**—ભજે છે; **અવિધિપૂર્વકમ્**—અયોગ્ય રીતે.

અનુવાદ

હે કુંતીપુત્ર, જે મનુષ્યો અન્ય દેવોના ભક્ત છે અને તેમની શ્રદ્ધાપૂર્વક પૂજા કરે છે, તેઓ વાસ્તવમાં પરોક્ષ રીતે મારી જ પૂજા કરે છે, પરંતુ તેમની તે ઉપાસના અવિધિપૂર્વકની અર્થાત્ યોગ્ય જ્ઞાનથી રહિત હોય છે.

ભાવાર્થ

કૃષ્ણ કહે છે કે, "જે લોકો અન્ય દેવોની પૂજા કરવામાં પરોવાયેલા રહે છે તેઓ બહુ બુદ્ધિમાન હોતા નથી, તેમ છતાં આવી પૂજા પરોક્ષ રીતે મારી જ પૂજા હોય છે." ઉદાહરણાર્થ, જ્યારે કોઈ મનુષ્ય વૃક્ષના મૂળમાં પાણી ન સિંચતાં તેનાં પાન તથા ડાળીઓ ઉપર પાણી નાખે છે, ત્યારે તે પૂરતા જ્ઞાન વિના અથવા નિયમોનું યોગ્ય પાલન કર્યા વિના આમ કરે છે. તેવી જ રીતે, શરીરનાં વિભિન્ન અંગોની સેવા કરવાની પદ્ધતિ એ છે કે પેટને અન્ન પૂરું પાડવું. એ જ પ્રમાણે વિવિધ દેવો પરમેશ્વરના રાજ્યના વિભિન્ન અધિકારીઓ તથા સંચાલકો છે. મનુષ્યે અધિકારીઓના કે સંચાલકોના કાયદા પ્રમાણે નહીં, પરંતુ સરકારના કાયદા પ્રમાણે વર્તવાનું હોય છે. તેવી જ રીતે, દરેક વ્યક્તિએ પરમેશ્વરની જ પૂજા કરવાની હોય છે. આનાથી ભગવાનના વિવિધ અધિકારીઓ તથા સંચાલકો આપોઆપ સંતુષ્ટ થઈ જશે. અધિકારીઓ તથા સંચાલકોને રાજ્યના પ્રતિનિધિઓ તરીકે નીમેલા હોય છે, તેથી તેમને લાંચ આપવી ગેરકાયદેસર છે. અહીં આને

જ *અવિધિપૂર્વકમ્* કહેવામાં આવેલું છે. બીજા શબ્દોમાં, કૃષ્ણ અન્ય દેવોની નિરર્થક પૂજાનું સમર્થન કરતા નથી.

શ્લોક ૨૪
अहं हि सर्वयज्ञानां भोक्ता च प्रभुरेव च।
न तु मामभिजानन्ति तत्त्वेनातश्च्यवन्ति ते॥ २४॥

અહમ્—હું; **હિ**—જ; **સર્વ**—બધા; **યજ્ઞાનામ્**—યજ્ઞોનો; **ભોક્તા**—ભોગવનાર; **ચ**—અને; **પ્રભુઃ**—સ્વામી; **એવ**—પણ; **ચ**—અને; **ન**—નહીં **તુ**—પરંતુ; **મામ્**—મને; **અભિજાનન્તિ**—જાણે છે; **તત્ત્વેન**—વાસ્તવમાં **અતઃ**—તેથી; **ચ્યવન્તિ**—પતન પામે છે; **તે**—તેઓ.

અનુવાદ

હું જ સર્વ યજ્ઞોનો એકમાત્ર ભોક્તા અને સ્વામી છું. તેથી જે મનુષ્યો મારી સાચી દિવ્ય પ્રકૃતિને ઓળખી શકતા નથી, તેઓ અધઃપતિત થાય છે.

ભાવાર્થ

અહીં એમ સ્પષ્ટપણે કહેવામાં આવ્યું છે કે વૈદિક સાહિત્યમાં અનેક પ્રકારની યજ્ઞવિધિઓની ભલામણ કરવામાં આવેલી છે, પરંતુ વાસ્તવમાં તે બધી જ ભગવાનને પ્રસન્ન કરવા અર્થે હોય છે. *યજ્ઞ*નો અર્થ છે વિષ્ણુ. ભગવદ્ગીતાના દ્વિતીય અધ્યાયમાં સ્પષ્ટ જણાવ્યું છે કે મનુષ્યે યજ્ઞ અથવા વિષ્ણુને પ્રસન્ન કરવા માટે જ કર્મ કરવું જોઈએ. માનવ સંસ્કૃતિનું સર્વથા પૂર્ણ રૂપ વર્ણાશ્રમ-ધર્મ છે અને તે ખાસ વિષ્ણુને પ્રસન્ન કરવા માટે જ નિર્માયેલું છે. તેથી કૃષ્ણ આ શ્લોકમાં કહે છે, “હું સર્વ યજ્ઞોનો ભોક્તા છું, કારણ કે હું સર્વોપરી પ્રભુ છું.” પરંતુ અલ્પજ્ઞ મનુષ્યો આ તથ્યને જાણતા નથી, તેથી તેઓ ક્ષણિક લાભ માટે દેવોને પૂજે છે. તેથી તેઓ ભૌતિક જીવનમાં અધઃપતિત થાય છે અને જીવનનું ઇચ્છિત ધ્યેય પ્રાપ્ત કરતા નથી. પરંતુ જો કોઈને પોતાની દુન્યવી ઇચ્છા પરિપૂર્ણ કરવાની હોય, તો બહેતર છે કે તે માટે તેણે પરમેશ્વરને જ પ્રાર્થવા જોઈએ (જોકે આ શુદ્ધ ભક્તિ નથી) અને તેને મનવાંછિત ફળની પ્રાપ્તિ થશે.

શ્લોક ૨૫
यान्ति देवव्रता देवान्पितृन्यान्ति पितृव्रताः।
भूतानि यान्ति भूतेज्या यान्ति मद्याजिनोऽपि माम्॥ २५॥

યાન્તિ—જાય છે; **દેવ વ્રતાઃ**—દેવોના ઉપાસકો; **દેવાન્**—દેવો પાસે; **પિતૃન્**—પૂર્વજોની પાસે; **યાન્તિ**—જાય છે; **પિતૃવ્રતાઃ**—પિતૃઓના ઉપાસકો; **ભૂતાનિ**—ભૂતપ્રેતોની પાસે; **યાન્તિ**—જાય છે; **ભૂત ઈજ્યાઃ**—ભૂતપ્રેતોના ઉપાસકો; **યાન્તિ**—જાય છે; **મત્**—મારા; **યાજિનઃ**—ભક્તો; **અપિ**—પરંતુ; **મામ્**—મારી પાસે.

અનુવાદ

જે લોકો દેવોને પૂજે છે તેઓ દેવોમાં જન્મ પામશે, જેઓ પિતૃઓને પૂજે છે તેઓ પિતૃઓ પાસે જાય છે, જેઓ ભૂતપ્રેતોની ઉપાસના કરે છે તેઓ તેવા જીવોમાં જ જન્મે છે, પરંતુ જેઓ મને ભજે છે તેઓ મારી સાથે જ નિવાસ કરે છે.

ભાવાર્થ

જો કોઈ મનુષ્યને ચંદ્ર, સૂર્ય અથવા અન્ય કોઈ ગ્રહોમાં જવાની ઈચ્છા હોય, તો તે ભલામણ કરવામાં આવેલા વૈદિક નિયમોને અનુસરીને મનોવાંછિત ગંતવ્ય પ્રાપ્ત કરી શકે છે. આ પ્રક્રિયા પારિભાષિક રીતે *દર્શ પૌર્ણમાસી* તરીકે જાણીતી છે. આનું વિસ્તૃત વર્ણન વેદોના કર્મકાંડ વિભાગમાં થયેલું છે, જેમાં વિભિન્ન સ્વર્ગલોકમાં સ્થિત દેવો પ્રીત્યર્થે વિશિષ્ટ પૂજાનું વિધાન થયેલું છે. તેવી જ રીતે વિશિષ્ટ યજ્ઞ કરીને પિતૃલોક પ્રાપ્ત કરી શકાય છે. એ જ પ્રમાણે મનુષ્ય ભૂતપ્રેતાદિના લોકમાં જઈને યક્ષ, રક્ષ કે પિશાચ બની શકે છે. પિશાચપૂજાને "મેલી વિદ્યા" અથવા જાદુમંતર કહેવામાં આવે છે. આ મેલી વિદ્યાનો વ્યવહાર કરનારા ઘણા લોકો હોય છે અને તે અધ્યાત્મ છે એમ તેઓ માને છે, પરંતુ આવાં કાર્યો સર્વથા ભૌતિકવાદી છે. એ જ રીતે પૂર્ણ પુરુષોત્તમ પરમેશ્વરની સેવા કરનારો શુદ્ધ ભક્ત વૈકુંઠલોક અને કૃષ્ણલોક પ્રાપ્ત કરે છે એમાં શંકા નથી. આ મહત્ત્વપૂર્ણ શ્લોક દ્વારા એ સમજી લેવું સહેલું છે કે જો મનુષ્ય દેવોની પૂજા કરીને સ્વર્ગલોક પામી શકે છે અથવા પૂર્વજોને પૂજીને પિતૃલોક પ્રાપ્ત કરી શકે છે કે મેલી વિદ્યા દ્વારા ભૂતપ્રેતના લોકની પ્રાપ્તિ કરી શકે છે, તો પછી શુદ્ધ ભક્ત કૃષ્ણ અથવા વિષ્ણુલોકની પ્રાપ્તિ કેમ ન કરી શકે? દુર્ભાગ્યે અનેક લોકોને કૃષ્ણ તથા વિષ્ણુ વસે છે તે દિવ્ય લોકની માહિતી હોતી નથી, તેથી આ ન જાણવાને કારણે તેઓ અધઃપતિત થાય છે. અરે, નિર્વિશેષવાદીઓ પણ બ્રહ્મજ્યોતિમાંથી અધઃપતન પામે છે. એટલા માટે જ કૃષ્ણભાવનામૃત આંદોલન આ દિવ્ય જ્ઞાન સમગ્ર માનવ સમાજમાં

વિતરિત કરે છે કે કેવળ હરે કૃષ્ણ મહામંત્રના જપ-કીર્તન દ્વારા જ મનુષ્ય પૂર્ણતા પામી શકે છે અને ભગવદ્‌ધામમાં પાછો જઈ શકે છે.

શ્લોક ૨૬

पत्रं पुष्पं फलं तोयं यो मे भक्त्या प्रयच्छति।
तदहं भक्त्युपहृतमश्नामि प्रयतात्मनः॥ २६॥

પત્રમ્—પર્ણ; **પુષ્પમ્**—પુષ્પ; **ફલમ્**—ફળ; **તોયમ્**—જળ; **યઃ**—જે; **મે**—મને; **ભક્ત્યા**—ભક્તિપૂર્વક; **પ્રયચ્છતિ**—અર્પણ કરે છે; **તત્**—તે; **અહમ્**—હું; **ભક્તિ ઉપહૃતમ્**—ભક્તિભાવે અર્પણ કરેલ; **અશ્નામિ**—સ્વીકાર કરું છું; **પ્રયત આત્મનઃ**—શુદ્ધ ભાવનાવાળા પાસેથી.

અનુવાદ

જો કોઈ મનુષ્ય પ્રેમ તથા ભક્તિપૂર્વક મને પર્ણ, ફૂલ, ફળ કે જળ અર્પણ કરે છે, તો હું તેનો સ્વીકાર કરું છું.

ભાવાર્થ

શાશ્વત સુખ માટે સ્થાયી અને આનંદમય ધામ પ્રાપ્ત કરવા માટે બુદ્ધિમાન મનુષ્યે કૃષ્ણભાવનાપરાયણ થઈને ભગવાનની દિવ્ય પ્રેમભરી સેવામાં પરોવાઈ રહેવું અનિવાર્ય છે. આવું આશ્ચર્યકારક ઉત્કૃષ્ટ પરિણામ પ્રાપ્ત કરવાની પ્રક્રિયા એટલી સરળ છે કે અત્યંત નિર્ધન મનુષ્ય સુધ્ધાં કોઈ પણ પ્રકારની યોગ્યતા વગર તે પામવા પ્રયાસ કરી શકે છે. આના સંબંધમાં ભગવાનના શુદ્ધ ભક્ત થવું એ જ એકમાત્ર યોગ્યતાનું ધોરણ બની રહે છે. મનુષ્ય શું કરે છે અને કેવી સ્થિતિમાં રહેલો છે, તેથી કશો ફરક પડતો નથી. પ્રક્રિયા એટલી સરળ છે કે પ્રેમપૂર્વક એક પાંદડું, થોડું જળ કે ફળ પણ જો ભગવાનને અર્પણ કરવામાં આવે, તો ભગવાન તેનો સહર્ષ સ્વીકાર કરે છે. તેથી કોઈને પણ માટે કૃષ્ણભાવનાનો લાભ લેવા માટે પ્રતિબંધ નથી, કારણ કે તે ઘણું સરળ અને સાર્વત્રિક છે. એવો કોણ મૂરખ હોય કે જે આવી સહેલી પ્રક્રિયાથી કૃષ્ણભાવનાપરાયણ થવા ન ઈચ્છતો હોય અને જ્ઞાનથી ભરપૂર, સનાતન, આનંદમય જીવનની સિદ્ધિ પામવા ન ઈચ્છતો હોય? કૃષ્ણને તો માત્ર પ્રેમમય ભક્તિ જ જોઈએ છે, બીજું કંઈ જ નહીં. કૃષ્ણ તેમના શુદ્ધ ભક્તો પાસેથી એક નાનું ફૂલ પણ સ્વીકારે છે. પરંતુ અભક્ત પાસેથી ગમે તેવું ઐશ્વર્યમય અર્પણ પણ સ્વીકારવા તૈયાર હોતા નથી. તેમને કોઈની પાસેથી કોઈ પણ વસ્તુની જરૂર હોતી નથી, કારણ કે તેઓ સ્વયંસંપૂર્ણ છે અને છતાં તેઓ પ્રેમ અને સ્નેહના વિનિમય

રીકે ભક્તનું અર્પણ સ્વીકાર કરે છે. કૃષ્ણભાવનાનો વિકાસ કરવો એ તો જીવનની સર્વોચ્ચ સિદ્ધિ છે. આ શ્લોકમાં *ભક્તિ* શબ્દનો ઉપયોગ બે ાર એટલા માટે કરવામાં આવ્યો છે કે જેથી એમ ભારપૂર્વક જાહેર કરી કાય કે ભક્તિમય સેવા એ કૃષ્ણને પામવાનો એકમાત્ર માર્ગ છે. બ્રાહ્મણ વાથી, વિદ્વાન પંડિત થવાથી, શ્રીમંત થવાથી, મહાન વિચારક થવાથી એવી અન્ય કોઈ પણ સ્થિતિ કૃષ્ણને કોઈ પણ પ્રકારની ભેટ લેવા પ્રેરી કતી નથી. ભક્તિના મૂળભૂત સિદ્ધાંત વિના ભગવાન કોઈની પાસેથી કંઈ ણ સ્વીકારવા પ્રેરિત થતા નથી. ભક્તિ કદાપિ કામચલાઉ હોતી નથી. મે પ્રક્રિયા સનાતન છે. આ તો પરમ પૂર્ણની સેવામાં કરેલું પ્રત્યક્ષ કર્મ છે.

પોતે જ એકમાત્ર ભોક્તા, આદ્યપુરુષ અને સર્વ યજ્ઞ-સમર્પણના સાચા ઉદ્દેશ છે, એમ કહીને હવે ભગવાન કૃષ્ણ દર્શાવે છે કે તેઓ કેવા પ્રકારના જ્ઞો તેમને અર્પણ થાય એમ ઈચ્છે છે. જો કોઈ મનુષ્ય શુદ્ધ થવા માટે તથા ભગવાનની દિવ્ય પ્રેમસભર સેવારૂપી જીવનના ઉદ્દેશ સુધી પહોંચી જવા માટે ભગવદ્ભક્તિ કરે છે, તો તેણે એ જાણવું જોઈએ કે ભગવાન તેની પાસેથી શું ઈચ્છે છે. કૃષ્ણને પ્રેમ કરનાર વ્યક્તિ તેમને તેમની ઈચ્છિત વસ્તુ અર્પણ કરશે અને એવી કોઈ વસ્તુ અર્પણ કરશે નહીં કે જેની તેમને ઈચ્છા ન હોય અથવા જે તેમણે માગી ન હોય. એ રીતે કૃષ્ણને માંસ, માછલી અને ઈંડાં અર્પણ કરવાં ન જોઈએ. જો અર્પણ તરીકે તેમણે આ વસ્તુઓ ઈચ્છી હોત, તો તેમણે તેમ કહ્યું હોત. તેને બદલે ભગવાન સ્પષ્ટપણે નિર્દેશ કરે છે કે તેમને પત્ર, પુષ્પ, ફળ તથા જળ અર્પણ કરવામાં આવે અને તેના વિશે તેઓ એમ કહે છે કે, “હું તેનો સ્વીકાર કરીશ.” માટે આપણે જાણવું જોઈએ કે તેઓ માંસ, માછલી તથા ઈંડાં સ્વીકારશે નહીં. શાકભાજી, ફળ, અનાજ, દૂધ તથા જળ—આ જ મનુષ્ય માટે યોગ્ય આહાર છે અને ભગવાન કૃષ્ણે પણ આ વસ્તુઓનો જ આદેશ આપ્યો છે. આ સિવાયના બીજા જે પદાર્થો આપણે ખાતા હોઈએ, તે ભગવાનને અર્પણ કરી શકાય નહીં, કારણ કે તેઓ તે સ્વીકરશે નહીં. જો આપણે આવા પદાર્થો તેમને અર્પણ કરીશું, તો આપણે પ્રેમાભક્તિના સ્તરે વર્તી રહ્યા છીએ તેમ કહેવાશે નહીં.

તૃતીય અધ્યાયના તેરમા શ્લોકમાં શ્રીકૃષ્ણ જણાવે છે કે યજ્ઞની વધેલી પ્રસાદી જ શુદ્ધ હોય છે. માટે જે મનુષ્યો પ્રગતિ કરવા તથા ભવબંધનમાંથી મુક્ત થવા ઈચ્છે છે, તેમણે તેનો જ આહાર કરવો જોઈએ. એ જ શ્લોકમાં

તેઓ વળી જણાવે છે કે જે મનુષ્યો ભગવાનને ભોગસામગ્રી અર્પણ કરતા નથી, તેઓ માત્ર પાપનું ભક્ષણ કરે છે. બીજા શબ્દોમાં તેમના ભોજનનો દરેક કોળિયો તેમને ભૌતિક પ્રકૃતિની જટિલતાઓમાં વધારે ને વધારે સંડોવે છે. પરંતુ સરસ સાદું શાકાહારી ભોજન તૈયાર કરીને તે ભગવાન કૃષ્ણના ચિત્ર અથવા અર્ચાવિગ્રહ સમક્ષ અર્પણ કરીને અને વિનમ્રભાવે નતમસ્તક થઈને આ તુચ્છ ભેટ સ્વીકારવા પ્રાર્થના કરવાથી મનુષ્ય જીવનમાં નિરંતર પ્રગતિ કરે છે, તેનું શરીર શુદ્ધ બને છે અને મસ્તિષ્કમાં શ્રેષ્ઠ સૂક્ષ્મ તંતુઓનું નિર્માણ થાય છે કે જેનાથી શુદ્ધ ચિંતન થઈ શકે છે. સૌથી મહત્ત્વની બાબત તો એ છે કે આવું અર્પણ પ્રેમભાવે કરવું જોઈએ. કૃષ્ણને કોઈ ભોજનની જરૂર નથી, કારણ કે જે અસ્તિત્વમાં છે તે બધું જ તેમની માલિકીનું છે પરંતુ જો કોઈ ભક્ત તેમને આ રીતે સંતુષ્ટ કરવા ઇચ્છે, તો તેઓ આ ભેટને ગ્રહણ કરે છે. ભોજન તૈયાર કરવામાં, પીરસવામાં અને અર્પણ કરવામાં (ધરાવવામાં) સૌથી મહત્ત્વની બાબત એ હોવી જોઈએ કે આ કાર્ય કૃષ્ણ પ્રત્યે પ્રેમભાવે કરેલું હોવું જોઈએ.

માયાવાદી ચિંતકો આ શ્લોકનો અર્થ સમજી શકશે નહીં, કારણ કે તેમના મતે તો પરમ સત્ય ઇન્દ્રિયરહિત છે. તેમના માટે તો આ કાં તો રૂપક છે અથવા ભગવદ્ગીતાના પ્રવક્તા એવા કૃષ્ણના માનવીય ચારિત્ર્યનું પ્રમાણ છે. પરંતુ વાસ્તવિકતા તો એ છે કે ભગવાન કૃષ્ણ ઇન્દ્રિયોથી યુક્ત છે અને એમ કહ્યું છે કે તેમની ઇન્દ્રિયો પરસ્પર પરિવર્તનશીલ છે. બીજા શબ્દોમાં, ભગવાનની એક ઇન્દ્રિય બીજી ઇન્દ્રિયનું કાર્ય કરી શકે છે. કૃષ્ણ પરબ્રહ્મ છે એમ કહેવાનો આ જ આશય છે. ઇન્દ્રિયોની અનુપસ્થિતિમાં તેમને સમગ્ર ઐશ્વર્યોથી સભર કહી શકાય નહીં. સાતમા અધ્યાયમાં કૃષ્ણે સમજાવ્યું છે કે તેઓ પ્રકૃતિના ગર્ભમાં જીવોને સ્થાપિત કરે છે. ભૌતિક પ્રકૃતિ ઉપર ભગવાનનો દૃષ્ટિપાત થતાં આ સંભવે છે. અને આ કિસ્સામાં અહીં ભક્તો દ્વારા ભોજન સમર્પિત કરતી વખતે ભક્તોનાં પ્રેમભર્યાં વચન સાંભળવાં, એ જ કૃષ્ણનું ભોજન કરવા તથા તેનો સ્વાદ લેવા બરાબર છે. આ બાબતે એટલા માટે ભાર મૂકવો જોઈએ કે ભગવાન પોતાની પરમ પૂર્ણ સ્થિતિને કારણે ભક્તની વિનંતિ સાંભળે, એ તેમણે ભોજન તથા સ્વાદ ગ્રહણ કર્યા સમાન જ છે. કૃષ્ણ સ્વયં પોતાનું વર્ણન કરે છે, તેને કોઈ પણ જાતનું અર્થઘટન કર્યા વગર સ્વીકાર કરનાર ભક્ત જ એ સમજી શકે છે કે પરબ્રહ્મ ભોજન કરી શકે છે અને તેનો સ્વાદ માણી શકે છે.

શ્લોક २७ **यत्करोषि यदश्नासि यज्जुहोषि ददासि यत्।**
यत्तपस्यसि कौन्तेय तत्कुरुष्व मदर्पणम्॥ २७॥

યત્—જે કાંઈ; **કરોષિ**—કરે છે; **યત્**—જે કાંઈ; **અશ્નાસિ**—ખાય છે; **યત્**—જે કાંઈ; **જુહોષિ**—અર્પિત કરે છે; **દદાસિ**—દાન આપે છે; **યત્**—જે કાંઈ; **યત્**—જે; **તપસ્યસિ**—તપ કરે છે; **કૌન્તેય**—હે કુંતીપુત્ર; **તત્**—તે; **કુરુષ્વ**—કર; **મત્**—મને; **અર્પણમ્**—અર્પણ તરીકે.

અનુવાદ

હે કુંતીપુત્ર, તું જે કાંઈ કરે છે, જે કાંઈ ખાય છે, જે કાંઈ અર્પિત કરે છે અથવા દાન આપે છે અને જે તપસ્યા કરે છે, તે સર્વ મને અર્પણ કર.

ભાવાર્થ

આ પ્રમાણે દરેક મનુષ્યનું એ કર્તવ્ય છે કે તેણે જીવનને એવી રીતે ઘડવું જોઈએ કે ગમે તેવી દશામાં પણ તેને કૃષ્ણનું વિસ્મરણ થવા પામે નહીં. દરેક વ્યક્તિને પોતાના જીવનનિર્વાહ માટે કર્મ કરવું પડે છે અને કૃષ્ણ અહીં ભલામણ કરે છે કે વ્યક્તિએ ભગવાન માટે જ કર્મ કરવું જોઈએ. દરેકને જીવવા માટે કંઈક ખાવું પડે છે, તેથી તેણે કૃષ્ણને ધરાવેલા અન્નના શેષ ભાગને પ્રસાદ તરીકે ગ્રહણ કરવો જોઈએ. દરેક સંસ્કારી મનુષ્યને કેટલાંક ધાર્મિક કર્મ કરવાનાં હોય છે, તેથી કૃષ્ણ અનુરોધ કરે છે કે, "તે મારા માટે કર" અને આ જ અર્ચન કહેવાય છે. દરેક મનુષ્ય કંઈ ને કંઈ દાન આપવાની વૃત્તિ ધરાવે છે. કૃષ્ણ કહે છે, "તે મને અર્પણ કર." આનો અર્થ એવો થાય કે વધારાના ધનનો ઉપયોગ કૃષ્ણભાવનામૃત આંદોલનની ઉન્નતિ માટે થવો જોઈએ. હાલના સમયમાં લોકો ધ્યાનની પ્રક્રિયા પ્રત્યે વધુ રુચિ ધરાવતા થયા છે કે જે આ યુગ માટે વહેવારુ નથી, પરંતુ જે કોઈ મનુષ્ય પોતાની માળા ફેરવતા ફેરવતા હરે કૃષ્ણ મહામંત્રનો જપ ચોવીસે કલાક કરીને કૃષ્ણનું ધ્યાન ધરે છે, તે નિઃશંકપણે મહાનતમ ધ્યાની તથા યોગી થાય છે, જે અંગે ભગવદ્‌ગીતાના છઠ્ઠા અધ્યાયમાં સમર્થન કરવામાં આવ્યું છે.

શ્લોક २८ **शुभाशुभफलैरेवं मोक्ष्यसे कर्मबन्धनैः।**
सन्न्यासयोगयुक्तात्मा विमुक्तो मामुपैष्यसि॥ २८॥

શુભ—શુભ; **અશુભ**—તથા અશુભ; **ફલૈઃ**—ફળો દ્વારા; **એવમ્**—એ રીતે; **મોક્ષ્યસે**—તું મુક્ત થઈ જઈશ; **કર્મ**—કર્મના; **બન્ધનૈઃ**—બંધનમાંથી **સન્ન્યાસ**—સંન્યાસના; **યોગ**—યોગથી; **યુક્ત આત્મા**—મનને સ્થિર કરીને **વિમુક્તઃ**—મુક્ત થયેલો; **મામ્**—મને; **ઉપૈષ્યસિ**—તું પ્રાપ્ત કરીશ.

અનુવાદ

એ રીતે તું કર્મના બંધનમાંથી તથા તેનાં શુભ તથા અશુભ ફળોમાંથી મુક્ત થઈ શકીશ. આ સંન્યાસયોગમાં પોતાના મનને સ્થિર કરીને તું મુક્તિ પામીશ અને મને શરણાગત થઈશ.

ભાવાર્થ

જે મનુષ્ય કૃષ્ણભક્તિમાં ગુરુની શ્રેષ્ઠ દોરવણી હેઠળ રહીને કર્મ કરે છે, તેને યુક્ત કહેવાય છે. પારિભાષિક શબ્દ *યુક્ત-વૈરાગ્ય* છે. આની વધુ સ્પષ્ટતા શ્રીલ રૂપ ગોસ્વામીએ આ પ્રમાણે કરી છે.

અનાસક્તસ્ય વિષયાન્ યથાર્હમ ઉપયુઞ્જતઃ।
નિર્બન્ધઃ કૃષ્ણ સમ્બન્ધે યુક્તં વૈરાગ્યમુચ્યતે॥

(ભક્તિરસામૃતસિંધુ ૨.૨૫૫)

શ્રીલ રૂપ ગોસ્વામી કહે છે કે જ્યાં સુધી આપણે આ ભૌતિક દુનિયામાં છીએ, ત્યાં સુધી આપણે કર્મ કરવાં પડે છે. આપણે કર્મ કરવાનું બંધ કરી શકતા નથી. તેથી કર્મ કરીને તેનાં ફળ જો કૃષ્ણને અર્પણ કરવામાં આવે, તો તે *યુક્ત-વૈરાગ્ય* કહેવાય છે. વાસ્તવમાં સંન્યાસમાં સ્થિત આવાં કર્મ મનરૂપી દર્પણને સ્વચ્છ કરે છે અને જેમ જેમ કર્તા આત્મ-સાક્ષાત્કાર પ્રતિ પ્રગતિ કરે છે, તેમ તેમ તે પરમેશ્વર પ્રત્યે પૂરેપૂરો સમર્પિત થઈ જાય છે. તેથી અંતે તે મુક્ત થઈ જાય છે અને આ મુક્તિ પણ વિશિષ્ટ હોય છે. આ મુક્તિ દ્વારા તે બ્રહ્મજ્યોતિ સાથે એકરૂપ થતો નથી, પરંતુ ભગવાનના ધામમાં પ્રવેશે છે. અહીં પણ સ્પષ્ટ રીતે ઉલ્લેખ થયો છે—*મામ્ ઉપૈષ્યસિ*—તે મારી પાસે આવે છે, અર્થાત્ મારા ધામમાં પાછો આવે છે. મુક્તિની પાંચ વિવિધ અવસ્થાઓ છે અને અહીં વિશેષરૂપે સ્પષ્ટ કરવામાં આવ્યું છે કે જે ભક્ત અહીં જીવનભર પરમેશ્વરના નિર્દેશન હેઠળ રહે છે, તે એવી વિકસિત અવસ્થાને પામે છે કે જ્યાંથી તે શરીર તજ્યા પછી ભગવદ્‌ધામમાં જઈ શકે છે અને પરમેશ્વરના પ્રત્યક્ષ સંગમાં રહી તેમની સેવા કરી શકે છે.

જે કોઈ મનુષ્ય ભગવત્સેવામાં જીવનને સમર્પિત કરવું એ સિવાયની અન્ય કોઈ બાબતમાં રુચિ ધરાવતો નથી, તે જ વાસ્તવિક સંન્યાસી છે. આવો મનુષ્ય ભગવાનની સર્વોપરી ઈચ્છાને અધીન રહી પોતાને ભગવાનનો નિત્યદાસ માને છે. આ રીતે તે જે કરે છે, તે ભગવાનના લાભાર્થે કરે છે. તે જે કર્મ કરે છે, તે પરમેશ્વરની સેવારૂપે કરે છે. તે સકામ કર્મો કે વેદવિહિત કર્તવ્યો પ્રત્યે ખાસ ધ્યાન આપતો નથી. સામાન્ય મનુષ્યો માટે વેદવર્ણિત નિયત કર્તવ્યો કરવાં અનિવાર્ય છે. પરંતુ શુદ્ધ ભક્ત ભગવાનની સેવામાં પૂરેપૂરો પરોવાયેલો રહેતો હોવા છતાં કોઈ વખત વેદવિહિત કર્તવ્યોની વિરુદ્ધનું વર્તન કરતો દેખાય છે, પણ ખરેખર એમ હોતું નથી.

માટે વૈષ્ણવ આચાર્યોએ કહ્યું છે કે અત્યંત બુદ્ધિશાળી મનુષ્ય પણ શુદ્ધ ભક્તની યોજનાઓ તથા કાર્યોને સમજી શકતો નથી. આ માટેના ચોક્કસ શબ્દો છે—*તાંર વાક્ય, ક્રિયા, મુદ્રા વિજ્ઞેહ ના બુઝય*. (ચૈતન્ય ચરિતામૃત, મધ્ય ૨૩.૩૯) આ પ્રમાણે જે મનુષ્ય ભગવાનની સેવામાં પરોવાઈ રહે છે અથવા જે ભગવત્સેવા કેવી રીતે સંપન્ન કરવી તેનો સદા વિચાર કે યોજના કરતો રહે છે, તેને વર્તમાનમાં સંપૂર્ણ મુક્ત માનવો જોઈએ અને ભવિષ્યમાં તેનું ભગવદ્ધામ ગમન સુનિશ્ચિત હોય છે. જેવી રીતે કૃષ્ણ સર્વ આલોચનાઓથી પર છે તેમ તે ભક્ત પણ સઘળી ભૌતિક આલોચનાઓથી પર હોય છે.

શ્લોક ૨૯

समोऽहं सर्वभूतेषु न मे द्वेष्योऽस्ति न प्रियः।
ये भजन्ति तु मां भक्त्या मयि ते तेषु चाप्यहम्॥ २९॥

સમઃ—સમાન ભાવવાળો; **અહમ્**—હું; **સર્વ ભૂતેષુ**—સર્વ જીવો પ્રત્યે; **ન**—કોઈ નથી; **મે**—મારો; **દ્વેષ્યઃ**—દ્વેષપૂર્ણ; **અસ્તિ**—છે; **ન**—અને નહીં; **પ્રિયઃ**—વહાલો; **યે**—જેઓ; **ભજન્તિ**—દિવ્ય સેવા કરે છે; **તુ**—પરંતુ; **મામ્**—મારી; **ભક્ત્યા**—ભક્તિભાવે; **મયિ**—મારામાં; **તે**—તે મનુષ્યો; **તેષુ**—તેમનામાં; **ચ**—પણ; **અપિ**—નક્કી; **અહમ્**—હું.

અનુવાદ

હું ન તો કોઈનો દ્વેષ કરું છું કે ન તો કોઈનો પક્ષપાત કરું છું. હું સર્વ પ્રત્યે સમભાવયુક્ત છું. પરંતુ જે મનુષ્ય ભક્તિભાવે મારી સેવા કરે છે, તે મારો મિત્ર છે, મારામાં અવસ્થિત હોય છે અને હું પણ તેનો મિત્ર છું.

ભાવાર્થ

અહીં એવો સવાલ થઈ શકે છે કે જો કૃષ્ણ સહુ કોઈ પ્રત્યે સમભાવ રાખનારા છે અને તેમનો કોઈ ખાસ મિત્ર નથી, તો પછી તેમની દિવ્ય સેવામાં સદા મગ્ન રહેનારા ભક્તોમાં તેઓ શા માટે વિશેષ ભાવ ધરાવે છે? પરંતુ આ કંઈ ભેદભાવ નથી, એ તો સ્વાભાવિક છે. આ ભૌતિક જગતમાં કોઈ મનુષ્ય અત્યંત પરોપકારી હોઈ શકે, તોયે તે પોતાનાં સંતાનો પ્રત્યે વિશેષ ભાવ ધરાવતો હોય છે. ભગવાનનું કહેવું છે કે કોઈ પણ જીવ, ભલે તે ગમે તે યોનિનો હોય, તેમનો પુત્ર છે. તેથી તેઓ દરેકે દરેક જીવને જીવનની સઘળી જરૂરિયાતો ઉદારતાપૂર્વક પ્રદાન કરે છે. મેઘ જેમ જળની વર્ષા ખડક, જમીન કે જળમાં એમ સર્વત્ર કરતો હોય છે, એમ ભગવાન તેમની કૃપા સર્વત્ર વરસાવે છે, પરંતુ તેઓ પોતાના ભક્તો પ્રત્યે વિશેષ ધ્યાન આપે છે. અહીં એવા જ ભક્તોનો ઉલ્લેખ થયો છે, જેઓ હરહંમેશ કૃષ્ણભાવનામાં મગ્ન રહેતા હોય છે અને તેથી તેઓ સદા કૃષ્ણમય દિવ્ય અવસ્થામાં હોય છે. *કૃષ્ણભાવના* આ શબ્દ જ એવું સૂચવે છે કે જેઓ આવી ભાવનામાં રહેલા છે, તેઓ ભગવાનની દિવ્ય ચેતનામાં અવસ્થિત અધ્યાત્મવાદી જીવો છે. ભગવાને અહીં સ્પષ્ટ રીતે કહ્યું છે—*મયિ તે*—"તેઓ મારામાં અવસ્થિત છે." પરિણામે ભગવાન પણ સ્વાભાવિક રીતે તેમનામાં અવસ્થિત છે. આ તો અરસપરસનું આદાનપ્રદાન છે. આનાથી *યે યથા માં પ્રપદ્યન્તે તાંસ્તથૈવ ભજામ્યહમ્* એ વચનની પણ સ્પષ્ટતા થઈ જાય છે—"જે કોઈ જે મુજબ મારે શરણે આવે છે, તે પ્રમાણે હું તેની સંભાળ રાખું છું." આ દિવ્ય આદાનપ્રદાન સંભવે છે, કારણ કે ભક્ત અને ભગવાન બંને સભાન હોય છે. જ્યારે હીરાને સોનાની વીંટીમા જડવામાં આવે છે, ત્યારે તે અત્યંત સુંદર દેખાય છે. આનાથી સોનાનો મહિમા વધે છે અને સાથે સાથે હીરાની મહત્તા પણ વધી જાય છે. ભગવાન તથા જીવ નિત્ય ચમકતા રહે છે અને જ્યારે કોઈ જીવ ભગવાનની સેવામાં પ્રવૃત્ત થાય છે, ત્યારે તે સુવર્ણ સમો દેખાય છે. ભગવાન હીરા સમાન છે અને તેથી આ સંયોગ અત્યુત્તમ છે. શુદ્ધ અવસ્થામાં રહેલા જીવો ભક્ત કહેવાય છે. પરમેશ્વર પોતાના ભક્તોના પણ ભક્ત બની જાય છે. જો ભક્ત તથા ભગવાન વચ્ચે અસરપરસ આદાનપ્રદાન ન હોય, તો સગુણ-સાકારવાદી તત્ત્વજ્ઞાન જ ન રહે. માયાવાદી ફિલસૂફીમાં પરમેશ્વર તથા જીવ વચ્ચે આવો આદાનપ્રદાનનો ભાવ રહેલો નથી, પરંતુ સગુણવાદી દર્શનમાં આવો ભાવ હોય છે.

ઘણીવાર એવું દૃષ્ટાંત આપવામાં આવે છે કે ભગવાન કલ્પવૃક્ષ જેવા છે અને મનુષ્ય આ વૃક્ષ પાસેથી જે કંઈ માગે છે, ભગવાન તેની પૂર્તિ કરે છે. પરંતુ અહીં જે સમજાવવામાં આવ્યું છે, તે વધુ ઉપયુક્ત જણાય છે. અહીં ભગવાનને ભક્તના પક્ષપાતી તરીકે વર્ણવ્યા છે. આ તો ભક્ત પ્રત્યે ભગવાનની વિશેષ કૃપાનું પ્રગટીકરણ છે. ભગવાનના આદાનપ્રદાનના ભાવને કર્મના નિયમો હેઠળ માનવો ન જોઈએ. આ તો એવી દિવ્ય અવસ્થામાં થતું હોય છે કે જેમાં ભગવાન તથા તેમના ભક્તો કાર્ય કરે છે. ભગવાનની ભક્તિમય સેવા એ આ ભૌતિક જગતનું કાર્ય નથી. તે તો એવા આધ્યાત્મિક જગતનો ભાગ છે કે જ્યાં શાશ્વતતા, આનંદ તથા જ્ઞાનનું પ્રાધાન્ય રહે છે.

શ્લોક ૩૦

अपि चेत्सुदुराचारो भजते मामनन्यभाक्।
साधुरेव स मन्तव्यः सम्यग्व्यवसितो हि सः॥ ३०॥

અપિ—પણ; **ચેત્**—જો; **સુદુરાચારઃ**—અત્યંત ઘૃણિત કર્મ કરનાર; **ભજતે**—ભજે છે; **મામ્**—મને; **અનન્ય ભાક્**—વિચલિત થયા વિના; **સાધુઃ**—સંત; **એવ**—જ; **સઃ**—તે; **મન્તવ્યઃ**—માનવો જોઈએ; **સમ્યક્**—પૂર્ણ રીતે; **વ્યવસિતઃ**—કૃતનિશ્ચયી; **હિ**—ખરેખર; **સઃ**—તે.

અનુવાદ

અત્યંત ઘૃણાસ્પદ કર્મ કરનાર કોઈ મનુષ્ય જો ભક્તિભાવે મારી સેવામાં પરોવાયેલો રહે છે, તો તેને સાધુ માનવો જોઈએ, કારણ કે તે પોતાના નિશ્ચયમાં યોગ્ય રીતે સ્થિત થયેલો છે.

ભાવાર્થ

આ શ્લોકમાંનો *સુદુરુચારઃ* શબ્દ અત્યંત મહત્ત્વપૂર્ણ છે અને આપણે તેને યોગ્ય રીતે સમજવો જોઈએ. મનુષ્ય જ્યારે બદ્ધાવસ્થામાં હોય છે, ત્યારે તેનાં બે પ્રકારનાં કાર્ય હોય છે—એક તો બદ્ધ અને બીજાં તેનાં બંધારણ અનુસારનાં. શરીરનું રક્ષણ કરવા અથવા સમાજ તથા રાજ્યના નિયમોનું પાલન કરવા ખાતર એક ભક્તે પણ તેના બદ્ધ જીવનના સંદર્ભમાં જાતજાતનાં કાર્યો કરવાનાં હોય છે અને આવાં કાર્યો બદ્ધ કહેવાય છે. તદુપરાંત, જે જીવ પોતાની આધ્યાત્મિક પ્રકૃતિ વિશે પૂરેપૂરો સભાન હોય છે અને કૃષ્ણભાવનામૃતમાં અથવા ભગવદ્‌ભક્તિમાં પરોવાયેલો હોય છે,

તેણે પણ કર્મ કરવાનાં હોય છે, જે દિવ્ય કહેવાય છે. આવાં કાર્ય તેન બંધારણીય અવસ્થામાં થાય છે અને શાસ્ત્રાનુસાર તે ભક્તિ કહેવાય છે હવે બદ્ધ અવસ્થામાં કેટલીક વખત ભક્તિ અને બદ્ધ અવસ્થાની સેવ એકબીજાને સમાંતર ચાલે છે. વળી કેટલીક વખત ભક્તિ અને બદ્ધ સેવ એકબીજાથી વિપરીત થઈ જાય છે. શક્ય હોય ત્યાં સુધી ભક્ત બહુ સાવધ રહે છે કે જેથી તે એવું કોઈ કર્મ ન કરે કે જેનાથી તેની સાનુકૂળ સ્થિતિમ ભંગાણ પડે. તે જાણે છે કે તેની કાર્યસિદ્ધિનો આધાર તેની કૃષ્ણભાવનાન સાક્ષાત્કારની પ્રગતિ ઉપર રહે છે. પરંતુ કોઈ કોઈ વખત એવું જોવામ આવે છે કે કૃષ્ણભક્તિમાં પરોવાયેલો મનુષ્ય સામાજિક કે રાજનૈતિક દૃષ્ટિથી અત્યંત નિંદનીય ગણાય તેવું કર્મ કરી નાખે છે. પરંતુ આવી રીતન ક્ષણિક પતન દ્વારા તે અયોગ્ય ઠરતો નથી. શ્રીમદ્ ભાગવતમાં કહેવામ આવ્યું છે કે જો કોઈ મનુષ્ય પતિત થઈ જાય, પણ જો તે ભગવાનની દિવ્ સેવામાં અંતઃકરણપૂર્વક પરોવાયેલો રહે, તો હૃદયમાં બિરાજેલા ભગવાન તેને શુદ્ધ કરે છે અને તે નિંદ્ય કર્મ માટે તેને ક્ષમા કરે છે. ભૌતિક સંસર્ગદોષ એવો પ્રબળ હોય છે કે ભગવત્સેવામાં પૂરેપૂરો તન્મય થયેલો યોગી પણ કેટલીક વખત તેની જાળમાં ફસાઈ જાય છે. પરંતુ કૃષ્ણભક્તિ એટલી શક્તિશાળી છે કે આવી રીતનું આકસ્મિક પતન તરત જ સુધારી લેવામ આવે છે. એટલે જ ભક્તિયોગની પ્રક્રિયા હરહંમેશ સફળ થાય છે. જો કોઈ ભક્ત તેના આદર્શ માર્ગમાંથી આકસ્મિક રીતે પતન પામે, તો તેની હાંસી કરવી ન જોઈએ, કારણ કે હવે પછીના શ્લોકમાં જણાવ્યા પ્રમાણે ભક્ત જેવો કૃષ્ણભાવનામાં પૂર્ણપણે અવસ્થિત થાય છે કે તરત તે આવા આકસ્મિક પતન પામતો અટકી જાય છે.

માટે જે મનુષ્ય કૃષ્ણભાવનામૃતમાં અવસ્થિત છે અને અનન્ય ભાવથી **હરે કૃષ્ણ હરે કૃષ્ણ કૃષ્ણ કૃષ્ણ હરે હરે। હરે રામ હરે રામ રામ રામ હરે હરે॥** મહામંત્રના જપ-કીર્તનમાં દૃઢપણે પરોવાયેલો રહે છે. તેનું આકસ્મિક રીતે પતન થયેલું જણાય, તો પણ તેને દિવ્ય સ્થિતિમાં રહેલો માનવો જોઈએ. *સાધુઃ એવ* અર્થાત્ "તે સંત સમાન છે" આ શબ્દો બહુ ભારપૂર્વક કહેવાયા છે. આ શબ્દો અભક્તોને ચેતવણી આપે છે કે આકસ્મિક પતનને કારણે ભક્તનો ઉપહાસ કરવો ન જોઈએ; તેને ત્યારે પણ સાધુ જ ગણવો જોઈએ. વળી *મન્તવ્યઃ* શબ્દ તો વધારે ભારપૂર્વક આ સૂચવે છે. જો કોઈ આ નિયમને માનતો નથી અને ભક્તના પતનને

કારણે તેની હાંસી ઉડાવે છે, તો તે ભગવાનના આદેશની અવજ્ઞા કરે છે. ભક્તની એકમાત્ર યોગ્યતા એ જ છે કે તે અવિચળ તથા અનન્ય ભાવે ભક્તિમાં પરોવાયેલો રહે.

નૃસિંહ પુરાણમાં નિમ્નલિખિત કથન આપ્યું છેઃ

ભગવતિ ચ હરાવનન્યચેતા
ભૃશમલિનોઽપિ વિરાજતે મનુષ્યઃ।
ન હિ શશકલુષચ્છબિઃ કદાચિત્
તિમિરપરાભવતાં ઉપૈતિ ચન્દ્રઃ॥

આનો અર્થ એવો છે કે જો ભગવદ્ભક્તિમાં પૂરેપૂરો મગ્ન થયેલો મનુષ્ય કોઈવાર ઘૃણિત કાર્યોમાં પરોવાયેલો દેખાય, તો આવાં કાર્યોને ચંદ્રમાં રહેલા સસલા જેવા ડાઘ સમાન માનવાં જોઈએ. આવા ડાઘ ચંદ્રની ચાંદનીના વિસ્તારમાં બાધક બનતા નથી. તેવી રીતે, ભક્તનું સાધુમાર્ગમાંથી આકસ્મિક પતન તેને નિંદ્ય બનાવતું નથી.

બીજે પક્ષે, એવી ગેરસમજ પણ ન થવી જોઈએ કે દિવ્ય ભક્તિ કરનારો ભક્ત બધી જાતનાં નિંદ્ય કર્મ કરી શકે. આ શ્લોકમાં કેવળ એટલો જ નિર્દેશ થયો છે કે ભૌતિક સંબંધોની પ્રબળતાને કારણે કોઈ વખત દુર્ઘટના થઈ શકે છે. ભક્તિ અપનાવવી એ એક રીતે માયાની વિરુદ્ધ યુદ્ધની ઘોષણા કરવા સમાન છે. જ્યાં સુધી મનુષ્ય માયાની સાથે ઝઝૂમવા માટે પૂરતો સબળ થતો નથી, ત્યાં સુધી તેનું આકસ્મિક પતન થઈ શકે છે. પરંતુ અગાઉ કહેવામાં આવ્યું છે તેમ, જ્યારે મનુષ્ય બળવાન થઈ જાય છે, ત્યારે આવા પતનનો ભોગ બનતો નથી. મનુષ્યે આ શ્લોકનો લાભ લઈને અશોભનીય કર્મ કરવાં ન જોઈએ અને એમ માનવું ન જોઈએ કે આમ હોવા છતાં તે ભક્ત રહી શકે છે. જો તે ભક્તિ દ્વારા સ્વચારિત્ર્યમાં સુધારણા ન કરે, તો તેને ઉચ્ચ કોટિનો ભક્ત માનવો ન જોઈએ.

શ્લોક **क्षिप्रं भवति धर्मात्मा शश्वच्छान्तिं निगच्छति।**
૩૧ **कौन्तेय प्रतिजानीहि न मे भक्तः प्रणश्यति॥ ३१॥**

ક્ષિપ્રમ્—બહુ જલદી; **ભવતિ**—થાય છે; **ધર્મ આત્મા**—ધર્મપરાયણ; **શશ્વત્ શાન્તિમ્**—સ્થાયી શાંતિ; **નિગચ્છતિ**—પ્રાપ્ત કરે છે; **કૌન્તૈય**—હે કુંતીપુત્ર; **પ્રતિજાનીહિ**—ઘોષણા કર; **ન**—કદી નહીં; **મે**—મારો; **ભક્તઃ**—ભક્ત; **પ્રણશ્યતિ**—નષ્ટ થાય છે.

અનુવાદ

તે તરત જ ધર્માત્મા બની જાય છે અને સ્થાયી શાંતિ પ્રાપ્ત કરે છે. હે કુંતીપુત્ર, નિર્ભય થઈને ઘોષણા કર કે મારા ભક્તનો કદાપિ વિનાશ થતો નથી.

ભાવાર્થ

આ વિશે ગેરસમજ ન થવી જોઈએ. સાતમા અધ્યાયમાં ભગવાને કહ્યું છે કે જે મનુષ્ય દુષ્ટ કાર્યોમાં લાગેલો છે, તે ભગવદ્‌ભક્ત બની શકતો નથી. જે મનુષ્ય ભગવદ્‌ભક્ત નથી, તેની અંદર કોઈ સારા ગુણો હોતા નથી. તો સવાલ એ થાય છે કે સંજોગવશ કે સ્વેચ્છાપૂર્વક નિંદ્ય કર્મમાં પ્રવૃત્ત થનાર મનુષ્ય કેવી રીતે ભક્ત હોઈ શકે છે? આ પ્રશ્ન વાજબી છે. સાતમા અધ્યાયમાં કહેવાયું છે તેમ, જે દુષ્ટાત્મા ક્યારેય ભગવાનની ભક્તિમાં પ્રવૃત્ત થતો નથી, તે કોઈ સદ્‌ગુણ ધરાવતો નથી. શ્રીમદ્‌ ભાગવતમાં પણ આનો ઉલ્લેખ થયો છે. સામાન્ય રીતે નવ પ્રકારનાં ભક્તિકાર્યોમાં પરોવાઈ રહેનારો ભક્ત પોતાને ભૌતિક સંસર્ગદોષોમાંથી શુદ્ધ કરવાની પ્રવૃત્તિમાં લાગેલો રહે છે. તે પૂર્ણ પુરુષોત્તમ પરમેશ્વરને પોતાના હૃદયમાં સ્થાપે છે. પરિણામે તેના બધા પાપમય દોષો ધોવાઈ જાય છે. નિરંતર ભગવાનનું ચિંતન કરતા રહેવાથી તે આપમેળે જ શુદ્ધ થઈ જાય છે. વેદાનુસાર એવો નિયમ છે કે જો કોઈ મનુષ્ય પોતાના ઉચ્ચ પદથી નીચે પતન પામે, તો પોતાની શુદ્ધિ માટે તેણે અમુક કર્મકાંડીય વિધિ કરવાની હોય છે. પરંતુ અહીં એવું કોઈ બંધન નથી, કારણ કે પૂર્ણ પુરુષોત્તમ પરમેશ્વરનું નિરંતર સ્મરણ કરતા રહેવાથી શુદ્ધિની ક્રિયા ભક્તના હૃદયમાં અગાઉથી જ ચાલતી હોય છે. માટે હરે કૃષ્ણ હરે **કૃષ્ણ કૃષ્ણ કૃષ્ણ હરે હરે। હરે રામ હરે રામ રામ રામ હરે હરે॥**—આ મહામંત્રનો અખંડ જપ કરતા રહેવું જોઈએ. તેનાથી ભક્ત આકસ્મિક પતનમાંથી ઉગરી જશે. આ પ્રમાણે તે સમસ્ત ભૌતિક સંસર્ગદોષમાંથી સદાકાળ મુક્ત રહેશે.

શ્લોક ૩૨

मां हि पार्थ व्यपाश्रित्य येऽपि स्युः पापयोनयः।
स्त्रियो वैश्यास्तथा शूद्रास्तेऽपि यान्ति परां गतिम्॥ ३२॥

મામ્—મને; **હિ**—ખરેખર; **પાર્થ**—હે પૃથાપુત્ર; **વ્યપાશ્રિત્ય**—વિશેષ શરણાગત થઈને; **યે**—જે; **અપિ**—પણ; **સ્યુઃ**—જે; **પાપ યોનયઃ**—હીન

કુળમાં જન્મેલા; **સ્ત્રિયઃ**—સ્ત્રીઓ; **વૈશ્યાઃ**—વણિકવર્ગ; **તથા**—અને; **શૂદ્રાઃ**—નિમ્ન વર્ગના મનુષ્યો; **તે અપિ**—તેઓ સુધ્ધાં; **યાન્તિ**—જાય છે; **પરામ્ ગતિમ્**—પરમ ગંતવ્યસ્થાને.

અનુવાદ

હે પાર્થ, જે મનુષ્યો મારું શરણ ગ્રહણ કરે છે, તેઓ ભલે નિમ્ન યોનિમાં જન્મેલા—સ્ત્રીઓ, વૈશ્યો (વેપારી) તથા શૂદ્રો (શ્રમિકો) હોય, તો પણ તેઓ પરમ ગતિ પ્રાપ્ત કરે છે.

ભાવાર્થ

અહીં ભગવાને સ્પષ્ટ શબ્દોમાં જાહેર કર્યું છે કે ભક્તિમાં ઉચ્ચ અને નિમ્ન વર્ગના લોકો વચ્ચે કોઈ ભેદભાવ રહેતો નથી. ભૌતિક જીવનમાં આવાં વિભાજન હોય છે, પરંતુ ભગવાનની દિવ્ય પ્રેમસભર ભક્તિમય સેવામાં પરોવાયેલા મનુષ્ય માટે તે હોતાં નથી. દરેક વ્યક્તિ પરમ ધામમાં જવા માટે યોગ્ય છે. શ્રીમદ્ ભાગવત (૨.૪.૧૮)માં કથન છે કે અધમ યોનિમાં જન્મેલો ચંડાળ (શ્વાનભક્ષી) પણ શુદ્ધ ભક્તના સંગને કારણે શુદ્ધ થઈ શકે છે. તેથી ભક્તિ તથા શુદ્ધ ભક્ત દ્વારા થતા માર્ગદર્શન એવાં તો શક્તિશાળી હોય છે કે તેમાં ઊંચ-નીચનો ભેદભાવ રહેતો નથી અને કોઈ પણ મનુષ્ય તે ગ્રહણ કરી શકે છે. શુદ્ધ ભક્તનું શરણ લેનાર સૌથી સામાન્ય માણસ પણ સુયોગ્ય માર્ગદર્શન દ્વારા શુદ્ધ થઈ શકે છે. પ્રકૃતિના વિભિન્ન ગુણો પ્રમાણે મનુષ્યોને સાત્ત્વિક (બ્રાહ્મણ), રજોગુણી (ક્ષત્રિય), રજોગુણી તથા તમોગુણી સંમિશ્રિત (વૈશ્ય) અને તમોગુણી (શૂદ્ર) કહેવામાં આવે છે. તેમનાથી પણ નિમ્ન મનુષ્યો ચંડાળ કહેવાય છે અને તેઓ પાપી કુટુંબોમાં જન્મે છે. સામાન્ય રીતે ઉચ્ચ વર્ગોવાળા આ પાપી કુળોમાં જન્મેલાઓનો સંગ કરતા નથી. પરંતુ ભક્તિની પ્રક્રિયા એવી પ્રબળ હોય છે કે શુદ્ધ ભગવદ્ભક્ત બધા જ નિમ્ન વર્ગોના મનુષ્યોને જીવનની પરમ સિદ્ધિ પ્રાપ્ત કરાવી શકે છે. આ ત્યારે જ સંભવી શકે છે, જ્યારે મનુષ્ય કૃષ્ણનું શરણ લે છે. અહીં *વ્યપાશ્રિત્ય* શબ્દ દ્વારા નિર્દેશ થયો છે તે પ્રમાણે મનુષ્યે કૃષ્ણનું સંપૂર્ણ શરણ ગ્રહણ કરવું જોઈએ. ત્યારે તે મોટામાં મોટા જ્ઞાની તથા યોગીથી પણ મહાન થઈ શકે છે.

શ્લોક ૩૩

किं पुनर्ब्राह्मणाः पुण्या भक्ता राजर्षयस्तथा।
अनित्यमसुखं लोकमिमं प्राप्य भजस्व माम्॥ ३३॥

કિમ્—શું; **પુનઃ**—ફરીથી; **બ્રાહ્મણાઃ**—બ્રાહ્મણો; **પુણ્યાઃ**—ધર્માત્મા; **ભક્તાઃ**—ભક્તો; **રાજ ઋષયઃ**—સાધુચરિત રાજાઓ; **તથા**—અને; **અનિત્યમ્**—ક્ષણભંગુર; **અસુખમ્**—દુઃખમય; **લોકમ્**—લોકને **ઈમમ્**—આ; **પ્રાપ્ય**—પ્રાપ્ત કરીને; **ભજસ્વ**—પ્રેમમયી ભક્તિથી ભજો **મામ્**—મને.

અનુવાદ

તો પછી ધર્માત્મા બ્રાહ્મણો, ભક્તો તથા રાજર્ષિઓ વિશે કહેવાનું જ શું હોઈ શકે? માટે આ ક્ષણિક, દુઃખમય જગતમાં જન્મીને મારી પ્રેમમયી સેવામાં પોતાને પરોવી દો.

ભાવાર્થ

આ ભૌતિક જગતમાં લોકોનાં અનેક વર્ગીકરણો છે, તોયે આ દુનિયા કોઈને માટે સુખમય સ્થાન નથી. અહીં સ્પષ્ટ શબ્દોમાં કહ્યું છે—*અનિત્યમ્ અસુખમ્ લોકમ્*—આ જગત ક્ષણભંગુર તથા દુઃખમય છે અને કોઈ પણ ડાહ્યા માણસ માટે રહેવાલાયક નથી. પૂર્ણ પુરુષોત્તમ પરમેશ્વરે આ જગતને ક્ષણભંગુર તથા દુઃખમય હોવાનું જાહેર કર્યું છે. કેટલાક તત્ત્વચિંતકો, ખાસ કરીને માયાવાદીઓ કહે છે કે આ જગત મિથ્યા છે, પરંતુ ભગવદ્ગીતામાંથી આપણે જાણી શકીએ છીએ કે આ જગત મિથ્યા નથી પણ અનિત્ય અર્થાત્ ક્ષણભંગુર છે. *અનિત્ય* અને *મિથ્યા* વચ્ચે તફાવત છે. આ જગત અનિત્ય છે, પરંતુ એક બીજું પણ જગત છે કે જે નિત્ય છે. આ જગત દુઃખમય છે, પણ બીજું જગત સનાતન તથા આનંદમય છે.

અર્જુનનો જન્મ સંત રાજવીઓના કુળમાં થયો હતો. ભગવાન તેને પણ કહે છે, "મારી સેવા કરો અને જલદી ભગવદ્ધામને પ્રાપ્ત કરો." કોઈ પણ મનુષ્યે આ અનિત્ય જગતમાં રહેવું ન જોઈએ, કારણ કે તે દુઃખોથી ભરેલું છે. પ્રત્યેક મનુષ્યે પૂર્ણ પુરુષોત્તમ પરમેશ્વરના હૃદયને સંલગ્ન રહેવું જોઈએ કે જેથી તે સદૈવ સુખી રહી શકે. ભગવદ્ભક્તિ જ એકમાત્ર એવી પ્રક્રિયા છે કે જેના દ્વારા સર્વ વર્ગના લોકોની સઘળી સમસ્યાઓનો ઉકેલ આવી શકે છે. માટે દરેક મનુષ્યે કૃષ્ણભાવનામૃતનો માર્ગ ગ્રહણ કરીને પોતાના જીવનને સાર્થક બનાવવું જોઈએ.

શ્લોક ૩૪

मन्मना भव मद्भक्तो मद्याजी मां नमस्कुरु।
मामेवैष्यसि युक्त्वैवमात्मानं मत्परायणः॥ ३४॥

મત્ મનાઃ—સદૈવ મારું ચિંતન કરનાર; **ભવ**—થા; **મત્ ભક્તઃ**—મારો ભક્ત; **મત્**—મારો; **યાજી**—ઉપાસક; **મામ્**—મને; **નમસ્કુરુ**—નમસ્કાર કર; **મામ્**—મને; **એવ**—જ; **એષ્યસિ**—પામીશ; **યુક્ત્વા**—લીન થઈને; **એવમ્**—એ રીતે; **આત્માનમ્**—પોતાના આત્માને; **મત્ પરાયણઃ**—મારી ભક્તિમાં અનુરક્ત.

અનુવાદ

તારા મનને નિત્ય મારા ચિંતનમાં પરોવી દે, મારો ભક્ત થા, મને નમસ્કાર કર અને મારી જ પૂજા કર. એ રીતે મારામાં સંપૂર્ણ રીતે તન્મય થઈને તું નક્કી મને પ્રાપ્ત કરીશ.

ભાવાર્થ

આ શ્લોકમાં એવો સ્પષ્ટ નિર્દેશ થયો છે કે આ કલુષિત ભૌતિક જગતમાંથી છુટકારો પામવા માટે કૃષ્ણભાવનામૃત જ એકમાત્ર ઉપાય છે. અહીં એમ સ્પષ્ટપણે કહેવામાં આવ્યું છે કે સર્વ ભક્તિમય સેવા પૂર્ણ પુરુષોત્તમ પરમેશ્વર શ્રીકૃષ્ણને જ અર્પણ કરવી જોઈએ, પરંતુ કેટલીક વખત નિષ્ઠાહીન ટીકાકારો આ સ્પષ્ટ કથનનો અર્થ વિકૃત રીતે ઘટાવે છે. કમનસીબે આવા ટીકાકારો વાચકોનું ધ્યાન એવી બાબત પ્રત્યે આકૃષ્ટ કરે છે કે જે શક્ય હોતી નથી. આવા ટીકાકારો જાણતા નથી કે કૃષ્ણનું મન તથા કૃષ્ણ વચ્ચે કોઈ તફાવત નથી. કૃષ્ણ કોઈ સાધારણ મનુષ્ય નથી, તેઓ તો પરમ સત્ય છે. તેમનો દેહ, તેમનું મન તથા તેઓ પોતે એક છે અને પરમ પૂર્ણ છે. કૂર્મ પુરાણમાં કહ્યું છે અને ભક્તિસિદ્ધાંત સરસ્વતી ગોસ્વામીએ ચૈતન્ય ચરિતામૃત (પંચમ અધ્યાય, આદિ લીલા, ૪૧–૪૮)ના અનુભાષ્યમાં ઉલ્લેખ કર્યો છે તેમ—*દેહ દેહી વિભેદોઽયં નેશ્વરે વિદ્યતે ક્વચિત્*—અર્થાત્ પરમેશ્વર કૃષ્ણમાં અને તેમના શરીરમાં કોઈ તફાવત નથી. પરંતુ ટીકાકારો કૃષ્ણના આ વિજ્ઞાનને (તત્ત્વને) જાણતા નથી. તેથી તેઓ કૃષ્ણને અગમ્ય રાખે છે અને તેમને તેમના મન અથવા શરીરથી વિભક્ત કરે છે. જોકે આ કૃષ્ણતત્ત્વ બાબતનું નર્યું અજ્ઞાન છે અને છતાં કેટલાક લોકો જનતાને ભ્રમિત કરીને ધન કમાય છે.

કેટલાક લોકો આસુરી હોય છે. તેઓ પણ કૃષ્ણનું ચિંતન કરે છે, પરંતુ કૃષ્ણના મામા રાજા કંસની જેમ દ્વેષપૂર્વક તેમ કરે છે. કંસ પણ કૃષ્ણનું સદૈવ ચિંતન કરતો હતો, પરંતુ તે કૃષ્ણને પોતાના શત્રુ માનતો હતો. તે હંમેશાં ચિંતાગ્રસ્ત રહેતો અને વિચાર કર્યા કરતો કે ક્યારે કૃષ્ણ આવશે

અને તેનો વધ કરશે. આવા ચિંતનથી આપણો કોઈ ઉદ્ધાર થવાનો નથી. મનુષ્યે ભક્તિમય પ્રેમથી કૃષ્ણનું ચિંતન કરવું જોઈએ. એ જ ભક્તિ છે. મનુષ્યે કૃષ્ણ વિશેના જ્ઞાનનું સતત સંવર્ધન કરવું જોઈએ. આ ઉપયુક્ત સંવર્ધન શું છે? તે છે પ્રમાણભૂત સદ્ગુરુ પાસેથી શિક્ષણ પ્રાપ્ત કરવું. કૃષ્ણ પૂર્ણ પુરુષોત્તમ પરમેશ્વર છે અને અમે કેટલીયવાર કહી ચૂક્યા છીએ કે તેમનું શરીર ભૌતિક નથી, પરંતુ સનાતન, જ્ઞાનમય અને આનંદમય છે. આવી ચર્ચા કરવાથી મનુષ્યને ભક્ત બનવામાં મદદ મળશે. અન્ય રીતે, અપ્રામાણિક સાધન પાસેથી કૃષ્ણનું જ્ઞાન પ્રાપ્ત કરવું નિરર્થક નીવડશે.

તેથી મનુષ્યે કૃષ્ણના સનાતન આદિ સ્વરૂપમાં મનને સ્થિર કરવું જોઈએ. તેણે હૃદયમાં એવી દૃઢ શ્રદ્ધા સાથે સેવામાં પ્રવૃત્ત થવું જોઈએ કે કૃષ્ણ એ જ પરમેશ્વર છે. કૃષ્ણની પૂજા માટે ભારતમાં હજારો મંદિરો છે અને ત્યાં ભક્તિ કરવામાં આવે છે. જ્યાં આવી ભક્તિમય સાધના થતી હોય, ત્યાં મનુષ્યે કૃષ્ણને વિનમ્રભાવે નમસ્કાર કરવાં જોઈએ. તેણે અર્ચાવિગ્રહ સામે નતમસ્તક થઈને મન, શરીર તથા કાર્યો બધું જ તેમનામાં લગાડી દેવું જોઈએ. આનાથી તે અનન્યભાવે કૃષ્ણભાવમાં પૂરેપૂરો લીન થઈ શકશે. મનુષ્યને આનાથી કૃષ્ણલોક પામવામાં મદદ મળશે. તેણે પાખંડી ટીકાકારોને કારણે ગેરમાર્ગે દોરવાવું ન જોઈએ. મનુષ્યે કૃષ્ણ વિશેનાં શ્રવણ, કીર્તન વગેરે નવધા ભક્તિમાં સર્વથા પરોવાઈ જવું જોઈએ. શુદ્ધ ભક્તિ એ માનવ સમાજની સર્વોચ્ચ ઉપલબ્ધિ છે.

ભગવદ્ગીતાના સાતમા તથા આઠમા અધ્યાયમાં ભગવાનની એવી શુદ્ધ ભક્તિની સમજૂતી આપવામાં આવી છે કે જે અનુમાનજન્ય જ્ઞાન, યોગ તથા સકામ કર્મથી મુક્ત છે. જે મનુષ્યો પૂર્ણ રીતે વિશુદ્ધ થતા નથી, તેઓ નિર્વિશેષ બ્રહ્મજ્યોતિ તથા સ્થાનગત પરમાત્મા જેવાં ભગવાનનાં વિભિન્ન પાસાંઓ દ્વારા આકૃષ્ટ થાય છે, પરંતુ શુદ્ધ ભક્ત તો પરમેશ્વરની પ્રત્યક્ષ સેવા જ કરે છે.

કૃષ્ણ વિશે એક સુંદર કવિતા છે કે જેમાં સ્પષ્ટપણે જણાવ્યું છે કે જે મનુષ્ય દેવોની પૂજા કરવામાં પરોવાઈ રહે છે, તે અત્યંત અજ્ઞાની છે અને તે કદાપિ કૃષ્ણરૂપી સર્વોપરી વરદાન પ્રાપ્ત કરી શકતો નથી. શક્ય છે કે પ્રારંભમાં કોઈ ભક્ત કોઈવાર તેના સ્તરથી પતન પામે, પરંતુ તોયે તેને અન્ય સર્વ તત્ત્વચિંતકો તથા યોગીજનોથી ચડિયાતો માનવો જોઈએ. જે મનુષ્ય નિરંતર કૃષ્ણભક્તિમાં લાગેલો રહે છે, તેને પૂરેપૂરો

સંત ગણવો જોઈએ. તેનાં આકસ્મિક ભક્તિરહિત કાર્યો ઓછાં થઈ જશે અને તેને નિઃસંદેહ તત્કાળ સંપૂર્ણ સિદ્ધિ પ્રાપ્ત થશે. શુદ્ધ ભક્તના પતનનો વાસ્તવમાં કદાપિ અવસર આવતો નથી, કારણ કે ભગવાન સ્વયં પોતાના શુદ્ધ ભક્તોની સંભાળ રાખે છે. આવા બુદ્ધિમાન મનુષ્યે કૃષ્ણભાવનામૃતના માર્ગને ગ્રહણ કરવો જોઈએ અને આ ભૌતિક જગતમાં સુખપૂર્વક રહેવું જોઈએ. તેને આખરે કૃષ્ણરૂપી સર્વોપરી વરદાન પ્રાપ્ત થશે.

આમ શ્રીમદ્ ભગવદ્ગીતાના "પરમ ગુહ્ય જ્ઞાન" નામના નવમા અધ્યાય પરના ભક્તિવેદાંત ભાવાર્થો પૂર્ણ થાય છે.

અધ્યાય ૧૦

પરમેશ્વરનું ઐશ્વર્ય

શ્રીભગવાનુવાચ

શ્લોક **भूय एव महाबाहो शृणु मे परमं वचः।**
१ **यत्तेऽहं प्रीयमाणाय वक्ष्यामि हितकाम्यया॥ १॥**

શ્રી ભગવાન્ ઉવાચ—પૂર્ણ પુરુષોત્તમ પરમેશ્વર બોલ્યા; **ભૂયઃ**—વળી; **એવ**—નક્કી; **મહાબાહો**—હે બળવાન ભુજાઓવાળા; **શૃણુ**—સાંભળ; **મે**—મારો; **પરમમ્**—પરમ; **વચઃ**—ઉપદેશ; **યત્**—કે જે; **તે**—તને; **અહમ્**—હું; **પ્રીયમાણાય**—તને મારો પ્રિય માનીને; **વક્ષ્યામિ**—કહું છું; **હિતકામ્યયા**—તારા હિત માટે.

અનુવાદ

પૂર્ણ પુરુષોત્તમ પરમેશ્વર બોલ્યાઃ હે મહાબાહુ અર્જુન, વળી સાંભળ, તું મારો પ્રિય મિત્ર છે તેથી હું તારા હિતાર્થે એવું જ્ઞાન પ્રદાન કરીશ કે જે મેં અગાઉ સમજાવેલા જ્ઞાનથી ચડિયાતું હશે.

ભાવાર્થ

પરાશર મુનિએ *ભગવાન્* શબ્દની વ્યાખ્યા આ રીતે કરી છે—જે સર્વ શક્તિ, યશ, ઐશ્વર્ય, જ્ઞાન, સૌંદર્ય તથા ત્યાગ એ છ ઐશ્વર્યોથી સર્વથા પરિપૂર્ણ છે, તે *ભગવાન્* અથવા પૂર્ણ પુરુષોત્તમ પરમેશ્વર છે. જ્યારે કૃષ્ણ આ પૃથ્વી પર હાજર હતા, ત્યારે તેમણે બધા છએ છ ઐશ્વર્યો પ્રદર્શિત કરેલાં. તેથી પરાશર મુનિ જેવા તમામ મહર્ષિઓએ કૃષ્ણને જ પૂર્ણ પુરુષોત્તમ પરમેશ્વર તરીકે સ્વીકાર્યા છે. હવે કૃષ્ણ અર્જુનને પોતાનાં ઐશ્વર્યો તથા કાર્ય વિશે વધુ ગૂઢ જ્ઞાન પ્રદાન કરી રહ્યા છે. આથી પૂર્વે સાતમા અધ્યાયથી શરૂ કરીને તેઓ પોતાની વિવિધ શક્તિઓ તથા તેનાં કાર્ય વિશે વર્ણન કરી ચૂક્યા છે. હવે આ અધ્યાયમાં તેઓ અર્જુનને પોતાનાં વિશિષ્ટ ઐશ્વર્યોનું વર્ણન કરી રહ્યા છે. આની પહેલાંના અધ્યાયમાં તેમણે

દૃઢ વિશ્વાસપૂર્વક ભક્તિ સ્થાપિત કરવા માટે પોતાની વિભિન્ન શક્તિઓના યોગદાનની ચર્ચા સ્પષ્ટ રીતે કરી છે. આ અધ્યાયમાં તેઓ ફરીથી અર્જુનને પોતાનાં પ્રગટીકરણો તથા વિવિધ ઐશ્વર્યો વિશે કહી રહ્યા છે.

કોઈ મનુષ્ય જેમ જેમ પરમેશ્વર વિશે વધારે શ્રવણ કરે છે, તેમ તેમ તે ભક્તિમાં વધુ ને વધુ સુદૃઢ થતો જાય છે. મનુષ્યે હંમેશાં ભક્તોના સંગમાં ભગવાન વિશે શ્રવણ કરતા રહેવું જોઈએ. આનાથી તેની ભક્તિ વધુ સમૃદ્ધ થશે. જેઓ ખરેખર કૃષ્ણભાવનામૃતના અભિલાષી છે, તેવા ભક્તોના સમાજમાં જ આવી ભગવદ્‌વાર્તા થઈ શકે છે. આવી ભગવદ્‌વાર્તામાં અન્ય મનુષ્યો સહભાગી થઈ ન શકે. ભગવાન અર્જુનને સ્પષ્ટ શબ્દોમાં કહે છે કે અર્જુન પોતાને બહુ પ્રિય હોવાથી તેના હિત માટે તેઓ આ બોધવચનો કહી રહ્યા છે.

શ્લોક ૨

ન મે વિદુઃ સુરગણાઃ પ્રભવં ન મહર્ષયઃ ।
અહમાદિર્હિ દેવાનાં મહર્ષીણાં ચ સર્વશઃ ॥ ૨ ॥

ન—કદી નહીં; **મે**—મારા; **વિદુઃ**—જાણે છે; **સુરગણાઃ**—દેવો; **પ્રભવમ્**—ઉત્પતિ કે ઐશ્વર્યો; **ન**—કદી નહીં; **મહા ઋષયઃ**—મહાન ઋષિમુનિઓ; **અહમ્**—હું; **આદિઃ**—ઉદ્‌ભવ; **હિ**—ખરેખર; **દેવાનામ્**—દેવોનો; **મહા ઋષીણામ્**—મહર્ષિઓનો; **ચ**—અને; **સર્વશઃ**—સર્વથા.

અનુવાદ

મારી ઉત્પત્તિ કે ઐશ્વર્યને ન તો દેવગણ જાણે છે અને ન તો મહર્ષિઓ જાણે છે, કારણ કે હું જ સર્વથા દેવો તથા મહર્ષિઓનો સ્રોત છું.

ભાવાર્થ

બ્રહ્મસંહિતામાં જણાવ્યું છે તેમ ભગવાન કૃષ્ણ જ પરમેશ્વર છે. તેમનાથી વધારે મહાન કોઈ નથી. તેઓ જ સર્વ કારણોના આદિ કારણ છે. અહીં સ્વયં ભગવાને પણ કહ્યું છે કે તેઓ જ સર્વ દેવો તથા ઋષિઓના કારણરૂપ છે. દેવો તથા મહાન ઋષિઓ પણ કૃષ્ણને સમજી શકતા નથી; તેઓ જ્યારે ભગવાનના નામ કે વ્યક્તિત્વને સમજી શકતા નથી, તો પછી આ ક્ષુદ્ર ગ્રહના કહેવાતા વિદ્વાનો વિશે તો કહેવાનું જ શું હોય? પરમેશ્વર શાથી મનુષ્યરૂપમાં આ પૃથ્વી પર આવે છે અને આવી અદ્‌ભુત અસામાન્ય લીલાઓ કરે છે, તે કોઈ જાણતું નથી. એટલે મનુષ્યે જાણવું જોઈએ કે

કૃષ્ણને જાણવા માટે વિદ્વત્તા એ કંઈ જરૂરી યોગ્યતા નથી. મોટા મોટા દેવોએ તથા મહર્ષિઓએ પણ માનસિક ચિંતન દ્વારા કૃષ્ણને જાણવાનો પ્રયત્ન કર્યો, પરંતુ તેઓ સફળ થયા નહીં. શ્રીમદ્ ભાગવતમાં પણ સ્પષ્ટપણે કહ્યું છે કે મહાન દેવો પણ પૂર્ણ પુરુષોત્તમ પરમેશ્વરને સમજવા શક્તિમાન નથી. તેઓ તેમની અપૂર્ણ ઈન્દ્રિયોની મર્યાદા આવે, ત્યાં સુધી તર્ક કરી શકે છે અને તેનાથી નિર્વિશેષવાદના વિપરીત નિષ્કર્ષ પર આવી શકે છે કે જે ભૌતિક પ્રકૃતિના ત્રણ ગુણો દ્વારા પ્રગટ થતું નથી અથવા તેઓ માનસિક તર્કવિતર્ક દ્વારા કશાકની કલ્પના કરી શકે છે, પરંતુ આવા મૂર્ખતાભર્યા તર્કો દ્વારા કૃષ્ણને સમજવાનું શક્ય નથી.

અહીં ભગવાન પરોક્ષ રીતે કહે છે કે જો કોઈ પરમ સત્યને જાણવા ઈચ્છે તો લો, "અહીં હું પૂર્ણ પુરુષોત્તમ પરમેશ્વરરૂપે ઉપસ્થિત છું. હું જ પરમ પૂર્ણ છું." મનુષ્યે આ સમજી લેવું જોઈએ. જોકે મનુષ્ય અચિંત્ય ભગવાનના સાક્ષાત્ સ્વરૂપને જાણવા સમર્થ નથી અને છતાં ભગવાનનું અસ્તિત્વ તો છે જ. આપણે ભગવદ્‌ગીતા તથા શ્રીમદ્ ભાગવતમાંનાં તેમનાં વચનોનો અભ્યાસ કરવાથી જ કૃષ્ણને વાસ્તવમાં સમજી શકીશું કે જે સનાતન તેમ જ જ્ઞાન તથા આનંદથી ભરપૂર છે. જે મનુષ્યો ભગવાનની અપરા શક્તિમાં હોય છે, તેમને ઈશ્વરની અનુભૂતિ કોઈ શાસક સત્તારૂપે અથવા નિર્વિશેષ બ્રહ્મરૂપે થાય છે, પરંતુ જ્યાં સુધી મનુષ્ય દિવ્ય અવસ્થામાં આવે નહીં, ત્યાં સુધી તે ભગવાનના વ્યક્તિત્વને સમજી શકે નહીં.

ઘણાખરા મનુષ્યો કૃષ્ણને તેમના વાસ્તવિક રૂપમાં સમજી શકતા નથી, તેથી જ કૃષ્ણ પોતાની અહૈતુકી કૃપાથી આવા ચિંતકો પર દયા કરવા માટે અવતરણ કરે છે. પરંતુ ભગવાનનાં અદ્‌ભુત લીલાકાર્યો હોવા છતાં આ ચિંતકો ભૌતિક શક્તિ (માયા)ના દૂષણને લીધે નિર્વિશેષ બ્રહ્મને જ સર્વોપરી માને છે. કેવળ ભક્તજનો જ કે જેમણે ભગવાનનું શરણ સંપૂર્ણપણે ગ્રહણ કરી લીધું છે, તેઓ ભગવત્કૃપાને કારણે એ સમજી શકે છે કે કૃષ્ણ સર્વોપરી છે. ભગવદ્‌ભક્તો નિર્વિશેષ બ્રહ્મની પરવા કરતા નથી. તેઓ પોતાની શ્રદ્ધા તથા ભક્તિને લીધે તરત જ પરમેશ્વરનું શરણ લે છે અને કૃષ્ણની નિષ્કારણ કૃપાથી જ તેઓ કૃષ્ણને જાણી શકે છે. અન્ય કોઈ ભગવાનને સમજી શકે નહીં. આત્મા શું છે? પરમાત્મા શું છે? એ બાબતમાં મહાન ઋષિઓ પણ સ્વીકાર કરે છે કે એ ભગવાન જ છે કે જેને આપણે ભજીએ છીએ.

શ્લોક ૩ **यो मामजमनादिं च वेत्ति लोकमहेश्वरम्।**
असम्मूढः स मर्त्येषु सर्वपापैः प्रमुच्यते॥ ३॥

યઃ—જે મનુષ્ય; **મામ્**—મને; **અજમ્**—અજન્મા; **અનાદિમ્**—આદિરહિત; **ચ**—અને; **વેત્તિ**—જાણે છે; **લોક**—ગ્રહમંડળોના; **મહા ઈશ્વરમ્**—પરમ સ્વામી; **અસમ્મૂઢઃ**—મોહરહિત; **સઃ**—તે; **મર્ત્યેષુ**—મરણશીલ મનુષ્યોમાં; **સર્વપાપૈઃ**—બધાં પાપકર્મોમાંથી; **પ્રમુચ્યતે**—મુક્ત થઈ જાય છે.

અનુવાદ

મનુષ્યોમાં માત્ર તે જ મોહરહિત અને સમસ્ત પાપોથી મુક્ત હોય છે, જે મને અજન્મા, અનાદિ તથા સર્વ ગ્રહમંડળોના સ્વામી તરીકે જાણે છે.

ભાવાર્થ

સાતમા અધ્યાય (૭.૩)માં કહેવામાં આવ્યું છે તેમ—*મનુષ્યાણાં સહસ્રેષુ કશ્ચિદ્ યતતિ સિદ્ધયે*—જે મનુષ્યો આધ્યાત્મિક સાક્ષાત્કારના પદ સુધી ઊંચે જવા માટે પ્રયત્નશીલ હોય છે, તેઓ સાધારણ મનુષ્યો નથી. તેઓ એવા કરોડો સામાન્ય મનુષ્યોથી ચડિયાતા છે કે જેમને આધ્યાત્મિક સાક્ષાત્કારનું જ્ઞાન નથી. પરંતુ જેઓ વાસ્તવમાં પોતાની આધ્યાત્મિક સ્થિતિ સમજવા પ્રયત્નશીલ હોય છે, તેઓમાંથી શ્રેષ્ઠ મનુષ્ય તે જ છે, જે જાણે છે કે કૃષ્ણ જ પૂર્ણ પુરુષોત્તમ પરમેશ્વર, સર્વ વસ્તુઓના સ્વામી તથા અજન્મા છે અને તે જ આધ્યાત્મિક સાક્ષાત્કારમાં સર્વાધિક સફળતાને વરેલો હોય છે. જ્યારે મનુષ્ય કૃષ્ણની સર્વોપરી સ્થિતિને પૂર્ણપણે જાણી લે છે, ત્યારે એ અવસ્થામાં તે સર્વ પાપોથી મુક્ત થાય છે.

અહીં ભગવાનને *અજ* અર્થાત્ "અજન્મા" કહેવામાં આવ્યા છે, પરંતુ બીજા અધ્યાયમાં જેમને *અજ* કહ્યા છે, તેવા જીવોથી તેઓ ભિન્ન છે. જે જીવો ભૌતિક આસક્તિને લીધે જન્મ પામે છે અને મરે છે, તેવા જીવોથી ભગવાન ભિન્ન છે. બદ્ધ જીવો તેમનાં શરીરો બદલતા રહે છે, પરંતુ ભગવાનનું શરીર પરિવર્તનશીલ નથી. જ્યારે તેઓ આ ભૌતિક જગતમાં અવતરણ કરે છે, ત્યારે પણ તેઓ એ જ અજન્મારૂપે આવે છે. તેથી ચોથા અધ્યાયમાં કહ્યું છે કે ભગવાન પોતાની અંતરંગ શક્તિને કારણે અપરા શક્તિ માયાને અધીન નથી, પરંતુ સદા પરા શક્તિમાં રહે છે.

આ શ્લોકમાંના *વેત્તિ લોક મહેશ્વરમ્* શબ્દો દર્શાવે છે કે ભગવાન કૃષ્ણ બ્રહ્માંડના સર્વ ગ્રહોના સર્વોપરી સ્વામી છે અને મનુષ્યે તે જાણી લેવું જોઈએ. સર્જન પૂર્વે તેઓ વિદ્યમાન હતા અને તેઓ તેમના સર્જનથી ભિન્ન છે. સર્વ દેવોનું સર્જન આ ભૌતિક જગતમાં થયું હતું. પરંતુ જ્યાં સુધી કૃષ્ણનો સવાલ છે, એમ કહ્યું છે કે તેમનું સર્જન થયું નથી. માટે બ્રહ્માજી તથા શિવજી જેવા મહાન દેવોથી પણ કૃષ્ણ ભિન્ન છે. વળી તેઓ બ્રહ્માજી, શિવજી તથા અન્ય સર્વ દેવોના સર્જનહાર હોવાથી તેઓ સમસ્ત લોકોના પરમ (સર્વોપરી) પુરુષ છે.

તેથી શ્રીકૃષ્ણ એવી સમસ્ત વસ્તુઓથી ભિન્ન છે, જેનું સર્જન થયેલું છે અને જે મનુષ્ય તેમને એ રીતે જાણે છે, તે તત્કાળ સર્વ પાપકર્મોનાં ફળથી મુક્ત થઈ જાય છે. પરમેશ્વરનું જ્ઞાન પામવા માટે મનુષ્યે સર્વ પાપકર્મોથી મુક્ત થવું જોઈએ. ભગવદ્ગીતામાં કહ્યું છે તેમ, કેવળ ભક્તિ દ્વારા જ ભગવાનને જાણી શકાય છે, અન્ય કોઈ સાધન દ્વારા નહીં.

કૃષ્ણને મનુષ્ય તરીકે સમજવાનો કોઈએ પ્રયત્ન કરવો ન જોઈએ. અગાઉ કહ્યું છે તેમ, માત્ર મૂર્ખ માણસ જ તેમને મનુષ્ય માને છે. અહીં આ બાબત જુદી રીતે સમજાવી છે. જે મનુષ્ય મૂર્ખ નથી, જે ભગવાનની સ્વરૂપાવસ્થા સમજવા જેટલો બુદ્ધિશાળી છે, તે હંમેશાં સર્વ પાપકર્મોમાંથી મુક્ત હોય છે.

જો કૃષ્ણ દેવકીના પુત્રરૂપે પ્રસિદ્ધ હોય, તો તેઓ અજન્મા કેવી રીતે હોઈ શકે? તેનો પણ શ્રીમદ્ ભાગવતમાં ખુલાસો થયો છે—જ્યારે તેઓ દેવકી તથા વસુદેવજી સમક્ષ પ્રગટ થયા હતા, ત્યારે તેમનો જન્મ એક સામાન્ય શિશુની જેમ થયો નહોતો. તેઓ પોતાના મૂળ રૂપમાં પ્રગટ થયા હતા અને પછી સામાન્ય બાળકરૂપે સ્વયં રૂપાંતર પામ્યા હતા.

કૃષ્ણના માર્ગદર્શન હેઠળ જે કરવામાં આવે છે, તે દિવ્ય હોય છે. તે શુભ કે અશુભ ભૌતિક કર્મફળથી દૂષિત થતું નથી. ભૌતિક જગતમાં વસ્તુઓના શુભ કે અશુભ હોવાનો બોધ થવો એ તો માનસિક તર્કોની ઊપજ છે, કારણ આ ભૌતિક જગતમાં કશું જ શુભ નથી. બધું જ અશુભ છે, કારણ કે ભૌતિક પ્રકૃતિ સ્વયં અશુભ છે. આપણે તો તે શુભ હોવાની માત્ર કલ્પના કરીએ છીએ, વાસ્તવિક શુભ તો પૂર્ણ ભક્તિ તથા સેવાભાવયુક્ત કૃષ્ણભાવનામૃતમાં જ રહેલું હોય છે. તેથી જો આપણે આપણાં કાર્યો શુભ થાય એમ ઇચ્છતા હોઈએ, તો આપણે પરમેશ્વરની આજ્ઞાનુસાર કર્મ કરવાં

જોઈએ. આવી આજ્ઞા શ્રીમદ્ ભાગવત તથા ભગવદ્‌ગીતા જેવાં શાસ્ત્રોમાંથી અથવા તો સાચા સદ્‌ગુરુ પાસેથી પ્રાપ્ત કરી શકાય છે. ગુરુ એ ભગવાનના પ્રતિનિધિ હોય છે, તેથી તેમની આજ્ઞા પ્રત્યક્ષ રીતે પરમેશ્વરની આજ્ઞા જ હોય છે. ગુરુ, સાધુ અને શાસ્ત્રો એકસમાન રીતે આજ્ઞા આપે છે. આ ત્રણે સ્રોતોમાં કોઈ વિરોધાભાસ હોતો નથી. આ રીતે કરેલાં સર્વ કર્મો આ જગતનાં શુભ તથા અશુભ કર્મફળોથી મુક્ત હોય છે. કર્મ કરવામાં ભક્તની દિવ્ય મનોવૃત્તિ વાસ્તવમાં વૈરાગ્યમય હોય છે, જે *સંન્યાસ* કહેવાય છે. ભગવદ્‌ગીતાના છઠ્ઠા અધ્યાયના પ્રથમ શ્લોકમાં કહેવામાં આવ્યું છે તેમ, જે મનુષ્ય ભગવાનનો આદેશ માનીને કર્તવ્ય કરે છે અને જે કર્મફળોનો આશ્રય લેતો નથી (*અનાશ્રિતઃ કર્મફલમ્*), તે જ સાચો સંન્યાસી છે. જે મનુષ્ય ભગવાનના આદેશ અનુસાર કર્મ કરે છે, તે જ વાસ્તવમાં સંન્યાસી તથા યોગી છે અને નહિ કે સંન્યાસી કે ખોટા યોગીનો માત્ર વેષ ધારણ કરનાર માણસ.

શ્લોક ૪–૫

बुद्धिर्ज्ञानमसम्मोहः क्षमा सत्यं दमः शमः ।
सुखं दुःखं भवोऽभावो भयं चाभयमेव च ॥ ४ ॥
अहिंसा समता तुष्टिस्तपो दानं यशोऽयशः ।
भवन्ति भावा भूतानां मत्त एव पृथग्विधाः ॥ ५ ॥

બુદ્ધિઃ—બુદ્ધિ; **જ્ઞાનમ્**—જ્ઞાન; **અસમ્મોહઃ**—સંશયરહિત; **ક્ષમા**—ક્ષમા; **સત્યમ્**—સત્યતા; **દમઃ**—ઈન્દ્રિયનિગ્રહ; **શમઃ**—મનનો નિગ્રહ; **સુખમ્**—સુખ; **દુઃખમ્**—દુઃખ; **ભવઃ**—જન્મ; **અભાવઃ**—મૃત્યુ; **ભયમ્**—ભય; **ચ**—અને; **અભયમ્**—નિર્ભયતા; **એવ ચ**—તેમ જ; **અહિંસા**—અહિંસા; **સમતા**—સમભાવ; **તુષ્ટિઃ**—સંતોષ; **તપઃ**—તપ; **દાનમ્**—દાન; **યશઃ**—યશ; **અયશઃ**—અપયશ; **ભવન્તિ**—હોય છે; **ભાવાઃ**—સ્વભાવો; **ભૂતાનામ્**—જીવોના; **મત્તઃ**—મારાથી; **એવ**—નક્કી; **પૃથક્ વિધા**—અલગ પ્રકારના રચેલા.

અનુવાદ

બુદ્ધિ, જ્ઞાન, સંશય તથા મોહથી મુક્તિ, ક્ષમાભાવ, સત્યતા, ઈન્દ્રિયનિગ્રહ, મનોનિગ્રહ, સુખ તથા દુઃખ, જન્મ, મૃત્યુ, ભય, અભય, અહિંસા, સમતા, તુષ્ટિ, તપ, દાન, યશ તથા અપયશ—જીવોના આ વિવિધ ગુણો મારા વડે જ ઉત્પન્ન થયેલા છે.

ભાવાર્થ

જીવોના સારા કે નરસા એવા બધા જ ગુણો કૃષ્ણ દ્વારા ઉત્પન્ન થયેલા છે અને અહીં તેમનું વર્ણન કરવામાં આવ્યું છે.

બુદ્ધિનો અર્થ છે સારાસારના વિવેકની શક્તિ અને જ્ઞાન એટલે ચેતન (આત્મા) તથા જડ (પદાર્થ)ની સમજણ. વિશ્વવિદ્યાલયની કેળવણી દ્વારા પ્રાપ્ત થતું સામાન્ય જ્ઞાન માત્ર જડ પદાર્થ વિષયક હોય છે અને અહીં તેનો જ્ઞાન તરીકે સ્વીકાર કરવામાં આવ્યો નથી. જ્ઞાનનો અર્થ છે, ચેતન આત્મા તથા ભૌતિક પદાર્થ વચ્ચે રહેલા તફાવતને જાણવો. આધુનિક શિક્ષણમાં આત્મા વિશે જ્ઞાન આપવામાં આવતું નથી. તેમાં માત્ર ભૌતિક તત્ત્વો તથા શારીરિક જરૂરિયાતોની તરફ ધ્યાન આપવામાં આવે છે. તેથી શાળા-મહાશાળા દ્વારા પ્રાપ્ત થયેલું જ્ઞાન અપૂર્ણ હોય છે.

અસમ્મોહ એટલે સંશય તથા મોહથી મુક્તિ. જ્યારે મનુષ્ય અનિશ્ચિતતામાં રહેતો નથી અને આધ્યાત્મિક તત્ત્વજ્ઞાન સમજી લે છે, ત્યારે તે સંશય તથા મોહથી રહિત થાય છે. તે ધીરે ધીરે નિશ્ચિતપણે મોહથી મુક્ત થાય છે. દરેક વસ્તુને સતર્કતાપૂર્વક ગ્રહણ કરવી જોઈએ, આંધળી રીતે કશું સ્વીકારવું ન જોઈએ. *ક્ષમા* અર્થાત્ સહિષ્ણુતા તથા ક્ષમાભાવ, જેનો વ્યવહાર મનુષ્યે કરવો જોઈએ. મનુષ્યે સહનશીલ થવું જોઈએ અને અન્ય મનુષ્યોના નાના અપરાધોને માફ કરવા જોઈએ. *સત્યમ્* એટલે હકીકતોને બીજાઓના હિત માટે યથાર્થરૂપે રજૂ કરવી જોઈએ. હકીકતોની ગેરરજૂઆત થવી ન જોઈએ. સામાજિક પ્રથા પ્રમાણે કહેવામાં આવે છે કે સત્ય ત્યારે જ બોલવું જોઈએ, જ્યારે તે અન્યને પ્રિય લાગે તેવું હોય. પરંતુ એ સત્ય નથી. સત્ય સીધું જ કહેવું જોઈએ કે જેથી સાચી હકીકકત શું છે તે બીજા જાણી શકે. જો કોઈ માણસ ચોર હોય અને લોકોને તેના ચોર હોવા વિશે સાવચેત કરવામાં આવે, તો તે સત્ય છે. કેટલીક વખત સત્ય અપ્રિય હોય છે, તેમ છતાં સત્ય કહેવામાં સંકોચ કરવો ન જોઈએ. સત્યની જરૂરિયાત એવી છે કે લોકોના હિતાર્થે હકીકતોને યથાર્થરૂપમાં જ રજૂ કરવામાં આવે. એ જ તો સત્યની વ્યાખ્યા છે.

ઈન્દ્રિયનિગ્રહ (*દમ*) એટલે ઈન્દ્રિયોને બિનજરૂરી અંગત ભોગવિલાસમાં પરોવવી ન જોઈએ. ઈન્દ્રિયોની યોગ્ય જરૂરિયાતોની પૂર્તિ કરવા બાબત નિષેધ નથી, પરંતુ અનાવશ્યક ઈન્દ્રિયભોગ આધ્યાત્મિક ઉન્નતિમાં બાધક નીવડે છે. માટે ઈન્દ્રિયોના બિનજરૂરી ઉપયોગ ઉપર નિયંત્રણ રાખવું

જોઈએ. તે જ પ્રમાણે, મનુષ્યે મનનો નિરર્થક વિચારોથી નિગ્રહ કરવો જોઈએ. એ જ *શમ* કહેવાય છે. મનુષ્યે પૈસા કમાવાના વિચારોમાં જ બધો વખત વેડફવો ન જોઈએ. તે તો વિચાર કરવાની શક્તિનો દુરુપયોગ છે. મનનો ઉપયોગ મનુષ્યોની મૂળભૂત જરૂરિયાતોને જાણવામાં કરવો જોઈએ અને તેમની રજૂઆત અધિકૃત રીતે કરવી જોઈએ. શાસ્ત્રવિદો, સંતજનો, ગુરુજનો તથા મહાન વિચારકોના સત્સંગમાં રહીને વિચારશક્તિનો વિકાસ સાધવો જોઈએ. *સુખમ્*—કૃષ્ણભાવનામૃતના આધ્યાત્મિક જ્ઞાનના અનુશીલનમાં જે સગવડભર્યું હોય, તે સુખ છે. તેવી જ રીતે, કૃષ્ણભાવનામૃતના સંવર્ધનમાં દુઃખદાયક હોય કે અગવડભર્યું હોય, તે જ દુઃખમય છે. જે કૃષ્ણભાવનામૃતના વિકાસમાં અનુકૂળ હોય, તેનો સ્વીકાર કરવો જોઈએ અને પ્રતિકૂળ હોય, તેનો પરિત્યાગ કરવો જોઈએ.

ભવ અર્થાત્ જન્મ—જેનો સંબંધ શરીર સાથે છે. આત્મા વિશે કહી શકાય કે તેને ન તો જન્મ છે કે ન તો મૃત્યુ છે. તેની ચર્ચા આપણે ભગવદ્ગીતાના પ્રારંભમાં જ કરેલી છે. જન્મ તથા મૃત્યુનો સંબંધ આ ભૌતિક જગતમાં મનુષ્યના શરીર ધારણ કરવા સાથે હોય છે. ભય તો ભવિષ્યની ચિંતામાંથી ઉદ્ભવે છે. કૃષ્ણભાવનામાં રહેનાર મનુષ્ય કદાપિ ભય પામતો નથી, કારણ કે તે પોતાનાં કર્મો દ્વારા વૈકુંઠમાં, ભગવદ્ધામમાં પાછો જશે તેવી તેને ખાતરી હોય છે. પરિણામે તેનું ભવિષ્ય ઉજ્જવળ હોય છે. પરંતુ અન્ય મનુષ્યો પોતાના ભાવિ વિશે કશું જ જાણતા નથી, ભાવિ જન્મમાં શું થશે તેનું તેમને કશું જ જ્ઞાન હોતું નથી. તેથી તેઓ નિરંતર ચિંતાગ્રસ્ત રહેતા હોય છે. જો આપણે ચિંતામુક્ત થવા ઇચ્છતા હોઈએ, તો કૃષ્ણને જાણી સદા કૃષ્ણભાવનામૃતમાં રહેવું એ જ એકમાત્ર સર્વોત્તમ ઉપાય છે. આ રીતે આપણે સર્વ ભયમાંથી સર્વથા મુક્ત થઈશું. શ્રીમદ્ ભાગવત (૧૧.૨.૩૭)માં કહ્યું છે—*ભયં દ્વિતીયાભિનિવેશતઃ સ્યાત્*—ભય તો આપણે માયામાં મગ્ન થતા હોવાને કારણે ઉત્પન્ન થાય છે. પરંતુ જે મનુષ્યો માયાથી મુક્ત હોય છે, જેમને વિશ્વાસ હોય છે કે પોતે આ શરીર નથી પણ પૂર્ણ પુરુષોત્તમ પરમેશ્વરના આધ્યાત્મિક અંશ છે અને જેઓ ભગવાનની દિવ્ય સેવામાં પરોવાયેલા રહે છે, તેમને કોઈ ભય રહેતો નથી. તેમનું ભવિષ્ય અતિ ઉજ્જવળ હોય છે. જે મનુષ્યો કૃષ્ણભાવનામૃતમાં રહેતા નથી, તેમની જ દશા ભયાવહ હોય છે. જ્યારે મનુષ્ય કૃષ્ણભાવનામૃતમાં હોય, ત્યારે જ *અભયમ્* અર્થાત્ નિર્ભયતા શક્ય બને છે.

અહિંસા એટલે બીજાને દુઃખ કે કષ્ટ થાય એવું કશું કરવું નહીં. જે ભૌતિક કાર્યો અનેકાનેક રાજકારણીઓ, સમાજશાસ્ત્રીઓ, પરોપકારીજનો વગેરે દ્વારા કરાય છે, તેમનાં પરિણામ સારાં આવતાં નથી, કારણ કે રાજનીતિજ્ઞો તથા પરોપકારી જનોમાં આધ્યાત્મિક દૃષ્ટિ હોતી નથી. માનવ સમાજ માટે વાસ્તવમાં શું હિતકારક છે તેનું તેમને જ્ઞાન હોતું નથી. *અહિંસા*નો અર્થ છે, લોકોને એવી રીતે કેળવવા જોઈએ કે જેથી આ માનવદેહનો પૂરેપૂરો ઉપયોગ થઈ શકે. માનવદેહ આધ્યાત્મિક સાક્ષાત્કાર માટે મળ્યો છે, તેથી જે કોઈ આંદોલન કે સંઘ તે ઉદ્દેશને આગળ વધારવા પ્રોત્સાહન આપતો નથી, તે માનવદેહ પ્રત્યે હિંસા કરનારો હોય છે. જેનાથી જનસાધારણના ભાવિ આધ્યાત્મિક સુખમાં વધારો થાય, તે જ અહિંસા છે.

સમતા શબ્દ એ રાગ-દ્વેષથી મુક્તિનો નિર્દેશ કરે છે. કોઈમાં રાગ અને દ્વેષનો અતિરેક હોય એ બહુ સારું નથી. આ ભૌતિક જગતને રાગ-દ્વેષરહિત થઈને સ્વીકારવું જોઈએ. કૃષ્ણભાવનામૃતનો અમલ કરવામાં જે અનુકૂળ હોય તેનો સ્વીકાર અને પ્રતિકૂળ હોય તેનો પરિત્યાગ કરવો જોઈએ. તે જ *સમતા* કહેવાય છે. કૃષ્ણભાવનાપરાયણ મનુષ્યને કશું ત્યાગવાનું કે ગ્રહણ કરવાનું હોતું નથી, પરંતુ તેને તો કૃષ્ણભાવનાનો અમલ કરવામાં તેની ઉપયોગિતા સાથે જ સંબંધ હોય છે.

તુષ્ટિ, સંતોષનો અર્થ એ છે કે મનુષ્યે અનાવશ્યક પ્રવૃત્તિઓ કરીને વધુ ને વધુ દુન્યવી વસ્તુઓ એકત્ર કરવા ઉત્સુક રહેવું ન જોઈએ. તેણે તો ભગવત્કૃપાથી જે મળે, તેનાથી સંતુષ્ટ રહેવું જોઈએ. એ જ તુષ્ટિ છે. *તપસ્*નો અર્થ તપશ્ચર્યા થાય છે. તપશ્ચર્યામાં સવારે વહેલા ઊઠવું અને સ્નાન કરવું વગેરે જેવાં અનેક વિધિવિધાનો વેદોમાં કહેલાં છે. કેટલીક વખત સવારમાં વહેલા ઊઠવું બહુ ત્રાસદાયક હોય છે, પરંતુ આ રીતે મનુષ્ય જે કંઈ કષ્ટ સ્વેચ્છાથી સહન કરે, એ જ તપશ્ચર્યા કહેવાય છે. તે જ પ્રમાણે, મહિનામાં કેટલાક વિશેષ દિવસોએ ઉપવાસ કરવાનું પણ વિધાન છે. શક્ય છે કે આવા ઉપવાસ કરવાની ઈચ્છા ન થાય, પરંતુ કૃષ્ણભાવનામૃતના વિજ્ઞાનમાં પ્રગતિ કરવાના દૃઢ નિશ્ચયને લીધે તેણે આવાં શાસ્ત્રવિહિત શારીરિક કષ્ટ સહન કરવા અવશ્ય તત્પરતા દાખવવી જોઈએ. પરંતુ મનુષ્યે બિનજરૂરી અથવા વૈદિક આદેશો વિરુદ્ધ ઉપવાસ કરવા જોઈએ નહીં. મનુષ્યે કોઈ રાજનીતિક ઉદ્દેશથી ઉપવાસ કરવા ન જોઈએ. ભગવદ્ગીતામાં આવા ઉપવાસને તામસી કહ્યા છે અને તમોગુણ કે રજોગુણમાં કરેલાં

કાર્યથી આધ્યાત્મિક પ્રગતિ થતી નથી. પણ સત્ત્વગુણમાં જે કાર્ય થાય છે, તેનાથી ઉન્નતિ થાય છે અને વેદોના આદેશાનુસાર ઉપવાસ કરવાથી મનુષ્ય આધ્યાત્મિક જ્ઞાનમાં સમુન્નત થાય છે.

દાન સંબંધે કહ્યું છે કે મનુષ્યે કોઈ ઉત્તમ હેતુ માટે તેની કમાણીનો અડધો હિસ્સો દાનમાં આપવો જોઈએ. અને એ ઉત્તમ હેતુ શો હોય? તે એ છે કે જે કાર્ય કૃષ્ણભક્તિના ઉદ્દેશથી કરવામાં આવે. એ માત્ર કોઈ શુભ કાર્ય નથી, પરંતુ સર્વોત્તમ કાર્ય છે. કૃષ્ણ શુભ હોવાથી તેમના માટેનું કાર્ય પણ શુભ હોય છે. તેથી કૃષ્ણભાવનામૃતમાં સંલગ્ન મનુષ્યને જ દાન આપવું જોઈએ. વેદોની આજ્ઞાનુસાર બ્રાહ્મણોને દાન આપવું જોઈએ. આ પ્રથા આજે પણ પ્રચલિત છે, પરંતુ વેદોની આજ્ઞા છે તે પ્રમાણે તેનો વ્યવહાર થતો નથી. તેમ છતાં આદેશ એ જ છે કે બ્રાહ્મણોને દાન આપવું જોઈએ. શા માટે? કારણ કે તેઓ આધ્યાત્મિક જ્ઞાનના સંવર્ધનમાં પરોવાયેલા રહે છે. બ્રાહ્મણ પાસેથી એવી આશા રાખવામાં આવે છે કે તે સંપૂર્ણ જીવન બ્રહ્મજિજ્ઞાસામાં વ્યતીત કરે. *બ્રહ્મ જાનાતીતિ બ્રાહ્મણઃ*—જે બ્રહ્મને જાણે છે તે બ્રાહ્મણ છે. એટલે જ દાન બ્રાહ્મણોને આપવામાં આવે છે, કારણ કે તેઓ હંમેશાં આધ્યાત્મિક કાર્યમાં પરોવાયેલા રહે છે અને આજીવિકા રળવા માટે તેમની પાસે સમય રહેતો નથી. વૈદિક સાહિત્યમાં સંન્યાસીઓને પણ દાન આપવા વિશે આજ્ઞા છે. સંન્યાસીઓ પૈસા માટે નહીં પણ ધર્મપ્રચારના કાર્ય માટે ઘેરઘેર જઈને ભિક્ષા માગે છે. તેઓ ઘેરઘેર જઈને ગૃહસ્થોને અજ્ઞાનરૂપી નિદ્રામાંથી જગાડે છે. ગૃહસ્થો કૌટુંબિક કાર્યોમાં વ્યસ્ત રહેવાને કારણે પોતાના જીવનના વાસ્તવિક ઉદ્દેશને, કૃષ્ણભાવનામૃતને જાગૃત કરવાનું ભૂલી ગયા હોય છે. તેથી સંન્યાસીઓનું કર્તવ્ય છે કે તેઓ ભિક્ષુક બનીને ગૃહસ્થો પાસે જાય અને તેમને કૃષ્ણભાવનાપરાયણ થવાની પ્રેરણા આપે. વેદોમાં જણાવ્યું છે તેમ, મનુષ્યે જાગૃત થવું જોઈએ અને આ મનુષ્ય જન્મમાં જે પ્રાપ્ત કરવાનું છે, તે પ્રાપ્ત કરવું જોઈએ. સંન્યાસીઓ દ્વારા આ જ્ઞાન પદ્ધતિ પ્રદાન કરવામાં આવે છે. એટલે જ દાન સંન્યાસીઓને બ્રાહ્મણોને અને એવા જ શુભ હેતુઓ માટે આપવું જોઈએ અને કોઈ તરંગી હેતુ માટે નહીં.

યશસ્, યશ તો ભગવાન ચૈતન્યના કહ્યા પ્રમાણેનો હોવો જોઈએ તેમણે કહ્યું છે કે મનુષ્ય ત્યારે જ યશસ્વી થાય છે, જ્યારે તે મહાન ભક્ત તરીકે પ્રસિદ્ધિ પામે છે. આ જ વાસ્તવિક યશ છે. જો કોઈ કૃષ્ણભક્તિમાં

મહાન થાય છે અને વિખ્યાત થાય છે, તો તે જ ખરેખરો યશસ્વી છે. જેને આવો યશ પ્રાપ્ત નથી, તે અપયશી (દુર્ભાગી) છે.

આ બધા ગુણો સમગ્ર બ્રહ્માંડમાં રહેલા માનવ સમાજમાં અને દેવોના સમાજમાં પ્રગટ થાય છે. અન્ય ગ્રહો પર પણ વિભિન્ન પ્રકારના માનવો વસે છે અને આ ગુણો ત્યાં પણ હોય છે. હવે જે મનુષ્ય કૃષ્ણભાવનામૃતમાં પ્રગતિ કરવા ઈચ્છે છે, તેના માટે કૃષ્ણ આ સર્વ ગુણો ઉત્પન્ન કરે છે, પરંતુ મનુષ્ય પોતાની અંદર પોતે જ તેમનો વિકાસ કરે છે. જે મનુષ્ય પરમેશ્વરની ભક્તિમય સેવામાં પરોવાઈ જાય છે, તે ભગવાનની યોજનાનુસાર આ સર્વ સદ્‌ગુણોનો વિકાસ કરે છે.

આપણે જે કંઈ સારું કે નરસું જોઈએ છીએ, તેના મૂળ શ્રીકૃષ્ણ જ છે. આ ભૌતિક જગતમાં એવી કોઈ પણ વસ્તુ નથી કે જે કૃષ્ણમાં સ્થિત નથી. તે જ જ્ઞાન છે, આપણે જાણીએ છીએ કે વસ્તુઓ ભિન્ન રૂપે સ્થિત હોય છે, તો પણ આપણે જાણવું જોઈએ કે બધું કૃષ્ણમાંથી જ ઉદ્‌ભવે છે.

શ્લોક ૬

महर्षयः सप्त पूर्वे चत्वारो मनवस्तथा।
मद्भावा मानसा जाता येषां लोक इमाः प्रजाः ॥ ६ ॥

મહા ઋષયઃ—મહર્ષિઓ; **સપ્ત**—સાત; **પૂર્વે**—પૂર્વે; **ચત્વારઃ**—ચાર; **મનવઃ**—મનુ; **તથા**—પણ; **મત્ ભાવાઃ**—મારાથી ઉત્પન્ન; **માનસાઃ**—મનથી; **જાતાઃ**—જન્મેલા; **યેષામ્**—જેમની; **લોકે**—જગતમાં; **ઈમાઃ**—આ સર્વ; **પ્રજાઃ**—પ્રજા.

અનુવાદ

સપ્તર્ષિઓ તથા તેમની પૂર્વે ચાર અન્ય મહર્ષિઓ તેમ જ બધા મનુઓ (માનવજાતિના પૂર્વજો) મારા મનથી ઉત્પન્ન થયેલા છે અને વિભિન્ન લોકમાં નિવાસ કરનારા સર્વ જીવો તેમનામાંથી આવે છે.

ભાવાર્થ

ભગવાન બ્રહ્માંડની પ્રજાનું આનુવંશિક વર્ણન કરી રહ્યા છે. બ્રહ્મા પરમેશ્વરની શક્તિમાંથી જન્મેલા મૂળ જીવાત્મા છે, જેઓ હિરણ્યગર્ભ તરીકે જાણીતા છે. બ્રહ્માથી સાત મહર્ષિ તથા તેમની પણ પૂર્વે સનક, સનંદ, સનાતન અને સનત્કુમાર આ ચાર મહર્ષિઓ તેમ જ સર્વ મનુઓ પ્રગટ થયા છે. આ પચીસ મહર્ષિઓ સમગ્ર બ્રહ્માંડના જીવોના પ્રજાપતિ કહેવાયા છે. અસંખ્ય બ્રહ્માંડો છે અને દરેક બ્રહ્માંડમાં અસંખ્ય ગ્રહો

આવેલા છે અને દરેક ગ્રહ પર વિવિધ પ્રકારના જીવો છે. એ સર્વ જીવો આ પચીસ પ્રજાપતિઓથી ઉત્પન્ન થયેલા છે. એક હજાર દેવોનાં વર્ષ સુધી તપ કર્યા પછી, કૃષ્ણકૃપાથી બ્રહ્માજીને સૃષ્ટિની રચના કરવાનું જ્ઞાન પ્રાપ્ત થયું. પછી બ્રહ્માજીથી સનક, સનંદ, સનાતન તથા સનત્કુમાર ઉત્પન્ન થયા. તે પછી રુદ્ર તથા સપ્તર્ષિ અને એ રીતે વળી ભગવાનની શક્તિથી બધા જ બ્રાહ્મણો તથા ક્ષત્રિયોનો જન્મ થયો. બ્રહ્માજી પિતામહ કહેવાય છે અને કૃષ્ણ પ્રપિતામહ—પિતામહના પિતા તરીકે પ્રસિદ્ધ છે. આનો ઉલ્લેખ ભગવદ્‌ગીતા (૧૧.૩૯)ના અગિયારમા અધ્યાયમાં થયો છે.

શ્લોક ૭

एतां विभूतिं योगं च मम यो वेत्ति तत्त्वतः ।
सोऽविकल्पेन योगेन युज्यते नात्र संशयः ॥ ७ ॥

એતામ્—આ સર્વ; **વિભૂતિમ્**—ઐશ્વર્યોને; **યોગમ્**—યોગને; **ચ**—પણ; **મમ**—મારા; **યઃ**—જે; **વેત્તિ**—જાણે છે; **તત્ત્વતઃ**—વાસ્તવિક રીતે; **સઃ**—તે; **અવિકલ્પેન**—વિકલ્પ વિના; **યોગેન**—ભક્તિથી; **યુજ્યતે**—પરોવાય છે; **ન**—નથી; **અત્ર**—અહીં; **સંશયઃ**—શંકા.

અનુવાદ

જે મનુષ્ય મારા આ ઐશ્વર્ય તથા યોગને વિશે ખરેખર દૃઢ વિશ્વાસ ધરાવે છે, તે મારી અનન્ય ભક્તિમાં સંલગ્ન થાય છે. આ વિશે લેશમાત્ર શંકા નથી.

ભાવાર્થ

પૂર્ણ પુરુષોત્તમ પરમેશ્વરનું જ્ઞાન એ જ આધ્યાત્મિક પૂર્ણતાનું સર્વોચ્ચ શિખર છે. મનુષ્ય જ્યાં સુધી પરમેશ્વરનાં વિવિધ ઐશ્વર્યો પ્રત્યે દૃઢ વિશ્વાસ ધરાવતો નથી, ત્યાં સુધી તે ભક્તિપરાયણ થઈ શકતો નથી. સામાન્ય રીતે લોકો જાણે છે કે ઈશ્વર મહાન છે, પરંતુ એ જાણતા નથી કે તેઓ કેવી રીતે મહાન છે. અહીં તેનું વિગતવાર નિરૂપણ થયું છે. જ્યારે મનુષ્ય એ પામી જાય છે કે ઈશ્વર કેવી રીતે મહાન છે, ત્યારે તે સહજ રીતે શરણાગત જીવ થઈને પોતાને ભગવાનની ભક્તિમય સેવામાં લગાડી દે છે. ભગવાનનાં ઐશ્વર્યોને વાસ્તવિક રીતે જાણ્યા પછી શરણાગત થયા સિવાય અન્ય કોઈ જ વિકલ્પ રહેતો નથી. આવું વાસ્તવિક જ્ઞાન ભગવદ્‌ગીતા, શ્રીમદ્ ભાગવત તથા એવા જ અન્ય ગ્રંથોમાંથી પ્રાપ્ત કરી શકાય છે.

આ બ્રહ્માંડના સંચાલન માટે વિભિન્ન લોકોમાં અનેક દેવો નિયુક્ત કરવામાં આવેલા છે અને તેમાં બ્રહ્માજી, શિવજી, ચાર મહાન કુમારો અને બીજા પ્રજાપતિઓ મુખ્ય છે. બ્રહ્માંડની પ્રજાના અનેક પૂર્વજો છે અને એ બધા જ ભગવાન કૃષ્ણથી ઉત્પન્ન થયેલા છે. પૂર્ણ પુરુષોત્તમ પરમેશ્વર કૃષ્ણ જ સર્વ પૂર્વજોના આદિ પૂર્વજ છે.

આ છે પરમેશ્વરનાં કેટલાંક ઐશ્વર્યો. જ્યારે મનુષ્યને તેમના વિશે દૃઢ વિશ્વાસ થઈ જાય છે, ત્યારે તે અત્યંત શ્રદ્ધાપૂર્વક તથા શંકારહિત થઈને કૃષ્ણને સ્વીકારે છે અને ભક્તિમય સેવામાં લાગી જાય છે. ભગવાનની પ્રેમમયી ભક્તિમાં રુચિ વધારવા માટે આ વિશિષ્ટ જ્ઞાનની જરૂર રહે છે. મનુષ્યે કૃષ્ણ કેવા મહાન છે એ સંપૂર્ણ રીતે જાણવામાં ઉપેક્ષા સેવવી ન જોઈએ, કારણ કે કૃષ્ણની મહાનતાને જાણ્યા પછી જ એકનિષ્ઠ થઈને ભક્તિ કરી શકાય છે.

શ્લોક ૮

अहं सर्वस्य प्रभवो मत्तः सर्वं प्रवर्तते।
इति मत्वा भजन्ते मां बुधा भावसमन्विताः ॥ ८ ॥

અહમ્—હું; **સર્વસ્ય**—સૌનો; **પ્રભવઃ**—ઉત્પત્તિના કારણરૂપ; **મત્તઃ**—મારામાંથી; **સર્વમ્**—બધી વસ્તુઓ; **પ્રવર્તતે**—ઉદ્ભવે છે; **ઈતિ**—એમ; **મત્વા**—જાણીને; **ભજન્તે**—ભજે છે; **મામ્**—મને; **બુધાઃ**—વિદ્વાનો; **ભાવ સમન્વિતાઃ**—અત્યંત ધ્યાનપૂર્વક.

અનુવાદ

હું સમસ્ત દિવ્ય તથા ભૌતિક વિશ્વોના કારણરૂપ છું. દરેક વસ્તુ મારામાંથી જ ઉદ્ભવે છે. જે બુદ્ધિમાન મનુષ્યો આ સારી રીતે જાણે છે, તેઓ મારી પ્રેમભક્તિમાં પરોવાય છે અને સર્વથા અંતઃકરણપૂર્વક મને ભજે છે.

ભાવાર્થ

જે વિદ્વાન મનુષ્યે વેદોનું સારી રીતે અધ્યયન કર્યું હોય અને ભગવાન ચૈતન્ય જેવા અધિકારી પુરુષો પાસેથી જ્ઞાન મેળવ્યું હોય તથા આ ઉપદેશોને વ્યવહારમાં કેવી રીતે ઉતારવા જોઈએ એ જાણતો હોય, તે જ એ સમજી શકે છે કે દિવ્ય તથા ભૌતિક જગતોની સર્વ વસ્તુના મૂળ શ્રીકૃષ્ણ જ છે અને તેને આ પૂર્ણ જ્ઞાન પ્રાપ્ત થવાથી તે ભગવદ્ભક્તિમાં દૃઢતાપૂર્વક સ્થિત થઈ જાય છે. મૂર્ખાઓ દ્વારા કરવામાં આવેલી ગમે તેટલી ખોટી ટીકાઓ દ્વારા પણ તેને પથભ્રષ્ટ કરી શકાતો નથી. સમગ્ર

વૈદિક સાહિત્ય સ્વીકાર કરે છે કે કૃષ્ણ જ બ્રહ્માજી, શિવજી તથા અન્ય બધા દેવોના સ્રોત છે. અથર્વવેદ (ગોપાલતાપની ઉપનિષદ ૧.૨૪)માં કહ્યું છે—*યો બ્રહ્માણં વિદધાતિ પૂર્વં યો વૈ વેદાંશ્ચ ગાપયતિ સ્મ કૃષ્ણ*—પ્રારંભમાં કૃષ્ણે બ્રહ્માને વેદોનું જ્ઞાન આપ્યું હતું અને તેમણે જ ભૂતકાળમાં વૈદિક જ્ઞાનનો પ્રચાર કર્યો હતો. વળી નારાયણ ઉપનિષદ (૧)માં કહ્યું છે—*અથ પુરુષો હ વૈ નારાયણોઽકામયત પ્રજાઃ સૃજેયેતિ*—ત્યારે પરમેશ્વર નારાયણે જીવોનું સર્જન કરવાની ઈચ્છા કરી. ઉપનિષદમાં વળી કહ્યું છે—*નારાયણાદ્ બ્રહ્મા જાયતે, નારાયણાદ્ પ્રજાપતિઃ પ્રજાયતે, નારાયણાદ્ ઈન્દ્રો જાયતે, નારાયણાદ્ અષ્ટૌ વસવો જાયન્તે, નારાયણાદ્ એકાદશ રુદ્રા જાયન્તે, નારાયણાદ્ દ્વાદશાદિત્યાઃ*—"નારાયણથી બ્રહ્માજી ઉત્પન્ન થાય છે, નારાયણથી પ્રજાપતિ ઉત્પન્ન થાય છે, નારાયણથી ઈન્દ્ર તથા આઠ વસુઓ ઉત્પન્ન થાય છે અને નારાયણથી જ અગિયાર રુદ્રો તથા બાર આદિત્યો ઉત્પન્ન થાય છે." આ નારાયણ કૃષ્ણના જ વિસ્તાર છે.

વળી એ જ વેદો કહે છે, *બ્રહ્મણ્યો દેવકીપુત્રઃ*—"દેવકીના પુત્ર કૃષ્ણ જ પરમેશ્વર છે." (નારાયણ ઉપનિષદ ૪) પછી કહ્યું છે—*એકો વૈ નારાયણ આસીન્ન બ્રહ્મા ન ઈશાનો નાપો નાગ્નિસોમૌ નેમે દ્યાવાપૃથિવી ન નક્ષત્રાણિ ન સૂર્યઃ*—"સૃષ્ટિના પ્રારંભે માત્ર ભગવાન નારાયણ હતા. ન તો બ્રહ્માજી હતા ન શિવજી, અગ્નિ કે ચંદ્ર પણ નહોતા. આકાશમાં તારા તથા સૂર્ય પણ હતા નહીં." (મહા ઉપનિષદ ૧) મહા ઉપનિષદમાં વળી કહ્યું છે કે શિવજીની ઉત્પત્તિ પરમેશ્વરના ભાલપ્રદેશમાંથી થઈ હતી. એટલે જ વેદો કહે છે કે બ્રહ્માજી તથા શિવજીના સ્રષ્ટા પરમેશ્વરની જ પૂજા કરવી જોઈએ.

મોક્ષધર્મમાં કૃષ્ણ કહે છે:

પ્રજાપતિં ચ રુદ્રં ચાપ્યહમેવ સૃજામિ વૈ।
તૌ હિ માં ન વિજાનીતો મમ માયાવિમોહિતૌ॥

"પ્રજાપતિ, શિવજી તથા અન્યોને હું જ ઉત્પન્ન કરું છું. પણ તેઓ જાણતા નથી કે મારા વડે તેઓનું સર્જન થયું છે, કારણ કે તેઓ મારી માયાથી મોહિત થયેલા છે." વરાહ પુરાણમાં પણ કહ્યું છે:

નારાયણઃ પરો દેવસ્તસ્માજ્જાતશ્ચતુર્મુખઃ।
તસ્માદ્રુદ્રોઽભવદ્ દેવઃ સ ચ સર્વજ્ઞતાં ગતઃ॥

"નારાયણ પૂર્ણ પુરુષોત્તમ પરમેશ્વર છે અને તેમનાથી બ્રહ્માજી ઉત્પન્ન થયા હતા, પછી બ્રહ્માથી શિવ ઉત્પન્ન થયા."

ભગવાન કૃષ્ણ સમગ્ર સૃષ્ટિના સ્રોત છે અને સર્વ કારણોના સમર્થ ારણ છે. તેઓ કહે છે, "બધું જ મારામાંથી ઉત્પન્ન થયું છે તેથી હું ર્વના મૂળ કારણરૂપ છું. દરેક વસ્તુ મારે અધીન છે, મારાથી ઉપર કોઈ ાથી." કૃષ્ણથી શ્રેષ્ઠ એવો કોઈ પરમ નિયંતા નથી. જે મનુષ્ય અધિકૃત દ્ગુરુ પાસેથી કે વૈદિક શાસ્ત્રોમાંથી આ પ્રમાણે કૃષ્ણને જાણી લે છે, પોતાની સમગ્ર શક્તિ કૃષ્ણભાવનામૃતમાં પરોવી દે છે અને ખરેખરો વેદ્વાન બને છે. તેની સરખામણીમાં કૃષ્ણને સારી રીતે નહીં જાણનારા ન્ય સર્વ મનુષ્યો કેવળ મૂર્ખ છે. માત્ર મૂર્ખ જ કૃષ્ણને સાધારણ મનુષ્ય ાનશે. કૃષ્ણભાવનાપરાયણ મનુષ્યે મૂર્ખાઓ દ્વારા મૂંઝાવું ન જોઈએ. તેણે ગવદ્ગીતાની બધી અનધિકૃત ટીકાઓ તથા અર્થઘટનોથી દૂર રહેવું ોઈએ અને દૃઢ નિશ્ચયપૂર્વક કૃષ્ણભાવનામૃતમાં આગળ વધવું જોઈએ.

શ્લોક ૯ **मच्चित्ता मद्‌गतप्राणा बोधयन्तः परस्परम्।**
कथयन्तश्च मां नित्यं तुष्यन्ति च रमन्ति च॥ ९॥

મત્ ચિત્તાઃ—જેમનાં મન મારામાં લાગેલાં છે; **મત્ ગતઃ પ્રાણાઃ**—મનાં જીવન મને સમર્પિત છે; **બોધયન્તઃ**—બોધ આપતા; **પરસ્પરમ્**—રસ્પર; **કથયન્તઃ**—કહેતા; **ચ**—અને; **મામ્**—મારા વિશે; **નિત્યમ્**—સદા; **ષ્યન્તિ**—પ્રસન્ન થાય છે; **ચ**—તથા; **રમન્તિ**—દિવ્ય આનંદ માણે છે; **ચ**—ણ.

અનુવાદ

મારા શુદ્ધ ભક્તોના વિચાર મારામાં નિમગ્ન હોય છે, તેમનાં જીવન પૂર્ણપણે મારી સેવામાં સમર્પિત હોય છે અને તેઓ પરસ્પર ોધ આપી તથા મારા વિશે વાતો કરી પરમ સંતોષ તથા આનંદનો નુભવ કરે છે.

ભાવાર્થ

અહીં જે શુદ્ધ ભક્તોનાં લક્ષણોનો ઉલ્લેખ થયો છે, તેઓ નિરંતર ગવાનની દિવ્ય પ્રેમમયી ભક્તિમાં નિમગ્ન રહેતા હોય છે. તેમનાં ચિત્ત ષ્ણના ચરણકમળમાંથી ખસતાં નથી. તેમની વાતચીત માત્ર આધ્યાત્મિક વેષયો સંબંધે જ હોય છે. આ શ્લોકમાં વિશેષ રીતે શુદ્ધ ભક્તોનાં લક્ષણોનું ર્ણન થયું છે. ભગવદ્ભક્તો પરમેશ્વરના ગુણો તથા તેમની લીલાઓનાં

ગાન કરવામાં સદાય તલ્લીન રહે છે. તેમનાં હૃદય તથા પ્રાણ નિરંતર કૃષ્ણમાં નિમગ્ન રહે છે અને તેઓ અન્ય ભક્તો સાથે ભગવાન વિશે ચર્ચા કરવામાં આનંદનો અનુભવ કરે છે.

ભક્તિની પ્રારંભિક અવસ્થામાં તેઓ સેવા કરવામાં જ દિવ્ય આનંદનું આસ્વાદન કરે છે અને પરિપક્વાવસ્થામાં તેઓ વાસ્તવમાં ભગવત્પ્રેમમાં અવસ્થિત થઈ જાય છે. જ્યારે તેઓ આ દિવ્ય સ્થિતિને પ્રાપ્ત કરી લે છે ત્યારે તેઓ એ સર્વોચ્ચ સિદ્ધિનું આસ્વાદન કરે છે કે જે ભગવદ્ધામમાં પ્રાપ્ત થાય છે. ભગવાન ચૈતન્ય દિવ્ય ભક્તિને જીવના હૃદયમાં બીજારોપણ કરવાની ઉપમા આપે છે. બ્રહ્માંડના વિભિન્ન લોકમાં પ્રવાસ કરી રહેલા અગણિત જીવો છે અને તેઓમાંથી થોડાક જ એવા છે કે જેઓ શુદ્ધ ભક્તનો સંગ પ્રાપ્ત કરવાનું અને ભક્તિનું જ્ઞાન પામવાનું સદ્ભાગ્ય પામે છે. આ ભક્તિ બીજ જેવી છે અને જો તેને જીવના હૃદયમાં વાવવામાં આવે અને જીવ મહામંત્રનું કીર્તન તથા શ્રવણ કરતો રહે,

હરે કૃષ્ણ હરે કૃષ્ણ કૃષ્ણ કૃષ્ણ હરે હરે।
હરે રામ હરે રામ રામ રામ હરે હરે॥

તો જેવી રીતે નિયમિત પાણી સિંચતા રહેવાથી વૃક્ષનું બીજ અંકુરિત થાય છે, તેમ ભક્તિબીજ અંકુરિત થાય છે. આ ભક્તિરૂપી આધ્યાત્મિક છોડ ધીરે ધીરે વધે છે અને જ્યાં સુધી તે બ્રહ્માંડના આવરણને ભેદીને દિવ્ય આકાશમાં બ્રહ્મજ્યોતિ સુધી પહોંચે નહીં, ત્યાં સુધી તે વધતો રહે છે. દિવ્ય આકાશમાં (વૈકુંઠમાં) પણ તે છોડ જે ગોલોક વૃંદાવન અર્થાત્ કૃષ્ણના પરમ ધામમાં પહોંચી જતો નથી, ત્યાં સુધી વધતો રહે છે. આખરે તે છોડ કૃષ્ણના ચરણકમળનો આશ્રય લઈને ત્યાં જ વિશ્રામ કરે છે. જેવી રીતે એક છોડને ક્રમે ક્રમે ફૂલ તથા ફળ આવે છે, તેમ આ ભક્તિરૂપી છોડને પણ ફળ આવે છે અને કીર્તન તથા શ્રવણના રૂપમાં તેનું સિંચન થતું રહે છે. આ ભક્તિરૂપી છોડનું ચૈતન્ય ચરિતામૃત (મધ્ય લીલા, અધ્યાય ૧૯)માં વિસ્તૃત વર્ણન કરવામાં આવ્યું છે. તેમાં સમજાવવામાં આવ્યું છે કે જ્યારે સંપૂર્ણ છોડ ભગવાનના ચરણકમળનો આશ્રય લે છે, ત્યારે ભક્ત ભગવત્પ્રેમમાં પૂરેપૂરો મગ્ન થઈ જાય છે અને જેવી રીતે માછલી જળ વિના જીવી શકતી નથી, તેમ ભક્ત ભગવાનના સંગ વિના એક ક્ષણ પણ જીવી શકતો નથી. આવી અવસ્થામાં ભક્ત ભગવાનના સંસર્ગથી વાસ્તવમાં તે દિવ્ય ગુણો પ્રાપ્ત કરે છે.

શ્રીમદ્ ભાગવતમાં પણ ભગવાન તથા તેમના ભક્તો વચ્ચેના સંબંધ વિશે અનેક કથાઓ છે. એટલા માટે જ શ્રીમદ્ ભાગવત ભક્તોને અત્યંત પ્રિય છે અને ભાગવત (૧૨.૧૩.૧૮)માં જ કહ્યું છે તેમ—*શ્રીમદ્ ભાગવતં પુરાણમ્ અમલં યદ્ વૈષ્ણવાનાં પ્રિયમ્.* આવી કથામાં દુન્યવી કાર્યો, આર્થિક વિકાસ, ઇન્દ્રિયતૃપ્તિ કે મોક્ષ વિશે કંઈ જ નથી. શ્રીમદ્ ભાગવત જ એવી એકમાત્ર કથા છે કે જેમાં ભગવાન તથા ભગવદ્‌ભક્તોની દિવ્ય પ્રકૃતિનું સંપૂર્ણ વર્ણન જોવા મળે છે. પરિણામે એક તરુણ તરુણીના સંગે આનંદ પામે, તેવો જ આનંદ કૃષ્ણભક્તિપરાયણ જીવ આવા દિવ્ય સાહિત્યનું પુનઃ પુનઃ શ્રવણ કરવાથી પામે છે.

શ્લોક ૧૦ **तेषां सततयुक्तानां भजतां प्रीतिपूर्वकम्।**
ददामि बुद्धियोगं तं येन मामुपयान्ति ते॥ १०॥

તેષામ્—તેમને; **સતત યુક્તાનામ્**—સદા પરોવાયેલાને; **ભજતામ્**—ભક્તિ કરનારને; **પ્રીતિપૂર્વકમ્**—પ્રેમભાવે; **દદામિ**—આપું છું; **બુદ્ધિયોગમ્**—સાચી બુદ્ધિ; **તમ્**—તે; **યેન**—જેનાથી; **મામ્**—અને; **ઉપયાન્તિ**—પામે છે; **તે**—તેઓ.

અનુવાદ

જે મનુષ્યો મારી પ્રેમપૂર્વક સેવા કરવામાં સતત સમર્પિત રહે છે, તેમને હું એવું જ્ઞાન આપું છું કે જેનાથી તેઓ મને પ્રાપ્ત કરી શકે છે.

ભાવાર્થ

આ શ્લોકમાં *બુદ્ધિયોગમ્* શબ્દ અત્યંત મહત્ત્વનો છે. આપણે યાદ કરીએ કે બીજા અધ્યાયમાં ભગવાને અર્જુનને ઉપદેશ આપતાં કહ્યું હતું કે, "હું તને અનેક વિષયો વિશે કહી ચૂક્યો છું અને હવે હું *બુદ્ધિયોગ* વિશે ઉપદેશ આપીશ." હવે એ *બુદ્ધિયોગ*ની સમજૂતી આપવામાં આવી છે. કૃષ્ણભાવનામૃતમાં રહી કાર્ય કરવું એને જ બુદ્ધિયોગ કહે છે અને એ જ સર્વશ્રેષ્ઠ બુદ્ધિ છે. બુદ્ધિ એટલે બુદ્ધિ અને *યોગ*નો અર્થ છે, યૌગિક પ્રવૃત્તિઓ અથવા યોગમાં ઉન્નતિ. જ્યારે કોઈ ભગવાનનું સાન્નિધ્ય પામવા માટે ભગવદ્‌ધામમાં જવાનો પ્રયત્ન કરે છે અને ભક્તિભાવે પૂર્ણપણે કૃષ્ણભાવનામૃત ગ્રહણ કરે છે, ત્યારે તેનું કાર્ય *બુદ્ધિયોગ* કહેવાય છે. બીજી રીતે કહી શકાય કે *બુદ્ધિયોગ* એવી પ્રક્રિયા છે કે જેના દ્વારા મનુષ્ય આ ભૌતિક જગતના બંધનમાંથી છૂટી જાય છે. પ્રગતિનું અંતિમ ધ્યેય છે કૃષ્ણપ્રાપ્તિ. લોકો આ જાણતા નથી, તેથી ભક્તો તથા સદ્‌ગુરુનો સંગ

જરૂરી છે. મનુષ્યે જાણવું જોઈએ કે કૃષ્ણ ધ્યેય છે અને જ્યારે ધ્યેયનો નામનિર્દેશ થઈ ગયો હોય, ત્યારે ધીમી પણ પ્રગતિશીલ ગતિથી આગળ વધવાથી પણ અંતિમ ધ્યેયની પ્રાપ્તિ થાય છે.

જ્યારે મનુષ્ય જીવનના ધ્યેયને જાણતો હોય છે, પરંતુ તે કર્મનાં ફળને વળગેલો રહે છે, ત્યારે તે *કર્મયોગી* કહેવાય છે. કૃષ્ણ જ ધ્યેય છે એમ જાણનારો મનુષ્ય જ્યારે કૃષ્ણને જાણવા માટે માનસિક ચિંતનની મદદ લેવા માંડે છે, ત્યારે તે જ્ઞાનયોગમાં હોય છે. પરંતુ જ્યારે તે ધ્યેયને જાણીને કૃષ્ણભાવનામૃત તથા ભક્તિમય સેવામાં કૃષ્ણને પામવાનો પ્રયત્ન કરે છે, ત્યારે તે *ભક્તિયોગ* અથવા *બુદ્ધિયોગ*માં હોય છે અને એ જ પરિપૂર્ણ યોગ છે. આ પૂર્ણ યોગ જ જીવનની સર્વોચ્ચ સિદ્ધાવસ્થા છે.

મનુષ્ય સદ્‌ગુરુનો આશ્રય પામ્યો હોય અને કોઈ આધ્યાત્મિક સંસ્થા સાથે જોડાયેલો હોય અને છતાં જો તે પ્રગતિ કરવા જેટલો બુદ્ધિમાન ન હોય, તો કૃષ્ણ તેને આંતરિક રીતે બોધ આપે છે કે જેથી તે અંતે સરળતાથી ભગવાનને પામી શકે. આ માટેની જરૂરી યોગ્યતા એ છે કે મનુષ્ય સતત કૃષ્ણભાવનામૃતમાં લાગેલો રહીને પ્રેમ તથા ભક્તિભાવે ભગવાનની સર્વ પ્રકારની સેવા કરે. તેણે કૃષ્ણનું કંઈક સેવાકાર્ય કરતા રહેવું જોઈએ અને તે કાર્ય તેણે પ્રેમપૂર્વક કરવું જોઈએ. જો ભક્ત આધ્યાત્મિક માર્ગે પ્રગતિ કરી શકે એટલો બુદ્ધિમાન ન હોય, પણ જો તે એકનિષ્ઠ રહીને ભક્તિકાર્યોમાં પરોવાયેલો રહે, તો ભગવાન તેને પ્રગતિ સાધવાની અને અંતે ભગવત્પ્રાપ્તિ થાય એવી તક આપે છે.

શ્લોક **तेषामेवानुकम्पार्थमहमज्ञानजं तमः।**
૧૧ **नाशयाम्यात्मभावस्थो ज्ञानदीपेन भास्वता॥ ११॥**

तेषाम्—તેમના માટે; **एव**—નક્કી; **अनुकम्पा अर्थम्**—વિશેષ કૃપા કરવા માટે; **अहम्**—હું; **अज्ञानजम्**—અજ્ઞાનજન્ય; **तमः**—અંધકાર; **नाशयामि**—નષ્ટ કરું છું; **आत्मभाव**—તેમના હૃદયમાં; **स्थः**—સ્થિત; **ज्ञान**—જ્ઞાનના; **दीपेन**—દીપક દ્વારા; **भास्वता**—ચળકતા.

અનુવાદ

ભક્તો ઉપર વિશેષ કૃપા કરવા માટે તેમનાં હૃદયોમાં નિવાસ કરનારો હું જ્ઞાનરૂપી પ્રકાશમાન દીપક વડે અજ્ઞાનજન્ય અંધકારને દૂર કરું છું.

ભાવાર્થ

જ્યારે ભગવાન શ્રી ચૈતન્ય મહાપ્રભુ વારાણસીમાં **હરે કૃષ્ણ હરે કૃષ્ણ કૃષ્ણ કૃષ્ણ હરે હરે। હરે રામ હરે રામ રામ રામ હરે હરે॥**—આ મહામંત્રના કીર્તનનું પ્રવર્તન કરતા હતા, ત્યારે લોકો હજારોની સંખ્યામાં તેમનું અનુસરણ કરતા હતા. તે વખતે વારાણસીના એક અત્યંત પ્રભાવશાળી તથા વિદ્વાન પંડિત પ્રકાશાનંદ સરસ્વતીએ તેમને ભાવુક કહીને તેમનો ઉપહાસ કર્યો હતો. કેટલીકવાર તત્ત્વચિંતકો ભક્તોની ટીકા એમ વિચારીને કરે છે કે ભક્તજનો અજ્ઞાનના અંધકારમાં રહે છે અને તાત્ત્વિક દૃષ્ટિથી ભોળા ભાવુકો હોય છે. હકીકતમાં આ સાચું નથી. એવા અનેક વિદ્વાન પંડિતો થયા છે કે જેમણે ભક્તિના તત્ત્વજ્ઞાનનું નિરૂપણ કર્યું છે. પરંતુ કોઈ ભક્ત જો તેમના સાહિત્યનો અથવા પોતાના સદ્‌ગુરુનો લાભ ન લે અને છતાં ભક્તિમાં નિષ્ઠાપૂર્વક સ્થિત રહે, તો તેના હૃદયમાં નિવાસ કરતા કૃષ્ણ સ્વયં તેને આંતરિક રીતે મદદ કરે છે. એટલે કૃષ્ણભાવનામાં ભક્ત જ્ઞાનવિહીન રહેતો નથી. પૂર્ણ કૃષ્ણભાવનામૃતમાં રહીને ભક્તિમય સેવા કરવી એ જ એકમાત્ર યોગ્યતા છે.

આધુનિક તત્ત્વચિંતકો માને છે કે વિવેકબુદ્ધિ વિના શુદ્ધ જ્ઞાન પ્રાપ્ત થતું નથી. તેમના માટે ભગવાન આ ઉત્તર આપે છે—જે મનુષ્યો શુદ્ધ ભક્તિમાં પરોવાયેલા હોય છે, તેઓ ભલે પૂરતી કેળવણી પામેલા ન હોય અને વૈદિક સિદ્ધાંતોનું પૂરતું જ્ઞાન ધરાવતા ન હોય, તો પણ ભગવાન તેમને જરૂર મદદ કરે છે.

ભગવાન અર્જુનને કહે છે કે માત્ર માનસિક તર્ક કે ચિંતન કરવાથી પરમ સત્ય એવા પૂર્ણ પુરુષોત્તમ પરમેશ્વરને જાણી શકાતા નથી, કારણ કે ભગવાન એવા તો મહાન છે કે માત્ર માનસિક પ્રયાસ કરવાથી તેમને સમજી કે પામી શકાય નહીં. મનુષ્ય ભલે હજારો-લાખો વર્ષો સુધી ચિંતન કરતો રહે પણ જો તે ભક્તિમય થતો નથી, જો તે પરમ સત્યનો પ્રેમી થતો નથી, તો તે કદાપિ કૃષ્ણ અથવા પરમ સત્યને જાણી શકશે નહીં. કેવળ ભક્તિથી જ પરમ સત્ય કૃષ્ણ પ્રસન્ન થાય છે અને પોતાની અચિંત્ય શક્તિ દ્વારા તેઓ શુદ્ધ ભક્તને તેના હૃદયમાં પોતાનાં દર્શન આપે છે. શુદ્ધ ભક્તના હૃદયમાં કૃષ્ણ સદા રહે છે અને કૃષ્ણની ઉપસ્થિતિ સૂર્ય સમાન છે કે જેનાથી અજ્ઞાનરૂપી અંધકાર તરત જ દૂર થઈ જાય છે. શુદ્ધ ભક્ત પરનો કૃષ્ણનો આ જ તો વિશેષ કૃપાભાવ છે.

કરોડો જન્મોના ભૌતિક સંસર્ગદોષને લીધે મનુષ્યનું હૃદય સદ ભૌતિકતાની ધૂળથી આચ્છાદિત થયેલું હોય છે, પરંતુ મનુષ્ય જ્યા ભક્તિમય સેવામાં પરોવાય છે અને સતત હરે કૃષ્ણનું સંકીર્તન કરે છે ત્યારે આ ધૂળ તરત જ દૂર થઈ જાય છે અને તે શુદ્ધ જ્ઞાનના સ્તર પર ઉન્નત થાય છે. અંતિમ ધ્યેય વિષ્ણુને અન્ય કોઈ માનસિક તર્કવિતર્કથી નહીં પરંતુ આ જપ તથા ભક્તિથી જ પામી શકાય છે. શુદ્ધ ભક્ત જીવનન ભૌતિક જરૂરિયાતોની ચિંતા કરતો નથી; તેણે આવી ચિંતા કરવાની જરૂ નથી, કારણ કે જ્યારે તે પોતાના હૃદયના અંધકારને દૂર કરે છે, ત્યા ભક્તની ભક્તિથી પ્રસન્ન થયેલા ભગવાન સ્વયં તેને બધું જ આપે છે ભગવદ્‌ગીતાના ઉપદેશોનું આ જ સારતત્ત્વ છે. ભગવદ્‌ગીતાનું અધ્યયન કરવાથી મનુષ્ય ભગવાનનો સર્વથા શરણાગત જીવ થઈને પોતે શુ ભક્તિમાં તન્મય થઈ શકે છે. ભગવાનની કૃપા પ્રાપ્ત થતાં જ મનુષ્યને સ પ્રકારના ભૌતિક પ્રયાસો કરવામાંથી મુક્તિ મળી જાય છે.

अर्जुन उवाच

શ્લોક ૧૨–૧૩

परं ब्रह्म परं धाम पवित्रं परमं भवान्।
पुरुषं शाश्वतं दिव्यमादिदेवमजं विभुम्॥ १२॥
आहुस्त्वामृषयः सर्वे देवर्षिर्नारदस्तथा।
असितो देवलो व्यासः स्वयं चैव ब्रवीषि मे॥ १३॥

અર્જુનઃ ઉવાચ—અર્જુને કહ્યું; **પરમ્**—પરમ; **બ્રહ્મ**—સત્ય; **પરમ્**—પરમ; **ધામ**—આશ્રય; **પવિત્રમ્**—શુદ્ધ; **પરમમ્**—પરમ; **ભવાન્**—આપ **પુરુષમ્**—પુરુષ; **શાશ્વતમ્**—મૂળ; **દિવ્યમ્**—દિવ્ય; **આદિ દેવમ્**—આદ ભગવાન; **અજમ્**—અજન્મા; **વિભુમ્**—સૌથી મહાન; **આહુઃ**—કહે છે **ત્વામ્**—તમને; **ઋષયઃ**—ઋષિઓ; **સર્વે**—બધા; **દેવર્ષિઃ**—દેવોમાંના ઋષિ **નારદઃ**—નારદ; **તથા**—અને; **અસિતઃ**—અસિત; **દેવલઃ**—દેવલ; **વ્યાસઃ**—વ્યાસ; **સ્વયમ્**—સ્વયં; **ચ**—પણ; **એવ**—જ; **બ્રવીષિ**—કહી રહ્યા છે; **મે**—મને.

અનુવાદ

અર્જુને કહ્યું: આપ પૂર્ણ પુરુષોત્તમ પરમેશ્વર, પરમ ધામ, પર પવિત્ર, પરમ સત્ય છો. આપ સનાતન, દિવ્ય, આદિપુરુષ, અજન્મ

તથા મહાનતમ છો. નારદ, અસિત, દેવલ તથા વ્યાસ જેવા સર્વ ઋષિઓ આપના વિશે આ સત્યનું સમર્થન કરે છે અને હવે આપ સ્વયં મને તે જ કહી રહ્યા છો.

ભાવાર્થ

આ બે શ્લોકોમાં ભગવાન આધુનિક તત્ત્વચિંતકને એક તક આપે છે, કારણ કે અહીં એ સ્પષ્ટ થયું છે કે પરમેશ્વર વ્યક્તિગત જીવથી ભિન્ન છે. આ અધ્યાયમાંના ચાર મહત્ત્વપૂર્ણ શ્લોકો સાંભળ્યા પછી અર્જુનના સર્વ સંશયોનું નિવારણ થઈ ગયું અને તેણે કૃષ્ણનો પૂર્ણ પુરુષોત્તમ પરમેશ્વર તરીકે સ્વીકાર કર્યો. તે તરત જ જાહેર કરે છે, "આપ જ પરમ બ્રહ્મ, પૂર્ણ પુરુષોત્તમ પરમેશ્વર છો." આની પહેલાં કૃષ્ણે કહ્યું જ છે કે તેઓ પોતે પ્રત્યેક વસ્તુ તથા પ્રત્યેક જીવના મૂળ કારણ છે. દરેક દેવ તથા દરેક મનુષ્ય તેમનો આશ્રિત છે. મનુષ્યો તથા દેવો અજ્ઞાનવશ એમ માને છે કે તેઓ પોતે જ પૂર્ણ છે તથા પૂર્ણ પુરુષોત્તમ પરમેશ્વરથી સ્વતંત્ર છે. આવું અજ્ઞાન ભક્તિ કરવાથી સંપૂર્ણપણે દૂર થઈ જાય છે. ભગવાને પૂર્વેના શ્લોકમાં આની સમજૂતી આપી દીધેલી છે. હવે તેમની કૃપાથી અર્જુને તેમનો પરમ સત્ય તરીકે સ્વીકાર કર્યો છે, જે વેદાજ્ઞા અનુસાર સર્વથા અનુરૂપ છે. એવું નથી કે અર્જુન કૃષ્ણનો અંતરંગ મિત્ર હોવાથી તે કૃષ્ણને પૂર્ણ પુરુષોત્તમ પરમેશ્વર, પરમ બ્રહ્મ કહીને તેમની ખુશામત કરે છે. આ બે શ્લોકમાં અર્જુન જે કંઈ કહે છે, તેનું સમર્થન વૈદિક સત્ય દ્વારા થયેલું છે. વૈદિક આદેશો સમર્થન કરે છે કે જે મનુષ્ય પરમેશ્વરની સેવા કરે છે, તે જ તેમને જાણી શકે છે. અન્ય કોઈ નહીં. અર્જુને આ શ્લોકમાં કહેલા દરેક શબ્દને વૈદિક આદેશો દ્વારા સમર્થન પ્રાપ્ત થાય છે.

કેન ઉપનિષદમાં કહ્યું છે કે પરમ બ્રહ્મ પ્રત્યેક વસ્તુના આશ્રયરૂપ છે અને ભગવાન કૃષ્ણે પહેલાં કહ્યું જ છે કે સર્વ વસ્તુઓ તેમના જ આશ્રયે રહેલી છે. મુંડક ઉપનિષદ સમર્થન કરે છે કે જે પરમેશ્વરના આશ્રયે બધું ટકેલું છે, તેમનું સતત સ્મરણ કરનારા જ તેમનો સાક્ષાત્કાર કરી શકે છે. કૃષ્ણને સતત યાદ રાખવાની આ ક્રિયા *સ્મરણમ્* કહેવાય છે કે જે ભક્તિનો એક પ્રકાર છે. કેવળ કૃષ્ણની ભક્તિ દ્વારા જ મનુષ્યને પોતાની સ્થિતિનું જ્ઞાન થાય છે અને તે આ ભૌતિક શરીરથી છુટકારો પામી શકે છે.

વેદોમાં પરમેશ્વરને પરમ પવિત્ર તરીકે સ્વીકાર્યા છે. જે મનુષ્ય કૃષ્ણને સર્વ પવિત્રમાં પણ સૌથી પવિત્ર સમજે છે, તે સર્વે પાપકર્મોમાંથી વિશુદ્ધ

થઈ શકે છે. પરમેશ્વરને શરણાગત થયા વિના મનુષ્ય પાપકર્મોના દોષમાંથી મુક્ત થઈ શકે નહીં. અર્જુને કૃષ્ણને પરમ પવિત્ર તરીકે સ્વીકાર્યા છે, તે વેદસંમત છે. મહાન ઋષિમુનિઓએ પણ આનું સમર્થન કર્યું છે, જેમાં નારદજી મુખ્ય છે.

કૃષ્ણ પૂર્ણ પુરુષોત્તમ પરમેશ્વર છે અને મનુષ્યે તેમનું સતત ધ્યાન ધરતા રહેવું જોઈએ અને તેમની સાથેના પોતાના દિવ્ય સંબંધનો આનંદ માણવો જોઈએ. તેઓ સર્વોપરી અસ્તિત્વ છે. તેઓ સમગ્ર દૈહિક જરૂરિયાતો તથા જન્મ-મરણથી મુક્ત છે. આ વિશે માત્ર અર્જુને જ પુષ્ટિ કરી છે એવું નથી, પરંતુ સમગ્ર વૈદિક શાસ્ત્રો, પુરાણો તથા ઈતિહાસોએ પણ પુષ્ટિ કરી છે. સર્વ વૈદિક શાસ્ત્રોમાં કૃષ્ણનું એ રીતે વર્ણન થયું છે અને ભગવાન સ્વયં પણ ચોથા અધ્યાયમાં કહે છે, "જોકે હું અજન્મા છું, છતાં ધર્મની સ્થાપના કરવા માટે આ પૃથ્વી પર પ્રગટ થાઉં છું." તેઓ સર્વોપરી મૂળ કારણ છે; તેમનું કોઈ કારણ નથી, કારણ કે તેઓ જ સર્વ કારણોના આદિ કારણ છે અને બધું તેમનામાંથી જ ઉદ્‌ભવે છે. આ પૂર્ણ જ્ઞાન પરમેશ્વરની કૃપાથી જ પ્રાપ્ત થાય છે.

અહીં અર્જુન કૃષ્ણની કૃપાથી જ પોતાના વિચાર વ્યક્ત કરે છે. જો આપણે ભગવદ્‌ગીતાને સમજવા ઈચ્છતા હોઈએ, તો આપણે આ બંને શ્લોકોનાં કથનોનો સ્વીકાર કરવો જોઈએ. આને પરંપરા પદ્ધતિ કહેવાય છે, એટલે કે ગુરુ-શિષ્ય પરંપરાનો સ્વીકાર કરવો. જો મનુષ્ય ગુરુ-શિષ્ય પરંપરામાં હોય નહીં, તો તે ભગવદ્‌ગીતાને સમજી શકે નહીં. આ શાળા-મહાશાળાની કહેવાતી કેળવણીથી શક્ય બનતું નથી. કમનસીબે જેમને પોતાનાં ઉચ્ચ શિક્ષણનું અભિમાન છે, તેઓ વૈદિક શાસ્ત્રોના આટલાં બધાં પ્રમાણો હોવા છતાં પોતાના એવા દુરાગ્રહને વળગી રહે છે કે કૃષ્ણ એક સાધારણ મનુષ્ય છે.

શ્લોક ૧૪

सर्वमेतदृतं मन्ये यन्मां वदसि केशव।
न हि ते भगवन्व्यक्तिं विदुर्देवा न दानवाः ॥ १४ ॥

સર્વમ્—બધું; **એતત્**—આ; **ઋતમ્**—સત્ય; **મન્યે**—હું માનું છું; **યત્**—જે; **મામ્**—મને; **વદસિ**—કહો છો; **કેશવ**—હે કૃષ્ણ; **ન**—કદી નહીં; **હિ**—ખરેખર; **તે**—આપના; **ભગવન્**—હે ભગવાન; **વ્યક્તિમ્**—વ્યક્તિત્વને; **વિદુઃ**—જાણી શકે છે; **દેવાઃ**—દેવો; **ન**—અને નહીં; **દાનવાઃ**—અસુરો.

અનુવાદ

હે કૃષ્ણ, આપે મને જે બધું કહ્યું છે તેને હું સર્વથા સાચું માની ીકારું છું. હે પ્રભુ, ન તો દેવો કે ન તો દાનવો આપના સ્વરૂપને ાણવા સમર્થ છે.

ભાવાર્થ

અર્જુન અહીં સમર્થન કરે છે કે શ્રદ્ધાવિહીન તથા આસુરી સ્વભાવના ાણસો કૃષ્ણને સમજી શકતા નથી. જો દેવો પણ તેમને સમજી શકતા ન ોય, તો પછી આધુનિક દુનિયાના કહેવાતા વિદ્વાનો વિશે તો કહેવું જ ું? પરમેશ્વરની કૃપાથી અર્જુન એમ સમજ્યો છે કે કૃષ્ણ જ પરમ સત્ય છે મને તેઓ જ સંપૂર્ણ છે. તેથી મનુષ્યે અર્જુનના પગલે ચાલવું જોઈએ. તેને ભગવદ્ગીતાનો અધિકાર મળ્યો હતો. ભગવદ્ગીતાના ચોથા અધ્યાયમાં ્હ્યું છે તેમ, ભગવદ્ગીતાનું જ્ઞાન પામવા માટેની ગુરુ-શિષ્ય પરંપરાનો હ્રાસ થતો હતો, તેથી કૃષ્ણે તે પરંપરાની અર્જુનથી પુનઃસ્થાપના કરી, ારણ કે તેઓ અર્જુનને પોતાનો અંતરંગ મિત્ર તથા મહાન ભક્ત માનતા હતા. માટે ગીતોપનિષદની ભૂમિકામાં અમે કહ્યું છે તેમ, ભગવદ્ગીતાનું જ્ઞાન પરંપરા પદ્ધતિ મારફત પ્રાપ્ત કરવું જોઈએ. પરંપરા પદ્ધતિ નષ્ટ થયા પછી તેનો પુનઃ કાયાકલ્પ કરવા માટે અર્જુનને પસંદ કરાયો હતો. કૃષ્ણ કહે છે તે સર્વનો સ્વીકાર કરનાર અર્જુનનું આપણે અનુસરણ કરવું જોઈએ. તો જ આપણે ભગવદ્ગીતાના તત્ત્વને પામી શકીશું અને પછી જ આપણે સમજી શકીશું કે કૃષ્ણ જ પૂર્ણ પુરુષોત્તમ પરમેશ્વર છે.

શ્લોક ૧૫

સ્વયમેવાત્મનાત્માનં વેત્થ ત્વં પુરુષોત્તમ।
ભૂતભાવન ભૂતેશ દેવદેવ જગત્પતે॥ ૧૫॥

સ્વયમ્—સ્વયં; **એવ**—જ; **આત્મના**—પોતાની જાતે; **આત્માનમ્**—પોતાને; **વેત્થ**—જાણો છો; **ત્વમ્**—આપ; **પુરુષોત્તમ**—હે પુરુષોત્તમ; **ભૂતભાવન**—હે સર્વના ઉદ્‌ગમ; **ભૂત ઈશ**—હે જીવોના સ્વામી; **દેવ દેવ**—હે સર્વ દેવોના સ્વામી; **જગત્ પતે**—હે અખિલ બ્રહ્માંડના સ્વામી.

અનુવાદ

હે પુરુષોત્તમ, હે સર્વના ઉદ્‌ભવસ્થાન, હે સમસ્ત જીવોના સ્વામી, હે દેવોના દેવ, હે વિશ્વના સ્વામી, એકમાત્ર આપ જ પોતાની અંતરંગ શક્તિથી પોતાને જાણો છો.

ભાવાર્થ

પરમેશ્વર કૃષ્ણને એવા જ મનુષ્યો જાણી શકે છે કે જેઓ અર્જુન ત તેના અનુયાયીઓની જેમ ભક્તિમય સેવા દ્વારા ભગવાન સાથે સંબં રાખે છે. નાસ્તિક કે આસુરી સ્વભાવના લોકો કૃષ્ણને જાણી શકતા નથ પરમેશ્વરથી દૂર લઈ જનાર માનસિક તર્કવિતર્કો એ એક ગંભીર પાપ અને કૃષ્ણને નહીં જાણનાર માણસોએ ભગવદ્‌ગીતાનું ભાષ્ય લખવા પ્રયત્ન કરવો ન જોઈએ. ભગવદ્‌ગીતા એ કૃષ્ણની વાણી છે અને તે કૃષ્ણ વિજ્ઞાન હોવાથી જેમ અર્જુન સમજ્યો હતો, તેવી રીતે તે કૃષ્ણ પાસેથી જાણવી જોઈએ. તે નાસ્તિકો પાસેથી ગ્રહણ કરવી જોઈએ નહીં.

શ્રીમદ્‌ ભાગવત (૧.૨.૧૧)માં કહ્યું છે તેમઃ

વદન્તિ તત્‌ તત્ત્વવિદસ્તત્ત્વં યજ્જ્ઞાનમ્‌ અદ્વયમ્‌।
બ્રહ્મેતિ પરમાત્મેતિ ભગવાન્‌ ઈતિ શબ્દ્યતે॥

પરમ સત્યનો સાક્ષાત્કાર ત્રણ પાસાંમાં થાય છે—નિર્વિશેષ બ્રહ્મ, સ્થાનગ પરમાત્મા અને પૂર્ણ પુરુષોત્તમ પરમેશ્વર. તેથી પરમ સત્યના જ્ઞાન અંતિમ અવસ્થા એ જ પૂર્ણ પુરુષોત્તમ પરમેશ્વર છે. એક સામાન્ય મનુ અથવા એવો મુક્ત મનુષ્ય કે જેણે નિર્વિશેષ બ્રહ્મ કે સ્થાનગત પરમાત્મા સાક્ષાત્કાર કર્યો હોય, તે પરમેશ્વરના સ્વરૂપને ન પણ સમજી શકે. મ આવા મનુષ્યો ભગવાનને ભગવદ્‌ગીતાના શ્લોકો દ્વારા જાણવાનો પ્રયત કરે છે કે જે સ્વયં કૃષ્ણ કહી રહ્યા છે. કેટલીક વખત નિર્વિશેષવાદીઓ કૃષ્ણ ભગવાન તરીકે સ્વીકારે છે અથવા તેઓ કૃષ્ણને પ્રમાણભૂત માને છે. પરં ઘણા મુક્ત મનુષ્યો કૃષ્ણને પુરુષોત્તમ પરમેશ્વરરૂપે સમજી શકતા નથ તેથી અર્જુને તેમને પુરુષોત્તમ કહીને સંબોધ્યા છે. તો પણ કેટલાક લો સમજી શકતા નથી કે કૃષ્ણ સમસ્ત જીવોના જનક છે. તેથી અર્જુન તેમ *ભૂતભાવન* કહીને સંબોધે છે. અને જો કોઈ મનુષ્ય તેમને સર્વ જીવો પિતા તરીકે જાણવા પામે, તોયે તેમને પરમ નિયંતા તરીકે જાણવા ન પામે તેથી તેમને અહીં *ભૂતેશ* કહ્યા છે, એટલે કે તેઓ સર્વ જીવોના પરમ નિયંત છે. વળી જો મનુષ્ય તેમને પરમ નિયંતારૂપે જાણે, તોયે તેમને સર્વ જીવો મૂળ કારણ તરીકે જાણવા ન પામે, તેથી આ શ્લોકમાં તેમને *દેવદેવ* અર્થા દેવોના પૂજનીય દેવ કહ્યા છે. તેમને સર્વ દેવોના પણ આરાધ્ય દેવ તરી જાણી લીધા પછી પણ કદાચ મનુષ્ય એવું જાણવા ન પામે કે તેઓ સ વસ્તુઓના સર્વોપરી સ્વામી છે, તેથી તેમને *જગત્પતિ* કહી સંબોધ્યા છે

એ રીતે આ શ્લોકમાં અર્જુનના સાક્ષાત્કારના આધારે કૃષ્ણવિષયક સત્ય પ્રસ્થાપિત થયું છે. કૃષ્ણને યથાર્થરૂપે જાણવા માટે આપણે અર્જુનના પગલે ચાલવું જોઈએ.

શ્લોક ૧૬ **वक्तुमर्हस्यशेषेण दिव्या ह्यात्मविभूतयः।**
याभिर्विभूतिभिर्लोकानिमांस्त्वं व्याप्य तिष्ठसि॥ १६॥

વક્તુમ્—કહેવા; **અર્હસિ**—યોગ્ય છે; **અશેષેણ**—વિગતે; **દિવ્યાઃ**—દૈવી; **હિ**—નક્કી; **આત્મ**—આપની પોતાની; **વિભૂતયઃ**—ઐશ્વર્યો; **યાભિઃ**—જેમના વડે; **વિભૂતિભિઃ**—વિભૂતિઓ વડે; **લોકાન્**—સર્વ ગ્રહોને; **ઈમાન્**—આ; **ત્વમ્**—આપ; **વ્યાપ્ય**—વ્યાપીને; **તિષ્ઠસિ**—સ્થિત છે.

અનુવાદ

જેમના વડે આપ આ સર્વ લોકોમાં વ્યાપો છો, તે આપના દૈવી ઐશ્વર્યો વિશે કૃપા કરીને મને વિગતવાર કહો.

ભાવાર્થ

આ શ્લોકમાં એવું જણાય છે કે અર્જુન પૂર્ણ પુરુષોત્તમ પરમેશ્વર કૃષ્ણ વિશેના પોતાના જ્ઞાનથી પહેલાંથી જ સંતુષ્ટ થઈ ગયો છે. કૃષ્ણકૃપાથી અર્જુનને પોતાના અનુભવ, બુદ્ધિ તથા જ્ઞાન અને આ સાધનોથી મનુષ્ય જે કાંઈ પામી શકે, તે પ્રાપ્ત થયેલું છે અને તે કૃષ્ણને પૂર્ણ પુરુષોત્તમ પરમેશ્વર તરીકે સમજી ચૂક્યો છે. તેના મનમાં કોઈ શંકા નથી, તેમ છતાં તે કૃષ્ણને તેમની સર્વવ્યાપક પ્રકૃતિ વિશે વિગતે સમજાવવા અનુરોધ કરી રહ્યો છે. સામાન્ય રીતે બધા લોકો અને ખાસ કરીને નિર્વિશેષવાદીઓ ભગવાનની સર્વવ્યાપકતા અંગે વધુ ઉત્સુક હોય છે, તેથી અર્જુન કૃષ્ણને પૂછે છે કે કૃષ્ણ વિભિન્ન શક્તિઓથી પોતાના સર્વવ્યાપક પાસામાં કેવી રીતે વિદ્યમાન રહે છે. અર્જુન સામાન્ય લોકોના હિતાર્થે જ આ સર્વ પૂછી રહ્યો છે એ આપણે જાણવું જોઈએ.

શ્લોક ૧૭ **कथं विद्यामहं योगिंस्त्वां सदा परिचिन्तयन्।**
केषु केषु च भावेषु चिन्त्योऽसि भगवन्मया॥ १७॥

કથમ્—કેવી રીતે; **વિદ્યામ્ અહમ્**—હું જાણી શકું; **યોગિન્**—હે પરમ યોગી; **ત્વામ્**—આપને; **સદા**—હંમેશાં; **પરિચિન્તયન્**—ચિંતન કરતો;

કેષુ—કયા; **કેષુ**—કયા; **ચ**—તથા; **ભાવેષુ**—રૂપોમાં; **ચિન્ત્યઃ અસિ**—આપનું સ્મરણ કરાય; **ભગવન્**—હે ભગવાન; **મયા**—મારા વડે.

અનુવાદ

હે કૃષ્ણ, હે પરમ યોગી, હું કેવી રીતે આપનું સતત ચિંતન કરું અને કેવી રીતે આપને જાણી શકું? હે પૂર્ણ પુરુષોત્તમ પરમેશ્વર, આપનું સ્મરણ કયાં કયાં રૂપોમાં કરવામાં આવે?

ભાવાર્થ

આ પૂર્વેના અધ્યાયમાં કહેવામાં આવ્યું છે તેમ, પૂર્ણ પુરુષોત્તમ પરમેશ્વર પોતાની યોગમાયાથી આવૃત રહે છે. કેવળ શરણાગત જીવો તથા ભક્તો જ તેમનાં દર્શન કરી શકે છે. હવે અર્જુનને ખાતરી થઈ ગઈ છે કે પોતાના મિત્ર કૃષ્ણ પરમેશ્વર છે, પરંતુ સામાન્ય મનુષ્ય પણ જે પ્રક્રિયાથી સર્વવ્યાપક ભગવાનને સમજી શકે તે પ્રક્રિયા જાણવા તે ઈચ્છે છે. અસુરો તથા નાસ્તિકો સહિત સામાન્યજનો કૃષ્ણને જાણી શકતા નથી, કારણ કે ભગવાન પોતાની યોગમાયા-શક્તિના આવરણમાં રહેતા હોય છે. વળી અર્જુને આ પ્રશ્નો તે લોકોના હિત માટે જ પૂછ્યા છે. શ્રેષ્ઠ ભક્ત માત્ર પોતાના જ્ઞાન માટે જ ચિંતિત હોતો નથી, પરંતુ તે સમગ્ર માનવજાતિના ઉદ્ધાર માટે ચિંતિત રહે છે. તેથી અર્જુન વૈષ્ણવ અર્થાત્ ભક્ત હોવાને લીધે દયાભાવથી પ્રેરાઈને સામાન્યજનો માટે પરમેશ્વરની સર્વવ્યાપકતા વિશેના જ્ઞાનનું દ્વાર ખોલી રહ્યો છે. તે કૃષ્ણને ખાસ ઈરાદાપૂર્વક *યોગિન્* કહી સંબોધે છે, કારણ કે શ્રીકૃષ્ણ એવી યોગમાયાના સ્વામી છે કે જેનાથી તેઓ સામાન્યજનો માટે આવૃત તથા અનાવૃત હોય છે. કૃષ્ણ પ્રત્યે પ્રેમ નહીં રાખનાર સામાન્ય મનુષ્ય કૃષ્ણનું હંમેશાં ચિંતન કરી શકતો નથી, તેથી તેણે ભૌતિક વિચારો કરવા પડે છે. અર્જુન આ જગતના ભૌતિકવાદી મનુષ્યોની ચિંતનપ્રવૃત્તિના વિષયમાં વિચાર કરી રહ્યો છે. *કેષુ કેષુ ચ ભાવેષુ*, આ શબ્દો ભૌતિક પ્રકૃતિનો નિર્દેશ કરે છે. (*ભાવ* શબ્દનો અર્થ છે "ભૌતિક બાબતો"). ભૌતિકવાદી મનુષ્યો કૃષ્ણને આધ્યાત્મિક રીતે સમજી શકતા નથી, તેથી તેમને ભૌતિક વસ્તુઓમાં મનને એકાગ્ર કરવાની અને કૃષ્ણ કેવી રીતે ભૌતિક રૂપોમાં પ્રગટ થાય છે, એ જોવાનું કહે છે.

શ્લોક ૧૮

विस्तरेणात्मनो योगं विभूतिं च जनार्दन।
भूयः कथय तृप्तिर्हि शृण्वतो नास्ति मेऽमृतम्॥ १८॥

વિસ્તરેણ—વિસ્તારથી; **આત્મનઃ**—આપની; **યોગમ્**—યોગશક્તિ; **વિભૂતિમ્**—ઐશ્વર્ય; **ચ**—પણ; **જન અર્દન**—હે નાસ્તિકોનો સંહાર કરનારા; **ભૂયઃ**—ફરીથી; **કથય**—કહો; **તૃપ્તિઃ**—સંતોષ; **હિ**—ખરેખર; **શૃણ્વતઃ**—સાંભળતાં; **ન અસ્તિ**—થતી નથી; **મે**—મને; **અમૃતમ્**—અમૃત.

અનુવાદ

હે જનાર્દન, આપ કૃપા કરી ફરીથી આપના યોગસામર્થ્ય તથા ઐશ્વર્યનું વિસ્તારથી વર્ણન કરો. હું આપના વિશે શ્રવણ કરવામાં ક્યારેય તૃપ્ત થતો નથી, કેમ કે જેમ હું આપના વિશે વધુ સાંભળું છું, તેમ આપના શબ્દરૂપી અમૃતનું વધુ ને વધુ આસ્વાદન કરવા ઈચ્છું છું.

ભાવાર્થ

નૈમિષારણ્યમાંના શૌનક આદિ ઋષિઓએ આવું જ નિવેદન સૂત ગોસ્વામી સમક્ષ કર્યું હતું. તે કથન આ પ્રમાણે છેઃ

વયં તુ વિતૃપ્યામઃ ઉત્તમ શ્લોક વિક્રમે।
યચ્છૃણ્વતાં રસજ્ઞાનાં સ્વાદુ સ્વાદુ પદે પદે॥

"મનુષ્ય ઉત્તમશ્લોક કૃષ્ણની દિવ્ય લીલાઓનું સતત શ્રવણ કરતો રહે, તોયે તેને કદાપિ તૃપ્તિ થઈ શકતી નથી. જે મનુષ્યોએ કૃષ્ણ સાથે પોતાનો દિવ્ય સંબંધ બાંધી લીધો છે, તેઓ દરેક પગલે ભગવાનની લીલા-કથાના રસાસ્વાદનો આનંદ માણે છે." (શ્રીમદ્ ભાગવત ૧.૧.૧૯) એ રીતે અર્જુનને કૃષ્ણ વિશે સાંભળવામાં રુચિ છે. તે ખાસ કરીને કૃષ્ણ કેવી રીતે સર્વવ્યાપક પરમેશ્વર રૂપે રહે છે, તે સાંભળવા ઈચ્છે છે.

જ્યાં સુધી *અમૃતમ્* શબ્દનો સવાલ છે, તો કહી શકાય કે કૃષ્ણ વિશેની કોઈ પણ કથા કે વચન અમૃત સમાન હોય છે. વળી આ અમૃતનો અનુભવ વાસ્તવિક રીતે વ્યવહારમાં કરી શકાય છે. આધુનિક વાર્તાઓ, નવલકથાઓ તથા ઈતિહાસ કૃષ્ણની દિવ્ય લીલાઓથી એટલા માટે ભિન્ન છે કે મનુષ્ય દુન્યવી વાર્તાઓ સાંભળવામાં થાકી-કંટાળી જશે, પરંતુ કૃષ્ણ વિશે શ્રવણ કરવામાં તે કદી થાકશે નહીં. આ જ કારણે સમગ્ર બ્રહ્માંડનો ઈતિહાસ ભગવાનના અવતારોની લીલાઓના સંદર્ભોથી ભરેલો છે. આપણાં પુરાણો વીતેલા યુગોનો ઈતિહાસ છે, જેમાં ભગવાનના વિવિધ અવતારોની લીલાઓનાં વર્ણન છે. આથી તેનું વારંવાર વાંચન કરવા છતાં વિષયવસ્તુ સદા નવીન લાગે છે.

श्रीभगवानुवाच

શ્લોક **हन्त ते कथयिष्यामि दिव्या ह्यात्मविभूतयः।**
૧૯ **प्राधान्यतः कुरुश्रेष्ठ नास्त्यन्तो विस्तरस्य मे॥ १९॥**

શ્રી ભગવાન્ ઉવાચ—પૂર્ણ પુરુષોત્તમ પરમેશ્વર બોલ્યા; **હન્ત**—હા; **તે**—તને; **કથયિષ્યામિ**—કહીશ; **દિવ્યાઃ**—દૈવી; **હિ**—નક્કી **આત્મવિભૂતયઃ**—પોતાનાં ઐશ્વર્યો; **પ્રાધાન્યતઃ**—મુખ્યત્વે; **કુરુશ્રેષ્ઠ**—કુરુઓમાં સર્વોત્તમ; **ન અસ્તિ**—નથી; **અન્તઃ**—સીમા; **વિસ્તરસ્ય**—વિસ્તારની; **મે**—મારા.

અનુવાદ

પૂર્ણ પુરુષોત્તમ પરમેશ્વર બોલ્યાઃ હવે હું તને મારાં ફક્ત મુખ્ય મુખ્ય વૈભવયુક્ત રૂપોનું વર્ણન સંભળાવીશ, કારણ કે હે અર્જુન, મારું ઐશ્વર્ય અપાર છે.

ભાવાર્થ

કૃષ્ણની મહાનતા તથા તેમનાં ઐશ્વર્યોનો તાગ પામવાનું શક્ય નથી. જીવાત્માની ઈન્દ્રિયો મર્યાદિત હોય છે. તેથી કૃષ્ણના વ્યાપારોની સમગ્રતાને સમજવા તેઓ અસમર્થ હોય છે. તો પણ ભક્તો કૃષ્ણને સમજવાનો પ્રયાસ કરે છે, પરંતુ એવા સિદ્ધાંતના આધારે નહીં કે તેઓ કોઈ વિશેષ સમયે અથવા જીવનની અમુક અવસ્થામાં કૃષ્ણને પૂર્ણપણે સમજવા પામશે. બલ્કે કૃષ્ણના વૃત્તાંતો જ એટલાં તો આસ્વાદ્ય હોય છે કે ભક્તોને તે અમૃતતુલ્ય લાગે છે. આથી ભક્તો તેમનો આનંદ માણે છે. કૃષ્ણનાં ઐશ્વર્યો તથા તેમની વિવિધ શક્તિઓની ચર્ચા કરવામાં શુદ્ધ ભક્તોને દિવ્ય આનંદનો અનુભવ થાય છે, તેથી તેઓ તેમનું શ્રવણ તથા ચર્ચા કરતા રહેવા ઈચ્છે છે. કૃષ્ણ જાણે છે કે તેમના ઐશ્વર્યના વિસ્તારને જીવો સમજી શકતા નથી, તેથી તેઓ પોતાની વિભિન્ન શક્તિઓમાંનાં મુખ્ય મુખ્ય પ્રાકટ્યોનું જ વર્ણન કરવા તત્પરતા દર્શાવે છે. *પ્રાધાન્યતઃ* શબ્દ બહુ મહત્ત્વપૂર્ણ છે, કારણ કે આપણે ભગવાનના મુખ્ય વિસ્તારોને જ સમજવા પામીએ છીએ, જ્યારે તેમનાં સ્વરૂપો તો અનંત છે. તે સર્વને સમજવાનું શક્ય નથી. આ શ્લોકમાં પ્રયુક્ત *વિભૂતિ* શબ્દ તે ઐશ્વર્યોનો નિર્દેશ કરે છે કે જેમના દ્વારા ભગવાન સમગ્ર વિશ્વનું નિયંત્રણ કરે છે. અમરકોશમાં જણાવ્યું છે કે *વિભૂતિ* અસાધારણ ઐશ્વર્યનું સૂચન કરે છે.

નિર્વિશેષવાદી અથવા સર્વેશ્વરવાદી મનુષ્ય ન તો ભગવાનનાં સાધારણ ઐશ્વર્યોને સમજી શકે છે કે ન તો તેમની દૈવી શક્તિઓનાં કટ્યને. ભૌતિક જગતમાં તથા વૈકુંઠલોકમાં તેમની શક્તિઓ દરેક કારના પ્રગટીકરણમાં વિલસે છે. હવે કૃષ્ણ એના રૂપોનું વર્ણન કરી રહ્યા કે જેમની સામાન્ય મનુષ્ય પ્રત્યક્ષ અનુભૂતિ કરી શકે. એ રીતે એમની વિધરંગી શક્તિનું આંશિક વર્ણન થયું છે.

શ્લોક ૨૦ **अहमात्मा गुडाकेश सर्वभूताशयस्थितः ।**
अहमादिश्च मध्यं च भूतानामन्त एव च ॥ २० ॥

અહમ્—હું; **આત્મા**—આત્મા; **ગુડાકેશ**—હે અર્જુન; **સર્વભૂત**—સર્વ જીવોના; **આશય સ્થિતઃ**—હૃદયમાં સ્થિત; **અહમ્**—હું; **આદિઃ**—શરૂઆત, ગમ; **ચ**—તથા; **મધ્યમ્**—મધ્ય; **ચ**—પણ; **ભૂતાનામ્**—જીવમાત્રનો; **અન્તઃ**—અંત; **એવ ચ**—તેમ જ.

અનુવાદ

હે અર્જુન, હું જીવમાત્રના હૃદયમાં સ્થિત પરમાત્મા છું. હું જ સમસ્ત જીવોનો આદિ, મધ્ય તથા અંત છું.

ભાવાર્થ

આ શ્લોકમાં અર્જુનને *ગુડાકેશ* કહી સંબોધવામાં આવ્યો છે. તેનો અર્થ છે—"જેણે નિદ્રારૂપી અંધકાર પર વિજય મેળવ્યો છે તે." જે મનુષ્યો અજ્ઞાનરૂપી અંધકારમાં સૂતેલા છે, તેઓ ભગવાન કઈ કઈ રીતે આ લોકમાં તથા વૈકુંઠલોકમાં પ્રગટ થાય છે એ સમજી શકશે નહીં. એ રીતે કૃષ્ણ દ્વારા અર્જુનને થયેલું આ પ્રકારનું સંબોધન અર્થસૂચક છે. અર્જુન આવા અંધકારથી પર હોવાથી ભગવાન પોતાનાં વિવિધ ઐશ્વર્યો વિશે તેને કહેવા સંમત થયા છે.

પ્રથમ કૃષ્ણ અર્જુનને કહે છે કે તેઓ પોતાના મૂળ વિસ્તારને કારણે સમગ્ર દૃશ્ય જગતના આત્મા છે. ભૌતિક સર્જન પૂર્વે ભગવાન પોતાના મૂળ વિસ્તાર વડે પુરુષ અવતાર તરીકે આવે છે અને તેમનાથી જ બધું શરૂ થાય છે. તેથી તેઓ મહત્ તત્ત્વ અર્થાત્ વૈશ્વિક તત્ત્વોના આત્મા છે. સમગ્ર મહત્ તત્ત્વ એ કંઈ ભૌતિક સર્જનનું કારણ નથી; હકીકતમાં મહાવિષ્ણુ મહત્ તત્ત્વમાં પ્રવેશ કરે છે. તેઓ જ આત્મા છે. જ્યારે મહાવિષ્ણુ પ્રગટ થયેલાં બ્રહ્માંડોમાં પ્રવેશ કરે છે, ત્યારે તેઓ પુનઃ જીવમાત્રમાં

પરમાત્મારૂપે પ્રવેશ કરે છે. આપણે અનુભવીએ છીએ કે આત્મારૂ સ્ફુલિંગની ઉપસ્થિતિને લીધે જીવનું શરીર અસ્તિત્વ ધરાવે છે. આત્મારૂ સ્ફુલિંગના અસ્તિત્વ વિના શરીરનો વિકાસ થઈ શકતો નથી. તેવી જ રી પરમાત્મા કૃષ્ણના પ્રવેશ વિના દૃશ્ય જગતનો વિકાસ થઈ શકતો નથ સુબલ ઉપનિષદમાં કહેવામાં આવ્યું છે તેમ—*પ્રકૃત્યાદિ સર્વભૂતાન્તર્યા સર્વશેષી ચ નારાયણઃ*—“પરમાત્મારૂપે પૂર્ણ પુરુષોત્તમ પરમેશ્વર સમગ્ર પ્રગટ બ્રહ્માંડોમાં વિદ્યમાન છે.”

શ્રીમદ્ ભાગવતમાં ત્રણે પુરુષ અવતારોનું વર્ણન થયું છે. સાત્વ તંત્રમાં પણ તેમનું વર્ણન છે—*વિષ્ણોસ્તુ ત્રીણિ રૂપાણિ પુરષાખ્યાન્ય વિદુઃ*—પૂર્ણ પુરુષોત્તમ પરમેશ્વર આ ભૌતિક સૃષ્ટિમાં ત્રણ રૂપોમાં પ્રગ થાય છે. કારણોદકશાયી વિષ્ણુ, ગર્ભોદકશાયી વિષ્ણુ અને ક્ષીરોદકશા વિષ્ણુ. બ્રહ્મસંહિતા (૫.૪૭)માં મહાવિષ્ણુ અથવા કારણોદકશાયી વિષ્ણુ વર્ણન થયું છે. *યઃ કારણાર્ણવ જલે ભજતિ સ્મ યોગનિદ્રામ્*—સર્વ કારણો કારણ ભગવાન કૃષ્ણ મહાવિષ્ણુના રૂપમાં કારણ સાગરમાં શયન ક છે. માટે પૂર્ણ પુરુષોત્તમ પરમેશ્વર આ બ્રહ્માંડના આદિ છે, બ્રહ્માંડમાં પ્રગટીકરણોના પાલક છે અને સર્વ શક્તિઓના અંત છે.

શ્લોક ૨૧

आदित्यानामहं विष्णुर्ज्योतिषां रविरंशुमान्।
मरीचिर्मरुतामस्मि नक्षत्राणामहं शशी॥ २१॥

આદિત્યાનામ્—આદિત્યોનો; **અહમ્**—હું; **વિષ્ણુઃ**—વિષ્ **જ્યોતિષામ્**—સર્વ જ્યોતિઓમાં; **રવિઃ**—સૂર્ય; **અંશુમાન્**—તેજસ્વી **મરીચિઃ**—મરીચિ; **મરુતામ્**—મરુતોમાં; **અસ્મિ**—છું; **નક્ષત્રાણામ્**—તારાઓમાં; **અહમ્**—હું છું; **શશી**—ચંદ્રમા.

અનુવાદ

આદિત્યોમાં હું વિષ્ણુ છું, જ્યોતિઓમાં હું તેજસ્વી સૂર્ય છું મરુતોમાં હું મરીચિ છું અને નક્ષત્રોમાં હું ચંદ્ર છું.

ભાવાર્થ

આદિત્યો બાર છે અને તેઓમાં કૃષ્ણ મુખ્ય છે. આકાશમાં ઝબક પ્રકાશપુંજોમાં સૂર્ય મુખ્ય છે અને બ્રહ્મસંહિતામાં સૂર્યને પરમેશ્વરનું તેજસ્ નેત્ર કહેવામાં આવેલ છે. અવકાશમાં પચાસ પ્રકારના વાયુ વહે છે અ તેમના અધિષ્ઠાતા દેવતા મરીચિ કૃષ્ણનું પ્રતિનિધિત્વ કરે છે.

તારાઓમાં રાત્રે ચંદ્ર સૌથી મુખ્ય નક્ષત્ર છે અને તેથી ચંદ્ર કૃષ્ણનું પ્રતિનિધિત્વ કરે છે. આ શ્લોક પરથી જણાય છે કે ચંદ્ર તારાઓમાંનો એક તારો છે અને તેથી આકાશમાંના ઝબૂકતા તારાઓ પણ સૂર્યના પ્રકાશનું પરાવર્તન કરે છે. બ્રહ્માંડમાં અનેક સૂર્યો છે એવા મંતવ્યનો વૈદિક સાહિત્યમાં સ્વીકાર થયો નથી. સૂર્ય એક જ છે અને જેમ સૂર્યપ્રકાશના પરાવર્તનથી ચંદ્ર પ્રકાશે છે, તેવી જ રીતે તારાઓ પણ પ્રકાશે છે. અહીં ભગવદ્‌ગીતા સૂચવે છે કે ચંદ્ર એક તારો છે અને ઝબૂકતા તારાઓ સૂર્યો નથી પણ ચંદ્ર જેવા છે.

શ્લોક ૨૨

वेदानां सामवेदोऽस्मि देवानामस्मि वासवः।
इन्द्रियाणां मनश्चास्मि भूतानामस्मि चेतना॥ २२॥

વેદાનામ્—વેદોમાં; **સામવેદઃ**—સામવેદ; **અસ્મિ**—હું છું; **દેવાનામ્**—દેવગણોમાં; **અસ્મિ**—હું છું; **વાસવઃ**—સ્વર્ગનો રાજા ઇન્દ્ર; **ઇન્દ્રિયાણામ્**—ઇન્દ્રિયોમાં; **મનઃ**—મન; **ચ**—અને; **અસ્મિ**—હું છું; **ભૂતાનામ્**—જીવોમાં; **અસ્મિ**—હું છું; **ચેતના**—પ્રાણ, જીવનશક્તિ.

અનુવાદ

વેદોમાં હું સામવેદ છું, દેવોમાં સ્વર્ગનો રાજા ઇન્દ્ર હું છું, ઇન્દ્રિયોમાં હું મન છું તથા સમસ્ત જીવોમાં રહેલી પ્રાણશક્તિ (ચેતના) હું જ છું.

ભાવાર્થ

જડ પદાર્થ અને ચેતન પદાર્થ વચ્ચે તફાવત એ છે કે જડ પદાર્થ જીવાત્માની જેમ ચેતના ધરાવતો નથી. તેથી આ ચેતના સર્વોપરી તથા સનાતન છે. જડ પદાર્થના સંમિશ્રણથી ચેતના ઉત્પન્ન કરી શકાય નહીં.

શ્લોક ૨૩

रुद्राणां शङ्करश्चास्मि वित्तेशो यक्षरक्षसाम्।
वसूनां पावकश्चास्मि मेरुः शिखरिणामहम्॥ २३॥

રુદ્રાણામ્—સર્વ રુદ્રોમાં; **શઙ્કરઃ**—શિવજી; **ચ**—અને; **અસ્મિ**—હું છું; **વિત્ત ઈશઃ**—દેવોના કોષાધ્યક્ષ; **યક્ષરક્ષસામ્**—યક્ષો તથા રાક્ષસોમાં; **વસૂનામ્**—વસુઓમાં; **પાવકઃ**—અગ્નિ; **ચ**—પણ; **અસ્મિ**—હું છું; **મેરુઃ**—મેરુ; **શિખરિણામ્**—સર્વ પર્વતોમાં; **અહમ્**—હું છું.

અનુવાદ

હું સર્વ રુદ્રોમાં શિવજી છું, યક્ષો અને રાક્ષસોમાં ધનપતિ (કુબેર) હું છું, વસુઓમાં હું અગ્નિ છું અને બધા પર્વતોમાં મેરુ હું જ છું.

ભાવાર્થ

રુદ્રો અગિયાર છે અને તેઓમાં શંકર અર્થાત્ શિવજી સર્વોચ્ચ છે. તેઓ બ્રહ્માંડમાં તમોગુણના અધિષ્ઠાતા દેવરૂપે પરમેશ્વરના અવતાર છે. કુબેર યક્ષો તથા રાક્ષસોના અગ્રણી તથા દેવોના મુખ્ય ખજાનચી છે અને તે પરમેશ્વરનું પ્રતિનિધિત્વ કરે છે. મેરુ નામનો પર્વત તેની કુદરતી સંપત્તિને લીધે પ્રસિદ્ધ છે.

શ્લોક ૨૪

पुरोधसां च मुख्यं मां विद्धि पार्थ बृहस्पतिम्।
सेनानीनामहं स्कन्दः सरसामस्मि सागरः ॥ २४ ॥

પુરોધસામ્—સર્વ પુરોહિતોમાં; **ચ**—પણ; **મુખ્યમ્**—મુખ્ય; **મામ્**—મને; **વિદ્ધિ**—જાણ; **પાર્થ**—હે પૃથાપુત્ર; **બૃહસ્પતિમ્**—બૃહસ્પતિને; **સેનાનીનામ્**—સેનાપતિઓમાં; **અહમ્**—હું છું; **સ્કન્દઃ**—કાર્તિકેય; **સરસામ્**—જળાશયોમાં; **અસ્મિ**—હું છું; **સાગરઃ**—સમુદ્ર.

અનુવાદ

હે અર્જુન, પુરોહિતોમાં હું બૃહસ્પતિ છું. સેનાનાયકોમાં હું કાર્તિકેય છું અને જળાશયોમાં હું સમુદ્ર છું.

ભાવાર્થ

ઈન્દ્ર સ્વર્ગલોકનો મુખ્ય દેવ છે અને સ્વર્ગના રાજા તરીકે પ્રસિદ્ધ છે. જે ગ્રહમાં તેનું રાજ્ય છે, તે ઈન્દ્રલોક કહેવાય છે. બૃહસ્પતિ ઈન્દ્રના પુરોહિત છે અને ઈન્દ્ર સર્વ રાજાઓમાં મુખ્ય હોવાથી બૃહસ્પતિ પણ સર્વ પુરોહિતોમાં મુખ્ય છે. જેમ ઈન્દ્ર સર્વ રાજાઓમાં પ્રમુખ છે, તેમ પાર્વતી તથા શિવજીના પુત્ર કાર્તિકેય સમસ્ત સેનાનાયકોમાં મુખ્ય છે. સર્વ જળાશયોમાં સમુદ્ર સૌથી મોટો છે. કૃષ્ણના આ પ્રતિનિધિઓ તેમની મહાનતા જ સૂચવે છે.

શ્લોક ૨૫

महर्षीणां भृगुरहं गिरामस्म्येकमक्षरम्।
यज्ञानां जपयज्ञोऽस्मि स्थावराणां हिमालयः ॥ २५ ॥

મહર્ષીણામ્—મહર્ષિઓમાં; **ભૃગુઃ**—ભૃગુ; **અહમ્**—હું છું; **ગિરામ્**—વાણીમાં; **અસ્મિ**—હું છું; **એકમ્ અક્ષરમ્**—પ્રણવ; **યજ્ઞાનામ્**—સર્વ યજ્ઞોમાં; **જપ યજ્ઞઃ**—કીર્તન, જપ; **અસ્મિ**—હું છું; **સ્થાવરાણામ્**—સ્થાવર વસ્તુઓમાં; **હિમાલયઃ**—હિમાલય પર્વત.

અનુવાદ

હું મહર્ષિઓમાં ભૃગુ છું, વાણીમાં દિવ્ય ૐકાર છું. સર્વ યજ્ઞોમાં પવિત્ર નામોનો જપ હું છું અને સર્વ સ્થાવરોમાં હિમાલય છું.

ભાવાર્થ

બ્રહ્માંડના પ્રથમ જીવાત્મા બ્રહ્માજીએ જુદી જુદી યોનિઓના વિસ્તરણ માટે કેટલાક પુત્રો ઉત્પન્ન કર્યા. આ પુત્રોમાં ભૃગુ ઋષિ સૌથી શક્તિશાળી છે. સર્વ દિવ્ય ધ્વનિઓમાં ૐકાર કૃષ્ણનું રૂપ છે. સર્વ યજ્ઞોમાં—**હરે કૃષ્ણ હરે કૃષ્ણ કૃષ્ણ કૃષ્ણ હરે હરે। હરે રામ હરે રામ રામ રામ હરે હરે॥** નો જપ કૃષ્ણનું સર્વાધિક શુદ્ધ પ્રતિનિધિત્વ કરે છે. કોઈ કોઈવાર પશુયજ્ઞની પણ ભલામણ કરવામાં આવે છે, પરંતુ હરે કૃષ્ણના યજ્ઞમાં હિંસાનો પ્રશ્ન જ રહેતો નથી. આ યજ્ઞ સૌથી સરળ તથા સૌથી વિશુદ્ધ છે. સમગ્ર લોકોમાં જે કંઈ ઉત્કૃષ્ટ છે, તે કૃષ્ણનું પ્રતિનિધિત્વ કરે છે. તેથી દુનિયાનો સૌથી મહાન પર્વત હિમાલય પણ ભગવાનનું પ્રતિનિધિત્વ કરે છે. પાછલા શ્લોકમાં મેરુ નામના પર્વતનો ઉલ્લેખ થયો છે, પરંતુ મેરુ કેટલીક વખત ચલાયમાન બને છે, જ્યારે હિમાલય સ્થાવર છે. એ રીતે હિમાલય મેરુથી ચડિયાતો છે.

શ્લોક ૨૬

अश्वत्थः सर्ववृक्षाणां देवर्षीणां च नारदः।
गन्धर्वाणां चित्ररथः सिद्धानां कपिलो मुनिः॥ २६॥

અશ્વત્થઃ—વડનું ઝાડ; **સર્વ વૃક્ષાણામ્**—બધાં વૃક્ષોમાં; **દેવ ઋષીણામ્**—દેવર્ષિઓમાં; **ચ**—અને; **નારદઃ**—નારદ; **ગન્ધર્વાણામ્**—ગંધર્વલોકના નિવાસીઓમાં; **ચિત્રરથઃ**—ચિત્રરથ; **સિદ્ધાનામ્**—સિદ્ધ થયેલાઓમાં; **કપિલઃ મુનિઃ**—કપિલ મુનિ.

અનુવાદ

હું સર્વ વૃક્ષોમાં અશ્વત્થનું વૃક્ષ છું અને હું જ દેવર્ષિઓમાં નારદ છું. હું ગંધર્વોમાં ચિત્રરથ છું અને સિદ્ધ પુરુષોમાં હું જ કપિલ મુનિ છું.

ભાવાર્થ

અશ્વત્થ વૃક્ષ બધાં વૃક્ષોમાં સૌથી ઊંચા તથા સુંદર વૃક્ષોમાંનું એક છે અને ભારતમાં લોકો તેનું એક નિત્યકર્મ તરીકે દરરોજ પૂજન કરે છે. દેવોમાં પણ નારદ મુનિ પૂજાય છે, કારણ કે નારદ મુનિ બ્રહ્માંડમાં સર્વશ્રેષ્ઠ ભક્ત ગણાય છે. એ રીતે તેઓ ભક્તરૂપમાં કૃષ્ણના પ્રતિનિધિ છે. ગંધર્વલોક

સરસ ગાનારા જીવોથી સભર છે અને તેમનામાં ચિત્રરથ ઉત્તમ ગાયક છે. સિદ્ધ પુરુષોમાં દેવહૂતિના પુત્ર કપિલ મુનિ કૃષ્ણના પ્રતિનિધિ છે. તેઓ કૃષ્ણના અવતાર છે અને શ્રીમદ્‌ ભાગવતમાં તેમના તત્ત્વજ્ઞાનનું વર્ણન છે. ત્યાર પછી બીજા એક કપિલ નામે ઋષિ તેમના તત્ત્વદર્શન માટે પ્રસિદ્ધ થયા હતા, પરંતુ તે નાસ્તિક હતા. એટલે આ બંનેમાં આભ-જમીનનો તફાવત છે.

શ્લોક ૨૭

उच्चैःश्रवसमश्वानां विद्धि माममृतोद्भवम्।
ऐरावतं गजेन्द्राणां नराणां च नराधिपम्॥ २७॥

ઉચ્ચૈઃશ્રવસમ્—ઉચ્ચૈઃશ્રવા; **અશ્વાનામ્**—અશ્વોમાં; **વિદ્ધિ**—જાણ **મામ્**—મને; **અમૃત ઉદ્ભવમ્**—સમુદ્રમંથનમાંથી ઉદ્‌ભવેલા; **ઐરાવતમ્**—ઐરાવત; **ગજેન્દ્રાણામ્**—ગજરાજોમાં; **નરાણામ્**—મનુષ્યોમાં; **ચ**—અને **નર અધિપમ્**—રાજા.

અનુવાદ

અશ્વોમાં મને ઉચ્ચૈઃશ્રવા જાણ કે જે અમૃત માટે થયેલા સમુદ્રમંથન વખતે ઉત્પન્ન થયો હતો. ગજરાજોમાં હું ઐરાવત છું અને મનુષ્યોમાં હું રાજા છું.

ભાવાર્થ

એક વખત દેવો તથા અસુરોએ સમુદ્રમંથન કર્યું. આ મંથનમાંથી અમૃત તથા વિષ ઉત્પન્ન થયાં અને શિવજીએ વિષનું પાન કર્યું. અમૃતની સાથે અનેક જીવો ઉત્પન્ન થયા, જેઓમાં ઉચ્ચૈઃશ્રવા નામનો અશ્વ પણ હતો. આ અમૃતની સાથે જ એક અન્ય ઐરાવત નામનો હાથી પણ ઉત્પન્ન થયો હતો. બંને પશુઓ અમૃતની સાથે ઉત્પન્ન થયેલા, તેથી તેમનું વિશેષ મહત્ત્વ છે અને તેઓ કૃષ્ણના પ્રતિનિધિ છે.

મનુષ્યોમાં રાજા એ કૃષ્ણનો પ્રતિનિધિ છે, કારણ કે કૃષ્ણ બ્રહ્માંડના પાલક છે અને પોતાના દૈવી ગુણોને કારણે નિયુક્ત થયેલા રાજવીઓ તેમનાં રાજ્યોના પાલકો છે. મહારાજ યુધિષ્ઠિર, મહારાજ પરીક્ષિત તથા ભગવાન શ્રીરામ જેવા રાજાઓ અત્યંત ઉચ્ચ કોટિના ધર્માત્માઓ હતા. તેમણે પોતાની પ્રજાનું સદૈવ કલ્યાણ ચિંતવ્યું હતું. વૈદિક સાહિત્યમાં રાજાને ઈશ્વરનો પ્રતિનિધિ ગણવામાં આવ્યો છે. પરંતુ વર્તમાન યુગમાં ધર્મનો હ્રાસ થવાથી રાજાશાહીનો ક્ષય થયો અને અંતે તેનો વિનાશ થયો

પરંતુ એ જાણવા જેવું છે કે ભૂતકાળમાં પ્રજા ધર્માત્મા રાજાઓના રાજ્યમાં વધારે સુખી હતી.

શ્લોક ૨૮ **आयुधानामहं वज्रं धेनूनामस्मि कामधुक्।**
प्रजनश्चास्मि कन्दर्पः सर्पाणामस्मि वासुकिः॥ २८॥

આયુધાનામ્—સર્વ શસ્ત્રોમાં; **અહમ્**—હું છું; **વજ્રઃ**—વજ્ર; **ધેનુનામ્**—ગાયોમાં; **અસ્મિ**—હું છું; **કામધુક્**—સુરભિ ગાય; **પ્રજનઃ**—સંતાનોત્પતિનું કારણ; **ચ**—અને; **અસ્મિ**—હું છું; **કન્દર્પઃ**—કામદેવ; **સર્પાણામ્**—સર્પોમાં; **અસ્મિ**—છું; **વાસુકિઃ**—વાસુકિ.

અનુવાદ

હું શસ્ત્રોમાં વજ્ર છું અને ગાયોમાં હું સુરભિ છું. પ્રજોત્પત્તિનાં કારણોમાં હું પ્રેમનો દેવ કામદેવ છું તથા સર્પોમાં હું વાસુકિ છું.

ભાવાર્થ

વજ્ર ખરેખર પ્રબળ શસ્ત્ર છે અને તે કૃષ્ણની શક્તિનું પ્રતીક છે. દિવ્ય વૈકુંઠ આકાશમાંના કૃષ્ણલોકમાંની ગાયો ગમે ત્યારે દોહી શકાય છે અને તેઓ ઈચ્છાનુસાર જોઈએ એટલું દૂધ આપે છે. બેશક, આવી ગાયો આ ભૌતિક જગતમાં મળતી નથી, પરંતુ કૃષ્ણલોકમાં તેમનો ઉલ્લેખ થયો છે. ભગવાન આવી અનેક ગાયો રાખે છે અને એ ગાયો સુરભિ કહેવાય છે. એમ કહેવાય છે કે ભગવાન આવી ગાયોને ચરાવવામાં વ્યસ્ત રહે છે. કંદર્પ એ ઉત્તમ પુત્રો પ્રાપ્ત કરવા માટેની કામેચ્છા છે, તેથી કંદર્પ કૃષ્ણનો પ્રતિનિધિ છે. કેટલીકવાર કેવળ ઈન્દ્રિયભોગ માટે કામનો ઉપયોગ કરવામાં આવે છે, પરંતુ આવો કામ કૃષ્ણનું પ્રતિનિધિત્વ કરતો નથી. પરંતુ ઉત્તમ સંતતિ ઉત્પન્ન કરવા માટે ઉપયોગમાં લેવામાં આવેલો કામ કંદર્પ કહેવાય છે અને તે કૃષ્ણનું પ્રતિનિધિત્વ કરે છે.

શ્લોક ૨૯ **अनन्तश्चास्मि नागानां वरुणो यादसामहम्।**
पितृणामर्यमा चास्मि यमः संयमतामहम्॥ २९॥

અનન્તઃ—અનંત; **ચ**—પણ; **અસ્મિ**—હું છું; **નાગાનામ્**—ફણીધર નાગોમાં; **વરુણઃ**—વરુણ; **યાદસામ્**—સર્વ જળચરોમાં; **અહમ્**—હું છું; **પિતૃણામ્**—પૂર્વજોમાં; **અર્યમા**—અર્યમા; **ચ**—પણ; **અસ્મિ**—હું છું; **યમઃ**—મૃત્યુના નિયંતા; **સંયમતામ્**—સર્વ નિયામકોમાં; **અહમ્**—હું છું.

અનુવાદ

અનેક ફેણોવાળા નાગોમાં હું અનંત છું તથા જળચરોમાં હું વરુણદેવ છું. હું દિવંગત પિતૃઓમાં અર્યમા છું અને નિયમોનું પ્રવર્તન કરનારા નિયામકોમાં હું મૃત્યુદેવ યમરાજ છું.

ભાવાર્થ

અનેક ફેણોવાળા નાગોમાં અનંત સર્વોચ્ચ છે અને જળચરોમાં વરુણદેવ મુખ્ય છે. તેઓ બંને કૃષ્ણના પ્રતિનિધિ છે. એક પિતૃલોક પણ છે કે જેના અધિષ્ઠાતા અર્યમા છે અને તે કૃષ્ણનું પ્રતિનિધિત્વ કરે છે. એવા અનેક જીવો છે કે જેઓ દુષ્ટોને દંડ આપે છે પણ તેઓમાં યમ મુખ્ય છે. યમ આ પૃથ્વી ગ્રહની પાસે આવેલા એક ગ્રહ પર રહે છે. મૃત્યુ પછી પાપી માણસોને ત્યાં લઈ જવાય છે અને યમ તેઓને જુદા જુદા પ્રકારની સજા આપે છે.

શ્લોક ૩૦

प्रह्लादश्चास्मि दैत्यानां कालः कलयतामहम्।
मृगाणां च मृगेन्द्रोऽहं वैनतेयश्च पक्षिणाम्॥ ३०॥

પ્રહ્લાદઃ—પ્રહ્લાદ; **ચ**—વળી; **અસ્મિ**—હું છું; **દૈત્યાનામ્**—અસુરોમાં; **કાલઃ**—સમય; **કલયતામ્**—દમન કરનારાઓમાં; **અહમ્**—હું છું; **મૃગાણામ્**—પશુઓમાં; **ચ**—અને; **મૃગ ઈન્દ્રઃ**—સિંહ; **અહમ્**—હું છું; **વૈનતેયઃ**—ગરુડ; **ચ**—વળી; **પક્ષિણામ્**—પક્ષીઓમાં.

અનુવાદ

દૈત્ય અસુરોમાં હું ભક્તરાજ પ્રહ્લાદ છું. દમન કરનારાઓમાં હું કાળ છું, પશુઓમાં હું સિંહ છું અને પક્ષીઓમાં હું ગરુડ છું.

ભાવાર્થ

દિતિ તથા અદિતિ બે બહેનો છે. અદિતિના પુત્રો આદિત્યો તથા દિતિના પુત્રો દૈત્યો કહેવાય છે. સર્વ આદિત્યો ભગવાનના ભક્તો છે અને બધા દૈત્યો નાસ્તિક છે. પ્રહ્લાદનો જન્મ જોકે દૈત્ય કુળમાં થયો હતો, છતાં તેઓ બાલ્યાવસ્થાથી જ મહાન ભક્ત હતા. તેમની ભક્તિ તથા દૈવી સ્વભાવને કારણે તેમને કૃષ્ણના પ્રતિનિધિ ગણવામાં આવે છે.

દમનના અનેક નિયમો છે, પરંતુ કાળ આ ભૌતિક બ્રહ્માંડમાંની દરેકે દરેક વસ્તુનો ક્ષય કરે છે અને તેથી તે કૃષ્ણનું પ્રતિનિધિત્વ કરે છે.

પશુઓમાં સિંહ અત્યંત બળવાન અને ભયાનક હોય છે અને લાખો પ્રકારનાં પક્ષીઓમાં ભગવાન વિષ્ણુના વાહન એવા ગરુડ સર્વોચ્ચ છે.

શ્લોક ૩૧ **પવનઃ પવતામસ્મિ રામઃ શસ્ત્રભૃતામહમ્।**
ઝષાણાં મકરશ્ચાસ્મિ સ્રોતસામસ્મિ જાહ્નવી॥ ૩૧॥

પવનઃ—વાયુ; **પવતામ્**—પવિત્ર કરનારાઓમાં; **અસ્મિ**—હું છું; **રામઃ**—રામ; **શસ્ત્ર ભૃતામ્**—શસ્ત્રધારીઓમાં; **અહમ્**—હું છું; **ઝષાણામ્**—સર્વ માછલીઓમાં; **મકરઃ**—મગર; **ચ**—અને; **અસ્મિ**—હું છું; **સ્રોતસામ્**—વહેતી નદીઓમાં; **અસ્મિ**—હું છું; **જાહ્નવી**—ગંગા નદી.

અનુવાદ

પવિત્ર કરનારાઓમાં હું વાયુ છું, શસ્ત્ર ધારણ કરનારાઓમાં હું રામ છું, માછલીઓમાં હું મગર છું તથા વહેતી નદીઓમાં હું ગંગા છું.

ભાવાર્થ

સમસ્ત જળચરોમાં મગર મોટાં જળચરોમાંનો એક અને મનુષ્ય માટે સૌથી ઘાતક હોય છે, તેથી તે કૃષ્ણનું પ્રતિનિધિત્વ કરે છે.

શ્લોક ૩૨ **સર્ગાણામાદિરન્તશ્ચ મધ્યં ચૈવાહમર્જુન।**
અધ્યાત્મવિદ્યા વિદ્યાનાં વાદઃ પ્રવદતામહમ્॥ ૩૨॥

સર્ગાણામ્—સર્વ સર્જનોનો; **આદિઃ**—પ્રારંભ; **અન્તઃ**—અંત; **ચ**—અને; **મધ્યમ્**—મધ્ય; **ચ**—પણ; **એવ**—નક્કી; **અહમ્**—હું છું; **અર્જુન**—હે અર્જુન; **અધ્યાત્મવિદ્યા**—અધ્યાત્મ જ્ઞાન; **વિદ્યાનામ્**—વિદ્યાઓમાં; **વાદઃ**—સ્વાભાવિક નિર્ણય; **પ્રવદતામ્**—તર્કોમાં; **અહમ્**—હું છું.

અનુવાદ

હે અર્જુન, હું સમગ્ર સર્જનોનો આદિ, મધ્ય તથા અંત છું. સર્વ વિદ્યાઓમાં હું અધ્યાત્મવિદ્યા છું અને તર્કશાસ્ત્રીઓમાં હું જ નિર્ણાયક સત્ય છું.

ભાવાર્થ

સર્જનોમાં સર્વપ્રથમ સમગ્ર ભૌતિક તત્ત્વોનું સર્જન કરાય છે. પૂર્વે સમજાવ્યા પ્રમાણે દૃશ્ય જગત મહાવિષ્ણુ, ગર્ભોદકશાયી વિષ્ણુ તથા

ક્ષીરોદકશાયી વિષ્ણુ દ્વારા ઉત્પન્ન અને સંચાલિત હોય છે અને પછી શિવજી દ્વારા તેનો સંહાર થાય છે. બ્રહ્માજી ગૌણ સ્રષ્ટા છે. સર્જન, પાલન તથા સંહાર કરનારા આ સર્વ અધિકારીઓ પરમેશ્વરના ભૌતિક ગુણોના અવતારો છે. તેથી પરમેશ્વર જ સર્વ સર્જનોના આદિ, મધ્ય તથા અંત છે.

ઉચ્ચ શિક્ષણ માટે જ્ઞાનના અનેક ગ્રંથો છે, જેમ કે ચાર વેદ, છ વેદાંગ, વેદાંતસૂત્ર, તર્કગ્રંથ, ધર્મગ્રંથ અને પુરાણ—એ રીતે કુલ ચૌદ પ્રકારના ગ્રંથો છે. આમાંથી અધ્યાત્મવિદ્યા વિષયક ગ્રંથ, ખાસ કરીને વેદાંતસૂત્ર કૃષ્ણનું પ્રતિનિધિત્વ કરે છે.

તર્કશાસ્ત્રીઓમાં જુદા જુદા પ્રકારના તર્ક થાય છે. પ્રમાણ દ્વારા તર્કની પુષ્ટિ કે જેનાથી વિપક્ષોનું પણ સમર્થન થાય તે *જલ્પ* કહેવાય છે. પોતાના વિરોધીનો માત્ર પરાભવ કરવા કરેલો પ્રયાસ *વિતંડા* કહેવાય છે, પરંતુ વાસ્તવિક નિર્ણયને *વાદ* કહેવાય છે. આ નિર્ણાયક સત્ય કૃષ્ણનું પ્રતિનિધિત્વ કરે છે.

શ્લોક ૩૩

अक्षराणामकारोऽस्मि द्वन्द्वः सामासिकस्य च।
अहमेवाक्षयः कालो धाताहं विश्वतोमुखः॥ ३३॥

અક્ષરાણામ્—અક્ષરોમાં; **અ કારઃ**—પ્રથમ અક્ષર, અ-કાર; **અસ્મિ**—હું છું; **દ્વન્દ્વઃ**—દ્વંદ્વ સમાસ; **સામાસિકસ્ય**—સમાસોમાં; **ચ**—તથા; **અહમ્**—હું છું; **એવ**—જ; **અક્ષયઃ**—શાશ્વત; **કાલઃ**—કાળ, સમય; **ધાતા**—સ્રષ્ટા; **અહમ્**—હું છું; **વિશ્વતઃ મુખઃ**—બ્રહ્મા.

અનુવાદ

અક્ષરોમાં હું અ-કાર છું. સમાસોમાં દ્વંદ્વ સમાસ છું, શાશ્વત કાળ પણ હું છું અને સ્રષ્ટાઓમાં હું બ્રહ્મા છું.

ભાવાર્થ

અ-કાર અર્થાત્ સંસ્કૃત વર્ણમાળાનો પ્રથમ અક્ષર (અ) વૈદિક સાહિત્યનો પ્રારંભ છે. અ-કાર ન હોય, તો કોઈ સ્વરોચ્ચાર થઈ શકતો નથી. એટલે જ આ આદિ શબ્દ છે. સંસ્કૃતમાં અનેક પ્રકારના સામાસિક શબ્દો હોય છે. દાખલા તરીકે રામ-કૃષ્ણ જેવા શબ્દ સમુચ્ચય દ્વંદ્વ સમાસ કહેવાય છે. આ સમાસમાં રામ તથા કૃષ્ણ શબ્દ સમાન રૂપમાં રહેલા છે, તેથી તે સમાસ દ્વંદ્વ કહેવાય છે.

સર્વ પ્રકારના મારનારાઓમાં સમય સર્વોપરી છે, કારણ કે તે સહુને મારે છે. કાળ કૃષ્ણનો પ્રતિનિધિ છે, કારણ કે સમય થયે પ્રલયાગ્નિ પ્રગટ થશે અને બધું જ નષ્ટ થઈ જશે.

સર્જન કરનારા જીવોમાં ચતુર્મુખ બ્રહ્માજી પ્રમુખ છે. તેથી તેઓ પરમેશ્વર કૃષ્ણના પ્રતિનિધિ છે.

શ્લોક ૩૪
मृत्युः सर्वहरश्चाहमुद्भवश्च भविष्यताम्।
कीर्तिः श्रीर्वाक्च नारीणां स्मृतिर्मेधा धृतिः क्षमा॥ ३४॥

મૃત્યુઃ—મૃત્યુ; **સર્વહરઃ**—સર્વભક્ષી; **ચ**—વળી; **અહમ્**—હું છું; **ઉદ્ભવઃ**—ઉત્પત્તિ; **ચ**—અને; **ભવિષ્યતામ્**—ભવિષ્યમાં થનારાં પ્રગટીકરણોમાં; **કીર્તિઃ**—યશ; **શ્રીઃ**—ઐશ્વર્ય અથવા સૌંદર્ય; **વાક્**—વાણી; **ચ**—અને; **નારીણામ્**—સ્ત્રીઓમાં; **સ્મૃતિઃ**—સ્મૃતિ, સ્મરણશક્તિ; **મેધા**—બુદ્ધિ; **ધૃતિઃ**—દૃઢતા; **ક્ષમા**—ક્ષમા, ધૈર્ય.

અનુવાદ

હું જ સર્વભક્ષી મૃત્યુ છું અને હવે પછી ભાવિમાં થનારને ઉત્પન્ન કરનારો હું છું. સ્ત્રીઓમાં હું કીર્તિ, લક્ષ્મી, વાણી, સ્મૃતિ, બુદ્ધિ, ધૃતિ તથા ક્ષમા છું.

ભાવાર્થ

જેવો મનુષ્ય જન્મ પામે છે કે ત્યારથી તે દર ક્ષણે મૃત્યુ પામતો રહે છે. એ રીતે મૃત્યુ દરેક જીવનું દર ક્ષણે ભક્ષણ કરે છે. પરંતુ અંતિમ પ્રહાર ખુદ મૃત્યુ કહેવાય છે. આ મૃત્યુ એ કૃષ્ણ છે. ભાવિ વિકાસની બાબતમાં, સર્વ જીવો છ પરિવર્તનોમાંથી પસાર થાય છે. તેઓ જન્મે છે, ઉછરે છે, કેટલાક વખત સુધી સંસારમાં જીવે છે, સંતાનો પેદા કરે છે, ક્ષીણ થાય છે અને અંતે નાશ પામે છે. આ પરિવર્તનોમાં પ્રથમ છે ગર્ભમાંથી મુક્ત થવું, અર્થાત્ જન્મવું, અને તે કૃષ્ણ છે. પ્રથમ ઉત્પત્તિ એ જ સર્વ ભાવિ કાર્યોની શરૂઆત છે.

કીર્તિ, લક્ષ્મી, વાણી, સ્મૃતિ, બુદ્ધિ, ધૃતિ તથા ક્ષમા—આ સાત ઐશ્વર્યોને અહીં સ્ત્રી જાતિનાં ગણ્યાં છે. જો કોઈ મનુષ્ય એ બધાં અથવા થોડાંક પણ ધરાવતો હોય, તો તે યશસ્વી બને છે. જો તે ધર્માત્મા તરીકે યશસ્વી થાય છે, તો તે તેને મહિમાવંત બનાવે છે. સંસ્કૃત સંપૂર્ણ ભાષા છે, તેથી તે અત્યંત યશસ્વી છે. જો મનુષ્ય અભ્યાસ કર્યા પછી વિષયવસ્તુને યાદ રાખી શકે, તો તેને સારી સ્મરણશક્તિ અથવા *સ્મૃતિ*ની દેણગી

મળેલી હોય છે. મનુષ્ય વિભિન્ન ગ્રંથો વાંચી શકે એટલું જ નહીં, પરંતુ તેમને સમજી, જરૂર હોય ત્યારે તેમનો પ્રયોગ કરવાની શક્તિ ધરાવે તે *મેધા* અર્થાત્ બુદ્ધિ કહેવાય છે. આ એક અન્ય ઐશ્વર્ય છે. અસ્થિરતા પર વિજય મેળવવાને *ધૃતિ* અથવા દૃઢતા કહેવાય છે. વળી મનુષ્ય સંપૂર્ણપણે સમર્થ હોય અને છતાં વિનમ્ર હોય તથા સુખ કે દુઃખમાં પોતાનું સંતુલન જાળવી શકતો હોય, તો તે *ક્ષમા* નામનું ઐશ્વર્ય ધરાવે છે.

શ્લોક ૩૫

बृहत्साम तथा साम्नां गायत्री छन्दसामहम्।
मासानां मार्गशीर्षोऽहमृतूनां कुसुमाकरः ॥ ३५ ॥

બૃહત્ **સામ્**—બૃહત્સામ; **તથા**—અને; **સામ્નામ્**—સામવેદનાં ગીતોમાં; **ગાયત્રી**—ગાયત્રી મંત્રો; **છન્દસામ્**—સર્વ છંદોમાં; **અહમ્**—હું છું; **માસાનામ્**—મહિનાઓમાં; **માર્ગશીર્ષઃ**—નવેમ્બર-ડિસેમ્બરનો (માગશર) મહિનો; **અહમ્**—હું છું; **ઋતૂનામ્**—સર્વ ઋતુઓમાં; **કુસુમ આકરઃ**—વસંત.

અનુવાદ

સામવેદના મંત્રોમાં હું બૃહત્સામ્ છું, સર્વ છંદોમાં હું ગાયત્રી છું, મહિનાઓમાં હું માર્ગશીર્ષ છું અને ઋતુઓમાં વસંત ઋતુ હું છું.

ભાવાર્થ

ભગવાન દ્વારા અગાઉ સ્પષ્ટતા થયેલી જ છે કે સર્વ વેદોમાં તેઓ સ્વયં સામવેદ છે. સામવેદ વિવિધ દેવોએ ગાયેલાં સુંદર ગીતોથી સભર છે. આ ગીતોમાં એક બૃહત્સામ છે કે જેમાં ઉત્તમ માધુર્ય છે અને તે મધ્યરાત્રિમાં ગવાય છે.

સંસ્કૃતમાં કાવ્યરચના માટે નિશ્ચિત નિયમો છે; આમાં પ્રાસાનુપ્રાસ તથા વૃત્ત કે છંદ ઘણાં આધુનિક કાવ્યોની જેમ મનસ્વી તરંગો પ્રમાણે પ્રયોજાતા નથી. આવાં નિયમિત કાવ્યોમાં સુપાત્ર બ્રાહ્મણો દ્વારા જ જેનો જપ થાય છે, તે ગાયત્રી મંત્ર સર્વાધિક મહત્ત્વપૂર્ણ છે. ગાયત્રી મંત્રનો ઉલ્લેખ શ્રીમદ્ ભાગવતમાં પણ થયો છે. ગાયત્રી મંત્ર ખાસ કરીને પરમેશ્વરના સાક્ષાત્કાર માટે જ હોવાથી તે પરમેશ્વરનો પ્રતિનિધિ છે. આ મંત્ર અધ્યાત્મમાં ઉન્નત થયેલા મનુષ્યો માટે છે અને જ્યારે તેનો જપ કરવામાં મનુષ્ય સફળ થાય છે, ત્યારે તે ભગવાનની દિવ્ય સ્થિતિમાં પ્રવેશ કરી શકે છે. ગાયત્રી મંત્રનો જપ કરવા માટે મનુષ્યે પ્રથમ યથાયોગ્ય રીતે સ્થિત વ્યક્તિના ગુણ અર્થાત્ ભૌતિક પ્રકૃતિના નિયમાનુસાર સાત્ત્વિક ગુણ

પ્રાપ્ત કરવા જોઈએ. વૈદિક સંસ્કૃતિમાં ગાયત્રીમંત્ર અત્યંત મહત્ત્વપૂર્ણ છે અને તે બ્રહ્મનો નાદઅવતાર ગણાય છે. બ્રહ્માજી તેના પ્રવર્તક ગુરુ છે અને ગુરુ-શિષ્ય પરંપરા દ્વારા તેમનાથી તે ઊતરી આવ્યો છે.

મહિનાઓમાં માર્ગશીર્ષ માસ સર્વોત્તમ માનવામાં આવે છે, કારણ કે ભારતમાં આ સમયે ખેતરોમાંથી ધાન્ય એકત્ર કરવામાં આવે છે અને લોકો બહુ પ્રસન્ન હોય છે. નિઃસંદેહ, વસંત ઋતુ વિશ્વભરમાં સૌને પસંદ હોય છે, કારણ કે આ ઋતુમાં બહુ ગરમી કે બહુ ઠંડી હોતી નથી અને વૃક્ષોમાં પુષ્પોની બહાર આવે છે. વસંતમાં કૃષ્ણની લીલાઓ સંબંધે અનેક ઉત્સવોની ઉજવણી પણ થાય છે, તેથી સર્વ ઋતુઓમાં તે સૌથી વધુ હર્ષોલ્લાસપૂર્ણ ગણાય છે અને તે ભગવાન કૃષ્ણનું પ્રતિનિધિત્વ કરે છે.

શ્લોક ૩૬
द्यूतं छलयतामस्मि तेजस्तेजस्विनामहम्।
जयोऽस्मि व्यवसायोऽस्मि सत्त्वं सत्त्ववतामहम्॥ ३६॥

દ્યૂતમ્—જુગાર; **છલયતામ્**—છેતરનારાઓમાં; **અસ્મિ**—હું છું; **તેજઃ**—ચળકાટ, તેજ; **તેજસ્વિનામ્**—તેજસ્વીઓમાં; **અહમ્**—હું છું; જય—વિજય; **અસ્મિ**—હું છું; **વ્યવસાયઃ**—સાહસ, વ્યવસાય; **અસ્મિ**—છું; **સત્ત્વમ્**—બળ; **સત્ત્વતામ્**—બળવાનોનો; **અહમ્**—હું છું.

અનુવાદ

હું છળકપટ કરનારાઓમાં દ્યૂત છું અને તેજસ્વીઓમાં તેજ છું. હું વિજય છું, સાહસ છું તથા બળવાનોનું બળ પણ હું જ છું.

ભાવાર્થ

બ્રહ્માંડભરમાં અનેક પ્રકારના ધુતારા હોય છે. સર્વ છળકપટમાં દ્યૂત (જુગાર) સર્વોપરી છે, તેથી તે કૃષ્ણનું પ્રતિનિધિત્વ કરે છે. પરમેશ્વર તરીકે કૃષ્ણ કોઈ પણ સામાન્ય મનુષ્ય કરતાં વધુ છળકપટ કરનારા થઈ શકે છે. જો કૃષ્ણ કોઈ મનુષ્યને છેતરવા ધારે, તો તેમનાથી કોઈ શ્રેષ્ઠ થઈ શકે નહીં. તેમની મહાનતા માત્ર એકાંગી નથી, પણ સર્વતોમુખી છે.

વિજેતાઓમાં તેઓ વિજય છે. તેઓ તેજસ્વીઓનું તેજ છે. સાહસિકો તથા ઉદ્યમીઓમાં તેઓ સર્વોચ્ચ સાહસી તથા ઉદ્યમી છે. તેઓ બળવાનોમાં સૌથી વધુ બળવાન છે. જ્યારે તેઓ આ પૃથ્વીલોકમાં વિદ્યમાન હતા, ત્યારે બળમાં તેમને કોઈ હરાવી શકતું નહીં. એટલે સુધી કે તેમની બાલ્યાવસ્થામા જે તેમણે ગિરિરાજ ગોર્વધનને ઊંચકી લીધો

હતો. તેમને કોઈ છળકપટમાં હરાવી શકે નહીં, તેજમાં હરાવી ન શકે, વિજયમાં તેમનાથી કોઈ ચડિયાતો ન થઈ શકે, સાહસ અને બળમાં પણ કોઈ તેમનાથી ચડિયાતું છે નહીં.

શ્લોક ૩૭ **વૃષ્ણીનાં વાસુદેવોऽસ્મિ પાણ્ડવાનાં ધનઞ્જયઃ ।**
મુનીનામપ્યહં વ્યાસઃ કવીનામુશના કવિઃ ॥ ૩૭ ॥

વૃષ્ણીનામ—વૃષ્ણિ કુળમાં; **વાસુદેવઃ**—દ્વારકાવાસી કૃષ્ણ; **અસ્મિ**—હું છું; **પાણ્ડવાનામ્**—પાંડવોમાં; **ધનઞ્જયઃ**—અર્જુન; **મુનીનામ્**—મુનિઓમાં; **અપિ**—પણ; **અહમ્**—હું છું; **વ્યાસઃ**—સમગ્ર વેદોનું સંકલન કરનાર વ્યાસ; **કવીનામ્**—મહાન વિચારકોમાં; **ઉશના**—ઉશના, શુક્રાચાર્ય; **કવિઃ**—વિચારક.

અનુવાદ

હું વૃષ્ણિવંશીઓમાં વાસુદેવ તથા પાંડવોમાં હું અર્જુન છું. હું સર્વ મુનિઓમાં વ્યાસ છું તથા મહાન વિચારકોમાં ઉશના (શુક્રાચાર્ય) છું.

ભાવાર્થ

કૃષ્ણ આદ્ય પૂર્ણ પુરુષોત્તમ પરમેશ્વર છે અને બલરામ કૃષ્ણના નિકટતમ વિસ્તાર છે. ભગવાન કૃષ્ણ તથા બલદેવ બંને વસુદેવજીના પુત્ર તરીકે પ્રગટ થયા હતા, તેથી બંનેને વાસુદેવ કહી શકાય. બીજા દૃષ્ટિકોણથી જોઈએ તો કૃષ્ણ કદાપિ વૃંદાવનને ત્યજતા નથી અને તેથી તેમનાં જેટલાં રૂપ અન્યત્ર જોવામાં આવે છે, તે બધાં તેમના વિસ્તાર છે. વાસુદેવ કૃષ્ણના સૌથી નજીકના વિસ્તાર છે, તેથી વાસુદેવ કૃષ્ણથી ભિન્ન નથી. માટે એ જાણવું જરૂરી છે કે આ શ્લોકમાં ઉલ્લેખ થયો છે તે વાસુદેવનો અર્થ બલદેવ કે બલરામ છે, કારણ કે તેઓ સમસ્ત અવતારોના ઉદ્‌ગમ છે, અને એ રીતે વાસુદેવના તેઓ જ એકમાત્ર ઉદ્‌ભવસ્થાન છે. ભગવાનના નિકટતમ વિસ્તારો *સ્વાંશ* (વ્યક્તિગત અથવા સ્વકીય વિસ્તાર) અને અન્ય વિસ્તારો વિભિન્નાંશ (ભિન્ન થયેલા વિસ્તારો) કહેવાય છે.

પાંડુના પુત્રોમાં અર્જુન ધનંજય નામે પ્રખ્યાત છે. તે પુરુષોમાં સર્વશ્રેષ્ઠ છે તેથી કૃષ્ણનો પ્રતિનિધિ છે. મુનિઓમાં અર્થાત્ વૈદિક જ્ઞાનના જાણકાર વિદ્વાનોમાં વ્યાસ સર્વોપરી છે, કારણ કે તેમણે કળિયુગમાં લોકોને સમજાય તે માટે જ્ઞાનને અનેક રીતે રજૂ કર્યું, અને વ્યાસજી કૃષ્ણના એક અવતાર તરીકે પણ પ્રસિદ્ધ છે, તેથી વ્યાસ પણ કૃષ્ણના પ્રતિનિધિ છે. જો કોઈ મનુષ્ય કોઈ વિષયનો ઊંડાણપૂર્વક વિચાર કરવા સમર્થ હોય તો તેને *કવિ*

હેવાય છે. કવિઓમાં ઉશના અર્થાત્ શુક્રાચાર્ય અસુરોના ગુરુ હતા. તેઓ તિશય બુદ્ધિમાન તથા દૂરંદેશી રાજનીતિજ્ઞ હતા. એ રીતે શુક્રાચાર્ય પણ ષ્ણના ઐશ્વર્યના એક પ્રતિનિધિ છે.

શ્લોક **दण्डो दमयतामस्मि नीतिरस्मि जिगीषताम्।**
૩૮ **मौनं चैवास्मि गुह्यानां ज्ञानं ज्ञानवतामहम्॥ ३८॥**

दण्डः—દંડ; **દમયતામ્**—દમનનાં સર્વ સાધનોમાં; **અસ્મિ**—હું છું; **ીતિઃ**—નૈતિકતા; **અસ્મિ**—હું છું; **જિગિષતામ્**—વિજય ઈચ્છનારામાં; **ૌનમ્**—મૌન; **ચ એવ**—તેમ જ; **અસ્મિ**—હું છું; **ગુહ્યાનામ્**—રહસ્યોમાં; **ાનમ્**—જ્ઞાન; **જ્ઞાન વતામ્**—જ્ઞાનીજનોમાં; **અહમ્**—હું છું.

અનુવાદ

અરાજકતાનું દમન કરનારાં સર્વ સાધનોમાં હું દંડ છું અને વિજયની ઈચ્છા ધરાવનારાઓમાં હું નૈતિકતા છું. રહસ્યોમાં હું મૌન છું અને જ્ઞાનીઓમાં હું જ્ઞાન છું.

ભાવાર્થ

દમનનાં અનેક સાધનો હોય છે, પરંતુ તે સૌમાં દુષ્ટોનો નાશ કરનારા અત્યંત મહત્ત્વપૂર્ણ હોય છે. જ્યારે દુષ્ટોને સજા થાય છે, ત્યારે સજા કરનાર કૃષ્ણનું પ્રતિનિધિત્વ કરે છે. કોઈ ક્ષેત્ર કે કાર્યમાં વિજય માટે પ્રયત્ન કરનારાઓમાં સૌથી મહત્ત્વનો વિજય નૈતિકતાનો જ થાય છે. શ્રવણ, મનન તથા ધ્યાનની ગૂઢ ક્રિયાઓમાં મૌન જ સૌથી વધુ અગત્યનું છે, કારણ કે મૌન દ્વારા મનુષ્ય ઝડપથી પ્રગતિ સાધી શકે છે. જે મનુષ્ય જડ તથા ચેતનનો સારાસાર વિવેક કરી શકે છે, જે ઈશ્વરની પરા તથા અપરા શક્તિઓ વચ્ચેનો તફાવત જાણે છે, તે મનુષ્ય જ્ઞાની છે. આવું જ્ઞાન સ્વયં કૃષ્ણ છે.

શ્લોક **यच्चापि सर्वभूतानां बीजं तदहमर्जुन।**
૩૯ **न तदस्ति विना यत्स्यान्मया भूतं चराचरम्॥ ३९॥**

યત્—જે; **ચ**—પણ; **અપિ**—હોઈ શકે; **સર્વ ભૂતાનામ્**—સર્વ સરજતોમાં; **બીજમ્**—બીજ; **તત્**—તે; **અહમ્**—હું છું; **અર્જુન**—હે અર્જુન; **ન**—નહીં; **તત્**—તે; **અસ્તિ**—છે; **વિના**—રહિત; **યત્**—જે; **સ્યાત્**—હોય; **મયા**—મારાથી; **ભૂતમ્**—ઉત્પન્ન જીવ; **ચર અચરમ્**—જંગમ તથા સ્થાવર.

અનુવાદ

વળી હે અર્જુન, હું સર્વ અસ્તિત્વોનો જનક-બીજ છું. સ્થાવર જંગમ એવો કોઈ જીવ નથી, જે મારા વિના અસ્તિત્વ ધરાવી શકે.

ભાવાર્થ

દરેક વસ્તુનું કારણ હોય છે અને તે કારણ અથવા ઉત્પત્તિનું બીજ કૃષ્ છે. કૃષ્ણની શક્તિ વિના કશું જ અસ્તિત્વ ધરાવી શકતું નથી, માટે તેમ સર્વશક્તિમાન કહેવામાં આવે છે. તેમની શક્તિ વગર ચર કે અચર કોઈ પણ અસ્તિત્વ રહી શકતું નથી. જે કૃષ્ણની શક્તિ પર આધારિત હોતું નથ તે *માયા* અર્થાત્ "જે નથી તે" કહેવાય છે.

શ્લોક ૪૦ **નાન્તોઽસ્તિ મમ દિવ્યાનાં વિભૂતીનાં પરન્તપ।**
એષ તૂદ્દેશતઃ પ્રોક્તો વિભૂતેર્વિસ્તરો મયા॥ ૪૦॥

ન—નથી; **અન્તઃ**—મર્યાદા; **અસ્તિ**—છે; **મમ**—મારાં; **દિવ્યાનામ્**-દિવ્ય; **વિભૂતિનામ્**—ઐશ્વર્યોનો; **પરન્ તપ**—હે શત્રુઓના વિજેતા; **એષઃ**-આ સર્વ; **તુ**—પરંતુ; **ઉદ્દેશતઃ**—ઉદાહરણરૂપે; **પ્રોક્તઃ**—કહેવાયો; **વિભૂતેઃ**-ઐશ્વર્યોનો; **વિસ્તરઃ**—વિસ્તાર, વિસ્તૃત વર્ણન; **મયા**—મારા વડે.

અનુવાદ

હે વીર પરંતપ, મારી દૈવી વિભૂતિઓનો અંત નથી. મેં તને જે બ કહ્યું, તે તો મારી અનંત વિભૂતિઓનો એક સંકેતમાત્ર છે.

ભાવાર્થ

વૈદિક સાહિત્યમાં કહ્યું છે તેમ, પરમેશ્વરની શક્તિઓ તથા વિભૂતિઓ અનેક રીતે જાણી શકાય છે, છતાં તેમનો કોઈ પાર નથી. તેથી સમસ વિભૂતિઓ તથા શક્તિઓનું વર્ણન કરવાનું શક્ય નથી. અર્જુનની જિજ્ઞાસ શાંત કરવા ખાતર માત્ર થોડાંક ઉદાહરણો જ આપવામાં આવ્યાં છે.

શ્લોક ૪૧ **યદ્યદ્વિભૂતિમત્સત્ત્વં શ્રીમદૂર્જિતમેવ વા।**
તત્તદેવાવગચ્છ ત્વં મમ તેજોઽંશસમ્ભવમ્॥ ૪૧॥

યત્ યત્—જે જે; **વિભૂતિમત્**—ઐશ્વર્યયુક્ત; **સત્ત્વમ્**—અસ્તિત્વ **શ્રીમત્**—સુંદર; **ઊર્જિતમ્**—તેજસ્વી; **એવ**—નક્કી; **વા**—અથવા; **ત**

તત્—તે તે; **એવ**—જ; **અવગચ્છ**—જાણ; **ત્વમ્**—તું; **મમ**—મારા; **તેજઃ**—તેજનો; **અંશ**—ભાગ, અંશથી; **સમ્ભવમ્**—ઉત્પન્ન.

અનુવાદ

તું જાણી લે કે સમગ્ર ઐશ્વર્ય, સૌંદર્ય તથા તેજસ્વી સર્જનો મારા તેજના એક સ્ફુલિંગમાત્રમાંથી ઉદ્ભવે છે.

ભાવાર્થ

કોઈ પણ તેજસ્વી કે સુંદર અસ્તિત્વને કૃષ્ણનાં ઐશ્વર્યના માત્ર અંશરૂપે જ જાણવું જોઈએ, પછી ભલે તે આધ્યાત્મિક જગતમાં હોય કે ભૌતિક જગતમાં. કોઈ પણ અસાધારણ ઐશ્વર્યયુક્ત વસ્તુને કૃષ્ણની વિભૂતિ સમજવી જોઈએ.

શ્લોક **अथवा बहुनैतेन किं ज्ञातेन तवार्जुन।**
૪૨ **विष्टभ्याहमिदं कृत्स्नमेकांशेन स्थितो जगत्॥ ४२॥**

અથવા—અથવા; **બહુના**—અનેક; **એતેન**—આવા પ્રકારથી; **કિમ્**—શું; **જ્ઞાતેન**—જાણવાથી; **તવ**—તારું; **અર્જુન**—હે અર્જુન; **વિષ્ટભ્ય**—વ્યાપીને; **અહમ્**—હું; **ઈદમ્**—આ; **કૃત્સ્નમ્**—સમગ્ર; **એક**—એક; **અંશેન**—અંશ વડે; **સ્થિતઃ**—સ્થિત છું; **જગત્**—બ્રહ્માંડમાં.

અનુવાદ

પરંતુ હે અર્જુન, આ સર્વ વિગતવાર જ્ઞાનની શી જરૂર છે? હું તો મારા એક અંશમાત્રથી આ સમગ્ર બ્રહ્માંડને વ્યાપીને તેને ધારણ કરું છું.

ભાવાર્થ

પરમાત્મારૂપે બ્રહ્માંડની સર્વ વસ્તુઓમાં પ્રવેશ કરવાથી પરમેશ્વરનું સમગ્ર જગતમાં પ્રતિનિધિત્વ છે. ભગવાન અહીં અર્જુનને કહે છે કે બધી વસ્તુઓ કેવી રીતે પોતપોતાનાં ઐશ્વર્ય તથા ઉત્કર્ષમાં સ્થિત છે એ જાણવાની જરૂર નથી. કૃષ્ણના પરમાત્મારૂપે પ્રવેશવાથી જ સર્વસ્વ અસ્તિત્વ ધરાવે છે એટલું તેણે જાણવું જોઈએ. બ્રહ્મા જેવા વિરાટ જીવથી માંડીને કીડી જેવા ક્ષુદ્ર જીવ સુધી એટલા માટે વિદ્યમાન છે કે ભગવાન તે સૌમાં પ્રવેશીને તેમનું પાલન કરે છે.

અહીં એક એવો ધાર્મિક સંઘ છે કે જે એવો સતત પ્રચાર કરે છે કે કોઈ પણ દેવને પૂજવાથી ભગવાન અથવા પરમ ઉદ્દેશની પ્રાપ્તિ થશે. પરંતુ અહીં દેવપૂજનને સર્વથા નિરુત્સાહિત કરવામાં આવ્યું છે, કારણ કે બ્રહ્માજી

તથા શિવજી જેવા મહાન દેવો સુધ્ધાં પરમેશ્વરની વિભૂતિના અંશમાત્ર છે. ભગવાન કૃષ્ણ જ દરેક જન્મ પામનારના ઉદ્ભવસ્થાન છે અને ભગવાનથી વધુ મહાન કોઈ નથી. તેઓ *અસમૌર્ધ્વ* છે અર્થાત્ તેમનાથી ચડિયાતું કોઈ નથી તેમ જ તેમનું સમોવડિયું કોઈ નથી. પદ્મ પુરાણમાં કહ્યું છે કે જે લોકો ભગવાન કૃષ્ણને દેવોની શ્રેણીના ગણે છે, ભલે પછી તે બ્રહ્મા હોય કે શિવજી, તેવા મનુષ્યો તરત પાખંડી ગણાય છે. પરંતુ જો કોઈ કૃષ્ણનાં ઐશ્વર્યો તથા શક્તિના વિસ્તારોનો સારી રીતે અભ્યાસ કરે, તો તે બેશક, ભગવાન કૃષ્ણની સ્થિતિને સમજી શકે છે અને અનન્ય ભાવે કૃષ્ણને ભજવામાં સ્થિર થઈ શકે છે. ભગવાન સ્વાંશ વિસ્તારથી પરમાત્મા તરીકે સર્વવ્યાપી છે અને તેઓ દરેક વિદ્યમાન વસ્તુમાં પ્રવેશ કરે છે. તેથી શુદ્ધ ભક્તો પૂર્ણ ભક્તિયુક્ત થઈને કૃષ્ણભાવનામાં એકાગ્રચિત્ત થાય છે, તેથી તેઓ સદા દિવ્ય સ્થિતિમાં હોય છે. આ અધ્યાયના શ્લોક ૮થી ૧૧માં કૃષ્ણની ભક્તિ તથા પૂજાનું સ્પષ્ટ સૂચન કરવામાં આવ્યું છે. શુદ્ધ ભક્તિનો આ જ માર્ગ છે. આ અધ્યાયમાં એ સારી રીતે સમજાવ્યું છે કે મનુષ્ય કેવી રીતે સર્વોચ્ચ ભક્તિની સિદ્ધિ અર્થાત્ પૂર્ણ પુરુષોત્તમ પરમેશ્વરનો સંગ પ્રાપ્ત કરી શકે છે. કૃષ્ણની પરંપરાના એક મહાન આચાર્ય શ્રીલ બલદેવ વિદ્યાભૂષણ આ અધ્યાયના ભાષ્યનું સમાપન આ કથન દ્વારા કરે છેઃ

યચ્છક્તિ લેશાત્સુર્યાદ્યા ભવન્ત્યત્યુગ્ર તેજસઃ।
યદ્ અંશેન ધૃતં વિશ્વં સ કૃષ્ણો દશમેઽર્ચ્યતે॥

પ્રતાપી સૂર્ય પણ કૃષ્ણની શક્તિમાંથી તેની શક્તિ પામે છે અને સમગ્ર જગતનું પાલન કૃષ્ણના એક સ્વાંશ વિસ્તારથી થાય છે. તેથી શ્રીકૃષ્ણ જ પૂજનીય છે.

આમ શ્રીમદ્ ભગવદ્ગીતાના "પરમેશ્વરનું ઐશ્વર્ય" નામના દશમા અધ્યાય પરના ભક્તિવેદાંત ભાવાર્થો પૂર્ણ થાય છે.

અધ્યાય ૧૧

વિશ્વરૂપ દર્શન

अर्जुन उवाच

श्लोक **मदनुग्रहाय परमं गुह्यमध्यात्मसंज्ञितम्।**
१ **यत्त्वयोक्तं वचस्तेन मोहोऽयं विगतो मम॥ १॥**

અર્જુનઃ ઉવાચ—અર્જુને કહ્યું; **મત્ અનુગ્રહાય**—મારા પર કૃપા કરવા; **પરમમ્**—પરમ; **ગુહ્યમ્**—ગુહ્ય; **અધ્યાત્મ**—આધ્યાત્મિક; **સંજ્ઞિતમ્**—નામથી જાણવામાં આવતું; **યત્**—જે; **ત્વયા**—આપ દ્વારા; **ઉક્તમ્**—કહેવાયા; **વચઃ**—વચન; **તેન**—તેના વડે; **મોહઃ**—મોહ; **અયમ્**—આ; **વિગતઃ**—દૂર થયો; **મમ**—મારો.

અનુવાદ

અર્જુને કહ્યું: આપે જે અત્યંત ગુહ્ય આધ્યાત્મિક વિષયોનો મને ઉપદેશ આપ્યો છે, તે શ્રવણ કરીને હવે મારો મોહ દૂર થઈ ગયો છે.

ભાવાર્થ

આ અધ્યાયમાં કૃષ્ણને સર્વ કારણોના આદિ કારણ તરીકે દર્શાવ્યા છે. એટલે સુધી કે જે મહાવિષ્ણુમાંથી ભૌતિક બ્રહ્માંડો ઉદ્ભવે છે, તે મહાવિષ્ણુના પણ તેઓ કારણ છે. કૃષ્ણ અવતાર નથી, તેઓ તો સમસ્ત અવતારોના ઉદ્ભવસ્થાન છે. પૂર્વેના અધ્યાયમાં આ વિશે સંપૂર્ણ સમજૂતી આપવામાં આવી છે.

હવે અર્જુન કહે છે કે તેનો મોહ દૂર થઈ ગયો છે, એટલે કે તે પોતાના મિત્રરૂપે રહેલા કૃષ્ણને સામાન્ય મનુષ્ય ગણતો નથી, પરંતુ તેમને સર્વ વસ્તુઓના આદિ કારણ તરીકે માને છે. અર્જુનને પરમ જ્ઞાન પ્રાપ્ત થયું છે અને તેને કૃષ્ણ સમા પરમ સખા મળ્યા છે, તેથી તેને આનંદ થયો છે. હવે તે વિચારે છે કે પોતે ભલે કૃષ્ણને સર્વ વસ્તુઓના કારણરૂપ માનતો હોય, પરંતુ અન્ય લોકો એમ ન પણ માને. તેથી આ અધ્યાયમાં તે સહુ લોકોની

દૃષ્ટિએ કૃષ્ણની અલૌકિકતા પ્રસ્થાપિત થાય, તે હેતુથી તેમના વિશ્વરૂપનું દર્શન કરાવવા પ્રાર્થે છે. હકીકતમાં જ્યારે કોઈ મનુષ્ય અર્જુનની જેમ કૃષ્ણના વિરાટ રૂપનું દર્શન કરે છે ત્યારે તે ભય પામે છે, પરંતુ કૃષ્ણ એવા દયાળુ છે કે આ રૂપ દર્શાવ્યા પછી તરત જ તેઓ તેમનું મૂળ રૂપ પ્રગટ કરે છે. અર્જુન કૃષ્ણના અનેકવાર કહેલા આ કથનનો સ્વીકાર કરે છે કે કૃષ્ણ તેના હિત અર્થે જ બધું કહી રહ્યા છે. તેથી અર્જુન સ્વીકારે છે કે કૃષ્ણની કૃપાથી જ આ બધું થઈ રહ્યું છે. તેને હવે ખાતરી થઈ છે કે કૃષ્ણ જ સર્વ કારણોના આદિ કારણ છે અને જીવમાત્રના હૃદયમાં પરમાત્મારૂપે અવસ્થિત છે.

શ્લોક ૨

भवाप्ययौ हि भूतानां श्रुतौ विस्तरशो मया।
त्वत्तः कमलपत्राक्ष माहात्म्यमपि चाव्ययम्॥ २॥

ભવ—ઉત્પત્તિ; **અપ્યયૌ**—તથા લય (પ્રલય); **હિ**—ખરેખર; **ભૂતાનામ્**—જીવમાત્રના; **શ્રુતૌ**—સાંભળવામાં આવ્યા છે; **વિસ્તરશઃ**—વિગતે; **મયા**—મારા વડે; **ત્વત્તઃ**—આપની પાસેથી; **કમલપત્ર અક્ષ**—હે કમળનયન; **મહાત્મ્યમ્**—મહિમા; **અપિ**—પણ; **ચ**—અને; **અવ્યયમ્**—અક્ષય.

અનુવાદ

હે કમળનયન, મેં આપની પાસેથી જીવમાત્રનાં ઉત્પત્તિ તથા લય વિશે વિસ્તારપૂર્વક સાંભળ્યું છે અને આપના અક્ષય મહિમાનો પણ અનુભવ કર્યો છે.

ભાવાર્થ

અર્જુન આનંદવિભોર થઈને કૃષ્ણને *કમલપત્રાક્ષ* કહી સંબોધે છે (કૃષ્ણનાં નેત્ર કમળની પાંખડી જેવાં દેખાય છે), કારણ કે કૃષ્ણે પૂર્વના અધ્યાયમાં તેને વચન આપતાં કહ્યું છે કે, *અહં કૃત્સ્નસ્ય જગતઃ પ્રભવઃ પ્રલયસ્તથા*—"હું આ સંપૂર્ણ ભૌતિક જગતની ઉત્પત્તિ તથા પ્રલયનું કારણ છું." અર્જુન આ બાબતમાં ભગવાન પાસેથી સવિસ્તર શ્રવણ કરી ચૂક્યો છે. વળી અર્જુન જાણે છે કે સર્વ ઉત્પત્તિ અને પ્રલયના કારણરૂપ હોવા છતાં, તેઓ તેમનાથી અલિપ્ત છે. ભગવાને નવમા અધ્યાયમાં કહ્યું છે તેમ, પોતે સર્વવ્યાપી હોવા છતાં તેઓ સ્વયં સર્વત્ર વિદ્યમાન હોતા નથી. કૃષ્ણનું એ જ અચિંત્ય ઐશ્વર્ય છે અને પોતાને તેની સંપૂર્ણ સમજણ પ્રાપ્ત થઈ હોવાનો અર્જુન સ્વીકાર કરે છે.

શ્લોક ૩
एवमेतद्यथात्थ त्वमात्मानं परमेश्वर।
द्रष्टुमिच्छामि ते रूपमैश्वरं पुरुषोत्तम॥ ३॥

એવમ્—એ રીતે; **એતત્**—આ; **યથા**—જેમ; **આત્થ**—કહ્યું છે; **ત્વમ્**—આપે; **આત્માનમ્**—પોતાના વિશે; **પરમ ઈશ્વર**—હે પરમેશ્વર; **દ્રષ્ટુમ્**—જોવા; **ઇચ્છામિ**—ઇચ્છું છું; **તે**—આપનું; **રૂપમ્**—રૂપ; **ઐશ્વર્યમ્**—દિવ્ય; **પુરુષ ઉત્તમ**—હે પુરુષોમાં ઉત્તમ.

અનુવાદ

હે પુરુષોત્તમ, હે પરમેશ્વર, હું આપને સ્વયં આપના જણાવ્યા પ્રમાણેના આપના વાસ્તવિક રૂપને મારી સમક્ષ જોઈ રહ્યો છું. તેમ છતાં આપ આ દૃશ્ય જગતમાં કેવી રીતે પ્રવેશ્યા છો, એ જોવાની મારી ઇચ્છા છે. આપના એ રૂપનાં હું દર્શન કરવા ઇચ્છું છું.

ભાવાર્થ

ભગવાને કહ્યું કે તેમણે સ્વાંશ રૂપે બ્રહ્માંડમાં પ્રવેશ કર્યો, તેથી આ દૃશ્ય જગતનું નિર્માણ થયું છે અને તે પ્રવર્તમાન છે. હવે અર્જુન પોતાના સંબંધમાં તો કહી શકે કે તે પોતે કૃષ્ણનાં વચનોથી પ્રેરણા પામ્યો છે, પરંતુ ભવિષ્યમાં કૃષ્ણને એક સામાન્ય મનુષ્ય માની બેઠેલા એવા મનુષ્યોને ખાતરી થાય તે માટે જ અર્જુન ઇચ્છા કરે છે કે પોતાને ભગવાન વિરાટ રૂપમાં દર્શન આપે કે જે રૂપે તેઓ બ્રહ્માંડની અંદરથી કાર્ય કરે છે અને છતાં તેનાથી અલિપ્ત રહે છે. અર્જુને ભગવાનને પુરુષોત્તમ એવું સંબોધન કર્યું છે તે પણ અર્થસૂચક છે. તેઓ પૂર્ણ પુરુષોત્તમ પરમેશ્વર હોવાથી તેઓ સ્વયં અર્જુનની અંદર પણ ઉપસ્થિત છે, તેથી તેઓ અર્જુનની ઇચ્છા જાણે છે. તેઓ સમજી શકે છે કે અર્જુનને તેમના વિરાટ રૂપનાં દર્શનની લાલસા હતી નહીં, કારણ કે અર્જુન તેમને કૃષ્ણરૂપમાં પ્રત્યક્ષ જોઈને પૂરેપૂરો સંતુષ્ટ હતો. પરંતુ ભગવાન એમ પણ જાણે છે કે અર્જુન અન્ય લોકોને ખાતરી થાય એટલા માટે જ વિરાટ રૂપનાં દર્શન કરવા માગતો હતો. અર્જુનને આના સમર્થન માટે કોઈ અંગત ઇચ્છા ન હતી. કૃષ્ણ એમ પણ જાણતા હતા કે અર્જુન એક આદર્શ સ્થાપવા વિરાટ રૂપનું દર્શન કરવા ઇચ્છતો હતો, કારણ કે ભવિષ્યમાં એવા ઘણા ધુતારાઓ થશે કે જેઓ પોતાને ઈશ્વરના અવતાર તરીકે ખપાવશે. માટે લોકોએ સાવધ રહેવું જોઈએ. જે કોઈ પોતાને કૃષ્ણ કહે, તેને પોતાના દાવાના સમર્થન માટે લોકો સમક્ષ પોતાનું વિરાટ રૂપ બતાવવું પડશે.

श्लोक ४

मन्यसे यदि तच्छक्यं मया द्रष्टुमिति प्रभो।
योगेश्वर ततो मे त्वं दर्शयात्मानमव्ययम्॥ ४॥

મન્યસે—આપ માનો છો; **યદિ**—જો; **તત્**—તે; **શક્યમ્**—સંભવિત; **મયા**—મારા વડે; **દ્રષ્ટુમ્**—જોવાય એવું; **ઈતિ**—એ રીતે; **પ્રભો**—હે ભગવાન; **યોગ ઈશ્વર**—હે સમગ્ર યોગસામર્થ્યના સ્વામી; **તતઃ**—તો; **મે**—મને; **ત્વમ્**—આપ; **દર્શય**—દર્શાવો; **આત્માનમ્**—પોતાના રૂપને; **અવ્યયમ્**—અવિનાશી.

અનુવાદ

હે પ્રભુ, હે યોગેશ્વર, જો હું આપને આપના વિશ્વરૂપનાં દર્શનનો અધિકારી લાગતો હોઉં, તો કૃપા કરીને મને આપના એ અનંત વિશ્વરૂપનાં દર્શન આપો.

ભાવાર્થ

એમ કહે છે કે મનુષ્ય તેની ભૌતિક ઈન્દ્રિયોથી ભગવાન કૃષ્ણને જોઈ, સાંભળી, સમજી કે અનુભવી શકતો નથી. પરંતુ જો મનુષ્ય શરૂઆતથી જ ભગવાનની દિવ્ય પ્રેમસભર સેવામાં પરોવાઈ જાય, તો તે ભગવાનનાં દર્શન અનુભૂતિ દ્વારા કરી શકે છે. દરેક જીવ કેવળ આધ્યાત્મિક સ્ફુલિંગ છે, તેથી પરમેશ્વરને જોવાનું કે સમજવાનું શક્ય નથી. ભક્ત તરીકે અર્જુન પોતાની અનુમાન કે તર્કશક્તિ પર આધાર રાખતો નથી, પરંતુ તે જીવાત્મા તરીકે પોતાની મર્યાદાને જાણે છે અને કૃષ્ણની અતિ ઉત્કૃષ્ટ સ્થિતિને સ્વીકારે છે. અર્જુન સમજી શક્યો હતો કે જીવ માટે અપાર અનંતને સમજવાનું શક્ય નથી. જો અનંત સ્વયં પોતાનાં દર્શન આપે, તો અનંતની કૃપાથી અનંતની પ્રકૃતિને જાણી શકાય છે. અહીં *યોગેશ્વર* શબ્દ પણ મહત્ત્વપૂર્ણ છે, કારણ કે ભગવાન અચિંત્ય સામર્થ્ય ધરાવે છે. જો તેઓ ઇચ્છે, તો અનંત હોવા છતાં સ્વયં પ્રગટ થઈ શકે છે. તેથી અર્જુન કૃષ્ણની અચિંત્ય કૃપાની યાચના કરે છે. તે કૃષ્ણને આદેશ આપતો નથી. જ્યાં સુધી મનુષ્ય કૃષ્ણને સંપૂર્ણપણે શરણાગત ન થાય તથા તેમની ભક્તિમય સેવામાં ન લાગે, ત્યાં સુધી કૃષ્ણ માટે એવું કોઈ બંધન નથી કે તેમણે પ્રગટ થઈને તેને દર્શન આપવાં. આથી પોતાની માનસિક તર્ક કરવાની શક્તિના આધારે લોકો કૃષ્ણનાં દર્શન કરી શકતા નથી.

श्रीभगवानुवाच

श्लोक ५

पश्य मे पार्थ रूपाणि शतशोऽथ सहस्रशः।
नानाविधानि दिव्यानि नानावर्णाकृतीनि च॥ ५॥

શ્રી ભગવાન્ ઉવાચ—પૂર્ણ પુરુષોત્તમ પરમેશ્વર બોલ્યા; **પશ્ય**—જો; ે—મારાં; **પાર્થ**—હે પૃથાપુત્ર; **રૂપાણિ**—રૂપો; **શતશઃ**—સેંકડો; **અથ**—ણ; **સહસ્રશઃ**—હજારો; **નાનાવિધાનિ**—અનેકવિધ; **દિવ્યાનિ**—દિવ્ય; **ાના**—ઘણા પ્રકારનાં; **વર્ણ**—રંગ; **આકૃતીનિ**—રૂપો; **ચ**—પણ.

અનુવાદ

પૂર્ણ પુરુષોત્તમ પરમેશ્વર બોલ્યાઃ હે અર્જુન, હે પાર્થ, હવે તું મારી વેભૂતિઓને જો. સેંકડો-હજારો પ્રકારનાં દૈવી તથા વિવિધ વર્ણોવાળાં રૂપોને જો.

ભાવાર્થ

અર્જુન કૃષ્ણના વિશ્વરૂપનો દર્શનાભિલાષી હતો કે જે દિવ્ય હોવા છતાં ૃશ્ય જગતના લાભાર્થે પ્રગટ થાય છે. તેથી તે ભૌતિક પ્રકૃતિના નશ્વર કાળચક્ર દ્વારા પ્રભાવિત હોય છે. જેવી રીતે ભૌતિક પ્રકૃતિ પ્રગટ-અપ્રગટ હોય છે, તેવી રીતે કૃષ્ણનું આ વિશ્વરૂપ પ્રગટ તથા અપ્રગટ રહે છે. તે કૃષ્ણનાં અન્ય રૂપોની જેમ વૈકુંઠમાં નિત્ય રહેતું નથી. ભક્તને લાગેવળગે છે ત્યાં સુધી, તે વિશ્વરૂપ જોવા માટે ઉત્સુક હોતો નથી, પરંતુ અર્જુનને કૃષ્ણના આ જ રૂપમાં દર્શન કરવાની ઈચ્છા હતી, તેથી કૃષ્ણે આ રૂપનું દર્શન આપ્યું હતું. કોઈ સાધારણ મનુષ્ય આ વિશ્વરૂપનાં દર્શન પામી શકે એ શક્ય નથી. શ્રીકૃષ્ણ દ્વારા શક્તિ આપવામાં આવે, તો જ એ રૂપનાં દર્શન થઈ શકે છે.

શ્લોક ૬

પશ્યાદિત્યાન્વસૂન્રુદ્રાનશ્વિનૌ મરુતસ્તથા।
બહૂન્યદૃષ્ટપૂર્વાણિ પશ્યાશ્ચર્યાણિ ભારત॥ ૬ ॥

પશ્ય—જો; **આદિત્યાન્**—અદિતિના બાર પુત્રોને; **વસૂન્**—આઠ વસુઓને; **રુદ્રાન્**—અગિયાર રુદ્રોને; **અશ્વિનૌ**—બે અશ્વિનીકુમારોને; **મરુતઃ**—ઓગણપચાસ મરુતો (વાયુના દેવો)ને; **તથા**—અને; **બહૂનિ**—અનેક; **અદૃષ્ટ**—તેં ન જોયેલાં; **પૂર્વાણિ**—પહેલાં; **પશ્ય**—જો; **આશ્ચર્યાણિ**—સર્વ આશ્ચર્યોને; **ભારત**—હે ભરતવંશીઓમાં શ્રેષ્ઠ.

અનુવાદ

હે ભારત, હવે તું અહીં આદિત્યો, વસુઓ, રુદ્રો, અશ્વિનીકુમારો, મરુતો તથા અન્ય દેવોનાં વિભિન્ન રૂપોને જો. એવાં અનેક આશ્ચર્યમય રૂપોને જો, જેમને પૂર્વે કોઈએ ક્યારેય જોયાં નથી કે સાંભળ્યાં નથી.

ભાવાર્થ

અર્જુન કૃષ્ણનો અંતરંગ મિત્ર તથા વિદ્વાનોમાં પણ ઘણો ઉન્નત હતો તેમ છતાં તે કૃષ્ણ વિશે બધું જાણવા સમર્થ ન હતો. અહીં એમ કહેવામ આવ્યું છે કે આ સર્વ રૂપોને આની પૂર્વે મનુષ્યોએ ક્યારેય જોયાં નથી કે સાંભળ્યાં નથી. કૃષ્ણ આ અદ્‌ભુત રૂપોને હવે પ્રગટ કરે છે.

શ્લોક ૭

इहैकस्थं जगत्कृत्स्नं पश्याद्य सचराचरम्।
मम देहे गुडाकेश यच्चान्यद्द्रष्टुमिच्छसि॥ ७॥

ઇહ—આમાં; **એકસ્થમ્**—એક સ્થાનમાં; **જગત્**—બ્રહ્માંડ; **કૃત્સ્નમ્**—પૂર્ણપણે; **પશ્ય**—જો; **અદ્ય**—હમણાં જ; **સ**—સહિત; **ચર**—જંગમ **અચરમ્**—સ્થાવર, અવિચળ; **મમ**—મારા; **દેહે**—આ શરીરમાં; **ગુડાકેશ**—હે અર્જુન; **યત્**—તે જે; **ચ**—પણ; **અન્યત્**—બીજું; **દ્રષ્ટુમ્**—જોવા; **ઇચ્છસિ**—તું ઇચ્છે છે.

અનુવાદ

હે અર્જુન, તું જે કંઈ જોવા ઇચ્છે, તે હમણાં જ મારા આ દેહમાં જો. તું અત્યારે અને ભવિષ્યમાં પણ જે જે જોવા ઇચ્છતો હોય, તે સર્વ આ વિશ્વરૂપમાં જોઈ શકીશ. અહીં એક જ સ્થાનમાં સ્થાવર અને જંગમ બધું જ સંપૂર્ણપણે અવસ્થિત છે.

ભાવાર્થ

કોઈ પણ મનુષ્ય એક જ સ્થાનમાં બેઠા બેઠા સમગ્ર બ્રહ્માંડ જોઈ શકતો નથી. મોટામાં મોટો વૈજ્ઞાનિક પણ બ્રહ્માંડના અન્ય ભાગોમાં શું થઈ રહ્યું છે તે જોઈ શકતો નથી. પરંતુ અર્જુન જેવો ભક્ત જ બ્રહ્માંડના કોઈ પણ ભાગમાં શું છે, તે બધું જોઈ શકે છે. કૃષ્ણ તેને એવી શક્તિ પ્રદાન કરે છે કે જેનાથી તે ભૂત, વર્તમાન તથા ભવિષ્ય, જે કંઈ જોવા ઇચ્છે તે જોઈ શકે છે. એ રીતે અર્જુન કૃષ્ણની કૃપાથી બધી વસ્તુઓ જોઈ શકે છે.

શ્લોક ૮

न तु मां शक्यसे द्रष्टुमनेनैव स्वचक्षुषा।
दिव्यं ददामि ते चक्षुः पश्य मे योगमैश्वरम्॥ ८॥

ન—કદી નહીં; **તુ**—પરંતુ; **મામ્**—મને; **શક્યસે**—તું સમર્થ છે; **દ્રષ્ટુમ્**—જોવામાં; **અનેન**—આ; **એવ**—જ; **સ્વચક્ષુષા**—તારી પોતાની આંખો વડે;

દિવ્યમ્—દિવ્ય; દદામિ—હું આપું છું; તે—તને; ચક્ષુઃ—આંખો; પશ્ય—જો; મે—મારા; યોગમ્ ઐશ્વરમ્—અચિંત્ય યોગ સામર્થ્યને.

અનુવાદ

પરંતુ તું મને તારી આ વર્તમાન આંખે જોઈ શકીશ નહીં. તેથી હું તને દિવ્ય નેત્રો આપું છું. હવે તું મારા યોગ-ઐશ્વર્યને જો.

ભાવાર્થ

શુદ્ધ ભક્તને કૃષ્ણના દ્વિભુજ રૂપ સિવાય અન્ય કોઈ રૂપને જોવાની ઇચ્છા હોતી નથી. ભક્તે ભગવત્કૃપાથી જ ભગવાનના વિશ્વરૂપનું દર્શન દિવ્ય નેત્રોથી કરવાનું હોય છે અને નહિ કે મનથી. કૃષ્ણના વિશ્વરૂપનું દર્શન કરવા માટે અર્જુનને કહેવામાં આવ્યું છે કે તે પોતાના મનને નહીં પરંતુ દૃષ્ટિને બદલે. કૃષ્ણના આ વિશ્વરૂપનું ખાસ કોઈ મહત્ત્વ નથી, જે હવે પછીના શ્લોકોમાં સ્પષ્ટ કરવામાં આવશે. છતાં અર્જુને આ રૂપ જોવાની ઇચ્છા હતી, તેથી ભગવાન તેને આ વિશ્વરૂપ જોવા માટે જરૂરી વિશિષ્ટ દૃષ્ટિ પ્રદાન કરે છે.

જે ભક્તો કૃષ્ણ સાથેના દિવ્ય સંબંધમાં યોગ્ય રીતે સ્થિત હોય છે, તેઓ ભગવાનનાં પ્રેમાળ સ્વરૂપો પ્રત્યે આકર્ષાય છે, તેમનાં ઈશ્વરવિહીન ઐશ્વર્યોનાં પ્રદર્શનો પ્રત્યે આકર્ષાતા નથી. કૃષ્ણના બાળમિત્રો, કૃષ્ણના સખાઓ તથા કૃષ્ણનાં માતાપિતા કદાપિ ઇચ્છતા નથી કે કૃષ્ણ તેમને પોતાનાં ઐશ્વર્યો દર્શાવે. તેઓ શુદ્ધ પ્રેમમાં એવા તો તન્મય થયેલા હોય છે કે તેમને એટલું પણ જ્ઞાન હોતું નથી કે કૃષ્ણ પૂર્ણ પુરુષોત્તમ પરમેશ્વર છે. તેઓ પ્રેમના આદાનપ્રદાનમાં એવા તો મગ્ન હોય છે કે કૃષ્ણ પરમેશ્વર છે, એનું તેમને વિસ્મરણ થાય છે. શ્રીમદ્ ભાગવતમાં કહ્યું છે કે કૃષ્ણ સાથે રમનારાં બાળકો બધા જ મહાન પુણ્યાત્માઓ છે તથા અનેકાનેક જન્મ-જન્માંતરો પછી તેઓ કૃષ્ણ સાથે રમવા સમર્થ થયા છે. આવાં બાળકો જાણતાં નથી કે કૃષ્ણ પૂર્ણ પુરુષોત્તમ પરમેશ્વર છે. તેઓ કૃષ્ણને અંગત મિત્ર માને છે. તેથી શુકદેવ ગોસ્વામીએ આ શ્લોકનું ગાન કર્યું છે:

ઇત્થં સતાં બ્રહ્મસુખાનુભૂત્યા
દાસ્યં ગતાનાં પરદૈવતેન।
માયાશ્રિતાનાં નરદારકેણ
સાકં વિજહ્રુઃ કૃતપુણ્યપુઞ્જાઃ॥

"જેને મહાન ઋષિઓ નિર્વિશેષ બ્રહ્મ માને છે, ભક્તો જેને પૂર્ણ પુરુષોત્તમ પરમેશ્વર માને છે અને સામાન્ય મનુષ્યો જેને ભૌતિક પ્રકૃતિની ઊપજ માને છે, તે પરમ પુરુષ સાક્ષાત્ અહીં રમી રહ્યા છે. પૂર્વજન્મોમાં જેમણે અનેકાનેક પુણ્યકર્મો કર્યાં છે, એવાં બાળકો તે પૂર્ણ પુરુષોત્તમ પરમેશ્વર સાથે અહીં રમતો રમી રહ્યાં છે." (શ્રીમદ્ ભાગવત ૧૦.૧૨.૧૧)

હકીકત એ છે કે ભક્તને વિશ્વરૂપ જોવામાં કોઈ રસ નથી હોતો પરંતુ અર્જુન કૃષ્ણનાં કથનોને સત્ય પુરવાર કરવા વિશ્વરૂપનાં દર્શન કરવા ઈચ્છતો હતો કે જેથી ભવિષ્યમાં લોકો સમજી શકે કે કૃષ્ણ માત્ર સૈદ્ધાંતિક કે તાત્ત્વિકરૂપે જ અર્જુનની સામે પ્રગટ થયા ન હતા, પરંતુ પ્રત્યક્ષરૂપે પ્રગટ થયા હતા. આ હકીકતને અર્જુને અવશ્ય પુષ્ટ કરવી પડે, કારણ કે અર્જુનથી જ શિષ્ય પરંપરા પદ્ધતિનો પ્રારંભ થાય છે. જે મનુષ્યો ખરેખર પૂર્ણ પુરુષોત્તમ પરમેશ્વર કૃષ્ણને જાણવા ઈચ્છે છે તથા અર્જુનને પગલે ચાલવા ઈચ્છે છે, તેમણે એ જાણી લેવું જોઈએ કે કૃષ્ણ માત્ર સૈદ્ધાંતિકરૂપે નહીં, પરંતુ સ્વયં પ્રત્યક્ષ રીતે પરમેશ્વર તરીકે પ્રગટ થયા હતા.

ભગવાને અર્જુનને વિશ્વરૂપનાં દર્શન કરવા માટે જરૂરી શક્તિ આપી હતી, કારણ કે તેઓ જાણતા હતા કે અર્જુન આ રૂપને જોવાની ખાસ ઈચ્છા ધરાવતો ન હતો, જે બાબત અગાઉ સ્પષ્ટતા થઈ છે.

सञ्जय उवाच

શ્લોક ૯

एवमुक्त्वा ततो राजन्महायोगेश्वरो हरिः ।
दर्शयामास पार्थाय परमं रूपमैश्वरम् ॥ ९ ॥

સઞ્જયઃ ઉવાચ—સંજય બોલ્યા; **એવમ્**—એ રીતે; **ઉક્ત્વા**—કહીને; **તતઃ**—ત્યાર પછી; **રાજન્**—હે રાજા; **મહા યોગ ઈશ્વરઃ**—પરમ યોગી; **હરિઃ**—ભગવાન કૃષ્ણે; **દર્શાયામાસ**—બતાવ્યું; **પાર્થાય**—અર્જુનને; **પરમમ્**—દિવ્ય; **રૂપમ્ ઐશ્વરમ્**—વિશ્વરૂપ.

અનુવાદ

સંજય બોલ્યાઃ હે રાજા, આ પ્રમાણે કહીને સર્વ યોગશક્તિના પરમેશ્વર એવા પરમ યોગી, ભગવાને અર્જુનને પોતાના વિશ્વરૂપનું દર્શન કરાવ્યું.

શ્લોક ૧૦–૧૧

अनेकवक्त्रनयनमनेकाद्भुतदर्शनम् ।
अनेकदिव्याभरणं दिव्यानेकोद्यतायुधम् ॥ १० ॥

दिव्यमाल्याम्बरधरं दिव्यगन्धानुलेपनम्।
सर्वाश्चर्यमयं देवमनन्तं विश्वतोमुखम्॥ ११॥

અનેક—ઘણાં; **વક્ત્ર**—મુખ; **નયનમ્**—નેત્ર; **અનેક**—અનેક; **અદ્ભુત**—વિસ્મયજનક; **દર્શનમ્**—દૃશ્યો; **અનેક**—ઘણાં; **દિવ્ય**—અલૌકિક; **આભરણમ્**—ઘરેણાં; **દિવ્ય**—દૈવી; **અનેક**—બહુ; **ઉદ્યત**—ઉગામેલાં; **આયુધમ્**—શસ્ત્રો; **દિવ્ય**—દિવ્ય; **માલ્ય**—હાર; **અમ્બર**—વસ્ત્ર; **ધરમ્**—ધારણ કરેલા; **દિવ્ય**—દિવ્ય; **ગન્ધ**—સુગંધીઓ; **અનુલેપનમ્**—થી વિલેપિત સર્વ; **આશ્ચર્યમયમ્**—સર્વથા આશ્ચર્યમય; **દેવમ્**—પ્રકાશયુક્ત; **અનન્તમ્**—અપાર; **વિશ્વતઃ મુખમ્**—સર્વવ્યાપક.

અનુવાદ

અર્જુને તે વિશ્વરૂપમાં અસંખ્ય મુખો, અસંખ્ય નેત્રો તથા અસંખ્ય આશ્ચર્યમય દૃશ્યો જોયાં. આ રૂપ અનેક સ્વર્ગીય આભૂષણોથી અલંકૃત હતું તથા અનેક અલૌકિક શસ્ત્રોથી સજ્જ હતું. તે દૈવી માળાઓ તથા વસ્ત્રોથી શોભતું હતું તથા અનેક સુગંધી દ્રવ્યોના વિલેપનવાળું હતું. બધું જ આશ્ચર્યમય, તેજમય, અસીમ તથા સર્વવ્યાપક હતું.

ભાવાર્થ

આ બે શ્લોકોમાં અનેક શબ્દનો પુનઃ પુનઃ થયેલો ઉપયોગ સૂચવે છે કે અર્જુન જે રૂપનાં દર્શન કરી રહ્યો હતો, તેના હસ્ત, મુખ, ચરણ તથા અન્ય આવિર્ભાવોની કોઈ સીમા ન હતી. આ રૂપ સમગ્ર બ્રહ્માંડમાં વ્યાપ્ત જણાતું હતું. પરંતુ ભગવત્કૃપાથી રથમાં બેઠેલા અર્જુન તેમના એક જ સ્થળેથી તેનું દર્શન કરી રહ્યો હતો. તે બધું કૃષ્ણની અચિંત્ય શક્તિના લીધે શક્ય થયું હતું.

શ્લોક **दिवि सूर्यसहस्रस्य भवेद्युगपदुत्थिता।**
૧૨ **यदि भाः सदृशी सा स्याद्भासस्तस्य महात्मनः॥ १२॥**

દિવિ—આકાશમાં; **સૂર્ય**—સૂર્ય; **સહસ્રસ્ય**—હજારો; **ભવેત્**—થાય; **યુગપત્**—એક જ સમયે; **ઉત્થિતા**—ઉપસ્થિત; **યદિ**—જો; **ભાઃ**—પ્રકાશ; **સદૃશી**—ના સમાન; **સા**—તે; **સ્યાત્**—થાય; **ભાસઃ**—દેદીપ્યમાન તેજ; **તસ્ય**—તે; **મહા આત્મનઃ**—મહાન પ્રભુનો.

અનુવાદ

આકાશમાં જો હજારો સૂર્ય એક જ સમયે એકસાથે ઉદય પામે, તો તેમનો પ્રકાશ કદાચ પૂર્ણ પુરુષોત્તમના આ વિશ્વરૂપના દેદીપ્યમાન તેજ સમાન થઈ શકે.

ભાવાર્થ

અર્જુને જે જોયું તે અવર્ણનીય હતું. છતાં સંજય ધૃતરાષ્ટ્ર સમક્ષ તે મહાન દર્શનનું માનસિક ચિત્ર રજૂ કરવાનો પ્રયત્ન કરી રહ્યા હતા. સંજય કે ધૃતરાષ્ટ્ર કુરુક્ષેત્રમાં ઉપસ્થિત નહોતા, પરંતુ વ્યાસદેવની કૃપાથી સંજય બધા બનાવોને જોઈ શકતા હતા. તેથી આ સ્થિતિની સરખામણી તેઓ એક કાલ્પનિક ઘટના (એટલે કે હજારો સૂર્ય) સાથે કરે છે કે જેથી તેને સમજી શકાય.

શ્લોક ૧૩ **तत्रैकस्थं जगत्कृत्स्नं प्रविभक्तमनेकधा।**
अपश्यद्देवदेवस्य शरीरे पाण्डवस्तदा॥ १३॥

તત્ર—ત્યાં; **એકસ્થમ્**—એક સ્થાનમાં; **જગત્**—બ્રહ્માંડ; **કૃત્સ્નમ્**—સંપૂર્ણ; **પ્રવિભક્તમ્**—વિભાજિત; **અનેકધા**—અનેકમાં; **અપશ્યત્**—જોયું; **દેવદેવસ્ય**—પૂર્ણ પુરુષોત્તમ પરમેશ્વરના; **શરીરે**—વિશ્વરૂપમાં; **પાણ્ડવઃ**—અર્જુને; **તદા**—ત્યારે.

અનુવાદ

તે વખતે અર્જુનને ભગવાનના વિશ્વરૂપમાં એક જ સ્થાનમાં રહેલા હજારો ભાગોમાં વિભક્ત બ્રહ્માંડના અનંત આવિર્ભાવોનું દર્શન થયું.

ભાવાર્થ

તત્ર (ત્યાં) શબ્દ અત્યંત મહત્ત્વપૂર્ણ છે. તે એવું સૂચવે છે કે જ્યારે અર્જુનને ભગવાનના વિશ્વરૂપનું દર્શન થયું, ત્યારે અર્જુન તથા કૃષ્ણ બંને રથ પર બેઠા હતા. યુદ્ધક્ષેત્રમાંના અન્ય લોકો આ રૂપનું દર્શન કરી શક્યા નહોતા, કારણ કે કૃષ્ણે કેવળ અર્જુનને જ દિવ્ય દૃષ્ટિ આપી હતી. અર્જુનને કૃષ્ણના દેહમાં હજારો ગ્રહમંડળો દૃષ્ટિગોચર થયાં. વૈદિક શાસ્ત્રોમાંથી આપણે જાણીએ છીએ તે પ્રમાણે બ્રહ્માંડો અસંખ્ય છે અને ગ્રહો પણ અસંખ્ય છે. આમાંનાં કેટલાક માટીનાં બનેલા છે, કેટલાક સોનાનાં, કેટલાક રત્નોનાં, કેટલાક અત્યંત મોટાં છે તો કેટલાક બહુ મોટાં નથી. પોતાના

રથમાં બેઠાં બેઠાં અર્જુન આ સર્વને જોઈ શકતો હતો, પરંતુ અન્ય કોઈ જાણી શકેલ નહીં કે કૃષ્ણ તથા અર્જુન વચ્ચે શો પરામર્શ થઈ રહ્યો હતો.

શ્લોક ૧૪

ततः स विस्मयाविष्टो हृष्टरोमा धनञ्जयः।
प्रणम्य शिरसा देवं कृताञ्जलिरभाषत॥ १४॥

તતઃ—ત્યાર પછી; **સઃ**—તે; **વિસ્મય આવિષ્ટઃ**—આશ્ચર્યચકિત થયેલો; **હૃષ્ટરોમા**—રોમાંચિત; **ધનઞ્જયઃ**—અર્જુન; **પ્રણમ્ય**—પ્રણામ કરીને; **શિરસા**—મસ્તક વડે; **દેવમ્**—પૂર્ણ પુરુષોત્તમ પરમેશ્વરને; **કૃત અઞ્જલિઃ**—હાથ જોડીને; **આભાષત**—કહેવા લાગ્યો.

અનુવાદ

ત્યારે મૂંઝાયેલા, આશ્ચર્યચકિત થયેલા તેમ જ રોમાંચિત થયેલા અર્જુને પ્રણામ કરવા પોતાનું મસ્તક નમાવ્યું અને હાથ જોડી પરમેશ્વરની સ્તુતિ કરવા લાગ્યો.

ભાવાર્થ

દિવ્ય દર્શન થતાં જ કૃષ્ણ તથા અર્જુન વચ્ચેનો પારસ્પરિક સંબંધ એકદમ બદલાઈ જાય છે. અત્યાર સુધી કૃષ્ણ તથા અર્જુન વચ્ચે મૈત્રીસંબંધ હતો. પરંતુ દર્શન થતાં જ અર્જુન અત્યંત આદરપૂર્વક હાથ જોડીને કૃષ્ણને પ્રાર્થના કરી રહ્યો છે. તે ભગવાનના વિશ્વરૂપની સ્તુતિ કરી રહ્યો છે. એ રીતે અર્જુનનો સંબંધ મિત્રતાનો ન રહેતાં તે અહોભાવયુક્ત થઈ જાય છે. મહાન ભક્તો કૃષ્ણને સર્વ સંબંધોના ભંડાર માને છે. શાસ્ત્રોમાં બાર પ્રકારના સંબંધોનો ઉલ્લેખ થયો છે અને કૃષ્ણમાં આ સર્વ વિદ્યમાન છે. એમ કહે છે કે તેઓ (કૃષ્ણ) બે જીવાત્માઓ વચ્ચે, દેવો વચ્ચે અથવા ભગવાન અને ભક્ત વચ્ચે પરસ્પર જે સંબંધોનું આદાનપ્રદાન થાય છે, તેના સાગર સમાન છે.

અહીં અર્જુન અહોભાવના સંબંધે પ્રેરાયો હતો અને એ ભાવમાં તે બહુ સૌમ્ય, શાંત તથા સ્વસ્થ હોવા છતાં ભાવવિભોર થયો, રોમાંચિત થયો અને હાથ જોડીને ભગવાનને પ્રણામ કરવા લાગ્યો. બેશક, તે ભયભીત થયો નહોતો. તે ભગવાનના અદ્‌ભુત દર્શનથી પ્રભાવિત થયો હતો. અત્યારે નિકટનો સંદર્ભ તો અલૌકિક આશ્ચર્યનો છે. તેની સ્નેહસભર મિત્રતા અલૌકિકતાથી અભિભૂત થઈ હતી અને તેની પ્રતિક્રિયા એ પ્રમાણે થઈ હતી.

अर्जुन उवाच

श्लोक ૧૫

पश्यामि देवांस्तव देव देहे
सर्वांस्तथा भूतविशेषसङ्घान्।
ब्रह्माणमीशं कमलासनस्थ-
मृषींश्च सर्वानुरगांश्च दिव्यान्॥ १५॥

અર્જુનઃ ઉવાચ—અર્જુન બોલ્યો; **પશ્યામિ**—જોઉં છું; **દેવાન્**—સર્વ દેવોને; **તવ**—આપના; **દેવ**—હે ભગવાન; **દેહે**—શરીરમાં; **સર્વાન્**—સમસ્ત; **તથા**—અને; **ભૂત**—જીવો; **વિશેષ સઙ્ઘાન્**—વિશેષતઃ એકત્રિત; **બ્રહ્માણમ્**—બ્રહ્માજી; **ઈશમ્**—શિવજી; **કમલ આસનસ્થમ્**—કમળના આસન પર બિરાજેલા; **ઋષીન્**—ઋષિઓને; **ચ**—પણ; **સર્વાન્**—સર્વ; **ઉરગાન્**—સર્પોને; **ચ**—અને; **દિવ્યાન્**—દિવ્ય.

અનુવાદ

અર્જુને કહ્યું: હે ભગવાન કૃષ્ણ, હું આપના દેહમાં સર્વ દેવોને તથા અન્ય વિવિધ જીવોને એકત્ર થયેલા જોઈ રહ્યો છું. હું કમળના આસન પર બિરાજમાન બ્રહ્માજીને તેમ જ શિવજીને તથા સર્વ ઋષિઓ અને દિવ્ય સર્પોને જોઈ રહ્યો છું.

ભાવાર્થ

અર્જુન બ્રહ્માંડની સર્વ વસ્તુઓ જુએ છે, તેથી તે બ્રહ્માંડના પ્રથમ જીવાત્મા બ્રહ્માજીને તથા જેની ઉપર ગર્ભોદકશાયી વિષ્ણુ બ્રહ્માંડના નીચેના તળભાગમાં શયન કરે છે, તે દિવ્ય સર્પને પણ જુએ છે. આ સર્પની શય્યાના નાગને વાસુકિ કહે છે. અમુક અન્ય સર્પો પણ વાસુકિ નામથી જાણીતા છે. અર્જુન ગર્ભોદકશાયી વિષ્ણુથી માંડીને કમળલોક સ્થિત બ્રહ્માંડના શીર્ષસ્થ ભાગને, અર્થાત્ જ્યાં બ્રહ્માંડના પ્રથમ જીવ બ્રહ્માજી રહે છે તે બધું જોઈ શકે છે. આનો અર્થ એ થયો કે અર્જુન આદિથી અંત સુધીની સર્વ વસ્તુઓ પોતાના રથમાં એક જ સ્થાને બેઠાં બેઠાં જોઈ શકતો હતો. પરમેશ્વર કૃષ્ણની કૃપાથી જ આ શક્ય થયું હતું.

શ્લોક ૧૬

अनेकबाहूदरवक्त्रनेत्रं
पश्यामि त्वां सर्वतोऽनन्तरूपम्।

नान्तं न मध्यं न पुनस्तवादिं
पश्यामि विश्वेश्वर विश्वरूप ॥ १६ ॥

અનેક—ઘણાં; **બાહુ**—ભુજાઓ; **ઉદર**—પેટ; **વક્ત્ર**—મુખ; **નેત્રમ્**—આંખો; **પશ્યામિ**—હું જોઉં છું; **ત્વામ્**—આપને; **સર્વતઃ**—ચારે બાજુએ; **અનન્ત રૂપમ્**—અનંતરૂપે; **ન અન્તમ્**—અંતવિહીન; **ન મધ્યમ્**—મધ્યરહિત; **ન**—નહીં; **પુનઃ**—વળી; **તવ**—આપનો; **આદિમ્**—પ્રારંભ; **પશ્યામિ**—જોઉં છું; **વિશ્વ ઈશ્વર**—હે બ્રહ્માંડના સ્વામી; **વિશ્વરૂપ**—બ્રહ્માંડરૂપે.

અનુવાદ

હે જગન્નાથ, હે વિશ્વરૂપ, હું આપના દેહમાં અનેકાનેક હસ્ત, ઉદર, મુખ તથા ચક્ષુઓને જોઈ રહ્યો છું કે જે સર્વત્ર વ્યાપ્ત છે અને જે અંતવિહીન છે. હું આપની અંદર અંત, મધ્ય કે આદિને જોતો નથી.

ભાવાર્થ

કૃષ્ણ પૂર્ણ પુરુષોત્તમ પરમેશ્વર છે અને અનંત છે, તેથી તેમનામાં જ બધી વસ્તુઓને જોઈ શકાય છે.

શ્લોક ૧૭

किरीटिनं गदिनं चक्रिणं च
तेजोराशिं सर्वतो दीप्तिमन्तम् ।
पश्यामि त्वां दुर्निरीक्ष्यं समन्ता-
द्दीप्तानलार्कद्युतिमप्रमेयम् ॥ १७ ॥

કિરીટિનમ્—મુકુટ સહિત; **ગદિનમ્**—ગદાધારી; **ચક્રિણમ્**—ચક્રધર; **ચ**—અને; **તેજઃ રાશિમ્**—દેદીપ્યમાન તેજ; **સર્વતઃ**—બધી બાજુએ; **દીપ્તિમન્તમ્**—પ્રકાશમાન; **પશ્યામિ**—હું જોઉં છું; **ત્વામ્**—આપને; **દુર્નિરીક્ષ્યમ્**—જોવા માટે અઘરું; **સમન્તાત્**—સર્વત્ર; **દીપ્ત અનલ**—પ્રજ્વલિત અગ્નિ; **અર્ક**—સૂર્યનો; **દ્યૂતિમ્**—પ્રકાશ, તડકો; **અપ્રમેયમ્**—અમાપ.

અનુવાદ

આપના રૂપનું દર્શન કરવું દુષ્કર છે, કારણ કે તેનું દેદીપ્યમાન તેજ પ્રજ્વલિત અગ્નિ અથવા સૂર્યના અગાધ પ્રકાશની જેમ સર્વવ્યાપી છે. તેમ છતાં અનેક મુકુટો, ગદાઓ અને ચક્રોથી વિભૂષિત એવા એ તેજસ્વી રૂપનું હું દર્શન કરું છું.

શ્લોક ૧૮

त्वमक्षरं परमं वेदितव्यं
त्वमस्य विश्वस्य परं निधानम्।
त्वमव्ययः शाश्वतधर्मगोप्ता
सनातनस्त्वं पुरुषो मतो मे॥ १८॥

ત્વમ્—આપ; **અક્ષરમ્**—અચ્યુત; **પરમમ્**—પરમ; **વેદિતવ્યમ્**—જાણવા યોગ્ય; **ત્વમ્**—આપ; **અસ્ય**—આ; **વિશ્વસ્ય**—બ્રહ્માંડના; **પરમ્**—સર્વોપરી; **નિધાનમ્**—આધાર; **ત્વમ્**—આપ; **અવ્યયઃ**—અવિનાશી; **શાશ્વત ધર્મ ગોપ્તા**—સનાતન ધર્મના પાલક; **સનાતનઃ**—શાશ્વત; **ત્વમ્**—આપ; **પુરુષઃ**—પુરુષોત્તમ; **મતઃ મે**—મારો મત છે.

અનુવાદ

આપ જ પરમ આદ્ય શ્રેયતત્ત્વ છો. આપ જ સમગ્ર બ્રહ્માંડના અંતિમ આશ્રયરૂપ છો. આપ જ અવ્યય છો અને પુરાણ પુરુષ છો. આપ જ સનાતન ધર્મના પાલક પુરુષોત્તમ પરમેશ્વર છો. આ મારો મત છે.

શ્લોક ૧૯

अनादिमध्यान्तमनन्तवीर्य-
मनन्तबाहुं शशिसूर्यनेत्रम्।
पश्यामि त्वां दीप्तहुताशवक्त्रं
स्वतेजसा विश्वमिदं तपन्तम्॥ १९॥

અનાદિ—આદિરહિત; **મધ્ય**—મધ્ય; **અન્તમ્**—અથવા અંત; **અનન્ત**—અસીમ; **વીર્યમ્**—મહિમા; **અનન્ત**—અપાર; **બાહુમ્**—ભુજાઓ; **શશિ**—ચંદ્ર; **સૂર્ય**—સૂર્ય; **નેત્રમ્**—આંખો; **પશ્યામિ**—હું જોઉં છું; **ત્વામ્**—આપને; **દીપ્ત**—પ્રજ્વલિત; **હુતાશ વક્ત્રમ્**—આપના મુખમાંથી નીકળી રહેલા અગ્નિને; **સ્વ તેજસા**—પોતાના તેજ દ્વારા; **વિશ્વમ્**—વિશ્વને; **ઈદમ્**—આ; **તપન્તમ્**—તપાવી રહેલ.

અનુવાદ

આપ આદિ, મધ્ય તથા અંતથી રહિત છો. આપ અપાર મહિમાશાળી છો. આપની ભુજાઓ અગણિત છે અને સૂર્ય તથા ચંદ્ર

આપની આંખો છે. હું આપના મુખમાંથી પ્રજ્વલિત અગ્નિ નીકળતો તથા આપના તેજથી આ સંપૂર્ણ બ્રહ્માંડને તપતું જોઈ રહ્યો છું.

ભાવાર્થ

ભગવાનનાં છ ઐશ્વર્યોના વિસ્તારની કોઈ સીમા નથી. અહીં તેમ જ અન્યત્ર પણ પુનરુક્તિ થઈ છે, પરંતુ શાસ્ત્રો અનુસાર કૃષ્ણના મહિમાની પુનરુક્તિ એ સાહિત્યિક દોષ નથી. એમ કહે છે કે મૂંઝવણના સમયે કે આશ્ચર્યમાં અથવા પરમાનંદના ભાવાવેશમાં કથનની પુનરુક્તિ વારંવાર થાય છે. તે કંઈ દોષ નથી.

શ્લોક ૨૦

द्यावापृथिव्योरिदमन्तरं हि
व्याप्तं त्वयैकेन दिशश्च सर्वाः।
दृष्ट्वाद्भुतं रूपमुग्रं तवेदं
लोकत्रयं प्रव्यथितं महात्मन्॥ २०॥

દ્યૌ—બાહ્યાવકાશથી; **આપૃથિવ્યોઃ**—પૃથ્વી સુધી; **ઈદમ્**—આ; **અન્તરમ્**—વચમાં; **હિ**—ખરેખર; **વ્યાપ્તમ્**—વ્યાપ્ત; **ત્વયા**—આપ દ્વારા; **એકેન**—એકમાત્ર; **દિશઃ**—દિશાઓ; **ચ**—અને; **સર્વાઃ**—બધી; **દૃષ્ટ્વા**—જોઈને; **અદ્ભુતમ્**—વિસ્મયજનક; **રૂપમ્**—રૂપ; **ઉગ્રમ્**—ભયાનક; **તવ**—આપના; **ઈદમ્**—આ; **લોક ત્રયમ્**—ત્રણે લોક; **પ્રવ્યથિતમ્**—અત્યંત વ્યથિત; **મહા આત્માન્**—હે મહાપુરુષ.

અનુવાદ

આપ કેવળ એક છો, તેમ છતાં આપ આકાશ તથા સર્વ લોક તેમ જ તેમની વચ્ચે રહેલા સમગ્ર અવકાશમાં વ્યાપેલા છો. હે મહાત્મા, આપના આ વિસ્મયજનક તથા ઉગ્ર રૂપને જોઈ બધા લોકો ભયભીત છે.

ભાવાર્થ

આ શ્લોકમાં *દ્યાવાપૃથિવ્યોઃ* (ધરતી તથા આકાશની વચ્ચેનું સ્થાન) અને લોક ત્રયમ્ (ત્રણે લોક) શબ્દો મહત્ત્વપૂર્ણ છે, કારણ કે એમ જણાય છે કે માત્ર અર્જુને જ ભગવાનના વિશ્વરૂપને જોયું હતું એવું નથી, પરંતુ અન્ય લોકના રહેવાસીઓએ પણ જોયું હતું. અર્જુને વિશ્વરૂપનાં કરેલાં દર્શન કોઈ સ્વપ્ન ન હતું. ભગવાને જેમને જેમને દિવ્ય દૃષ્ટિ પ્રદાન કરી હતી, તેમણે યુદ્ધભૂમિ પરના તે વિશ્વરૂપનું દર્શન કર્યું હતું.

શ્લોક ૨૧

अमी हि त्वां सुरसङ्घा विशन्ति
केचिद्भीताः प्राञ्जलयो गृणन्ति।
स्वस्तीत्युक्त्वा महर्षिसिद्धसङ्घाः
स्तुवन्ति त्वां स्तुतिभिः पुष्कलाभिः॥ २१॥

અમી—આ સર્વ; **હિ**—ખરેખર; **ત્વામ્**—આપને; **સુર સઙ્ઘાઃ**—દેવોના સમૂહો; **વિશન્તિ**—પ્રવેશ કરી રહ્યા છે; **કેચિત્**—તેઓમાંના કેટલાક; **ભીતાઃ**—ડરેલા; **પ્રાઞ્જલયઃ**—હાથ જોડીને; **ગૃણન્તિ**—સ્તુતિ કરી રહ્યા છે; **સ્વસ્તિ**—કલ્યાણ થાય; **ઈતિ**—એમ; **ઉક્ત્વા**—કહીને; **મહર્ષિ**—મહર્ષિઓ; **સિદ્ધ સઙ્ઘાઃ**—સિદ્ધ લોકો; **સ્તુવન્તિ**—સ્તુતિ કરી રહ્યા છે; **ત્વામ્**—આપની; **સ્તુતિભિઃ**—સ્તવનો દ્વારા; **પુષ્કલાભિઃ**—વૈદિક મંત્રો દ્વારા.

અનુવાદ

દેવોના સમૂહો આપના શરણે આવી રહ્યા છે અને આપનામાં પ્રવેશી રહ્યા છે. તેઓમાંના કેટલાક ભયભીત થઈને હાથ જોડી આપની પ્રાર્થના કરી રહ્યા છે. મહર્ષિઓ તથા સિદ્ધોના વૃંદો, "કલ્યાણ થાઓ" એમ કહી વૈદિક મંત્રોના ગાન વડે આપની સ્તુતિ કરી રહ્યા છે.

ભાવાર્થ

સમસ્ત ગ્રહમંડળોના દેવો વિશ્વરૂપની ભયાનકતા તથા તેના આંજી નાખતા તેજથી એવા ડરી ગયેલા કે રક્ષા અર્થે પ્રાર્થના કરવા લાગ્યા.

શ્લોક ૨૨

रुद्रादित्या वसवो ये च साध्या
विश्वेऽश्विनौ मरुतश्चोष्मपाश्च।
गन्धर्वयक्षासुरसिद्धसङ्घा
वीक्षन्ते त्वां विस्मिताश्चैव सर्वे॥ २२॥

રુદ્ર—શિવજીનાં રૂપો; **આદિત્યાઃ**—આદિત્યો; **વસવઃ**—વસુઓ; **યે**—જે બધા; **ચ**—અને; **સાધ્યાઃ**—સાધ્યો; **વિશ્વે**—વિશ્વદેવો; **અશ્વિનૌ**—અશ્વિનીકુમારો; **મરુતઃ**—મરુતો; **ચ**—તથા; **ઉષ્મ પાઃ**—પિતૃઓ; **ચ**—અને; **ગન્ધર્વ**—ગંધર્વ; **યક્ષ**—યક્ષ; **અસુર**—અસુર; **સિદ્ધ**—તથા સિદ્ધ દેવોના; **સઙ્ઘાઃ**—સમૂહો; **વીક્ષન્તે**—જોઈ રહ્યા છે; **ત્વામ્**—આપને; **વિસ્મિતાઃ**—વિસ્મય પામીને; **ચ**—પણ; **એવ**—નક્કી; **સર્વે**—બધા.

અનુવાદ

શિવજીના સર્વ આવિર્ભાવો, આદિત્યો, વસુઓ, સાધ્યો, વિશ્વેદેવો, બંને અશ્વિનીકુમારો, મરુત્‌ગણ, પિતૃગણ, ગંધર્વો, યક્ષો, અસુરો તથા સિદ્ધદેવો—એ બધા જ આપનું દર્શન વિસ્મયપૂર્વક કરી રહ્યા છે.

શ્લોક ૨૩

रूपं महत्ते बहुवक्त्रनेत्रं
महाबाहो बहुबाहूरुपादम्।
बहूदरं बहुदंष्ट्राकरालं
दृष्ट्वा लोकाः प्रव्यथितास्तथाहम्॥ २३॥

રૂપમ્—રૂપ; **મહત્**—અતિ વિશા **તે**—આપનું; **બહુ**—અનેક; **વક્ત્ર**—મુખ; **નેત્રમ્**—તથા આંખોવાળું; **મહાબાહો**—હે બળવાન ભુજાઓવાળા; **બહુ**—અનેક; **બાહુ**—ભુજાઓ; **ઊરુ**—જાંઘો; **પાદમ્**—તથા ચરણ; **બહુ**—અનેક; **ઉદરમ્**—પેટ; **બહુ દંષ્ટ્રા**—અનેક દાંત; **કરાલમ્**—ભયાનક; **દૃષ્ટ્વા**—જોઈને; **લોકાઃ**—બધા ગ્રહો; **પ્રવ્યથિતાઃ**—વિચલિત થયેલા; **તથા**—તેમ જ; **અહમ્**—હું.

અનુવાદ

હે મહાબાહુ, આપનાં આ અનેક મુખ, નેત્ર, બાહુ, જાંઘો, ચરણ, ઉદર તથા ભયાનક દાંતોવાળા વિરાટ રૂપને જોઈને દેવો સહિત બધા લોક અત્યંત વ્યથિત થયા છે અને તે જ પ્રમાણે હું પણ વ્યથિત થયો છું.

શ્લોક ૨૪

नभःस्पृशं दीप्तमनेकवर्णं
व्यात्ताननं दीप्तविशालनेत्रम्।
दृष्ट्वा हि त्वां प्रव्यथितान्तरात्मा
धृतिं न विन्दामि शमं च विष्णो॥ २४॥

નભઃ સ્પૃશમ્—આકાશને સ્પર્શતું; **દીપ્તમ્**—જ્યોતિર્મય; **અનેક**—ઘણા; **વર્ણમ્**—રંગોવાળું; **વ્યાત્ત**—ખુલ્લાં; **આનનમ્**—મુખોવાળું; **દીપ્ત**—પ્રદીપ્ત; **વિશાલ**—વિશાળ; **નેત્રમ્**—આંખોવાળું; **દૃષ્ટ્વા**—જોઈને; **હિ**—ખરેખર; **ત્વામ્**—આપને; **પ્રવ્યથિતઃ**—વિચલિત, ભયભીત; **અન્તઃ**—અંદર; **આત્મા**—આત્મા; **ધૃતિમ્**—દૃઢતા અથવા ધૈર્યને; **ન**—નહીં; **વિન્દામિ**—હું પામતો; **શમમ્**—માનસિક શાંતિ; **ચ**—પણ; **વિષ્ણો**—હે વિષ્ણુ.

અનુવાદ

હે સર્વવ્યાપી વિષ્ણુ, આકાશને સ્પર્શતા અનેક તેજસ્વી રંગથી શોભતા આપને, આપનાં વિસ્ફરિત મુખોને અને આપનાં અત્યંત જ્યોતિર્મય નેત્રોને જોતાં જ મારું ચિત્ત ભયથી વ્યાકુળ થયું છે. આથી હું મારાં ચિત્તના ધૈર્ય કે શાંતિને હવે જાળવી શકું તેમ નથી.

શ્લોક ૨૫

दंष्ट्राकरालानि च ते मुखानि
दृष्ट्वैव कालानलसन्निभानि।
दिशो न जाने न लभे च शर्म
प्रसीद देवेश जगन्निवास॥ २५॥

દંષ્ટ્રા—દાંત; **કરાલાનિ**—ભયંકર; **ચ**—અને; **તે**—આપનો; **મુખાનિ**—મુખોને; **દૃષ્ટ્વા**—જોઈને; **એવ**—એ રીતે; **કાલ અનલ**—મૃત્યુરૂપી અગ્નિ; **સન્નિભાનિ**—જાણે કે; **દિશઃ**—દિશા; **ન જાને**—જાણતો નથી; **ન લભે**—પ્રાપ્ત કરતો નથી; **ચ**—અને; **શર્મ**—આનંદ; **પ્રસીદ**—પ્રસન્ન થાઓ; **દેવ ઈશ**—હે દેવોના સ્વામી; **જગત્ નિવાસ**—હે સમગ્ર જગતના આશ્રય.

અનુવાદ

હે દેવાધિદેવ, હે વિશ્વના આધાર, આપ મારા પર અનુગ્રહ કરો. હું આ પ્રમાણે આપનાં પ્રલયાગ્નિસમાં મુખોને તથા વિકરાળ દાંતોને જોઈને સંતુલન જાળવી શકતો નથી. હું ચારે બાજુથી મૂંઝાઈ ગયો છું.

શ્લોક ૨૬–૨૭

अमी च त्वां धृतराष्ट्रस्य पुत्राः
सर्वे सहैवावनिपालसङ्घैः।
भीष्मो द्रोणः सूतपुत्रस्तथासौ
सहास्मदीयैरपि योधमुख्यैः॥ २६॥
वक्त्राणि ते त्वरमाणा विशन्ति
दंष्ट्राकरालानि भयानकानि।
केचिद्विलग्ना दशनान्तरेषु
सन्दृश्यन्ते चूर्णितैरुत्तमाङ्गैः॥ २७॥

અમી—આ; **ચ**—પણ; **ત્વામ્**—આપને; **ધૃતરાષ્ટ્રસ્ય**—ધૃતરાષ્ટ્રના; **પુત્રાઃ**—પુત્રો; **સર્વે**—બધા; **સહ**—સહિત; **એવ**—ખરેખર; **અવનિપાલ**—વીર રાજાઓના; **સઙ્ઘૈઃ**—સમૂહો; **ભીષ્મઃ**—ભીષ્મદેવ; **દ્રોણઃ**—દ્રોણાચાર્ય; **સૂત પુત્રઃ**—કર્ણ; **તથા**—તેમ જ; **અસૌ**—તે; **સહ**—સાથે; **અસ્મદીયૈઃ**—અમારા; **અપિ**—પણ; **યોધમુખ્યૈઃ**—યોદ્ધાઓમાં મુખ્ય; **વક્ત્રાણિ**—મુખોમાં; **તે**—આપનાં; **ત્વરમાણાં**—ઉતાવળા; **વિશન્તિ**—પ્રવેશી રહ્યા છે; **દંષ્ટ્રા**—દાંત; **કરાલાનિ**—વિકરાળ; **ભયાનકાનિ**—ભયંકર; **કેચિત્**—તેમાંના કેટલાક; **વિલગ્નાઃ**—સંલગ્ન થઈને; **દશન અન્તરેષુ**—દાંતોની વચ્ચે; **સંદૃશ્યન્તે**—જોવાય છે; **ચૂર્ણિતૈઃ**—ચૂરેચૂરા થયેલાં; **ઉત્તમ અઙ્ગૈઃ**—મસ્તકોથી.

અનુવાદ

ધૃતરાષ્ટ્રના બધા પુત્રો પોતાના સર્વે સહાયક રાજાઓ સહિત તથા ભીષ્મ, દ્રોણ, કર્ણ તેમ જ અમારા મુખ્ય યોદ્ધાઓ પણ આપનાં વિકરાળ મુખોમાં પ્રવેશ કરી રહ્યા છે. તેમાંના કેટલાકનાં મસ્તકોને તો હું આપના દાંતોની વચ્ચે ચૂર્ણ થયેલાં જોઈ રહ્યો છું.

ભાવાર્થ

પૂર્વેના એક શ્લોકમાં ભગવાને અર્જુનને જોવામાં રસ પડે એવી વસ્તુઓ દર્શાવવાનું વચન આપેલું. હવે અર્જુન જુએ છે કે વિપક્ષના આગેવાનો (ભીષ્મ, દ્રોણ, કર્ણ તથા ધૃતરાષ્ટ્રના સર્વ પુત્રો) અને તેમના સૈનિકો તેમ જ ખુદ અર્જુનના સૈનિકો, બધાનો નાશ થઈ રહ્યો છે. આ એવું સૂચન છે કે કુરુક્ષેત્રમાં એકત્ર થયેલા લગભગ બધા સૈનિકોનાં મૃત્યુ પછી અર્જુન વિજયી નીવડશે. અહીં એવો પણ ઉલ્લેખ થયો છે કે અજેય ગણાતા ભીષ્મ પણ ધ્વસ્ત થઈ જશે. એ જ પ્રમાણે કર્ણ પણ જશે. માત્ર વિપક્ષના જ ભીષ્મ જેવા મહાન યોદ્ધા નષ્ટ થશે એવું નથી, પરંતુ અર્જુનના પક્ષના કેટલાક મહાન યોદ્ધા પણ નષ્ટ થઈ જશે.

શ્લોક ૨૮

यथा नदीनां बहवोऽम्बुवेगाः
समुद्रमेवाभिमुखा द्रवन्ति।
तथा तवामी नरलोकवीरा
विशन्ति वक्त्राण्यभिविज्वलन्ति॥ २८॥

યથા—જેમ; **નદીનામ્**—નદીઓનાં; **બહવઃ**—ઘણાં; **અમ્બુવેગા**—જળનાં તરંગો; **સમુદ્રમ્**—સાગરને; **એવ**—જ; **અભિમુખાઃ**—ની તરફ; **દ્રવન્તિ**—દોડે છે; **તથા**—તેવી રીતે; **તવ**—આપના; **અમી**—આ બધા; **નરલોકવીરાઃ**—મનુષ્યોના રાજા; **વિશન્તિ**—પ્રવેશી રહ્યા છે; **વક્ત્રાણિ**—મુખોમાં; **અભિવિજ્વલન્તિ**—પ્રજ્વલિત થઈ રહ્યો છે.

અનુવાદ

જેવી રીતે નદીઓનાં અનેક નીર સમુદ્રમાં પ્રવેશ કરે છે, તેવી જ રીતે આ સર્વ મહાન યોદ્ધાઓ પણ આપનાં પ્રજ્વલિત મુખોમાં પ્રવેશી રહ્યા છે.

શ્લોક ૨૯

यथा प्रदीप्तं ज्वलनं पतङ्गा
विशन्ति नाशाय समृद्धवेगाः ।
तथैव नाशाय विशन्ति लोका-
स्तवापि वक्त्राणि समृद्धवेगाः ॥ २९ ॥

યથા—જેમ; **પ્રદીપ્તમ્**—સળગી રહેલા; **જ્વલનમ્**—અગ્નિમાં; **પતઙ્ગાઃ**—પતંગિયાં; **વિશન્તિ**—પ્રવેશે છે; **નાશાય**—નષ્ટ થવા; **સમૃદ્ધ**—પૂર્ણ; **વેગાઃ**—વેગથી; **તથા એવ**—તેમ જ; **નાશાય**—નષ્ટ થવા માટે; **વિશન્તિ**—પ્રવેશી રહ્યા છે; **લોકાઃ**—સર્વ મનુષ્યો; **તવ**—આપનાં; **અપિ**—પણ; **વક્ત્રાણિ**—મુખોમાં; **સમૃદ્ધવેગાઃ**—પૂરા વેગથી.

અનુવાદ

જેવી રીતે ફુદાં પોતાના વિનાશ માટે જ સળગતા અગ્નિમાં કૂદી પડે છે, તેમ હું બધા લોકોને પૂરા વેગથી આપનાં મુખમાં પ્રવેશ કરતા જોઈ રહ્યો છું.

શ્લોક ૩૦

लेलिह्यसे ग्रसमानः समन्ता-
ल्लोकान्समग्रान्वदनैर्ज्वलद्भिः ।
तेजोभिरापूर्य जगत्समग्रं
भासस्तवोग्राः प्रतपन्ति विष्णो ॥ ३० ॥

લેલિહ્યસે—ચાટી રહ્યા છે; **ગ્રસમાનઃ**—ગળી રહેલા; **સમન્તાત્**—સર્વ દિશામાંથી; **લોકાન્**—લોકોને; **સમગ્રાન્**—સમસ્ત; **વદનૈઃ**—મુખો

દ્વારા; **જ્વલદ્ભિઃ**—પ્રજ્વલિત; **તેજોભિઃ**—તેજ વડે; **આપૂર્ય**—આવરી લઈને; **જગત્**—બ્રહ્માંડ; **સમગ્રમ્**—સર્વ; **ભાસઃ**—કિરણો; **તવ**—આપનાં; **ઉગ્રાઃ**—પ્રખર; **પ્રતપન્તિ**—દઝાડી રહ્યા છે; **વિષ્ણો**—હે સર્વવ્યાપક ભગવાન.

અનુવાદ

હે વિષ્ણુ, હું જોઈ રહ્યો છું કે આપ પ્રજ્વલિત મુખોથી બધી જ દિશાઓના લોકોને ગળી જઈ રહ્યા છો. સમગ્ર બ્રહ્માંડને આપના તેજથી આવૃત કરી અતિશય દાહક એવા ભયંકર રૂપે આપ વ્યક્ત થાઓ છો.

શ્લોક ૩૧

आख्याहि मे को भवानुग्ररूपो
नमोऽस्तु ते देववर प्रसीद।
विज्ञातुमिच्छामि भवन्तमाद्यं
न हि प्रजानामि तव प्रवृत्तिम्॥ ३१॥

આખ્યાહિ—કૃપા કરી કહો; **મે**—મને; **કઃ**—કોણ; **ભવાન્**—આપ; **ઉગ્રરૂપઃ**—ભયાનક રૂપ; **નમઃ અસ્તુ**—નમસ્કાર; **તે**—આપને; **દેવવર**—હે દેવોમાં શ્રેષ્ઠ; **પ્રસીદ**—પ્રસન્ન થાઓ; **વિજ્ઞાતુમ્**—જાણવા; **ઇચ્છામિ**—હું ઇચ્છું છું; **ભવન્તમ્**—આપને; **આદ્યમ્**—આદિ; **ન**—નહીં; **હિ**—ખરેખર; **પ્રજાનામિ**—જાણું છું; **તવ**—આપનાં; **પ્રવૃત્તિમ્**—પ્રયોજન.

અનુવાદ

હે દેવાધિદેવ, આવા ઉગ્રરૂપધારી આપ કોણ છો, તે મને કૃપા કરીને કહો. હું આપને નમસ્કાર કરું છું. કૃપા કરી આપ મારી ઉપર પ્રસન્ન થાઓ. આપ આદ્ય ભગવાન છો. હું આપના વિશે જાણવા ઇચ્છું છું, કારણ કે હું આપની આ લીલાપ્રવૃત્તિની બાબતથી અજાણ છું.

श्रीभगवानुवाच

શ્લોક ૩૨

कालोऽस्मि लोकक्षयकृत्प्रवृद्धो
लोकान्समाहर्तुमिह प्रवृत्तः।
ऋतेऽपि त्वां न भविष्यन्ति सर्वे
येऽवस्थिताः प्रत्यनीकेषु योधाः॥ ३२॥

શ્રી ભગવાન્ ઉવાચ—ભગવાને કહ્યું; **કાલઃ**—કાળ; **અસ્મિ**—હું છું; **લોક**—વિશ્વોનો; **ક્ષયકૃત્**—નાશ કરનાર; **પ્રવૃદ્ધઃ**—મહાન; **લોકાન્**—બધા લોકો; **સમાહર્તુમ્**—નષ્ટ કરવામાં; **ઈહ**—આ વિશ્વમાં; **પ્રવૃત્તઃ**—પરોવાયેલો; **ઋતે**—વિના; **અપિ**—પણ; **ત્વામ્**—તમારા; **ન**—કદી નહીં; **ભવિષ્યન્તિ**—થશે; **સર્વે**—બધા; **યે**—જેઓ; **અવસ્થિતાઃ**—સ્થિત; **પ્રતિ અનીકેષુ**—વિપક્ષે; **યોધાઃ**—સૈનિકો.

અનુવાદ

પૂર્ણ પુરુષોત્તમ પરમેશ્વર બોલ્યાઃ હું સર્વ વિશ્વોનો મહાવિનાશ કરનારો કાળ છું અને હું અહીં બધા માણસોનો નાશ કરવા આવ્યો છું. તમારા (પાંડવોના) સિવાય બંને પક્ષના તમામ યોદ્ધાઓ નાશ પામશે.

ભાવાર્થ

અર્જુન જાણતો હતો કે કૃષ્ણ તેના મિત્ર તથા પૂર્ણ પુરુષોત્તમ પરમેશ્વર છે તેમ છતાં તે કૃષ્ણનાં વિવિધ રૂપો જોઈને મૂંઝાયો હતો. એટલે જ તેણે આ મહાવિનાશકારી શક્તિ વિશે પૃચ્છા કરી. વેદોમા લખ્યું છે કે પરમ સત્ય સર્વ વસ્તુઓનો, અરે, બ્રાહ્મણોનો પણ નાશ કરે છે. કઠોપનિષદ (૧.૨.૨૫)માં કહ્યા પ્રમાણેઃ

યસ્ય બ્રહ્મ ચ ક્ષત્રં ચ ઉભે ભવત ઓદનઃ।
મૃત્યુર્યસ્યોપસેચનં ક ઈત્થા વેદ યત્ર સઃ॥

અંતે સર્વ બ્રાહ્મણો, ક્ષત્રિયો તથા અન્ય સહુ કોઈ પરમેશ્વર દ્વારા કાળનો કોળિયો થઈ જાય છે. પરમેશ્વરનું આ રૂપ સર્વભક્ષી છે અને અહીં કૃષ્ણ પોતાને સર્વભક્ષી કાળરૂપે પ્રસ્તુત કરે છે. માત્ર થોડાક પાંડવો સિવાય યુદ્ધક્ષેત્રમાં ઉપસ્થિત બધા જ લોકો તેમના ભક્ષ બનશે.

અર્જુન યુદ્ધ કરવાની ઈચ્છા ધરાવતો ન હતો. તે યુદ્ધ ન કરવાને શ્રેયસ્કર માનતો હતો, કારણ કે એમ કરવાથી કોઈ અનર્થ થવાનો ન હતો. પ્રત્યુત્તરમાં ભગવાન કહી રહ્યા છે કે જો અર્જુન યુદ્ધ નહીં કરે, તો પણ બધા નષ્ટ થવાના જ હતા, કારણ કે એ જ તેમની અર્થાત્ ભગવાનની યોજના હતી. જો અર્જુન યુદ્ધ ન કરે, તોયે બધા અન્ય રીતે મરવાના હતા. મૃત્યુને નિવારી શકાય નહીં, પછી ભલે અર્જુન યુદ્ધ ન કરે. વાસ્તવમાં તેઓ તો મરેલા જ હતા. કાળ વિનાશ છે અને પરમેશ્વરની ઈચ્છાનુસાર સર્વ પ્રાકટ્યો નષ્ટ થવાનાં છે. આ તો પ્રકૃતિનો નિયમ છે.

શ્લોક
૩૩

तस्मात्त्वमुत्तिष्ठ यशो लभस्व
जित्वा शत्रून् भुङ्क्ष्व राज्यं समृद्धम्।
मयैवैते निहताः पूर्वमेव
निमित्तमात्रं भव सव्यसाचिन्॥ ३३ ॥

તસ્માત્—માટે; **ત્વમ્**—તું; **ઉત્તિષ્ઠ**—ઊઠ; **યશઃ**—કીર્તિ; **લભસ્વ**—પ્રાપ્ત કર; **જિત્વા**—જીતીને; **શત્રૂન્**—શત્રુઓને; **ભુઙ્ક્ષ્વ**—ભોગવ; **રાજ્યમ્**—રાજ્ય; **સમૃદ્ધમ્**—સમૃદ્ધ; **મયા**—મારા વડે; **એવ**—જ; **એતે**—આ બધા; **નિહતાઃ**—હણાયેલા; **પૂર્વમ્ એવ**—પૂર્વયોજના દ્વારા; **નિમિત્ત માત્રમ્**—કેવળ કારણમાત્ર; **ભવ**—થા; **સવ્યસાચિન્**—હે સવ્યસાચી.

અનુવાદ

માટે ઊઠ. યુદ્ધ કરવા કટિબદ્ધ થા અને યશ પ્રાપ્ત કર. તારા શત્રુઓને જીતીને સમૃદ્ધ રાજ્યને ભોગવ. મારી યોજના દ્વારા તો તેઓ બધા મૃત્યુ પામેલા જ છે અને હે સવ્યસાચી, તું તો યુદ્ધમાં નિમિત્તમાત્ર થવાનો છે.

ભાવાર્થ

સવ્યસાચી એટલે કે જે યુદ્ધક્ષેત્રમાં અત્યંત કુશળતાપૂર્વક બાણ છોડી શકે તે. એ રીતે અર્જુનને નિપુણ યોદ્ધા તરીકે સંબોધવામાં આવ્યો છે કે જે પોતાના શત્રુઓને હણવા બાણ મારવામાં સક્ષમ હોય. "કેવળ નિમિત્તમાત્ર થા." *નિમિત્તમાત્રમ્* શબ્દ પણ મહત્ત્વપૂર્ણ છે. સમગ્ર જગત પૂર્ણ પુરુષોત્તમ પરમેશ્વરની યોજના પ્રમાણે ચાલે છે. અલ્પજ્ઞાની મૂર્ખ માણસો માને છે કે પ્રકૃતિ કોઈ આયોજન વગર ગતિશીલ છે અને સમગ્ર સૃષ્ટિનાં સર્જનો આકસ્મિક છે. અનેક કહેવાતા વૈજ્ઞાનિકોનું સૂચન છે કે કદાચ તે આમ હતું અથવા તે આમ હોઈ શકે, પરંતુ "કદાચ" અને "હોઈ શકે"નો પ્રશ્ન જ નથી. આ ભૌતિક જગતમાં એક નિશ્ચિત યોજનાનું સંચાલન થઈ રહ્યું છે. આ યોજના શું છે? આ વિશ્વનું પ્રગટીકરણ અર્થાત્ સૃષ્ટિ એ બદ્ધ જીવો માટે ભગવાનના ધામમાં પાછા જવા માટેનો એક સુઅવસર છે. જ્યાં સુધી તેમની મનોવૃત્તિ પ્રકૃતિની ઉપર પ્રભુત્વ જમાવવાની હોય છે, ત્યાં સુધી તેઓ બદ્ધ રહે છે, પરંતુ જે કોઈ મનુષ્ય પરમેશ્વરની યોજનાના રહસ્યને સમજી શકે છે અને કૃષ્ણભાવનામૃતનું સંવર્ધન કરે છે, તે અત્યંત

બુદ્ધિમાન છે. આ સૃષ્ટિનું સર્જન તથા વિનાશ ઈશ્વરના સર્વોપરી માર્ગદર્શન હેઠળ થાય છે. એ રીતે કુરુક્ષેત્રનું યુદ્ધ ઈશ્વરની યોજના અનુસાર થયું હતું. અર્જુન લડવાની ના પાડી રહ્યો હતો, પરંતુ તેને કહેવામાં આવ્યું કે તે પરમેશ્વરની ઇચ્છા પ્રમાણે યુદ્ધ કરે, ત્યારે જ તે સુખી થશે. જો મનુષ્ય પૂરેપૂરો કૃષ્ણભાવનાપરાયણ હોય અને તેનું જીવન ભગવાનની દિવ્ય સેવામાં સમર્પિત હોય, તો તે સંપૂર્ણ છે.

શ્લોક ૩૪

द्रोणं च भीष्मं च जयद्रथं च
कर्णं तथान्यानपि योधवीरान् ।
मया हतांस्त्वं जहि मा व्यथिष्ठा
युध्यस्व जेतासि रणे सपत्नान् ॥ ३४ ॥

દ્રોણમ્ ચ—દ્રોણ પણ; **ભીષ્મમ્ ચ**—ભીષ્મ પણ; **જયદ્રથમ્ ચ**—જયદ્રથ પણ; **કર્ણમ્**—કર્ણ; **તથા**—વળી; **અન્યાન્**—બીજા; **અપિ**—સુધ્ધાં; **યોધવીરાન્**—મહાન યોદ્ધાઓને; **મયા**—મારા વડે; **હતાન્**—પહેલાં જ હણાયા છે; **ત્વમ્**—તું; **જહિ**—હણ; **મા**—નહીં; **વ્યથિષ્ઠાઃ**—વ્યથિત થા; **યુધ્યસ્વ**—યુદ્ધ કર; **જેતા અસિ**—વિજયી થઈશ; **રણે**—યુદ્ધમાં; **સપત્નાન્**—શત્રુઓને.

અનુવાદ

દ્રોણ, ભીષ્મ, જયદ્રથ, કર્ણ તથા અન્ય મહાન યોદ્ધાઓ પહેલાંથી જ મારા વડે હણાઈ ચૂક્યા છે. માટે તું તેમનો વધ કર અને લેશમાત્ર વ્યથિત થઈશ નહીં. માત્ર યુદ્ધ કર અને યુદ્ધમાં તું તારા શત્રુઓને પરાસ્ત કરીશ.

ભાવાર્થ

પૂર્ણ પુરુષોત્તમ પરમેશ્વર જ દરેક યોજનાના કર્તાહર્તા હોય છે, પરંતુ તેઓ પોતાના ભક્તો પર એવા દયાળુ હોય છે કે જે ભક્તો તેમની ઈચ્છાનુસાર તેમની યોજનાનું પાલન કરે છે, તેમને જ તેમનું શ્રેય તેઓ આપે છે. માટે જીવન એવી રીતે પસાર થવું જોઈએ કે પ્રત્યેક વ્યક્તિ કૃષ્ણભાવનામૃતમાં રહીને કર્મ કરે અને ગુરુના માધ્યમ દ્વારા પૂર્ણ પુરુષોત્તમ પરમેશ્વરને જાણે. પરમેશ્વરની યોજનાઓ તેમની કૃપાથી જ જાણી શકાય છે અને ભક્તોની યોજનાઓ ભગવાનની યોજનાઓની સમાન જ હોય

છે. મનુષ્યે આવી યોજનાઓ પ્રમાણે વર્તીને જીવનસંઘર્ષમાં વિજયી થવું જોઈએ.

सञ्जय उवाच

શ્લોક ૩૫

एतच्छ्रुत्वा वचनं केशवस्य
कृताञ्जलिर्वेपमानः किरीटी।
नमस्कृत्वा भूय एवाह कृष्णं
सगद्गदं भीतभीतः प्रणम्य॥ ३५॥

સઞ્જયઃ ઉવાચ—સંજય બોલ્યા; **એતત્**—આ; **શ્રુત્વાઃ**—સાંભળીને; **વચનમ્**—વાણી; **કેશવસ્ય**—કૃષ્ણની; **કૃત અઞ્જલિઃ**—હાથ જોડીને; **વેપમાનઃ**—ધ્રૂજતો; **કિરીટી**—અર્જુન; **નમસ્કૃત્વા**—નમસ્કાર કરીને; **ભૂયઃ**—ફરીથી; **એવ**—પણ; **આહ**—કહ્યું; **કૃષ્ણમ્**—કૃષ્ણને; **સગદ્ગદમ્**—ગદ્ગદ્ કંઠે; **ભીતભીતઃ**—ડરતાં ડરતાં; **પ્રણમ્ય**—પ્રમાણ કરીને.

અનુવાદ

સંજયે ધૃતરાષ્ટ્રને કહ્યું: હે રાજા, પૂર્ણ પુરુષોત્તમ પરમેશ્વરના મુખેથી આ વચનો સાંભળ્યા પછી ધ્રૂજી રહેલા અર્જુને તેમને હાથ જોડીને વારંવાર નમસ્કાર કર્યા અને ડરતાં ડરતાં ભગવાન કૃષ્ણને ગદ્ગદ્ કંઠે આ પ્રમાણે કહ્યું.

ભાવાર્થ

અમે પહેલાં સમજાવી ગયા છીએ તેમ, પૂર્ણ પુરુષોત્તમ પરમેશ્વરના વિશ્વરૂપ દર્શનથી આશ્ચર્યચકિત અને વ્યગ્ર થયેલો અર્જુન કૃષ્ણને વારંવાર સાદર પ્રમાણ કરવા લાગ્યો અને એક મિત્ર તરીકે નહીં, પરંતુ આશ્ચર્યચકિત થયેલા ભક્તની જેમ ગદ્ગદ્ વાણીથી સ્તુતિ કરવા લાગ્યો.

अर्जुन उवाच

શ્લોક ૩૬

स्थाने हृषीकेश तव प्रकीर्त्या
जगत्प्रहृष्यत्यनुरज्यते च।
रक्षांसि भीतानि दिशो द्रवन्ति
सर्वे नमस्यन्ति च सिद्धसङ्घाः॥ ३६॥

અર્જુનઃ ઉવાચ—અર્જુને કહ્યું; **સ્થાને**—યોગ્ય જ છે; **હૃષીક ઈશ**—હે ઈન્દ્રિયોના સ્વામી; **તવ**—આપના; **પ્રકીર્ત્યા**—મહિમાથી; **જગત્**—સમગ્ર જગત; **પ્રહૃષ્યતિ**—હર્ષ પામી રહ્યું છે; **અનુરજ્યતે**—અનુરક્ત થઈ રહ્યું છે; **ચ**—અને; **રક્ષાંસિ**—અસુરો; **ભીતાનિ**—ભયથી; **દિશઃ**—સર્વ દિશાઓમાં; **દ્રવન્તિ**—ભાગી રહ્યા છે; **સર્વે**—બધા; **નમસ્યન્તિ**—નમસ્કાર કરે છે; **ચ**—પણ; **સિદ્ધ સઙ્ઘાઃ**—સિદ્ધ પુરુષો.

અનુવાદ

અર્જુને કહ્યું: હે હૃષીકેશ, આપના નામના શ્રવણથી જગત હર્ષ પામે છે અને એ રીતે પ્રત્યેક વ્યક્તિ આપના પ્રત્યે અનુરક્ત થાય છે. સિદ્ધ પુરુષો આપને સાદર નમસ્કાર કરી રહ્યા છે, પરંતુ અસુરો ભયભીત છે અને તેઓ ચારે તરફ ભાગી રહ્યા છે. એ યોગ્ય જ થયું છે.

ભાવાર્થ

અર્જુન કૃષ્ણ પાસેથી કુરુક્ષેત્રના યુદ્ધના પરિણામ વિશે સાંભળ્યા પછી પ્રબુદ્ધ થયો અને ભગવાનના મહાન ભક્ત તથા મિત્ર તરીકે તેણે કહ્યું કે કૃષ્ણે જે કર્યું છે, તે બધું યોગ્ય જ છે. અર્જુને સમર્થન કર્યું કે કૃષ્ણ જ પાલક છે તથા ભક્તો માટે આરાધ્ય તથા અનિષ્ટો માટે સંહારક છે. તેમનાં સર્વ લીલાકાર્યો સહુ કોઈ માટે સમાનરૂપે શુભ હોય છે. અર્જુનને અહીં જ સમજાયું કે જ્યારે યુદ્ધ સમાપ્ત થવામાં હતું, ત્યારે અંતરીક્ષમાં અનેક દેવો, સિદ્ધો તથા ઉચ્ચતર લોકમાંના બુદ્ધિશાળી જીવો યુદ્ધ જોઈ રહ્યા હતા, કારણ કે યુદ્ધમાં કૃષ્ણ ઉપસ્થિત હતા. અર્જુને જ્યારે ભગવાનના વિશ્વરૂપનાં દર્શન કર્યાં ત્યારે દેવોને આનંદ થયો હતો, પરંતુ અસુરો તથા નાસ્તિકો એવા અન્ય લોકો માટે ભગવાનની સ્તુતિ અસહ્ય થઈ પડી. પૂર્ણ પુરુષોત્તમ પરમેશ્વરના કાળ સ્વરૂપના સ્વાભાવિક ભયને લીધે તેઓ ભાગી ગયા. ભક્તો તથા નાસ્તિકો પ્રત્યેના ભગવાનના વ્યવહારની અર્જુન દ્વારા પ્રશંસા થઈ છે. ભક્ત દરેક બાબતમાં ભગવાનનાં ગુણગાન કરે છે, કારણ કે તે જાણતો હોય છે કે તેઓ જે કંઈ કરે છે, તે સૌના હિતમાં હોય છે.

શ્લોક ૩૭

कस्माच्च ते न नमेरन्महात्मन्
गरीयसे ब्रह्मणोऽप्यादिकर्त्रे।
अनन्त देवेश जगन्निवास
त्वमक्षरं सदसत्तत्परं यत्॥ ३७॥

કસ્માત્—શાથી; **ચ**—પણ; **તે**—આપને; **ન**—નહીં; **નમેરન્**—નમસ્કાર રે; **મહા આત્મન્**—હે મહાપુરુષ; **ગરીયસે**—જેઓ ચડિયાતા છે; **બ્રહ્મણઃ**—બ્રહ્માજીથી; **અપિ**—પણ; **આદિકર્ત્રે**—પરમ સ્રષ્ટાને; **અનન્ત**—હે અનંત; વ **ઈશ**—હે દેવોના ઈશ્વર; **જગત્ નિવાસ**—હે જગદાધાર; **ત્વમ્**—આપ; અક્ષરમ્—અવિનાશી; **સત્ અસત્**—કાર્ય તથા કારણ; **તત્ પરમ્**—દિવ્ય; યત્—કારણ કે.

અનુવાદ

હે મહાત્મા, બ્રહ્માથી પણ શ્રેષ્ઠ આપ આદ્ય સ્રષ્ટા છો. તો પછી તેઓ આપને સાદર પ્રણામ કેમ ન કરે? હે અનંત, હે દેવેશ, હે જગન્નિવાસ, આપ જ પરમ અવિનાશી સ્રોત છો, સર્વ કારણોના કારણ છો તથા આ ભૌતિક જગતથી પર છો.

ભાવાર્થ

અર્જુન આ પ્રમાણે નમસ્કાર કરીને સૂચવે છે કે કૃષ્ણ સહુ કોઈ માટે પૂજનીય છે. તેઓ સર્વવ્યાપી છે અને દરેક જીવના આત્મા છે. અર્જુન કૃષ્ણને *મહાત્મા* કહીને સંબોધી રહ્યો છે, જેનો અર્થ એવો થાય કે તેઓ પરમ ઉદાત્ત તથા અનંત છે. *અનન્ત* સૂચિત કરે છે કે એવું કંઈ જ નથી કે જે ભગવાનની શક્તિ તથા પ્રભાવથી આવૃત ન હોય અને *દેવેશ* એટલે તેઓ સર્વ દેવોના નિયંતા છે અને તે સૌની ઉપર છે. તેઓ સમગ્ર બ્રહ્માંડના આશ્રય છે. અર્જુને એમ પણ વિચાર્યું કે બધા સિદ્ધો તથા શક્તિશાળી દેવો ભગવાનને નમસ્કાર કરે છે તે યોગ્ય જ છે, કેમ કે તેમનાથી વધારે મહાન અન્ય કોઈ જ નથી. અર્જુન ખાસ ઉલ્લેખ કરે છે કે કૃષ્ણ તો બ્રહ્માથી પણ શ્રેષ્ઠ છે, કારણ કે બ્રહ્માના તેઓ આદિ સ્રષ્ટા છે. બ્રહ્માનો જન્મ કૃષ્ણના મૂળ વિસ્તાર ગર્ભોદકશાયી વિષ્ણુના નાભિકમળમાંથી થયો છે. તેથી બ્રહ્મા તથા બ્રહ્માથી ઉત્પન્ન શિવ તેમ જ અન્ય સર્વ દેવોએ અવશ્ય તેમને સાદર નમસ્કાર કરવાં જોઈએ. શ્રીમદ્ ભાગવતમાં કહ્યું છે કે બ્રહ્મા, શિવ તથા એવા જ અન્ય દેવો ભગવાનનો આદર કરે છે. *અક્ષરમ્* શબ્દ અત્યંત મહત્ત્વપૂર્ણ છે, કારણ કે આ ભૌતિક જગત નાશવંત છે, પરંતુ ભગવાન આ ભૌતિક જગતથી પર છે. તેઓ સર્વ કારણોના કારણરૂપ છે, તેથી તેઓ આ ભૌતિક પ્રકૃતિના બદ્ધ જીવોથી તથા ખુદ આ દૃશ્ય જગતથી શ્રેષ્ઠ છે. એટલે જ તેઓ સર્વના પરમેશ્વર છે.

શ્લોક ૩૮

त्वमादिदेवः पुरुषः पुराण-
स्त्वमस्य विश्वस्य परं निधानम्।
वेत्तासि वेद्यं च परं च धाम
त्वया ततं विश्वमनन्तरूप॥ ३८॥

त्वम्—આપ; **આદિ દેવઃ**—આદ્ય પરમેશ્વર; **પુરુષઃ**—મહાપુરુષ **પુરાણઃ**—પુરાતન, સનાતન; **ત્વમ્**—આપ; **અસ્ય**—આ; **વિશ્વસ્ય**—વિશ્વના; **પરમ્**—સર્વોપરી; **નિધાનમ્**—આશ્રય; **વેત્તા**—જાણનારા **અસિ**—છો; **વેદ્યમ્**—જાણવા યોગ્ય; **ચ**—અને; **પરમ્**—પરમ; **ચ**—તથા **ધામ**—આશ્રય; **ત્વયા**—આપ દ્વારા; **તતમ્**—વ્યાપ્ત; **વિશ્વમ્**—વિશ્વ **અનન્તરૂપ**—હે અનંતરૂપ.

અનુવાદ

આપ આદ્ય પરમેશ્વર, સનાતન પુરુષ તથા આ દૃશ્ય જગતના અંતિમ આશ્રયસ્થાન છો. આપ જ સર્વજ્ઞ છો અને આપ જ સર્વજ્ઞેય છો. આપ જ પરમ આશ્રયસ્થાન છો અને ભૌતિક ગુણોથી પર છો. હે અનંતરૂપ, આ સંપૂર્ણ દૃશ્ય જગત આપના દ્વારા વ્યાપ્ત છે.

ભાવાર્થ

બધું જ પૂર્ણ પુરુષોત્તમ પરમેશ્વરના આધારે રહેલું છે, તેથી તેઓ અંતિમ આધાર છે. *નિધાનમ્* એટલે કે બ્રહ્મજ્યોતિ સહિત સર્વ વસ્તુઓ પૂર્ણ પુરુષોત્તમ પરમેશ્વર કૃષ્ણની આશ્રિત છે. તેઓ જ આ જગતમાં જે જે ઘટનાઓ ઘટી રહી છે, તે સર્વના જાણકાર છે અને જ્ઞાનનો કોઈ અંત હોય, તો તેઓ જ સમગ્ર જ્ઞાનના અંતે પરાકાષ્ઠારૂપ છે. તેથી તેઓ જ્ઞાન તેમ જ જ્ઞેય હોય છે. તેઓ જ્ઞાનના ઉદ્દેશ્ય છે, કારણ કે તેઓ સર્વવ્યાપક છે. તેઓ વૈકુંઠલોકમાં કારણરૂપ હોવાને લીધે દિવ્ય છે. દિવ્ય લોકમાં પણ તેઓ મુખ્ય પુરુષ છે.

શ્લોક ૩૯

वायुर्यमोऽग्निर्वरुणः शशाङ्कः
प्रजापतिस्त्वं प्रपितामहश्च।
नमो नमस्तेऽस्तु सहस्रकृत्वः
पुनश्च भूयोऽपि नमो नमस्ते॥ ३९॥

વાયુઃ—વાયુ; **યમઃ**—નિયંતા; **અગ્નિ**—અગ્નિ; **વરુણઃ**—જળ; **શશાઙ્કઃ**—ચંદ્ર; **પ્રજાપતિઃ**—બ્રહ્મા; **ત્વમ્**—આપ; **પ્રપિતામહઃ**—વડદાદા; **ચ**—પણ; **નમઃ**—નમસ્કાર; **નમઃ**—પુનઃ નમસ્કાર; **તે**—આપને; **અસ્તુ**—હજો; **સહસ્ર કૃત્વઃ**—હજારવાર; **પુનઃ ચ**—અને ફરીથી; **ભૂયઃ**—ફરીથી; **અપિ**—પણ; **નમઃ**—નમસ્કાર; **નમઃ તે**—આપને નમસ્કાર.

અનુવાદ

આપ વાયુ છો તથા સર્વોપરી નિયંતા પણ છો, આપ અગ્નિ છો, જળ છો તથા ચંદ્ર પણ છો. આપ પ્રથમ જીવાત્મા બ્રહ્મા છો અને આપ પ્રપિતામહ છો. તેથી આપને હજારવાર નમસ્કાર છે અને મારાં વારંવાર નમસ્કાર છે.

ભાવાર્થ

ભગવાનને વાયુ કહેવામાં આવ્યા છે, કારણ કે વાયુ સર્વત્ર પ્રસરણશીલ હોવાથી સર્વ દેવોમાં અત્યંત મહત્ત્વપૂર્ણ છે. અર્જુન કૃષ્ણને પ્રપિતામહ (વડદાદા) પણ કહે છે, કારણ કે તેઓ વિશ્વના પ્રથમ જીવાત્મા એવા બ્રહ્માજીના પણ પિતા છે.

શ્લોક ૪૦

नमः पुरस्तादथ पृष्ठतस्ते
नमोऽस्तु ते सर्वत एव सर्व।
अनन्तवीर्यामितविक्रमस्त्वं
सर्वं समाप्नोषि ततोऽसि सर्वः ॥ ४० ॥

નમઃ—નમસ્કાર; **પુરસ્તાત્**—સામેથી; **અથ**—વળી; **પૃષ્ઠતઃ**—પાછળથી; **તે**—આપને; **નમઃ અસ્તુ**—મારાં નમસ્કાર; **તે**—આપને; **સર્વતઃ**—બધી બાજુથી; **એવ**—ખરેખર; **સર્વ**—કારણ કે આપ સર્વસ્વ છો; **અનન્તવીર્ય**—અપાર પૌરુષ; **અમિત વિક્રમઃ**—તથા અપાર પરાક્રમી; **ત્વમ્**—આપ; **સર્વમ્**—બધું; **સમાપ્નોષિ**—આવૃત કરો છો; **તતઃ**—તેથી; **અસિ**—આપ છો; **સર્વઃ**—બધું.

અનુવાદ

આપને સન્મુખથી, પાછળથી અને ચારે બાજુથી નમસ્કાર હો! હે અનંતવીર્ય, આપ જ અપાર પરાક્રમના સ્વામી છો! આપ સર્વવ્યાપક છો અને તેથી આપ જ સર્વસ્વ છો!

ભાવાર્થ

કૃષ્ણ પ્રત્યેના પ્રેમમય હર્ષાવેશથી તેમનો મિત્ર અર્જુન તેમને સર્વ બાજુથી નમસ્કાર કરી રહ્યો છે. તે સ્વીકારે છે કે કૃષ્ણ સમગ્ર બળ તથા પરાક્રમના સ્વામી છે અને યુદ્ધક્ષેત્રમાં એકત્ર થયેલા બધા યોદ્ધાઓથી શ્રેષ્ઠતમ છે. વિષ્ણુ પુરાણ (૧.૯.૬૯)માં કહ્યું છે:

યોઽયં તવાગતો દેવ સમીપં દેવતાગણઃ।
સ ત્વમેવ જગત્સ્રષ્ટા યતઃ સર્વગતો ભવાન્॥

"હે પૂર્ણ પુરુષોત્તમ પરમેશ્વર, આપની સન્મુખ જે કોઈ આવે, તે દેવ હોય કે ગમે તે હોય, તે આપનું જ સર્જન છે."

શ્લોક ૪૧–૪૨

सखेति मत्वा प्रसभं यदुक्तं
हे कृष्ण हे यादव हे सखेति।
अजानता महिमानं तवेदं
मया प्रमादात्प्रणयेन वापि॥ ४१॥
यच्चावहासार्थमसत्कृतोऽसि
विहारशय्यासनभोजनेषु ।
एकोऽथवाप्यच्युत तत्समक्षं
तत्क्षामये त्वामहमप्रमेयम्॥ ४२॥

સખા—મિત્ર; **ઈતિ**—તરીકે; **મત્વા**—માનીને; **પ્રસભમ્**—ગુમાનથી; **યત્**—જે કંઈ; **ઉક્તમ્**—કહ્યું; **હે કૃષ્ણ**—હે કૃષ્ણ; **હે યાદવ**—હે યાદવ; **હે સખા**—હે સખા; **ઈતિ**—એમ; **અજાનતા**—જાણ્યા વગર; **મહિમાનમ્**—મહિમા; **તવ**—આપનો; **ઈદમ્**—આ; **મયા**—મારા વડે; **પ્રમાદાત્**—મૂર્ખામીથી; **પ્રણયેન**—પ્રેમવશ; **વા અપિ**—અથવા તો; **યત્**—જે; **ચ**—પણ; **અવહાસ અર્થમ્**—મશ્કરી કરવા; **અસત્કૃતઃ**—અનાદર કર્યો; **અસિ**—છે; **વિહાર**—આરામમાં; **શય્યા**—સૂવામાં; **આસન**—બેસવામાં; **ભોજનેષુ**—કે સાથે જમવામાં; **એકઃ**—એકલા; **અથવા**—અથવા; **અપિ**—પણ; **અચ્યુત**—હે અચ્યુત; **તત્ સમક્ષમ્**—સખાઓની વચ્ચે; **તત્**—તે; **ક્ષામયે**—ક્ષમાપ્રાર્થી છું; **અહમ્**—હું; **અપ્રમેયમ્**—અમાપ.

અનુવાદ

આપને મારા મિત્ર તરીકે માનીને મેં આપને "હે કૃષ્ણ," "હે યાદવ," "હે સખા" જેવા અવિચારી સંબોધનોથી બોલાવ્યા છે, કારણ

કે હું આપના મહિમાથી અજાણ હતો. મેં મૂર્ખામીથી કે પ્રેમવશ જે કંઈ કર્યું હોય, તે માટે કૃપા કરી મને ક્ષમા કરો. મેં ઘણીવાર વિનોદમાં વિશ્રામના સમયે, સાથે સૂતી વખતે, સાથે બેઠા હોઈએ ત્યારે અથવા સાથે જમતી વેળા, કોઈવાર એકલા તો કોઈવાર ઘણા મિત્રો વચ્ચે આપનો અનાદર કર્યો છે. હે અચ્યુત, કૃપા કરી આપ મારા આ સર્વ અપરાધો ક્ષમા કરો.

ભાવાર્થ

અર્જુન સમક્ષ કૃષ્ણ જોકે તેમના વિરાટરૂપે દર્શન દે છે, તેમ છતાં તેને કૃષ્ણ સાથેના પોતાના મૈત્રીભાવનું સ્મરણ છે. એટલે જ તે કૃષ્ણને મિત્રતાને લીધે ઉદ્‌ભવતા અનેક અનૌપચારિક ચેષ્ટાઓરૂપી અપરાધોને ક્ષમા કરવા પ્રાર્થે છે. કૃષ્ણે અંતરંગ મિત્ર તરીકે તેને સમજાવેલું હોવા છતાં પહેલાં કૃષ્ણ આવું વિરાટ વિશ્વરૂપ ધારણ કરી શકે એવી તેમની ક્ષમતાનું જ્ઞાન પોતે ધરાવતો નહોતો, એ વાતનો અર્જુન સ્વીકાર કરે છે. અર્જુનને એની પણ ખબર ન હતી કે તેણે “હે સખા,” “હે કૃષ્ણ,” “હે યાદવ” એવાં સંબોધન કરીને તેમના મહાન ઐશ્વર્યને નજર સમક્ષ રાખ્યા વગર કેટલીયવાર કૃષ્ણનો અનાદર કર્યો હતો. પરંતુ કૃષ્ણ એવા કૃપાળુ ને દયાળુ છે કે આવો મહિમા હોવા છતાં તેઓ અર્જુન સાથે મિત્ર તરીકે વર્ત્યા હતા. ભક્ત અને ભગવાન વચ્ચેના દિવ્ય પ્રેમભાવનું આ રીતે આદાનપ્રદાન થતું હોય છે. જીવાત્મા તથા કૃષ્ણ વચ્ચેનો સંબંધ શાશ્વત હોય છે; અર્જુનના આચરણ પરથી જોઈએ તો તે ભુલાઈ શકે નહીં એવા પ્રકારનો હોય છે. ભગવાનના વિશ્વરૂપમાં અર્જુનને તેમનાં અનંત ઐશ્વર્યોનું પ્રત્યક્ષ દર્શન થયું, તો પણ તે કૃષ્ણ સાથેના પોતાના મૈત્રીભર્યા સંબંધને ભૂલી શકતો નથી.

શ્લોક ૪૩

पितासि लोकस्य चराचरस्य
त्वमस्य पूज्यश्च गुरुर्गरीयान्।
न त्वत्समोऽस्त्यभ्यधिकः कुतोऽन्यो
लोकत्रयेऽप्यप्रतिमप्रभाव ॥४३॥

પિતા—પિતા; **અસિ**—આપ છો; **લોકસ્ય**—સમગ્ર જગતના; **ચર**—જંગમ; **અચરસ્ય**—સ્થાવરના; **ત્વમ્**—આપ; **અસ્ય**—આના; **પૂજ્યઃ**—પૂજનીય; **ચ**—પણ; **ગુરુઃ**—ગુરુ; **ગરીયાન્**—મહિમાશાળી; **ન**—કદી નહીં;

ત્વત્ સમઃ—આપ સમાન; **અસ્તિ**—છે; **અભ્યધિકઃ**—અધિક ચડિયાતું; **કુતઃ**—કેવી રીતે શક્ય છે; **અન્યઃ**—અન્ય; **લોક ત્રયે**—ત્રણે લોકમાં; **અપિ**—પણ; **અપ્રતિમ પ્રભાવ**—હે અપાર શક્તિશાળી.

અનુવાદ

આપ આ સંપૂર્ણ જગતના, સ્થાવર અને જંગમ સર્વના પિતા છો. આપ તેના પરમ પૂજ્ય આધ્યાત્મિક ગુરુવર્ય છો. આપનો કોઈ સમોવડિયો નથી અને ન તો કોઈ આપની સાથે સમરૂપ થઈ શકે તેમ છે. તેથી હે અપરિમેય શક્તિશાળી પ્રભુ, ત્રણે લોકમાં આપથી વધારે ચડિયાતું કોણ હોઈ શકે?

ભાવાર્થ

પુત્ર વડે પિતા પૂજનીય હોય છે, તેવી જ રીતે પૂર્ણ પુરુષોત્તમ પરમેશ્વર કૃષ્ણ પૂજનીય છે. તેઓ જ સદ્‌ગુરુ છે, કારણ કે તેમણે જ બ્રહ્માજીને સર્વ વેદનો ઉપદેશ સર્વપ્રથમવાર આપ્યો હતો અને અત્યારે તેઓ અર્જુનને ભગવદ્‌ગીતાનો ઉપદેશ આપી રહ્યા છે, તેથી તેઓ આદ્ય ગુરુ છે અને હાલમાં કોઈ પણ સદ્‌ગુરુએ કૃષ્ણથી પ્રારંભ થયેલી ગુરુ-પરંપરાના વંશજ હોવું જરૂરી છે. કૃષ્ણનું પ્રતિનિધિત્વ કર્યા વિના કોઈ પણ મનુષ્ય આધ્યાત્મિક વિષયોનો શિક્ષક કે ગુરુ થઈ શકે નહીં.

ભગવાનને બધા પ્રકારે નમસ્કાર કરવામાં આવી રહ્યા છે. તેમની મહાનતા અપાર છે. કોઈ પણ વ્યક્તિ પૂર્ણ પુરુષોત્તમ પરમેશ્વર કૃષ્ણથી વધારે મહાન હોઈ ન શકે, કારણ કે આ લોકમાં કે દિવ્ય લોકમાં કૃષ્ણનો સમોવડિયો કે તેમનાથી વધારે ચડિયાતો કોઈ જ નથી. બધા લોકો તેમનાથી ઊતરતા છે. તેમનાથી ચડિયાતો થઈ શકે તેવો કોઈ નથી. આ બાબતનો ઉલ્લેખ શ્વેતાશ્વતર ઉપનિષદ (૬.૮)માં થયો છે.

ન તસ્ય કાર્યં કરણં ચ વિદ્યતે
ન તત્ સમશ્ચાભ્યધિકશ્ચ દૃશ્યતે।

ભગવાન કૃષ્ણને પણ સામાન્ય મનુષ્યની જેમ ઇન્દ્રિયો તથા શરીર છે, પરંતુ તેમના માટે તેમની ઇન્દ્રિયો, શરીર, મન તથા સ્વયં પોતાની વચ્ચે કોઈ તફાવત નથી. તેમને પૂરેપૂરી રીતે નહીં જાણનારા મૂર્ખ મનુષ્યો કહે છે કે કૃષ્ણ પોતાનાં આત્મા, મન, હૃદય તથા અન્ય દરેક વસ્તુથી ભિન્ન છે. કૃષ્ણ તો પરમ બ્રહ્મ છે તેથી તેમનાં કાર્યો તથા શક્તિઓ પણ સર્વોપરી છે. એમ

ણ કહેવામાં આવ્યું છે કે તેઓ આપણા જેવી ઇન્દ્રિયો ધરાવતા નથી અને છતાં તેઓ ઇન્દ્રિય વિષયક બધાં કાર્યો કરી શકે છે. તેથી તેમની ઇન્દ્રિયો નથી અપૂર્ણ કે નથી મર્યાદિત. તેમનાથી વધુ મહાન કોઈ નથી, કોઈ તેમનો સમકક્ષ નથી અને દરેક જીવ તેમનાથી નિમ્ન કક્ષાનો છે.

પૂર્ણ પુરુષોત્તમનાં જ્ઞાન, શક્તિ તથા કર્મ બધું જ દિવ્ય છે. ભગવદ્દગીતા (૪.૯)માં જણાવ્યું છે તે પ્રમાણેઃ

જન્મ કર્મ ચ મે દિવ્યં એવં યો વેત્તિ તત્ત્વતઃ।
ત્યક્ત્વા દેહં પુનર્જન્મ નૈતિ મામેતિ સોઽર્જુન॥

જે મનુષ્ય કૃષ્ણનાં દિવ્ય દેહ, કાર્યો તથા તેમની પૂર્ણતા વિશે જાણી લે છે, તે પોતાના આ શરીરનો ત્યાગ કર્યા પછી વૈકુંઠ ધામમાં પાછો જાય છે અને આ દુઃખમય જગતમાં ફરીથી જન્મતો નથી. તેથી મનુષ્યે એ જાણવું જોઈએ કે કૃષ્ણનાં કાર્યો બીજાઓથી ભિન્ન પ્રકારનાં છે. કૃષ્ણે ઉપદેશેલા નિયમોનું પાલન કરવું એ જ સર્વોત્તમ માર્ગ છે. તે મનુષ્યને પૂર્ણ બનાવશે. કૃષ્ણનો સ્વામી થઈ શકે એવો કોઈ થયો નથી અને બધા જ તેમના દાસ છે એ સુવિદિત છે—ચૈતન્ય ચરિતામૃત (આદિ ૫.૧૪૨) આ હકીકતનું સમર્થન કરે છે—*એકલે ઈશ્વર કૃષ્ણ, આર સબ ભૃત્ય*—કેવળ કૃષ્ણ જ ઈશ્વર છે અને બાકી બધા તેમના દાસ છે. બધા જ તેમના આદેશનું પાલન કરી રહ્યા છે. એવો કોઈ નથી જે તેમના આદેશનું ઉલ્લંઘન કરી શકે. દરેક વ્યક્તિ તેમની અધ્યક્ષતા હેઠળ રહેલી હોવાથી તેમના નિર્દેશ પ્રમાણે કાર્ય કરી રહેલી છે. બ્રહ્મસંહિતામાં જણાવ્યા પ્રમાણે તેઓ સર્વ કારણોના આદિ કારણ છે.

શ્લોક ૪૪

तस्मात्प्रणम्य प्रणिधाय कायं
प्रसादये त्वामहमीशमीड्यम्।
पितेव पुत्रस्य सखेव सख्युः
प्रियः प्रियायार्हसि देव सोढुम्॥ ४४॥

તસ્માત્—માટે; **પ્રણમ્ય**—પ્રણામ કરીને; **પ્રણિધાય**—નમાવીને; **કાયમ્**—શરીર; **પ્રસાદયે**—કૃપાયાચના કરું છું; **ત્વામ્**—આપને; **અહમ્**—હું; **ઈશમ્**—પરમેશ્વરને; **ઈડ્યમ્**—પૂજનીય; **પિતા ઈવ**—પિતાની જેમ; **પુત્રસ્ય**—પુત્રના; **સખા ઈવ**—મિત્રની જેમ; **સખ્યુઃ**—મિત્રનું; **પ્રિયઃ**—પ્રેમી; **પ્રિયાયાઃ**—પ્રિયતમ માટે; **અર્હસિ**—આપે કરવા યોગ્ય છે; **દેવ**—હે ભગવાન; **સોઢુમ્**—સહન કરવા.

અનુવાદ

આપ જીવમાત્રના પૂજનીય પરમેશ્વર છો. તેથી હું આપને સાદર સાષ્ટાંગ દંડવત્ પ્રણામ કરું છું અને આપની કૃપાની યાચના કરું છું. જેવી રીતે પિતા પુત્રનું ઉદ્ધત વર્તન સહન કરે છે, એક મિત્ર પોતાના મિત્રનું તોછડું વર્તન સહન કરી લે છે અથવા પતિ પોતાની પત્નીનો અપરાધ સહન કરી લે છે, તેમ આપ કૃપા કરીને આપના પ્રત્યે થયેલા અપરાધોને સહ્ય ગણશો.

ભાવાર્થ

કૃષ્ણના ભક્તો તેમની સાથે વિવિધ પ્રકારના સંબંધો રાખે છે. કોઈ કૃષ્ણને પુત્ર ગણે છે, તો કોઈ પતિ ગણે છે, કોઈ મિત્રરૂપે અથવા કોઈ સ્વામી તરીકે સંબંધ રાખે છે. કૃષ્ણ તથા અર્જુન વચ્ચેનો સંબંધ મૈત્રીસંબંધ છે. જેમ પિતા, પતિ અથવા સ્વામી પોતાના સંબંધીના અપરાધને સહન કરી લે છે, તેમ કૃષ્ણ પોતાના ભક્તોના અપરાધને સહન કરે છે.

શ્લોક ૪૫

अद्दष्टपूर्वं हृषितोऽस्मि दृष्ट्वा
भयेन च प्रव्यथितं मनो मे।
तदेव मे दर्शय देव रूपं
प्रसीद देवेश जगन्निवास॥ ४५॥

અદૃષ્ટ પૂર્વમ્—પહેલાં ક્યારેય ન જોયેલું; **હૃષિતઃ**—આનંદિત; **અસ્મિ**—થયો છું; **દૃષ્ટ્વા**—જોઈને; **ભયેન**—ભયથી; **ચ**—પણ; **પ્રવ્યથિતમ્**—વિચલિત; **મનઃ**—મન; **મે**—મારું; **તત્**—તે; **એવ**—જ; **મે**—મને; **દર્શય**—બતાવો; **દેવ**—હે પ્રભુ; **રૂપમ્**—રૂપ; **પ્રસીદ**—પ્રસન્ન થાઓ; **દેવ ઈશ**—હે દેવોના સ્વામી; **જગત્ નિવાસ**—હે જગતના આશ્રય.

અનુવાદ

મારા માટે અભૂતપૂર્વ એવા આપના આ વિશ્વરૂપનાં દર્શન કરીને હું આનંદવિભોર થયો છું, પરંતુ તેની સાથે સાથે મારું મન ભયથી વિચલિત પણ થયું છે. હે દેવેશ, હે જગદાધાર, આપ મારી ઉપર પ્રસન્ન થાઓ અને મને પુરુષોત્તમ પરમેશ્વરરૂપે આપના ભગવત્સ્વરૂપનાં પુનઃ દર્શન આપો.

ભાવાર્થ

અર્જુનને હંમેશાં કૃષ્ણમાં શ્રદ્ધા છે, કારણ કે તેઓ પરમ પ્રિય મિત્ર છે અને એક પ્રિય મિત્ર તરીકે મિત્રનાં ઐશ્વર્યો જોઈને તે હર્ષવિભોર થાય છે. અર્જુન પોતાના મિત્ર પૂર્ણ પુરુષોત્તમ પરમેશ્વર તરીકે આવું વિરાટ રૂપ પ્રદર્શિત કરી શકે છે, એ જોઈને બહુ આનંદિત થયો છે, પરંતુ તે સાથે જ તે આ વિરાટ રૂપને જોઈને ભયભીત થયો છે, કારણ કે પોતે અનન્ય મૈત્રીભાવને વશ થઈ કૃષ્ણ પ્રત્યે અનેક અપરાધો કર્યા છે. એ રીતે ભયને લીધે તેનું મન વિચલિત થયું છે. પરંતુ તેને ભયભીત થવાનું કોઈ કારણ ન હતું. તેથી અર્જુન કૃષ્ણને તેમનું નારાયણરૂપ દર્શાવવા પ્રાર્થે છે, કારણ કે તેઓ કોઈ પણ રૂપ ધારણ કરવા સમર્થ છે. આ વિરાટ રૂપ ભૌતિક જગતની જેમ ભૌતિક તેમ જ ક્ષણભંગુર છે. પરંતુ વૈકુંઠલોકમાં તેઓ નારાયણરૂપે શાશ્વત ચતુર્ભુજ સ્વરૂપે બિરાજે છે. વૈકુંઠ આકાશમાં અસંખ્ય લોક આવેલા છે અને તે દરેક લોકમાં કૃષ્ણ પોતાનાં વિભિન્ન નામો દ્વારા પોતાના પૂર્ણ અંશરૂપે બિરાજે છે. એ રીતે અર્જુન વૈકુંઠલોકમાંનાં તેમનાં સ્વરૂપો પૈકી કોઈ એક સ્વરૂપનાં દર્શન કરવા ઇચ્છતો હતો. નિઃસંદેહ, દરેક વૈકુંઠલોકમાં નારાયણ ચતુર્ભુજ સ્વરૂપે છે, પરંતુ તે પ્રત્યેકમાં ચાર ભુજાઓમાં શંખ, ગદા, પદ્મ તથા ચક્ર નામનાં ચિહ્નો (આયુધો) વિવિધ રીતે ધારણ કરેલાં હોય છે. શ્રીહસ્તમાંનાં આ ચાર ચિહ્નો કઈ રીતે ધારણ કરેલાં છે, તે પ્રમાણે નારાયણ વિવિધ નામો ધરાવે છે. આ સર્વ રૂપો કૃષ્ણનાં જ છે; માટે અર્જુન કૃષ્ણનાં ચતુર્ભુજ સ્વરૂપનાં દર્શન કરવા ઇચ્છે છે.

શ્લોક ૪૬

किरीटिनं गदिनं चक्रहस्त-
मिच्छामि त्वां द्रष्टुमहं तथैव।
तेनैव रूपेण चतुर्भुजेन
सहस्रबाहो भव विश्वमूर्ते॥ ४६ ॥

કિરીટિનમ્—મુકુટ ધારણ કરેલા; **ગદિનમ્**—ગદાધારી; **ચક્ર હસ્તમ્**—ચક્ર ધારણ કરેલા; **ઇચ્છામિ**—ઇચ્છું છું; **ત્વામ્**—આપને; **દ્રષ્ટુમ્**—જોવા; **અહમ્**—હું; **તથા એવ**—તેવી જ સ્થિતિમાં; **તેન એવ**—તેવા જ; **રૂપેણ**—રૂપમાં; **ચતુર્ભુજેન**—ચતુર્ભુજ; **સહસ્ર બાહો**—હે હજાર બાહુવાળા; **ભવ**—થઈ જાઓ; **વિશ્વમૂર્તે**—હે વિશ્વરૂપ ભગવાન.

અનુવાદ

હે વિશ્વરૂપ, હે હજાર ભુજાઓવાળા પ્રભુ, હું આપના મુકુટધારી ચતુર્ભુજ સ્વરૂપનાં દર્શન કરવા ઈચ્છું છું કે જેમાં આપ મસ્તકે મુકુટ અને આપની ભુજામાં શંખ, ચક્ર, ગદા તથા પદ્મ ધારણ કરો છો. તે જ રૂપનાં દર્શન કરવાની મને અભિલાષા છે.

ભાવાર્થ

બ્રહ્મસંહિતા (૫.૩૯)માં કહ્યું છેઃ *રામાદિ મૂર્તિષુ કલા નિયમેન તિષ્ઠન્*—ભગવાન શત સહસ્ર રૂપોમાં નિત્ય વિદ્યમાન હોય છે, જેમાં રામ, નૃસિંહ, નારાયણ વગેરે જેવાં તેમનાં મુખ્ય સ્વરૂપો છે. રૂપો તો અસંખ્ય છે, પરંતુ અર્જુન જાણતો હતો કે કૃષ્ણ જ આદિ પૂર્ણ પુરુષોત્તમ પરમેશ્વર છે અને તેમણે જ આ અસ્થાયી એવું વિરાટ રૂપ ધારણ કરેલું છે. હવે તે ભગવાનના દિવ્ય રૂપ એવાં નારાયણ રૂપનાં દર્શન માટે પ્રાર્થે છે. આ શ્લોક દ્વારા શ્રીમદ્ ભાગવતના કથનનું નિઃસંદેહ સમર્થન થાય છે કે કૃષ્ણ આદ્ય પરમેશ્વર છે અને અન્ય બધાં સ્વરૂપો તેમનાથી જ પ્રગટ થાય છે. કૃષ્ણ પોતાના અંશ-વિસ્તારોથી ભિન્ન નથી અને પોતાનાં અસંખ્ય સ્વરૂપો પૈકીના પ્રત્યેકમાં તેઓ પરમેશ્વર જ હોય છે. આ સર્વ સ્વરૂપોમાં તેઓ નવયુવાન જેવા નિત્ય નવીન જણાય છે. પૂર્ણ પુરુષોત્તમ પરમેશ્વરનું આ ચિરસ્થાયી લક્ષણ છે. જે મનુષ્ય કૃષ્ણને જાણે છે, તે તરત જ ભૌતિક જગતના સઘળા સંસર્ગજન્ય દોષોમાંથી મુક્ત થઈ જાય છે.

શ્રીભગવાનુવાચ

શ્લોક ૪૭

मया प्रसन्नेन तवार्जुनेदं
रूपं परं दर्शितमात्मयोगात्।
तेजोमयं विश्वमनन्तमाद्यं
यन्मे त्वदन्येन न दृष्टपूर्वम्॥ ४७॥

શ્રી ભગવાન્ ઉવાચ—પૂર્ણ પુરુષોત્તમ પરમેશ્વરે કહ્યું; **મયા**—મારા વડે; **પ્રસન્નેન**—પ્રસન્ન થયેલા; **તવ**—તને; **અર્જુન**—હે અર્જુન; **ઈદમ્**—આ; **રૂપમ્**—રૂપ; **પરમ્**—પરમ; **દર્શિતમ્**—દર્શાવ્યું; **આત્મ યોગાત્**—મારી અંતરંગ શક્તિથી; **તેજઃ મયમ્**—તેજસ્વી; **વિશ્વમ્**—સમગ્ર બ્રહ્માંડ; **અનન્તમ્**—અનંત; **આદ્યમ્**—આદિ; **યત્**—જે; **મે**—મારું; **ત્વત્ અન્યેન**—તારા સિવાય અન્ય કોઈએ; **ન દૃષ્ટપૂર્વમ્**—કોઈએ પહેલાં જોયેલું નથી.

અનુવાદ

પરમેશ્વર બોલ્યાઃ મેં પ્રસન્ન થઈને મારી અંતરંગ શક્તિ દ્વારા તને આ ભૌતિક જગતમાં મારા આ સર્વોપરી વિશ્વરૂપનાં દર્શન કરાવ્યાં છે. આની પહેલાં અન્ય કોઈએ આ અનંત તથા દેદીપ્યમાન તેજોમય આદ્ય રૂપને ક્યારેય જોયું નથી.

ભાવાર્થ

અર્જુન પરમેશ્વરના વિશ્વરૂપને જોવા ઈચ્છતો હતો એટલે ભગવાન કૃષ્ણે પોતાના ભક્ત ઉપર કૃપા કરીને પોતાના પૂર્ણ તેજોમય તથા ઐશ્વર્યમય વિશ્વરૂપનું દર્શન કરાવ્યું. આ રૂપ સૂર્યસમાન દેદીપ્યમાન હતું અને તેનાં અનેક મુખો ત્વરાથી પરિવર્તન પામતાં હતાં. કૃષ્ણે મિત્ર અર્જુનની ઈચ્છા સંતોષવા માટે જ આ રૂપ દર્શાવ્યું હતું. આ રૂપ કૃષ્ણની અંતરંગ શક્તિ દ્વારા પ્રગટ થયું હતું, જે માનવ બુદ્ધિ માટે અકલ્પ્ય છે. અર્જુનની પહેલાં કોઈએ આ વિશ્વરૂપનું દર્શન કર્યું ન હતું. પરંતુ તે રૂપ અર્જુનને કૃષ્ણે દર્શાવ્યું, તેથી સ્વર્ગલોકના તેમ જ બાહ્યાવકાશમાંના લોકના અન્ય ભક્તો પણ તેનાં દર્શન કરી શક્યા હતા. તેમણે પણ પહેલાં તે જોયું નહોતું, પરંતુ અર્જુનને કારણે તેઓ તેનું દર્શન કરવા સદ્‌ભાગી થયા હતા. બીજી રીતે કહી શકાય કે કૃષ્ણની કૃપાથી જ શિષ્ય પરંપરાના સર્વ ભગવદ્‌ભક્તો તે વિશ્વરૂપનાં દર્શન કરી શક્યા હતા, જે દર્શન અર્જુનને થયું હતું. કોઈ વ્યક્તિએ તેના ભાષ્યમાં કહ્યું છે કે જ્યારે કૃષ્ણ સંધિ-પ્રસ્તાવ લઈને શાંતિ અર્થે દુર્યોધનને મળવા ગયા હતા, ત્યારે તેને પણ આ રૂપ દર્શાવ્યું હતું. દુર્ભાગ્યવશ દુર્યોધને શાંતિ-પ્રસ્તાવનો અસ્વીકાર કર્યો અને તે વખતે કૃષ્ણે પોતાનાં કેટલાંક વૈશ્વિક રૂપો દર્શાવ્યાં હતાં, પરંતુ અર્જુનને દર્શાવેલાં રૂપથી તે રૂપો જુદાં હતાં. અહીં એમ સ્પષ્ટ રીતે કહેવામાં આવ્યું છે કે આ રૂપ પહેલાં કોઈએ પણ જોયું નહોતું.

શ્લોક ૪૮

न वेदयज्ञाध्ययनैर्न दानै-
र्न च क्रियाभिर्न तपोभिरुग्रैः ।
एवंरूपः शक्य अहं नृलोके
द्रष्टुं त्वदन्येन कुरुप्रवीर ॥ ४८ ॥

ન—કદી નહીં; **વેદ યજ્ઞ**—યજ્ઞ દ્વારા; **અધ્યયનૈઃ**—અથવા વેદાધ્યાન દ્વારા; **ન**—કદી નહીં; **દાનૈઃ**—દાન વડે; **ન**—કદી નહીં; **ચ**—અને; **ક્રિયાભિઃ**—સત્કર્મો દ્વારા; **ન**—કદી નહીં; **તપોભિઃ**—તપ દ્વારા; **ઉગ્રૈઃ**—કઠોર; **એવમ્ રૂપઃ**—આ રૂપમાં; **શક્યઃ**—શક્ય; **અહમ્**—હું; **નૃલોકે**—આ ભૌતિક જગતમાં; **દ્રષ્ટુમ્**—જોવા માટે; **ત્વત્**—તારા સિવાય; **અન્યેન**—અન્ય દ્વારા; **કુરુ પ્રવીર**—હે કુરુ યોદ્ધાઓમાં શ્રેષ્ઠ.

અનુવાદ

હે કુરુવીર શ્રેષ્ઠ, તારાથી પૂર્વે મારા આ વિશ્વરૂપને કોઈએ કદી જોયું નથી, કારણ કે આ ભૌતિક જગતમાં મારા આ રૂપનું દર્શન ન તો વેદાધ્યયનથી કે ન તો યજ્ઞ કરવાથી કે ન તો દાનથી કે સત્કર્મ કરવાથી અથવા ન તો કઠોર તપ કરવાથી પણ થઈ શકે છે.

ભાવાર્થ

આના સંબંધમાં આપણે દિવ્ય દૃષ્ટિને સ્પષ્ટપણે સમજી લેવી જોઈએ. આ દિવ્ય દૃષ્ટિ કોને પ્રાપ્ત થઈ શકે? દિવ્યનો અર્થ છે દૈવી. જ્યાં સુધી મનુષ્ય દેવ તરીકે દિવ્યત્વ પામતો નથી, ત્યાં સુધી તેને દિવ્ય દૃષ્ટિ પ્રાપ્ત ન થઈ શકે. અને દેવ કોણ હોય છે? વૈદિક શાસ્ત્રો કહે છે કે જેઓ ભગવાન વિષ્ણુના ભક્તો છે, તેઓ દેવો છે (*વિષ્ણુ ભક્તાઃ સ્મૃતા દેવાઃ*). જે લોકો નાસ્તિક છે, એટલે કે જેઓ ભગવાન વિષ્ણુમાં શ્રદ્ધા ધરાવતા નથી, અથવા જેઓ કૃષ્ણના નિર્વિશેષ પાસાને જ પરમેશ્વર માને છે, તેમને આ દિવ્ય દૃષ્ટિ પ્રાપ્ત થઈ શકતી નથી. કૃષ્ણની અવજ્ઞા કરવી અને સાથે સાથે દિવ્ય દૃષ્ટિ પ્રાપ્ત કરવી, એ સર્વથા અશક્ય છે. દિવ્ય થયા વિના દિવ્ય દૃષ્ટિ પામી શકાતી નથી. બીજા શબ્દોમાં કહીએ તો જેને દિવ્ય દૃષ્ટિ પ્રાપ્ત થયેલી છે, તેઓ અર્જુનની જેમ જ વિશ્વરૂપનાં દર્શન કરી શકે છે.

ભગવદ્ગીતામાં વિશ્વરૂપનું વર્ણન થયું છે. તે અર્જુનની પૂર્વે સર્વને માટે કલ્પનાતીત હતું, પણ હવે આ ઘટના ઘટી પછી તો મનુષ્ય વિશ્વરૂપની કંઈક કલ્પના કરી શકે છે. જે લોકો ખરેખર દિવ્ય છે, તેઓ ભગવાનના વિશ્વરૂપનાં દર્શન કરી શકે છે. પરંતુ કૃષ્ણના શુદ્ધ ભક્ત બન્યા વિના કોઈ જ દિવ્ય થઈ શકે નહીં. પરંતુ વાસ્તવમાં દિવ્ય પ્રકૃતિવાળા ભક્તો કે જેમને દિવ્ય દૃષ્ટિ પ્રાપ્ત છે, તેઓ ભગવાનના વિશ્વરૂપનાં દર્શન કરવાની બહુ ઈચ્છા ધરાવતા નથી. પૂર્વેના શ્લોકમાં વર્ણવ્યું છે તેમ, અર્જુને કૃષ્ણના ચતુર્ભુજ વિષ્ણુ-સ્વરૂપને જોવાની ઈચ્છા કરી, કારણ કે વિશ્વરૂપને જોઈને તે ખરેખર ભય પામ્યો હતો.

આ શ્લોકમાં વેદ *યજ્ઞાધ્યયનૈઃ*—જેવા કેટલાક શબ્દો મહત્ત્વપૂર્ણ છે. વેદ *યજ્ઞાધ્યયનૈઃ*નો નિર્દેશ વૈદિક સાહિત્યના અધ્યયન તથા યજ્ઞવિધિના નિયમનો પ્રત્યે છે. વેદો એટલે ઋગ્, યજુર્, સામ તથા અથર્વ, અઢાર પુરાણો, ઉપનિષદો અને વેદાંતસૂત્ર. મનુષ્ય આ બધાનો અભ્યાસ ઘરે રહીને કરે અથવા અન્ય સ્થળે કરે. એ જ રીતે યજ્ઞવિધિના અધ્યયન માટે કલ્પસૂત્ર તથા મીમાંસાસૂત્ર જેવાં સૂત્રો છે. *દાનૈઃ* સુપાત્રને દાન દેવાનો નિર્દેશ કરે છે, જેમ કે ભગવાનની દિવ્ય પ્રેમમયી ભક્તિમાં પરાયણ બ્રાહ્મણો તથા વૈષ્ણવો. એવી જ રીતે *ક્રિયાભિઃ*—("સત્કર્મ")નો નિર્દેશ 'અગ્નિહોત્ર' તથા વિભિન્ન વર્ણોનાં કર્તવ્યો પરત્વે થયો છે, અને શારીરિક કષ્ટોના સ્વેચ્છાપૂર્વક સ્વીકારને *તપસ્યા* કહે છે. એ રીતે મનુષ્ય ભલે તપસ્યા, દાન, વેદાધ્યયન વગેરે સર્વ કાર્યો કરવા સમર્થ હોય, તો પણ જ્યાં સુધી તે અર્જુનની જેમ ભક્ત બનતો નથી, ત્યાં સુધી તે વિશ્વરૂપનાં દર્શન પામી શકતો નથી. નિર્વિશેષવાદી માણસો પણ કલ્પના કરે છે કે તેઓ ભગવાનના વિશ્વરૂપનાં દર્શન કરી રહ્યા છે, પરંતુ ભગવદ્ગીતા આપણને જણાવે છે કે નિર્વિશેષવાદી માણસો એ કોઈ ભક્ત નથી. તેથી તેઓ ભગવાનના વિશ્વરૂપનાં દર્શન કરવા અસમર્થ છે.

ઘણા એવા લોકો હોય છે કે જેઓ અવતારોનું સર્જન કરે છે. તેઓ ખોટી રીતે કોઈ સાધારણ મનુષ્યને ભગવાનનો અવતાર ગણાવતા હોય છે. પરંતુ આ બધી મૂર્ખામી જ છે. આપણે ભગવદ્ગીતાના સિદ્ધાંતોને અનુસરવા જોઈએ, અન્યથા પૂર્ણ આધ્યાત્મિક જ્ઞાન પામવાની કોઈ શક્યતા રહેતી નથી. ભગવદ્ગીતાને ભગવદ્વિજ્ઞાનનો પ્રારંભિક અભ્યાસ ગણવામાં આવે છે અને છતાં તે એવો સંપૂર્ણ છે કે કોણ શું છે તેનો તફાવત જાણવા તે મનુષ્યને સમર્થ બનાવે છે. ભગવાનના કહેવાતા અવતારના સમર્થકો ભલે દાવો કરતા કહે કે તેમણે પણ ઈશ્વરના દિવ્ય અવતાર, વિશ્વરૂપનાં દર્શન કર્યાં છે, પરંતુ એ સ્વીકાર્ય નથી, કારણ કે અહીં એમ સ્પષ્ટપણે જણાવ્યું છે કે જ્યાં સુધી મનુષ્ય કૃષ્ણભક્ત બનતો નથી, ત્યાં સુધી તે પરમેશ્વરના વિશ્વરૂપનું દર્શન પામી શકતો નથી. તેથી મનુષ્યે સૌપ્રથમ કૃષ્ણના શુદ્ધ ભક્ત બનવું પડે અને તો જ તે દાવો કરી શકે કે તેણે વિશ્વરૂપનું કરેલ દર્શન અન્યને કરાવી શકે છે. વળી કૃષ્ણનો ભક્ત ખોટા અવતારને કે ખોટા અવતારના અનુયાયીઓને કદાપિ સ્વીકારી શકતો નથી.

શ્લોક ૪૯

मा ते व्यथा मा च विमूढभावो
दृष्ट्वा रूपं घोरमीदृङ्ममेदम्।
व्यपेतभीः प्रीतमनाः पुनस्त्वं
तदेव मे रूपमिदं प्रपश्य॥ ४९॥

મા—ન થાઓ; **તે**—તને; **વ્યથા**—પીડા, ક્લેશ; **મા**—ન થાઓ; **ચ**—અને; **વિમૂઢ ભાવઃ**—મૂંઝવણ, મોહ; **દૃષ્ટ્વા**—જોઈને; **રૂપમ્**—રૂપ; **ઘોરમ્**—ભયંકર; **ઈદૃક્**—આવું; **મમ**—મારું; **ઈદમ્**—આ; **વ્યપેતભીઃ**—સર્વથા ભયરહિત; **પ્રીતમનાઃ**—પ્રસન્નચિત્ત; **પુનઃ**—ફરીથી; **ત્વમ્**—તું; **તત્**—તે; **એવ**—જ; **મે**—મારું; **રૂપમ્**—રૂપ; **ઈદમ્**—આ; **પ્રપશ્ય**—જો.

અનુવાદ

તું મારા આ ભયાનક રૂપને જોઈને અત્યંત વ્યથિત થયો છે તથા મૂંઝાઈ ગયો છે. હવે તે ભલે સમાપ્ત થાય. હે મારા ભક્ત, સર્વ વ્યથામાંથી તું મુક્ત થા. હવે તું શાંત મનથી તને ગમતા મારા સ્વરૂપનું દર્શન કરી શકે છે.

ભાવાર્થ

ભગવદ્‌ગીતાની શરૂઆતમાં અર્જુન પોતાના પૂજ્ય પિતામહ ભીષ્મ તથા ગુરુ દ્રોણાચાર્યના વધ કરવા વિશે ચિંતિત હતો. પરંતુ કૃષ્ણે કહેલું કે તેણે પિતામહને હણવામાં ડરવાની જરૂર નથી. જ્યારે કૌરવોની સભામાં ધૃતરાષ્ટ્રના પુત્રો દ્રૌપદીને નિર્વસ્ત્ર કરવાનો પ્રયાસ કરતા હતા, ત્યારે ભીષ્મ તથા દ્રોણ મૌન રહ્યા હતા, તેથી કર્તવ્યની આવી ઉપેક્ષાને કારણે તેમનો વધ થવો જોઈએ. કૃષ્ણે અર્જુનને પોતાના વિશ્વરૂપનું દર્શન એ દર્શાવવા માટે કરાવ્યું કે તે લોકો પોતે કરેલાં અનૈતિક કાર્યોને કારણે પહેલેથી હણાઈ ચૂક્યા હતા. તે દૃશ્ય અર્જુનને બતાવવામાં આવ્યું, કારણ કે ભક્તજનો સદા શાંત હોય છે અને તેઓ આવાં ઘોર કર્મ કરી શકતા નથી. વિશ્વરૂપ પ્રગટ કરવાનો આશય સ્પષ્ટ થયો હતો. હવે અર્જુનને ભગવાનનું ચતુર્ભુજ રૂપ જોવાની અભિલાષા થઈ હતી અને કૃષ્ણે તેનું દર્શન પણ કરાવ્યું. ભક્તને ભગવાનના વિશ્વરૂપમાં બહુ રસ હોતો નથી, કારણ કે તેમાં ભગવાન સાથે પ્રેમભાવનું આદાનપ્રદાન થઈ શકતું નથી. ભક્ત કાં તો પોતાનો આદરયુક્ત પૂજ્યભાવ અર્પિત કરવા ઇચ્છે છે અથવા તો દ્વિભુજ કૃષ્ણનાં દર્શન પામવા ઇચ્છે છે કે જેથી તે પૂર્ણ પુરુષોત્તમ પરમેશ્વર સાથે પ્રેમભક્તિનું આદાનપ્રદાન કરી શકે.

सञ्जय उवाच

શ્લોક ૫૦

इत्यर्जुनं वासुदेवस्तथोक्त्वा
स्वकं रूपं दर्शयामास भूयः।
आश्वासयामास च भीतमेनं
भूत्वा पुनः सौम्यवपुर्महात्मा॥५०॥

સઞ્જયઃ ઉવાચ—સંજય બોલ્યા; **ઈતિ**—એમ; **અર્જુનમ્**—અર્જુનને; **વાસુદેવઃ**—કૃષ્ણે; **તથા**—તે પ્રમાણે; **ઉક્ત્વા**—કહીને; **સ્વકમ્**—પોતાનું; **રૂપમ્**—રૂપ; **દર્શયામાસ**—દર્શાવ્યું; **ભૂયઃ**—ફરીથી; **આશ્વાસયામાસ**—આશ્વાસન આપ્યું; **ચ**—અને; **ભીતમ્**—ભય પામેલા; **એનમ્**—તેને; **ભૂત્વા**—ફરીથી; **પુનઃ**—ફરીથી; **સૌમ્ય વપુઃ**—સુંદર રૂપવાળા; **મહા આત્મા**—મહાપુરુષ.

અનુવાદ

સંજયે ધૃતરાષ્ટ્રને કહ્યું: અર્જુનને આ પ્રમાણે કહ્યા પછી પૂર્ણ પુરુષોત્તમ પરમેશ્વર કૃષ્ણે તેમનું સાચું ચતુર્ભુજ રૂપ દર્શાવ્યું, અને છેવટે પોતાનું દ્વિભુજ રૂપ દર્શાવી ભયત્રસ્ત અર્જુનને ઉત્સાહિત કર્યો.

ભાવાર્થ

કૃષ્ણ જ્યારે વસુદેવ અને દેવકીના પુત્રરૂપે પ્રગટ થયા, ત્યારે સૌપ્રથમ તેઓ ચતુર્ભુજ નારાયણરૂપે જ પ્રગટ થયા હતા. પરંતુ જ્યારે તેમના માતાપિતાએ વિનંતિ કરી, ત્યારે તેમણે સામાન્ય બાળકનું રૂપ પ્રગટ કર્યું હતું. તે જ પ્રમાણે કૃષ્ણ જાણતા હતા કે અર્જુનને ચતુર્ભુજ રૂપનાં દર્શન કરવામાં કોઈ રુચિ નહોતી, પરંતુ અર્જુને આ ચતુર્ભુજ રૂપ જોવાની ઇચ્છા કરી હતી, તેથી કૃષ્ણે તેને ફરીથી આ રૂપ પણ બતાવ્યું હતું અને પછી તેમણે પોતાને દ્વિભુજ સ્વરૂપે દર્શાવ્યા. *સૌમ્ય વપુઃ* શબ્દ મહત્ત્વપૂર્ણ છે. તેનો અર્થ છે, અત્યંત સુંદર રૂપ. તે સૌથી સુંદર રૂપ તરીકે જાણીતું છે. કૃષ્ણ પ્રગટ હતા ત્યારે સહુ કોઈ તેમના રૂપથી જ આકર્ષાતા હતા અને કૃષ્ણ આ બ્રહ્માંડના સંચાલક હોવાથી તેમણે પોતાના ભક્ત અર્જુનના ભયને દૂર કર્યો અને તેને ફરીથી પોતાનું સુંદર (સૌમ્ય) રૂપ દર્શાવ્યું. બ્રહ્મસંહિતા (૫.૩૨)માં કહ્યું છે—*પ્રેમાઞ્જનચ્છુરિત ભક્તિ વિલોચનેન*—જે મનુષ્યની આંખોમાં પ્રેમરૂપી અંજન આંજેલું છે, તે જ કૃષ્ણનાં સુંદર રૂપનું દર્શન પામી શકે છે.

अर्जुन उवाच

श्लोक ५१
दृष्ट्वेदं मानुषं रूपं तव सौम्यं जनार्दन।
इदानीमस्मि संवृत्तः सचेताः प्रकृतिं गतः॥५१॥

અર્જુનઃ ઉવાચ—અર્જુને કહ્યું; **દૃષ્ટ્વા**—જોઈને; **ઈદમ્**—આ; **માનુષમ્**—માનવ; **રૂપમ્**—રૂપ; **તવ**—આપનું; **સૌમ્યમ્**—અતિ સુંદર; **જનાર્દન**—હે શત્રુઓને સજા કરનારા; **ઈદાનીમ્**—હવે; **અસ્મિ**—હું છું; **સંવૃત્તઃ**—સ્થિર, સ્વસ્થ; **સચેતાઃ**—મારી ચેતનામાં; **પ્રકૃતિમ્**—મારી પ્રકૃતિને; **ગતઃ**—પામ્યો છું.

અનુવાદ

જ્યારે અર્જુનને ભગવાન કૃષ્ણનું તેમના મૂળ રૂપમાં દર્શન થયું, ત્યારે તેણે કહ્યુંઃ હે જનાર્દન, આપનું આ અત્યંત સુંદર, મનુષ્ય સમાન રૂપનું દર્શન કરીને હવે હું સ્વસ્થ ચિત્તવાળો થયો છું અને મારી મૂળ પ્રકૃતિ મેં પુનઃ પ્રાપ્ત કરી છે.

ભાવાર્થ

અહીં *માનુષં રૂપમ્* શબ્દો સ્પષ્ટપણે સૂચવે છે કે ભગવાન કૃષ્ણનું મૂળ સ્વરૂપ દ્વિભુજ છે. જે લોકો ભગવાન કૃષ્ણને સામાન્ય વ્યક્તિ માની તેમનો ઉપહાસ કરે છે, તેઓ ભગવાનની દિવ્ય પ્રકૃતિથી અજ્ઞાત હોવાનું અત્રે કહ્યું છે. જો ભગવાન કૃષ્ણ સાધારણ મનુષ્ય જેવા હોત, તો પ્રથમ વિશ્વરૂપનું અને પછી ચતુર્ભુજ નારાયણ રૂપનું દર્શન કેવી રીતે કરાવી શકત? તેથી ભગવદ્ગીતામાં એવો સ્પષ્ટ ઉલ્લેખ છે કે જે ભગવાન કૃષ્ણને સામાન્ય વ્યક્તિ માને છે અને વાચકને એમ કહી અવળે માર્ગે દોરે છે કે ભગવાન કૃષ્ણની અંદર સ્થિત નિર્વિશેષ બ્રહ્મ જ બોલી રહ્યું છે, તે સૌથી મોટો અન્યાય આચરી રહ્યો છે. ભગવાન કૃષ્ણે પોતાના વિશ્વરૂપ તથા ચતુર્ભુજ વિષ્ણુ રૂપના વાસ્તવમાં દર્શન કરાવ્યાં છે, તો પછી તેઓ સામાન્ય મનુષ્ય કેવી રીતે હોઈ શકે? શુદ્ધ ભક્ત ભગવદ્ગીતાની આવી વિપરીત ટીકાઓથી કદાપિ ગૂંચવાતો નથી, કારણ કે તે તથ્ય શું છે તે જાણે છે. ભગવદ્ગીતાના મૂળ શ્લોકો સૂર્ય જેવા સ્પષ્ટ છે, તેમને મૂરખા ટીકાકારોના દીવાના પ્રકાશની કોઈ જરૂર નથી.

श्रीभगवानुवाच

श्लोक ५२
सुदुर्दर्शमिदं रूपं दृष्टवानसि यन्मम।
देवा अप्यस्य रूपस्य नित्यं दर्शनकाङ्क्षिणः॥५२॥

શ્રી ભગવાન્ ઉવાચ—પૂર્ણ પુરુષોત્તમ પરમેશ્વરે કહ્યું; **સુદુર્દર્શમ્**—જોવા માટે દુર્લભ; **ઈદમ્**—આ; **રૂપમ્**—રૂપ; **દૃષ્ટવાન્ અસિ**—જેવું તેં જોયું છે; **યત્**—જે; **મમ**—મારું; **દેવાઃ**—દેવો; **અપિ**—સુધ્ધાં; **અસ્ય**—આ; **રૂપસ્ય**—રૂપનાં; **નિત્યમ્**—સદા; **દર્શન કાઙ્ક્ષિણઃ**—દર્શનોત્સુક.

અનુવાદ

પૂર્ણ પુરુષોત્તમ પરમેશ્વરે કહ્યું: હે અર્જુન, તું અત્યારે મારા જે રૂપને જોઈ રહ્યો છે, તેનાં દર્શન અતિ દુર્લભ છે. દેવો પણ આ અતિ પ્રિય રૂપનાં દર્શન કરવાનો અવસર સદૈવ શોધતા રહે છે.

ભાવાર્થ

આ અધ્યાયના ૪૮મા શ્લોકમાં ભગવાન કૃષ્ણે પોતાના વિશ્વરૂપનાં દર્શનનું સમાપન કર્યું અને અર્જુનને જણાવ્યું કે અનેક તપ, યજ્ઞ કરવાથી પણ આ રૂપનાં દર્શન પામવાં અશક્ય છે. હવે આ શ્લોકમાં *સુદુર્દર્શમ્* શબ્દનો ઉપયોગ કરવામાં આવ્યો છે, જે સૂચવે છે કે કૃષ્ણનું દ્વિભુજ રૂપ વળી વધારે ગુહ્ય છે. મનુષ્ય તપ, વેદાધ્યયન, યજ્ઞ તથા તાત્ત્વિક ચિંતન વગેરે વિભિન્ન કર્મો સાથે થોડી ભક્તિ ઉમેરીને કૃષ્ણના વિશ્વરૂપનું દર્શન કદાચ પામી શકે, પરંતુ ભક્તિના પાસા વિના આ શક્ય બનતું નથી. તેનું સ્પષ્ટીકરણ અગાઉ થઈ ચૂક્યું છે. તેમ છતાં વિશ્વરૂપથી પણ ઉપર ભગવાન કૃષ્ણનું દ્વિભુજ રૂપ છે કે જેનાં દર્શન બ્રહ્માજી તથા શિવજી જેવા દેવો માટે પણ દુર્લભ છે. તેઓ કૃષ્ણનાં દર્શન કરવા ઇચ્છે છે અને શ્રીમદ્ ભાગવતમાં તે વિશે પ્રતિપાદન થયું છે કે જ્યારે ભગવાન માતા દેવકીના ગર્ભમાં હતા, ત્યારે સ્વર્ગમાંથી બધા જ દેવો ભગવાન કૃષ્ણની અદ્ભુત લીલાનું દર્શન કરવા આવ્યા હતા અને ભગવાનની તેમણે સરસ સ્તુતિ કરી હતી. જોકે ભગવાન તે વખતે દૃષ્ટિગોચર હતા જ નહીં. દેવો તેમનાં દર્શનની પ્રતીક્ષા કરતા રહ્યા. મૂર્ખ મનુષ્ય ભગવાનને સામાન્ય મનુષ્ય માનીને ભલે તેમનો ઉપહાસ કરે અને તેમને આદર આપ્યા વિના તેમની અંદરના નિર્વિશેષ “કંઈક”ને આદર આપે, પરંતુ આ બધી મૂર્ખામીભરી મનોદશા છે. કૃષ્ણના દ્વિભુજ રૂપનાં દર્શન કરવાની આકાંક્ષા તો બ્રહ્માજી તથા શિવજી જેવા મહાન દેવો પણ રાખે છે.

ભગવદ્ગીતા (૯.૧૧)માં પણ સમર્થન થયું છેઃ *અવજાનન્તિ માં મૂઢા માનુષીં તનુમ્ આશ્રિતમ્*—ભગવાન તેમનો ઉપહાસ કરનારા મૂઢ લોકોને દૃષ્ટિગોચર થતા નથી. બ્રહ્મસંહિતામાં અને સ્વયં કૃષ્ણ દ્વારા સમર્થન

થયું છે તે પ્રમાણે ભગવાન કૃષ્ણનો દેહ સંપૂર્ણપણે દિવ્ય, સનાતન અને આનંદથી ભરપૂર છે. તેમનો દેહ કદી ભૌતિક શરીર જેવો નથી. પરંતુ ભગવદ્ગીતા અથવા એવા જ વૈદિક શાસ્ત્રોના વાંચન દ્વારા ભગવાન કૃષ્ણ અંગે જે કેટલાક લોકો અધ્યયન કરે છે, તેમને માટે ભગવાન કૃષ્ણ એક ગૂઢ સમસ્યારૂપ છે. ભૌતિક પદ્ધતિનો ઉપયોગ કરનારા મનુષ્ય માટે ભગવાન કૃષ્ણ એક મહાન ઐતિહાસિક પુરુષ તથા બહુશ્રુત તત્ત્વજ્ઞ છે, પરંતુ તેઓ સામાન્ય મનુષ્ય છે અને આવા શક્તિસંપન્ન હોવા છતાં તેમણે ભૌતિક દેહ ધારણ કરવો પડ્યો હતો. અંતમાં તેઓ વિચારે છે કે પરમ બ્રહ્મ નિર્વિશેષ છે; તેથી તેઓ વિચારે છે કે ભગવાને પોતાના નિરાકાર પાસાથી જ સાકાર રૂપ ધારણ કર્યું છે કે જે ભૌતિક પ્રકૃતિ સાથે સંલગ્ન છે. પરમેશ્વર વિશે આવું અનુમાન કરવું સર્વથા ભૌતિકવાદી છે. બીજું અનુમાન પણ કાલ્પનિક છે. જે મનુષ્યો જ્ઞાનની શોધ કરનારા છે, તેઓ પણ કૃષ્ણ વિશે ચિંતન કરે છે અને તેમને પરમેશ્વરના વિશ્વરૂપથી ઓછા મહત્ત્વપૂર્ણ માને છે. એ રીતે કેટલાક લોકોને મન અર્જુનની સમક્ષ ભગવાન કૃષ્ણનું જે રૂપ પ્રગટ થયું હતું, તે તેમના સાકાર રૂપથી વધુ મહત્ત્વપૂર્ણ છે. તેમના મતે કૃષ્ણનું સાકાર રૂપ કાલ્પનિક છે. તેઓ માને છે કે આખરે પરમ સત્ય એ કોઈ વ્યક્તિ નથી. પરંતુ ભગવદ્ગીતાના ચોથા અધ્યાયમાં આધ્યાત્મિક પદ્ધતિનું વર્ણન આપ્યું છે. તદનુસાર કૃષ્ણ વિશે અધિકૃત વ્યક્તિઓ પાસેથી શ્રવણ કરવું જોઈએ. એ જ સાચી વૈદિક પદ્ધતિ છે અને જેઓ ખરેખર વૈદિક પરંપરામાં છે, તેઓ અધિકારી વ્યક્તિ પાસેથી કૃષ્ણ વિશે શ્રવણ કરે છે અને તેમના વિશે વારંવાર શ્રવણ કરતા રહેવાથી ભગવાન કૃષ્ણ તેમને પ્રિય થાય છે. આપણે ઘણીવાર ચર્ચા કરી છે તેમ ભગવાન કૃષ્ણ પોતાની યોગમાયા શક્તિથી આવૃત રહે છે. ગમે તેને અને દરેકને ભગવાનનાં દર્શન કરવાનું સદ્ભાગ્ય પ્રાપ્ત થતું નથી. કેવળ એવો મનુષ્ય તેમનાં દર્શન પામી શકે છે કે જેની સમક્ષ ભગવાન સ્વયં પ્રગટ થાય છે. વૈદિક શાસ્ત્રોમાં આ વિશે સમર્થન થયેલું છે. કેવળ શરણાગત મનુષ્ય જ પરમ સત્યને વાસ્તવમાં સમજી શકે છે. સતત કૃષ્ણભાવનામૃતમાં સ્થિત રહેવાથી તથા કૃષ્ણની ભક્તિ કરવાથી મનુષ્યને આધ્યાત્મિક દૃષ્ટિ પ્રાપ્ત થાય છે અને તે ભગવાન કૃષ્ણને પ્રગટ રૂપમાં જોઈ શકે છે. આવું દર્શન તો દેવોને પણ દુર્લભ હોય છે, તેથી દેવો પણ ભગવાનનું આવું દર્શન પામી શકતા નથી અને તેથી ઉન્નત દેવો પણ હંમેશાં ભગવાન કૃષ્ણના દ્વિભુજ સ્વરૂપનાં દર્શનની આશા સેવે છે. તાત્પર્ય

એ જ છે કે ભગવાન કૃષ્ણના વિશ્વરૂપનું દર્શન અત્યંત દુર્લભ છે તથા દરેક માટે તે પ્રાપ્ય નથી. પરંતુ ભગવાનના બીજા શ્યામસુંદર સ્વરૂપને જાણવું એ તો તેથી પણ વધારે અઘરું છે.

શ્લોક ૫૩ **नाहं वेदैर्न तपसा न दानेन न चेज्यया।**
शक्य एवंविधो द्रष्टुं दृष्टवानसि मां यथा॥ ५३॥

ન—કદી નહીં; **અહમ્**—હું; **વેદૈઃ**—વેદાધ્યયનથી; **ન**—કદી નહીં; **તપસા**—કઠોર તપશ્ચર્યા દ્વારા; **ન**—નહીં; **દાનેન**—દાનથી; **ન**—કદી નહીં; **ચ**—વળી; **ઈજ્યયા**—પૂજા દ્વારા; **શક્યઃ**—શક્ય છે; **એવમ્ વિધઃ**—એવી રીતે; **દ્રષ્ટુમ્**—જોવા માટે; **દૃષ્ટવાન્**—જોઈ રહેલો; **અસિ**—તું છે; **મામ્**—મને; **યથા**—જેવી રીતે.

અનુવાદ

તું દિવ્ય દૃષ્ટિથી મારા જે રૂપનાં દર્શન કરી રહ્યો છે, તે માત્ર વેદાધ્યયનથી કે કઠોર તપ કરવાથી કે દાનથી અથવા પૂજા દ્વારા પણ પામી શકાતું નથી. આ બધા ઉપાયો દ્વારા મનુષ્ય મને મારા મૂળ રૂપમાં જોઈ શકતો નથી.

ભાવાર્થ

માતા દેવકી તથા પિતા વસુદેવ સમક્ષ ભગવાન કૃષ્ણ પ્રથમ ચતુર્ભુજ સ્વરૂપે પ્રગટ થયા હતા અને પછી તેમણે દ્વિભુજ રૂપ પ્રગટ કર્યું હતું. જે લોકો નાસ્તિક અથવા ભક્તિવિમુખ છે, તેમને માટે આ રહસ્યને સમજવું બહુ અઘરું છે. જેમણે માત્ર વ્યાકરણના જ્ઞાન દ્વારા કે શૈક્ષણિક યોગ્યતાના આધારે વૈદિક શાસ્ત્રોનો અભ્યાસ કર્યો હોય, એવા પંડિતો ભગવાન કૃષ્ણને સમજી શકતા નથી. અથવા જે મનુષ્યો માત્ર ધાર્મિક વિધિ ખાતર મંદિરે પૂજા કરવા જાય છે, તેઓ પણ તેમને સમજી શકશે નહીં. તેઓ ભલે મંદિરે જાય, પરંતુ તેઓ ભગવાન કૃષ્ણના યથાર્થ રૂપને સમજી શકશે નહીં. કૃષ્ણને તો કેવળ ભક્તિ માર્ગે જ સમજી શકાય છે. આ વિશે સ્વયં કૃષ્ણે જ હવે પછીના શ્લોકમાં સમજાવ્યું છે.

શ્લોક ૫૪ **भक्त्या त्वनन्यया शक्य अहमेवंविधोऽर्जुन।**
ज्ञातुं द्रष्टुं च तत्त्वेन प्रवेष्टुं च परन्तप॥ ५४॥

ભક્ત્યા—ભક્તિ વડે; **તુ**—પરંતુ; **અનન્યયા**—સકામ કર્મ તથા તર્કજન્ય જ્ઞાનના મિશ્રણ વિનાની; **શક્યઃ**—શક્ય છે; **અહમ્**—હું; **એવમ્ વિધઃ**—આ પ્રમાણે; **અર્જુન**—હે અર્જુન; **જ્ઞાતુમ્**—જાણવા; **દ્રષ્ટુમ્**—જોવા; **ચ**—અને; **તત્ત્વેન**—હકીકતમાં; **પ્રવેષ્ટુમ્**—પ્રવેશ કરવા; **ચ**—વળી; **પરન્તપ**—હે શત્રુઓનું દમન કરનાર અર્જુન.

અનુવાદ

હે અર્જુન, માત્ર અનન્ય ભક્તિ દ્વારા જ મને મૂળ રૂપમાં જાણી શકાય છે કે જે રૂપમાં હું તારી સામે ઊભો છું અને એ જ રીતે મારું પ્રત્યક્ષ દર્શન પણ કરી શકાય છે. કેવળ આ જ રીતે તું મારા વિશેના જ્ઞાનનાં રહસ્યોને પામી શકીશ.

ભાવાર્થ

ભગવાન કૃષ્ણને કેવળ અનન્ય ભક્તિયોગ દ્વારા જ સમજી શકાય છે. આ શ્લોકમાં તેઓ આ બહુ સ્પષ્ટપણે સમજાવે છે કે જેથી માત્ર આ તર્કના આધારે ભગવદ્ગીતાને સમજવાનો પ્રયત્ન કરનારા અનધિકૃત ટીકાકારોને એ વાત સમજાઈ શકે કે પોતે માત્ર પોતાનો સમય વેડફી રહ્યા છે. કૃષ્ણ માતાપિતા સમક્ષ પ્રથમ ચતુર્ભુજ સ્વરૂપે પ્રગટ થયા અને તરત જ પછી દ્વિભુજ સ્વરૂપમાં કેવી રીતે પરિવર્તિત થઈ ગયા, એ કોઈ જાણી શકતું નથી. વેદાધ્યયનથી કે તાત્ત્વિક તર્ક દ્વારા આ બાબતોને સમજવાનું અત્યંત અઘરું છે. તેથી અહીં સ્પષ્ટ રીતે જણાવ્યું છે કે કોઈ તેમને જોઈ શકે નહીં અથવા આ બાબતોના રહસ્યને જાણી શકે નહીં. પરંતુ જેઓ વૈદિક સાહિત્યના બહુશ્રુત અભ્યાસી છે, તેઓ અનેક રીતે વૈદિક ગ્રંથોમાંથી તેમના વિશે જાણી શકે છે. આ માટે અનેક નિયમો તથા નિયંત્રણો છે અને જો મનુષ્ય ભગવાન કૃષ્ણ વિશે જાણવા માગતો જ હોય, તો તેણે પ્રમાણભૂત ગ્રંથોમાં વર્ણવેલાં નીતિનિયમોનું પાલન કરવું જોઈએ. મનુષ્ય આ નિયમોને અનુસરીને તપ કરી શકે છે. ઉદાહરણાર્થ, કઠિન તપ કરવા માટે તે કૃષ્ણ પ્રગટ થયા તે જન્માષ્ટમીના દિવસે તથા મહિનામાં બંને અગિયારશના દિવસોએ ઉપવાસ કરી શકે છે. દાન વિશે કહી શકાય કે એ તો સ્પષ્ટ જ છે કે દાન એવા કૃષ્ણ ભક્તોને જ આપવું જોઈએ કે જેઓ કૃષ્ણ-તત્ત્વજ્ઞાનનો અથવા કૃષ્ણભાવનામૃતનો દુનિયાભરમાં પ્રસાર કરવા માટે કૃષ્ણભક્તિમાં નિમગ્ન રહે છે. કૃષ્ણભાવનામૃત માનવતા માટે એક વરદાનરૂપ છે. રૂપ ગોસ્વામીએ ભગવાન ચૈતન્યની સ્તુતિ પરમ દાનવીર

તરીકે કરી છે, કારણ કે તેમણે અતિ દુર્લભ કૃષ્ણપ્રેમનું વિના સંકોચે વિતરણ કર્યું હતું. માટે જો મનુષ્ય કૃષ્ણભાવનામૃતનાં વિતરણ સાથે સંકળાયેલા ભક્તોને તેના ધનનો થોડો હિસ્સો આપે, તો કૃષ્ણભાવનાના પ્રસાર માટે આપેલું તે દાન વિશ્વભરમાં સર્વશ્રેષ્ઠ દાન છે. અને જો મનુષ્ય મંદિરમાં જઈને યથાવિધિ પૂજા કરે (ભારતનાં મંદિરોમાં પ્રસ્થાપિત મૂર્તિ ઘણુંખરું વિષ્ણુ અથવા કૃષ્ણની મૂર્તિ હોય છે), તો પૂર્ણ પુરુષોત્તમ પરમેશ્વરની પૂજા કરીને તથા તેમને આદર આપીને ઉન્નતિ પ્રાપ્ત કરવાનો તે સુઅવસર બની રહે છે. નવોદિત ભક્તો માટે ભક્તિયોગમાં મંદિરમાં જઈ પૂજા કરવી જરૂરી છે અને આનું સમર્થન વૈદિક સાહિત્ય (શ્વેતાશ્વતર ઉપનિષદ ૬.૨૩)માં થયેલું છે.

યસ્ય દેવે પરા ભક્તિર્યથા દેવે તથા ગુરૌ।
તસ્યૈતે કથિતા હ્યર્થાઃ પ્રકાશન્તે મહાત્મનઃ॥

જે મનુષ્યમાં ભગવાન માટે અવિચળ ભક્તિભાવ હોય છે અને જે ગુરુની દોરવણી પ્રમાણે ચાલે છે તથા ગુરુમાં એવી જ અતૂટ શ્રદ્ધા ધરાવે છે, તે પૂર્ણ પુરુષોત્તમ પરમેશ્વરનાં સાક્ષાત્ દર્શન કરી શકે છે. મનુષ્ય માનસિક અનુમાનોથી કૃષ્ણને જાણી ન શકે. જે મનુષ્ય સદ્ગુરુના માર્ગદર્શન હેઠળ વ્યક્તિગત કેળવણી લેતો નથી, તેને માટે ભગવાન કૃષ્ણને સમજવાની શરૂઆત કરવાનું પણ અશક્ય હોય છે. અહીં તુ શબ્દનો ઉપયોગ વિશેષ એ સૂચવવા માટે થયો છે કે કૃષ્ણને સમજવા માટે કોઈ અન્ય પદ્ધતિ ન તો પ્રયુક્ત થઈ શકે છે, ન તો ભલામણ કરવા યોગ્ય છે કે ન તો તે કૃષ્ણને સમજવામાં સફળ સાબિત થઈ શકે છે.

કૃષ્ણનાં દ્વિભુજ તથા ચતુર્ભુજ સ્વરૂપો અર્જુનને દર્શાવેલા ક્ષણિક વિશ્વરૂપથી સર્વથા ભિન્ન છે. નારાયણનું ચતુર્ભુજ તથા કૃષ્ણનું દ્વિભુજ રૂપ બંને સનાતન તથા દિવ્ય છે, જ્યારે અર્જુનને દર્શાવેલ વિશ્વરૂપ ક્ષણિક છે. સુદુર્દર્શમ્, "દર્શન માટે દુર્લભ" શબ્દ સૂચવે છે કે કોઈએ પૂર્વે તે વિશ્વરૂપ જોયું ન હતું. તે એમ પણ સૂચવે છે કે ભક્તો વચ્ચે તેને પ્રદર્શિત કરવાની જરૂર ઉપસ્થિત થઈ ન હતી. અર્જુને વિનંતિ કરી એટલે જ તે રૂપ દર્શાવવામાં આવેલું કે જેથી ભવિષ્યમાં જો કોઈ માણસ પોતાને ભગવાનનો અવતાર કહેવડાવે, તો લોકો તેને પોતાનું વિશ્વરૂપ બતાવવા કહી શકે.

પાછલા શ્લોકમાં ન શબ્દની પુનરુક્તિ સૂચવે છે કે મનુષ્યે વૈદિક ગ્રંથોના પાંડિત્યનો ગર્વ ન કરવો જોઈએ. મનુષ્યે કૃષ્ણની ભક્તિમય સેવા

અપનાવવી જોઈએ. મનુષ્ય ત્યારે જ ભગવદ્‌ગીતાનું ભાષ્ય લખવાનો પ્રયાસ કરી શકે.

કૃષ્ણ વિશ્વરૂપમાંથી ચતુર્ભુજ નારાયણરૂપે અને પછી પોતાના સ્વાભાવિક દ્વિભુજ રૂપમાં પરિવર્તિત થાય છે. આ સૂચવે છે કે ચતુર્ભુજ રૂપ તથા વૈદિક સાહિત્યમાં વર્ણવેલાં અન્ય રૂપો કૃષ્ણના આદ્ય દ્વિભુજ રૂપમાંથી જ ઉદ્‌ભવેલાં છે. સર્વ ઉદ્‌ભવોના ઉદ્‌ગમસ્થાન ભગવાન કૃષ્ણ છે. કૃષ્ણ આ રૂપોથી પણ ભિન્ન છે, તો પછી નિર્વિશેષવાદના સિદ્ધાંત વિશે તો કહેવું જ શું? કૃષ્ણના ચતુર્ભુજ રૂપના સંબંધમાં સ્પષ્ટપણે કહેવામાં આવ્યું છે કે કૃષ્ણનું સર્વાધિક એકરૂપ ચતુર્ભુજ સ્વરૂપ એ મહાવિષ્ણુના નામથી પ્રસિદ્ધ છે અને તેઓ કારણ સાગરમાં શયન કરે છે તથા તેમના શ્વાસ-પ્રશ્વાસમાંથી અનેક બ્રહ્માંડો બહાર નીકળે છે તથા પ્રવેશે છે. તેઓ પણ ભગવાનના વિસ્તાર છે. બ્રહ્મસંહિતા (૫.૪૮)માં જણાવ્યા પ્રમાણે:

યસ્યૈક નિશ્વસિત કાલમથાવલમ્બ્ય
જીવન્તિ લોમ વિલજા જગદણ્ડનાથાઃ।
વિષ્ણુર્મહાન્સ ઇહ યસ્ય કલાવિશેષો
ગોવિન્દમ્ આદિપુરુષં તમહં ભજામિ॥

"જેમના શ્વાસ લેવાથી જ જેમની અંદર અસંખ્ય બ્રહ્માંડો પ્રવેશે છે અને નિશ્વાસથી બહાર નીકળે છે, તે મહાવિષ્ણુ ભગવાન કૃષ્ણના અંશ છે. તેથી સર્વ કારણોના કારણ ગોવિંદ, કૃષ્ણને હું ભજું છું." માટે મનુષ્યે નિર્ણાયક રીતે કૃષ્ણના સાકાર રૂપને પૂર્ણ પુરુષોત્તમ પરમેશ્વર તરીકે પૂજવા જોઈએ, કારણ કે તેઓ જ સચ્ચિદાનંદ સ્વરૂપે છે. તેઓ જ વિષ્ણુનાં સર્વ રૂપોના ઉદ્‌ભવસ્થાન છે, તેઓ જ અવતારોના સર્વ રૂપોના કારણરૂપ છે અને તેઓ જ આદ્ય પૂર્ણ પુરુષોત્તમ છે, જેનું ભગવદ્‌ગીતા સમર્થન કરે છે.

ગોપાલતાપની ઉપનિષદ (૧.૧)માં કથન છે:

સચ્ચિદાનન્દ રૂપાય કૃષ્ણાયાક્લિષ્ટકારિણે।
નમો વેદાન્ત વેદ્યાય ગુરવે બુદ્ધિ સાક્ષિણે॥

"જ્ઞાનથી ભરપૂર સનાતન આનંદમય દિવ્ય સ્વરૂપવાળા ભગવાન કૃષ્ણને હું સાદર નમસ્કાર કરું છું. હું તેમને આદર આપું છું, કારણ કે તેમને જાણવાનો અર્થ છે, વેદોને જાણી લેવા. આથી તેઓ પરમ ગુરુ છે." વળી કહ્યું છે—*કૃષ્ણો વૈ પરમં દૈવતમ્*—ભગવાન કૃષ્ણ જ પૂર્ણ પુરુષોત્તમ પરમેશ્વર છે. (ગોપાલતાપની ઉપનિષદ ૧.૩) *એકો વશી સર્વગઃ કૃષ્ણ ઈડ્યઃ*—"એક

કૃષ્ણ જ પૂર્ણ પુરુષોત્તમ પરમેશ્વર છે અને પૂજનીય છે." *એકોઽપિ સન્ બહુધા યોઽવભાતિ*—"ભગવાન કૃષ્ણ એક જ છે, પરંતુ તેઓ અનંતરૂપે તથા અંશવિસ્તારોના રૂપે પ્રગટ થાય છે." (ગોપાલતાપની ૧.૨૧)

બ્રહ્મસંહિતા (૫.૧) કહે છેઃ

ઈશ્વરઃ પરમઃ કૃષ્ણ સચ્ચિદાનન્દવિગ્રહઃ।
અનાદિર્ આદિર્ગોવિન્દઃ સર્વ કારણ કારણમ્॥

"ભગવાન કૃષ્ણ જ પૂર્ણ પુરુષોત્તમ પરમેશ્વર છે અને તેમનો દેહ સનાતન તેમ જ જ્ઞાન તથા આનંદથી ભરપૂર છે. તેમનો કોઈ આદિ નથી, કારણ કે તેઓ સર્વ વસ્તુઓમાં આદ્ય છે. તેઓ સર્વ કારણોના કારણરૂપ છે."

અન્યત્ર પણ કહ્યું છે—*યત્રાવતીર્ણં કૃષ્ણાખ્યં પરં બ્રહ્મ નરાકૃતિ*—"પરમ બ્રહ્મ એક વ્યક્તિ છે. તેમનું નામ કૃષ્ણ છે અને તેઓ કેટલીકવાર આ પૃથ્વી પર અવતરે છે." એવી જ રીતે, શ્રીમદ્ ભાગવતમાં ભગવાનના સર્વ પ્રકારના અવતારોનું વર્ણન જોવા મળે છે અને આ યાદીમાં કૃષ્ણનું નામ પણ છે. પરંતુ ત્યારે કહેવામાં આવે છે કે કૃષ્ણ ઈશ્વરના અવતાર નથી, પરંતુ પોતે સ્વયં પૂર્ણ પુરુષોત્તમ પરમેશ્વર છે. (*એતે ચાંશકલાઃ પુંસઃ કૃષ્ણસ્તુ ભગવાન્ સ્વયમ્*)

એ જ રીતે, ભગવદ્‌ગીતામાં ભગવાન કહે છે—*મત્તઃ પરતરં ન અન્યત્*—"ભગવાન કૃષ્ણ તરીકેના મારા સ્વરૂપથી બીજું કશું જ શ્રેષ્ઠ નથી." તેઓ ભગવદ્‌ગીતામાં જ અન્યત્ર કહે છે—*અહમાદિર્હિ દેવાનામ્*—"હું સર્વ દેવોના ઉદ્‌ભવસ્થાનરૂપ છું." અને કૃષ્ણ પાસેથી ભગવદ્‌ગીતા શ્રવણ કર્યા પછી અર્જુન પણ તેનું આ પ્રમાણે સમર્થન કરે છે—*પરં બ્રહ્મ પરં ધામ પવિત્રં પરમં ભવાન્*—"હવે હું સારી રીતે સમજી ગયો છું કે આપ જ પરમ સત્ય, પૂર્ણ પુરુષોત્તમ પરમેશ્વર છો અને આપ જ દરેક વસ્તુના આશ્રયસ્થાન છો." તેથી કૃષ્ણે અર્જુનને દર્શાવેલું વિશ્વરૂપ એ ઈશ્વરનું મૂળ રૂપ નથી. કૃષ્ણ રૂપ જ ઈશ્વરનું મૂળભૂત રૂપ છે. હજારો હાથ તથા હજારો મસ્તકોવાળું વિશ્વરૂપ તો ભગવદ્‌પ્રેમરહિત લોકોનું ધ્યાન આકૃષ્ટ કરવા માટે દર્શાવવામાં આવ્યું હતું. તે ઈશ્વરનું મૂળ રૂપ નથી.

જે શુદ્ધ ભક્તો વિભિન્ન દિવ્ય સંબંધોથી ભગવાન સાથે પ્રેમમાં હોય છે, તેમને વિશ્વરૂપ પ્રતિ લેશમાત્ર આકર્ષણ હોતું નથી. પરમેશ્વર તો આદિ કૃષ્ણ સ્વરૂપે જ દિવ્ય પ્રેમનું આદાનપ્રદાન કરે છે. તેથી કૃષ્ણ સાથે અંતરંગ મૈત્રી સંબંધ ધરાવતા અર્જુનને માટે આ વિશ્વરૂપ રુચિકર ન હતું, બલ્કે તે ભયાનક

જણાયું. કૃષ્ણનો નિત્ય સખા અર્જુન દિવ્ય દૃષ્ટિ ધરાવતો જ હોવો જોઈએ; તે કોઈ સાધારણ મનુષ્ય નહોતો. તેથી અર્જુન વિશ્વરૂપ દ્વારા મોહમુગ્ધ થયો ન હતો. જે લોકો સકામ કર્મો દ્વારા પોતાની ઉન્નતિ સાધવામાં કાર્યરત હોય છે, તેમને આ વિશ્વરૂપ અદ્ભુત લાગી શકે, પરંતુ ભક્તિપરાયણ ભક્તોને મન તો કૃષ્ણનું દ્વિભુજ રૂપ જ અત્યંત પ્રિય હોય છે.

શ્લોક ૫૫

मत्कर्मकृन्मत्परमो मद्भक्तः सङ्गवर्जितः।
निर्वैरः सर्वभूतेषु यः स मामेति पाण्डव॥ ५५॥

મત્ કર્મ કૃત્—મારું કાર્ય કરવામાં પરાયણ; **મત્ પરમઃ**—મને પરમ માનતો; **મત્ ભક્તઃ**—મારી ભક્તિમાં લીન; **સઙ્ગ વર્જિતઃ**—સકામ કર્મ તથા માનસિક તર્કના સંસર્ગદોષથી રહિત; **નિર્વૈરઃ**—શત્રુરહિત; **સર્વ ભૂતેષુ**—જીવમાત્ર પ્રતિ; **યઃ**—જે; **સઃ**—તે; **મામ્**—મને; **એતિ**—પામે છે; **પાણ્ડવ**—હે પાંડુના પુત્ર.

અનુવાદ

હે પ્રિય અર્જુન, સકામ કર્મ તથા માનસિક તર્કવિતર્કના સંસર્ગદોષથી રહિત થઈને જે મારી શુદ્ધ ભક્તિમાં પરાયણ રહે છે, જે મારે માટે જ કર્મ કરે છે, જે મને જ જીવનનું પરમ ધ્યેય માને છે અને જે જીવમાત્ર પ્રત્યે મૈત્રીભાવ રાખે છે, તે નક્કી મને પામે છે.

ભાવાર્થ

જે મનુષ્ય ચિન્મય વ્યોમના કૃષ્ણલોકમાં પુરુષોત્તમ પરમેશ્વરને પામવા ઈચ્છે છે અને પુરુષોત્તમ ભગવાન કૃષ્ણ સાથે અંતરંગ સંબંધ પ્રસ્થાપિત કરવા માગે છે, તેણે સ્વયં ભગવાન દ્વારા કહેલા આ સૂત્રને ગ્રહણ કરવું જોઈએ. તેથી આ શ્લોકને ભગવદ્ગીતાના સારરૂપ માનવામાં આવે છે. ભગવદ્ગીતા એક એવો ગ્રંથ છે કે જેનું લક્ષ્ય જગતમાં પ્રકૃતિ પર પ્રભુત્વ પ્રાપ્ત કરવામાં વ્યસ્ત રહેતા તથા વાસ્તવિક દિવ્ય જીવન વિશે અજાણ એવા બદ્ધ જીવો પ્રતિ છે. ભગવદ્ગીતાનો ઉદ્દેશ મનુષ્ય કેવી રીતે તેના આધ્યાત્મિક જીવનને તથા ભગવાન સાથેના પોતાના સંબંધને જાણી શકે એ દર્શાવવાનો છે. વળી મનુષ્ય કેવી રીતે ભગવાનના સાન્નિધ્યને પુનઃ પ્રાપ્ત કરી શકે, તે શીખવવાનો પણ તેનો હેતુ છે. હવે આ શ્લોક સ્પષ્ટ રીતે એવી પદ્ધતિની સમજૂતી આપે છે કે જેના વડે મનુષ્ય પોતાની આધ્યાત્મિક પ્રવૃત્તિ અર્થાત્ ભક્તિમય સેવામાં સફળ થઈ શકે.

કર્મના સંબંધમાં, મનુષ્યે પોતાની સમગ્ર શક્તિને કૃષ્ણભાવનાયુક્ત કર્મમાં કાર્યરત કરવી જોઈએ. ભક્તિરસામૃતસિંધુ (૨.૨૫૫)માં કહ્યું છે તે પ્રમાણે:

અનાસક્તસ્ય વિષયાન્ યથાર્હમ્ ઉપયુઞ્જતઃ।
નિર્બન્ધઃ કૃષ્ણ સમ્બન્ધે યુક્તં વૈરાગ્યમુચ્યતે॥

કૃષ્ણ સાથે સંબંધિત ન હોય તેવું કોઈ જ કાર્ય કોઈ પણ મનુષ્યે કરવું ન જોઈએ. આને કૃષ્ણકર્મ કહેવામાં આવે છે. મનુષ્ય વિવિધ કાર્યોમાં ભલે વ્યસ્ત રહે, પરંતુ તેણે કર્મના ફળમાં આસક્તિ રાખવી ન જોઈએ. ફળ તો ભગવાન કૃષ્ણને જ અર્પિત થવું જોઈએ. દાખલા તરીકે, જો મનુષ્ય વ્યાપારમાં વ્યસ્ત રહેતો હોય, તો તે વ્યાપારને કૃષ્ણભાવનામૃતમાં રૂપાંતરિત કરવા માટે તેણે કૃષ્ણ પ્રીત્યર્થે જ વ્યાપાર કરવો જોઈએ. જો કૃષ્ણ વ્યાપારના સ્વામી હોય, તો તેનું ફળ પણ કૃષ્ણને જ પ્રાપ્ત થવું જોઈએ. જો કોઈ વ્યાપારીની પાસે કરોડો રૂપિયા હોય અને જો તે આ સર્વ કૃષ્ણને અર્પણ કરવા માગતો હોય, તો તે તેમ કરી શકે છે. આ છે કૃષ્ણ માટે કરેલું કર્મ. તે પોતાની ઈન્દ્રિયતૃપ્તિ ખાતર મોટી ઈમારત બનાવવાને બદલે કૃષ્ણ માટે સુંદર મંદિરનું નિર્માણ કરી શકે, કૃષ્ણના અર્ચાવિગ્રહની સ્થાપના કરી શકે છે અને ભક્તિશાસ્ત્રના અધિકૃત ગ્રંથોમાં વર્ણવેલી વિધિ અનુસાર મૂર્તિની સેવાપૂજાની વ્યવસ્થા કરી શકે છે. આ બધું કૃષ્ણકર્મ છે. મનુષ્યે કર્મફળમાં આસક્તિ રાખ્યા વિના ફળને કૃષ્ણાર્પણ કરવું જોઈએ અને એ અર્પણ કરેલ વસ્તુમાંથી શેષને પ્રસાદ તરીકે ગ્રહણ કરવું જોઈએ. જો મનુષ્ય કૃષ્ણ માટે બહુ વિશાળ ભવનનું નિર્માણ કરે તથા કૃષ્ણના વિગ્રહની સ્થાપના કરે, તો તે પોતે તેમાં રહે તેનો વાંધો નથી, પરંતુ એમ સમજવું જોઈએ કે એ ભવનના સ્વામી કૃષ્ણ છે. એને જ કૃષ્ણભાવનામૃત કહે છે. પરંતુ જો કોઈ મનુષ્ય કૃષ્ણ માટે મંદિર બંધાવી ન શકે, તો પણ તે પોતે મંદિરમાં સફાઈનું કામ કરી શકે; એ પણ કૃષ્ણકર્મ છે. તે બાગ બનાવી શકે. તેની પાસે જો થોડી જમીન હોય—ભારતના ગરીબ માણસ પાસે પણ થોડા પ્રમાણમાં જમીન હોય છે—તો તે તેનો ઉપયોગ કૃષ્ણ માટે ફૂલછોડ ઉછેરવામાં કરી શકે છે. તે તુલસીના છોડ ઉછેરી શકે છે, કારણ કે તુલસીપત્રનું મહત્ત્વ ઘણું ઊંચું છે અને ભગવાન કૃષ્ણે ભગવદ્ગીતામાં આનું સમર્થન કરેલું છે. *પત્રં પુષ્પં ફલં તોયમ્*—ભગવાન કૃષ્ણ કહે છે કે જો લોકો તેમને પત્ર, પુષ્પ, ફળ અથવા થોડું જળ અર્પણ કરે, તો આવું અર્પણ કરવાથી તેઓ સંતુષ્ટ

થાય છે. આ પત્ર એટલે તુલસીપત્ર. માટે તુલસીનો છોડ રોપી શકાય અને છોડમાં પાણી સીંચી શકાય. એ રીતે ગરીબમાં ગરીબ મનુષ્ય પણ કૃષ્ણની સેવામાં કાર્યરત થઈ શકે છે. કૃષ્ણની સેવામાં કેવી રીતે લાગી જવું તેનાં આ કેટલાંક ઉદાહરણો છે.

મત્પરમઃ શબ્દ એવા મનુષ્યનો નિર્દેશ કરે છે કે જેને મન તેના જીવનનું સર્વોપરી ધ્યેય ભગવદ્‌ધામમાં ભગવદ્‌સંગની પ્રાપ્તિ હોય છે. આવા મનુષ્યને ચંદ્ર, સૂર્ય કે સ્વર્ગલોકમાં, અરે, આ બ્રહ્માંડના સર્વોચ્ચ બ્રહ્મલોકમાં પણ જવાની આકાંક્ષા હોતી નથી. તેને તેના માટે કોઈ આકર્ષણ હોતું નથી. તેને તો માત્ર વૈકુંઠલોકનું જ આકર્ષણ હોય છે, અને વૈકુંઠાકાશમાં પણ બ્રહ્મજ્યોતિના તેજમાં વિલીન થવામાં તે સંતોષ માનતો નથી, કારણ કે તે તો સર્વોચ્ચ દિવ્ય લોક અર્થાત્ કૃષ્ણલોક, ગોલોક વૃંદાવનમાં પ્રવેશ ઈચ્છે છે. તે લોકનું તેને પૂર્ણ જ્ઞાન હોય છે. તેથી તેને અન્ય લોકમાં રુચિ રહેતી નથી. *મદ્ ભક્તઃ* શબ્દ દ્વારા નિર્દેશ થયો છે તેમ તે ભક્તિમાં પૂરેપૂરો નિમગ્ન રહે છે. ખાસ કરીને તે શ્રવણ, કીર્તન, સ્મરણ, પાદસેવન, અર્ચન, વંદન, દાસ્ય, સખ્ય તથા આત્મનિવેદન—ભક્તિની આ નવ પ્રક્રિયાઓમાં મગ્ન રહે છે. મનુષ્ય ઈચ્છે તો આ નવ પ્રક્રિયાઓમાં અથવા આઠ કે સાત કે ઓછામાં ઓછું એકમાં મગ્ન રહે, તો તે નિશ્ચિતપણે પૂર્ણ થઈ જશે.

સઙ્ગ વર્જિતઃ શબ્દ પણ મહત્ત્વપૂર્ણ છે. મનુષ્યે કૃષ્ણના વિરોધી લોકોના સંગથી અળગા રહેવું જોઈએ. માત્ર નાસ્તિકો જ કૃષ્ણવિરોધી છે એવું નથી, પરંતુ સકામ કર્મ તથા માનસિક તર્કવિતર્ક પ્રત્યે આકૃષ્ટ થનારા પણ એવા જ હોય છે. તેથી ભક્તિરસામૃતસિંધુ (૧.૧.૧૧)માં શુદ્ધ ભક્તિનું વર્ણન આ પ્રમાણે થયું છેઃ

અન્યાભિલાષિતા શૂન્યં જ્ઞાનકર્માદ્યનાવૃતમ્।
આનુકૂલ્યેન કૃષ્ણાનુશીલનં ભક્તિર્ ઉત્તમા॥

આ શ્લોકમાં શ્રીલ રૂપ ગોસ્વામી સ્પષ્ટ રીતે કહે છે કે જો કોઈ મનુષ્ય અનન્ય ભક્તિમય સેવા કરવા ઈચ્છતો હોય, તો તેણે સર્વ પ્રકારના ભૌતિક સંસર્ગદોષથી રહિત થવું જોઈએ. તેણે સકામ કર્મ તથા માનસિક અનુમાન કરવામાં આસક્ત મનુષ્યોના સંગથી અળગા રહેવું જોઈએ. જ્યારે આવા અનિચ્છનીય સંગથી તથા ભૌતિક વાસનાઓના સંસર્ગદોષથી મુક્ત થવાય, ત્યારે જ મનુષ્ય કૃષ્ણના જ્ઞાનનું અનુશીલન કરી શકે છે, જે શુદ્ધ ભક્તિ કહેવાય છે. *આનુકૂલ્યસ્ય સઙ્કલ્પઃ પ્રાતિકૂલ્યસ્ય વર્જનમ્.*

(હરિભક્તિવિલાસ ૧૧.૬૭૬) મનુષ્ય અનુકૂળ ભાવે કૃષ્ણ વિશે વિચારે અને કર્મ કરે, પ્રતિકૂળ ભાવે નહીં. કંસ કૃષ્ણનો શત્રુ હતો. તે કૃષ્ણના જન્મથી જ તેમને મારી નાખવાની વિવિધ પ્રકારની યોજનાઓ ઘડતો રહ્યો અને સદા અસફળ રહેતો હતો. તેથી તે સદા કૃષ્ણ વિશે જ ચિંતન કરતો હતો. એટલે કામ કરતી વખતે, ખાતી વખતે અને નિદ્રા સમયે તે સર્વથા કૃષ્ણભાવનાયુક્ત રહેતો, પરંતુ તે કૃષ્ણભાવના અનુકૂળ ભાવયુક્ત ન હતી, તેથી કંસ ચોવીસે કલાક કૃષ્ણ વિશે ચિંતન કરતો હોવા છતાં અસુર ગણાયો અને છેવટે કૃષ્ણે તેનો વધ કર્યો. બેશક, કૃષ્ણના હાથે મરે તેને તત્કાળ મુક્તિ મળે છે, પરંતુ શુદ્ધ ભક્તનું ધ્યેય આવું નથી. શુદ્ધ ભક્ત તો મુક્તિ પણ ઈચ્છતો નથી. તે તો સર્વોચ્ચ લોક ગોલોક વૃંદાવનમાં પણ જવાની ઈચ્છા રાખતો નથી. તેનું એકમાત્ર ધ્યેય કૃષ્ણની સેવા કરવાનું હોય છે, ભલે પછી તે ગમે ત્યાં હોય.

કૃષ્ણભક્ત જીવમાત્રનો મિત્ર હોય છે. તેથી અહીં કહ્યું છે કે તેને કોઈ શત્રુ નથી હોતો (*નિર્વૈરઃ*). આ કેવી રીતે હોઈ શકે? કૃષ્ણભાવનાપરાયણ ભક્ત જાણે છે કે માત્ર કૃષ્ણભક્તિ જ મનુષ્યને જીવનની સર્વ સમસ્યાઓમાંથી છુટકારો અપાવે છે. તેને આનો અંગત અનુભવ હોય છે, તેથી તે આ પ્રણાલી અર્થાત્ કૃષ્ણભાવનામૃતને માનવ સમાજમાં પ્રચલિત કરવા ઈચ્છે છે. ભગવદ્‌ભક્તોના ઈતિહાસમાં એવાં અનેક દૃષ્ટાંતો છે કે જ્યારે ભક્તોએ ઈશ્વરભાવનાના પ્રચાર-પ્રસાર અર્થે પોતાના પ્રાણનું જોખમ વહોર્યું હતું. સૌથી પ્રચલિત ઉદાહરણ ઈશુ ખ્રિસ્તનું છે. તેમને અભક્તોએ શૂળી પર ચડાવ્યા હતા, પરંતુ ઈશ્વરભાવનાના પ્રચાર ખાતર તેમણે પોતાના પ્રાણનું બલિદાન આપ્યું હતું. નિઃસંદેહ એમ કહેવું યોગ્ય નથી કે તેઓ માર્યા ગયા. તે જ પ્રમાણે, ભારતમાં પણ ઠાકુર હરિદાસ અને પ્રહ્લાદ મહારાજ જેવાં અનેક ઉદાહરણો છે. આવું જોખમ શા કાજે? કારણ કે તેઓ કૃષ્ણભાવનામૃતનો પ્રચાર કરવા માગતા હતા અને તે અઘરું છે. કૃષ્ણભાવનાપરાયણ મનુષ્ય જાણે છે કે જો મનુષ્ય દુઃખ ભોગવતો હોય, તો તે કૃષ્ણ સાથેના સનાનત સંબંધની તેની વિસ્મૃતિને કારણે જ છે. તેથી માનવ સમાજની સૌથી મોટી સેવા એ છે કે પોતાના પડોશીને તમામ ભૌતિક સમસ્યાઓમાંથી છુટકારો અપાવવો. આવી રીતે શુદ્ધ ભક્ત ભગવાનની સેવામાં સંલગ્ન રહે છે. ત્યારે જ આપણે કલ્પી શકીએ છીએ કે કૃષ્ણ તેમની સેવામાં પરોવાયેલા ભક્તો પ્રત્યે કેવા દયાળુ હોય છે કે જે ભક્તો તેમને માટે સર્વસ્વનું જોખમ ખેડે છે.

તેથી આવા ભક્તો દેહત્યાગ કર્યા પછી પરમ ધામને પામે છે એમાં શંકા નથી.

ટૂંકમાં, ભગવાન કૃષ્ણ દ્વારા ક્ષણિક વિશ્વરૂપ તથા સર્વભક્ષી કાળરૂપ તેમ જ ચતુર્ભુજ વિષ્ણુરૂપ સુધ્ધાં દર્શાવવામાં આવ્યાં. એટલે કૃષ્ણ જ આ સર્વ પ્રગટ રૂપોના ઉદ્‌ભવસ્થાન છે. એવું નથી કે કૃષ્ણ મૂળ વિશ્વરૂપ કે વિષ્ણુના આવિર્ભાવ છે. ભગવાન કૃષ્ણ સમસ્ત રૂપોના આદિ કારણ છે. વિષ્ણુરૂપો સેંકડો ને હજારો છે, પરંતુ ભક્તને મન તો કૃષ્ણના મૂળ દ્વિભુજ શ્યામસુંદર સ્વરૂપ સિવાય અન્ય કોઈ રૂપ મહત્ત્વનું નથી. બ્રહ્મસંહિતામાં કહેવામાં આવ્યું છે કે જે ભક્તો પ્રેમ તથા ભક્તિભાવે કૃષ્ણના શ્યામસુંદર રૂપ પ્રત્યે અનુરક્ત રહે છે, તેઓ સદા કૃષ્ણનાં દર્શન પોતાના હૃદયમાં કરતા હોય છે, અન્ય કોઈના નહીં. માટે મનુષ્યે જાણી લેવું જોઈએ કે આ અગિયારમા અધ્યાયનો ભાવાર્થ એ જ છે કે કૃષ્ણનું આ સ્વરૂપ મૂળભૂત તથા સર્વોપરી છે.

આમ શ્રીમદ્ ભગવદ્‌ગીતાના "વિશ્વરૂપ દર્શન" નામના અગિયારમા અધ્યાય પરના ભક્તિવેદાંત ભાવાર્થો પૂર્ણ થાય છે.

અધ્યાય ૧૨

ભક્તિયોગ

અર્જુન ઉવાચ

શ્લોક १ एवं सततयुक्ता ये भक्तास्त्वां पर्युपासते।
ये चाप्यक्षरमव्यक्तं तेषां के योगवित्तमाः ॥ १ ॥

અર્જુનઃ ઉવાચ—અર્જુને કહ્યું; **એવમ્**—આ પ્રમાણે; **સતત**—નિરંતર; **યુક્તાઃ**—પરોવાયેલા; **યે**—જેઓ; **ભક્તાઃ**—ભક્તો; **ત્વામ્**—આપને; **પર્યુપાસતે**—યોગ્ય રીતે ભજે છે; **યે**—જેઓ; **ચ**—પણ; **અપિ**—પુનઃ; **અક્ષરમ્**—ઇન્દ્રિયોથી પર; **અવ્યક્તમ્**—અપ્રગટને; **તેષામ્**—તેઓમાં; **કે**—કયા; **યોગવિત્ તમાઃ**—યોગવિદ્યામાં નિપુણ.

અનુવાદ

અર્જુને પૂછ્યું: જેઓ સતત આપની ભક્તિમય સેવામાં લાગેલા રહે છે અને જેઓ અવ્યક્ત નિર્વિશેષ બ્રહ્મની ઉપાસના કરે છે, આ બેમાંથી વધારે પૂર્ણ કોને માનવા?

ભાવાર્થ

કૃષ્ણ હવે સાકાર, નિરાકાર તથા વિશ્વરૂપ વિશે સમજૂતી આપી ચૂક્યા છે અને બધા પ્રકારના ભક્તો તથા યોગીઓનું વર્ણન પણ કરી ચૂક્યા છે. સામાન્ય રીતે અધ્યાત્મવાદીઓને બે વર્ગોમાં વહેંચી શકાય છે—નિર્વિશેષવાદી (નિરાકારવાદી) અને સગુણવાદી (સાકારવાદી). સગુણવાદી ભક્ત પોતાની સમગ્ર શક્તિથી પરમેશ્વરની સેવા કરે છે. નિર્વિશેષવાદી પણ પ્રવૃત્તિમાં પરોવાય છે, તે કૃષ્ણની પ્રત્યક્ષ સેવામાં નહીં, પરંતુ અવ્યક્ત નિર્વિશેષ બ્રહ્મનું ધ્યાન ધરે છે.

આ અધ્યાયમાં આપણે જોઈશું કે પરમ સત્યના સાક્ષાત્કારની વિભિન્ન પદ્ધતિઓમાં *ભક્તિયોગ* અર્થાત્ ભક્તિમય સેવા સર્વોત્કૃષ્ટ છે. જો કોઈને

પૂર્ણ પુરુષોત્તમ પરમેશ્વરનું સાન્નિધ્ય જોઈતું હોય, તો તેણે ભક્તિમય સેવા અપનાવવી જોઈએ.

જે લોકો ભક્તિ દ્વારા પરમેશ્વરની પ્રત્યક્ષ સેવા કરે છે, તેઓ સગુણવાદી કહેવાય છે. જે લોકો નિરાકાર બ્રહ્મનું ધ્યાન ધરે છે, તેઓ નિર્વિશેષવાદી કહેવાય છે. અર્જુને અહીં પૂછ્યું છે કે કઈ સ્થિતિ વધારે સારી છે. પરમ બ્રહ્મના સાક્ષાત્કારની વિભિન્ન પદ્ધતિઓ છે, પરંતુ આ અધ્યાયમાં કૃષ્ણનું એવું સૂચન છે કે સર્વ પ્રકારોમાં ભક્તિયોગ અર્થાત્ તેમની ભક્તિભરી સેવા કરવી એ શ્રેષ્ઠ છે. તે સૌથી વધુ પ્રત્યક્ષ પદ્ધતિ છે અને ભગવાનનું સાન્નિધ્ય પામવા માટેનું સૌથી સુગમ સાધન છે.

ભગવદ્‌ગીતાના બીજા અધ્યાયમાં ભગવાને સમજાવ્યું છે કે જીવાત્મા ભૌતિક શરીર નથી, તે આધ્યાત્મિક સ્ફુલિંગ છે અને પરમ સત્ય એ આધ્યાત્મિક પૂર્ણ છે. સાતમા અધ્યાયમાં તેમણે જીવને પરમ પૂર્ણનો અંશ બતાવીને પૂર્ણ ઉપર જ પૂરેપૂરું ધ્યાન કેન્દ્રિત કરવાનો ઉપદેશ આપ્યો છે. વળી આઠમા અધ્યાયમાં કહેવાયું છે કે જે મનુષ્ય ભૌતિક શરીરનો ત્યાગ કરતી વખતે કૃષ્ણનું ધ્યાન ધરે છે, તે તરત જ કૃષ્ણના ધામમાં જાય છે. અને છઠ્ઠા અધ્યાયના અંતમાં ભગવાને સ્પષ્ટ શબ્દોમાં કહ્યું છે કે જે યોગી પોતાના અંતઃકરણમાં નિરંતર કૃષ્ણનું ચિંતન કરે છે, તે સૌ યોગીઓમાં સર્વાધિક પૂર્ણ ગણાય છે. આ પ્રમાણે લગભગ દરેક અધ્યાયનો નિષ્કર્ષ એ જ છે કે મનુષ્યે કૃષ્ણના સાકાર રૂપમાં જ અનુરક્ત થવું જોઈએ, કારણ કે એ જ સર્વશ્રેષ્ઠ આધ્યાત્મિક સાક્ષાત્કાર છે.

અલબત્ત, એવા લોકો પણ હોય છે કે જેઓ કૃષ્ણના સાકાર રૂપ પ્રત્યે અનુરક્ત થતા નથી. તેઓ એવા દૃઢપણે અળગા રહે છે કે ભગવદ્‌ગીતાનું ભાષ્ય કરવામાં પણ તેઓ અન્ય લોકોને કૃષ્ણથી દૂર કરવા માગે છે અને તેમની સર્વ ભાવના નિર્વિશેષ બ્રહ્મજ્યોતિ તરફ વાળે છે. તેઓ પરમ બ્રહ્મના નિરાકાર પાસાનું ધ્યાન કરવાનું પસંદ કરે છે કે જે ઇન્દ્રિયાતીત છે તથા અવ્યક્ત છે.

એ રીતે વાસ્તવમાં અધ્યાત્મવાદીઓના બે વર્ગો છે. હવે અર્જુન નક્કી કરવા ઇચ્છે છે કે કઈ પદ્ધતિ સુગમ છે તથા આ બંને વર્ગોમાંથી કયો વર્ગ સૌથી વધારે પૂર્ણ છે. બીજા શબ્દોમાં, તે પોતાની સ્થિતિ સ્પષ્ટ કરી લેવા માગે છે, કારણ કે પોતે કૃષ્ણના સગુણ રૂપને ભજે છે. તેને નિર્વિશેષ બ્રહ્મમાં આસક્તિ નથી. તે જાણી લેવા માગે છે કે પોતાની સ્થિતિ સુરક્ષિત છે કે

કેમ? નિરાકાર પાસું, પછી તે આ લોકમાં હોય કે ભગવાનના પરમ ધામમાં હોય, તો પણ ધ્યાન માટે એક સમસ્યારૂપ જ હોય છે. વાસ્તવમાં મનુષ્ય પરમ બ્રહ્મના નિર્વિશેષ (નિરાકાર) પાસાની પૂર્ણપણે કલ્પના પણ કરી શકતો નથી. તેથી અર્જુન એમ કહેવા માગે છે કે આવી રીતે વૃથા સમય ગુમાવવાથી શો લાભ થવાનો? અગિયારમા અધ્યાયમાં અર્જુનને અનુભૂતિ થઈ ગઈ છે કે કૃષ્ણના સાકાર રૂપ પ્રત્યે અનુરક્ત થવું એ જ સર્વોત્તમ છે, કારણ કે એના દ્વારા ભગવાનનાં સમસ્ત રૂપોનો જાણી શકાય છે અને કૃષ્ણ પ્રત્યેના તેના પ્રેમભાવમાં પણ કશો બાધ આવતો નથી. તેથી અર્જુને કૃષ્ણને પૂછેલા આ મહત્ત્વપૂર્ણ પ્રશ્ન દ્વારા પરમ સત્યનાં નિરાકાર તથા સાકાર પાસાંઓ વચ્ચેના તફાવતનું નિરસન થશે.

શ્રીભગવાનુવાચ

શ્લોક ૨ **મય્યાવેશ્ય મનો યે માં નિત્યયુક્તા ઉપાસતે ।**
શ્રદ્ધયા પરયોપેતાસ્તે મે યુક્તતમા મતાઃ ॥ ૨ ॥

શ્રી ભગવાન્ ઉવાચ—પૂર્ણ પુરુષોત્તમ પરમેશ્વર બોલ્યા; **મયિ**—મારામાં; **આવેશ્ય**—સ્થિર કરીને; **મનઃ**—મન; **યે**—જેઓ; **મામ્**—મને; **નિત્ય યુક્તાઃ**—સદા પરોવાયેલા; **ઉપાસતે**—ભજે છે; **શ્રદ્ધયા**—શ્રદ્ધાથી; **પરયા**—દિવ્ય; **ઉપેતાઃ**—યુક્ત થયેલા; **તે**—તેઓ; **મે**—મારા વડે; **યુક્તતમાઃ**—યોગમાં પરમ સિદ્ધ; **મતાઃ**—માનવામાં આવે છે.

અનુવાદ

પૂર્ણ પુરુષોત્તમ પરમેશ્વર બોલ્યાઃ જે મનુષ્યો મારા સાકાર રૂપમાં પોતાના મનને સ્થિર કરે છે અને અત્યંત શ્રદ્ધાપૂર્વક મારી પૂજા કરવામાં પરાયણ રહે છે, તેઓ મારી દૃષ્ટિએ પરમ પૂર્ણ છે.

ભાવાર્થ

અર્જુનના પ્રશ્નના પ્રત્યુત્તરમાં ભગવાન કૃષ્ણ સ્પષ્ટ રીતે કહે છે કે જે મનુષ્ય તેમના સાકાર રૂપ ઉપર ધ્યાન એકાગ્ર કરે છે તથા શ્રદ્ધા-ભક્તિપૂર્વક તેમની પૂજા કરે છે, તેને યોગમાં સર્વાધિક પૂર્ણ ગણવો જોઈએ. જે મનુષ્ય આ રીતે કૃષ્ણભાવનાપરાયણ થઈ જાય છે, તેને માટે ભૌતિક કાર્યો હોતાં નથી, કારણ કે તેનું દરેક કાર્ય કૃષ્ણ પ્રીત્યર્થે કરવામાં આવે છે. શુદ્ધ ભક્ત નિરંતર કાર્યરત રહે છે. કોઈવાર તે કીર્તન કરે છે, કોઈવાર શ્રવણ કરે છે કે કૃષ્ણ વિશે કોઈ ગ્રંથ વાંચે છે, તો ક્યારેક પ્રસાદ તૈયાર કરે છે અથવા કૃષ્ણ

માટે વસ્તુ ખરીદવા બજારમાં જાય છે, તો કોઈ વખતે મંદિરમાં સફાઈ કરે છે અથવા તો કદી વાસણ માંજે છે. તે જે કાંઈ કરે છે, તેમાં તે કૃષ્ણસંબંધી પ્રવૃત્તિ કર્યા સિવાય અન્ય કોઈ કાર્યમાં એક ક્ષણ પણ નકામી જેવા દેતો નથી. આવું કર્મ પૂર્ણ સમાધિ કહેવાય છે.

શ્લોક ૩–૪

ये त्वक्षरमनिर्देश्यमव्यक्तं पर्युपासते।
सर्वत्रगमचिन्त्यं च कूटस्थमचलं ध्रुवम्॥ ३॥
सन्नियम्येन्द्रियग्रामं सर्वत्र समबुद्धयः।
ते प्राप्नुवन्ति मामेव सर्वभूतहिते रताः॥ ४॥

યે—જેઓ; **તુ**—પરંતુ; **અક્ષરમ્‌**—ઈન્દ્રિય અનુભૂતિથી પર; **અનિર્દેશ્યમ્‌**—અનિશ્ચિત; **અવ્યક્તમ્‌**—અપ્રગટ; **પર્યુપાસતે**—પૂજા કરવામાં મગ્ન છે; **સર્વત્ર ગમ્‌**—સર્વવ્યાપી; **અચિન્ત્યમ્‌**—અકલ્પનીય; **ચ**—અને; **કૂટસ્થમ્‌**—અપરિવર્તિત; **અચલમ્‌**—સ્થિર; **ધ્રુવમ્‌**—નિશ્ચિત; **સાન્નિયમ્ય**—સંયમિત કરીને; **ઈન્દ્રિય ગ્રામમ્‌**—સર્વ ઈન્દ્રિયોને; **સર્વત્ર**—બધે; **સમ બુદ્ધયઃ**—સમદર્શી; **તે**—તેઓ; **પ્રાપ્નુવન્તિ**—પ્રાપ્ત કરે છે; **મામ્‌**—મને; **એવ**—જ; **સર્વ ભૂત હિતે**—જીવમાત્રના કલ્યાણમાં; **રતાઃ**—મગ્ન રહેનારા.

અનુવાદ

પરંતુ જે લોકો વિભિન્ન ઈન્દ્રિયોને સંયમિત કરીને તથા સૌ પ્રત્યે સમભાવ રાખીને પરમ બ્રહ્મના નિરાકાર પાસામાં તે અવ્યક્તની પૂર્ણ રીતે પૂજા કરે છે કે જે ઈન્દ્રિયાનુભૂતિથી પર છે, સર્વવ્યાપી છે, અચિંત્ય છે, અપરિવર્તનીય છે, અચળ છે તથા સ્થિર છે, તેઓ સર્વના કલ્યાણમાં પરોવાયેલા રહીને અંતે મને પ્રાપ્ત કરે છે.

ભાવાર્થ

જે લોકો ભગવાન કૃષ્ણની પ્રત્યક્ષ રીતે પૂજા કર્યા વગર પરોક્ષ પદ્ધતિથી સમાન ઉદ્દેશ પામવાનો પ્રયત્ન કરે છે, તેઓ પણ અંતમાં શ્રીકૃષ્ણને પ્રાપ્ત કરે છે. "અનેકાનેક જન્મો પછી બુદ્ધિશાળી મનુષ્ય વાસુદેવ જ સર્વ કાંઈ છે એમ જાણીને મારા શરણે આવે છે." જ્યારે મનુષ્ય અનેક જન્મો પછી પૂર્ણ જ્ઞાન પામે છે, ત્યારે તે ભગવાન કૃષ્ણને શરણાગત થાય છે. આ શ્લોકમાં જણાવેલી પદ્ધતિ પ્રમાણે જો મનુષ્ય ભગવાનના સાન્નિધ્યમાં જાય,

તો તેણે ઈન્દ્રિયનિગ્રહ કરવો પડે, સૌની સેવા કરવી પડે અને જીવમાત્રના કલ્યાણમાં સમર્પિત થઈ જવું પડે. આનો અર્થ એ જ થયો કે મનુષ્યને ભગવાન કૃષ્ણના આશ્રયમાં જવું જ પડે છે, અન્યથા તેને પૂર્ણ સાક્ષાત્કાર થતો નથી. ઘણું કરીને મનુષ્ય ભગવાનને પૂર્ણપણે શરણાગત થાય, તે પહેલાં તેણે ભારે તપશ્ચર્યા કરવી પડે છે.

આત્માની અંદર પરમાત્માનાં દર્શન કરવા માટે મનુષ્યને જોવું, સાંભળવું, સ્વાદ લેવો, કામ કરવું વગેરે ઈન્દ્રિયવિષયક કાર્યોને બંધ કરવાં પડે છે. ત્યારે જ તેને સમજાય છે કે પરમાત્મા સર્વત્ર વિદ્યમાન છે. આવો સાક્ષાત્કાર થયા પછી તે કોઈ જીવની ઈર્ષા કરતો નથી—તેને મન મનુષ્ય તથા પશુમાં કોઈ તફાવત રહેતો નથી, કારણ કે તે માત્ર આત્માનું દર્શન કરે છે અને બાહ્ય આવરણરૂપી દેહને જોતો નથી. પરંતુ સામાન્ય મનુષ્ય માટે નિર્વિશેષ સાક્ષાત્કારની આ પદ્ધતિ અપનાવવી અત્યંત કપરી હોય છે.

શ્લોક ૫

क्लेशोऽधिकतरस्तेषामव्यक्तासक्तचेतसाम्।
अव्यक्ता हि गतिर्दुःखं देहवद्भिरवाप्यते॥५॥

ક્લેશઃ—કષ્ટ; **અધિકતરઃ**—અત્યધિક; **તેષામ્**—તેમના; **અવ્યક્ત**—અવ્યક્ત પ્રત્યે; **આસક્ત**—આસક્ત; **ચેતસામ્**—મનવાળાને; **અવ્યક્તા**—અવ્યક્તની તરફ; **હિ**—નક્કી; **ગતિઃ**—પ્રગતિ; **દુઃખમ્**—દુઃખથી; **દેહવદ્ભિઃ**—દેહધારીઓ દ્વારા; **અવાપ્યતે**—પ્રાપ્ત કરાય છે.

અનુવાદ

જે મનુષ્યોનાં મન પરમેશ્વરના અવ્યક્ત, નિર્વિશેષ પાસા પ્રત્યે આસક્ત હોય છે, તેમને માટે પ્રગતિ કરવાનું અત્યંત કષ્ટપ્રદ હોય છે. દેહધારીઓ માટે તે ક્ષેત્રમાં પ્રગતિ સાધવી એ હંમેશાં દુષ્કર હોય છે.

ભાવાર્થ

અધ્યાત્મવાદીઓનો જે સમૂહ પરમેશ્વરના અવ્યક્ત, અચિંત્ય, નિરાકાર પાસાના માર્ગને અનુસરે છે, તેઓ *જ્ઞાનયોગી* કહેવાય છે અને જે મનુષ્યો પૂર્ણપણે કૃષ્ણભાવનાપરાયણ રહીને ભક્તિભરી સેવા કરવામાં લાગેલા રહે છે, તેઓ *ભક્તિયોગી* કહેવાય છે. અહીં જ્ઞાનયોગ તથા ભક્તિયોગ વચ્ચેના તફાવતને સ્પષ્ટ રીતે દર્શાવ્યો છે. જ્ઞાનયોગની પદ્ધતિ મનુષ્યને અંતે સમાન લક્ષ્ય સુધી દોરીને લઈ જાય છે, છતાં તે અત્યંત કષ્ટદાયક હોય છે, જ્યારે ભક્તિયોગનો માર્ગ પૂર્ણ પુરુષોત્તમ પરમેશ્વરની પ્રત્યક્ષ

સેવા કરવાનો હોવાને લીધે સુગમ છે અને દેહધારી માટે સ્વાભાવિક પણ છે. વ્યક્તિગત આત્મા અનાદિ કાળથી દેહધારી છે. સૈદ્ધાંતિક દૃષ્ટિએ તેને માટે આ સમજવું અત્યંત અઘરું છે કે તે પોતે શરીર નથી. તેથી ભક્તિયોગી ભગવાન કૃષ્ણના અર્ચાવિગ્રહને પૂજનીય તરીકે સ્વીકારે છે, કારણ કે તેના મનમાં અમુક દૈહિક ખ્યાલ દૃઢપણે રહેલો હોય છે અને તેનો આ રીતે ઉપયોગ કરવો શક્ય બને છે. બેશક, મંદિરમાં પરમેશ્વરના સ્વરૂપની થતી પૂજા એ કંઈ મૂર્તિપૂજા નથી. વૈદિક સાહિત્યમાંથી એવું સમર્થન પ્રાપ્ત થાય છે કે પૂજા સગુણ અથવા નિર્ગુણ હોઈ શકે છે અર્થાત્ વિશેષ લક્ષણયુક્ત અથવા લક્ષણરહિત પરમેશ્વરની પૂજા. મંદિરમાં થતી શ્રીવિગ્રહની પૂજા એ સગુણની પૂજા છે, કારણ કે તેમાં ભગવાનનું સ્વરૂપ ભૌતિક ગુણોથી યુક્ત હોય છે. પરંતુ ભગવાનના સ્વરૂપને પથ્થર, કાષ્ઠ કે તૈલચિત્ર દ્વારા રજૂ કરવામાં આવે, તોયે એ હકીકતમાં ભૌતિક હોતું નથી. આ જ પરમેશ્વરની પરમ પ્રકૃતિ છે.

અહીં એક સ્થૂળ ઉદાહરણ આપી શકાય છે. રસ્તાની બાજુએ આપણે ટપાલપેટીઓ જોઈએ છીએ અને જો તેમાં આપણા પત્રો નાખવામાં આવે, તો તેઓ કોઈ જાતની મુશ્કેલી વગર ગંતવ્યસ્થાને પહોંચી જશે. પરંતુ જો કોઈ એવી જૂની પેટી કે તેની નકલ ક્યાંય મળે કે જે ટપાલખાતા દ્વારા પ્રમાણિત ન હોય, તો તેનાથી કામ સરશે નહીં. તે જ પ્રમાણે, ભગવાનની મૂર્તિ તેમનું પ્રતિનિધિત્વ કરે છે અને તે પ્રમાણભૂત છે અને તે *અર્ચાવિગ્રહ* કહેવાય છે. આમ, અર્ચાવિગ્રહ એ પરમેશ્વરનો જ અવતાર હોય છે. ઈશ્વર એ જ રૂપ દ્વારા સેવાને સ્વીકારશે. ભગવાન સર્વશક્તિમાન છે. તેથી તેઓ અર્ચાવિગ્રહ દ્વારા ભક્તની સેવાનો સ્વીકાર કરે છે, જે દેહધારી બદ્ધ જીવાત્માને માટે સુવિધાજનક બની રહે છે.

આ પ્રમાણે ભક્તને માટે ભગવાનના શરણે પ્રત્યક્ષ તથા તત્કાળ પહોંચી જવામાં કોઈ મુશ્કેલી પડતી નથી, પરંતુ જે લોકો આધ્યાત્મિક સાક્ષાત્કાર માટે નિર્વિશેષ માર્ગને અનુસરે છે, તેમને માટે સાધનાનો માર્ગ મુશ્કેલ હોય છે. તેમને ઉપનિષદો જેવા વૈદિક સાહિત્યના માધ્યમથી અવ્યક્ત પાસાને સમજવું પડે છે. તેમણે ભાષા શીખવી પડે છે, ઈન્દ્રિયાતીત અનુભૂતિને સમજવાની હોય છે અને આ સર્વ પ્રક્રિયાઓ સિદ્ધ કરવાની હોય છે. આ બધું એક સામાન્ય માણસ માટે સરળ હોતું નથી. કૃષ્ણભાવનામૃતમાં ભક્તિપરાયણ થયેલ મનુષ્ય સદ્‌ગુરુના માર્ગદર્શન હેઠળ માત્ર અર્ચાવિગ્રહને

નિત્ય નમસ્કાર દ્વારા, માત્ર ભગવાનનો મહિમા નિત્ય સાંભળીને અને માત્ર ભગવાનને અર્પણ કરેલા અન્નના શેષ પ્રસાદના ભોજન દ્વારા ભગવાનને બહુ જ સરળતાથી સમજી શકે છે. એમાં લગીરે શંકા નથી કે નિર્વિશેષવાદીઓ વ્યર્થ જ કષ્ટપ્રદ માર્ગ ગ્રહણ કરે છે અને અંતે પરમ બ્રહ્મના સાક્ષાત્કારથી વંચિત રહેવાનું જોખમ ખેડે છે. પરંતુ સગુણવાદીઓ સીધેસીધા કોઈ પણ જાતના જોખમ, કષ્ટ કે મુશ્કેલી વગર પરમેશ્વરને પામે છે. આવો જ સંદર્ભ શ્રીમદ્ ભાગવતમાં જોવા મળે છે. તેમાં કહ્યું છે કે જો અંતે ભગવાનના શરણે જવાનું જ હોય (આ શરણે જવાની પ્રક્રિયાને ભક્તિ કહેવાય છે), તો જો કોઈ મનુષ્ય બ્રહ્મ શું છે અને શું નથી એ જાણવામાં કષ્ટ ઉઠાવતો રહી તેનું સંપૂર્ણ જીવન એ રીતે પસાર કરે, તો સ્વરૂપે કરીને તેનું પરિણામ ક્લેશકારક નીવડે છે. આથી અહીં સલાહ આપવામાં આવી છે કે મનુષ્યે આત્મ-સાક્ષાત્કારના કષ્ટપ્રદ માર્ગને ગ્રહણ કરવો ન જોઈએ, કારણ કે તેમાં અંતિમ પરિણામ વિશે અનિશ્ચિતતા પ્રવર્તતી હોય છે.

જીવ શાશ્વતપણે તો વ્યક્તિગત આત્મા છે અને જો તે આધ્યાત્મિક પૂર્ણમાં તદ્રૂપ થવા ઇચ્છે, તો તેને પોતાની મૂળભૂત પ્રકૃતિના સનાતન (સત્) તથા જ્ઞાનમય (*ચિત્*) અંશોનો સાક્ષાત્કાર થઈ શકે, પરંતુ તેને આનંદમય અંશનો સાક્ષાત્કાર થતો નથી. આવો જ્ઞાનયોગમાં બહુશ્રુત વિદ્વાન અધ્યાત્મવાદી કોઈ ભક્તના અનુગ્રહથી જ ભક્તિયોગના માર્ગે પદાર્પણ કરી શકે છે. તે વખતે નિર્વિશેષવાદમાંની લાંબી સાધના તેના માટે કષ્ટનું કારણ બની રહે છે, કારણ કે તે તેના વિચારનો ત્યાગ કરી શકતો નથી. તેથી દેહધારી જીવ નિર્વિશેષના માર્ગે જવાથી, સાધના કરતી વખતે તેમ જ સાક્ષાત્કાર પામતી વખતે હંમેશાં મુશ્કેલી અનુભવે છે. દરેક જીવ આંશિક રીતે સ્વતંત્ર છે અને તેણે સારી રીતે સમજી લેવું જોઈએ કે આ અવ્યક્તનો સાક્ષાત્કાર તેની આધ્યાત્મિક આનંદમય આત્મપ્રકૃતિથી વિરુદ્ધ છે. તેથી મનુષ્યે આ માર્ગ ગ્રહણ કરવો ન જોઈએ. ભક્તિયોગમાં પૂરેપૂરા તન્મય કરનાર કૃષ્ણભાવનાનો માર્ગ જ પ્રત્યેક જીવાત્મા માટે શ્રેષ્ઠ છે. જો મનુષ્ય આ ભક્તિયોગની અવગણના કરે, તો તેના માટે નાસ્તિક થઈ જવાનો ભય રહે છે. માટે ઇન્દ્રિયાનુભૂતિથી પર એવા અવ્યક્ત, અચિંત્ય ઉપર ધ્યાન કેન્દ્રિત કરવાની પ્રક્રિયાને અગાઉ કહેવામાં આવ્યું છે તેમ, કદાપિ અને ખાસ કરીને આ યુગમાં પ્રોત્સાહન આપવું ન જોઈએ. ભગવાન કૃષ્ણ પણ તેવી સલાહ આપતા નથી.

શ્લોક ૬–૭

ये तु सर्वाणि कर्माणि मयि सन्न्यस्य मत्पराः।
अनन्येनैव योगेन मां ध्यायन्त उपासते॥ ६॥
तेषामहं समुद्धर्ता मृत्युसंसारसागरात्।
भवामि न चिरात्पार्थ मय्यावेशितचेतसाम्॥ ७॥

યે—જે મનુષ્યો; **તુ**—પરંતુ; **સર્વાણિ**—સર્વ; **કર્માણિ**—કર્મોને; **મયિ**—મારામાં; **સન્ન્યસ્ય**—ત્યાગીને; **મત્ પરાઃ**—મારામાં અનુરક્ત થઈને; **અનન્યેન**—અવિભક્ત; **એવ**—જ; **યોગેન**—ભક્તિયોગ દ્વારા; **મામ્**—મને; **ધ્યાયન્તઃ**—ધ્યાન કરીને; **ઉપાસતે**—ભજે છે; **તેષામ્**—તેમનો; **અહમ્**—હું; **સમુદ્ધર્તા**—ઉદ્ધારક; **મૃત્યુ**—મૃત્યુના; **સંસાર**—સંસારરૂપી; **સાગરાત્**—સમુદ્રમાંથી; **ભવામિ**—હું થાઉં છું; **ન**—નહીં; **ચિરાત્**—લાંબા સમય પછી; **પાર્થ**—હે પૃથાપુત્ર; **મયિ**—મારામાં; **આવેશિત**—સ્થિર થયેલા; **ચેતસામ્**—મનવાળાનો.

અનુવાદ

પરંતુ જે મનુષ્યો પોતાનાં સર્વ કર્મો મારામાં અર્પિત કરીને તથા અવિચળભાવે ભક્તિ કરતા રહી, મારી સેવામાં લાગેલા રહી અને પોતાના મનને મારામાં સ્થિર કરી નિરંતર મારું ધ્યાન કરે છે, તેમના માટે હે પાર્થ, હું જન્મ-મરણરૂપી સાગરમાંથી તત્કાળ ઉદ્ધાર કરનારો થાઉં છું.

ભાવાર્થ

અહીં બહુ સ્પષ્ટ રીતે જણાવ્યું છે કે ભક્તો અત્યંત ભાગ્યશાળી છે કે ભગવાન તેમનો આ ભવસાગરમાંથી તરત જ ઉદ્ધાર કરે છે. શુદ્ધ ભક્તિ કરવાથી મનુષ્યને સાક્ષાત્કાર થવા લાગે છે કે ઈશ્વર મહાન છે અને વ્યક્તિગત આત્મા (જીવ) તેમને અધીન છે. તેનું કર્તવ્ય છે કે તે ભગવાનની સેવા કરે અને જો તે ન કરે, તો તેણે માયાની સેવા કરવી પડશે.

પૂર્વે જણાવ્યા પ્રમાણે ભગવાનને માત્ર ભક્તિમય સેવા દ્વારા જાણી શકાય છે. માટે મનુષ્યે ભગવાનને પૂરેપૂરા સમર્પિત થવું જોઈએ. કૃષ્ણને પામવા માટે મનુષ્યે પોતાના મનને સંપૂર્ણપણે કૃષ્ણમાં સ્થિર કરવું જોઈએ. તેણે કેવળ કૃષ્ણ માટે જ કર્મ કરવું જોઈએ. તે શું કર્મ કરે છે તેનો વાંધો નથી, પણ તે જે કર્મ કરતો હોય તે માત્ર કૃષ્ણ પ્રીત્યર્થે જ થવું જોઈએ. ભક્તિનો આ જ આદર્શ છે. પૂર્ણ પુરુષોત્તમ પરમેશ્વરને પ્રસન્ન કરવા સિવાયની

ભક્તને અન્ય કોઈ પ્રાપ્તિની ઈચ્છા હોતી નથી. તેના જીવનનો ઉદ્દેશ કૃષ્ણને પ્રસન્ન કરવાનો હોય છે અને કુરુક્ષેત્રના યુદ્ધમાં અર્જુને ભગવાન કૃષ્ણની પ્રસન્નતા ખાતર જેમ કરેલ, તેમ તે પણ કૃષ્ણ પ્રીત્યર્થે સર્વસ્વનો ત્યાગ કરી શકે છે. આ પ્રક્રિયા બહુ સરળ છે. મનુષ્ય તેના વ્યવસાયમાં પરોવાયેલો રહીને હરે કૃષ્ણ મહામંત્રના જપ અને કીર્તન કરી શકે છે:

હરે કૃષ્ણ હરે કૃષ્ણ કૃષ્ણ કૃષ્ણ હરે હરે।
હરે રામ હરે રામ રામ રામ હરે હરે॥

આવા દિવ્ય કીર્તનથી ભક્ત ભગવાન પ્રત્યે આકૃષ્ટ થાય છે.

અહીં ભગવાન વચન આપે છે કે તેઓ આવી રીતે સેવામાં લાગેલા શુદ્ધ ભક્તોનો તત્કાળ ભવસાગરમાંથી ઉદ્ધાર કરશે. યોગસાધનામાં આગળ વધેલા યોગીઓ યોગપ્રક્રિયા દ્વારા પોતાના આત્માને ગમે તે લોકમાં લઈ જઈ શકે છે અને બીજા યોગીઓને વિવિધ પ્રકારે એવી તક પ્રાપ્ત થાય છે, પરંતુ ભક્તની બાબતમાં અહીં સ્પષ્ટપણે કહેવામાં આવ્યું છે તેમ, સ્વયં ભગવાન તેને લઈ જાય છે. ભક્તને વૈકુંઠમાં જતાં પૂર્વે બહુ અનુભવી બનવા માટે પ્રતીક્ષા કરવાની રહેતી નથી. વરાહ પુરાણમાં એક શ્લોક છે:

નયામિ પરમં સ્થાનમ્ અર્ચિરાદિગતિં વિના।
ગરુડ સ્કન્ધમ્ આરોપ્ય યથેચ્છમનિવારિતઃ॥

આ શ્લોકનો ભાવાર્થ એ છે કે વૈકુંઠલોકમાં આત્માને લઈ જવા માટે ભક્તે અષ્ટાંગ યોગની સાધના કરવાની રહેતી નથી. આ જવાબદારી ભગવાન સ્વયં પોતે લઈ લે છે. તેઓ અહીં સ્પષ્ટ રીતે કહી રહ્યા છે કે તેઓ સ્વયં તેના ઉદ્ધારક બને છે. એક બાળકની સંભાળ સંપૂર્ણપણે તેનાં માબાપ દ્વારા રખાય છે, તેથી તેની સ્થિતિ સુરક્ષિત હોય છે. એવી જ રીતે, ભક્તને યોગાભ્યાસ દ્વારા અન્ય લોકમાં જવા માટે પ્રયત્ન કરવાની જરૂર રહેતી નથી. બલ્કે, પરમેશ્વર કૃપાવશ પોતાના વાહન ગરુડ પર આરૂઢ થઈને તરત જ આવે છે અને ભક્તનો ભવસાગરમાંથી તત્કાળ ઉદ્ધાર કરે છે. દરિયામાં પડેલો માણસ તરવામાં બહુ કાબેલ હોય અને ભારે મથામણ કરી શકતો હોય, છતાં તે પોતાને બચાવી શકતો નથી. પરંતુ જો કોઈ આવીને તેને પાણીમાંથી ઊંચકી બહાર કાઢે, તો તે સહેલાઈથી બચી જાય છે. તેવી જ રીતે, ભગવાન ભક્તને ભવસાગરમાંથી ઊંચકીને તેનો ઉદ્ધાર કરે છે. મનુષ્યે તો કેવળ કૃષ્ણભાવનાની સરળ પદ્ધતિનું આચરણ કરવાનું અને સંપૂર્ણપણે ભગવાનની સેવામાં લાગી જવાનું હોય છે. કોઈ પણ બુદ્ધિશાળી

મનુષ્યે અન્ય સમસ્ત માર્ગો કરતાં હંમેશાં ભક્તિમાર્ગ પસંદ કરવો જોઈએ. નારાયણીયમાં આનું સમર્થન આ પ્રમાણે થયું છેઃ

યા વૈ સાધન-સમ્પત્તિઃ પુરુષાર્થ ચતુષ્ટયે।
તયા વિના તદપ્નોતિ નરો નારાયણાશ્રયઃ॥

આ શ્લોકનો ભાવાર્થ એવો છે કે મનુષ્યે સકામ કર્મની વિભિન્ન પદ્ધતિઓમાં પડવું જોઈએ નહીં કે માનસિક તર્કના આધારે જ્ઞાનનું અનુશીલન કરવું જોઈએ નહીં. જે મનુષ્ય પરમેશ્વરની ભક્તિમાં મગ્ન હોય છે, તે એવા સર્વ ઉદ્દેશોને પ્રાપ્ત કરે છે કે જે અન્ય યોગ પદ્ધતિઓ, અનુષ્ઠાનો, યજ્ઞો, દાન-પુણ્યો વગેરે દ્વારા પ્રાપ્ત થાય છે. ભક્તિનું આ જ તો વિશિષ્ટ વરદાન છે.

કેવળ કૃષ્ણનાં પવિત્ર નામ—**હરે કૃષ્ણ હરે કૃષ્ણ કૃષ્ણ કૃષ્ણ હરે હરે। હરે રામ હરે રામ રામ રામ હરે હરે॥** નું કીર્તન કરવાથી ભક્ત સરળતાથી અને સુખપૂર્વક પરમ ગતિને પ્રાપ્ત કરી શકે છે, પરંતુ આ પરમ ગતિ અન્ય કોઈ પણ ધાર્મિક વિધિ દ્વારા પામી શકાતી નથી.

ભગવદ્ગીતાનો સાર અઢારમા અધ્યાયમાં આ પ્રમાણે આપવામાં આવ્યો છેઃ

સર્વ ધર્માન્ પરિત્યજ્ય મામ્ એકં શરણં વ્રજ।
અહં ત્વાં સર્વ પાપેભ્યો મોક્ષયિષ્યામિ મા શુચઃ॥

મનુષ્યે આત્મ-સાક્ષાત્કારની અન્ય સર્વ પદ્ધતિઓ છોડી દઈને માત્ર કૃષ્ણભાવનાયુક્ત ભક્તિમય સેવા કરવી જોઈએ. મનુષ્ય આનાથી જીવનની સર્વોચ્ચ સિદ્ધિ પ્રાપ્ત કરવા શક્તિમાન બનશે. મનુષ્યે પોતાના ગત જીવનનાં પાપકર્મોની ચિંતા કરવાની રહેતી નથી, કારણ કે તેની જવાબદારી ભગવાન સ્વયં પોતાની ઉપર લઈ લે છે. તેથી મનુષ્યે આધ્યાત્મિક સાક્ષાત્કારમાં પોતાના ઉદ્ધાર માટે વ્યર્થ પ્રયત્ન કરવો ન જોઈએ. ભલે બધા સર્વોપરી સર્વશક્તિમાન પરમેશ્વર કૃષ્ણનો આશ્રય ગ્રહણ કરે. એ જ જીવનની સર્વોચ્ચ સિદ્ધિ છે.

શ્લોક **मय्येव मन आधत्स्व मयि बुद्धिं निवेशय।**
૮ **निवसिष्यसि मय्येव अत ऊर्ध्वं न संशयः॥ ८॥**

મયિ—મારામાં; **એવ**—જ; **મનઃ**—મનને; **આધત્સ્વ**—સ્થિર કર; **મયિ**—મારામાં; **બુદ્ધિમ્**—બુદ્ધિને; **નિવેશય**—પરોવ; **નિવસિષ્યસિ**—

નિવાસ કરીશ; **મયિ**—મારામાં; **એવ**—જ; **અતઃ ઊર્ધ્વમ્**—આથી પછી; **ન**—નથી; **સંશયઃ**—શંકા.

અનુવાદ

પૂર્ણ પુરુષોત્તમ પરમેશ્વર એવા મારામાં તારા ચિત્તને સ્થિર કર અને મારામાં જ તારી સમગ્ર બુદ્ધિને પરોવી દે. એ રીતે તું સદા મારામાં નિવાસ કરીશ એમાં સંદેહ નથી.

ભાવાર્થ

જે મનુષ્ય ભગવાન કૃષ્ણની ભક્તિમાં રત રહે છે, તે પરમેશ્વર સાથે પ્રત્યક્ષ સંબધમાં રહે છે. એટલે એમાં કોઈ શંકા નથી કે શરૂઆતથી જ તેની સ્થિતિ દિવ્ય હોય છે. ભક્ત ભૌતિક ભૂમિકામાં રહેતો નથી—તે સદૈવ કૃષ્ણમાં સ્થિત રહે છે. ભગવાનનું પવિત્ર નામ તથા સ્વયં ભગવાન બંને અભિન્ન છે; તેથી ભક્ત જ્યારે હરે કૃષ્ણના જપ-કીર્તન કરે છે, ત્યારે કૃષ્ણ તથા તેમની અંતરંગ શક્તિ ભક્તની જિહ્વા પર નર્તન કરે છે. જ્યારે તે કૃષ્ણને ભોગ ધરાવે છે, ત્યારે કૃષ્ણ પ્રત્યક્ષ રીતે તે ગ્રહણ કરે છે અને ભગવાનને ધરાવેલા ભોજનના શેષને પ્રસાદ તરીકે ગ્રહણ કરીને ભક્ત કૃષ્ણમય થઈ જાય છે. જે મનુષ્ય આવી રીતે સેવામાં તન્મય થતો નથી, તે સમજી શકતો નથી કે આ બધું કેવી રીતે થાય છે, તો પણ ભગવદ્ગીતા તથા અન્ય વૈદિક ગ્રંથોમાં આ જ વિધિની ભલામણ કરવામાં આવી છે.

શ્લોક ૯

अथ चित्तं समाधातुं न शक्नोषि मयि स्थिरम्।
अभ्यासयोगेन ततो मामिच्छाप्तुं धनञ्जय॥ ९॥

અથ—જો; **ચિત્તમ્**—મનને; **સમાધાતુમ્**—સ્થિર કરવામાં; **ન**—નહીં; **શક્નોષિ**—સમર્થ છે; **મયિ**—મારામાં; **સ્થિરમ્**—સ્થિર ભાવથી; **અભ્યાસ યોગેન**—ભક્તિના અભ્યાસ દ્વારા; **તતઃ**—ત્યારે; **મામ્**—મને; **ઇચ્છ**—ઇચ્છા કર; **આપ્તુમ્**—પામવાની; **ધનઞ્જય**—હે ધનના વિજેતા અર્જુન.

અનુવાદ

હે પ્રિય અર્જુન, હે ધનંજય, જો તું તારા ચિત્તને અવિચળભાવે મારામાં સ્થિર કરી ન શકે, તો તું ભક્તિયોગના વિધિવિધાનોનું પાલન કર. એ રીતે મને પામવાની ઇચ્છાને વિકસિત કર.

ભાવાર્થ

આ શ્લોકમાં ભક્તિયોગની બે જુદી જુદી પ્રક્રિયાઓ સૂચવી છે. જે મનુષ્યે દિવ્ય પ્રેમ દ્વારા પૂર્ણ પુરુષોત્તમ પરમેશ્વર કૃષ્ણ પ્રત્યે સાચા અનુરાગનો વિકાસ કર્યો છે, તેના માટે પ્રથમ પ્રક્રિયા યોગ્ય છે અને જેને દિવ્ય પ્રેમ દ્વારા પરમેશ્વરમાં અનુરાગ થયો નથી, તેના માટે બીજી પ્રક્રિયા યોગ્ય છે. આ બીજી શ્રેણીમાંના મનુષ્ય માટે વિવિધ પ્રકારનાં વિધિવિધાનો છે, જેમનું પાલન કરીને અંતે તે કૃષ્ણ માટેના અનુરાગની અવસ્થા પ્રાપ્ત કરે છે.

ભક્તિયોગ એ ઈન્દ્રિયોનું શુદ્ધીકરણ છે. અર્વાચીન કાળમાં ભૌતિક જીવનમાં ઈન્દ્રિયો સદા અશુદ્ધ હોય છે, કારણ કે તેઓ સદા ઈચ્છાતૃપ્તિમાં કાર્યરત રહે છે. પરંતુ ભક્તિયોગના અભ્યાસ દ્વારા ઈન્દ્રિયોને શુદ્ધ કરી શકાય છે અને વિશુદ્ધાવસ્થામાં તેઓ પ્રત્યક્ષ રીતે પરમેશ્વરના સંપર્કમાં આવે છે. આ ભૌતિક જીવનમાં હું કોઈ અન્ય માલિકની કોઈ સેવામાં હોઈ શકું; પરંતુ હું ખરેખરા પ્રેમભાવે તે માલિકની સેવા કરતો નથી. હું માત્ર પૈસા માટે તેની સેવા કરું છું અને તે માલિક પણ મારામાં પ્રેમભાવ રાખતો નથી. તે મારી પાસે સેવા કરાવે છે અને તેનું વળતર મને આપે છે. એટલે એમાં પ્રેમભાવ હોવાનો સવાલ જ હોતો નથી. પરંતુ આધ્યાત્મિક જીવનમાં મનુષ્યે વિશુદ્ધ પ્રેમના સ્તર સુધી ઉન્નત થવું પડે છે. એ પ્રેમભાવની કક્ષા વર્તમાન ઈન્દ્રિયો દ્વારા ભક્તિમય સેવાનું નિરંતર આચરણ કરવાથી પામી શકાય છે.

ઈશ્વર માટેનો આ પ્રેમ દરેકના હૃદયમાં સુષુપ્ત અવસ્થામાં રહેલો હોય છે. અને ત્યાં ઈશ્વરપ્રેમ જુદી જુદી રીતે પ્રગટ થાય છે, પરંતુ તે ભૌતિક સંગ દ્વારા દૂષિત થયેલો હોય છે. હવે હૃદયને ભૌતિક સંગથી વિશુદ્ધ કરવાનું છે અને તે સુષુપ્ત કુદરતી કૃષ્ણપ્રેમને પુનઃ જાગૃત કરવાનો છે. એ જ તો સંપૂર્ણ પ્રક્રિયા છે.

ભક્તિયોગના વિધિવિધાનોનો અભ્યાસ કરવા માટે મનુષ્યે નિષ્ણાત ગુરુના માર્ગદર્શન હેઠળ કેટલાક નિયમોનું પાલન કરવાનું હોય છે—જેમ કે સવારે વહેલા બ્રાહ્મમુહૂર્તમાં ઊઠી જવું, સ્નાન કરવું, મંદિરમાં જઈ પ્રાર્થના કરવી તથા હરે કૃષ્ણ મહામંત્રનો જપ કરવો. પછી અર્ચાવિગ્રહને અર્પણ કરવા માટે ફૂલ વીણવા, અર્ચાવિગ્રહને ધરાવવા માટે રસોઈ કરવી, પ્રસાદ ગ્રહણ કરવો વગેરે. એવા અનેક પ્રકારના નીતિનિયમો હોય છે, જેમનું

પાલન કરવાનું હોય છે. મનુષ્યે શુદ્ધ ભક્ત પાસેથી હંમેશાં ભગવદ્ગીતા તથા શ્રીમદ્ ભાગવતનું શ્રવણ કરવું જોઈએ. આવા અભ્યાસથી કોઈ પણ મનુષ્યને ભગવત્પ્રેમની કક્ષાએ પહોંચવામાં મદદ મળે છે અને પછી તે ભગવાનના દિવ્ય લોકને વિશે પોતાની પ્રગતિને સુનિશ્ચિત કરે છે. વિધિવિધાનોનું પાલન કરીને, પોતાના ગુરુના આદેશાનુસાર ભક્તિયોગનું આ પ્રમાણે આચરણ કરવાથી મનુષ્ય ભગવત્પ્રેમની અવસ્થાને નિશ્ચિતપણે સિદ્ધ કરી શકશે.

શ્લોક ૧૦

अभ्यासेऽप्यसमर्थोऽसि मत्कर्मपरमो भव।
मदर्थमपि कर्माणि कुर्वन्सिद्धिमवाप्स्यसि॥ १०॥

અભ્યાસે—અભ્યાસમાં; **અપિ**—પણ; **અસમર્થઃ**—અશક્ત; **અસિ**—તું હોય; **મત્ કર્મ**—મારા કર્મ પ્રતિ; **પરમઃ**—પરાયણ; **ભવ**—થા; **મત્ અર્થમ્**—મારા ખાતર; **અપિ**—પણ; **કર્માણિ**—કર્મો; **કુર્વન્**—કરતા રહી; **સિદ્ધિમ્**—સિદ્ધિ; **અવાપ્સ્યસિ**—પ્રાપ્ત કરીશ.

અનુવાદ

જો તું ભક્તિયોગનાં વિધિવિધાનોનું પાલન કરી ન શકે, તો મારા માટે કર્મ કરવાનો પ્રયત્ન કર, કારણ કે મારા માટે કર્મ કરવાથી તું પૂર્ણ અવસ્થાને પ્રાપ્ત કરીશ.

ભાવાર્થ

જો કોઈ મનુષ્ય ગુરુના માર્ગદર્શન હેઠળ ભક્તિયોગનાં વિધિવિધાનોનો પણ અભ્યાસ કરી શકતો ન હોય, તોયે પરમેશ્વર પ્રીત્યર્થે કર્મ કરીને તેને પૂર્ણાવસ્થામાં લાવી શકાય છે. આ કર્મ કેવી રીતે કરવામાં આવે તેની સમજૂતી અગિયારમા અધ્યાયના પંચાવનમા શ્લોકમાં અગાઉ આપવામાં આવી છે. મનુષ્યે કૃષ્ણભાવનામૃતના પ્રચાર માટે સદ્ભાવના રાખવી જોઈએ. એવા અનેક ભક્તો છે, જેઓ કૃષ્ણભાવનામૃતના પ્રચારકાર્યમાં લાગેલા છે અને તેમને મદદની જરૂર હોય છે. તેથી કોઈ મનુષ્ય ભક્તિયોગનાં વિધિવિધાનોનો પ્રત્યક્ષ રીતે અભ્યાસ ન કરી શકે, તો પણ તે આવા કાર્યમાં મદદ કરવાનો પ્રયત્ન કરી શકે છે. દરેક કાર્યમાં જમીન, ધન, સંગઠન તથા શ્રમની જરૂર હોય છે. જેવી રીતે વેપારમાં મનુષ્યને રહેવા માટેનું સ્થાન, વાપરવા માટે મૂડી, અમુક શ્રમ તથા વિસ્તરણ કરવા માટે આયોજનની જરૂર રહે છે, તેવી જ રીતે કૃષ્ણની સેવા માટે પણ આ

બધાની જરૂર રહે છે. એકમાત્ર તફાવત એટલો જ છે કે ભૌતિકવાદમાં મનુષ્ય ઈન્દ્રિયતૃપ્તિ માટે જ બધું કાર્ય કરે છે. પરંતુ આ જ કાર્ય કૃષ્ણની પ્રસન્નતા અર્થે કરી શકાય છે અને તે કાર્ય દિવ્ય બની રહે છે. જો મનુષ્ય પાસે સારી એવી ધનસંપત્તિ હોય, તો તે કૃષ્ણભાવનામૃતના પ્રચાર માટે કાર્યાલય અથવા મંદિર બનાવવા માટે મદદ કરી શકે છે. અથવા તે ગ્રંથોના પ્રકાશનના કાર્યમાં મદદ કરી શકે છે. કામ કરવાનાં વિવિધ ક્ષેત્રો છે અને મનુષ્યે આવાં કાર્યોમાં રસ લેવો જોઈએ. જો કોઈ મનુષ્ય સ્વપ્રયત્નના પ્રાપ્ત થયેલા ફળનો ત્યાગ ન કરી શકે, તો પણ તે મનુષ્ય કૃષ્ણભાવનામૃતના પ્રચાર માટે તેમાંથી થોડા ટકા જરૂર ફાળવી શકે. એ રીતે કૃષ્ણભાવનામૃત કાજે સ્વેચ્છાથી કરેલી સેવા મનુષ્યને કૃષ્ણપ્રેમની ઉચ્ચતર અવસ્થામાં ઉન્નત કરશે અને પછી તે પૂર્ણતા પામશે.

શ્લોક ૧૧

अथैतदप्यशक्तोऽसि कर्तुं मद्योगमाश्रितः ।
सर्वकर्मफलत्यागं ततः कुरु यतात्मवान् ॥ ११ ॥

અથ—તેમ છતાં; **એતત્**—આ; **અપિ**—પણ; **અશક્તઃ**—અસમર્થ; **અસિ**—તું છે; **કર્તુમ્**—કરવા માટે; **મત્ યોગમ્**—મારી ભક્તિમાં; **આશ્રિતઃ**—આશ્રય પામેલો; **સર્વ કર્મ**—બધાં કર્મોનાં; **ફલ**—ફળનો; **ત્યાગમ્**—ત્યાગ; **તતઃ**—ત્યારે; **કુરુ**—કર; **યત આત્મવાન્**—આત્મસ્થિત.

અનુવાદ

પરંતુ જો તું મારી આ ભાવનામાં રહી કર્મ કરવા અસમર્થ હોય, તો તું પોતાનાં સર્વ કર્મોનાં ફળોનો ત્યાગ કરી કર્મ કરવાનો તથા આત્મસ્થિત થવાનો પ્રયત્ન કર.

ભાવાર્થ

એ શક્ય છે કે કોઈ મનુષ્ય સામાજિક, કૌટુંબિક કે ધાર્મિક બાબતોને કારણે કે પછી અન્ય કોઈ અવરોધોને કારણે કૃષ્ણભાવનામૃતનાં કાર્યો પ્રત્યે સહાનુભૂતિ દાખવી શકતો ન હોય. જો કોઈ પ્રત્યક્ષ રીતે કૃષ્ણભાવનામૃતનાં કાર્યોમાં જોડાઈ જાય, તો સંભવ છે કે તેના કુટુંબના સભ્યો વિરોધ કરે અથવા અન્ય મુશ્કેલીઓ નડે. જે મનુષ્યને આવી સમસ્યા હોય, તેને અનુરોધ કરવામાં આવે છે કે તે પોતાનાં કાર્યોનાં સંચિત થયેલાં ફળનો કોઈ સત્કર્મ અર્થે ત્યાગ કરે. આવી પ્રક્રિયાઓ વૈદિક નિયમોમાં વર્ણવેલી છે. એવા અનેક યજ્ઞો તથા પુણ્યકર્મો અથવા વિશિષ્ટ કાર્યોના વર્ણન થયાં

છે કે જેમાં પોતાનાં પૂર્વે કરેલાં કર્મનાં ફળનો વિનિયોગ કરી શકાય છે. મનુષ્ય એ રીતે ધીરે ધીરે જ્ઞાનની અવસ્થામાં ઉન્નત થઈ શકે છે. એવું પણ જોવામાં આવે છે કે કૃષ્ણભાવનામૃતનાં કાર્યોમાં રુચિ ન ધરાવતો મનુષ્ય જ્યારે કોઈ દવાખાના કે કોઈ સામાજિક સંસ્થાને દાન આપે છે, ત્યારે તે સખત મહેનતથી કમાયેલાં ફળનો ત્યાગ કરે છે. આની પણ અહીં ભલામણ કરવામાં આવી છે, કારણ કે મનુષ્ય પોતાનાં કાર્યોનાં ફળનો ત્યાગ કરતો રહે, તો તે પોતાના મનને ધીરે ધીરે શુદ્ધ કરે છે અને મનની આ શુદ્ધાવસ્થામાં કૃષ્ણભાવનામૃતને સાચા અર્થમાં સમજવા તે સમર્થ બને છે. બેશક, કૃષ્ણભાવના કોઈ અન્ય અનુભવ પર આધારિત હોતી નથી, કારણ કે કૃષ્ણભાવના સ્વયં મનને શુદ્ધ કરી શકે છે, પરંતુ કૃષ્ણભાવનામૃત સ્વીકારવામાં કોઈ અવરોધ હોય, તો મનુષ્ય પોતાનાં કાર્યોનાં ફળનો ત્યાગ કરવાનો પ્રયત્ન કરી શકે છે. એ બાબતમાં સમાજસેવા, સામૂહિક સેવા, રાષ્ટ્રસેવા, સ્વદેશ અર્થે ત્યાગ વગેરે જેવાં કાર્યો કરી શકાય છે કે જેથી મનુષ્ય એક દિવસ પરમેશ્વરની શુદ્ધ ભક્તિમય સેવાના સ્તર પર આવી શકે. ભગવદ્‌ગીતા (૧૮.૪૬)માં કહેવામાં આવ્યું છે—*યતઃ પ્રવૃત્તિર્ ભૂતાનામ્*—જો મનુષ્ય સર્વોપરી કારણ (હેતુ) માટે ત્યાગ કરવાનો નિશ્ચય કરે, ભલે પછી તે જાણતો ન હોય કે સર્વોપરી કારણ તો કૃષ્ણ છે, છતાં તે ત્યાગની પદ્ધતિ દ્વારા ધીરે ધીરે એમ સમજવા પામશે કે કૃષ્ણ જ સર્વોપરી કારણ છે.

શ્લોક ૧૨ **श्रेयो हि ज्ञानमभ्यासाज्ज्ञानाद्ध्यानं विशिष्यते।**
ध्यानात्कर्मफलत्यागस्त्यागाच्छान्तिरनन्तरम् ॥ १२ ॥

શ્રેયઃ—શ્રેષ્ઠ; **હિ**—નક્કી; **જ્ઞાનમ્**—જ્ઞાન; **અભ્યાસાત્**—અભ્યાસથી; **જ્ઞાનાત્**—જ્ઞાનથી; **ધ્યાનમ્**—ધ્યાન; **વિશિષ્યતે**—વધુ સારું ગણાય છે; **ધ્યાનાત્**—ધ્યાનથી; **કર્મ ફલ ત્યાગઃ**—સકામ કર્મનાં ફળનો ત્યાગ; **ત્યાગાત્**—આવા ત્યાગથી; **શાન્તિઃ**—શાંતિ; **અનન્તરમ્**—ત્યાર પછી.

અનુવાદ

જો તું આ પ્રક્રિયા અપનાવી ન શકે, તો જ્ઞાનોપાર્જનમાં પરોવાઈ જા. જોકે જ્ઞાન કરતાં ધ્યાન ચડિયાતું છે અને ધ્યાનથી પણ કર્મફળનો ત્યાગ ચડિયાતો છે, કારણ કે આવા ત્યાગ દ્વારા મનુષ્ય મનની શાંતિ પામી શકે છે.

ભાવાર્થ

પૂર્વેના શ્લોકોમાં જણાવ્યા પ્રમાણે ભક્તિના બે પ્રકાર છે—એક છે નિયામક સિદ્ધાંતોનો માર્ગ અને બીજો પૂર્ણ પુરુષોત્તમ પરમેશ્વર પ્રત્યે પ્રેમસભર સંપૂર્ણ ભક્તિનો માર્ગ. જે મનુષ્યો કૃષ્ણભાવનાના સિદ્ધાંતોનું ખરેખર પાલન કરી શકતા નથી, તેઓ જ્ઞાનોપાર્જન કરે એ જ બહેતર છે, કારણ કે જ્ઞાન દ્વારા મનુષ્ય પોતાની અસલ સ્થિતિને સમજી શકે છે. ધીરે ધીરે આ જ્ઞાન ધ્યાનની અવસ્થા સુધી વિકાસ પામશે. ધ્યાન દ્વારા મનુષ્ય ક્રમે ક્રમે પૂર્ણ પુરુષોત્તમ પરમેશ્વરને જાણી શકે છે. અમુક પદ્ધતિઓ એવી પણ છે કે જે મનુષ્યને એવી સમજણ આપે છે કે તે પોતે જ સર્વોપરી છે અને જો મનુષ્ય ભક્તિ કરવામાં અસમર્થ હોય, તો આ પ્રકારનું ધ્યાન પણ શ્રેયસ્કર છે. જો કોઈ આવી રીતે ધ્યાન ન કરી શકે, તો વૈદિક સાહિત્યમાં બ્રાહ્મણો, ક્ષત્રિયો, વૈશ્યો તથા શૂદ્રો માટે કેટલાંક કર્તવ્યોના આદેશો છે કે જેના વિશે આપણે ભગવદ્ગીતાના છેલ્લા અધ્યાયમાં જાણીશું. પરંતુ દરેક કિસ્સામાં મનુષ્યે પોતાનાં કર્મફળનો ત્યાગ કરવો પડે, જેનો અર્થ એવો થયો કે પ્રાપ્ત થયેલાં કર્મફળનો કોઈ સારા હેતુ માટે ઉપયોગ કરવો.

ટૂંકમાં, સર્વોચ્ચ ધ્યેય એવા પૂર્ણ પુરુષોત્તમ પરમેશ્વર સુધી પહોંચવા માટે બે પદ્ધતિઓ છે—એક પદ્ધતિ છે ક્રમશઃ વિકાસની અને બીજી છે પ્રત્યક્ષ પદ્ધતિ. કૃષ્ણભાવનાયુક્ત ભક્તિ પ્રત્યક્ષ પદ્ધતિ છે અને અન્ય પદ્ધતિમાં કર્મફળનો ત્યાગ કરવાનો હોય છે. તો જ મનુષ્ય જ્ઞાનની અવસ્થા પ્રાપ્ત કરે છે, ત્યાર પછી મનુષ્ય ધ્યાનની અવસ્થા પ્રાપ્ત કરે છે અને પછી પરમાત્મા વિશેના જ્ઞાનની, અને છેલ્લે તે પૂર્ણ પુરુષોત્તમ પરમેશ્વરની જ્ઞાનાવસ્થાને પ્રાપ્ત થાય છે. મનુષ્ય તે માટે ધીમી ગતિએ ક્રમિક પદ્ધતિસરનો માર્ગ ગ્રહણ કરે અથવા પ્રત્યક્ષ પદ્ધતિ અપનાવી શકે. પ્રત્યક્ષ પદ્ધતિ બધા માટે શક્ય નથી, તેથી પરોક્ષ પદ્ધતિ પણ સારી છે. પરંતુ અહીં એ સમજી લેવું જોઈએ કે અર્જુન માટે પરોક્ષ પદ્ધતિની ભલામણ થઈ નથી, કારણ કે તે તો પહેલેથી જ પરમેશ્વરની પ્રેમાભક્તિની અવસ્થામાં સ્થિત છે. તે તો એવા લોકો માટે છે કે જેઓ તે અવસ્થામાં સ્થિત નથી; તેમના માટે તો ત્યાગ, જ્ઞાન, ધ્યાન તથા પરમાત્મા તેમ જ બ્રહ્મની અનુભૂતિની ક્રમિક પદ્ધતિ જ અનુસરવા જેવી છે. પરંતુ જ્યાં સુધી ભગવદ્ગીતાનો સંબંધ છે ત્યાં સુધી તો પ્રત્યક્ષ પદ્ધતિ ઉપર જ ભાર મૂકવામાં આવ્યો છે. મનુષ્યમાત્રને અનુરોધ કરવામાં આવ્યો છે કે તેણે

પ્રત્યક્ષ ભક્તિમાર્ગની પદ્ધતિ ગ્રહણ કરવી જોઈએ અને પૂર્ણ પુરુષોત્તમ પરમેશ્વર કૃષ્ણનું શરણ ગ્રહણ કરવું જોઈએ.

શ્લોક ૧૩–૧૪

अद्वेष्टा सर्वभूतानां मैत्रः करुण एव च।
निर्ममो निरहङ्कारः समदुःखसुखः क्षमी॥१३॥
सन्तुष्टः सततं योगी यतात्मा दृढनिश्चयः।
मय्यर्पितमनोबुद्धिर्यो मद्भक्तः स मे प्रियः॥१४॥

अद्वेष्टा—દ્વેષરહિત; **सर्व भूतानाम्**—જીવમાત્ર પ્રત્યે; **मैत्रः**—મૈત્રીભાવયુક્ત; **કરુણઃ**—દયાળુ; **એવ**—નક્કી; **ચ**—અને; **નિર્મમઃ**—સ્વામિત્વના ભાવથી રહિત; **નિરહઙ્કારઃ**—મિથ્યા અહંકારથી રહિત; **સમ**—સમાન; **દુઃખ**—દુઃખમાં; **સુખઃ**—સુખમાં; **ક્ષમી**—ક્ષમાવાન; **સન્તુષ્ટઃ**—સંતોષી; **સતતમ્**—સદા; **યોગી**—ભક્તિમાં પરોવાયેલો; **યત આત્મા**—આત્મસંયમી; **દૃઢનિશ્ચયઃ**—કૃતનિશ્ચયી; **મયિ**—મારામાં; **અર્પિત**—સંલગ્ન; **મનઃ**—મન; **બુદ્ધિઃ**—તથા બુદ્ધિયુક્ત; **યઃ**—જે મનુષ્ય; **મત્ ભક્તઃ**—મારો ભક્ત; **સઃ**—તે; **મે**—મારો; **પ્રિયઃ**—વહાલો.

અનુવાદ

જે મનુષ્ય કોઈનો દ્વેષ કરતો નથી, પરંતુ જીવમાત્રનો દયાળુ મિત્ર હોય છે, જે પોતાને સ્વામી માનતો નથી તથા મિથ્યા અહંકારથી રહિત છે, જે સુખ તથા દુઃખમાં સમાન રહે છે, જે સહિષ્ણુ છે, સદા સંતુષ્ટ રહે છે, આત્મસંયમી હોય છે તથા દૃઢ નિશ્ચયપૂર્વક મારામાં મન તથા બુદ્ધિ સ્થિર કરીને ભક્તિપરાયણ રહે છે—આવો ભક્ત મને બહુ પ્રિય હોય છે.

ભાવાર્થ

શુદ્ધ ભક્તિના મુદ્દા પર ફરીથી આવીને ભગવાન આ બંને શ્લોકોમાં શુદ્ધ ભક્તના દિવ્ય ગુણોનું વર્ણન કરી રહ્યા છે. શુદ્ધ ભક્ત ગમે તેવા સંજોગોમાં અસ્વસ્થ થતો નથી. તે કોઈ પ્રત્યે દ્વેષ પણ રાખતો નથી અને પોતાના શત્રુનો પણ તે શત્રુ બનતો નથી. તે મનમાં વિચારે છે, "આ મનુષ્ય મારાં પહેલાંના દુષ્કર્મોના લીધે મારા શત્રુ તરીકે વર્તી રહ્યો છે, તેથી વિરોધ કરવાને બદલે સહન કરવું જ વધુ સારું છે." શ્રીમદ્ ભાગવત (૧૦.૧૪.૮)માં કહ્યું છે—*તત્ તેઽનુકમ્પાં સુસમીક્ષમાણો ભુઞ્જાન*

એવાત્મકૃતં વિપાકમ્—જ્યારે પણ કોઈ ભક્ત દુઃખમાં કે મુસીબતમાં આવી પડે છે, ત્યારે તે એવો જ વિચાર કરે છે કે, "આ તો મારા ઉપર ભગવાનની કૃપા થઈ છે અને મારા પૂર્વે કરેલાં દુષ્કૃત્યોના પ્રમાણમાં આનાથી ઘણું વધારે દુઃખ મારે સહન કરવું જોઈએ. આ તો પરમેશ્વરની કૃપાથી જ મને મળવી જોઈએ તેટલી સજા હું ભોગવતો નથી. પૂર્ણ પુરુષોત્તમ પરમેશ્વરની કૃપાથી મને થોડી જ સજા મળી રહી છે." એટલે જ તે અનેક કષ્ટદાયક સંજોગોમાં પણ સદા શાંત અને ધીર રહે છે. ભક્ત સહુ પ્રત્યે, અરે શત્રુ પ્રત્યે પણ દયાળુ હોય છે. *નિર્મમ* શબ્દનો અર્થ એ છે કે ભક્ત શારીરિક પીડા તથા કષ્ટને બહુ મહત્ત્વ આપતો નથી, કારણ કે તે સારી રીતે જાણે છે કે પોતે ભૌતિક શરીર નથી. તે પોતાને શરીર માનતો નથી, તેથી તે મિથ્યા અહંભાવથી મુક્ત હોય છે અને સુખ તથા દુઃખમાં સમાન રહે છે. તે સહનશીલ હોય છે અને ભગવત્કૃપાથી જે મળે, તેમાં તે સંતુષ્ટ રહે છે. જે વસ્તુ મહાકષ્ટથી મળે, તે મેળવવાનો તે પ્રયાસ કરતો નથી અને તેથી સદા આનંદમાં રહે છે. તે સંપૂર્ણ યોગી હોય છે, કારણ કે તે ગુરુના આદેશો પ્રત્યે અડગ રહે છે અને તેની ઈન્દ્રિયો નિયંત્રિત રહે છે, તેથી તે દૃઢસંકલ્પ હોય છે. તે ખોટી દલીલોથી પ્રભાવિત થતો નથી, કારણ કે તેને કોઈ મનુષ્ય ભક્તિના દૃઢ નિશ્ચયમાંથી વિચલિત કરી શકતો નથી. તે સંપૂર્ણ સભાન હોય છે કે કૃષ્ણ જ સનાતન સ્વામી છે અને તેથી તેને કોઈ વિક્ષિપ્ત કરી શકતું નથી. આ સર્વ ગુણોના પરિણામે તે પોતાનાં મન તથા બુદ્ધિને સંપૂર્ણપણે પરમેશ્વરમાં એકાગ્ર કરવામાં સમર્થ થાય છે. ભક્તિનો આવો આદર્શ અતિ વિરલ હોય છે, પરંતુ ભક્ત ભક્તિયોગનાં વિધિવિધાનોનું પાલન કરવાથી તેમાં અવસ્થિત થઈ જાય છે. વળી ભગવાન કહે છે કે આવો ભક્ત મને અત્યંત વહાલો છે, કારણ કે ભગવાન તેનાં કૃષ્ણભાવનામય સર્વ કાર્યોથી સદા પ્રસન્ન રહે છે.

શ્લોક ૧૫

यस्मान्नोद्विजते लोको लोकान्नोद्विजते च यः ।
हर्षामर्षभयोद्वेगैर्मुक्तो यः स च मे प्रियः ॥ १५ ॥

યસ્માત્—જેનાથી; **ન ઉદ્વિજતે**—ઉદ્વિગ્ન થતા નથી; **લોકઃ**—લોકો; **લોકાત્**—લોકોથી; **ન ઉદ્વિજતે**—ઉદ્વેગ પામતો નથી; **ચ**—અને; **યઃ**—જે; **હર્ષ**—સુખ; **અમર્ષ**—દુઃખ; **ભય**—ભય; **ઉદ્વેગૈઃ**—તથા ચિંતાથી; **મુક્તઃ**—મુક્ત; **યઃ**—જે; **સઃ**—તે; **ચ**—પણ; **મે**—મારો; **પ્રિયઃ**—વહાલો.

અનુવાદ

જે કોઈને કષ્ટ આપતો નથી અને જે અન્ય કોઈના કારણે અસ્વસ્થ થતો નથી, જે સુખ તથા દુઃખમાં, ભય તથા ચિંતામાં સમભાવયુક્ત રહે છે, એવો એ ભક્ત મને બહુ પ્રિય હોય છે.

ભાવાર્થ

આ શ્લોકમાં ભક્તોના કેટલાક અન્ય ગુણોનું વર્ણન કરવામાં આવ્યું છે. આવા ભક્ત દ્વારા કોઈ પણ વ્યક્તિ કષ્ટ, ચિંતા, ભય કે અસંતોષ પામતી નથી. ભક્ત સર્વ પ્રત્યે દયાળુ હોવાથી તે આવું કોઈ કાર્ય કરતો નથી કે જેથી બીજાઓને ઉદ્વેગ થાય. વળી જો અન્ય લોકો ભક્તને વ્યગ્ર કરવા ઇચ્છે, તો તે વિચલિત થતો નથી. આ તો ભગવાનની કૃપા જ છે કે તે એવો ટેવાઈ જાય છે કે તે કોઈ પણ પ્રકારના બાહ્ય ઉપદ્રવથી વિચલિત થતો નથી. હકીકતમાં ભક્ત હરહંમેશ કૃષ્ણભાવનાપરાયણ તથા ભક્તિયુક્ત રહેવાથી તેને આવા દુન્યવી સંજોગો વિચલિત કરી શકતા નથી. સામાન્ય રીતે જ્યારે કોઈ ભૌતિકવાદી અર્થાત્ ભોગપરાયણ વ્યક્તિ ઇન્દ્રિયતૃપ્તિ તથા શરીરસુખ માટે કશું મેળવે છે, ત્યારે બહુ રાજી થાય છે, પરંતુ જ્યારે તે જુએ છે કે બીજા મનુષ્ય પાસે ઇન્દ્રિયતૃપ્તિની એવી વસ્તુ છે જે તેની પાસે નથી, ત્યારે તે દુઃખી થાય છે તથા ઈર્ષાળુ બને છે. જ્યારે તેને શત્રુ તરફથી વળતા હુમલાની શંકા થાય છે, ત્યારે તે ભય પામે છે અને જ્યારે તે કશું કરવામાં સફળ થતો નથી, ત્યારે તે નિરાશ થઈ જાય છે. આવા સર્વ ઉપદ્રવોથી વિચલિત નહીં થનારો ભક્ત કૃષ્ણને અત્યંત વહાલો હોય છે.

શ્લોક ૧૬ **अनपेक्षः शुचिर्दक्ष उदासीनो गतव्यथः।**
सर्वारम्भपरित्यागी यो मद्भक्तः स मे प्रियः॥ १६॥

અનપેક્ષઃ—ઇચ્છારહિત; **શુચિઃ**—પવિત્ર; **દક્ષઃ**—નિપુણ; **ઉદાસીનઃ**—ચિંતારહિત; **ગત વ્યથઃ**—બધાં દુઃખોથી મુક્ત; **સર્વ આરમ્ભ**—સર્વ પ્રયત્નોનો; **પરિત્યાગી**—ત્યાગ કરનારો; **યઃ**—જે; **મત્ ભક્તઃ**—મારો ભક્ત; **સઃ**—તે; **મે**—મારો; **પ્રિયઃ**—વહાલો.

અનુવાદ

જે ભક્ત પ્રવૃત્તિઓના સામાન્ય ઘટનાક્રમ પર અવલંબિત રહેતો નથી, જે પવિત્ર, નિપુણ, ચિંતારહિત તથા સમસ્ત દુઃખોથી મુક્ત છે અને કોઈ ફળ માટે પ્રયાસ કરતો નથી, તે મને અત્યંત પ્રિય છે.

ભાવાર્થ

ભક્તને પૈસા મળે એ ભલે, પણ ભક્તે પૈસા મેળવવા માટે સંઘર્ષ કરવો ન જોઈએ. જો પરમેશ્વરની કૃપાથી તેને આપોઆપ ધન મળી જાય, તો ભક્ત તેનાથી ઉદ્વિગ્ન થતો નથી. સ્વાભાવિક રીતે ભક્ત દિવસમાં ઓછામાં ઓછું બે વખત સ્નાન કરે છે અને ભક્તિ કરવા માટે સવારે વહેલો ઉઠે છે. એ રીતે તે સ્વાભાવિક રીતે જ બાહ્ય અને આંતરિક એમ બંને રીતે પવિત્ર રહે છે. ભક્ત સદા દક્ષ હોય છે, કારણ કે તે જીવનની સર્વ પ્રવૃત્તિઓના મર્મને જાણે છે અને પ્રમાણભૂત શાસ્ત્રોમાં વિશ્વાસ ધરાવે છે. ભક્ત ક્યારેય કોઈનો પક્ષ લેતો નથી, તેથી તે સદા નચિંત રહે છે. સમસ્ત સંજ્ઞાઓથી મુક્ત હોવાને કારણે તે કદાપિ વ્યથિત થતો નથી. તે જાણે છે કે શરીર તો એક સંજ્ઞા છે, તો કંઈક શારીરિક વ્યથા થાય તોયે તે મુક્ત હોય છે. શુદ્ધ ભક્ત એવી કોઈ વસ્તુ માટે પ્રયાસ કરતો નથી કે જે ભક્તિના સિદ્ધાંતોની વિરુદ્ધ હોય. દાખલા તરીકે, કોઈ મોટી ઈમારત બાંધવામાં ભારે શક્તિની જરૂર રહે છે અને ભક્ત એવું કોઈ કામ હાથમાં લેતો નથી કે જેનાથી તેની ભક્તિમાં પ્રગતિ થતી ન હોય. ભગવાનને માટે તે મંદિર બંધાવી શકે છે અને તે માટે પોતે દરેક પ્રકારની મુશ્કેલી માથે લઈ શકે છે, પરંતુ તે પોતાના કુટુંબના સભ્યો માટે મોટું મકાન બનાવશે નહીં.

શ્લોક ૧૭

यो न हृष्यति न द्वेष्टि न शोचति न काङ्क्षति।
शुभाशुभपरित्यागी भक्तिमान्यः स मे प्रियः ॥ १७॥

યઃ—જે; **ન**—કદી નહીં; **હૃષ્યતિ**—હર્ષ પામે છે; **ન**—કદી નહીં; **દ્વેષ્ટિ**—શોક કરે છે; **ન**—નહીં; **શોચતિ**—પશ્ચાત્તાપ કરે છે; **ન**—નહીં; **કાઙ્ક્ષતિ**—ઈચ્છા કરે છે; **શુભ અશુભ**—શુભ તથા અશુભનો; **પરિત્યાગી**—ત્યાગ કરનારો; **ભક્તિમાન્**—ભક્ત; **યઃ**—જે; **સઃ**—તે; **મે**—મારો; **પ્રિયઃ**—વહાલો.

અનુવાદ

જે કદી હર્ષ પામતો નથી કે કદી શોક કરતો નથી, જે પશ્ચાત્તાપ કરતો નથી કે કશું ઈચ્છતો નથી અને જે શુભ તથા અશુભ બંને વસ્તુઓનો પરિત્યાગ કરે છે, તે ભક્ત મને અત્યંત પ્રિય હોય છે.

ભાવાર્થ

શુદ્ધ ભક્ત દુન્યવી લાભથી હર્ષ પામતો નથી કે નુકસાન થવાથી દુઃખી થતો નથી. તે પુત્ર કે શિષ્ય પ્રાપ્ત કરવા માટે બહુ આતુર રહેતો નથી કે તે પ્રાપ્ત ન થાય, તો દુઃખી થતો નથી. પોતાની કોઈ પ્રિય વસ્તુ નષ્ટ થઈ જાય, તો તે માટે તે શોક કરતો નથી. તે જ પ્રમાણે ઈચ્છિત વસ્તુ નહીં મળવાથી તે દુઃખી થતો નથી. તે સર્વ પ્રકારનાં શુભ, અશુભ તથા પાપકર્મોથી પર રહે છે. તે પરમેશ્વરની પ્રસન્નતા અર્થે સર્વ પ્રકારનાં જોખમો ખેડવા તૈયાર રહે છે. ભગવાનની સેવા કરવામાં તેને કોઈ પણ પ્રકારનો અવરોધ અટકાવી શકતો નથી. આવો ભક્ત કૃષ્ણને બહુ વહાલો હોય છે.

શ્લોક ૧૮–૧૯

समः शत्रौ च मित्रे च तथा मानापमानयोः ।
शीतोष्णसुखदुःखेषु समः सङ्गविवर्जितः ॥ १८ ॥
तुल्यनिन्दास्तुतिर्मौनी सन्तुष्टो येन केनचित् ।
अनिकेतः स्थिरमतिर्भक्तिमान्मे प्रियो नरः ॥ १९ ॥

સમઃ—સમાન; **શત્રૌ**—શત્રુ પ્રત્યે; **ચ**—અને; **મિત્રે**—મિત્ર પ્રત્યે; **ચ**—પણ; **તથા**—તેવી રીતે; **માન**—સન્માન; **અપમાનયોઃ**—તથા અપમાનમાં; **શીત**—ટાઢ; **ઊષ્ણ**—ગરમી; **સુખ**—સુખ; **દુઃખેષુ**—તથા દુઃખમાં; **સમઃ**—સમભાવ; **સઙ્ગવિવર્જિતઃ**—સર્વ સંગથી રહિત; **તુલ્ય**—સમાન; **નિન્દા**—અપકીર્તિ; **સ્તુતિઃ**—તથા યશમાં; **મૌની**—મૌન; **સન્તુષ્ટઃ**—સંતુષ્ટ; **યેન કેનચિત્**—જે કોઈ વસ્તુથી; **અનિકેતઃ**—ઘર વગર; **સ્થિર**—દૃઢ; **મતિઃ**—નિશ્ચયી; **ભક્તિમાન્**—ભક્તિમાં; **મે**—મારો; **પ્રિયઃ**—પ્રિય; **નરઃ**—મનુષ્ય.

અનુવાદ

જે શત્રુઓ તથા મિત્ર સાથે સમાન રીતે વર્તે છે, જે માન તથા અપમાનમાં, ઠંડી તથા ગરમીમાં, સુખ તથા દુઃખમાં, કીર્તિ તથા અપકીર્તિમાં સમભાવયુક્ત રહે છે, જે દુઃસંગથી સદા અળગો રહે છે, સદા મૌન ધારણ કરે છે તથા મળે તે વસ્તુથી સંતુષ્ટ રહે છે, જે નિવાસ માટે ઘરની પરવા કરતો નથી, જે જ્ઞાનમાં દૃઢ રહે છે અને ભક્તિમાં સંલગ્ન રહે છે—આવો મનુષ્ય મને અત્યંત પ્રિય છે.

ભાવાર્થ

ભક્ત હંમેશાં તમામ પ્રકારના કુસંગોથી અળગો રહે છે. માનવ સમાજમાં એ સહજ છે કે કોઈ વખતે મનુષ્યની પ્રશંસા કરાય છે, તો વળી કોઈવાર તેની નિંદા થાય છે. પરંતુ ભક્ત તો સદા આવી કૃત્રિમ કીર્તિ કે અપકીર્તિ પ્રત્યે, સુખ કે દુઃખ પ્રત્યે નિરપેક્ષ ભાવે રહે છે. તે બહુ ધૈર્યવાન હોય છે. તે કૃષ્ણકથા સિવાય બીજી કોઈ વાતો કરતો નથી. તેથી તેને મૌની કહે છે. મૌનીનો અર્થ એવો નથી કે મનુષ્ય કશું બોલે નહીં. મૌનીનો અર્થ છે તે અર્થહીન વાતો ન કરે. મનુષ્યે કેવળ જરૂરી બાબત વિશે જ બોલવું જોઈએ અને ભક્ત માટે સર્વાધિક જરૂરી વાણી તો ભગવાન વિશે બોલવું એ જ છે. ભક્ત સર્વ સંજોગોમાં સુખી રહે છે. કોઈ વખત તેને બહુ સ્વાદિષ્ટ ભોજન મળે છે અને કોઈવાર નથી પણ મળતું, તોયે તે સંતુષ્ટ રહે છે. તે નિવાસસ્થાનની સગવડ વિશે પણ ઈચ્છા રાખતો નથી. કોઈ વખત તે વૃક્ષતળે નિવાસ કરે છે, તો ક્યારેક મહેલ જેવા ભવ્ય મકાનમાં રહે છે. પરંતુ આ બંનેમાંથી કોઈ સ્થળ પ્રત્યે તેની આસક્તિ હોતી નથી. તે સ્થિર કહેવાય છે, કારણ કે તે પોતાના સંકલ્પ તથા જ્ઞાનમાં દૃઢ રહે છે. ભક્તના ગુણવર્ણનમાં કદાચ પુનરાવૃત્તિ જોવા મળે, પરંતુ તે તો એ હકીકત ઉપર ભાર મૂકવા માટે છે કે ભક્તે આ સર્વ ગુણો પ્રાપ્ત કરવા જોઈએ. સદ્‌ગુણો વિના કોઈ પણ મનુષ્ય શુદ્ધ ભક્ત થઈ ન શકે. *હરાવભક્તસ્ય કુતો મહદ્‌ગુણાઃ*—જે ભક્ત નથી તેનામાં સદ્‌ગુણો નથી હોતા. જે મનુષ્ય ભક્ત તરીકે ઓળખાવા ઈચ્છે છે, તેણે સદ્‌ગુણો વિકસાવવા જોઈએ. અલબત્ત, આ ગુણો પ્રાપ્ત કરવા માટે તેણે બાહ્ય પ્રયાસ કરવા પડતા નથી, પરંતુ કૃષ્ણભાવનામૃત તથા ભક્તિથી તેનામાં આ ગુણો આપોઆપ વિકસિત થાય છે.

શ્લોક ૨૦ **ये तु धर्मामृतमिदं यथोक्तं पर्युपासते।**
श्रद्दधाना मत्परमा भक्तास्तेऽतीव मे प्रियाः ॥ २० ॥

યે—જેઓ; **તુ**—પરંતુ; **ધર્મ**—ધર્મરૂપી; **અમૃતમ્**—અમૃતને; **ઈદમ્**—આ; **યથા**—જેવી રીતે; **ઉક્તમ્**—કહેવામાં આવ્યું; **પર્યુપાસતે**—સંપૂર્ણપણે સેવે છે; **શ્રદ્દધાનાઃ**—શ્રદ્ધાપૂર્વક; **મત્ પરમાઃ**—મને પરમેશ્વરને સર્વસ્વ માનનારા; **ભક્તાઃ**—ભક્તો; **તે**—તેઓ; **અતીવ**—અતિશય; **મે**—મને; **પ્રિયા**—પ્રિય.

અનુવાદ

જેઓ આ ભક્તિયોગના અવિનાશી પંથનું અનુસરણ કરે છે અને મને જ પોતાના સર્વોપરી ધ્યેયરૂપ માનીને શ્રદ્ધાપૂર્વક પૂર્ણ રીતે મારામાં પરાયણ રહે છે, તેવા ભક્તો મને અતિશય પ્રિય હોય છે.

ભાવાર્થ

આ અધ્યાયમાં બીજા શ્લોકથી છેલ્લા શ્લોક સુધી—*મય્યાવેશ્ય મનો યે મામ્* (મારામાં મનને સ્થિર કરીને)થી લઈને *યે તુ ધર્મામૃતમ્ ઇદમ્* (નિત્ય પ્રવૃત્ત રહેવાના આ ધર્મને) સુધી—ભગવાને તેમની પાસે પહોંચવા માટે દિવ્ય સેવાની પદ્ધતિઓ વિશે સમજૂતી આપી છે. આવી પદ્ધતિઓ ભગવાનને બહુ પ્રિય હોય છે અને તેમાં નિમગ્ન મનુષ્યનો તેઓ સ્વીકાર કરે છે. અર્જુને એવો પ્રશ્ન પૂછેલો કે નિર્વિશેષ બ્રહ્મના માર્ગે જનારો મનુષ્ય શ્રેષ્ઠ છે કે પૂર્ણ પુરુષોત્તમ પરમેશ્વરની સાકાર ઉપાસનામાં પરોવાયેલો મનુષ્ય શ્રેષ્ઠ છે. ભગવાને આનો બહુ સ્પષ્ટ ઉત્તર આપેલો કે આધ્યાત્મિક સાક્ષાત્કારની સર્વ પદ્ધતિઓમાં પૂર્ણ પુરુષોત્તમ પરમેશ્વરની ભક્તિ જ સર્વશ્રેષ્ઠ છે, એમાં કોઈ સંશય નથી. બીજા શબ્દોમાં, આ અધ્યાયમાં એવા નિર્ણયનું નિરૂપણ થયું છે કે સત્સંગથી મનુષ્યમાં શુદ્ધ ભક્તિ પ્રત્યે આસક્તિ ઉત્પન્ન થાય છે, જેથી તે સદ્‌ગુરુનો આશ્રય લે છે તથા તેમની પાસેથી તે શ્રદ્ધા, આસક્તિ તથા ભક્તિપૂર્વક શ્રવણ કરે છે, કીર્તન કરે છે અને ભક્તિવિષયક નીતિનિયમોનું પાલન કરવા લાગે છે. આ પ્રમાણે તે ભગવાનની દિવ્ય સેવામાં પરાયણ થઈ જાય છે. આ અધ્યાયમાં આ માર્ગનો અનુરોધ કરવામાં આવ્યો છે. પૂર્ણ પુરુષોત્તમ પરમેશ્વરને પામવા માટે ભક્તિયોગ જ આત્મ-સાક્ષાત્કારનો એકમાત્ર સર્વોત્તમ માર્ગ છે. આ અધ્યાયમાં પરમ બ્રહ્મની જે નિર્વિશેષ સંકલ્પના વર્ણવી છે, તેની ભલામણ જ્યાં સુધી મનુષ્ય આત્મ-સાક્ષાત્કાર માટે પોતાને સમર્પિત કરતો નથી, ત્યાં સુધી જ થયેલી છે. બીજી રીતે કહી શકાય કે મનુષ્યને જ્યાં સુધી શુદ્ધ ભક્તના સત્સંગનો અવસર મળતો નથી, ત્યાં સુધી જ નિર્વિશેષ કલ્પના હિતાવહ થઈ શકે. પરબ્રહ્મની નિર્વિશેષ ધારણામાં મનુષ્ય નિષ્કામ કર્મ કરે છે, ધ્યાન કરે છે અને ચેતન આત્મા તથા જડ પદાર્થને સમજવા જ્ઞાનોપાર્જન કરે છે. જ્યાં સુધી શુદ્ધ ભક્તનો સંગ ન મળે, ત્યાં સુધી જ આની જરૂર છે. સદ્‌ભાગ્યે, જો કોઈ મનુષ્ય સીધેસીધો કૃષ્ણભાવનામૃતમાં, શુદ્ધ ભક્તિમાં પરાયણ થઈ જવા ઇચ્છતો હોય, તો તેને આધ્યાત્મિક સાક્ષાત્કાર માટે

પ્રગતિનાં આટલાં સોપાન પસાર કરવાના રહેતાં નથી. ભગવદ્ગીતાના મધ્યમાં આવેલા છ અધ્યાયોમાં જે રીતે ભક્તિનું વર્ણન થયું છે, તે માનવપ્રકૃતિને અત્યંત અનુકૂળ આવે એવું છે. મનુષ્યને જીવનનિર્વાહ માટે કોઈ વસ્તુની ચિંતા કરવાની રહેતી નથી, કારણ કે ભગવાનની કૃપાથી સર્વ વસ્તુઓ આપોઆપ જ પ્રાપ્ત થાય છે.

આમ શ્રીમદ્ ભગવદ્ગીતાના "ભક્તિયોગ" નામના બારમા અધ્યાય પરના ભક્તિવેદાંત ભાવાર્થો પૂર્ણ થાય છે.

અધ્યાય ૧૩

પ્રકૃતિ, પુરુષ અને ચેતના

अर्जुन उवाच

श्लोक १–२ प्रकृतिं पुरुषं चैव क्षेत्रं क्षेत्रज्ञमेव च।
एतद्वेदितुमिच्छामि ज्ञानं ज्ञेयं च केशव॥ १॥

श्रीभगवानुवाच

इदं शरीरं कौन्तेय क्षेत्रमित्यभिधीयते।
एतद्यो वेत्ति तं प्राहुः क्षेत्रज्ञ इति तद्विदः॥ २॥

અર્જુનઃ ઉવાચ—અર્જુને કહ્યું; **પ્રકૃતિમ્**—પ્રકૃતિ; **પુરુષમ્**—ભોક્તાને; **ચ એવ**—તેમ જ; **ક્ષેત્રમ્**—ક્ષેત્ર; **ક્ષેત્રજ્ઞમ્**—ક્ષેત્રને જાણનારાને; **એવ**—નક્કી; **ચ**—પણ; **એતત્**—આ સર્વ; **વેદિતુમ્**—જાણવા; **ઈચ્છામિ**—ઈચ્છું છું; **જ્ઞાનમ્**—જ્ઞાન; **જ્ઞેયમ્**—જ્ઞાનનો ઉદ્દેશ; **ચ**—અને; **કેશવ**—હે કેશવ; **શ્રી ભગવાન્ ઉવાચ**—પૂર્ણ પુરુષોત્તમ પરમેશ્વર બોલ્યા; **ઈદમ્**—આ; **શરીરમ્**—શરીર; **કૌન્તેય**—હે કુંતીપુત્ર; **ક્ષેત્રમ્**—ક્ષેત્ર; **ઈતિ**—એ રીતે; **અભિધીયતે**—કહેવાય છે; **એતત્**—આ; **યઃ**—જે; **વેત્તિ**—જાણે છે; **તમ્**—તેને; **પ્રાહુઃ**—કહેવામાં આવે છે; **ક્ષેત્રજ્ઞઃ**—ક્ષેત્રને જાણનારો; **ઈતિ**—એ રીતે; **તત્વિદઃ**—આ જાણનારા વડે.

અનુવાદ

અર્જુને કહ્યુંઃ હે કૃષ્ણ, હું પ્રકૃતિ તથા પુરુષ (ભોક્તા), ક્ષેત્ર તથા ક્ષેત્રનો જ્ઞાતા તેમ જ જ્ઞાન તથા જ્ઞેય વિશે જાણવા ઈચ્છું છું.

પૂર્ણ પુરુષોત્તમ પરમેશ્વર બોલ્યાઃ હે કુંતીપુત્ર, આ શરીર ક્ષેત્ર કહેવાય છે અને જે આ ક્ષેત્રને જાણનારો છે તે ક્ષેત્રજ્ઞ કહેવાય છે.

ભાવાર્થ

અર્જુનને *પ્રકૃતિ*, *પુરુષ*, *ક્ષેત્ર*, *ક્ષેત્રજ્ઞ*, *જ્ઞાન* તથા *જ્ઞેય* વિશે જાણવાની જિજ્ઞાસા હતી. જ્યારે તેણે આ બધા વિશે પૂછ્યું, ત્યારે કૃષ્ણે કહ્યું કે આ

શરીર *ક્ષેત્ર* અને આ શરીરને જાણનારો *ક્ષેત્રજ્ઞ* કહેવાય છે. આ શરીર બદ્ધ જીવ માટે કાર્યક્ષેત્ર છે. બદ્ધ જીવ આ ભૌતિક અસ્તિત્વમાં સપડાયેલો છે અને તે ભૌતિક પ્રકૃતિ પર પ્રભુત્વ જમાવવાનો પ્રયત્ન કરે છે. આ પ્રમાણે પ્રકૃતિ પર વર્ચસ્વ કરવાની તેની ક્ષમતા અનુસાર તેને કાર્યક્ષેત્ર પ્રાપ્ત થાય છે. તે કાર્યક્ષેત્ર શરીર છે અને આ શરીર શું છે? શરીર ઈન્દ્રિયોનું બનેલું છે. બદ્ધ જીવ ઈન્દ્રિયતૃપ્તિ કરવા ઈચ્છે છે અને ઈન્દ્રિયતૃપ્તિ કરવાની તેની ક્ષમતા અનુસાર જ તેને દેહ અથવા કાર્યક્ષેત્ર આપવામાં આવે છે. એટલે જ બદ્ધ જીવ માટે આ શરીર *ક્ષેત્ર* અથવા કર્મક્ષેત્ર કહેવાય છે. હવે જે મનુષ્ય આ શરીર સાથે આત્મભાવ રાખે છે તે *ક્ષેત્રજ્ઞ* છે, જે આ ક્ષેત્રનો જાણનારો છે. *ક્ષેત્ર* તથા *ક્ષેત્રજ્ઞ* અથવા શરીર તથા તેના જાણનાર (દેહી) વચ્ચેના તફાવતને સમજવો એ અઘરું નથી. કોઈ પણ મનુષ્ય વિચારી શકે છે કે બાલ્યાવસ્થાથી વૃદ્ધાવસ્થા સુધી તેના શરીરમાં અનેક પરિવર્તનો થયા કરે છે, તોયે તે મનુષ્ય એનો એ જ રહે છે. એ રીતે કર્મક્ષેત્રના જ્ઞાતા તથા વાસ્તવિક કર્મક્ષેત્ર વચ્ચે તફાવત છે. એ રીતે બદ્ધ જીવાત્મા જાણી શકે છે કે તે પોતે શરીરથી ભિન્ન છે. શરૂઆતમાં જ વર્ણવ્યું છે કે *દેહિનોઽસ્મિન્*—જીવ શરીરની અંદર છે અને આ શરીર બાલ્યાવસ્થામાંથી કિશોરાવસ્થામાં, પછી યુવાવસ્થામાં અને પછી વૃદ્ધાવસ્થામાં બદલાતું રહે છે અને શરીરધારી એ જાણતો હોય છે કે શરીર બદલાતું રહે છે. શરીરનો સ્વામી સ્પષ્ટ રીતે *ક્ષેત્રજ્ઞ* છે. કેટલીક વખત આપણે વિચાર કરીએ છીએ, "હું સુખી છું," "હું પુરુષ છું," "હું સ્ત્રી છું," "હું કૂતરો છું," "હું બિલાડી છું," આ તો જ્ઞાતાની શારીરિક સંજ્ઞાઓ છે. પરંતુ જ્ઞાતા શરીરથી ભિન્ન છે. આપણે ભલે જાતજાતની વસ્તુઓ વાપરીએ, જેમ કે કપડાં વગેરે, પરંતુ આપણે જાણીએ છીએ કે આપણે આ વસ્તુઓથી ભિન્ન છીએ. એવી જ રીતે જરા વિચાર કરવાથી આપણે એ પણ સમજી શકીએ છીએ કે આપણે આપણા શરીરથી ભિન્ન છીએ. હું, તમે અથવા કોઈ અન્ય, જેણે શરીર ધારણ કરેલું છે, તે *ક્ષેત્રજ્ઞ* કહેવાય છે અર્થાત્ તે કર્મક્ષેત્રનો જ્ઞાતા છે અને આ શરીર ક્ષેત્ર છે અર્થાત્ કર્મક્ષેત્ર છે.

ભગવદ્ગીતાના પ્રથમ છ અધ્યાયમાં શરીરના જ્ઞાતા (જીવ) તથા તે પરમેશ્વરને જે સ્થિતિ દ્વારા સમજી શકે છે, તે વિશે વર્ણન થયું છે. વચ્ચેના છ અધ્યાયોમાં પૂર્ણ પુરુષોત્તમ પરમેશ્વર અને વ્યક્તિગત જીવાત્મા તથા પરમાત્મા વચ્ચેના ભક્તિવિષયક સંબંધનું નિરૂપણ થયું છે. પૂર્ણ

પુરુષોત્તમ પરમેશ્વરની સર્વોપરી સ્થિતિ અને વ્યક્તિગત જીવની ગૌણ અર્થાત્ અધીનસ્થ સ્થિતિની નિશ્ચિતપણે વ્યાખ્યા કરવામાં આવી છે. જીવો સર્વ સંજોગોમાં અધીન, તાબેદાર હોય છે, પરંતુ તેમની વિસ્મૃતિને લીધે તેઓ દુઃખ ભોગવી રહ્યા છે. જ્યારે સત્કર્મો દ્વારા તેઓ પ્રબુદ્ધ થાય છે, ત્યારે તેઓ પરમેશ્વર પાસે આર્ત, અર્થાર્થી, જિજ્ઞાસુ અને જ્ઞાનાર્થી તરીકે વિભિન્ન સંજોગોમાં શરણાગત થાય છે, તે પણ વર્ણવ્યું છે. હવે આ તેરમા અધ્યાયથી આગળ જીવ કેવી રીતે ભૌતિક પ્રકૃતિના સંપર્કમાં આવે છે અને કેવી રીતે સકામ કર્મ, જ્ઞાન તથા ભક્તિનાં વિવિધ સાધનો દ્વારા પરમેશ્વર તેનો ઉદ્ધાર કરે છે, તેનું વર્ણન થયું છે. જીવાત્મા જોકે ભૌતિક શરીરથી સર્વથા ભિન્ન છે, તેમ છતાં તે કેવી રીતે તેનાથી સંબંધિત થાય છે, એ પણ સ્પષ્ટ કર્યું છે.

શ્લોક ૩ **क्षेत्रज्ञं चापि मां विद्धि सर्वक्षेत्रेषु भारत।**
क्षेत्रक्षेत्रज्ञयोर्ज्ञानं यत्तज्ज्ञानं मतं मम॥ ३॥

ક્ષેત્રજ્ઞમ્—ક્ષેત્રનો જ્ઞાતા; **ચ**—પણ; **અપિ**—નક્કી; **મામ્**—મને; **વિદ્ધિ**—જાણ; **સર્વ**—બધા; **ક્ષેત્રેષુ**—શરીરરૂપી ક્ષેત્રોમાં; **ભારત**—હે ભરતના પુત્ર; **ક્ષેત્ર**—કાર્યક્ષેત્ર (શરીર); **ક્ષેત્રજ્ઞયોઃ**—તથા ક્ષેત્રના જ્ઞાતાનું; **જ્ઞાનમ્**—જ્ઞાન; **યત્**—જે; **તત્**—તે; **જ્ઞાનમ્**—જ્ઞાન; **મતમ્**—અભિપ્રાય, મંતવ્ય; **મમ**—મારો.

અનુવાદ

હે ભારત, તારે જાણવું જોઈએ કે હું પણ સર્વ શરીરોનો જ્ઞાતા છું અને આ શરીર તથા તેના જ્ઞાતાને જાણી લેવાને જ જ્ઞાન કહેવામાં આવે છે. આ મારું મંતવ્ય છે.

ભાવાર્થ

શરીર અને શરીરનો જ્ઞાતા, આત્મા તથા પરમાત્મા સંબંધી વિષયની ચર્ચા દરમ્યાન આપણને અભ્યાસ કરવા માટેના ત્રણ વિભિન્ન વિષયો મળે છેઃ ભગવાન, જીવ અને જડ પદાર્થ. દરેક કર્મક્ષેત્રમાં, પ્રત્યેક શરીરની અંદર બે આત્માઓ હોય છે—વ્યક્તિગત આત્મા તથા પરમાત્મા. પરમાત્મા પૂર્ણ પુરુષોત્તમ પરમેશ્વર શ્રીકૃષ્ણના પૂર્ણ અંશ હોવાથી કૃષ્ણ કહે છે, "હું જ્ઞાતા તો છું પરંતુ શરીરનો વ્યક્તિગત એવો જ્ઞાતા નથી. હું જ પરમ જ્ઞાતા છું. હું શરીરમાત્રમાં પરમાત્મા તરીકે વિદ્યમાન છું."

જે મનુષ્ય *કર્મક્ષેત્ર* તથા ક્ષેત્રના *જ્ઞાતા* વિષયક અધ્યયન ભગવદ્દગીતાના માધ્યમ દ્વારા સૂક્ષ્મ રીતે કરે છે, તેને આ જ્ઞાન પ્રાપ્ત થઈ શકે છે.

ભગવાન કહે છે, "હું દરેક વ્યક્તિગત શરીરમાંના કર્મક્ષેત્રનો જ્ઞાતા છું." વ્યક્તિ તેના પોતાના શરીરનો જ્ઞાતા હોઈ શકે, પણ તે અન્ય શરીરો વિશે જાણી શકે નહીં. પરમાત્મારૂપે સર્વ શરીરોમાં હાજર રહેલા પૂર્ણ પુરુષોત્તમ પરમેશ્વર બધાં શરીરો વિશે બધું જ જાણે છે. તેઓ વિભિન્ન યોનિઓનાં સૌ શરીરોને જાણનારા છે. એક નાગરિક પોતાની જમીનના ટુકડા વિશે બધું જાણી શકે છે, પરંતુ રાજા પોતાના મહેલ અંગે જ નહીં, પરંતુ બધા પ્રજાજનોની વ્યક્તિગત સંપત્તિ અંગે પણ જાણકાર હોય છે. એવી જ રીતે, મનુષ્ય વ્યક્તિગત રીતે પોતાના શરીરનો સ્વામી હોઈ શકે, પરંતુ પરમેશ્વર સર્વ શરીરોના સ્વામી છે. રાજા પોતાના રાજ્યનો મૂળ માલિક છે અને નાગરિક ગૌણ માલિક છે. તેવી જ રીતે, પરમેશ્વર સર્વ શરીરોના સર્વોપરી સ્વામી છે.

શરીર ઈન્દ્રિયોનું બનેલું છે. પરમેશ્વર હૃષીકેશ છે એટલે કે તેઓ જ ઈન્દ્રિયોના નિયંતા છે. જેવી રીતે રાજા પોતાના રાજ્યમાંની સર્વ પ્રવૃત્તિઓનો મૂળ નિયામક હોય છે, તેમ ભગવાન ઈન્દ્રિયોના મૂળ નિયંતા છે. પ્રજાજનો ગૌણ અથવા ઉપનિયંતાઓ છે. ભગવાન કહે છે, "હું પણ જ્ઞાતા છું." આનો અર્થ એ છે કે તેઓ પરમ જ્ઞાતા છે. વ્યક્તિગત જીવ કેવળ પોતાના જ શરીર વિશે જાણે છે. વૈદિક શાસ્ત્રોમાં તેનું આ પ્રમાણે વર્ણન થયું છે:

ક્ષેત્રાણિ હિ શરીરાણિ બીજં ચાપિ શુભાશુભે।
તાનિ વેત્તિ સ યોગાત્મા તતઃ ક્ષેત્રજ્ઞ ઉચ્યતે॥

આ શરીર ક્ષેત્ર કહેવાય છે અને આ શરીરમાં તેનો સ્વામી તથા પરમેશ્વર એમ બંને નિવાસ કરે છે. પરમેશ્વર શરીર તથા શરીરના સ્વામી બંનેને જાણે છે. તેથી પરમેશ્વર સમસ્ત ક્ષેત્રોના જ્ઞાતા કહેવાય છે. કર્મક્ષેત્ર, કર્મના જ્ઞાતા તથા કર્મના સર્વોપરી જ્ઞાતા વચ્ચેના તફાવતનું વર્ણન આ પ્રમાણે થયું છે. શરીર, આત્મા તથા પરમાત્માની સ્વરૂપાવસ્થાનું પૂર્ણ જ્ઞાન વૈદિક ગ્રંથોની પરિભાષામાં *જ્ઞાન* તરીકે પ્રસિદ્ધ છે. આ કૃષ્ણનું મંતવ્ય છે. આત્મા તથા પરમાત્મા બંને અભિન્ન હોવા છતાં ભિન્ન છે, એ જાણવું તેને જ્ઞાન કહે છે. જે મનુષ્ય કર્મક્ષેત્ર અને કર્મના જ્ઞાતા વિશે જાણતો નથી, તે પૂર્ણ જ્ઞાની નથી. મનુષ્યે પ્રકૃતિ, પુરુષ (પ્રકૃતિના ભોક્તા) અને ઈશ્વર (પ્રકૃતિ

તથા વ્યક્તિગત જીવનું નિયમન કરનાર અથવા તેમની ઉપર વર્ચસ્વ ધરાવનાર)ની સ્વરૂપ સ્થિતિ વિશે જાણવું જોઈએ. તેણે આ ત્રણેની વિભિન્ન કાર્યક્ષમતા અંગે ગૂંચવાડો કરવો ન જોઈએ. મનુષ્યે ચિત્રકાર, ચિત્ર અને ચિત્ર મૂકવાના આધારસ્થાન વિશે ગોટાળો કરવો ન જોઈએ. આ ભૌતિક જગત કે જે કર્મનું ક્ષેત્ર છે, તે પ્રકૃતિ છે અને આ પ્રકૃતિનો ભોક્તા જીવ છે અને આ બંનેની ઉપર સર્વોપરી નિયંતા પરમેશ્વર છે. વૈદિક ભાષામાં તેને આ પ્રમાણે કહેવામાં આવ્યું છે (શ્વેતાશ્વતર ઉપનિષદ ૧.૧૨)—*ભોક્તા ભોગ્યં પ્રેરિતારં ચ મત્વા / સર્વં પ્રોક્તં ત્રિવિધં બ્રહ્મમેતત્*—બ્રહ્મની ત્રણ ધારણાઓ છે. પ્રકૃતિ કર્મક્ષેત્ર તરીકે બ્રહ્મ છે તથા જીવ (વ્યક્તિગત આત્મા) પણ બ્રહ્મ છે કે જે ભૌતિક પ્રકૃતિ પર નિયંત્રણ કરવાનો પ્રયત્ન કરે છે અને આ બંનેના નિયંતા પણ બ્રહ્મ છે, પરંતુ તેઓ વાસ્તવિક નિયંતા છે.

આ અધ્યાયમાં એ પણ સમજાવવામાં આવશે કે બંને જ્ઞાતાઓમાંથી એક અચ્યુત છે અને બીજો ચ્યુત (અર્થાત્ પતનને પાત્ર) છે. એક ઉપરી છે તો બીજો અધીન છે. જે મનુષ્ય બંને ક્ષેત્રજ્ઞોને એકસમાન સમજે છે, તે ભગવાનના કથનનો વિરોધ કરે છે, કારણ કે ભગવાને અહીં સ્પષ્ટ રીતે કહ્યું છે, "હું કર્મક્ષેત્રનો જ્ઞાતા પણ છું." જે મનુષ્ય દોરીને સર્પ માની લે છે તે જ્ઞાતા નથી. શરીરો તો અનેક પ્રકારનાં છે અને શરીરોના માલિકો પણ જુદા જુદા હોય છે. દરેક વ્યક્તિગત જીવની પ્રકૃતિ ઉપર પ્રભુત્વ કરવાની પોતાની વૈયક્તિક ક્ષમતા હોય છે. તેથી શરીરો ભિન્ન ભિન્ન હોય છે, પરંતુ ભગવાન તો બધામાં નિયંતા તરીકે વિદ્યમાન હોય છે. *ચ* શબ્દ અર્થસૂચક છે, કારણ કે તે સમસ્ત શરીરોનો નિર્દેશ કરે છે. શ્રીલ બલદેવ વિદ્યાભૂષણનું એ મંતવ્ય છે. દરેક શરીરમાં વ્યક્તિગત આત્મા ઉપરાંત કૃષ્ણ પરમાત્મારૂપે વિદ્યમાન હોય છે અને કૃષ્ણ અહીં સ્પષ્ટ રીતે કહે છે કે પરમાત્મા કર્મક્ષેત્ર તથા મર્યાદિત ભોક્તા એ બંનેના નિયંતા છે.

શ્લોક ૪

तत्क्षेत्रं यच्च यादृक्च यद्विकारि यतश्च यत्।
स च यो यत्प्रभावश्च तत्समासेन मे शृणु ॥ ४ ॥

તત્—તે; **ક્ષેત્રમ્**—કર્મક્ષેત્ર; **યત્**—જે; **ચ**—અને; **યાદૃક્**—તે જેવું છે; **ચ**—પણ; **યત્**—જે; **વિકારી**—બદલાય છે; **યતઃ**—જેનાથી; **ચ**—પણ; **યત્**—જે; **સઃ**—તે; **ચ**—અને; **યઃ**—જે; **યત્**—જે; **પ્રભાવઃ**—પ્રભાવ; **ચ**—પણ; **તત્**—તે; **સમાસેન**—સંક્ષેપમાં; **મે**—મારી પાસેથી; **શૃણુ**—સાંભળ.

અનુવાદ

હવે તું મારી પાસેથી આ સર્વ વિશે સંક્ષેપમાં સાંભળ કે કર્મક્ષેત્ર શું છે, તેનું બંધારણ કેવી રીતનું છે, તેમાં કયા ફેરફાર થાય છે, તે ક્યાંથી ઉત્પન્ન થાય છે, આ કર્મક્ષેત્રને જાણનારો કોણ છે અને તેનો પ્રભાવ કેવો છે.

ભાવાર્થ

ભગવાન કર્મક્ષેત્ર (ક્ષેત્ર) તથા કર્મક્ષેત્રના જ્ઞાતા (ક્ષેત્રજ્ઞ)નું વર્ણન તેમની બંધારણીય સ્થિતિના સંદર્ભમાં કરી રહ્યા છે. મનુષ્યે એ જાણવાનું હોય છે કે આ શરીર કેવી રીતે બન્યું છે, આ શરીર કયા પદાર્થોથી બન્યું છે, તે કોના નિયંત્રણ હેઠળ કાર્ય કરી રહ્યું છે, તેમાં કેવી રીતે પરિવર્તનો થતાં રહે છે, તે પરિવર્તનો ક્યાંથી આવે છે, તેનાં કારણો કયાં છે, વ્યક્તિગત આત્માનું અંતિમ ધ્યેય શું છે અને વ્યક્તિગત આત્માનું સાચું સ્વરૂપ કેવું છે. મનુષ્યે એ પણ જાણવું જોઈએ કે વ્યક્તિગત જીવંત આત્મા તથા પરમાત્મા વચ્ચેનો તફાવત શું છે, તેમના વિભિન્ન પ્રભાવ શા છે, તેમની શક્તિઓ કઈ છે વગેરે. આ સર્વ બાબતોની સ્પષ્ટ સમજણ માટે મનુષ્યે પૂર્ણ પુરુષોત્તમ પરમેશ્વર દ્વારા કરાયેલાં વર્ણનોમાંથી સીધેસીધી જ આ ભગવદ્‌ગીતાને સમજી લેવી જોઈએ. પરંતુ મનુષ્યે પ્રત્યેક શરીરમાં નિવાસ કરનારા પરમાત્માને વ્યક્તિગત જીવ સાથે એકરૂપ માનવાની ભૂલ ન થઈ જાય તે માટે સાવચેત રહેવું જોઈએ. આ તો સમર્થ તથા અસમર્થને સરખા બતાવવા જેવું છે.

શ્લોક ૫
ऋषिभिर्बहुधा गीतं छन्दोभिर्विविधैः पृथक्।
ब्रह्मसूत्रपदैश्चैव हेतुमद्भिर्विनिश्चितैः ॥ ५ ॥

ऋषिभिः—બુદ્ધિમાન ઋષિઓ દ્વારા; **बहुधा**—અનેક પ્રકારે; **गीतम्**—વર્ણવેલ; **छन्दोभिः**—વૈદિક મંત્રો દ્વારા; **विविधैः**—વિવિધ પ્રકારના; **पृथक्**—ભિન્ન ભિન્ન; **ब्रह्मसूत्र**—વેદાંતનાં; **पदैः**—સૂત્રો દ્વારા; **च एव**—તેમ જ; **हेतुमद्भिः**—કાર્ય કારણથી; **विनिश्चितैः**—નિશ્ચિત.

અનુવાદ

વિભિન્ન ઋષિઓએ વિભિન્ન વૈદિક ગ્રંથોમાં કાર્યનાં ક્ષેત્ર તથા તે કાર્યોના જ્ઞાતાના જ્ઞાનનું વર્ણન કર્યું છે. તે ખાસ કરીને વેદાંતસૂત્રમાં કાર્યકારણના સર્વ ઉદ્દેશ સહિત પ્રસ્તુત કરવામાં આવ્યું છે.

ભાવાર્થ

આ જ્ઞાનની સમજૂતી આપવા માટે પૂર્ણ પુરુષોત્તમ પરમેશ્વર કૃષ્ણ સર્વોચ્ચ પ્રમાણભૂત અધિકારી છે. તેમ છતાં, પદ્ધતિ અનુસરવા માટે વિદ્વાનો તથા પ્રમાણભૂત આચાર્યો તો પૂર્વેના આચાર્યોનાં પ્રમાણ ટાંકતા હોય છે. કૃષ્ણ આત્મા તથા પરમાત્માના દ્વૈત અને અદ્વૈત વિષયક અત્યંત વિવાદાસ્પદ વિષયનું સ્પષ્ટીકરણ *વેદાન્ત* નામના શાસ્ત્રના સંદર્ભે કરી રહ્યા છે કે જેને પ્રમાણભૂત માનવામાં આવે છે. પ્રથમ તેઓ કહે છે કે, "આ વિભિન્ન ઋષિઓના મતાનુસાર છે." ઋષિઓના સંબંધમાં કહી શકાય કે ભગવાન ઉપરાંત વ્યાસદેવ (વેદાંતસૂત્રના કર્તા) મહાન ઋષિ છે અને તે વેદાંતસૂત્રમાં દ્વૈતનું સ્પષ્ટીકરણ સારી પેઠે થયું છે. વ્યાસદેવના પિતા પરાશર પણ મહાન ઋષિ છે અને તેમણે તેમના ધર્મ વિષયક ગ્રંથોમાં લખ્યું છે, *અહં ત્વં ચ તથાન્યે...* "તમે, હું તથા અન્ય વિવિધ જીવો અર્થાત્ આપણે બધા જ દિવ્ય છીએ, પછી ભલે આપણે ભૌતિક શરીરોમાં હોઈએ. હમણાં આપણે આપણાં ભિન્ન ભિન્ન કર્માનુસાર ત્રણ ભૌતિક ગુણોની યોજનામાં પતિત થયેલા છીએ. આમ હોવાથી કેટલાક લોકો ઉચ્ચતર કક્ષામાં છે અને કેટલાક નિમ્નતર પ્રકૃતિમાં છે. આ ઉચ્ચતર તથા નિમ્નતર પ્રકૃતિનું અસ્તિત્વ અજ્ઞાનને કારણે હોય છે અને તે અનંત જીવરૂપે પ્રગટ થાય છે. પરંતુ પરમાત્મા અચ્યુત છે અને ત્રણે ભૌતિક ગુણોના સંસર્ગદોષથી રહિત છે તથા દિવ્ય છે." એવી રીતે મૂળ વેદોમાં, ખાસ કરીને કઠોપનિષદમાં આત્મા, પરમાત્મા તથા શરીર વચ્ચેનો તફાવત દર્શાવવામાં આવ્યો છે. એવા અનેક મહર્ષિઓ છે કે જેમણે આ વિશે સમજૂતી આપી છે અને તેઓમાં મહર્ષિ પરાશર મુખ્ય ગણાય છે.

છન્દોભિઃ શબ્દ વિવિધ વૈદિક ગ્રંથોનું સૂચન કરે છે. ઉદાહરણાર્થ, યજુર્વેદની શાખારૂપ તૈત્તિરીય ઉપનિષદ પ્રકૃતિ, જીવ તથા પૂર્ણ પુરુષોત્તમ પરમેશ્વર વિશે વર્ણન કરે છે.

પૂર્વે કહેવામાં આવ્યું છે તેમ, ક્ષેત્ર એ કર્મ કરવાનું ક્ષેત્ર છે અને ક્ષેત્રજ્ઞ બે પ્રકારના છે—વ્યક્તિગત જીવાત્મા અને પરમ પુરુષ. તૈત્તિરીય ઉપનિષદ (૨.૯)માં જણાવ્યા પ્રમાણે, *બ્રહ્મ પુચ્છં પ્રતિષ્ઠા* અર્થાત્ પરમેશ્વરની શક્તિનું પ્રગટીકરણ *અન્નમય* રૂપે થાય છે, જેનો અર્થ છે, અસ્તિત્વ માટે અન્ન પર નિર્ભર રહેવું. બ્રહ્મનો આ ભૌતિકવાદી સાક્ષાત્કાર છે. અન્નમાં

પરમ બ્રહ્મનો સાક્ષાત્કાર કર્યા પછી, વળી પ્રાણમય રૂપે મનુષ્ય સજીવ લક્ષણો કે જીવનનાં રૂપોમાં પરમ બ્રહ્મનો સાક્ષાત્કાર કરી શકે છે. જ્ઞાનમય રૂપમાં આ સાક્ષાત્કાર સજીવ લક્ષણોથી આગળ વધીને ચિંતન, અનુભવ તથા ઈચ્છાશક્તિ સુધી વિસ્તરે છે. ત્યાર પછી બ્રહ્મના ઉચ્ચતર સ્તરનો સાક્ષાત્કાર થાય છે જે *વિજ્ઞાનમય* રૂપ કહેવાય છે, જેમાં જીવનાં મન તથા જીવનરૂપી લક્ષણોને જીવથી ભિન્ન તારવવામાં આવે છે. આ પછીની *આનન્દમય* અવસ્થા સર્વોપરી છે કે જેમાં સર્વથા આનંદમય પ્રકૃતિનો સાક્ષાત્કાર થાય છે. આ પ્રમાણે બ્રહ્મ સાક્ષાત્કારની પાંચ અવસ્થાઓ છે, જે *બ્રહ્મ પુચ્છમ્* કહેવાય છે. આમાંની પ્રથમ ત્રણ, *અન્નમય, પ્રાણમય* અને *જ્ઞાનમય* અવસ્થાઓ જીવોના કાર્યક્ષેત્ર સાથે સંબંધ ધરાવે છે. પરમેશ્વર આ સર્વ કાર્યક્ષેત્રોથી પર છે અને તેઓ *આનન્દમય* કહેવાય છે. વેદાંતસૂત્રો પણ પરમેશ્વરને *આનન્દમયોઽભ્યાસાત્* એમ કહી વર્ણવે છે. પૂર્ણ પુરુષોત્તમ પરમેશ્વર સ્વભાવે આનંદમય છે. પોતાના દિવ્ય આનંદને અનુભવવા માટે તેઓ *વિજ્ઞાનમય, પ્રાણમય, જ્ઞાનમય* અને *અન્નમય*માં વિસ્તરે છે. કર્મનાં ક્ષેત્રમાં જીવાત્મા ભોક્તા ગણાય છે અને *આનન્દમય* તેનાથી ભિન્ન છે. આનો અર્થ એવો થયો કે જો જીવ *આનન્દમય* સાથે જોડાઈ જઈને આનંદ અનુભવવાનો નિશ્ચય કરે, તો તે પૂર્ણ બને છે. ક્ષેત્રના સર્વોપરી જ્ઞાતા તરીકે પરમેશ્વરનું, ગૌણ જ્ઞાતા તરીકે જીવનું અને કર્મક્ષેત્રની પ્રકૃતિનું આ વાસ્તવિક ચિત્ર છે. વેદાંતસૂત્ર અથવા બ્રહ્મસૂત્રમાં આ સત્યની શોધ કરવી જોઈએ.

અહીં કહેવામાં આવ્યું છે કે બ્રહ્મસૂત્રનાં નીતિનિયમો કાર્યકારણ અનુસાર બહુ સારી રીતે ગોઠવાયેલાં છે. કેટલાંક સૂત્રો આ પ્રમાણે છે—*ન વિયદશ્રુતેઃ* (૨.૩.૨); *નાત્મા શ્રુતેઃ* (૨.૩.૧૮) અને *પરાત્તુ તચ્છ્રુતેઃ* (૨.૩.૪૦). આમાં પ્રથમ સૂત્ર કર્મના ક્ષેત્રનું સૂચન કરે છે, બીજું સૂત્ર જીવનું અને ત્રીજું પરમેશ્વરનું સૂચન કરે છે કે જેઓ જીવમાત્રના પરમ આશ્રયસ્થાન છે.

શ્લોક ૬–૭

महाभूतान्यहङ्कारो बुद्धिरव्यक्तमेव च।
इन्द्रियाणि दशैकं च पञ्च चेन्द्रियगोचराः॥ ६॥
इच्छा द्वेषः सुखं दुःखं सङ्घातश्चेतना धृतिः।
एतत्क्षेत्रं समासेन सविकारमुदाहृतम्॥ ७॥

મહા ભૂતાનિ—મહાન તત્ત્વો; **અહઙ્કારઃ**—મિથ્યા અભિમાન; **બુદ્ધિઃ**—બુદ્ધિ; **અવ્યક્તમ્**—અપ્રગટ; **એવ ચ**—તેમ જ; **ઈન્દ્રિયાણિ**—ઈન્દ્રિયો; **દશ એકમ્**—અગિયાર; **ચ**—અને; **પઞ્ચ**—પાંચ; **ચ**—પણ; **ઈન્દ્રિયગોચરાઃ**—ઈન્દ્રિયોના વિષયો; **ઈચ્છા**—ઈચ્છા; **દ્વેષઃ**—ઈર્ષા, ઘૃણા; **સુખમ્**—સુખ; **દુઃખમ્**—દુઃખ; **સઙ્ઘાતઃ**—સમૂહ; **ચેતના**—જીવનનાં લક્ષણો; **ધૃતિઃ**—ધૈર્ય; **એતત્**—આ સર્વ; **ક્ષેત્રમ્**—કર્મનું ક્ષેત્ર; **સમાસેન**—સારરૂપે; **સવિકારમ્**—અંતઃ ક્રિયાઓ સહિત; **ઉદાહૃતમ્**—ઉદાહરણ સહિત કહેવાયું.

અનુવાદ

પાંચ મહાભૂતો, મિથ્યા અહંકાર, બુદ્ધિ, અવ્યક્ત, દશ ઈન્દ્રિયો તથા મન, પાંચ ઈન્દ્રિયવિષયો, ઈચ્છા, દ્વેષ, સુખ, દુઃખ, સંઘાત, ચેતના અને ધૈર્ય—આ સર્વને સંક્ષેપમાં કાર્યોનાં ક્ષેત્ર તથા તેમની આંતરક્રિયાઓ (વિકાર) કહેવામાં આવે છે.

ભાવાર્થ

મહર્ષિઓ, વૈદિક સૂક્તો અને વેદાંતસૂત્રોનાં પ્રમાણભૂત કથનોના આધારે આ જગતનાં ઘટકતત્ત્વોને નીચે પ્રમાણે જાણી શકાય છે. પ્રથમ તો પૃથ્વી, જળ, અગ્નિ, વાયુ તથા આકાશ એવાં પાંચ મહાતત્ત્વો (મહાભૂતો) છે. પછી અહંકાર, બુદ્ધિ તથા ત્રણે ગુણોની અવ્યક્ત અવસ્થા આવે છે. તે પછી નેત્ર, કાન, નાસિકા, જીભ તથા ત્વચા—આ પાંચ જ્ઞાનેન્દ્રિયો આવે છે. પછી પાંચ કર્મેન્દ્રિયો છેઃ વાણી, પગ, હાથ, ગુદા તથા જનનેન્દ્રિય. તે પછી ઈન્દ્રિયોની ઉપર મન છે, જેને અંદર રહેવાને કારણે આંતરિક ઈન્દ્રિય કહી શકાય છે. તેથી મન સહિત કુલ અગિયાર ઈન્દ્રિયો હોય છે. પછી પાંચ ઈન્દ્રિયોના વિષયો હોય છેઃ ગંધ, સ્વાદ, રૂપ, સ્પર્શ તથા શબ્દ. આ પ્રમાણે ચોવીસ તત્ત્વોનો સમૂહ કાર્યક્ષેત્ર કહેવાય છે. જો મનુષ્ય આ ચોવીસે તત્ત્વોના સમૂહનો પૃથક્કરણાત્મક અભ્યાસ કરે, તો તે કાર્યક્ષેત્રને સારી રીતે સમજી શકે છે. ત્યાર પછી ઈચ્છા, દ્વેષ, સુખ તથા દુઃખ આવે છે જે આંતરક્રિયાઓ (વિકાર) છે અને સ્થૂળ દેહના પાંચ મહાભૂતોની અભિવ્યક્તિઓ છે. ચેતના તથા ધૈર્ય દ્વારા વ્યક્ત થતાં જીવનનાં લક્ષણો સૂક્ષ્મ શરીર અર્થાત્ મન, અહંકાર તથા બુદ્ધિનાં પ્રગટીકરણો છે. આ સૂક્ષ્મ તત્ત્વોનો પણ કાર્યક્ષેત્રમાં સમાવેશ થાય છે.

પાંચ મહાભૂતો મિથ્યા અહંકારની અભિવ્યક્તિ છે કે જે અહંકારની મૂળ અવસ્થાને જ પ્રદર્શિત કરે છે, જેને ભૌતિકવાદી ધારણા અથવા *તામસ*

બુદ્ધિ કહેવામાં છે. આ વળી ત્રણ ભૌતિક ગુણોની અવ્યક્ત અવસ્થાનું પ્રતિનિધિત્વ કરે છે. પ્રકૃતિના અવ્યક્ત ગુણોને *પ્રધાન* કહેવામાં આવે છે.

જે મનુષ્ય આ ચોવીસ તત્ત્વોને તેમની આંતરક્રિયાઓ સહિત વિસ્તારપૂર્વક જાણવા ઇચ્છે છે, તેણે તેના તત્ત્વજ્ઞાનનો વધુ વિગતવાર અભ્યાસ કરવો જોઈએ. ભગવદ્‌ગીતામાં કેવળ સારાંશ આપવામાં આવેલો છે.

શરીર એ આ સર્વ તત્ત્વોની અભિવ્યક્તિ છે. શરીરમાં છ પ્રકારનાં પરિવર્તનો થાય છે—તે ઉત્પન્ન થાય છે, તે વિકાસ પામે છે, તે ટકી રહે છે, તે ગૌણ પેદાશો ઉત્પન્ન કરે છે, પછી તે ક્ષીણ થવા માંડે છે અને અંતે નાશ પામે છે. માટે ક્ષેત્ર એ અસ્થાયી ભૌતિક વસ્તુ છે. જોકે તેનો સ્વામી, ક્ષેત્રનો જ્ઞાતા એવો ક્ષેત્રજ્ઞ ભિન્ન હોય છે.

શ્લોક ૮–૧૨

अमानित्वमदम्भित्वमहिंसा क्षान्तिरार्जवम्।
आचार्योपासनं शौचं स्थैर्यमात्मविनिग्रहः ॥ ८ ॥
इन्द्रियार्थेषु वैराग्यमनहङ्कार एव च।
जन्ममृत्युजराव्याधिदुःखदोषानुदर्शनम् ॥ ९ ॥
असक्तिरनभिष्वङ्गः पुत्रदारगृहादिषु।
नित्यं च समचित्तत्वमिष्टानिष्टोपपत्तिषु ॥ १० ॥
मयि चानन्ययोगेन भक्तिरव्यभिचारिणी।
विविक्तदेशसेवित्वमरतिर्जनसंसदि ॥ ११ ॥
अध्यात्मज्ञाननित्यत्वं तत्त्वज्ञानार्थदर्शनम्।
एतज्ज्ञानमिति प्रोक्तमज्ञानं यदतोऽन्यथा ॥ १२ ॥

અમાનિત્વમ્—વિનમ્રતા; **અદમ્ભિત્વમ્**—દંભવિહીનતા; **અહિંસા**—અહિંસા; **ક્ષન્તિઃ**—સહનશીલતા; **આર્જવમ્**—સરળતા; **આચાર્ય ઉપાસનમ્**—સદ્‌ગુરુના આશ્રયે જવું; **શૌચમ્**—પવિત્રતા; **સ્થૈર્યમ્**—દૃઢતા; **આત્મ વિનિગ્રહઃ**—આત્મસંયમ; **ઈન્દ્રિય અર્થેષુ**—ઈન્દ્રિયોની બાબતમાં; **વૈરાગ્યમ્**—વિરક્તિ; **અનહઙ્કારઃ**—મિથ્યા અહંકારથી રહિત; **એવ ચ**—તેમ જ; **જન્મ**—જન્મ; **મૃત્યુ**—મૃત્યુ; **જરા**—ઘડપણ; **વ્યાધિ**—તથા રોગનું; **દુઃખ**—દુઃખનાં; **દોષ**—દોષ; **અનુદર્શનમ્**—અવલોકન; **અસક્તિઃ**—આસક્તિરહિત હોવું; **અનભિષ્વઙ્ગઃ**—સંગ વિના; **પુત્ર**—પુત્ર; **દાર**—પત્ની;

ગૃહ આદિષુ—ઘર વગેરે પ્રતિ; **નિત્યમ્**—સદા; **ચ**—અને; **સમચિત્તત્વમ્**—સમતોલપણું; **ઈષ્ટ**—ઈચ્છિત, અનુકૂળ; **અનિષ્ટ**—અનિચ્છનીય, પ્રતિકૂળ; **ઉપપત્તિષુ**—પ્રાપ્ત ઘટનાઓ પ્રતિ; **મયિ**—મારામાં; **ચ**—અને; **અનન્ય યોગેન**—અનન્ય ભક્તિ વડે; **ભક્તિઃ**—ભક્તિ; **અવ્યભિચારિણી**—વિરામ વગર; **વિવિક્ત**—એકાંત; **દેશ**—સ્થાનોની; **સેવિત્વમ્**—આકાંક્ષા રાખી; **અરતિઃ**—વિરક્ત ભાવે; **જનસંસદિ**—સામાન્ય જનો પ્રતિ; **અધ્યાત્મ**—આત્મવિષયક; **જ્ઞાન**—જ્ઞાનમાં; **નિત્યત્વમ્**—સાતત્ય; **તત્ત્વજ્ઞાન**—સત્યના જ્ઞાનના; **અર્થ**—હેતુ માટે; **દર્શનમ્**—દર્શનશાસ્ત્ર; **એતત્**—આ સર્વ; **જ્ઞાનમ્**—જ્ઞાન; **ઈતિ**—એ રીતે; **પ્રોક્તમ્**—કહેવાયું; **અજ્ઞાનમ્**—અજ્ઞાન; **યત્**—જે; **અતઃ**—આથી; **અન્યથા**—અન્ય.

અનુવાદ

વિનમ્રતા, દંભવિહિનતા, અહિંસા, સહિષ્ણુતા, સરળતા, સદ્‌ગુરુનો આશ્રય, પવિત્રતા, સ્થિરતા, આત્મસંયમ, ઈન્દ્રિયતૃપ્તિના વિષયોનો ત્યાગ, મિથ્યા અહંકારનો અભાવ, જન્મ-મૃત્યુ-જરા-વ્યાધિના અનિષ્ટની અનુભૂતિ, વૈરાગ્ય, બાળકો-પત્ની-ઘર તથા અન્ય વસ્તુઓની મમતામાંથી મુક્તિ, અનુકૂળ તથા પ્રતિકૂળ ઘટનાઓ પ્રત્યે સમભાવ, મારા પ્રત્યે નિરંતર અનન્ય ભક્તિભાવ, એકાંતવાસની ઈચ્છા, સામાન્ય જનસમૂહથી અલિપ્ત હોવું, આત્મ-સાક્ષાત્કારના મહત્ત્વનો સ્વીકાર અને પરમ બ્રહ્મની તાત્ત્વિક શોધ—આ બધાને હું જ્ઞાન તરીકે ઘોષિત કરું છું અને આ સિવાય જે કંઈ છે, તે અજ્ઞાન છે.

ભાવાર્થ

કેટલીક વખત અલ્પજ્ઞાની મનુષ્યો જ્ઞાનની આ પ્રક્રિયાને કાર્યક્ષેત્રની આંતરક્રિયા (વિકાર) હોવાની ગેરસમજ કરે છે. પરંતુ વાસ્તવમાં આ જ જ્ઞાનની સાચી પ્રક્રિયા છે. જો મનુષ્ય આ પ્રક્રિયાને સ્વીકારી લે, તો પરમ બ્રહ્મને પામવાની શક્યતા રહે છે. આ પૂર્વોક્ત ચોવીસ તત્ત્વોની આંતરક્રિયા નથી. વાસ્તવમાં આ તો ચોવીસ તત્ત્વોના પાસમાંથી છૂટી જવાનું સાધન છે. દેહધારી આત્મા ચોવીસ તત્ત્વોથી બનેલા આવરણરૂપી શરીરમાં બદ્ધ થયેલો છે કે જે ચોવીસ તત્ત્વોનું બનેલું માળખું છે અને અહીં દર્શાવેલી જ્ઞાનની પ્રક્રિયા તેમાંથી બહાર નીકળવાનું સાધન છે. જ્ઞાનની પ્રક્રિયાઓનાં સર્વ વર્ણનોમાં અગિયારમા શ્લોકની પ્રથમ

પંક્તિમાં વર્ણવેલો મુદ્દો સૌથી વધુ અગત્યનો છે. *મયિ ચાનન્યયોગેન ભક્તિર્ અવ્યભિચારાણિ*—"જ્ઞાનની પ્રક્રિયાનો છેડો ભગવાનની અનન્ય ભક્તિમાં આવે છે." માટે જો કોઈ મનુષ્ય ભગવાનની દિવ્ય સેવા પામી ન શકે અથવા તે પ્રાપ્ત કરવામાં અસમર્થ હોય, તો પછી અન્ય ઓગણીસ બાબતોનું વિશેષ મહત્ત્વ રહેતું નથી. પરંતુ જો મનુષ્ય પૂર્ણ ભક્તિભાવ સાથે ભગવાનની સેવા અપનાવે છે, તો અન્ય ઓગણીસ બાબતો તેનામાં આપોઆપ જ વિકાસ પામે છે. શ્રીમદ્ ભાગવત (૫.૧૮.૧૨)માં કહ્યું છે તેમ—*યસ્યાસ્તિ ભક્તિર્ ભગવત્ય્ અકિઞ્ચના સર્વૈર્ ગુણૈસ્તત્ર સમાસતે સુરાઃ*—જે મનુષ્યે ભક્તિની વિશુદ્ધ અવસ્થા પ્રાપ્ત કરી લીધી છે, તેની અંદર જ્ઞાનના સર્વ ગુણો વિકસિત થાય છે. આઠમા શ્લોકમાં જણાવ્યા પ્રમાણે, સદ્‌ગુરુનો આશ્રય પ્રાપ્ત કરવાનો સિદ્ધાંત અત્યંત જરૂરી છે. જે મનુષ્યે ભક્તિનો સ્વીકાર કર્યો છે, તેના માટે પણ તે ખૂબ મહત્ત્વનો છે. જ્યારે પ્રમાણભૂત આધ્યાત્મિક ગુરુનો આશ્રય ગ્રહણ કરવામાં આવે છે, ત્યારે જ આધ્યાત્મિક જીવનનો શુભારંભ થાય છે. પૂર્ણ પુરુષોત્તમ પરમેશ્વર શ્રીકૃષ્ણ અહીં સ્પષ્ટપણ કહે છે કે જ્ઞાનની આ પ્રક્રિયા એ જ સાચો માર્ગ છે. આ સિવાયનાં અન્ય કોઈ પણ અનુમાન નિરર્થક છે.

અહીં જ્ઞાનની જે રૂપરેખા રજૂ કરવામાં આવી છે, તેનું પૃથક્કરણ આ પ્રમાણે થઈ શકે છે. વિનમ્રતા (*અમાનિત્વ*)નો અર્થ એ છે કે મનુષ્યે અન્ય દ્વારા સન્માન પામવાની ઈચ્છા રાખવી ન જોઈએ. આપણે દેહાત્મબુદ્ધિના કારણે બીજાઓ પાસેથી સન્માન પામવા બહુ આતુર રહીએ છીએ, પરંતુ પૂર્ણ જ્ઞાન પામેલા મનુષ્યની દૃષ્ટિએ શરીર સંબંધી માન કે અપમાન બધું નિરર્થક હોય છે, કારણ કે તે જાણતો હોય છે કે પોતે આ શરીર નથી. મનુષ્યે આ દુન્યવી પ્રપંચ પાછળ વલખાં મારવાં ન જોઈએ. લોકો પોતાના ધર્મ ખાતર પ્રસિદ્ધિ પામવા બહુ આતુર હોય છે, પરિણામે એવું જોવામાં આવે છે કે ધર્મના સિદ્ધાંતોને જાણ્યા વિના મનુષ્ય એવા સમુદાયમાં દાખલ થઈ જાય છે કે જે હકીકતમાં ધર્મના સિદ્ધાંતોનું પાલન કરતો નથી અને એ રીતે તે પછી ધર્મોપદેશક તરીકે પોતાનો પ્રચાર કરવા ઈચ્છે છે. આધ્યાત્મિક જ્ઞાનમાં વાસ્તવિક પ્રગતિની બાબતમાં મનુષ્યે પોતાનું પરીક્ષણ કરવું જોઈએ કે પોતે કેટલે સુધી ઉન્નતિ કરી રહ્યો છે. તે આ બાબતો દ્વારા નિર્ણય કરી શકે છે.

અહિંસાનો સામાન્ય અર્થ હિંસા નહીં કરવી કે શરીરનો નાશ ન કરવો એવો થાય છે, પરંતુ અહિંસાનો વાસ્તવિક અર્થ અન્ય જીવોને દુઃખ ન આપવું એવો થાય છે. દેહાત્મબુદ્ધિના કારણે સામાન્ય લોકો અજ્ઞાનમાં બદ્ધ રહે છે અને તેઓ સતત ભૌતિક યાતનાઓ ભોગવ્યા કરે છે. માટે જ્યાં સુધી મનુષ્ય લોકોને આધ્યાત્મિક જ્ઞાન પ્રત્યે ઉન્નત બનાવતો નથી, ત્યાં સુધી તે હિંસા આચરે છે. મનુષ્યે લોકોમાં વાસ્તવિક જ્ઞાનનું વિતરણ કરવા માટે સમગ્ર શક્તિથી પ્રયત્ન કરવો જોઈએ કે જેથી લોકોને બોધ મળે અને તેઓ આ દુન્યવી બંધનમાંથી મુક્ત થાય. તે જ અહિંસા છે.

સહિષ્ણુતા (*ક્ષાન્તિ*) એટલે કે મનુષ્યે અન્યોનાં અપમાન તથા તિરસ્કાર સહન કરવા તૈયાર રહેવું જોઈએ. જો મનુષ્ય આધ્યાત્મિક જ્ઞાનમાં પ્રગતિ કરવામાં પરોવાયેલો હોય, તો બીજા લોકો પાસેથી અનેક અપમાન તથા ઘણો અનાદર મળે છે. આ અપેક્ષિત જ હોય છે, કારણ કે ભૌતિક પ્રકૃતિનું સ્વરૂપ જ એવું હોય છે. પાંચ વરસના બાળક પ્રહ્લાદના પિતા તેની ભક્તિના વિરોધી થયા, ત્યારે આધ્યાત્મિક જ્ઞાનોપાસનામાં પરોવાયેલા પ્રહ્લાદને સુધ્ધાં સંકટનો સામનો કરવો પડેલો. તેમના પિતાએ તેમને અનેકવાર જુદી જુદી રીતે મારી નાખવાનો પ્રયત્ન કરેલો, પરંતુ પ્રહ્લાદે તે બધું સહન કર્યું. તેથી આધ્યાત્મિક જ્ઞાનમાં પ્રગતિ કરતી વખતે અનેક અવરોધો આડા આવી શકે છે, પરંતુ આપણે સહનશીલ રહી દૃઢ નિશ્ચયપૂર્વક આપણી પ્રગતિ ચાલુ રાખવી જોઈએ.

સરળતા (*આર્જવમ્*)નો અર્થ એ છે કે કોઈ પણ પ્રકારના કપટ વિના મનુષ્યે એવા સરળ થવું જોઈએ કે તે શત્રુ સમક્ષ પણ વાસ્તવિક સત્યનું ઉદ્‌બોધન કરી શકે. સદ્‌ગુરુના શરણગ્રહણ (*આચાર્યોપાસનમ્*) કરવાની બાબતમાં કહી શકાય કે તે અનિવાર્ય છે, કારણ કે આધ્યાત્મિક ગુરુના ઉપદેશ વિના મનુષ્ય આધ્યાત્મિક જ્ઞાનમાં પ્રગતિ સાધી શકતો નથી. મનુષ્યે વિનમ્રભાવે સદ્‌ગુરુના શરણે જવું જોઈએ અને સર્વ પ્રકારે તેમની સેવા કરવી જોઈએ કે જેથી તેઓ પ્રસન્ન થાય અને શિષ્યને આશીર્વાદ આપે. સુપાત્ર સદ્‌ગુરુ એ ભગવાન કૃષ્ણના પ્રતિનિધિ હોય છે, તેથી જો તેઓ શિષ્યને આશીર્વાદ આપે, તો તે દ્વારા શિષ્ય નિયામક સિદ્ધાંતોનું પાલન કર્યા વિના પણ તત્કાળ પ્રગતિ કરી શકે છે. અથવા જે શિષ્ય અનન્યભાવે આધ્યાત્મિક ગુરુની સેવા કરે છે, તેને માટે સર્વ નિયામક સિદ્ધાંતો બહુ સરળ થઈ જાય છે.

આધ્યાત્મિક જીવનમાં પ્રગતિ કરવા માટે પવિત્રતા (*શૌચમ્*) અનિવાર્ય છે. પવિત્રતા બે પ્રકારની હોય છે—આંતરિક તથા બાહ્ય. બાહ્ય પવિત્રતા એટલે સ્નાન કરવું, પરંતુ આંતરિક પવિત્રતા માટે કૃષ્ણનું સતત ચિંતન તથા હરે કૃષ્ણ મંત્રનું કીર્તન જરૂરી છે:

હરે કૃષ્ણ હરે કૃષ્ણ કૃષ્ણ કૃષ્ણ હરે હરે।
હરે રામ હરે રામ રામ રામ હરે હરે॥

આ પ્રક્રિયા પૂર્વકર્મોને કારણે સંચિત થયેલા મેલને સાફ કરી મનને સ્વચ્છ કરે છે.

સ્થિરતા (*સ્થૈર્ય*)નો અર્થ એ છે કે મનુષ્યે આધ્યાત્મિક જીવનમાં પ્રગતિ કરવા માટે દૃઢનિશ્ચયી બનવું પડે. આવી દૃઢતા વિના મનુષ્ય નક્કર પ્રગતિ સાધી શકતો નથી. આત્મસંયમ (*આત્મ વિનિગ્રહ:*) એટલે કે આધ્યાત્મિક પ્રગતિના પંથે જે અવરોધક હોય, તેવી કોઈ પણ વસ્તુનો સ્વીકાર ન કરવો. મનુષ્યે આ માટે ટેવાઈ જઈને આધ્યાત્મિક પ્રગતિ માટે પ્રતિકૂળ હોય તેને તજવું જોઈએ. આ જ સાચો વૈરાગ્ય છે. ઈન્દ્રિયો એવી પ્રબળ હોય છે કે તે હંમેશાં ઈન્દ્રિયતૃપ્તિ માટે આતુર રહે છે. મનુષ્યે આવી બિનજરૂરી ઈચ્છાઓને પૂરી કરવી ન જોઈએ. શરીરને તંદુરસ્ત રાખવા માટે જરૂરી હોય તેટલા પ્રમાણમાં જ ઈન્દ્રિયતૃપ્તિ કરવી જોઈએ કે જેથી મનુષ્ય આધ્યાત્મિક જીવનની ઉન્નતિ માટે તેનું કર્તવ્ય અદા કરી શકે. સૌથી મહત્ત્વપૂર્ણ અને વશ ન કરી શકાય એવી ઈન્દ્રિય જીભ છે. જો મનુષ્ય જીભને વશમાં રાખી શકે, તો અન્ય ઈન્દ્રિયોને સંયમિત કરવાની પૂરેપૂરી શક્યતા રહે છે. જીભનાં કાર્યો છે, સ્વાદ લેવો તથા બોલવું. તેથી પદ્ધતિસરના નિયમન દ્વારા જીભને કૃષ્ણને ધરાવેલા પ્રસાદનો સ્વાદ લેવામાં તથા હરે કૃષ્ણનું કીર્તન કરવામાં સદા વ્યસ્ત રાખવી જોઈએ. નેત્રો વિશે કહેવાનું કે તેમને કૃષ્ણના નયનાભિરામ રૂપ સિવાય બીજું કશું જોવા દેવું ન જોઈએ. આનાથી દૃષ્ટિ સંયમિત થશે. તે જ પ્રમાણે કાનને કૃષ્ણકથાનું શ્રવણ કરવામાં તથા નાકને કૃષ્ણને સમર્પિત પુષ્પોની સુગંધ લેવામાં વ્યસ્ત રાખવાં જોઈએ. ભક્તિની આ પ્રક્રિયા છે અને એ સમજી લેવું જોઈએ કે ભગવદ્ગીતા કેવળ ભક્તિના વિજ્ઞાનનું જ પ્રતિપાદન કરે છે. ભક્તિ જ એકમાત્ર મુખ્ય ઉદ્દેશ છે. ભગવદ્ગીતાના બુદ્ધિહીન ટીકાકારો વાચકના મનને અન્ય વિષયો તરફ વાળવાનો પ્રયત્ન કરે છે, પરંતુ ભગવદ્ગીતામાં ભક્તિ સિવાય અન્ય કોઈ વિષય નથી.

મિથ્યા અહંકારનો અર્થ છે, પોતે આ શરીર છે એમ માનવું. જ્યારે મનુષ્ય એમ સમજે છે કે પોતે શરીર નથી પણ ચેતન આત્મા છે, ત્યારે તે વાસ્તવિક અહંભાવને પામે છે. અહંકાર તો રહે જ છે. મિથ્યા અહંકારની નિંદા થાય છે, વાસ્તવિક અહંકારની નહીં. વૈદિક સાહિત્ય (બૃહદારણ્યક ઉપનિષદ ૧.૪.૧૦)માં કહ્યું છે—*અહં બ્રહ્માસ્મિ*—હું બ્રહ્મ છું, હું આત્મા છું. આ "હું છું" એવા ભાવનું અસ્તિત્વ આત્મ-સાક્ષાત્કારની મુક્ત અવસ્થામાં પણ રહે છે. "હું છું"નો આ ભાવ અહંકાર છે, પરંતુ જ્યારે "હું છું"ની આ ભાવનાને મિથ્યા શરીર માટે પ્રયુક્ત કરવામાં આવે છે, ત્યારે તે મિથ્યા અહંકાર થઈ જાય છે. જ્યારે આ આત્મભાવ વાસ્તવિકતાને લાગુ કરાય છે, ત્યારે તે વાસ્તવિક અહંકાર હોય છે. કેટલાક તત્ત્વચિંતકો કહે છે કે આપણે અહંકારનો ત્યાગ કરવો જોઈએ, પરંતુ આપણે અહંકારનો ત્યાગ કરી ન શકીએ, કારણ કે અહંકાર એટલે જ આપણી ઓળખ. અલબત્ત, આપણે દેહ સાથેની એકરૂપતાના ખોટા ભાવનો ત્યાગ કરવો જોઈએ.

મનુષ્યે જન્મ, મૃત્યુ, જરા તથા વ્યાધિને સહન કરવારૂપી દુઃખને સમજવાનો પ્રયત્ન કરવો જોઈએ. વૈદિક ગ્રંથોમાં જન્મના અનેક વૃત્તાંતો છે. શ્રીમદ્ ભાગવતમાં જન્મ પૂર્વેની સ્થિતિ, માતાના ગર્ભમાં બાળકનો નિવાસ તથા તેનાં કષ્ટ વગેરેનું જીવંત ચિત્રણ કરવામાં આવ્યું છે. એ સારી રીતે સમજી લેવું જોઈએ કે જન્મ બહુ કષ્ટદાયક હોય છે. માતાના ગર્ભમાં આપણે કેટલી યાતનાઓ ભોગવી છે, તેનું વિસ્મરણ થઈ જતું હોવાથી આપણે જન્મ-મૃત્યુના પુનરાવર્તનની સમસ્યાનો કોઈ ઉકેલ લાવતા નથી. તેવી જ રીતે, અંતકાળે સર્વ પ્રકારની યાતનાઓ ભોગવવી પડે છે અને તે વિશે પણ પ્રમાણભૂત શાસ્ત્રોમાં ઉલ્લેખ થયો છે. આની ચર્ચા-વિચારણા થવી જોઈએ. અને રોગ (*વ્યાધિ*) તથા ઘડપણ (*જરા*)નો તો દરેક મનુષ્યને જાત અનુભવ હોય છે. કોઈ રોગગ્રસ્ત થવા ઇચ્છતું નથી અને કોઈ ઘરડા થવાની ઇચ્છા કરતું નથી, પરંતુ તેને ટાળી શકાતાં નથી. જન્મ, મૃત્યુ, જરા તથા વ્યાધિનાં દુઃખોને અનુલક્ષીને જ્યાં સુધી આપણે ભૌતિક જીવન પ્રત્યે નકારાત્મક દૃષ્ટિકોણ ધરાવીશું નહીં, ત્યાં સુધી આધ્યાત્મિક જીવનમાં પ્રગતિ કરવા માટે કોઈ પ્રેરકબળ ઉદ્ભવશે નહીં.

સંતાનો, પત્ની તથા ઘર વગેરેથી વિરક્તિની બાબતમાં એવો આશય નથી કે તેમને માટે કોઈ લાગણી જ ન હોવી જોઈએ. તેઓ બધાં સ્વાભાવિક રીતે જ સ્નેહનાં પાત્ર છે. પરંતુ તેઓ જ્યારે આધ્યાત્મિક પ્રગતિને પ્રતિકૂળ

હોય, ત્યારે મનુષ્યે તેમનામાં આસક્ત રહેવું ન જોઈએ. ઘરને આનંદમય રાખવા માટે કૃષ્ણભક્તિ એ સર્વોત્તમ પદ્ધતિ છે. જો મનુષ્ય પૂરેપૂરો કૃષ્ણભાવનાપરાયણ હોય, તો તે પોતાના ઘરને અત્યંત સુખમય બનાવી શકે છે, કારણ કે આ કૃષ્ણભાવનાની પદ્ધતિ અત્યંત સુગમ છે. મનુષ્યે કેવળ **હરે કૃષ્ણ હરે કૃષ્ણ કૃષ્ણ કૃષ્ણ હરે હરે। હરે રામ હરે રામ રામ રામ હરે હરે॥**—આ મહામંત્રનું કીર્તન કરવું, કૃષ્ણ પ્રસાદ ગ્રહણ કરવો, ભગવદ્‌ગીતા તથા શ્રીમદ્ ભાગવત જેવા ગ્રંથોમાંથી ચર્ચા-વિચારણા કરવી અને અર્ચાવિગ્રહનું પૂજન કરવું—આટલું કરવાનું હોય છે. આ ચાર બાબતો મનુષ્યને સુખી કરશે. મનુષ્યે પરિવારને આ રીતે કેળવવો જોઈએ. પરિવારના સભ્યો દરરોજ સવાર-સાંજે સાથે બેસીને હરે કૃષ્ણ મહામંત્રનું કીર્તન કરી શકે છેઃ **હરે કૃષ્ણ હરે કૃષ્ણ કૃષ્ણ કૃષ્ણ હરે હરે। હરે રામ હરે રામ રામ રામ હરે હરે॥** જો મનુષ્ય આ ચાર નિયમોનું પાલન કરીને પોતાના કૌટુંબિક જીવનને આ રીતે કૃષ્ણભાવનાનો વિકાસ સાધવામાં પ્રવૃત્ત કરી શકે, તો પારિવારિક જીવન તજીને વિરક્ત જીવન ગ્રહણ કરવાની જરૂર રહેતી નથી. પરંતુ વાતાવરણ જો આધ્યાત્મિક પ્રગતિ માટે અનુકૂળ ન હોય, તો પારિવારિક જીવનનો ત્યાગ કરવો જોઈએ. મનુષ્યે કૃષ્ણનો સાક્ષાત્કાર કરવા અથવા તેમની સેવા કરવા ખાતર, જેમ અર્જુને કર્યું હતું તેમ, પોતાના સર્વસ્વનું સમર્પણ કરવું જોઈએ. અર્જુન પોતાના પરિવારના સભ્યોને હણવા ઇચ્છતો ન હતો, પરંતુ જ્યારે તેને સમજાયું કે આ કુટુંબના સભ્યો તેના કૃષ્ણ-સાક્ષાત્કારમાં બાધક છે, ત્યારે તેણે કૃષ્ણના આદેશો સ્વીકાર્યા, યુદ્ધ કર્યું અને કુટુંબીજનોનો સંહાર કર્યો. સર્વ પરિસ્થિતિમાં મનુષ્યે પારિવારિક જીવનનાં સુખ-દુઃખ પ્રત્યે વિરક્ત રહેવું જોઈએ, કારણ કે આ દુનિયામાં કોઈ કદાપિ પૂરેપૂરો સુખી કે દુઃખી થઈ શકતો નથી.

સુખ અને દુઃખ તો સંસારી જીવનની આનુષંગિક ઘટનાઓ છે. ભગવદ્‌ગીતામાં ઉપદેશ્યા પ્રમાણે મનુષ્યે સહન કરતા શીખવું જોઈએ. સુખ તથા દુઃખના આવાગમનને કોઈ અટકાવી શકે નહીં, તેથી મનુષ્યે ભૌતિકવાદી જીવનથી અનાસક્ત રહીને બંને સંજોગો માટે સજ્જ થવું જોઈએ. સામાન્ય રીતે આપણે જ્યારે મનગમતી વસ્તુ મેળવીએ છીએ, ત્યારે આપણે બહુ સુખ મેળવીએ છીએ અને અણગમતી વસ્તુ મળે, તો દુઃખી થઈ જઈએ છીએ. પરંતુ આપણે જો વાસ્તવિક રીતે આધ્યાત્મિક

અવસ્થામાં હોઈશું, તો આ બાબતોથી વ્યગ્ર બનીશું નહીં. તે અવસ્થાએ પહોંચવા માટે આપણે નિરંતર ભક્તિની સાધના કરવી પડે. કૃષ્ણની અવિચળ ભક્તિ એટલે કે નવધા ભક્તિમાં પરોવાઈ જવું. નવધા ભક્તિ એટલે શ્રવણ, કીર્તન, પૂજન, અર્ચન વગેરે, જે અંગે નવમા અધ્યાયના છેલ્લા શ્લોકમાં વર્ણન કરવામાં આવ્યું છે, તે પદ્ધતિનું અનુસરણ કરવું જોઈએ.

આધ્યાત્મિક જીવન પદ્ધતિમાં અભ્યસ્ત થયા પછી મનુષ્ય સ્વાભાવિક રીતે જ ભૌતિકવાદી લોકો સાથે ભળવા માગશે નહીં. એ તો તેના સ્વભાવને પ્રતિકૂળ હોય છે. મનુષ્યે પરીક્ષા કરીને જાણી લેવું જોઈએ કે તે અનિષ્ટ સંગ વગર એકાંતવાસમાં ક્યાં સુધી રહેવાનું વલણ ધરાવે છે. સ્વાભાવિક રીતે જ, ભક્ત નિરર્થક રમતગમત, સિનેમા કે સામાજિક કાર્યક્રમોમાં રસ ધરાવતો નથી, કારણ કે તે જાણતો હોય છે કે આ તો માત્ર સમયનો અપવ્યય છે. સંશોધન કરનારા એવા કેટલાક વિદ્વાનો તથા તત્ત્વચિંતકો હોય છે કે જેઓ જાતીય જીવન કે અન્ય વિષયોનો અભ્યાસ કરે છે, પરંતુ ભગવદ્‌ગીતાના મતે આવાં કરેલાં સંશોધનો અને તાત્ત્વિક અનુમાનોની કશી કિંમત નથી. તે તો લગભગ અર્થહીન હોય છે. ભગવદ્‌ગીતાના મંતવ્ય પ્રમાણે મનુષ્યે આત્માની પ્રકૃતિ વિશે તાત્ત્વિક વિવેકદૃષ્ટિથી સંશોધન કરવું જોઈએ. સંશોધન આત્માને સમજવા માટે કરવું જોઈએ. તેની જ અત્રે ભલામણ કરવામાં આવી છે.

આત્મ-સાક્ષાત્કાર વિશે અહીં સ્પષ્ટપણે કહેવામાં આવ્યું છે કે ભક્તિયોગ જ વિશેષ રીતે વ્યાવહારિક છે. ભક્તિનો પ્રશ્ન ઉપસ્થિત થતાં જ મનુષ્યે આત્મા તથા પરમાત્મા વચ્ચેના સંબંધનો વિચાર અવશ્ય કરવો જોઈએ. વ્યક્તિગત આત્મા અને પરમાત્મા કદાપિ એકરૂપ હોઈ ન શકે, ખાસ કરીને ભક્તિયોગમાં તો કદાપિ નહીં. પરમાત્મા પ્રત્યે વ્યક્તિગત આત્માની આ સેવા સનાતન છે, જે બાબતે સ્પષ્ટતા થયેલી છે. એટલે ભક્તિમય સેવા સનાતન છે. મનુષ્યે એવી તાત્ત્વિક નિષ્ઠામાં સ્થિત થવું જોઈએ.

શ્રીમદ્‌ ભાગવત (૧.૨.૧૧)માં આની સમજૂતી આપી છે—*વદન્તિ તત્ તત્ત્વવિદસ્ તત્ત્વં યજ્જ્ઞાનમ્ અદ્વયમ્.* જે મનુષ્યો પરમ બ્રહ્મના વાસ્તવિક જાણકાર છે, તેઓ જાણે છે કે આત્માનો સાક્ષાત્કાર બ્રહ્મ, પરમાત્મા તથા ભગવાન ત્રણ રૂપે થાય છે. પરમ બ્રહ્મના સાક્ષાત્કારમાં

ભગવાન એ પરાકાષ્ઠારૂપ હોય છે. માટે મનુષ્યે ભગવાનની ભૂમિકા સુધી પહોંચવું જોઈએ અને એમ કરીને ભગવદ્‌ભક્તિમાં વ્યસ્ત થઈ જવું જોઈએ. એ જ જ્ઞાનની પૂર્ણતા છે.

વિનમ્રતા (*અમાનિત્વમ્*)ના વ્યવહારથી માંડીને પરબ્રહ્મ પરમેશ્વરના સાક્ષાત્કાર સુધીની આ પ્રક્રિયા ભોંયતળિયેથી લઈને સર્વોચ્ચ માળ સુધી જતી નિસરણી સમાન છે. હવે આ નિસરણી પર એવા ઘણા લોકો છે કે જેઓમાંના કેટલાક પહેલા માળે, બીજા માળે કે ત્રીજા માળે પહોંચ્યા છે, પરંતુ જ્યાં સુધી કૃષ્ણ-વિજ્ઞાનરૂપી સર્વોચ્ચ માળે ન પહોંચાય, ત્યાં સુધી મનુષ્ય જ્ઞાનની નિમ્નતર અવસ્થામાં હોય છે. જો મનુષ્ય ઈશ્વર સાથે સ્પર્ધા કરવાની ઈચ્છા સેવે અને સાથે સાથે આધ્યાત્મિક જ્ઞાનમાં આગળ વધવા ઈચ્છે, તો તેને નિરાશા મળશે. એ તો બહુ સ્પષ્ટ રીતે જણાવ્યું છે કે નમ્રતા વિના જ્ઞાનપ્રાપ્તિની શક્યતા રહેતી નથી. પોતાની જાતને ઈશ્વર માનવી એ સૌથી મોટો ઘમંડ છે. જીવ ભૌતિક પ્રકૃતિના કઠોર નિયમોને કારણે સદા લાતો ખાતો હોવા છતાં અજ્ઞાનને કારણે "હું ઈશ્વર છું" એમ માનતો હોય છે. માટે જ્ઞાનનો શુભારંભ *અમાનિત્વ*થી જ થાય છે. મનુષ્યે નમ્ર બનવું જોઈએ અને જાણવું જોઈએ કે તે પોતે પરમેશ્વરને અધીન છે. પરમેશ્વર સામે બળવો કરવાથી મનુષ્ય ભૌતિક પ્રકૃતિનો તાબેદાર બને છે. મનુષ્યે આ સત્યને જાણવું જોઈએ અને તેમાં નિષ્ઠા રાખવી જોઈએ.

શ્લોક ૧૩

ज्ञेयं यत्तत्प्रवक्ष्यामि यज्ज्ञात्वामृतमश्नुते।
अनादिमत्परं ब्रह्म न सत्तन्नासदुच्यते॥ १३॥

જ્ઞેયમ્—જાણવા યોગ્ય; **યત્**—જે; **તત્**—તે; **પ્રવક્ષ્યામિ**—હવે હું સમજાવીશ; **યત્**—જે; **જ્ઞાત્વા**—જાણીને; **અમૃતમ્**—અમૃતનું; **અશ્નુતે**—આસ્વાદન કરે છે; **અનાદિ**—આદિરહિત; **મત્ પરમ્**—મારે અધીન; **બ્રહ્મ**—આત્મા; **ન**—નહીં; **સત્**—કારણ; **તત્**—તે; **ન**—નહીં; **અસત્**—કાર્ય; **ઉચ્યતે**—કહેવાય છે.

અનુવાદ

હવે હું જ્ઞેય વિશે કહીશ જે જાણીને તું બ્રહ્મનું નિત્ય આસ્વાદન કરી શકીશ. આ બ્રહ્મ અથવા આત્મા અનાદિ છે તથા મારે અધીન છે તથા તે આ ભૌતિક જગતના કાર્યકારણથી પર છે.

ભાવાર્થ

ભગવાને ક્ષેત્ર તથા ક્ષેત્રજ્ઞની સમજૂતી આપી છે. તેમણે ક્ષેત્રજ્ઞને જાણવાની પદ્ધતિની પણ સમજૂતી આપી છે. હવે તેઓ જ્ઞેય વિશે સમજાવી રહ્યા છે—પ્રથમ આત્મા વિશે અને પછી પરમાત્મા વિશે. આત્મા તથા પરમાત્મા એ બંને જ્ઞાતાઓ વિશેના જ્ઞાનથી વ્યક્તિ જીવનના અમૃતનું આસ્વાદન કરી શકે છે. બીજા અધ્યાયમાં કહ્યું છે તેમ જીવ સનાતન છે. અહીં પણ એનું સમર્થન થયું છે. જીવનની ઉત્પત્તિની કોઈ નિશ્ચિત તિથિ નથી અને પરમેશ્વરમાંથી જીવાત્માના પ્રગટીકરણનો ઈતિહાસ પણ કોઈ બતાવી શકતું નથી. માટે તે અનાદિ છે. વૈદિક સાહિત્ય આનું સમર્થન કરે છે—*ન જાયતે મ્રિયતે વા વિપશ્ચિત્.* (કઠોપનિષદ ૧.૨.૧૮) શરીરનો જ્ઞાતા ક્યારેય જન્મતો નથી અને કદી મરતો નથી તથા તે જ્ઞાનથી પરિપૂર્ણ હોય છે.

વૈદિક સાહિત્યમાં પરમેશ્વરને પરમાત્મારૂપે શરીરના મુખ્ય જ્ઞાતા તથા પ્રકૃતિના ત્રણે ગુણોના સ્વામી કહ્યા છે—*પ્રધાન ક્ષેત્રજ્ઞ પતિર્ગુણેશઃ.* (શ્વેતાશ્વતર ઉપનિષદ ૬.૧૬) સ્મૃતિમાં કહ્યું છે—*દાસભૂતો હરેરેવ નાન્યસ્યૈવ કદાચન.* જીવો નિત્ય ભગવત્સેવામાં રહે છે. આનું સમર્થન ભગવાન ચૈતન્યે પણ તેમના ઉપદેશોમાં કર્યું છે. તેથી આ શ્લોકમાં થયેલું બ્રહ્મનું વર્ણન વ્યક્તિગત આત્મા વિષયક છે અને બ્રહ્મ શબ્દ જ્યારે આત્મા માટે પ્રયુક્ત થાય છે, ત્યારે જાણવું જોઈએ કે તે *આનન્દ બ્રહ્મ* ન હોઈ *વિજ્ઞાન બ્રહ્મ* છે. *આનન્દ બ્રહ્મ* જ પૂર્ણ પુરુષોત્તમ પરમેશ્વર છે.

શ્લોક ૧૪

सर्वतः पाणिपादं तत्सर्वतोऽक्षिशिरोमुखम्।
सर्वतःश्रुतिमल्लोके सर्वमावृत्य तिष्ठति॥ १४॥

સર્વતઃ—સર્વત્ર; **પાણિ**—હાથ; **પાદમ્**—પગ; **તત્**—તે; **સર્વતઃ**—સર્વત્ર; **અક્ષિ**—નેત્ર; **શિરઃ**—માથું; **મુખમ્**—મુખ; **સર્વતઃ**—સર્વત્ર; **શ્રુતિમત્**—કાનયુક્ત; **લોકે**—જગતમાં; **સર્વમ્**—દરેક વસ્તુને; **આવૃત્ય**—વ્યાપીને; **તિષ્ઠતિ**—અવસ્થિત છે.

અનુવાદ

તેમનાં શ્રીહસ્ત, ચરણ, નેત્રો, મસ્તક તથા મુખ અને કર્ણો સર્વત્ર વ્યાપ્ત છે. એ રીતે પરમાત્મા સર્વ વસ્તુઓમાં અવસ્થિત છે.

ભાવાર્થ

જેવી રીતે સૂર્ય પોતાનાં અનંત કિરણો ચોમેર પ્રસારીને અવસ્થિત હોય છે, તેવી જ રીતે પરમાત્મા અથવા પૂર્ણ પુરુષોત્તમ પરમેશ્વર અવસ્થિત હોય છે. તેઓ પોતાના સર્વવ્યાપક રૂપમાં અવસ્થિત રહે છે અને તેમની અંદર મૂળ મહાન શિક્ષક બ્રહ્માજીથી માંડીને નાની કીડી સુધીના સર્વ જીવો સ્થિત છે. મસ્તકો તથા મુખ અસંખ્ય હોય છે અને જીવો પણ અનંત છે. આ સૌ પરમાત્મામાં જ સ્થિત છે અને પરમાત્માના આધારે જ રહેલા છે. માટે પરમાત્મા સર્વવ્યાપક છે. પરંતુ વ્યક્તિગત આત્મા એમ ન કહી શકે કે તેનાં હાથ, પગ તથા નેત્ર ચોમેર પ્રસરેલા છે. તે શક્ય નથી. જો તે એમ વિચારતો હોય કે અજ્ઞાનને લીધે પોતાને ભાન નથી કે પોતાના હાથ અને પગ ચોમેર પ્રસરેલા છે અને જ્યારે તે યોગ્ય જ્ઞાન પ્રાપ્ત કરશે, ત્યારે તે આ સ્તર પર આવશે, તો તેનો આવો વિચાર વિરોધાભાસી છે. આનો અર્થ એ જ છે કે પ્રકૃતિ દ્વારા બદ્ધ હોવાને કારણે આત્મા સર્વોપરી નથી. સર્વોપરી પરમાત્મા તો વ્યક્તિગત આત્માથી ભિન્ન છે. પરમાત્મા પોતાના શ્રીહસ્તને અનહદ અંતર સુધી પ્રસારી શકે છે. પરંતુ અણુ-આત્મા એમ કરી શકે નહીં. ભગવદ્‌ગીતામાં ભગવાન કહે છે કે જો કોઈ તેમને ફૂલ, ફળ અથવા જળ અર્પણ કરે છે, તો તેઓ તેનો સ્વીકાર કરે છે. જો ભગવાન ઘણા દૂર હોય, તો તેઓ આ વસ્તુઓ કેવી રીતે ગ્રહણ કરી શકે? આ જ ભગવાનની સર્વશક્તિમત્તા છે. જોકે તેઓ પૃથ્વીથી અત્યંત દૂર પોતાના ધામમાં રહેલા છે, તેમ છતાં કોઈના દ્વારા અર્પણ કરેલી વસ્તુ ગ્રહણ કરવા તેઓ પોતાનો શ્રીહસ્ત પ્રસારી શકે છે. આ જ તેમનું સામર્થ્ય છે. બ્રહ્મસંહિતા (૫.૩૭)માં કહ્યું છે—*ગોલોક એવ નિવસત્ય્ અખિલાત્મ ભૂતઃ*—તેઓ પોતાના દિવ્ય લોકમાં નિત્ય લીલામાં રમણ કરે છે, તેમ છતાં તેઓ સર્વવ્યાપી છે. આત્મા એવો દાવો કરી શકતો નથી કે તે પોતે સર્વવ્યાપક છે. માટે આ શ્લોકમાં વ્યક્તિગત આત્માનું નહીં, પરંતુ પરમાત્મા, પૂર્ણ પુરુષોત્તમ પરમેશ્વરનું વર્ણન થયું છે.

શ્લોક ૧૫

सर्वेन्द्रियगुणाभासं सर्वेन्द्रियविवर्जितम्।
असक्तं सर्वभृच्चैव निर्गुणं गुणभोक्तृ च॥ १५॥

સર્વ—બધી; **ઈન્દ્રિય**—ઈન્દ્રિયોના; **ગુણ**—ગુણોનું; **આભાસમ્**—મૂળ સ્રોત; **સર્વ**—સર્વ; **ઈન્દ્રિય**—ઈન્દ્રિયોથી; **વિવર્જિતમ્**—રહિત; **અસક્તમ્**—

અનાસક્ત; **સર્વભૃત્**—સર્વનું પાલન કરનાર; **ચ એવ**—તેમ જ; **નિર્ગુણમ્**—ભૌતિક ગુણોથી રહિત; **ગુણ ભોક્તૃ**—ગુણોના સ્વામી; **ચ**—પણ.

અનુવાદ

પરમાત્મા સર્વ ઈન્દ્રિયોના આદિ સ્રોત છે, છતાં તેઓ ઈન્દ્રિયરહિત છે. તેઓ સર્વ જીવોના પાલન કરનાર હોવા છતાં અનાસક્ત છે. તેઓ પ્રકૃતિના ગુણોથી પર છે, પરંતુ તે સાથે ભૌતિક પ્રકૃતિના સર્વ ગુણોના સ્વામી છે.

ભાવાર્થ

પરમેશ્વર જીવાત્માઓની સર્વ ઈન્દ્રિયોના સ્રોત હોવા છતાં જીવોને હોય છે તેમ તેમને ભૌતિક ઈન્દ્રિયો હોતી નથી. હકીકતમાં વ્યક્તિગત જીવો આધ્યાત્મિક ઈન્દ્રિયો ધરાવે છે, પરંતુ બદ્ધ જીવનમાં તેઓ ભૌતિક તત્ત્વોના આવરણ દ્વારા ઢંકાઈ ગયેલી છે, તેથી પદાર્થ દ્વારા ઈન્દ્રિયોનાં કાર્યો પ્રદર્શિત થાય છે. પરમેશ્વરની ઈન્દ્રિયો આવી રીતે આવૃત થયેલી હોતી નથી. તેમની ઈન્દ્રિયો દિવ્ય હોય છે તેથી નિર્ગુણ કહેવાય છે. *ગુણ* એટલે ભૌતિક ગુણો, પરંતુ તેમની ઈન્દ્રિયો ભૌતિક આવરણ વિનાની હોય છે. એ સમજી લેવું જોઈએ કે તેમની ઈન્દ્રિયો આપણી ઈન્દ્રિયો જેવી નથી. જોકે તેઓ આપણાં ઈન્દ્રિયસંબંધી સર્વ કાર્યોના સ્રોત છે, છતાં તેઓ પોતે દિવ્ય ઈન્દ્રિયો ધરાવે છે કે જે સર્વ દૂષણોથી રહિત હોય છે. આની બહુ સરસ સમજૂતી શ્વેતાશ્વતર ઉપનિષદમાં *અપાણિ પાદો જનનો ગ્રહીતા* શ્લોકમાં આપી છે. પૂર્ણ પુરુષોત્તમ પરમેશ્વરને ભૌતિક દોષવાળા હાથ નથી, પરંતુ તેમને શ્રીહસ્ત હોય છે અને તેઓ અર્પણ કરેલી વસ્તુ પોતાના શ્રીહસ્ત વડે ગ્રહણ કરે છે. બદ્ધ આત્મા અને પરમાત્મા વચ્ચે આ જ વિશિષ્ટ તફાવત છે. તેમને ભૌતિક નેત્રો નથી છતાં તેમને નેત્રો તો છે, અન્યથા તેઓ કેવી રીતે જોઈ શકે? તેઓ ભૂત, વર્તમાન તથા ભવિષ્ય બધું જ જુએ છે. તેઓ જીવોનાં હૃદયોમાં નિવાસ કરે છે અને જાણે છે કે આપણે ભૂતકાળમાં શું કર્યું હતું, હમણાં શું કરી રહ્યા છીએ અને ભવિષ્યમાં શું થવાનું છે. ભગવદ્ગીતામાં આ વિશે પણ સમર્થન થયું છે—તેઓ બધું જ જાણે છે, પરંતુ તેમને કોઈ જાણતું નથી. એમ કહેવામાં આવ્યું છે કે તેમને આપણા જેવા પગ નથી, પરંતુ તેઓ સમગ્ર અંતરીક્ષમાં પ્રવાસ કરી શકે છે, કારણ કે તેમનાં ચરણ દિવ્ય હોય છે. બીજા શબ્દોમાં કહીએ તો ભગવાન નિરાકાર નથી, તેમને પોતાનાં નેત્ર, ચરણ, શ્રીહસ્ત વગેરે બધું જ હોય છે અને આપણે બધા પરમેશ્વરના અંશ હોવાથી

આપણે પણ આ સર્વ ધરાવીએ છીએ. પરંતુ તેમનાં શ્રીહસ્ત, ચરણ, નેત્ર તથા અન્ય ઈન્દ્રિયો ભૌતિક પ્રકૃતિ દ્વારા દૂષિત થયેલા હોતાં નથી.

ભગવદ્દગીતા પણ સમર્થન કરે છે કે જ્યારે ભગવાન પ્રગટ થાય છે, ત્યારે તેઓ પોતાની અંતરંગ શક્તિ દ્વારા તેમના મૂળ રૂપમાં જ પ્રગટ થાય છે. તેઓ ભૌતિક શક્તિથી પ્રદૂષિત થતા નથી, કારણ કે તેઓ ભૌતિક શક્તિના સ્વામી છે. વૈદિક શાસ્ત્રોમાંથી જાણવા મળે છે કે તેમનો સમગ્ર દેહ આધ્યાત્મિક છે. તેઓ *સચ્ચિદાનન્દ વિગ્રહ* નામનું પોતાનું સ્વરૂપ ધરાવે છે. તેઓ સમસ્ત ઐશ્વર્યોથી ભરપૂર છે. તેઓ સર્વ સંપત્તિ અને શક્તિના સ્વામી છે. તેઓ પરમ બુદ્ધિમાન તથા સર્વથા જ્ઞાનમય છે. પૂર્ણ પુરુષોત્તમ પરમેશ્વરનાં આ થોડાંક વિશિષ્ટ લક્ષણો છે. તેઓ જીવમાત્રના પાલનહાર છે અને સર્વ પ્રવૃત્તિઓના સાક્ષી છે. વૈદિક શાસ્ત્રોમાંથી સમજાય છે તે પ્રમાણે પરમેશ્વર સદૈવ દિવ્ય હોય છે. આપણે તેમનાં મસ્તક, મુખ, હસ્ત કે ચરણ જોઈ શકતા નથી, છતાં તેઓ તે સૌ ધરાવે છે અને આપણે જ્યારે દિવ્ય અવસ્થા પામીએ છીએ, ત્યારે આપણે ભગવાનના સ્વરૂપનાં દર્શન કરી શકીએ છીએ. ભૌતિક દોષગ્રસ્ત ઈન્દ્રિયોને કારણે આપણે તેમનું રૂપ જોઈ શકતા નથી. તેથી નિર્વિશેષવાદી લોકો ભગવાનને સમજી શકતા નથી, કારણ કે હજી તેઓ ભૌતિક પ્રભાવ હેઠળ રહેલા હોય છે.

શ્લોક ૧૬

बहिरन्तश्च भूतानामचरं चरमेव च।
सूक्ष्मत्वात्तदविज्ञेयं दूरस्थं चान्तिके च तत्॥ १६॥

બહિઃ—બહાર; **અન્તઃ**—અંદર; **ચ**—અને; **ભૂતાનામ્**—સર્વ જીવોના; **અચરમ્**—અચળ; **ચરમ્**—ચલ, જંગમ; **એવ ચ**—તેમ જ; **સૂક્ષ્મત્વાત્**—સૂક્ષ્મ હોવાથી; **તત્**—તે; **અવિજ્ઞાયમ્**—અજ્ઞેય; **દૂરસ્થમ્**—દૂર રહેલ; **ચ**—તથા; **અન્તિકે**—પાસે; **ચ**—અને; **તત્**—તે.

અનુવાદ

પરમ સત્ય સ્થાવર તથા જંગમ સમસ્ત જીવોની અંદર તથા બહાર સ્થિત છે. તેઓ સૂક્ષ્મ હોવાને કારણે ભૌતિક ઈન્દ્રિયો દ્વારા જોઈ કે જાણી શકાતા નથી. અતિ દૂર હોવા છતાં તેઓ સહુની નજીક પણ છે.

ભાવાર્થ

વૈદિક સાહિત્યમાં જાણવા મળે છે કે પરમેશ્વર નારાયણ પ્રત્યેક જીવાત્માની અંદર તથા બહાર નિવાસ કરી રહ્યા છે. તેઓ ભૌતિક તેમ

જ આધ્યાત્મિક બંને જગતોમાં વિદ્યમાન હોય છે. તેઓ અતિ દૂર હોવા છતાં આપણી પાસે પણ છે. આ વચનો વૈદિક ગ્રંથોના છે. *આસીનો દૂરં વ્રજતિ શયાનો યાતિ સર્વતઃ* (કઠોપનિષદ ૧.૨.૧૧) અને તેઓ સદા પરમાનંદમાં મગ્ન રહેતા હોવાથી, તેઓ પોતાનું સંપૂર્ણ ઐશ્વર્ય કેવી રીતે ભોગવી રહ્યા છે, તે આપણે જાણી શકતા નથી. આપણે આ ભૌતિક ઇન્દ્રિયોથી તેમને જોઈ કે જાણી શકીએ નહીં. તેથી વૈદિક ભાષામાં કહેવામાં આવ્યું છે કે તેમને સમજવા માટે આપણાં ભૌતિક મન તથા ઇન્દ્રિયો અસમર્થ હોય છે, પરંતુ જે મનુષ્યે કૃષ્ણભાવનામૃતમાં ભક્તિયોગની સાધના કરીને પોતાના મન તથા ઇન્દ્રિયોને શુદ્ધ કર્યાં છે, તે તેમનાં નિત્ય દર્શન કરી શકે છે. બ્રહ્મસંહિતામાં સમર્થન થયું છે કે પરમેશ્વર માટે જે ભક્તમાં પ્રેમ હોય છે, તે નિરંતર તેમનાં દર્શન કરી શકે છે અને ભગવદ્‌ગીતા (૧૧.૫૪)માં સમર્થન થયું છે કે *ભક્ત્યા ત્વનન્યયા શક્યઃ*—ભગવાનનાં દર્શન થવાં અને તેમના વિશેનું જ્ઞાન પ્રાપ્ત થવું એ માત્ર ભક્તિ દ્વારા જ થઈ શકે છે.

શ્લોક ૧૭ **अविभक्तं च भूतेषु विभक्तमिव च स्थितम्।**
भूतभर्तृ च तज्ज्ञेयं ग्रसिष्णु प्रभविष्णु च॥ १७॥

અવિભક્તમ્—વિભાજન વગર; **ચ**—અને; **ભૂતેષુ**—જીવમાત્રમાં; **વિભક્તમ્**—વહેંચાયેલું; **ઇવ**—જાણે કે; **ચ**—પણ; **સ્થિતમ્**—સ્થિત; **ભૂતભર્તૃ**—સર્વ જીવોના પાલક; **ચ**—પણ; **તત્**—તે; **જ્ઞેયમ્**—જાણવું; **ગ્રસિષ્ણુ**—ખાઈ જનાર; **પ્રભવિષ્ણુ**—વિકાસ કરનાર; **ચ**—પણ.

અનુવાદ

પરમાત્મા સર્વ જીવોમાં વિભાજિત હોય એમ જણાય છે, પરંતુ તેઓ કદાપિ વિભાજિત નથી. તેઓ એક તરીકે જ સ્થિત છે. તેઓ દરેક જીવના પાલનકર્તા છે છતાં તેઓ સર્વના સંહારક છે અને સર્વને જન્મ આપનારા છે.

ભાવાર્થ

ભગવાન સૌના હૃદયમાં પરમાત્મારૂપે રહેલા છે. તો શું આનો અર્થ એ છે કે તેઓ વિભક્ત થયેલા છે? ના. વાસ્તવમાં તેઓ એક જ છે. આ બાબતમાં સૂર્યનું ઉદાહરણ આપવામાં આવે છે. મધ્યાહ્ન સમયે સૂર્ય તેના

સ્થાને જ હોય છે. પરંતુ જો કોઈ ચોમેર પાંચ હજાર માઈલ સુધી જાય અને પૂછે, "સૂર્ય ક્યાં છે?" તો દરેક જણ એમ જ કહેશે કે તે પોતાના માથા પર પ્રકાશી રહ્યો છે. વૈદિક સાહિત્યમાં આ ઉદાહરણ એ બતાવવા માટે અપાય છે કે ભગવાન અવિભક્ત હોવા છતાં જાણે વિભક્ત હોય તેમ સ્થિત છે. વૈદિક સાહિત્યમાં એમ પણ કહ્યું છે કે જેમ અનેક મનુષ્યોને એક જ સૂર્ય અનેક સ્થાનોમાં દેખાય છે, તેવી રીતે પોતાની સર્વશક્તિમત્તાથી એક વિષ્ણુ સર્વત્ર વિદ્યમાન છે. અને પરમેશ્વર પ્રત્યેક જીવના પાલનકર્તા છે, તેમ છતાં તેઓ પ્રલયકાળે સર્વનું ભક્ષણ કરે છે. આનું સમર્થન અગિયારમા અધ્યાયમાં થયેલું છે, જેમાં ભગવાન કહે છે કે તેઓ કુરુક્ષેત્રમાં એકત્ર થયેલા બધા યોદ્ધાઓનું ભક્ષણ કરવા આવ્યા છે. તેમણે એવું પણ કહ્યું કે તેઓ કાળરૂપે સૌનું ભક્ષણ કરે છે. તેઓ સર્વનાશી, સર્વનો સંહાર કરનારા છે. જ્યારે સર્જન કરવામાં આવે છે, ત્યારે તેઓ મૂળ સ્થિતિમાંથી સર્વનો વિકાસ કરે છે અને પ્રલય વખતે તેમનું ભક્ષણ કરે છે. વેદના મંત્રો સમર્થન કરે છે કે તેઓ જીવમાત્રના અને બીજા સૌના ઉદ્‌ભવસ્થાન છે અને સર્વના આશ્રય છે. સર્જન પછી બધી વસ્તુઓ તેમની સર્વશક્તિમત્તામાં ટકી રહી છે અને પ્રલય પછી બધી જ વસ્તુઓ ફરી તેમનામાં આશ્રયાર્થે વિલય પામે છે. આ સર્વ વૈદિક મંત્રોનાં સમર્થનો છે. *યતો વા ઈમાનિ ભૂતાનિ જાયન્તે યેન જાતાનિ જીવન્તિ યત્પ્રયન્ત્યભિસં વિશન્તિ તદ્‌બ્રહ્મ તદ્વિજિજ્ઞાસસ્વ* (તૈત્તિરીય ઉપનિષદ ૩.૧).

શ્લોક ૧૮

ज्योतिषामपि तज्ज्योतिस्तमसः परमुच्यते।
ज्ञानं ज्ञेयं ज्ञानगम्यं हृदि सर्वस्य विष्ठितम्॥ १८॥

જ્યોતિષામ્—સર્વ પ્રકાશમય વસ્તુઓમાં; **અપિ**—પણ; **તત્**—તે; **જ્યોતિઃ**—પ્રકાશના સ્રોત; **તમસઃ**—અંધકારથી; **પરમ્**—પર; **ઉચ્યતે**—કહેવાય છે; **જ્ઞાનમ્**—જ્ઞાન; **જ્ઞેયમ્**—જાણવા યોગ્ય; **જ્ઞાન ગમ્યમ્**—જ્ઞાન વડે પહોંચી શકાય તેવું; **હૃદિ**—હૃદયમાં; **સર્વસ્ય**—સૌના; **વિષ્ઠિતમ્**—સ્થિત.

અનુવાદ

તેઓ સર્વ પ્રકાશમાન વસ્તુઓમાંના પ્રકાશના સ્રોત છે. તેઓ ભૌતિક અંધકારથી પર છે અને અગોચર છે. તેઓ જ્ઞાન છે, જ્ઞાનના વિષય છે અને જ્ઞાનના લક્ષ્ય છે. તેઓ સૌના હૃદયમાં સ્થિત છે.

ભાવાર્થ

પરમાત્મા, પૂર્ણ પુરુષોત્તમ પરમેશ્વર જ સૂર્ય, ચંદ્ર તથા નક્ષત્રો સમાન સર્વ પ્રકાશમાન વસ્તુઓના પ્રકાશસ્રોત છે. વૈદિક સાહિત્યમાંથી આપણે જાણીએ છીએ કે વૈકુંઠલોકમાં સૂર્ય કે ચંદ્રની જરૂર રહેતી નથી, કારણ કે ત્યાં પરમેશ્વરનું દેદીપ્યમાન તેજ વિલસે છે. ભૌતિક જગતમાં ભગવાનનો દિવ્ય પ્રકાશ અર્થાત્ બ્રહ્મજ્યોતિ મહત્ તત્ત્વ અર્થાત્ ભૌતિક તત્ત્વોથી ઢંકાયેલો હોય છે. તેથી આ ભૌતિક જગતમાં પ્રકાશ માટે આપણને સૂર્ય, ચંદ્ર, વીજળી વગેરેની જરૂર રહે છે. પરંતુ દિવ્ય જગતમાં આ વસ્તુઓની જરૂર રહેતી નથી. વૈદિક સાહિત્યમાં સ્પષ્ટપણે કહેવામાં આવ્યું છે કે ભગવાનના દેદીપ્યમાન પ્રકાશના કારણે બધી વસ્તુઓ પ્રકાશયુક્ત થાય છે. તેથી એ સ્પષ્ટ થાય છે કે તેઓ આ ભૌતિક જગતમાં અવસ્થિત રહેતા નથી. તેઓ તો આધ્યાત્મિક જગતમાં (વૈકુંઠલોકમાં) રહે છે કે જે દિવ્ય આકાશમાં દૂર સુદૂર આવેલું છે. વૈદિક સાહિત્યમાં આનું પણ સમર્થન કરવામાં આવ્યું છે. *આદિત્યવર્ણં તમસઃ પરસ્તાત્* (શ્વેતાશ્વતર ઉપનિષદ ૩.૮). તેઓ સૂર્યની જેમ નિત્ય તેજોમય છે, પરંતુ તેઓ આ ભૌતિક જગતના અંધકારથી અત્યંત દૂર સુદૂર સ્થિત હોય છે.

તેમનું જ્ઞાન દિવ્ય છે. વૈદિક સાહિત્ય સમર્થન કરે છે કે બ્રહ્મ એ સારરૂપ દિવ્ય જ્ઞાન છે. જે મનુષ્ય વૈકુંઠલોકમાં જવા આતુર હોય છે, તેને દરેકના હૃદયમાં સ્થિત પરમેશ્વર જ્ઞાન પ્રદાન કરે છે. એક વૈદિક મંત્ર (શ્વેતાશ્વતર ઉપનિષદ ૬.૧૮) કહે છે—*તં હ દેવં આત્મ બુદ્ધિ પ્રકાશં મુમુક્ષર્વૈ શરણમહં પ્રપદ્યે.* જો મનુષ્ય મુક્તિ ઇચ્છતો હોય, તો તેણે પૂર્ણ પુરુષોત્તમ પરમેશ્વરનું શરણ લેવું જોઈએ. અંતિમ જ્ઞાનના ધ્યેય સંબંધમાં પણ વૈદિક સાહિત્યમાં પુષ્ટિ કરવામાં આવી છે—*તમેવ વિદિત્વાતિ મૃત્યુમ્ એતિ*—"તેમને જાણી લીધા પછી જ જન્મ તથા મૃત્યુની સીમા ઓળંગી શકાય છે." (શ્વેતાશ્વતર ઉપનિષદ ૩.૮)

તેઓ દરેકના હૃદયમાં સર્વોપરી નિયંતા તરીકે સ્થિત છે. પરમેશ્વરનાં ચરણ તથા શ્રીહસ્ત સર્વત્ર પ્રસરેલાં છે, પરંતુ જીવાત્મા વિશે એમ કહી શકાય નહીં. માટે એ તો માનવું પડે કે કાર્યક્ષેત્રને જાણનારા બે જ્ઞાતાઓ છે—એક જીવાત્મા તથા બીજા પરમાત્મા. મનુષ્યના હાથપગ માત્ર સ્થાનિક વિસ્તારવાળા છે, પરંતુ કૃષ્ણનાં શ્રીહસ્ત-ચરણ સર્વત્ર વિસ્તરેલા છે. આ વિશે શ્વેતાશ્વતર ઉપનિષદ (૩.૧૭)માં સમર્થન થયું છે—*સર્વસ્ય*

પ્રભુમીશાનં સર્વસ્ય શરણં બૃહત્. તે પૂર્ણ પુરુષોત્તમ પરમેશ્વર, પરમાત્મા સર્વ જીવાત્માઓના પ્રભુ અર્થાત્ સ્વામી છે, તેથી તેઓ જીવમાત્રના અંતિમ આશ્રય છે. પરમાત્મા તથા જીવાત્મા સદાય ભિન્ન હોય છે એ બાબતને નકારી શકાય નહીં.

શ્લોક ૧૯

इति क्षेत्रं तथा ज्ञानं ज्ञेयं चोक्तं समासतः।
मद्भक्त एतद्विज्ञाय मद्भावायोपपद्यते॥ १९॥

ઇતિ—આ રીતે; **ક્ષેત્રમ્**—કાર્યક્ષેત્ર (શરીર); **તથા**—અને; **જ્ઞાનમ્**—જ્ઞાન; **જ્ઞેયમ્**—જાણવા યોગ્ય; **ચ**—પણ; **ઉક્તમ્**—કહેવાયું; **સમાસતઃ**—સંક્ષેપમાં; **મત્ ભક્તઃ**—મારો ભક્ત; **એતત્**—આ સર્વ; **વિજ્ઞાય**—જાણીને; **મત્ ભાવાય**—મારા સ્વભાવને; **ઉપપદ્યતે**—પામે છે.

અનુવાદ

આ પ્રમાણે મેં કાર્યક્ષેત્ર (શરીર), જ્ઞાન તથા જ્ઞેયનું સંક્ષિપ્ત વર્ણન કર્યું છે. આને કેવળ મારા ભક્તો જ પૂર્ણપણે સમજી શકે છે અને એ રીતે મારા ભાવ (સ્વરૂપ)ને પામે છે.

ભાવાર્થ

ભગવાને શરીર, જ્ઞાન તથા જ્ઞેયનું સંક્ષેપમાં નિરૂપણ કર્યું છે. આ જ્ઞાન ત્રણ બાબતોનું છે—જ્ઞાતા, જ્ઞેય અને જાણવાની પ્રક્રિયા. આ ત્રણે મળીને વિજ્ઞાન કહેવાય છે. પૂર્ણ જ્ઞાન ભગવાનના અનન્ય ભક્તો પામી શકે છે, જે તેઓ ભગવાન પાસેથી પ્રત્યક્ષ રીતે મેળવે છે. અન્ય લોકો તે સમજી શકતા નથી. અદ્વૈતવાદીઓ કહે છે કે અંતમાં આ ત્રણે બાબતો એક થઈ જાય છે, પરંતુ ભક્તો આનો સ્વીકાર કરતા નથી. જ્ઞાન તથા જ્ઞાનના વિકાસનો અર્થ એ થાય છે કે મનુષ્ય પોતાને કૃષ્ણભાવનામાં સ્થિત જાણે. આપણે ભૌતિક ચેતના દ્વારા દોરવાઈ રહ્યા છીએ, પરંતુ જ્યારે આપણે સંપૂર્ણ ચેતનાને કૃષ્ણનાં કાર્યો પ્રતિ સ્થાનાંતરિત કરી દઈએ છીએ અને કૃષ્ણ જ સર્વસ્વ છે એવો સાક્ષાત્કાર કરીએ છીએ, ત્યારે જ આપણે વાસ્તવિક જ્ઞાન પામીએ છીએ. બીજી રીતે કહી શકાય કે જ્ઞાન તો ભક્તિને પૂર્ણ રીતે સમજવા માટેની પ્રારંભિક અવસ્થા છે. પંદરમા અધ્યાયમાં આનું બહુ સ્પષ્ટ નિરૂપણ થશે.

હવે સારાંશરૂપે કહી શકાય કે *મહાભૂતાનિ*થી શરૂ કરી *ચેતના ધૃતિઃ* સુધીના ક્રમાંક છ અને સાતના શ્લોક ભૌતિક તત્ત્વો તથા જીવનનાં લક્ષણોનાં કેટલાંક પ્રગટીકરણોનું પૃથક્કરણ છે. આ સર્વના સંયોગથી

શરીર અથવા કાર્યક્ષેત્રનું નિર્માણ થાય છે અને *અમાનિત્વમ્*થી લઈને *તત્ત્વજ્ઞાનાર્થ-દર્શનમ્* સુધીના ૮થી ૧૨ સુધીના શ્લોક કાર્યક્ષેત્રના આત્મા તથા પરમાત્મા નામના બંને પ્રકારના જ્ઞાતાઓને સમજવા માટેની જ્ઞાનની પ્રક્રિયાનું વર્ણન કરે છે. પછી *અનાદિ મત્પરમ્*થી આરંભી *હૃદિ સર્વસ્ય વિષ્ઠિતમ્* સુધીના ૧૩થી ૧૮ શ્લોક આત્મા અને પરમેશ્વર અથવા પરમાત્માનું વર્ણન કરે છે.

આ પ્રમાણે ત્રણ બાબતોનું નિરૂણપ થયું છે—કાર્યક્ષેત્ર (શરીર), જ્ઞાનની પ્રક્રિયા અને આત્મા તથા પરમાત્મા. અહીં ખાસ વર્ણન કરવામાં આવ્યું છે કે માત્ર ભગવાનના અનન્ય ભક્તો માટે ભગવદ્ગીતા સંપૂર્ણપણે ઉપયોગી છે. તેઓ જ પરમ ઉદ્દેશ અર્થાત્ પરમેશ્વર કૃષ્ણના સ્વભાવને પામી શકે છે. બીજા શબ્દોમાં, અન્ય કોઈ નહીં પણ કેવળ ભક્તો જ ભગવદ્ગીતાને સમજી શકે છે અને વાંછિત ફળ પામી શકે છે.

શ્લોક ૨૦

प्रकृतिं पुरुषं चैव विद्ध्यनादी उभावपि।
विकारांश्च गुणांश्चैव विद्धि प्रकृतिसम्भवान्॥ २०॥

પ્રકૃતિમ્—ભૌતિક પ્રકૃતિને; **પુરુષમ્**—જીવને; **ચ**—અને; **એવ**—નક્કી; **વિદ્ધિ**—જાણ; **અનાદિ**—આદિરહિત; **ઉભૌ**—બંને; **અપિ**—પણ; **વિકારાન્**—રૂપાંતરો; **ચ**—અને; **ગુણાન્**—પ્રકૃતિના ત્રણ ગુણો; **ચ**—પણ; **એવ**—ખરેખર; **વિદ્ધિ**—જાણ; **પ્રકૃતિ**—ભૌતિક પ્રકૃતિથી; **સમ્ભવાન્**—ઉત્પન્ન થયેલા.

અનુવાદ

ભૌતિક પ્રકૃતિ તથા જીવોને અનાદિ સમજવા અને તેમના વિકાર તથા ગુણોને પ્રકૃતિજન્ય જાણવા.

ભાવાર્થ

આ અધ્યાયમાંના જ્ઞાનથી મનુષ્ય શરીર (કાર્યક્ષેત્ર)ને અને શરીરના જ્ઞાતા (જીવાત્મા તથા પરમાત્મા બંને)ને જાણી શકે છે. શરીર કાર્યોનું ક્ષેત્ર છે અને તે ભૌતિક પ્રકૃતિ દ્વારા નિર્મિત થયેલું છે. શરીરને ધારણ કરી રહેલો અને તેનાં કાર્યોને ભોગવી રહેલો વ્યક્તિગત આત્મા જ પુરુષ અથવા જીવ છે. તે એક જ્ઞાતા છે અને તેના સિવાય બીજો જ્ઞાતા પણ હોય છે, જે પરમાત્મા છે. બેશક, એટલું જાણી લેવું જોઈએ કે પરમાત્મા તથા વ્યક્તિગત આત્મા એ બંને પૂર્ણ પુરુષોત્તમ પરમેશ્વરનાં વિભિન્ન

પ્રગટીકરણો છે. જીવાત્મા તેમની શક્તિ છે અને પરમાત્મા તેમનો સ્વાંશ વિસ્તાર છે.

ભૌતિક પ્રકૃતિ અને જીવાત્મા બંને સનાતન છે. એટલે કે તેઓ સર્જન પૂર્વે અસ્તિત્વમાં હતા. આ ભૌતિક પ્રગટીકરણ પરમેશ્વરની શક્તિથી ઉદ્‌ભવેલું છે અને તે જ પ્રમાણે જીવો પણ ઉદ્‌ભવેલા છે, પરંતુ જીવ ચડિયાતી શક્તિ છે. જીવ તથા પ્રકૃતિ આ બ્રહ્માંડ ઉત્પન્ન થયાં તે પૂર્વે પણ વિદ્યમાન હતા. ભૌતિક પ્રકૃતિ પૂર્ણ પુરુષોત્તમ પરમેશ્વર મહાવિષ્ણુમાં વિલીન થયેલી હતી અને જ્યારે તેની જરૂર ઊભી થઈ, ત્યારે મહત્ તત્ત્વના માધ્યમથી તેને વ્યક્ત કરવામાં આવી. એવી જ રીતે જીવો પણ ભગવાનની અંદર રહેલા છે અને તેઓ બદ્ધ હોવાથી પરમેશ્વરની સેવા કરવાથી વિમુખ રહે છે. આથી તેમને વૈકુંઠલોકમાં પ્રવેશ અપાતો નથી. પરંતુ ભૌતિક પ્રકૃતિના વ્યક્ત થયા પછી આ જીવોને ભૌતિક જગતમાં પુનઃ કર્મ કરવાનો અને એ રીતે વૈકુંઠલોકમાં પ્રવેશ પામવાની તૈયારી કરવાનો અવસર આપવામાં આવે છે. આ ભૌતિક સર્જનનું આ જ રહસ્ય છે. વાસ્તવમાં જીવાત્મા મૂળરૂપે પરમાત્માનો અંશ છે, પરંતુ તે પોતાના સ્વભાવને કારણે વિરોધી પ્રકૃતિની અંદર બદ્ધાવસ્થામાં રહે છે. પરમેશ્વરની ચડિયાતી શક્તિરૂપી આ જીવો ભૌતિક પ્રકૃતિના સંપર્કમાં કેવી રીતે આવ્યા તેનું ખાસ મહત્ત્વ નથી. પરંતુ પૂર્ણ પુરુષોત્તમ પરમેશ્વર જાણે છે કે આ કેવી રીતે અને ક્યારે બનવા પામ્યું. શાસ્ત્રોમાં ભગવાને કહ્યું છે કે જે જીવો ભૌતિક પ્રકૃતિથી આકૃષ્ટ થાય છે, તેઓને જીવન માટે ભારે સંઘર્ષ કરવો પડે છે. પરંતુ આપણે આ થોડાક શ્લોકોમાં થયેલા વર્ણન પરથી નક્કી જાણવું જોઈએ કે ત્રણ ભૌતિક ગુણો ભૌતિક પ્રકૃતિમાં ઉદ્‌ભવેલા બધા જ વિકાર અને તેના પ્રભાવ પ્રકૃતિજન્ય હોય છે. જીવોના સર્વ વિકારો અને પ્રકારો શરીરના લીધે હોય છે. જ્યાં સુધી આત્માનો સંબંધ છે ત્યાં સુધી બધા જીવો સરખા જ છે.

શ્લોક ૨૧

कार्यकारणकर्तृत्वे हेतुः प्रकृतिरुच्यते।
पुरुषः सुखदुःखानां भोक्तृत्वे हेतुरुच्यते॥ २१॥

કાર્ય—કાર્ય; **કારણ**—અને કારણ; **કર્તૃત્વે**—સર્જન બાબતે; **હેતુઃ**—સાધન; **પ્રકૃતિઃ**—ભૌતિક પ્રકૃતિ; **ઉચ્યતે**—કહેવાય છે; **પુરુષઃ**—જીવાત્મા; **સુખ**—સુખ; **દુઃખાનામ્**—અને દુઃખના; **ભોક્તૃત્વે**—ભોગવટામાં; **હેતુઃ**—સાધન; **ઉચ્યતે**—કહેવાય છે.

અનુવાદ

પ્રકૃતિ સર્વ ભૌતિક કારણો તથા કાર્યોની હેતુ કહેવાય છે અને જીવ (પુરુષ) આ જગતમાંનાં વિવિધ સુખો તથા દુઃખો ભોગવવાનું કારણ કહેવાય છે.

ભાવાર્થ

જીવોમાં શરીર તથા ઈન્દ્રિયોનાં વિભિન્ન પ્રગટીકરણો ભૌતિક પ્રકૃતિના લીધે થાય છે. કુલ ૮૪,૦૦,૦૦૦ વિભિન્ન યોનિઓ છે અને એ સર્વ પ્રકૃતિજન્ય છે. જીવનાં વિભિન્ન ઈન્દ્રિયોસુખોમાંથી આ યોનિઓ ઉદ્ભવે છે અને જીવ આ શરીર કે તે શરીરમાં રહેવાની ઈચ્છા કરે છે. જ્યારે તેને વિભિન્ન શરીરો પ્રાપ્ત થાય છે, ત્યારે તે જુદા જુદા પ્રકારનાં સુખ તથા દુઃખ ભોગવે છે. તેનાં ભૌતિક સુખ-દુઃખ તેના શરીરને કારણે ઉદ્ભવે છે અને તેના પોતાના કારણે થતાં નથી. તેની મૂળ અવસ્થામાં ભોગવવા બાબત કોઈ સંદેહ રહેતો નથી, તેથી તે જ તેની વાસ્તવિક સ્થિતિ છે. પ્રકૃતિ ઉપર પ્રભુત્વ જમાવવાની તેની ઈચ્છાને કારણે તે ભૌતિક જગતમાં આવે છે. વૈકુંઠલોકમાં આવી કોઈ વસ્તુ હોતી નથી. વૈકુંઠલોક વિશુદ્ધ છે, પરંતુ ભૌતિક જગતમાં દરેક જીવ વિભિન્ન પ્રકારનાં શરીરસુખો પ્રાપ્ત કરવા માટે સદા સંઘર્ષ કરતો રહે છે. આમ કહેવાથી વધુ સ્પષ્ટીકરણ થશે કે આ શરીર ઈન્દ્રિયોનું કાર્ય છે. ઈન્દ્રિયો ઈચ્છાને તૃપ્ત કરવાનાં સાધનો છે. હવે આ શરીર તથા સાધનરૂપ ઈન્દ્રિયો, એ સર્વ ભૌતિક પ્રકૃતિ દ્વારા આપવામાં આવે છે અને આગળના શ્લોકમાં સ્પષ્ટતા થશે તેમ, જીવને તેની પૂર્વેની ઈચ્છા તથા કર્માનુસાર પરિસ્થિતિને અધીન આશીર્વાદ અથવા શાપ પ્રાપ્ત થાય છે. જીવની ઈચ્છાઓ તથા કર્મો પ્રમાણે પ્રકૃતિ તેને વિભિન્ન નિવાસ્થાનોમાં—શરીરોમાં મૂકે છે. જીવ પોતે જ આવાં સ્થાનોમાં જવા માટે અને મળનારાં સુખ-દુઃખ માટે કારણભૂત હોય છે. એકવાર વિશિષ્ટ પ્રકારના શરીરમાં મુકાયા પછી જીવ પ્રકૃતિના નિયંત્રણ હેઠળ આવી જાય છે, કારણ કે શરીર ભૌતિક પદાર્થ હોવાથી પ્રકૃતિના નિયમાનુસાર કાર્ય કરે છે. તે વખતે શરીરમાં એવી શક્તિ હોતી નથી કે તે નિયમને બદલી શકે. ધારી લો કે જીવને એક કૂતરાનું શરીર મળે છે. જેવો તેને કૂતરાના શરીરમાં મૂકવામાં આવે છે કે તરત જ તે શ્વાનચેષ્ટા કરવા લાગે છે. તે અન્ય રીતે આચરણ કરી શકતો નથી. અને જો જીવને ડુક્કરનું શરીર મળે, તો તેને મેલું ખાવું પડે છે અને ડુક્કર જેવું વર્તન કરવું પડે છે. તે

જ રીતે જો જીવને દેવનું શરીર પ્રાપ્ત થઈ જાય, તો તેણે પોતાના શરીર અનુસાર કાર્ય કરવું પડે છે. એ જ પ્રકૃતિનો નિયમ છે, પરંતુ સર્વ સંજોગોમાં પરમાત્મા વ્યક્તિગત આત્માની સાથે રહે છે. આની સમજૂતી વેદોમાં આ પ્રમાણે આપવામાં આવી છે (મુંડક ઉપનિષદ ૩.૧૧)—*દ્વા સુપર્ણા સયુજા સખાયઃ*—પરમેશ્વર જીવ પર એટલા કૃપાળુ છે કે તેઓ સદા વ્યક્તિગત આત્માની સાથે રહે છે અને બધા જ સંજોગોમાં તેઓ પરમાત્મા તરીકે તેની અંદર વિદ્યમાન રહે છે.

શ્લોક ૨૨

पुरुषः प्रकृतिस्थो हि भुङ्क्ते प्रकृतिजान्गुणान्।
कारणं गुणसङ्गोऽस्य सदसद्योनिजन्मसु॥ २२॥

પુરુષઃ—જીવ; **પ્રકૃતિસ્થઃ**—ભૌતિક શક્તિમાં રહેતો હોઈ; **હિ**—નક્કી; **ભુઙ્ક્તે**—ભોગવે છે; **પ્રકૃતિજાન્**—પ્રકૃતિજન્ય; **ગુણાન્**—ગુણોને; **કારણમ્**—કારણ; **ગુણ સઙ્ગઃ**—ભૌતિક ગુણોનો સંગ; **અસ્ય**—જીવનો; **સત્ અસત્**—સારી કે નરસી; **યોનિ**—યોનિમાં; **જન્મસુ**—જન્મમાં.

અનુવાદ

આ પ્રમાણે જીવ પ્રકૃતિના ત્રણ ગુણોને ભોગવતો પ્રકૃતિમય જીવન જીવે છે. આ તેના ભૌતિક પ્રકૃતિ સાથેના સંગને કારણે થાય છે. એ રીતે તે વિભિન્ન યોનિઓમાં ઈષ્ટ અને અનિષ્ટ પ્રાપ્ત કર્યા કરે છે.

ભાવાર્થ

જીવ એક શરીરમાંથી બીજામાં કેવી રીતે દેહાંતર કરે છે, એ સમજવા માટે આ શ્લોક અત્યંત મહત્ત્વનો છે. બીજા અધ્યાયમાં એ સમજાવવામાં આવ્યું છે કે જેવી રીતે મનુષ્ય પોતાનાં વસ્ત્રો બદલે છે, તેમ જીવ એક શરીરમાંથી બીજામાં દેહાંતર કરતો રહે છે. આ વસ્ત્રનું પરિવર્તન જીવની ભૌતિક જીવન પ્રત્યેની આસક્તિને લીધે હોય છે. જ્યાં સુધી જીવ આ મિથ્યા જગત પર મુગ્ધ રહે છે, ત્યાં સુધી તેને સતત દેહાંતર કરવું પડે છે. ભૌતિક પ્રકૃતિ ઉપર પ્રભુત્વ જમાવવાની ઈચ્છાને પરિણામે તેને આવી અનિષ્ટ પરિસ્થિતિઓમાં મૂકવામાં આવે છે. ભૌતિક ઈચ્છાના પ્રભાવ હેઠળ તેને કદી દેવ, કદી માણસ, કદી પશુ, કદી પક્ષી, કદી કીડા, કદી જળચર, કદી સંત, તો કદી માંકડ તરીકે જન્મ લેવો પડે છે. આ ચાલ્યા કરે છે અને દરેક પરિસ્થિતિમાં જીવ પોતાને પરિસ્થિતિઓનો સ્વામી માનતો રહે છે અને તેમ છતાં તે ભૌતિક પ્રકૃતિના પ્રભાવ હેઠળ જ રહેલો હોય છે.

જીવ કેવી રીતે આવાં વિભિન્ન શરીરોમાં મુકાય છે, તે અહીં સમજાવ્યું છે. પ્રકૃતિના વિભિન્ન ગુણોના સંગથી આમ થાય છે. માટે મનુષ્યે આ ત્રણ ભૌતિક ગુણોથી ઉપર ઊઠીને આધ્યાત્મિક સ્થિતિમાં સ્થિત થવું રહ્યું. આને જ કૃષ્ણભાવનામૃત કહેવામાં આવે છે. મનુષ્ય જ્યાં સુધી કૃષ્ણભાવનામૃતમાં સ્થિત થતો નથી, ત્યાં સુધી તેની ભૌતિક ચેતના તેને એક દેહમાંથી બીજામાં જવાની ફરજ પાડશે, કારણ કે તે અનાદિકાળથી ભૌતિક આકાંક્ષાઓ ધરાવતો હોય છે. પરંતુ તેનો આ ખ્યાલ તેણે બદલવો પડશે. આ પરિવર્તન પ્રમાણભૂત શાસ્ત્રોનું શ્રવણ કરવાથી જ લાવી શકાય છે. આનું સર્વશ્રેષ્ઠ ઉદાહરણ અહીં છે—અર્જુન કૃષ્ણ પાસેથી ઈશ્વર-વિજ્ઞાનનું શ્રવણ કરી રહ્યો છે. જીવાત્મા જો આ શ્રવણ-પદ્ધતિનો આશ્રય લે, તો પ્રકૃતિ પર વર્ચસ્વ જમાવવાની તેની ચિરકાલીન મનોકામના સમાપ્ત થઈ જશે અને ક્રમશઃ જેમ જેમ તે પ્રભુત્વ કરવાની કામનાને ઓછી કરતો રહેશે, તેમ તેમ તેને આધ્યાત્મિક સુખનો આનંદ પ્રાપ્ત થશે. એક વૈદિક મંત્રમાં કહ્યું છે કે મનુષ્ય જેમ જેમ પૂર્ણ પુરુષોત્તમ પરમેશ્વરની નિશ્રામાં જ્ઞાનવાન બને છે, તેમ તેમ તેના પ્રમાણમાં પોતાના પરમાનંદમય સનાતન જીવનનું તે આસ્વાદન કરે છે.

શ્લોક ૨૩

उपद्रष्टानुमन्ता च भर्ता भोक्ता महेश्वरः।
परमात्मेति चाप्युक्तो देहेऽस्मिन्पुरुषः परः ॥ २३ ॥

ઉપદ્રષ્ટા—સાક્ષી; **અનુમન્તા**—અનુમોદન આપનારો; **ચ**—અને; **ભર્તા**—સ્વામી; **ભોક્તા**—સર્વોપરી ભોક્તા; **મહા ઈશ્વરઃ**—પરમેશ્વર; **પરમ આત્મા**—પરમાત્મા; **ઇતિ**—એમ; **ચ**—અને; **અપિ**—પણ; **ઉક્તઃ**—કહેવાયો છે; **દેહે**—શરીરમાં; **અસ્મિન્**—આ; **પુરુષઃ**—ભોક્તા; **પરઃ**—દિવ્ય.

અનુવાદ

છતાં આ દેહમાં એક અન્ય દિવ્ય ભોક્તા છે કે જેઓ ઈશ્વર છે, સર્વોપરી સ્વામી છે અને સાક્ષી તથા અનુમતિ આપનાર તરીકે હાજર રહે છે અને તેમને પરમાત્મા કહેવામાં આવે છે.

ભાવાર્થ

અહીં કહ્યું છે કે જીવાત્મા સાથે સદા રહેનારા પરમાત્મા પરમેશ્વરના પ્રતિનિધિ છે. તેઓ કોઈ સાધારણ જીવ નથી. અદ્વૈતવાદી તત્ત્વચિંતકો શરીરના જ્ઞાતાને એક માનતા હોવાથી તેઓ જીવાત્મા તથા પરમાત્મા વચ્ચે કોઈ તફાવત નથી એમ માને છે. આની સ્પષ્ટતા કરવા માટે ભગવાન

કહે છે કે તેઓ દરેક શરીરમાં પરમાત્મા તરીકે પ્રતિનિધિત્વ કરે છે. તેઓ જીવાત્માથી ભિન્ન છે, તેઓ પર અર્થાત્ દિવ્ય છે. વ્યક્તિગત જીવાત્મા કોઈ વિશિષ્ટ ક્ષેત્રનાં કાર્યોને ભોગવે છે, પરંતુ પરમાત્મા કોઈ એક સીમિત ભોક્તા તરીકે અથવા શારીરિક કાર્યો કરનાર તરીકે વિદ્યમાન રહેતા નથી, પરંતુ તેઓ સાક્ષી, દૃષ્ટા, અનુમતિ આપનારા તથા પરમ ભોક્તા તરીકે હાજર રહે છે. તેમનું નામ આત્મા નથી પણ પરમાત્મા છે અને તેઓ દિવ્ય છે. એ તો તદ્દન સ્પષ્ટ છે કે આત્મા અને પરમાત્મા જુદા છે. પરમાત્માનાં ચરણો અને શ્રીહસ્ત સર્વત્ર હોય છે, પરંતુ વ્યક્તિગત આત્મા માટે એમ નથી. પરમાત્મા પરમેશ્વર છે, તેથી તેઓ જીવાત્માને ભૌતિક ભોગ ભોગવવાની અંદરથી અનુમતિ આપે છે. પરમેશ્વરની અનુમતિ વિના વ્યક્તિગત આત્મા કશું જ કરી શકતો નથી. વ્યક્તિ *ભુક્ત* છે જ્યારે ભગવાન *ભોક્તા* અથવા પાલનકર્તા છે. જીવો અનંત છે અને તે સહુમાં ભગવાન મિત્રરૂપે રહે છે.

હકીકત એ છે કે દરેક વ્યક્તિગત જીવ પરમેશ્વરનો જ સનાતન અંશ છે અને બંને મિત્રો તરીકેનો ઘનિષ્ઠ સંબંધ ધરાવે છે, પરંતુ જીવમાં પરમેશ્વરના આદેશને નહીં માનવાની તથા પ્રકૃતિ પર પ્રભુત્વ જમાવવાના ઉદ્દેશથી સ્વતંત્રપણે કર્મ કરવાની વૃત્તિ હોય છે. તેનામાં આ વૃત્તિ હોવાને કારણે તેને પરમેશ્વરની તટસ્થ શક્તિ કહેવામાં આવે છે. જીવાત્મા કાં તો ભૌતિક શક્તિમાં અથવા આધ્યાત્મિક શક્તિમાં સ્થિત રહી શકે છે. જ્યાં સુધી જીવાત્મા ભૌતિક શક્તિ દ્વારા બદ્ધાવસ્થામાં હોય છે, ત્યાં સુધી પરમેશ્વર મિત્રરૂપે પરમાત્મા તરીકે તેની સાથે જ રહે છે કે જેથી તેને આધ્યાત્મિક શક્તિમાં પાછો લાવી શકાય. ભગવાન તેને આધ્યાત્મિક શક્તિમાં લઈ જવા સદા ઉત્સુક રહે છે, પરંતુ પોતાની અતિ અલ્પ સ્વતંત્રતાને લીધે જીવ નિરંતર આધ્યાત્મિક પ્રકાશને તરછોડતો હોય છે. સ્વતંત્રતાનો આ દુરુપયોગ જ બદ્ધ પ્રકૃતિમાં તેના ભૌતિક સંઘર્ષનું કારણ બને છે. માટે ભગવાન હરહંમેશ બહારથી તેમ જ અંદરથી તેને આદેશ આપતા હોય છે. બહારથી તેઓ ભગવદ્‌ગીતાના રૂપમાં ઉપદેશ આપે છે અને અંદરથી તેઓ જીવને એવી પ્રતીતિ કરાવે છે કે ભૌતિક ક્ષેત્રમાંનું તેનું કર્મ તેને સાચા સુખ તરફ લઈ જનારું નથી. તેઓ કહે છે, "આ સર્વ તજી દો અને મારામાં શ્રદ્ધા રાખો. ત્યારે જ તમે સુખી થશો." એ રીતે બુદ્ધિશાળી મનુષ્ય પરમાત્મા અથવા પૂર્ણ પુરુષોત્તમ પરમેશ્વરમાં શ્રદ્ધા રાખે છે. તે જ્ઞાનથી ભરપૂર સનાતન અને આનંદમય જીવન તરફ પ્રગતિ કરવા માંડે છે.

શ્લોક ૨૪

य एवं वेत्ति पुरुषं प्रकृतिं च गुणैः सह।
सर्वथा वर्तमानोऽपि न स भूयोऽभिजायते॥ २४॥

યઃ—જે મનુષ્ય; **એવમ્**—આ પ્રમાણે; **વેત્તિ**—જાણે છે; **પુરુષમ્**—જીવને; **પ્રકૃતિમ્**—પ્રકૃતિને; **ચ**—અને; **ગુણૈઃ**—ભૌતિક ગુણોની; **સહ**—સાથે; **સર્વથા**—સર્વ પ્રકારે; **વર્તમાનઃ**—સ્થિતિ રહેનાર; **અપિ**—હોવા છતાં; **ન**—નહીં; **સઃ**—તે; **ભૂયઃ**—ફરીથી; **અભિજાયતે**—જન્મ પામે છે.

અનુવાદ

જે મનુષ્ય પ્રકૃતિ, જીવ તથા પ્રાકૃતિના ગુણોની આંતરક્રિયા સંબંધિત આ તત્ત્વજ્ઞાનને સમજી લે છે, તે નિશ્ચિતપણે મુક્તિ પામે છે. તેની વર્તમાન સ્થિતિ ભલે ગમે તેવી હોય, તોયે અહીં તેનો પુનર્જન્મ થશે નહીં.

ભાવાર્થ

પ્રકૃતિ, પરમાત્મા, વ્યક્તિગત આત્મા અને તેમની વચ્ચેના આંતર-સંબંધનું જ્ઞાન થવાથી મનુષ્ય મુક્ત થવાનો અધિકારી થાય છે અને આ ભૌતિક પ્રકૃતિમાં પરત આવવા માટે કોઈ પણ જાતના બંધનને પાત્ર થયા વિના વૈકુંઠમાં પાછા જવાનો અધિકારી બની જાય છે. આ જ્ઞાનનું પરિણામ છે. જ્ઞાનનો હેતુ એ જાણવા માટે જ હોય છે કે જીવ સંજોગોવશાત્ આ ભૌતિક અસ્તિત્વમાં પતન પામ્યો છે. તેણે આચાર્યો, સંતજનો અને આધ્યાત્મિક ગુરુના સંગે રહીને ઉપદેશાયેલી ભગવદ્‌ગીતાને તેના મૂળરૂપે સમજીને પોતાની આધ્યાત્મિક ચેતના અથવા કૃષ્ણભાવના પુનઃ પ્રાપ્ત કરવાની છે. પછી એ નક્કી છે કે તે જીવાત્મા આ ભૌતિક અસ્તિત્વમાં પાછો નહીં આવે. તેનું સ્થળાંતર વૈકુંઠલોકમાં જ્ઞાનસભર, આનંદમય તથા શાશ્વત જીવનની પ્રાપ્તિ અર્થે કરાશે.

શ્લોક ૨૫

ध्यानेनात्मनि पश्यन्ति केचिदात्मानमात्मना।
अन्ये साङ्ख्येन योगेन कर्मयोगेन चापरे॥ २५॥

ધ્યાનેન—ધ્યાન દ્વારા; **આત્મનિ**—પોતાની અંદર; **પશ્યન્તિ**—જુએ છે; **કેચિત્**—કેટલાક લોકો; **આત્માનમ્**—પરમાત્માને; **આત્મના**—મનથી; **અન્યે**—બીજા; **સાઙ્ખ્યેન**—તાત્ત્વિક ચર્ચા-વિચારણાની; **યોગેન**—યોગ પદ્ધતિ દ્વારા; **કર્મ યોગેન**—નિષ્કામ કર્મ દ્વારા; **ચ**—અને; **અપરે**—બીજા.

અનુવાદ

કેટલાક મનુષ્યો પરમાત્માને ધ્યાન દ્વારા પોતાની અંદર જુએ છે, અન્ય કેટલાક જ્ઞાનોપાર્જન દ્વારા અને વળી બીજા નિષ્કામ કર્મ દ્વારા જુએ છે.

ભાવાર્થ

ભગવાન અર્જુનને જણાવી રહ્યા છે કે મનુષ્ય દ્વારા આત્મ-સાક્ષાત્કારની શોધની બાબતમાં બદ્ધ જીવોને બે વર્ગોમાં વિભાજિત કરી શકાય છે. જે લોકો નાસ્તિક, અજ્ઞેયવાદી તથા સંશયવાદી છે, તેઓ આધ્યાત્મિક જ્ઞાનથી રહિત છે. પરંતુ અન્ય લોકો કે જેઓ આધ્યાત્મિક જીવન વિષયક પોતાના જ્ઞાન પ્રત્યે શ્રદ્ધાવાન છે, તેઓ આત્મદર્શી ભક્ત, તત્ત્વજ્ઞાની તથા નિષ્કામ કર્મયોગી કહેવાય છે. જે મનુષ્યો અદ્વૈતવાદને સ્થાપવાનો હંમેશાં પ્રયત્ન કરતા હોય છે, તેમને પણ નાસ્તિકો તથા સંશયવાદીઓ ગણવામાં આવે છે. બીજા શબ્દોમાં, કેવળ પૂર્ણ પુરુષોત્તમ પરમેશ્વરના ભક્તો જ આધ્યાત્મિક જ્ઞાનમાં સારી રીતે અવસ્થિત હોય છે, કારણ કે તેઓ જાણતા હોય છે કે આ ભૌતિક પ્રકૃતિની પેલે પાર વૈકુંઠલોક તથા ભગવાન છે કે જેમનો વિસ્તાર પ્રત્યેક વ્યક્તિમાં પરમાત્મા તરીકે થયો છે અને જેઓ સર્વવ્યાપી છે. અલબત્ત, જ્ઞાનોપાર્જન દ્વારા પરમ બ્રહ્મને સમજવાનો પ્રયત્ન કરનારા પણ હોય છે અને તેમને શ્રદ્ધાવાનના વર્ગમાં ગણી શકાય છે. સાંખ્ય દાર્શનિકો આ ભૌતિક જગતનું ૨૪ તત્ત્વોમાં વિશ્લેષણ કરે છે અને તેઓ આત્માને પચીસમું તત્ત્વ માને છે. જ્યારે તેઓ આત્માની પ્રકૃતિને ભૌતિક તત્ત્વોથી પર સમજવામાં સમર્થ બને છે, ત્યારે તેમને એમ પણ સમજાઈ જાય છે કે વ્યક્તિગત આત્માની ઉપર પૂર્ણ પુરુષોત્તમ પરમેશ્વર હોય છે અને તેઓ ૨૬મું તત્ત્વ છે. એ રીતે તેઓ પણ ક્રમશઃ કૃષ્ણભાવનામૃતમાં ભક્તિના સ્તરે પહોંચી જાય છે. જે લોકો નિષ્કામ ભાવે કર્મ કરે છે, તેઓ પણ યોગ્ય સ્વરૂપાવસ્થામાં અવસ્થિત હોય છે. તેમને પણ કૃષ્ણભાવનામૃતમાં ભક્તિની ભૂમિકા સુધી પ્રગતિ કરવાનો અવસર આપવામાં આવે છે. અહીં એમ કહેવામાં આવ્યું છે કે એવા કેટલાક લોકો હોય છે કે જેઓ શુદ્ધ ચેતનાયુક્ત હોય છે અને ધ્યાન દ્વારા પરમાત્માને પામવાનો પ્રયત્ન કરે છે અને જ્યારે તેઓ અંતર્મુખ થઈને તેમની અનુભૂતિ કરે છે, ત્યારે તેઓ દિવ્ય સ્થિતિને પામે છે. તે જ પ્રમાણે એવા લોકો પણ છે કે જેઓ જ્ઞાનોપાર્જન દ્વારા પરમાત્માને જાણવાનો પ્રયાસ કરે છે.

કેટલાક એવા પણ છે કે જેઓ હઠયોગની સાધના કરે છે અને પોતાની બાલિશ પ્રવૃત્તિઓ દ્વારા પૂર્ણ પુરુષોત્તમ પરમેશ્વરને પ્રસન્ન કરવાનો પ્રયાસ કરે છે.

શ્લોક ૨૬ **अन्ये त्वेवमजानन्तः श्रुत्वान्येभ्य उपासते।**
तेऽपि चातितरन्त्येव मृत्युं श्रुतिपरायणाः॥ २६॥

અન્યે—બીજા લોકો; **તુ**—પરંતુ; **એવમ્**—એ પ્રમાણે; **અજાનન્તઃ**—આધ્યાત્મિક જ્ઞાન વિના; **શ્રુત્વા**—સાંભળીને; **અન્યેભ્યઃ**—બીજાઓથી; **ઉપાસતે**—ઉપાસના કરવા લાગે છે; **તે**—તેઓ; **અપિ**—પણ; **ચ**—અને; **અતિતરન્તિ**—પાર કરે છે; **એવ**—નક્કી; **મૃત્યુમ્**—મૃત્યુના માર્ગને; **શ્રુતિ પરાયણાઃ**—શ્રવણની પ્રક્રિયામાં નિષ્ઠાવાળા.

અનુવાદ

વળી એવા લોકો હોય છે કે જેઓ આધ્યાત્મિક જ્ઞાનના જાણકાર હોતા નથી, પણ અન્ય લોકો પાસેથી પરમ પુરુષ વિશે શ્રવણ કરીને તેમની ઉપાસના કરવા લાગે છે. આ લોકો પણ અધિકારી પુરુષો પાસેથી શ્રવણ કરવાની વૃત્તિ ધરાવતા હોવાને કારણે જન્મ તથા મૃત્યુના માર્ગને પાર કરે છે.

ભાવાર્થ

આ શ્લોક ખાસ કરીને આધુનિક સમાજને લાગુ થાય છે, કારણ કે આધુનિક સમાજમાં આધ્યાત્મિક વિષયોની કેવળણી આપવામાં આવતી નથી. કેટલાય લોકો નાસ્તિકો અથવા અજ્ઞેયવાદી કે તત્ત્વચિંતકો હોય એવું લાગે, પરંતુ વાસ્તવમાં તેમને તત્ત્વજ્ઞાનની માહિતી હોતી નથી. સામાન્ય મનુષ્યની વાત કરીએ તો, જો તે પુણ્યાત્મા હશે તો તેના માટે પણ શ્રવણ દ્વારા પ્રગતિ સાધવાની તક છે. આ શ્રવણ કરવાની પ્રક્રિયા બહુ જ મહત્ત્વપૂર્ણ છે. આધુનિક જગત માટે કૃષ્ણભાવનામૃતનો પ્રચાર કરનારા ભગવાન ચૈતન્યે આ શ્રવણ પદ્ધતિ ઉપર અતિશય ભાર મૂક્યો છે, કારણ કે જો સામાન્ય મનુષ્ય પ્રમાણભૂત સ્રોત પાસેથી શ્રવણ કરે, તો તે પ્રગતિ કરી શકે છે, ખાસ કરીને શ્રી ચૈતન્ય મહાપ્રભુના મતાનુસાર જો મનુષ્ય **હરે કૃષ્ણ હરે કૃષ્ણ કૃષ્ણ કૃષ્ણ હરે હરે। હરે રામ હરે રામ રામ રામ હરે હરે॥**—આ દિવ્ય ધ્વનિનું શ્રવણ કરે, તો તે અવશ્ય પ્રગતિ કરે છે. માટે જ કહેવામાં

આવ્યું છે કે દરેક મનુષ્યે આત્મજ્ઞાની પુરુષો પાસેથી શ્રવણનો લાભ લેવો જોઈએ અને ધીરે ધીરે પ્રત્યેક વસ્તુને સમજવા માટે સમર્થ બનવું જોઈએ. ત્યારે જ નિ:સંદેહ પરમેશ્વરની ઉપાસના થઈ કહેવાય. ભગવાન ચૈતન્યે કહ્યું છે કે આ યુગમાં કોઈએ પોતાની સ્થિતિ બદલવાની જરૂર નથી, પરંતુ મનુષ્યે માનસિક તર્કવિતર્કો મારફત પરમ સત્યને સમજવાના પ્રયત્નોને છોડી દેવા જોઈએ. મનુષ્યે પરમેશ્વરનું જ્ઞાન ધરાવનારા પુરુષોના સેવક થવાનું શીખવું જોઈએ. જો મનુષ્ય શુદ્ધ ભક્તનો આશ્રય પામવા જેટલો સદ્‌ભાગી હોય અને તે તેમની પાસેથી આત્મ-સાક્ષાત્કાર વિશે શ્રવણ કરી તેમના પગલે ચાલી શકે, તો તે ક્રમે ક્રમે શુદ્ધ ભક્તના પદ સુધી ઉન્નત થઈ શકે છે. આ શ્લોકમાં શ્રવણ પદ્ધતિનો ખાસ અનુરોધ કરવામાં આવ્યો છે અને તે સર્વથા યોગ્ય જ છે. સામાન્ય મનુષ્ય ભલે કહેવાતા દાર્શનિકો જેવા સમર્થ હોતા નથી, છતાં અધિકૃત પુરુષ પાસેથી શ્રદ્ધાપૂર્વક કરેલું શ્રવણ આ ભવસાગર પાર કરીને ભગવદ્‌ધામમાં પાછા જવા માટે તેને મદદરૂપ થશે.

શ્લોક ૨૭ **यावत्सञ्जायते किञ्चित्सत्त्वं स्थावरजङ्गमम्।**
क्षेत्रक्षेत्रज्ञसंयोगात्तद्विद्धि भरतर्षभ॥ २७॥

યાવત્—જે કંઈ; **સઞ્જાયતે**—ઉત્પન્ન થાય છે; **કિઞ્ચિત્**—કંઈ પણ; **સત્ત્વમ્**—અસ્તિત્વ; **સ્થાવર**—અચલ; **જઙ્ગમમ્**—ચલ; **ક્ષેત્ર**—શરીર; **ક્ષેત્રજ્ઞ**—તથા શરીરના જ્ઞાતાના; **સંયોગાત્**—સંયોગથી; **તત્ વિદ્ધિ**—તે વિશે જાણ; **ભરત ઋષભ**—હે ભરતવંશીઓમાં શ્રેષ્ઠ.

અનુવાદ

હે ભરતવંશીઓમાં શ્રેષ્ઠ, એમ જાણી લે કે ચર તથા અચર જે કાંઈ તને અસ્તિત્વમાં દેખાઈ રહ્યું છે, તે બધું કાર્યક્ષેત્ર તથા તેના ક્ષેત્રજ્ઞનો સંયોગમાત્ર છે.

ભાવાર્થ

આ શ્લોકમાં બ્રહ્માંડના સર્જનની પણ પૂર્વેથી અસ્તિત્વ ધરાવનાર ભૌતિક પ્રકૃતિ તથા જીવ બંને વિશે નિરૂપણ કરવામાં આવ્યું છે. જે કાંઈ ઉત્પન્ન કરાય છે, તે જીવ તથા પ્રકૃતિનો સંયોગમાત્ર હોય છે. વૃક્ષો, પર્વતો તથા ટેકરીઓ વગેરે જેવાં અનેક પ્રગટીકરણો છે કે જેઓ ગતિશીલ નથી અને એવાં અનેક અસ્તિત્વો છે કે જેઓ ગતિશીલ છે, પણ આ સૌ ભૌતિક પ્રકૃતિ તથા પરા પ્રકૃતિ અર્થાત્ જીવના સંયોજનમાત્ર હોય છે. પરા પ્રકૃતિ

અર્થાત્ જીવના સ્પર્શ વગર કશું જ ઉત્પન્ન થઈ શકતું નથી. ભૌતિક પ્રકૃતિ તથા આધ્યાત્મિક પ્રકૃતિ વચ્ચેનો સંબંધ સનાતન છે અને આ સંયોગ પરમેશ્વર દ્વારા થાય છે. તેથી પરા અને અપરા બંને પ્રકૃતિઓના તેઓ જ નિયંતા છે. અપરા પ્રકૃતિ તેમના વડે ઉત્પન્ન થાય છે અને આ અપરા પ્રકૃતિમાં પરા પ્રકૃતિને મૂકવામાં આવે છે અને એ રીતે બધાં કાર્યો તથા પ્રગટીકરણો ઉદ્ભવે છે.

શ્લોક ૨૮

समं सर्वेषु भूतेषु तिष्ठन्तं परमेश्वरम्।
विनश्यत्स्वविनश्यन्तं यः पश्यति स पश्यति॥ २८॥

સમમ્—સમાન રીતે; **સર્વેષુ**—સર્વ; **ભૂતેષુ**—જીવોમાં; **તિષ્ઠન્તમ્**—નિવાસ કરતા; **પરમેશ્વરમ્**—પરમાત્માને; **વિનશ્યત્સુ**—નાશવંત; **અવિનશ્યન્તમ્**—અવિનાશી; **યઃ**—જે; **પશ્યતિ**—જુએ છે; **સઃ**—તે; **પશ્યતિ**—વાસ્તવમાં જુએ છે.

અનુવાદ

જે મનુષ્ય પરમાત્માને સર્વ શરીરોમાં આત્માની સાથે જ રહેલા જાણે છે અને જે એમ સમજે છે કે આ નશ્વર શરીરમાં રહેલા ન તો આત્મા કે ન તો પરમાત્મા ક્યારેય નષ્ટ થાય છે, તે જ વાસ્તવમાં સત્યને જુએ છે.

ભાવાર્થ

જે મનુષ્ય સત્સંગ દ્વારા શરીર, શરીરનો સ્વામી અથવા આત્મા અને આત્માના મિત્ર—આ ત્રણેયને એકસાથે સંયુક્ત રીતે જોઈ શકે છે, તે જ સાચો જ્ઞાની છે. જ્યાં સુધી મનુષ્યને આધ્યાત્મિક વિષયોના વાસ્તવિક જ્ઞાનીનો સત્સંગ પ્રાપ્ત થતો નથી, ત્યાં સુધી તે આ ત્રણે વસ્તુઓને જોઈ શકતો નથી. જે મનુષ્યો આધ્યાત્મિક વિષયોના સાચા જ્ઞાનીનો આવો સંગ પામતા નથી તેઓ અજ્ઞાની છે, તેઓ માત્ર શરીરને જ જુએ છે અને એમ માને છે કે શરીર નષ્ટ થયે બધું જ સમાપ્ત થઈ જાય છે. પરંતુ વાસ્તવિકતા એવી નથી. શરીરના નષ્ટ થયા પછી આત્મા તથા પરમાત્મા બંને અસ્તિત્વમાં હોય છે અને તેઓ અનેકવિધ ચર-અચર રૂપોમાં તેમનું અસ્તિત્વ ચાલુ રાખે છે. સંસ્કૃત શબ્દ પરમેશ્વરનો અનુવાદ કેટલીક વખત "વ્યક્તિગત આત્મા" તરીકે થાય છે, કારણ કે આત્મા શરીરનો સ્વામી છે અને શરીર નષ્ટ થયા પછી તે અન્ય દેહમાં સ્થળાંતર કરે છે. એ રીતે તે

સ્વામી છે. પરંતુ કેટલાક લોકો પરમેશ્વરનો અર્થ પરમાત્મા એવો કરે છે. બંને કિસ્સાઓમાં પરમાત્મા તથા જીવાત્મા બંને પોતાનું અસ્તિત્વ ચાલુ રાખે છે. તેઓ નષ્ટ થતા નથી. જે આ રીતે જોઈ શકે છે, તે જ ખરેખર જોઈ શકે છે કે શું થઈ રહ્યું છે.

શ્લોક ૨૯

समं पश्यन्हि सर्वत्र समवस्थितमीश्वरम्।
न हिनस्त्यात्मनात्मानं ततो याति परां गतिम्॥ २९॥

સમમ્—સમાન રીતે; **પશ્યન્**—જોતા રહી; **હિ**—ખરેખર; **સર્વત્ર**—બધે; **સમવસ્થિતમ્**—સમાન રીતે સ્થિત; **ઈશ્વરમ્**—પરમાત્માને; **ન**—નહીં; **હિનસ્તિ**—અધઃપતન કરે છે; **આત્મના**—મન દ્વારા; **આત્માનમ્**—આત્માને; **તતઃ**—ત્યારે; **યાતિ**—પહોંચે છે; **પરામ્**—દિવ્ય; **ગતિમ્**—ગંતવ્યસ્થાને.

અનુવાદ

જે મનુષ્ય પરમાત્માને સર્વત્ર તથા જીવમાત્રમાં સમાનરૂપે હાજર રહેલા જુએ છે, તે પોતાના મનથી પોતાને અધઃપતિત કરતો નથી. એ રીતે તે દિવ્ય ગતિ પ્રાપ્ત કરે છે.

ભાવાર્થ

જીવાત્મા પોતાના ભૌતિક જીવનનો સ્વીકાર કરવાથી પોતાના આધ્યાત્મિક જીવનમાં જે રીતે રહેલો હોય છે, તેના કરતાં જુદી રીતે સ્થિત થયો હોય છે. પરંતુ જો તે સમજી જાય કે પરમેશ્વર પોતાના પરમાત્મા સ્વરૂપમાં સર્વત્ર સ્થિત છે, એટલે કે જો તે પૂર્ણ પુરુષોત્તમ પરમેશ્વરની ઉપસ્થિતિ જીવમાત્રમાં જોઈ શકે, તો તે વિઘટનકારી માનસિકતાથી પોતાનું અધઃપતન કરતો નથી અને તેથી તે ક્રમે ક્રમે વૈકુંઠલોક પ્રતિ પ્રગતિ સાધે છે. મન મોટેભાગે ઈન્દ્રિયતૃપ્તિ કરનારી બાબતોમાં લપેટાયેલું રહે છે, પરંતુ એ જ મન જ્યારે પરમાત્મા તરફ વળી જાય છે, ત્યારે મનુષ્ય આધ્યાત્મિક જ્ઞાનમાં ઉન્નત થઈ શકે છે.

શ્લોક ૩૦

प्रकृत्यैव च कर्माणि क्रियमाणानि सर्वशः।
यः पश्यति तथात्मानमकर्तारं स पश्यति॥ ३०॥

પ્રકૃત્યા—ભૌતિક પ્રકૃતિ દ્વારા; **એવ**—જ; **ચ**—અને; **કર્માણિ**—કાર્યો; **ક્રિયમાણાનિ**—કરવામાં આવેલા; **સર્વશઃ**—સર્વ પ્રકારે; **યઃ**—જે; **પશ્યતિ**—

જુએ છે; **તથા**—તેમ; **આત્માનમ્**—પોતાને; **અકર્તારમ્**—અકર્તા; **સઃ**—તે; **પશ્યતિ**—સારી રીતે જુએ છે.

અનુવાદ

જે મનુષ્ય એમ જોઈ શકે છે કે સર્વ પ્રવૃત્તિઓ દેહ દ્વારા કરવામાં આવે છે અને દેહનું સર્જન ભૌતિક પ્રકૃતિ દ્વારા થયું છે, તેમ જ એમ પણ જુએ છે કે આત્મા કશું કરતો નથી, તે જ ખરેખર સત્યને જુએ છે.

ભાવાર્થ

આ શરીર પરમાત્માના નિર્દેશાનુસાર પ્રકૃતિ દ્વારા નિર્માણ થયેલું છે તથા મનુષ્યના શરીરનાં જેટલાં કાર્યો થાય છે, તે બધાનો કર્તા કંઈ તે નથી. મનુષ્ય જે કંઈ કરે છે એમ ધારવામાં આવે છે, તે કાં તો સુખ માટે કરે કે દુઃખ માટે કરે, તે તેને શારીરિક રચનાને કારણે કરવાની ફરજ પડે છે. પરંતુ આત્મા આ શારીરિક કાર્યોથી અલિપ્ત રહે છે. મનુષ્યને આ શરીર તેનાં પૂર્વકર્માનુસાર આપવામાં આવે છે. કામનાઓની પૂર્તિ કરવા આ શરીર મળે છે. જેનાથી તે ઇચ્છાનુસાર કાર્ય કરે છે. વાસ્તવમાં શરીર એક યંત્ર છે જે પરમેશ્વર દ્વારા ઇચ્છાઓની પૂર્તિ કરવા નિર્માણ થવા પામ્યું છે. ઇચ્છાઓને કારણે જ મનુષ્ય મુશ્કેલ પરિસ્થિતિમાં મુકાઈને દુઃખ ભોગવે છે અથવા સુખ પામે છે. જ્યારે જીવાત્મામાં આવી દિવ્ય દૃષ્ટિ વિકાસ પામે છે, ત્યારે તે શારીરિક કાર્યોથી અલિપ્ત થઈ જાય છે. જેને આવી દૃષ્ટિ પ્રાપ્ત થાય છે, તે જ વાસ્તવિક દૃષ્ટા છે.

શ્લોક ૩૧

यदा भूतपृथग्भावमेकस्थमनुपश्यति।
तत एव च विस्तारं ब्रह्म सम्पद्यते तदा॥ ३१॥

યદા—જ્યારે; **ભૂત**—જીવોના; **પૃથક્ ભાવમ્**—જુદાં જુદાં રૂપોને; **એકસ્થમ્**—એક સ્થાને; **અનુપશ્યતિ**—અધિકારીના માધ્યમથી જોવાનો પ્રયત્ન કરે છે; **તતઃ એવ**—ત્યાર પછી જ; **ચ**—પણ; **વિસ્તારમ્**—વિસ્તારને; **બ્રહ્મ**—પરબ્રહ્મ; **સમ્પદ્યતે**—તે પામે છે; **તદા**—ત્યારે.

અનુવાદ

જ્યારે વિવેકી મનુષ્ય વિભિન્ન ભૌતિક શરીરોના લીધે વિભિન્ન સ્વરૂપોને જોવાનું બંધ કરી દે છે અને જીવો કેવી રીતે સર્વત્ર વિસ્તરેલા છે એ જુએ છે, ત્યારે તે બ્રહ્મજ્ઞાન પામે છે.

ભાવાર્થ

જ્યારે મનુષ્ય જોઈ શકે છે કે જીવોનાં વિભિન્ન શરીરો વ્યક્તિગત જીવની વિભિન્ન ઈચ્છાઓને કારણે ઉદ્ભવે છે અને તે ખરેખર આત્માની માલિકીનાં હોતાં નથી, ત્યારે તે વાસ્તવમાં જુએ છે. દેહાત્મબુદ્ધિના કારણે આપણે કોઈને દેવ, કોઈને મનુષ્ય, કૂતરો કે બિલાડીના રૂપમાં જોઈએ છીએ. આ ભૌતિક દૃષ્ટિ છે, વાસ્તવિક દૃષ્ટિ નથી. આ ભૌતિક ભેદભાવ દેહાત્મબુદ્ધિના લીધે થાય છે. ભૌતિક શરીર નષ્ટ થયા પછી આત્મા એક રહે છે. એ જ આત્મા ભૌતિક પ્રકૃતિના સંપર્કથી જુદાં જુદાં શરીરો ધારણ કરે છે. જ્યારે કોઈ મનુષ્ય આ જોઈ શકે છે, ત્યારે તેને આધ્યાત્મિક દૃષ્ટિ પ્રાપ્ત થાય છે. એ રીતે પશુ, માણસ, ઉચ્ચ, અધમ વગેરે ભેદભાવથી મુક્ત થયેલો મનુષ્ય પોતાની ચેતનામાં વિશુદ્ધ થાય છે અને પોતાની આધ્યાત્મિક ઓળખમાં રહી કૃષ્ણભાવનામૃતનો વિકાસ સાધી શકે છે. ત્યારે તે વસ્તુઓને કેવી રીતે જુએ છે, તેનું હવે પછીના શ્લોકમાં વર્ણન થયું છે.

શ્લોક ૩૨

अनादित्वान्निर्गुणत्वात्परमात्मायमव्ययः ।
शरीरस्थोऽपि कौन्तेय न करोति न लिप्यते ॥ ३२ ॥

અનાદિત્વાત્—નિત્યત્વના કારણે; **નિર્ગુણત્વાત્**—દિવ્ય હોવાથી; **પરમ**—ભૌતિક પ્રકૃતિથી પર; **આત્મા**—આત્મા; **અયમ્**—આ; **અવ્યયઃ**—અવિનાશી; **શરીરસ્થઃ**—શરીરમાં વસતા; **અપિ**—પણ; **કૌન્તેય**—હે કુંતીપુત્ર; **ન કરોતિ**—કશું કરતો નથી; **ન લિપ્યતે**—અને લિપ્ત થતો નથી.

અનુવાદ

શાશ્વત દૃષ્ટિવાળા મનુષ્યો જોઈ શકે છે કે અવિનાશી આત્મા દિવ્ય, શાશ્વત છે તથા પ્રકૃતિના ગુણોથી પર છે. હે અર્જુન, ભૌતિક શરીર સાથે સંપર્ક હોવા છતાં આત્મા કશું કરતો નથી કે તેનાથી લિપ્ત થતો નથી.

ભાવાર્થ

જીવાત્મા જન્મ પામતો હોવાનું જણાય છે, કારણ કે ભૌતિક શરીરનો જન્મ થાય છે, પણ વાસ્તવમાં જીવાત્મા સનાતન છે. તે જન્મતો નથી અને ભૌતિક શરીરમાં રહેવા છતાં તે દિવ્ય તથા શાશ્વત હોય છે. એ રીતે તેને નષ્ટ કરી શકાતો નથી. તે સ્વરૂપથી આનંદમય છે. તે પોતાને કોઈ ભૌતિક કાર્યમાં લિપ્ત કરતો નથી; તેથી ભૌતિક શરીરો સાથે તેનો સંપર્ક હોવાથી જે કાર્યો થાય છે, તે તેને લિપ્ત કરી શકતાં નથી.

શ્લોક ૩૩ **यथा सर्वगतं सौक्ष्म्यादाकाशं नोपलिप्यते।**
सर्वत्रावस्थितो देहे तथात्मा नोपलिप्यते॥ ३३॥

યથા—જેવી રીતે; **સર્વગતમ્**—સર્વવ્યાપી; **સૌક્ષ્મ્યાત્**—સૂક્ષ્મ હોવાથી; **આકાશમ્**—આકાશ; **ન**—નહીં; **ઉપલિપ્યતે**—લિપ્ત થાય છે; **સર્વત્ર**—બધે; **અવસ્થિત**—સ્થિત; **દેહે**—શરીરમાં; **તથા**—તેવી રીતે; **આત્મા**—આત્મા; **ન**—કદી નહીં; **ઉપલિપ્યતે**—લિપ્ત થાય છે.

અનુવાદ

આકાશ જોકે સર્વવ્યાપી છે, છતાં પોતાની સૂક્ષ્મ પ્રકૃતિના કારણે તે કોઈ પણ વસ્તુથી લિપ્ત થતું નથી. એવી જ રીતે બ્રહ્મદૃષ્ટિમાં સ્થિત આત્મા શરીરમાં અવસ્થિત હોવા છતાં શરીરથી લિપ્ત થતો નથી.

ભાવાર્થ

હવા પાણીમાં, કાદવમાં, મળમાં તથા અન્ય વસ્તુઓમાં પ્રવેશે છે, તેમ છતાં તે કોઈ વસ્તુ સાથે ભળતી નથી. એ જ રીતે જીવ વિભિન્ન પ્રકારનાં શરીરોમાં રહેતો હોવા છતાં, પોતાની સૂક્ષ્મ પ્રકૃતિના કારણે તેમનાથી અલિપ્ત રહેતો હોય છે. માટે ભૌતિક આંખે એ જોવાનું શક્ય નથી કે જીવાત્મા કેવી રીતે શરીરના સંપર્કમાં હોય છે અને શરીરના નષ્ટ થયા પછી તે તેનાથી કેવી રીતે અલગ થઈ જાય છે. કોઈ પણ વૈજ્ઞાનિક આની ખાતરી કરી શકતો નથી.

શ્લોક ૩૪ **यथा प्रकाशयत्येकः कृत्स्नं लोकमिमं रविः।**
क्षेत्रं क्षेत्री तथा कृत्स्नं प्रकाशयति भारत॥ ३४॥

યથા—જેમ; **પ્રકાશયતિ**—પ્રકાશિત કરે છે; **એકઃ**—એક; **કૃત્સ્નમ્**—સંપૂર્ણ; **લોકમ્**—બ્રહ્માંડને; **ઈમમ્**—આ; **રવિઃ**—સૂર્ય; **ક્ષેત્રમ્**—આ શરીરને; **ક્ષેત્રી**—આત્મા; **તથા**—તેમ; **કૃત્સ્નમ્**—સર્વ; **પ્રકાશયતિ**—પ્રકાશિત કરે છે; **ભારત**—હે ભરતના પુત્ર.

અનુવાદ

હે ભારત, જેવી રીતે એકલો સૂર્ય આ સમગ્ર બ્રહ્માંડને પ્રકાશિત કરે છે, તેવી રીતે શરીરમાં રહેલો એક આત્મા સમગ્ર શરીરને ચેતનાથી પ્રકાશિત કરે છે.

ભાવાર્થ

ચેતના વિશે અનેક મતો પ્રવર્તે છે. અહીં ભગવદ્ગીતામાં સૂર્ય તથા તડકાનું ઉદાહરણ આપ્યું છે. જેવી રીતે સૂર્ય એક સ્થાને રહીને સમગ્ર બ્રહ્માંડને પ્રકાશિત કરે છે, તેવી રીતે આત્મારૂપી સૂક્ષ્મ કણ હૃદયમાં રહીને ચેતના દ્વારા સમગ્ર શરીરને પ્રકાશિત કરી રહ્યો છે. એ રીતે જેમ તડકો કે પ્રકાશ સૂર્યનો પુરાવો છે, તેમ ચેતના એ આત્માનો પુરાવો છે. જ્યારે શરીરમાં આત્મા હાજર હોય છે, ત્યારે આખા શરીરમાં ચેતના ફેલાયેલી હોય છે અને જેવો આત્મા શરીરમાંથી ચાલ્યો જાય છે કે તરત ચેતના લુપ્ત થઈ જાય છે. આ કોઈ પણ બુદ્ધિશાળી મનુષ્ય સહેલાઈથી સમજી શકે છે. તેથી ચેતના જડ તત્ત્વોના સંયોજનથી પેદા થતી નથી. તે તો જીવાત્માનું લક્ષણ છે. જીવની ચેતના ગુણાત્મક રીતે પરમ ચેતના સાથે અભિન્ન હોય છે છતાં તે સર્વોપરી હોતી નથી, કારણ કે અમુક એક શરીરની ચેતના બીજા શરીરની ચેતના સાથે સંબંધ ધરાવતી નથી. પરંતુ આત્માના મિત્ર તરીકે સર્વ શરીરોમાં સ્થિત પરમાત્મા સર્વ શરીરોને જાણે છે. પરમ ચેતના અને વ્યક્તિગત ચેતનામાં આ જ તફાવત છે.

શ્લોક ૩૫ **क्षेत्रक्षेत्रज्ञयोरेवमन्तरं ज्ञानचक्षुषा।**
भूतप्रकृतिमोक्षं च ये विदुर्यान्ति ते परम्॥ ३५॥

ક્ષેત્ર—શરીર; **ક્ષેત્રજ્ઞયોઃ**—તથા શરીરના સ્વામી વચ્ચેના; **એવમ્**—આ પ્રમાણે; **અન્તરમ્**—તફાવત; **જ્ઞાન ચક્ષુષા**—જ્ઞાનદૃષ્ટિથી; **ભૂત**—જીવના; **પ્રકૃતિ**—પ્રકૃતિથી; **મોક્ષમ્**—મોક્ષને; **ચ**—અને; **યે**—જેઓ; **વિદુઃ**—જાણે છે; **યાન્તિ**—પામે છે; **તે**—તેઓ **પરમ્**—પરબ્રહ્મને.

અનુવાદ

જે મનુષ્યો જ્ઞાનનાં નેત્રોથી શરીર તથા શરીરના જ્ઞાતાની વચ્ચેના તફાવતને જુએ છે અને ભૌતિક પ્રકૃતિના બંધનમાંથી મુક્ત થવાની પ્રક્રિયાને પણ જાણે છે, તેઓ પરમ ધ્યેયની પ્રાપ્તિ કરે છે.

ભાવાર્થ

મનુષ્યે શરીર, શરીરના સ્વામી તથા પરમાત્મા વચ્ચે રહેલા તફાવતને જાણવો જોઈએ, એ જ આ તેરમા અધ્યાયનો ભાવાર્થ છે. તેણે આઠમા શ્લોકથી બારમા શ્લોક સુધી વર્ણવેલી મુક્તિની પ્રક્રિયાને જાણવી જોઈએ. ત્યારે જ તે પરમ ગતિ પામી શકે છે.

શ્રદ્ધાવાન મનુષ્યે પ્રથમ ઈશ્વર વિશે શ્રવણ કરવા માટે સત્સંગ કરવો જોઈએ અને ધીરે ધીરે પ્રબુદ્ધ થવું જોઈએ. જો તે આધ્યાત્મિક ગુરુના શરણે જાય, તો તે જડ પદાર્થ અને આત્મા વચ્ચેના તફાવતને સમજી શકે અને એ જ તેના માટે આધ્યાત્મિક સાક્ષાત્કારના વિકાસ માટે પ્રગતિનું સોપાન બની જાય છે. સદ્‌ગુરુ અનેક પ્રકારના ઉપદેશો દ્વારા પોતાના શિષ્યોને દેહાત્મભાવમાંથી મુક્ત થવાનો ઉપદેશ આપે છે. દાખલા તરીકે, ભગવદ્‌ગીતામાં કૃષ્ણ અર્જુનને ભૌતિક બાબતોમાંથી મુક્ત થવાનો ઉપદેશ આપે છે.

મનુષ્ય સમજી શકે છે કે આ શરીર એ જડ પદાર્થ છે અને ચોવીસ તત્ત્વોમાં તેનું વિશ્લેષણ કરી શકાય છે. શરીર સ્થૂળની અભિવ્યક્તિ છે અને મન તથા મનોવૈજ્ઞાનિક અસરો સૂક્ષ્મની અભિવ્યક્તિ છે. જીવનનાં લક્ષણો આ તત્ત્વોની પરસ્પરની આંતરક્રિયા છે, પરંતુ આની પણ ઉપર આત્મા તેમ જ પરમાત્મા છે. આત્મા તથા પરમાત્મા બંને જુદા છે. આ ભૌતિક જગત આત્મા તથા ચોવીસ તત્ત્વોના સંયોગથી કાર્યશીલ બને છે. જે મનુષ્ય આ સંપૂર્ણ જગતની રચના આત્મા તથા ભૌતિક તત્ત્વોના સંયોગથી થયેલી છે તે સમજી શકે છે અને પરમાત્માની સ્થિતિ પણ જુએ છે, તે જ વૈકુંઠલોકમાં જવાનો અધિકારી બને છે. આ બાબતો ચિંતન તથા સાક્ષાત્કાર માટે છે અને મનુષ્યે સદ્‌ગુરુની મદદ વડે આ અધ્યાયની સંપૂર્ણ સમજણ પ્રાપ્ત કરવી જોઈએ.

આમ શ્રીમદ્ ભગવદ્‌ગીતાના "પ્રકૃતિ, પુરુષ અને ચેતના" નામના તેરમા અધ્યાય પરના ભક્તિવેદાંત ભાવાર્થો પૂર્ણ થાય છે.

અધ્યાય ૧૪

પ્રકૃતિના ત્રણ ગુણો

શ્રીભગવાનુવાચ

શ્લોક १ **परं भूयः प्रवक्ष्यामि ज्ञानानां ज्ञानमुत्तमम्।**
यज्ज्ञात्वा मुनयः सर्वे परां सिद्धिमितो गताः ॥ १ ॥

શ્રી ભગવાન્ ઉવાચ—પૂર્ણ પુરુષોત્તમ પરમેશ્વર બોલ્યા; **પરમ્**—દિવ્ય; **ભૂયઃ**—ફરીથી; **પ્રવક્ષ્યામિ**—હું કહીશ; **જ્ઞાનાનામ્**—સમગ્ર જ્ઞાનનું; **જ્ઞાનમ્**—જ્ઞાન; **ઉત્તમમ્**—સર્વશ્રેષ્ઠ; **યત્**—જે; **જ્ઞાત્વા**—જાણીને; **મુનયઃ**—મુનિજનો; **સર્વે**—બધા; **પરામ્**—દિવ્ય; **સિદ્ધિમ્**—સિદ્ધિ; **ઇતઃ**—આ જગતમાંથી; **ગતાઃ**—પામ્યા.

અનુવાદ

પૂર્ણ પુરુષોત્તમ પરમેશ્વર બોલ્યાઃ હવે હું તને સર્વ જ્ઞાનોમાં સર્વશ્રેષ્ઠ જ્ઞાન કે જેને જાણીને બધા મુનિજનો પરમ સિદ્ધિ પામ્યા, તે વિશે ફરીથી કહીશ.

ભાવાર્થ

સાતમા અધ્યાયથી બારમા અધ્યાયના અંત સુધી શ્રીકૃષ્ણે પરમ સત્ય, પૂર્ણ પુરુષોત્તમ પરમેશ્વર વિશે સવિસ્તર જ્ઞાન આપ્યું છે. હવે ભગવાન સ્વયં અર્જુનને વધુ જ્ઞાન આપી રહ્યા છે. જો કોઈ મનુષ્ય આ અધ્યાયને તાત્ત્વિક ચિંતન દ્વારા સારી રીતે સમજી લે, તો તેને ભક્તિ વિશેની સમજણ પ્રાપ્ત થશે. તેરમા અધ્યાયમાં સ્પષ્ટ સમજૂતી આપવામાં આવી છે કે નમ્રભાવે જ્ઞાનોપાર્જન કરવાથી ભવબંધનમાંથી મુક્ત થઈ શકાય છે. એમ પણ જણાવ્યું છે કે પ્રકૃતિના ગુણોના સંગના પરિણામે જ જીવ આ ભૌતિક જગતમાં બદ્ધ થયેલો છે. હવે આ અધ્યાયમાં પુરુષોત્તમ પરમેશ્વર સ્વયં દર્શાવી રહ્યા છે કે પ્રકૃતિના એ ગુણો કયા છે, તેઓ કેવી રીતે કાર્ય કરે

છે, કેવી રીતે બંધનયુક્ત કરે છે અને કેવી રીતે મુક્તિ આપે છે. આ અધ્યાયમાં જે જ્ઞાનની સમજૂતી આપવામાં આવી છે, તેને ભગવાન પૂર્વેના અધ્યાયોમાં આપવામાં આવેલા જ્ઞાનથી વધારે સારું ગણાવે છે. આ જ્ઞાન પામીને અનેક મહાન ઋષિમુનિઓ પૂર્ણતા પામ્યા હતા અને વૈકુંઠલોકમાં ગયા હતા. ભગવાન હવે એ જ જ્ઞાનને વધુ સારી રીતે સમજાવી રહ્યા છે. આ જ્ઞાન અત્યાર સુધી સમજાવેલી જ્ઞાનની સર્વ પ્રક્રિયાઓથી ઘણું વધારે સારું છે અને આને જાણીને અનેક લોકો સિદ્ધિને વર્યા છે. તેથી એવી આશા રાખવામાં આવે છે કે જે મનુષ્ય આ ચૌદમા અધ્યાયને સમજી લેશે તે પૂર્ણતા પ્રાપ્ત કરશે.

શ્લોક ૨
इदं ज्ञानमुपाश्रित्य मम साधर्म्यमागताः ।
सर्गेऽपि नोपजायन्ते प्रलये न व्यथन्ति च ॥ २ ॥

ઈદમ્—આ; **જ્ઞાનમ્**—જ્ઞાનને; **ઉપાશ્રિત્ય**—આશ્રયે રહીને; **મમ**—મારા; **સાધર્મ્યમ્**—સમાન પ્રકૃતિને; **આગતાઃ**—પ્રાપ્ત કરેલા; **સર્ગે અપિ**—સર્જનમાં પણ; **ન**—કદી નહીં; **ઉપજાયન્તે**—ઉત્પન્ન થાય છે; **પ્રલયે**—પ્રલયમાં; **ન**—કદી નહીં; **વ્યથન્તિ**—દુઃખી થાય છે; **ચ**—પણ.

અનુવાદ

આ જ્ઞાનમાં સ્થિર થવાથી મનુષ્ય મારા જેવી દિવ્ય પ્રકૃતિ પ્રાપ્ત કરી શકે છે. આ પ્રમાણે સ્થિત થવાથી તે સર્જન સમયે જન્મ લેતો નથી કે પ્રલયકાળે વ્યથિત થતો નથી.

ભાવાર્થ

પૂર્ણ દિવ્ય જ્ઞાન પ્રાપ્ત કરી લીધા પછી મનુષ્ય જન્મ-મરણના ચક્રમાંથી મુક્ત થઈને પૂર્ણ પુરુષોત્તમ પરમેશ્વર સાથે ગુણાત્મક એકતા પામે છે. તેમ છતાં વ્યક્તિગત આત્મા તરીકેનું તેનું વ્યક્તિત્વ સમાપ્ત થતું નથી. વૈદિક સાહિત્યમાંથી જાણવા મળે છે કે જે મુક્ત આત્માઓ આધ્યાત્મિક આકાશમાં આવેલા દિવ્ય ગ્રહોમાં પહોંચી ગયા છે, તેઓ નિરંતર પરમેશ્વરના ચરણારવિંદનાં દર્શન પામી તેમની દિવ્ય પ્રેમમયી ભક્તિમાં પરોવાયેલા રહે છે. એટલે મુક્તિ પછી પણ ભક્તો તેમની વ્યક્તિગત સ્વરૂપાવસ્થા ગુમાવી દેતા નથી.

સામાન્ય રીતે આપણે આ ભૌતિક જગતમાં જે જ્ઞાન મેળવીએ છીએ, તે ભૌતિક પ્રકૃતિના ત્રણ ગુણોથી દૂષિત થયેલું હોય છે. જે જ્ઞાન ભૌતિક

પ્રકૃતિના આ ત્રણ ગુણોથી દૂષિત થયેલું હોતું નથી, તે દિવ્ય જ્ઞાન કહેવાય છે. મનુષ્ય જ્યારે એવા દિવ્ય જ્ઞાનમાં સ્થિત થઈ જાય છે, ત્યારે તે પરમ પુરુષના જેવી ભૂમિકામાં આવી જાય છે. જે લોકો ચિન્મય આકાશનું જ્ઞાન ધરાવતા નથી, તેઓ એમ માને છે કે ભૌતિક સ્વરૂપનાં કાર્યોથી મુક્ત થયા પછી આ ચૈતન્યમય સ્વરૂપાવસ્થા કોઈ પણ પ્રકારના વૈવિધ્ય વિનાની નિરાકાર થઈ જાય છે. જોકે જેવી રીતે આ જગતમાં ભૌતિક વિવિધતા હોય છે, તેવી જ રીતે આધ્યાત્મિક જગતમાં પણ વિવિધતા હોય છે. જે માણસો આ બાબતમાં અજ્ઞાની હોય છે, તેઓ માને છે કે આધ્યાત્મિક જગત આ ભૌતિક જગતના વૈવિધ્યથી વિપરીત છે. પરંતુ વાસ્તવમાં આધ્યાત્મિક જગતમાં મનુષ્ય આધ્યાત્મિક રૂપ પ્રાપ્ત કરે છે. ત્યાંના બધાં કાર્યો આધ્યાત્મિક હોય છે અને આવી આધ્યાત્મિક સ્થિતિ ભક્તિમય જીવન કહેવાય છે. ત્યાંનું વાતાવરણ દોષરહિત હોય છે અને ત્યાં મનુષ્ય ગુણાત્મક રીતે પરમેશ્વરની સમાન હોય છે. આવું જ્ઞાન પામવા માટે મનુષ્યે સર્વ આધ્યાત્મિક ગુણો વિકસાવવા જોઈએ. જે મનુષ્ય આ રીતે આધ્યાત્મિક ગુણો વિકસિત કરી લે છે, તે આ ભૌતિક જગતના સર્જન કે વિનાશથી પ્રભાવિત થતો નથી.

શ્લોક ૩ **मम योनिर्महद्ब्रह्म तस्मिन्गर्भं दधाम्यहम्।**
सम्भवः सर्वभूतानां ततो भवति भारत॥ ३॥

મમ—મારું; **યોનિઃ**—જન્મના સ્રોતરૂપ; **મહત્**—સંપૂર્ણ ભૌતિક અસ્તિત્વ; **બ્રહ્મ**—પરમ; **તસ્મિન્**—તેમાં; **ગર્ભમ્**—ગર્ભ; **દધામિ**—ઉત્પન્ન કરું છું; **અહમ્**—હું; **સમ્ભવઃ**—શક્યતા; **સર્વ ભૂતાનામ્**—સર્વ જીવોની; **તતઃ**—ત્યાર પછી; **ભવતિ**—થાય છે; **ભારત**—હે ભરતપુત્ર.

અનુવાદ

હે ભરતપુત્ર, બ્રહ્મ નામનો સમગ્ર ભૌતિક પદાર્થ જન્મનો સ્રોત કહેવાય છે અને હું આ બ્રહ્મનું જ ગર્ભાધાન કરું છું, જેનાથી સર્વ જીવોનો જન્મ શક્ય બને છે.

ભાવાર્થ

અહીં જગત વિશે સમજૂતી આપેલી છેઃ જે કોઈ ઘટના ઘટે છે, તે ક્ષેત્ર (શરીર) ક્ષેત્રજ્ઞ (ચેતન આત્મા)ના સંયોગથી થાય છે. ભૌતિક પ્રકૃતિ અને જીવનો આ સંયોગ સ્વયં ભગવાન દ્વારા શક્ય બને છે. મહત્ તત્ત્વ

જ સમગ્ર બ્રહ્માંડનું આખરી કારણ છે અને પ્રકૃતિના ત્રણ ગુણોથી યુક્ત એ સમગ્ર તત્ત્વ કોઈ વખત બ્રહ્મ કહેવાય છે. પરમેશ્વર એ સમગ્ર તત્ત્વને સગર્ભ કરે છે અને તેથી અસંખ્ય બ્રહ્માંડો સંભવે છે. વૈદિક સાહિત્ય (મુંડક ઉપનિષદ ૧.૧.૯)માં આ સમગ્ર ભૌતિક તત્ત્વને બ્રહ્મ કહ્યું છે. *તસ્માદ્ એતદ્ બ્રહ્મ નામ રૂપમ્ અન્નં ચ જાયતે.* પરમેશ્વર તે બ્રહ્મમાં જીવોરૂપી બીજોનું ગર્ભાધાન કરે છે. પૃથ્વી, જળ, અગ્નિ, વાયુ વગેરે ચોવીસે તત્ત્વો ભૌતિક શક્તિ છે અને તેઓ *મહદ્ બ્રહ્મ* અર્થાત્ ભૌતિક પ્રકૃતિનાં ઘટકો છે. સાતમા અધ્યાયમાં અગાઉ સમજાવ્યું છે તે પ્રમાણે આનાથી ઉપર એક અન્ય, પરા પ્રકૃતિ—જીવ છે. પૂર્ણ પુરુષોત્તમ પરમેશ્વરની ઈચ્છાથી આ પરા પ્રકૃતિ ભૌતિક (અપરા) પ્રકૃતિમાં ભેળવી દેવામાં આવે છે અને ત્યાર પછી ભૌતિક પ્રકૃતિમાં બધા જીવોની ઉત્પત્તિ થાય છે.

વીંછણ તેના ઈંડાં ડાંગરના ખેતરમાં મૂકે છે અને કેટલીક વખત એમ કહેવાય છે કે વીંછી ડાંગરમાંથી જન્મે છે, પરંતુ ડાંગર વીંછીની ઉત્પત્તિનું કારણ નથી. હકીકતમાં ઈંડાં વીંછણે મૂકેલાં. તેવી રીતે ભૌતિક પ્રકૃતિ જીવોની ઉત્પત્તિનું કારણ નથી. પૂર્ણ પુરુષોત્તમ પરમેશ્વર બીજ આપે છે અને એ બીજ ભૌતિક પ્રકૃતિની ઊપજરૂપે બહાર પડતાં જણાય છે. એ રીતે દરેક જીવને તેનાં પૂર્વકર્માનુસાર ભિન્ન શરીર મળે છે, જે આ ભૌતિક પ્રકૃતિ વડે રચાયેલું હોય છે, જેનાથી જીવ પોતાનાં પૂર્વકર્મો પ્રમાણે સુખ કે દુઃખ ભોગવે છે. ભગવાન જ આ ભૌતિક જગતમાં જીવોની સર્વ અભિવ્યક્તિઓના કારણ છે.

શ્લોક ૪ **सर्वयोनिषु कौन्तेय मूर्तयः सम्भवन्ति याः ।**
तासां ब्रह्म महद्योनिरहं बीजप्रदः पिता ॥ ४ ॥

સર્વ યોનિષુ—સર્વ યોનિઓમાં; **કૌન્તેય**—હે કુંતીપુત્ર; **મૂર્તયઃ**—સ્વરૂપો; **સમ્ભવન્તિ**—તેઓ પ્રગટ થાય છે; **યાઃ**—જે; **તાસામ્**—તે સર્વના; **બ્રહ્મ**—પરમ; **મહદ્ યોનિઃ**—ભૌતિક તત્ત્વમાં જન્મના સ્રોતરૂપ; **અહમ્**—હું; **બીજપ્રદઃ**—બીજ પ્રદાતા; **પિતા**—પિતા.

અનુવાદ

હે કુંતીપુત્ર, એ સમજી લેવું જોઈએ કે સર્વ યોનિઓ આ ભૌતિક પ્રકૃતિમાં જન્મ દ્વારા શક્ય બનાવાય છે અને હું તેમનો બીજ પ્રદાન કરનાર પિતા છું.

ભાવાર્થ

આ શ્લોકમાં સ્પષ્ટ ખુલાસો કરવામાં આવ્યો છે કે પૂર્ણ પુરુષોત્તમ પરમેશ્વર કૃષ્ણ સર્વ જીવોના આદ્ય પિતા છે. બધા જીવો ભૌતિક પ્રકૃતિ તથા આધ્યાત્મિક પ્રકૃતિના સંયોગરૂપ છે. આવા જીવો માત્ર આ ગ્રહ પર જ નહીં પરંતુ દરેક ગ્રહ પર, અરે બ્રહ્માના નિવાસસ્થાન એવા સર્વોચ્ચ ગ્રહમાં પણ હોય છે. જીવો સર્વત્ર રહેલા છે—પૃથ્વીમાં હોય છે અને જળ તથા અગ્નિમાં પણ હોય છે. આ બધા જીવો માતા ભૌતિક પ્રકૃતિ તથા બીજપ્રદાતા કૃષ્ણ દ્વારા પ્રગટ થાય છે. આનો ભાવાર્થ એ છે કે ભૌતિક જગત જીવોથી સગર્ભ થયેલું છે અને તેઓ સર્જન સમયે પોતાનાં પૂર્વાકર્માનુસાર વિવિધ રૂપોમાં પ્રગટ થયેલા છે.

શ્લોક ૫
सत्त्वं रजस्तम इति गुणाः प्रकृतिसम्भवाः।
निबध्नन्ति महाबाहो देहे देहिनमव्ययम्॥ ५॥

સત્ત્વમ્—સત્ત્વગુણ; **રજઃ**—રજોગુણ; **તમઃ**—તમોગુણ; **ઇતિ**—એ પ્રમાણે; **ગુણાઃ**—ગુણો; **પ્રકૃતિ**—ભૌતિક પ્રકૃતિથી; **સમ્ભવાઃ**—ઉત્પન્ન; **નિબધ્નન્તિ**—બદ્ધ કરે છે; **મહાબાહો**—હે બળવાન ભુજાઓવાળા; **દેહે**—આ દેહમાં; **દેહિનમ્**—જીવને; **અવ્યયમ્**—અવિનાશી.

અનુવાદ

ભૌતિક પ્રકૃતિ ત્રણ ગુણોની બનેલી છે—સત્ત્વગુણ, રજોગુણ તથા તમોગુણ. જ્યારે સનાતન જીવ પ્રકૃતિના સંસર્ગમાં આવે છે, ત્યારે હે મહાબાહુ અર્જુન, તે આ ગુણોથી બદ્ધ થઈ જાય છે.

ભાવાર્થ

જીવાત્મા દિવ્ય હોવાથી તેને આ ભૌતિક પ્રકૃતિ સાથે કશી નિસ્બત હોતી નથી. તેમ છતાં ભૌતિક જગત દ્વારા બદ્ધ થવાને કારણે તે ભૌતિક પ્રકૃતિના ત્રણ ગુણોના પ્રભાવ હેઠળ કાર્ય કરે છે. જીવોને વિભિન્ન પ્રકૃતિના લીધે જુદાં જુદાં પ્રકારનાં શરીરો મળેલાં છે, તેથી તેઓ એ જ પ્રકૃતિ પ્રમાણે કાર્ય કરવા પ્રેરાય છે. આ જ સંસારનાં અનેકવિધ સુખ-દુઃખનું કારણ છે.

શ્લોક ૬
तत्र सत्त्वं निर्मलत्वात्प्रकाशकमनामयम्।
सुखसङ्गेन बध्नाति ज्ञानसङ्गेन चानघ॥ ६॥

તત્ર—ત્યાં; **સત્ત્વમ્**—સત્ત્વગુણ; **નિર્મલત્વાત્**—ભૌતિક જગતમાં શુદ્ધતમ હોવાથી; **પ્રકાશકમ્**—પ્રકાશિત કરનારું; **અનામયમ્**—પાપકર્મરહિત; **સુખ**—સુખના; **સઙ્ગેન**—સંગ દ્વારા; **બધ્નાતિ**—બદ્ધ કરે છે; **જ્ઞાન**—જ્ઞાનના; **સઙ્ગેન**—સંગથી; **ચ**—અને; **અનઘ**—હે નિષ્પાપ.

અનુવાદ

હે નિષ્પાપ, સત્ત્વગુણ અન્ય ગુણો કરતાં વધારે શુદ્ધ હોવાથી પ્રકાશ આપનારો અને મનુષ્યને પાપનાં સર્વ ફળોથી મુક્ત કરનારો છે. જે મનુષ્યો આ ગુણમાં અવસ્થિત હોય છે, તેઓ સુખ તથા જ્ઞાનના ભાવથી બદ્ધ થઈ જાય છે.

ભાવાર્થ

ભૌતિક પ્રકૃતિ દ્વારા બદ્ધ કરાયેલા જીવ અનેક પ્રકારના હોય છે. કોઈ સુખી છે, તો કોઈ અત્યંત સક્રિય છે અને વળી કોઈ અસહાય છે. આ પ્રકારના મનોભાવ જ પ્રકૃતિમાં જીવની બદ્ધાવસ્થાના કારણરૂપ હોય છે. તેઓ કેવી જુદી જુદી રીતે બદ્ધ થયેલા છે તેનો ખુલાસો ભગવદ્ગીતાના આ વિભાગમાં થયો છે. સૌ પ્રથમ સત્ત્વગુણ વિશે વિચાર થયો છે. ભૌતિક જગતમાં સત્ત્વગુણ વિકસિત કરવાનો લાભ એવો થાય છે કે મનુષ્ય અન્ય બદ્ધ જીવો કરતાં વધારે બુદ્ધિશાળી હોય છે. સત્ત્વગુણમાં રહેલો માણસ ભૌતિક દુઃખોથી બહુ પ્રભાવિત થતો નથી અને તેનામાં ભૌતિક જ્ઞાનની પ્રગતિ કરવાની સમજણ હોય છે. આનો પ્રતિનિધિ બ્રાહ્મણ છે, જેને સત્ત્વગુણમાં રહેલો હોવાનું માનવામાં આવે છે. સુખનો આ ભાવ એવા વિચારને કારણે હોય છે કે સત્ત્વગુણમાં મનુષ્ય મોટેભાગે પાપકર્મોથી મુક્ત હોય છે. વાસ્તવમાં વૈદિક સાહિત્યમાં એમ કહેવામાં આવ્યું છે કે સત્ત્વગુણ એટલે જ વધારે જ્ઞાન, સુખની વધારે લાગણી.

અહીં મુશ્કેલી એવી છે કે જ્યારે મનુષ્ય સત્ત્વગુણમાં સ્થિત થઈ જાય છે, ત્યારે તેને એવું લાગે છે કે પોતે જ્ઞાનમાં ઉન્નત થયો છે અને અન્ય મનુષ્યોથી શ્રેષ્ઠ છે. આવી રીતે તે બદ્ધ થઈ જાય છે. આ બાબતમાં વૈજ્ઞાનિક તથા તત્ત્વચિંતક ઉત્તમ દૃષ્ટાંત છે. આમાંના દરેકને પોતાના જ્ઞાનનો ગર્વ હોય છે અને તેઓ પોતાની રહેણીકરણી સુધારી લેતા હોવાથી તેમને એક પ્રકારના ભૌતિક સુખનો અનુભવ થાય છે. બદ્ધ જીવનમાં વધુ સુખનો આ ભાવ તેમને ભૌતિક પ્રકૃતિના સત્ત્વુગણથી બદ્ધ કરે છે. આમ થવાથી તેઓ સત્ત્વગુણયુક્ત કર્મ કરવા પ્રત્યે આકૃષ્ટ થાય છે અને જ્યાં સુધી તેમને આ

પ્રમાણે કર્મ કરતા રહેવાનું આકર્ષણ રહે છે, ત્યાં સુધી તેમને કોઈ ને કોઈ પ્રકારનું શરીર ધારણ કરવું પડે છે. એ રીતે તેમની મુક્તિની કે વૈકુંઠલોકમાં જવાની કોઈ શક્યતા રહેતી નથી. તેઓ વારંવાર તત્ત્વચિંતક, વૈજ્ઞાનિક કે કવિ બનતા રહે છે અને જન્મ-મૃત્યુની અગવડોમાં ફસાયા કરે છે. પરંતુ ભૌતિક પ્રકૃતિ (માયા)ના ભ્રમમાં રહેવાને કારણે તેઓ એમ વિચારતા હોય છે કે આવા પ્રકારનું જીવન આનંદમય હોય છે.

શ્લોક ૭
रजो रागात्मकं विद्धि तृष्णासङ्गसमुद्भवम्।
तन्निबध्नाति कौन्तेय कर्मसङ्गेन देहिनम्॥ ७॥

રજઃ—રજોગુણ; **રાગ આત્મકમ્**—ઇચ્છા કે વાસનાથી ઉત્પન્ન; **વિદ્ધિ**—જાણ; **તૃષ્ણા**—લોભથી; **સઙ્ગ**—સંગથી; **સમુદ્ભવમ્**—ઉત્પન્ન; **તત્**—તે; **નિબધ્નાતિ**—બદ્ધ કરે છે; **કૌન્તેય**—હે કુંતીપુત્ર; **કર્મ સઙ્ગેન**—સકામ કર્મના સંગ દ્વારા; **દેહિનમ્**—દેહધારીને.

અનુવાદ

હે કુંતીપુત્ર, રજોગુણની ઉત્પત્તિ અમર્યાદિત ઈચ્છાઓ તથા તૃષ્ણાને કારણે થાય છે અને આથી જ દેહધારી જીવ સકામ કર્મથી બદ્ધ થઈ જાય છે.

ભાવાર્થ

રજોગુણનું ખાસ લક્ષણ છે, પુરુષ તથા સ્ત્રી વચ્ચેનું આકર્ષણ. સ્ત્રીને પુરુષનું આકર્ષણ હોય છે અને પુરુષને સ્ત્રીનું આકર્ષણ હોય છે. આને રજોગુણ કહેવાય છે. જ્યારે રજોગુણ વધી જાય છે, ત્યારે મનુષ્યમાં ભૌતિક સુખ ભોગવવા માટેની લાલસા જાગે છે. તે ઈન્દ્રિયતૃપ્તિનું સુખ ભોગવવા માગે છે. ઈન્દ્રિયતૃપ્તિ માટે રજોગુણી મનુષ્ય રાષ્ટ્ર અથવા સમાજમાં સન્માન ઈચ્છે છે અને સુંદર સ્ત્રી, સારાં સંતાન તથા ઘર સહિત સુખી પરિવારની ઈચ્છા રાખે છે. આ સર્વ રજોગુણની ઉત્પત્તિઓ છે. જ્યાં સુધી મનુષ્ય આ બધા માટે વલખાં મારતો રહે છે, ત્યાં સુધી તેણે સખત કામ કરવું પડે છે. તેથી અહીં સ્પષ્ટપણે જણાવ્યું છે કે મનુષ્ય પોતાનાં કર્મફળોના સંગને કારણે આવાં કર્મોથી જ બદ્ધ થઈ જાય છે. પત્ની, બાળકો તથા સમાજને સંતોષવા ખાતર તથા મોભો જાળવી રાખવા ખાતર તેણે કામ કરવું પડે છે. તેથી સમગ્ર ભૌતિક જગત વત્તે કે ઓછે અંશે રજોગુણી છે. આધુનિક સભ્યતા રજોગુણના ધોરણે ઉન્નત ગણાય છે. પ્રાચીન કાળમાં સત્ત્વગુણમાં

હોવાને જ ઉન્નત અવસ્થા ગણવામાં આવતી હતી. જો સત્ત્વગુણી મનુષ્યોને મુક્તિ મળતી નથી, તો રજોગુણમાં સપડાયેલા લોકો વિશે તો કહેવાનું જ શું હોય?

શ્લોક ૮ **तमस्त्वज्ञानजं विद्धि मोहनं सर्वदेहिनाम्।**
प्रमादालस्यनिद्राभिस्तन्निबध्नाति भारत॥ ८॥

તમઃ—તમોગુણ; **તુ**—પરંતુ; **અજ્ઞાનજમ્**—અજ્ઞાનથી ઉત્પન્ન; **વિદ્ધિ**—જાણ; **મોહનમ્**—મોહ; **સર્વ દેહિનામ્**—સર્વ દેહધારી જીવોનો; **પ્રમાદ**—ઉન્માદ; **આલસ્ય**—આળસ; **નિદ્રાભિઃ**—અને નિદ્રા વડે; **તત્**—તે; **નિબધ્નાતિ**—બદ્ધ કરે છે; **ભારત**—હે ભરતપુત્ર.

અનુવાદ

હે ભરતપુત્ર, એમ જાણી લે કે અજ્ઞાનથી ઉત્પન્ન થતો તમોગુણ સર્વ દેહધારી જીવોનો મોહ છે. આ ગુણનાં પરિણામો ઉન્માદ, આળસ તથા નિદ્રા હોય છે કે જે બદ્ધ જીવને બાંધે છે.

ભાવાર્થ

આ શ્લોકમાં તુ શબ્દનો વિશિષ્ટ પ્રયોગ અર્થસૂચક છે. આનો અર્થ એ છે કે તમોગુણ દેહધારી જીવનો બહુ વિચિત્ર ગુણ છે. તમોગુણ સત્ત્વગુણથી સર્વથા વિપરીત છે. સત્ત્વગુણમાં જ્ઞાનસંવર્ધન કરવાથી મનુષ્ય જાણી શકે છે કે કોણ શું છે, પરંતુ તમોગુણ તો આથી સર્વથા વિપરીત છે. તમોગુણના પ્રભાવ હેઠળ સપડાયેલો મનુષ્ય પાગલ બને છે અને આવો પાગલ માણસ કોણ શું છે તે સમજી શકતો નથી. તે ઉન્નત થવાને બદલે અવનતિ કરે છે. વૈદિક સાહિત્યમાં તમોગુણની વ્યાખ્યા આપી છે—*વસ્તુ યાથાત્મ્ય જ્ઞાનાવરકં વિપર્યયજ્ઞાન જનકં તમઃ*—અજ્ઞાનના પ્રભાવમાં આવેલો મનુષ્ય વસ્તુઓને તેના યથાર્થરૂપે જોઈ શકતો નથી. ઉદાહરણાર્થ, દરેક મનુષ્ય જુએ છે કે તેના દાદા મરી ગયા છે અને પોતે પણ મરવાનો છે, એટલે મનુષ્ય મરણશીલ છે. જે સંતતિ પોતે પેદા કરે છે, તે પણ મરશે. તેથી મૃત્યુ નિશ્ચિત છે. તેમ છતાં લોકો ગાંડા થઈને પૈસા ભેગા કરે છે અને સનાતન આત્માની પરવા કર્યા વિના નિરંતર કઠોર શ્રમ કરતા રહે છે. આ તો ઘેલછા જ છે. આવી ઘેલછામાં તેઓ આધ્યાત્મિક જ્ઞાનમાં પ્રગતિ કરવાની ઈચ્છા ધરાવતા નથી. આવા લોકો બહુ આળસુ હોય છે. જ્યારે તેમને આધ્યાત્મિક જ્ઞાનમાં સામેલ થવા આમંત્રિત કરવામાં આવે છે, ત્યારે તેઓ

તેમાં રસ ધરાવતા નથી. રજોગુણને વશ થયેલા મનુષ્યની જેમ તેઓ સક્રિય પણ રહેતા નથી. આથી તમોગુણમાં લપેટાયેલા મનુષ્યનું એક લક્ષણ એવું પણ છે કે તે જરૂરથી વધારે ઊંઘ્યા કરે છે. છ કલાકની ઊંઘ પૂરતી હોય છે, પરંતુ તમોગુણી માણસ રોજ દશથી બાર કલાક ઊંઘે છે. આવો માણસ સદા હતાશ થયેલો દેખાય છે અને તે માદક પદાર્થો તથા નિદ્રાનો વ્યસની બની જાય છે. તમોગુણથી બદ્ધ થયેલા માણસનાં આવાં લક્ષણો હોય છે.

શ્લોક ૯

સત્ત્વં સુખે સઞ્જયતિ રજઃ કર્મણિ ભારત।
જ્ઞાનમાવૃત્ય તુ તમઃ પ્રમાદે સઞ્જયત્યુત॥ ९॥

સત્ત્વમ્—સત્ત્વગુણ; **સુખે**—સુખમાં; **સઞ્જયતિ**—બાંધે છે; **રજઃ**—રજોગુણ; **કર્મણિ**—સકામ કર્મમાં; **ભારત**—હે ભરતપુત્ર; **જ્ઞાનમ્**—જ્ઞાનને; **આવૃત્ય**—ઢાંકી દઈને; **તુ**—પરંતુ; **તમઃ**—તમોગુણ; **પ્રમાદે**—ઘેલછામાં; **સઞ્જયતિ**—બાંધે છે; **ઉત**—એમ કહેવાય છે.

અનુવાદ

હે ભરતપુત્ર, સત્ત્વગુણ મનુષ્યને સુખથી બાંધે છે, રજોગુણ સકામ કર્મથી બાંધે છે અને તમોગુણ મનુષ્યના જ્ઞાનને ઢાંકીને તેને પ્રમાદથી બાંધે છે.

ભાવાર્થ

જેવી રીતે તત્ત્વચિંતક, વૈજ્ઞાનિક કે શિક્ષક પોતપોતાના જ્ઞાનક્ષેત્રમાં પરોવાયેલા રહી સંતુષ્ટ રહે છે, તેમ સત્ત્વગુણી મનુષ્ય તેના કર્મ અથવા બૌદ્ધિક કાર્યથી સંતુષ્ટ રહે છે. રજોગુણી મનુષ્ય સકામ કર્મોમાં લાગેલો રહી શકે છે, તે શક્ય તેટલું ધન પ્રાપ્ત કરીને તેનો સારા કાર્યમાં વ્યય કરે છે. કોઈ વખતે તે દવાખાનાં બંધાવે છે, તો કોઈવાર ધર્માદા સંસ્થામાં દાન આપે છે. આ રજોગુણી વ્યક્તિનાં લક્ષણો હોય છે, પરંતુ તમોગુણ તો જ્ઞાનને ઢાંકી દે છે. તમોગુણમાં રહી મનુષ્ય જે કંઈ કરે છે, તે ન તો તેને માટે કે ન તો અન્ય કોઈ માટે હિતાવહ હોય છે.

શ્લોક ૧૦

રજસ્તમશ્ચાભિભૂય સત્ત્વં ભવતિ ભારત।
રજઃ સત્ત્વં તમશ્ચૈવ તમઃ સત્ત્વં રજસ્તથા॥ ૧૦॥

રજઃ—રજોગુણને; **તમઃ**—તમોગુણને; **ચ**—અને; **અભિભૂય**—પાર કરીને; **સત્ત્વમ્**—સત્ત્વગુણ; **ભવતિ**—મુખ્ય બને છે; **ભારત**—હે ભરતપુત્ર;

રજઃ—રજોગુણ; **સત્ત્વમ્**—સત્ત્વગુણને; **તમઃ**—તમોગુણને; **ચ એવ**—તેમ જ; **તમઃ**—તમોગુણ; **સત્ત્વમ્**—સત્ત્વગુણને; **રજઃ**—રજોગુણને; **તથા**—એ રીતે.

અનુવાદ

હે ભરતપુત્ર, કોઈવાર સત્ત્વગુણ, રજોગુણ તથા તમોગુણને પરાસ્ત કરીને મુખ્ય બની જાય છે, તો કોઈ વખત રજોગુણ, સત્ત્વ તથા તમોગુણને પરાસ્ત કરીને મુખ્ય થાય છે. વળી કોઈ વેળાએ તમોગુણ સત્ત્વ તથા રજોગુણને પરાસ્ત કરે છે. આવી રીતે સર્વોપરિતા માટે સતત સ્પર્ધા ચાલ્યા કરે છે.

ભાવાર્થ

જ્યારે રજોગુણ વર્ચસ્વ ધરાવે છે, ત્યારે સત્ત્વ તથા તમોગુણ પરાભવ પામે છે. જ્યારે સત્ત્વગુણનું વર્ચસ્વ હોય છે, ત્યારે રજોગુણ તથા તમોગુણનો પરાભવ થાય છે અને જ્યારે તમોગુણનું વર્ચસ્વ હોય છે, ત્યારે સત્ત્વ તથા રજોગુણનો પરાભવ થાય છે. આ હરીફાઈ સતત ચાલ્યા કરે છે. માટે જે મનુષ્ય કૃષ્ણભાવનામૃતમાં ખરેખર ઉન્નતિ કરવા કૃતસંકલ્પ હોય છે, તેણે આ ત્રણે ગુણોને ઓળંગી જવું પડે છે. પ્રકૃતિના કોઈ એક ગુણની પ્રધાનતા મનુષ્યના આચરણમાં, કાર્યોમાં, ખાવા-પીવા વગેરેમાં પ્રગટ થતી હોય છે. આ બધાનો ખુલાસો હવે પછીના અધ્યાયોમાં કરવામાં આવશે. પરંતુ જો મનુષ્ય ઇચ્છે, તો તે અભ્યાસ દ્વારા સત્ત્વગુણનો વિકાસ સાધી શકે છે અને એમ કરી રજોગુણ તથા તમોગુણને પરાજિત કરી શકે છે. તેવી જ રીતે, મનુષ્ય રજોગુણ વિકસાવીને સત્ત્વગુણ તથા તમોગુણને પરાસ્ત કરી શકે છે. અથવા તો તે તમોગુણ વિકસાવીને સત્ત્વ તથા રજોગુણને પરાસ્ત કરી શકે છે. જોકે પ્રકૃતિના આ ત્રણ ગુણ હોય છે, તેમ છતાં જો કોઈ દૃઢ સંકલ્પ કરે, તો તેને સત્ત્વગુણનું વરદાન તો મળી શકે છે જ અને સત્ત્વગુણથી પણ પર થઈને તે શુદ્ધ સત્ત્વમાં સ્થિત થઈ શકે છે, જેને *વાસુદેવ* અવસ્થા કહેવામાં આવે છે અને જેમાં રહીને તે ઈશ્વરીય વિજ્ઞાનને સમજી શકે છે. મનુષ્ય કેવા ભૌતિક ગુણમાં સ્થિત છે, એ તો વિશિષ્ટ કાર્યોની અભિવ્યક્તિ દ્વારા જાણી શકાય છે.

શ્લોક **સર્વદ્વારેષુ देहेऽस्मिन्प्रकाश उपजायते।**
૧૧ **ज्ञानं यदा तदा विद्याद्विवृद्धं सत्त्वमित्युत॥ ११॥**

સર્વ દ્વારેષુ—બધા દરવાજામાં; **દેહે**—શરીરમાં; **અસ્મિન્**—આ; **પ્રકાશઃ**—પ્રકાશિત કરવાનો ગુણ; **ઉપજાયતે**—ઉત્પન્ન થાય છે; **જ્ઞાનમ્**—જ્ઞાન; **યદા**—જ્યારે; **તદા**—ત્યારે; **વિદ્યાત્**—જાણવું; **વિવૃદ્ધમ્**—વધી ગયેલું; **સત્ત્વમ્**—સત્ત્વગુણ; **ઈતિ ઉત**—એમ કહેવાયું છે.

અનુવાદ

જ્યારે શરીરનાં સર્વ દ્વાર જ્ઞાનના પ્રકાશથી પ્રકાશિત થઈ જાય છે, ત્યારે જ સત્ત્વગુણના વ્યક્ત થવાનો અનુભવ કરી શકાય છે.

ભાવાર્થ

શરીરમાં નવ દ્વાર છે—બે આંખો, બે કાન, બે નસકોરાં, મુખ, જનનેન્દ્રિય તથા ગુદા. જ્યારે દરેક દ્વાર સત્ત્વનાં લક્ષણોથી પ્રકાશિત થઈ જાય, ત્યારે જાણવું કે મનુષ્યે સત્ત્વગુણનો વિકાસ કર્યો છે. સત્ત્વગુણી મનુષ્ય બધી વસ્તુઓને યથાર્થરૂપે જોઈ શકે છે. તે વાસ્તવિક રીતે સાંભળી શકે છે અને સાચી રીતે વસ્તુઓનું આસ્વાદન કરી શકે છે. મનુષ્યની આંતરિક તથા બાહ્ય શુદ્ધિ થઈ જાય છે. દરેક દ્વારમાં સુખનાં લક્ષણોનો વિકાસ થાય છે અને એ જ સ્થિતિ સત્ત્વગુણની હોય છે.

શ્લોક **લોભઃ પ્રવૃત્તિરારમ્ભઃ કર્મણામશમઃ સ્પૃહા।**
૧૨ **રજસ્યેતાનિ જાયન્તે વિવૃદ્ધે ભરતર્ષભ॥ ૧૨॥**

લોભઃ—લોભ; **પ્રવૃત્તિઃ**—કાર્ય; **આરમ્ભઃ**—ઉદ્યમ; **કર્મણામ્**—કર્મોમાં; **અશમઃ**—અનિયંત્રિત; **સ્પૃહા**—ઈચ્છા; **રજસિ**—રજોગુણમાં; **એતાનિ**—આ સર્વ; **જાયન્તે**—પ્રગટ થાય છે; **વિવૃદ્ધે**—વધવાથી; **ભરત ઋષભ**—હે ભરતવંશજોમાં શ્રેષ્ઠ.

અનુવાદ

હે ભરતશ્રેષ્ઠ, જ્યારે રજોગુણમાં વધારો થઈ જાય છે, ત્યારે અત્યંત આસક્તિ, સકામ કર્મ, ઉગ્ર ઉદ્યમ, અનિયંત્રિત ઈચ્છા તથા લાલસાનાં લક્ષણો પ્રગટ થાય છે.

ભાવાર્થ

રજોગુણી મનુષ્ય તેને પ્રાપ્ત થયેલા સ્થાનથી ક્યારેય સંતુષ્ટ રહેતો નથી, તે પોતાની સ્થિતિ વધારવા માટે વલખાં મારે છે. જો તે રહેવા માટે ઘર બનાવવા ઈચ્છતો હોય, તો તે મહેલ જેવી ઈમારત માટે ભરચક પ્રયત્ન

કરે છે, જાણે કે તે પેલા મકાનમાં સનાતન કાળ માટે રહેવાનો ન હોય! અને તે ઇન્દ્રિયતૃપ્તિ માટે અત્યધિક લાલસા વિકસિત કરે છે. ઇન્દ્રિયતૃપ્તિનો કોઈ અંત જ આવતો નથી. તે સદા કુટુંબ-પરિવાર સાથે પોતાના ઘરમાં રહેવા ઇચ્છે છે અને ઇન્દ્રિયતૃપ્તિની પ્રક્રિયા ચાલુ રાખવા માગે છે. આનો અંત જ આવતો નથી. આ બધાં જ લક્ષણો રજોગુણનાં છે એમ જાણવું.

શ્લોક ૧૩ **अप्रकाशोऽप्रवृत्तिश्च प्रमादो मोह एव च।**
तमस्येतानि जायन्ते विवृद्धे कुरुनन्दन॥ १३॥

અપ્રકાશઃ—અંધકાર; **અપ્રવૃત્તિઃ**—નિષ્ક્રિયતા; **ચ**—અને; **પ્રમાદઃ**—ઉન્માદ; **મોહઃ**—મોહ; **એવ ચ**—તેમ જ; **તમસિ**—તમોગુણમાં; **એતાનિ**—આ બધા; **જાયન્તે**—ઉત્પન્ન થાય છે; **વિવૃદ્ધે**—વધવાથી; **કુરુનન્દન**—હે કુરુપુત્ર.

અનુવાદ

હે કુરુપુત્ર, જ્યારે તમોગુણમાં વૃદ્ધિ થઈ જાય છે, ત્યારે અંધકાર, જડતા, ઉન્માદ અને મોહ વ્યક્ત થાય છે.

ભાવાર્થ

જ્યારે પ્રકાશ નથી હોતો, ત્યારે જ્ઞાન અનુપસ્થિત હોય છે. તમોગુણી માણસ કોઈ નિયામક સિદ્ધાંત અનુસાર કર્મ કરતો નથી. તે ધૂનમાં આવે તેમ ઉદ્દેશહીન રીતે કર્મ કરવા ઇચ્છે છે. કર્મ કરવાની ક્ષમતા હોવા છતાં તે પ્રયાસ કરતો નથી. આ મોહ કહેવાય છે. ચેતના ચાલુ રહેવા છતાં જીવન નિષ્ક્રિય રહે છે. આ તમોગુણી માણસનાં લક્ષણો છે.

શ્લોક ૧૪ **यदा सत्त्वे प्रवृद्धे तु प्रलयं याति देहभृत्।**
तदोत्तमविदां लोकानमलान्प्रतिपद्यते॥ १४॥

યદા—જ્યારે; **સત્ત્વે**—સત્ત્વગુણ; **પ્રવૃદ્ધે**—વધે ત્યારે; **તુ**—પરંતુ; **પ્રલયમ્**—વિનાશને; **યાતિ**—પ્રાપ્ત થાય છે; **દેહભૃત**—દેહધારી; **તદા**—તે સમયે; **ઉત્તમવિદામ્**—મહર્ષિઓના; **લોકાન્**—લોકોને; **અમલાન્**—શુદ્ધ; **પ્રતિપદ્યતે**—પ્રાપ્ત કરે છે.

અનુવાદ

જ્યારે કોઈ મનુષ્ય સત્ત્વગુણમાં મૃત્યુ પામે છે, ત્યારે તેને મહર્ષિઓના ઉચ્ચતર વિશુદ્ધ લોકોની પ્રાપ્તિ થાય છે.

ભાવાર્થ

સત્ત્વગુણી મનુષ્ય બ્રહ્મલોક અથવા જનલોક જેવા ઉચ્ચતર લોકને પામે છે અને ત્યાં દૈવી સુખ ભોગવે છે. *અમલાન્* શબ્દ મહત્ત્વપૂર્ણ છે. તેનો અર્થ છે, "રજોગુણ તથા તમોગુણથી મુક્ત." ભૌતિક જગતમાં અશુદ્ધિઓ છે, પરંતુ સત્ત્વગુણ ભૌતિક જીવનમાં સર્વાધિક શુદ્ધ રૂપ છે. વિભિન્ન પ્રકારના જીવો માટે જુદા જુદા પ્રકારના લોક છે. જે લોકો સત્ત્વગુણમાં મરે છે તેઓ એવા લોકમાં જાય છે કે જ્યાં મહર્ષિઓ તથા મહાન ભક્તો રહે છે.

શ્લોક ૧૫ **रजसि प्रलयं गत्वा कर्मसङ्गिषु जायते।**
तथा प्रलीनस्तमसि मूढयोनिषु जायते॥ १५॥

રજસિ—રજોગુણમાં; **પ્રલયમ્**—પ્રલયને; **ગત્વા**—પ્રાપ્ત કરીને; **કર્મ સઙ્ગિષુ**—સકામ કર્મ કરનારના સંગમાં; **જાયતે**—જન્મ લે છે; **તથા**—તેવી રીતે; **પ્રલીનઃ**—વિલીન થયેલો; **તમસિ**—તમોગુણમાં; **મૂઢ યોનિષુ**—પશુયોનિમાં; **જાયતે**—જન્મે છે.

અનુવાદ

રજોગુણમાં મૃત્યુ પામનાર મનુષ્ય સકામ કર્મ કરનારઓમાં જન્મે છે અને તમોગુણમાં મરનાર મનુષ્ય પશુયોનિમાં જન્મ ગ્રહણ કરે છે.

ભાવાર્થ

કેટલાક લોકોની એવી માન્યતા હોય છે કે જ્યારે આત્મા મનુષ્ય જીવનની ભૂમિકા પ્રાપ્ત કરી લે છે, ત્યાર પછી તે નીચે જતો નથી. આ ખોટું છે. આ શ્લોક અનુસાર જો કોઈ મનુષ્ય તમોગુણી થઈ જાય છે, તો મૃત્યુ પછી તે પશુયોનિમાં અધોગતિ પામે છે. ત્યાંથી તેને ક્રમિક વિકાસ દ્વારા ઉન્નતિ કરી પુનઃ મનુષ્યયોનિ પ્રાપ્ત કરવી પડે છે. માટે જે લોકો મનુષ્ય જીવન વિશે ખરેખર ગંભીર છે, તેમણે સત્ત્વગુણી થઈ જવું જોઈએ અને સત્સંગમાં રહીને ગુણાતીત થઈ કૃષ્ણભાવનામૃતમાં સ્થિત થવું જોઈએ. મનુષ્ય જીવનનું આ જ ધ્યેય છે. અન્યથા મનુષ્યને ફરીથી મનુષ્યયોનિ મળશે એની કોઈ બાંહેધરી નથી.

શ્લોક ૧૬ **कर्मणः सुकृतस्याहुः सात्त्विकं निर्मलं फलम्।**
रजसस्तु फलं दुःखमज्ञानं तमसः फलम्॥ १६॥

કર્મણઃ—કર્મનું; **સુકૃતસ્ય**—પુણ્ય; **આહુઃ**—કહેવાયું છે; **સાત્ત્વિકમ્**—સત્ત્વગુણમાં; **નિર્મલમ્**—વિશુદ્ધ; **ફલમ્**—ફળ; **રજસઃ**—રજોગુણનું; **તુ**—પરંતુ; **ફલમ્**—ફળ; **દુઃખમ્**—દુઃખ; **અજ્ઞાનમ્**—મૂર્ખામી; **તમસઃ**—તમોગુણનું; **ફલમ્**—ફળ.

અનુવાદ

પુણ્યકર્મનું ફળ શુદ્ધ હોય છે અને તેને સાત્ત્વિક ગુણમય કહેવાય છે. પરંતુ રજોગુણમાં કરેલું કર્મ દુઃખમાં પરિણમે છે અને તમોગુણમાં કરેલું કર્મ મૂર્ખામીમાં પરિણમે છે.

ભાવાર્થ

સત્ત્વગુણમાં કરેલાં કર્મનું ફળ શુદ્ધ હોય છે. તેથી સમગ્ર મોહથી મુક્ત થયેલા ઋષિઓ સુખમાં રહે છે. પરંતુ રજોગુણમાં કરેલાં કર્મ માત્ર દુઃખમય હોય છે. ભૌતિક સુખ માટે જે કર્મ કરવામાં આવે છે, તે અવશ્ય નિષ્ફળ જાય છે. ઉદાહરણાર્થ, જો કોઈ મનુષ્ય ગગનચુંબી ઈમારત બનાવવા માગતો હોય, તો તે બની જાય તેના પહેલાં અનેક કષ્ટો સહન કરવાં પડે છે. માલિકને ધન ભેગું કરવા ખાતર કષ્ટ સહન કરવું પડે છે અને ઈમારતનું બાંધકામ કરનારા શ્રમિકોને કઠોર શ્રમ કરવો પડે છે. આ રીતે કષ્ટો તો હોય છે જ. તેથી ભગવદ્ગીતાનું કથન છે કે રજોગુણના પ્રભાવ હેઠળ કરેલાં કર્મમાં નિશ્ચિતપણે મહાન કષ્ટ રહેલાં હોય છે. આનાથી કહેવાતું થોડું માનસિક સુખ મળે છે—*"મેં આ મકાન બનાવ્યું કે આટલું ધન મેળવ્યું."*—પરંતુ આ વાસ્તવિક સુખ નથી.

તમોગુણ વિશે કહી શકાય કે કર્તામાં જ્ઞાન હોતું નથી, તેથી તેનાં સર્વ કર્મો તરત દુઃખમાં પરિણમે છે અને પછીથી તેને પશુયોનિ પ્રાપ્ત થવાની છે. પશુજીવન હંમેશાં દુઃખમય હોય છે, જોકે માયાના પ્રભાવ હેઠળ તેમને કશું સમજાતું નથી. દીન પશુઓની કતલ તમોગુણના કારણે થાય છે. પશુનો વધ કરનાર કસાઈ જાણતો નથી કે ભવિષ્યમાં આ પશુને એવું શરીર મળશે કે જેનાથી તે પોતાનો જ વધ કરશે. એ કુદરતનો કાયદો છે. મનુષ્ય સમાજમાં જો કોઈ વ્યક્તિ અન્ય મનુષ્યની હત્યા કરે, તો તે વ્યક્તિને ફાંસી આપવામાં આવે છે. આ રાજ્યનો કાયદો છે. અજ્ઞાનને કારણે લોકો અનુભવતા નથી કે એક સંપૂર્ણ રાજ્ય છે કે જેનું નિયમન પરમેશ્વર દ્વારા કરવામાં આવે છે. દરેક જીવ પરમેશ્વરનું સંતાન છે અને તેમને એક કીડીને મારવામાં આવે તે પણ સહન થતું નથી. આ માટે

મનુષ્યને સજા ભોગવવી પડે છે. માટે જીભના સ્વાદ ખાતર પશુવધ કરતા રહેવું એ તો સૌથી ઘોર અજ્ઞાન છે. મનુષ્યને પશુઓનો વધ કરવાની કોઈ જરૂર નથી, કારણ કે ઈશ્વરે ઘણી સારી સારી વસ્તુઓ આપેલી છે. છતાં જો કોઈ મનુષ્ય માંસાહાર કરે છે, તો જાણી લેવું જોઈએ કે તે અજ્ઞાનવશ આમ કરી રહ્યો છે અને પોતાનું ભવિષ્ય અંધકારમય બનાવી રહ્યો છે. સર્વ પ્રકારના પશુવધમાં ગોવધ સૌથી વધુ અધમ છે, કારણ કે ગાય આપણને દૂધ આપીને બધાં પ્રકારના સુખ આપે છે. ગોવધ એક રીતે સૌથી વધારે અજ્ઞાનજન્ય અધમ કર્મ છે. વૈદિક સાહિત્ય (ઋગ્વેદ ૯.૪.૬૪)માં *ગોભિ: પ્રીણિત મત્સરમ્* સૂચવે છે કે જે મનુષ્ય દૂધ પીને ધરાઈ ગયા પછી ગાયને મારવા ઇચ્છે છે, તે ઘોરતમ અજ્ઞાનમાં રહે છે. વૈદિક ગ્રંથ (વિષ્ણુ પુરાણ ૧.૧૯.૬૫)માં એક પ્રાર્થના છે જે નીચે પ્રમાણે છેઃ

નમો બ્રહ્મણ્ય દેવાય ગો બ્રાહ્મણ હિતાય ચ।
જગદ્ હિતાય કૃષ્ણાય ગોવિન્દાય નમો નમઃ॥

"હે પ્રભુ, આપ ગાયો તથા બ્રાહ્મણોના શુભેચ્છક છો, તેમ જ આપ સમસ્ત મનુષ્ય સમાજ તથા સમગ્ર વિશ્વના શુભેચ્છક છો." ભાવાર્થ એ છે કે આ શ્લોકમાં ગાયો તથા બ્રાહ્મણોને પૂરું રક્ષણ આપવાનો ખાસ ઉલ્લેખ થયો છે. બ્રાહ્મણો આધ્યાત્મિક શિક્ષણના પ્રતીક છે અને ગાયો સર્વાધિક મહત્ત્વપૂર્ણ ખાદ્યપદાર્થની પ્રતીક છે. ગાયો તથા બ્રાહ્મણોને પૂરું રક્ષણ આપવું જોઈએ. એ જ સભ્યતાની સાચી પ્રગતિ છે. આધુનિક માનવ સમાજમાં આધ્યાત્મિક શિક્ષણની ઉપેક્ષા થાય છે તથા ગોવધને પ્રોત્સાહન અપાય છે. એટલે સમજવું રહ્યું કે સમાજ ખોટી દિશામાં આગળ વધી રહ્યો છે અને પોતાના જ વિનાશનો માર્ગ મોકળો કરી રહ્યો છે. જે સભ્યતા પોતાના નાગરિકોને આવતા જન્મમાં પશુ થવાનું માર્ગદર્શન આપે છે, તે ખરેખર માનવ સભ્યતા નથી. બેશક, વર્તમાન માનવ સભ્યતા રજોગુણ તથા તમોગુણના પ્રભાવ હેઠળ ગેરમાર્ગે દોરવાઈ રહી છે. આ યુગ અત્યંત જોખમ ભરેલો છે અને બધાં રાષ્ટ્રોએ કૃષ્ણભાવનામૃતની સૌથી સરળ પદ્ધતિ અપનાવવી જોઈએ કે જેથી માનવતાને મહાનતમ આપત્તિમાંથી બચાવી શકાય.

શ્લોક ૧૭

सत्त्वात्सञ्जायते ज्ञानं रजसो लोभ एव च।
प्रमादमोहौ तमसो भवतोऽज्ञानमेव च॥ १७॥

સત્ત્વાત્—સત્વગુણમાંથી; **સઞ્જાયતે**—ઉત્પન્ન થાય છે; **જ્ઞાનમ્**—જ્ઞાન; **રજસઃ**—રજોગુણમાંથી; **લોભઃ**—લોભ; **એવ ચ**—તેમ જ; **પ્રમાદ**—ઉન્માદ; **મોહૌ**—તથા મોહ; **તમસઃ**—તમોગુણમાંથી; **ભવતઃ**—થાય છે; **અજ્ઞાનમ્**—અજ્ઞાન; **એવ ચ**—તેમ જ.

અનુવાદ

સત્ત્વગુણથી વાસ્તવિક જ્ઞાનનો વિકાસ થાય છે, રજોગુણથી લોભ ઉત્પન્ન થાય છે અને તમોગુણથી પ્રમાદ, મોહ તથા અજ્ઞાન ઉત્પન્ન થાય છે.

ભાવાર્થ

વર્તમાન સભ્યતા જીવો માટે બહુ અનુકૂળ નહીં હોવાથી તેમના ભલા માટે કૃષ્ણભાવનામૃતની ભલામણ કરવામાં આવે છે. કૃષ્ણભાવનામૃતના માધ્યમથી સમાજ સત્ત્વગુણનો વિકાસ કરશે. સત્ત્વગુણનો વિકાસ થવાથી લોકો વસ્તુઓને સાચા રૂપમાં જોઈ શકશે. તમોગુણમાં લોકો પશુસમાન હોય છે અને વસ્તુઓને સ્પષ્ટપણે જોઈ શકતા નથી. ઉદાહરણાર્થ, તમોગુણમાં રહેવાથી લોકો જોઈ શકતા નથી કે જે પશુને તેઓ મારી રહ્યા છે, તે જ પશુ આવતા જન્મમાં તેમને મારી નાખશે. લોકોને વાસ્તવિક જ્ઞાનની કેળવણી મળતી નથી, તેથી તેઓ બેજવાબદાર થઈ જાય છે. આવી બેજવાબદારીને અટકાવવા માટે સામાન્ય જનતાને સત્ત્વગુણ ઉત્પન્ન કરે એવું શિક્ષણ મળવું જોઈએ. જ્યારે તેઓ વાસ્તવિક સત્ત્વગુણમાં કેળવાશે, ત્યારે તેઓ વિવેકયુક્ત થશે અને વસ્તુઓને તેમના યથાર્થરૂપે જાણી શકશે. ત્યારે જ લોકો સુખી તથા સમૃદ્ધ થશે. ભલે લોકો બહુ મોટી સંખ્યામાં સુખી તથા સમૃદ્ધ ન હોય, તોયે જો પ્રજાની કેટલીક ટકાવારી પણ કૃષ્ણભક્તિનો વિકાસ કરીને સત્ત્વગુણી થઈ જાય, તો વિશ્વમાં સર્વત્ર શાંતિ તથા સમૃદ્ધિની સંભાવના છે. અન્યથા, જો દુનિયાના લોકો રજોગુણ તથા તમોગુણમાં જ રચ્યાપચ્યા રહેશે, તો શાંતિ અને સમૃદ્ધિ આવી શકશે નહીં. રજોગુણમાં લોકો લાલચુ થઈ જાય છે અને ઇન્દ્રિયભોગની તેમની લોલુપતાને કોઈ મર્યાદા રહેતી નથી. મનુષ્ય જોઈ શકે છે કે કોઈ વ્યક્તિ પાસે પૂરતું ધન અને ઇન્દ્રિયતૃપ્તિ કરવાની પૂરતી જોગવાઈ હોય છે, તેમ છતાં તેને માનસિક શાંતિ કે સુખ મળતાં નથી. તે શક્ય જ નથી, કારણ કે મનુષ્ય રજોગુણમાં સ્થિત હોય છે. જો મનુષ્યને સુખ જોઈતું હોય, તો તેના પૈસા તેને મદદ કરવાના નથી, પણ કૃષ્ણભાવનાના અભ્યાસ દ્વારા તેણે સત્ત્વગુણમાં ઉન્નત

થવું પડશે. મનુષ્ય જ્યારે રજોગુણમય રહે છે, ત્યારે તે માનસિક રીતે દુઃખી હોય છે. એટલું જ નહીં, પણ તેના ધંધા તથા વ્યવસાયમાં પણ તેણે કષ્ટ ભોગવવાં પડે છે. તેણે પોતાનો મોભો જાળવી રાખવા માટે અનેક યોજનાઓ ઘડવી પડે છે. આ બધું કષ્ટદાયક હોય છે. તમોગુણમાં લોકો ઉન્મત્ત બની જાય છે. પોતાની પરિસ્થિતિથી વ્યગ્ર બનીને તેઓ નશાનો આશ્રય લે છે અને એ રીતે તેઓ તમોગુણમાં વધુ ને વધુ ડૂબે છે. તેમનું ભાવિ જીવન અંધકારમય થઈ જાય છે.

શ્લોક ૧૮ **ऊर्ध्वं गच्छन्ति सत्त्वस्था मध्ये तिष्ठन्ति राजसाः ।**
जघन्यगुणवृत्तिस्था अधो गच्छन्ति तामसाः ॥ १८ ॥

ઊર્ધ્વમ્—ઉપર; **ગચ્છન્તિ**—જાય છે; **સત્ત્વસ્થાઃ**—સત્ત્વગુણમાં સ્થિત; **મધ્યે**—વચમાં; **તિષ્ઠન્તિ**—રહે છે; **રાજસાઃ**—રજોગુણી; **જઘન્ય**—ઘૃણિત; **ગુણ**—ગુણની; **વૃત્તિસ્થાઃ**—વૃત્તિવાળા; **અધઃ**—નીચે; **ગચ્છન્તિ**—જાય છે; **તામસાઃ**—તમોગુણી મનુષ્યો.

અનુવાદ

સત્ત્વગુણી મનુષ્યો ક્રમશઃ ઉપર ઉચ્ચતર લોકોમાં જાય છે, રજોગુણી માણસો પૃથ્વીલોકમાં રહે છે અને જેઓ ઘૃણાજનક તમોગુણમાં હોય છે, તેઓ નીચે નરકલોકમાં જાય છે.

ભાવાર્થ

આ શ્લોકમાં પ્રકૃતિના ત્રણ ગુણોમાંથી પરિણમતાં ફળ વિશેષ સ્પષ્ટતાથી સમજાવ્યાં છે. સ્વર્ગલોકોનો બનેલો એક ઊર્ધ્વલોક છે, જ્યાં દરેક વ્યક્તિ અત્યંત ઉન્નત હોય છે. સત્ત્વગુણના વિકાસના પ્રમાણ અનુસાર જીવને વિભિન્ન સ્વર્ગલોકમાં મોકલાય છે. સત્યલોક અથવા બ્રહ્મલોક સર્વોચ્ચ લોક છે. ત્યાં આ બ્રહ્માંડના પ્રધાન પુરુષ બ્રહ્માજી નિવાસ કરે છે. આપણે અગાઉ જોઈ ગયા છીએ કે બ્રહ્મલોકમાં જે રીતે આશ્ચર્યજનક પરિસ્થિતિ છે, તેનું ભાગ્યે જ અનુમાન થઈ શકે, પરંતુ જીવનની સર્વશ્રેષ્ઠ અવસ્થા અર્થાત્ સત્ત્વગુણ આપણને ત્યાં લઈ જઈ શકે છે.

રજોગુણ મિશ્ર હોય છે. તે સત્ત્વ તથા તમોગુણની વચ્ચે હોય છે. મનુષ્ય સદા શુદ્ધ હોતો નથી. જો તે પૂર્ણપણે રજોગુણમાં સ્થિત હોય, તોયે તે આ પૃથ્વી ઉપર જ રાજા કે શ્રીમંત વ્યક્તિ તરીકે રહે છે. પરંતુ ગુણોના મિશ્રણ થતાં રહે છે, તેથી તેનું પતન પણ થઈ શકે છે. આ પૃથ્વી પરના

રજોગુણી કે તમોગુણી લોકો જબરદસ્તીથી કોઈ યંત્ર વડે ઉચ્ચતર લોકમાં જઈ શકતા નથી. રજોગુણમાં મનુષ્ય બીજા જન્મમાં ઉન્મત્ત થાય તેવી પણ શક્યતા રહે છે.

અહીં નિમ્નતમ તમોગુણને અત્યંત ઘૃણાસ્પદ (જઘન્ય) કહ્યો છે. અજ્ઞાન (તમોગુણ)ને વિકસિત કરવાનું પરિણામ અત્યંત જોખમી હોય છે. આ પ્રકૃતિનો નિમ્નતમ ગુણ છે. મનુષ્યયોનિથી નિમ્ન સ્તરે પશુ, પક્ષી, સરિસૃપ, વૃક્ષ વગેરે જેવી એંશી લાખ યોનિઓ છે અને તમોગુણના વિકાસ પ્રમાણે જ જીવને આ અધમ યોનિઓ મળ્યા કરે છે. અહીં *તામસાઃ* શબ્દ અર્થસૂચક છે. તે એવા લોકોનો નિર્દેશ કરે છે કે જેઓ ઉચ્ચતર ગુણો સુધી ઉન્નત થયા વિના સતત તમોગુણમાં જ રહે છે. તેમનું ભાવિ અત્યંત અંધકારમય હોય છે.

રજોગુણી તથા તમોગુણી મનુષ્યોને સત્ત્વગુણી બનવાની તક કૃષ્ણભાવનામૃતની પદ્ધતિ દ્વારા મળી શકે છે. પરંતુ જે મનુષ્ય આ સુઅવસરનો લાભ લેતો નથી, તે નિમ્નતર ગુણોમાં જ રહે છે એમાં શંકા નથી.

શ્લોક **नान्यं गुणेभ्यः कर्तारं यदा द्रष्टानुपश्यति।**
૧૯ **गुणेभ्यश्च परं वेत्ति मद्भावं सोऽधिगच्छति॥ १९॥**

ન—નહીં; **અન્યમ્**—અન્ય; **ગુણેભ્યઃ**—ગુણો કરતાં; **કર્તારમ્**—કર્તા; **યદા**—જ્યારે; **દ્રષ્ટા**—જોનારો; **અનુપશ્યતિ**—બરાબર જુએ છે; **ગુણેભ્યઃ**—ગુણોથી; **ચ**—અને; **પરમ્**—દિવ્ય; **વેત્તિ**—જાણે છે; **મત્ ભાવમ્**—મારા દિવ્ય સ્વભાવને; **સઃ**—તે; **અધિગચ્છતિ**—પ્રાપ્ત થાય છે.

અનુવાદ

જ્યારે કોઈ મનુષ્ય સારી રીતે જાણી લે છે કે સર્વ કાર્યોમાં પ્રકૃતિના ત્રણ ગુણો સિવાય અન્ય કોઈ કર્તા નથી તથા તે પરમેશ્વરને જાણી લે છે કે જેઓ આ ત્રણે ગુણોથી પર છે, ત્યારે તે મારા દિવ્ય સ્વભાવને પ્રાપ્ત કરે છે.

ભાવાર્થ

મનુષ્ય ભૌતિક પ્રકૃતિના ગુણોનાં સર્વ કાર્યોથી પર થઈ શકે છે. તે માટે તેણે કેવળ સુયોગ્ય મહાપુરુષો પાસેથી તે વિશે શીખી લઈને સારી રીતે સમજવાની જરૂર હોય છે. સાચા આધ્યાત્મિક ગુરુ તો કૃષ્ણ છે અને

તેઓ અર્જુનને આ દિવ્ય જ્ઞાન આપી રહ્યા છે. એ જ પ્રમાણે જે મનુષ્યો કૃષ્ણભાવનાપરાયણ હોય, તેમની પાસેથી જ પ્રકૃતિના ગુણોનાં કાર્યો વિષયક વિજ્ઞાન શીખવાનું હોય છે. અન્યથા મનુષ્યનું જીવન ગેરમાર્ગે દોરવાશે. આધ્યાત્મિક ગુરુના ઉપદેશ દ્વારા જીવાત્મા પોતાની આધ્યાત્મિક સ્થિતિ, પોતાના ભૌતિક શરીર, પોતાની ઇન્દ્રિયો, પોતે કેવી રીતે પાશબદ્ધ થયો છે તથા પ્રકૃતિના ભૌતિક ગુણોને વશ થયો છે, એ વિશે જાણી શકે છે. જીવ ગુણોના સકંજામાં સપડાવાને કારણે લાચાર હોય છે, પરંતુ જ્યારે તે પોતાનું વાસ્તવિક સ્વરૂપ જોઈ શકે છે, ત્યારે તે દિવ્ય જીવન પામી શકે છે, જેમાં આધ્યાત્મિક જીવન માટે અવકાશ હોય છે. વાસ્તવમાં જીવ વિભિન્ન કાર્યોનો કર્તા નથી પણ તેને કાર્ય કરવાં પડે છે, કારણ કે તે વિશિષ્ટ પ્રકારના શરીરમાં સ્થિત હોય છે, જેનું સંચાલન પ્રકૃતિનો અમુક વિશિષ્ટ ગુણ કરે છે. જ્યાં સુધી મનુષ્યને આધ્યાત્મિક અધિકારીની મદદ મળે નહીં, ત્યાં સુધી તે કેવી સ્થિતિમાં છે તે પોતે સમજી શકતો નથી. આધ્યાત્મિક ગુરુના સંગમાં તે પોતાની અસલ સ્થિતિને સમજી શકે છે અને આવી સમજણ વડે તે પૂર્ણ કૃષ્ણભાવનામાં સ્થિર થઈ શકે છે. કૃષ્ણભાવનાપરાયણ મનુષ્ય કદાપિ પ્રકૃતિના ગુણોની મોહિનીથી નિયંત્રિત થતો નથી. સાતમા અધ્યાયમાં અગાઉ કહી દેવામાં આવ્યું છે જ કે કૃષ્ણના શરણે આવેલો મનુષ્ય ભૌતિક પ્રકૃતિનાં કાર્યોથી મુક્ત થઈ જાય છે. જે મનુષ્ય વસ્તુઓને મૂળ રૂપે જોઈ શકે છે, તેની ઉપર પ્રકૃતિનો પ્રભાવ ક્રમશઃ સમાપ્ત થઈ જાય છે.

શ્લોક ૨૦

गुणानेतानतीत्य त्रीन्देही देहसमुद्भवान्।
जन्ममृत्युजरादुःखैर्विमुक्तोऽमृतमश्नुते ॥ २० ॥

ગુણાન્—ગુણોને; **એતાન્**—આ સર્વ; **અતીત્ય**—ઓળંગીને; **ત્રીન્**—ત્રણ; **દેહી**—દેહધારી; **દેહ**—શરીરથી; **સમુદ્ભવાન્**—ઉત્પન્ન; **જન્મ**—જન્મ; **મૃત્યુ**—મૃત્યુ; **જરા**—તથા ઘડપણના; **દુઃખૈ**—દુઃખોથી; **વિમુક્તઃ**—મુક્ત કરાયેલો; **અમૃતમ્**—અમૃત; **અશ્નુતે**—ભોગવે છે.

અનુવાદ

જ્યારે દેહધારી જીવ શરીર સાથે સંકળાયેલા આ ત્રણ ગુણોને ઓળંગી જવા સમર્થ થાય છે, ત્યારે તે જન્મ, મૃત્યુ, ઘડપણ તથા તેમનાં કષ્ટોમાંથી મુક્ત થઈ શકે છે અને આ જીવનમાં જ અમૃત ભોગવી શકે છે.

ભાવાર્થ

આ જ શરીરમાં રહેવા છતાં કૃષ્ણભાવનાયુક્ત થઈને દિવ્ય અવસ્થામાં કેવી રીતે રહી શકાય છે, તે આ શ્લોકમાં દર્શાવ્યું છે. સંસ્કૃત શબ્દ *દેહી*નો અર્થ છે, "દેહધારી." મનુષ્ય જોકે આ ભૌતિક શરીરની અંદર રહેતો હોય છે, તોયે પોતે આધ્યાત્મિક જ્ઞાનમાં ઉન્નતિ કરીને પ્રકૃતિના ગુણોના પ્રભાવમાંથી મુક્ત થઈ શકે છે. આ શરીરમાં જ તે દિવ્ય જીવનનો આનંદ માણી શકે છે, કારણ કે આ શરીર તજ્યા પછી તે નક્કી વૈકુંઠમાં જવાનો છે, પરંતુ આ શરીરમાં સુધ્ધાં તે દિવ્ય સુખ ભોગવી શકે છે. બીજા શબ્દોમાં, કૃષ્ણભાવનામૃતમાં ભક્તિ ભવબંધનમાંથી મુક્તિનું ચિહ્ન છે. આનો ખુલાસો અઢારમા અધ્યાયમાં થશે. જ્યારે મનુષ્ય ભૌતિક પ્રકૃતિના ગુણોના પ્રભાવમાંથી મુક્ત થઈ જાય છે, ત્યારે તે ભક્તિમાં પ્રવેશે છે.

अर्जुन उवाच

શ્લોક ૨૧ **कैर्लिङ्गैस्त्रीन्गुणानेतानतीतो भवति प्रभो।**
किमाचारः कथं चैतांस्त्रीन्गुणानतिवर्तते॥ २१॥

અર્જુનઃ ઉવાચ—અર્જુને કહ્યું; **કૈઃ**—કયાં; **લિઙ્ગૈઃ**—લક્ષણો વડે; **ત્રીન્**—ત્રણે; **ગુણાન્**—ગુણોને; **એતાન્**—આ સર્વ; **અતીતઃ**—ઓળંગી ગયેલો; **ભવતિ**—થાય છે; **પ્રભો**—હે પ્રભુ; **કિમ્**—કયું; **આચારઃ**—આચરણ; **કથમ્**—કેવી રીતે; **ચ**—અને; **એતાન્**—આ; **ત્રીન્**—ત્રણ; **ગુણાન્**—ગુણોને; **અતિવર્તતે**—ઓળંગી જાય છે.

અનુવાદ

અર્જુને પૂછ્યું: હે મારા પ્રિય પ્રભુ, જે મનુષ્ય આ ત્રણ ગુણોથી પર થયેલો છે, તેને કયાં લક્ષણો વડે જાણી શકાય છે? તેનું આચરણ કેવું હોય છે? અને તે પ્રકૃતિના ગુણોને કેવી રીતે ઓળંગી જાય છે?

ભાવાર્થ

આ શ્લોકમાં અર્જુનના પ્રશ્નો સર્વથા ઉપયુક્ત છે. તે એવા પુરુષનાં લક્ષણો જાણવા જિજ્ઞાસુ છે કે જે ભૌતિક ગુણોને ઓળંગી ચૂક્યો છે. સર્વપ્રથમ તે એવા દિવ્ય પુરુષનાં લક્ષણો અંગે જિજ્ઞાસા કરે છે કે કોઈ કેવી રીતે જાણે કે તેણે પ્રકૃતિના ગુણોના પ્રભાવને ઓળંગી લીધો છે? તેનો બીજો પ્રશ્ન છે—આવો મનુષ્ય કેવી રીતે રહે છે અને તેની પ્રવૃત્તિઓ કેવી હોય છે? શું તે નિયમિત હોય છે કે અનિયમિત? પછી અર્જુન પૂછે છે કે

ક્યાં સાધનો દ્વારા પોતે દિવ્ય સ્વભાવ (પ્રકૃતિ) પ્રાપ્ત કરી શકે? આ અત્યંત મહત્ત્વનું છે. જ્યાં સુધી મનુષ્ય એવાં પ્રત્યક્ષ સાધનોને જાણવા ન પામે કે જેનાથી મનુષ્ય સદૈવ દિવ્ય અવસ્થામાં રહી શકે, ત્યાં સુધી તે લક્ષણો દર્શાવવાની શક્યતા જ રહેતી નથી. એટલે જ અર્જુન દ્વારા પૂછાયેલા આ બધા પ્રશ્નો અત્યંત મહત્ત્વના છે અને ભગવાન તે પ્રશ્નોના ઉત્તર આપે છે.

श्रीभगवानुवाच

શ્લોક ૨૨–૨૫

प्रकाशं च प्रवृत्तिं च मोहमेव च पाण्डव।
न द्वेष्टि सम्प्रवृत्तानि न निवृत्तानि काङ्क्षति॥ २२॥
उदासीनवदासीनो गुणैर्यो न विचाल्यते।
गुणा वर्तन्त इत्येवं योऽवतिष्ठति नेङ्गते॥ २३॥
समदुःखसुखः स्वस्थः समलोष्टाश्मकाञ्चनः।
तुल्यप्रियाप्रियो धीरस्तुल्यनिन्दात्मसंस्तुतिः॥ २४॥
मानापमानयोस्तुल्यस्तुल्यो मित्रारिपक्षयोः।
सर्वारम्भपरित्यागी गुणातीतः स उच्यते॥ २५॥

શ્રી ભગવાન્ ઉવાચ—પૂર્ણ પુરુષોત્તમ પરમેશ્વર બોલ્યા; **પ્રકાશમ્**—પ્રકાશ; **ચ**—અને; **પ્રવૃત્તિમ્**—આસક્તિ; **ચ**—તથા; **મોહમ્**—મોહ; **એવ ચ**—તેમ જ; **પાણ્ડવ**—હે પાંડુપુત્ર; **ન દ્વેષ્ટિ**—દ્વેષ કરતો નથી; **સમ્પ્રવૃત્તાનિ**—વિકસિત થયા છતાં; **ન નિવૃત્તાનિ**—વિકાસ ન રોકવાનું; **કાઙ્ક્ષતિ**—ઇચ્છે છે; **ઉદાસીનવત્**—નિરપેક્ષની જેમ; **આસીનઃ**—રહેલો; **ગુણૈઃ**—પ્રકૃતિના ગુણોથી; **યઃ**—જે; **ન વિચાલ્યતે**—વિચલિત થતો નથી; **ગુણાઃ**—ગુણ; **વર્તન્તે**—કાર્ય કરે છે; **ઇતિ એવમ્**—એમ જાણીને; **યઃ**—જે; **અવતિષ્ઠતિ**—અવસ્થિત રહે છે; **ન ઇઙ્ગતે**—અસ્થિર થતો નથી; **સમ**—સમાન; **દુઃખ**—દુઃખમાં; **સુખઃ**—તથા સુખમાં; **સ્વસ્થઃ**—પોતાની અંદર સ્થિત; **સમ**—સમાન રીતે; **લોષ્ટ**—માટીનું ઢેફું; **અશ્મ**—પથ્થર; **કાઞ્ચનઃ**—સોનુ; **તુલ્ય**—સમભાવવાળો; **પ્રિય**—પ્રિય; **અપ્રિયઃ**—તથા અપ્રિય; **ધીરઃ**—સ્થિર; **તુલ્ય**—સમાન; **નિન્દા**—બદનામીમાં; **આત્મ સંસ્તુતિઃ**—તથા સ્વપ્રશંસામાં; **માન**—માન; **અપમાનયોઃ**—તથા અપમાનમાં; **તુલ્યઃ**—સમાન; **તુલ્યઃ**—સમાન; **મિત્ર**—મિત્રના; **અરિ**—તથા શત્રુના; **પક્ષયોઃ**—પક્ષે; **સર્વ**—બધા; **આરમ્ભ**—ઉદ્યમોનો; **પરિત્યાગી**—ત્યાગ કરનાર; **ગુણ અતીતઃ**—પ્રકૃતિના ભૌતિક ગુણોથી પર; **સઃ**—તે; **ઉચ્યતે**—કહેવાય છે.

અનુવાદ

પૂર્ણ પુરુષોત્તમ પરમેશ્વર બોલ્યાઃ હે પાંડુપુત્ર, જે મનુષ્ય પ્રકાશ, આસક્તિ તથા મોહ ઉપસ્થિત હોય ત્યારે તેમની ઘૃણા કરતો નથી કે તે ન હોય ત્યારે તેમની આકાંક્ષા રાખતો નથી; જે ભૌતિક ગુણોની આ સર્વ પ્રતિક્રિયાઓ પ્રત્યે નિશ્ચલ તથા અવિચલિત રહે છે અને કેવળ ગુણો જ ક્રિયાશીલ હોય છે એમ જાણીને તટસ્થ તથા ગુણાતીત રહે છે; જે પોતાની અંદર સ્થિત હોય છે અને સુખ તથા દુઃખને સમાન માને છે; જે માટીનાં ઢેફાંને, પથ્થરને તથા સોનાની લગડીને સમાન દૃષ્ટિથી જુએ છે; જે અનુકૂળ તથા પ્રતિકૂળ પ્રત્યે સમાન રહે છે, જે ધીર છે તથા પ્રશંસા અને બદનામીમાં, માન તથા અપમાનમાં સમાન ભાવે રહે છે; જે શત્રુ તથા મિત્ર પ્રત્યે સમાન વ્યવહાર કરે છે અને જેણે સર્વ દુન્યવી કાર્યોનો પરિત્યાગ કર્યો છે—આવા મનુષ્યને પ્રકૃતિના ગુણોથી પર માનવો જોઈએ.

ભાવાર્થ

અર્જુને ભગવાનને જુદા જુદા ત્રણ પ્રશ્નો પૂછ્યા અને ભગવાને તેના એક પછી એક એમ ક્રમશઃ જવાબ આપ્યા. આ શ્લોકોમાં કૃષ્ણ પ્રથમ દર્શાવે છે કે જે મનુષ્ય દિવ્ય અવસ્થામાં હોય છે, તે કોઈની ઈર્ષા કરતો નથી કે કોઈ વસ્તુ માટે ઝંખતો રહેતો નથી. જ્યારે જીવાત્મા આ ભૌતિક જગતમાં ભૌતિક શરીરમાં બદ્ધ થઈને રહે છે, ત્યારે જાણવું જોઈએ કે તે પ્રકૃતિના ત્રણ ગુણોમાંથી કોઈ એકને અધીન છે. જ્યારે તે આ શરીરથી ખરેખર બહાર થઈ જાય છે, ત્યારે તે પ્રકૃતિના ગુણોની પકડમાંથી છૂટી જાય છે. પરંતુ જ્યાં સુધી તે ભૌતિક શરીરમાંથી બહાર આવતો નથી, ત્યાં સુધી તેણે તટસ્થ રહેવું જોઈએ. તેણે પોતાની જાતને ભગવદ્ભક્તિમાં પરોવી દેવી જોઈએ કે જેથી તેના દેહાત્મભાવનું આપમેળે જ વિસ્મરણ થશે. મનુષ્ય જ્યારે પોતાના શરીર વિશે જ સભાન હોય છે, ત્યારે તે ઈન્દ્રિયતૃપ્તિ માટે જ કર્મ કરે છે, પરંતુ જ્યારે તે ચેતનાને કૃષ્ણમાં પરોવી દે છે, ત્યારે ઈન્દ્રિયતૃપ્તિ આપમેળે જ અટકી જાય છે. મનુષ્યને આ ભૌતિક શરીરની જરૂર રહેતી નથી અને તેને એ શરીરના આદેશોનું પાલન કરવાની પણ જરૂર રહેતી નથી. શરીરના ભૌતિક ગુણો કાર્ય કરે, પણ ચેતન આત્મા એવાં કાર્યોથી અલિપ્ત રહે

છે. તે અલિપ્ત કેવી રીતે થાય છે? તે ન તો શરીરને ભોગવવા ઈચ્છે છે અને ન તો તેમાંથી બહાર નીકળવા ઈચ્છે છે. એ રીતે ગુણાતીત અવસ્થા પામેલો ભક્ત આપોઆપ મુક્ત થઈ જાય છે. તેણે ભૌતિક પ્રકૃતિના ગુણોના પ્રભાવમાંથી મુક્ત થવા માટે કોઈ પ્રયત્ન કરવાની જરૂર રહેતી નથી.

હવે પછીનો પ્રશ્ન ગુણાતીત અર્થાત્ દિવ્ય અવસ્થા પામેલા ભક્તના વ્યવહાર સંબંધે છે. ભૌતિક અવસ્થાવાળો મનુષ્ય શરીરને મળનારા કહેવાતાં માન તથા અપમાનથી પ્રભાવિત થાય છે, પરંતુ દિવ્ય અવસ્થામાં રહેનારો ભક્ત આવાં મિથ્યા માન-અપમાનથી કદાપિ પ્રભાવિત થતો નથી. તે કૃષ્ણભાવનામૃતમાં રહીને પોતાનું કર્તવ્ય કરતો રહે છે અને કોઈ તેનો આદર કરે કે અનાદર, તે બાબતની ચિંતા કરતો નથી. કૃષ્ણભક્તિમાંના તેના કર્તવ્યને અનુકૂળ હોય તેવી વસ્તુનો તે સ્વીકાર કરે છે, અન્યથા તેને કોઈ ભૌતિક વસ્તુની જરૂર રહેતી નથી, ભલે તે પથ્થર હોય કે સુવર્ણ હોય. કૃષ્ણભક્તિના કાર્યમાં મદદ કરનારા સૌને તે પોતાના પ્રિય મિત્ર ગણે છે અને કહેવાતા શત્રુનો તે દ્વેષ કરતો નથી. તે સમભાવ રાખે છે અને દરેક વસ્તુને સમદૃષ્ટિથી જુએ છે, કારણ કે તે સારી પેઠે જાણે છે કે તેને ભૌતિક જીવન સાથે કશી નિસ્બત નથી. તેના પર સામાજિક અને રાજકીય બાબતોની અસર પડતી નથી, કારણ કે ક્ષણિક ઊથલપાથલ તથા ઉત્પાતોનું તેને જ્ઞાન હોય છે. પોતાના પંડને ખાતર તે કોઈ પ્રયત્ન કરતો નથી. તે કૃષ્ણ માટે ગમે તેવો પ્રયત્ન કરી શકે છે, પરંતુ તે પોતાની જાત માટે કોઈ પણ પ્રકારનો પ્રયાસ કરતો નથી. મનુષ્ય આવા આચરણથી ગુણાતીત અર્થાત્ દિવ્ય અવસ્થામાં રહી શકે છે.

શ્લોક ૨૬

मां च योऽव्यभिचारेण भक्तियोगेन सेवते।
स गुणान्समतीत्यैतान्ब्रह्मभूयाय कल्पते॥ २६॥

મામ્—મને; **ચ**—પણ; **યઃ**—જે; **અવ્યભિચારેણ**—વિચલિત થયા વિના; **ભક્તિયોગેન**—ભક્તિ દ્વારા; **સેવતે**—સેવા કરે છે; **સઃ**—તે; **ગુણાન્**—ભૌતિક પ્રકૃતિના ગુણોને; **સમતીત્ય**—ઓળંગીને; **એતાન્**—આ બધા; **બ્રહ્મભૂયાય**—બ્રહ્મની ભૂમિકા સુધી ઉન્નત થયેલો; **કલ્પતે**—થઈ જાય છે.

અનુવાદ

જે મનુષ્ય સર્વ સંજોગોમાં ચૂક્યા વગર મારી અવિચળ ભક્તિમાં પરોવાયેલો રહે છે, તે તરત જ ભૌતિક પ્રકૃતિના ગુણોને ઓળંગી જાય છે અને એ રીતે બ્રહ્મપદ સુધી પહોંચી જાય છે.

ભાવાર્થ

આ શ્લોક અર્જુનના ત્રીજા પ્રશ્નના ઉત્તર તરીકે છે. પ્રશ્ન છે—દિવ્ય સ્થિતિ પામવાનો ઉપાય કયો છે? પૂર્વે ખુલાસો કરવામાં આવ્યો છે તેમ, ભૌતિક જગત ભૌતિક પ્રકૃતિના ગુણોના પ્રભાવ હેઠળ કાર્ય કરી રહ્યું છે. મનુષ્યે પ્રકૃતિના ગુણોનાં કાર્યોથી વિચલિત થવું ન જોઈએ, પણ તેણે પોતાની ચેતના આવાં કાર્યોમાં રાખવાને બદલે કૃષ્ણનાં કાર્યોમાં સ્થાનાંતરિત કરવી જોઈએ. કૃષ્ણનાં કાર્યો *ભક્તિયોગ* તરીકે જાણવામાં આવે છે કે જેમાં સતત કૃષ્ણ માટે જ કાર્યરત રહેવાનું હોય છે. આમાં માત્ર કૃષ્ણ જ નહીં, પરંતુ રામ તથા નારાયણ જેવા તેમના પૂર્ણ સ્વાંશ વિસ્તારોનો પણ સમાવેશ થાય છે. તેમના અસંખ્ય વિસ્તારો છે. જે મનુષ્ય કૃષ્ણના કોઈ પણ રૂપની કે તેમના પૂર્ણ વિસ્તારની સેવામાં સંલગ્ન રહે છે, તેને દિવ્યાવસ્થામાં રહેલો ગણવામાં આવે છે. મનુષ્યે એ પણ ધ્યાનમાં રાખવું જોઈએ કે કૃષ્ણનાં સર્વ સ્વરૂપો સંપૂર્ણપણે દિવ્ય હોય છે તથા આનંદમય, જ્ઞાનથી ભરપૂર તેમ જ સનાતન હોય છે. આવાં ભગવત્સ્વરૂપો સર્વશક્તિમાન તથા સર્વજ્ઞ હોય છે અને તેઓ સર્વ દિવ્ય ગુણો ધરાવે છે, માટે જે મનુષ્ય કૃષ્ણની અથવા તેમના પૂર્ણ અંશની સેવામાં અટળ નિર્ધાર સાથે લાગી જાય છે, ત્યારે પ્રકૃતિના ગુણો દુર્જય હોવા છતાં તેમના પર તે સહેલાઈથી વિજયી બને છે. આ બાબતમાં અગાઉ સાતમા અધ્યાયમાં સ્પષ્ટતા થઈ ચૂકી છે. કૃષ્ણને શરણાગત થનાર મનુષ્ય તરત જ ભૌતિક પ્રકૃતિના ગુણોના પ્રભાવનો પરાભવ કરે છે. કૃષ્ણભાવનામય હોવું કે તેમની ભક્તિમય સેવામા લાગેલું હોવું એ કૃષ્ણ સાથે એકરૂપતા પામવા સમાન છે. ભગવાન કહે છે કે તેમની પ્રકૃતિ સનાતન, આનંદમય તથા જ્ઞાનમય છે અને જેવી રીતે સુવર્ણકણ સોનાની ખાણના અંશો હોય છે, તેમ સર્વ જીવો તેમના અંશો છે. એ રીતે જીવાત્મા તેની આધ્યાત્મિક સ્થિતિમાં સુવર્ણ જેવો અને કૃષ્ણ સમાન ગુણવાળો હોય છે. પરંતુ જુદું વ્યક્તિત્વ હોવાનું ચાલુ રહે છે, અન્યથા ભક્તિયોગનો સવાલ જ રહે નહીં. ભક્તિયોગનો અર્થ જ એ છે કે ભગવાન હોય છે, ભક્ત હોય છે તથા ભગવાન અને ભક્ત

વચ્ચે પ્રેમનું આદાનપ્રદાન પણ હોય છે. માટે ભગવાન અને ભક્ત વચ્ચે બે વ્યક્તિઓનું વ્યક્તિત્વ વિદ્યમાન હોય છે, અન્યથા ભક્તિયોગનો કશો અર્થ રહેતો નથી. જો મનુષ્ય ભગવાન જેવી દિવ્ય અવસ્થામાં ન હોય, તો તે ભગવત્સેવા કરી શકે નહીં. રાજાના અંગત મદદનીશ થવા માટે મનુષ્યે અમુક યોગ્યતા પ્રાપ્ત કરવી પડે છે. ભગવત્સેવા અર્થે યોગ્યતા એ જ છે કે બ્રહ્મ થવું અથવા ભૌતિક સંસર્ગદોષથી મુક્ત થઈ જવું. વૈદિક સાહિત્યમાં કહેવામાં આવ્યું છે—*બ્રહ્મૈવ સન્બ્રહ્માપ્યેતિ*—મનુષ્ય બ્રહ્મ થઈને પરમ બ્રહ્મને પામી શકે છે. આનો અર્થ એ છે કે મનુષ્યે ગુણાત્મક રીતે બ્રહ્મ સાથે એક થવું જોઈએ. બ્રહ્મત્વ પામવાથી મનુષ્ય સનાતન વ્યક્તિગત આત્મા તરીકેની પોતાની ઓળખ ગુમાવતો નથી.

શ્લોક **ब्रह्मणो हि प्रतिष्ठाहममृतस्याव्ययस्य च।**
૨૭ **शाश्वतस्य च धर्मस्य सुखस्यैकान्तिकस्य च॥ २७॥**

બ્રહ્મણઃ—નિર્વિશેષ બ્રહ્મજ્યોતિનો; **હિ**—ખરેખર; **પ્રતિષ્ઠા**—આશ્રય; **અહમ્**—હું; **અમૃતસ્ય**—અમર્ત્યનો; **અવ્યયસ્ય**—અવિનાશીનો; **ચ**—અને; **શાશ્વતસ્ય**—સનાતનનો; **ચ**—અને; **ધર્મસ્ય**—બંધારણીય સ્થિતિનો; **સુખસ્ય**—સુખનો; **ઐકાન્તિકસ્ય**—અંતિમ; **ચ**—પણ.

અનુવાદ

અને હું જ તે નિર્વિશેષ બ્રહ્મનો આશ્રય છું કે જે અમર્ત્ય, અવિનાશી તથા સનાતન છે અને અંતિમ સુખની સ્વાભાવિક સ્થિતિ છે.

ભાવાર્થ

બ્રહ્મનું બંધારણ છે અમરત્વ, અવિનાશિતા, શાશ્વતતા તથા સુખ. બ્રહ્મ દિવ્ય સાક્ષાત્કારનો શુભારંભ છે. પરમાત્મા આ દિવ્ય સાક્ષાત્કારની મધ્ય અથવા દ્વિતીય અવસ્થા છે અને પૂર્ણ પુરુષોત્તમ પરમેશ્વર એ પરમ સત્યના સાક્ષાત્કારનું આખરી સ્તર છે. તેથી પરમાત્મા તથા નિર્વિશેષ બ્રહ્મ બંને પરમ પુરુષમાં રહે છે. સાતમા અધ્યાયમાં અગાઉ દર્શાવવામાં આવ્યું છે કે પ્રકૃતિ પરમેશ્વરની અપરા શક્તિનું પ્રગટીકરણ છે. ભગવાન આ ભૌતિક શક્તિ અર્થાત્ અપરા શક્તિમાં ચડિયાતી પરા શક્તિના અંશોનું ગર્ભાધાન કરે છે અને ભૌતિક પ્રકૃતિ માટે આ આધ્યાત્મિક સ્પર્શ છે. જ્યારે આ ભૌતિક પ્રકૃતિ દ્વારા બદ્ધ થયેલો જીવ આધ્યાત્મિક જ્ઞાનોપાર્જનનો પ્રારંભ કરે છે, ત્યારે તે ભૌતિક જીવનની સ્થિતિમાંથી આત્મોન્નતિ કરે છે અને

ક્રમે ક્રમે પરમેશ્વરના બ્રહ્મભાવ સુધી ઊંચે જાય છે. બ્રહ્મભાવની પ્રાપ્તિ આત્મ-સાક્ષાત્કારમાં પ્રથમ પગથિયું છે. આ તબક્કે બ્રહ્મભૂત વ્યક્તિ ભૌતિક અવસ્થાથી પર થઈ જાય છે, પરંતુ તેને બ્રહ્મ સાક્ષાત્કારમાં પૂર્ણત્વ પ્રાપ્ત થતું નથી. જો તે ઇચ્છે, તો આ બ્રહ્મપદમાં રહી શકે છે અને ધીરે ધીરે પરમાત્માના સાક્ષાત્કારના સ્તર સુધી ઉન્નત થઈ શકે છે અને ત્યાર પછી પૂર્ણ પુરુષોત્તમ પરમેશ્વરનો સાક્ષાત્કાર પામી શકે છે. વૈદિક સાહિત્યમાં આનાં અનેક ઉદાહરણો છે. ચાર કુમારો પ્રથમ નિરાકાર બ્રહ્મમાં અવસ્થિત હતા, પરંતુ ક્રમે ક્રમે તેઓ ભક્તિની ભૂમિકામાં આવી ગયા હતા. જે મનુષ્ય નિરાકાર બ્રહ્મથી ઉપર ઉન્નતિ કરી શકતો નથી, તેને માટે પતન પામવાનો ભય રહે છે. શ્રીમદ્ ભાગવતમાં કહેવામાં આવ્યું છે કે ભલે કોઈ મનુષ્ય નિરાકાર બ્રહ્મપદને પ્રાપ્ત કરી લે, પરંતુ આના કરતાં ઉપર ઉન્નત થયા વિના તથા પરમેશ્વર વિશે માહિતી મેળવ્યા વિના તેની બુદ્ધિ પૂર્ણપણે નિર્મળ થઈ શકતી નથી. માટે બ્રહ્મપદ પામ્યા પછી પણ ભગવદ્‌ભક્તિ કરવામાં ન આવે, તો નીચે પતન પામવાનો ભય રહે છે. વૈદિક ભાષામાં એમ પણ કહ્યું છે—*રસો વૈ સઃ, રસં હ્યેવાયં લબ્ધ્વાનન્દી ભવતિ*—"જ્યારે મનુષ્ય રસનિધિ ભગવાન કૃષ્ણને જાણી લે છે, ત્યારે તે વાસ્તવમાં દિવ્ય પરમાનંદમય થઈ જાય છે." (તૈત્તિરીય ઉપનિષદ ૨.૭.૧) પરમેશ્વર છ ઐશ્વર્યોથી પૂર્ણ છે અને જ્યારે ભક્ત તેમની પાસે જાય છે, ત્યારે આ છ ઐશ્વર્યોનું આદાનપ્રદાન થાય છે. રાજાનો સેવક રાજા સાથે લગભગ સમાન સ્તરે સુખ ભોગવે છે. એટલે જ શાશ્વત સુખ, અવિનાશી સુખ તથા શાશ્વત જીવન ભક્તિની સાથે જ હોય છે. તેથી ભક્તિમાં બ્રહ્મ-સાક્ષાત્કાર અથવા શાશ્વતતા કે અમરત્વ સમાવિષ્ટ થયેલું જ હોય છે. ભક્તિમાં સંલગ્ન મનુષ્યને આ પહેલાંથી જ પ્રાપ્ત થયેલાં હોય છે.

જીવ જોકે સ્વભાવથી બ્રહ્મ હોય છે, પરંતુ તેનામાં ભૌતિક જગત પર પ્રભુત્વ જમાવવાની ઇચ્છા રહે છે, જેના કારણે તેનું પતન થાય છે. જીવ તેની સ્વરૂપાવસ્થામાં ભૌતિક પ્રકૃતિના ત્રણ ગુણોથી પર હોય છે, પરંતુ ભૌતિક પ્રકૃતિનો સંગ તેને પ્રકૃતિના વિવિધ ગુણો—સત્ત્વ, રજ કે તમોગુણમાં બદ્ધ કરે છે. આ ત્રણ ગુણોના સંગને લીધે જ તે ભૌતિક જગત પર વર્ચસ્વ જમાવવાની ઇચ્છા કરે છે. પૂર્ણ કૃષ્ણભાવના સાથે ભક્તિભરી સેવામાં પરોવાઈ જવાથી તે તરત જ દિવ્ય અવસ્થામાં સ્થિત થાય છે અને ભૌતિક પ્રકૃતિ ઉપર નિયંત્રણ કરવાની તેની ગેરકાયદેસરની ઇચ્છા દૂર થઈ

જાય છે. તેથી શાસ્ત્રોમાં વર્ણવેલી શ્રવણ, કીર્તન, સ્મરણ વગેરેથી શરૂ થતી નવધા ભક્તિની પ્રક્રિયાનું અનુસરણ ભક્તોના સંગમાં રહી કરવું જોઈએ. આવા સત્સંગથી ધીરે ધીરે આધ્યાત્મિક ગુરુની કૃપાથી મનુષ્યની ભૌતિક પ્રકૃતિને નિયંત્રણ હેઠળ લાવવાની વૃત્તિ દૂર થશે અને તે ભગવાનની દિવ્ય પ્રેમસભર સેવામાં દઢતાપૂર્વક સ્થિર થશે. આ અધ્યાયના બાવીસમા શ્લોકથી માંડીને છેલ્લા શ્લોક સુધીમાં આ પદ્ધતિની જ ભલામણ કરવામાં આવી છે. ભગવાનની ભક્તિ બહુ સરળ હોય છે. મનુષ્યે હંમેશાં ભગવત્સેવા પરાયણ રહેવું જોઈએ, શ્રીવિગ્રહને ધરાવેલા અન્નના શેષને પ્રસાદ તરીકે ગ્રહણ કરવો જોઈએ, ભગવાનના ચરણારવિંદમાં ચડાવેલાં પુષ્પોની સુવાસ લેવી જોઈએ, ભગવાનનાં પવિત્ર લીલાસ્થળોની યાત્રા કરવી જોઈએ, ભગવાનની અનેકવિધ લીલાઓ વિશે તથા ભક્તો સાથેના તેમના પ્રેમવિનિમય વિશે વાંચન કરવું જોઈએ, મહામંત્રના દિવ્ય ધ્વનિ **હરે કૃષ્ણ હરે કૃષ્ણ કૃષ્ણ કૃષ્ણ હરે હરે। હરે રામ હરે રામ રામ રામ હરે હરે॥**નું કીર્તન સદા કરતા રહેવું જોઈએ અને ભગવાન તેમ જ ભગવદ્દભક્તોનાં પ્રાકટ્ય તથા અપ્રાકટ્ય અર્થાત્ જયંતી તથા પુણ્યતિથિના દિવસોએ ઉપવાસ-વ્રત કરવાં જોઈએ. આ પદ્ધતિનું અનુસરણ કરવાથી મનુષ્ય સર્વ ભૌતિક પ્રવૃત્તિઓથી સર્વથા અનાસક્ત થઈ જાય છે. એ રીતે જે મનુષ્ય બ્રહ્મજ્યોતિમાં અથવા બ્રહ્મભાવના વિભિન્ન પ્રકારોમાં પોતાને સ્થિત કરી શકે છે, તે ગુણાત્મક રીતે પૂર્ણ પુરુષોત્તમ પરમેશ્વરની સમાન થઈ જાય છે.

આમ શ્રીમદ્ ભગવદ્ગીતાના "પ્રકૃતિના ત્રણ ગુણો" નામના ચૌદમા અધ્યાય પરના ભક્તિવેદાંત ભાવાર્થો પૂર્ણ થાય છે.

અધ્યાય ૧૫

પુરુષોત્તમ યોગ

શ્રીભગવાનુવાચ

શ્લોક ऊर्ध्वमूलमधःशाखमश्वत्थं प्राहुरव्ययम्।
१ छन्दांसि यस्य पर्णानि यस्तं वेद स वेदवित्॥ १॥

શ્રી ભગવાન્ ઉવાચ—પૂર્ણ પુરુષોત્તમ પરમેશ્વર બોલ્યા; **ઊર્ધ્વ મૂલમ્**—ઉપરની તરફ મૂળ; **અધઃ**—નીચે; **શાખમ્**—ડાળીઓ; **અશ્વત્થમ્**—અશ્વત્થ વૃક્ષ; **પ્રાહુઃ**—કહેવાયો છે; **અવ્યયમ્**—શાશ્વત; **છન્દાંસિ**—વેદમંત્રો; **યસ્ય**—જેનાં; **પર્ણાનિ**—પાંદડાં; **યઃ**—જે મનુષ્ય; **તમ્**—તેને; **વેદ**—જાણે છે; **સઃ**—તે; **વેદવિત્**—વેદનો જ્ઞાતા.

અનુવાદ

પૂર્ણ પુરુષોત્તમ પરમેશ્વર બોલ્યાઃ એમ કહેવાય છે કે એક શાશ્વત અશ્વત્થ વૃક્ષ છે, જેનાં મૂળ ઉપરની તરફ અને શાખાઓ નીચેની તરફ છે તથા તેનાં પાંદડાં વેદમંત્રો છે. જે મનુષ્ય આ વૃક્ષને જાણે છે, તે વેદોનો જ્ઞાતા છે.

ભાવાર્થ

ભક્તિયોગની મહત્ત્વની વિચારણા થયા પછી કોઈ પ્રશ્ન કરી શકે, "વેદોનો આશય શો છે?" આ અધ્યાયમાં સમજાવ્યું છે કે કૃષ્ણને જાણવા એ જ વેદાધ્યયનનો આશય છે. માટે જે મનુષ્ય કૃષ્ણભાવનામાં અર્થાત્ કૃષ્ણની સેવામાં સંલગ્ન થયેલો છે, તે વેદનો જ્ઞાતા થયેલો જ છે.

આ ભૌતિક જગતના બંધનની સરખામણી અહીં અશ્વત્થ વૃક્ષ સાથે કરવામાં આવી છે. જે મનુષ્ય સકામ કર્મમાં પરોવાયેલો છે, તેને માટે આ વૃક્ષનો કોઈ અંત નથી. તે એક શાખાથી બીજી શાખામાં અને બીજીથી ત્રીજીમાં ભટકતો રહે છે. આ ભૌતિક જગતરૂપી વૃક્ષનો કોઈ અંત નથી અને આ વૃક્ષ પ્રત્યે આસક્ત રહેનાર મનુષ્યની મુક્તિની કોઈ શક્યતા નથી.

આત્મોન્નતિના સાધન એવા વેદમંત્રો આ વૃક્ષનાં પાંદડાં છે. આ વૃક્ષનાં મૂળ ઉપરની તરફ વધે છે, કારણ કે તેમની શરૂઆત આ બ્રહ્માંડના સર્વોચ્ચ બ્રહ્મલોકથી થાય છે. જો કોઈ મનુષ્ય આ મોહરૂપી અવિનાશી વૃક્ષને જાણી લે છે, તો તે આમાંથી બહાર નીકળી શકે છે.

બહાર નીકળવાની આ પદ્ધતિને સમજી લેવી જોઈએ. પાછલા અધ્યાયોમાં એ સમજાવવામાં આવ્યું છે કે ભવબંધનમાંથી બહાર આવવાની અનેક પદ્ધતિઓ છે અને આપણે તેરમા અધ્યાય સુધી જોયું કે પરમેશ્વરની ભક્તિ એ જ સર્વોત્તમ પદ્ધતિ છે. હવે ભક્તિનો પાયાનો સિદ્ધાંત છે, ભૌતિક કાર્યોથી વિરક્તિ અને ભગવાનની દિવ્ય પ્રેમસભર ભક્તિમય સેવા પ્રત્યે અનુરક્તિ. આ અધ્યાયની શરૂઆતમાં ભૌતિક જગત પ્રત્યેની આસક્તિને તોડવાની પદ્ધતિનું વર્ણન થયું છે. આ ભૌતિક જગતનું મૂળ ઉપરની તરફ વધે છે. તેનો અર્થ છે એ કે બ્રહ્માંડના સર્વોચ્ચ લોકથી, પૂર્ણ ભૌતિક પદાર્થથી આ પ્રક્રિયા શરૂ થાય છે. ત્યાંથી સમગ્ર બ્રહ્માંડનો વિસ્તાર થાય છે, જેમાં તેની અનેક શાખાઓ તરીકે વિભિન્ન લોક હોય છે. આ વૃક્ષનાં ફળ જીવાત્માના ધર્મ, અર્થ, કામ અને મોક્ષરૂપી કર્મોનાં પરિણામોને દર્શાવે છે.

જોકે આ જગતમાં ઉપરની તરફ મૂળ તથા નીચેની તરફ શાખાવાળા કોઈ વૃક્ષનો અનુભવ આપણને થતો નથી, છતાં એવી વસ્તુ હોય છે. આવું વૃક્ષ કોઈ જળાશયની નજીકમાં જોઈ શકાય છે. આપણે જોઈ શકીએ છીએ કે જળાશયના કિનારા પરનાં વૃક્ષોનાં પ્રતિબિંબમાં તેની શાખાઓ નીચેની તરફ અને મૂળ ઉપલી તરફ હોય છે. બીજી રીતે કહી શકાય કે આ ભૌતિક જગતરૂપી વૃક્ષ એ આધ્યાત્મિક જગતરૂપી અસલ વૃક્ષનું પ્રતિબિંબ માત્ર છે. જેવી રીતે વૃક્ષનું પ્રતિબિંબ જળમાં સ્થિત હોય છે, તેમ આ આધ્યાત્મિક જગતનું પ્રતિબિંબ આપણી ઈચ્છાઓમાં સ્થિત છે. ઈચ્છા જ આ પ્રતિબિંબિત ભૌતિક પ્રકાશમાં વસ્તુઓના સ્થિત હોવાનું કારણ છે. જે મનુષ્ય આ ભૌતિક જગતમાંથી બહાર નીકળવા ઈચ્છતો હોય, તેણે પૃથક્કરણાત્મક અધ્યયન દ્વારા આ વૃક્ષને બરાબર જાણવું જોઈએ. ત્યારે જ તે આ વૃક્ષ સાથેના પોતાના સંબંધનો વિચ્છેદ કરી શકે છે.

આ વૃક્ષ વાસ્તવિક વૃક્ષનું પ્રતિબિંબ હોવાથી તે તેની આબેહૂબ પ્રતિકૃતિ છે. આધ્યાત્મિક જગતમાં બધું જ છે. નિર્વિશેષવાદી લોકો બ્રહ્મને આ ભૌતિક જગતનું મૂળ માને છે અને સાંખ્ય દર્શન પ્રમાણે આ જ

મૂળમાંથી પ્રકૃતિ, પુરુષ પછી ત્રણ ગુણો, પછી પાંચ મહાભૂતો, પછી દશ ઈન્દ્રિયો, મન વગેરે નીકળે છે. આ પ્રમાણે તેઓ સંપૂર્ણ ભૌતિક જગતને ૨૪ તત્ત્વોમાં વિભાજિત કરે છે. જો બ્રહ્મ સમગ્ર અભિવ્યક્તિનું કેન્દ્ર હોય, તો એક રીતે આ ભૌતિક જગત ૧૮૦ અંશમાં (ગોળાર્ધમાં) છે અને બીજા ૧૮૦ અંશમાં (ગોળાર્ધમાં) આધ્યાત્મિક જગત છે. આ ભૌતિક જગત ઊલટું પ્રતિબિંબ છે, તેથી તેમાં પણ બધું વૈવિધ્ય હોવું જોઈએ, પરંતુ તે વૈવિધ્ય વાસ્તવિક હોવું જોઈએ. *પ્રકૃતિ* પરમેશ્વરની બાહ્ય શક્તિ છે અને પુરુષ સ્વયં પરમેશ્વર છે. આનો ખુલાસો ભગવદ્‌ગીતામાં થયેલો છે. આ પ્રગટીકરણ ભૌતિક હોવાથી તે ક્ષણિક છે. પ્રતિબિંબ ક્ષણિક હોય છે, કારણ કે તે કોઈવાર જોવાય છે અને કોઈ વખત જોવામાં આવતું નથી. પરંતુ આ પ્રતિબિંબ જ્યાંથી ઉદ્‌ભવે છે, તે સ્રોત શાશ્વત હોય છે. વાસ્તવિક વૃક્ષના ભૌતિક પ્રતિબિંબનો વિચ્છેદ કરવાનો હોય છે. જ્યારે એમ કહેવામાં આવે કે અમુક વ્યક્તિ વેદ જાણે છે, તો એમ ધારવામાં આવે છે કે તે વ્યક્તિ ભૌતિક જગત પ્રત્યેની આસક્તિથી વિચ્છેદ કરવાનું જાણે છે. જો મનુષ્ય તે પદ્ધતિ જાણતો હોય, તો જ તે વાસ્તવમાં વેદોનો જ્ઞાતા છે. જે મનુષ્ય વેદોમાંના કર્મકાંડો દ્વારા આકૃષ્ટ થાય છે, તે આ વૃક્ષનાં સુંદર લીલાં પાંદડાંથી આકૃષ્ટ થાય છે. તે વેદોના વાસ્તવિક ઉદ્દેશને જાણતો નથી. વેદોનો ઉદ્દેશ સ્વયં ભગવાને પ્રગટ કર્યો છે અને તે છે આ પ્રતિબિંબિત વૃક્ષને કાપીને આધ્યાત્મિક જગતના વાસ્તવિક વૃક્ષને પામવું.

શ્લોક ૨

अधश्चोर्ध्वं प्रसृतास्तस्य शाखा
गुणप्रवृद्धा विषयप्रवालाः ।
अधश्च मूलान्यनुसन्ततानि
कर्मानुबन्धीनि मनुष्यलोके ॥ २ ॥

અધઃ—નીચેની તરફ; **ચ**—અને; **ઊર્ધ્વમ્**—ઉપરની તરફ; **પ્રસૃતાઃ**—પ્રસરેલી; **તસ્ય**—તેની; **શાખાઃ**—ડાળીઓ; **ગુણ**—ભૌતિક પ્રકૃતિના ગુણો દ્વારા; **પ્રવૃદ્ધાઃ**—વિકાસ પામેલ; **વિષય**—ઈન્દ્રિયોના વિષયો; **પ્રવાલાઃ**—ડાળખીઓ; **અધઃ**—નીચે; **ચ**—અને; **મૂલાનિ**—મૂળિયાં; **અનુસન્તતાનિ**—વિસ્તરેલાં; **કર્મ**—કાર્ય કરવા માટે; **અનુબન્ધીનિ**—બંધાયેલો; **મનુષ્ય લોકે**—મનુષ્યોના જગતમાં.

અનુવાદ

આ વૃક્ષની શાખાઓ ઉપર તથા નીચે પ્રસરેલી છે અને પ્રકૃતિના ત્રણ ગુણો દ્વારા પોષણ પામે છે. તેની ડાળખીઓ ઈન્દ્રિયોના વિષયો છે. આ વૃક્ષનાં મૂળ નીચે પણ જાય છે અને તે માનવ સમાજનાં સકામ કર્મોથી બંધાયેલાં છે.

ભાવાર્થ

અશ્વત્થ વૃક્ષનું અહીં વધુ વર્ણન કરવામાં આવ્યું છે. તેની શાખાઓ સર્વ દિશાઓમાં પ્રસરેલી છે. નીચેના ભાગમાં જીવોની વિવિધ પ્રકારની યોનિઓ છે—મનુષ્યો, પશુઓ, ઘોડાઓ, ગાય, કૂતરાં, બિલાડાં વગેરે. આ બધા વૃક્ષની નીચેના ભાગમાં સ્થિત છે, જ્યારે ઉપરના ભાગમાં જીવોની દેવ, ગંધર્વ અને બીજી અનેક ઉચ્ચતર યોનિઓ છે. જેવી રીતે સામાન્ય વૃક્ષનું પોષણ જળથી થાય છે, તેવી રીતે આ વૃક્ષનું પોષણ પ્રકૃતિના ત્રણ ગુણો દ્વારા થાય છે. કેટલીક વખત આપણે જોઈએ છીએ કે જળના અભાવે કોઈ ભૂખંડ વેરાન બની જાય છે અને કોઈવાર અમુક ખંડ લીલોછમ બની જાય છે, તેવી જ રીતે જ્યાં પ્રકૃતિના કોઈ વિશેષ ગુણનું પ્રમાણમાં આધિક્ય હોય છે, ત્યાં તેને અનુરૂપ જીવોની યોનિઓ પ્રગટ થાય છે.

વૃક્ષની ડાળખીઓ ઈન્દ્રિયોના વિષયો છે. પ્રકૃતિના વિભિન્ન ગુણોના વિકાસ દ્વારા આપણે વિભિન્ન પ્રકારની ઈન્દ્રિયોનો વિકાસ કરીએ છીએ અને આ ઈન્દ્રિયો વડે આપણે વિભિન્ન ઈન્દ્રિયવિષયો ભોગવીએ છીએ. શાખાઓના છેડા ઈન્દ્રિયો છે, જેમ કે કાન, નાક, આંખ વગેરે, જે વિભિન્ન ઈન્દ્રિયવિષયો ભોગવવામાં આસક્ત રહે છે. ડાળખીઓ શબ્દ, રૂપ, રસ, સ્પર્શ વગેરે ઈન્દ્રિયવિષયો છે. ગૌણ મૂળિયાં આસક્તિ તથા વિરક્તિઓ છે, જે વિભિન્ન પ્રકારનાં દુઃખો તથા ઈન્દ્રિયસુખનાં વિભિન્ન રૂપ છે. ધર્મ તથા અધર્મની વૃત્તિઓ આ ગૌણ મૂળિયામાંથી ઉત્પન્ન થયેલી માનવામાં આવે છે અને આ મૂળિયાં ચારે દિશાઓમાં પ્રસરેલાં છે. તેનું સાચું મૂળ બ્રહ્મલોકમાં છે અને તેનાં અન્ય મૂળિયાં મનુષ્યોના ગ્રહમંડળમાં રહેલાં છે. જ્યારે મનુષ્ય ઉચ્ચતર લોકોમાં પુણ્યકર્મોનું ફળ ભોગવી લે છે, ત્યારે તે આ પૃથ્વી પર આવે છે અને ઉચ્ચ ગતિ માટે ફરીથી કર્મ અર્થાત્ સકામ કર્મ કરવા માંડે છે. આ મનુષ્યલોક કર્મક્ષેત્ર કહેવાય છે.

શ્લોક ૩–૪

न रूपमस्येह तथोपलभ्यते
नान्तो न चादिर्न च सम्प्रतिष्ठा।
अश्वत्थमेनं सुविरूढमूल-
मसङ्गशस्त्रेण दृढेन छित्त्वा ॥ ३ ॥
ततः पदं तत्परिमार्गितव्यं
यस्मिन्गता न निवर्तन्ति भूयः।
तमेव चाद्यं पुरुषं प्रपद्ये
यतः प्रवृत्तिः प्रसृता पुराणी ॥ ४ ॥

ન—નહીં; **રૂપમ્**—રૂપ; **અસ્ય**—આ વૃક્ષનું; **ઈહ**—આ જગતમાં; **તથા**—પણ; **ઉપલભ્યતે**—અનુભૂતિ કરી શકાય છે; **ન**—કદી નહીં; **અન્તઃ**—અંત; **ન**—કદી નહીં; **ચ**—વળી; **આદિઃ**—પ્રારંભ; **ન**—કદી નહીં; **ચ**—પણ; **સમ્પ્રતિષ્ઠા**—પાયો; **અશ્વત્થમ્**—અશ્વત્થ વૃક્ષને; **એનમ્**—આ; **સુવિરૂઢ**—દૃઢપણે; **મૂલમ્**—મૂળવાળા; **અસઙ્ગ શસ્ત્રેણ**—વિરક્તિના શસ્ત્ર વડે; **દૃઢેન**—મજબૂત; **છિત્ત્વા**—કાપીને; **તતઃ**—ત્યાર પછી; **પદમ્**—સ્થિતિને; **તત્**—તે; **પરિમાર્ગિતવ્યમ્**—શોધવાનું હોય છે; **યસ્મિન્**—જ્યાં; **ગતાઃ**—ગયેલા; **ન**—કદી નહીં; **નિવર્તન્તિ**—પાછા એવા છે; **ભૂયઃ**—પુનઃ; **તમ્**—તેમને; **એવ**—જ; **ચ**—પણ; **આદ્યમ્**—આદિ; **પુરુષમ્**—ભગવાનના; **પ્રપદ્યે**—શરણમાં જાઉં છું; **યતઃ**—જેનાથી; **પ્રવૃત્તિઃ**—પ્રારંભ; **પ્રસૃતા**—વિસ્તીર્ણ; **પુરાણી**—બહુ પુરાતન.

અનુવાદ

આ વૃક્ષનાં વાસ્તવિક સ્વરૂપની અનુભૂતિ આ જગતમાં કરી શકાતી નથી. કોઈ પણ એ સમજી શકતું નથી કે આનો પ્રારંભ ક્યાં છે, અંત ક્યાં છે અને આધાર ક્યાં છે? પરંતુ મનુષ્યે આ સુદૃઢ મૂળવાળા વૃક્ષને વિરક્તિના શસ્ત્ર વડે નિશ્ચયપૂર્વક કાપી નાખવું જોઈએ. ત્યાર પછી તેણે એવા સ્થાનની શોધ કરવી જોઈએ કે જ્યાં ગયા પછી પાછા આવવાનું રહે નહીં અને ત્યાં તેણે પૂર્ણ પુરુષોત્તમ પરમેશ્વરનું શરણ લેવું જોઈએ કે જેમનાથી અનાદિ કાળથી દરેક વસ્તુનો પ્રારંભ થાય છે તેમ જ વિસ્તાર પણ થાય છે.

ભાવાર્થ

હવે એમ સ્પષ્ટ કહી દેવાયું છે કે આ અશ્વત્થ વૃક્ષના વાસ્તવિક સ્વરૂપને આ ભૌતિક જગતમાં સમજી શકાય નહીં. તેનું મૂળ ઉપરની તરફ હોવાથી

અસલ વૃક્ષનો વિસ્તાર સામેના છેડે થાય છે. જ્યારે કોઈ મનુષ્ય વૃક્ષના ભૌતિક વિસ્તારમાં ફસાય છે, ત્યારે તેને દેખાતું નથી કે વૃક્ષ કેટલે દૂર સુધી વિસ્તરેલું છે અને ન તો તે આ વૃક્ષની શરૂઆત ક્યાં થયેલી છે તેને જાણી શકે છે. તેમ છતાં મનુષ્યે કારણ તો શોધી કાઢવાનું જ હોય છે. "હું મારા પિતાનો પુત્ર છું, મારા પિતા અમુક મનુષ્યના પુત્ર છે, વગેરે." આવી શોધ કરતા રહેવાથી બ્રહ્મા સુધી પહોંચી શકાય છે, જેમની ઉત્પત્તિ ગર્ભોદકશાયી વિષ્ણુ થકી થયેલી છે. છેવટે આ રીતે જ્યારે મનુષ્ય પૂર્ણ પુરુષોત્તમ પરમેશ્વર સુધી પહોંચે છે, ત્યારે સમગ્ર શોધનો અંત આવે છે. મનુષ્યે આ વૃક્ષના ઉદ્‌ગમ, પૂર્ણ પુરુષોત્તમ પરમેશ્વરની શોધ એવા મનુષ્યોના સંગમાં રહીને કરવી જોઈએ કે જેમને તે પરમેશ્વરનું જ્ઞાન પ્રાપ્ત થયેલું છે. આવા જ્ઞાનથી મનુષ્ય ધીરે ધીરે વાસ્તવિકતાના મિથ્યા પ્રતિબિંબથી અળગો થઈ જાય છે અને જ્ઞાન દ્વારા તે સંબંધનો વિચ્છેદ કરી શકે છે તથા અસલ વૃક્ષમાં ખરેખર સ્થિત થઈ શકે છે.

આના સંબંધમાં *અસઙ્ગ* શબ્દ બહુ મહત્ત્વનો છે, કારણ કે વિષયભોગની આસક્તિ તથા ભૌતિક પ્રકૃતિ ઉપર પ્રભુત્વ કરવાની વૃત્તિ બહુ પ્રબળ હોય છે. માટે મનુષ્યે અધિકૃત શાસ્ત્રો પર આધારિત આત્મજ્ઞાનના વિવેચન દ્વારા અનાસક્તિ કેળવવી જોઈએ અને જેઓ ખરેખર જ્ઞાની હોય, તેવા પુરુષો પાસેથી શ્રવણ કરવું જોઈએ. ભક્તોના સંગમાં રહીને આવી ચર્ચા-વિચારણા કરવાથી મનુષ્ય પૂર્ણ પુરુષોત્તમ પરમેશ્વરને પામે છે. ત્યારે સર્વપ્રથમ જે વસ્તુ મનુષ્યે કરવી જોઈએ, તે છે ભગવાનનું શરણ લેવું. અહીં તે સ્થાનનું વર્ણન કરવામાં આવ્યું છે, જ્યાં ગયા પછી મનુષ્ય આ પ્રતિબિંબિત મિથ્યા વૃક્ષમાં ક્યારેય પાછો આવતો નથી. પરમેશ્વર કૃષ્ણ જ આદ્ય મૂળ છે કે જ્યાંથી પ્રત્યેક વસ્તુ ઉદ્‌ભવી છે. તે પરમેશ્વરનો અનુગ્રહ પામવા માટે મનુષ્યે કેવળ તેમને શરણાગત થવાનું છે, જે શ્રવણ, કીર્તન વગેરે દ્વારા ભક્તિ કરવાના પરિણામરૂપ હોય છે. તેઓ જ ભૌતિક જગતના વિસ્તારના કારણ છે. આની સમજૂતી સ્વયં ભગવાને જ અગાઉ આપી છે. *અહં સર્વસ્ય પ્રભવઃ* "હું જ પ્રત્યેક વસ્તુનો ઉદ્‌ગમ છું." માટે આ ભૌતિક જીવનરૂપી પ્રબળ અશ્વત્થ વૃક્ષનાં બંધનમાંથી છૂટી જવા માટે મનુષ્યે કૃષ્ણનું શરણ અવશ્ય લેવું જોઈએ. જેવો મનુષ્ય કૃષ્ણને શરણાગત થાય છે કે તરત જ તે આપોઆપ આ ભૌતિક જીવનથી વિરક્ત થઈ જાય છે.

શ્લોક ૫

निर्मानमोहा जितसङ्गदोषा
अध्यात्मनित्या विनिवृत्तकामाः।
द्वन्द्वैर्विमुक्ताः सुखदुःखसंज्ञै-
र्गच्छन्त्यमूढाः पदमव्ययं तत्॥ ५॥

નિઃ—વિના; **માન**—ખોટી પ્રતિષ્ઠા; **મોહાઃ**—તથા મોહ; **જિત**—જીતેલા; **સઙ્ગ દોષાઃ**—સંગના દોષો; **અધ્યાત્મ**—આધ્યાત્મિક જ્ઞાનના; **નિત્યાઃ**—સનાતનત્વમાં; **વિનિવૃત્ત**—અલગ થયેલા; **કામાઃ**—કામવાસનાથી; **દ્વન્દ્વૈઃ**—દ્વંદ્વોથી; **વિમુક્તાઃ**—મુક્ત થયેલા; **સુખદુઃખ**—સુખ તથા દુઃખ; **સંજ્ઞૈઃ**—નામના; **ગચ્છન્તિ**—જાય છે; **અમૂઢાઃ**—મોહરહિત; **પદમ્**—સ્થાનને; **અવ્યયમ્**—શાશ્વત; **તત્**—તે.

અનુવાદ

જે મનુષ્યો મિથ્યા પ્રતિષ્ઠા, મોહ તથા કુસંગથી રહિત છે, જેઓ શાશ્વત તત્ત્વને જાણે છે, જેઓ દુન્યવી કામવાસનાથી નિવૃત્ત થઈ ગયા છે, જેઓ સુખ-દુઃખના દ્વંદ્વથી મુક્ત થયેલા છે અને જેઓ મોહરહિત થઈને પરમેશ્વરને શરણાગત કેવી રીતે થવું તે જાણે છે, તેઓ તે શાશ્વત પદને પામે છે.

ભાવાર્થ

અહીં શરણાગતિની પ્રક્રિયાનું બહુ સરસ વર્ણન થયું છે. આ માટે પ્રથમ યોગ્યતા એ છે કે મનુષ્યે મિથ્યા અહંકારથી મોહિત થવું ન જોઈએ. બદ્ધ જીવ પોતાને ભૌતિક પ્રકૃતિનો સ્વામી માનીને ગર્વમાં રહે છે, તેથી તેના માટે પૂર્ણ પુરુષોત્તમ પરમેશ્વરને શરણે જવાનું બહુ અઘરું હોય છે. મનુષ્યે સાચા જ્ઞાનના સંવર્ધન દ્વારા જાણવું જોઈએ કે પોતે પ્રકૃતિનો સ્વામી નથી, પૂર્ણ પુરુષોત્તમ પરમેશ્વર જ સ્વામી છે. મનુષ્ય જ્યારે અહંકારથી ઉત્પન્ન થયેલા મોહથી મુક્ત થઈ જાય છે, ત્યારે જ શરણાગતિની પ્રક્રિયાનો શુભારંભ થાય છે. જે મનુષ્ય આ દુનિયામાં હંમેશાં માન-સન્માનની અપેક્ષા રાખે છે, તેના માટે પરમેશ્વરને શરણાગત થવું અઘરું હોય છે. અહંકાર મોહને લીધે થાય છે, કારણ કે મનુષ્ય જોકે અહીં આવે છે, થોડા સમય માટે રહે છે અને પછી ચાલ્યો જાય છે, છતાં તે એવી મૂર્ખામીભરી માન્યતા સેવે છે કે પોતે જ આ જગતનો સ્વામી છે. એ રીતે તે તમામ બાબતોને જટિલ બનાવી દે છે અને સદા કષ્ટ ભોગવ્યા કરે છે. સમગ્ર જગત આવી ભ્રાંત માન્યતા

સાથે ચાલ્યા કરે છે. લોકો એમ માની લે છે કે આ ભૂમિ, પૃથ્વી મનુષ્ય સમાજની છે અને તેમણે ભૂમિનું વિભાજન એવી મિથ્યા ધારણાથી કરી દીધું છે કે તેઓ આના સ્વામી છે. આ મિથ્યા માન્યતામાંથી મનુષ્યે મુક્ત થઈ જવું જોઈએ કે માનવ સમાજ આ જગતનો સ્વામી છે. મનુષ્ય જ્યારે આવી ભ્રાંત માન્યતામાંથી મુક્ત થઈ જાય છે, ત્યારે તે કૌટુંબિક, સામાજિક કે રાષ્ટ્રીય પ્રેમથી ઉત્પન્ન થતા મિથ્યા સંગથી સર્વથા મુક્ત થઈ જાય છે. આ દોષયુક્ત સંગને પરિણામે જ મનુષ્ય આ ભૌતિક જગતમાં બદ્ધ થાય છે. આ અવસ્થા પછી મનુષ્યે આધ્યાત્મિક જ્ઞાનનો વિકાસ કરવાનો હોય છે. હકીકતમાં પોતાનું શું નથી અને શું છે તેનું વિવેકપૂર્ણ જ્ઞાન પ્રાપ્ત કરવું પડે અને જ્યારે મનુષ્યને વસ્તુઓનું યથાર્થ રૂપમાં જ્ઞાન થઈ જાય છે, ત્યારે તે સુખ-દુઃખ, હર્ષ-વિષાદ જેવા દ્વંદ્વોથી મુક્ત થઈ જાય છે. તે જ્ઞાનમાં પરિપૂર્ણ થઈ જાય છે અને ત્યારે તેના માટે પૂર્ણ પુરુષોત્તમ પરમેશ્વરને શરણાગત થવાનું શક્ય બને છે.

શ્લોક ૬
न तद्भासयते सूर्यो न शशाङ्को न पावकः ।
यद्गत्वा न निवर्तन्ते तद्धाम परमं मम ॥ ६ ॥

ન—નહીં; **તત્**—તે; **ભાસયતે**—પ્રકાશિત કરે છે; **સૂર્યઃ**—સૂર્ય; **ન**—નહીં; **શશાઙ્કઃ**—ચંદ્ર; **ન**—નહીં; **પાવકઃ**—અગ્નિ, વીજળી; **યત્**—જ્યાં; **ગત્વા**—જઈને; **ન**—કદી નહીં; **નિવર્તન્તે**—પાછા આવે છે; **તત્**—તે; **ધામ**—ધામ; **પરમમ્**—પરમ; **મમ**—મારું.

અનુવાદ

મારું તે પરમ ધામ ન તો સૂર્ય કે ચંદ્ર દ્વારા પ્રકાશિત થાય છે અને ન તો અગ્નિ કે વીજળી દ્વારા. જે મનુષ્યો ત્યાં પહોંચી જાય છે, તેઓ આ ભૌતિક જગતમાં ફરી પાછા કદી આવતા નથી.

ભાવાર્થ

અહીં પૂર્ણ પુરુષોત્તમ પરમેશ્વર કૃષ્ણના ધામનું વર્ણન થયું છે કે જે આધ્યાત્મિક જગત છે અને કૃષ્ણલોક અથવા ગોલોક વૃંદાવન કહેવાય છે. ચિન્મય આકાશમાં ન તો સૂર્યપ્રકાશની જરૂર છે, ન ચંદ્રની અથવા અગ્નિ કે વીજળીની, કારણ કે બધા લોક સ્વયં પ્રકાશિત છે. આ બ્રહ્માંડમાં માત્ર એક જ ગ્રહ, સૂર્ય એવો છે કે જે સ્વયં પ્રકાશિત છે, પરંતુ દિવ્ય આકાશમાં બધા જ ગ્રહો સ્વયં પ્રકાશિત છે. તે સર્વ લોકના (જેમને વૈકુંઠ

કહે છે) દેદીપ્યમાન તેજથી *બ્રહ્મજ્યોતિ* નામનું ઝળહળતું આકાશ બને છે. હકીકતમાં તે દેદીપ્યમાન તેજ કૃષ્ણલોક—ગોલોક વૃંદાવનમાંથી નીકળે છે. આ ઝળહળતા તેજનો એક અંશ મહત્ તત્ત્વ અર્થાત્ ભૌતિક જગતથી આચ્છાદિત રહે છે. આ સિવાયનો જ્યોતિર્મય આકાશનો અધિકાંશ ભાગ આધ્યાત્મિક ગ્રહોથી ભરપૂર છે, જેમને વૈકુંઠ કહેવામાં આવે છે અને તેમાં ગોલોક વૃંદાવન મુખ્ય છે.

જ્યાં સુધી જીવ આ અંધકારમય ભૌતિક જગતમાં રહે છે, ત્યાં સુધી તે બદ્ધ અવસ્થામાં રહે છે, પરંતુ જેવો તે આ ભૌતિક જગતરૂપી મિથ્યા વૃક્ષને કાપીને દિવ્ય આકાશમાં પહોંચી જાય છે કે તરત જ તે મુક્ત થઈ જાય છે. પછી તેના અહીં પાછા આવવાની કોઈ શક્યતા રહેતી નથી. બદ્ધ અવસ્થામાં જીવ પોતાને આ ભૌતિક જગતનો સ્વામી માને છે, પરંતુ તેની મુક્ત અવસ્થામાં તે આધ્યાત્મિક જગતમાં પ્રવેશે છે અને પરમેશ્વરનો પાર્ષદ બની જાય છે. ત્યાં તે પૂર્ણ જ્ઞાનયુક્ત શાશ્વત આનંદ અને શાશ્વત જીવનનું સુખ ભોગવે છે.

આ માહિતીથી મનુષ્યે મુગ્ધ થવું જોઈએ. તેણે તે સનાતન જગતમાં પોતાનું સ્થાનાંતર કરવાનું ઇચ્છવું જોઈએ અને વાસ્તવિકતાના આ મિથ્યા પ્રતિબિંબમાંથી પોતાની જાતને અલગ કરી લેવી જોઈએ. જે મનુષ્ય આ ભૌતિક જગતમાં અતિશય આસક્ત હોય છે, તેના માટે આ આસક્તિનો છેદ ઉડાવી દેવાનું બહુ અઘરું હોય છે. પરંતુ જો તે કૃષ્ણભાવનાપરાયણ થઈ જાય, તો તેના માટે તેમાંથી ક્રમશઃ વિરક્ત થવાની તક રહે છે. તેણે કૃષ્ણભાવનામૃતમાં હોય એવા ભક્તોનો સંગ કરવો જોઈએ. કૃષ્ણભાવનામૃત પ્રતિ સમર્પિત સમાજને શોધવો જોઈએ અને ભગવાનની સેવા કેવી રીતે કરવી તે શીખી લેવું જોઈએ. આ રીતે તે આ ભૌતિક જગત પ્રત્યેની તેની આસક્તિનો વિચ્છેદ કરી શકે છે. મનુષ્ય કેવળ ભગવાં વસ્ત્ર પહેરી લેવાથી ભૌતિક જગતના આકર્ષણમાંથી વિરક્ત થઈ શકતો નથી. તે માટે તેણે ભગવાનની ભક્તિમય સેવામાં અનુરક્ત થવું જરૂરી છે. માટે મનુષ્યે બહુ ગંભીરપણે સમજી લેવું જોઈએ કે અસલ વૃક્ષના આ મિથ્યા પ્રતિબિંબમાંથી બહાર આવવાનો એકમાત્ર ઉપાય બારમા અધ્યાયમાં વર્ણવેલ ભક્તિયોગનો માર્ગ છે. ચૌદમા અધ્યાયમાં દર્શાવ્યું છે કે પ્રકૃતિ દ્વારા સઘળી પદ્ધતિઓ દૂષિત થઈ જાય છે, કેવળ ભક્તિમય સેવા જ શુદ્ધરૂપે આધ્યાત્મિક છે.

અહીં *પરમં મમ* શબ્દો બહુ મહત્ત્વપૂર્ણ છે. હકીકતમાં જગતનો ખૂણેખૂણો પરમેશ્વરની સંપત્તિ છે, પરંતુ આધ્યાત્મિક જગત *પરમમ્* છે અર્થાત્ છ ઐશ્વર્યોથી સભર છે. કઠોપનિષદ (૨.૨.૧૫) પણ સમર્થન કરે છે કે આધ્યાત્મિક જગતમાં સૂર્ય, ચંદ્ર કે તારાઓની કશી જરૂર રહેતી નથી. (*ન તત્ર સૂર્યો ભાતિ ન ચંદ્ર તારકમ્*), કારણ કે સમગ્ર ચિન્મય આકાશ ભગવાનની આંતરિક શક્તિ દ્વારા પ્રકાશમાન થયેલું છે. તે પરમ ધામ સુધી માત્ર શરણાગતિ દ્વારા જ પહોંચી શકાય છે, અન્ય કોઈ સાધનથી નહીં.

શ્લોક ૭ **ममैवांशो जीवलोके जीवभूतः सनातनः।**
मनःषष्ठानीन्द्रियाणि प्रकृतिस्थानि कर्षति॥ ७॥

મમ—મારા; **એવ**—જે; **અંશઃ**—સૂક્ષ્મ કણ; **જીવ લોકે**—બદ્ધ જીવનના જગતમાં; **જીવ ભૂતઃ**—બદ્ધ જીવ; **સનાતનઃ**—શાશ્વત; **મનઃ**—મન; **ષષ્ઠાનિ**—છ; **ઈન્દ્રિયાણિ**—ઈન્દ્રિયો સહિત; **પ્રકૃતિ**—પ્રકૃતિમાં; **સ્થાનિ**—સ્થિત; **કર્ષતિ**—સંઘર્ષ કરે છે.

અનુવાદ

આ બદ્ધ જગતમાં બધા જીવો મારા સનાતન અંશો છે. બદ્ધ જીવનના કારણે તેઓ બધી છ ઈન્દ્રિયોથી કઠોર સંઘર્ષ કરી રહ્યા છે, જેમાં મનનો પણ સમાવેશ થાય છે.

ભાવાર્થ

આ શ્લોકમાં જીવની સ્વરૂપાવસ્થા સ્પષ્ટપણે આપી છે. જીવ પરમેશ્વરનો સનાતન રીતે સૂક્ષ્મ અંશ છે. એવું નથી કે તે બદ્ધ જીવનમાં એક વ્યક્તિત્વ ધારણ કરે છે અને મુક્ત અવસ્થામાં પરમેશ્વર સાથે એક થઈ જાય છે. તે સનાતન રીતે અંશ તરીકે જ રહે છે. અહીં સ્પષ્ટ રીતે *સનાતનઃ* કહેવામાં આવ્યું છે. વૈદિક મતાનુસાર પરમેશ્વર પ્રગટ થઈને સ્વયં અસંખ્ય વિસ્તારોમાં વિસ્તાર કરે છે. જેમાંના મુખ્ય વિસ્તારો *વિષ્ણુતત્ત્વ* કહેવાય છે અને ગૌણ વિસ્તારો જીવાત્માઓ કહેવાય છે. બીજા શબ્દોમાં કહીએ તો *વિષ્ણુતત્ત્વ* એ તેમનો વ્યક્તિગત વિસ્તાર છે અને જીવાત્માઓ એ તેમના ભિન્ન થયેલા વિસ્તારો છે. તેમના વ્યક્તિગત વિસ્તારો દ્વારા તેઓ વિવિધ રૂપોમાં પ્રગટ થાય છે, જેમ કે ભગવાન રામ, નૃસિંહદેવ, વિષ્ણુમૂર્તિ અને વૈકુંઠ ગ્રહો પરના સર્વ અધિષ્ઠાતા વિગ્રહો. વિભિન્ન અંશરૂપી જીવો સનાતન રીતે ભગવાનના સેવકો હોય છે. પૂર્ણ પુરુષોત્તમ પરમેશ્વરના વ્યક્તિગત

વિસ્તારો, તેમના પૂર્ણ અંશો હંમેશાં વિદ્યમાન રહે છે. તે જ પ્રમાણે, વિભિન્નાંશ જીવોને તેમની પોતાની ઓળખ હોય છે. ભગવાનના સૂક્ષ્મ અંશ તરીકે જીવો તેમના ગુણો પણ સૂક્ષ્મ પ્રમાણમાં ધરાવે છે, જેમાંનો તેનો એક ગુણ આંશિક સ્વતંત્રતાનો છે. દરેક જીવને વ્યક્તિગત આત્મા તરીકે તેનું પોતાનું આગવું વ્યક્તિત્વ તથા સૂક્ષ્મ પ્રમાણમાં સ્વતંત્રતા હોય છે. તે સ્વતંત્રતાનો દુરુપયોગ કરવાથી જીવ બદ્ધ થાય છે, પણ સ્વતંત્રતાના સદુપયોગથી તે હંમેશાં મુક્ત અવસ્થામાં રહે છે. આ બંનેમાંથી કોઈ પણ સ્થિતિમાં તે ગુણાત્મક રીતે પરમેશ્વરની જેમ સનાતન રહે છે. તેની મુક્તાવસ્થામાં તે આ ભૌતિક દશામાંથી મુક્તિ પામે છે અને ભગવાનની દિવ્ય સેવામાં પરોવાયેલો રહે છે. બદ્ધ જીવનમાં તે પ્રકૃતિના ભૌતિક ગુણોના વર્ચસ્વમાં રહે છે, તેથી તે ભગવાનની દિવ્ય પ્રેમમયી સેવા વીસરી જાય છે. પરિણામે તેણે આ ભૌતિક જગતમાં પોતાના અસ્તિત્વને જાળવી રાખવા માટે બહુ સખત સંઘર્ષ કરવો પડે છે.

માત્ર મનુષ્ય તથા કૂતરાં, બિલાડાં જેવા જીવો જ નહીં, પરંતુ બ્રહ્માજી, શિવજી તથા વિષ્ણુ સહિત ભૌતિક જગતના મોટા નિયંતા જેવા સહુ પણ પરમેશ્વરના અંશો છે. તેઓ સર્વે સનાતન પ્રગટીકરણો છે, ક્ષણિક નથી. *કર્ષતિ* શબ્દ (સંઘર્ષ કરવો) અત્યંત અર્થસૂચક છે. બદ્ધ જીવ જાણે લોહશૃંખલાના બંધનમાં રહેલો હોય છે. તે મિથ્યા અહંકારથી બદ્ધ રહે છે અને મન મુખ્ય પ્રેરક બળ છે કે જે તેને આ ભૌતિક જીવનમાં ધકેલે છે. જ્યારે મન સત્ત્વગુણમાં હોય, ત્યારે તેનાં કાર્યો સારાં હોય છે. જ્યારે મન રજોગુણમાં હોય છે, ત્યારે તેનાં કાર્યો કષ્ટપ્રદ હોય છે અને જ્યારે તે તમોગુણમાં હોય છે, ત્યારે તે જીવનની નિમ્નતર યોનિઓમાં ચાલ્યો જાય છે. પરંતુ આ શ્લોકમાં સ્પષ્ટતા થઈ છે કે બદ્ધ જીવ મન તથા ઈન્દ્રિયો સાથેના ભૌતિક શરીર વડે આવૃત હોય છે અને જ્યારે તે મુક્ત થાય છે, ત્યારે આ ભૌતિક આવરણ નષ્ટ થઈ જાય છે. પરંતુ તેનું આધ્યાત્મિક શરીર તેના વ્યક્તિગતરૂપે સ્વયં વ્યક્ત થાય છે. માધ્યન્દિનાયન શ્રુતિમાં નીચે મુજબ માહિતી મળે છે—*સ વા એષ બ્રહ્મનિષ્ઠ ઈદં શરીરં મર્ત્યમતિસૃજ્ય બ્રહ્માભિસમ્પદ્ય બ્રહ્મણા પશ્યતિ બ્રહ્મણા શૃણોતિ બ્રહ્મણૈવેદં સર્વમનુભવતિ.* અહીં એમ દર્શાવ્યું છે કે જીવ જ્યારે પોતાના આ ભૌતિક શરીરનો ત્યાગ કરે છે અને આધ્યાત્મિક જગતમાં પ્રવેશ કરે છે, ત્યારે તેને ફરીથી આધ્યાત્મિક શરીર પ્રાપ્ત થાય છે અને આ દિવ્ય શરીર વડે તે પૂર્ણ પુરુષોત્તમ પરમેશ્વરને

પોતાની નરી આંખે સાક્ષાત્ જોઈ શકે છે. તે તેમની સાથે રૂબરૂ વાત કરી શકે છે અને તેમને સાંભળી શકે છે. તે ભગવાનને યથાર્થરૂપે જાણી શકે છે. સ્મૃતિમાંથી પણ જાણવા મળે છે—*વસન્તિ તત્ર પુરુષાઃ સર્વે વૈકુણ્ઠ મૂર્તયઃ*—વૈકુંઠમાં બધા જીવો ભગવાન સમાન લક્ષણો ધરાવતાં શરીરોમાં રહે છે. શારીરિક રચનાની બાબતમાં અંશરૂપ જીવો તથા વિષ્ણુમૂર્તિના વિસ્તારો (અંશો) વચ્ચે કોઈ તફાવત રહેતો નથી. બીજા શબ્દોમાં, પૂર્ણ પુરુષોત્તમ પરમેશ્વરની કૃપાથી જીવ મુક્ત થયા પછી આધ્યાત્મિક શરીર પ્રાપ્ત કરે છે.

મમૈવાંશઃ શબ્દો પણ અર્થસૂચક છે, જેનો અર્થ "ભગવાનનો વિભિન્ન અંશ" એવો થાય છે. ભગવાનનો વિભિન્ન અંશ કોઈ ભૌતિક વસ્તુના તૂટેલા હિસ્સા (અંશ) જેવો નથી. બીજા અધ્યાયમાં આપણે સમજી ચૂક્યા છીએ જ કે આત્માના કાપીને ટુકડા કરી શકાતા નથી. આ અંશ ભૌતિક રીતે કલ્પી શકાયો નથી. આ જડ પદાર્થ જેવો નથી કે જેના અનેક ટુકડા કરી શકાય અને ફરીથી જોડી દેવાય. આવી કલ્પના અહીં લાગુ થતી નથી, કારણ કે અહીં સંસ્કૃત શબ્દ *સનાતનઃ*નો ઉપયોગ થયો છે. વિભિન્નાંશ સનાતન છે. બીજા અધ્યાયની શરૂઆતમાં પણ એમ કહ્યું છે કે દરેકે દરેક વ્યક્તિગત શરીરમાં પરમેશ્વરનો અંશ વિદ્યમાન હોય છે. (*દેહિનોઽસ્મિન્ યથા દેહે*) દૈહિક બંધનમાંથી મુક્ત થયેલો તે વિભિન્ન અંશ ચિન્મય આકાશમાંના વૈકુંઠલોકમાં તેનું મૂળ આધ્યાત્મિક શરીર ફરીથી પ્રાપ્ત કરે છે અને ભગવાનના સંગનું સુખ ભોગવે છે. પરંતુ અહીં એવું સમજાય છે કે જીવ ભગવાનનો અંશ હોવાથી ગુણાત્મક દૃષ્ટિથી ભગવાનની સમાન જ છે, જેવી રીતે સોનાના જે અંશો હોય છે, તે પણ આખરે સોનું જ હોય છે.

શ્લોક ૮

शरीरं यदवाप्नोति यच्चाप्युत्क्रामतीश्वरः ।
गृहीत्वैतानि संयाति वायुर्गन्धानिवाशयात् ॥ ८ ॥

શરીરમ્—શરીર; **યત્**—જે; **અવાપ્નોતિ**—પામે છે; **યત્**—જે; **ચ અપિ**—તેમ જ; **ઉત્ક્રામતિ**—ત્યાગે છે; **ઈશ્વરઃ**—શરીરનો સ્વામી; **ગૃહીત્વા**—ગ્રહણ કરીને; **એતાનિ**—આ સર્વને; **સંયાતિ**—ચાલ્યો જાય છે; **વાયુઃ**—પવન; **ગન્ધાન્**—સુગંધને; **ઈવ**—જેમ; **આશયાત્**—સ્રોતથી.

અનુવાદ

જેવી રીતે પવન સુગંધને એક સ્થળેથી બીજે સ્થળે લઈ જાય છે, તેમ જીવ આ જગતમાં પોતાના જીવનના જુદા જુદા ખ્યાલોને

એક શરીરમાંથી બીજા શરીરમાં લઈ જાય છે. આ પ્રમાણે તે એક શરીરને ધારણ કરે છે અને પછી તેને ત્યાગીને બીજું શરીર ગ્રહણ કરે છે.

ભાવાર્થ

અહીં જીવને ઈશ્વર અર્થાત્ તેના પોતાના શરીરનો નિયંતા કહ્યો છે. જો તે ઈચ્છે તો શરીરનો ત્યાગ કર્યા પછી ઉચ્ચતર યોનિમાં જઈ શકે છે અને ઈચ્છે તો નિમ્ન કક્ષાની યોનિમાં થઈ શકે છે. આ બાબતમાં તેને અલ્પ સ્વતંત્રતા મળેલી છે. તેના શરીરનું જે પરિવર્તન થાય છે, તે તેની ઉપર જ અવલંબિત હોય છે. મૃત્યુ સમયે તેણે જે ચેતનાનો વિકાસ કર્યો હશે, તે તેને બીજા શરીર તરફ લઈ જાય છે. જો તેણે પોતાની ચેતના બિલાડી કે કૂતરાના જેવી બનાવેલી હશે, તો નક્કી તેનું દેહાંતર કૂતરા કે બિલાડીના શરીરમાં થશે. અને જો તેણે દૈવી ગુણોમાં ચેતનાને સ્થિર કરેલી હશે, તો તેનું દેહાંતર દેવના શરીરમાં થશે. અને જો તે કૃષ્ણભાવનાપરાયણ હશે, તો તેને વૈકુંઠમાંના કૃષ્ણલોકમાં ઉચ્ચ ગતિ તથા કૃષ્ણનો સંગ પ્રાપ્ત થશે. શરીરના વિનાશ પછી બધું સમાપ્ત થઈ જાય છે એવી માન્યતા ખોટી છે. વ્યક્તિગત આત્મા (જીવ) એક શરીરથી બીજામાં દેહાંતર કરતો રહે છે અને તેનું વર્તમાન શરીર તથા તેનાં કર્મ હવે પછીના શરીરનાં આધાર બની જાય છે. કર્મ અનુસાર જીવ વિભિન્ન શરીર પામે છે અને સમય થયે તેને આ શરીરનો ત્યાગ કરવો પડે છે. અહીં એમ કહેવામાં આવ્યું છે કે ભાવિ શરીરનું બીજ વહન કરનાર સૂક્ષ્મ શરીર આગામી જીવન માટેનું બીજું શરીર નિર્મિત કરે છે. એક શરીરમાંથી બીજામાં દેહાંતર કરવાની અને શરીરમાંના અસ્તિત્વ દરમ્યાન સંઘર્ષ કરતા રહેવાની પ્રક્રિયા *કર્ષતિ* અર્થાત્ 'જીવન ટકાવી રાખવા માટેનો સંઘર્ષ' કહેવાય છે.

શ્લોક ૯

श्रोत्रं चक्षुः स्पर्शनं च रसनं घ्राणमेव च।
अधिष्ठाय मनश्चायं विषयानुपसेवते॥ ९॥

શ્રોત્રમ્—કાન; **ચક્ષુઃ**—આંખો; **સ્પર્શનમ્**—સ્પર્શ; **ચ**—અને; **રસનમ્**—જીભ; **ઘ્રાણમ્**—ઘ્રાણશક્તિ; **એવ ચ**—તેમ જ; **અધિષ્ઠાય**—સ્થિત થઈને; **મનઃ**—મન; **ચ**—પણ; **અયમ્**—આ; **વિષયાન્**—ઇન્દ્રિય વિષયોને; **ઉપસેવતે**—ભોગવે છે.

અનુવાદ

આ પ્રમાણે જીવ બીજું સ્થૂળ શરીર ધારણ કરીને અમુક પ્રકારનાં કાન, આંખ, જીભ, નાક તથા સ્પર્શેન્દ્રિય (ત્વચા) પ્રાપ્ત કરે છે કે જે મનની આસપાસ જૂથમાં એકત્ર હોય છે. એ રીતે તે ઇન્દ્રિયવિષયોના એક વિશિષ્ટ સમૂહને ભોગવે છે.

ભાવાર્થ

બીજા શબ્દોમાં, જો જીવ પોતાની ચેતનાને કૂતરા તથા બિલાડાંના ગુણો જેવી હીન કક્ષાની બનાવી દે છે, તો તેને આગામી જન્મમાં કૂતરા કે બિલાડીનું શરીર મળે છે અને તે તેને ભોગવે છે. ચેતના મૂળભૂત રીતે જળ સમાન નિર્મળ હોય છે, પરંતુ જો આપણે જળમાં રંગ મેળવી દઈએ, તો તેનો રંગ બદલાઈ જાય છે. તે જ પ્રમાણે ચેતના પણ શુદ્ધ હોય છે, કારણ કે ચેતન આત્મા શુદ્ધ હોય છે. પરંતુ ભૌતિક ગુણોના સંગ પ્રમાણે ચેતના બદલાઈ જાય છે. વાસ્તવિક ચેતના તો કૃષ્ણભાવનામૃત છે. માટે જ્યારે મનુષ્ય કૃષ્ણભાવનામૃતમાં સ્થિત હોય છે, ત્યારે તે વિશુદ્ધ જીવનમાં હોય છે. પરંતુ જો તેની ચેતના કોઈ દુન્યવી મનોવૃત્તિના કારણે મિશ્રિત થઈ જાય છે, તો આવતા જન્મમાં તેને તેવું શરીર મળે છે. પુનઃ તેને માનવ શરીર જ મળે એ જરૂરી નથી. તે કૂતરા, બિલાડી, ડુક્કર, દેવ અથવા ૮૪,૦૦,૦૦૦ યોનિઓમાંથી કોઈ પણ રૂપ પ્રાપ્ત કરી શકે છે.

શ્લોક ૧૦

उत्क्रामन्तं स्थितं वापि भुञ्जानं वा गुणान्वितम् ।
विमूढा नानुपश्यन्ति पश्यन्ति ज्ञानचक्षुषः ॥ १० ॥

ઉત્ક્રામન્તમ્—શરીર છોડી દેતાં; **સ્થિતમ્**—શરીરમાં રહેતાં; **વા અપિ**—અથવા; **ભુઞ્જાનમ્**—ભોગવતાં; **વા**—અથવા; **ગુણ અન્વિતમ્**—ભૌતિક પ્રકૃતિના ગુણોના પ્રભાવ હેઠળ; **વિમૂઢાઃ**—મૂર્ખ મનુષ્યો; **ન**—કદી નહીં; **અનુપશ્યન્તિ**—જોઈ શકે છે; **પશ્યન્તિ**—જુએ છે; **જ્ઞાન ચક્ષુષઃ**—જ્ઞાનરૂપી આંખોવાળા.

અનુવાદ

મૂર્ખ મનુષ્યો સમજી શકતા નથી કે જીવ પોતાના શરીરને કેવી રીતે છોડી દે છે તેમ જ એ પણ સમજી શકતા નથી કે પ્રકૃતિના ગુણોના પ્રભાવ હેઠળ તેઓ કેવા પ્રકારનું શરીર ભોગવે છે. પરંતુ જેની આંખો જ્ઞાનથી કેળવાયેલી હોય છે, તે આ સર્વ જોઈ શકે છે.

ભાવાર્થ

જ્ઞાન ચક્ષુષઃ શબ્દ અત્યંત મહત્ત્વપૂર્ણ છે. જ્ઞાન વિના મનુષ્ય જાણી શકતો નથી કે જીવ તેનું વર્તમાન શરીર કેવી રીતે તજી દે છે. તેને એ પણ સમજાતું નથી કે આગામી જન્મમાં તેને કેવા રૂપવાળું શરીર મળશે અને હાલમાં તે વિશિષ્ટ પ્રકારના શરીરમાં શાથી રહી રહ્યો છે. આ માટે પૂરતા જ્ઞાનની જરૂર હોય છે કે જે આધ્યાત્મિક ગુરુ પાસેથી ભગવદ્‌ગીતા તથા એવા જ ગ્રંથોના શ્રવણ કરવાથી પ્રાપ્ત કરી શકાય છે. જે મનુષ્ય આ બધું સમજવા માટે કેળવાયેલો છે, તે ભાગ્યશાળી છે. દરેક જીવ અમુક પરિસ્થિતિ હેઠળ શરીરનો ત્યાગ કરતો રહે છે, અમુક પરિસ્થિતિ હેઠળ જીવતો રહે છે અને ભૌતિક પ્રકૃતિના ગુણોને અધીન રહીને અમુક પરિસ્થિતિ પ્રમાણે શરીરને ભોગવે છે. પરિણામે તે ઈન્દ્રિયતૃપ્તિના ભ્રમમાં વિવિધ પ્રકારનાં સુખ-દુઃખ સહન કરતો રહે છે. કામવાસના તથા એષણાઓને કારણે હરહંમેશ મૂરખ બનનારા માણસો પોતાના દેહાંતરને તથા વિશેષ શરીરમાં નિવાસ કરવાને સમજવાની બધી શક્તિ ખોઈ દે છે. તેઓ આને સમજી શકતા નથી, પરંતુ જેમને આધ્યાત્મિક જ્ઞાન પ્રાપ્ત થઈ ગયું છે, તેઓ જોઈ શકે છે કે આત્મા શરીરથી ભિન્ન હોય છે અને તેના શરીરને બદલ્યા કરે છે તથા વિભિન્ન પ્રકારે ભોગવ્યા કરે છે. આવો જ્ઞાની મનુષ્ય સમજી શકે છે કે બદ્ધ જીવ આ ભૌતિક જીવનમાં કેવાં કષ્ટ ભોગવ્યા કરે છે, માટે કૃષ્ણભાવનામૃતમાં સારી રીતે આરૂઢ થયેલા ભક્તો આ જ્ઞાનને સામાન્ય જનતા સુધી વિતરીત કરવામાં શક્ય એટલો ઉત્તમ પ્રયત્ન કરતા રહે છે, કારણ કે લોકોનું બદ્ધ જીવન બહુ કષ્ટદાયક હોય છે. તેમણે તેમાંથી નીકળી જવું જોઈએ અને કૃષ્ણભાવનામય બનીને આધ્યાત્મિક જગતમાં જવા માટે પોતે જીવનમુક્ત થવું જોઈએ.

શ્લોક ૧૧
यतन्तो योगिनश्चैनं पश्यन्त्यात्मन्यवस्थितम्।
यतन्तोऽप्यकृतात्मानो नैनं पश्यन्त्यचेतसः॥ ११॥

યતન્તઃ—પ્રયાસ કરતો; **યોગિન**—અધ્યાત્મવાદીઓ, યોગીજનો; **ચ**—અને; **એનમ્**—આને; **પશ્યન્તિ**—જોઈ શકે છે; **આત્મનિ**—પોતાની અંદર; **અવસ્થિતમ્**—સ્થિત; **યતન્તઃ**—પ્રયાસ કરતા; **અપિ**—છતાં; **અકૃત આત્માન્**—આત્મ-સાક્ષાત્કારવિહીન; **ન**—નથી; **એનમ્**—આને; **પશ્યન્તિ**—જુએ છે; **અચેતસઃ**—અપક્વ મનવાળા, અજ્ઞાની.

અનુવાદ

આત્મ-સાક્ષાત્કારમાં સ્થિત થયેલા પ્રયત્નશીલ અધ્યાત્મવાદીઓ આ બધું સ્પષ્ટ રીતે જોઈ શકે છે, પરંતુ જેમનાં મન વિકસિત થયેલાં નથી અને જેઓ આત્મ-સાક્ષાત્કારમાં સ્થિત થયેલા નથી, તેઓ પ્રયત્ન કરવા છતાં જોઈ શકતા નથી કે શું થઈ રહ્યું છે.

ભાવાર્થ

એવા અનેક અધ્યાત્મવાદીઓ હોય છે, જેઓ આત્મ-સાક્ષાત્કારના પંથે હોય છે, પરંતુ જે અધ્યાત્મવાદી આત્મ-સાક્ષાત્કારમાં સ્થિત થયેલો નથી, તે જોઈ શકતો નથી કે જીવાત્માના શરીરમાં કેવાં પરિવર્તનો થઈ રહ્યાં છે. આ બાબતમાં *યોગિનઃ* શબ્દ મહત્ત્વપૂર્ણ છે. હાલમાં એવા અનેક કહેવાતા યોગીઓ અને તેમનાં સંગઠનો પણ છે, પરંતુ આત્મ-સાક્ષાત્કારની બાબતમાં તેઓ હકીકતમાં અંધ છે. તેઓ માત્ર અમુક પ્રકારની અંગકસરતમાં (આસનોમાં) વ્યસ્ત રહે છે અને જો તેમનાં શરીર સુદૃઢ તથા તંદુરસ્ત રહે, તો સંતુષ્ટ રહે છે. આ સિવાય તેમને કોઈ અન્ય માહિતી હોતી નથી. તેઓ *યતન્તોઽપ્યકૃતાત્માનઃ* કહેવાય છે. જોકે તેઓ કહેવાતી યોગ પદ્ધતિનો પ્રયાસ કરે છે, છતાં તેઓ આત્મ-સાક્ષાત્કાર પ્રાપ્ત કરી શકતા નથી. આવા લોકો આત્માના દેહાંતરણને સમજી શકતા નથી. જેઓ ખરેખર યોગ પદ્ધતિમાં પરોવાયેલા હોય છે અને જેમને આત્મા, જગત તથા પરમેશ્વરની અનુભૂતિ થઈ ગયેલી હોય છે, એવા મનુષ્યો જ તેને સમજી શકે છે. બીજા શબ્દોમાં, જે મનુષ્યો કૃષ્ણભાવનાપરાયણ ભક્તિયોગી છે તેઓ જ સમજી શકે છે કે કેવી રીતે વસ્તુઓની ઘટના ઘટ્યા કરે છે.

શ્લોક ૧૨

યદાદિત્યગતં તેજો જગદ્ભાસયતેઽખિલમ્।
યચ્ચન્દ્રમસિ યચ્ચાગ્નૌ તત્તેજો વિદ્ધિ મામકમ્॥ ૧૨॥

યત્—જે; **આદિત્યગતમ્**—સૂર્યપ્રકાશમાં રહેલું; **તેજઃ**—તેજ; **જગત્**—અખિલ જગતને; **ભાસયતે**—સંપૂર્ણપણે પ્રકાશમાન કરે છે; **અખિલમ્**—સમગ્રતયા; **યત્**—જે; **ચન્દ્રમસિ**—ચંદ્રમા; **યત્**—જે; **ચ**—અને; **અગ્નૌ**—અગ્નિમાં; **તત્**—તે; **તેજઃ**—તેજ; **વિદ્ધિ**—જાણ; **મામકમ્**—મારું, મારાથી.

અનુવાદ

સૂર્યનું તેજ કે જે આ સમગ્ર જગતના અંધકારને દૂર કરે છે, તે મારામાંથી આવે છે. અને ચંદ્રનું તેજ તથા અગ્નિમાંનું તેજ પણ મારામાંથી જ ઉત્પન્ન થયેલ છે.

ભાવાર્થ

અજ્ઞાની મનુષ્ય સમજી શકતો નથી કે આ બધું કેવી રીતે રીતે થઈ રહ્યું છે. પરંતુ ભગવાન અહીં જે સમજૂતી આપે છે, તે જાણીને મનુષ્ય જ્ઞાનમાં સ્થિત થવાની શરૂઆત કરી શકે છે. દરેક વ્યક્તિને સૂર્ય, ચંદ્ર, અગ્નિ તથા વીજળી દેખાય છે. મનુષ્યે આ સમજવાનો પ્રયત્ન કરવો જોઈએ કે સૂર્ય, ચંદ્ર તથા અગ્નિ કે વીજળીમાંનું તેજ પૂર્ણ પુરુષોત્તમ પરમેશ્વરમાંથી જ આવી રહ્યું છે. કૃષ્ણભાવનાના પ્રારંભરૂપ જીવનના આવા અભિગમમાં બદ્ધ જીવ માટે આ ભૌતિક જગતમાં ઉન્નત થવાની બહુ મોટી તક રહેલી છે. જીવો અવશ્ય પરમેશ્વરના અંશ છે અને ભગવાન અહીં સંકેત આપી રહ્યા છે કે તેઓ કેવી રીતે ભગવદ્‌ધામમાં પાછા ફરી શકે છે.

આ શ્લોકમાંથી આપણે જાણી શકીએ છીએ કે સૂર્ય સમસ્ત સૌરમંડળને પ્રકાશમાન કરી રહ્યો છે. આ વિભિન્ન બ્રહ્માંડો તથા સૌરમંડળો હોય છે, તથા વિભિન્ન સૂર્યો, ચંદ્રો તથા ગ્રહો હોય છે. પરંતુ દરેક બ્રહ્માંડમાં માત્ર એક જ સૂર્ય હોય છે. ભગવદ્‌ગીતા (૧૦.૨૧)માં કહ્યું છે તેમ ચંદ્ર પણ એક નક્ષત્ર છે. (*નક્ષત્રાણામ્ અહં શશી*) સૂર્યપ્રકાશ પરમેશ્વરના ચિન્મય આકાશમાંના આધ્યાત્મિક તેજના કારણે છે. સૂર્યોદયની સાથે જ મનુષ્યની પ્રવૃત્તિઓની શરૂઆત થઈ જાય છે. તેઓ રસોઈ કરવા માટે અગ્નિ સળગાવે છે અને કારખાનાં ચલાવવા માટે પણ અગ્નિ સળગાવે છે. અગ્નિની મદદ વડે કેટલીયે વસ્તુઓ કરવામાં આવે છે. તેથી જ સૂર્યપ્રકાશ, અગ્નિ તથા ચંદ્રપ્રકાશ જીવોને બહુ પ્રિય લાગે છે. તેમની મદદ વિના જીવાત્મા જીવી શકે નહીં. માટે જો મનુષ્ય સમજી લે કે સૂર્ય, ચંદ્ર તથા અગ્નિનો પ્રકાશ તથા તેજ પૂર્ણ પુરુષોત્તમ પરમેશ્વર કૃષ્ણમાંથી નીકળે છે, તો તેની કૃષ્ણભાવનાનો આરંભ થાય છે. ચંદ્રપ્રકાશ વડે બધી વનસ્પતિઓનું પોષણ થાય છે. ચંદ્રનો પ્રકાશ એટલો આનંદપ્રદ હોય છે કે લોકો સહેલાઈથી સમજી શકે છે કે તેઓ ભગવાન કૃષ્ણની કૃપાથી જ જીવી રહ્યા છે. તેમની કૃપા વિના ન તો સૂર્ય હોઈ શકે, ન ચંદ્ર હોઈ શકે કે ન અગ્નિ હોઈ શકે અને સૂર્ય, ચંદ્ર તથા અગ્નિ વિના કોઈ જીવી શકે નહીં. બદ્ધ જીવમાં કૃષ્ણભાવનામૃત જાગૃત કરવા માટેના આ થોડાક વિચારો છે.

શ્લોક ૧૩ **गामाविश्य च भूतानि धारयाम्यहमोजसा।**
पुष्णामि चौषधीः सर्वाः सोमो भूत्वा रसात्मकः ॥ १३ ॥

ગામ્—લોકમાં; **આવિશ્ય**—પ્રવેશીને; **ચ**—અને; **ભૂતાનિ**—જીવો; **ધારયામિ**—ધારણ કરું છું; **અહમ્**—હું; **ઓજસા**—પોતાની શક્તિથી; **પુષ્ણામિ**—પોષણ કરું છું; **ચ**—અને; **ઔષધિઃ**—વનસ્પતિઓ; **સર્વાઃ**—બધી; **સોમઃ**—ચંદ્ર; **ભૂત્વા**—થઈને; **રસ આત્મકઃ**—રસ પ્રદાન કરનાર.

અનુવાદ

હું દરેક ગ્રહમાં પ્રવેશ કરું છું અને મારી શક્તિથી જ તેઓ પોતાની કક્ષામાં જળવાઈ રહે છે. ચંદ્ર થઈને હું જ સઘળી વનસ્પતિઓને જીવનરસ પ્રદાન કરું છું.

ભાવાર્થ

એવું જણાય છે કે બધા ગ્રહો માત્ર ભગવાનની શક્તિથી જ હવામાં તરી રહ્યા છે. ભગવાન પ્રત્યેક પરમાણુમાં, સર્વ ગ્રહોમાં તથા જીવમાત્રમાં પ્રવેશ કરે છે. આનું નિરૂપણ બ્રહ્મસંહિતામાં થયેલું છે. તેમાં કહ્યું છે કે પૂર્ણ પુરુષોત્તમ પરમેશ્વરનો એક પૂર્ણ અંશ—પરમાત્મા સર્વ ગ્રહોમાં, બ્રહ્માંડમાં, જીવોમાં તથા દરેક પરમાણુમાં પણ પ્રવેશ કરે છે. માટે તેમના પ્રવેશ કરવાથી દરેક વસ્તુ સુયોગ્ય રીતે વ્યક્ત થાય છે. જ્યારે ચેતન આત્મા હાજર હોય છે, ત્યારે મનુષ્ય પાણીમાં તરી શકે છે, પરંતુ જ્યારે જીવંત સ્ફુલિંગ શરીરમાંથી નીકળી જાય છે અને શરીર મૃત થઈ જાય છે, ત્યારે શરીર ડૂબી જાય છે. બેશક, સડી ગયા પછી આ શરીર ઘાસના તણખલા કે અન્ય વસ્તુની જેમ તરે છે, પરંતુ જેવો માણસ મરી જાય છે કે તરત આ શરીર ડૂબી જાય છે. તેવી જ રીતે આ સર્વ ગ્રહો અવકાશમાં તરી રહ્યા છે અને એ પરમેશ્વરની પરમ શક્તિના કારણે થાય છે. જેમ ધૂળ મુઠ્ઠીમાં રહે છે, તેમ ભગવાનની શક્તિ દરેક લોકને ધારણ કરી રહી છે. જો કોઈ મનુષ્ય મુઠ્ઠીભર ધૂળ પકડી રાખે, તો તે પડી જતી નથી, પરંતુ જો તેને હવામાં ફેંકી દેવાય, તો તે નીચે પડી જાય છે. તેવી જ રીતે હવામાં તરી રહેલા આ સર્વ ગ્રહો હકીકતમાં ભગવાનના વિરાટ રૂપની મુઠ્ઠીમાં રહેલા છે. તેમનાં સામર્થ્ય તથા શક્તિથી જ તમામ સચરાચર વસ્તુઓ પોતપોતાનાં સ્થાનમાં સ્થિત રહે છે. વેદમંત્રોમાં એમ કહ્યું છે કે પૂર્ણ પુરુષોત્તમ પરમેશ્વરના કારણે જ સૂર્ય પ્રકાશી રહ્યો છે તથા ગ્રહો એકધારી ગતિથી ફરતા રહે

છે. તેમના કારણે આમ થતું ન હોય, તો બધા ગ્રહો હવામાં ધૂળની જેમ વેરવિખેર થઈને નાશ પામે. એવી જ રીતે ભગવાનના કારણે જ ચંદ્ર બધી વનસ્પતિઓનું પોષણ કરે છે. ચંદ્રના પ્રભાવથી શાકભાજી સુસ્વાદુ થાય છે. ચંદ્રપ્રકાશ વિના શાકભાજી ન તો વિકસી શકે છે કે ન તો સ્વાદિષ્ટ થઈ શકે છે. વાસ્તવમાં માનવ સમાજ ભગવાનની કૃપાથી કામ કરે છે, સુખપૂર્વક રહે છે અને ભોજનનું સુખ ભોગવે છે. અન્યથા મનુષ્ય જાતિ ટકી શકે નહીં. *રસાત્મકઃ* શબ્દ મહત્ત્વપૂર્ણ છે. પ્રત્યેક વસ્તુ ચંદ્રના પ્રભાવથી પરમેશ્વર દ્વારા સ્વાદિષ્ટ થઈ જાય છે.

શ્લોક ૧૪
अहं वैश्वानरो भूत्वा प्राणिनां देहमाश्रितः।
प्राणापानसमायुक्तः पचाम्यन्नं चतुर्विधम्॥ १४॥

અહમ્—હું; **વૈશ્વાનરઃ**—જઠરાગ્નિરૂપે મારો પૂર્ણ અંશ; **ભૂત્વા**—થઈને; **પ્રાણિનામ્**—સર્વ જીવોના; **દેહમ્**—દેહમાં; **આશ્રિતઃ**—સ્થિત; **પ્રાણ**—ઉચ્છ્વાસ; **અપાન**—શ્વાસ; **સમાયુક્તઃ**—સંતુલિત રહેતા; **પચામિ**—પાચન કરું છું; **અન્નમ્**—અન્નનું; **ચતુઃ વિધમ્**—ચાર પ્રકારના.

અનુવાદ

હું જીવમાત્રના શરીરમાં જઠરાગ્નિ (વૈશ્વાનર) છું અને હું શ્વાસ-પ્રશ્વાસમાં રહીને ચાર પ્રકારના અન્નનું પાચન કરું છું.

ભાવાર્થ

આયુર્વેદ શાસ્ત્રાનુસાર જઠરમાં અગ્નિ હોય છે કે જે ત્યાં પહોંચેલા અન્નને પચાવે છે. આ અગ્નિ જ્યારે પ્રજ્વલિત હોતો નથી, ત્યારે ભૂખ લાગતી નથી અને જ્યારે આ અગ્નિ બરાબર હોય છે, ત્યારે ભૂખ લાગે છે. કોઈ સમયે જો અગ્નિ મંદ થઈ જાય, તો તેનો ઈલાજ કરવાની જરૂર રહે છે. જે હોય તે પણ આ અગ્નિ ભગવાનનો પ્રતિનિધિ છે. વૈદિક મંત્રો (બૃહદારણ્યક ઉપનિષદ ૫.૯.૧) પણ સમર્થન કરે છે કે પરમેશ્વર અથવા બ્રહ્મ અગ્નિરૂપે હોજરીની અંદર સ્થિત છે અને સર્વ પ્રકારનાં અન્નને પચાવે છે. (*અયમ્ અગ્નિર્ વૈશ્વાનરો યોઽયમન્તઃ પુરુષે યેનેદમ્ અન્નં પચ્યતે*) તેથી, ભગવાન સર્વ પ્રકારનાં અન્નનું પાચન કરવામાં મદદરૂપ હોવાથી જીવ ભોજનની પ્રક્રિયામાં સ્વતંત્ર નથી. જો ભગવાન જીવને પચાવવામાં મદદ ન કરે, તો ભોજનની શક્યતા રહેતી નથી. એ રીતે તેઓ જ અન્ન ઉત્પન્ન કરે છે અને તેઓ જ તેને પચાવે છે અને તેમની કૃપાથી જ આપણે જીવનનો

આનંદ માણી શકીએ છીએ. વેદાંતસૂત્ર (૧.૨.૨૭)માં પણ આ વિશે સમર્થન થયું છે—*શબ્દાદિભ્યોઽન્તઃ પ્રતિષ્ઠાનાચ્ચ*—ભગવાન શબ્દમાં, શરીરમાં, વાયુમાં તથા જઠરમાં પણ પાચનશક્તિરૂપે ઉપસ્થિત છે. અન્ન ચાર પ્રકારનાં હોય છે. કેટલાંક ગળી જવાનાં હોય છે, કેટલાંક ચાવવાનાં હોય છે, કેટલાંક ચાટવાનાં હોય છે, કેટલાંક ચૂસવાનાં હોય છે. ભગવાન આ સર્વ પ્રકારનાં અન્નની પાચકશક્તિ છે.

શ્લોક ૧૫

सर्वस्य चाहं हृदि सन्निविष्टो
मत्तः स्मृतिर्ज्ञानमपोहनं च।
वेदैश्च सर्वैरहमेव वेद्यो
वेदान्तकृद्वेदविदेव चाहम्॥ १५॥

સર્વસ્ય—સર્વ જીવોના; **ચ**—અને; **અહમ્**—હું; **હૃદિ**—હૃદયમાં; **સન્નિવિષ્ટઃ**—સ્થિત; **મત્તઃ**—મારાથી; **સ્મૃતિઃ**—સ્મરણશક્તિ; **જ્ઞાનમ્**—જ્ઞાન; **અપોહનમ્**—વિસ્મૃતિ; **ચ**—પણ; **વેદૈઃ**—વેદો દ્વારા; **ચ**—અને; **સર્વૈઃ**—બધા; **અહમ્**—હું; **એવ**—જ; **વેદ્યઃ**—જાણવા યોગ્ય; **વેદાન્ત કૃત્**—વેદાંતના રચયિતા; **વેદ વિત્**—વેદોનો જ્ઞાતા; **એવ**—નક્કી; **ચ**—અને; **અહમ્**—હું.

અનુવાદ

હું દરેક જીવના હૃદયમાં રહેલો છું અને મારાથી જ સ્મૃતિ, જ્ઞાન તથા વિસ્મૃતિ આવે છે. સર્વ વેદો દ્વારા જાણવા યોગ્ય હું જ છું. નિઃસંદેહ, હું જ વેદાંતનો સંકલનકર્તા છું અને સર્વ વેદોનો જ્ઞાતા પણ હું જ છું.

ભાવાર્થ

પરમેશ્વર પરમાત્મારૂપે પ્રત્યેક જીવના હૃદયમાં રહેલા છે અને તેમનાથી જ સર્વ કાર્યોની શરૂઆત થાય છે. જીવ પોતાના વીતેલા જીવનની બધી વાતો ભૂલી જાય છે, પરંતુ તેનાં સર્વ કામોના સાક્ષી એવા પરમેશ્વરના નિર્દેશાનુસાર તેને કાર્ય કરવાનાં હોય છે. તેથી તે પોતાનાં પૂર્વકર્માનુસાર કાર્ય કરવાની શરૂઆત કરે છે. આ માટે જરૂરી જ્ઞાન તથા સ્મૃતિ તેને આપવામાં આવે છે, પરંતુ તે પોતાના પૂર્વેના જીવન વિશે ભૂલતો રહે છે. એ રીતે ભગવાન સર્વવ્યાપી છે એટલું જ નહીં, પરંતુ દરેક વ્યક્તિગત હૃદયમાં અંતર્યામી પણ છે. તેઓ વિભિન્ન કર્મફળ પ્રદાન કરે છે. તેઓ

નિર્વિશેષ બ્રહ્મ, પૂર્ણ પુરુષોત્તમ પરમેશ્વર તથા અંતર્યામી પરમાત્મા તરીકે તો પૂજનીય છે જ, પરંતુ તેઓ વેદોના અવતાર તરીકે સુધ્ધાં પૂજનીય છે. વેદો લોકોને સાચી દોરવણી આપે છે કે જેથી તેઓ સુયોગ્ય રીતે પોતાના જીવનનું ઘડતર કરી શકે અને ભગવદ્‌ધામમાં પાછા જઈ શકે. વેદો ભગવાન કૃષ્ણ વિશેનું જ્ઞાન આપે છે અને પોતાના અવતાર વ્યાસદેવ તરીકે કૃષ્ણ જ વેદાંતસૂત્રના સંકલનકર્તા છે. વ્યાસદેવે શ્રીમદ્‌ ભાગવતના રૂપમાં કરેલું વેદાંતસૂત્રનું ભાષ્ય વેદાંતસૂત્રની વાસ્તવિક સમજણ આપે છે. ભગવાન એવા તો પૂર્ણ છે કે બદ્ધ જીવોના ઉદ્ધાર માટે તેઓ તેના અન્નદાતા તથા અન્ન પચાવનારા પણ છે. તેઓ તેનાં કાર્યોના સાક્ષી છે તથા વેદોરૂપે જ્ઞાન પ્રદાન કરનારા છે. પૂર્ણ પુરુષોત્તમ પરમેશ્વર કૃષ્ણરૂપે તેઓ ભગવદ્‌ગીતાના શિક્ષક પણ છે. આ પ્રમાણે ઈશ્વર સર્વના કલ્યાણપ્રદ અને દયામય છે.

અન્તઃ પ્રવિષ્ટઃ શાસ્તા જનાનામ્‌. જીવ જેવો આ શરીરને છોડી દે છે કે તરત જ તે તેને ભૂલી જાય છે, પરંતુ પરમેશ્વર દ્વારા પ્રેરિત થઈને તે ફરીથી કામ કરવા લાગે છે. જોકે જીવ ભૂલી જાય છે, છતાં ભગવાન તેને બુદ્ધિ આપે છે કે જેથી તે પોતાના પૂર્વજન્મના અપૂર્ણ કાર્યને પુનઃ કરવા લાગે છે. માટે જીવ પોતાના હૃદયમાં સ્થિત પરમેશ્વરના આદેશાનુસાર આ જગતમાં માત્ર સુખ કે દુઃખ જ ભોગવતો નથી, પરંતુ તેમની પાસેથી વેદોને સમજવાનો અવસર પણ પ્રાપ્ત કરે છે. જો મનુષ્ય વેદોનું જ્ઞાન પામવા માટે ગંભીર હોય, તો કૃષ્ણ તેને અપેક્ષિત બુદ્ધિ પ્રદાન કરે છે. તેઓ વૈદિક જ્ઞાન શા માટે પ્રદાન કરે છે? કારણ કે જીવને વ્યક્તિગત રીતે કૃષ્ણને સમજવાની જરૂર હોય છે. વૈદિક સાહિત્ય આનું સમર્થન કરે છે—*યોઽસૌ સર્વૈર્‌ વેદૈર્‌ ગીયતે.* ચારે વેદ, વેદાંતસૂત્ર, ઉપનિષદો તેમ જ પુરાણો સહિત સમગ્ર વૈદિક સાહિત્યમાં પરમેશ્વરનાં ગુણગાન ગાવામાં આવેલાં છે. તેમને વૈદિક અનુષ્ઠાનો દ્વારા, વેદોની તાત્ત્વિક ચર્ચા દ્વારા અને ભગવાનની ભક્તિસભર સેવા દ્વારા પામી શકાય છે. માટે વેદોનો ઉદ્દેશ કૃષ્ણને જાણવાનો છે. વેદ આપણને નિર્દેશ આપે છે, જેના વડે કૃષ્ણને અને તેમના સાક્ષાત્કારની પદ્ધતિને જાણી શકાય છે. પૂર્ણ પુરુષોત્તમ પરમેશ્વર જ અંતિમ લક્ષ્ય છે. વેદાંતસૂત્ર (૧.૧.૪)માં આનું સમર્થન આ પ્રમાણે થયું છે—*તત્‌ તુ સમન્વયાત્‌*—મનુષ્ય ત્રણ અવસ્થાઓમાં પૂર્ણતા પ્રાપ્ત કરે છે. વૈદિક ગ્રંથોના જ્ઞાનથી ભગવાન સાથેના પોતાના સંબંધને જાણી શકાય છે. વિભિન્ન પદ્ધતિઓની સાધના કરવાથી તેમના સાન્નિધ્યમાં જઈ શકાય

છે અને અંતે પરમ ધ્યેયને પામી શકાય છે કે જે પૂર્ણ પુરુષોત્તમ પરમેશ્વર વિના અન્ય કોઈ નથી. આ શ્લોકમાં વેદોનો હેતુ, વેદોના જ્ઞાન તથા વેદોના ધ્યેયની સ્પષ્ટ વ્યાખ્યા કરવામાં આવી છે.

શ્લોક ૧૬
द्वाविमौ पुरुषौ लोके क्षरश्चाक्षर एव च।
क्षरः सर्वाणि भूतानि कूटस्थोऽक्षर उच्यते॥ १६॥

દ્વૌ—બે; **ઈમૌ**—આ; **પુરુષૌ**—જીવ; **લોકે**—જગતમાં; **ક્ષરઃ**—ચ્યુત; **ચ**—અને; **અક્ષરઃ**—અચ્યુત; **એવ ચ**—તેમ જ; **ક્ષરઃ**—ચ્યુત; **સર્વાણિ**—સર્વ; **ભૂતાનિ**—જીવો; **કૂટસ્થઃ**—એકત્વમાં; **અક્ષરઃ**—અચ્યુત; **ઉચ્યતે**—કહેવાય છે.

અનુવાદ

જીવના બે પ્રકાર છે—ચ્યુત અને અચ્યુત. ભૌતિક જગતમાં પ્રત્યેક જીવ ચ્યુત (પતનશીલ) હોય છે અને આધ્યાત્મિક જગતમાં પ્રત્યેક જીવ અચ્યુત કહેવાય છે.

ભાવાર્થ

અગાઉ જણાવ્યા પ્રમાણે, ભગવાને વ્યાસદેવ તરીકેના તેમના અવતારમાં બ્રહ્મસૂત્રનું સંકલન કર્યું. ભગવાન અહીં વેદાંતસૂત્રના વિષયવસ્તુનો સાર આપી રહ્યા છે. તેઓ કહે છે કે સંખ્યામાં અનંત એવા જીવો બે પ્રકારના હોય છે—ચ્યુત (ક્ષર), અને અચ્યુત (અક્ષર). જીવો પૂર્ણ પુરુષોત્તમ પરમેશ્વરના સનાતન પૃથક્ થયેલા (*વિભિન્નાંશ*) અંશો છે. જ્યારે તેઓ ભૌતિક જગતના સંપર્કમાં હોય છે, ત્યારે તેઓ *જીવભૂત* કહેવાય છે. અહીં *ક્ષરઃ સર્વાણિ ભૂતાનિ* પદ પ્રયુક્ત છે જેનો અર્થ છે—જીવ ચ્યુત છે. પરંતુ જે જીવો પૂર્ણ પુરુષોત્તમ પરમેશ્વર સાથે એકત્વમાં હોય છે, તેઓ અચ્યુત કહેવાય છે. એકત્વનો અર્થ એવો નથી કે તે જીવો વ્યક્તિત્વ ધરાવતા નથી, બલ્કે તેનો અર્થ એવો છે કે બંનેમાં ભિન્નતા નથી. તેઓ બધા સર્જનના હેતુ પ્રત્યે સાનુકૂળ હોય છે. બેશક, આધ્યાત્મિક જગતમાં સર્જન જેવી કોઈ વસ્તુ હોતી નથી, પરંતુ વેદાંતસૂત્રમાં કહ્યું છે તેમ, પૂર્ણ પુરુષોત્તમ સર્વ ઉદ્‌ગમોના સ્રોત હોવાથી અહીં આ વિચારનું સ્પષ્ટીકરણ કર્યું છે.

પૂર્ણ પુરુષોત્તમ ભગવાન શ્રીકૃષ્ણના કથનાનુસાર જીવોની બે શ્રેણીઓ છે. વેદોમાં આનું પ્રમાણ મળે છે, તેથી આમાં શંકા કરવાનો પ્રશ્ન જ રહેતો

નથી. આ ભૌતિક જગતમાં સંઘર્ષ કરી રહેલા બધા જીવો મન તથા પાંચ ઇન્દ્રિયોવાળું શરીર ધરાવે છે કે જે પરિવર્તન પામતું રહે છે. જ્યાં સુધી જીવ બદ્ધ હોય છે, ત્યાં સુધી જડ પદાર્થના સંસર્ગને કારણે તેનું શરીર બદલાયા કરે છે. જડ પદાર્થ પરિવર્તન પામે છે, તેથી જીવ પણ પરિવર્તન પામતો જણાય છે. પરંતુ આધ્યાત્મિક જગતમાં શરીર જડ પદાર્થનું બનેલું હોતું નથી, તેથી કોઈ ફેરફાર થતો નથી. ભૌતિક જગતમાં જીવનાં છ પરિવર્તન થાય છે—જન્મ, વૃદ્ધિ, ઉપસ્થિતિ, પ્રજોત્પાદન, ક્ષય તથા વિનાશ. આ ભૌતિક શરીરનાં પરિવર્તનો હોય છે, પરંતુ આધ્યાત્મિક જગતમાં શરીર પરિવર્તન પામતું નથી. ત્યાં વૃદ્ધાવસ્થા આવતી નથી, જન્મ થતો નથી તેમ જ મૃત્યુ પણ હોતું નથી. ત્યાં બધું એકાવસ્થામાં હોય છે. *ક્ષરઃ સર્વાણિ ભૂતાનિ*—પ્રથમ સર્જાયેલા જીવ બ્રહ્માજીથી માંડીને એક ક્ષુદ્ર કીડી સુધીનો દરેક જીવ કે જે ભૌતિક પ્રકૃતિના સંસર્ગમાં આવે છે, તે પોતાનું શરીર બદલ્યા કરે છે. તેથી તેઓ બધા ક્ષર છે. પરંતુ આધ્યાત્મિક જગતમાં મુક્ત જીવ એકાવસ્થામાં રહે છે.

શ્લોક ૧૭
उत्तमः पुरुषस्त्वन्यः परमात्मेत्युदाहृतः ।
यो लोकत्रयमाविश्य बिभर्त्यव्यय ईश्वरः ॥ १७ ॥

ઉત્તમઃ—શ્રેષ્ઠ; **પુરુષઃ**—વ્યક્તિ; **તુ**—પરંતુ; **અન્યઃ**—અન્ય; **પરમ આત્મા**—પરમાત્મા; **ઇતિ**—એ રીતે; **ઉદાહૃતઃ**—કહેવાય છે; **યઃ**—જે; **લોક**—બ્રહ્માંડના; **ત્રયમ્**—ત્રણ વિભાગોમાં; **આવિશ્ય**—પ્રવેશીને; **બિભર્તિ**—પાલન કરે છે; **અવ્યયઃ**—અવિનાશી; **ઈશ્વરઃ**—ભગવાન.

અનુવાદ

આ બંને ઉપરાંત એક પરમ પુરુષ પરમાત્મા છે, જેઓ સાક્ષાત્ અવિનાશી ભગવાન છે અને જેઓ ત્રણે લોકમાં પ્રવેશ કરીને તે સર્વનું પાલન કરી રહ્યા છે.

ભાવાર્થ

આ શ્લોકનો ભાવ કઠોપનિષદ (૨.૨.૧૩) તથા શ્વેતાશ્વતર ઉપનિષદ (૬.૧૩)માં બહુ સરસ રીતે વ્યક્ત થયો છે. તેમાં એમ સ્પષ્ટ રીતે કહ્યું છે કે કેટલાક બદ્ધ તથા કેટલાક મુક્ત એવા અસંખ્ય જીવોના નિયંતા એક પરમ પુરુષ છે કે જેઓ પરમાત્મા છે. ઉપનિષદનો મંત્ર આ પ્રમાણે છે—*નિત્યો નિત્યાનાં ચેતનશ્ચેતનાનામ્.* તેનો ભાવાર્થ એ છે કે બદ્ધ તેમ જ મુક્ત

એવા બંને પ્રકારના જીવોમાં એક પરમ પુરુષ ભગવાન હોય છે, જેઓ તે સર્વનું પાલન કરે છે અને તેમના કર્માનુસાર તેમને ભોગ ભોગવવાની સગવડ આપે છે. તે ભગવાન પરમાત્મારૂપે દરેકના હૃદયમાં રહેલા છે. જે બુદ્ધિશાળી મનુષ્ય તેમને સમજી શકે છે, તે જ પૂર્ણ શાંતિ પામી શકે છે, અન્ય કોઈ નહીં.

શ્લોક ૧૮
यस्मात्क्षरमतीतोऽहमक्षरादपि चोत्तमः।
अतोऽस्मि लोके वेदे च प्रथितः पुरुषोत्तमः॥ १८॥

યસ્માત્—કારણ કે; **ક્ષરમ્**—ચ્યુતથી; **અતીતઃ**—પરમ; **અહમ્**—હું; **અક્ષરાત્**—અચ્યુતથી; **અપિ**—પણ; **ચ**—અને; **ઉત્તમઃ**—શ્રેષ્ઠ; **અતઃ**—તેથી; **અસ્મિ**—હું છું; **લોકે**—જગતમાં; **વેદે**—વેદોમાં; **ચ**—અને; **પ્રથિતઃ**—પ્રખ્યાત; **પુરુષ ઉત્તમઃ**—ઉત્તમ પુરુષ તરીકે.

અનુવાદ

હું ક્ષર તથા અક્ષર બંનેથી પર છું તેથી અને હું સર્વોત્તમ છું તે કારણે હું આ જગતમાં તથા વેદોમાં પરમ પુરુષ તરીકે પ્રખ્યાત છું.

ભાવાર્થ

પૂર્ણ પુરુષોત્તમ પરમેશ્વર કૃષ્ણથી ચડિયાતું કોઈ જ નથી, બદ્ધ જીવ પણ નહીં અને મુક્ત જીવ પણ નહીં. તેથી તેઓ સૌથી મહાન વ્યક્તિ છે, પુરુષોત્તમ છે. હવે અહીં એ સ્પષ્ટ થયું છે કે જીવ તથા ભગવાન એ બંને વ્યક્તિ છે. તફાવત એ છે કે જીવ ભલે બદ્ધ હોય કે મુક્ત હોય, તો પણ તે માત્રાની દૃષ્ટિએ ભગવાનની અકલ્પ્ય શક્તિઓથી ચડિયાતો થઈ શકતો નથી. એવી માન્યતા તદ્દન ભૂલભરેલી છે કે ભગવાન તથા જીવ સમાન સ્તરે હોય છે અથવા સર્વ પ્રકારે એકસમાન હોય છે. તેમના વ્યક્તિત્વ વચ્ચે શ્રેષ્ઠતા તથા નિમ્નતાનો પ્રશ્ન હંમેશાં વિદ્યમાન હોય છે. *ઉત્તમ* શબ્દ મહત્ત્વપૂર્ણ છે. પૂર્ણ પુરુષોત્તમ પરમેશ્વરથી કોઈ જ ચડિયાતું નથી.

લોકે શબ્દ "પૌરુષ આગમ (સ્મૃતિ શાસ્ત્ર)"નો સૂચક છે. નિરુક્તિ કોશમાં સમર્થન થયું છે તેમ—*લોક્યતે વેદાર્થોઽનેન*—"વેદોનો હેતુ સ્મૃતિશાસ્ત્રોમાં સમજાવવામાં આવ્યો છે."

ભગવાનના સ્થાનગત પરમાત્મા સ્વરૂપનું પણ વેદોમાં વર્ણન થયું છે. નીચેનો શ્લોક વેદોમાં (છાંદોગ્ય ઉપનિષદ ૮.૧૨.૩માં) આવેલો છે—*તાવદેવ સમ્પ્રસાદોઽસ્માચ્છરીરાત્સમુત્થાય પરં જ્યોતિરૂપં સમ્પદ્ય સ્વેન*

રૂપેણાભિનિષ્પદ્યતે સ ઉત્તમઃ પુરુષઃ. "શરીરમાંથી નીકળીને પરમાત્માનો પ્રવેશ નિરાકાર બ્રહ્મજ્યોતિમાં થાય છે, ત્યારે તેઓ પોતાના અધ્યાત્મ સ્વરૂપમાં રહે છે. આ પરમાત્મા જ પરમ પુરુષ કહેવાય છે." આનો અર્થ એવો થયો કે પરમ પુરુષ પોતાનું આધ્યાત્મિક તેજ પ્રગટ કરતા તથા પ્રસારિત કરતા રહે છે અને એ જ અંતિમ પ્રકાશ છે. તે પરમ પુરુષનું એક સ્વરૂપ અંતર્યામી પરમાત્મા પણ છે. ભગવાન સત્યવતી તથા પરાશરના પુત્રરૂપે અવતરીને વ્યાસદેવ તરીકે વૈદિક જ્ઞાનની સમજૂતી આપે છે.

શ્લોક ૧૯

यो मामेवमसम्मूढो जानाति पुरुषोत्तमम्।
स सर्वविद्भजति मां सर्वभावेन भारत॥ १९॥

યઃ—જે; **યામ્**—મને; **એવમ્**—એ રીતે; **અસમ્મૂઢઃ**—સંશયરહિત; **જાનાતિ**—જાણે છે; **પુરુષ ઉત્તમમ્**—પૂર્ણ પુરુષોત્તમ પરમેશ્વરને; **સઃ**—તે; **સર્વ વિત્**—બધું જાણનાર; **ભજતિ**—ભજે છે; **મામ્**—મને; **સર્વ ભાવેન**—સર્વ પ્રકારે; **ભારત**—હે ભરતપુત્ર.

અનુવાદ

જે કોઈ મનુષ્ય સંશયરહિત થઈને મને પૂર્ણ પુરુષોત્તમ પરમેશ્વર તરીકે જાણે છે, તે બધું જાણનારો છે. માટે હે ભરતપુત્ર, તે મનુષ્ય મારી પૂર્ણ ભક્તિમાં પરોવાઈ જાય છે.

ભાવાર્થ

જીવ તથા પરમ બ્રહ્મની સ્વરૂપસ્થિતિ વિશે અનેક પ્રકારનાં તાત્ત્વિક અનુમાનો કરવામાં આવ્યાં છે. આ શ્લોકમાં ભગવાન સ્પષ્ટપણે સમજાવે છે કે જે કોઈ મનુષ્ય ભગવાન કૃષ્ણને પરમ પુરુષ તરીકે જાણે છે, તે સર્વ બાબતોને જાણનારો છે. અધૂરું જાણનારો માણસ પરમ બ્રહ્મ વિશે માત્ર અનુમાન કરતો રહે છે, પરંતુ પૂર્ણ જ્ઞાની પોતાનો બહુમૂલ્ય સમય વેડફ્યા વિના સીધેસીધો કૃષ્ણભક્તિમાં અર્થાત્ ભગવાનની સેવામાં પરોવાઈ જાય છે. સંપૂર્ણ ભગવદ્‌ગીતામાં આ તથ્ય ઉપર દરેક પગલે ભાર મૂકવામાં આવ્યો છે. તેમ છતાં હજી પણ એવા ઘણા હઠાગ્રહી ટીકાકારો છે કે જેઓ પરબ્રહ્મ પરમેશ્વરને તથા જીવને એક માને છે.

વૈદિક જ્ઞાન *શ્રુતિ* કહેવાય છે, જેનો અર્થ છે શ્રવણ દ્વારા શીખવું. વાસ્તવમાં મનુષ્યે વેદના સંદેશને કૃષ્ણ અથવા તેમના પ્રતિનિધિ જેવા અધિકારી પુરુષો પાસેથી પ્રાપ્ત કરવો જોઈએ. અહીં કૃષ્ણે દરેક બાબતનો

વિશિષ્ટ ભેદ બહુ સરસ રીતે દર્શાવ્યો છે, માટે મનુષ્યે આ સ્રોત પાસેથી જ શ્રવણ કરવું જોઈએ. માત્ર ડુક્કરની જેમ સાંભળવું પૂરતું નથી, મનુષ્યે અધિકારી પુરુષો પાસેથી સમજી લેવા સમર્થ થવું જોઈએ. તે માત્ર શુષ્ક ચિંતન કરતો રહે એ બરાબર નથી. તેણે વિનયપૂર્વક ભગવદ્‌ગીતામાંથી શ્રવણ કરવું જોઈએ કે આ સર્વ જીવો પૂર્ણ પુરુષોત્તમ પરમેશ્વરને સદા અધીન હોય છે. જે મનુષ્ય આ જાણવા શક્તિમાન બને છે, તે ભગવાન શ્રીકૃષ્ણના કથનાનુસાર વેદોના હેતુને સમજે છે, અન્ય કોઈ તે સમજી શકે નહીં.

ભજતિ શબ્દ ઘણો અર્થસૂચક છે. અનેક સ્થળે *ભજતિ* શબ્દ પરમેશ્વરની સેવાના સંબંધે પ્રયુક્ત થયો છે. જો કોઈ મનુષ્ય પૂર્ણ કૃષ્ણભાવનામૃતમાં પરોવાયેલો હોય અર્થાત્ ભગવાનની સેવા કરતો હોય, તો એમ જાણવું કે તેણે સંપૂર્ણ વૈદિક જ્ઞાન સમજી લીધું છે. વૈષ્ણવ પરંપરામાં કહેવામાં આવ્યું છે કે જો મનુષ્ય કૃષ્ણની ભક્તિમાં સંલગ્ન રહે છે, તો પરમ બ્રહ્મને જાણવા માટે બીજી કોઈ આધ્યાત્મિક પદ્ધતિની જરૂર રહેતી નથી. ભગવાનની ભક્તિમાં સંલગ્ન રહેવાને કારણે તે અગાઉથી જ મુખ્ય મુદ્દો સમજી ચૂક્યો હોય છે. તેણે જ્ઞાનની સઘળી પ્રારંભિક પ્રક્રિયાઓ પૂર્ણ કરેલી હોય છે. પરંતુ જો કોઈ મનુષ્ય લક્ષાવધિ જન્મો સુધી ચિંતન કરતા રહેવા છતાં એવા મુખ્ય મુદ્દા પર આવતો નથી કે કૃષ્ણ જ પૂર્ણ પુરુષોત્તમ પરમેશ્વર છે તથા તેમનું જ શરણ લેવું જોઈએ, તો આટલા બધા જન્મોનું તેનું ચિંતન નિરર્થક થઈ જાય છે.

શ્લોક **इति गुह्यतमं शास्त्रमिदमुक्तं मयानघ।**
૨૦ **एतद्बुद्ध्वा बुद्धिमान्स्यात्कृतकृत्यश्च भारत॥ २०॥**

ઇતિ—આ પ્રમાણે; **ગુહ્યતમમ્**—સૌથી વધારે ગુપ્ત; **શાસ્ત્રમ્**—શાસ્ત્ર; **ઇદમ્**—આ; **ઉક્તમ્**—પ્રગટ કરાયું; **મયા**—મારા વડે; **અનઘ**—હે નિષ્પાપ; **એતદ્**—આ; **બુદ્‌ધ્વા**—જાણીને; **બુદ્ધિમાન**—બુદ્ધિશાળી મનુષ્ય; **સ્યાત્**—થાય છે; **કૃતકૃત્યઃ**—પોતાના પ્રયાસોમાં પૂર્ણ; **ચ**—અને; **ભારત**—હે ભારતપુત્ર.

અનુવાદ

હે નિષ્પાપ, આ વૈદિક શાસ્ત્રોનો સર્વાધિક ગુપ્ત ભાગ છે અને તે મેં હવે પ્રગટ કર્યો છે. જે કોઈ મનુષ્ય આને સમજી જાય છે તે બુદ્ધિમાન થઈ જશે તથા તેના પ્રયાસો સંપૂર્ણ થઈ જશે.

ભાવાર્થ

ભગવાન અહીં સ્પષ્ટપણે જણાવે છે કે આ જ બધાં શાસ્ત્રોનો સાર છે અને પૂર્ણ પુરુષોત્તમ પરમેશ્વરે આ જે રીતે કહ્યો છે, તેને તે જ રૂપે સમજી લેવો જોઈએ. એ રીતે મનુષ્ય બુદ્ધિમાન તથા આધ્યાત્મિક જ્ઞાનમાં પૂર્ણ થઈ જશે. બીજા શબ્દોમાં કહી શકાય કે પૂર્ણ પુરુષોત્તમ પરમેશ્વરના આ તત્ત્વજ્ઞાનને સમજી લેવાથી અને તેમની દિવ્ય સેવામાં પરોવાઈ જવાથી દરેક મનુષ્ય ભૌતિક પ્રકૃતિના ગુણોના સર્વ સંસર્ગદોષમાંથી મુક્ત થઈ શકે છે. ભક્તિ આધ્યાત્મિક જ્ઞાનની એક પ્રક્રિયા છે. જ્યાં જ્યાં ભક્તિ હોય છે, ત્યાં ભૌતિક સંસર્ગદોષનું અસ્તિત્વ હોઈ ન શકે. ભગવાનની ભક્તિમય સેવા અને ભગવાન પોતે એ બંને એક જ છે, કારણ કે બંને દિવ્ય છે. ભગવાનની ભક્તિ પરમેશ્વરની અંતરંગ શક્તિની અંદર થાય છે. ભગવાન સૂર્ય સમાન છે અને અજ્ઞાન અંધકાર છે. જ્યાં સૂર્ય વિદ્યમાન હોય છે, ત્યાં અંધકારનો પ્રશ્ન જ રહેતો નથી. તેથી જ્યારે જ્યારે સદ્‌ગુરુના માર્ગદર્શન હેઠળ ભક્તિસભર સેવા કરવામાં આવે છે, ત્યારે અજ્ઞાનનો પ્રશ્ન જ રહેતો નથી.

દરેક મનુષ્યે આ કૃષ્ણભાવનામૃત ગ્રહણ કરવું જોઈએ તથા બુદ્ધિમાન અને શુદ્ધ થવા માટે ભક્તિમાં સંલગ્ન થવું જોઈએ. જ્યાં સુધી મનુષ્ય કૃષ્ણને સમજવાની આ સ્થિતિ પામતો નથી અને ભક્તિમાં સંલગ્ન થતો નથી, ત્યાં સુધી સામાન્ય લોકોની દૃષ્ટિમાં તે ભલે ગમે તેવો બુદ્ધિમાન હોય, તોયે તે પૂર્ણપણે બુદ્ધિમાન હોતો નથી.

અર્જુનને સંબોધવા માટે ઉપયોગમાં લેવામાં આવેલો શબ્દ *અનઘ* અર્થસૂચક છે. *અનઘ* અર્થાત્ "હે નિષ્પાપ"નો અર્થ એ છે કે જ્યાં સુધી મનુષ્ય સર્વ પાપોમાંથી મુક્ત થતો નથી, ત્યાં સુધી કૃષ્ણને સમજવાનું બહુ અઘરું હોય છે. મનુષ્યે સર્વ સંસર્ગદોષ તથા પાપકર્મમાંથી મુક્ત થવું પડે છે, તો જ તે સમજી શકે છે. પરંતુ ભક્તિ એવી તો શુદ્ધ તથા શક્તિયુક્ત હોય છે કે એકવાર ભક્તિમાં પરોવાઈ ગયેલો મનુષ્ય આપમેળે જ શુદ્ધ થઈ જાય છે.

મનુષ્ય જ્યારે શુદ્ધ ભક્તોના સંગમાં સંપૂર્ણપણે કૃષ્ણભાવનાયુક્ત થઈને ભક્તિ કરતો હોય, ત્યારે કેટલીક બાબતો એવી હોય છે, જેને સર્વથા દૂર કરવી જરૂરી હોય છે. સૌથી મહત્ત્વપૂર્ણ બાબત જેની ઉપર વિજય મેળવવાનો છે, તે છે હૃદયની દુર્બળતા. પહેલું પતન ભૌતિક પ્રકૃતિ પર

પ્રભુત્વ કરવાની ઈચ્છાના કારણે થાય છે. એ રીતે મનુષ્ય ભગવાનની દિવ્ય પ્રેમાભક્તિને તજી દે છે. હૃદયની બીજી દુર્બળતા એ છે કે મનુષ્ય ભૌતિક પ્રકૃતિ પર વધુ ને વધુ પ્રભુત્વ જમાવવાની ઈચ્છા કરે છે, ત્યારે તે ભૌતિક પદાર્થના સ્વામિત્વ પ્રત્યે વધુ આસક્ત બનતો જાય છે. ભૌતિક અસ્તિત્વની સમસ્યાઓ હૃદયની આ દુર્બળતાઓને લીધે હોય છે. આ અધ્યાયના પ્રથમ પાંચ શ્લોકોમાં હૃદયની આ દુર્બળતાઓથી પોતાને મુક્ત કરવાની પદ્ધતિનું વર્ણન થયું છે અને છઠ્ઠા શ્લોકથી અંતિમ શ્લોક સુધી પુરુષોત્તમ યોગનું નિરૂપણ થયું છે.

આમ શ્રીમદ્ ભગવદ્‌ગીતાના "પુરુષોત્તમ યોગ" નામના પંદરમા અધ્યાય પરના ભક્તિવેદાંત ભાવાર્થો પૂર્ણ થાય છે.

અધ્યાય ૧૬

દૈવી તથા આસુરી પ્રકૃતિ

શ્રીભગવાનુવાચ

શ્લોક ૧–૩ अभयं सत्त्वसंशुद्धिर्ज्ञानयोगव्यवस्थितिः।
दानं दमश्च यज्ञश्च स्वाध्यायस्तप आर्जवम्॥ १॥
अहिंसा सत्यमक्रोधस्त्यागः शान्तिरपैशुनम्।
दया भूतेष्वलोलुप्त्वं मार्दवं ह्रीरचापलम्॥ २॥
तेजः क्षमा धृतिः शौचमद्रोहो नातिमानिता।
भवन्ति सम्पदं दैवीमभिजातस्य भारत॥ ३॥

શ્રી ભગવાન્ ઉવાચ—પૂર્ણ પુરુષોત્તમ પરમેશ્વર બોલ્યા; **અભયમ્**—નિર્ભયતા; **સત્ત્વ સંશુદ્ધિઃ**—પોતાના અસ્તિત્વની શુદ્ધિ; **જ્ઞાન**—જ્ઞાનમાં **યોગ**—જોડાવા વિશે; **વ્યવસ્થિતિઃ**—સ્થિતિ; **દાનમ્**—દાન; **દમઃ**—મનનો નિગ્રહ; **ચ**—અને; **યજ્ઞઃ**—યજ્ઞ; **ચ**—તથા; **સ્વાધ્યાયઃ**—વૈદિક ગ્રંથોનું અધ્યયન; **તપઃ**—તપ; **આર્જવમ્**—સાદાઈ; **અહિંસા**—અહિંસા; **સત્યમ્**—સચ્ચાઈ; **અક્રોધઃ**—ક્રોધથી મુક્તિ; **ત્યાગઃ**—ત્યાગ; **શાન્તિઃ**—શાંતિ; **અપૈશુનમ્**—છિદ્રાન્વેષણમાં અરુચિ; **દયા**—દયા; **ભૂતેષુ**—જીવમાત્ર પ્રત્યે; **અલોલુપ્ત્વમ્**—લોભથી મુક્તિ; **માર્દવમ્**—સૌમ્યતા; **હ્રીઃ**—લજ્જા; **અચાપલમ્**—નિશ્ચય; **તેજઃ**—પ્રતાપ; **ક્ષમા**—ક્ષમા; **ધૃતિઃ**—ધૃતિ; **શૌચમ્**—પવિત્રતા; **અદ્રોહઃ**—ઈર્ષાથી મુક્તિ; **ન**—નહીં; **અતિમાનિતા**—માનની અપેક્ષા; **ભવન્તિ**—છે; **સમ્પદમ્**—ગુણ; **દૈવીમ્**—દિવ્ય સ્વભાવ; **અભિજાતસ્ય**—જન્મ પામેલાના; **ભારત**—હે ભરતપુત્ર.

અનુવાદ

પૂર્ણ પુરુષોત્તમ પરમેશ્વર બોલ્યાઃ હે ભરતપુત્ર, આ સર્વ દિવ્ય ગુણો છે કે જે દૈવી પ્રકૃતિવાળા દેવતુલ્ય પુરુષોમાં જોવામાં આવે છે—

નિર્ભયતા, આત્મશુદ્ધિ, આધ્યાત્મિક જ્ઞાનનું સંવર્ધન, દાન, આત્મસંયમ, યજ્ઞપરાયણતા, વેદાધ્યયન, તપશ્ચર્યા, સાદાઈ, અહિંસા, સત્યતા, ક્રોધવિહીનતા, ત્યાગ, શાંતિ, છિદ્રાન્વેષણમાં અરુચિ, જીવમાત્ર પર દયા, નિર્લોભીપણું, સૌમ્યતા, લજ્જા, નિશ્ચય, તેજ, ક્ષમા, ધૈર્ય, પવિત્રતા, ઈર્ષાથી મુક્તિ તથા માનની ઇચ્છાથી મુક્તિ.

ભાવાર્થ

પંદરમા અધ્યાયના આરંભમાં આ ભૌતિક જગતરૂપી અશ્વત્થ વૃક્ષનું નિરૂપણ થયું છે. તે વૃક્ષમાંથી નીકળતાં વધારાનાં મૂળિયાંઓની સરખામણી જીવાત્માઓનાં શુભ તથા અશુભ કર્મો સાથે કરી હતી. નવમા અધ્યાયમાં પણ દેવો તથા અસુરોનું વર્ણન થયું છે. હવે વૈદિક કર્મકાંડ પ્રમાણે સત્ત્વગુણમાં કરેલાં સર્વ કર્મ મુક્તિપંથે પ્રગતિ કરવા માટે શુભ ગણાય છે અને એવાં કાર્યોને દૈવી પ્રકૃતિ તરીકે જાણવામાં આવે છે. જે મનુષ્યો દૈવી પ્રકૃતિમાં અવસ્થિત હોય છે, તેઓ મુક્તિના માર્ગે પ્રગતિ કરે છે. આનાથી ઊલટું, રજોગુણ તથા તમોગુણમાં રહી કાર્ય કરનારા માણસો માટે મુક્તિની કોઈ શક્યતા નથી. તે લોકોને કાં તો આ ભૌતિક જગતમાં રહેવું પડશે અથવા તો પશુયોનિમાં કે તેનાથી પણ નિમ્ન પ્રકારની યોનિમાં જવું પડશે. આ સોળમા અધ્યાયમાં ભગવાન દૈવી પ્રકૃતિ તથા તેના ગુણો તેમ જ આસુરી પ્રકૃતિ અને તેના ગુણોનું વર્ણન કરે છે. તેઓ આ ગુણોના લાભ તથા હાનિનું પણ વર્ણન કરે છે.

દિવ્ય ગુણો અથવા દૈવી વૃત્તિઓથી યુક્ત થઈ જન્મેલા મનુષ્યના સંદર્ભે પ્રયુક્ત થયેલો શબ્દ *અભિજાતસ્ય* મહત્ત્વનો છે. દૈવી વાતાવરણમાં સંતાન પેદા કરવાને વૈદિક શાસ્ત્રોમાં *ગર્ભાધાન સંસ્કાર* કહે છે. જો માતાપિતા ઇચ્છતાં હોય કે દિવ્ય ગુણો ધરાવતાં સંતાન જન્મે, તો તેમણે સામાન્ય જીવનમાં મનુષ્યો માટે નિર્દિષ્ટ દશ નિયમોનું પાલન કરવું જોઈએ. ભગવદ્‌ગીતામાં આપણે પહેલાં શીખી ચૂક્યા છીએ કે ઉત્તમ સંતાન ઉત્પન્ન કરવા માટેનું જાતીય જીવન સ્વયં કૃષ્ણ છે. જાતીય જીવનની પ્રક્રિયાનો ઉપયોગ કૃષ્ણભાવનામૃતમાં થતો હોય, તો તેને વખોડવામાં આવ્યું નથી. જે લોકો કૃષ્ણભાવનામૃતમાં છે, ઓછામાં ઓછું તેમણે તો કૂતરા-બિલાડાંની જેમ સંતતિ પેદા કરવી ન જોઈએ. તેમણે એવી સંતતિ પેદા કરવી જોઈએ કે જે જન્મ્યા પછી કૃષ્ણભાવનાપરાયણ થઈ શકે. કૃષ્ણભાવનામૃતમાં મગ્ન રહેતાં માબાપથી ઉત્પન્ન થયેલાં સંતાનોને આટલો લાભ તો મળવો જોઈએ.

જે સંસ્થા સમાજને સામાજિક જીવનના ચાર વિભાગોમાં તેમ જ વ્યવસાય અથવા વર્ણોના ચાર વિભાગોમાં વિભાજિત કરે છે, તે *વર્ણાશ્રમ-ધર્મ*ની વ્યવસ્થા માનવ સમાજને જન્મના આધાર પર વિભાજિત કરવા માટે નથી. આવું વિભાજન લાયકાતના આધાર પર કરવામાં આવે છે અને તે શાંતિ તથા સુખ-સમૃદ્ધિ લાવવા માટે હોય છે. અહીં જે ગુણોનો ઉલ્લેખ થયો છે, તેમને દિવ્ય કહેવામાં આવ્યા છે અને તે ગુણો આધ્યાત્મિક જ્ઞાનમાં પ્રગતિ કરનાર મનુષ્યો માટે છે કે જેથી તે ભૌતિક જગતથી મુક્ત થઈ શકે.

વર્ણાશ્રમ સંસ્થામાં સંન્યાસીને સમસ્ત સામાજિક વર્ણો તથા આશ્રમોમાં મુખ્ય અથવા ગુરુ ગણવામાં આવે છે. બ્રાહ્મણને સમાજના અન્ય ત્રણ અર્થાત્—ક્ષત્રિયો, વૈશ્યો તથા શુદ્રોનો ગુરુ માનવામાં આવે છે, પરંતુ સંન્યાસી આ સંસ્થામાં શિખર પર હોય છે અને તે બ્રહ્મણોનો પણ ગુરુ ગણાય છે. સંન્યાસી માટે નિર્ભયતા એ પ્રથમ યોગ્યતા હોવી જોઈએ. સંન્યાસીને કોઈ મદદ વિના અથવા મદદની બાંહેધરી વિના એકાકી રહેવાનું હોય છે, તેથી તેને તો કેવળ પૂર્ણ પુરુષોત્તમ પરમેશ્વરની કૃપા ઉપર જ આધાર રાખવાનો હોય છે. જે મનુષ્યના મનમાં થતું હોય કે, "સર્વ સંબંધોનો પરિત્યાગ કર્યા પછી મારું રક્ષણ કોણ કરશે?" તો તેણે સંન્યાસ આશ્રમ ગ્રહણ કરવો ન જોઈએ. તેને એવો પૂર્ણ વિશ્વાસ હોવો જોઈએ કે કૃષ્ણ અથવા પૂર્ણ પુરુષોત્તમ પરમેશ્વર, પરમાત્મા તરીકે અંતર્યામી સ્વરૂપમાં હરહંમેશ અંદર બિરાજે છે અને તેઓ બધું જોઈ રહ્યા છે અને મનુષ્ય શું કરવા ધારે છે તે જાણતા હોય છે. એ રીતે મનુષ્યને દૃઢ વિશ્વાસ હોવો જોઈએ કે પરમાત્મા સ્વરૂપે કૃષ્ણ શરણાગત વ્યક્તિનું રક્ષણ કરશે. મનુષ્યે વિચારવું જોઈએ કે, "હું કદાપિ એકલો નથી. ભલે હું જંગલના અંધારપ્રદેશમાં રહેતો હોઉં, તો પણ કૃષ્ણ મારા સંગાથમાં રહેશે અને તેઓ મારું સર્વથા રક્ષણ કરશે." આવો વિશ્વાસ *અભયમ્* અર્થાત્ નિર્ભયતા કહેવાય છે. સંન્યાસ આશ્રમમાં મનુષ્યની આવી મનઃસ્થિતિ હોવી જરૂરી છે.

પછી તેણે પોતાના અસ્તિત્વને શુદ્ધ કરવાનું હોય છે. સંન્યાસ આશ્રમમાં પાલન કરવા જરૂરી એવા અનેક નીતિનિયમો હોય છે. સંન્યાસીએ કોઈ સ્ત્રી સાથે ઘનિષ્ઠ સંબંધ રાખવો ન જોઈએ, એવો નિયમ સૌથી વધુ અગત્યનો છે. તેને એકાંત સ્થળે સ્ત્રી સાથે વાત કરવાનો પણ નિષેધ કરવામાં આવ્યો છે. ભગવાન ચૈતન્ય આદર્શ સંન્યાસી હતા. તેઓ

જ્યારે જગન્નાથપુરીમાં રહેતા હતા, ત્યારે તેમની ભક્ત હતી એવી સ્ત્રીઓને તેમની પાસે નમસ્કાર કરવા જવાની પણ મનાઈ હતી. તેમને માટે દૂરથી જ પ્રણામ કરવાની આજ્ઞા હતી. આ સ્ત્રી જાતિ પ્રત્યે ઘૃણાભાવનું ચિહ્ન ન હતું, પરંતુ સંન્યાસી માટે નિર્દિષ્ટ પ્રતિબંધ હતો કે તેણે સ્ત્રીઓ સાથે નિકટના સંબંધમાં આવવું ન જોઈએ. મનુષ્યોએ પોતાના અસ્તિત્વને વિશુદ્ધ કરવા માટે વિશિષ્ટ આશ્રમનાં નીતિનિયમોનું પાલન કરવાનું હોય છે. સંન્યાસી માટે સ્ત્રીઓ સાથેના નિકટના સંબંધોનો તથા ઇન્દ્રિયતૃપ્તિ માટે સંપત્તિ રાખવાનો સખત નિષેધ કરવામાં આવ્યો છે. ભગવાન ચૈતન્ય સ્વયં આદર્શ સંન્યાસી હતા અને આપણે તેમના જીવનમાંથી જાણી શકીએ છીએ કે સ્ત્રીઓની બાબતમાં તેઓ અત્યંત કડક હતા. જોકે તેઓ ભગવાનના સૌથી વધારે ઉદાર (*વદાન્ય*) અવતાર ગણાય છે, કારણ કે તેઓ અધમતમ બદ્ધ જીવનો પણ સ્વીકાર કરે છે. તેમ છતાં સ્ત્રીઓનાં સંગની બાબતમાં તો તેઓ સંન્યાસ આશ્રમના નીતિનિયમોનું કઠોરતાપૂર્વક પાલન કરતા હતા. તેમનો છોટા હરિદાસ નામનો એક અંગત પાર્ષદ અન્ય પાર્ષદોની સાથે તેમની સાથે હંમેશાં રહ્યો, પરંતુ ગમે તે કારણવશ તેણે એક યુવતી પ્રત્યે કામુક વાસનાભરી દૃષ્ટિથી જોયું. ભગવાન ચૈતન્ય એવા કઠોર હતા કે તેમણે તેને પોતાના પાર્ષદોની સંગતિમાંથી તત્કાળ કાઢી મૂક્યો. ભગવાન ચૈતન્યે કહ્યું છે, "સંન્યાસી અથવા જે મનુષ્ય ભૌતિક પ્રકૃતિની પકડમાંથી છૂટવાની ઈચ્છા રાખતો હોય અને આધ્યાત્મિક પ્રકૃતિમાં પ્રગતિ કરવાનો પ્રયત્ન કરી રહ્યો હોય તથા ભગવાનનું સાન્નિધ્ય પામવાની અભિલાષા ધરાવતો હોય, તેને માટે ભૌતિક સંપત્તિ તથા સ્ત્રીઓ તરફ ઇન્દ્રિયતૃપ્તિની કામનાથી જોવાની, અરે ભોગવવાની નહીં, માત્ર જોવાની બાબત પણ એટલી નિંદ્ય છે કે તેણે આવી અનૈતિક ઈચ્છા કરતા પહેલાં જ આત્મહત્યા કરવી જોઈએ." આ પ્રમાણે શુદ્ધિની આ પદ્ધતિઓ છે.

બીજો મુદ્દો *જ્ઞાનયોગ વ્યવસ્થિતિ:* છે, એટલે કે જ્ઞાનોપાર્જનમાં પરોવાયેલા રહેવું. સંન્યાસી જીવન ગૃહસ્થોને તથા આધ્યાત્મિક ઉન્નતિના વાસ્તવિક જીવનને ભૂલી ચૂકેલા સહુને જ્ઞાન વિતરીત કરવા માટે હોય છે. સંન્યાસીએ ઘેરઘેર ફરીને જીવનનિર્વાહ માટે ભિક્ષા માગવાની હોય છે, પરંતુ આનો અર્થ એવો નથી કે તે ભિખારી છે. વિનમ્રતા પણ આધ્યાત્મિકતામાં સ્થિત મનુષ્યોનો એક ગુણ (યોગ્યતા) છે. સંન્યાસી કેવળ વિનમ્રતાને લીધે ઘેરઘેર જાય છે, ભિક્ષાટનના આશયથી જતો નથી, પરંતુ ગૃહસ્થોને

દર્શન આપવા તથા તેમની અંદર કૃષ્ણભાવનામૃત જગાડવા માટે જાય છે. સંન્યાસીનું આ કર્તવ્ય હોય છે. જો તે વાસ્વતમાં ઉન્નત હોય અને તેના ગુરુ દ્વારા તેને આદેશ આપવામાં આવેલો હોય, તો તેણે તર્ક તથા વિવેકપૂર્વક કૃષ્ણભાવનામૃતનો પ્રચાર કરવો જોઈએ અને જો મનુષ્ય એટલો ઉન્નત ન હોય, તો તેણે સંન્યાસ આશ્રમ સ્વીકારવો ન જોઈએ. પરંતુ જો મનુષ્યે પૂરતા જ્ઞાન વિના પણ સંન્યાસ ગ્રહણ કર્યો હોય, તો તેણે જ્ઞાનોપાર્જન માટે સદ્‌ગુરુ પાસેથી શ્રવણ કરવામાં પૂર્ણપણે પરોવાઈ રહેવું જોઈએ. સંન્યાસીએ નિર્ભયતા, સત્ત્વ સંશુદ્ધિ તથા જ્ઞાનયોગમાં સ્થિત થવું જોઈએ.

આ પછીનો મુદ્દો *દાન* છે. દાન ગૃહસ્થો માટે હોય છે. ગૃહસ્થે તેની આજીવિકાની કમાણી પ્રામાણિક સાધનો દ્વારા કરવી જોઈએ અને આવકનો અડધો ભાગ દુનિયાભરમાં કૃષ્ણભક્તિના પ્રચાર માટે ફાળવવો જોઈએ. એ રીતે ગૃહસ્થે ઉપરોક્ત કાર્યમાં પરોવાયેલી સંસ્થામાં દાન આપવું જોઈએ. દાન સુપાત્રને આપવું જોઈએ. જેનો પછીથી ખુલાસો કરવામાં આવશે તેમ દાનના પણ કેટલાક પ્રકાર હોય છે—જેમ કે સત્ત્વગુણ, રજોગુણ તથા તમોગુણમાં અપાતું દાન. શાસ્ત્રો સત્ત્વગુણમાં અપાતા દાનની ભલામણ કરે છે, પરંતુ રજો તથા તમોગુણમાં અપાતાં દાનની ભલામણ થઈ નથી, કારણ કે તે તો કેવળ ધનનો અપવ્યય હોય છે. દાન માત્ર કૃષ્ણભાવનાનો દુનિયાભરમાં પ્રચાર કરવા માટે જ આપવું જોઈએ. એ સત્ત્વગુણમય દાન હોય છે.

દમ (આત્મસંયમ) વિશે કહી શકાય કે તે માત્ર ધાર્મિક સમાજના અન્ય વર્ગો માટે જ નહીં, પરંતુ ખાસ કરીને ગૃહસ્થ માટે છે. જોકે તેને પત્ની હોય છે, તેમ છતાં તેણે પોતાની ઈન્દ્રિયોનો બિનજરૂરી જાતીય જીવન માટે ઉપયોગ કરવો ન જોઈએ. ગૃહસ્થ માટે જાતીય જીવન અંગે પણ પ્રતિબંધો છે અને તેનો ઉપયોગ માત્ર સંતાનોત્પતિ માટે જ કરવો જોઈએ. જો તેને બાળકો જોઈતાં ન હોય, તો તેણે પત્ની સાથે જાતીય જીવન ભોગવવું ન જોઈએ. આધુનિક સમાજ જાતીય જીવન ભોગવવા માટે ગર્ભનિરોધક પદ્ધતિઓનો અથવા અન્ય તેનાથી પણ વધારે ઘૃણિત પદ્ધતિઓનો ઉપયોગ કરે છે કે જેથી બાળકોની જવાબદારી ઉઠાવવી ન પડે. આ દિવ્ય ગુણ નથી, બલ્કે આસુરી ગુણ છે. જો કોઈ મનુષ્ય, તે ગૃહસ્થ હોય તો પણ, આધ્યાત્મિક જીવનમાં પ્રગતિ કરવા ઈચ્છતો હોય, તો તેણે જાતીય જીવનમાં સંયમનું પાલન કરવું જોઈએ અને તેણે કૃષ્ણની સેવાના

હેતુ સિવાય કોઈ બાળક પેદા કરવું ન જોઈએ. જો તે કૃષ્ણભાવનાપરાયણ થઈ શકે એવાં બાળક પેદા કરી શકતો હોય, તો તે સેંકડો બાળકો ઉત્પન્ન કરી શકે છે, પરંતુ આવી ક્ષમતા વિના માત્ર ઈન્દ્રિયસુખ ખાતર મનુષ્યે જાતીય જીવનમાં લિપ્ત થવું ન જોઈએ.

યજ્ઞ એક અન્ય બાબત છે અને ગૃહસ્થોએ યજ્ઞ કરવાના હોય છે, કારણ કે યજ્ઞ કરવા માટે પુષ્કળ ધનની જરૂર પડે છે. બ્રહ્મચર્ય, વાનપ્રસ્થ તથા સંન્યાસ આશ્રમવાળા પાસે ધન હોતું નથી. તેઓ તો ભિક્ષાવૃત્તિ પર જીવતા હોય છે. માટે વિભિન્ન પ્રકારના યજ્ઞો ગૃહસ્થોએ જ કરવાના હોય છે. તેમણે વૈદિક ગ્રંથોમાં નિર્દિષ્ટ અગ્નિહોત્ર યજ્ઞો કરવા જોઈએ, પરંતુ વર્તમાન સમયમાં આવા યજ્ઞો અતિ ખર્ચાળ હોય છે, તેથી કોઈ પણ ગૃહસ્થ માટે તે કરવાનું શક્ય બનતું નથી. વર્તમાન યુગમાં સર્વોત્તમ યજ્ઞ તરીકે સંકીર્તન યજ્ઞની ભલામણ કરવામાં આવી છે. **હરે કૃષ્ણ હરે કૃષ્ણ કૃષ્ણ કૃષ્ણ હરે હરે। હરે રામ હરે રામ રામ રામ હરે હરે॥** ના કીર્તનરૂપ આ સંકીર્તન-યજ્ઞ સર્વશ્રેષ્ઠ તથા સૌથી ઓછો ખર્ચાળ છે અને દરેક મનુષ્ય તે કરીને લાભ પામી શકે છે. માટે દાન, ઈન્દ્રિયસંયમ અને યજ્ઞકાર્ય, આ ત્રણ બાબતો ગૃહસ્થ માટે હોય છે.

સ્વાધ્યાય અથવા વેદાધ્યયન બ્રહ્મચર્યાશ્રમ કે વિદ્યાર્થી જીવન માટે છે. બ્રહ્મચારીઓનો સ્ત્રી સાથેનો કોઈ પણ પ્રકારનો સંબંધ ન હોવો જોઈએ. તેમણે બ્રહ્મચારી જીવન જીવવું જોઈએ અને આધ્યાત્મિક જ્ઞાનોપાર્જન અર્થે વૈદિક સાહિત્યના અધ્યયનમાં મન એકાગ્ર કરવું જોઈએ. આને સ્વાધ્યાય કહે છે.

તપસ્ કે તપશ્ચર્યા ખાસ કરીને વાનપ્રસ્થાશ્રમી માટે છે. મનુષ્યે સંપૂર્ણ જીવનપર્યંત ગૃહસ્થ રહેવું જોઈએ નહીં. તેણે હંમેશાં યાદ રાખવું જોઈએ કે જીવનના—બ્રહ્મચર્ય, ગૃહસ્થ, વાનપ્રસ્થ તથા સંન્યાસ—એમ ચાર વિભાગ છે. માટે ગૃહસ્થ જીવન પછી તેણે નિવૃત્ત થવું જોઈએ. જો મનુષ્ય સો વર્ષ જીવતો હોય, તો તેણે પચીસ વર્ષ વિદ્યાર્થી જીવનમાં ગાળવાં જોઈએ, પચીસ વર્ષ ગૃહસ્થાશ્રમમાં ગાળવાં જોઈએ, પચીસ વર્ષ વાનપ્રસ્થાશ્રમમાં અને પચીસ વર્ષ સંન્યાસ આશ્રમનું જીવન ગાળવું જોઈએ. આ વૈદિક ધાર્મિક શિસ્તના નિયમો છે. ગૃહસ્થ જીવનમાંથી નિવૃત્ત થયા પછી મનુષ્યે શરીર, વાણી તથા મનનો સંયમ પાળવો જોઈએ. આ જ તપસ્યા છે. સમગ્ર વર્ણાશ્રમ વ્યવસ્થાને અનુસરતો સમાજ તપસ્યા માટે છે. તપ વિના કોઈ

મુક્તિ ન પામી શકે. એવો સિદ્ધાંત કે જીવનમાં તપની જરૂર નથી, મનુષ્ય અનુમાન, તર્ક કરતો રહે તો બધાં સારાવાનાં થઈ જશે, તેની ભલામણ નથી વેદોમાં થઈ કે નથી ભગવદ્દગીતામાં થઈ. આવા સિદ્ધાંતો એવા દેખાડો કરનારા અધ્યાત્મવાદીઓ દ્વારા ઉપજાવી કાઢવામાં આવે છે કે જેઓ વધુ ને વધુ અનુયાયીઓ બનાવવા ઇચ્છે છે. જો મર્યાદાઓ તથા નીતિનિયમો હોય છે, તો લોકો આવી રીતે આકર્ષણમાં પડશે નહીં. માટે જે લોકો ધર્મના નામે અનુયાયીઓને વધારવા માગે છે, તેઓ માત્ર દેખાડો કરવા ખાતર તેમના અનુયાયીઓનાં કે પોતાનાં જીવન નિયંત્રિત કરતા નથી. પરંતુ વેદોમાં એવી પદ્ધતિ માન્ય નથી.

બ્રાહ્મણોચિત સાદાઈ (*આર્જવમ્*)ની બાબતમાં કહી શકાય કે આનું પાલન માત્ર કોઈ એક વિશેષ આશ્રમમાં જ નહીં, પરંતુ ચારેચાર આશ્રમોમાં દરેક સભ્યે કરવું જોઈએ, પછી ભલે તે બ્રહ્મચર્ય, ગૃહસ્થ, વાનપ્રસ્થ કે સંન્યાસ આશ્રમમાં રહેલો હોય. મનુષ્યે અત્યંત સાદા ને સરળ થવું જોઈએ.

અહિંસા એટલે કોઈ જીવાત્માના પ્રગતિશીલ જીવનને રોકવું નહીં. કોઈ મનુષ્ય એવો વિચાર ન કરે કે શરીરનો વધ થયા પછી પણ આત્મા અર્થાત્ ચેતન સ્ફુલિંગ મરતો નથી, માટે ઇન્દ્રિયતૃપ્તિ ખાતર પશુવધ કરવામાં કોઈ નુકસાન થતું નથી. અનાજ, ફળ તથા દૂધ વિપુલ પ્રમાણમાં મળે છે છતાં લોકો માંસાહારના વ્યસની થયા છે. પશુઓના વધની કોઈ જ જરૂર નથી. આ શાસ્ત્રાજ્ઞા દરેક મનુષ્ય માટે છે. જ્યારે કોઈ અન્ય વિકલ્પ રહેતો ન હોય, ત્યારે મનુષ્ય પશુને હણી શકે, પરંતુ તેને યજ્ઞાર્પણ કરવું જોઈએ. જે હોય તે, પરંતુ માનવતા માટે જ્યારે વિપુલ માત્રામાં અન્ન હોય, ત્યારે જે લોકો આધ્યાત્મિક સાક્ષાત્કારમાં પ્રગતિ કરવા ઇચ્છે છે, તેમણે પશુહિંસા કરવી ન જોઈએ. સાચી અહિંસા એટલે કોઈ મનુષ્યના પ્રગતિશીલ જીવનને ન રોકવું. પશુઓ સુધ્ધાં પોતાના વિકાસક્રમમાં એક પશુયોનિમાંથી બીજી પશુયોનિમાં દેહાંતર કરીને પ્રગતિ કરે છે. જો કોઈ પશુએ કોઈ શરીરમાં અમુક દિવસો કે અમુક વર્ષો સુધી રહેવાનું હોય અને તેને અકાળે જ મારી નાખવામાં આવે, તો તેને ફરીથી એ જ જીવનમાં પાછા આવી બાકીના દિવસો પૂરા કર્યા પછી જ બીજી યોનિમાં જવા મળે છે. માટે પોતાની જીહ્વાની તૃપ્તિ માટે કોઈ જીવની પ્રગતિને રોકવી ન જોઈએ. એ જ અહિંસા છે.

સત્યમ્‌. આ શબ્દનો અર્થ એ છે કે મનુષ્યે પોતાના સ્વાર્થ ખાતર સત્યને વિકૃત કરવું ન જોઈએ. વૈદિક સાહિત્યમાં કેટલાક અંશ બહુ અઘરા હોય છે, પરંતુ તેમનો અર્થ કોઈ પ્રમાણભૂત આધ્યાત્મિક ગુરુ પાસેથી ગ્રહણ કરવો જોઈએ. વેદોને સમજવાની એ જ પદ્ધતિ છે. *શ્રુતિ* એટલે અધિકારી પાસેથી શ્રવણ કરવું. મનુષ્યે પોતાના સ્વાર્થ ખાતર કોઈ ભળતું જ અર્થઘટન કરવું ન જોઈએ. ભગવદ્‌ગીતાનાં એવાં અનેક ભાષ્યો છે કે જેમાં મૂળ પાઠનું ખોટું અર્થઘટન થયું છે. શબ્દનો વાસ્તવિક ભાવાર્થ રજૂ કરવો જોઈએ અને તે પ્રમાણભૂત ગુરુ પાસેથી જ શીખવું જોઈએ.

અક્રોધ એટલે ગુસ્સાને રોકવો. ઉશ્કેરણી થવા પામે તો પણ મનુષ્યે સહનશીલ થવું જોઈએ, કારણ કે એકવાર ક્રુદ્ધ થયા પછી મનુષ્યનું આખું શરીર પ્રદૂષિત થઈ જાય છે. ક્રોધ તમોગુણનો તથા કામનો વિકાર છે માટે અધ્યાત્મવાદીએ ક્રોધ પર નિયંત્રણ રાખવું જોઈએ. *અપૈશુનમ્‌*નો અર્થ એ છે કે મનુષ્યે બીજાના દોષો કાઢવા ન જોઈએ અને બિનજરૂરી રીતે તેમને સુધારવાનો પ્રયત્ન કરવો ન જોઈએ. અલબત્ત, ચોરને ચોર કહેવો એ છિદ્રાન્વેષણ નથી, પરંતુ પ્રામાણિક મનુષ્યને ચોર કહેવો એ તો આધ્યાત્મિક માર્ગે પ્રગતિ કરી રહેલા પ્રત્યે બહુ મોટો અપરાધ હોય છે. *હ્રી* એટલે મનુષ્યે લજ્જાશીલ થવું જોઈએ અને કોઈ ઘૃણાસ્પદ કામ કરવું ન જોઈએ. *અચાપલમ્‌* અથવા નિશ્ચયાત્મકતાનો અર્થ એ છે કે મનુષ્યે અમુક પ્રયાસમાં ક્ષુબ્ધ કે નિરાશ ન થવું જોઈએ. કોઈ પ્રયાસમાં નિષ્ફળતા પણ મળે, છતાં મનુષ્યે તે બદલ ખિન્ન થવું જોઈએ નહીં. તેણે ધૈર્ય તથા નિશ્ચયપૂર્વક પ્રગતિ કરવી જોઈએ.

અહીં *તેજસ્‌* શબ્દનો ઉપયોગ થયો છે, તે ક્ષત્રિયો માટે છે. ક્ષત્રિયો બળવાન હોવા જોઈએ કે જેથી તેઓ નિર્બળનું રક્ષણ કરી શકે. તેમણે અહિંસક હોવાનો ડોળ કરવો ન જોઈએ. હિંસાની જરૂર હોય ત્યારે તેમણે તે બતાવવી જોઈએ. પરંતુ જે મનુષ્ય શત્રુનું દમન કરી શકતો હોય, તેણે અમુક સંજોગોમાં ક્ષમા કરવી જોઈએ. તેણે સામાન્ય નજીવા અપરાધોને માફ કરવા જોઈએ.

શૌચમ્‌ એટલે પવિત્રતા. કેવળ મન તથા શરીરની જ નહીં, પરંતુ આચરણમાં પણ પવિત્રતા હોવી જોઈએ. આ ખાસ કરીને વૈશ્ય વર્ગ માટે છે. તેમણે કાળાંબજાર આચરવાં ન જોઈએ. *નાતિમાનિતા* અર્થાત્‌ આદર-માનની અપેક્ષા ન રાખવી તે. તે શુદ્રો અથવા શ્રમિક વર્ગ માટે છે કે જેમને

વૈદિક આદેશો પ્રમાણે ચારે વર્ણોમાં નિમ્નતમ માન્યા છે. તેમણે મિથ્યા સન્માન કે પ્રતિષ્ઠાથી ફુલાઈ જવું ન જોઈએ અને પોતાની સ્થિતિ અનુસાર રહેવું જોઈએ. સામાજિક વ્યવસ્થા જાળવવા માટે ઉચ્ચ વર્ણોનો આદર કરવો એ શૂદ્રોનું કર્તવ્ય છે.

અહીં ઉલ્લેખ થયો છે તે છવીસ યોગ્યતાઓ દિવ્ય ગુણો છે. વર્ણાશ્રમ-ધર્માનુસાર તેમનું સંવર્ધન થવું જોઈએ. ભાવાર્થ એ જ છે કે ભલેને ભૌતિક પરિસ્થિતિ દુઃખપ્રદ હોય, છતાં જો સર્વ વર્ણોના લોકો ગુણોનો આ અભ્યાસ કરે, તો તેઓ ક્રમશઃ આધ્યાત્મિક સાક્ષાત્કારની સર્વોચ્ચ ભૂમિકા સુધી પહોંચી શકે છે.

શ્લોક **दम्भो दर्पोऽभिमानश्च क्रोधः पारुष्यमेव च।**

૪ **अज्ञानं चाभिजातस्य पार्थ सम्पदमासुरीम्॥ ४॥**

दम्भः—અહંકાર; **दर्पः**—ઘમંડ; **अभिमानः**—ગર્વ; **च**—અને; **क्रोधः**—ગુસ્સો; **पारुष्यम्**—કઠોરતા; **एव च**—તેમ જ; **अज्ञानम्**—અજ્ઞાન; **च**—અને; **अभिजातस्य**—જન્મેલાના; **पार्थ**—હે કુંતીપુત્ર; **सम्पदम्**—ગુણો; **आसुरीम्**—આસુરી પ્રકૃતિ.

અનુવાદ

હે પાર્થ, દંભ, દર્પ, અભિમાન, ક્રોધ, કઠોરતા તથા અજ્ઞાન—આ આસુરી પ્રકૃતિવાળા માણસોના ગુણો છે.

ભાવાર્થ

આ શ્લોકમાં નરકના રાજમાર્ગનું વર્ણન થયું છે. આસુરી માણસો ધર્મનો તથા અધ્યાત્મવિદ્યામાં પ્રગતિ કર્યાનો દેખાડો કરે છે, જોકે તેઓ તેના નિયમો પાળતા નથી. તેઓ હંમેશાં અમુક પ્રકારના શિક્ષણના કે પુષ્કળ સંપત્તિના સ્વામી હોવાનો ઘમંડ કરે છે. પોતે આદરને પાત્ર હોતા નથી, છતાં બીજા તેમને પૂજે તથા તેમનો આદર કરે એવી આકાંક્ષા રાખે છે. તેઓ તુચ્છ બાબતો માટે ક્રુદ્ધ થઈ જાય છે અને કઠોર વચનો બોલે છે. તેઓ જાણતા નથી કે શું કરવું જોઈએ અને શું ન કરવું જોઈએ. તેઓ મનસ્વીપણે ધૂનમાં આવે તેમ બધું કરે છે અને કોઈના અધિકારને માનતા નથી. તેઓ માતાના ગર્ભમાં હોય ત્યારથી જ આવા આસુરી ગુણો ધરાવતા હોય છે અને જેમ જેમ તેઓ મોટા થતા જાય છે, તેમ તેમ આ ગુણો પ્રગટ થાય છે.

શ્લોક ૫

दैवी सम्पद्विमोक्षाय निबन्धायासुरी मता।
मा शुचः सम्पदं दैवीमभिजातोऽसि पाण्डव॥ ५॥

दैवी—દિવ્ય; **सम्पत्**—સંપત્તિ; **विमोक्षाय**—મોક્ષ માટે; **निबन्धाय**—બંધન માટે; **આસુરી**—આસુરી ગુણો; **મતા**—મનાય છે; **મા**—નહીં; **શુચઃ**—વ્યગ્ર થઈશ; **સમ્પદમ્**—સંપત્તિ; **દૈવીમ્**—દિવ્ય; **અભિજાતઃ**—ઉત્પન્ન; **અસિ**—છે; **પાણ્ડવ**—હે પાંડુપુત્ર.

અનુવાદ

દિવ્ય ગુણો મોક્ષ તરફ લઈ જનારા હોય છે અને આસુરી ગુણો બંધનકારક હોય છે. હે પાંડુપુત્ર, તું ચિંતા કરીશ નહીં, કારણ કે તું દિવ્ય ગુણો સાથે જ જન્મેલો છે.

ભાવાર્થ

ભગવાન કૃષ્ણ અર્જુનને એમ કહીને પ્રોત્સાહિત કરે છે કે તે આસુરી ગુણો સાથે જન્મેલો નથી. તેનું યુદ્ધમાં સામેલ થવું આસુરી ન હતું, કારણ કે તે તેના ગુણ-દોષો વિશે વિચાર કરી રહ્યો હતો. તે વિચારતો હતો કે ભીષ્મ તથા દ્રોણ જેવા આદરણીય મહાપુરુષોનો વધ કરાય કે નહીં. એટલે કે તે ક્રોધ, મિથ્યાભિમાન કે નિષ્ઠુરતાના પ્રભાવ હેઠળ વર્તન કરતો ન હતો અને તેથી તે આસુરી ગુણોવાળો ન હતો. ક્ષત્રિયો માટે શત્રુ પર બાણવૃષ્ટિ કરવી દિવ્ય ગણાય છે અને આવા કર્તવ્યથી વિમુખ થવું આસુરી હોય છે. માટે અર્જુને શોક કરવાનું કોઈ કારણ હતું નહીં. જે મનુષ્ય જીવનના વિભિન્ન આશ્રમોનાં નીતિનિયમનું પાલન કરે છે, તે દિવ્ય પદે સ્થિત હોય છે.

શ્લોક ૬

द्वौ भूतसर्गौ लोकेऽस्मिन्दैव आसुर एव च।
दैवो विस्तरशः प्रोक्त आसुरं पार्थ मे शृणु॥ ६॥

દ્વૌ—બે; **ભૂતસર્ગૌ**—જીવોનાં સર્જનો; **લોકે**—જગતમાં; **અસ્મિન્**—આ; **દૈવઃ**—દૈવી; **આસુરઃ**—આસુરી; **એવ ચ**—તેમ જ; **દૈવઃ**—દૈવી; **વિસ્તરશઃ**—વિસ્તારથી; **પ્રોક્તઃ**—કહેવાયો; **આસુરમ્**—આસુરી; **પાર્થ**—હે પૃથાપુત્ર; **મે**—મારી પાસેથી; **શૃણુ**—સાંભળ.

અનુવાદ

હે પાર્થ, આ જગતમાં સર્જન પામેલા જીવો બે પ્રકારના હોય છે. એક દૈવી કહેવાય છે અને બીજો આસુરી કહેવાય છે. મેં અગાઉ તને

દૈવી ગુણો વિસ્તારથી સમજાવ્યા છે. હવે મારી પાસેથી આસુરી ગુણો વિશે સાંભળ.

ભાવાર્થ

ભગવાન કૃષ્ણે અર્જુનને એમ કહીને ખાતરી આપી કે તે દૈવી ગુણો સાથે જન્મ્યો છે અને હવે તેઓ આસુરી ગુણો વિશે તેને કહી રહ્યા છે. આ જગતમાં બદ્ધ જીવો બે વર્ગમાં વિભક્ત થાય છે. જે જીવો દિવ્ય ગુણયુક્ત હોય છે, તેઓ નિયમિત જીવન જીવે છે, એટલે કે તેઓ શાસ્ત્રો તથા આચાર્યો દ્વારા બતાવવામાં આવેલા આદેશોને અનુસરે છે. મનુષ્યે પ્રમાણભૂત શાસ્ત્રોનાં માર્ગદર્શન અનુસાર કર્તવ્યો બજાવવાં જોઈએ. આ પ્રકૃતિ દૈવી કહેવાય છે. જે મનુષ્ય શાસ્ત્રોક્ત વિધાનોને માનતો નથી અને ધૂનમાં આવે તેમ મનસ્વીપણે કાર્ય કરતો રહે છે, તે આસુરી કહેવાય છે. શાસ્ત્રોના નિયામક સિદ્ધાંતો પ્રત્યે આજ્ઞાંકિત હોવું તે સિવાય અન્ય કોઈ કસોટી નથી. વૈદિક ગ્રંથોમાં વર્ણવ્યું છે કે દેવો તથા અસુરો બંને પ્રજાપતિથી જન્મ્યા હતા, તફાવત એટલો જ છે કે એક વર્ગ વૈદિક આજ્ઞાઓનું પાલન કરે છે અને બીજો નથી કરતો.

શ્લોક ૭

प्रवृत्तिं च निवृत्तिं च जना न विदुरासुराः ।
न शौचं नापि चाचारो न सत्यं तेषु विद्यते ॥ ७ ॥

પ્રવૃત્તિમ્—યોગ્ય રીતે કર્મ કરવાં; **ચ**—અને; **નિવૃત્તિમ્**—અનુચિત રીતે કર્મ ન કરવાં; **ચ**—અને; **જનાઃ**—લોકો; **ન**—નથી; **વિદુઃ**—જાણતા; **આસુરાઃ**—આસુરી ગુણોવાળા; **ન**—નહીં; **શૌચમ્**—પવિત્રતા; **ન**—નહીં; **અપિ**—વળી; **ચ**—અને; **આચારઃ**—આચરણ; **ન**—નહીં; **સત્યમ્**—સત્ય; **તેષુ**—તેઓમાં; **વિદ્યતે**—હોય છે.

અનુવાદ

જે લોકો આસુરી હોય છે તેઓ જાણતા નથી કે શું કરવું જોઈએ અને શું ન કરવું જોઈએ. તેઓમાં નથી પવિત્રતા, નથી યોગ્ય આચરણ કે નથી સત્ય જોવા મળતું.

ભાવાર્થ

દરેક સભ્ય માનવ સમાજમાં અમુક આચારસંહિતા હોય છે કે જેનું પાલન શરૂઆતથી જ થાય છે. ખાસ કરીને આર્યોમાં કે જેઓ વૈદિક

સભ્યતાને વરેલા છે તથા અત્યંત સુસંસ્કૃત લોકો તરીકે સુપ્રસિદ્ધ છે, તેઓ આનું પાલન કરે છે. પરંતુ જે મનુષ્યો શાસ્ત્રના આદેશોને માનતા નથી, તેઓ અસુરો ગણાય છે. એટલે જ અહીં કહેવાયું છે કે અસુરો શાસ્ત્રોક્ત નિયમોને જાણતા નથી અને એ નિયમોના પાલનમાં લેશમાત્ર રુચિ ધરાવતા નથી. ઘણાખરા તો નિયમો જાણતા જ નથી અને કેટલાક જાણતા હોય તો પણ તેનું અનુસરણ કરવાની વૃત્તિ ધરાવતા નથી. તેમને વૈદિક આદેશોમાં ન તો શ્રદ્ધા હોય છે અને ન તો તેઓ તે પ્રમાણે વર્તવાની ઈચ્છા ધરાવે છે. અસુરો બાહ્ય કે આંતરિક રીતે સ્વચ્છ હોતા નથી. મનુષ્યે હંમેશાં સ્નાન કરીને, દંતમંજન કરીને, હજામત કરીને, વસ્ત્રો બદલીને શરીરને સ્વચ્છ રાખવાની કાળજી લેવી જોઈએ. આંતરિક સ્વચ્છતાની બાબતમાં, મનુષ્યે સદા ભગવાનના પવિત્ર નામનું સ્મરણ કરતા રહેવું જોઈએ અને—**હરે કૃષ્ણ હરે કૃષ્ણ કૃષ્ણ કૃષ્ણ હરે હરે। હરે રામ હરે રામ રામ રામ હરે હરે॥**—આ મંત્રનો જપ કરવો જોઈએ. અસુરોને બાહ્ય તથા આંતરિક સ્વચ્છતાના આ નિયમો ગમતા નથી કે તેઓ તેને પાળતા પણ નથી.

આચરણની બાબતમાં માનવ આચરણનું માર્ગદર્શન કરનારા અનેક નીતિનિયમો છે, જેમ કે *મનુસંહિતા* કે જે માનવજાતિ માટે અધિનિયમ છે. આજે પણ બધા હિંદુ લોકો મનુસંહિતાને જ અનુસરે છે. આ ગ્રંથમાંથી જ ઉત્તરાધિકાર તથા અન્ય કાયદા વિષયક બાબતો ગ્રહણ કરાય છે. હવે, મનુસંહિતામાં સ્પષ્ટ રીતે કહેવામાં આવ્યું છે કે સ્ત્રીને સ્વતંત્રતા આપવી ન જોઈએ. એનો મતલબ એવો નથી કે સ્ત્રીઓને ગુલામ તરીકે રાખવી, પરંતુ તેઓ બાળકો સમાન છે. બાળકોને સ્વતંત્રતા અપાતી નથી, પણ એનો અર્થ એવો નથી કે તેમને ગુલામ તરીકે રાખવામાં આવે છે. પરંતુ અસુરોએ હવે આવી શાસ્ત્રાજ્ઞાઓની ઉપેક્ષા કરી છે અને તેઓ માનવા લાગ્યા છે કે સ્ત્રીઓને પણ પુરુષો જેટલી જ સ્વતંત્રતા આપવી જોઈએ. પરંતુ આનાથી દુનિયાની સામાજિક દશા સુધરી નથી. વાસ્તવમાં સ્ત્રીને જીવનની દરેક અવસ્થામાં સંરક્ષણ મળવું જોઈએ. તેની બાલ્યાવસ્થામાં પિતાનું, યુવાનીમાં પતિનું અને વૃદ્ધાવસ્થામાં મોટા પુત્રોનું રક્ષણ મળવું જોઈએ. મનુસંહિતાના મતાનુસાર આ જ યોગ્ય સામાજિક આચરણ છે. પરંતુ આધુનિક કેળવણીએ સ્ત્રી-જીવનનો અહંકારપૂર્ણ અભિગમ કૃત્રિમ રીતે ઉપજાવી કાઢ્યો છે અને તેથી માનવ સમાજમાં લગ્ન લગભગ એક કલ્પના બની ગયું છે. સ્ત્રીઓની નૈતિક સ્થિતિ સુધ્ધાં હવે બહુ સારી રહી

નથી. એટલે અસુરો સમાજ માટે સારા હોય એવા આદેશો ગ્રહણ કરતા નથી અને તેઓ મહાન ઋષિઓના અનુભવોને તેમ જ તેમણે નિર્ધારિત કરેલાં નીતિનિયમોને સ્વીકારતા નથી. તેથી આસુરી લોકોની સામાજિક સ્થિતિ અત્યંત દુઃખમય છે.

શ્લોક ૮

असत्यमप्रतिष्ठं ते जगदाहुरनीश्वरम्।
अपरस्परसम्भूतं किमन्यत्कामहैतुकम्॥८॥

અસત્યમ્—મિથ્યા; **અપ્રતિષ્ઠિમ્**—આધારરહિત; **તે**—તેઓ; **જગત્**—પ્રગટ વિશ્વને; **આહુઃ**—કહે છે; **અનીશ્વરમ્**—નિયંતા વગરનું; **અપરસ્પર**—કારણ વગર; **સમ્ભૂતમ્**—ઉત્પન્ન થયેલું; **કિમ્ અન્યત્**—અન્ય કોઈ કારણ નથી; **કામ હૈતુકમ્**—માત્ર કામવાસનાને કારણે.

અનુવાદ

તેઓ કહે છે કે આ જગત મિથ્યા છે, તેનો કોઈ આધાર નથી અને તેનું નિયમન કરનાર કોઈ ભગવાન નથી. તેમનું કહેવું છે કે તે કામેચ્છાથી ઉત્પન્ન થયેલું છે અને કામ સિવાય તેનું બીજું કોઈ કારણ નથી.

ભાવાર્થ

આસુરી લોકો એવા નિષ્કર્ષ પર આવે છે કે આ જગત એક માયાજાળ છે. આનું કોઈ કારણ નથી, નિયામક નથી કે કોઈ હેતુ નથી, બધું મિથ્યા છે. તેઓ કહે છે કે આ પ્રગટ વિશ્વ આકસ્મિક રીતે ભૌતિક ક્રિયા તથા પ્રતિક્રિયાને કારણે ઉદ્ભવે છે. તેઓ એવું માનતા નથી કે ઈશ્વરે કોઈ હેતુપૂર્વક આ જગતની રચના કરી છે. તેઓ તેમનો પોતાનો એવો અંગત મત ધરાવે છે કે આ જગત આપોઆપ ઉત્પન્ન થયું છે અને આની પાછળ કોઈ ઈશ્વરનો હાથ રહેલો છે એમ વિશ્વાસ કરવાનું કોઈ કારણ નથી. તેમને મન જડ પદાર્થ અને ચેતન આત્મામાં કોઈ તફાવત નથી અને તેઓ પરમ આત્માને સ્વીકારતા નથી. તેમના મતે દરેક વસ્તુ માત્ર પદાર્થ છે અને સંપૂર્ણ જગત જાણે અજ્ઞાનનો પિંડ છે. તેમના મંતવ્ય મુજબ પ્રત્યેક વસ્તુ શૂન્ય છે અને જે સૃષ્ટિ દૃષ્ટિગોચર થાય છે, તે તો દૃષ્ટિભ્રમને કારણે હોય છે. તેઓ એવું માની લે છે કે જેવી રીતે સ્વપ્નમાં આપણે એવી અનેક વસ્તુઓનું સર્જન કરીએ છીએ કે જેમનું કોઈ અસ્તિત્વ હોતું નથી, પણ જાગ્યા પછી બધું માત્ર સ્વપ્ન હોવાનું જણાય છે, તેમ વૈવિધ્યસભર આ

સમગ્ર સર્જન અજ્ઞાનનું પ્રદર્શન છે. પરંતુ જોકે અસુરો કહે છે કે જીવન એક સ્વપ્ન છે, છતાં તેઓ આ સ્વપ્નસુખ માણવામાં બહુ કાબેલ હોય છે. તેથી જ્ઞાન સંપાદન કર્યા વિના તેઓ સ્વપ્નસૃષ્ટિમાં વધુ ને વધુ ગૂંચવાય છે. તેઓ એવો નિષ્કર્ષ કાઢે છે કે જેમ પુરુષ અને સ્ત્રી વચ્ચેના સંબંધના પરિણામે બાળક પેદા થાય છે, તેમ આ જગત કોઈ પણ આત્મા વગર ઉત્પન્ન થયું છે. તેમના મતે માત્ર પદાર્થના સંયોગથી જ જીવો ઉત્પન્ન થયા છે અને આત્માના અસ્તિત્વને કોઈ સ્થાન નથી. જેવી રીતે અનેક સજીવ પ્રાણી પરસેવામાંથી અને મૃત શરીરમાંથી અકારણ ઉત્પન્ન થાય છે, તેમ આ સર્વ જીવસૃષ્ટિ દૃશ્ય જગતના ભૌતિક સંયોગોમાંથી પ્રગટ થઈ જાય છે. માટે ભૌતિક પ્રકૃતિ જ આ જગતની કારણરૂપ છે, આનું કોઈ અન્ય કારણ નથી. તેઓ ભગવદ્‌ગીતાનાં આ વચનો માનતા નથી—*મયાધ્યક્ષેણ પ્રકૃતિઃ સૂયતે સચરાચરમ્*—"અખિલ ભૌતિક જગત મારી દેખરેખ હેઠળ ગતિશીલ થયેલું છે." બીજા શબ્દોમાં, અસુરોને જગતના સર્જનનું પૂરેપુરું જ્ઞાન નથી, દરેકનો કોઈ ને કોઈ અંગત સિદ્ધાંત છે. તેમના મતે શાસ્ત્રોની એક વ્યાખ્યા અન્ય કોઈ વ્યાખ્યા સમાન જ છે, કારણ કે તેઓ શાસ્ત્રોક્ત આદેશોના પ્રમાણભૂત જ્ઞાનમાં વિશ્વાસ ધરાવતા નથી.

શ્લોક ૯

एतां दृष्टिमवष्टभ्य नष्टात्मानोऽल्पबुद्धयः।
प्रभवन्त्युग्रकर्माणः क्षयाय जगतोऽहिताः॥ ९॥

એતામ્—આ; **દૃષ્ટિમ્**—દૃષ્ટિને; **અવષ્ટભ્ય**—સ્વીકારીને; **નષ્ટ**—ખોઈને; **આત્માનઃ**—પોતાને; **અલ્પ બુદ્ધયઃ**—અલ્પજ્ઞાની; **પ્રભવન્તિ**—આબાદ થાય છે; **ઉગ્રકર્માણઃ**—કષ્ટદાયક કાર્યોમાં પરોવાયેલા; **ક્ષયાય**—વિનાશ માટે; **જગતઃ**—જગતના; **અહિતાઃ**—અહિતકારી.

અનુવાદ

આવા નિષ્કર્ષોને અનુસરનારા આત્મજ્ઞાન ગુમાવી દીધેલા બુદ્ધિહીન આસુરી લોકો એવા અહિતકર અને ભયાવહ કાર્યોમાં પરોવાયેલા રહે છે કે જે જગતના વિનાશ માટે હોય છે.

ભાવાર્થ

આસુરી લોકો એવાં કાર્યોમાં વ્યસ્ત રહે છે કે જે જગતને વિનાશ તરફ દોરી જશે. ભગવાન અહીં કહે છે કે તેઓ ઓછી બુદ્ધિવાળા છે. ભૌતિકવાદી કે જેમને ઈશ્વર વિશે કોઈ ખ્યાલ હોતો નથી, તેઓ એમ માની લે છે કે

પોતે પ્રગતિ કરી રહ્યા છે. પરંતુ ભગવદ્ગીતા પ્રમાણે તેઓ બુદ્ધિહીન તથા સમજણ વિનાના હોય છે. તેઓ આ જગતને વધારે ને વધારે ભોગવવાનો પ્રયત્ન કરતા હોય છે, તેથી ઇન્દ્રિયતૃપ્તિ અર્થે કોઈ નવું સંશોધન કરવામાં વ્યસ્ત રહે છે. આવી ભૌતિક શોધોને માનવ સભ્યતાનો વિકાસ ગણવામાં આવે છે, પરંતુ આનું પરિણામ એવું હોય છે કે લોકો વધુને વધુ હિંસક તથા ક્રૂર બને છે અને તેઓ પ્રાણીઓ પ્રત્યે તેમ જ અન્ય મનુષ્યો પ્રત્યે પણ નિર્દય બને છે. એકબીજા પ્રત્યે કેવું આચરણ રાખવું, તેનો તેમને કશો ખ્યાલ રહેતો નથી. આસુરી લોકોમાં પશુવધ બહુ પ્રાધાન્ય ધરાવે છે. આવા લોકોને જગતના શત્રુ ગણવામાં આવે છે, કારણ કે અંતે તેઓ એવું કંઈક સર્જન કે સંશોધન કરશે કે જેનાથી બધાનો નાશ થઈ જશે. પરોક્ષ રીતે આ શ્લોક અણુશસ્ત્રોના આવિષ્કારની પૂર્વકલ્પના કરે છે કે જે વિશે આજે સમગ્ર જગત ગર્વ ધરાવે છે. કોઈ પણ ક્ષણે યુદ્ધ થઈ શકે છે અને આ અણુશસ્ત્રો વિનાશ સર્જી શકે છે. આવી વસ્તુઓ જગતના વિનાશના ઉદ્દેશથી જ ઉત્પન્ન કરાય છે અને અહીં તેનો સંકેત કર્યો છે. આવાં શસ્ત્રો નિરીશ્વરતાને લીધે જ શોધાય છે, પરંતુ તેઓ જગતનાં સુખશાંતિ માટે હોતાં નથી.

શ્લોક ૧૦ **काममाश्रित्य दुष्पूरं दम्भमानमदान्विताः ।**
मोहाद्गृहीत्वासद्ग्राहान्प्रवर्तन्तेऽशुचिव्रताः ॥ १० ॥

કામમ્—કામ, વિષયભોગનો; **આશ્રિત્ય**—આશ્રય લઈને; **દુષ્પૂરમ્**—ન પૂરાય એવું; **દમ્ભ**—ગર્વ; **માન**—તથા મિથ્યા પ્રતિષ્ઠાના; **મદ અન્વિતાઃ**—મદમાં ડૂબેલા; **મોહાત્**—મોહથી; **ગૃહીત્વા**—ગ્રહણ કરીને; **અસત્**—ક્ષણભંગુર; **ગ્રાહાન્**—વસ્તુઓને; **પ્રવર્તન્તે**—ફાલે છે; **અશુચિ**—અપવિત્ર; **વ્રતાઃ**—વ્રતવાળા.

અનુવાદ

કદાપિ સંતુષ્ટ ન થનારા કામનો આશ્રય લઈને તથા ગર્વના મદમાં તથા મિથ્યા પ્રતિષ્ઠામાં ડૂબેલા આસુરી લોકો આ રીતે મોહગ્રસ્ત થઈને હંમેશાં ક્ષણભંગુર વસ્તુઓ દ્વારા અપવિત્ર કર્મનું વ્રત લેતા હોય છે.

ભાવાર્થ

અહીં આસુરી મનોવૃત્તિનું ચિત્રણ થયું છે. અસુરોને કામની તૃપ્તિ ક્યારેય થતી નથી. તેઓ ભૌતિક સુખ ભોગવવા માટે પોતાની અતૃપ્ત કામનાઓ વધારતા જ રહે છે. જોકે ક્ષણિક વસ્તુઓનો સ્વીકાર કરવાથી

તેઓ સદા ચિંતાગ્રસ્ત રહે છે, તેમ છતાં તેઓ મોહવશ એવાં કામ કરવાનાં ચાલુ રાખે છે. તેઓ અજ્ઞાની હોય છે અને તેથી પોતે ખોટા રસ્તે જઈ રહ્યા છે એ સમજી શકતા નથી. ક્ષણિક વસ્તુઓ સ્વીકારવાને કારણે તેઓ તેમના પોતાના ઈશ્વરનું નિર્માણ કરે છે, પોતાનો મંત્ર નિપજાવે છે અને તદનુસાર કીર્તન કરે છે. આનું પરિણામ એવું આવે છે કે તેઓ બે વસ્તુઓ પ્રત્યે વધુ ને વધુ આકૃષ્ટ થાય છે—એક કામભોગ તથા ધનસંપત્તિનો સંચય. આ સંબંધમાં *અશુચિ વ્રતાઃ* શબ્દ મહત્ત્વપૂર્ણ છે, તેનો અર્થ છે, "અપવિત્ર વ્રતો." આવા આસુરી લોકો દારૂ, સ્ત્રીઓ, જુગાર તથા માંસાહાર પ્રત્યે આસક્ત થાય છે. આ તેમની અશુચિ એટલે અપવિત્ર ટેવો હોય છે. ગર્વ અને મિથ્યાભિમાનથી પ્રેરાયેલા તેઓ ધર્મના એવા નિયમો બનાવી કાઢે છે કે જેમનું સમર્થન વૈદિક આદેશો દ્વારા થતું નથી. આવા આસુરી લોકો દુનિયામાં સૌથી વધારે ધૃણાપાત્ર હોય છે, તેમ છતાં દુનિયામાં કૃત્રિમ રીતે આવા લોકોનું ખોટું સન્માન કરવામાં આવે છે. જોકે તેઓ નરકના માર્ગે આગળ વધતા હોય છે, છતાં તેઓ પોતાને ઘણા પ્રગતિશીલ માને છે.

શ્લોક ૧૧–૧૨

चिन्तामपरिमेयां च प्रलयान्तामुपाश्रिताः।
कामोपभोगपरमा एतावदिति निश्चिताः॥ ११॥
आशापाशशतैर्बद्धाः कामक्रोधपरायणाः।
ईहन्ते कामभोगार्थमन्यायेनार्थसञ्चयान्॥ १२॥

ચિન્તામ્—ભય તથા ચિંતાને; **અપરિમેયામ્**—અમાપ; **ચ**—અને; **પ્રલય અન્તામ્**—મૃત્યુના સમય સુધી; **ઉપાશ્રિતાઃ**—નો આશ્રય લઈને; **કામ ઉપભોગ**—ઈન્દ્રિયતૃપ્તિ; **પરમાઃ**—જીવનનું પરમ ધ્યેય; **એતાવત્**—આટલું; **ઈતિ**—એ રીતે; **નિશ્ચિતાઃ**—નિશ્ચિત કરીને; **આશાપાશ**—આશારૂપી બંધનોથી; **શતૈઃ**—સેંકડો; **બદ્ધાઃ**—બંધાયેલા; **કામ**—કામવાસના; **ક્રોધ**—તથા ક્રોધમાં; **પરાયણાઃ**—સદા સ્થિત રહેલા; **ઈહન્તે**—ઈચ્છે છે; **કામ**—કામ; **ભોગ**—ઈન્દ્રિયભોગ; **અર્થમ્**—ના હેતુથી; **અન્યાયેન**—ગેરકાયદેસર; **અર્થ**—ધનનો; **સઞ્ચયાન્**—સંગ્રહ.

અનુવાદ

તેઓ એવો વિશ્વાસ ધરાવે છે કે ઈન્દ્રિયોની તૃપ્તિ એ જ માનવ સભ્યતાની મુખ્ય જરૂરિયાત છે. એ રીતે અંતકાળ સુધી તેમને અપાર

ચિંતા રહે છે. તેઓ લક્ષાવધિ ચિંતાઓની જાળમાં બંધાયેલા રહીને અને કામ તથા ક્રોધમાં ડૂબેલા રહીને ઈન્દ્રિયતૃપ્તિ માટે અનૈતિક સાધનો દ્વારા ધનસંગ્રહ કરે છે.

ભાવાર્થ

આસુરી લોકો માને છે કે ઈન્દ્રિયભોગ એ જ જીવનનો અંતિમ ઉદ્દેશ છે અને તેઓ પ્રાણ જાય ત્યાં સુધી આ જ વિચારધારાને વળગી રહે છે. તેઓ મૃત્યુ પછીના જીવનમાં માનતા નથી. તેઓ એ પણ માનતા નથી કે મૃત્યુ પછી મનુષ્યને આ જગતમાં પોતાના કર્માનુસાર વિવિધ પ્રકારનાં શરીર ધારણ કરવાં પડે છે. જીવન માટેની તેમની યોજનાઓનો ક્યારેય અંત આવતો નથી અને તેઓ એક પછી એક બીજી યોજના બનાવતા રહે છે કે જે કદાપિ સમાપ્ત થતી નથી. અમને આવી આસુરી મનોવૃત્તિવાળા એક માણસનો અંગત અનુભવ છે કે જે અંતકાળ વખતે પણ વૈદ્યને પોતાનું જીવન વધુ ચાર વર્ષ લંબાવવા આજીજી કરતો હતો, કારણ કે તેની યોજનાઓ ત્યારે પણ અધૂરી હતી. આવા મૂર્ખ લોકો જાણતા નથી કે વૈદ્ય એક ક્ષણ માટે પણ જીવનને લંબાવી શકતો નથી. જ્યારે મૃત્યુનું તેડું આવે છે, ત્યારે મનુષ્યની ઈચ્છાનો વિચાર કરવામાં આવતો નથી. કુદરતના કાયદા કોઈ પણ મનુષ્યને નિશ્ચિત અવધિથી વધુ એક ક્ષણનો પણ ભોગ કરવાની રજા આપતા નથી.

આસુરી માણસ ઈશ્વર અથવા પોતાની અંદર વિદ્યમાન પરમાત્મામાં શ્રદ્ધા ધરાવતો નથી અને માત્ર ઈન્દ્રિયતૃપ્તિ ખાતર સર્વ પ્રકારનાં પાપકર્મ કરતો રહે છે. તે જાણતો નથી કે તેના હૃદયમાં એક સાક્ષી હાજર છે. પરમાત્મા દરેક જીવનાં કાર્યો જોતા રહે છે. ઉપનિષદોમાં કહ્યું છે તેમ એક વૃક્ષ પર બે પક્ષી બેઠાં છે, એક પક્ષી કર્મ કરતું શાખા પર લાગેલાં સુખ-દુઃખરૂપી ફળ ભોગવે છે અને બીજું તેનું સાક્ષી છે. પરંતુ આસુરી માણસને ન તો વૈદિક શાસ્ત્રનું જ્ઞાન છે અને ન તો તેને કોઈ શ્રદ્ધા છે. તેથી તે ઈન્દ્રિયભોગ ખાતર ગમે તે કરવા પોતાને સ્વતંત્ર માને છે અને પરિણામની પરવા કરતો નથી.

શ્લોક ૧૩–૧૫

इदमद्य मया लब्धमिमं प्राप्स्ये मनोरथम्।
इदमस्तीदमपि मे भविष्यति पुनर्धनम्॥१३॥

असौ मया हतः शत्रुर्हनिष्ये चापरानपि।
ईश्वरोऽहमहं भोगी सिद्धोऽहं बलवान्सुखी॥ १४॥
आढ्योऽभिजनवानस्मि कोऽन्योऽस्ति सदृशो मया।
यक्ष्ये दास्यामि मोदिष्य इत्यज्ञानविमोहिताः॥ १५॥

ઈદમ્—આ; **અદ્ય**—આજે; **મયા**—મારા વડે; **લબ્ધમ્**—મેળવાયું; **ઈમમ્**—આ; **પ્રાપ્સ્યે**—પ્રાપ્ત કરીશ; **મનઃ રથમ્**—મારી ઈચ્છા પ્રમાણે; **ઈદમ્**—આ; **અસ્તિ**—છે; **ઈદમ્**—આ; **અપિ**—પણ; **મે**—મારું; **ભવિષ્યતિ**—ભવિષ્યમાં વધી જશે; **પુનઃ**—વળી; **ધનમ્**—ધન; **અસૌ**—તે; **મયા**—મારા વડે; **હતઃ**—મરાયો; **શત્રુઃ**—શત્રુ; **હનિષ્યે**—હણીશ; **ચ**—પણ; **અપરાન્**—બીજાઓને; **અપિ**—નક્કી; **ઈશ્વરઃ**—પ્રભુ, સ્વામી; **અહમ્**—હું; **અહમ્**—હું; **ભોગી**—ભોક્તા; **સિદ્ધઃ**—સિદ્ધ; **અહમ્**—હું છું; **બલવાન્**—શક્તિશાળી; **સુખી**—સુખી; **આઢ્યઃ**—ધનાઢ્ય; **અભિજનવાન્**—કુળવાન સબંધીઓથી વીંટળાયેલો; **અસ્મિ**—હું છું; **કઃ**—કોણ; **અન્યઃ**—બીજો; **અસ્તિ**—છે; **સદૃશઃ**—સમાન; **મયા**—મારાથી; **યક્ષ્યે**—હું યજ્ઞ કરીશ; **દાસ્યામિ**—દાન આપીશ; **મોદિષ્યે**—મોજ કરીશ; **ઈતિ**—એ રીતે; **અજ્ઞાન**—અજ્ઞાનથી; **વિમોહિતાઃ**—મોહગ્રસ્ત થયેલા.

અનુવાદ

આસુરી માણસો વિચારે છે, "આજે મારી પાસે આટલું ધન છે અને મારી યોજનાઓ દ્વારા હું વળી વધારે ધન મેળવીશ. હાલમાં મારી પાસે આટલું છે અને ભવિષ્યમાં તે વધીને વધારે થઈ જશે. તે મારો શત્રુ છે અને મેં તેને મારી નાખ્યો છે અને મારા બીજા શત્રુઓ પણ માર્યા જશે. હું બધી વસ્તુઓનો સ્વામી છું. હું ભોક્તા છું. હું સિદ્ધ છું, શક્તિશાળી અને સુખી છું. હું સૌથી વધુ ધનવાન છું તથા મારી આજુબાજુ મારા કુળવાન સંબંધીઓ છે. કોઈ અન્ય મારા જેવો બળવાન તથા સુખી નથી. હું યજ્ઞો કરીશ, હું દાન આપીશ અને એ રીતે આનંદ માણીશ." આ પ્રમાણે આવા મનુષ્યો મોહમાં ફસાયેલા હોય છે.

શ્લોક ૧૬
अनेकचित्तविभ्रान्ता मोहजालसमावृताः।
प्रसक्ताः कामभोगेषु पतन्ति नरकेऽशुचौ॥ १६॥

અનેક—અનેક; **ચિત્ત**—ચિંતાઓથી; **વિભ્રાન્તાઃ**—ઉદ્વિગ્ન થયેલા; **મોહ**—મોહની; **જાલ**—જાળથી; **સમાવૃત્તાઃ**—ઘેરાયેલા; **પ્રસક્તાઃ**—આસક્ત; **કામ ભોગેષુ**—ઇન્દ્રિયતૃપ્તિમાં; **પતન્તિ**—પતન પામે છે; **નરકે**—નરકમાં; **અશુચૌ**—અપવિત્ર.

અનુવાદ

આ પ્રમાણે વિવિધ ચિંતાઓથી ઉદ્વિગ્ન થયેલા અને મોહજાળના બંધનમાં ફસાયેલા તેઓ ઇન્દ્રિયભોગમાં અત્યંત આસક્ત બને છે તથા નરકમાં પડે છે.

ભાવાર્થ

આસુરી માણસ તેની ધન મેળવવાની ઇચ્છાની કોઈ સીમા જાણતો નથી. તેની ઇચ્છા અમર્યાદિત હોય છે. તે માત્ર એટલું જ વિચારતો હોય છે કે તેની પાસે અત્યારે કેટલી સંપત્તિ છે અને એવી યોજના ઘડે છે કે સંપત્તિનો તે સંગ્રહ વધતો જ જાય. એ જ કારણસર તે ગમે તેવાં પાપકર્મ કરવામાં અચકાતો નથી તથા અનૈતિક તૃપ્તિ માટે કાળાબજાર કરે છે. તે પોતાની સંપત્તિ જેમ કે જમીન, પરિવાર, મકાન, બેંકમાંની મૂડી વગેરે ઉપર મુગ્ધ હોય છે અને તેમાં વધારો કરવાની યોજના હંમેશાં કરતો રહે છે. તે પોતાની શક્તિ પર જ આધાર રાખે છે અને જાણતો નથી કે પોતે જે સંપત્તિ પ્રાપ્ત કરી રહ્યો છે, તે પૂર્વે કરેલાં સત્કર્મોનું ફળ છે. તેને આવી વસ્તુઓ એકત્ર કરવાની તક આપવામાં આવે છે, પરંતુ પૂર્વજન્મનાં કારણોનો તેને ખ્યાલ હોતો નથી. તે તો માત્ર એટલું જ માને છે કે પોતાની સંપત્તિનો સંચય પોતાના ઉદ્યમથી જ થયો છે. આસુરી મનુષ્ય તેના પોતાના કાર્યની શક્તિમાં વિશ્વાસ રાખે છે, પરંતુ કર્મના નિયમોમાં માનતો નથી. કર્મના નિયમ પ્રમાણે પૂર્વજન્મમાં સત્કર્મ કરવાના પરિણામે મનુષ્ય ઉચ્ચ કુળમાં જન્મે છે અથવા ધનવાન બને છે કે સુશિક્ષિત કે ઘણો રૂપાળો થાય છે. પરંતુ આસુરી માણસો માને છે કે આ બધી વસ્તુઓ આકસ્મિક હોય છે તથા પોતાના અંગત સામર્થ્યને લીધે મળે છે. તેને વિભિન્ન પ્રકારના લોકો, સુંદરતા તથા શિક્ષણની પાછળ કોઈ વ્યવસ્થા (યોજના) હોવાનું ભાન થતું નથી. આવા આસુરી માણસની હરીફાઈમાં જે કોઈ સામે આવે છે, તે તેનો શત્રુ બની જાય છે. આવા અસુરી માણસો ઘણા છે અને તેઓમાંનો દરેક અન્ય લોકોનો શત્રુ હોય છે. આ શત્રુતા પહેલાં મનુષ્યો વચ્ચે, પછી કુટુંબો વચ્ચે, તે પછી સમાજો વચ્ચે અને અંતે

રાષ્ટ્રો વચ્ચે વધતી જાય છે. તેથી દુનિયાભરમાં નિરંતર સંઘર્ષ, યુદ્ધ તથા શત્રુતા ચાલ્યા કરે છે.

દરેક આસુરી માણસ વિચારે છે કે તે પોતે અન્ય સર્વના ભોગે જીવી શકે છે. સામાન્ય રીતે આવો માણસ પોતાને જ સર્વોપરી ઈશ્વર માને છે અને આસુરી પ્રચારક પોતાના અનુયાયી લોકોને કહે છે કે, "તમે ઈશ્વરની શોધ અન્યત્ર શા માટે કરી રહ્યા છો? તમે પોતે જ ઈશ્વર છો! તમે મન ફાવે તેમ કરી શકો છો. ઈશ્વરમાં વિશ્વાસ કરશો નહીં. ઈશ્વરને કાઢી મૂકો. ઈશ્વર મરણ પામ્યો છે." આ જ આસુરી લોકોનો ઉપદેશ હોય છે.

આસુરી માણસ બીજાઓને પોતાના સમાન અથવા પોતાના કરતાં વધારે ધનવાન તથા પ્રભાવશાળી જુએ છે, તેમ છતાં તે એવું જ વિચારે છે કે પોતાના કરતાં અન્ય કોઈ વધુ ધનાઢ્ય કે પ્રભાવશાળી નથી. ઉચ્ચ લોકમાં જવાની બાબતમાં તે યજ્ઞ કરવામાં માનતો નથી. અસુરો એમ માને છે કે તેઓ પોતાની યજ્ઞપદ્ધતિ બનાવી લેશે તથા એવું યંત્ર બનાવી લેશે કે જેના વડે તેઓ ગમે તે ઉચ્ચ લોકમાં જઈ શકશે. આવા અસુરી માણસનું સર્વશ્રેષ્ઠ ઉદાહરણ રાવણ હતો. તેણે માણસો સમક્ષ એવી યોજના પ્રસ્તુત કરી હતી કે પોતે એક એવી સીડી બનાવશે, જેના દ્વારા કોઈ પણ વ્યક્તિ વેદોક્ત યજ્ઞો કર્યા વગર જ સ્વર્ગલોકમાં જઈ શકશે. તેવી રીતે આધુનિક યુગના આસુરી માણસો યંત્રપદ્ધતિ દ્વારા ઉચ્ચતર ગ્રહમંડળોમાં જવાનો પ્રયાસ કરી રહ્યા છે. આ બધાં જ મોહનાં ઉદાહરણો છે. પરિણામ એ આવે છે કે તેમની જાણ વિના જ તેઓ નરકના માર્ગે આગળ વધે છે. અહીં સંસ્કૃત શબ્દ *મોહ-જાલ* બહુ મહત્ત્વપૂર્ણ છે. *જાલ* એટલે જાળ. જાળમાં ફસાયેલી માછલીની જેમ તેઓ મોહરૂપી જાળમાં ફસાઈને તેમાંથી બહાર નીકળી શકતા નથી.

શ્લોક ૧૭
आत्मसम्भाविताः स्तब्धा धनमानमदान्विताः।
यजन्ते नामयज्ञैस्ते दम्भेनाविधिपूर्वकम्॥ १७॥

આત્મ સમ્ભાવિતાઃ—પોતાને શ્રેષ્ઠ માનનારા; **સ્તબ્ધાઃ**—ઉદ્ધત; **ધનમાન**—ધન તથા મિથ્યા અભિમાન; **મદ**—મદમાં; **અન્વિતાઃ**—લીન થયેલા; **યજન્તે**—યજ્ઞ કરે છે; **નામ**—નામમાત્ર માટે; **યજ્ઞૈઃ**—યજ્ઞો દ્વારા; **તે**—તેઓ; **દમ્ભેન**—ઘમંડથી; **અવિધિપૂર્વકમ્**—વિધિવિધાનોનું પાલન કર્યા વગર.

અનુવાદ

પોતાને જ શ્રેષ્ઠ માનનારા, સદા ઉદ્ધત રહેતા, ધનસંપત્તિ તથા મિથ્યાભિમાનથી મોહગ્રસ્ત થયેલા લોકો કોઈ વિધિવિધાનનું પાલન કર્યા વગર કેટલીક વખત નામમાત્ર માટે બહુ ગર્વથી યજ્ઞ કરે છે.

ભાવાર્થ

પોતાને સર્વેસર્વા માનીને, કોઈ પ્રમાણ કે શાસ્ત્રની પરવા કર્યા વિના આસુરી માણસો કોઈ કોઈવાર કહેવાતા ધાર્મિક અથવા યજ્ઞ વિષયક કર્મકાંડ કરતા હોય છે. તેઓ કોઈ પ્રમાણમાં વિશ્વાસ કરતા નથી, તેથી તેઓ ઘમંડી હોય છે. કેટલીક સંપત્તિ તથા ખોટી પ્રતિષ્ઠા પ્રાપ્ત કરવાથી જે મોહ (ભ્રમ) ઉત્પન્ન થાય છે, તેના લીધે જ આવું થાય છે. કેટલીક વખત આવા અસુરો ઉપદેશકનો ભાગ ભજવે છે, લોકોને ગેરરસ્તે દોરે છે અને ધર્મસુધારકો અથવા ઈશ્વરના અવતારો તરીકે પ્રસિદ્ધ થઈ જાય છે. તેઓ યજ્ઞ કરવાનો દેખાવ કરે છે અથવા દેવોનું પૂજન કરે છે અથવા તેમના પોતાના ઈશ્વરને ઉપજાવી કાઢે છે. સામાન્ય લોકો તેમનો ઈશ્વર તરીકે પ્રચાર કરે છે, તેમને પૂજે છે અને મૂર્ખ લોકો તેમને ધર્મ અથવા આધ્યાત્મિક જ્ઞાનના સિદ્ધાંતોમાં ઘણા આગળ વધેલા માને છે. તેઓ સંન્યાસીનો વેશ ધારણ કરી લે છે અને આ વેશમાં રહીને સર્વ પ્રકારનાં અધમ કામો કરે છે. વાસ્તવમાં આ સંસારથી વિરક્ત થનાર માટે અનેક પ્રતિબંધો હોય છે. પરંતુ આ અસુરો આ પ્રતિબંધોની પરવા કરતા નથી. તેઓ માને છે કે જે કોઈ માર્ગ મનુષ્ય નિપજાવી શકે છે, તે જ પોતાનો માર્ગ છે. તેમના મતે એવો કોઈ પ્રમાણભૂત માર્ગ નથી કે જેનું પાલન કરવું પડે. અહીં *અવિધિ પૂર્વકમ્* શબ્દ પર ભાર મૂકવામાં આવ્યો છે, જેનો અર્થ થાય છે, 'વિધિવિધાનોની ઉપેક્ષા કરીને.' આ બધી બાબતો અજ્ઞાન તથા ભ્રમને કારણે થાય છે.

શ્લોક ૧૮ **अहङ्कारं बलं दर्पं कामं क्रोधं च संश्रिताः।**
मामात्मपरदेहेषु प्रद्विषन्तोऽभ्यसूयकाः ॥ १८ ॥

અહઙ્કારમ્—મિથ્યા અભિમાન; **બલમ્**—બળ; **દર્પમ્**—ઘમંડ; **કામમ્**—કામ; **ક્રોધમ્**—ક્રોધ; **ચ**—પણ; **સંશ્રિતાઃ**—શરણાગત થયેલા; **મામ્**—મને;

આત્મ—પોતાને; **પર**—તથા પરાયા; **દેહેષુ**—શરીરોમાં; **પ્રદ્વિષન્તઃ**—નિંદા કરીને; **અભ્યસૂયકા**—ઈર્ષાળુ.

અનુવાદ

મિથ્યા અહંકાર, બળ, દર્પ, કામ તથા ક્રોધથી મોહિત થઈને આસુરી માણસો પોતાના શરીરમાં તથા બીજાઓનાં શરીરોમાં સ્થિત પૂર્ણ પુરુષોત્તમ પરમેશ્વરની ઈર્ષા કરે છે તથા વાસ્તવિક ધર્મની નિંદા કરતા રહે છે.

ભાવાર્થ

આસુરી માણસ ભગવાનની સર્વોપરિતાનો સદાનો વિરોધી હોવાથી શાસ્ત્રોમાં વિશ્વાસ કરવાનું પસંદ કરતો નથી. તે શાસ્ત્રો તથા પૂર્ણ પુરુષોત્તમ પરમેશ્વરના અસ્તિત્વની ઈર્ષા કરે છે. આ ઈર્ષા તેની કહેવાતી પ્રતિષ્ઠા અને ધન તથા શક્તિના સંગ્રહના લીધે ઉત્પન્ન થાય છે. તે જાણતો નથી કે વર્તમાન જીવન હવે પછીના જીવન માટેની તૈયારીરૂપ હોય છે. આ જાણ્યા વિના તે હકીકતમાં પોતાના તથા અન્યો પ્રત્યે પણ દ્વેષ કરે છે. તે અન્ય જીવધારીઓની તથા ખુદ પોતાની હિંસા કરે છે. તે ભગવાનના સર્વોપરી નિયંત્રણની પરવા કરતો નથી, કારણ કે તેને જ્ઞાન હોતું નથી. શાસ્ત્રો તથા પરમેશ્વરની ઈર્ષા કરવાને કારણે ઈશ્વરના અસ્તિત્વની વિરુદ્ધ તે ખોટી દલીલો રજૂ કરે છે અને શાસ્ત્રોના પ્રમાણને માનતો નથી. તે દરેક કાર્યમાં પોતાને સ્વતંત્ર તથા શક્તિશાળી માને છે. તે વિચારતો હોય છે કે શક્તિ, બળ કે સંપત્તિમાં તેનો કોઈ જ બરોબરિયો નહીં હોવાથી, તે ગમે તેવું કામ કરે તોયે તેને કોઈ રોકી શકે નહીં. જો તેનો કોઈ શત્રુ તેને ઇન્દ્રિયભોગનાં કાર્યોમાં આગળ વધવાથી રોકે, તો તે પોતાની શક્તિથી શત્રુને તોડી પાડવાની યોજનાઓ કરે છે.

શ્લોક ૧૯

तानहं द्विषतः क्रूरान्संसारेषु नराधमान्।
क्षिपाम्यजस्रमशुभानासुरीष्वेव योनिषु॥ १९॥

તાન્—તે; **અહમ્**—હું; **દ્વિષતઃ**—ઈર્ષાળુ; **ક્રૂરાન્**—ક્રૂર લોકોને; **સંસારેષુ**—ભવસાગરમાં; **નર અધમાન્**—અધમ માણસોને; **ક્ષિપામિ**—નાખું છું; **અજસ્રમ્**—હંમેશ માટે; **અશુભાન્**—અશુભ; **આસુરીષુ**—આસુરી; **એવ**—નક્કી; **યોનિષુ**—યોનિઓમાં.

અનુવાદ

જે લોકો ઈર્ષાળુ તથા ક્રૂર છે અને નરાધમ છે, તેમને હું વિભિન્ન આસુરી યોનિઓમાં મૂકીને નિરંતર ભવસાગરમાં નાખ્યા કરું છું.

ભાવાર્થ

આ શ્લોકમાં સ્પષ્ટ રીતે દર્શાવ્યું છે કે કોઈ જીવને કોઈ વિશેષ શરીરમાં મૂકવાનો વિશેષ અધિકાર સર્વોપરી પરમેશ્વરને અધીન હોય છે. આસુરી માણસ ભગવાનની સર્વોપરિતા સ્વીકારવા ભલે સંમત ન થાય, અને એ તો હકીકત છે કે તે પોતાની ધૂનમાં આવે તેમ કર્મ કરે, તેમ છતાં તેનો આગામી જન્મ પૂર્ણ પુરુષોત્તમ પરમેશ્વરના નિર્ણયને અધીન રહેશે, તેને પોતાને અધીન રહેશે નહીં. શ્રીમદ્ ભાગવતના ત્રીજા સ્કંધમાં કહેવામાં આવ્યું છે કે મૃત્યુ પછી જીવને માતાના ગર્ભમાં મૂકવામાં આવે છે, જ્યાં સર્વોપરી શક્તિના નિરીક્ષણ હેઠળ તેને વિશેષ પ્રકારનું શરીર પ્રાપ્ત થાય છે. આ કારણથી જ ભૌતિક શરીરમાં આટલી બધી યોનિઓ જોવામાં આવે છે, જેવી કે પશુ, કીટ, મનુષ્ય વગેરે. આ બધું શ્રેષ્ઠ સત્તા અર્થાત્ પરમેશ્વર દ્વારા ગોઠવાય છે. એ આકસ્મિક રીતે થતું નથી. અસુરો વિશે અહીં સાફસાફ કહેવામાં આવ્યું છે કે તેમને સતત અસુરોના ગર્ભમાં મૂકવામાં આવે છે. એ રીતે તેઓ સદા ઈર્ષાળુ રહે છે અને મનુષ્યોમાં સૌથી અધમ હોય છે. આવા અસુરી યોનિના માણસો સદા કામવાસનામય હોય છે, સદા હિંસક તથા દ્વેષી હોય છે અને સદા અપવિત્ર હોય છે. શિકારી માણસોની એવી અનેક જંગલી જાતિઓ હોય છે, જેને આસુરી યોનિવાળા ગણવામાં આવે છે.

શ્લોક ૨૦ **आसुरीं योनिमापन्ना मूढा जन्मनिजन्मनि।**
मामप्राप्यैव कौन्तेय ततो यान्त्यधमां गतिम्॥ २०॥

આસુરીમ્—આસુરી; **યોનિમ્**—યોનિને; **આપન્નાઃ**—પ્રાપ્ત થયેલા; **મૂઢાઃ**—મૂર્ખાઓ; **જન્મનિ જન્મનિ**—જન્મ-જન્માંતરમાં; **મામ્**—મને; **અપ્રાપ્ય**—પામ્યા વિના; **એવ**—જ; **કૌન્તૈય**—હે કુંતીપુત્ર; **તતઃ**—ત્યાર પછી; **યાન્તિ**—જાય છે; **અધમામ્**—અધમ, નિંદ્ય; **ગતિમ્**—ગતિમાં.

અનુવાદ

હે કુંતીપુત્ર, આવા મનુષ્યો આસુરી યોનિમાં વારંવાર જન્મ ગ્રહણ કરીને ક્યારેય મારા સુધી પહોંચી શકતા નથી. તેઓ ક્રમશઃ અત્યંત અધમ જીવનની ગતિને પામે છે.

ભાવાર્થ

ઈશ્વર પરમ કૃપાળુ છે એ તો સુવિદિત છે, પરંતુ અહીં આપણે જોઈએ છીએ કે ભગવાન આસુરી લોકો પ્રત્યે કદાપિ દયા કરતા નથી. અહીં બહુ સ્પષ્ટપણે જણાવ્યું છે કે આસુરી લોકોને જન્મોજનમ એવા જ આસુરી ગર્ભમાં મૂકવામાં આવે છે અને પરમેશ્વરની કૃપા પામ્યા વિના તેઓ અધઃપતન પામ્યા કરે છે અને છેવટે તેમને કૂતરા, બિલાડાં કે ડુક્કરો જેવાં શરીરો મળે છે. અહીં એમ પણ સ્પષ્ટ રીતે જણાવ્યું છે કે આવા અસુરો જીવનની કોઈ પણ અવસ્થામાં ઈશ્વરકૃપા પામવા ભાગ્યશાળી થતા નથી. વેદોમાં પણ કહ્યું છે કે આવા માણસો ક્રમશઃ પતન પામતા રહીને અંતે શ્વાન-શૂકર બને છે. અહીં એવી દલીલ થઈ શકે છે કે જો ઈશ્વર આ અસુરો પ્રત્યે દયાળુ ન હોય, તો તેમનો પરમ કૃપાળુ તરીકે પ્રચાર થવો ન જોઈએ. આ દલીલના જવાબમાં વેદાંતસૂત્રમાં આપણને જોવા મળે છે કે પરમેશ્વર કોઈ જીવ પ્રત્યે દ્વેષભાવ ધરાવતા નથી. અસુરોને અધમ યોનિમાં મૂકવું એ તો તેમની કૃપાનું બીજું વિશિષ્ટ લક્ષણ છે. કેટલીક વખત ભગવાન અસુરોનો સંહાર કરે છે, પરંતુ અસુરો માટે આવું મરણ પણ શુભ હોય છે, કારણ કે આપણે વૈદિક સાહિત્યમાંથી જાણીએ છીએ કે પરમેશ્વરના હાથે મરણ પામનાર મુક્તિ પામે છે. ઈતિહાસમાં રાવણ, કંસ, હિરણ્યકશિપુ વગેરે અસુરોનાં અનેક ઉદાહરણો છે કે જેમનો સંહાર કરવા માટે ભગવાને વિવિધ અવતારો પ્રગટ કર્યા. માટે જો અસુરો ભગવાનના હાથે મૃત્યુ પામવા જેટલા ભાગ્યશાળી બને, તો તેમના ઉપર ઈશ્વર કૃપા કરે છે.

શ્લોક ૨૧

त्रिविधं नरकस्येदं द्वारं नाशनमात्मनः।
कामः क्रोधस्तथा लोभस्तस्मादेतत्त्रयं त्यजेत्॥ २१॥

ત્રિવિધમ્—ત્રણ પ્રકારનું; **નરકસ્ય**—નરકનું; **ઈદમ્**—આ; **દ્વારમ્**—દ્વાર; **નાશનમ્**—વિનાશકારી; **આત્મનઃ**—આત્માનું; **કામઃ**—કામવાસના; **ક્રોધઃ**—ગુસ્સો; **તથા**—અને; **લોભઃ**—લોભ; **તસ્માત્**—માટે; **એતત્**—આ; **ત્રયમ્**—ત્રણને; **ત્યજેત્**—તજવા જોઈએ.

અનુવાદ

આ નરકનાં ત્રણ દ્વાર છે—કામ, ક્રોધ અને લોભ. દરેક શાણા મનુષ્યે તેમનો ત્યાગ કરવો જોઈએ, કારણ કે તેમનાથી આત્માનું પતન થાય છે.

ભાવાર્થ

અહીં આસુરી જીવનની શરૂઆતનું વર્ણન થયું છે. મનુષ્ય તેની કામવાસના સંતોષવાનો પ્રયત્ન કરે છે, પણ જ્યારે તે તેમ ન કરી શકે, ત્યારે ક્રોધ તથા લોભ ઉત્પન્ન થાય છે. આસુરી યોનિમાં અધઃપતિત થવા ન ઈચ્છતા સુજ્ઞ મનુષ્યે આ ત્રણ શત્રુઓનો ત્યાગ કરવાનો પ્રયત્ન અવશ્ય કરવો જોઈએ, કારણ કે આ શત્રુઓ આત્માનું હનન એટલે સુધી કરે છે કે ભવબંધનમાંથી મુક્તિની કોઈ શક્યતા રહેતી નથી.

શ્લોક ૨૨ **एतैर्विमुक्तः कौन्तेय तमोद्वारैस्त्रिभिर्नरः।**
आचरत्यात्मनः श्रेयस्ततो याति परां गतिम्॥ २२॥

એતૈઃ—એમનાથી; **વિમુક્તઃ**—મુક્ત થયેલ; **કૌન્તેય**—હે કુંતીપુત્ર; **તમઃ દ્વારૈઃ**—અજ્ઞાનનાં દ્વારોથી; **ત્રિભિઃ**—ત્રણ પ્રકારના; **નરઃ**—મનુષ્ય; **આચરતિ**—કરે છે; **આત્મનઃ**—પોતાને માટે; **શ્રેયઃ**—કલ્યાણ; **તતઃ**—ત્યાર પછી; **યાતિ**—જાય છે; **પરામ્**—પરમ; **ગતિમ્**—ગંતવ્યને.

અનુવાદ

હે કુંતીપુત્ર, જે મનુષ્ય નરકનાં આ ત્રણ દ્વારોથી બચી ગયેલો હોય છે, તે આત્મ-સાક્ષાત્કાર માટે કલ્યાણકારી કાર્ય કરે છે અને પછી ક્રમશઃ પરમ ગતિ પામે છે.

ભાવાર્થ

વ્યક્તિએ માનવ જીવનના આ કામ, ક્રોધ તથા લોભરૂપ શત્રુઓથી અત્યંત સાવધ રહેવું જોઈએ. જે મનુષ્ય આ ત્રણ શ્રેણીથી જેટલો મુક્ત થશે, તેટલું જ તેનું જીવન શુદ્ધ થશે. ત્યારે તે વૈદિક શાસ્ત્રવિહિત વિધિવિધાનોનું પાલન કરી શકે છે. માનવ જીવનના નિયામક સિદ્ધાંતોનું આચરણ કરવાથી મનુષ્ય પોતાને આધ્યાત્મિક સાક્ષાત્કારની ભૂમિકા તરફ અગ્રસર કરે છે. જો તે એટલો ભાગ્યશાળી હોય કે આવા અભ્યાસથી તે કૃષ્ણભાવનામૃતની ભૂમિકા સુધી ઉન્નત થઈ શકે, તો તે નક્કી સફળતાને વરે છે. વૈદિક સાહિત્યમાં કર્મ તથા કર્મફળના માર્ગો નિયત થયેલા છે કે જેથી મનુષ્ય શુદ્ધિ (સંસ્કાર)ની અવસ્થા સુધી પહોંચી શકે. એ બધી પદ્ધતિઓ કામ, ક્રોધ તથા લોભના ત્યાગ પર આધારિત છે. આ વિધિનું જ્ઞાન પામીને મનુષ્ય આત્મ-સાક્ષાત્કારની ઉચ્ચ ભૂમિકા સુધી ઉન્નત થઈ શકે છે અને આ આત્મ-સાક્ષાત્કારની પૂર્ણતા (સિદ્ધિ) ભક્તિમાં થાય છે. એવી ભક્તિમાં

બદ્ધ જીવની મુક્તિ વિશે ખાતરી હોય છે. તેથી વૈદિક પદ્ધતિ પ્રમાણે ચાર આશ્રમો તથા ચાર વર્ણોનું વિધાન કરવામાં આવ્યું છે. વિભિન્ન વર્ણો માટે વિભિન્ન વિધિવિધાનોની વ્યવસ્થા છે. જો મનુષ્ય તેમને અનુસરી શકે, તો તે આપોઆપ જ આત્મ-સાક્ષાત્કારના સર્વોચ્ચ પદને પ્રાપ્ત કરી લે છે અને ત્યારે તેની મુક્તિમાં કોઈ શંકાને સ્થાન રહેતું નથી.

શ્લોક ૨૩ **યઃ શાસ્ત્રવિધિમુત્સૃજ્ય વર્તતે કામકારતઃ।**
ન સ સિદ્ધિમવાપ્નોતિ ન સુખં ન પરાં ગતિમ્॥ ૨૩॥

યઃ—જે મનુષ્ય; **શાસ્ત્ર વિધિમ્**—શાસ્ત્રોની વિધિને; **ઉત્સૃજ્ય**—છોડી દઈને; **વર્તતે**—કર્યા કરે છે; **કામકારતઃ**—કામવશ થઈને વગર વિચાર્યું કરે છે; **ન**—કદી નહીં; **સઃ**—તે; **સિદ્ધિમ્**—સિદ્ધિ; **અવાપ્નોતિ**—પામે છે; **ન**—કદી નહીં; **સુખમ્**—સુખ; **ન**—કદી નહીં; **પરામ્**—દિવ્ય; **ગતિમ્**—ગતિને.

અનુવાદ

જે મનુષ્ય શાસ્ત્રોના આદેશોની અવહેલના કરે છે અને પોતાની ધૂનમાં આવે તેમ મનસ્વી વર્તન કરે છે, તે નથી સિદ્ધિ પામતો, નથી સુખ પામતો કે નથી પરમ ગતિ પામતો.

ભાવાર્થ

અગાઉ વર્ણવ્યા પ્રમાણે માનવ સમાજના વિભિન્ન આશ્રમો તથા વર્ણો માટે *શાસ્ત્ર-વિધિ* આપેલી હોય છે. દરેક મનુષ્યે આ વિધિવિધાનોનું પાલન કરવાનું હોય છે. જો મનુષ્ય તેમનું પાલન ન કરે અને કામ, લોભ તથા ઈચ્છાનુસાર મનસ્વીપણે કાર્ય કરે, તો તેને જીવનમાં ક્યારેય સિદ્ધિ પ્રાપ્ત થઈ શકે નહીં. બીજા શબ્દોમાં, મનુષ્ય ભલે આ બધી બાબતો સિદ્ધાંતરૂપે જાણતો હોય, પરંતુ જો તે પોતાના જીવનમાં તે પ્રમાણે આચરણ કરે નહીં, તો તેને અધમ જાણવો. મનુષ્યયોનિમાં જીવ પાસેથી એવી અપેક્ષા રખાય છે કે તે બુદ્ધિમાન બને અને સર્વોચ્ચ ભૂમિકા સુધી જીવનને ઉન્નત કરવા માટે આપેલાં વિધિવિધાનોનું પાલન કરે. પરંતુ જો તે પાલન કરતો નથી, તો તેનું અધઃપતન થઈ જાય છે. તેમ છતાં જે મનુષ્ય વિધિવિધાનો તથા નૈતિક સિદ્ધાંતોનું પાલન કરે છે, પણ અંતે પરમેશ્વરને સમજવા પામતો નથી, તો તેનું બધું જ્ઞાન વ્યર્થ થઈ જાય છે. અને જો તે ઈશ્વરના અસ્તિત્વનો સ્વીકાર પણ કરે, પરંતુ જો તે ભગવાનની સેવામાં પોતાને પરોવતો નથી, તો તેના પ્રયાસ નિષ્ફળ નીવડે છે. માટે મનુષ્યે ધીરે ધીરે

પોતાની જાતને કૃષ્ણભાવનામૃત તથા ભક્તિમય સેવાની ભૂમિકા સુધી ઉન્નત કરવી જોઈએ. ત્યારે જ તે સર્વોપરી પૂર્ણાવસ્થા પ્રાપ્ત કરી શકે, અન્યથા નહીં.

કામ કારતઃ શબ્દ અગત્યનો અર્થ સૂચવે છે. જે મનુષ્ય જાણીજોઈને નિયમોનું અતિક્રમણ કરે છે, તે કામને વશ થઈને કર્મ કરે છે. તે જાણે છે કે આમ કરવાનો નિષેધ કરવામાં આવ્યો છે, છતાં તે એમ જ કરે છે. તેથી તે મનસ્વી કહેવાય છે. તે જાણે છે કે આ મુજબ કરવું જોઈએ, છતાં તે તેમ કરતો નથી, તેથી તેને તરંગી કહેવાય છે. પરમેશ્વર આવા મનુષ્યોને અવશ્ય સજા કરે છે. આવા માણસોને મનુષ્ય જીવનની પૂર્ણતા પ્રાપ્ત થઈ શકતી નથી. મનુષ્યનું જીવન તો ખાસ કરીને પોતાના અસ્તિત્વને શુદ્ધ કરવા માટે નિર્માયેલું છે અને જે મનુષ્ય વિધિવિધાનોનું પાલન કરતો નથી, તે પોતાને શુદ્ધ કરી શકતો નથી અને તેને વાસ્તવિક સુખની પ્રાપ્તિ પણ થતી નથી.

શ્લોક ૨૪

तस्माच्छास्त्रं प्रमाणं ते कार्याकार्यव्यवस्थितौ।
ज्ञात्वा शास्त्रविधानोक्तं कर्म कर्तुमिहार्हसि॥ २४॥

તસ્માત્—તેથી; **શાસ્ત્રમ્**—શાસ્ત્રો; **પ્રમાણમ્**—પુરાવો; **તે**—તારું; **કાર્ય**—કર્તવ્ય; **અકાર્ય**—પ્રતિબંધિત કાર્યો; **વ્યવસ્થિતૌ**—નક્કી કરવામાં; **જ્ઞાત્વા**—જાણીને; **શાસ્ત્ર**—શાસ્ત્રનું; **વિધાન**—નિયમનો; **ઉક્તમ્**—જાહેર કરેલાં; **કર્મ**—કર્મ; **કર્તુમ્**—કર; **ઈહ**—આ જગતમાં; **અર્હસિ**—તારે કરવું જોઈએ.

અનુવાદ

તેથી મનુષ્યે શાસ્ત્રોનાં નિયમનો પરથી સમજવું જોઈએ કે શું કર્તવ્ય છે અને શું કર્તવ્ય નથી. આવા નિયમો અને નિયંત્રણોને જાણીને મનુષ્યે એવી રીતે કર્મ કરવું જોઈએ કે જેથી તે ક્રમે ક્રમે ઉન્નતિ પામી શકે.

ભાવાર્થ

પંદરમા અધ્યાયમાં જણાવ્યા પ્રમાણે વેદોના સર્વ નિયમો અને નિયંત્રણો કૃષ્ણને જાણવા માટે જ યોજાયેલાં છે. જો મનુષ્ય ભગવદ્ગીતા દ્વારા કૃષ્ણને જાણી લે તથા ભક્તિયુક્ત સેવામાં પરોવાઈને કૃષ્ણભક્તિમાં સ્થિત થઈ જાય, તો તે વૈદિક સાહિત્યમાંથી પ્રાપ્ત થયેલા જ્ઞાનની સર્વોચ્ચ પૂર્ણતા સુધી પહોંચી જાય છે. ભગવાન ચૈતન્ય મહાપ્રભુએ આ વિધિને બહુ સહેલી બનાવી છે. તેમણે લોકોને કેવળ—

હરે કૃષ્ણ હરે કૃષ્ણ કૃષ્ણ કૃષ્ણ હરે હરે।
હરે રામ હરે રામ રામ રામ હરે હરે॥

આ મહામંત્રનો જપ કરવાનું, ભગવાનની ભક્તિમાં પરોવાઈ જવાનું અને ભગવાનને ધરાવેલા ભોજનના શેષને પ્રસાદ તરીકે ગ્રહણ કરવાનું કહ્યું છે. જે મનુષ્ય આ ભક્તિકાર્યોમાં સંલગ્ન રહે છે, તેણે સર્વ વૈદિક સાહિત્યનું અધ્યયન કરી લીધું છે તેમ જાણવું. તે પૂર્ણપણે તેનો સાર સમજી ગયો છે. બેશક, એવા સામાન્ય મનુષ્યો માટે કે જેઓ કૃષ્ણભાવનાપરાયણ નથી કે ભગવાનની સેવામાં લાગેલા નથી, તેમના માટે તેમણે શું કરવું અને શું ન કરવું તેનો નિર્ણય વેદોના આદેશો પ્રમાણે થવો જોઈએ. મનુષ્યે દલીલ કર્યા વિના તે પ્રમાણે કર્મ કરવું જોઈએ. આને શાસ્ત્રોના સિદ્ધાંતોનું અનુસરણ કહે છે. શાસ્ત્રોમાં એવા ચાર મુખ્ય દોષો હોતા નથી કે જે બદ્ધ જીવમાં હોય છે. તે છે અપૂર્ણ ઈન્દ્રિયો, છેતરવાની વૃત્તિ, ભૂલો કરવી અને મોહગ્રસ્ત થવું. આ ચાર દોષોને કારણે બદ્ધ જીવ વિધિવિધાનો બનાવવા માટે અયોગ્ય હોય છે. તેથી શાસ્ત્રોમાં વર્ણવ્યા છે તે પ્રમાણે વિધિવિધાનો ઉપરોક્ત દોષોથી રહિત હોઈ સર્વ મહાન સંતો, આચાર્યો તથા મહાપુરુષોએ ફેરફાર કર્યા વગર તેમનો સ્વીકાર કર્યો છે.

ભારતમાં આધ્યાત્મિક વિદ્યાના ઘણા પક્ષો છે, જેમનું વિભાજન બે વર્ગોમાં થાય છે—નિરાકારવાદી તથા સાકારવાદી. બંને પક્ષો વેદોના સિદ્ધાંતો પ્રમાણે જીવન પસાર કરે છે. શાસ્ત્રોના સિદ્ધાંતો પાળ્યા વગર મનુષ્ય પૂર્ણતાના સ્તર સુધી પહોંચી ન શકે. તેથી શાસ્ત્રોના તત્ત્વાર્થને વાસ્તવિક રીતે સમજનાર મનુષ્ય ભાગ્યશાળી ગણાય છે.

માનવ સમાજમાં બધી અધોગતિનું મુખ્ય કારણ પૂર્ણ પુરુષોત્તમ પરમેશ્વરને જાણવાના સિદ્ધાંતો પ્રત્યેનો અણગમો છે. માનવ જીવનનો તે સૌથી મોટો અપરાધ છે. તેથી પરમેશ્વરની ભૌતિક શક્તિ માયા ત્રિવિધ તાપના રૂપે આપણને સદા સંતાપ આપ્યા કરે છે. આ ભૌતિક શક્તિ ભૌતિક પ્રકૃતિના ત્રણ ગુણોની બનેલી છે. પરમેશ્વરને જાણવાનો માર્ગ મોકળો થાય, તે પૂર્વે મનુષ્યે ઓછામાં ઓછું સત્ત્વગુણી થવું જોઈએ. સત્ત્વગુણ સુધી ઉન્નત થયા વિના મનુષ્ય આસુરી જીવનના કારણરૂપ તમો તથા રજોગુણમાં રહે છે. રજોગુણી તથા તમોગુણી લોકો શાસ્ત્રો, પવિત્ર પુરુષો તથા પૂર્ણ પુરુષોત્તમ પરમેશ્વરના શાસ્ત્રીય જ્ઞાનની હાંસી ઉડાવે છે. તેઓ ગુરુના આદેશોનું ઉલ્લંઘન કરે છે અને શાસ્ત્રોના સિદ્ધાંતોની પરવા

કરતા નથી. ભક્તિનો મહિમા સાંભળવા છતાં તેમને ભક્તિ પ્રત્યે આકર્ષણ થતું નથી. એટલે તેઓ ઉન્નતિ માટે તેમનો પોતાનો માર્ગ ઉપજાવી કાઢે છે. મનુષ્ય સમાજના આ કેટલાક દોષો છે કે જે આસુરી જીવન તરફ દોરી જાય છે. પરંતુ જો મનુષ્યને અધિકૃત આધ્યાત્મિક ગુરુનું માર્ગદર્શન પ્રાપ્ત થઈ જાય, તો તેનું જીવન સફળતાને વરે છે, કારણ કે સદ્‌ગુરુ ઉચ્ચ ભૂમિકા પ્રત્યે ઉન્નતિનો માર્ગ દર્શાવી શકે છે.

આમ શ્રીમદ્‌ ભગવદ્‌ગીતાના "દૈવી તથા આસુરી સ્વભાવ" નામના સોળમા અધ્યાય પરના ભક્તિવેદાંત ભાવાર્થો પૂર્ણ થાય છે.

અધ્યાય ૧૭

શ્રદ્ધાના વિભાગો

अर्जुन उवाच

શ્લોક ૧ ये शास्त्रविधिमुत्सृज्य यजन्ते श्रद्धयान्विताः ।
तेषां निष्ठा तु का कृष्ण सत्त्वमाहो रजस्तमः ॥ १ ॥

અર્જુનઃ ઉવાચ—અર્જુને કહ્યું; **યે**—જે લોકો; **શાસ્ત્ર વિધિમ્**—શાસ્ત્રોના વિધાનને; **ઉત્સૃજ્ય**—છોડી દઈને; **યજન્તે**—પૂજે છે; **શ્રદ્ધયા**—પૂર્ણ શ્રદ્ધાથી; **અન્વિતાઃ**—યુક્ત થઈને; **તેષામ્**—તેમની; **નિષ્ઠા**—શ્રદ્ધા; **તુ**—પરંતુ; **કા**—કઈ; **કૃષ્ણ**—હે કૃષ્ણ; **સત્ત્વમ્**—સત્ત્વગુણી; **આહો**—અથવા અન્ય; **રજઃ**—રજોગુણી; **તમઃ**—તમોગુણી.

અનુવાદ

અર્જુને કહ્યું: હે કૃષ્ણ, જે લોકો શાસ્ત્રોના નિયમોનું પાલન નહીં કરીને પોતાની કલ્પના પ્રમાણે પૂજા કરે છે, તેમની સ્થિતિ કઈ છે? તેઓ સત્ત્વગુણી છે, રજોગુણી છે કે તમોગુણી છે?

ભાવાર્થ

ચોથા અધ્યાયના ઓગણચાલીસમા શ્લોકમાં કહ્યું છે કે અમુક વિશિષ્ટ પ્રકારની પૂજામાં નિષ્ઠાવાન મનુષ્ય ક્રમશઃ જ્ઞાનની અવસ્થા પ્રાપ્ત કરે છે અને શાંતિ તથા સમૃદ્ધિની સર્વોચ્ચ પૂર્ણાવસ્થા સુધી ઉન્નત થાય છે. સોળમા અધ્યાયનો ભાવાર્થ એવો છે કે જે મનુષ્ય શાસ્ત્રોના નિયમોનું પાલન કરતો નથી, તે અસુર છે અને જે નિષ્ઠાપૂર્વક આ નિયમોનું પાલન કરે છે, તે દેવ છે. હવે કોઈ શ્રદ્ધાવાન મનુષ્ય શાસ્ત્રોમાં ન હોય તેવા નિયમોનું પાલન કરતો હોય, તો તેની સ્થિતિ કેવી હોય છે? અર્જુનની આ શંકાનું નિવારણ કૃષ્ણ દ્વારા થવાનું છે. જે લોકો એક મનુષ્યને પસંદ કરીને ઈશ્વર તરીકે તેના ઉપર શ્રદ્ધા રાખે છે, શું તેઓ સત્ત્વગુણમાં, રજોગુણમાં કે તમોગુણમાં પૂજા કરે છે? શું આવા લોકોને

જીવનની પૂર્ણાવસ્થા પ્રાપ્ત થાય છે? શું તેઓ વાસ્તવિક જ્ઞાન પ્રાપ્ત કરીને ઉચ્ચતર પૂર્ણ અવસ્થા સુધી ઉન્નત થઈ શકે છે? જે લોકો શાસ્ત્રોનાં વિધિવિધાનોનું પાલન નથી કરતા, જેઓ કશાક પર શ્રદ્ધા ધરાવે છે તથા દેવ-દેવી કે મનુષ્યની પૂજા કરે છે, શું તેમને સફળતા મળે છે? અર્જુન આ પ્રશ્નો કૃષ્ણને પૂછી રહ્યો છે.

श्रीभगवानुवाच

શ્લોક ૨

त्रिविधा भवति श्रद्धा देहिनां सा स्वभावजा।
सात्त्विकी राजसी चैव तामसी चेति तां शृणु॥ २॥

શ્રી ભગવાન્ ઉવાચ—પૂર્ણ પુરુષોત્તમ પરમેશ્વર બોલ્યા; **ત્રિવિધા**—ત્રણ પ્રકારની; **ભવતિ**—હોય છે; **શ્રદ્ધા**—શ્રદ્ધા; **દેહિનામ્**—દેહધારીઓની; **સા**—તે; **સ્વભાવજા**—ભૌતિક પ્રકૃતિના ગુણો પ્રમાણે; **સાત્ત્વિકી**—સત્ત્વગુણી; **રાજસી**—રજોગુણી; **ચ એવ**—તેમ જ; **તામસી**—તમોગુણી; **ચ**—અને; **ઈતિ**—એ રીતે; **તામ્**—તેને; **શૃણુ**—મારી પાસેથી સાંભળ.

અનુવાદ

પૂર્ણ પુરુષોત્તમ પરમેશ્વરે કહ્યું: દેહધારી જીવ દ્વારા પ્રાપ્ત કરાયેલા પ્રકૃતિના ગુણો પ્રમાણે તેની શ્રદ્ધા ત્રણ પ્રકારની હોઈ શકે છે—સત્ત્વગુણી, રજોગુણી તથા તમોગુણી. હવે આ વિશે મારી પાસેથી સાંભળ.

ભાવાર્થ

જે લોકો શાસ્ત્રોનાં વિધિવિધાનોને જાણે છે, પરંતુ આળસ અથવા પ્રમાદને લીધે તેમનું પાલન કરતા નથી, તેઓ પ્રકૃતિના ગુણોના નિયંત્રણમાં રહે છે. તેઓ પોતાના સત્ત્વગુણી, રજોગુણી કે તમોગુણી પૂર્વાકર્માનુસાર અમુક વિશિષ્ટ પ્રકારનો સ્વભાવ પ્રાપ્ત કરે છે. વિભિન્ન ગુણો સાથેનો જીવનો સંગાથ સતત ચાલતો આવ્યો છે. જીવ ભૌતિક પ્રકૃતિના સંસર્ગમાં રહેતો હોવાથી તે ભૌતિક પ્રકૃતિના ગુણો અનુસાર જ વિભિન્ન પ્રકારની મનોવૃત્તિ કેળવે છે. પરંતુ જો મનુષ્ય પ્રમાણભૂત આધ્યાત્મિક ગુરુનો સંગ કરે અને તેમના તથા શાસ્ત્રોના નિયમોનું પાલન કરે, તો તેની આ મનોવૃત્તિ બદલાઈ જાય છે. તે પોતાની સ્થિતિ ક્રમશઃ તમોગુણમાંથી સત્ત્વગુણમાં કે રજોગુણમાંથી સત્ત્વગુણમાં પરિવર્તિત કરી શકે છે. સાર એ છે કે પ્રકૃતિના કોઈ એક વિશેષ ગુણમાં જ અંધવિશ્વાસ રાખવાથી મનુષ્ય પૂર્ણતાના સ્તરે

ઉન્નત થઈ શકતો નથી. તેણે અધિકૃત આધ્યાત્મિક ગુરુના સંગમાં રહીને બુદ્ધિપૂર્વક દરેક બાબતનો વિચાર કરવાનો હોય છે. એ રીતે જ તે ઉચ્ચતર ગુણની અવસ્થા પામી શકે છે.

શ્લોક ૩

सत्त्वानुरूपा सर्वस्य श्रद्धा भवति भारत।
श्रद्धामयोऽयं पुरुषो यो यच्छ्रद्धः स एव सः ॥ ३ ॥

સત્ત્વ અનુરૂપા—અસ્તિત્વ અનુસાર; **સર્વસ્ય**—બધાની; **શ્રદ્ધા**—શ્રદ્ધા, નિષ્ઠા; **ભવતિ**—થાય છે; **ભારત**—હે ભરતપુત્ર; **શ્રદ્ધામયઃ**—શ્રદ્ધાયુક્ત; **અયમ્**—આ; **પુરુષઃ**—જીવાત્મા; **યઃ**—જે; **યત્**—જેના હોવાથી; **શ્રદ્ધઃ**—શ્રદ્ધા; **સઃ**—એ રીતે; **એવ**—નક્કી; **સઃ**—તે.

અનુવાદ

હે ભરતપુત્ર, પ્રકૃતિના વિભિન્ન ગુણો હેઠળ મનુષ્યના અસ્તિત્વ પ્રમાણે તે એક વિશેષ પ્રકારની શ્રદ્ધા વિકસિત કરે છે. જીવે સ્વયં અર્જિત કરેલા ગુણો અનુસાર જ તેને અમુક વિશેષ શ્રદ્ધાયુક્ત કહેવામાં આવે છે.

ભાવાર્થ

દરેક મનુષ્યમાં એક ખાસ પ્રકારની શ્રદ્ધા હોય છે, પછી ભલે તે ગમે તે હોય. પરંતુ તેણે મેળવેલા સ્વભાવ અનુસાર તેની શ્રદ્ધા સાત્ત્વિક, રાજસિક કે તામસિક કહેવાય છે. એ રીતે તેની વિશેષ પ્રકારની શ્રદ્ધા પ્રમાણે જ તે અમુક લોકોનો સંગ કરે છે. હવે વાસ્તવિક હકીકત તો એ છે કે પંદરમા અધ્યાયમાં કહેવામાં આવ્યું છે તેમ, પ્રત્યેક જીવ મૂળરૂપે પરમેશ્વરનો અંશ છે. તેથી મૂળભૂત રીતે તે આ સર્વ ગુણોથી પર હોય છે. પરંતુ જીવ જ્યારે પૂર્ણ પુરુષોત્તમ પરમેશ્વર સાથેના પોતાના સંબંધને ભૂલી જાય છે અને બદ્ધ જીવનમાં ભૌતિક પ્રકૃતિના સંસર્ગમાં આવે છે, ત્યારે તે વિભિન્ન પ્રકારની પ્રકૃતિના સંગ દ્વારા પોતાની સ્થિતિ નિર્માણ કરે છે. પરિણામે પ્રાપ્ત થતી કૃત્રિમ શ્રદ્ધા તથા અસ્તિત્વ કેવળ ભૌતિક હોય છે. મનુષ્ય ભલે જીવનની કોઈ ધારણા કે દેહભાવથી દોરવાતો હોય, છતાં મૂળમાં *નિર્ગુણ* અર્થાત્ ગુણાતીત હોય છે. માટે પરમેશ્વર સાથેના સંબંધને પુનઃસ્થાપિત કરવા માટે તેણે ભૌતિક સંસર્ગદોષમાંથી વિશુદ્ધ થવું પડે છે. નિર્ભય થઈને પાછા વળવાનો એકમાત્ર માર્ગ તે જ છે—કૃષ્ણભક્તિ.

જો મનુષ્ય કૃષ્ણભાવનામૃતમાં હોય છે, તો પૂર્ણાવસ્થામાં ઉન્નત થવા માટેનો એ જ સુરક્ષિત માર્ગ છે. જો મનુષ્ય આત્મ-સાક્ષાત્કારના આ માર્ગને અપનાવતો નથી, તો તે નિશ્ચિતપણે પ્રકૃતિના ગુણોના પ્રભાવ દ્વારા દોરવાતો રહેશે.

આ શ્લોકમાં *શ્રદ્ધા* શબ્દ મહત્ત્વપૂર્ણ છે. શ્રદ્ધા અર્થાત્ વિશ્વાસ મૂળરૂપે સત્ત્વગુણમાંથી ઉત્પન્ન થાય છે. મનુષ્યની શ્રદ્ધા કોઈ દેવમાં, કોઈ ઉપજાવેલા ઈશ્વરમાં કે કોઈ મનોજન્ય વિચારમાં હોઈ શકે. મનુષ્યની પ્રબળ શ્રદ્ધા ભૌતિક સાત્ત્વિકતાનાં કાર્યોને ઉત્પન્ન કરનારી ધારવામાં આવે છે. પરંતુ ભૌતિક બદ્ધ જીવનમાં કોઈ કાર્યો સંપૂર્ણપણે શુદ્ધ થયેલાં હોતાં નથી. તે કાર્યો મિશ્ર હોય છે. તે શુદ્ધ સત્ત્વગુણમાં હોતાં નથી. શુદ્ધ સત્ત્વ દિવ્ય હોય છે, શુદ્ધ સત્ત્વમય થઈને મનુષ્ય પૂર્ણ પુરુષોત્તમ પરમેશ્વરના વાસ્તવિક સ્વભાવને સમજી શકે છે. મનુષ્યની શ્રદ્ધા જ્યાં સુધી સંપૂર્ણપણે શુદ્ધ સત્ત્વમય થતી નથી, ત્યાં સુધી તે કોઈ પણ ભૌતિક ગુણના સંસર્ગદોષથી દૂષિત થવાપાત્ર હોય છે. દૂષિત થયેલો ભૌતિક ગુણ હૃદય સુધી ફેલાય છે. તેથી જે વિશિષ્ટ ગુણના સંપર્કમાં રહીને હૃદય જે સ્થિતિમાં હોય છે, તે પ્રમાણે જ શ્રદ્ધા સ્થાપિત થઈ જાય છે. એટલું જાણવું જોઈએ કે જો મનુષ્યનું હૃદય સત્ત્વગુણી હશે, તો તેની શ્રદ્ધા પણ સાત્ત્વિક હશે. જો તેનું હૃદય રજોગુણી હશે, તો તેની શ્રદ્ધા પણ રજોગુણવાળી હશે અને જો હૃદય તમોગુણમાં સ્થિત હશે, તો તેની શ્રદ્ધા પણ તામસી જ હશે. એ રીતે આપણને આ જગતમાં વિવિધ પ્રકારની શ્રદ્ધાઓ જોવા મળે છે અને વિભિન્ન પ્રકારની શ્રદ્ધાઓને અનુસરી વિભિન્ન પ્રકારના ધર્મ હોય છે. ધાર્મિક શ્રદ્ધાનો વાસ્તવિક સિદ્ધાંત સત્ત્વગુણમાં સ્થિત હોય છે, પરંતુ હૃદય કલુષિત રહેતું હોવાથી વિવિધ પ્રકારના ધાર્મિક સિદ્ધાંતો જોવામાં આવે છે. એ રીતે વિભિન્ન પ્રકારની શ્રદ્ધા અનુસાર પૂજાના પણ વિભિન્ન પ્રકારો હોય છે.

શ્લોક ૪
यजन्ते सात्त्विका देवान्यक्षरक्षांसि राजसाः ।
प्रेतान्भूतगणांश्चान्ये यजन्ते तामसा जनाः ॥ ४ ॥

યજન્તે—પૂજે છે; **સાત્ત્વિકાઃ**—સત્ત્વગુણી મનુષ્યો; **દેવાન્**—દેવોને; **યક્ષરક્ષાંસિ**—અસુરગણોને; **રાજસાઃ**—રજોગુણી મનુષ્યો; **પ્રેતાન્**—પ્રેતાત્માઓને; **ભૂત ગણાન્**—ભૂતોને; **ચ**—અને; **અન્યે**—બીજા લોકો; **યજન્તે**—પૂજે છે; **તામસાઃ**—તમોગુણી; **જનાઃ**—લોકો.

અનુવાદ

સત્ત્વગુણી મનુષ્યો દેવોને પૂજે છે, રજોગુણી મનુષ્યો અસુરોની પૂજા કરે છે અને તમોગુણી લોકો ભૂતપ્રેતોને પૂજે છે.

ભાવાર્થ

આ શ્લોકમાં પૂર્ણ પુરુષોત્તમ પરમેશ્વર બાહ્ય કર્મો અનુસાર પૂજા કરનારાઓના વિભિન્ન પ્રકાર વર્ણવે છે. શાસ્ત્રાજ્ઞા પ્રમાણે એકમાત્ર પૂર્ણ પુરુષોત્તમ પરમેશ્વર જ પૂજવા યોગ્ય છે, પરંતુ જે લોકો શાસ્ત્રોના આદેશો જાણતા નથી કે તેમાં શ્રદ્ધા ધરાવતા નથી, તેઓ ભૌતિક પ્રકૃતિના ગુણોમાં પોતાની વિશિષ્ટ સ્થિતિ પ્રમાણે જુદી જુદી વસ્તુઓને પૂજે છે. સત્ત્વગુણી લોકો સાધારણ રીતે દેવોની પૂજા કરે છે. બ્રહ્માજી, શિવજી તથા ઈન્દ્ર, ચંદ્ર, સૂર્ય વગેરેનો દેવોમાં સમાવેશ થાય છે. દેવો અનેક છે. સત્ત્વગુણી મનુષ્યો કોઈ વિશેષ હેતુપૂર્વક કોઈ વિશેષ દેવને પૂજે છે. એ જ રીતે, રજોગુણી મનુષ્યો અસુરોને પૂજે છે. અમને સ્મરણ છે કે દ્વિતીય વિશ્વયુદ્ધ વખતે કલકત્તાનો એક માણસ હિટલરની પૂજા કરતો હતો, કારણ કે તે યુદ્ધની મહેરબાનીથી પેલા માણસે કાળાબજારમાં વેપાર કરીને ઘણું ધન ભેગું કર્યું હતું. એવી રીતે જે લોકો રજોગુણી તથા તમોગુણી હોય છે, તેઓ સામાન્ય રીતે કોઈ જોરાવર મનુષ્યને ઈશ્વર તરીકે પસંદ કરી લે છે. તેઓ એમ માને છે કે કોઈ પણ વ્યક્તિને ઈશ્વરની જેમ પૂજી શકાય છે અને સમાન ફળ પામી શકાય છે.

અહીં સ્પષ્ટ રીતે વર્ણવ્યું છે કે રજોગુણી માણસો આવા ઈશ્વરોને સર્જે છે તથા પૂજે છે અને જે લોકો તમોગુણમાં—અંધકારમાં રહેલા હોય છે, તેઓ પ્રેતોને પૂજે છે. કેટલીક વખત લોકો મૃત માણસની કબર પર પૂજન કરે છે. જાતીયસેવા પણ તમોગુણી ગણાય છે. તે જ પ્રમાણે ભારતમાંનાં અંતરિયાળ સ્થળોમાં ભૂતપિશાચને પૂજનારા હોય છે. અમે જોયું છે કે ભારતના નિમ્ન જાતિના લોકો કેટલીક વખત જંગલમાં જાય છે અને જો તેમને એવી માહિતી હોય કે અમુક વૃક્ષ ઉપર ભૂતનો વાસ છે, તો તેઓ એ વૃક્ષની પૂજા કરે છે અને બલિ ચડાવે છે. આ પૂજાના વિભિન્ન પ્રકારો વાસ્તવિક ઈશ્વરપૂજા નથી. ઈશ્વરપૂજા તો એ લોકો માટે છે કે છે કે જેઓ શુદ્ધ સત્ત્વમાં દિવ્ય રીતે સ્થિત થયેલા છે. શ્રીમદ્ ભાગવત (૪.૩.૨૩)માં કહ્યું છે—*સત્ત્વં વિશુદ્ધં વસુદેવ શબ્દિતમ્*—"જ્યારે મનુષ્ય વિશુદ્ધ સત્ત્વગુણમાં સ્થિત થાય છે, ત્યારે તે વાસુદેવની પૂજા કરે છે." આનો ભાવાર્થ એ છે

કે જે મનુષ્યો પ્રકૃતિના ગુણોથી સંપૂર્ણપણે શુદ્ધ થઈ ગયા છે અને દિવ્ય અવસ્થામાં રહેલા છે, તેઓ જ પૂર્ણ પુરુષોત્તમ પરમેશ્વરની પૂજા કરી શકે છે.

નિર્વિશેષવાદીઓ સત્ત્વગુણમાં સ્થિત હોવાનું માનવામાં આવે છે અને તેઓ પંચદેવની પૂજા કરે છે. તેઓ ભૌતિક જગતમાં નિરાકાર વિષ્ણુને પૂજે છે કે જેને તત્ત્વજ્ઞાનમય વિષ્ણુ કહેવામાં આવે છે. વિષ્ણુ તો પૂર્ણ પુરુષોત્તમ પરમેશ્વરના વિસ્તાર છે, પરંતુ નિર્વિશેષવાદીઓ આખરે ભગવાનમાં વિશ્વાસ ધરાવતા ન હોવાને કારણે એમ માને છે કે વિષ્ણુનું સ્વરૂપ નિર્વિશેષ બ્રહ્મનું જ એક અન્ય પાસું છે. તે જ પ્રમાણે તેઓ માને છે કે બ્રહ્માજી રજોગુણના નિરાકાર રૂપ છે. તેથી તેઓ કેટલીક વખત પૂજવા યોગ્ય એવા પાંચ દેવોનું વર્ણન કરે છે. પરંતુ તેઓ નિરાકાર બ્રહ્મને જ વાસ્તવિક સત્ય માને છે, તેથી તેઓ અંતિમ રીતે સમસ્ત પૂજવા યોગ્ય વસ્તુઓને તજી દે છે. નિષ્કર્ષ એ છે કે ભૌતિક પ્રકૃતિના વિભિન્ન ગુણોને દિવ્ય પ્રકૃતિવાળા મનુષ્યોના સંગથી વિશુદ્ધ કરી શકાય છે.

શ્લોક ૫–૬

अशास्त्रविहितं घोरं तप्यन्ते ये तपो जनाः।
दम्भाहङ्कारसंयुक्ताः कामरागबलान्विताः॥ ५॥
कर्षयन्तः शरीरस्थं भूतग्राममचेतसः।
मां चैवान्तः शरीरस्थं तान्विद्ध्यासुरनिश्चयान्॥ ६॥

અશાસ્ત્ર—જે શાસ્ત્રોમાં નથી તે; **વિહિતમ્**—નિર્દેશિત; **ઘોરમ્**—બીજાઓ માટે હાનિકારક; **તપ્યન્તે**—તપ કરે છે; **યે**—જે મનુષ્યો; **તપઃ**—તપ; **જનાઃ**—લોકો; **દમ્ભ**—ઘમંડ; **અહઙ્કાર**—તથા અહંકારથી; **સંયુક્તાઃ**—પ્રવૃત્ત થયેલા; **કામ**—કામવાસના; **રાગ**—તથા આસક્તિના; **બલ**—બળથી; **અન્વિતાઃ**—પ્રેરિત થયેલા; **કર્ષયન્તઃ**—કષ્ટ આપતા; **શરીરસ્થમ્**—શરીરની અંદર સ્થિત; **ભૂતગ્રામમ્**—ભૌતિક તત્ત્વોનો એકત્ર સમૂહ; **અચેતસઃ**—ભ્રમિત મનોવૃત્તિવાળા; **મામ્**—મને; **ચ એવ**—તેમ જ; **અન્તઃ**—અંદર; **શરીરસ્થમ્**—શરીરમાં સ્થિત; **તાન્**—તેમને; **વિદ્ધિ**—જાણ; **અસુર નિશ્ચયાન્**—અસુર.

અનુવાદ

જે લોકો દંભ તથા અહંકારને વશ થઈને શાસ્ત્ર વિરુદ્ધ કઠોર તપ તથા વ્રત કરે છે, જેઓ કામવાસના તથા આસક્તિ દ્વારા પ્રેરિત થાય

છે, જેઓ મૂર્ખ છે અને જેઓ શરીરનાં ભૌતિક તત્ત્વોને તથા શરીરમાં રહેલા પરમાત્માને કષ્ટ આપે છે, તેઓ અસુર કહેવાય છે.

ભાવાર્થ

એવા મનુષ્યો પણ હોય છે કે જેઓ શાસ્ત્રોના આદેશોમાં ન હોય તેવી વ્રત-તપની વિધિ ઉપજાવી કાઢે છે. દાખલા તરીકે, અમુક સ્વાર્થના હેતુસર રાજનીતિક ઉદ્દેશ સિદ્ધ કરવા ઉપવાસ કરવાનું શાસ્ત્રોમાં જણાવ્યું નથી. શાસ્ત્રો આધ્યાત્મિક પ્રગતિ માટે ઉપવાસ કરવાની ભલામણ કરે છે, રાજનીતિક ઉદ્દેશ કે સામાજિક હેતુ માટે નહીં. જે મનુષ્યો આવું તપ કરે છે, તેઓ ભગવદ્દ્ગીતા પ્રમાણે નક્કી આસુરી છે. તેમનાં કાર્યો શાસ્ત્ર વિરુદ્ધ હોય છે તથા જનસાધારણ માટે હિતાવહ હોતાં નથી. વાસ્તવમાં તેઓ ગર્વ, અહંકાર, કામ તથા ભૌતિક સુખ ભોગવવાની આસક્તિના કારણે આમ કરે છે. આવાં કાર્યોથી શરીરનાં ઘટકરૂપ ભૌતિક તત્ત્વોમાં વિક્ષેપ થાય છે, એટલું જ નહીં પણ શરીરમાં રહેલા સ્વયં પરમાત્મા અર્થાત્ પૂર્ણ પુરુષોત્તમ પરમેશ્વરને પણ કષ્ટ થાય છે. આવા અનધિકૃત ઉપવાસ અથવા અમુક રાજકીય ઉદ્દેશ માટે તપસ્યા કરવી, એ તો ખરેખર બીજાઓને ઉપદ્રવરૂપ હોય છે. વૈદિક સાહિત્યમાં તે વિશે ઉલ્લેખ થયો નથી. આસુરી માણસ માને છે કે આવી પદ્ધતિથી તે પોતાના શત્રુને કે વિપક્ષને પોતાની ઇચ્છા પૂર્ણ કરવા માટે ફરજ પાડી શકશે. પરંતુ કેટલીક વખત આવા ઉપવાસથી માણસ મરી પણ જાય છે. આવાં કાર્યો પરમેશ્વરને માન્ય નથી અને તેઓ કહે છે કે જે લોકો તેમાં પ્રવૃત્ત થાય છે, તેઓ અસુરો છે. આવું પ્રદર્શન ભગવાનના અપમાનરૂપ હોય છે, કારણ કે તે વૈદિક શાસ્ત્રોનું ઉલ્લંઘન કરીને કરવામાં આવે છે. આ બાબતમાં *અચેતસઃ* શબ્દ મહત્ત્વપૂર્ણ છે. સામાન્ય માનસિક સ્થિતિવાળા મનુષ્યોએ શાસ્ત્રોના આદેશોનું પાલન કરવું જોઈએ. જેઓ આવી સ્થિતિમાં નથી, તેઓ શાસ્ત્રોની ઉપેક્ષા તથા અવજ્ઞા કરીને તપસ્યાની પોતાની પદ્ધતિ ઉપજાવી કાઢે છે. મનુષ્યે આસુરી લોકોના અંતિમ પરિણામને હંમેશાં યાદ રાખવું જોઈએ, જે વિશે પાછલા અધ્યાયમાં જણાવેલ છે. ભગવાન આવા લોકોને આસુરી મનુષ્યોને ત્યાં જન્મ લેવાની ફરજ પાડે છે. પરિણામે તેઓ ભગવાન સાથેના પોતાના સંબંધને જાણ્યા વિના જન્મોજનમ આસુરી જીવનમાં રહે છે. પરંતુ જો આવા મનુષ્યો વૈદિક જ્ઞાનના માર્ગે દોરી જનાર આધ્યાત્મિક ગુરુનું માર્ગદર્શન પામવા જેટલા

ભાગ્યશાળી બને, તો તેઓ ભવબંધનમાંથી છૂટી જઈને અંતે પરમ ગતિ પ્રાપ્ત કરે છે.

શ્લોક ૭ **आहारस्त्वपि सर्वस्य त्रिविधो भवति प्रियः।**
यज्ञस्तपस्तथा दानं तेषां भेदमिमं शृणु ॥ ७ ॥

આહારઃ—ભોજન; **તુ**—નક્કી; **અપિ**—પણ; **સર્વસ્ય**—દરેકનું; **ત્રિવિધઃ**—ત્રણ પ્રકારનું; **ભવતિ**—હોય છે; **પ્રિયઃ**—પ્રિય; **યજ્ઞઃ**—યજ્ઞ; **તપઃ**—તપ; **તથા**—તેમ જ; **દાનમ્**—દાન; **તેષામ્**—તેમનો; **ભેદમ્**—તફાવત; **ઈમમ્**—આ; **શૃણુ**—સાંભળ.

અનુવાદ

પ્રત્યેક મનુષ્ય જે આહાર પસંદ કરે છે, તે સુધ્ધાં ભૌતિક પ્રકૃતિના ત્રણ ગુણો અનુસાર ત્રણ પ્રકારનો હોય છે. એ જ બાબત યજ્ઞ, તપ તથા દાન માટે પણ સાચી છે. હવે તેમની વચ્ચે રહેલા તફાવત વિશે સાંભળ.

ભાવાર્થ

ભૌતિક પ્રકૃતિના ભિન્ન ભિન્ન ગુણો પ્રમાણે ભોજન, યજ્ઞ, તપ તથા દાનમાં તફાવત હોય છે. તે બધા એકસમાન સ્તરે થતાં નથી. જે લોકો વિશ્લેષણાત્મક રીતે સમજી શકે છે કે કયા પ્રકારનાં કાર્ય પ્રકૃતિના કયા ગુણમાં થઈ રહ્યાં છે, એ વાસ્તવમાં બુદ્ધિમાન હોય છે. જે લોકો સર્વ પ્રકારનાં ભોજન, યજ્ઞ કે દાનને એકસમાન માનીને તેમની વચ્ચે ફરક કરી શકતા નથી, તેઓ અજ્ઞાની છે. એવા ધર્મપ્રચારકો પણ હોય છે કે જેઓ એવી હિમાયત કરે છે કે મનુષ્ય તેને જેમ ગમે તેમ કરી શકે અને છતાં સિદ્ધિ પામી શકે. પરંતુ આ મૂર્ખ માર્ગદર્શકો શાસ્ત્રોના આદેશો પ્રમાણે કાર્ય કરતા નથી. તેઓ પોતાની પદ્ધતિઓ ઉપજાવી રહ્યા છે અને સામાન્ય લોકોને ગેરમાર્ગે દોરી રહ્યા છે.

શ્લોક ૮ **आयुः सत्त्वबलारोग्यसुखप्रीतिविवर्धनाः।**
रस्याः स्निग्धाः स्थिरा हृद्या आहाराः सात्त्विकप्रियाः ॥ ८ ॥

આયુઃ—જીવનની અવધિ; **સત્ત્વ**—અસ્તિત્વ; **બલ**—બળ; **આરોગ્ય**—તંદુરસ્તી; **સુખ**—સુખ; **પ્રીતિ**—તથા સંતોષ; **વિવર્ધનાઃ**—વધારનારા;

રસ્યાઃ—રસયુક્ત; **સ્નિગ્ધાઃ**—સ્નિગ્ધ; **સ્થિરાઃ**—ટકે એવા; **હૃદ્યાઃ**—હૃદયને માફક આવે એવા; **આહારાઃ**—અન્ન, ભોજન; **સાત્ત્વિક**—સત્ત્વગુણીને; **પ્રિયાઃ**—ભાવતાં.

અનુવાદ

જે અન્ન સત્ત્વગુણી મનુષ્યોને પ્રિય છે, તે આયુષ્ય વધારનાર, જીવન શુદ્ધ કરનાર અને બળ, સ્વાસ્થ્ય, સુખ તથા તૃપ્તિ અપનારું હોય છે. આવું અન્ન રસયુક્ત, સ્નિગ્ધ, પોષણ કરનારું તથા હૃદયને ભાવે એવું હોય છે.

શ્લોક ૯
कट्वम्ललवणात्युष्णतीक्ष्णरूक्षविदाहिनः ।
आहारा राजसस्येष्टा दुःखशोकामयप्रदाः ॥ ९ ॥

કટુ—કડવું, તીખું; **અમ્લ**—ખાટું; **લવણ**—ખારું; **અતિ ઉષ્ણ**—અત્યંત ગરમ; **તીક્ષ્ણ**—તીવ્ર; **રુક્ષ**—લૂખું; **વિદાહિનઃ**—બળતરા કરનારું; **આહારાઃ**—અન્ન; **રાજસસ્ય**—રજોગુણી મનુષ્યને; **ઈષ્ટાઃ**—રુચિકર; **દુઃખ**—દુઃખ; **શોક**—શોક; **આમય**—રોગ; **પ્રદાઃ**—ઉત્પન્ન કરનારાં.

અનુવાદ

અતિશય કડવું, ખાટું, ખારું, ગરમ, તીખું, લૂખું તથા બળતરા કરનારું અન્ન રજોગુણી મનુષ્યોને પ્રિય હોય છે. આવાં અન્ન દુઃખ, શોક તથા રોગ ઉત્પન્ન કરનારાં હોય છે.

શ્લોક ૧૦
यातयामं गतरसं पूति पर्युषितं च यत् ।
उच्छिष्टमपि चामेध्यं भोजनं तामसप्रियम् ॥ १० ॥

યાતયામમ્—ભોજનના ત્રણ કલાક પહેલાં રાંધેલું; **ગતરસમ્**—સ્વાદવિહીન; **પૂતિ**—ગંધાતું; **પર્યુષિતમ્**—બગડેલું; **ચ**—તથા; **યત્**—જે; **ઉચ્છિષ્ટમ્**—બીજાનું એઠું; **અપિ**—પણ; **ચ**—અને; **અમેધ્યમ્**—અસ્પૃશ્ય; **ભોજનમ્**—ભોજન; **તામસ**—તમોગુણીને; **પ્રિયમ્**—પ્રિય.

અનુવાદ

ભોજન કરવાના ત્રણ કલાક પહેલાં રાંધેલું, સ્વાદવિહીન, બગડેલું તથા દુર્ગંધ મારતું, એઠું તથા અસ્પૃશ્ય વસ્તુઓનું બનેલું ભોજન એવા લોકોને પ્રિય હોય છે કે જેઓ તમોગુણી છે.

ભાવાર્થ

આયુષ્ય વધારવું, મન શુદ્ધ કરવું તથા શરીરમાં શક્તિ ઉત્પન્ન કરવી એ આહારનો આશય છે. તેનો આ જ એકમાત્ર ઉદ્દેશ છે. પ્રાચીન કાળમાં વિદ્વાન પુરુષોએ એવા ખાદ્યપદાર્થો પસંદ કર્યા હતા કે જે સ્વાસ્થ્ય તથા આયુષ્યને વધારનારા છે, જેમ કે દૂધની બનાવટો, ખાંડ, ચોખા, ઘઉં, ફળ અને શાકભાજી. સત્ત્વગુણી મનુષ્યોને આ ખાદ્યપદાર્થો બહુ પ્રિય હોય છે. શેકેલું ધાન્ય તથા ગોળ જેવા અન્ય કેટલાક પદાર્થો સ્વયં સ્વાદિષ્ટ ન હોવા છતાં, દૂધ અથવા અન્ય પદાર્થના મિશ્રણથી સ્વાદિષ્ટ થઈ જાય છે. તે પદાર્થો સાત્ત્વિક છે. આ સર્વ ખાદ્યપદાર્થો પ્રકૃતિથી શુદ્ધ હોય છે. તેઓ માંસ તથા મદિરા જેવા અસ્પૃશ્ય પદાર્થોથી સર્વથા ભિન્ન હોય છે. આઠમા શ્લોકમાં જે સ્નિગ્ધ પદાર્થોનો ઉલ્લેખ થયો છે, તેમનો પશુવધ દ્વારા પ્રાપ્ત ચરબી સાથે કોઈ સંબંધ નથી. પ્રાણીજન્ય ચરબી દૂધરૂપે ઉપલબ્ધ છે અને દૂધ સમસ્ત ખાદ્યપદાર્થોમાં અત્યંત અદ્‌ભુત ખાદ્યપદાર્થ છે. દૂધ, ઘી, માખણ, પનીર તથા એવી જ અન્ય પેદાશો દ્વારા આપણને પ્રાણીજન્ય ચરબી એવા રૂપમાં પ્રાપ્ત થઈ જાય છે કે જેથી નિર્દોષ પ્રાણીઓની હિંસા કરવાની જરૂર જ રહેતી નથી. આ તો માત્ર પાશવી મનોવૃત્તિના કારણે જ પશુ હિંસા થાય છે. જરૂરી ચરબી પ્રાપ્ત કરવાની સભ્ય પદ્ધતિ દૂધમાંથી તે પ્રાપ્ત કરવાની છે. પશુવધ તો અમાનુષી છે. વટાણા, દાળ, ઘઉં વગેરેમાં પુષ્કળ પ્રમાણમાં પ્રોટીન ઉપલબ્ધ હોય છે.

જે પદાર્થો બહુ કટુ, ખારા કે ઉષ્ણ અથવા વધારે પ્રમાણમાં લાલ મરચું મેળવેલા એવા રજોગુણી હોય છે, તે જઠરમાંની ચિકાશને ઘટાડી પીડા તથા રોગ નિપજાવે છે. તમોગુણમાં રહેલા આહાર ખાસ કરીને એ હોય છે કે જે વાસી હોય છે. જમ્યાના ત્રણ કલાક પહેલાં બનાવેલું કોઈ પણ ભોજન (ભગવાનને ધરાવેલા ભોજનના પ્રસાદ સિવાય) તામસિક માનવામાં આવે છે. એવા ખાદ્યપદાર્થ બગડી જવાથી તેમાંથી દુર્ગંધ આવે છે, જેનાથી તામસિક લોકો મોટેભાગે આકર્ષાય છે, પરંતુ સાત્ત્વિક લોકોને તે ઘૃણાસ્પદ લાગે છે.

ઉચ્છિષ્ટ અન્ન ત્યારે જ ખાઈ શકાય છે, જ્યારે તે પહેલાં ભગવાનને ધરાવેલાં અન્નનો અંશ હોય અથવા સંતપુરુષ, ખાસ તો સદ્‌ગુરુ દ્વારા પ્રથમ ગ્રહણ કરાયેલું હોય. અન્યથા એઠું અન્ન તામસી ગણાય છે અને તે ચેપ કે રોગ વધારે છે. જોકે આવાં ખાદ્યાન્નો તામસિક લોકોને ખૂબ જ ભાવે છે,

પરંતુ સાત્ત્વિક લોકોને તે ભાવતાં તો નથી જ, પરંતુ તેઓ એવા અન્નને અડકતા પણ નથી. પૂર્ણ પુરુષોત્તમ પરમેશ્વરને ધરાવેલા અન્નનો પ્રસાદ જ ઉત્તમ ભોજન છે. ભગવદ્‌ગીતામાં ભગવાન કહે છે કે તેઓ શાકભાજી, લોટ તથા દૂધમાંથી બનાવેલા પદાર્થો ભક્તિભાવે અર્પણ કરાય તો સ્વીકાર કરે છે. *પત્રં પુષ્પં ફલં તોયમ્.* અલબત્ત, ભક્તિ તથા પ્રેમભાવ જ મુખ્ય છે કે જેનો પરમેશ્વર સ્વીકાર કરે છે. પરંતુ એવો પણ ઉલ્લેખ થયો છે કે પ્રસાદ એક વિશેષ પદ્ધતિથી બનાવવો જોઈએ. કોઈ પણ ખાદ્યાન્ન કે જે શાસ્ત્રોક્ત પદ્ધતિથી બનાવેલું હોય છે અને પૂર્ણ પુરુષોત્તમ પરમેશ્વરને અર્પણ કરેલું હોય છે, તે ગમે તેટલા સમય પહેલાં બનાવેલું હોય તો પણ તેને પ્રસાદરૂપે ગ્રહણ કરી શકાય છે, કારણ કે તે દિવ્ય હોય છે. તેથી ભોજનને ચેપરહિત, ખાદ્ય તથા સર્વ મનુષ્યો માટે રુચિકર બનાવવા માટે પૂર્ણ પુરુષોત્તમ પરમેશ્વરને તે અર્પણ કરવું જોઈએ.

શ્લોક ૧૧

अफलाकाङ्क्षिभिर्यज्ञो विधिदिष्टो य इज्यते।
यष्टव्यमेवेति मनः समाधाय स सात्त्विकः॥ ११॥

અફલ આકાઙ્ક્ષિભિઃ—ફલાકાંક્ષારહિત મનુષ્યો દ્વારા; **યજ્ઞઃ**—યજ્ઞ; **વિધિદિષ્ટઃ**—શાસ્ત્રોક્ત વિધિ પ્રમાણે; **યઃ**—જે; **ઈજ્યતે**—કરાય છે; **યષ્ટવ્યમ્**—કરવો જોઈએ; **એવ**—નક્કી; **ઈતિ**—એ રીતે; **મનઃ**—મનને; **સમાધાય**—એકાગ્ર કરીને **સઃ**—તે; **સાત્ત્વિકઃ**—સાત્ત્વિક.

અનુવાદ

જે યજ્ઞ શાસ્ત્રોક્ત વિધિ પ્રમાણે કર્તવ્ય સમજીને ફળની આકાંક્ષા નહીં રાખનારા લોકો દ્વારા કરવામાં આવે છે, તે સાત્ત્વિક હોય છે.

ભાવાર્થ

સામાન્ય રીતે મનમાં કોઈ હેતુ સાથે જ યજ્ઞ કરાય છે. પરંતુ અહીં એવું કહ્યું છે કે આવી કોઈ ઈચ્છા વિના જ યજ્ઞ કરવો જોઈએ. તે કર્તવ્ય સમજીને કરવો જોઈએ. દાખલા તરીકે, મંદિરો કે દેવળોમાં કરાતા કર્મકાંડ સામાન્ય રીતે ભૌતિક લાભને દૃષ્ટિમાં રાખીને કરવામાં આવે છે, પણ તે સત્ત્વગુણવાળા હોતાં નથી. મનુષ્યે કર્તવ્ય સમજીને જ મંદિર કે દેવળમાં જવું જોઈએ અને પૂર્ણ પુરુષોત્તમ પરમેશ્વરને પ્રણામ કરી ફૂલ, ફળ તથા ખાદ્યપદાર્થ અર્પણ કરવાં જોઈએ. માત્ર ઈશ્વરપૂજા કરવા ખાતર મંદિરે જવું નિરર્થક છે એમ દરેક મનુષ્ય વિચારે છે. પરંતુ આર્થિક લાભ માટે પૂજા

કરવી એવી ભલામણ કોઈ શાસ્ત્રમાં કરવામાં આવતી નથી. શ્રીવિગ્રહને આદર આપવા માટે જ મંદિરે જવું જોઈએ. તેથી મનુષ્ય સત્ત્વગુણી થશે. દરેક સભ્ય મનુષ્યનું કર્તવ્ય છે કે તે શાસ્ત્રોક્ત આદેશો પાળે તથા પૂર્ણ પુરુષોત્તમ પરમેશ્વરને નમસ્કાર કરે.

શ્લોક અભિસન્ધાય તુ ફલં દમ્ભાર્થમપિ ચૈવ યત્ ।
૧૨ ઇજ્યતે ભરતશ્રેષ્ઠ તં યજ્ઞં વિદ્ધિ રાજસમ્ ॥ ૧૨ ॥

અભિસન્ધાય—ઈચ્છીને; **તુ**—પરંતુ; **ફલમ્**—ફળ; **દમ્ભ**—ઘમંડ; **અર્થમ્**—ને માટે; **અપિ**—પણ; **ચ**—અને; **એવ**—નક્કી; **યત્**—જે; **ઈજ્યતે**—કરાય છે; **ભરતશ્રેષ્ઠ**—હે ભરતના વંશજોમાં ઉત્તમ; **તમ્**—તે; **યજ્ઞમ્**—યજ્ઞને; **વિદ્ધિ**—જાણ; **રાજસમ્**—રજોગુણી.

અનુવાદ

પરંતુ હે ભરતશ્રેષ્ઠ, જે યજ્ઞ અમુક દુન્યવી લાભ માટે કે ગર્વ ખાતર કરવામાં આવે છે, તેને તું રજોગુણી જાણ.

ભાવાર્થ

કેટલીક વખત યજ્ઞો અને કર્મકાંડની વિધિઓ સ્વર્ગમાં ઉન્નત થવા માટે અથવા આ જગતમાં કોઈ ભૌતિક લાભ મેળવવા માટે કરવામાં આવે છે. આવા યજ્ઞો અથવા કર્મકાંડની વિધિઓ રજોગુણમાં રહેલાં ગણવામાં આવે છે.

શ્લોક વિધિહીનમસૃષ્ટાન્નં મન્ત્રહીનમદક્ષિણમ્ ।
૧૩ શ્રદ્ધાવિરહિતં યજ્ઞં તામસં પરિચક્ષતે ॥ ૧૩ ॥

વિધિહીનમ્—શાસ્ત્રાદેશવિહીન; **અસૃષ્ટ અન્નમ્**—પ્રસાદ વિતરણ કર્યા વિના; **મન્ત્રહીનમ્**—વેદમંત્રો; **અદક્ષિણમ્**—પુરોહિતોને દક્ષિણા આપ્યા વિના; **શ્રદ્ધા**—શ્રદ્ધા; **વિરહિતમ્**—વિહીન; **યજ્ઞમ્**—યજ્ઞ; **તામસમ્**—તમોગુણી; **પરિચક્ષતે**—ગણાય છે.

અનુવાદ

જે યજ્ઞ શાસ્ત્રોક્ત નિર્દેશોની ઉપેક્ષા કરીને, પ્રસાદ વહેંચ્યા વિના, વેદમંત્રોના ઉચ્ચારણ વગર, પુરોહિતોને દક્ષિણા આપ્યા વિના અને શ્રદ્ધા વગર કરવામાં આવે છે, તે તામસિક યજ્ઞ ગણાય છે.

ભાવાર્થ

તમોગુણમાં શ્રદ્ધા વાસ્તવમાં અશ્રદ્ધા છે. કેટલીક વખત લોકો કોઈ દેવને માત્ર ધનલાભ માટે પૂજે છે અને પછી તેઓ શાસ્ત્રોના આદેશોની અવહેલના કરીને તે ધનને મનોરંજન પાછળ વાપરે છે. આવા ધાર્મિક કર્મકાંડના દેખાવો સાચા અર્થાત્ સાત્ત્વિક હોતા નથી. તે તામસિક હોય છે. આનાથી આસુરી વૃત્તિ ઉત્પન્ન થાય છે અને માનવ સમાજનું હિત થતું નથી.

શ્લોક ૧૪ **देवद्विजगुरुप्राज्ञपूजनं शौचमार्जवम्।**
ब्रह्मचर्यमहिंसा च शारीरं तप उच्यते॥ १४॥

દેવ—પરમેશ્વર; દ્વિજ—બ્રાહ્મણો; ગુરુ—ગુરુ; **પ્રાજ્ઞ**—અને પૂજ્ય પુરુષોની; **પૂજનમ્**—પૂજા; **શૌચમ્**—પવિત્રતા; **આર્જવમ્**—સાદાઈ; **બ્રહ્મચર્યમ્**—બ્રહ્મચર્ય; **અહિંસા**—અહિંસા; **ચ**—અને; **શારીરમ્**—શરીર વિષયક; **તપ**—તપ; **ઉચ્યતે**—કહેવાય છે.

અનુવાદ

પરમેશ્વર, બ્રાહ્મણો, ગુરુ તથા માતાપિતા જેવાં વડીલોની પૂજા કરવી અને પવિત્રતા, સરળતા, બ્રહ્મચર્ય તથા અહિંસાનું પાલન કરવું, એ શારીરિક તપ કહેવાય છે.

ભાવાર્થ

અહીં ભગવાને તપના પ્રકાર દર્શાવ્યા છે. પ્રથમ તેઓ શરીર દ્વારા કરાતા વ્રત-તપ વર્ણવે છે. મનુષ્યે ઈશ્વર અથવા દેવો, યોગ્ય બ્રાહ્મણો, ગુરુ તથા માબાપ જેવા વડીલો કે વેદજ્ઞાનમાં વિદ્વાન મનુષ્યોનો આદર કરવો જોઈએ અને આદર કરવાનું શીખવું જોઈએ. આ સર્વનો યોગ્ય આદર કરવો જોઈએ. તેણે પોતાની આંતર-બાહ્ય શુદ્ધિની ટેવ પાડવી જોઈએ અને આચરણમાં સરળ રહેવું જોઈએ. તેણે શાસ્ત્રસંમત ન હોય તેવું કાર્ય કરવું જોઈએ નહીં. તેણે લગ્નની બહાર જાતીય જીવન ભોગવવું જોઈએ નહીં, કારણ કે શાસ્ત્રોમાં માત્ર લગ્નજીવનમાં જ તેની છૂટ આપી છે, અન્યથા નહીં. આને બ્રહ્મચર્ય કહેવાય છે. આ બધાં શારીરિક તપ છે.

શ્લોક ૧૫ **अनुद्वेगकरं वाक्यं सत्यं प्रियहितं च यत्।**
स्वाध्यायाभ्यसनं चैव वाङ्मयं तप उच्यते॥ १५॥

અનુદ્વેગકરમ્—ક્ષુબ્ધ કરે એવાં; **વાક્યમ્**—વચન; **સત્યમ્**—સત્ય; **પ્રિય**—પ્રિય; **હિતમ્**—હિતકારી; **ચ**—પણ; **યત્**—જે; **સ્વાધ્યાય**—વેદાધ્યયનનો; **અભ્યસનમ્**—અભ્યાસ; **ચ એવ**—તેમ જ; **વાક્ મયમ્**—વાણીનું; **તપઃ**—તપ; **ઉચ્યતે**—કહેવાય છે.

અનુવાદ

સત્ય, પ્રિય લાગે એવાં, હિતાવહ અને બીજાને ઉદ્વેગ ન પમાડનારાં વચનો બોલવાં તથા વૈદિક ગ્રંથોનો નિત્ય પાઠ કરતા રહેવું, એ વાણીનું તપ છે.

ભાવાર્થ

મનુષ્યે એવી રીતે બોલવું ન જોઈએ કે જેથી બીજાના મનને ઉદ્વેગ થાય. બેશક, જ્યારે શિક્ષકે બોલવાનું હોય, ત્યારે વિદ્યાર્થીઓને બોધ આપવા માટે સત્ય વચન કહી શકે છે, પરંતુ જે તેના વિદ્યાર્થી નથી એવા લોકોની સમક્ષ મનને ક્ષુબ્ધ કરે તેવું સત્ય બોલવું ન જોઈએ. આ વાણીનું તપ છે. તદુપરાંત, મનુષ્યે નિરર્થક વાતો કરવી જોઈએ નહીં. શાસ્ત્ર દ્વારા જેનું સમર્થન કરવામાં આવ્યું હોય એવું બોલવું, એ આધ્યાત્મિક વર્તુળમાં વાત કરવાની રીત છે. જે કહેવામાં આવ્યું હોય, તેનું સમર્થન કરવા તરત જ શાસ્ત્રોનું પ્રમાણ આપવું જોઈએ. સાથે સાથે આવી વાતો કર્ણપ્રિય હોવી જોઈએ. આવી ચર્ચા દ્વારા મનુષ્યને સર્વોચ્ચ લાભ તથા માનવ સમાજનું ઉત્થાન થાય છે. વૈદિક સાહિત્ય અપાર છે, તેનું અધ્યયન થવું જોઈએ. એ જ વાણીનું તપ કહેવાય છે.

શ્લોક ૧૬ **મનઃપ્રસાદઃ સૌમ્યત્વં મૌનમાત્મવિનિગ્રહઃ।**
ભાવસંશુદ્ધિરિત્યેતત્તપો માનસમુચ્યતે॥ ૧૬ ॥

મનઃ પ્રસાદઃ—મનનો સંતોષ; **સૌમ્યત્વમ્**—બીજાઓ પ્રત્યે કપટરહિત હોવું; **મૌનમ્**—ગંભીરતા; **આત્મ**—પોતાનો; **વિનિગ્રહ**—સંયમ; **ભાવ**—સ્વભાવનું; **સંશુદ્ધિઃ**—શુદ્ધીકરણ; **ઈતિ**—એ પ્રમાણે; **એતત્**—આ; **તપઃ**—તપ; **માનસમ્**—મનનું; **ઉચ્યતે**—કહેવાય છે.

અનુવાદ

અને સંતોષ, સરળતા, ગંભીરતા, આત્મસંયમ તથા જીવનની શુદ્ધિ, આ સર્વ મનનાં તપ છે.

ભાવાર્થ

મનને સંયમિત કરવું એટલે તેને ઈન્દ્રિયતૃપ્તિમાંથી અલગ કરવું. તેને એવી રીતે કેળવવું જોઈએ કે જેથી તે સદા બીજાઓનું ભલું કરવાનો વિચાર કરે. વિચારોની ગંભીરતા એ જ મન માટે સર્વોત્તમ કેળવણી છે. મનુષ્યે કૃષ્ણભક્તિમાંથી વિચલિત થવું ન જોઈએ અને ઈન્દ્રિયભોગોને સદા ટાળતા રહેવું જોઈએ. પોતાના સ્વભાવને શુદ્ધ કરવો એ જ કૃષ્ણભાવનાપરાયણતા છે. ઈન્દ્રિયભોગોમાંથી મનને હટાવી લેવાથી જ મનનો સંતોષ મળી શકે છે. ઈન્દ્રિયભોગ વિશે જેટલું વધારે વિચારવામાં આવશે, તેટલું જ મન વધારે અસંતુષ્ટ થશે. વર્તમાન યુગમાં આપણે મનને નકામું જ અનેક પ્રકારનાં ઈન્દ્રિયતૃપ્તિનાં સાધનોમાં પરોવી રાખીએ છીએ. તેથી મનની તૃપ્તિની શક્યતા રહેતી નથી. માટે સર્વોત્તમ રીત એ જ છે કે મનને વૈદિક સાહિત્ય પ્રત્યે વાળી લેવામાં આવે, કારણ કે તે પુરાણો તથા મહાભારતમાં છે તેવી અનેક સંતોષપ્રદ વાર્તાઓથી ભરપૂર છે. મનુષ્ય આ જ્ઞાનનો લાભ લઈ શકે છે અને પોતાની જાતને શુદ્ધ કરી શકે છે. મન કપટથી રહિત હોવું જોઈએ અને મનુષ્યે સૌના કલ્યાણનું ચિંતન કરવું જોઈએ. મૌનનો અર્થ એવો છે કે મનુષ્ય નિરંતર આત્મ-સાક્ષાત્કાર વિશે જ વિચાર કરે. કૃષ્ણભાવનાયુક્ત મનુષ્ય આ જ અર્થમાં આદર્શ મૌનનું આચરણ કરે છે. મનનો નિગ્રહ એટલે મનને ઈન્દ્રિયભોગોથી દૂર કરી દેવું. મનુષ્યે પોતાના વ્યવહારમાં નિષ્કપટ થવું જોઈએ અને એમ કરીને તેણે પોતાના અસ્તિત્વને શુદ્ધ કરવું જોઈએ. આ સર્વ ગુણોનો સમુદાય માનસિક પ્રવૃત્તિઓનો સંયમ કહેવાય છે.

શ્લોક ૧૭

श्रद्धया परया तप्तं तपस्तत्त्रिविधं नरैः।
अफलाकाङ्क्षिभिर्युक्तैः सात्त्विकं परिचक्षते॥ १७॥

શ્રદ્ધયા—શ્રદ્ધાથી; **પરયા**—દિવ્ય; **તપ્તમ્**—કરેલું; **તપઃ**—તપ; **તત્**—તે; **ત્રિવિધમ્**—ત્રણ પ્રકારના; **નરૈઃ**—મનુષ્યો વડે; **અફલ આકાઙ્ક્ષિભિઃ**—ફળની ઈચ્છા ન કરનારા; **યુક્તૈઃ**—પરોવાયેલા; **સાત્ત્વિકમ્**—સત્ત્વગુણી; **પરિચક્ષતે**—કહેવાય છે.

અનુવાદ

દુન્યવી લાભની ઈચ્છા ન કરનારા તથા કેવળ પરમેશ્વરમાં જ પરોવાયેલા મનુષ્યો દ્વારા દિવ્ય શ્રદ્ધાપૂર્વક કરેલું એ ત્રણ પ્રકારનું તપ સાત્ત્વિક કહેવાય છે.

શ્લોક ૧૮ **सत्कारमानपूजार्थं तपो दम्भेन चैव यत्।**
क्रियते तदिह प्रोक्तं राजसं चलमध्रुवम्॥ १८॥

સત્કાર—આદર; **માન**—સન્માન; **પૂજા**—તથા પૂજા; **અર્થમ્**—માટે; **તપઃ**—તપ; **દમ્ભેન**—ઘમંડથી; **ચ એવ**—તેમ જ; **યત્**—જે; **ક્રિયતે**—કરાય છે; **તત્**—તે; **ઈહ**—આ જગતમાં; **પ્રોક્તમ્**—કહેવાય છે; **રાજસમ્**—રજોગુણી; **ચલમ્**—ચંચળ; **અધ્રુવમ્**—અશાશ્વત.

અનુવાદ

જે તપ દંભપૂર્વક તથા સત્કાર, સન્માન તેમ જ પૂજા પામવા માટે કરવામાં આવે છે, તે રજોગુણી કહેવાય છે. તે ચંચળ તથા અશાશ્વત હોય છે.

ભાવાર્થ

કેટલીક વખત વ્રત તથા તપ એટલા માટે કરાય છે કે જેથી લોકો આકર્ષાય અને તેમની પાસેથી સત્કાર, સન્માન તથા પૂજા પ્રાપ્ત થઈ શકે. રજોગુણી લોકો પોતાના અધીનસ્થ માણસો પાસેથી પૂજા કરાવે છે અને તેમનાથી પગ ધોવડાવી ધન અર્પિત કરાવે છે. તપ કરવાના બહાને થતાં આવાં કૃત્રિમ આયોજનો રાજસી કહેવાય છે. તેમાં ફળ ક્ષણિક હોય છે, તે કેટલાક સમય સુધી ટકી શકે છે, પરંતુ કદાપિ ચિરસ્થાયી હોતાં નથી.

શ્લોક ૧૯ **मूढग्राहेणात्मनो यत्पीडया क्रियते तपः।**
परस्योत्सादनार्थं वा तत्तामसमुदाहृतम्॥ १९॥

મૂઢ—મૂર્ખ; **ગ્રાહેણ**—પ્રયત્નથી; **આત્મનઃ**—પોતાને જ; **યત્**—જે; **પીડયા**—યાતના આપીને; **ક્રિયતે**—કરાય છે; **તપઃ**—તપ; **પરસ્ય**—બીજાઓનો; **ઉત્સાદન અર્થમ્**—વિનાશ કરવા માટે; **વા**—અથવા; **તત્**—તે; **તામસમ્**—તમોગુણી; **ઉદાહૃતમ્**—કહેવાય છે.

અનુવાદ

મૂર્ખામીને વશ થઈ આત્મ-ઉત્પીડન માટે અથવા બીજાઓનો વિનાશ કરવા કે હાનિ પહોંચાડવા માટે જે તપ કરવામાં આવે છે, તે તમોગુણવાળું હોય છે.

ભાવાર્થ

મૂર્ખામીભરી તપશ્ચર્યાનાં ઘણાં દૃષ્ટાંતો છે. જેમ કે હિરણ્યકશિપુ જેવા અસુરોએ દેવોનો વધ કરવા તથા અમર થવા અતિ ઉગ્ર તપ કર્યું હતું. તેણે બ્રહ્માજી પાસે એવું જ વરદાન માગ્યું હતું, પરંતુ અંતે તો તેનો પૂર્ણ પુરુષોત્તમ પરમેશ્વરે સંહાર કર્યો હતો. કોઈ અસંભવ વસ્તુ માટે તપ કરવું એ તો તામસી તપશ્ચર્યા છે, તેમાં કોઈ શંકા નથી.

શ્લોક ૨૦ **दातव्यमिति यद्दानं दीयतेऽनुपकारिणे।**
देशे काले च पात्रे च तद्दानं सात्त्विकं स्मृतम्॥ २०॥

દાતવ્યમ્—દેવા યોગ્ય; **ઈતિ**—એ રીતે; **યત્**—જે; **દાનમ્**—દાન; **દીયતે**—દેવાય છે; **અનુપકારિણે**—પ્રત્યુપકારની ભાવના વિના; **દેશે**—યોગ્ય સ્થળે; **કાલે**—યોગ્ય સમયે; **ચ**—અને; **પાત્રે**—સુપાત્ર વ્યક્તિને; **ચ**—તથા; **તત્**—તે; **દાનમ્**—દાન; **સાત્ત્વિકમ્**—સત્ત્વગુણી; **સ્મૃતમ્**—મનાય છે.

અનુવાદ

જે દાન કર્તવ્ય સમજીને, કોઈ બદલાની આશા વિના, યોગ્ય સ્થાને તથા સમયે અને સુપાત્ર વ્યક્તિને અપાય છે, તે સાત્ત્વિક દાન ગણાય છે.

ભાવાર્થ

વૈદિક સાહિત્યમાં એવા મનુષ્યને દાન આપવાની ભલામણ થઈ છે કે જે આધ્યાત્મિક કાર્યોમાં પરોવાયેલો હોય. અવિચારીપણે દાન આપવાની ભલામણ થઈ નથી. આધ્યાત્મિક કેળવણીને હંમેશાં ધ્યાનમાં રખાય છે. એટલે જ દાન કોઈ તીર્થસ્થાનમાં, સૂર્ય અથવા ચંદ્રગ્રહણના સમયે, માસના અંતે, યોગ્ય બ્રાહ્મણને, વૈષ્ણવ (ભક્ત)ને અથવા મંદિરમાં આપવાની ભલામણ થઈ છે. આવું દાન તેના બદલામાં કશું મેળવવાની આશા રાખ્યા વગર આપવું જોઈએ. કેટલીક વખત નિર્ધન માણસને કરુણાવશ દાન અપાય છે, પરંતુ નિર્ધન જો દાન દેવા પાત્ર ન હોય તો કશી આધ્યાત્મિક પ્રગતિ થતી નથી. બીજી રીતે કહી શકાય કે વૈદિક સાહિત્યમાં અવિચારીપણે દાન આપવાની ભલામણ થઈ નથી.

શ્લોક ૨૧ **यत्तु प्रत्युपकारार्थं फलमुद्दिश्य वा पुनः।**
दीयते च परिक्लिष्टं तद्दानं राजसं स्मृतम्॥ २१॥

યત્—જે; **તુ**—પરંતુ; **પ્રતિ ઉપકાર અર્થમ્**—બદલામાં કશું મેળવવા ખાતર; **ફલમ્**—ફળની; **ઉદ્દિશ્ય**—ઈચ્છાથી; **વા**—અથવા; **પુનઃ**—વળી; **દીયતે**—અપાય છે; **ચ**—પણ; **પરિક્લિષ્ટમ્**—નામરજીપૂર્વક; **તત્**—તે; **દાનમ્**—દાન; **રાજસમ્**—રજોગુણી; **સ્મૃતમ્**—માનવામાં આવે છે.

અનુવાદ

પરંતુ જે દાન અમુક બદલાની અપેક્ષાથી અથવા કર્મફળની ઈચ્છાથી અથવા નામરજીપૂર્વક અપાય છે, તે રજોગુણી દાન કહેવાય છે.

ભાવાર્થ

કેટલીક વખત સ્વર્ગપ્રાપ્તિ માટે દાન અપાય છે, તો ક્યારેક બહુ ક્લેશપૂર્વક અને કોઈ વખત, "મેં શા માટે આ રીતે આટલો બધો ખર્ચ કરી નાખ્યો?" એવા (પાછળથી કરાતા) પશ્ચાત્તાપ સાથે આપવામાં આવે છે. કોઈ વખત કોઈ ઉપકારના દબાણવશ અથવા વડીલોના દબાણથી પણ દાન અપાય છે. આવાં દાન રજોગુણમાં આપેલાં દાન કહેવાય છે.

એવી ઘણી ધર્માદા સંસ્થાઓ છે, જે એવી સંસ્થાઓને દાન આપે છે, જ્યાં ઈન્દ્રિયભોગ ચાલ્યા કરે છે. વૈદિક શાસ્ત્રોમાં આવાં દાન આપવાની ભલામણ થઈ નથી. માત્ર સાત્ત્વિક દાનની જ ભલામણ થઈ છે.

શ્લોક ૨૨

अदेशकाले यद्दानमपात्रेभ्यश्च दीयते।
असत्कृतमवज्ञातं तत्तामसमुदाहृतम्॥ २२॥

અદેશ—અશુદ્ધ સ્થળે; **કાલે**—તથા અશુદ્ધ સમયે; **યત્**—જે; **દાનમ્**—દાન; **અપાત્રેભ્ય**—કુપાત્ર મનુષ્યોને; **ચ**—પણ; **દીયતે**—અપાય છે; **અસત્ કૃતમ્**—સન્માન વગર; **અવજ્ઞાતમ્**—યોગ્ય ધ્યાન રાખ્યા વિના; **તત્**—તે; **તામસમ્**—તમોગુણી; **ઉદાહ્યતમ્**—કહેવાય છે.

અનુવાદ

અને જે દાન ગમે તેવી અપવિત્ર જગ્યાએ, અનુચિત સમયે, કોઈ કુપાત્ર માણસને અથવા પૂરતું ધ્યાન તથા આદર આપ્યા વિના અપાય છે, તે તામસિક કહેવાય છે.

ભાવાર્થ

અહીં નશો કરનારા તથા જુગારના વ્યસની લોકોને દાન આપવા માટે પ્રોત્સાહન અપાયું નથી. આવું દાન તામસિક હોય છે. આવું દાન હિતાવહ હોતું નથી, ઊલટું તેનાથી પાપી માણસોને પ્રોત્સાહન મળે છે. તેવી જ રીતે

જો મનુષ્ય કોઈ યોગ્ય વ્યક્તિને દાન આપે, પરંતુ તે આદર તથા ધ્યાન આપ્યા વગર જ તેમ કરે, તો તે પણ તામસી દાન કહેવાય છે.

શ્લોક ૨૩ **ॐ तत्सदिति निर्देशो ब्रह्मणस्त्रिविधः स्मृतः।**
ब्राह्मणास्तेन वेदाश्च यज्ञाश्च विहिताः पुरा॥ २३॥

ॐ—પરમનો નિર્દેશ; **તત્**—તે; **સત્**—સનાતન; **ઈતિ**—એ રીતે; **નિર્દેશઃ**—સંકેત; **બ્રહ્મણઃ**—બ્રહ્મનો; **ત્રિવિધઃ**—ત્રણ પ્રકારે; **સ્મૃતઃ**—ગણાય છે; **બ્રાહ્મણાઃ**—બ્રાહ્મણો; **તેન**—તેનાથી; **વેદાઃ**—વૈદિક સાહિત્ય; **ચ**—પણ; **યજ્ઞાઃ**—યજ્ઞો; **ચ**—પણ; **વિહિતાઃ**—પ્રયુક્ત; **પુરા**—પૂર્વે.

અનુવાદ

સર્જનની શરૂઆતથી ॐ *તત્ સત્* આ ત્રણે શબ્દો પરમ સત્યનો નિર્દેશ કરવા માટે પ્રયુક્ત કરાતા રહ્યા છે. આ ત્રણ પ્રતિકાત્મક અભિવ્યક્તિઓ બ્રાહ્મણો દ્વારા વૈદિક મંત્રોનું ઉચ્ચારણ કરતી વખતે તથા બ્રહ્મને સંતુષ્ટ કરવા માટે યજ્ઞો કરતી વખતે પ્રયોજવામાં આવતી હતી.

ભાવાર્થ

એવી સમજૂતી આપવામાં આવેલી છે કે તપ, યજ્ઞ, દાન તથા અન્નના સાત્ત્વિક, રાજસિક તથા તામસિક એવા ત્રણ પ્રકાર હોય છે. પરંતુ તેઓ ઉત્તમ હોય, મધ્યમ હોય કે કનિષ્ઠ હોય, તો પણ તે બધા મર્યાદિત તથા ભૌતિક ગુણોથી દૂષિત થયેલા હોય છે. પરંતુ જ્યારે તે બ્રહ્મ અર્થાત્ ॐ *તત્ સત્*—સનાતન પૂર્ણ પુરુષોત્તમ પરમેશ્વર પ્રત્યે લક્ષ્ય રાખી કરવામાં આવે છે, ત્યારે તે આધ્યાત્મિક ઉન્નતિનાં સાધન બની જાય છે. શાસ્ત્રોના આદેશોમાં આવા લક્ષ્યનો નિર્દેશ થયો છે. ॐ *તત્ સત્* આ ત્રણ શબ્દો ખાસ કરીને પરમ સત્ય, પૂર્ણ પુરુષોત્તમ પરમેશ્વરનો નિર્દેશ કરે છે. વેદમંત્રોમાં ॐ શબ્દ હંમેશાં જોવામાં આવે છે.

જે મનુષ્ય શાસ્ત્રોક્ત વિધાનો પ્રમાણે કર્મ કરતો નથી, તેને પરમ સત્યની પ્રાપ્તિ થતી નથી. તેને અમુક ક્ષણિક ફળ મળશે, પરંતુ તે પરમ ગતિ પામતો નથી. સાર એ છે કે દાન, યજ્ઞ તથા તપ સત્ત્વગુણમાં જ કરવાં જોઈએ. જો રજોગુણ કે તમોગુણમાં કરવામાં આવે, તો તે નક્કી નિમ્ન કક્ષાનાં હોય છે. ॐ *તત્ સત્* શબ્દોનું ઉચ્ચારણ પરમેશ્વરના પવિત્ર નામ

સાથે કરવામાં આવે છે, ઉદાહરણાર્થ, *ૐ તદ્ વિષ્ણોઃ*—જ્યારે જ્યારે કોઈ વેદમંત્રનો કે પરમેશ્વરના નામનો ઉચ્ચાર થાય છે, ત્યારે ૐ જોડી દેવામાં આવે છે. આ વૈદિક સાહિત્યનું સૂચક છે. આ ત્રણ શબ્દો વૈદિક મંત્રોમાંથી લેવાયા છે. *ૐ ઈત્યૂ એતદ્ બ્રહ્મણો નેદિષ્ઠં નામ* (ઋગ્વેદ)—આ પ્રથમ લક્ષ્ય સૂચવે છે. પછી *તત્ ત્વમ્ અસિ* (છાંદોગ્ય ઉપનિષદ ૬.૮.૭) બીજા લક્ષ્યનું સૂચક છે અને *સદ્ એવ સૌમ્ય* (છાંદોગ્ય ૬.૨.૧) ત્રીજા લક્ષ્યનું સૂચક છે. આ ત્રણે મળીને *ૐ તત્ સત્* થઈ જાય છે. આદિકાળમાં જ્યારે પ્રથમ જીવ બ્રહ્માજીએ યજ્ઞો કર્યા હતા, ત્યારે તેમણે આ ત્રણ શબ્દો દ્વારા પૂર્ણ પુરુષોત્તમ પરમેશ્વરનો નિર્દેશ કર્યો હતો. તેથી ગુરુ-પરંપરા દ્વારા પણ એ જ સિદ્ધાંતનું પાલન થતું આવ્યું છે. માટે આ મંત્રનું ઘણું મહત્ત્વ છે. તેથી ભગવદ્‌ગીતા ભલામણ કરે છે કે કોઈ પણ કાર્ય *ૐ તત્ સત્* માટે અર્થાત્ પૂર્ણ પુરુષોત્તમ પરમેશ્વર પ્રીત્યર્થે કરવું જોઈએ. જ્યારે મનુષ્ય આ ત્રણ શબ્દો વડે તપ, દાન તથા યજ્ઞ કરે છે, ત્યારે તે કૃષ્ણભાવનામૃતમાં કાર્ય કરે છે, કૃષ્ણભાવનામૃત દિવ્ય કાર્યોનું વૈજ્ઞાનિક અમલીકરણ છે. તેનાથી મનુષ્ય ભગવદ્‌ધામમાં પાછો જઈ શકે છે. આવી દિવ્ય રીતે કર્મ કરવાથી શક્તિનો ક્ષય થતો નથી.

શ્લોક ૨૪ **तस्माद् ॐ इत्युदाहृत्य यज्ञदानतपःक्रियाः ।**
प्रवर्तन्ते विधानोक्ताः सततं ब्रह्मवादिनाम् ॥ २४ ॥

તસ્માત્—તેથી; **ૐ**—ૐથી શરૂ કરીને; **ઈતિ**—એ રીતે; **ઉદાહૃત્ય**—સૂચિત કરીને; **યજ્ઞ**—યજ્ઞ; **દાન**—દાન; **તપઃ**—તથા તપની; **ક્રિયાઃ**—ક્રિયા; **પ્રવર્તન્તે**—આરંભ થાય છે; **વિધાન ઉક્તાઃ**—શાસ્ત્રોક્ત; **સતતમ્**—સદા; **બ્રહ્મવાદિનામ્**—અધ્યાત્મવાદીઓ અથવા યોગીઓની.

અનુવાદ

માટે બ્રહ્મની પ્રાપ્તિ માટે યોગીજનો શાસ્ત્રોક્ત વિધિ પ્રમાણે યજ્ઞ, દાન તથા તપની સર્વ ક્રિયાઓનો શુભારંભ હંમેશાં ૐથી કરે છે.

ભાવાર્થ

ૐ તદ્ વિષ્ણોઃ પરમં પદમ્ (ઋગ્વેદ ૧.૨૨.૨૦). વિષ્ણુનાં ચરણકમળ ભક્તિની સર્વોપરી ભૂમિકા છે. પૂર્ણ પુરુષોત્તમ પરમેશ્વર પ્રીત્યર્થે કરેલી દરેક ક્રિયા સમગ્ર કાર્યક્ષેત્રની સિદ્ધિ નિશ્ચિત કરે છે.

શ્લોક ૨૫ **तदित्यनभिसन्धाय फलं यज्ञतपःक्रियाः।**
दानक्रियाश्च विविधाः क्रियन्ते मोक्षकाङ्क्षिभिः॥ २५॥

તત્—તે; **ઈતિ**—એ રીતે; **અનભિસન્ધાય**—ઈચ્છા રાખ્યા વિના; **ફલમ્**—ફળ; **યજ્ઞ**—યજ્ઞ; **તપઃ**—તથા તપની; **ક્રિયાઃ**—ક્રિયાઓ; **દાન**—દાનનાં; **ક્રિયાઃ**—કાર્યો; **ચ**—અને; **વિવિધાઃ**—વિભિન્ન; **ક્રિયન્તે**—કરાય છે; **મોક્ષકાઙ્ક્ષિભિઃ**—ખરેખર મુક્તિ ઈચ્છનારાઓ દ્વારા.

અનુવાદ

મનુષ્યે કર્મફળની ઈચ્છા રાખ્યા વિના વિવિધ પ્રકારનાં યજ્ઞ, તપ તથા દાન *તત્* શબ્દ કહીને કરવાં જોઈએ. આવાં દિવ્ય કાર્યોનો ઉદ્દેશ ભવબંધનમાંથી મુક્તિ પામવાનો હોય છે.

ભાવાર્થ

આધ્યાત્મિક અવસ્થા સુધી ઉન્નત થવા માટે મનુષ્યે કોઈ દુન્યવી લાભાર્થે કર્મ ન કરવું જોઈએ. બધાં કર્મ ભગવાનનાં સાન્નિધ્યમાં, ભગવાનના દિવ્ય ધામમાં પાછા જવાના અંતિમ ઉદ્દેશની પ્રાપ્તિ માટે કરવાં જોઈએ.

શ્લોક ૨૬–૨૭ **सद्भावे साधुभावे च सदित्येतत्प्रयुज्यते।**
प्रशस्ते कर्मणि तथा सच्छब्दः पार्थ युज्यते॥ २६॥
यज्ञे तपसि दाने च स्थितिः सदिति चोच्यते।
कर्म चैव तदर्थीयं सदित्येवाभिधीयते॥ २७॥

સદ્ભાવે—બ્રહ્મની પ્રકૃતિના અર્થમાં; **સાધુભાવે**—ભક્તની પ્રકૃતિના અર્થમાં; **ચ**—અને; **સત્**—*સત્* શબ્દ; **ઈતિ**—એમ; **એતત્**—આ; **પ્રયુજ્યતે**—યોજાય છે; **પ્રશસ્તે**—પ્રામાણિક; **કર્મણિ**—કર્મોમાં; **તથા**—તેમ જ; **સત્ શબ્દઃ**—*સત્* શબ્દ; **પાર્થ**—હે પૃથાપુત્ર; **યુજ્યતે**—યોજવામાં આવે છે; **યજ્ઞે**—યજ્ઞમાં; **તપસિ**—તપમાં; **દાને**—દાનમાં; **ચ**—પણ; **સ્થિતિઃ**—સ્થિતિ; **સત્**—બ્રહ્મ; **ઈતિ**—એમ; **ચ**—તથા; **ઉચ્યતે**—ઉચ્ચાર કરાય છે; **કર્મ**—કાર્ય; **ચ**—પણ; **એવ**—નક્કી; **તત્**—તેને; **અર્થીયમ્**—માટે; **સત્**—બ્રહ્મ; **ઈતિ**—એ રીતે; **એવ**—જ; **અભિધીયતે**—કહેવાય છે.

અનુવાદ

પરમ સત્ય એ ભક્તિમય યજ્ઞનું લક્ષ્ય છે અને તેને *સત્* શબ્દથી સૂચિત કરવામાં આવે છે. હે પૃથાપુત્ર, આવા યજ્ઞનો કર્તા પણ *સત્* કહેવાય છે અને એ જ પ્રમાણે યજ્ઞ, તપ તથા દાનનાં બધાં કર્મો પણ સત્ કહેવાય છે કે જે પૂર્ણ પુરુષોત્તમ પરમેશ્વરને પ્રસન્ન કરવા માટે કરવામાં આવે છે.

ભાવાર્થ

પ્રશસ્તે કર્મણિ અર્થાત્ "નિયત કર્તવ્ય" સૂચિત કરે છે કે વૈદિક સાહિત્યમાં એવી અનેક ક્રિયાઓ નિર્ધારિત થયેલી છે કે જે ગર્ભાધાનથી માંડીને મૃત્યુ સુધી સંસ્કારરૂપે થાય છે. આવા સંસ્કાર જીવની અંતિમ મુક્તિ માટે કરાય છે. આવી સર્વ ક્રિયાઓ કરતી વખતે ૐ *તત્ સત્*નો ઉચ્ચાર કરવાની ભલામણ થઈ છે. *સદ્ભાવ* તથા *સાધુભાવ* શબ્દો આધ્યાત્મિક અવસ્થા સૂચવે છે. કૃષ્ણભાવનામાં કર્મ કરવાં એ *સત્ત્વ* કહેવાય છે અને જે મનુષ્ય કૃષ્ણભાવનાનાં કાર્યો પ્રત્યે પૂર્ણપણે સભાન હોય છે, તે *સાધુ* કહેવાય છે. શ્રીમદ્ ભાગવત (૩.૨૫.૨૫)માં કહ્યું છે કે ભક્તોના સંગમાં આધ્યાત્મિક વિષય સ્પષ્ટ થઈ જાય છે. આના માટે *સતાં પ્રસઙ્ગાત્* શબ્દોનો ઉપયોગ થયો છે. સત્સંગ વિના મનુષ્ય દિવ્ય જ્ઞાન મેળવી શકતો નથી. દીક્ષા વખતે કે યજ્ઞોપવીત સંસ્કાર વખતે ૐ *તત્ સત્*નો ઉચ્ચાર કરવામાં આવે છે. તેવી જ રીતે, સર્વ પ્રકારના યજ્ઞોમાં યજ્ઞનું અંતિમ ધ્યેય ૐ *તત્ સત્* અર્થાત્ પરમેશ્વર જ હોય છે. *તદ્ અર્થીયમ્* શબ્દ બ્રહ્મના પ્રતિનિધિ એવા દરેક કાર્યમાં સેવાનો સૂચક છે કે જેમાં પ્રભુમંદિરમાં રસોઈ કરવી તથા અન્ય કાર્યોમાં મદદ કરવા જેવી સેવા અથવા ભગવાનના યશનો પ્રચાર કરનારા અન્ય કોઈ પણ કાર્યનો સમાવેશ થાય છે. એ રીતે આ ઉત્કૃષ્ટ શબ્દો ૐ *તત્ સત્* સર્વ કાર્યો પરિપૂર્ણ કરવા માટે અનેક રીતે પ્રયોજાય છે.

શ્લોક **अश्रद्धया हुतं दत्तं तपस्तप्तं कृतं च यत्।**
૨૮ **असदित्युच्यते पार्थ न च तत्प्रेत्य नो इह॥ २८॥**

અશ્રદ્ધયા—શ્રદ્ધા વગર; **હુતમ્**—યજ્ઞમાં હોમેલું; **દત્તમ્**—આપેલું; **તપઃ**—તપ; **તપ્તમ્**—કરેલું; **કૃતમ્**—કરેલું; **ચ**—પણ; **યત્**—જે; **અસત્**—મિથ્યા; **ઇતિ**—એમ; **ઉચ્યતે**—કહેવાય છે; **પાર્થ**—હે પૃથાપુત્ર; **ન**—નહીં; **ચ**—પણ; **તત્**—તે; **પ્રેત્ય**—મૃત્યુ પછી; **ન ઉ**—ન તો; **ઇહ**—આ જીવનમાં.

અનુવાદ

હે પાર્થ, પરમેશ્વરમાં શ્રદ્ધા વગર યજ્ઞ, દાન કે તપરૂપે જે કંઈ કરવામાં આવે છે, તે ક્ષણભંગુર હોય છે. તે *અસત્* કહેવાય છે. આ *અસત્* આ તેમ જ આગામી જન્મ, બંનેમાં વ્યર્થ જાય છે.

ભાવાર્થ

આધ્યાત્મિક ઉદ્દેશ વગર કરેલું ગમે તે કાર્ય, પછી તે યજ્ઞ, દાન કે તપ હોય તોયે તે નકામું જાય છે. તેથી આ શ્લોકમાં આવાં કાર્યોને અત્યંત ખરાબ કહેવામાં આવ્યાં છે. દરેક કાર્ય કૃષ્ણભાવનામાં રહી પ્રભુ પ્રીત્યર્થે કરવું જોઈએ. આવી શ્રદ્ધા વિના અને યોગ્ય માર્ગદર્શન વિના કોઈ ફળ કદાપિ મળી શકતું નથી. સર્વ વૈદિક આદેશોનું પાલન કરવાનું અંતિમ ધ્યેય કૃષ્ણને જાણવા એ જ છે. આ સિદ્ધાંતને અનુસર્યા વિના કોઈ પણ મનુષ્ય સફળ થઈ શકે નહીં. એટલે જ સર્વશ્રેષ્ઠ માર્ગ એ જ છે કે શરૂઆતથી જ પ્રમાણભૂત આધ્યાત્મિક ગુરુના માર્ગદર્શન હેઠળ રહી કૃષ્ણભાવનાયુક્ત થઈને કાર્ય કરવું જોઈએ. સર્વ કાર્યોને સફળ બનાવવાનો એ જ માર્ગ છે.

બદ્ધ અવસ્થામાં લોકો દેવો, ભૂત અથવા કુબેર જેવા યક્ષોની પૂજા કરવા આકર્ષાય છે. જોકે સત્ત્વગુણ એ રજોગુણ તથા તમોગુણથી ચડિયાતો છે, છતાં જે મનુષ્ય કૃષ્ણભક્તિ અપનાવે છે, તે ભૌતિક પ્રકૃતિના આ ત્રણે ગુણોથી પર થઈ જાય છે. જોકે ક્રમિક ઉન્નતિની પ્રક્રિયા હોય છે, તેમ છતાં શુદ્ધ ભક્તોના સંગમાં જો કોઈ મનુષ્ય કૃષ્ણભાવનામૃતનો માર્ગ ગ્રહણ કરે છે, તો તે સર્વશ્રેષ્ઠ માર્ગ છે અને આ અધ્યાયમાં તેની જ ભલામણ કરવામાં આવી છે. આ પ્રમાણે સફળ થવા માટે મનુષ્યે સર્વપ્રથમ યોગ્ય ગુરુ પ્રાપ્ત કરવા જોઈએ અને તેમના માર્ગદર્શન હેઠળ રહીને તાલીમ લેવી જોઈએ. ત્યારે જ મનુષ્ય પરમેશ્વરમાં શ્રદ્ધાનો વિકાસ કરી શકે છે. સમય જતાં જ્યારે એ શ્રદ્ધા પરિપક્વ થાય છે, ત્યાર તે ભગવત્પ્રેમ કહેવાય છે. આ પ્રેમ જ જીવાત્માઓનું અંતિમ ધ્યેય છે. માટે મનુષ્યે સીધેસીધા કૃષ્ણભાવનામૃત ગ્રહણ કરવું જોઈએ. સત્તરમા અધ્યાયનો એ જ સંદેશ છે.

આમ શ્રીમદ્ ભગવદ્ગીતાના "શ્રદ્ધાના વિભાગો" નામના સત્તરમા અધ્યાય પરના ભક્તિવેદાંત ભાવાર્થો પૂર્ણ થાય છે.

અધ્યાય ૧૮

ઉપસંહાર—ત્યાગની પૂર્ણતા

अर्जुन उवाच

श्लोक **सन्न्यासस्य महाबाहो तत्त्वमिच्छामि वेदितुम्।**
१ **त्यागस्य च हृषीकेश पृथक्केशिनिषूदन॥ १॥**

અર્જુનઃ ઉવાચ—અર્જુને કહ્યું; **સન્ન્યાસસ્ય**—સંન્યાસ (ત્યાગ)ના; **મહાબાહો**—હે બળવાન ભુજાઓવાળા; **તત્ત્વમ્**—સત્યને; **ઈચ્છામિ**—ઈચ્છું છું; **વેદિતુમ્**—જાણવા; **ત્યાગસ્ય**—ત્યાગ (સંન્યાસ)ના; **ચ**—પણ; **હૃષિકેશ**—હે ઈન્દ્રિયોના સ્વામી; **પૃથક્**—જુદી રીતે; **કેશિનિષૂદન**—હે કેશિ અસુરના સંહારક.

અનુવાદ

અર્જુને કહ્યું: હે મહાબાહુ, હું સંન્યાસ (ત્યાગ)નો ઉદ્દેશ જાણવા ઈચ્છું છું અને હે કેશિનિષૂદન, હે હૃષિકેશ, હું ત્યાગમય જીવન (સંન્યાસ આશ્રમ) વિશે પણ જાણવા ઈચ્છું છું.

ભાવાર્થ

હકીકતમાં ભગવદ્‌ગીતા સત્તર અધ્યાયમાં જ સમાપ્ત થઈ જાય છે. અઢારમો અધ્યાય તો પૂર્વચર્ચિત વિષયોનો પૂરક સંક્ષેપ છે. ભગવદ્‌ગીતાના દરેક અધ્યાયમાં ભગવાન કૃષ્ણ ભારપૂર્વક કહે છે કે પૂર્ણ પુરુષોત્તમ પરમેશ્વરની ભક્તિમય સેવા એ અંતિમ ઉદ્દેશ જ જીવનનો અંતિમ ઉદ્દેશ છે. એ જ વિષયને આ અઢારમા અધ્યાયમાં જ્ઞાનના પરમ ગુહ્ય માર્ગ તરીકે સંક્ષેપમાં કહ્યો છે. પ્રથમ છ અધ્યાયોમાં ભક્તિયોગ ઉપર ભાર મૂકવામાં આવ્યો છે—*યોગિનામ્ અપિ સર્વેષામ્...* "સર્વ યોગીઓમાં જે યોગી પોતાના હૃદયમાં સદૈવ મારું ચિંતન કરે છે, તે સર્વશ્રેષ્ઠ છે." પછીના છ અધ્યાયોમાં શુદ્ધ ભક્તિ, તેની પ્રકૃતિ તથા કાર્યોનું નિરૂપણ થયું છે. છેલ્લા છ અધ્યાયોમાં જ્ઞાન, વૈરાગ્ય, ભૌતિક પ્રકૃતિનાં કાર્યો તથા દિવ્ય

પ્રકૃતિનાં કાર્યો તેમ જ ભક્તિમય સેવાનું વર્ણન થયું છે. નિષ્કર્ષ તરીકે કહેવામાં આવ્યું છે કે બધાં કાર્યો પરમેશ્વરથી સંયુક્ત કરીને કરવાં જોઈએ કે જે પૂર્ણ પુરુષોત્તમ વિષ્ણુનો નિર્દેશ કરનારા *ૐ તત્ સત્* શબ્દો દ્વારા પ્રગટ થાય છે. ભગવદ્ગીતાના ત્રીજા વિભાગથી એ જ સ્પષ્ટ થાય છે કે ભક્તિ જ જીવનનું એકમાત્ર લક્ષ્ય છે. પુરોગામી આચાર્યો તથા બ્રહ્મસૂત્ર કે વેદાંતસૂત્રના પ્રમાણ દ્વારા આ મુદ્દાની સ્થાપના કરવામાં આવી છે. કેટલાક નિર્વિશેષવાદીઓ વેદાંતસૂત્રના જ્ઞાન ઉપર પોતાનો જ એકાધિકાર હોવાનું માને છે, પરંતુ હકીકતમાં વેદાંતસૂત્ર ભક્તિને સમજવા માટે નિર્માયેલા છે, કારણ કે સ્વયં ભગવાન વેદાંતસૂત્રના રચયિતા છે અને તેઓ જ તેના જ્ઞાતા છે. પંદરમા અધ્યાયમાં તેનું વર્ણન થયું છે. દરેક શાસ્ત્ર તથા દરેક વેદમાં ભક્તિ જ લક્ષ્ય છે. ભગવદ્ગીતામાં એ જ સમજાવ્યું છે.

જેવી રીતે બીજા અધ્યાયમાં સંપૂર્ણ વિષયવસ્તુની પ્રસ્તાવના (સારાંશ)નું વર્ણન થયું છે, તેમ અઢારમા અધ્યાયમાં પણ સમગ્ર ઉપદેશોનો સાર આપ્યો છે. આમાં ત્યાગ (વૈરાગ્ય) તથા ત્રિગુણાતીત દિવ્ય અવસ્થાની પ્રાપ્તિને જ જીવનનું લક્ષ્ય દર્શાવ્યું છે. અર્જુન ભગવદ્ગીતાના ત્યાગ તથા સંન્યાસ આ બે વિષયો વચ્ચેના તફાવતને સ્પષ્ટ રીતે જાણવા ઈચ્છુક છે. એટલે તે આ બે શબ્દોના અર્થ વિશે જિજ્ઞાસા વ્યક્ત કરે છે.

આ શ્લોકમાં ભગવાનને સંબોધવા પ્રયુક્ત થયેલા 'હૃષીકેશ' તથા 'કેશિનિષૂદન' શબ્દો બહુ મહત્ત્વપૂર્ણ છે. સર્વ ઈન્દ્રિયોના સ્વામી હૃષીકેશ—કૃષ્ણ છે, જે માનસિક શાંતિ આપે છે. અર્જુને તેમને દરેક મુદ્દો એવી રીતે સંક્ષિપ્તમાં સમજાવવા માટે વિનવ્યા છે કે જેથી તે સમભાવમાં સ્થિર રહી શકે. છતાં તેને અમુક સંશય છે અને સંશયોને સદા અસુરો જેવા કહ્યા છે. તેથી તેણે કૃષ્ણને કેશિનિષૂદન કહી સંબોધ્યા છે. કેશી એક મહા ભયાનક અસુર હતો અને ભગવાને તેનો વધ કરેલો. હવે અર્જુન ઈચ્છે છે કે કૃષ્ણ તેના સંશયરૂપી અસુરનો સંહાર કરે.

श्रीभगवानुवाच

શ્લોક ૨ **काम्यानां कर्मणां न्यासं सन्न्यासं कवयो विदुः ।**
सर्वकर्मफलत्यागं प्राहुस्त्यागं विचक्षणाः ॥ २ ॥

શ્રી ભગવાન્ ઉવાચ—પૂર્ણ પુરુષોત્તમ પરમેશ્વર બોલ્યા; **કામ્યાનામ્**—ઈચ્છાયુક્ત; **કર્મણામ્**—કર્મોનો; **ન્યાસમ્**—ત્યાગ; **સન્ન્યાસમ્**—સંન્યાસ;

કવયઃ—વિદ્વાનો; **વિદુઃ**—જાણે છે; **સર્વ**—બધાં; **કર્મ**—કર્મનાં; **ફલ**—ફળનો; **ત્યાગમ્**—ત્યાગને; **પ્રાહુઃ**—કહે છે; **ત્યાગમ્**—ત્યાગ; **વિચક્ષણાઃ**—અનુભવી.

અનુવાદ

પૂર્ણ પુરુષોત્તમ પરમેશ્વર બોલ્યાઃ ભૌતિક ઈચ્છા પર આધારિત કાર્યોના પરિત્યાગને વિદ્વાનો સંન્યાસ કહે છે અને સર્વ કર્મોનાં ફળત્યાગને બુદ્ધિશાળી લોકો ત્યાગ કહે છે.

ભાવાર્થ

કર્મફળની આશાથી કરેલાં કર્મનો ત્યાગ કરવો જોઈએ. આ જ ભગવદ્‌ગીતાનો ઉપદેશ છે, પરંતુ જે કર્મોથી ઉચ્ચ આધ્યાત્મિક જ્ઞાન પ્રાપ્ત થાય, તેમનો ત્યાગ કરવો ન જોઈએ. હવે પછીના શ્લોકોમાં આને સ્પષ્ટ કરવામાં આવશે. વૈદિક શાસ્ત્રોમાં અમુક વિશિષ્ટ હેતુસર યજ્ઞ કરવાની અનેક પદ્ધતિઓનો ઉલ્લેખ થયેલો છે. કેટલાક યજ્ઞો સારા પુત્રની પ્રાપ્તિ માટે કે સ્વર્ગલોકમાં ઊર્ધ્વગતિ પામવા માટે થાય છે, પરંતુ જે યજ્ઞો ઈચ્છાઓથી પ્રેરાય છે તે બંધ કરવા જોઈએ, પરંતુ આધ્યાત્મિક જ્ઞાનમાં ઉન્નતિ પામવા માટેનો અથવા હૃદયની શુદ્ધિ માટેના યજ્ઞોનો પરિત્યાગ કરવો એ યોગ્ય નથી.

શ્લોક ૩

ત્યાજ્યં દોષવદિત્યેકે કર્મ પ્રાહુર્મનીષિણઃ ।
યજ્ઞદાનતપઃકર્મ ન ત્યાજ્યમિતિ ચાપરે ॥ ૩ ॥

ત્યાજ્યમ્—ત્યાગ કરવો જોઈએ; **દોષવત્**—દોષ સમાન; **ઈતિ**—એમ; **એકે**—એક જૂથ; **કર્મ**—કર્મ; **પ્રાહુઃ**—કહે છે; **મનીષિણઃ**—મહાન ચિંતકો; **યજ્ઞ**—યજ્ઞ; **દાન**—દાન; **તપઃ**—અને તપનાં; **કર્મ**—કાર્ય; **ન ત્યાજ્યમ્**—તજવાં જોઈએ નહીં; **ઈતિ**—એમ; **ચ**—વળી; **અપરે**—અન્ય.

અનુવાદ

કેટલાક વિદ્વાનો જણાવે છે કે સર્વ પ્રકારનાં સકામ કર્મોને દોષપૂર્ણ ગણી તજવાં જોઈએ. છતાં અન્ય વિદ્વાનો માને છે કે યજ્ઞ, દાન તથા તપનાં કાર્યો કદાપિ તજવાં ન જોઈએ.

ભાવાર્થ

વૈદિક સાહિત્યમાં એવાં અનેક કર્મ છે કે જેમના વિશે મતભેદ છે. ઉદાહરણાર્થ, યજ્ઞમાં પશુવધ થઈ શકે એમ કહેવાયું છે, છતાં કેટલાકના

મતે પશુવધ પૂર્ણપણે નિષિદ્ધ છે. જોકે વૈદિક સાહિત્યમાં યજ્ઞમાં પશુવધની ભલામણ કરવામાં આવી છે, તેમ છતાં તેમાં પશુ મરી જાય છે તેમ મનાતું નથી. યજ્ઞ બલિના પશુને નવું જીવન આપવા માટે હોય છે. કોઈ વખત યજ્ઞમાં મારી નાખેલા પશુને પુનઃ નવું પશુજીવન પ્રાપ્ત થાય છે અને કેટલીક વખત તે પશુ તત્કાળ મનુષ્યયોનિ પ્રાપ્ત કરે છે. પરંતુ આ બાબતમાં ઋષિઓ વિભિન્ન મત ધરાવે છે. કેટલાકના મતે પશુહત્યા કરવી ન જોઈએ અને કેટલાક કહે છે કે વિશિષ્ટ યજ્ઞ માટે તે શુભ છે. હવે સ્વયં ભગવાન યજ્ઞકર્મ વિષયક વિભિન્ન મતો વિશે સ્પષ્ટીકરણ કરી રહ્યા છે.

શ્લોક ૪

निश्चयं शृणु मे तत्र त्यागे भरतसत्तम।
त्यागो हि पुरुषव्याघ्र त्रिविधः सम्प्रकीर्तितः ॥ ४॥

નિશ્ચયમ્—નિશ્ચય; **શૃણુ**—સાંભળ; **મે**—મારો; **તત્ર**—તે વિશે; **ત્યાગે**—ત્યાગ બાબતે; **ભરત સત્ તમ્**—હે ભરતશ્રેષ્ઠ; **ત્યાગઃ**—ત્યાગ; **હિ**—નક્કી; **પુરુષ વ્યાઘ્ર**—હે મનુષ્યોમાં વ્યાઘ્ર; **ત્રિવિધઃ**—ત્રણ પ્રકારનો; **સમ્પ્રકીર્તિતઃ**—જાહેર કરવામાં આવ્યો છે.

અનુવાદ

હે ભરતશ્રેષ્ઠ, હવે ત્યાગ વિશે મારો નિર્ણય સાંભળ, હે નરશાર્દૂલ, શાસ્ત્રોમાં ત્યાગ ત્રણ પ્રકારનો કહેવામાં આવ્યો છે.

ભાવાર્થ

જોકે ત્યાગ વિશે મતભેદો છે, છતાં પૂર્ણ પુરુષોત્તમ પરમેશ્વર શ્રીકૃષ્ણ અહીં તેમનો નિર્ણય આપી રહ્યા છે અને તેને અંતિમ માનવો જોઈએ. બેશક, બધા વેદ ભગવાને આપેલા વિભિન્ન વિધાન (નિયમો) છે. અહીં ભગવાન સાક્ષાત્ ઉપસ્થિત છે અને તેમના વચનને અંતિમ માનવું જોઈએ. ભગવાન કહે છે કે ભૌતિક પ્રકૃતિના ત્રણ ગુણોમાંથી જે ગુણમાં ત્યાગ કરાય છે, તેના સંદર્ભમાં જ ત્યાગનો પ્રકાર જાણવો જોઈએ.

શ્લોક ૫

यज्ञदानतपःकर्म न त्याज्यं कार्यमेव तत्।
यज्ञो दानं तपश्चैव पावनानि मनीषिणाम्॥ ५॥

યજ્ઞ—યજ્ઞ; **દાન**—દાન; **તપઃ**—તથા તપ; **કર્મ**—કર્મ; **ન**—કદી નહીં; **ત્યાજ્યમ્**—તજવા યોગ્ય; **કાર્યમ્**—કરવાં જોઈએ; **એવ**—જ; **તત્**—તે;

યજ્ઞઃ—યજ્ઞ; **દાનમ્**—દાન; **તપઃ**—તપ; **ચ એવ**—તેમ જ; **પાવનાનિ**—શુદ્ધ કરનારા; **મનીષિણામ્**—મહાત્મા માટે સુધ્ધાં.

અનુવાદ

યજ્ઞ, દાન તથા તપનાં કાર્યોનો કદાપિ ત્યાગ કરવો ન જોઈએ, પણ તે અવશ્ય કરવાં જોઈએ. ખરેખર, યજ્ઞ, દાન તથા તપ મહાત્માઓને પણ શુદ્ધ કરે છે.

ભાવાર્થ

યોગીએ માનવ સમાજની ઉન્નતિ માટે કર્મ કરવાં જોઈએ. મનુષ્યને અધ્યાત્મ પ્રત્યે ઉન્નત કરવા માટે અનેક સંસ્કાર (પવિત્ર કર્મ) છે. દાખલા તરીકે, વિવાહ સંસ્કારને આવો એક યજ્ઞ ગણવામાં આવે છે. આ *વિવાહ* યજ્ઞ કહેવાય છે. પોતાના કૌટુંબિક સંબંધને તજી દઈને સંન્યાસ ગ્રહણ કરનારા સંન્યાસીએ શું લગ્નવિધિને પ્રોત્સાહન આપવું જોઈએ? ભગવાન અહીં કહે છે કે માનવ કલ્યાણ અર્થે થતો ગમે તે યજ્ઞ કદાપિ તજવો ન જોઈએ. *વિવાહ* યજ્ઞ માનવના મનને સંયમિત કરવા માટે છે કે જેથી આધ્યાત્મિક પ્રગતિ માટે તે શાંત થઈ શકે. સંન્યાસીએ સુધ્ધાં અધિકાંશ લોકોને વિવાહ યજ્ઞ કરવા માટે પ્રોત્સાહન આપવું જોઈએ. સંન્યાસીઓ સ્ત્રીસંગ કદાપિ ન કરે, પરંતુ આનો અર્થ એવો નથી કે જે મનુષ્ય હજી જીવનની નિમ્ન અવસ્થામાં છે, એટલે કે યુવાન છે તે વિવાહ યજ્ઞમાં પત્નીનો સ્વીકાર ન કરે. બધા શાસ્ત્રોક્ત યજ્ઞો પરમેશ્વરની પ્રાપ્તિ માટે હોય છે. માટે નિમ્નતર અવસ્થામાં યજ્ઞોનો ત્યાગ કરવો ન જોઈએ. તે જ પ્રમાણે, દાન હૃદયની શુદ્ધિ માટે છે. જો દાન સુપાત્રને આપવામાં આવે, તો પૂર્વે વર્ણવ્યું છે તેમ, તેનાથી આધ્યાત્મિક જીવનમાં પ્રગતિ થાય છે.

શ્લોક ૬

एतान्यपि तु कर्माणि सङ्गं त्यक्त्वा फलानि च।
कर्तव्यानीति मे पार्थ निश्चितं मतमुत्तमम्॥ ६॥

એતાનિ—આ સર્વ; **અપિ**—ખરેખર; **તુ**—પરંતુ; **કર્માણિ**—કાર્યો; **સઙ્ગમ્**—સંગ; **ત્યક્ત્વા**—તજીને; **ફલાનિ**—ફળોને; **ચ**—પણ; **કર્તવ્યાનિ**—કર્તવ્યને સમજી કરવાં જોઈએ; **ઇતિ**—એ રીતે; **મે**—મારો; **પાર્થ**—હે પૃથાપુત્ર; **નિશ્ચિતમ્**—નિશ્ચિત; **મતમ્**—મત; **ઉત્તમમ્**—શ્રેષ્ઠ.

અનુવાદ

આ બધાં કાર્યો કોઈ પણ પ્રકારની આસક્તિ કે ફળની આશા

રાખ્યા વગર કરવાં જોઈએ. હે પૃથાપુત્ર, આ કાર્યો કર્તવ્ય સમજીને કરવાં જોઈએ. આ જ મારો અંતિમ મત છે.

ભાવાર્થ

જોકે બધા યજ્ઞો પાવનકારી છે, છતાં મનુષ્યોએ આવાં કાર્યો દ્વારા કોઈ ફળની અપેક્ષા રાખવી જોઈએ નહીં. બીજા શબ્દોમાં, જીવનમાં જે સર્વ યજ્ઞો ભૌતિક ઉન્નતિ માટે છે, તેમનો ત્યાગ કરવો જોઈએ. પરંતુ મનુષ્યના અસ્તિત્વને શુદ્ધ કરનારા અને આધ્યાત્મિક સ્તરે ઉન્નત કરનારા યજ્ઞો રોકવા ન જોઈએ. શ્રીમદ્ ભાગવતમાં પણ કહેવામાં આવ્યું છે કે ભગવદ્‌ભક્તિ તરફ દોરી જનાર દરેક પ્રવૃત્તિનો સ્વીકાર થવો જોઈએ. શ્રીમદ્ ભાગવતમાં પણ એમ કહ્યું છે કે ભગવાનની સેવા તરફ લઈ જતી કોઈ પણ પ્રવૃત્તિનો સ્વીકાર કરવો જોઈએ. એ જ ધર્મની સર્વોચ્ચ કસોટી છે. ભગવદ્‌ભક્તે એવાં કોઈ પણ કર્મ, યજ્ઞ કે દાનનો સ્વીકાર કરવો જોઈએ કે જે ભગવાનની ભક્તિ કરવામાં મદદરૂપ હોય.

શ્લોક ૭
नियतस्य तु सन्न्यासः कर्मणो नोपपद्यते।
मोहात्तस्य परित्यागस्तामसः परिकीर्तितः ॥ ७ ॥

નિયતસ્ય—વિહિત, નિર્દિષ્ટ; **તુ**—પરંતુ; **સન્ન્યાસ**—ત્યાગ, સંન્યાસ; **કર્મણઃ**—કર્મોનો; **ન**—કદી નહીં; **ઉપપદ્યતે**—યોગ્ય હોય છે; **મોહાત્**—મોહથી; **તસ્ય**—તેનો; **પરિત્યાગઃ**—તજી દેવું; **તામસઃ**—તમોગુણી; **પરિકીર્તિતઃ**—ઘોષિત કરવામાં આવ્યો છે.

અનુવાદ

નિર્દિષ્ટ કર્તવ્યોને કદાપિ તજવાં ન જોઈએ. જો કોઈ મનુષ્ય મોહવશ પોતાનાં નિયત કર્તવ્યોને તજી દે છે, તો એવા ત્યાગને તામસી કહેવામાં આવે છે.

ભાવાર્થ

દુન્યવી સંતોષ અર્થે કરાતાં કર્મ તજી દેવાં જોઈએ. પરંતુ જે કામો આધ્યાત્મિક પ્રવૃત્તિમાં મદદ કરે છે, એટલે કે ભગવાન માટે રસોઈ કરવી, તેમને ભોગ ધરાવવો અને પછી પ્રસાદ ગ્રહણ કરવો, એવાં કાર્યો કરવાની ભલામણ કરાઈ છે. એમ કહ્યું છે કે સંન્યાસીએ પોતાને માટે રસોઈ કરવી નહીં. પરંતુ પોતાને માટે રાંધવાનું ભલે વર્જિત હોય, પણ પરમેશ્વર

પ્રીત્યર્થે ભોજન તૈયાર કરવું વર્જિત નથી. એવી જ રીતે, પોતાના શિષ્યની કૃષ્ણભક્તિમાં પ્રગતિ કરવામાં મદદરૂપ થવા માટે સંન્યાસી લગ્નવિધિ કરાવી શકે છે. જો કોઈ આવાં કાર્યોનો ત્યાગ કરે છે, તો તે તામસિક કર્મ કરે છે એમ જાણવું.

શ્લોક ૮
दुःखमित्येव यत्कर्म कायक्लेशभयात्त्यजेत्।
स कृत्वा राजसं त्यागं नैव त्यागफलं लभेत्॥ ८॥

દુઃખમ્—દુઃખમય; **ઈતિ**—એમ; **એવ**—નક્કી; **યત્**—જે; **કર્મ**—કાર્ય; **કાય**—શરીર માટે; **ક્લેશ**—કષ્ટના; **ભયાત્**—ડરથી; **ત્યજેત**—તજી દે છે; **સઃ**—તે; **કૃત્વા**—કરીને; **રાજસમ્**—રજોગુણી; **ત્યાગમ્**—ત્યાગ; **ન**—નહીં; **એવ**—જ; **ત્યાગ**—ત્યાગમાં; **ફલમ્**—ફળને; **લભેત્**—પ્રાપ્ત કરે છે.

અનુવાદ

જે મનુષ્ય નિયત કર્મોને કષ્ટપ્રદ સમજીને કે શારીરિક ક્લેશના ભયથી તજી દે છે, તો તેને માટે કહેવાય છે કે તેણે આ ત્યાગ રજોગુણમાં કર્યો છે. આમ કરવાથી ત્યાગનું ઉચ્ચ ફળ કદાપિ મળતું નથી.

ભાવાર્થ

કૃષ્ણભાવનામૃતમાં રહેતા મનુષ્યે પોતે સકામ કર્મ કરે છે, એવા ભયથી ધન કમાવાનું છોડી દેવું જોઈએ નહીં. જો મનુષ્ય કામ કરીને કમાયેલા પૈસા કૃષ્ણભક્તિમાં વાપરે અથવા સવારમાં વહેલા ઊઠીને દિવ્ય કૃષ્ણભાવનામાં ઉન્નતિ કરી શકતો હોય, તો તેણે ડરના માર્યા અથવા આવાં કામ કષ્ટપ્રદ છે એમ માની તેમનો ત્યાગ કરવો જોઈએ નહીં. આવો ત્યાગ રાજસી અર્થાત્ રજોગુણી હોય છે. રાજસિક કર્મનું ફળ સદા દુઃખદાયક હોય છે. જો મનુષ્ય આવા ભાવ સાથે કર્મનો ત્યાગ કરે છે, તો તેને ત્યાગનું ફળ કદાપિ મળતું નથી.

શ્લોક ૯
कार्यमित्येव यत्कर्म नियतं क्रियतेऽर्जुन।
सङ्गं त्यक्त्वा फलं चैव स त्यागः सात्त्विको मतः॥ ९॥

કાર્યમ્—કરવું જોઈએ; **ઈતિ**—એમ; **એવ**—ખરેખર; **યત્**—જે; **કર્મ**—કાર્ય; **નિયતમ્**—નિર્દિષ્ટ; **ક્રિયતે**—કરાય છે; **અર્જુન**—હે અર્જુન; **સઙ્ગમ્**—સંગ; **ત્યક્ત્વા**—તજીને; **ફલમ્**—ફળ; **ચ એવ**—તેમ જ; **સઃ**—તે; **ત્યાગઃ**—ત્યાગ; **સાત્ત્વિકઃ**—સત્ત્વગુણી; **મતઃ**—મારા મતે.

અનુવાદ

હે અર્જુન, મનુષ્ય જ્યારે નિયત કર્મને કર્તવ્ય સમજીને કરે છે અને સમસ્ત ભૌતિક સંગ તથા ફળની આસક્તિનો સર્વથા ત્યાગ કરે છે, ત્યારે તેનો ત્યાગ સાત્ત્વિક કહેવાય છે.

ભાવાર્થ

નિયત કર્મ આવી જ મનોવૃત્તિ રાખી કરવાં જોઈએ. મનુષ્યે ફળની આસક્તિ રાખ્યા વગર કર્મ કરવાં જોઈએ, તેણે કાર્યના પ્રકારથી પણ અલિપ્ત રહેવું જોઈએ. જે મનુષ્ય કૃષ્ણભાવનાયુક્ત થઈને કારખાનામાં કામ કરે છે, તે કારખાનામાં કાર્યથી પોતે લિપ્ત થતો નથી કે કામદારો સાથે પણ સંકળાતો નથી. તે કેવળ કૃષ્ણ પ્રીત્યર્થે કામ કરે છે અને જ્યારે તે આનું ફળ કૃષ્ણને સમર્પિત કરી દે છે, ત્યારે તે દિવ્ય સ્તરે કાર્ય કરે છે.

શ્લોક ૧૦ **ન દ્વેષ્ટ્યકુશલં કર્મ કુશલે નાનુષજ્જતે।**
ત્યાગી સત્ત્વસમાવિષ્ટો મેધાવી છિન્નસંશયઃ ॥ ૧૦ ॥

ન—કદી નહીં; **દ્વેષ્ટિ**—દ્વેષ કરે છે; **અકુશલમ્**—અશુભ; **કર્મ**—કાર્ય; **કુશલે**—શુભમાં; **ન**—નહીં; **અનુષજ્જતે**—આસક્ત થાય છે; **ત્યાગી**—ત્યાગ કરનાર; **સત્ત્વ**—સત્ત્વગુણમાં; **સમાવિષ્ટઃ**—મગ્ન; **મેધાવી**—બુદ્ધિમાન; **છિન્ન**—છેદાયેલ; **સંશયઃ**—બધા સંદેહવાળો.

અનુવાદ

સત્ત્વગુણમાં સ્થિત બુદ્ધિમાન ત્યાગી કે જે અશુભ કર્મની ઘૃણા કરતો નથી કે શુભ કાર્યમાં લિપ્ત થતો નથી, તે કર્મ બાબત કોઈ સંદેહ ધરાવતો નથી.

ભાવાર્થ

કૃષ્ણભાવનાપરાયણ અથવા સત્ત્વગુણી મનુષ્ય ન તો કોઈ વ્યક્તિની ઘૃણા કરે છે કે ન તો પોતાના શરીરને કષ્ટ આપનારી કોઈ બાબતની. તે યોગ્ય સ્થળે, યોગ્ય સમયે, તેના કાર્યની કષ્ટદાયક અસરોનો ડર રાખ્યા વિના પોતાનું કર્તવ્ય અદા કરે છે. અધ્યાત્મમાં સ્થિત આવા મનુષ્યને સર્વાધિક બુદ્ધિમાન તથા પોતાના કર્મમાં સંદેહરહિત માનવો જોઈએ.

શ્લોક ૧૧ **ન હિ દેહભૃતા શક્યં ત્યક્તું કર્માણ્યશેષતઃ।**
યસ્તુ કર્મફલત્યાગી સ ત્યાગીત્યભિધીયતે॥ ૧૧ ॥

ન—કદી નહીં; **હિ**—ખરેખર; **દેહભૃતા**—દેહધારી વડે; **શક્યમ્**—સંભવ છે; **ત્યક્તુમ્**—તજવાનું; **કર્માણિ**—કર્મો; **અશેષતઃ**—પૂર્ણપણે; **યઃ**—જે; **તુ**—પરંતુ; **કર્મ**—કર્મના; **ફલ**—ફળનો; **ત્યાગી**—ત્યાગ કરનારો; **સઃ**—તે; **ત્યાગી**—ત્યાગી; **ઈતિ**—એમ; **અભિધીયતે**—કહેવાય છે.

અનુવાદ

ખરેખર, કોઈ પણ દેહધારી માટે સર્વ કર્મોનો ત્યાગ કરવો અશક્ય છે. પરંતુ જે મનુષ્ય કર્મના ફળનો ત્યાગ કરે છે, તે જ વાસ્તવમાં ત્યાગી કહેવાય છે.

ભાવાર્થ

ભગવદ્ગીતામાં કહ્યું છે કે મનુષ્ય કદાપિ કર્મનો ત્યાગ કરી શકે નહીં. તેથી જે કૃષ્ણ માટે કર્મ કરે છે અને કર્મનાં ફળોનો ઉપભોગ કરતો નથી, જે કૃષ્ણને સર્વ સમર્પિત કરી દે છે, તે જ ખરો ત્યાગી છે. આંતરરાષ્ટ્રીય કૃષ્ણભાવનામૃત સંઘમાં એવા અનેક સભ્યો છે કે જેઓ પોતપોતાનાં કાર્યાલયોમાં કે કારખાનામાં અથવા અન્યત્ર સખત શ્રમ કરે છે અને તેઓ પોતાની કમાણી સંઘમાં દાન તરીકે આપે છે. આવા મહાત્મા લોકો વાસ્તવમાં સંન્યાસી છે અને સંન્યાસાશ્રમમાં સ્થિત હોય છે. કર્મફળનો ત્યાગ કેવી રીતે અને શા માટે કરવો જોઈએ, તે અહીં સ્પષ્ટ રીતે દર્શાવ્યું છે.

શ્લોક ૧૨ **अनिष्टमिष्टं मिश्रं च त्रिविधं कर्मणः फलम्।**
भवत्यत्यागिनां प्रेत्य न तु सन्न्यासिनां क्वचित्॥ १२॥

અનિષ્ટમ્—નરકમાં લઈ જનાર; **ઈષ્ટમ્**—સ્વર્ગમાં લઈ જનાર; **મિશ્રમ્**—મિશ્રિત; **ચ**—અને; **ત્રિવિધમ્**—ત્રણ પ્રકારનું; **કર્મણઃ**—કર્મનું; **ફલમ્**—ફળ; **ભવતિ**—થાય છે; **અત્યાગિનામ્**—ત્યાગ ન કરનારાને; **પ્રેત્ય**—મૃત્યુ પછી; **ન**—નહીં; **તુ**—પરંતુ; **સન્ન્યાસીનામ્**—સંન્યાસી માટે; **ક્વચિત્**—કદાપિ, ક્યારેય.

અનુવાદ

જે ત્યાગી નથી તેને માટે ઈચ્છિત (ઈષ્ટ), અનિચ્છિત (અનિષ્ટ) તથા મિશ્રિત એમ ત્રણ પ્રકારનાં કર્મફળ મૃત્યુ પછી મળે છે. પરંતુ જે સંન્યાસી છે, તેમને આવાં ફળનાં સુખ-દુઃખ ભોગવવાં પડતા નથી.

ભાવાર્થ

જે કૃષ્ણભાવનાયુક્ત મનુષ્ય કૃષ્ણ સાથેના પોતાના સંબંધ વિશે જાણતો હોઈ કર્મ કરે છે, તે સદા જીવનમુક્ત હોય છે. તેથી તેને મૃત્યુ પછી પોતાનાં કર્મફળનાં સુખ-દુઃખ ભોગવવાં પડતાં નથી.

શ્લોક **पञ्चैतानि महाबाहो कारणानि निबोध मे।**
૧૩ **साङ्ख्ये कृतान्ते प्रोक्तानि सिद्धये सर्वकर्मणाम्॥ १३॥**

પઞ્ચ—પાંચ; **એતાનિ**—આ; **મહાબાહો**—હે બળવાન ભુજાઓવાળા; **કારણાનિ**—કારણો; **નિબોધ**—જાણી લે; **મે**—મારાથી; **સાઙ્ખ્યે**—વેદાંતમાં; **કૃત અન્તે**—નિષ્કર્ષ તરીકે; **પ્રોક્તાનિ**—કહેલા; **સિદ્ધયે**—સિદ્ધિ માટે; **સર્વ**—બધાં; **કર્મણામ્**—કર્મોનાં.

અનુવાદ

હે મહાબાહુ અર્જુન, વેદાંત અનુસાર સર્વ કર્મોની સિદ્ધિ માટે પાંચ કારણ હોય છે. હવે તું મારી પાસેથી તે વિશે સાંભળ.

ભાવાર્થ

અહીં એવો પ્રશ્ન થઈ શકે કે દરેક કર્મનું અમુક ફળ તો હોય છે જ, તો પછી એવું કેવી રીતે બની શકે કે કૃષ્ણભાવનાયુક્ત મનુષ્યને કર્મફળનાં સુખ-દુઃખ ભોગવવાં પડતાં નથી? આ કેવી રીતે શક્ય બને છે તે દર્શાવવા માટે ભગવાન વેદાંતદર્શનનું ઉદાહરણ આપી રહ્યા છે. તેઓ કહે છે કે બધા કર્મોનાં પાંચ કારણ હોય છે. તેથી કોઈ કર્મમાં સફળતા પામવા આ પાંચ કારણોનો વિચાર કરવો જોઈએ. *સાઙ્ખ્ય* એટલે જ્ઞાનનું મુખ્ય થડ અને અગ્રણી આચાર્યોએ વેદાંતનો જ્ઞાનના અંતિમ થડ તરીકે સ્વીકાર કર્યો છે. શંકરાચાર્ય પણ વેદાંતસૂત્રને એ જ રૂપમાં સ્વીકારે છે. માટે આવા શાસ્ત્રના અભિપ્રાયને ધ્યાનમાં લેવો જોઈએ.

અંતિમ નિયંત્રણ પરમાત્મામાં નિહિત છે. ભગવદ્‌ગીતામાં જણાવ્યું છે તેમ, *સર્વસ્ય ચાહં હૃદિ સન્નિવિષ્ટઃ*—તેઓ પ્રત્યેક વ્યક્તિને તેનાં પૂર્વકર્મોનું સ્મરણ કરાવીને કોઈ કાર્યમાં પ્રવૃત્ત કરતા હોય છે અને જે કૃષ્ણભાવનાયુક્ત કર્મ અંતર્યામી ભગવાનના નિર્દેશાનુસાર કરાય છે, તેમનાં ફળ આ જન્મમાં કે મૃત્યુ પછીના જીવનમાં મળતાં નથી.

શ્લોક ૧૪ **अधिष्ठानं तथा कर्ता करणं च पृथग्विधम्।**
विविधाश्च पृथक्चेष्टा दैवं चैवात्र पञ्चमम्॥ १४॥

અધિષ્ઠાનમ્—સ્થાન; **તથા**—વળી; **કર્તા**—કરનાર; **કરણમ્**—અવયવ, સાધન (ઈન્દ્રિયો); **ચ**—અને; **પૃથક્ વિધમ્**—વિભિન્ન પ્રકારના; **વિવિધાઃ**—અનેક પ્રકારના; **ચ**—અને; **પૃથક્**—અલગ અલગ; **ચેષ્ટાઃ**—પ્રયાસ; **દૈવમ્**—પરમાત્મા; **ચ**—અને; **એવ**—નક્કી; **અત્ર**—અહીં; **પઞ્ચમમ્**—પાંચમાં.

અનુવાદ

કર્મનું સ્થાન (શરીર), કર્તા, વિભિન્ન ઈન્દ્રિયો, અનેક પ્રકારના પ્રયાસો અને અંતે પરમાત્મા—આ પાંચ પ્રકારનાં કારણ છે.

ભાવાર્થ

અધિષ્ઠાનમ્ શબ્દનો નિર્દેશ શરીર પ્રત્યે છે. શરીરમાં રહેલો આત્મા કાર્ય કરે છે, તેથી કર્મનાં ફળ નિપજે છે અને તેથી તે "કર્તા" કહેવાય છે. આત્મા જ જ્ઞાતા તથા કર્તા છે એવો શ્રુતિમાં ઉલ્લેખ થયો છે. *એષ હિ દ્રષ્ટા સ્રષ્ટા* (પ્રશ્ન ઉપિનષદ ૪.૯). વેદાંતસૂત્રમાં પણ *જ્ઞોઽત એવ* (૨.૩.૧૮) તથા *કર્તાશાસ્ત્રાર્થવત્ત્વાત્* (૨.૩.૩૩) આ શ્લોકો દ્વારા તે વિશે સમર્થન થયું છે. કર્મનાં ઉપકરણરૂપ ઈન્દ્રિયો છે અને આત્મા આ ઈન્દ્રિયો દ્વારા જ વિવિધ કર્મ કરાવે છે. દરેકે દરેક કર્મ માટે અલગ પ્રયાસ અથવા ચેષ્ટા થાય છે, પરંતુ સર્વ કર્મો હૃદયમાં મિત્રરૂપે રહેલા પરમાત્માની ઈચ્છા પર જ અવલંબિત રહે છે. પરમેશ્વર જ સર્વોપરી કારણ છે. તેથી આ પરિસ્થિતિમાં જે મનુષ્ય અંતર્યામી પરમાત્માની દોરવણી હેઠળ કૃષ્ણભાવનાયુક્ત થઈને કર્મ કરે છે, તે કોઈ કર્મથી બદ્ધ થતો નથી. જેઓ સંપૂર્ણ કૃષ્ણભાવનામય હોય છે, તેઓ અંતે પોતાનાં કર્મો માટે જવાબદાર રહેતા નથી. બધું જ પરમ ઈચ્છા, પરમાત્મા, પૂર્ણ પુરુષોત્તમ પરમેશ્વર પર અવલંબે છે.

શ્લોક ૧૫ **शरीरवाङ्मनोभिर्यत्कर्म प्रारभते नरः।**
न्याय्यं वा विपरीतं वा पञ्चैते तस्य हेतवः॥ १५॥

શરીર—શરીરથી; **વાક્**—વાણીથી; **મનોભિઃ**—તથા મનથી; **યત્**—જે; **કર્મ**—કર્મ; **પ્રારભતે**—આરંભે છે; **નરઃ**—મનુષ્ય; **ન્યાય્યમ્**—વાજબી, ન્યાયોચિત; **વા**—અથવા; **વિપરીતમ્**—(ન્યાય) વિરુદ્ધ; **વા**—અથવા; **પઞ્ચ**—પાંચ; **એતે**—આ સર્વ; **તસ્ય**—તેનાં; **હેતવઃ**—કારણો.

અનુવાદ

મનુષ્ય પોતાનાં શરીર, વાણી તથા મનથી જે કંઈ યોગ્ય કે અયોગ્ય કર્મ કરે છે, તે આ પાંચ કારણોને પરિણામે થાય છે.

ભાવાર્થ

આ શ્લોકમાં *ન્યાય્ય* (યોગ્ય) અને *વિપરીત* (અયોગ્ય) શબ્દો મહત્ત્વપૂર્ણ છે. યોગ્ય કાર્ય શાસ્ત્રવિહિત નિર્દેશો પ્રમાણે કરેલું કાર્ય હોય છે અને અયોગ્ય કાર્યોમાં શાસ્ત્રોના આદેશોની અવગણના કરવામાં આવે છે. તેમ છતાં જે કોઈ કર્મ કરાય છે, તેની સિદ્ધિ માટે આ પાંચ કારણો જરૂરી હોય છે.

શ્લોક ૧૬
तत्रैवं सति कर्तारमात्मानं केवलं तु यः।
पश्यत्यकृतबुद्धित्वान्न स पश्यति दुर्मतिः॥ १६॥

તત્ર—ત્યાં; **એવમ્**—એ રીતે; **સતિ**—હોઈ; **કર્તારમ્**—કર્તા; **આત્માનમ્**—સ્વયં પોતાને; **કેવલમ્**—માત્ર; **તુ**—પરંતુ; **યઃ**—જે; **પશ્યતિ**—જુએ છે; **અકૃત બુદ્ધિત્વાત્**—કુબુદ્ધિના કારણે; **ન**—નહીં; **સઃ**—તે; **પશ્યતિ**—જુએ છે; **દુર્મતિઃ**—મૂર્ખ.

અનુવાદ

માટે જે મનુષ્ય આ પાંચ કારણોનો વિચાર કર્યા વિના માત્ર પોતાને જ એકમાત્ર કર્તા માને છે, તે નિઃસંદેહ બુદ્ધિમાન નથી અને વસ્તુઓને યથાર્થરૂપે જોઈ શકતો નથી.

ભાવાર્થ

મૂર્ખ માણસ સમજી શકતો નથી કે પરમાત્મા મિત્ર તરીકે તેની અંદર બિરાજે છે અને તેનાં કર્મોનો દોરીસંચાર કરી રહ્યા છે. જોકે સ્થાન, કર્તા, પ્રયાસ તથા ઈન્દ્રિયો એ ભૌતિક કારણો છે, તેમ છતાં અંતિમ (મુખ્ય) કારણ સ્વયં ભગવાન છે, માટે મનુષ્યે માત્ર ચાર ભૌતિક કારણો જ નહીં, પરંતુ સર્વોપરી સક્ષમ કારણ પણ જોવું જોઈએ. જે મનુષ્ય પરમેશ્વરને જોતો નથી, તે પોતાને જ કર્તા માને છે.

શ્લોક ૧૭
यस्य नाहङ्कृतो भावो बुद्धिर्यस्य न लिप्यते।
हत्वापि स इमाँल्लोकान्न हन्ति न निबध्यते॥ १७॥

યસ્ય—જે મનુષ્યને; **ન**—નથી; **અહઙ્કૃતઃ**—અહંકારને; **ભાવઃ**—સ્વભાવ; **બુદ્ધિઃ**—બુદ્ધિ; **યસ્ય**—જેની; **ન લિપ્યતે**—કદી આસક્ત થતી નથી; **હત્વા**—હણીને; **અપિ**—પણ; **સ**—તે; **ઈમાન્**—આ; **લોકાન્**—જગતને; **ન**—કદી નહીં; **હન્તિ**—હણે છે; **ન**—કદી નહીં; **નિબધ્યતે**—બદ્ધ થાય છે.

અનુવાદ

જે મનુષ્ય મિથ્યા અહંકારથી પ્રેરાયેલો નથી, જેની બુદ્ધિ બદ્ધ થયેલી નથી, તે આ જગતમાં મનુષ્યોને હણતો હોવા છતાં હણતો નથી અને પોતાનાં કર્મોથી તે બદ્ધ પણ થતો નથી.

ભાવાર્થ

આ શ્લોકમાં ભગવાન અર્જુનને જણાવે છે કે યુદ્ધ ન કરવાની ઈચ્છા અહંકારથી ઉત્પન્ન થાય છે. અર્જુન પોતાને જ કર્મનો કર્તા માનતો હતો, પરંતુ તે અંદર તથા બહાર સર્વોપરી (પરમાત્મા)ની પરવાનગીનો વિચાર કરતો ન હતો. જો કોઈ મનુષ્ય જાણતો ન હોય કે સર્વોપરી અનુમતિ (પરમ ઈચ્છા) હોય છે, તો તે કર્મ શા માટ કરે? પરંતુ જે મનુષ્ય કર્મનાં ઉપકરણોને, કર્તા તરીકે પોતાને અને પરમ નિર્દેશક તરીકે પરમાત્માને માને છે, તે પ્રત્યેક કાર્યને સિદ્ધ કરવામાં સમર્થ હોય છે. આવો મનુષ્ય કદાપિ મોહગ્રસ્ત થતો નથી. જીવમાં વ્યક્તિગત કાર્યપ્રવૃત્તિ તથા જવાબદારી અહંકારમાંથી તથા ઈશ્વરવિહીનતા કે કૃષ્ણભાવનાના અભાવમાંથી ઉદ્ભવે છે. જે મનુષ્ય પરમાત્મા અથવા પૂર્ણ પુરુષોત્તમ પરમેશ્વરના માર્ગદર્શન હેઠળ કર્મ કરે છે, તે હણતો હોવા છતાં હણતો નથી અને આવાં હણવાનાં ફળને પણ તે ભોગવતો નથી. જ્યારે એક સૈનિક તેના ઉપરી નાયકના હુકમ પ્રમાણે વધ કરે છે, ત્યારે તેને સજા થતી નથી. પરંતુ જો સૈનિક મનસ્વીપણે સ્વેચ્છાથી કોઈનો વધ કરે, તો નિઃસંદેહ તેનો ન્યાયાલય દ્વારા ન્યાય કરવામાં આવે છે.

શ્લોક ૧૮ **ज्ञानं ज्ञेयं परिज्ञाता त्रिविधा कर्मचोदना।**
करणं कर्म कर्तेति त्रिविधः कर्मसङ्ग्रहः॥ १८॥

જ્ઞાનમ્—જ્ઞાન; **જ્ઞેયમ્**—જ્ઞાનનું લક્ષ્ય (જાણવા યોગ્ય); **પરિજ્ઞાતા**—જાણનાર; **ત્રિવિધા**—ત્રણ પ્રકારનાં; **કર્મ**—કર્મની; **ચોદના**—પ્રેરણા, પ્રેરકબળ; **કરણમ્**—ઈન્દ્રિયો; **કર્મ**—કાર્ય; **કર્તા**—કર્તા; **ઈતિ**—એ રીતે; **ત્રિવિધઃ**—ત્રણ પ્રકારનાં; **કર્મ**—કર્મના; **સઙ્ગ્રહઃ**—સંચય

અનુવાદ

જ્ઞાન, જ્ઞેય તથા જ્ઞાતા, આ ત્રણે કર્મનાં પ્રેરકબળ છે; ઈન્દ્રિયો, કર્મ તથા કર્તા આ ત્રણ કર્મનાં સંઘટક છે.

ભાવાર્થ

રોજના કાર્ય માટે ત્રણ પ્રકારનાં પ્રેરકબળ હોય છેઃ જ્ઞાન, જ્ઞેય તથા કર્તા. કર્મનાં ઉપકરણ, સ્વયં કર્મ તથા કર્તા આ ત્રણે કર્મનાં સંઘટક કહેવાય છે. કોઈ પણ મનુષ્યે કરેલાં ગમે તે કર્મમાં આ તત્ત્વો હોય છે. કર્મ કરતા પહેલાં કોઈ ને કોઈ પ્રેરણા રહેલી હોય છે. કોઈ પણ કાર્ય પ્રત્યક્ષ રીતે થાય, તે પૂર્વે તેના ઉકેલરૂપે જે ઉપાય શોધી કાઢવામાં આવે છે, તે કર્મનું સૂક્ષ્મ રૂપ હોય છે. ત્યાર પછી તે ક્રિયાનું રૂપ ધારણ કરે છે. પ્રથમ મનુષ્યને વિચારવા, અનુભવવા તથા ઈચ્છા કરવા જેવી માનસિક પ્રક્રિયામાંથી પસાર થવું પડે છે અને તે પ્રેરણા કહેવાય છે. અને આ પ્રેરણા એકસરખી હોય છે, પછી તે શાસ્ત્રોમાંથી મળી હોય કે ગુરુના ઉપદેશમાંથી પ્રાપ્ત થઈ હોય. જ્યારે પ્રેરણા થાય છે અને કર્તા હોય છે, ત્યારે સર્વ ઈન્દ્રિયોના કેન્દ્ર એવા મન સહિત બધી ઈન્દ્રિયોની મદદથી વાસ્તવિક કર્મ સંપન્ન થાય છે. કોઈ કર્મનાં સર્વ સંઘટકોને કર્મસંગ્રહ કહેવામાં આવે છે.

શ્લોક ૧૯ **ज्ञानं कर्म च कर्ता च त्रिधैव गुणभेदतः।**
प्रोच्यते गुणसङ्ख्याने यथावच्छृणु तान्यपि॥ १९॥

જ્ઞાનમ્—જ્ઞાન; **કર્મ**—કર્મ; **ચ**—અને; **કર્તા**—કર્તા; **ચ**—પણ; **ત્રિધા**—ત્રણ પ્રકારના; **એવ**—નક્કી; **ગુણભેદતઃ**—પ્રકૃતિના વિભિન્ન ગુણો; **પ્રોચ્યતે**—કહેવાય છે; **ગુણસઙ્ખ્યાને**—વિભિન્ન ગુણોરૂપે; **યથાવત્**—જે રૂપે તેઓ છે તે જ રૂપે; **શૃણુ**—સાંભળ; **તાનિ**—તે સર્વને; **અપિ**—પણ.

અનુવાદ

ભૌતિક પ્રકૃતિના ત્રણ ગુણો પ્રમાણે જ જ્ઞાન, કર્મ તથા કર્તાના ત્રણ ત્રણ પ્રકાર હોય છે. હવે તેમના વિશે મારી પાસેથી સાંભળ.

ભાવાર્થ

ચૌદમા અધ્યાયમાં ભૌતિક પ્રકૃતિના ત્રણ ગુણોનું વિસ્તૃત વર્ણન થઈ ચૂક્યું છે. તે અધ્યાયમાં કહેવાયું હતું કે સત્ત્વગુણ પ્રકાશ આપનાર હોય છે, રજોગુણ ભોગવાદી અને તમોગુણ આળસ તથા પ્રમાદનો કારક હોય છે.

ભૌતિક પ્રકૃતિના બધા જ ગુણો બંધન કરનારાં હોય છે, તેઓ મુક્તિનાં સાધન નથી. સત્ત્વગુણમાં સુધ્ધાં મનુષ્ય બદ્ધ રહે છે. સત્તરમા અધ્યાયમાં વિભિન્ન પ્રકારના મનુષ્યો વડે વિભિન્ન પ્રકારના ગુણોમાં રહીને કરવામાં આવતી વિભિન્ન પ્રકારની પૂજાનું વર્ણન કરવામા આવ્યું છે. આ શ્લોકમાં ભગવાન કહે છે કે તેઓ ત્રણે ગુણો અનુસાર વિભિન્ન પ્રકારનાં જ્ઞાન, કર્તા તથા કર્મ વિશે કહેવા ઇચ્છે છે.

શ્લોક ૨૦

सर्वभूतेषु येनैकं भावमव्ययमीक्षते।
अविभक्तं विभक्तेषु तज्ज्ञानं विद्धि सात्त्विकम्॥ २०॥

સર્વ ભૂતેષુ—જીવમાત્રમાં; **યેન**—જેનાથી; **એકમ્**—એક; **ભાવમ્**—સ્થિતિ; **અવ્યયમ્**—અવિનાશી; **ઈક્ષતે**—જુએ છે; **અવિભક્તમ્**—અવિભાજિત; **વિભક્તેષુ**—અસંખ્ય વિભાગોમાં વિભાજિત થયેલામાં; **તત્**—તે; **જ્ઞાનમ્**—જ્ઞાન; **વિદ્ધિ**—જાણ; **સાત્ત્વિકમ્**—સત્ત્વગુણી.

અનુવાદ

જે જ્ઞાનથી અસંખ્ય રૂપોમાં વિભક્ત થયેલા સર્વ જીવોમાં એક જ અવિભક્ત આધ્યાત્મિક પ્રકૃતિ જોવામાં આવે છે, તે જ્ઞાનને સાત્ત્વિક જાણવું.

ભાવાર્થ

જે મનુષ્ય દરેક જીવમાં એક જ આત્માને જુએ છે, ભલે પછી તે જીવ દેવ હોય, મનુષ્ય હોય, પશુ-પક્ષી હોય કે જળચર અથવા વનસ્પતિ હોય—તેનું જ્ઞાન સાત્ત્વિક હોય છે. સર્વ જીવોમાં એક જ આત્મા છે, પરંતુ પૂર્વકર્માનુસાર તેમનાં શરીરો અલગ અલગ છે. સાતમા અધ્યાયમાં વર્ણવ્યા પ્રમાણે દરેક શરીરમાં પ્રાણશક્તિની અભિવ્યક્તિ પરમેશ્વરની પરા પ્રકૃતિને કારણે થાય છે. એ રીતે દરેક શરીરમાં એક પરા પ્રકૃતિને, એક પ્રાણશક્તિને જોવાં એ સાત્ત્વિક દર્શન છે. એ પ્રાણશક્તિ અવિનાશી છે, પણ શરીરો નાશવંત છે. જે વિભિન્નતા જોવામાં આવે છે, તે શરીરોના લીધે હોય છે. બદ્ધ જીવનમાં અનેકવિધ ભૌતિક રૂપો હોવાથી પ્રાણશક્તિ વિભક્ત થયેલી દેખાય છે. આવું નિર્વિશેષ જ્ઞાન આત્મ-સાક્ષાત્કારનુ એક પાસું છે.

શ્લોક ૨૧

पृथक्त्वेन तु यज्ज्ञानं नानाभावान्पृथग्विधान्।
वेत्ति सर्वेषु भूतेषु तज्ज्ञानं विद्धि राजसम्॥ २१॥

પૃથક્ત્વેન—વિભાજનના કારણે; **તુ**—પરંતુ; **યત્**—જે; **જ્ઞાનમ્**—જ્ઞાન; **નાના ભાવાન્**—અનેક પ્રકારની અવસ્થાઓને; **પૃથક્ વિધાન**—વિભિન્ન; **વેત્તિ**—જાણે છે; **સર્વેષુ**—બધા; **ભૂતેષુ**—જીવોમાં; **તત્**—તે; **જ્ઞાનમ્**—જ્ઞાન; **વિદ્ધિ**—જાણ; **રાજસમ્**—રજોગુણી.

અનુવાદ

જે જ્ઞાનથી મનુષ્ય જુદાં જુદાં શરીરોમાં જુદા જુદા પ્રકારના જીવ જુએ છે, તે જ્ઞાનને તું રજોગુણી જાણ.

ભાવાર્થ

એવી ધારણા કે ભૌતિક શરીર જ જીવાત્મા છે અને શરીરનો વિનાશ થયે ચેતના પણ નષ્ટ થઈ જાય છે, તે જ્ઞાન રાજસી છે. આ જ્ઞાન પ્રમાણે એક શરીર બીજા શરીરથી ભિન્ન છે, કારણ કે તેમાં ચેતના ભિન્ન રીતે વિકસે છે અન્યથા ચેતનાને વ્યક્ત કરનાર જુદો આત્મા હોતો નથી. શરીર પોતે જ આત્મા છે અને શરીરથી પર કોઈ આત્મા નથી. આ જ્ઞાન પ્રમાણે ચેતના અસ્થાયી છે અથવા તો જુદા આત્માઓનું અસ્તિત્વ નથી, એક સર્વવ્યાપી આત્મા છે, જે જ્ઞાનસભર હોય છે અને આ શરીર ક્ષણિક અજ્ઞાનનું પ્રગટીકરણ છે. અથવા તો આ શરીરથી આગળ કોઈ વિશેષ જીવાત્મા કે પરમ આત્મા નથી. આ સર્વ ધારણાઓ રજોગુણથી ઉત્પન્ન થાય છે.

શ્લોક ૨૨

यत्तु कृत्स्नवदेकस्मिन्कार्ये सक्तमहैतुकम्।
अतत्त्वार्थवदल्पं च तत्तामसमुदाहृतम्॥ २२॥

યત્—જે; **તુ**—પરંતુ; **કૃત્સ્નવત્**—પૂર્ણપણે; **એકસ્મિન્**—એક; **કાર્યે**—કાર્યમાં; **સક્તમ્**—આસક્ત; **અહૈતુકમ્**—કોઈ હેતુ વગર; **અતત્ત્વ અર્થવત્**—વાસ્તવિકતાના જ્ઞાનથી રહિત; **અલ્પમ્**—અત્યંત તુચ્છ; **ચ**—તથા; **તત્**—તે; **તામસમ્**—તમોગુણી; **ઉદાહૃતમ્**—કહેવાય છે.

અનુવાદ

અને તે જ્ઞાન તામસી કહેવાય છે કે જેનાથી મનુષ્ય અતિ તુચ્છ એવાં કોઈ પણ પ્રકારના કાર્યને સર્વેસર્વા માનીને તથા સત્યને જાણ્યા વિના તેમાં જ આસક્ત રહે છે.

ભાવાર્થ

સામાન્ય મનુષ્યનું "જ્ઞાન" હંમેશાં તામસી હોય છે, કારણ કે દરેક બદ્ધ જીવનમાં દરેક જીવાત્મા તમોગુણમાં જન્મે છે. જે મનુષ્ય અધિકૃત

પ્રમાણોથી અથવા શાસ્ત્રોક્ત આદેશોથી જ્ઞાનોપાર્જન નથી કરતો, તેનું જ્ઞાન શરીર પૂરતું જ મર્યાદિત રહે છે. તેને શાસ્ત્રોના આદેશો પ્રમાણે કાર્ય કરવાની પરવા રહેતી નથી. તેને માટે પૈસો એ જ પરમેશ્વર હોય છે અને જ્ઞાનનો અર્થ હોય છે, શરીરની માગણીઓની સંતુષ્ટિ. આવા જ્ઞાનનો પરમ બ્રહ્મ સાથે કોઈ સંબંધ હોતો નથી. તે તો ઘણુંખરું સાધારણ પશુના જ્ઞાન જેવું હોય છે, એટલે કે આહાર, નિદ્રા, ભયથી રક્ષણ તથા મૈથુનનું જ્ઞાન. આવા જ્ઞાનને અહીં તમોગુણની ઉત્પત્તિ તરીકે વર્ણવ્યું છે. બીજા શબ્દોમાં, આ શરીરથી પર આત્મા વિશેના જ્ઞાનને સાત્ત્વિક કહેવાય છે. જે જ્ઞાનથી દુન્યવી તર્ક તથા ચિંતન દ્વારા વિવિધ પ્રકારના સિદ્ધાંત તથા વાદ ઉત્પન્ન થાય, તે રાજસિક છે અને શરીરને સુખ-સગવડમાં રાખવા સંબંધી જ્ઞાન તામસિક કહેવાય છે.

શ્લોક ૨૩
नियतं सङ्गरहितमरागद्वेषतः कृतम्।
अफलप्रेप्सुना कर्म यत्तत्सात्त्विकमुच्यते॥ २३॥

નિયતમ્—નિયત; **સઙ્ગ રહિતમ્**—અનાસક્ત; **અરાગદ્વેષતઃ**—રાગદ્વેષ રહિત; **કૃતમ્**—કરેલું; **અફલ પ્રેપ્સુના**—ફળની ઈચ્છા નહીં રાખનાર દ્વારા; **નિયતમ્**—નિયત; **કર્મ**—કર્મ; **યત**—જે; **તત્**—તે; **સાત્ત્વિકમ્**—સત્ત્વગુણી; **ઉચ્યતે**—કહેવાય છે.

અનુવાદ

જે કર્મ નિયત થયેલું છે અને જે આસક્તિ, રાગ કે દ્વેષથી રહિત અને ફળની ઈચ્છા રાખ્યા વગર કરવામાં આવે છે, તે સાત્ત્વિક કહેવાય છે.

ભાવાર્થ

વિભિન્ન આશ્રમો તથા સમાજના વર્ણોના આધારે શાસ્ત્રોમાં નિયત વ્યાવસાયિક કર્મ જે નિષ્કામ ભાવે અથવા સ્વામિત્વના ભાવ વિના અને તેથી રાગ-દ્વેષથી રહિત થઈને, પરમેશ્વરને પ્રસન્ન કરવા માટે આત્મતૃપ્તિ વિના કૃષ્ણભાવનામૃતયુક્ત થઈને કરાય છે, તેવાં કર્મ સાત્ત્વિક કહેવાય છે.

શ્લોક ૨૪
यत्तु कामेप्सुना कर्म साहङ्कारेण वा पुनः।
क्रियते बहुलायासं तद्राजसमुदाहृतम्॥ २४॥

યત્—જે; **તુ**—પરંતુ; **કામ ઈપ્સુના**—કામની ઈચ્છાવાળા વડે; **કર્મ**—કર્મ; **સ અહઙ્કારેણ**—અહંકારસહિત; **વા**—અથવા; **પુનઃ**—વળી; **ક્રિયતે**—કરાય છે; **બહુલ આયાસમ્**—ઘણા પરિશ્રમથી; **તત્**—તે; **રાજસમ્**—રજોગુણી; **ઉદાહ્યતમ્**—કહેવાય છે.

અનુવાદ

પરંતુ જે કાર્ય પોતાની ઈચ્છાતૃપ્તિ માટે મહાન પ્રયાસથી અને મિથ્યા અહંકારના ભાવથી કરાય છે, તે રજોગુણી કહેવાય છે.

શ્લોક ૨૫ **अनुबन्धं क्षयं हिंसामनपेक्ष्य च पौरुषम्।**
मोहादारभ्यते कर्म यत्तत्तामसमुच्यते ॥ २५ ॥

અનુબન્ધમ્—ભાવિ બંધનવાળું; **ક્ષયમ્**—વિનાશ; **હિંસામ્**—તથા બીજાને કષ્ટ આપવું; **અનપેક્ષ્ય**—પરિણામનો વિચાર કર્યા વગર; **ચ**—પણ; **પૌરુષમ્**—સ્વ અનુમતિને; **મોહાત્**—મોહથી; **આરભ્યતે**—શરૂ કરાય છે; **કર્મ**—કર્મ; **યત્**—જે; **તત્**—તે; **તામસમ્**—તમોગુણી; **ઉચ્યતે**—કહેવાય છે.

અનુવાદ

જે કર્મ મોહવશ, શાસ્ત્રોક્ત આદેશોની અવગણના કરીને અને ભાવિ બંધનની પરવા કર્યા વિના અથવા હિંસા કે બીજાને દુઃખ આપવા માટે કરવામાં આવે છે, તે તામસિક કહેવાય છે.

ભાવાર્થ

મનુષ્યને પોતાનાં કર્મોનો હિસાબ રાજ્યને અથવા યમદૂત નામના પરમેશ્વરના દૂતોને આપવો પડે છે. જવાબદારી વગરનું કર્મ વિનાશકારી હોય છે, કારણ કે તેનાથી શાસ્ત્રોક્ત આદેશો નષ્ટ થાય છે. તે ઘણુંખરું હિંસા પર આધારિત હોય છે તથા અન્ય જીવો માટે દુઃખદાયક હોય છે. આવું બેજવાબદાર કર્મ પોતાના અનુભવના આધારે કરાય છે. આ મોહ કહેવાય છે અને આવા બધા મોહગ્રસ્ત કર્મો તમોગુણનાં પરિણામે થતાં હોય છે.

શ્લોક ૨૬ **मुक्तसङ्गोऽनहंवादी धृत्युत्साहसमन्वितः।**
सिद्ध्यसिद्ध्योर्निर्विकारः कर्ता सात्त्विक उच्यते ॥ २६ ॥

મુક્ત સઙ્ગઃ—સર્વ ભૌતિક સંગથી રહિત; **અનહંવાદી**—મિથ્યા અહંકારવિહીન; **ધૃતિ**—ધૈર્ય; **ઉત્સાહ**—ઉત્સાહ; **સમન્વિતઃ**—યોગ્ય; **સિદ્ધિ**—સફળતામાં; **અસિદ્ધયોઃ**—અને નિષ્ફળતામાં; **નિર્વિકારઃ**—

પરિવર્તનરહિત; **કર્તા**—કર્તા; **સાત્ત્વિકઃ**—સત્ત્વગુણી; **ઉચ્યતે**—કહેવાય છે.

અનુવાદ

જે મનુષ્ય ભૌતિક ગુણોના સંસર્ગથી રહિત, અહંકાર વગર, ધૈર્ય તથા ઉત્સાહપૂર્વક પોતાનાં કર્મ કરે છે અને સફળતા કે નિષ્ફળતામાં અવિચલિત રહે છે, તે સાત્ત્વિક કર્તા કહેવાય છે.

ભાવાર્થ

કૃષ્ણભાવનાપરાયણ મનુષ્ય સદા ભૌતિક પ્રકૃતિના ગુણોથી પર રહે છે. તે પોતાને સોંપવામાં આવેલાં કાર્યોનાં પરિણામની કોઈ આકાંક્ષા રાખતો નથી, કારણ કે તે મિથ્યા અહંભાવ તથા ઘમંડથી પર હોય છે. તેમ છતાં કાર્ય પૂર્ણ થાય ત્યાં સુધી તે હંમેશાં ઉત્સાહથી ભરપૂર હોય છે. તેને હાથમાં લીધેલા કામના કષ્ટ વિશે ચિંતા રહેતી નથી. તે સદા ઉત્સાહી રહે છે. તે સફળતા કે નિષ્ફળતાની પરવા કરતો નથી. તે સુખ અને દુઃખ બંનેમાં સમાન રહે છે. આવો મનુષ્ય સાત્ત્વિક હોય છે.

શ્લોક ૨૭

रागी कर्मफलप्रेप्सुर्लुब्धो हिंसात्मकोऽशुचिः।
हर्षशोकान्वितः कर्ता राजसः परिकीर्तितः॥ २७॥

રાગી—અત્યંત આસક્ત; **કર્મફલ**—કર્મના ફળની; **પ્રેપ્સુઃ**—ઇચ્છા રાખનારો; **લુબ્ધઃ**—લાલચુ; **હિંસા આત્મકઃ**—સદૈવ ઈર્ષા કરનાર; **અશુચિઃ**—અપવિત્ર; **હર્ષ શોક અન્વિતઃ**—હર્ષ તથા શોકને વશ; **કર્તા**—આવો કર્તા; **રાજસઃ**—રજોગુણી; **પરિકીર્તિતઃ**—કહેવાયો છે.

અનુવાદ

જે કર્તા કર્મ તથા કર્મફળમાં આસક્તિ રાખીને ફળો ભોગવવાની ઇચ્છા રાખે છે તથા જે લોભી, હંમેશાં ઈર્ષા કરનાર, અપવિત્ર તથા સુખ-દુઃખથી વિચલિત થનારો હોય છે, તે રાજસી અર્થાત્ રજોગુણી કહેવાય છે.

ભાવાર્થ

મનુષ્ય કોઈ કાર્યમાં કે ફળમાં એટલા માટે અત્યંત આસક્ત રહે છે કે તે ભૌતિક પદાર્થો, ઘરબાર, પરિવાર, પત્ની તથા સંતાનો પ્રત્યે અતિશય આસક્તિ ધરાવે છે. આવા માણસને જીવનમાં ઉચ્ચતર પ્રગતિ કરવાની ઇચ્છા હોતી નથી. તે આ જગતને શક્ય એટલું વધારે સુખ-સગવડભર્યું

બનાવવામાં વ્યસ્ત રહે છે. સામાન્ય રીતે તે બહુ લોભી હોય છે અને માનતો હોય છે કે પોતે ઉપાર્જિત કરેલું બધું કાયમી છે અને તે કદાપિ નષ્ટ થતું નથી. આવો માણસ બીજા લોકોની ઈર્ષા કરતો હોય છે અને ઈન્દ્રિયતૃપ્તિ માટે ગમે તેવું ખોટું કામ કરવા પણ તૈયાર રહે છે. આવો માણસ અપવિત્ર હોય છે અને પોતે કરેલી કમાણી શુદ્ધ છે કે અશુદ્ધ તેની તે પરવા કરતો નથી. પોતાનું કામ સફળ થયે તે બહુ ખુશ થાય છે અને અસફળ થવાથી બહુ દુઃખી થાય છે. રજોગુણી કર્તા આવો જ હોય છે.

શ્લોક ૨૮ **अयुक्तः प्राकृतः स्तब्धः शठो नैष्कृतिकोऽलसः।**
विषादी दीर्घसूत्री च कर्ता तामस उच्यते॥ २८॥

અયુક્તઃ—શાસ્ત્રોના આદેશોને નહીં માનનારો; **પ્રાકૃતઃ**—ભૌતિકવાદી; **સ્તબ્ધઃ**—જક્કી; **શઠઃ**—કપટી; **નૈષ્કૃતિકઃ**—અન્યોનું અપમાન કરવામાં નિપુણ; **અલસઃ**—આળસુ; **વિષાદી**—ખિન્ન; **દીર્ઘસૂત્રી**—કામમાં નાહક ઢીલ કરનાર; **ચ**—પણ; **કર્તા**—કર્તા; **તામસઃ**—તમોગુણી; **ઉચ્યતે**—કહેવાય છે.

અનુવાદ

જે કર્તા હંમેશાં શાસ્ત્રાજ્ઞા વિરુદ્ધ કર્મ કરે છે, જે ભૌતિકવાદી, જિદ્દી, કપટી તથા અન્ય લોકોનું અપમાન કરવામાં કાબેલ હોય છે અને જે સદા આળસુ, ખિન્ન તથા કામ કરવામાં નાહક ઢીલ કરનાર હોય છે, તે તમોગુણી કહેવાય છે.

ભાવાર્થ

શાસ્ત્રોક્ત આદેશોમાંથી આપણને જાણવા મળે છે કે કેવા પ્રકારનું કાર્ય કરવું જોઈએ અને કેવા પ્રકારનું કાર્ય ન કરવું જોઈએ. જે મનુષ્યો શાસ્ત્રોની આ આજ્ઞાઓની અવગણના કરીને ન કરવાનાં કાર્યો કરે છે, તેઓ સામાન્ય રીતે ભૌતિકવાદી હોય છે. તેઓ શાસ્ત્રોના આદેશો પ્રમાણે નહીં, પણ પ્રકૃતિના ગુણો અનુસાર કાર્ય કરે છે. આવા કર્તા સૌજન્યશીલ હોતા નથી અને સામાન્ય રીતે તેઓ બહુ ધૂર્ત તથા અન્યોનું અપમાન કરવામાં કાબેલ હોય છે. તેઓ ઘણા આળસુ હોય છે, કામ હોવા છતાં તે બરાબર કરતા નથી અને પછી તે કામને પાછળથી કરવા માટે બાજુએ મૂકી દે છે. તેથી તેઓ ખિન્ન રહે છે. તેઓ કામમાં બિનજરૂરી ઢીલ કર્યા કરે છે. જે કામ એક કલાકમાં પૂરું કરી શકાય તેને વર્ષો સુધી ઘસડતા રહે છે. આવા કર્તા તમોગુણી હોય છે.

શ્લોક **बुद्धेर्भेदं धृतेश्चैव गुणतस्त्रिविधं शृणु।**
२९ **प्रोच्यमानमशेषेण पृथक्त्वेन धनञ्जय॥ २९॥**

बुद्धेः—બુદ્ધિનો; **भेदम्**—તફાવત; **धृतेः**—ધૈર્યનો; **च एव**—તેમ જ; **गुणतः**—ગુણો પ્રમાણે; **त्रिविधम्**—ત્રણ પ્રકારનો; **शृणु**—સાંભળ; **प्रोच्यमानम्**—મેં વર્ણવ્યા પ્રમાણે; **अशेषेण**—વિસ્તારથી; **पृथक्त्वेन**—ભિન્ન રીતે; **धनञ्जय**—હે ધનવિજેતા અર્જુન.

અનુવાદ

હે ધનંજય, હવે તને ભૌતિક પ્રકૃતિના ત્રણ ગુણો અનુસાર વિભિન્ન પ્રકારની બુદ્ધિ તથા ધૃતિ વિશે વિસ્તારથી કહીશ, તે કૃપા કરી સાંભળ.

ભાવાર્થ

જ્ઞાન, જ્ઞેય તથા જ્ઞાતાની સમજૂતી ભૌતિક પ્રકૃતિના ગુણો પ્રમાણે ત્રણ જુદા વિભાગોમાં આપ્યા પછી હવે ભગવાન કર્તાની બુદ્ધિ તથા ધૈર્ય બાબતમાં તે જ રીતે સમજાવી રહ્યા છે.

શ્લોક **प्रवृत्तिं च निवृत्तिं च कार्याकार्ये भयाभये।**
૩૦ **बन्धं मोक्षं च या वेत्ति बुद्धिः सा पार्थ सात्त्विकी॥ ३०॥**

प्रवृत्तिम्—કર્મને; **च**—અને; **निवृत्तिम्**—અકર્મને; **च**—પણ; **कार्य**—કરણીય; **अकार्ये**—તથા અકરણીયમાં; **भय**—ભય; **अभये**—તથા નિર્ભયતામાં; **बन्धम्**—બંધન; **मोक्षम्**—તથા મુક્તિ; **च**—તથા; **या**—જે; **वेत्ति**—જાણે છે; **बुद्धिः**—બુદ્ધિ; **सा**—તે; **पार्थ**—હે પૃથાપુત્ર; **सात्त्विकी**—સત્ત્વગુણી.

અનુવાદ

હે પાર્થ, જે સમજણ દ્વારા મનુષ્ય જાણી શકે કે શું કરવા યોગ્ય છે અને શું કરવા યોગ્ય નથી, શેનો ભય રાખવો જોઈએ અને શેનાથી ભય પામવું ન જોઈએ, શું બંધનકર્તા છે અને શું મુક્તિ આપનાર છે, તે સત્ત્વગુણમાં રહેલી બુદ્ધિ છે.

ભાવાર્થ

શાસ્ત્રોના નિર્દેશો પ્રમાણે કાર્ય કરવાં અર્થાત્ કરવા યોગ્ય હોય તેવાં કાર્ય કરવાને *પ્રવૃત્તિ* કહે છે. જે કાર્યોનો આ રીતે નિર્દેશ નથી હોતો, તે કરવાં ન જોઈએ. જે મનુષ્ય શાસ્ત્રોના નિર્દેશોને જાણતો નથી, તે કર્મો તથા

તેમની પ્રતિક્રિયાઓથી બંધાઈ જાય છે. જે બુદ્ધિ સારાસાર વિવેકને જાણે છે, તે સાત્ત્વિક છે.

શ્લોક ૩૧ **यया धर्ममधर्मं च कार्यं चाकार्यमेव च।**
अयथावत्प्रजानाति बुद्धिः सा पार्थ राजसी॥ ३१॥

યયા—જેના વડે; **ધર્મમ્**—ધર્મને; **અધર્મમ્**—અધર્મને; **ચ**—અને; **કાર્યમ્**—કરણીય; **ચ**—તથા; **અકાર્યમ્**—અકરણીયને; **એવ**—તેમ જ; **ચ**—અને; **અયથાવત્**—અપૂર્ણપણે; **પ્રજાનાતિ**—જાણે છે; **બુદ્ધિઃ**—બુદ્ધિ; **સા**—તે; **પાર્થ**—હે પૃથાપુત્ર; **રાજસી**—રજોગુણી.

અનુવાદ

હે પૃથાપુત્ર, જે બુદ્ધિ ધર્મ તથા અધર્મ, કરવા યોગ્ય તથા કરવા માટે અયોગ્ય કર્મમાં તફાવત કરી શકતી નથી, તે રજોગુણી હોય છે.

શ્લોક ૩૨ **अधर्मं धर्ममिति या मन्यते तमसावृता।**
सर्वार्थान्विपरीतांश्च बुद्धिः सा पार्थ तामसी॥ ३२॥

અધર્મમ્—અધર્મને; **ધર્મમ્**—ધર્મ; **ઈતિ**—એમ; **યા**—જે; **મન્યતે**—માને છે; **તમસા**—મોહથી; **આવૃતા**—આવૃત થયેલી; **સર્વ અર્થાન્**—બધી બાબતોને; **વિપરીતાન્**—અવળી દિશામાં; **ચ**—અને; **બુદ્ધિઃ**—બુદ્ધિ; **સા**—તે; **પાર્થ**—હે અર્જુન; **તામસી**—તમોગુણી.

અનુવાદ

જે બુદ્ધિ મોહ તથા અંધકારને વશ થઈને અધર્મને ધર્મ તથા ધર્મને અધર્મ માને છે અને હંમેશાં અવળી દિશામાં પ્રયાસ કરે છે, તે હે પાર્થ, તામસી બુદ્ધિ છે.

ભાવાર્થ

તમોગુણી બુદ્ધિ જે દિશામાં કાર્ય કરવું જોઈએ તેનાથી હંમેશાં અવળી દિશામાં કામ કરે છે. તે એવા ધર્મોને સ્વીકારે છે કે જે વાસ્તવમાં ધર્મ નથી અને વાસ્તવિક ધર્મને તરછોડે છે. અજ્ઞાની માણસો મહાત્માને સામાન્ય વ્યક્તિ માને છે અને સામાન્ય મનુષ્યનો મહાત્મા તરીકે સ્વીકાર કરે છે. તેઓ સત્યને અસત્ય તથા અસત્યને સત્ય માનતા હોય છે. તેઓ બધા જ કાર્ય માટે ખોટો માર્ગ ગ્રહણ કરે છે, તેથી તેમની બુદ્ધિ તમોગુણમાં રહેલી હોય છે.

શ્લોક ૩૩ **धृत्या यया धारयते मनःप्राणेन्द्रियक्रियाः।**
योगेनाव्यभिचारिण्या धृतिः सा पार्थ सात्त्विकी॥ ३३॥

ધૃત્યા—નિશ્ચય, ધૃતિ વડે; **યયા**—જેનાથી; **ધારયતે**—ધારણ કરાય છે; **મનઃ**—મનને; **પ્રાણ ઈન્દ્રિય**—તથા ઈન્દ્રિયોનાં; **ક્રિયાઃ**—કાર્યોને; **યોગેન**—યોગાભ્યાસ દ્વારા; **અવ્યભિચારિણ્યા**—અટક્યા વગર; **ધૃતિઃ**—ધૃતિ; **સા**—તે; **પાર્થ**—હે પૃથાપુત્ર; **સાત્ત્વિકી**—સત્ત્વગુણી.

અનુવાદ

હે પૃથાપુત્ર, જે અતૂટ છે, જેને યોગાભ્યાસ દ્વારા અચળ રહીને ધારણ કરાય છે અને એ રીતે જે મન, પ્રાણ તથા ઈન્દ્રિયોનાં કાર્યોને નિયંત્રણમાં રાખે છે, તે ધૃતિ સાત્ત્વિક કહેવાય છે.

ભાવાર્થ

યોગ પરમાત્માને જાણવાનું સાધન છે. જે મનુષ્ય નિશ્ચયપૂર્વક મન, પ્રાણ તથા ઈન્દ્રિયોને એકાગ્ર ચિત્તે પરમાત્મામાં પરોવીને દૃઢતાપૂર્વક તેમાં સ્થિર રહે છે, તે જ કૃષ્ણભાવનામાં તત્પર હોય છે. આવી ધૃતિ સાત્ત્વિક હોય છે. *અવ્યભિચારિણ્યા* શબ્દ અત્યંત મહત્ત્વપૂર્ણ છે, કારણ કે તે એવું સૂચવે છે કે કૃષ્ણભાવનાપરાયણ ભક્તો કદાપિ કોઈ અન્ય કાર્ય દ્વારા વિચલિત થતા નથી.

શ્લોક ૩૪ **यया तु धर्मकामार्थान्धृत्या धारयतेऽर्जुन।**
प्रसङ्गेन फलाकाङ्क्षी धृतिः सा पार्थ राजसी॥ ३४॥

યયા—જેનાથી; **તુ**—પરંતુ; **ધર્મ**—ધાર્મિકતા; **કામ**—ઈન્દ્રિયતૃપ્તિ; **અર્થાન્**—તથા આર્થિક વિકાસને; **ધૃત્યા**—સંકલ્પ અથવા ધૃતિ વડે; **ધારયતે**—ધારણ કરે છે; **અર્જુન**—હે અર્જુન; **પ્રસઙ્ગેન**—આસક્તિના કારણે; **ફલ આકાઙ્ક્ષી**—કર્મફળની ઈચ્છાવાળો; **ધૃતિઃ**—સંકલ્પ કે ધૃતિ; **સા**—તે; **પાર્થ**—હે પૃથાપુત્ર; **રાજસી**—રજોગુણી.

અનુવાદ

પરંતુ હે અર્જુન, જે ધૃતિ વડે મનુષ્ય ધર્મ, અર્થ તથા કામનાં ફળોમાં સદા લિપ્ત રહેતો હોય છે, તે રજોગુણી હોય છે.

ભાવાર્થ

જે મનુષ્ય ધાર્મિક કે આર્થિક કાર્યોમાં કર્મફળનો સદા આકાંક્ષી હોય છે,

જેની એકમાત્ર ઇચ્છા ઇન્દ્રિયતૃપ્તિ કરવાની હોય છે અને જેનાં મન, જીવન તથા ઇન્દ્રિયો આ પ્રમાણે સંલગ્ન રહે છે, તે રજોગુણી હોય છે.

શ્લોક **यया स्वप्नं भयं शोकं विषादं मदमेव च।**
૩૫ **न विमुञ्चति दुर्मेधा धृतिः सा पार्थ तामसी॥ ३५॥**

યયા—જેના વડે; **સ્વપ્નમ્**—સ્વપ્ન; **ભયમ્**—ભય; **શોકમ્**—શોક; **વિષાદમ્**—ખિન્નતા; **મદમ્**—મોહને; **એવ ચ**—તેમ જ; **ન**—કદી નહીં; **વિમુઞ્ચતિ**—તજે છે; **દુર્મેધા**—દુર્બુદ્ધિ; **ધૃતિઃ**—ધૃતિ; **સા**—તે; **પાર્થ**—હે પૃથાપુત્ર; **તામસી**—તમોગુણી.

અનુવાદ

હે પાર્થ, જે ધૃતિ સ્વપ્ન, ભય, શોક, વિષાદ તથા મોહની પેલે પાર જતી નથી, એવી દુર્બુદ્ધિપૂર્ણ ધૃતિ તમોગુણી હોય છે.

ભાવાર્થ

એવા નિષ્કર્ષ પર આવવું ન જોઈએ કે સત્ત્વગુણી મનુષ્ય સ્વપ્ન નથી જોતો. અહીં "સ્વપ્ન"નો અર્થ "વધારે પડતી નિદ્રા" એવો છે. સ્વપ્ન તો હંમેશાં આવતું હોય છે, પછી ભલે મનુષ્ય સત્ત્વગુણી હોય, રજોગુણી હોય કે તમોગુણી, સ્વપ્ન તો પ્રાકૃતિક ઘટના છે. પરંતુ જે મનુષ્યો અતિનિદ્રાથી પોતાને બચાવી શકતા નથી, જેઓ ભૌતિક વસ્તુઓ ભોગવવાના ગર્વને દૂર કરી શકતા નથી, જેઓ સદા ભૌતિક જગત ઉપર પ્રભુત્વ કરવાનું સ્વપ્ન જોતા રહે છે અને જેમનાં પ્રાણ, મન તથા ઇન્દ્રિયો એ રીતે પરોવાયેલાં રહે છે, તેઓ તામસી ધૃતિવાળા ગણાય છે.

શ્લોક **सुखं त्विदानीं त्रिविधं शृणु मे भरतर्षभ।**
૩૬ **अभ्यासाद्रमते यत्र दुःखान्तं च निगच्छति॥ ३६॥**

સુખમ્—સુખ; **તુ**—પરંતુ; **ઇદાનીમ્**—હવે; **ત્રિવિધમ્**—ત્રણ પ્રકારનું; **શૃણુ**—સાંભળ; **મે**—મારી પાસેથી; **ભરત ઋષભ**—હે ભરતશ્રેષ્ઠ; **અભ્યાસાત્**—અભ્યાસથી; **રમતે**—ભોગવે છે; **યત્ર**—જ્યાં; **દુઃખ**—દુઃખનો; **અન્તમ્**—અંત; **ચ**—અને; **નિગચ્છતિ**—પ્રાપ્ત થાય છે.

અનુવાદ

હે ભરતશ્રેષ્ઠ, હવે મારી પાસેથી ત્રણ પ્રકારનાં સુખો વિશે સાંભળ

કે જેમના વડે બદ્ધ જીવ ભોગ કરે છે અને જેનાથી કેટલીક વખત તેના દુઃખનો અંત આવે છે.

ભાવાર્થ

બદ્ધ જીવ ભૌતિક સુખ ભોગવવાનો વારંવાર પ્રયત્ન કરતો હોય છે. એ રીતે તે ચાવેલું ચાવતો હોય છે. પરંતુ કોઈ વખત આવા સુખભોગ દરમ્યાન કોઈ મહાત્માનો સંગ પ્રાપ્ત થયે તે ભવબંધનમાંથી છૂટી જાય છે. બીજા શબ્દોમાં, બદ્ધ જીવ સદા કોઈ ને કોઈ પ્રકારની ઈન્દ્રિયતૃપ્તિમાં પરોવાયેલો હોય છે. પરંતુ જ્યારે સારા સંગને લીધે તે સમજી જાય છે કે આ તો એક જ વસ્તુની પુનરાવૃત્તિ છે અને તેના મનમાં વાસ્તવિક કૃષ્ણભાવનામૃતનો ઉદય થાય છે, ત્યારે તે આવા પુનરાવર્તનશીલ કહેવાતા સુખમાંથી મુક્ત થઈ જાય છે.

શ્લોક **यत्तदग्रे विषमिव परिणामेऽमृतोपमम्।**
૩૭ **तत्सुखं सात्त्विकं प्रोक्तमात्मबुद्धिप्रसादजम्॥ ३७॥**

યત્—જે; **તત્**—તે; **અગ્રે**—આરંભે; **વિષમ્ ઈવ**—ઝેર જેવું; **પરિણામે**—અંતે; **અમૃત**—અમૃત; **ઉપમમ્**—ની સરખામણીમાં; **તત્**—તે; **સુખમ્**—સુખ; **સાત્ત્વિકમ્**—સત્ત્વગુણી; **પ્રોક્તમ્**—કહેવાયું છે; **આત્મ**—પોતાની; **બુદ્ધિ**—બુદ્ધિને; **પ્રસાદજમ્**—સંતોષથી ઉત્પન્ન.

અનુવાદ

જે શરૂઆતમાં ઝેર જેવું લાગે છે, પરંતુ અંતે અમૃત સમાન હોય છે તથા મનુષ્યમાં આત્મ-સાક્ષાત્કાર જાગૃત કરે છે, તે સાત્ત્વિક સુખ હોય છે.

ભાવાર્થ

આત્મ-સાક્ષાત્કારની સાધનામાં મનુષ્યે મન તથા ઈન્દ્રિયોને વશમાં કરવા તથા મનને આત્મકેન્દ્રિત કરવા માટે અનેક પ્રકારના નીતિનિયમોનું પાલન કરવું પડે છે. આ સર્વ પ્રક્રિયાઓ બહુ અઘરી તથા ઝેર જેવી કડવી હોય છે, પરંતુ જો મનુષ્ય આ નિયમોના પાલનમાં સફળતાને વરે છે અને દિવ્ય ભૂમિકા પ્રાપ્ત કરે છે, તો તે સાચા અમૃતનું પાન કરવા લાગે છે અને જીવનનું સુખ ભોગવે છે.

શ્લોક **विषयेन्द्रियसंयोगाद्यत्तदग्रेऽमृतोपमम् ।**
૩૮ **परिणामे विषमिव तत्सुखं राजसं स्मृतम्॥ ३८॥**

વિષય—ઇન્દ્રિયોના વિષયો; **ઇન્દ્રિય**—તથા ઇન્દ્રિયોના; **સંયોગાત્**—સંયોગથી; **યત્**—જે; **તત્**—તે; **અગ્રે**—આરંભમાં; **અમૃત ઉપમમ્**—અમૃત જેવું; **પરિણામે**—અંતમાં; **વિષમ્ ઇવ**—ઝેર જેવું; **તત્**—તે; **સુખમ્**—સુખ; **રાજસમ્**—રજોગુણી; **સ્મૃતમ્**—ગણાય છે.

અનુવાદ

જે સુખ ઇન્દ્રિયો દ્વારા તેમના વિષયોના સંસર્ગથી પ્રાપ્ત થાય છે અને જે શરૂઆતમાં અમૃત જેવું પણ અંતે ઝેર જેવું હોય છે, તે રજોગુણી કહેવાય છે.

ભાવાર્થ

જ્યારે કોઈ યુવક કોઈ યુવતીને મળે છે, ત્યારે ઇન્દ્રિયો તેને પ્રેરિત કરે છે અને તે પેલી યુવતીને જુએ, તેને સ્પર્શે અને તેની સાથે જાતીય સુખ માણે. શરૂઆતમાં ઇન્દ્રિયોને આ અત્યંત સુખદ લાગી શકે છે, પરંતુ અંતે અથવા થોડા સમય પછી તે ઝેર જેવું લાગે છે. તેઓ બંને જુદા થઈ જાય છે અથવા તેમના છૂટાછેડા થઈ જાય છે. પછી શોક, વિષાદ વગેરે ઉત્પન્ન થાય છે. આવું સુખ સદા રજોગુણી હોય છે. જે સુખ ઇન્દ્રિયો તથા વિષયોના સંયોગથી મળે છે, તે સદા દુઃખનું કારણ બને છે, માટે તેનાથી સર્વથા દૂર રહેવું જોઈએ.

શ્લોક ૩૯

यदग्रे चानुबन्धे च सुखं मोहनमात्मनः।
निद्रालस्यप्रमादोत्थं तत्तामसमुदाहृतम्॥ ३९॥

યત્—જે; **અગ્રે**—આરંભે; **ચ**—અને; **અનુબન્ધે**—અંતે; **ચ**—પણ; **સુખમ્**—સુખ; **મોહનમ્**—મોહમય; **આત્મનઃ**—પોતાને; **નિદ્રા**—ઊંઘ; **આલસ્ય**—આળસ; **પ્રમાદ**—તથા પ્રમાદથી; **ઉત્થમ્**—ઉત્પન્ન; **તત્**—તે; **તામસમ્**—તમોગુણી; **ઉદાહૃતમ્**—કહેવાયું છે.

અનુવાદ

અને જે સુખ આત્મ-સાક્ષાત્કાર પ્રત્યે અંધ છે, જે શરૂઆતથી અંત સુધી ભ્રમણા જ છે અને જે નિદ્રા, આળસ તથા પ્રમાદમાંથી ઉત્પન્ન થાય છે, તે તામસી કહેવાય છે.

ભાવાર્થ

જે મનુષ્ય આળસ તથા નિદ્રામાં જ સુખી રહે છે, તે ખરેખર તમોગુણી

હોય છે. જે મનુષ્ય કેવી રીતે કામ કરવું તથા કેવી રીતે ન કરવું તેનું જ્ઞાન ધરાવતો નથી, તે પણ તમોગુણી હોય છે. તમોગુણી માણસ માટે બધી વસ્તુઓ ભ્રમ (મોહ) હોય છે. તેને નથી પ્રારંભમાં સુખ મળતું કે નથી અંતમાં સુખ મળતું. રજોગુણી માણસ માટે પ્રારંભમાં કેટલુંક ક્ષણજીવી સુખ તથા અંતે દુઃખ હોઈ શકે છે, પરંતુ તમોગુણી માણસને તો પ્રારંભે કે અંતે દુઃખ જ દુઃખ હોય છે.

શ્લોક ૪૦

न तदस्ति पृथिव्यां वा दिवि देवेषु वा पुनः।
सत्त्वं प्रकृतिजैर्मुक्तं यदेभिः स्यात्त्रिभिर्गुणैः॥ ४०॥

न—નહીં; **तत्**—તે; **अस्ति**—છે; **पृथिव्याम्**—પૃથ્વી પર; **वा**—અથવા; **दिवि**—ઉચ્ચતર લોકોમાં; **देवेषु**—દેવોમાં; **वा**—અથવા; **पुनः**—વળી; **सत्त्वम्**—અસ્તિત્વ; **प्रकृतिजैः**—પ્રકૃતિથી ઉત્પન્ન; **मुक्तम्**—મુક્ત; **यत्**—જે; **एभिः**—તેમના પ્રભાવથી; **स्यात्**—હોય; **त्रिभिः**—ત્રણ; **गुणैः**—ગુણો વડે.

અનુવાદ

આ પૃથ્વીલોકમાં, સ્વર્ગલોકમાં કે દેવોમાં કોઈ પણ એવી વ્યક્તિ વિદ્યમાન નથી કે જે પ્રકૃતિના ત્રણ ગુણોથી મુક્ત હોય.

ભાવાર્થ

ભગવાન અહીં બ્રહ્માંડભરમાં ભૌતિક પ્રકૃતિના ત્રણ ગુણોના પ્રભાવ વિશે સંક્ષેપમાં કહી રહ્યા છે.

શ્લોક ૪૧

ब्राह्मणक्षत्रियविशां शूद्राणां च परन्तप।
कर्माणि प्रविभक्तानि स्वभावप्रभवैर्गुणैः॥ ४१॥

ब्राह्मण—બ્રાહ્મણ; **क्षत्रिय**—ક્ષત્રિય; **विशाम्**—તથા વૈશ્યોના; **शूद्राणाम्**—શૂદ્રોના; **च**—અને; **परन्तप**—હે શત્રુવિજેતા; **कर्माणि**—કાર્યો; **प्रविभक्तानि**—વિભાજિત થયેલાં; **स्वभाव**—પોતાના સ્વભાવથી; **प्रभवैः**—ઉત્પન્ન; **गुणैः**—ગુણો વડે.

અનુવાદ

હે પરંતપ, બ્રાહ્મણો, ક્ષત્રિયો, વૈશ્યો તથા શૂદ્રોમાં ભૌતિક પ્રકૃતિના ગુણો દ્વારા ઉત્પન્ન થયેલા તેમના સ્વભાવ પ્રમાણે તફાવત જોવામાં આવે છે.

શ્લોક ૪૨
शमो दमस्तपः शौचं क्षान्तिरार्जवमेव च।
ज्ञानं विज्ञानमास्तिक्यं ब्रह्मकर्म स्वभावजम्॥ ४२॥

શમઃ—શાંતિપ્રિયતા; **દમઃ**—આત્મસંયમ; **તપઃ**—તપ; **શૌચમ્**—પવિત્રતા; **ક્ષાન્તિઃ**—સહિષ્ણુતા; **આર્જવમ્**—પ્રામાણિકતા; **એવ ચ**—તેમ જ; **જ્ઞાનમ્**—જ્ઞાન; **વિજ્ઞાનમ્**—વિજ્ઞાન; **આસ્તિક્યમ્**—ધાર્મિકતા; **બ્રહ્મ**—બ્રાહ્મણનાં; **કર્મ**—કર્તવ્ય; **સ્વભાવજમ્**—પોતાના સ્વભાવથી ઉત્પન્ન.

અનુવાદ

શાંતિપ્રિયતા, આત્મસંયમ, તપ, પવિત્રતા, સહિષ્ણુતા, સત્યનિષ્ઠા, જ્ઞાન, વિજ્ઞાન તથા ધાર્મિકતા—આ સર્વ સ્વાભાવિક ગુણો છે, જેમના થકી બ્રાહ્મણો કર્મ કરે છે.

શ્લોક ૪૩
शौर्यं तेजो धृतिर्दाक्ष्यं युद्धे चाप्यपलायनम्।
दानमीश्वरभावश्च क्षात्रं कर्म स्वभावजम्॥ ४३॥

શૌર્યમ્—વીરતા; **તેજઃ**—શક્તિ; **ધૃતિઃ**—ધૈર્ય, સંકલ્પ; **દાક્ષ્યમ્**—દક્ષતા; **યુદ્ધે**—યુદ્ધમાં; **ચ**—અને; **અપિ**—પણ; **પલાયનમ્**—ભાગી ન જવું; **દાનમ્**—દાન, ઉદારતા; **ઈશ્વર**—નેતૃત્વનો; **ભાવઃ**—સ્વભાવ; **ચ**—અને; **ક્ષાત્રમ્**—ક્ષત્રિયનું; **કર્મ**—કર્તવ્ય; **સ્વભાવજમ્**—સ્વાભાવિક.

અનુવાદ

વીરતા, શક્તિ, સંકલ્પ, દક્ષતા, યુદ્ધમાં ધૈર્ય, ઉદારતા તથા નેતૃત્વ—આ ક્ષત્રિયોના સ્વાભાવિક ગુણો છે.

શ્લોક ૪૪
कृषिगोरक्ष्यवाणिज्यं वैश्यकर्म स्वभावजम्।
परिचर्यात्मकं कर्म शूद्रस्यापि स्वभावजम्॥ ४४॥

કૃષિ—ખેતી; **ગો**—ગાયોનું; **રક્ષ્ય**—રક્ષણ; **વાણિજ્યમ્**—વેપાર; **વૈશ્ય**—વૈશ્યનું; **કર્મ**—કર્તવ્ય; **સ્વભાવજમ્**—સ્વાભાવિક; **પરિચર્યા**—સેવા; **આત્મકમ્**—થી યુક્ત; **કર્મ**—કર્તવ્ય; **શૂદ્રસ્ય**—શૂદ્રનું; **અપિ**—પણ; **સ્વભાવજમ્**—સ્વાભાવિક.

અનુવાદ

ખેતી, ગોરક્ષા અને વેપાર વૈશ્યોનાં સ્વાભાવિક કર્મ છે અને શ્રમ તથા બીજાઓની સેવા કરવી એ શૂદ્રોનાં કર્મ છે.

શ્લોક ૪૫
स्वे स्वे कर्मण्यभिरतः संसिद्धिं लभते नरः।
स्वकर्मनिरतः सिद्धिं यथा विन्दति तच्छृणु॥ ४५॥

સ્વે સ્વે—પોતપોતાનાં; **કર્મણિ**—કર્મોમાં; **અભિરતઃ**—સંલગ્ન; **સંસિદ્ધિમ્**—સિદ્ધિ; **લભતે**—પ્રાપ્ત કરે છે; **નરઃ**—મનુષ્ય; **સ્વકર્મ**—પોતાના કર્મમાં; **નિરતઃ**—પરોવાયેલો; **સિદ્ધિમ્**—સિદ્ધિને; **યથા**—જેવી રીતે; **વિન્દતિ**—પામે છે; **તત્**—તે; **શૃણુ**—સાંભળ.

અનુવાદ

દરેક મનુષ્ય પોતપોતાના કર્મના ગુણોનું પાલન કરીને પૂર્ણતા પામી શકે છે. હવે આ કેવી રીતે કરી શકાય છે તે મારી પાસેથી સાંભળ.

શ્લોક ૪૬
यतः प्रवृत्तिर्भूतानां येन सर्वमिदं ततम्।
स्वकर्मणा तमभ्यर्च्य सिद्धिं विन्दति मानवः॥ ४६॥

યતઃ—જેનાથી; **પ્રવૃત્તિ**—ઉદ્ભવ; **ભૂતાનામ્**—સર્વ જીવોનો; **યેન**—જેના વડે; **સર્વમ્**—બધું; **ઈદમ્**—આ; **તતમ્**—વ્યાપ્ત છે; **સ્વકર્મણા**—પોતના કર્મ વડે; **તમ્**—તેને; **અભ્યર્ચ્ય**—પૂજા કરીને; **સિદ્ધિમ્**—સિદ્ધિ; **વિન્દતિ**—પ્રાપ્ત કરે છે; **માનવ**—મનુષ્ય.

અનુવાદ

જેઓ જીવમાત્રના ઉદ્ભવસ્થાન છે અને જેઓ સર્વવ્યાપી છે, તે ભગવાનની ઉપાસના કરીને મનુષ્ય પોતાનાં નિયત કર્મો કરતો રહીને પૂર્ણતા પ્રાપ્ત કરી શકે છે.

ભાવાર્થ

પંદરમા અધ્યાયમાં જણાવ્યું છે તેમ, સર્વ જીવો પરમેશ્વરના ભિન્ન અંશો છે. એ રીતે પરમેશ્વર જ જીવમાત્રના ઉદ્ગમ છે. વેદાંતસૂત્રમાં આનું સમર્થન થયું છે. *જન્માદ્યસ્ય યતઃ*—તેથી પરમેશ્વર દરેક જીવના જીવનના ઉદ્ગમ છે. ભગવદ્ગીતાના સાતમા અધ્યાયમાં કહ્યું છે તેમ, પરમેશ્વર પોતાની પરા તથા અપરા આ બે શક્તિઓ થકી સર્વવ્યાપી છે. માટે મનુષ્યે ભગવાનની પૂજા તેમની શક્તિઓ સહિત કરવી જોઈએ. સામાન્ય રીતે વૈષ્ણવો પરમેશ્વરની પૂજા તેમની અંતરંગ શક્તિ સહિત કરે છે. તેમની બહિરંગ શક્તિ એ તેમની અંતરંગ શક્તિનું વિકૃત પ્રતિબિંબ છે. બહિરંગ શક્તિ એ પૃષ્ઠભૂમિ છે, પરંતુ પરમેશ્વર તેમના પૂર્ણ અંશનો વિસ્તાર કરીને

પરમાત્માના રૂપે સર્વત્ર રહેલા છે. તેઓ સર્વત્ર સર્વ દેવોના, મનુષ્યોના તથા પ્રાણીઓના પરમાત્મા છે. માટે મનુષ્યે જાણી લેવું જોઈએ કે પરમેશ્વરનો ભિન્ન અંશ હોવાને કારણે તેનું કર્તવ્ય છે કે તે પરમેશ્વરની સેવા કરે. દરેક મનુષ્યે કૃષ્ણભાવનામૃતમાં રહીને ભગવાનની ભક્તિ કરવી જોઈએ. આ શ્લોકમાં આની જ ભલામણ થઈ છે.

પ્રત્યેક મનુષ્યે વિચારવું જોઈએ કે ઇન્દ્રિયોના સ્વામી હૃષીકેશ દ્વારા તે વિશેષ કર્મમાં પરોવાયેલો છે. તેથી જે જેવાં કર્મમાં પરોવાયેલો છે, તેના જ ફળ દ્વારા પૂર્ણ પુરુષોત્તમ પરમેશ્વર શ્રીકૃષ્ણની પૂજા કરવી જોઈએ. જો તે આ રીતે કૃષ્ણભાવનાપરાયણ થઈને સતત વિચાર કરે, તો ભગવત્કૃપાથી તે પૂર્ણ જ્ઞાન પ્રાપ્ત કરે છે. આ જ જીવનની પૂર્ણતા છે. ભગવાને ભગવદ્‌ગીતા(૧૨.૭)માં કહ્યું છે—*તેષામ્ અહં સમુદ્ધર્તા*. પરમેશ્વર પોતે જ આવા ભક્તોનો ઉદ્ધાર કરે છે. આ જ જીવનની સર્વોચ્ચ સિદ્ધિ છે. કોઈ મનુષ્ય ભલે ગમે તે વ્યવસાયમાં પરોવાયેલો હોય, પણ જો તે પરમેશ્વરની સેવા કરે છે, તો તેને સર્વોચ્ચ પૂર્ણતા પ્રાપ્ત થાય છે.

શ્લોક ૪૭ **શ્રેયાન્સ્વધર્મો વિગુણઃ પરધર્માત્સ્વનુષ્ઠિતાત્ ।**
સ્વભાવનિયતં કર્મ કુર્વન્નાપ્નોતિ કિલ્બિષમ્ ॥ ૪૭ ॥

શ્રેયાન્—શ્રેષ્ઠ; **સ્વધર્મઃ**—મનુષ્યનો પોતાના વ્યવસાય; **વિગુણઃ**—અપૂર્ણ રીતે કરેલો; **પર ધર્માત્**—બીજાના વ્યાવસાયિક કાર્ય કરતાં; **સુ અનુષ્ઠિતાત્**—પૂર્ણ રીતે કરેલ; **સ્વભાવ નિયતમ્**—સ્વભાવ પ્રમાણે નિયત થયેલ; **કર્મ**—કાર્ય; **કુર્વન**—કરવાથી; **ન**—કદી નહીં; **આપ્નોતિ**—પ્રાપ્ત કરે છે; **કિલ્બિષમ્**—પાપ.

અનુવાદ

અન્ય કોઈના સ્વધર્મરૂપ કર્મને સ્વીકારીને તેને સારી રીતે કરવા કરતાં પોતાના નિયત સ્વધર્મરૂપ કર્મને કરતા રહેવું વધારે સારું છે, ભલે પછી તે ક્ષતિયુક્ત રીતે કરવામાં આવતું હોય. પોતાના સ્વભાવ પ્રમાણેનું નિર્દિષ્ટ કર્મ કદાપિ પાપથી પ્રભાવિત થતું નથી.

ભાવાર્થ

ભગવદ્‌ગીતામાં મનુષ્યના વ્યાવસાયિક કર્તવ્યનો નિર્દેશ કરેલો છે. પુરોગામી શ્લોકોમાં વર્ણન થયું છે તેમ બ્રાહ્મણ, ક્ષત્રિય, વૈશ્ય તથા શૂદ્રનાં

કર્તવ્યો તેમના વિશિષ્ટ ભૌતિક ગુણો અનુસાર નિયત કરવામાં આવેલાં છે. મનુષ્યે અન્યના કર્તવ્યનું અનુકરણ કરવું ન જોઈએ. જો મનુષ્ય સ્વભાવે કરીને શૂદ્ર દ્વારા કરાતાં કર્મ પ્રત્યે આકૃષ્ટ થતો હોય, તો તેણે પોતાને કૃત્રિમ રીતે બ્રાહ્મણ કહેવું ન જોઈએ, પછી ભલે તે બ્રાહ્મણ કુટુંબમાં જન્મ પામ્યો હોય. એ રીતે દરેક મનુષ્યે પોતાના સ્વભાવ અનુસાર કર્મ કરવું જોઈએ. જો પરમેશ્વરની સેવારૂપે કરવામાં આવે, તો કોઈ પણ કર્મ ઘૃણાપાત્ર નથી. બ્રાહ્મણનું વ્યાવસાયિક કર્મ નિઃસંદેહ સાત્ત્વિક છે, પરંતુ જો કોઈ મનુષ્ય સ્વભાવે કરીને સાત્ત્વિક ન હોય, તો તેણે બ્રાહ્મણના વ્યાવસાયિક કર્તવ્યધર્મનું અનુકરણ ન કરવું જોઈએ. ક્ષત્રિય અથવા શાસક માટે કેટલીયે નિંદ્ય બાબતો હોય છે; ક્ષત્રિયને શત્રુને હણવા માટે હિંસક થવું પડે છે અને કેટલીક વખત કૂટનીતિ ખાતર અસત્ય પણ કહેવું પડે છે. આવી હિંસા તથા દોરંગીપણું રાજકારણમાં સાથે ચાલે છે, પરંતુ ક્ષત્રિય પાસેથી એવી અપેક્ષા રખાતી નથી કે તેને પોતાનું વ્યાવયાયિક કર્તવ્ય તજીને બ્રાહ્મણનાં કર્તવ્યો કરવા માંડે.

મનુષ્યે પરમેશ્વરને પ્રસન્ન કરવા માટે કર્મ કરવું જોઈએ. ઉદાહરણાર્થ, અર્જુન ક્ષત્રિય હતો. તે વિપક્ષ સાથે યુદ્ધ કરવાની આનાકાની કરતો હતો. પરંતુ જો આવું યુદ્ધ પૂર્ણ પુરુષોત્તમ પરમેશ્વર કૃષ્ણ પ્રીત્યર્થે કરવામાં આવે, તો પતનનો ભય રાખવાની જરૂર નથી. વ્યાપારના ક્ષેત્રમાં પણ વેપારીને નફો કરવા ખાતર ઘણીવાર જૂઠું બોલવું પડે છે. જો તે એમ ન કરે તો નફો થાય નહીં. કેટલીક વખત વેપારી ઘરાકને કહે છે, “અરે ભાઈ, હું તમારી પાસેથી બિલકુલ નફો લેતો નથી.” પરંતુ એ જાણવું જોઈએ કે નફા વગર વેપારી પોતાનું અસ્તિત્વ ટકાવી શકે નહીં. માટે જો વેપારી કહેતો હોય કે તે નફો નથી કરતો, તો તેને નર્યું અસત્ય ગણવું જોઈએ. પરંતુ વેપારીએ એમ વિચારવું ન જોઈએ કે પોતે જે વ્યવસાય કરી રહ્યો છે, તેમાં અસત્ય બોલવું અનિવાર્ય છે, તેથી તેણે તે વ્યવસાય છોડીને બ્રાહ્મણની વૃત્તિ ગ્રહણ કરવી જોઈએ. આવી ભલામણ કરવામાં આવતી નથી. મનુષ્ય ભલે ક્ષત્રિય હોય, વૈશ્ય હોય કે શૂદ્ર હોય, પણ જો તે પોતાના કાર્ય દ્વારા પરમેશ્વરની સેવા કરતો હોય, તો તેના વર્ણ વિશે વાંધો નથી. વિભિન્ન પ્રકારના યજ્ઞો કરનારા બ્રાહ્મણોને પણ કેટલીક વખત પશુવધ કરવો પડે છે, કારણ કે આવી વિધિમાં કોઈ વખત પશુબલિ આપવો પડે છે. તે જ પ્રમાણે, પોતાના વ્યવસાયમાં પરોવાયેલો ક્ષત્રિય જો તેના શત્રુને હણે, તો તેમાં પાપ થતું

નથી. ત્રીજા અધ્યાયમાં આ બાબતો સાફ સાફ વિસ્તારપૂર્વક સમજાવવામાં આવી છે. દરેક મનુષ્યે યજ્ઞ માટે અથવા ભગવાન વિષ્ણુ માટે કાર્ય કરવું જોઈએ. અંગત ઈન્દ્રિયતૃપ્તિ માટે કરેલું કાર્ય બંધનનું કારણ હોય છે. ભાવાર્થ એ જ છે કે દરેક મનુષ્યે સ્વઉપાર્જિત વિશિષ્ટ ગુણો પ્રમાણે કાર્યમાં પ્રવૃત્ત થવું જોઈએ અને પરમેશ્વરની સેવા કરવા માટે જ કાર્ય કરવાનો નિશ્ચય કરવો જોઈએ.

શ્લોક ૪૮

सहजं कर्म कौन्तेय सदोषमपि न त्यजेत्।
सर्वारम्भा हि दोषेण धूमेनाग्निरिवावृताः॥ ४८॥

સહજમ્—એકસાથે ઉત્પન્ન થયેલું; **કર્મ**—કર્મ; **કૌન્તેય**—હે કુંતીપુત્ર; **સદોષમ્**—દોષયુક્ત; **અપિ**—છતાં; **ન ત્યજેત**—તજવું ન જોઈએ; **સર્વ આરમ્ભાઃ**—સર્વ સાહસો; **હિ**—ખરેખર; **દોષેણ**—દોષથી; **ધૂમેન**—ધુમાડાથી; **અગ્નિઃ**—અગ્નિ; **ઈવ**—જેમ; **આવૃતાઃ**—ઢંકાયેલા.

અનુવાદ

જેવી રીતે અગ્નિ ધુમાડાથી આવૃત હોય છે, તેવી રીતે દરેક પ્રયાસ કોઈક દોષથી આવૃત હોય છે. માટે હે અર્જુન, મનુષ્યે સ્વભાવજન્ય કર્મનો ત્યાગ કરવો જોઈએ નહીં, ભલેને તે દોષોથી ભરપૂર હોય.

ભાવાર્થ

બદ્ધ જીવનમાં સર્વ કર્મો ભૌતિક પ્રકૃતિના ગુણોથી દૂષિત થયેલાં હોય છે. અરે, બ્રાહ્મણને સુધ્ધાં એવા યજ્ઞ કરવા પડે છે, જેમાં પશુવધ કરવો જરૂરી હોય છે. તેવી રીતે ક્ષત્રિય જો અત્યંત ધર્મનિષ્ઠ હોય, તો પણ તેને શત્રુ સાથે લડવું પડે છે. તે આને ટાળી શકે નહીં. તેવી જ રીતે કોઈ વેપારી ભલે ગમે તેટલો ધાર્મિક હોય, તોયે ધંધામાં ટકી રહેવા માટે તેણે કેટલીકવાર નફો સંતાડવો પડે છે કે કેટલીક વખત કાળાબજાર કરવાં પડે છે. આ બાબતો જરૂરી હોય છે, તેમને ટાળી શકાતી નથી. તેવી જ રીતે શૂદ્ર મનુષ્યને દુર્જન સ્વામીની સેવા કરવી પડે તો પણ તેણે માલિકની આજ્ઞા પાળવી પડે છે, ભલેને આમ થવું ન જોઈએ. આવા દોષો હોવા છતાં મનુષ્યે તેનાં નિયત કર્તવ્યો કરતા રહેવું જોઈએ, કારણ કે તે સ્વભાવજન્ય હોય છે.

અહીં એક સરસ દૃષ્ટાંત આપ્યું છે. અગ્નિ પવિત્ર છે છતાં તેમાં ધુમાડો હોય છે, પરંતુ ધુમાડો અગ્નિને અપવિત્ર બનાવી શકતો નથી. અગ્નિમાં

ધુમાડો હોવા છતાં તે સર્વ તત્ત્વોમાં શુદ્ધતમ ગણાય છે. જો કોઈ મનુષ્ય ક્ષત્રિયની વૃત્તિ તજીને બ્રાહ્મણની વૃત્તિ ગ્રહણ કરવા ઇચ્છતો હોય, તો તેને એવી કોઈ ખાતરી ન હોઈ શકે કે બ્રાહ્મણવૃત્તિમાં કોઈ અણગમતાં કાર્યો કરવાનાં નથી હોતાં. તેથી આવા નિષ્કર્ષ ઉપર આવી શકાય છે કે ભૌતિક જગતમાં પ્રકૃતિના સંસર્ગદોષમાંથી કોઈ પણ મનુષ્ય સંપૂર્ણપણે મુક્ત હોઈ શકે નહીં. આના સંબંધમાં અગ્નિ તથા ધુમાડાનું ઉદાહરણ સુસંગત છે. શિયાળામાં જ્યારે કોઈ મનુષ્ય અગ્નિમાંથી કોલસો કાઢે છે, ત્યારે ધુમાડાથી આંખો બળે છે તથા શરીરના બીજા ભાગ પર અસર થાય છે, પરંતુ આવી પ્રતિકૂળતાઓ હોવા છતાં અગ્નિનો ઉપયોગ તો થતો જ હોય છે. તે જ પ્રમાણે, મનુષ્યે તેના સ્વભાવજન્ય વ્યવસાયને કેટલાંક ઉપદ્રવી તત્ત્વોને કારણે છોડવો ન જોઈએ. બલ્કે, મનુષ્યે કૃષ્ણભાવનાયુક્ત થઈને પોતાના વ્યાવસાયિક કર્મ દ્વારા પરમેશ્વરની સેવા કરવાનો સંકલ્પ કરવો જોઈએ. જ્યારે કોઈ પણ વ્યવસાય-કર્મ પરમેશ્વર પ્રીત્યર્થે કરવામાં આવે છે, ત્યારે તે વિશિષ્ટ વ્યવસાયમાંના સર્વ દોષોની શુદ્ધિ થઈ જાય છે. જ્યારે ભક્તિ સાથે સંકળાયેલા કર્મનાં ફળની શુદ્ધિ થઈ જાય છે, ત્યારે મનુષ્ય પોતાની અંદર આત્મદર્શન કરી શકે છે અને તે જ આત્મ-સાક્ષાત્કાર છે.

શ્લોક **असक्तबुद्धिः सर्वत्र जितात्मा विगतस्पृहः ।**
૪૯ **नैष्कर्म्यसिद्धिं परमां सन्न्यासेनाधिगच्छति ॥ ४९ ॥**

અસક્ત બુદ્ધિઃ—આસક્તિરહિત બુદ્ધિવાળો; **સર્વત્ર**—બધે; **જિત આત્મા**—આત્મસંયમી; **વિગત સ્પૃહઃ**—ભૌતિક ઇચ્છાઓથી રહિત; **નૈષ્કર્મ્ય સિદ્ધિમ્**—નિષ્કર્મની સિદ્ધિને; **પરમામ્**—પરમ; **સન્ન્યાસેન**—સંન્યાસ દ્વારા; **અધિગચ્છતિ**—પ્રાપ્ત કરે છે.

અનુવાદ

જે આત્મસંયમી તથા અનાસક્ત છે અને જે સર્વ ભૌતિક ભોગોની પરવા કરતો નથી, તે સંન્યાસના અભ્યાસ દ્વારા કર્મફળમાંથી મુક્તિની સર્વોચ્ચ પૂર્ણ અવસ્થા પ્રાપ્ત કરે છે.

ભાવાર્થ

વાસ્તવિક સંન્યાસ એટલે મનુષ્ય સદા પોતાને પરમેશ્વરનો અંશ માનીને એમ વિચારે કે તેને પોતાનાં કાર્યોનાં ફળ ભોગવવાનો અધિકાર નથી. તે પરમેશ્વરનો અંશ છે, તેથી તેનાં કાર્યોનાં ફળ પરમેશ્વર વડે જ ભોગવાવાં

જોઈએ. આ જ વાસ્તવિક કૃષ્ણભાવના છે. જે મનુષ્ય કૃષ્ણભાવનામાં સ્થિત થઈ કર્મ કરે છે, તે વાસ્તવમાં સંન્યાસી છે. આવી મનોવૃત્તિથી મનુષ્ય સંતુષ્ટ રહે છે, કારણ કે તે વાસ્તવમાં ભગવાન માટે કાર્ય કરતો હોય છે. આ પ્રમાણે તે કોઈ દુન્યવી વસ્તુ માટે આસક્ત રહેતો નથી. તે ભગવત્સેવાથી પ્રાપ્ત થતા દિવ્ય સુખથી પર એવા કશાયમાં આનંદ ન લેવા ટેવાઈ જાય છે. સંન્યાસીને પૂર્વકર્મોનાં ફળોથી મુક્ત થયેલો માનવામાં આવે છે. પરંતુ જે મનુષ્ય કૃષ્ણભાવનામૃતમાં હોય છે, તે સંન્યાસ ગ્રહણ કર્યા વિના પણ આવી સિદ્ધિ પ્રાપ્ત કરી લે છે. આવી મનોદશા *યોગારૂઢ* અથવા યોગની સિદ્ધાવસ્થા કહેવાય છે. ત્રીજા અધ્યાયમાં સમર્થન કરવામાં આવ્યું છે તે પ્રમાણે, *યસ્ત્વાત્મરતિરેવ સ્યાત્*—જે મનુષ્ય પોતાની અંદર સંતુષ્ટ રહે છે, તેને પોતાના કાર્યથી કોઈ પણ પ્રકારના બંધનનો ભય રહેતો નથી.

શ્લોક ૫૦ **सिद्धिं प्राप्तो यथा ब्रह्म तथाप्नोति निबोध मे।**
समासेनैव कौन्तेय निष्ठा ज्ञानस्य या परा॥५०॥

સિદ્ધિમ્—સિદ્ધિ; **પ્રાપ્તઃ**—પામેલો; **યથા**—જેવી રીતે; **બ્રહ્મ**—પરમેશ્વર; **તથા**—તેવી રીતે; **આપ્નોતિ**—પ્રાપ્ત કરે છે; **નિબોધ**—સમજવાનો પ્રયત્ન કર; **મે**—મારી પાસેથી; **સમાસેન**—સંક્ષેપમાં; **એવ**—ખરેખર; **કૌન્તેય**—હે કુંતીપુત્ર; **નિષ્ઠા**—અવસ્થા; **જ્ઞાનસ્ય**—જ્ઞાનની; **યા**—જે; **પરા**—દિવ્ય.

અનુવાદ

હે કુંતીપુત્ર, જે મનુષ્ય આ પૂર્ણતા પામ્યો છે, તે હવે સર્વોચ્ચ સિદ્ધાવસ્થારૂપ, સર્વોચ્ચ જ્ઞાનના સ્તરરૂપ આ બ્રહ્મને કેવી રીતે પામી શકે છે, તેની પદ્ધતિ હવે હું સંક્ષેપમાં વર્ણવીશ, તે તું મારી પાસેથી જાણ.

ભાવાર્થ

ભગવાન અર્જુનને જણાવી રહ્યા છે કે કોઈ મનુષ્ય કેવી રીતે પોતાનું એ કર્તવ્યકર્મ પુરુષોત્તમ પરમેશ્વર પ્રીત્યર્થે કરીને, માત્ર પોતાના વ્યાવસાયિક કાર્યમાં પરોવાયેલો રહીને પરમ સિદ્ધાવસ્થા પામી શકે છે. જો મનુષ્ય પોતાના કર્મના ફળનો ત્યાગ પરમેશ્વરના સંતોષ માટે કરે, તો તેને બ્રહ્મની સર્વોપરી અવસ્થા પ્રાપ્ત થાય છે. આત્મ-સાક્ષાત્કારની આ જ પદ્ધતિ હોય છે. જ્ઞાનની સાચી પૂર્ણતા શુદ્ધ કૃષ્ણભક્તિની પ્રાપ્તિમાં છે, જે વિશે હવે પછીના શ્લોકોમાં વર્ણન થયું છે.

શ્લોક ૫૧–૫૩

बुद्ध्या विशुद्धया युक्तो धृत्यात्मानं नियम्य च।
शब्दादीन्विषयांस्त्यक्त्वा रागद्वेषौ व्युदस्य च॥ ५१॥
विविक्तसेवी लघ्वाशी यतवाक्कायमानसः।
ध्यानयोगपरो नित्यं वैराग्यं समुपाश्रितः॥ ५२॥
अहङ्कारं बलं दर्पं कामं क्रोधं परिग्रहम्।
विमुच्य निर्ममः शान्तो ब्रह्मभूयाय कल्पते॥ ५३॥

बुद्ध्या—બુદ્ધિ વડે; **विशुद्धया**—સંપૂર્ણ શુદ્ધ; **युक्तः**—પરોવાયેલો; **धृत्या**—ધૈર્યથી; **आत्मानम्**—પોતાને; **नियम्य**—સંયમિત કરીને; **च**—અને; **શબ્દ આદીન્**—શબ્દો વગેરે; **विषयान्**—ઇન્દ્રિયોના વિષયોને; **त्यक्त्वा**—તજીને; **રાગ**—આસક્તિ; **द्वेषौ**—તથા દ્વેષને; **व्युदस्य**—બાજુ પર રાખીને; **च**—પણ; **विविक्तसेवी**—એકાંત સ્થાને રહેતો; **લઘુ આશી**—અલ્પ આહાર લેનારો; **યત્**—વશમાં કરીને; **વાક્**—વાણી; **કાય**—શરીર; **માનસઃ**—તથા મનને; **ધ્યાનયોગ પરઃ**—સમાધિમાં તલ્લીન; **नित्यम्**—રોજ ચોવીસે કલાક; **વૈરાગ્યમ્**—વૈરાગ્યનો; **समुपाश्रितः**—આશ્રય લઈને; **અહङ्કારમ્**—મિથ્યા અહંકાર; **બલમ્**—મિથ્યા બળને; **દર્પમ્**—મિથ્યા ઘમંડ; **કામમ્**—કામ; **ક્રોધમ્**—ક્રોધ; **પરિગ્રહમ્**—તથા ભૌતિક વસ્તુઓના સંગ્રહને; **વિમુચ્ય**—ત્યાગીને; **નિર્મમઃ**—સ્વામિત્વના ભાવથી રહિત; **શાન્તઃ**—શાંત; **બ્રહ્મભૂયાય**—આત્મ-સાક્ષાત્કાર માટે; **કલ્પતે**—યોગ્ય થાય છે.

અનુવાદ

પોતાની બુદ્ધિથી શુદ્ધ થઈને તથા ધૈર્યપૂર્વક મનને સંયમમાં રાખીને, ઇન્દ્રિયતૃપ્તિના વિષયોનો ત્યાગ કરીને, રાગ તથા દ્વેષથી મુક્ત થઈને જે મનુષ્ય એકાંત સ્થાનમાં નિવાસ કરે છે, જે અલ્પાહારી છે, જે પોતાનાં શરીર, મન તથા વાણીને વશમાં રાખે છે, સદા સમાધિમાં રહે છે, સંપૂર્ણપણે વિરક્ત છે, મિથ્યા અંહકાર, મિથ્યા શક્તિ, મિથ્યા ગર્વ, કામ, ક્રોધ તથા ભૌતિક વસ્તુઓના સંગ્રહથી મુક્ત છે, જે મિથ્યા સ્વામિત્વના ભાવથી રહિત અને શાંત છે, તે આત્મ-સાક્ષાત્કારના પદને પામે છે એમાં સંદેહ નથી.

ભાવાર્થ

જ્યારે મનુષ્ય પોતાની બુદ્ધિથી શુદ્ધ થઈ જાય છે, ત્યારે તે પોતાને

સાત્ત્વિક ગુણમાં સ્થાપિત કરે છે. આ પ્રમાણે તે મનને સંયમિત કરીને સદા સમાધિમાં રહે છે. તેને ઇન્દ્રિયતૃપ્તિના વિષયોમાં આસક્તિ રહેતી નથી અને તે પોતાનાં કાર્યોમાં રાગ તથા દ્વેષથી રહિત હોય છે. આવો વિરક્ત પુરુષ સ્વાભાવે કરીને એકાંત સ્થાનમાં રહેવાનું પસંદ કરે છે, જરૂરથી વધારે ખાતો નથી અને પોતાનાં શરીર તથા મનની પ્રવૃત્તિઓ પર નિયંત્રણ રાખે છે. તે મિથ્યા અહંકારથી રહિત હોય છે, કારણ કે તે શરીરમાં આત્મભાવ રાખતો નથી. તે ઘણી દુન્યવી વસ્તુઓ સ્વીકારીને શરીરને હૃષ્ટપુષ્ટ તથા બળવાન બનાવવાની ઇચ્છા કરતો નથી. તે દેહાત્મભાવથી રહિત હોવાથી મિથ્યા ગર્વ કરતો નથી. ભગવત્કૃપાથી તેને જેટલું પ્રાપ્ત થઈ જાય છે, તેટલાથી જ તે સંતુષ્ટ રહે છે અને ઇન્દ્રિયતૃપ્તિ ન થવાથી ક્યારેય ક્રુદ્ધ થતો નથી અને ઇન્દ્રિયવિષયોની પ્રાપ્તિ માટે પ્રયાસ પણ કરતો નથી. એ રીતે જ્યારે તે મિથ્યા અહંકારથી રહિત થઈ જાય છે, ત્યારે તે સર્વ દુન્યવી વસ્તુઓથી મુક્ત થઈ જાય છે. એ જ બ્રહ્મના આત્મ-સાક્ષાત્કારની અવસ્થા છે. તે *બ્રહ્મભૂત* અવસ્થા કહેવાય છે. જ્યારે મનુષ્ય દેહાત્મભાવમાંથી મુક્ત થઈ જાય છે, ત્યારે તે શાંત થઈ જાય છે અને તેને ઉત્તેજિત કરી શકાતો નથી. આ વિશે ભગવદ્‌ગીતા (૨.૭૦)માં નીચે પ્રમાણે વર્ણન થયું છે.

આપૂર્યમાણમ્ અચલ પ્રતિષ્ઠં
સમુદ્ર માપઃ પ્રવિશન્તિ યદ્વત્।
તદ્વત્ કામા યં પ્રવિશન્તિ સર્વે
સ શાન્તિમાપ્નોતિ ન કામકામી॥

"જેવી રીતે સમુદ્રમાં નદીઓ નિરંતર પ્રવેશ કરતી રહે છે, છતાં સમુદ્ર હંમેશાં સ્થિર રહે છે, તેમ વાસનાઓના અવિરત પ્રવાહથી વિચલિત નહીં થનાર મનુષ્ય જ શાંતિ પ્રાપ્ત કરી શકે છે, પરંતુ આવી ઇચ્છાઓને સંતુષ્ટ કરવા મથતો મનુષ્ય શાંતિ પ્રાપ્ત કરી શકતો નથી."

શ્લોક ૫૪ **ब्रह्मभूतः प्रसन्नात्मा न शोचति न काङ्क्षति।**
समः सर्वेषु भूतेषु मद्भक्तिं लभते पराम्॥५४॥

બ્રહ્મભૂતઃ—બ્રહ્મ સાથે તદાકાર થઈને; **પ્રસન્ન આત્મા**—પૂર્ણપણે આનંદમય; **ન**—કદી નહીં; **શોચતિ**—શોક કરે છે; **ન**—નહીં; **કાઙ્ક્ષતિ**—ઇચ્છા કરે છે; **સમઃ**—સમાન ભાવવાળો; **સર્વેષુ**—બધા; **ભૂતેષુ**—જીવો પ્રત્યે; **મત્ ભક્તિમ્**—મારી ભક્તિ; **લભતે**—પ્રાપ્ત કરે છે; **પરામ્**—દિવ્ય.

અનુવાદ

આ પ્રમાણે જે દિવ્ય અવસ્થામાં રહેલો હોય છે, તે તરત જ પરમ બ્રહ્મની અનુભૂતિ કરે છે અને પૂર્ણપણે આનંદમય બને છે. તે કદાપિ શોક કરતો નથી કે કશાયની કામના પણ કરતો નથી. તે જીવમાત્ર પર સમભાવ રાખે છે. તે અવસ્થામાં તે મારી શુદ્ધ ભક્તિ પામે છે.

ભાવાર્થ

નિર્વિશેષવાદી માટે બ્રહ્મભૂત અવસ્થા પામવી અર્થાત્ બ્રહ્મ સાથે તદાકાર થવું એ જ આખરી ધ્યેય હોય છે. પરંતુ સાકારવાદી શુદ્ધ ભક્ત માટે આનાથી પણ આગળ વધીને શુદ્ધ ભક્તિમાં પરોવાઈ જવાનું હોય છે. આનો અર્થ એવો થયો કે પરમેશ્વરની શુદ્ધ ભક્તિમાં સંલગ્ન ભક્ત પહેલાંથી જ મુક્તિની અવસ્થા પ્રાપ્ત કરી ચૂક્યો હોય છે કે બ્રહ્મભૂત અર્થાત્ બ્રહ્મ સાથે તાદાત્મ્ય કહેવાય છે. પરમેશ્વર અથવા પરબ્રહ્મ સાથે તદાકાર થયા વિના મનુષ્ય તેમની સેવાભક્તિ કરી શકે નહીં. બ્રહ્મભાવમાં સેવ્ય તથા સેવક વચ્ચે તફાવત રહેતો નથી. છતાં ઉચ્ચતર આધ્યાત્મિક અર્થમાં તફાવત તો રહે છે.

જીવનમાં ભૌતિક દૃષ્ટિબિંદુએ જોતાં મનુષ્ય જ્યારે ઈન્દ્રિયતૃપ્તિ ખાતર કાર્ય કરે છે ત્યારે દુઃખ હોય છે, પરંતુ દિવ્ય વિશ્વમાં જ્યારે જીવ શુદ્ધ ભક્તિમય સેવામાં પરોવાય છે, ત્યારે કોઈ દુઃખ હોતું નથી. કૃષ્ણભાવનામૃતમાં ભક્તને નથી કોઈ પ્રકારનો શોક રહેતો કે નથી કોઈ આકાંક્ષા રહેતી. ભગવાન પૂર્ણ છે તેથી ભગવત્સેવાપરાયણ જીવ કૃષ્ણભાવનામૃતમાં રહીને સ્વયંપૂર્ણ અર્થાત્ પોતાની અંદર પૂર્ણ રહે છે. તે એવી નિર્મળ નદી જેવો હોય છે કે જેના જળમાંની બધી અસ્વચ્છતા દૂર કરી દેવાઈ હોય. શુદ્ધ ભક્તમાં કૃષ્ણ સિવાય અન્ય કોઈ વિચાર આવતા નથી, તેથી તે સદા આનંદમાં રહે છે. તે ગમે તેવી દુન્યવી હાનિ માટે શોક કરતો નથી કે લાભ માટે આકાંક્ષા કરતો નથી, કારણ કે તે ભગવદ્ભક્તિમાં પૂર્ણ રહે છે. તેને દુન્યવી સુખ ભોગવવાની કામના પણ રહેતી નથી, કારણ કે તે જાણે છે કે દરેક જીવ પરમેશ્વરનો સૂક્ષ્મ અંશ હોવાથી તેમનો નિત્ય દાસ છે. ભૌતિક જગતમાં તે કોઈને ઉચ્ચ અને કોઈને નિમ્ન તરીકે જોતો નથી. આવી ઉચ્ચતર તથા નિમ્નતર સ્થિતિ ક્ષણભંગુર હોય છે અને ભક્તને ક્ષણભંગુર પ્રાકટ્ય કે અપ્રાકટ્ય સાથે કશી લેવાદેવા હોતી નથી. તેને મન પથ્થર અને સુવર્ણ સમાન હોય છે. આ બ્રહ્મભૂત અવસ્થા

છે કે જે શુદ્ધ ભક્ત સહેલાઈથી પ્રાપ્ત કરે છે. જીવનની એવી અવસ્થામાં પરમ બ્રહ્મ સાથે તાદાત્મ્ય અને પોતાના વ્યક્તિત્વના વિલયનો વિચાર સુધ્ધાં નારકીય બની જાય છે. સ્વર્ગલોક પ્રાપ્ત કરવાનો વિચાર ઝાંઝવાનાં જળ જેવો લાગે છે અને ઈન્દ્રિયો ઝેરી દાંત વિનાના સર્પ જેવી થઈ જાય છે. જેવી રીતે ઝેરી દાંત વિનાના સર્પનો ભય રહેતો નથી, તેવી રીતે આપોઆપ સંયમિત થયેલી ઈન્દ્રિયોનો ભય રહેતો નથી. ભૌતિકતાથી ગ્રસ્ત થયેલા માણસ માટે જગત દુઃખમય છે, પરંતુ ભક્ત માટે તો સમગ્ર જગત વૈકુંઠતુલ્ય હોય છે. આ બ્રહ્માંડમાંનો સર્વાધિક મહાન પુરુષ પણ ભક્ત માટે એક ક્ષુદ્ર કીડીથી વધારે મહત્ત્વપૂર્ણ હોતો નથી. આવી અવસ્થા આ યુગમાં શુદ્ધ ભક્તિ પ્રવર્તાવનાર ભગવાન ચૈતન્યની કૃપાથી જ પ્રાપ્ત થઈ શકે છે.

શ્લોક **भक्त्या मामभिजानाति यावान्यश्चास्मि तत्त्वतः।**
૫૫ **ततो मां तत्त्वतो ज्ञात्वा विशते तदनन्तरम्॥ ५५॥**

ભક્ત્યા—શુદ્ધ ભક્તિથી; **મામ્**—મને; **અભિજાનાતિ**—જાણી શકે છે; **યાવાન્**—જેટલો; **યઃ ચ અસ્મિ**—જેવો હું છું; **તત્ત્વતઃ**—સત્યરૂપે; **તતઃ**—ત્યાર પછી; **મામ્**—મને; **તત્ત્વતઃ**—સત્યરૂપે; **જ્ઞાત્વા**—જાણીને; **વિશતે**—પ્રવેશે છે; **તત્ અનન્તરમ્**—ત્યાર પછી.

અનુવાદ

મને કેવળ ભક્તિ દ્વારા જ પૂર્ણ પુરુષોત્તમ પરમેશ્વર તરીકે મૂળરૂપે જાણી શકાય છે અને આવી ભક્તિ વડે જ્યારે મનુષ્ય મારી પૂર્ણ ચેતનામાં હોય છે, ત્યારે તે વૈકુંઠ જગતમાં પ્રવેશ કરી શકે છે.

ભાવાર્થ

પૂર્ણ પુરુષોત્તમ પરમેશ્વર કૃષ્ણને તથા તેમના સ્વાંશ વિસ્તારોને માનસિક તર્ક દ્વારા જાણી શકાતા નથી અને અભક્તો પણ તેમને જાણી શકતા નથી. જો કોઈ મનુષ્ય પૂર્ણ પુરુષોત્તમ પરમેશ્વરને સમજવા ઇચ્છતો હોય, તો તેણે શુદ્ધ ભક્તના માર્ગદર્શન હેઠળ રહીને શુદ્ધ ભક્તિ ગ્રહણ કરવી પડે છે. અન્યથા પરમેશ્વર વિશેનું સત્ય સદા તેનાથી સંતાયેલું રહેશે. ભગવદ્ગીતા (૭.૨૫)માં કહેલું છે તેમ—*નાહં પ્રકાશઃ સર્વસ્ય*—હું બધાની સામે પ્રગટ થતો નથી. કેવળ બહુશ્રુત વિદ્વત્તા કે માનસિક તર્ક દ્વારા ઈશ્વરને સમજી શકાય નહીં. કૃષ્ણને માત્ર તે જ સમજી શકે છે કે જે વાસ્તવિક

રીતે કૃષ્ણભાવનામૃતમાં તથા ભક્તિમય સેવામાં લાગેલો હોય છે. આમાં વિશ્વવિદ્યાલયની પદવીઓ મદદરૂપ થતી નથી.

જે મનુષ્ય કૃષ્ણના વિજ્ઞાન(તત્ત્વ)ને પૂર્ણપણે જાણતો હોય છે, તે જ વૈકુંઠ જગત અથવા કૃષ્ણના ધામમાં પ્રવેશી શકે છે. બ્રહ્મભૂત થવાનો અર્થ એવો નથી કે મનુષ્ય પોતાનું સ્વરૂપ ગુમાવી દે છે. ભક્તિ તો રહે છે જ અને જ્યાં સુધી ભક્તિ રહે છે, ત્યાં સુધી ભગવાન, ભક્ત તથા ભક્તિની પ્રક્રિયા પણ રહે છે. આવા જ્ઞાનનો નાશ કદાપિ થતો નથી, મુક્તિ પછી પણ નહીં. મુક્તિનો અર્થ દેહાત્મભાવમાંથી મુક્ત થવું એવો થાય છે. આધ્યાત્મિક જીવનમાં એ જ વ્યક્તિત્વ (સ્વરૂપ) કાયમ રહે છે, પરંતુ ત્યાં તે શુદ્ધ કૃષ્ણભાવનામૃતમાં હોય છે. *વિશતે* અર્થાત્ "મારામાં પ્રવેશે છે" આ શબ્દ વિશે એવી ગેરસમજૂતી કરવી ન જોઈએ કે તે અદ્વૈતવાદનું સમર્થન કરે છે અને મનુષ્ય નિર્વિશેષ બ્રહ્મમાં એકાકાર થઈ જાય છે. *વિશતે*નો મતલબ એ છે કે મનુષ્ય પોતાના વ્યક્તિત્વ સહિત ભગવાનના ધામમાં, ભગવાનનો સંગ કરવા અને તેમની સેવા કરવા પ્રવેશી શકે છે. દાખલા તરીકે, એક લીલા રંગનું પક્ષી લીલા રંગના વૃક્ષમાં એટલા માટે પ્રવેશ કરતું નથી કે તે વૃક્ષ સાથે તદાકાર થઈ જાય, પરંતુ તે તો વૃક્ષનાં ફળો ખાવાનું સુખ ભોગવવા માટે પ્રવેશ કરે છે. નિર્વિશેષવાદીઓ સામાન્ય રીતે સમુદ્રમાં જતી અને વિલીન થતી નદીનું દૃષ્ટાંત આપતા હોય છે. નિર્વિશેષવાદીઓ માટે આ આનંદનો વિષય હોઈ શકે છે, પરંતુ સાકારવાદી સમુદ્રમાંના એક જળચરની માફક જ પોતાનું વ્યક્તિત્વ કાયમ રાખે છે. જો આપણે સાગરના ઊંડાણમાં જઈશું, તો ત્યાં અનેક જીવો જોવા મળશે. સાગરનો માત્ર ઉપરછલ્લો પરિચય પૂરતો નથી, સાગરના ઊંડાણમાં રહેતાં જળચર પ્રાણીઓની પૂરી માહિતી રાખવી જરૂરી છે.

ભક્ત પોતાની શુદ્ધ ભક્તિને કારણે પરમેશ્વરના દિવ્ય ગુણો તથા ઐશ્વર્યને યથાર્થ રીતે જાણી શકે છે. અગિયારમા અધ્યાયમાં કહ્યું તેમ, કેવળ ભક્તિ દ્વારા જ આ સમજી શકાય છે. તેનું જ અહીં સમર્થન કરવામાં આવ્યું છે. મનુષ્ય ભક્તિથી જ પૂર્ણ પુરુષોત્તમ પરમેશ્વરને સમજી શકે છે અને તેમના ધામમાં પ્રવેશી શકે છે.

દુન્યવી ભાવમાંથી મુક્તિની *બ્રહ્મભૂત* અવસ્થા પ્રાપ્ત કર્યા પછી ભગવાન સંબંધે શ્રવણ કરવાથી ભક્તિનો શુભારંભ થાય છે. જ્યારે મનુષ્ય પરમેશ્વર વિશે શ્રવણ કરે છે, ત્યારે *બ્રહ્મભૂત* અવસ્થાનો ઉદય આપોઆપ

થાય છે અને ઇન્દ્રિયતૃપ્તિ ખાતર લોભ તથા કામ જેવા ભૌતિક સંસર્ગદોષ અદૃશ્ય થઈ જાય છે. જેમ જેમ ભક્તના હૃદયમાંથી કામ તથા વાસનાઓનો લોપ થવા લાગે છે, તેમ તેમ તે ભગવદ્‌ભક્તિ પ્રત્યે વધુ આસક્ત થતો જાય છે અને આ આસક્તિ દ્વારા તે ભૌતિક સંસર્ગદોષમાંથી મુક્ત થઈ જાય છે. જીવનની એવી સ્થિતિમાં તે પરમેશ્વરને સમજી શકે છે. શ્રીમદ્‌ ભાગવતનું પણ આ કથન છે. મુક્તિ પછી ભક્તિયોગ અથવા દિવ્ય સેવા ચાલુ રહે છે. વેદાંતસૂત્ર (૪.૧.૧૨)માં આનું સમર્થન થયું છે—*આપ્રાયણાત્ તત્રાપિ હિ દૃષ્ટમ્*—આનો અર્થ એ છે કે મુક્તિ પછી ભક્તિયોગ ચાલુ રહે છે. શ્રીમદ્‌ ભાગવતમાં ભક્તિ દ્વારા પ્રાપ્ત થતી મુક્તિની વ્યાખ્યા અનુસાર તેમાં જીવ તેની પોતાની સાચી ઓળખ અર્થાત્ તેની પોતાની બંધારણીય અવસ્થામાં પુનઃસ્થાપિત થઈ જાય છે. આ બંધારણીય સ્થિતિ વિશે અગાઉ સ્પષ્ટીકરણ થયેલું જ છે—દરેક જીવ પરમેશ્વરનો અંશ છે, તેથી તેની સ્વાભાવિક સ્થિતિ સેવા કરવાની છે. મુક્તિ પછી પણ આ સેવા ક્યારેય અટકતી નથી. વાસ્તવિક મુક્તિ એટલે દેહાત્મભાવમાંથી છૂટી જવું તે.

શ્લોક ૫૬

सर्वकर्माण्यपि सदा कुर्वाणो मद्व्यपाश्रयः ।
मत्प्रसादादवाप्नोति शाश्वतं पदमव्ययम् ॥ ५६ ॥

સર્વ—બધાં; **કર્માણિ**—કાર્યો; **અપિ**—જોકે; **સદા**—હંમેશાં; **કુર્વાણ**—કરતો; **મત્ વ્યપાશ્રયઃ**—મારા રક્ષણમાં; **મત્ પ્રસાદાત્**—મારી કૃપાથી; **અવાપ્નોતિ**—પ્રાપ્ત કરે છે; **શાશ્વતમ્**—સનાતન; **પદમ્**—ધામ; **અવ્યયમ્**—અવિનાશી.

અનુવાદ

મારા રક્ષણમાં રહેલો મારો શુદ્ધ ભક્ત બધાં પ્રકારનાં કાર્યો કરતો હોવા છતાં મારી કૃપાથી સનાતન તથા અવિનાશી ધામને પ્રાપ્ત કરે છે.

ભાવાર્થ

મદ્ વ્યપાશ્રયઃ શબ્દનો અર્થ થાય છે, પરમેશ્વરના સંરક્ષણમાં. ભૌતિક સંસર્ગદોષમાંથી મુક્ત થવા માટે શુદ્ધ ભક્ત પરમેશ્વર કે તેમના પ્રતિનિધિ સદ્‌ગુરુની દોરવણી હેઠળ કાર્ય કરે છે. તેને માટે સમયની કોઈ મર્યાદા નથી. તે હંમેશાં, ચોવીસે કલાક, શત પ્રતિશત પરમેશ્વરના નિર્દેશનમાં કાર્યરત રહે છે. આ રીતે કૃષ્ણભાવનામૃતમાં પરોવાયેલા ભક્ત ઉપર ભગવાન અત્યંત દયાળુ હોય છે. અનેક પ્રકારની મુશ્કેલીઓ હોવા છતાં તે અંતે દિવ્ય ધામ

કે કૃષ્ણલોક પ્રાપ્ત કરે છે. ત્યાં તેનો પ્રવેશ સુનિશ્ચિત હોય છે એમાં કોઈ શંકા નથી. એવા એ દિવ્ય ધામમાં કોઈ પરિવર્તન થતું નથી, દરેક વસ્તુ સનાતન, અવિનાશી તથા જ્ઞાનથી ભરપૂર હોય છે.

શ્લોક ૫૭ **चेतसा सर्वकर्माणि मयि सन्न्यस्य मत्परः।**
बुद्धियोगमुपाश्रित्य मच्चित्तः सततं भव॥५७॥

ચેતસા—બુદ્ધિપૂર્વક; **સર્વ કર્માણિ**—સર્વ પ્રકારનાં કાર્યો; **મયિ**—મારામાં; **સન્ન્યસ્ત**—તજીને; **મત્ પરઃ**—મારા રક્ષણમાં; **બુદ્ધિ યોગમ્**—ભક્તિનાં કાર્યોની; **ઉપાશ્રિત્ય**—શરણ લઈને; **મત્ ચિત્તઃ**—મારી ચેતનામાં; **સતતમ્**—ચોવીસ કલાક; **ભવ**—થા.

અનુવાદ

બધાં કાર્યોમાં મારી ઉપર આધાર રાખ અને મારા સંરક્ષણમાં સર્વ કાર્યો કર. આવી ભક્તિસભર સેવામાં લાગેલો રહીને સદા ચિત્તને મારામાં પરોવેલું રાખ.

ભાવાર્થ

જ્યારે મનુષ્ય કૃષ્ણભાવનામૃતમાં કાર્ય કરે છે, ત્યારે તે જગતના સ્વામી તરીકે વર્તતો નથી. તેણે એક સેવકની જેમ પરમેશ્વરના નિર્દેશાનુસાર કર્મ કરવું જોઈએ. સેવકને તેની પોતાની કોઈ સ્વતંત્રતા હોતી નથી. તે માત્ર પોતાના સ્વામીના આદેશ અનુસાર કાર્ય કરે છે. સર્વોપરી સ્વામીના આદેશાનુસાર કર્મ કરનારા સેવક પર નફા-નુકસાનની કશી અસર થતી નથી. તે તો માત્ર ભગવાનના આદેશ મુજબ પોતાની ફરજ બજાવતો હોય છે. હવે કોઈ એવી દલીલ કરી શકે કે અર્જુન કૃષ્ણના વ્યક્તિગત નિર્દેશાનુસાર કાર્ય કરતો હતો, પરંતુ જ્યારે હવે કૃષ્ણ ઉપસ્થિત નથી, ત્યારે મનુષ્યે કેવી રીતે કાર્ય કરવું? જો મનુષ્ય આ પુસ્તકમાં આપેલા કૃષ્ણના આદેશોને અનુસરી તેમ જ કૃષ્ણના પ્રતિનિધિના માર્ગદર્શન હેઠળ કાર્ય કરે, તો તેનું પણ તેવું જ ફળ મળશે. આ શ્લોકમાં *મત્ પરઃ* શબ્દ બહુ મહત્ત્વનો છે. તે સૂચવે છે કે મનુષ્ય જીવનમાં કૃષ્ણના સંતોષ ખાતર કૃષ્ણભાવનામાં કાર્ય કરવા સિવાય અન્ય કોઈ ધ્યેય હોતું નથી. અને તે પ્રમાણે મનુષ્ય કાર્ય કરતો હોય, ત્યારે તેણે માત્ર કૃષ્ણનો જ આ રીતે વિચાર કરવો જોઈએ: "કૃષ્ણે મને આ વિશિષ્ટ કર્તવ્ય કરવા માટે જ નિયુક્ત કર્યો છે." અને આ રીતે કાર્ય કરવામાં તેણે સ્વાભાવિક રીતે જ કૃષ્ણનું ચિંતન કરવું પડે છે.

આ જ પૂર્ણ કૃષ્ણભાવનામૃત છે. પરંતુ એટલું ધ્યાનમાં રાખવું જોઈએ કે તરંગીપણે કર્મ કરીને પછી તેનું ફળ કૃષ્ણને સમર્પિત કરવું જોઈએ નહીં. કૃષ્ણભાવનાની ભક્તિમાં આવા પ્રકારનું કર્તવ્ય હોતું નથી. મનુષ્યે કૃષ્ણના આદેશો પ્રમાણે કર્મ કરવું જોઈએ. આ અત્યંત મહત્ત્વપૂર્ણ મુદ્દો છે. કૃષ્ણનો આદેશ ગુરુ-શિષ્ય પરંપરા દ્વારા આધ્યાત્મિક ગુરુ પાસેથી પ્રાપ્ત થાય છે. માટે ગુરુની આજ્ઞાને જીવનનું મુખ્ય કર્તવ્ય ગણવું જોઈએ. જો મનુષ્યને પ્રમાણભૂત સદ્‌ગુરુ મળી જાય અને તે તેમના નિર્દેશાનુસાર કાર્ય કરે, તો તેના માટે કૃષ્ણભાવનામય જીવનની પૂર્ણતા સુનિશ્ચિત હોય છે.

શ્લોક ૫૮

मच्चित्तः सर्वदुर्गाणि मत्प्रसादात्तरिष्यसि।
अथ चेत्त्वमहङ्कारान्न श्रोष्यसि विनङ्क्ष्यसि॥ ५८॥

મત્—મારી; **ચિત્તઃ**—ચેતનામાં; **સર્વ**—બધા; **દુર્ગાણિ**—વિઘ્નોને; **મત્ પ્રસાદાત્**—મારી કૃપાથી; **તરિષ્યસિ**—તું પાર કરીશ; **અથ**—પરંતુ; **ચેત્**—જો; **ત્વમ્**—તું; **અહઙ્કારાત્**—મિથ્યા અહંકારથી; **ન શ્રોષ્યસિ**—સાંભળીશ નહીં; **વિનઙ્ક્ષ્યસિ**—નષ્ટ થઈ જઈશ.

અનુવાદ

જો તું મારામાં ચિત્તવાળો થઈશ, તો તું મારી કૃપાથી બદ્ધ જીવનનાં સર્વ વિઘ્નોને ઓળંગી જઈશ. પરંતુ જો મિથ્યા અહંકારવશ તું આવી ચેતના (ભાવના)માં કાર્ય કરીશ નહીં અને મારી વાત સાંભળીશ નહીં, તો તું નષ્ટ થઈ જઈશ.

ભાવાર્થ

સંપૂર્ણ કૃષ્ણભાવનાપરાયણ મનુષ્ય પોતાના જીવનનાં કર્તવ્યો સંપન્ન કરવામાં બહુ ચિંતિત રહેતો નથી. મૂર્ખ મનુષ્યો સર્વ ચિંતાઓમાંથી આવી મહાન મુક્તિને સમજી શકતા નથી. કૃષ્ણભાવનાયુક્ત થઈને કાર્ય કરનારા મનુષ્ય માટે ભગવાન કૃષ્ણ તેના અત્યંત ગાઢ મિત્ર બની જાય છે. તેઓ સદા પોતાના મિત્રની સગવડનો ખ્યાલ રાખે છે અને જે મિત્ર ચોવીસે કલાક તેમને પ્રસન્ન કરવા માટે નિષ્ઠાપૂર્વક કાર્યરત રહે છે, તેને ભગવાન પોતાનું સ્વાપર્ણ કરી દે છે. માટે કોઈ પણ મનુષ્યે દેહાત્મભાવના મિથ્યા અહંકારમાં તણાઈ જવું ન જોઈએ. તેણે પોતાની જાતને ખોટી રીતે ભૌતિક પ્રકૃતિના નિયમોથી સ્વતંત્ર અથવા કર્મ કરવામાં સ્વતંત્ર માનવી

ન જોઈએ. તે તો પહેલેથી જ કઠોર નિયમો હેઠળ રહેલો છે, પરંતુ જેવો તે કૃષ્ણભાવનામૃતમાં કર્મ કરવા લાગે છે કે તરત જ તે દુન્યવી જંજાળમાંથી છૂટીને મુક્ત થઈ જાય છે. મનુષ્યે બહુ કાળજીથી નોંધ લેવી જોઈએ કે જે મનુષ્ય કૃષ્ણભાવનામય થઈને કર્મ કરતો નથી, તે ભૌતિક સંસારના વમળમાં, જન્મ-મૃત્યુના ભવસાગરમાં પોતાનો વિનાશ નોતરી રહ્યો છે. કોઈ પણ બદ્ધ જીવ જાણતો નથી કે શું કરવું જોઈએ અને શું ન કરવું જોઈએ. પરંતુ જે મનુષ્ય કૃષ્ણભાવનાયુક્ત થઈને કર્મ કરે છે, તે કર્મ કરવા માટે સ્વતંત્ર હોય છે, કારણ કે તેણે કરેલું દરેક કર્મ કૃષ્ણ વડે પ્રેરાયેલું અને ગુરુ દ્વારા સમર્થાયેલું હોય છે.

શ્લોક ૫૯

यदहङ्कारमाश्रित्य न योत्स्य इति मन्यसे।
मिथ्यैष व्यवसायस्ते प्रकृतिस्त्वां नियोक्ष्यति॥ ५९॥

યત્—જો; **અહઙ્કારમ્**—મિથ્યા અહંકારનું; **આશ્રિત્ય**—શરણ લઈને; **ન યોત્સ્યે**—હું લડીશ નહીં; **ઇતિ**—એમ; **મન્યસે**—તું માનતો હોય; **મિથ્યા એષઃ**—આ બધું ખોટું છે; **વ્યવસાયઃ**—નિશ્ચય; **તે**—તારો; **પ્રકૃતિઃ**—ભૌતિક પ્રકૃતિ; **ત્વામ્**—તને; **નિયોક્ષ્યતિ**—કામે લગાડશે.

અનુવાદ

જો તું મારા આદેશાનુસાર કર્મ નહીં કરે અને લડીશ નહીં, તો તું ગેરમાર્ગે દોરવાઈશ. પોતાના સ્વભાવે કરીને તારે યુદ્ધમાં જોડાવું પડશે.

ભાવાર્થ

અર્જુન એક સેનાની હતો અને ક્ષત્રિય સ્વભાવ સાથે જન્મ્યો હતો. તેથી યુદ્ધ કરવું એ તેનું સ્વાભાવિક કર્તવ્ય હતું. પરતું અહંભાવવશ તે ડરતો હતો કે પોતાના ગુરુ, પિતામહ તથા મિત્રોનો વધ કરવાથી તેને પાપ લાગશે. વાસ્તવમાં તે પોતાને પોતાના કર્મનો સ્વામી માની રહ્યો હતો, જાણે કે તે પોતે જ આવાં કર્મોનાં સારાં-નરસાં ફળોનો દોરીસંચાર કરતો હોય. તે ભૂલી જતો હતો કે ત્યાં સ્વયં પૂર્ણ પુરુષોત્તમ પરમેશ્વર હાજર હતા અને તેને યુદ્ધ કરવાનો આદેશ આપી રહ્યા હતા. એ જ બદ્ધ જીવની વિસ્મૃતિ છે. પૂર્ણ પુરુષોત્તમ પરમેશ્વર નિર્દેશ આપે છે કે શું સારું છે અને શું ખરાબ છે અને મનુષ્યે જીવનની પૂર્ણતા પ્રાપ્ત કરવા માટે કૃષ્ણભાવનામાં માત્ર કર્મ કરવાનું છે. કોઈ મનુષ્ય પોતાના ભાગ્ય વિશે ખાતરીપૂર્વક જાણી શકે નહીં, પણ ભગવાન જાણી શકે છે. માટે સર્વોત્તમ

માર્ગ એ જ છે કે પરમેશ્વર પાસેથી નિર્દેશ પ્રાપ્ત કરીને કર્મ કરવામાં આવે. ભગવાન અથવા ભગવાનના પ્રતિનિધિ સ્વરૂપ ગુરુના આદેશની ઉપેક્ષા કોઈએ કરવી ન જોઈએ. મનુષ્યે પૂર્ણ પુરુષોત્તમ પરમેશ્વરની આજ્ઞાનું પાલન કરવા આનાકાની કર્યા વગર કર્મ કરવું જોઈએ—આનાથી તે બધા સંજોગોમાં સુરક્ષિત રહેશે.

શ્લોક ૬૦
स्वभावजेन कौन्तेय निबद्धः स्वेन कर्मणा।
कर्तुं नेच्छसि यन्मोहात्करिष्यस्यवशोऽपि तत्॥ ६०॥

સ્વભાવજેન—પોતાના સ્વભાવજન્ય; **કૌન્તેય**—હે કુંતીપુત્ર; **નિબદ્ધઃ**—બદ્ધ; **સ્વેન**—તારા પોતાના; **કર્મણા**—કર્મથી; **કર્તુમ્**—કરવા માટે; **ન ઈચ્છસિ**—તું ઈચ્છતો નથી; **યત્**—જે; **મોહાત્**—મોહથી; **કરિષ્યસિ**—કરીશ; **અવશઃ**—અનિચ્છાથી; **અપિ**—પણ; **તત્**—તે.

અનુવાદ

અત્યારે તું મોહવશ મારા નિર્દેશ પ્રમાણે કર્મ કરવાની ના પાડી રહ્યો છે. પરંતુ હે કુંતીપુત્ર, તારા પોતાના સ્વભાવજન્ય કર્મથી વિવશ બનીને તું તે જ કરીશ.

ભાવાર્થ

જો મનુષ્ય પરમેશ્વરના નિર્દેશાનુસાર કર્મ કરવાનો નન્નો ભણે છે, તોયે તે જે ગુણોમાં અવસ્થિત હોય છે, તે ગુણો મુજબ કર્મ કરવાની તેને ફરજ પડે છે. દરેક મનુષ્ય ભૌતિક પ્રકૃતિના ગુણોના વિશેષ સંયોગના પ્રભાવ હેઠળ રહેલો હોય છે અને તે પ્રમાણે કાર્ય કરે છે. પરંતુ જે મનુષ્ય સ્વેચ્છાથી પરમેશ્વરના નિર્દેશ પ્રમાણે પોતાને કાર્યરત રાખે છે, તે મહિમાશાળી બને છે.

શ્લોક ૬૧
ईश्वरः सर्वभूतानां हृद्देशेऽर्जुन तिष्ठति।
भ्रामयन्सर्वभूतानि यन्त्रारूढानि मायया॥ ६१॥

ઈશ્વરઃ—પરમેશ્વર; **સર્વ ભૂતાનામ્**—જીવમાત્રના; **હૃદ્દેશે**—હૃદયમાં; **અર્જુન**—હે અર્જુન; **તિષ્ઠતિ**—વસે છે; **ભ્રામયન્**—ભ્રમણ કરાવતા; **સર્વ ભૂતાનિ**—સર્વ જીવોને; **યન્ત્ર**—યંત્ર પર; **આરૂઢાનિ**—ચડાવેલા; **માયયા**—ભૌતિક શક્તિના પ્રભાવ હેઠળ.

અનુવાદ

હે અર્જુન, પરમેશ્વર જીવમાત્રના હૃદયમાં વસે છે અને ભૌતિક શક્તિના બનેલા યંત્ર પર આરૂઢ થયેલા સર્વ જીવોને પોતાની માયાથી ભ્રમણ કરાવી રહ્યા છે.

ભાવાર્થ

અર્જુન સર્વોપરી જ્ઞાતા ન હતો અને લડવું કે ન લડવું એનો નિર્ણય તેની મર્યાદિત વિવેકબુદ્ધિ પર આધારિત હતો. ભગવાન કૃષ્ણે ઉપદેશ આપ્યો કે જીવ સર્વેસર્વા નથી. પૂર્ણ પુરુષોત્તમ પરમેશ્વર અથવા સ્વયં કૃષ્ણ અંતર્યામી પરમાત્મારૂપે હૃદયમાં રહીને જીવમાત્રને નિર્દેશ આપે છે. શરીરનાં પરિવર્તનો થવાથી જીવ પોતાનાં પૂર્વકર્મોને ભૂલી જાય છે, પરંતુ ભૂત, વર્તમાન તથા ભવિષ્યને જાણનારા પરમાત્મા તેના સર્વ કર્મોના સાક્ષી રહે છે. તેથી જીવોના સર્વ કર્મોનું સંચાલન આ પરમાત્મા જ કરે છે. જીવ જેના માટે પાત્ર હોય, તે તેને મળે છે અને પરમાત્માના નિર્દેશન હેઠળ ભૌતિક શક્તિ દ્વારા ઉત્પન્ન કરાયેલા ભૌતિક શરીર દ્વારા લઈ જવાય છે. જીવને જેવો કોઈ વિશિષ્ટ શરીરમાં સ્થાપિત કરવામાં આવે છે, ત્યારે તરત જ તે શરીરાવસ્થા અનુસાર કાર્ય કરવા લાગે છે. અત્યંત ઝડપી મોટરગાડીમાં બેઠેલો મનુષ્ય ઓછી ઝડપવાળી ગાડીમાં બેઠેલાં મનુષ્ય કરતાં વધુ ત્વરિત ગતિથી જાય છે, પછી ભલે ચાલકો, જીવાત્માઓ એકસમાન હોય. એ જ પ્રમાણે પરમાત્માના આદેશથી ભૌતિક પ્રકૃતિ એક વિશિષ્ટ પ્રકારના જીવ માટે વિશિષ્ટ શરીરનું નિર્માણ કરે છે કે જેથી જીવ તેની પૂર્વ ઈચ્છાઓ અનુસાર કર્મ કરી શકે. જીવ સ્વતંત્ર નથી. મનુષ્યે પોતાની જાતને પૂર્ણ પુરુષોત્તમ પરમેશ્વરથી સ્વતંત્ર માનવી ન જોઈએ. વ્યક્તિ સદા ભગવાનના નિયંત્રણમાં હોય છે. માટે શરણાગત થવું એ તેનું કર્તવ્ય છે અને આગલા શ્લોકમાં આ જ આજ્ઞા આપવામાં આવેલી છે.

શ્લોક ૬૨

तमेव शरणं गच्छ सर्वभावेन भारत।
तत्प्रसादात्परां शान्तिं स्थानं प्राप्स्यसि शाश्वतम्॥ ६२॥

તમ્—તેમની; **એવ**—જ; **શરણમ્**—શરણમાં; **ગચ્છ**—જા; **સર્વ ભાવેન**—સર્વથા; **ભારત**—હે ભરતપુત્ર; **તત્**—તેમની; **પ્રસાદાત્**—કૃપાથી; **પરામ્**—દિવ્ય; **શાન્તિમ્**—શાંતિ; **સ્થાનમ્**—ધામ; **પ્રાપ્સ્યસિ**—પ્રાપ્ત કરીશ; **શાશ્વતમ્**—સનાતન.

અનુવાદ

હે ભારત, સર્વથા સંપૂર્ણપણે તેમના જ શરણે જા. તેમની કૃપાથી તું પરમ શાંતિ તથા સર્વોપરી સનાતન ધામ પ્રાપ્ત કરીશ.

ભાવાર્થ

માટે જીવાત્માએ જીવમાત્રના હૃદયમાં વસતા પૂર્ણ પુરુષોત્તમ પરમેશ્વરના શરણે જવું જોઈએ અને તેનાથી તેનો ભૌતિક જગતના સર્વ સંતાપોમાંથી છુટકારો થશે. આવી શરણાગતિથી તે આ જીવનમાં સર્વ દુઃખોમાંથી મુક્ત થશે. એટલું જ નહીં, પરંતુ અંતે તે પરમેશ્વરના સાન્નિધ્યમાં પહોંચી જશે. વૈદિક સાહિત્ય (ઋગ્વેદ ૧.૨૨.૨૦)માં દિવ્ય જગતનું વર્ણન કરવામાં આવેલું છે—*તદ્ વિષ્ણોઃ પરમં પદમ્*. સમગ્ર સર્જન ઈશ્વરનું રાજ્ય છે, તેથી પ્રત્યેક ભૌતિક વસ્તુ વાસ્તવમાં આધ્યાત્મિક છે, પરંતુ *પરમં પદમ્* ખાસ કરીને સનાતન ધામને સૂચવે છે કે જે દિવ્ય આકાશ અથવા વૈકુંઠ કહેવાય છે.

ભગવદ્‌ગીતાના પંદરમા અધ્યાયમાં કહ્યું છે, *સર્વસ્ય ચાહં હૃદિ સન્નિવિષ્ટઃ*—ભગવાન દરેક જીવના હૃદયમાં રહેલા છે. માટે મનુષ્યે અંતર્યામી પરમાત્માનું શરણ લેવું એવી ભલામણનો અર્થ એ જ છે કે પૂર્ણ પુરુષોત્તમ પરમેશ્વરનું શરણ ગ્રહણ કરવું. અર્જુને કૃષ્ણનો પરમેશ્વર તરીકે અગાઉ સ્વીકાર કરેલો જ છે. દશમા અધ્યાયમાં તેમનો *પરં બ્રહ્મ પરં ધામ* તરીકે સ્વીકાર થયેલો છે. અર્જુને કૃષ્ણને પૂર્ણ પુરુષોત્તમ પરમેશ્વર તથા સમસ્ત જીવોના પરમ આશ્રય તરીકે માનેલા છે, તે એટલા માટે જ નહીં કે એ તેનો અંગત અનુભવ છે, પરંતુ એવા કારણે પણ કે નારદ, અસિત, દેવલ તથા વ્યાસ જેવા અધિકારી મહાપુરુષોનો પણ તેવો જ મત છે.

શ્લોક ૬૩ **इति ते ज्ञानमाख्यातं गुह्याद्‌गुह्यतरं मया।**
विमृश्यैतदशेषेण यथेच्छसि तथा कुरु॥ ६३॥

ઈતિ—એમ; **તે**—તને; **જ્ઞાનમ્**—જ્ઞાન; **આખ્યાતમ્**—વર્ણવ્યું; **ગુહ્યાત્**—ગુહ્યથી; **ગુહ્યતરમ્**—વધુ ગુહ્ય; **મયા**—મારા વડે; **વિમૃશ્ય**—મનન કરીને; **એતત્**—આ; **અશેષેણ**—પૂરું; **યથા**—જેમ; **ઈચ્છસિ**—ઇચ્છે; **તથા**—તેમ; **કુરુ**—કર.

અનુવાદ

આ પ્રમાણે મેં તને ગુહ્યતમ જ્ઞાન વિશે સમજૂતી આપી છે. આ વિશે પૂરું મનન કર અને પછી તારી જેવી ઈચ્છા હોય તેમ કર.

ભાવાર્થ

ભગવાને અર્જુનને અગાઉ *બ્રહ્મભૂત* વિષયક જ્ઞાન આપેલું છે. જે મનુષ્ય આ બ્રહ્મભૂત અવસ્થામાં હોય છે તે પ્રસન્ન હોય છે, તે નથી શોક કરતો કે નથી કોઈ વસ્તુની ઈચ્છા કરતો. આમ થવાનું કારણ ગુહ્ય જ્ઞાન છે. કૃષ્ણ પરમાત્મા વિષયક જ્ઞાન પણ દર્શાવે છે. આ બ્રહ્મ વિષયક બ્રહ્મજ્ઞાન પણ છે, પરંતુ આ તેનાથી ચડિયાતું છે.

આ શ્લોકમાંના—*યથેચ્છસિ તથા કુરુ*—"તારી ઈચ્છા હોય તેમ કર," આ શબ્દો સૂચવે છે કે ભગવાન જીવની સૂક્ષ્મ સ્વતંત્રતામાં હસ્તક્ષેપ કરતા નથી. ભગવદ્‌ગીતામાં ભગવાને મનુષ્ય તેની જીવનદશા કેવી રીતે ઉન્નત કરી શકે, તેની સર્વ પ્રકારે સમજૂતી આપી છે. તેમણે અર્જુનને સર્વોત્તમ ઉપદેશ એ જ આપ્યો છે કે હૃદયમાં બિરાજતા પરમાત્માનું શરણ ગ્રહણ કરવું. યોગ્ય વિવેક દ્વારા મનુષ્યે પરમાત્માના આદેશાનુસાર કર્મ કરવા સંમત થવું જોઈએ. આનાથી વ્યક્તિ માનવ જીવનની સર્વોચ્ચ સિદ્ધિરૂપ કૃષ્ણભક્તિમાં સતત સ્થિત થઈ શકશે. ભગવાન અર્જુનને યુદ્ધ કરવા માટે પ્રત્યક્ષ રીતે આજ્ઞા આપી રહ્યા છે. પૂર્ણ પુરુષોત્તમ પરમેશ્વરને શરણાગત થવું જીવ માટે સર્વાધિક હિતકારી છે. આમાં પરમેશ્વરનું કોઈ જ હિત નથી. શરણે જતાં પહેલાં બુદ્ધિ પહોંચે ત્યાં સુધી આ વિષયનું મનન કરવા મનુષ્યને છૂટ મળેલી છે અને પરમેશ્વરના આદેશને ગ્રહણ કરવાની આ જ સર્વશ્રેષ્ઠ રીત છે. આવો આદેશ કૃષ્ણના પ્રતિનિધિરૂપ ગુરુના માધ્યમ દ્વારા પણ મળે છે.

શ્લોક ૬૪

सर्वगुह्यतमं भूयः शृणु मे परमं वचः।
इष्टोऽसि मे दृढमिति ततो वक्ष्यामि ते हितम्॥ ६४॥

સર્વ ગુહ્યતમમ્—સૌથી વધુ ગુહ્ય; **ભૂયઃ**—પુનઃ; **શૃણુ**—સાંભળ; **મે**—મારી પાસેથી; **પરમમ્**—પરમ; **વચઃ**—આદેશ; **ઈષ્ટઃ અસિ**—તું પ્રિય છે; **મે**—મને; **દૃઢમ્**—બહુ; **ઈતિ**—એમ; **તતઃ**—માટે; **વક્ષ્યામિ**—હું કહી રહ્યો છું; **તે**—તારા; **હિતમ્**—હિતાર્થે.

અનુવાદ

તું મારો ખૂબ જ વહાલો મિત્ર છે, તેથી હું તને મારો અત્યંત ગુહ્ય એવો પરમ ઉપદેશ કહી રહ્યો છું. તે તું મારી પાસેથી સાંભળ, કારણ કે તે તારા માટે હિતકારક છે.

ભાવાર્થ

અર્જુનને ગુહ્ય જ્ઞાન (બ્રહ્મજ્ઞાન) તથા ગુહ્યતર જ્ઞાન (પરમાત્મા વિશેનું જ્ઞાન) આપ્યા પછી ભગવાન હવે તેને ગુહ્યતમ જ્ઞાન આપી રહ્યા છે અને તે છે પૂર્ણ પુરુષોત્તમ પરમેશ્વરને શરણાગત થવાનું જ્ઞાન. નવમા અધ્યાયના અંતમાં તેમણે કહ્યું હતું, *મન્ મનાઃ*—"હરહંમેશ મારું ચિંતન કર." એ જ આદેશનું અહીં ભગવદ્ગીતાના ઉપદેશના સાર ઉપર ભાર મૂકવા માટે પુનરાવર્તન થયું છે. સામાન્ય મનુષ્ય આ સાર સમજી શકતો નથી, પરંતુ જે મનુષ્ય કૃષ્ણને અત્યંત પ્રિય છે અને જે કૃષ્ણનો શુદ્ધ ભક્ત છે, તે સમજી શકે છે. સમગ્ર વૈદિક સાહિત્યમાં આ આદેશ સૌથી વધારે મહત્ત્વપૂર્ણ છે. આ વિષયમાં કૃષ્ણ જે કહી રહ્યા છે, તે જ્ઞાનનો સૌથી વધારે અગત્યનો ભાગ છે અને તેનું પાલન માત્ર અર્જુન વડે જ નહીં, પરંતુ જીવમાત્ર દ્વારા થવું જોઈએ.

શ્લોક ૬૫

मन्मना भव मद्भक्तो मद्याजी मां नमस्कुरु।
मामेवैष्यसि सत्यं ते प्रतिजाने प्रियोऽसि मे॥ ६५॥

મત્ મનાઃ—મારું ચિંતન કરતો; **ભવ**—થા; **મત્ ભક્તઃ**—મારો ભક્ત; **મત્ યાજી**—મારું પૂજન કરનાર; **મામ્**—મને; **નમસ્કુરુ**—નમસ્કાર કર; **મામ્**—મારી પાસે; **એવ**—જ; **એષ્યસિ**—આવીશ; **સત્યમ્**—સાચી રીતે; **તે**—તને; **પ્રતિજાને**—હું વચન આપું છું; **પ્રિયઃ**—વહાલો; **અસિ**—તું છે; **મે**—મને.

અનુવાદ

સદૈવ મારું ચિંતન કર, મારો ભક્ત બન, મારી પૂજા કર અને મને નમસ્કાર કર. આ પ્રમાણે તું નિઃશંકપણે મારી પાસે આવીશ. હું તને આનું વચન આપું છું, કારણ કે તું મારો બહુ વહાલો મિત્ર છે.

ભાવાર્થ

મનુષ્યે કૃષ્ણના શુદ્ધ ભક્ત બનવું જોઈએ, તેમનું નિત્ય ચિંતન કરવું જોઈએ અને તેમના માટે કર્મ કરવું જોઈએ, એ જ જ્ઞાનનો ગુહ્યાતિગુહ્ય

ભાગ છે. મનુષ્યે માત્ર કહેવા પૂરતા ધ્યાની થવું ન જોઈએ. જીવનનું એવી રીતે ઘડતર કરવું જોઈએ કે મનુષ્યને કૃષ્ણનું ચિંતન કરવાનો સદા અવસર મળ્યા કરે. મનુષ્યે હંમેશાં એવી રીતે વર્તવું જોઈએ કે તેનાં સર્વ દૈનિક કાર્યો કૃષ્ણ સંબંધે થાય. તે જીવનને એવી રીતે વ્યવસ્થિત કરે કે ચોવીસ કલાક કૃષ્ણનું ચિંતન થયા કરે. ભગવાનનું વચન છે કે જે કોઈ મનુષ્ય આવી શુદ્ધ કૃષ્ણભાવનામાં હશે, તે નક્કી કૃષ્ણના ધામમાં જશે કે જ્યાં તે સાક્ષાત્ કૃષ્ણના સાન્નિધ્યમાં રહેશે. આ ગુહ્યતમ જ્ઞાન અર્જુનને આપવામાં આવ્યું, કારણ કે તે કૃષ્ણનો બહુ વહાલો મિત્ર છે. જે કોઈ મનુષ્ય અર્જુનના માર્ગનું અનુસરણ કરશે, તે કૃષ્ણનો પ્રિય મિત્ર થઈ જશે અને અર્જુને મેળવી હતી તેવી પૂર્ણતા પ્રાપ્ત કરી શકશે.

શ્લોક **सर्वधर्मान्परित्यज्य मामेकं शरणं व्रज।**
૬૬ **अहं त्वां सर्वपापेभ्यो मोक्षयिष्यामि मा शुचः ॥ ६६ ॥**

સર્વ ધર્માન્—સર્વ પ્રકારના ધર્મો; **પરિત્યજ્ય**—તજીને; **મામ્**—મારા; **એકમ્**—એકમાત્ર; **શરણમ્**—શરણે; **વ્રજ**—જા; **અહમ્**—હું; **ત્વામ્**—તને; **સર્વ**—બધાં; **પાપેભ્યઃ**—પાપોમાંથી; **મોક્ષ યિષ્યામિ**—ઉદ્ધાર કરીશ; **મા**—નહીં; **શુચઃ**—ચિંતા કરીશ.

અનુવાદ

સર્વ પ્રકારના ધર્મોનો ત્યાગ કર અને મારા શરણમાં આવી જા. હું તારો સર્વ પાપોમાંથી ઉદ્ધાર કરીશ. ડરીશ નહીં.

ભાવાર્થ

ભગવાને જ્ઞાન તથા ધર્મની પદ્ધતિઓના વિવિધ પ્રકારોનું વર્ણન કર્યું છે—પરમ બ્રહ્મનું જ્ઞાન, પરમાત્માનું જ્ઞાન, વિવિધ આશ્રમો તથા વર્ણોનું જ્ઞાન, સંન્યાસનું જ્ઞાન, અનાસક્તિ, ઇન્દ્રિય તથા મનનો નિગ્રહ, ધ્યાન વગેરેનું જ્ઞાન—તેમણે અનેક રીતે ધર્મના વિભિન્ન પ્રકારોનું વર્ણન કર્યું છે. હવે ભગવદ્‌ગીતાનો સાર રજૂ કરી રહેલા ભગવાન કહે છે કે અર્જુનને અત્યાર સુધી જે જે પ્રક્રિયાઓ કહેવામાં આવી છે, તે સર્વનો પરિત્યાગ કરીને તે હવે માત્ર ભગવાનના શરણે આવે. આ શરણાગતિથી તે સર્વ પાપમાંથી ઉગરી જશે, કેમ કે સ્વયં ભગવાન તેના રક્ષણનું વચન આપી રહ્યા છે.

સાતમા અધ્યાયમાં કહેવામાં આવ્યું હતું કે જે મનુષ્ય સર્વ પાપોમાંથી મુક્ત થયો હોય, તે જ ભગવાન કૃષ્ણની પૂજાભક્તિ કરી શકે છે. એ રીતે મનુષ્ય વિચારી શકે છે કે સર્વથા પાપરહિત થયા વિના કોઈ મનુષ્ય શરણાગત થઈ શકે નહીં. આવી શંકા માટે અહીં કહેવામાં આવ્યું છે કે મનુષ્ય જો સમસ્ત પાપફળોથી રહિત ન થયો હોય, તોયે કેવળ શ્રીકૃષ્ણને શરણાગત થવાથી તે આપોઆપ પાપરહિત થઈ જાય છે. પાપફળમાંથી મુક્ત થવા માટે કઠોર પ્રયાસ કરવાની જરૂર રહેતી નથી. મનુષ્યે કૃષ્ણને જીવમાત્રના સર્વોપરી તારણહાર તરીકે લેશમાત્ર અચકાયા વગર સ્વીકારવા જોઈએ. તેણે શ્રદ્ધા અને પ્રેમથી કૃષ્ણનું શરણ ગ્રહણ કરવું જોઈએ.

હરિભક્તિવિલાસ (૧૧.૬૭૬)માં કૃષ્ણનું શરણ ગ્રહણ કરવાની પદ્ધતિનું વર્ણન કરવામાં આવ્યું છે:

આનુકૂલસ્ય સઙ્કલ્પ પ્રતિકૂલસ્ય વર્જનમ્।
રક્ષીષ્યતીતિ વિશ્વાસો ગોપ્તૃત્વે વરણં તથા।
આત્મનિક્ષેપકાર્પણ્યે ષડ્‌વિધા શરણાગતિઃ॥

ભક્તિયોગ અનુસાર મનુષ્યે માત્ર એવા જ નિયમો સ્વીકારવા જોઈએ કે જે અંતે ભગવદ્‌ભક્તિ તરફ લઈ જાય. સમાજમાં પોતાની સ્થિતિ પ્રમાણે મનુષ્ય અમુક વ્યાવસાયિક કર્તવ્ય કરી શકે છે, પરંતુ જો પોતાનું કર્તવ્ય કરવામાં તે કૃષ્ણભાવના સુધી ન આવી શકે, તો તેનાં સર્વ કાર્યો નિરર્થક થાય છે. જે કર્મથી કૃષ્ણભાવનામૃતની પૂર્ણાવસ્થા પ્રાપ્ત ન થાય, તેને ટાળવું જોઈએ. મનુષ્યને એવો વિશ્વાસ હોવો જોઈએ કે સર્વ સંજોગોમાં કૃષ્ણ તેનું તમામ વિપત્તિઓમાંથી રક્ષણ કરશે. જીવનનિર્વાહ કેવી રીતે થશે એ બાબતમાં વિચાર કરવાની જરૂર નથી. કૃષ્ણ તેનું ધ્યાન રાખશે. મનુષ્યે સદા પોતાની જાતને અસહાય માનવી જોઈએ અને જીવનમાં પોતાની પ્રગતિ માટે કેવળ કૃષ્ણને જ આધારરૂપ ગણવા જોઈએ. સંપૂર્ણપણે કૃષ્ણભાવનાપરાયણ થઈને મનુષ્ય ભગવદ્‌ભક્તિમાં ધૈર્યપૂર્વક સંલગ્ન થતાં જ તે ભૌતિક પ્રકૃતિના સઘળા સંસર્ગદોષમાંથી મુક્ત થઈ જાય છે. ધર્મની વિભિન્ન પદ્ધતિઓ છે અને જ્ઞાન, ધ્યાનયોગ વગેરે જેવી શુદ્ધીકરણની પ્રક્રિયાઓ છે, પરંતુ જે મનુષ્ય કૃષ્ણનું શરણ લે છે, તેણે આવી પ્રક્રિયાઓને અનુસરવાની જરૂર રહેતી નથી. કૃષ્ણને માત્ર શરણાગત થવાથી તે વ્યર્થ સમય વેડફી દેવામાંથી બચી જશે. એ રીતે તે તત્કાળ સર્વથા ઉન્નત થશે અને સર્વ પાપોમાંથી મુક્ત થઈ શકશે.

મનુષ્યને કૃષ્ણના સુમનોહર દર્શનનું આકર્ષણ થવું જોઈએ. તેઓ સર્વાકર્ષક હોવાથી જ તેમનું નામ કૃષ્ણ છે. જે મનુષ્ય કૃષ્ણનાં સુંદર, સર્વશક્તિમાન, સર્વથા સમર્થ દર્શન પ્રત્યે આકૃષ્ટ થાય છે, તે ભાગ્યશાળી છે. અધ્યાત્મવાદીઓ ઘણા પ્રકારના હોય છે—કેટલાક નિર્ગુણ બ્રહ્મ પ્રત્યે આકૃષ્ટ થાય છે, કેટલાક પરમાત્મા પ્રત્યે, પરંતુ જે ભગવાનના સાકાર સ્વરૂપ પ્રત્યે આકૃષ્ટ થાય છે અને તેથી પણ વધુ, જે સાક્ષાત્ પૂર્ણ પુરુષોત્તમ પરમેશ્વર, કૃષ્ણ પ્રત્યે આકૃષ્ટ થાય છે, તે જ સર્વોચ્ચ અધ્યાત્મવાદી છે. બીજા શબ્દોમાં, અનન્યભાવે કૃષ્ણની ભક્તિ કરવી એ સર્વ જ્ઞાનમાં સૌથી ગુહ્ય જ્ઞાન છે અને સંપૂર્ણ ગીતાનો આ જ સાર છે. કર્મયોગી, તત્ત્વચિંતકો, યોગી તથા ભક્તો આ બધા જ અધ્યાત્મવાદીઓ કહેવાય છે, પરંતુ આ બધામાં શુદ્ધ ભક્ત સર્વશ્રેષ્ઠ છે. અહીં *મા શુચઃ*—"ડરીશ નહીં, ચિંતા કરીશ નહીં" આ શબ્દો બહુ મહત્ત્વપૂર્ણ છે. મનુષ્યને એવી મૂંઝવણ થાય કે તે કેવી રીતે બધા ધર્મોનો ત્યાગ કરે અને એકમાત્ર કૃષ્ણનાં શરણે જાય, પરંતુ આવી ચિંતા વ્યર્થ હોય છે.

શ્લોક **इदं ते नातपस्काय नाभक्ताय कदाचन।**
૬૭ **न चाशुश्रूषवे वाच्यं न च मां योऽभ्यसूयति॥ ६७॥**

ઇદમ્—આ; **તે**—તારા વડે; **ન**—કદી નહીં; **અતપસ્કાય**—અસંયમીને; **ન**—કદી નહીં; **અભક્તાય**—અભક્તને; **કદાચન**—ક્યારેય; **ન**—નહીં; **અશુશ્રૂષવે**—જે ભક્તિમાં પરોવાયો નથી તેને; **વાચ્યમ્**—કહેવું જોઈએ; **ન**—કદી નહીં; **ચ**—પણ; **મામ્**—મારા પ્રત્યે; **યઃ**—જે; **અભ્યસૂયતિ**—દ્વેષ કરે છે.

અનુવાદ

જે મનુષ્યો સંયમી નથી, નિષ્ઠાવાન નથી તથા ભક્તિમાં પરોવાયેલા નથી, તેમને આ ગુહ્ય જ્ઞાન આપવું નહીં. વળી, મારો દ્વેષ કરનારને પણ તે આપવું નહીં.

ભાવાર્થ

જે મનુષ્યોએ ધાર્મિક વ્રત-તપ કર્યાં નથી, જેમણે કૃષ્ણભક્તિમાં ભગવાનની સેવા કરવાનો પ્રયાસ કર્યો નથી, જેમણે શુદ્ધ ભક્તની સેવા કરી નથી અને ખાસ કરીને જે લોકો કૃષ્ણને કેવળ એક ઐતિહાસિક પુરુષ માને છે અથવા જેઓ કૃષ્ણની મહાનતા પ્રત્યે દ્વેષ કરે છે, તેમને આ પરમ ગુહ્ય જ્ઞાન કહેવું ન જોઈએ. પરંતુ કોઈ વખત જોવામાં આવે છે કે કૃષ્ણનો

દ્વેષ કરનારા આસુરી માણસો સુધ્ધાં કૃષ્ણની પૂજા જુદી જુદી રીતે કરે છે અને ધંધો ચલાવવા માટે ભગવદ્‌ગીતા પ્રવચનોનો વેપાર કરે છે. પરંતુ જે મનુષ્ય વાસ્તવમાં કૃષ્ણને જાણવા ઈચ્છતો હોય, તેણે ભગવદ્‌ગીતાનાં આવાં ભાષ્યોથી અળગા કહેવું જોઈએ. વાસ્તવમાં કામી માણસો ભગવદ્‌ગીતાના આશયને સમજી શકે નહીં. જો મનુષ્ય કામી ન હોય અને વૈદિક શાસ્ત્રોમાં નિર્દિષ્ટ નિયમોનું ચુસ્તપણે પાલન કરતો હોય, તો પણ જો તે ભક્ત ન હોય, તો તે કૃષ્ણને સમજી શકશે નહીં. અને કૃષ્ણભક્ત તરીકે ડોળ કરનારો માણસ જો કૃષ્ણભક્તિયુક્ત કાર્યોમાં ખરેખર પરોવાતો નથી, તો તે પણ કૃષ્ણને સમજી શકે નહીં. ઘણા લોકો કૃષ્ણની ઈર્ષા કરે છે, કારણ કે તેમણે ભગવદ્‌ગીતામાં જણાવ્યું છે કે તેઓ પરમેશ્વર છે અને કોઈ તેમનાથી શ્રેષ્ઠ નથી કે તેમનો કોઈ સમકક્ષ નથી. કૃષ્ણનો દ્વેષ કરનારા માણસો અનેક છે. આવા માણસોને ભગવદ્‌ગીતા કહેવી ન જોઈએ, કારણ કે તેઓ તે સમજી શકતા નથી. શ્રદ્ધાવિહીન માણસો ભગવદ્‌ગીતા તથા કૃષ્ણને સમજી શકે એવી કોઈ જ શક્યતા નથી. શુદ્ધ ભક્ત પાસેથી કૃષ્ણને સમજ્યા વિના કોઈ પણ મનુષ્યે ભગવદ્‌ગીતા ઉપર ભાષ્ય કરવાનો પ્રયત્ન કરવો ન જોઈએ.

શ્લોક ૬૮

य इदं परमं गुह्यं मद्भक्तेष्वभिधास्यति।
भक्तिं मयि परां कृत्वा मामेवैष्यत्यसंशयः॥ ६८॥

યઃ—જે; **ઈદમ્**—આ; **પરમમ્**—પરમ; **ગુહ્યમ્**—ગુહ્ય; **મત્**—મારા; **ભક્તેષુ**—ભક્તોમાં; **અભિધાસ્યતિ**—સમજાવે છે; **ભક્તિમ્**—ભક્તિ; **મયિ**—મારા પ્રત્યે; **પરામ્**—દિવ્ય; **કૃત્વા**—કરીને; **મામ્**—મારી પાસે; **એવ**—જ; **એષ્યતિ**—આવે છે; **અસંશયઃ**—એમાં શંકા નથી.

અનુવાદ

જે મનુષ્ય ભક્તોને આ પરમ રહસ્ય બતાવે છે, તે શુદ્ધ ભક્તિ પ્રાપ્ત કરે છે અને અંતે તે મારી પાસે પાછો આવશે. એમાં લેશમાત્ર શંકા નથી.

ભાવાર્થ

સામાન્ય રીતે એવી સલાહ આપવામાં આવે છે કે માત્ર ભક્તોમાં જ ભગવદ્‌ગીતાની ચર્ચા થવી જોઈએ, કારણ કે જે લોકો ભક્ત નથી, તેઓ ન તો કૃષ્ણને સમજશે કે ન તો ભગવદ્‌ગીતાને સમજશે. જે મનુષ્યો કૃષ્ણને તથા ભગવદ્‌ગીતાને મૂળરૂપે સ્વીકારતા નથી, તેમણે મનસ્વીપણે

ભગવદ્‌ગીતાની સમજૂતી આપવાનો પ્રયત્ન કરીને અપરાધના ભાગીદાર થવું ન જોઈએ. જેઓ કૃષ્ણને પૂર્ણ પુરુષોત્તમ પરમેશ્વરરૂપે સ્વીકારવા તૈયાર હોય, એવા મનુષ્યો (ભક્તો)ને જ ભગવદ્‌ગીતા વિશે સમજૂતી આપવી જોઈએ. આ તો માત્ર ભક્તોનો જ વિષય છે, તાત્ત્વિક તર્કવિતર્ક કરનારા ચિંતકોનો નથી. પરંતુ ભગવદ્‌ગીતાને તેના મૂળ રૂપમાં રજૂ કરવાનો ખરા દિલથી પ્રયત્ન કરનાર મનુષ્ય ભક્તિકાર્યમાં પ્રગતિ કરશે અને શુદ્ધ ભક્તિમય જીવન પ્રાપ્ત કરશે. આવી શુદ્ધ ભક્તિના પરિણામે તે ભગવાનના સાન્નિધ્યમાં ભગવદ્‌ધામમાં પાછો જશે એ સુનિશ્ચિત છે.

શ્લોક **न च तस्मान्मनुष्येषु कश्चिन्मे प्रियकृत्तमः ।**
૬૯ **भविता न च मे तस्मादन्यः प्रियतरो भुवि ॥ ६९ ॥**

ન—કદી નહીં; **ચ**—અને; **તસ્માત્**—તેના કરતાં; **મનુષ્યેષુ**—મનુષ્યોમાં; **કશ્ચિત્ મે**—મને; **પ્રિયકૃત્તમઃ**—અત્યંત પ્રિય; **ભવિતા**—થશે; **ન**—નહીં; **ચ**—અને; **મે**—મને; **તસ્માત્**—તેના કરતાં; **અન્ય**—કોઈ બીજો; **પ્રિયતરઃ**—વધારે પ્રિય; **ભુવિ**—આ જગતમાં.

અનુવાદ

આ જગતમાં તેના કરતાં અન્ય કોઈ સેવક મને વધારે પ્રિય નથી અને કદી વધારે પ્રિય થશે પણ નહીં.

શ્લોક **अध्येष्यते च य इमं धर्म्यं संवादमावयोः ।**
૭૦ **ज्ञानयज्ञेन तेनाहमिष्टः स्यामिति मे मतिः ॥ ७० ॥**

અધ્યેષ્યતે—અધ્યયન કરશે; **ચ**—પણ; **યઃ**—જે મનુષ્ય; **ઈમમ્**—આ; **ધર્મ્યમ્**—પવિત્ર; **સંવાદમ્**—સંભાષણ; **આવયોઃ**—આપણા બંનેનો; **જ્ઞાન**—જ્ઞાનરૂપી; **યજ્ઞેન**—યજ્ઞ દ્વારા; **તેન**—તેનાથી; **અહમ્**—હું; **ઈષ્ટઃ**—પૂજાયેલો; **સ્યામ્**—હોઈશ; **ઈતિ**—એમ; **મે**—મારો; **મતિઃ**—અભિપ્રાય.

અનુવાદ

અને હું જાહેર કરું છું કે જે મનુષ્ય આપણા આ સંવાદનું અધ્યયન કરે છે, તે પોતાની બુદ્ધિથી મારી પૂજા કરે છે.

શ્લોક **श्रद्धावाननसूयश्च शृणुयादपि यो नरः ।**
૭૧ **सोऽपि मुक्तः शुभाँल्लोकान्प्राप्नुयात्पुण्यकर्मणाम् ॥ ७१ ॥**

શ્રદ્ધાવાન્—શ્રદ્ધાળુ; **અનસૂયઃ**—ઈર્ષારહિત; **ચ**—અને; **શૃણુયાત્**—સાંભળે છે; **અપિ**—નક્કી; **યઃ**—જે; **નરઃ**—મનુષ્ય; **સઃ**—તે; **અપિ**—પણ; **મુક્તઃ**—મુક્ત થઈને; **શુભાન્**—શુભ; **લોકાન્**—લોકોને; **પ્રાપ્નુયાત્**—પ્રાપ્ત કરે છે; **પુણ્યકર્મણામ્**—પુણ્યાત્માઓના.

અનુવાદ

અને જે મનુષ્ય શ્રદ્ધાપૂર્વક તથા દ્વેષરહિત થઈને આ સાંભળે છે, તે સર્વ પાપોમાંથી મુક્ત થાય છે અને પુણ્યાત્માઓના શુભ લોકોને પ્રાપ્ત કરે છે.

ભાવાર્થ

આ અધ્યાયના સડસઠમા શ્લોકમાં ભગવાને સ્પષ્ટપણે નિષેધાજ્ઞા આપી છે કે ભગવાનનો દ્વેષ કરનારા માણસોને ગીતા સંભળાવવી નહીં. બીજા શબ્દોમાં, ભગવદ્ગીતા માત્ર ભક્તો માટે જ છે, પરંતુ એવું બને છે કે કેટલીક વખત ભગવદ્ભક્ત જાહેરમાં પ્રવચન કરે છે અને તેમાં બધા જ શ્રોતાઓ ભક્તો હોવાની અપેક્ષા રખાતી નથી. તો પછી આવા લોકો જાહેરમાં પ્રવચન શા માટે આપે છે? અહીં ખુલાસો કરવામાં આવ્યો છે કે બધા જ લોકો ભક્તો નથી હોતા, તેમ છતાં ઘણા લોકો એવા હોય છે કે જેઓ કૃષ્ણનો દ્વેષ નથી કરતા. તેમને કૃષ્ણ પૂર્ણ પુરુષોત્તમ પરમેશ્વર છે એવી શ્રદ્ધા હોય છે. જો આવા લોકો ભગવાન વિશે કોઈ સાચા ભક્ત પાસેથી સાંભળે, તો તેઓ પોતાનાં સર્વ પાપોમાંથી મુક્ત થઈ જાય છે અને પુણ્યાત્માઓના લોકને પ્રાપ્ત કરે છે. માટે ભગવદ્ગીતાના શ્રવણમાત્રથી પોતે શુદ્ધ ભક્ત થવાનો પ્રયત્ન ન કરનાર મનુષ્યને પણ પુણ્યકર્મોનું ફળ પ્રાપ્ત થાય છે. એ રીતે શુદ્ધ ભગવદ્ભક્ત દરેક મનુષ્યને અવસર આપે છે કે તે સર્વ પાપોમાંથી મુક્ત થઈને ભગવાનનો ભક્ત બને.

સામાન્ય રીતે જે મનુષ્યો પાપમુક્ત હોય છે, જેઓ પુણ્યાત્માઓ હોય છે, તેઓ બહુ સહેલાઈથી કૃષ્ણભક્તિને ગ્રહણ કરે છે. અહીં *પુણ્યકર્મણામ્* શબ્દ મહત્ત્વપૂર્ણ છે. આનો નિર્દેશ વૈદિક શાસ્ત્રોમાં વર્ણવેલ અશ્વમેધ જેવા મહાન યજ્ઞો કરનાર પ્રત્યે છે. જે મનુષ્યો ભક્તિનિષ્ઠ હોય છે પણ શુદ્ધ ભક્ત હોતા નથી, તેઓ ધ્રુવલોકને પ્રાપ્ત કરી શકે છે કે જ્યાં ધ્રુવ મહારાજ અધિષ્ઠાતા પુરુષ છે. તેઓ ભગવાનના મહાન ભક્ત છે અને તેમનો એક વિશેષ ગ્રહ છે કે જે ધ્રુવલોક કહેવાય છે.

શ્લોક ૭૨
कच्चिदेतच्छ्रुतं पार्थ त्वयैकाग्रेण चेतसा।
कच्चिदज्ञानसम्मोहः प्रणष्टस्ते धनञ्जय॥ ७२॥

કચ્ચિત્—શું; **એતત્**—આ; **શ્રુતમ્**—સાંભળેલું; **પાર્થ**—હે પૃથાપુત્ર; **ત્વયા**—તારા વડે; **એક અગ્રેણ**—એકાગ્ર; **ચેતસા**—મનથી; **કચ્ચિત્**—શું; **અજ્ઞાન**—અજ્ઞાનનો; **સમ્મોહઃ**—મોહ, ભ્રમ; **પ્રણષ્ટઃ**—નષ્ટ થઈ ગયો છે; **તે**—તારો; **ધનઞ્જય**—હે ધનવિજેતા (અર્જુન).

અનુવાદ

હે પૃથાપુત્ર, હે ધનંજય, શું તેં આને (આ શાસ્ત્રને) એકાગ્રચિત્તે સાંભળ્યું છે? અને શું હવે તારાં અજ્ઞાન તથા મોહ દૂર થઈ ગયાં છે?

ભાવાર્થ

ભગવાન અર્જુનના ગુરુરૂપે વર્તી રહ્યા હતા. તેથી શિષ્ય અર્જુને આખી ભગવદ્‌ગીતા યોગ્ય રીતે સમજી લીધી છે કે નહીં એ બાબતમાં અર્જુનને પૂછી લેવાનું તેમનું કર્તવ્ય હતું. જો સમજાઈ ન હોય, તો ભગવાન ગમે તે મુદ્દો પુનઃ સ્પષ્ટ કરવા અથવા જરૂર હોય તો સંપૂર્ણ ભગવદ્‌ગીતા ફરીથી સમજાવવા તૈયાર હતા. વાસ્તવમાં કૃષ્ણ પાસેથી અથવા તેમના પ્રતિનિધિ આધ્યાત્મિક ગુરુ પાસેથી ગીતા શ્રવણ કરનાર મનુષ્યનું સર્વ અજ્ઞાન દૂર થઈ જાય છે. ભગવદ્‌ગીતા કોઈ એવો સાધારણ ગ્રંથ નથી કે જે કોઈ કવિ કે નવલકથાના લેખક દ્વારા લખાયો હોય. તેને તો સ્વયં પૂર્ણ પુરુષોત્તમ પરમેશ્વરે કહેલ છે. જે ભાગ્યશાળી મનુષ્ય આ ઉપદેશોને કૃષ્ણ અથવા તેમના સાચા આધ્યાત્મિક પ્રતિનિધિ પાસેથી સાંભળે છે, તે નક્કી મુક્ત પુરુષ થઈને અજ્ઞાનના અંધકારમાંથી બહાર નીકળી જાય છે.

अर्जुन उवाच

શ્લોક ૭૩
नष्टो मोहः स्मृतिर्लब्धा त्वत्प्रसादान्मयाच्युत।
स्थितोऽस्मि गतसन्देहः करिष्ये वचनं तव॥ ७३॥

અર્જુનઃ ઉવાચ—અર્જુને કહ્યું; **નષ્ટઃ**—દૂર થયો; **મોહઃ**—મોહ; **સ્મૃતિઃ**—સ્મરણ શક્તિ; **લબ્ધાઃ**—પુનઃ પ્રાપ્ત થઈ; **ત્વત્ પ્રસાદાત્**—તમારી કૃપાથી; **મયા**—મારા વડે; **અચ્યુત**—હે કૃષ્ણ; **સ્થિતઃ અસ્મિ**—સ્થિત થયો છું; **ગત સન્દેહઃ**—સર્વ સંશયરહિત; **કરિષ્યે**—કરીશ; **વચનમ્**—આજ્ઞા; **તવ**—તમારી.

અનુવાદ

અર્જુને કહ્યું: હે કૃષ્ણ, હે અચ્યુત, હવે મારો મોહ દૂર થઈ ગયો છે. આપની કૃપાથી મને મારી સ્મરણશક્તિ પાછી મળી ગઈ છે. હવે હું સંશયરહિત તથા દૃઢ છું અને આપના આદેશ પ્રમાણે કર્મ કરવા તૈયાર છું.

ભાવાર્થ

જીવની સ્વરૂપસ્થિતિ એ છે કે તે પરમેશ્વરની આજ્ઞાનુસાર કર્મ કરે અને અર્જુન જીવના પ્રતિનિધિરૂપ છે. તે આત્મસંયમ માટે યોજાયો છે. શ્રી ચૈતન્ય મહાપ્રભુ કહે છે કે જીવની વાસ્તવિક સ્થિતિ પરમેશ્વરના સનાતન સેવક તરીકેની છે. આ નિયમનું વિસ્મરણ થવાથી જીવ પ્રકૃતિ દ્વારા બદ્ધ થઈ જાય છે, પરંતુ પરમેશ્વરની સેવા કરવાથી તે ઈશ્વરનો મુક્ત સેવક બને છે. જીવનું સ્વરૂપ સેવક તરીકે છે, તેણે માયા અથવા પરમેશ્વર આ બેમાંથી એકની સેવા કરવાની હોય છે. જો તે પરમેશ્વરની સેવા કરે છે, તો પોતાની સ્વાભાવિક સ્થિતિમાં હોય છે, પરંતુ જો તે બાહ્ય શક્તિ માયાની સેવા કરે છે, તો નક્કી તે બંધનમાં પડે છે. આ ભૌતિક જગતમાં જીવ મોહમાં જ સેવા કરતો હોય છે. તે પોતાની કામવાસના તથા એષણાઓથી બંધાયેલો હોય છે, છતાં તે પોતાને જગતનો સ્વામી માનતો હોય છે. આને જ મોહ કહેવામાં આવે છે. મનુષ્ય જ્યારે મુક્ત થાય છે, ત્યારે તેનો મોહ સ્વેચ્છાથી દૂર થઈ જાય છે અને પરમેશ્વરની ઇચ્છાનુસાર કર્મ કરવા માટે તેમને શરણાગત થાય છે. જીવને મોહજાળમાં ફસાવવાનો માયાનો છેલ્લો ફાંસો એ એવો પ્રસ્તાવ છે કે જીવ પોતે જ ઈશ્વર છે. જીવ વિચારે છે કે હવે પોતે બદ્ધ જીવ રહ્યો નથી, હવે તે ઈશ્વર બની ગયો છે. તે એટલો મૂર્ખ છે કે તે એમ વિચારતો નથી કે જો તે ભગવાન હોત, તો આવો સંશયગ્રસ્ત શા માટે રહેત? તે આ બાબતે વિચાર કરતો નથી. એટલે જ તે માયાનો અંતિમ ફૂંફાડો છે. વાસ્તવમાં માયાથી મુક્ત થવું એટલે જ પૂર્ણ પુરુષોત્તમ પરમેશ્વર કૃષ્ણને સમજવા અને તેમની આજ્ઞાનુસાર કર્મ કરવા સંમત થવું.

આ શ્લોકમાં મોહ શબ્દ બહુ મહત્ત્વપૂર્ણ છે. મોહ જ્ઞાનનો વિરોધી હોય છે. વાસ્તવમાં સાચું જ્ઞાન તો એવી સમજણ છે કે જીવમાત્ર ભગવાનનો સનાતન સેવક છે. પરંતુ એ અવસ્થામાં પોતાનો વિચાર કરવાના બદલે જીવ એમ માને છે કે પોતે સેવક નથી તથા પોતે આ ભૌતિક જગતનો

સ્વામી છે, કારણ કે તે પ્રકૃતિ ઉપર પ્રભુત્વ જમાવવા માગે છે. આ જ તેનો મોહ છે. આ મોહ ભગવત્કૃપાથી કે શુદ્ધ ભક્તના અનુગ્રહથી દૂર થઈ શકે છે. જ્યારે તે મોહ દૂર થઈ જાય છે, ત્યારે મનુષ્ય કૃષ્ણભાવનામૃતમાં કર્મ કરવા રાજી થાય છે.

કૃષ્ણની આજ્ઞા પ્રમાણે કાર્ય કરવું એ જ કૃષ્ણભાવના છે. માયાથી મોહગ્રસ્ત થયેલો બદ્ધ જીવ જાણતો નથી કે પરમેશ્વર જ એવા સ્વામી છે કે જેઓ જ્ઞાનમય છે અને સચરાચરના સ્વામી છે. તેઓ પોતાના ભક્તોની મરજી મુજબ બધું જ આપી શકે છે. તેઓ સૌના મિત્ર છે અને પોતાના ભક્તો પ્રત્યે વિશેષ કૃપાભાવ રાખે છે. તેઓ આ ભૌતિક પ્રકૃતિ તેમ જ સર્વ જીવાત્માઓના અધિક્ષક છે. તેઓ અક્ષય કાળના પણ નિયંત્રક છે અને સમસ્ત ઐશ્વર્યો તથા શક્તિઓથી સભર છે. પૂર્ણ પુરુષોત્તમ પરમેશ્વર ભક્તને પોતાનું પણ દાન આપી દે છે. જે માણસ તેમને જાણતો નથી, તે મોહના માયાવી પ્રભાવ હેઠળ રહેલો હોય છે, તે ભક્ત બનતો નથી પણ માયાનો દાસ બની જાય છે. પરંતુ અર્જુન ભગવાન પાસેથી ભગવદ્ગીતા સાંભળીને સમગ્ર મોહમાંથી મુક્ત થઈ ગયો. તે સમજી શક્યો કે કૃષ્ણ તેના મિત્ર છે એટલું જ નહીં, પણ પૂર્ણ પુરુષોત્તમ પરમેશ્વર સુધ્ધાં છે અને તે કૃષ્ણને વાસ્તવમાં સમજી ગયો. માટે ભગવદ્ગીતાના પઠનનો અર્થ એ થયો કે કૃષ્ણને વાસ્તવિક રીતે સમજવા. મનુષ્ય જ્યારે પૂર્ણ જ્ઞાનમય થાય છે, ત્યારે તે સ્વાભાવિકપણે કૃષ્ણનું શરણ લે છે. જ્યારે અર્જુનને સમજાઈ ગયું કે આ તો પૃથ્વીના અનાવશ્યક ભારને ઓછો કરવાની યોજના હતી, તો તે યુદ્ધ કરવા રાજી થઈ ગયો. પૂર્ણ પુરુષોત્તમ પરમેશ્વરની આજ્ઞા પ્રમાણે યુદ્ધ કરવા માટે તેણે ફરીથી પોતાનાં શસ્ત્રો, ધનુષ-બાણ ઉપાડી લીધાં.

सञ्जय उवाच

શ્લોક ૭૪ **इत्यहं वासुदेवस्य पार्थस्य च महात्मनः ।**
संवादमिममश्रौषमद्भुतं रोमहर्षणम् ॥ ७४ ॥

સઞ્જયઃ ઉવાચ—સંજય બોલ્યા; **ઈતિ**—એમ; **અહમ્**—હું; **વાસુદેવસ્ય**—કૃષ્ણનો; **પાર્થસ્ય**—તથા અર્જુનનો; **ચ**—અને; **મહાત્મનઃ**—મહાપુરુષોનો; **સંવાદમ્**—સંભાષણ; **ઈમમ્**—આ; **અશ્રૌષમ્**—સાંભળ્યું છે; **અદ્ભુતમ્**—અદ્ભુત; **રોમ હર્ષણમ્**—રોમને પુલકિત કરનારું.

અનુવાદ

સંજયે કહ્યું: આ પ્રમાણે મેં કૃષ્ણ તથા અર્જુન બંને મહાપુરુષોનો સંવાદ સાંભળ્યો. આ સંદેશ એટલો અદ્‌ભુત છે કે મારા શરીરે રોમાંચ થાય છે.

ભાવાર્થ

ભગવદ્‌ગીતાના પ્રારંભે ધૃતરાષ્ટ્રે પોતાના મંત્રી સંજયને પૂછ્યું હતું, "કુરુક્ષેત્રના યુદ્ધસ્થળમાં શું થયું?" ગુરુ વ્યાસદેવની કૃપાથી સંજયના હૃદયમાં સમગ્ર ઘટનાનું સ્ફુરણ થયું હતું. એ રીતે તેણે યુદ્ધસ્થળની બાબતમાં વર્ણન કર્યું હતું. આ સંવાદ અદ્‌ભુત હતો, કારણ કે આની પૂર્વે બે મહાપુરુષો વચ્ચે આવો મહત્ત્વપૂર્ણ સંવાદ ક્યારેય થયો ન હતો અને ભવિષ્યમાં પુનઃ થશે પણ નહીં. તે અદ્‌ભુત સંવાદ હતો, કારણ કે પૂર્ણ પુરુષોત્તમ પરમેશ્વર પોતાની શક્તિઓ તથા પોતાના વિશે જીવાત્મા અર્જુનને કહી રહ્યા હતા કે જે પરમ ભક્ત હતો. જો આપણે કૃષ્ણને સમજવા માટે અર્જુનના પગલે ચાલીએ, તો આપણું જીવન સુખી તથા સફળ થઈ જશે. સંજયને આનો ખ્યાલ આવ્યો અને જેમ જેમ તેને સમજાયું, તેમ તેમ તેણે આ સંવાદ ધૃતરાષ્ટ્રને કહી સંભળાવ્યો. હવે ઉપસંહારમાં કહ્યું છે કે જ્યાં જ્યાં કૃષ્ણ તથા અર્જુન હોય છે, ત્યાં ત્યાં વિજય થાય છે.

શ્લોક ૭૫ **व्यासप्रसादाच्छ्रुतवानेतद्गुह्यमहं परम्।**
योगं योगेश्वरात्कृष्णात्साक्षात्कथयतः स्वयम्॥ ७५॥

વ્યાસ પ્રસાદાત્—વ્યાસદેવની કૃપાથી; **શ્રુતવાન્**—સાંભળ્યો છે; **એતત્**—આ; **ગુહ્યમ્**—ગૂઢ, ગોપનીય; **અહમ્**—મેં; **પરમ્**—પરમ; **યોગમ્**—યોગ; **યોગ ઈશ્વરાત્**—યોગના સ્વામી; **કૃષ્ણાત્**—કૃષ્ણ પાસેથી; **સાક્ષાત્**—પ્રત્યક્ષપણે; **કથયતઃ**—કહી રહેલા; **સ્વયમ્**—જાતે.

અનુવાદ

વ્યાસદેવની કૃપાથી મેં આ પરમ ગુહ્ય સંવાદ પ્રત્યક્ષપણે યોગેશ્વર કૃષ્ણના મુખેથી અર્જુનને કહેવામાં આવતો સાંભળ્યો છે.

ભાવાર્થ

વ્યાસદેવ સંજયના ગુરુ હતા અને સંજય સ્વીકારે છે કે વ્યાસદેવની કૃપાથી જ તેઓ પૂર્ણ પુરુષોત્તમ પરમેશ્વરને સમજી શક્યા. આનો અર્થ એ છે કે મનુષ્યે કૃષ્ણને સીધેસીધા નહીં, પરંતુ ગુરુના માધ્યમથી જ સમજવા

પડે. ગુરુ પારદર્શક માધ્યમ છે, છતાં એ પણ સાચું છે કે અનુભવ તેનાથી વધુ પ્રત્યક્ષ હોય છે. ગુરુ પરંપરાનું આ જ રહસ્ય છે. જ્યારે ગુરુ પ્રમાણભૂત હોય, તો અર્જુને કર્યું હતું તે રીતે ભગવદ્ગીતાનું પ્રત્યક્ષ શ્રવણ કરી શકાય છે. દુનિયાભરમાં અનેક યોગીઓ છે, પરંતુ કૃષ્ણ સર્વ યોગમાર્ગોના સ્વામી અર્થાત્ યોગેશ્વર છે. તેમણે ભગવદ્ગીતામાં બહુ સ્પષ્ટ આદેશ આપ્યો છે, "મારી શરણમાં આવો." જે મનુષ્ય આ પ્રમાણે કરે છે, તે સર્વોચ્ચ યોગી છે. છઠ્ઠા અધ્યાયના છેલ્લા શ્લોકમાં આનું સમર્થન થયું છે—*યોગિનામ્ અપિ સર્વોષામ્.*

નારદ કૃષ્ણના પ્રત્યક્ષ શિષ્ય છે અને વ્યાસના ગુરુ છે. તેથી વ્યાસ અર્જુન સમાન પ્રમાણભૂત છે, કારણ કે વ્યાસ ગુરુ-શિષ્ય પરંપરામાં આવે છે અને સંજય વ્યાસના પ્રત્યક્ષ શિષ્ય છે. તેથી વ્યાસની કૃપાથી સંજયની ઈન્દ્રિયો વિશુદ્ધ થઈ હતી તથા તેઓ કૃષ્ણનાં પ્રત્યક્ષ દર્શન કરી શક્યા તથા સંવાદને સાંભળી શક્યા. જે વ્યક્તિ કૃષ્ણને પ્રત્યક્ષ રીતે સાંભળે છે, તે આ ગુહ્ય જ્ઞાનને સમજી શકે છે. જો તે ગુરુ-શિષ્ય પરંપરામાં ન આવે, તો તે કૃષ્ણને સમજી શકે નહીં, એટલે તેનું જ્ઞાન હંમેશાં અધૂરું રહે છે, ભગવદ્ગીતા સમજવાની બાબતમાં તો ખરું જ.

ભગવદ્ગીતામાં કર્મયોગ, જ્ઞાનયોગ તથા ભક્તિયોગ એમ બધા યોગમાર્ગોનું નિરૂપણ થયું છે. કૃષ્ણ આવા સર્વ યોગોના સ્વામી છે. પરંતુ એ સમજી લેવું જોઈએ કે જેમ અર્જુન કૃષ્ણને પ્રત્યક્ષ સમજવા ભાગ્યશાળી થયો હતો, તેમ વ્યાસની કૃપાથી સંજય પણ કૃષ્ણને પ્રત્યક્ષ રીતે સાંભળી શકવા સમર્થ થયા હતા. વાસ્તવમાં કૃષ્ણ પાસેથી પ્રત્યક્ષ રીતે સાંભળવું અને વ્યાસદેવ જેવા ગુરુના માધ્યમથી પ્રત્યક્ષ સાંભળવું, આ બે વચ્ચે કોઈ ફરક નથી. ગુરુ પણ વ્યાસદેવના પ્રતિનિધિ હોય છે. તેથી વૈદિક પદ્ધતિ પ્રમાણે ગુરુના જન્મદિવસે શિષ્યો વ્યાસપૂજા નામનો ઉત્સવ ઉજવે છે.

શ્લોક ૭૬

राजन्संस्मृत्य संस्मृत्य संवादमिममद्भुतम्।
केशवार्जुनयोः पुण्यं हृष्यामि च मुहुर्मुहुः ॥ ७६ ॥

રાજન્—હે રાજા; **સંસ્મૃત્ય**—સ્મરણ કરીને; **સંસ્મૃત્ય**—સ્મરણ કરીને; **સંવાદમ્**—સંભાષણ; **ઈમમ્**—આ; **અદ્ભુતમ્**—અદ્ભુત; **કેશવ**—ભગવાન કૃષ્ણનું; **અર્જુનયોઃ**—તથા અર્જુનનો; **પુણ્યમ્**—પવિત્ર; **હૃષ્યામિ**—હર્ષિત થાઉં છું; **ચ**—પણ; **મુહુઃ મુહુઃ**—વારંવાર.

અનુવાદ

હે રાજા, જ્યારે હું ભગવાન કૃષ્ણ તથા અર્જુન વચ્ચે થયેલા આ અદ્ભુત તથા પવિત્ર સંવાદનું વારંવાર સ્મરણ કરું છું, ત્યારે પ્રતિક્ષણ હર્ષવિભોર થઈ જાઉં છું.

ભાવાર્થ

ભગવદ્ગીતાનું જ્ઞાન એવું દિવ્ય છે કે જે કોઈ અર્જુનના તથા કૃષ્ણના સંવાદને જાણી લે છે, તે પુણ્યાત્મા બની જાય છે અને આ સંવાદને ભૂલી શકતો નથી. આ આધ્યાત્મિક જીવનની દિવ્ય સ્થિતિ છે. બીજી રીતે કહી શકાય કે જ્યારે કોઈ મનુષ્ય ગીતાને યોગ્ય સ્રોત પાસેથી અર્થાત્ પ્રત્યક્ષ કૃષ્ણ પાસેથી સાંભળે છે, ત્યારે તે પૂર્ણ કૃષ્ણભક્તિ પ્રાપ્ત કરે છે. કૃષ્ણભાવનામૃતનું પરિણામ એવું આવે છે કે મનુષ્ય વધુ ને વધુ પ્રબુદ્ધ થતો જાય છે અને થોડા સમય માટે નહીં, પરંતુ ક્ષણેક્ષણે રોમાંચ સહિત જીવનનો આનંદ માણે છે.

શ્લોક **તચ્ચ સંસ્મૃત્ય સંસ્મૃત્ય રૂપમત્યદ્ભુતં હરેઃ ।**
૭૭ **વિસ્મયો મે મહાન્રાજન્હૃષ્યામિ ચ પુનઃ પુનઃ ॥ ૭૭ ॥**

તત્—તે; **ચ**—પણ; **સંસ્મૃત્ય**—સ્મરણ કરીને; **રૂપમ્**—રૂપ; **અતિ**—અત્યંત; **અદ્ભુતમ્**—વિસ્મયજનક; **હરેઃ**—ભગવાન કૃષ્ણનું; **વિસ્મયઃ**—આશ્ચર્ય; **મે**—મારું; **મહાન**—મહા; **રાજન્**—હે રાજા; **હૃષ્યામિ**—આનંદિત થઈ રહ્યો છું; **ચ**—પણ; **પુનઃ પુનઃ**—વારંવાર.

અનુવાદ

હે રાજા, જ્યારે હું ભગવાન કૃષ્ણના અદ્ભુત રૂપનું સ્મરણ કરું છું, ત્યારે હું વધારે ને વધારે આશ્ચર્યચકિત થઈ જાઉં છું તથા વારંવાર હર્ષવિભોર થઈ જાઉં છું.

ભાવાર્થ

એમ જણાય છે કે વ્યાસના અનુગ્રહથી સંજયને પણ કૃષ્ણે અર્જુનને દર્શાવેલા વિરાટ રૂપનાં દર્શન થઈ શકેલાં. બેશક, એમ કહેવામાં આવ્યું છે કે આની પૂર્વે કૃષ્ણે આવું રૂપ ક્યારેય દર્શાવ્યું નહોતું. તે માત્ર અર્જુનને જ દર્શાવાયું હતું, છતાં કેટલાક મહાન ભક્તો પણ તે જોઈ શક્યા હતા અને વ્યાસ તેઓ માંહેના એક હતા. તેઓ ભગવાનના એક મહાન ભક્ત છે

અને તેમને કૃષ્ણના શક્ત્યાવેશ અવતાર ગણવામાં આવ્યા છે. વ્યાસે આને પોતાના શિષ્ય સંજય સમક્ષ પ્રગટ કર્યું અને તે સંજયે અર્જુનને દર્શાવેલા કૃષ્ણના તે અદ્ભુત રૂપને સ્મરણમાં રાખ્યું તથા વારંવાર તેનો આનંદ માણ્યો.

શ્લોક ૭૮

यत्र योगेश्वरः कृष्णो यत्र पार्थो धनुर्धरः।
तत्र श्रीर्विजयो भूतिर्ध्रुवा नीतिर्मतिर्मम॥ ७८॥

યત્ર—જ્યાં; **યોગ ઈશ્વરઃ**—યોગના સ્વામી; **કૃષ્ણઃ**—ભગવાન કૃષ્ણ; **યત્ર**—જ્યાં; **પાર્થઃ**—પૃથાપુત્ર; **ધનુર્ધરઃ**—બાણાવળી; **તત્ર**—ત્યાં; **શ્રીઃ**—ઐશ્વર્ય; **વિજયઃ**—વિજય; **ભૂતિઃ**—અસાધારણ શક્તિ; **ધ્રુવા**—નિશ્ચિત; **નીતિઃ**—નીતિ; **મતિઃ મમ**—મારો મત.

અનુવાદ

જ્યાં યોગેશ્વર કૃષ્ણ છે અને જ્યાં ધનુર્ધર અર્જુન છે, ત્યાં ઐશ્વર્ય, વિજય, અસાધારણ શક્તિ તેમ જ નીતિ પણ નિશ્ચિતપણે રહે છે, એવો મારો મત છે.

ભાવાર્થ

ભગવદ્‌ગીતાનો પ્રારંભ ધૃતરાષ્ટ્રની પૃચ્છાથી થયો. ભીષ્મ, દ્રોણ તથા કર્ણ જેવા મહારથીઓની મદદથી પોતાના પુત્રો જીતશે એવી તેમને આશા હતી. પોતાના પક્ષના વિજય માટે તેઓ આશાભર્યા હતા. પરંતુ યુદ્ધક્ષેત્રના દૃશ્યનું વર્ણન પૂરું કર્યા પછી સંજયે રાજાને કહ્યું, "તમે તમારા વિજય વિશે વિચારી રહ્યા છો, પરંતુ મારો અભિપ્રાય એવો છે કે જ્યાં કૃષ્ણ તથા અર્જુન ઉપસ્થિત હોય, ત્યાં સર્વથા શુભ સૌભાગ્ય રહે છે." તેણે સીધેસીધું સમર્થન કર્યું કે ધૃતરાષ્ટ્રે પોતાના પક્ષના વિજયની આશા રાખવી ન જોઈએ. અર્જુનના પક્ષે વિજય સુનિશ્ચિત હતો, કારણ કે કૃષ્ણ તે તરફ હતા. કૃષ્ણે અર્જુનના સારથિ બનવાનો સ્વીકાર કર્યો, તે એક અન્ય ઐશ્વર્યનું પ્રદર્શન હતું. કૃષ્ણ સર્વ ઐશ્વર્યોથી ભરપૂર છે અને વૈરાગ્ય તેમાંનું એક ઐશ્વર્ય છે. આવા વૈરાગ્યનાં પણ અનેક ઉદાહરણો છે, કારણ કે કૃષ્ણ વૈરાગ્યના પણ સ્વામી છે.

યુદ્ધ ખરેખર તો દુર્યોધન તથા યુધિષ્ઠિર વચ્ચે હતું. અર્જુન તેના મોટા ભાઈ યુધિષ્ઠિર માટે લડી રહ્યો હતો. કૃષ્ણ તથા અર્જુન યુધિષ્ઠિરના પક્ષમાં હોવાથી યુધિષ્ઠિરનો વિજય સુનિશ્ચિત હતો. યુદ્ધ દ્વારા નિર્ણય થવાનો

હતો કે પૃથ્વી પર કોણ રાજ્ય કરશે અને સંજયે ભવિષ્યકથન કર્યું કે સત્તા યુધિષ્ઠિરના હાથમાં ચાલી જશે. અહીં એવું પણ ભવિષ્ય કહેવાયું છે કે આ યુદ્ધમાં વિજય મેળવ્યા પછી યુધિષ્ઠિર ઉત્તરોત્તર વધુ સમૃદ્ધ બનશે, કારણ કે તેઓ પુણ્યાત્મા તથા ધર્મનિષ્ઠ હતા. એટલું જ નહીં, પરંતુ નીતિ-મર્યાદાના આગ્રહી પણ હતા. તેમણે જીવનમાં કદાપિ અસત્ય ભાષણ કર્યું ન હતું.

એવા અનેક ઓછી બુદ્ધિવાળા લોકો છે કે જેઓ ભગવદ્‌ગીતાને યુદ્ધક્ષેત્રમાં બે મિત્રો વચ્ચે થયેલી વાતચીત ગણે છે. પરંતુ આવો ગ્રંથ કદાપિ શાસ્ત્ર બની શકે નહીં. કેટલાક મનુષ્યો એવો વિરોધ કરી શકે કે કૃષ્ણે અર્જુનને યુદ્ધ કરવા ઉશ્કેર્યો હતો, જે અનૈતિક છે, પરંતુ પરિસ્થિતિની વાસ્તવિકતા અહીં સ્પષ્ટપણે દર્શાવવામાં આવેલી છેઃ ભગવદ્‌ગીતા નૈતિકતા વિશે સર્વોપરી આદેશ છે. આ નીતિ વિષયક આદેશ નવમા અધ્યાયના ચોત્રીસમા શ્લોકમાં આપેલો છે—*મન્મના ભવ મદ્‌ ભક્તઃ*. મનુષ્યે કૃષ્ણના ભક્ત બનવું જોઈએ અને સર્વ ધર્મોનો સાર એ જ છે કે કૃષ્ણનું શરણ ગ્રહણ કરવું (*સર્વ ધર્માન્‌ પરિત્યજ્ય મામ્‌ એકં શરણં વ્રજ*). ધર્મ તથા સદાચારની સર્વશ્રેષ્ઠ પદ્ધતિ ભગવદ્‌ગીતાનું જરૂરી અંગ છે. અન્ય બધી પદ્ધતિઓ શુદ્ધ કરનારી તથા આ પદ્ધતિ તરફ લઈ જનારી હોઈ શકે, પરંતુ ભગવદ્‌ગીતાનો અંતિમ આદેશ સમગ્ર નૈતિકતા તથા ધર્મનો સર્વશ્રેષ્ઠ સાર છેઃ કૃષ્ણનું શરણ ગ્રહણ કરો અથવા કૃષ્ણને આત્મસમર્પણ કરો. અઢારમા અધ્યાયનો આ નિર્ણય છે.

ભગવદ્‌ગીતામાંથી આપણે જાણી શકીએ છીએ કે જ્ઞાન તથા ધ્યાન વડે આત્માનો સાક્ષાત્કાર કરવો એ એક પદ્ધતિ છે, પરંતુ કૃષ્ણને સંપૂર્ણ શરણાગત થવું એ સર્વોચ્ચ સિદ્ધિ છે. આ ભગવદ્‌ગીતાના ઉપદેશોનો સાર છે. વર્ણાશ્રમ ધર્મ પ્રમાણે ધાર્મિક કર્મકાંડ જ્ઞાનનો ગુહ્ય માર્ગ હોઈ શકે છે. પરંતુ ધાર્મિક અનુષ્ઠાન ગુહ્ય હોવા છતાં, ધ્યાન તથા જ્ઞાન ગુહ્યતર છે અને સંપૂર્ણ કૃષ્ણભાવનાયુક્ત ભક્તિમાં કૃષ્ણની શરણાગતિ ગુહ્યતમ ઉપદેશ છે. એ જ અઢારમા અધ્યાયનો સાર છે.

પૂર્ણ પુરુષોત્તમ પરમેશ્વર કૃષ્ણ જ વાસ્તવિક સત્ય છે, એ ભગવદ્‌ગીતાની એક અન્ય વિશેષતા છે. પરમ સત્યની અનુભૂતિ ત્રણ પાસાંઓમાં થાય છે, નિર્ગુણ બ્રહ્મ, અંતર્યામી પરમાત્મા તથા પૂર્ણ પુરુષોત્તમ પરમેશ્વર કૃષ્ણ. પરમ સત્યના પૂર્ણ જ્ઞાનનો અર્થ છે, કૃષ્ણનું પૂર્ણ જ્ઞાન. જો મનુષ્ય કૃષ્ણને જાણી લે છે, તો જ્ઞાનના સર્વ વિભાગ આ જ્ઞાનના જ અંશ હોય છે.

કૃષ્ણ દિવ્ય છે, કારણ કે તેઓ હંમેશાં પોતાની સનાતન અંતરંગ શક્તિમાં અવસ્થિત હોય છે. જીવો તેમની શક્તિથી ઉત્પન્ન થાય છે અને નિત્ય-બદ્ધ તથા નિત્ય-મુક્ત એવા તેમના બે વર્ગ છે. આવા જીવો અસંખ્ય છે અને તેઓ કૃષ્ણના મૂળભૂત અંશો ગણાય છે. ભૌતિક શક્તિ ૨૪ વિભાગોમાં પ્રગટ થાય છે. સર્જન શાશ્વત કાળ દ્વારા પરિણમે છે અને બહિરંગ શક્તિ તેની ઉત્પત્તિ તથા વિલય કરે છે. આ દૃશ્ય જગત પુનઃ પુનઃ પ્રગટ તથા અપ્રગટ થયા કરે છે.

ભગવદ્ગીતામાં પાંચ મુખ્ય વિષયોનું નિરૂપણ થયું છે—પૂર્ણ પુરુષોત્તમ પરમેશ્વર (ભગવાન), ભૌતિક પ્રકૃતિ, જીવો, શાશ્વત કાળ તથા સર્વ પ્રકારનાં કર્મ. આ સર્વ પૂર્ણ પુરુષોત્તમ પરમેશ્વર કૃષ્ણના આધારે રહેલું છે. નિર્વિશેષ બ્રહ્મ, સ્થાનગત પરમાત્મા તથા કોઈ અન્ય દિવ્ય સિદ્ધાંત, એ પરમ સત્યના સર્વ સિદ્ધાંતોનો પૂર્ણ પુરુષોત્તમ પરમેશ્વરના જ્ઞાનની શ્રેણીમાં સમાવેશ થઈ જાય છે. જોકે ઉપરછલ્લી દૃષ્ટિથી પૂર્ણ પુરુષોત્તમ પરમેશ્વર, જીવ, ભૌતિક પ્રકૃતિ અને કાળ જુદા જણાય છે, છતાં પરમેશ્વરથી કશું ભિન્ન નથી. પરંતુ પરમેશ્વર સદૈવ સર્વ વસ્તુઓથી ભિન્ન રહે છે. ભગવાન ચૈતન્યનું તત્ત્વદર્શન, *અચિંત્ય ભેદ-અભેદ* છે. તત્ત્વજ્ઞાનની આ પદ્ધતિ પરમ સત્યના પૂર્ણ જ્ઞાનથી યુક્ત છે.

જીવ તેના મૂળ રૂપમાં શુદ્ધ આત્મા છે. તે પરમ ઈશ્વરનો એક પરમાણુમાત્ર છે. એ રીતે ભગવાન કૃષ્ણને સૂર્ય સાથે સરખાવી શકાય છે અને જીવોને સૂર્યપ્રકાશ સાથે. બધા જીવો કૃષ્ણની તટસ્થ શક્તિ હોવાથી તેમનો સંસર્ગ ભૌતિક શક્તિ (*અપરા*) અથવા આધ્યાત્મિક શક્તિ (*પરા*) સાથે થઈ શકે છે. બીજી રીતે કહી શકાય કે જીવાત્મા ભગવાનની બે શક્તિઓ વચ્ચે સ્થિત છે અને તેનો સંબંધ ભગવાનન પરા શક્તિ સાથે હોવાથી તેની અંદર અલ્પ અંશે સ્વતંત્રતા હોય છે. આ સ્વતંત્રતાના સદુપયોગથી જ તે કૃષ્ણની પ્રત્યક્ષ આજ્ઞા હેઠળ આવે છે. એ રીતે તે હ્લાદિની શક્તિ અર્થાત્ પરમાનંદપ્રદ શક્તિની પોતાની સામાન્ય સ્થિતિને પ્રાપ્ત કરે છે.

આમ શ્રીમદ્ ભગવદ્ગીતાના "ઉપસંહાર—ત્યાગની પૂર્ણતા" નામના અઢારમા અધ્યાય પરના ભક્તિવેદાંત ભાવાર્થો પૂર્ણ થાય છે.

પરિશિષ્ટ
ગુજરાતમાં આવેલાં ઈસ્કોનનાં કેન્દ્રોની યાદી

અમદાવાદ (ગુજરાત): હરે કૃષ્ણ મંદિર, શ્રી શ્રી રાધા-ગોવિંદ ધામ, સેટેલાઈટ-બોપલ ચાર રસ્તા, સરખેજ-ગાંધીનગર હાઈવે, અમદાવાદ—૩૮૦ ૦૫૯. ફોનઃ (૦૭૯) ૨૬૮૬૧૯૪૫, ૨૬૮૬૧૬૪૪, ૨૬૮૬૨૮૨૭.

દ્વારકા (ગુજરાત): હરે કૃષ્ણ મંદિર, ભારતીય ભુવન, દેવી ભુવન રોડ, તીન બત્તી ચોક પાસે, જિલ્લોઃ જામનગર—૩૬૧૩૩૫. ફોનઃ (૦૨૮૯૨) ૨૩૪૬૦૬.

રાજકોટ (ગુજરાત): શ્રી શ્રી રાધા-નીલમાધવ ધામ, કંકોટ પાટિયાની સામે, કાલાવાડ રોડ, મોટા માવા, રાજકોટ, ગુજરાત. ફોનઃ (૦૨૮૧) ૨૭૮૩૬૫૧, ૨૭૮૩૫૧૦.

વડોદરા (ગુજરાત): શ્રી શ્રી રાધા-શ્યામસુંદર મંદિર, હરિનગર પાણીની ટાંકી પાસે, ગોત્રી રોડ, વડોદરા—૩૯૦૦૨૧. ફોનઃ (૦૨૬૫) ૧૦૬૩૦, ૨૩૫૦૮૮૫, ૨૩૩૧૦૧૨.

વલ્લભવિદ્યાનગર (ગુજરાત)—હરે કૃષ્ણ ધામ, શ્રી શ્રી રાધા-ગિરધારી મંદિર, બી.એન્ડ બી. પોલિટેકનિક કોલેજની સામે, આણંદ—૩૮૮૧૨૦. ફોનઃ (૦૨૬૯૨) ૨૩૦૭૯૬, ૨૩૩૦૧૨.

સુરત (ગુજરાત): હરે કૃષ્ણ ધામ, શ્રી શ્રી રાધા-દામોદર મંદિર, રાંદેર રોડ, જહાંગીરપુરા, સુરત—૩૯૫૦૦૫. ફોનઃ (૦૨૬૧) ૨૭૬૫૫૧૬, ટેલિફેક્સઃ (૦૨૬૧) ૨૭૬૫૮૯૧.

સુરત (ગુજરાત): ભક્તિવેદાંત રાજવિદ્યાલય, કૃષ્ણલોક, સુરત-બારડોલી રોડ, ગંગાપુર, પોસ્ટ બોક્સ ગંગાધર, જિલ્લોઃ સુરત—૩૯૪૩૧૦. ફોનઃ (૦૨૬૧) ૬૬૭૦૦૭૫.

દ્વિતીય આવૃત્તિ વિશે નોંધ

જે વાચકો ભગવદ્‌ગીતા તેના મૂળરૂપેની પ્રથમ આવૃત્તિના જાણકાર થયેલા છે, તેમના લાભાર્થે આ દ્વિતીય આવૃત્તિ વિશે થોડા શબ્દો કહેવા યોગ્ય ગણાશે.

જોકે મોટેભાગે બંને (અંગ્રેજી) આવૃત્તિઓ સમાન છે, તેમ છતાં ભક્તિવેદાંત બુક ટ્રસ્ટના સંપાદકોએ આ બીજી આવૃત્તિને સર્વાધિક પ્રમાણભૂત બનાવવા માટે પોતાના ગ્રંથભંડારમાંની જૂની હસ્તપ્રતોની મદદ લીધી છે કે જેથી શ્રીલ પ્રભુપાદની મૂળ કૃતિને પૂરેપૂરો ન્યાય આપી શકાય.

શ્રીલ પ્રભુપાદે *ભગવદ્‌ગીતા તેના મૂળરૂપે*નું લેખનકાર્ય ભારતથી અમેરિકા પહોંચ્યાનાં બે વર્ષ પછી ૧૯૬૭માં પૂરું કરેલું. મેકમિલન કંપનીએ આની લઘુ આવૃત્તિ ૧૯૬૮માં અને પ્રથમ મૂળ આવૃત્તિ ૧૯૭૨માં પ્રસિદ્ધ કરી હતી.

પ્રકાશન માટે હસ્તપ્રત તૈયાર કરવામાં શ્રીલ પ્રભુપાદને મદદ કરનારા તેમના અમેરિકાના નવા શિષ્યોને ઘણી મુશ્કેલીઓનો સામનો કરવો પડેલો. જે શિષ્યોએ શ્રીલ પ્રભુપાદના ટેપ કરેલા શ્રુતલેખનનું લિપ્યંતર કર્યું, તેમના માટે શ્રીલ પ્રભુપાદના અંગ્રેજી ઉચ્ચારણો સમજવાનું તથા સંસ્કૃત અવતરણોને લખવાનું કાર્ય અત્યંત અઘરું પડ્યું હતું. ભાષાની દૃષ્ટિથી સંસ્કૃતના સંપાદકો હજી નવા નિશાળિયા હતા. તેથી અંગ્રેજીના સંપાદકોને એવાં સ્થાનો ખાલી રાખવાં પડ્યાં અથવા ત્યાં પ્રશ્નાર્થ ચિહ્ન મૂકવાં પડેલાં. તેમ છતાં શ્રીલ પ્રભુપાદની કૃતિને પ્રકાશિત કરવાના તેમના પ્રયાસો સફળ થયા અને *ભગવદ્‌ગીતા તેના મૂળરૂપે* દુનિયાભરના વિદ્વાનો તથા ભક્તો માટે પ્રમાણભૂત આવૃત્તિ સિદ્ધ થઈ છે.

પરંતુ આ બીજી આવૃત્તિ માટે શ્રીલ પ્રભુપાદના શિષ્યોને તેમની કૃતિઓના સંબંધમાં કાર્ય કરતાં છેલ્લાં પંદર વર્ષનો અનુભવ થઈ ચૂક્યો હતો. અંગ્રેજોના સંપાદકો શ્રીલ પ્રભુપાદની વિચારધારા તથા ભાષાથી સુપરિચિત હતા અને સંસ્કૃત સંપાદકો અત્યાર સુધીમાં સિદ્ધહસ્ત વિદ્વાન થઈ ગયા હતા અને હવે તેઓ જે સંસ્કૃત ભાષ્યોની મદદ શ્રીલ પ્રભુપાદે

ભગવદ્‌ગીતા તેના મૂળરૂપે લખતી વખતે લીધી હતી, તે સંસ્કૃત ભાષ્યોના માધ્યમથી બધી ગૂંચવણોનો ઉકેલ લાવી શકતા હતા.

આના પરિણામે હવે આપણી સામે વધુ સમૃદ્ધ તથા પ્રમાણભૂત કૃતિ છે. સંસ્કૃત શબ્દાર્થ શ્રીલ પ્રભુપાદની અન્ય કૃતિઓના ધોરણની વધુ નજીક લાવી શકાયા છે, જેને લીધી તે વધુ સ્પષ્ટ અને ચોક્કસ બન્યા છે. કેટલાંક સ્થળે અનુવાદો સાચા હોવા છતાં એવી રીતે સુધારવામાં આવ્યા છે કે જેથી તે મૂળ સંસ્કૃત અને શ્રીલ પ્રભુપાદના શ્રુતલેખનની વધુ નજીક આવી શકે. મૂળ આવૃત્તિમાં જે ભક્તિવેદાંત ભાવાર્થોનો સમાવેશ થઈ શક્યો નહોતો, તેમનો હવે યોગ્ય જગ્યાએ સમાવેશ થયો છે. તદુપરાંત, પ્રથમ આવૃત્તિમાં જે જે સંસ્કૃત ઉતારાઓના સ્રોતોનો ઉલ્લેખ થયો ન હતો, તેમનો પૂરેપૂરો સંદર્ભ, અધ્યાય તથા શ્લોક-સંખ્યા સહિત આપવામાં આવ્યો છે.

*ભગવદ્‌ગીતા તેના મૂળરૂપે*ની અંગ્રેજી દ્વિતીય આવૃત્તિમાંના સર્વ સુધારાઓને ગુજરાતી આવૃત્તિમાં સમાવી લેવા માટે અંગ્રેજી દ્વિતીય આવૃત્તિનો સંપૂર્ણ અનુવાદ નવેસરથી કરવામાં આવ્યો. પ્રથમ આવૃત્તિના અનુવાદ સુધી શ્રીલ પ્રભુપાદ દ્વારા પ્રયુક્ત પારિભાષિક શબ્દોને ધોરણસર કરાયા ન હતા તે આ દ્વિતીય આવૃત્તિમાં સ્વીકૃત ધોરણના કરવામાં આવ્યા છે. આ ગ્રંથનો ગુજરાતી અનુવાદ નિવૃત્ત આચાર્ય શ્રી મધુસૂદન આ. પાઠકે કર્યો છે, જેઓ ગુજરાતી, હિન્દી, મરાઠી તથા સંસ્કૃત ભાષાઓના વિદ્વાન છે. અનુવાદનું પુનરીક્ષણ, પ્રૂફ તથા સંશોધન સર્વશ્રી જગદીશ દાસ, હરીશ ભટ્ટ તથા કનુભાઈ સેવક દ્વારા થયું છે. આ સમગ્ર કાર્ય દરમ્યાન ગુજરાત ઈસ્કોનના પ્રમુખ, પૂજ્ય શ્રી જશોમતિનંદન દાસની પ્રેરણા તથા માર્ગદર્શન મળતા રહ્યાં છે.

લેખક પરિચય

શ્રી શ્રીમદ્ એ. સી. ભક્તિવેદાંત સ્વામી પ્રભુપાદ આ જગતમાં ૧૮૯૬માં ભારતમાં કલકત્તામાં પ્રગટ થયા. તેઓ કલકત્તામાં ૧૯૨૨માં પહેલીવાર પોતાના આધ્યાત્મિક ગુરુ શ્રીલ ભક્તિસિદ્ધાંત સરસ્વતી ગોસ્વામીને મળ્યા. ભક્તિસિદ્ધાંત સરસ્વતી એક અગ્રગણ્ય ભક્ત, પ્રખર વિદ્વાન અને ચોસઠ ગૌડીય મઠો (વૈદિક સંસ્થાઓ)નો પાયો નાખનાર મહાપુરુષ હતા. તેમને આ સુશિક્ષિત નવયુવાન ગમ્યો અને તેમણે તેને વૈદિક જ્ઞાનના પ્રચાર માટે પોતાનું જીવન અર્પણ કરવા પ્રેરણા આપી. શ્રીલ પ્રભુપાદ તેમના અનુયાયી બન્યા અને ૧૯૩૩માં અગિયાર વર્ષ પછી અલ્હાબાદમાં તેમણે તેમના શિષ્ય તરીકે વિધિપૂર્વક દીક્ષા લીધી.

૧૯૨૨માં તેમના પ્રથમ મિલન વખતે શ્રીલ ભક્તિસિદ્ધાંત સરસ્વતી ઠાકુરે શ્રીલ પ્રભુપાદને અંગ્રેજી ભાષામાં વૈદિક જ્ઞાનનો પ્રચાર કરવા માટે વિનંતિ કરી. ત્યાર પછીનાં વર્ષોમાં શ્રીલ પ્રભુપાદે ભગવદ્‌ગીતા પર ભાષ્ય લખ્યું, ગૌડીય મઠને તેના કાર્યમાં મદદ કરી અને ઈ.સ. ૧૯૪૪માં કોઈ પણ જાતની મદદ વિના એક અંગ્રેજી પાક્ષિક "બેક ટુ ગૉડહેડ" શરૂ કર્યું. તેઓ તેનું સંપાદન કરતા, હસ્તપ્રતો ટાઈપ કરતા અને પ્રૂફરીડિંગ સંભાળતા. વળી, તેઓ છૂટક નકલો સુધ્ધાં વહેંચતા અને પ્રકાશનને જાળવી રાખવા માટે સંઘર્ષ કરતા. એકવાર શરૂ થયા પછી તે સામયિક કદી બંધ પડ્યું નથી અને હવે તેમના શિષ્યો પશ્ચિમમાં તેને ચલાવી રહ્યા છે. તે અત્યારે ત્રીસથી પણ વધુ ભાષાઓમાં પ્રકાશિત થઈ રહ્યું છે.

શ્રીલ પ્રભુપાદની તત્ત્વજ્ઞાનની વિદ્વત્તા અને ભક્તિની કદર કરીને ગૌડીય વૈષ્ણવ સમાજે ૧૯૪૭માં તેમને 'ભક્તિવેદાંત' પદવી આપીને તેમનું બહુમાન કર્યું. ૧૯૫૦માં ચોપન વર્ષની ઉંમરે શ્રીલ પ્રભુપાદ પરિણીત જીવનમાંથી છૂટા થયા અને પોતાનો વધારે સમય પોતાના અધ્યયન અને લેખનકાર્ય પાછળ આપવા તેમણે વાનપ્રસ્થાશ્રમ સ્વીકાર્યો. ત્યાર પછી શ્રીલ પ્રભુપાદે પવિત્ર વૃંદાવન ધામની યાત્રા કરી, જ્યાં તેઓ બહુ જ સામાન્ય સંજોગોમાં મધ્યકાલીન ઐતિહાસિક રાધા-દામોદર મંદિરમાં રહ્યા.

ત્યાં તેઓ કેટલાંક વર્ષો સુધી ગહન અધ્યયન અને લેખનકાર્યમાં વ્યસ્ત રહ્યા. તેમણે ૧૯૫૯માં સંન્યાસ સ્વીકાર્યો. રાધા-દામોદર મંદિરમાં શ્રીલ પ્રભુપાદે પોતાના જીવનની સર્વોત્તમ કૃતિ શ્રીમદ્‌ ભાગવતમ્‌ (ભાગવત પુરાણ)ના ૧૮,૦૦૦ શ્લોકોનું અનેક ગ્રંથોમાં ભાષાંતર અને વિસ્તૃત ભાષ્ય રચવાનું ભગીરથ કાર્ય શરૂ કર્યું. તેમણે 'અન્ય ગ્રહોની સરળ યાત્રા' નામનું પુસ્તક પણ લખ્યું.

ભાગવતના પ્રથમ સ્કંધના ત્રણ ગ્રંથો પ્રસિદ્ધ કર્યા પછી, ઈ.સ. ૧૯૬૫માં શ્રીલ પ્રભુપાદ પોતાના આધ્યાત્મિક ગુરુએ આપેલા આદેશને પરિપૂર્ણ કરવા અમેરિકા ગયા. તે સમયથી માંડીને, શ્રીલ પ્રભુપાદે ભારતીય તત્ત્વજ્ઞાન અને શાસ્ત્રો ઉપર ૬૦થી વધારે ગ્રંથોમાં પ્રમાણભૂત ભાષાંતરો, ભાષ્યો અને સંક્ષિપ્ત અધ્યયનો રજૂ કર્યાં.

૧૯૬૫માં જ્યારે શ્રીલ પ્રભુપાદ પ્રથમવાર ન્યૂયોર્ક શહેરમાં સ્ટીમર દ્વારા આવી પહોંચ્યા, ત્યારે તેમની પાસે સાચેસાચ એક પાઈ સરખી ન હતી. લગભગ એક વર્ષ મહાન મુશ્કેલીમાં પસાર કર્યા પછી તેમણે જુલાઈ ૧૯૬૬માં આંતરરાષ્ટ્રીય કૃષ્ણભાવનામૃત સંઘ (ઇન્ટરનેશનલ સોસાયટી ફોર કૃષ્ણ કોન્શિયસનેસ—ISKCON)ની સ્થાપના કરી. ૧૪ નવેમ્બર, ૧૯૭૭ના દિવસે એમના વૈકુંઠગમન પહેલાં તેમના સંભાળપૂર્વકના માર્ગદર્શન હેઠળ તેમણે આ સંઘને ૧૦૦ આશ્રમો, શાળાઓ, મંદિરો, સંસ્થાઓ અને ખેતીવાડી ફાર્મોનું વિશ્વવ્યાપી બૃહદ્‌ સંગઠન બનાવી દીધું.

૧૯૬૮માં શ્રીલ પ્રભુપાદે અમેરિકામાં ઇસ્કોનની પ્રથમ કૃષિ વસાહત શરૂ કરી, જેમાં ગોરક્ષા, ખેતી પર નિર્ભર સાદું જીવન, કૃષ્ણની પ્રકૃતિ અને તેની વિપુલ ભેટો ઉપર આધાર રાખવો, એ મુદ્દાઓ પર ખાસ ભાર મૂકવામાં આવતો હતો. આત્મનિર્ભરતાની આ નમ્ર શરૂઆતથી પ્રેરાઈને તેમના અનુયાયીઓએ ત્યાર પછી અમેરિકા અને અન્ય દેશોમાં તેવી જ કેટલીક વસાહતો સ્થાપી છે.

૧૯૭૨માં પૂજ્ય ગુરુદેવે ડલાસ-ટેક્સાસમાં ગુરુકુળની સ્થાપના કરીને પશ્ચિમમાં પ્રાથમિક અને માધ્યમિક કક્ષાએ વૈદિક પદ્ધતિનું શિક્ષણ દાખલ કર્યું. ત્યાર પછી તેમના કુશળ માર્ગદર્શન હેઠળ તેમના શિષ્યોએ સમગ્ર સંયુક્ત રાષ્ટ્રોમાં અને દુનિયાના અન્ય ભાગોમાં બાળકો માટે શાળાઓની સ્થાપના કરી છે. ૧૯૯૦ સુધી દુનિયાભરમાં ૧૫ ગુરુકુળો સ્થાપવામાં આવેલાં છે, જેનું મુખ્ય કેન્દ્ર વૃંદાવનમાં આવેલું છે. ભારતમાં શ્રીધામ

માયાપુર (પશ્ચિમ બંગાળ) તેમ જ મુંબઈ ખાતે પણ ગુરુકુળની સ્થાપના કરવામાં આવેલી છે.

શ્રીલ પ્રભુપાદે ભારતમાં કેટલાંક વિશાળ સાંસ્કૃતિક કેન્દ્રોની સ્થાપના કરવા માટે પણ પ્રેરણા આપી. શ્રીધામ માયાપુર ખાતે આવેલું આંતરરાષ્ટ્રીય કેન્દ્ર આયોજિત આધ્યાત્મિક નગર માટેની જગ્યા તરીકે પસંદ કરવામાં આવ્યું છે, જેમાં ૫૦,૦૦૦ ભક્તો રહી શકે તેવું આયોજન કરવામાં આવનાર છે. વૃંદાવનમાં ભવ્ય કૃષ્ણ-બલરામ મંદિર તેમ જ અતિથિગૃહ તૈયાર થયાં છે. મુંબઈમાં જુહૂના દરિયાકાંઠે બે કરોડના ખર્ચે ભવ્ય મંદિર અને અતિથિગૃહ તૈયાર થયાં છે. મુંબઈમાં એક મોટું સાંસ્કૃતિક કેન્દ્ર પણ આવેલું છે. આ કેન્દ્રમાં રહીને પશ્ચિમના લોકો ઉચ્ચ કક્ષાની વૈદિક સંસ્કૃતિનો અભ્યાસ કરી શકશે. ગુજરાતના અમદાવાદ શહેરમાં સેટેલાઈટ પાસે સરખેજ-ગાંધીનગર હાઈવે ચાર રસ્તા નજીક મંદિર અને આશ્રમ વગેરેનું બાંધકામ થયું છે. સુરત, વલ્લભવિદ્યાનગર, રાજકોટ અને વડોદરામાં પણ રાધાકૃષ્ણ મંદિરનું નિર્માણ થયું છે.

પરંતુ શ્રીલ પ્રભુપાદનો સૌથી વધારે મહત્ત્વપૂર્ણ ફાળો તો તેમનાં પુસ્તકો છે. વિશ્વના તમામ મોટાં વિશ્વવિદ્યાલયોના પ્રાધ્યાપકો તથા સાક્ષરોને પુસ્તકોમાં રહેલી પ્રમાણભૂતતા, ઊંડાણ અને સત્યતા પ્રત્યે માન હોવાને લીધે તેમના ગ્રંથોનો ઉપયોગ અનેક મહાવિદ્યાલયોના અભ્યાસક્રમમાં આધારભૂત પાઠ્યપુસ્તકો તરીકે કરાય છે. તેમનાં લખાણોનું ૫૦થી વધુ ભાષાઓમાં ભાષાંતર થયું છે. ફક્ત શ્રીલ પ્રભુપાદનાં જ પુસ્તકો પ્રસિદ્ધ કરવા માટે 'ભક્તિવેદાંત બુક ટ્રસ્ટ'ની સ્થાપના ૧૯૭૨માં કરવામાં આવેલી છે. તે આજે ધર્મ તથા તત્ત્વજ્ઞાનના ક્ષેત્રમાં દુનિયામાં સૌથી વધારે આધ્યાત્મિક પુસ્તકોનું પ્રકાશન કરનારી સંસ્થા છે.

માત્ર બાર વર્ષના ગાળામાં જ શ્રીલ પ્રભુપાદે તેમની વયોવૃદ્ધ અવસ્થા હોવા છતાં, છ ખંડમાં પૃથ્વી ફરતે સોળ વખત પ્રવચનયાત્રાઓ પૂરી કરી હતી. શ્રીલ પ્રભુપાદનો આવો ભરચક કાર્યક્રમ હોવા છતાં તેમણે પોતાનું વિશાળ લેખનકાર્ય ચાલુ રાખ્યું હતું. તેમનાં લખાણો એટલે વૈદિક તત્ત્વજ્ઞાન, ધર્મસાહિત્ય અને સંસ્કૃતિનું સૌથી વિશાળ પુસ્તકાલય.

નાદુરસ્ત તબિયત હોવા છતાં શ્રીમદ્ ભાગવતનું ભાષાંતર પૂરું કરવા તેમણે ભગીરથ પ્રયત્નો કર્યા. દુનિયાભરમાં કૃષ્ણભાવનાના પ્રચાર દ્વારા તેમણે આધ્યાત્મિક ક્રાંતિ સર્જી. બાર વર્ષના ટૂંકા ગાળામાં તેમણે વિશ્વનાં

તમામ મુખ્ય શહેરોમાં ૧૨૦ જેટલાં મંદિરો સ્થાપ્યાં. હજારો યુવક-યુવતીઓ તેમની છત્રછાયા હેઠળ ભગવાન શ્રીકૃષ્ણની શુદ્ધ ભક્તિમાં પ્રવૃત્ત થયાં.

શ્રી ચૈતન્ય ચરિતામૃતમાં જણાવાયું છે કે *કૃષ્ણ શક્તિ વિના તાર નહીં પ્રવર્તન*—અર્થાત્ સાક્ષાત્ કૃષ્ણની શક્તિ વિના કૃષ્ણનો પ્રચાર કોઈ કરી શકે નહીં. માટે શ્રીલ પ્રભુપાદ આ જગતમાં કૃષ્ણની શક્તિના મૂર્તિમંત સ્વરૂપ તરીકે અને ભગવાન કૃષ્ણના પ્રતિનિધિ તરીકે પતિત માનવજાતિના ઉદ્ધાર અર્થે જ પધાર્યા હતા. દરેક બુદ્ધિશાળી મનુષ્ય આવા પરમહંસ આચાર્ય શ્રીલ પ્રભુપાદનું શરણ સ્વીકારી ભગવાનના પ્રીતિપાત્ર બને એવી પ્રાર્થના.

વિશેષ શબ્દાવલિ

અ

અકર્મ—"કર્મ ન કરવું," એવું ભક્તિકાર્ય જેના માટે કોઈ કર્મફળ પ્રાપ્ત થતું નથી.

અગ્નિ—અગ્નિદેવતા.

અગ્નિહોત્ર યજ્ઞ—વૈદિક અનુષ્ઠાનો દ્વારા કરવામાં આવતો યજ્ઞ.

અચિંત્ય ભેદાભેદ તત્ત્વ—ભગવાન ચૈતન્યનો સિદ્ધાંત કે જેમાં ઈશ્વર તથા તેમની શક્તિઓમાં "એક સાથે એકતા તથા ભિન્નતા" છે.

અપરા પ્રકૃતિ—ભગવાનની નિકૃષ્ટ ભૌતિક શક્તિ (પદાર્થ).

અર્ચન—અર્ચાવિગ્રહના પૂજન માટે પાળવામાં આવતી વિધિ.

અર્ચાવિગ્રહ—ભૌતિક તત્ત્વો દ્વારા વ્યક્ત થનારું ઈશ્વરનું સ્વરૂપ, એટલે ઘર અથવા મંદિરમાં પૂજવામાં આવતી કૃષ્ણની મૂર્તિ અથવા ચિત્ર. ભગવાન આ સ્વરૂપમાં ઉપસ્થિત થઈને પોતાના ભક્તોની પૂજાનો સ્વયં સ્વીકાર કરે છે.

અવતાર—"જે અવતરિત થાય છે." ઈશ્વરનો પૂર્ણ અથવા અંશ કે જે કોઈ વિશેષ કાર્યની પૂર્તિ માટે આધ્યાત્મિક જગતમાંથી નીચે ઉતરી આવે છે.

અવિદ્યા—અજ્ઞાન.

અષ્ટાંગયોગ—યમ, નિયમ, આસન, પ્રાણાયામ, પ્રત્યાહાર, ધારણા, ધ્યાન તથા સમાધિ આ આઠ પ્રક્રિયાઓથી યુક્ત માર્ગ.

અસુર—ભગવાનની સેવાનો વિરોધી.

અહંકાર—મિથ્યા અભિમાન કે જેના પરિણામે આત્મા ભ્રમવશ પોતાને ભૌતિક શરીર માનવા લાગે છે.

અહિંસા—જીવોનો વધ ન કરવો.

આ

આચાર્ય—પોતાનું ઉદાહરણ આપીને શિક્ષણ આપનાર આધ્યાત્મિક ગુરુ.

આત્મા—શરીર, મન, બુદ્ધિ અથવા પરમાત્માનો પ્રકાશક, સામાન્ય રીતે વ્યષ્ટિ આત્મા, પોતે.

આનંદ—આધ્યાત્મિક સુખ.

આર્ય—વૈદિક સંસ્કૃતિનો સભ્ય અનુયાયી કે જેનું લક્ષ્ય આધ્યાત્મિક ઉન્નતિ કરવાનું હોય છે.

આશ્રમ—જીવનની ચાર આધ્યાત્મિક અવસ્થાઓ—બ્રહ્મચર્ય, ગૃહસ્થ, વાનપ્રસ્થ તથા સંન્યાસ.

ઈ

ઈન્દ્ર—સ્વર્ગનો રાજા તથા વર્ષાનો અધિષ્ઠાતા દેવ.

ઉ

ઉપનિષદ—વેદોની અંતર્ગત ૧૦૮ દાર્શનિક ભાષ્ય.

ઓ

ૐ (ઓમકાર)—પવિત્ર અક્ષર કે જે પરબ્રહ્મનો પ્રકાશક છે.

ક

કર્મ—સકામ કર્મ કે જેનું ફળ પછીથી મળે છે.

કર્મયોગ—પોતાનાં કર્મોનાં ફળ ભગવાનને સમર્પિત કરીને ભગવત્સાક્ષાત્કારનો માર્ગ સ્વીકારવો.

કર્મી—સકામ કર્મમાં પ્રવૃત્ત,ભૌતિકવાદી.

કાળ—સમય.

કળિયુગ—કલહ તથા ખોટા પ્રદર્શનનો યુગ, જેનો પ્રારંભ પાંચ હજાર વર્ષ પૂર્વે થયો હતો અને જેની સમયમર્યાદા ૪,૩૨,૦૦૦ વર્ષની છે. યુગ શબ્દ જોવો.

કુરુ—કુરુના વંશજ, વિશેષરૂપે ધૃતરાષ્ટ્રના પુત્રો કે જે પાંડવોનો દ્રોહ કરતા હતા.

કૃષ્ણલોક—ભગવાન કૃષ્ણનું પરમ ધામ.

ક્ષીરોદકશાયી વિષ્ણુ—જુઓ પુરુષ અવતાર.

ગ

ગંધર્વ—દૈવી ગાયક તથા સંગીતજ્ઞ દેવતાગણ.

ગરુડ—ભગવાન વિષ્ણુનું પક્ષી-વાહન.

ગર્ભોદકશાયી વિષ્ણુ—જુઓ પુરુષ અવતાર.

ગુણ—ભૌતિક જગતના ત્રણ ગુણ—સત્ત્વ, રજ તથા તમ.

ગુરુ—આધ્યાત્મિક ગુરુદેવ.

ગોલોક—કૃષ્ણલોક, કૃષ્ણનું શાશ્વત ધામ.

ગોસ્વામી—સ્વામી કે જેણે પોતાની ઇન્દ્રિયો પર પૂર્ણ વિજય પ્રાપ્ત કર્યો હોય.

ગૃહસ્થ—વિવાહિત મનુષ્ય કે જે વૈદિક સામાજિક પ્રણાલી અનુસાર જીવન વ્યતીત કરે છે.

ચ

ચાંડાલ—શ્વાનભક્ષી, અછૂત.

ચંદ્ર—ચંદ્રમા, ચંદ્રલોકના અધિષ્ઠાતા દેવતા.

ચાતુર્માસ્ય—વર્ષાઋતુના ચાર મહિના, જેમાં વિષ્ણુભક્ત વિશેષ તપ કરે છે.

જ

જીવ—(જીવાત્મા) નિત્ય વ્યષ્ટિ આત્મા.

જ્ઞાન—દિવ્ય જ્ઞાન.

જ્ઞાનયોગ—સત્યના જ્ઞાનમય દાર્શનિક અન્વેષણ દ્વારા આધ્યાત્મિક અનુભૂતિનો માર્ગ.

જ્ઞાની—જ્ઞાનયોગના માર્ગ પર અટળ રહેનાર.

ત

તમોગુણ—અજ્ઞાનનો ગુણ,ત્રણ ગુણોમાનો એક.

ત્રેતાયુગ—જુઓ યુગ.

દ

દેવ—દેવતા અથવા ઈશ્વરીય પુરુષ.

દ્વાપર—જુઓ યુગ.

ધ

ધર્મ—(૧) ધાર્મિક નિયમ (૨) મનુષ્યનું શાશ્વત પ્રાકૃતિક કાર્ય (અર્થાત્ ભગવદ્ભક્તિ).

ધ્યાન—ધ્યાનયોગ, ચિંતન.

ન

નારાયણ—ભગવાન કૃષ્ણનું ચતુર્ભુજ સ્વરૂપ, જેઓ વિષ્ણુલોકોના અધિષ્ઠાતા છે, ભગવાન વિષ્ણુ.

નિર્ગુણ—લક્ષણ અથવા ગુણોથી રહિત. પરમેશ્વરના વિષયમાં, ભૌતિક ગુણોથી પર.

નિર્વાણ—ભૌતિક જગતથી મોક્ષ.

નૈષ્કર્મ્ય—'અકર્મ' માટે બીજો શબ્દ.

પ

પરમાત્મા—ભગવાનનું અંતર્યામી રૂપ, પ્રત્યેક બદ્ધ જીવના હૃદયમાં વસતા સાક્ષી તથા માર્ગદર્શક.

પરંપરા—ગુરુ-શિષ્ય પરંપરા.

પાંડવ—રાજા પાંડુના પાંચ પુત્રો—યુધિષ્ઠિર, ભીમ, અર્જુન, નકુલ અને સહદેવ.

પાંડુ—ધૃતરાષ્ટ્રના ભાઈ તથા પાંચ પાંડવોના પિતા.

પુરાણ—વેદોના અઢાર ઐતિહાસિક પૂરક ગ્રંથ.

પુરુષ—"ભોક્તા" તે જીવ હોય અથવા પરમેશ્વર.

પુરુષ-અવતાર—ભગવાન વિષ્ણુના મૂળ અંશ કે જે બ્રહ્માંડના સર્જન, પાલન અને સંહારના કારણરૂપ છે. કારણોદકશાયી વિષ્ણુ (મહાવિષ્ણુ) કારણ સાગરમાં શયન કરે છે અને તેમના નિશ્વાસની સાથે અનેક બ્રહ્માંડો ઉત્પન્ન થાય છે. ગર્ભોદકશાયી વિષ્ણુ પ્રત્યેક બ્રહ્માંડમાં પ્રવેશ કરે છે અને વિવિધતા ઉત્પન્ન કરે છે, ક્ષીરોદકશાયી વિષ્ણુ (પરમાત્મા) જીવમાત્રના હૃદયમાં તથા પ્રત્યેક પરમાણુમાં પ્રવેશ કરે છે.

પૃથા—પાંડુપત્ની કુંતી તથા પાંડવોના માતા.

પ્રકૃતિ—શક્તિ અથવા પ્રકૃતિ.

પ્રત્યાહાર—ઇન્દ્રિયદમન, યોગમાં પ્રગતિ કરવાનું સાધન.

પ્રસાદમ્—શુદ્ધ કરેલું ભોજન અથવા ભગવાન કૃષ્ણને ધરાવેલું ભોજન.

પ્રાણાયામ—યોગમાં પ્રગતિ કરવાનું સાધન, શ્વાસનું નિયમન કરવું.

પ્રેમ—શુદ્ધ ભગવત્પ્રેમ જે સ્વયં ઉત્પન્ન થાય.

બ

બુદ્ધિયોગ—ભક્તિયોગ (કૃષ્ણભક્તિ) માટે બીજો

શબ્દ જે એ સૂચિત કરે છે કે આ બુદ્ધિનો સર્વોચ્ચ ઉપયોગ છે.

બ્રહ્મ—(૧) આત્મા (૨) પરમેશ્વરનું નિર્વિશેષ સર્વવ્યાપક પાસું (૩) ભગવાન (૪)મહત્ તત્ત્વ અથવા સંપૂર્ણ ભૌતિક તત્ત્વ.

બ્રહ્મા—બ્રહ્માંડના પ્રથમ સર્જાયેલા જીવ, ભગવાન વિષ્ણુની આજ્ઞાથી બ્રહ્માંડની સમસ્ત યોનિઓના ઉત્પન્નકર્તા તથા રજોગુણના નિયંતા છે.

બ્રહ્મચારી—વૈદિક સામાજિક વ્યવસ્થા અનુસાર અવિવાહિત વિદ્યાર્થી (જુઓ આશ્રમ).

બ્રહ્મ-જિજ્ઞાસા—આધ્યાત્મિક જ્ઞાનના વિષયમાં પૂછપરછ.

બ્રહ્મજ્યોતિ—ભગવાન કૃષ્ણના દિવ્ય શરીરમાંથી ઉત્પન્ન આધ્યાત્મિક તેજ, જે આધ્યાત્મિક જગતને પ્રકાશિત કરે છે.

બ્રહ્મલોક—બ્રહ્માજીનો ગ્રહ, આ જગતનો સર્વોચ્ચ લોક.

બ્રહ્મસંહિતા—અત્યંત પ્રાચીન ગ્રંથ કે જેમાં બ્રહ્માજી દ્વારા ભગવાન કૃષ્ણની સ્તુતિઓ થયેલી છે, જેની શોધ શ્રી ચૈતન્ય મહાપ્રભુએ દક્ષિણ ભારતમાં કરેલી.

ભ

ભક્તિ—ભગવાનની ભક્તિમય સેવા.

ભક્તિયોગ—ભક્તિ દ્વારા ભગવાન સાથે જોડાવું.

ભક્તિરસામૃતસિંધુ—શ્રીલ રૂપ ગોસ્વામી દ્વારા સોળમી સદીમાં સંસ્કૃત ભાષામાં રચિત ભક્તિના સિદ્ધાંત દર્શાવતો ગ્રંથ.

ભગવાન—"સમસ્ત ઐશ્વર્યોથી યુક્ત" સમસ્ત સૌંદર્ય, શક્તિ, યશ, સંપત્તિ જ્ઞાન તથા ત્યાગના ભંડાર.

ભરત—ભારતના પ્રાચીન રાજા જેના વંશજ પાંડવો હતા.

ભાવ—ભગવત્પ્રેમ પ્રાપ્ત થતાં પૂર્વની ભક્તિની અવસ્થા, આનંદ.

ભીષ્મ—કુરુવંશના પિતામહના રૂપમાં સમ્માનિત મહાન સેનાની.

મ

મંત્ર—દિવ્ય ધ્વનિ અથવા વૈદિક સ્તોત્ર.

મનુ—દેવતા, જે માનવ જાતિના પિતા છે.

મહત્ તત્ત્વ—સમગ્ર ભૌતિક શક્તિ.

મહાત્મા—મહાન આત્મા, મુક્ત પુરુષ જે પૂર્ણપણે કૃષ્ણભક્તિવાળા હોય.

મહામંત્ર—હરે કૃષ્ણ, હરે કૃષ્ણ, કૃષ્ણ કૃષ્ણ, હરે હરે/હરે રામ, હરે રામ, રામ રામ, હરે હરે. આ મંત્ર.

માયા—ભ્રમ, ભગવાનની શક્તિ જે જીવોને મોહિત કરીને આધ્યાત્મિક પ્રકૃતિ તથા ઈશ્વરના સંબંધનું વિસ્મરણ કરાવે છે.

માયાવાદી—નિર્વિશેષવાદી, નિરાકારવાદી.

મુક્તિ—સંસારથી મોક્ષ.

મુનિ—સંતપુરુષ.

ય

યક્ષ—કુબેરના અનુયાયી, પ્રેત આદિ.

યમરાજ—મૃત્યુ પછી પાપી મનુષ્યોને દંડ આપનાર દેવતા.

યુગ—સત્યયુગ, ત્રેતાયુગ, દ્વાપરયુગ અને કળિયુગ—આ ચાર યુગ છે જે નિરંતર ચાલ્યા કરે છે. જેમ જેમ સત્યયુગથી કળિયુગ તરફ જાય છે, ત્યારે ક્રમશઃ ધર્મ તથા માણસોમાં સદ્‌ગુણોનો લોપ થાય છે.

યોગ—બ્રહ્મ સાથે એક થવાનો આધ્યાત્મિક માર્ગ.

યોગમાયા—ભગવાનની અંતરંગ આધ્યાત્મિક શક્તિ.

ર

રજોગુણ—વિષયવાસનાનો ગુણ.

રાક્ષસ—મનુષ્યભક્ષક અસુર જાતિ.

રામ—(૧) આનંદકંદ ભગવાન કૃષ્ણનું નામ (૨) કૃષ્ણના અવતાર ભગવાન રામચંદ્ર જેઓ આદર્શ રાજા હતા.

રૂપ ગોસ્વામી—વૃંદાવનના છ ગોસ્વામીઓમાં પ્રમુખ, શ્રી ચૈતન્ય મહાપ્રભુના અનુયાયીઓમાં મુખ્ય.

લ

લીલા—ભગવાન દ્વારા કરવામાં આવતું દિવ્ય કર્મ.

વ

વર્ણાશ્રમ-ધર્મ—વૈદિક સામાજિક પ્રણાલી કે જે સમાજને ચાર વ્યવસાય પર (વર્ણો) તથા ચાર આધ્યાત્મિક વિભાગો (આશ્રમો)માં સંલગ્ન કરે છે.

વસુદેવ—કૃષ્ણના પિતા.

વાનપ્રસ્થ—ગૃહસ્થ જીવનથી વિરક્ત થઈને વૈદિક સામાજિક પ્રણાલી પ્રમાણે વધુમાં વધુ વૈરાગ્યનું અનુશીલન કરનાર વ્યક્તિ.

વાસુદેવ—વસુદેવના પુત્ર, કૃષ્ણ.

વિકર્મ—શાસ્ત્ર વિરુદ્ધ કરવામાં આવેલું કર્મ, પાપમય કર્મ.

વિદ્યા—જ્ઞાન.

વિરાટ રૂપ—ભગવાનનું વિરાટ રૂપ.

વિશ્વરૂપ—ભગવાનનું વિશ્વરૂપ.

વિષ્ણુ—ભગવાન.

વિષ્ણુતત્ત્વ—ભગવાનનું ચરણ અથવા શ્રેણી.

વેદ—ચાર આદ્ય શાસ્ત્ર—ઋગ્, સામ, અથર્વ તથા યજુર્.

વેદાંતસૂત્ર—વ્યાસદેવ દ્વારા રચિત દાર્શનિક ભાષ્ય કે જેમાં ઉપનિષદના અર્થોને પ્રતિપાદિત કરે તેવાં નીતિવાક્યો છે.

વૈકુંઠ—આધ્યાત્મિક જગતના નિત્યલોક.

વૈશ્ય—વ્યાપારી તથા ખેડૂતવર્ગ જેઓ વૈદિક સમાજના ચાર આજીવિકા વિભાગને અનુરૂપ છે.

વૈષ્ણવ—ભગવાનનો ભક્ત.

વૃંદાવન—કૃષ્ણનું દિવ્ય ધામ. આને ગોલોક વૃંદાવન અથવા કૃષ્ણલોક પણ કહેવામાં આવે છે. વૃંદાવન નગરી ઉત્તર પ્રદેશના મથુરા જિલ્લામાં આવેલી છે કે જ્યાં પાંચ હજાર વર્ષ પૂર્વે ભગવાન કૃષ્ણ પ્રગટ થયા હતા. આ આધ્યાત્મિક જગતમાં સ્થિત કૃષ્ણલોકનું પૃથ્વીમાં થયેલું પ્રગટીકરણ છે.

વ્યાસદેવ—વેદોના સંગ્રાહક તથા પુરાણ—મહાભારત તથા વેદાંતસૂત્રના રચયિતા.

શ

શંકર (શંકરાચાર્ય)—મહાન દાર્શનિક કે જેમણે અદ્વૈતવાદની સ્થાપના કરી, ઈશ્વરના નિરાકાર પાસા પર ભાર મૂક્યો અને બ્રહ્મ તથા જીવાત્માને જાણ્યા.

શાસ્ત્ર—વૈદિક વાઙ્મય.

શિવ—દેવતા જેઓ તમોગુણના નિયંતા છે અને બ્રહ્માંડના સંહારક છે.

શૂદ્ર—સમાજના ચાર વિભાગોમાંનો એક, શ્રમિક વર્ગનો સભ્ય.

શ્રવણમ્—ભગવાનના વિષયમાં સાંભળવાની ક્રિયા, ભક્તિના નવ પ્રકારમાંની એક.

શ્રીમદ્ ભાગવત—વ્યાસદેવ દ્વારા રચિત પુરાણ કે જેમાં ભગવાન કૃષ્ણ વિષયક અગાધ જ્ઞાન છે.

શ્રુતિ—વેદ.

સ

સંકીર્તન—ઈશ્વરનું સામૂહિક મહિમાગાન, વિશેષતઃ ભગવાનનાં પવિત્ર નામોનું ઉચ્ચારણ.

સંન્યાસ—આધ્યાત્મિક સંસ્કૃતિ માટે જીવનનો સંન્યાસ આશ્રમ.

સંન્યાસી—સંન્યાસ આશ્રમને પ્રાપ્ત વ્યક્તિ.

સંસાર—ભૌતિક જગતમાં જન્મ-મૃત્યુનું ચક્ર.

સગુણ—ગુણો અથવા લક્ષણોથી યુક્ત. ભગવાનના પ્રસંગમાં આધ્યાત્મિક.

સચ્ચિદાનંદ—નિત્ય, આનંદમય તથા જ્ઞાનયુક્ત.

સત્ત્વગુણ—સત્ત્વગુણ.

સનાતન ધર્મ—શાશ્વત ધર્મ, ભક્તિ.

સાંખ્ય—(૧) આત્મા તથા પદાર્થ વચ્ચેની વિશ્લેષણાત્મક ગણતરી (૨) દેવહૂતિપુત્ર કપિલ દ્વારા વર્ણિત ભક્તિમાર્ગ.

સાધુ—સંત-કૃષ્ણભક્ત.

સોમરસ—દેવતાઓ દ્વારા પીવામાં આવતું દૈવી પેય.

સ્મરણ—ભક્તિમાં ભગવાન કૃષ્ણનું સ્મરણ કરવું. નવધા ભક્તિમાંની એક.

સ્મૃતિ—વેદોનાં પૂરક શાસ્ત્ર, જેમ કે પુરાણ.

સ્વરૂપ—મૂળ આધ્યાત્મિક રૂપ અથવા આત્માની વાસ્તવિક સ્થિતિ.

સ્વર્ગલોક—દેવતાઓનું નિવાસસ્થાન.

સ્વામી—પોતાની ઈન્દ્રિયોને પૂર્ણપણે વશમાં રાખનાર, સંન્યાસ આશ્રમને પ્રાપ્ત વ્યક્તિ.

શ્લોકાનુક્રમણિકા

અ

આ

ઈ

ગ

ચ

છ

જ

ઝ

ત

દ

ર

લ

વ

શ

સ